ஆதிரை

சயந்தன்

ஆதிரை
வெளியீடு

ஆதிரை
நாவல்
© சயந்தன்
sayanthan@me.com

இரண்டாம் பதிப்பு: ஜனவரி 2023, ஆதிரை
முதற்பதிப்பு: நவம்பர் 2015, தமிழினி
அட்டை உள்வடிவமைப்பு: ஜீவமணி

ஆதிரை வெளியீடு
திருநெல்வேலி, யாழ்ப்பாணம்
இலங்கை

விலை: ₹ 750.00

Aathirai
Novel
© Sayanthan
sayanthan@me.com

Second Edition: January 2023, Aathirai
First Edition: November 2015, Tamizhini

Layout, Cover Design: Jeevamani

Aathirai Publications
Thirunelvely, Jaffna
Sri Lanka
aathiraipub@gmail.com

Price: ₹ 750.00

ISBN: 978-624-97325-4-4

Distribution licence:
Discovery Book Palace (p) Ltd.,
1055, Munusamy Salai, KK Nagar, Chennai 600 078
Ph: 91 99404 46650
Email: discoverybookpalace@gmail.com

'தமிழினி' வசந்தகுமார்
அண்ணனுக்கு...

நன்றி

☐

ஈழப்போர் என்ற தரிசனத்தை, அந்தப்போரின் நேரடி வீச்சுக்குள் வாழ்ந்த சாதாரண அடித்தட்டு மக்களின் பார்வையில் ஆய்வுக்கும் விவாதத்திற்கும் உட்படுத்தி எல்லாக் கோணத்திலிருந்தும் அணுகும் சுதந்திரத்தை ஆதிரை உருவாக்கி அளிக்கின்றது.

— வைதேகி நரேந்திரன்

☐

ஆதிரை காட்டின் பச்சை மணத்தில் இருந்து துப்பாக்கி வெடிப்பின் கந்தக மணம் வரை தன்னுள் கொண்ட படைப்பு.

— சுரேஷ் பிரதீப்

☐

கலையவே மறுத்து இறுகியிருந்த வெள்ளாள மோஸ்தரையும், யாழ்ப்பாண மேதைமையையும் கலைத்து அடுக்கிய கலாச்சார பதிவிது.

— மணிமாறன்

☐

'புலி' லெட்சுமணன் பற்றிக் கூறும் முதல் அத்தியாயமும், 'புலி' ஆதிரை பற்றிக் கூறும் இறுதி அத்தியாயமும் துண்டாக நின்று, வியக்கத்தக்க வகையில், நாவலுக்கு ஒரு முழுமையைக் கொண்டுதருகின்றன.

— ராஜசுந்தர ராஜன்

☐

நாவலுடைய கரிசனை அடிப்படையில் தேசிய உருவாக்கம் பற்றியது. பெண்கள், தலித்துகள், மலையகத் தமிழர்களை தமிழ்த் தேசியத்துக்குள் இடப்படுத்துவது எப்படி என்று சிந்திக்கிறது ஆதிரை. முஸ்லிம்கள் சாவகாசமாக விலக்கப்பட்டிருக்கிறார்கள்.

— ஹரி ராசலெட்சுமி

☐

திகுதிகுவெனக் கொதிக்கும் வெக்கையொடு சொல்வதற்குண்டான இக்கதையின் வேகத்தை மட்டுப்படுத்தி அலுப்பூட்டக் கூடியவையாக சயந்தனின் வர்ணனைகளும் விவரிப்புகளும் உள்ளன.

— ஆதவன் தீட்சண்யா

☐

ஆதிரை, தமிழ் தரப்பு பெண்களின் வாழ்க்கையின் அவலங்களை அவர்களது பார்வையில் முன்வைக்கும் கட்டற்ற கண்ணீர்.

– அனோஜன் பாலகிருஷ்ணன்

☐

குட்டிமணி முதல் முள்ளிவாய்க்கால் வரை உதிரம் தோய்ந்த காகித மடிப்புகளை வரைபடங்களாக வெட்டி ஒட்டும் கொலாஜ் ஓவியங்களாக சில நூறு பக்கங்கள் இந்த நாவலை தகவல் நாடாக மாற்றியிருக்கிறது.

– கோணங்கி

☐

இந்நாவல் சரி தவறுகளுக்குள் நின்று தராசை தூக்கிப் பிடிப்பதில்லை. அதே சமயம், அவரவர்க்கு அவரவர் நியாயம் என்பதாக கூர் மழுங்கி தேங்கி விடவுமில்லை.

– கோகுல் பிரசாத்

☐

தாய்மை உயிர்களை ஓடி ஓடி அணைத்துக் காத்துக் கொள்ளும். அரசியலோ லட்சிய தியாகங்களைக் கோரும். இரண்டின் நியாயங்களையும் ஈழத்தைப் போல சந்தித்த பிற தேசம் ஒன்று இல்லை. நாம் இலட்சியங்களையும் தாய்மையையும் தரிசிக்கும் ஒரு தருணமாக வானில் இருக்கும் ஆதிரை நட்சத்திரம் நமக்குக் காட்டுகிறது.

– இளங்கோ கல்லாணை

☐

ஆதிரை தமிழிலக்கிய பரப்பின் இன்னொரு பெரும் பாய்ச்சல், தலைமுறைகளின் கொண்டாட்டம், இருப்பு, கண்ணீர் என்பவற்றின் பிறிதொரு படியெடுப்பு.

– யதார்த்தன்

☐

ஆதிரை போர்ப்பட்ட பூமியொன்றின் மூன்று தலைமுறையினூடான வரலாற்றுப் போக்கை பெண்கள், குழந்தைகள், மற்றும் விளிம்புநிலை மக்கள் சார்ந்து புனைவாக்கியிருப்பதால், இலக்கியத் தளத்தில் தனக்கென ஒரு இடத்தை அது பிடித்துக்கொள்ளும்.

– ப. ரவி

☐

புனைவென்பது ஒரு பொறுப்புணர்ச்சி. பிடிக்காத ஒருவரையோ அல்லது அரசியலையோ தாக்குவதற்காக புனைவை ஓர் ஆயுதமாகப் பயன்படுத்த இயலாது. அந்தப் பொறுப்புணர்ச்சியை ஆகக் கூடிய வரையில் சயந்தன் நிரூபிக்கிறார்.

- நிலாந்தன்

□

ஆதிரை இரவில் ஒளிர்கின்ற ஒரு நம்பிக்கை நட்சத்திரம்.

– மீரா பாரதி

□

நாவலில் முக்கியமாக நான் கருதுவது முள்ளிவாய்க்கால் ஊழி குறித்த சித்திரம், நாங்கள் சில காட்சிப்படுத்தல்களை பார்த்தோம், பலர் சொல்லக் கேட்டோம். ஆனால், இத்தனை உயிர்ப்புடன் வேறெங்கும் நாம் உணர்ந்ததில்லை. உன்னி எழுந்த ஒரு படைப்பாற்றல் அது.

– இரவி அருணாச்சலம்

□

சயந்தனுடைய ஆதிரை எந்த மனச்சாய்வும் இல்லாமல் பரந்துபட்ட பார்வையில் போர் சூழலில் வாழ நேரிட்ட மக்களைப் பற்றிப் பேசுகின்ற படைப்பு. தற்கால இலக்கியத்தில் மிக முக்கியமான இடத்தில் வைக்கப்பட வேண்டிய ஒரு நாவல்.

– தீபு ஹரி

□

வன்னி மண்ணும் அதன் புழுதியும் காடுகளும் வயல் நிலங்களும் தென்னந்தோப்புகளும் கடற்கரைகளும் தனித்துவமான போரியல் வாழ்க்கை முறையும் நாவல் முழுதும் மூன்று தசாப்தங்களுக்கு அவற்றினுடைய பரிணாமங்களுடனேயே விரிந்து கிடக்கிறது.

– ஜே.கே

□

ரத்தமும் கண்ணீரும் தெறித்த ஒரு போர்க் காலகட்டத்தின் வாழ்க்கையைச் சித்தரிக்கும் ஆதிரை, போர் என்றால் என்ன என்று காட்டுகிறது. தமிழில் போர் குறித்து எழுதப்பட்ட நாவல்களில் இதுவே முதன்மையானது.

- ஜெயமோகன்

□

சயந்தனின் ‘ஆதிரை’, நாவல் கலையின் சவாலை ஏற்றுக்கொண்ட ஒரு படைப்பு. முப்பதாண்டு கால ஈழப் போர்ச் சூழலில் தமிழ் மக்கள் பட்ட அவமானங்கள், சிதைவுகள், சாதிய முரண்கள் என வாழ்வை விரிந்த தளத்தில் சொல்கிறது ‘ஆதிரை’.

- சு. வேணுகோபால்

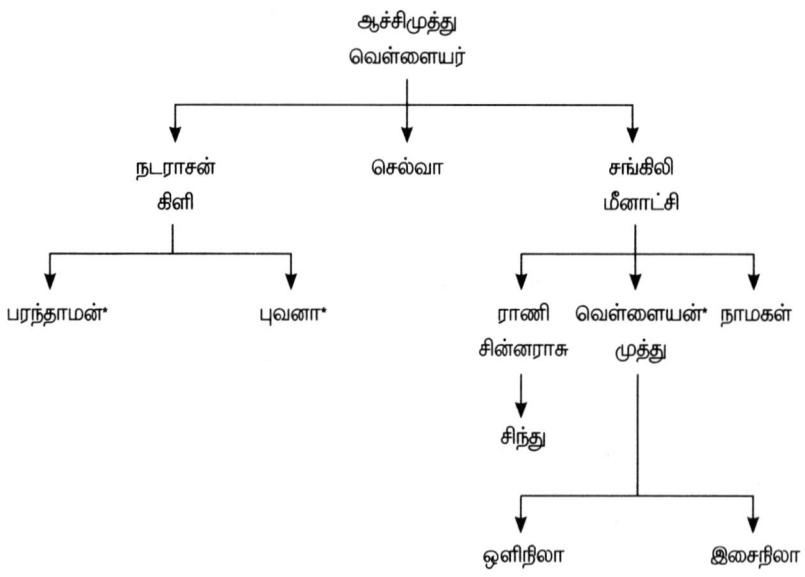

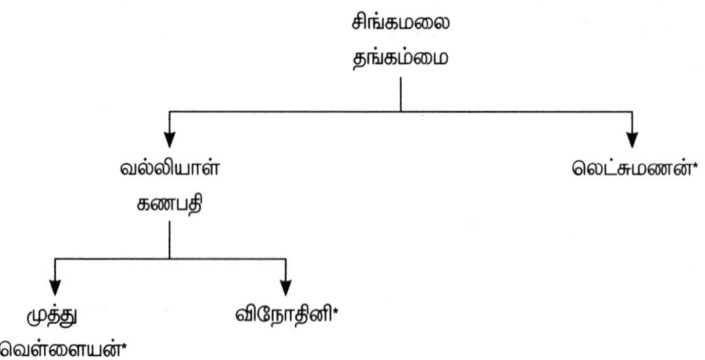

* இயக்க உறுப்பினர்கள்

1
நாடற்றவன்

05 ஜூன் 1991

கரியிருட்டு. தொடையில் ஈரலித்துப் பின்னர் முதுகு நோக்கி ஊர்கின்ற ஈரம் என்னுடைய மூத்திரம் தானென்பதை வலது கையினால் அளைந்து நான் உறுதி செய்தேன். இடது கையின் மணிக்கட்டு நரம்பை நசித்துக் கொண்டிருந்த விலங்கு, கூண்டின் இரும்புக் கம்பியோடு பிணைக்கப்பட்டிருக்க, முடிந்தவரை ஈரத்திலிருந்து உடலை நகர்த்த முயற்சித்தேன். குண்டும் குழியுமாய் சிதிலமான தரையில் கிளைபிரியும் தாரையென மூத்திரம் மற்றுமொரு பாதையில் என்னைத் தொட்டது. சற்று முன்னர் அளைந்த கையை வயிற்றில் தேய்த்துத் துடைத்துக்கொண்டேன். விரல்களில் பிடுங்கிய நகக் காயங்களிலிருந்து நோவு கிளர்ந்தது. நீரில் மெதுவாக முங்குவதைப்போல வியர்வையும் மூத்திரமும் கலந்த நாற்றத்தில் புலன்கள் இயல்படையலாயின. இருளை அளைந்தேன். இடது கண் ஒரு கொப்புளம் போல வீங்கிக்கிடந்தது. விழிமடலைத் திறக்கும்போது பிளேற்றால் தோலை வெட்டிப் பிளப்பதைப்போன்ற வலி. ஒன்றரைப் பார்வையில் கம்பிகள் கீலங்கீலமாகப் புலப்பட்டன. புகையைப்போல குளிர் பரவிற்று.

வெளிச்சத்தின் பாதைகள் அடைக்கப்பட்டிருந்தன. தோலுரிந்தது போல சுவர் பூச்சுகள் கழன்று தொங்கும் பழங்காலத்துக் கட்டடத்தில் தனியான பதினைந்து இரும்புக்கூடுகளில் ஒன்றிலிருந்தேன். உடனிருந்த இரண்டு தமிழர்களை ‘உண்மையிலேயே’ தெரியவில்லை. அவர்களோடு பேசியதுமில்லை. ஆனால் உபாலி என்னோடு பேசுவான். உயிர் பிய்ந்து தொங்கிக்கொண்டிருந்த வெறும் கூடாக என்னைக் கொண்டுவந்து கொட்டிய அந்த இரவு விடிந்தபோது, பக்கத்துக் கூண்டிலிருந்த உபாலி “மச்சான், நீ புலி தானே, அப்படியானால் உனக்கு நிச்சயமாகத் தெரிந்திருக்கும். மறைக்காமல் சொல்லு… சந்தையில் புதிதாக என்ன ஆயுதம் வந்திருக்கிறது…” என்று சிங்களத்தில் கேட்டான். நான் உடற்பாகங்களை அசைக்கையில் பிரியாதிருந்த வலியைச் சகித்துக்கொண்டு எழுந்து நின்றபோது, “உனக்குத் துப்பாக்கிகளைக் கையாளத் தெரியுமல்லவா… நீ என்னோடு சேர்ந்துவிடு” என்று கட்டளைத் தொனியில் சொன்னான்.

உபாலியின் அதிகாரத்திற்குப் பொலிஸார் பயந்து நடுங்கினார்கள். காலையில் கக்கூசிற்கும், முகம் அலம்பவும் கூண்டுகளைத் திறக்கச் சற்றுத் தாமதமானாலும் உபாலி கெட்ட தூஷண வார்த்தைகளால் அவர்களைத் திட்டுவான். பவ்வியமாகத் திறந்துவிட இடுப்பில் வழியும்

சாரத்தை, ஆடும் விதைகள் தெரிய உயர்த்தியபடி கக்கூஸிற்குள் நுழைகையிலும் தூஷணத்தைப் பொழிவான். கூண்டுகளிலிருந்து பார்த்தாலே தெரிகின்ற திறந்த குழிக் கக்கூசிலிருந்து சமயங்களில் சிரிப்பான். அங்கு சிரங்கைப் போலப் பாசி படிந்த சிறிய பிளாஸ்ரிக் வாளி, நீர்க்குழாயின் கீழிருந்தது. 'க்ளக்... க்ளக்...' என்று நீர் சொட்டும் ஓசை இரவில் ஒருவிதப் பேயுலக ஒலியாய்க் கேட்கும்.

மெல்லிய வெளிச்சத்தில் தூசுகள் அலைகின்றன. மூத்திரம் மூன்று கிளைகளாக வழிந்திருந்தது. இரவு தொடையிடுக்கில் சரித்துப் பெய்த வாளியைக் கால்பாதத்தால் தள்ளியிருந்தேன். அது ஒரு கோடாக வெடித்திருந்தது. இல்லை, வெடித்த வாளியைத்தான் பொலீஸ்காரன் தந்திருந்தான். மூத்திர நெடி ஊறிய சாரத்தைக் கால்களில் உரித்துச் சுருட்டி கையெட்டும் தூரத்தில் வழிந்திருந்ததை ஒற்றியெடுத்தேன். கக்கூஸிலிருந்து உபாலி 'காலை வணக்கம்' என்பதுபோலக் கையசைத்தான். நேற்றிரவு, சலக்கடுப்புத் தாங்கவியலா வலியில் விலங்கை அசைத்துச் சத்தமிட்டு யாரையாவது அழைக்க முயற்சித்த அந்த அகாலவேளையில் "நான் இங்கே ஒவ்வொரு சிறையாகக் கிடந்தலைகிறேன். அவள் வருடத்திற்கொரு பிள்ளை பெறுகிறாள்" என்று மனைவியைத் தூசித்துக்கொண்டிருந்தவன் நான் மறுபடியும் மறுபடியும் மணிக்கட்டை அசைத்துச் சப்தமெழுப்பவும், "யாரடா" என்று உறுக்கினான். "எனக்குச் சலம் கடுக்குது. திறந்து விடணும்" என்று மெதுவாகச் சொன்னேன். அவன் மறுபேச்சின்றி "அடே, பத்துப்பேர் சேர்ந்து புணர்ந்து பெற்ற பொலீஸ்காரப் பயல்களே, எங்கேயடா இருக்கிறீர்கள்" என்று குரலுயர்த்தினான். சட்டென்று டோர்ச் விளக்கு ஒளிர்ந்து சூரியன் நகர்வதுபோல அருகாக வந்தது. உபாலியிருந்த திசையை நான் வாஞ்சையுடன் பார்த்தேன். "நீ படுத்தெழும்புகிற அத்தனை பேரையும் என்னால் சொல்ல முடியுமடி" என்று விட்ட இடத்திலிருந்து அவன் தொடர்ந்தான்.

முகத்தில் வெள்ளை ஒளியைப் பாய்ச்சியவன், "மூத்திரமா" என்று கேட்டான். தலையைக் குனிந்து ஆமோதித்துவிட்டு தொடையிரண்டையும் நெருடியபடி "திறந்து விடுங்கள்" என்றேன்.

"நீ புலி என்பதில் எனக்கு இப்பொழுது உண்மையாகவே சந்தேகமாயிருக்கிறது" என்றவன் நீர்ப்பற்று அற்ற உலர்ந்த வாளியொன்றை உள்ளே தள்ளினான். "இதிலே பெய்து தொலை" என்றான்.

முன்னரென்றால் அழைத்துச்சென்று கக்கூசில் ஏற்றிவிட்டு நான் குந்தவும், விலங்கை இழுத்தபடி அருகிலேயே நிற்பவன், அந்தப்

பழக்கத்தை இன்றைக்கு விட்டொழித்தான். ஒருவேளை குழியில் பட்டுச் சிதறும் துளிகள் அவன் கால்களில் தெறிப்பதை அவன் விரும்பாதிருக்கலாம். வெளிச்சத்தை அணைத்துவிட்டு விலகியபோது "மாத்தையா, வெளிச்சம்..." என்று இழுத்தேன்.

"நீ புணரும் போதும் நான்தான் வெளிச்சம் பாய்ச்ச வேண்டுமா..." என்ற குரல் மட்டும் வந்தது. நான் கால்களை விரித்து இடது கையினால் தொடைகளின் இடையில் வாளியை நகர்த்தினேன். விடுதலை என்ற சொல்லின் பரிபூரண அர்த்தமது. வாளியை நிமிர்த்தி, இரண்டு காற்பாதங்களிலும் கவ்வி ஒரு வேவுப்புலியின் அவதானத்தோடு சுவரோரமாகத் தள்ளிவைத்தேன்.

சற்று முன்னர் வாளியைத் தந்த போலீஸ்காரன் "வெறும் மூத்திரத்தை அடக்கத் தெரியாதவர்களா புலிகளில் இருந்தார்கள்..." என்று முணு முணுப்பது கேட்டது.

சிங்கமலை லெட்சுமணன் என்கிற நான் மலையகத்தில் தெனியாய என்ற தோட்டத்தில் பிறந்தவன் என்பதையும் எழுபத்தியேழு கலவரத்தில் தந்தை என்னைத் தோளிலேயே காவிச்சென்று முல்லைத்தீவின் காட்டுக் கிராமமொன்றில் தஞ்சம் புகுந்தார் என்பதையும் ஏழு வயதில் மனதில் பதிந்த சிங்கள மொழியை என்னால் இன்னமும் சரளமாகப் பேச முடியும் என்பதையெல்லாம் கண்டுபிடிக்க முடிந்த நிலாம்தீனுக்கு, நான் சிறுவயதில் நித்திரைப் பாயிலேயே மூத்திரப் பழக்கத்தைக் கொண்டிருந்தேன் என்பதையும், வளர்பருவத்தின் விழிப்புணர்ச்சி அதைத் தடுக்க அது அடிவயிற்றில் தேங்கிக் கடுக்கச் செய்யும் வலியை ஏற்படுத்திற்று என்பதையும் கண்டுபிடிக்க முடியவில்லை. என்னை 'அமத்திய' மூன்றாவது நாள் அவன் துப்பாக்கிசுடும் பொஷிசனில் எனக்கு முன்னால் வந்தமர்ந்தான். நெடிதுயர்ந்த உருவத்தின் ஊடுருவுகின்ற கண்களை ஒரு கட்டத்திற்கு மேல் எதிர்கொள்ள முடியவில்லை. "பெயர் என்ன என்று சொன்னாய்?"

"சோமையா ராசேந்திரன். சொந்த ஊர் ஹட்டன். பிழைக்க வந்த இடத்தில் எப்படியோ இந்தத் தொடர்பு ஏற்பட்டுவிட்டது. பணம் தருகிறோமென்றார்கள். ஆனால் இன்னமும் தரவில்லை."

நிலாம்தீன் சட்டென்று என்னுடைய தாடையைப் பற்றிக்கொண்டு கேலியாகச் சிரித்தான். "நடிகனடா நீ" என்றான். பின்னரெழுந்து கதிரையில் கிடந்த கோப்பினைப் புரட்டியவன் "முழுப்பெயர் சிங்கமலை லெட்சுமணன்" என்றபோது நான் எனது கடைசி நம்பிக்கையையும் வழிந்தோட விட்டேன். இரண்டு முழங்காலையும் கையால் இறுக்கிக்

குந்தியிருந்தேன். என் உயரத்திற்குக் குனிந்தான். “எங்க சனங்களின் கண்ணீர் உங்களைச் சும்மா விடாது அப்பனே” என்று தூய தமிழில் சொல்லி முடித்தான். இரண்டு நாட்களுக்கு முன்னர் அவனைப் போலவே தமிழில் பேசிய மற்றுமொருவன் “தோட்டக்காட்டு நாய்க்கு முல்லைத் தீவுக் காட்டுக்குள்ளை என்ன வேலை” என்றவாறே மூஞ்சையில் குத்தினான்.

நான் முல்லைத் தீவிலிருந்து கொழும்பிற்கு வந்து மூன்று மாதங்கள்தான் முடிந்திருந்தது. வந்ததிலிருந்தே மட்டக்களப்பிற்கும் அம்பாறைக்கும் பதுளைக்குமாக அலைந்து திரிந்தேன். தொடக்கத்திலிருந்த லேசான பதற்றம் மெல்ல மெல்லப் பின்னர் தணியத் தொடங்கியிருந்தது. கண்களில் ஒருவிதத் தெளிவு. ஆனால் அதை யாரும் கண்டுகொள்ள வில்லை போலும்.

ஒருமுறை சித்திரவதையின் போது விஜேயரத்ன கொக்கரித்த குரலில் கேட்டான் “திருப்பியெல்லாம் அடிக்க மாட்டாயா புலியே... ஏன் பயந்துபோய் இருக்கிறாய்?” விஜேயரத்ன அவ்வளவாகப் பேசுவதில்லை. பின்னொரு நாளில் அவனுக்கு பேத்தையன் என்றும் ஒரு பெயர் உண்டென்பதை அறிவேன். அவனுடைய சித்ரவதைகள் நேர்த்தியும் நுணுக்கமும் மிக்கவை. வலி எதிராளியின் முகத்தில் வழியும்போது அவனுடைய முகத்தில் பரவும் குரூரமான பரவசத்தை நான் முதல் நாளிலேயே கண்டுகொண்டேன். காமத்தில் உச்சத்தைத் தொட்டதைப்போல அவனுடைய முகம் கோணி நிற்கும்போது வதை சாவைத் தட்டித் தட்டித் திறக்க முயற்சிக்கும். அந்த உச்சத் தருணத்தின் பிறகு அவன் ஓயத் தொடங்குவான். நான் சித்திரவதைகளின் ஆரம்பத்திலேயே வாதையைக் கண்களால் கொட்டுவேன். ஓர் அப்பாவியைப்போல அவனைப் பார்ப்பேன். ஒருநாள் கையை ஓங்கியவன் சுளீரென்று வலிப்பு வந்தவன் போலக் கையை இறக்கினான். “வேசை மகனே, அடிக்கும்போது அப்படிப் பார்க்காதே, அந்தப் பார்வையை என்னால் தாங்க முடியவில்லை” என்றான். விஜேயரத்ன என்னுடைய முதலாவது விசாரணையாளன். அன்றைக்கு ஒடுங்கிய பாதையால் அவன் என்னை இருளான விசாரணை அறைக்கு அழைத்துச் சென்ற போது குறடு, ஆணி, முள்ளுக்கம்பி, சோடாப்போத்தல், கொட்டான்தடி... ஒவ்வொன்றாக நினைத்துக் கொண்டேயிருந்தேன். இருள்தான் விசாரணையாளர்களின் துணையாயிருக்கிறது. இருட்டு நம்பிக்கைகளைச் சிதைத்துவிடுகிறது. ஒளியின் கீற்றைக்கூடப் பார்க்க முடியாத இருட்டில் தற்கொலை எண்ணங்கள் துளிர்விடுமாம் என்று படித்த நினைவிருக்கிறது. இவர்கள் என்னைத் தற்கொலை செய்ய அனுமதிக்கவில்லை. சாவுக்கு அருகாகக் கூட்டிச் செல்வதும் மறுபடியும் திருப்பி அழைத்து வருவதுமாயிருந்தார்கள்.

உருண்டைத் தலையில் நறுக்கிய மயிரும் உட்புதைந்த தூக்கமில்லாத கண்களும் கொண்ட விஜேயரத்ன தடித்த ஒரு புத்தகத்தைக் கையில் சுழற்றியபடி வந்தான். கதிரையை இழுத்துப்போட்டு உட்கார்ந்தவன் கதிரைக் கால் அருகாக புத்தகத்தை பொத்தென்று வைத்தான். அதுவொரு காவி நிற அட்டைப் புத்தகம். புத்தகங்களைக் கண்டாலே சந்திராம்மாவின் நினைவு பெருகுகிறது... அந்த ஓவியத்திலிருந்தவர் புத்தரா? தெரியவில்லை. சற்றே தலையைச் சரித்த அந்த முகத்தில் சோகம் அப்பிக்கிடந்தது. கருணை சொரியும் வல்லபக் கண்கள்.

விஜேயரத்ன நிதானமாக எழுந்து என்னைச் சுற்றினான். மூன்றாவது தடவை கையிரண்டையும் முறுக்கிப் பின்னிழுத்து மின்சாரக் கம்பியினால் இறுக்கி முடிச்சிட்டான். பின்னால் சென்று சாரத்தை அவிழ்த்து விழுத்தினான். உள்ளாடையை உருவி இறக்கினான். அது உரித்த கோழியைப் போல காற்பாதத்தில் சுருண்டு கிடந்தது.

என்னுடைய குதிகால்கள் மெதுவாக உந்த முயற்சித்தன. கால்களை மடித்துக் குந்தியிருக்கச்சொல்லி மனது உறுத்தியது. ஆடைகளைக்களையும் விசாரணையாளன் அப்பொழுது அதிகாரத்தைத் தனக்குள் ஏற்றிக் கொள்கிறான். ஆடையிழந்தவன் அடிமையைப் போலத் தன்னைக் குறுக்குகிறான். இனிவரும் நாட்களில் ஆடையிழந்த பல தமிழர்கள் ஓடிப்போய்ச் சுவரோடு ஒட்டி நிற்பதையும் அவர்களுடைய தோளினைத் தொட்டுத் திருப்பும் விசாரணையாளர்கள் 'தமிழனின் சாமான்' என்று வெடித்துச் சிரிப்பதையும் நான் காணுவேன்.

விஜேயரத்ன கொடுப்புச் சிரிப்புடன் என்னை முழுதாக அளந்தான். நான் கண்களைத் தாழ்த்திக் கூச்சமடையப் பழகிக்கொண்டேன். தொடைகளை ஒன்றோடொன்று உரசி இடுப்பை முன்வளைத்து நெளிந்தேன். அவன் சீழ்க்கையொலியோடு கதிரையை மேலும் முன்னால் நகர்த்தி உட்கார்ந்தான். அப்பொழுது புத்தருடைய முகத்தைக் கதிரையின் கால் நெரித்தது.

"சோமையா ராசேந்திரன்... உனக்குத் தெரிந்த வேறு யாரெல்லாம் புலிகளிடம் சூப்பிக்கொண்டு இப்படியான ஊத்தை வேலை செய்கிறீர்கள்..." உண்மையை முதலில் தானே கண்டுபிடிக்க வேண்டுமென்ற முனைப்போடு கேட்டான்.

"எனக்குத் தெரியாது."

அவனுடைய வலது கால் உயர்ந்த வேகத்தில் என் தாடையில் இடித்து முகத்தைப் பின்னாற் தள்ளியது. மல்லாந்து விழுந்தேன். பின்மண்டையில் கிடுங் என்றது. காதுக்குள் ஏதேதோ கூச்சல்கள். வாய்க்குள் ரத்தத்தின் செப்புச்சுவை ஊறியது. மூக்கிலிருந்து திரவம்

ஒழுகுகிற உணர்வு. மேலே கூரையில் அலை அலையாக வட்டங்கள் விரிந்தன. விஜேயரத்னவின் முகம் மங்கலாகத் தெரிந்தது. அவன் குனிந்தபோது தலை மட்டும் இறங்கி வருவதைப் போலிருந்தது. தலைமயிரைக் கொத்தாகப் பிடித்துத் தூக்கினான். “இனி உனக்குச் சொல்ல முடியும். உண்மையச் சொல்லு.”

“நம்புங்கள்... நான் அவர்களில் ஒருவரைக்கூட நேரே சந்தித்ததில்லை. கடிதங்களும் முகவரிகளோடு வருவதில்லை. உண்மையில் நான் என்ன செய்யவேண்டுமென்பதை அவர்கள் இன்னமும் எனக்குச் சொல்ல வில்லை.”

“இந்திய நாய்...” என்றான் விஜேயரத்ன. முகத்தில் கணச் சலிப்பு. நான் புழுதி கிளறும் காலக் குதிரையொன்றில் காற்று நெஞ்சிலறைய என் மூதாதையரின் தலைமுறைகளைக் கடந்து பயணித்து மீண்டேன்.

“மன்னித்துக் கொள்ளுங்கள் மாத்தையா...”

அவன் உந்தி எழுந்த வேகத்தில் கதிரை ஓரடி பின் நகர்ந்தது. புத்தகத்தைக் கையிலெடுத்தவன் அதனை வகிடு பிரித்து என் தலையில் கவிழ்த்தான். கூரையைப்போல அது பொருந்தி நின்றபோது தரையிற் கிடந்த இரும்புக் குழாயைத் தூக்கினான். சற்றுமுன் வரையிலான மெதுவான வேகத்திற்குத் துளியும் பொருந்தாமல் கையை ஓங்கியபோது காற்று விசுக் என்றது. ஷக் என்ற சத்தம் அட்டையிலிருந்த புத்தரைக் கடந்து, தாள்களைக் கடந்து நடுமண்டையில் ஊடுருவியபோது கண்கள் செருகிக் கொள்ள ஒளிரும் வண்ண அரிசித் துணிக்கைகள் விசிறின.

புத்தர் அநாதரவாகக் கிடந்தார். ‘புத்தா’ என்று வாஞ்சையோடு ஒலிக்கும் குரல் கிணற்றுக்குள் ஒலிப்பதுபோலக் கேட்டது.

“புத்தா... இங்கே வந்து பாரேன்...” என்று கியோமாக் கிழவி பதற்றத்தோடு அழைக்க அறையிலிருந்து ஓடிச்சென்றேன். சந்திரசேகரனைக் கைது செய்துள்ளதாக ரூபவாஹினி சொல்லிக்கொண்டிருந்ததை கியோமா வைத்த கண் வாங்காது பார்த்தபடியிருந்தாள். “என்ன புத்தா... இப்படியுமா உங்களுடைய தலைவர்கள் செய்வார்கள்...” நான் கிழவியின் கண்களை நேராகப் பார்த்தேன். என் உள்ளிருந்தொரு மிருகம் அவளுடைய சொற்களைக் கணக்கிட்டுக்கொண்டிருந்தது. முன்பொரு தடவை “புத்தா... ரஞ்சன் விஜேயரத்னாவைக் கொன்றுவிட்டார்கள் பாவிகள்” என்று அலறியடித்துச் சொன்னபோதும், பிறிதொருநாள் “ஐயோ புத்தா, தொலைக்காட்சித் திரை முழுவதும் ரத்தமும் மனிதத் துண்டங்களும்... ராஜீவைக் கொன்று விட்டார்கள்” என்று கத்தியபோதும்

அவளுடைய கண்களில் இப்போதிருந்ததைப்போன்ற அச்சமிருந்தது. அன்றைக்குத் தொலைக்காட்சித் திரையில் ரோஸ் நிறக் காலொன்றைக் கண்டேன்.

கொழும்பின் புறநகர்ப் பகுதியில் வாடகைக்குவிடப்பட்டிருந்த அந்த வீட்டைப் பற்றிய தகவல் கிடைத்த மாலையிலேயே நான் கியோமாக் கிழவியைச் சந்தித்தேன். நகரத்தின் பரபரப்பிலிருந்து விலகிய தெருவின் முடிவில் சிங்களப் பாரம்பரியமான கட்டிடக் கலையில் மிளிர்ந்த வீடு அது. கொடித் தாவரமொன்று முற்றத்தின் மேலே பரவி நின்றது. கியோமாவிற்கு அறுபது வயதிருக்கலாம். தென் பகுதியின் ஏழைக் கிராமம் ஒன்றிலிருந்து நாற்பது வருடங்களுக்கு முன்னர் கணவரும் கியோமாவும் இந்நகரத்திற்கு வந்தார்களாம். ஓரளவு நல்லநிலையில் இருந்தபோது இந்நிலத்தைச் சொந்தமாக வாங்கி வீடு கட்டிக்கொண்டார்கள். கணவர் இறந்துவிட, இரண்டு மகன்களும் திருமணத்தின் பிறகு நகரத்தின் அடுக்கு மாடிகளுக்குப் போய்விட, வீட்டின் விறாந்தையோடியிருந்த ஓர் அறையை யாரேனும் படிக்கின்ற மாணவர்களுக்கு வாடகைக்குவிட கியோமா தீர்மானித்தாள்.

“படிக்கின்ற பிள்ளைக்கு வசதியாயிருக்கும் புத்தா... உங்களுக்கு அல்ல, குறை நினைக்க வேண்டாம்” என்று அவள் எனக்குச் சொன்னாள்.

“நானும் படிக்கவே ஆசைப்பட்டேன் அம்மா. ஆனால் வசதியிருக்க வில்லை. இப்பொழுது வெளிநாடுகளிலிருந்து பொதிகளை இறக்கும் ஒரு கார்கோ கொம்பனியில் வேலை கிடைத்திருக்கிறது. இதில் காலூன்றி விட்டால் ஹட்டனிலிருக்கிற என் தம்பியைப் படிக்க வைத்துவிடுவேன். வேறிடங்களில் அதிக வாடகை கொடுக்க வசதியில்லை. மனது வையுங்கள்.” சரளமாகக் கோர்த்த என்னுடைய சிங்களச் சொற்களுக்கு கியோமா பணிந்தாள். அடுத்த நாள் காலை அவள் என்னைப் பொலிஸ் நிலையம் அழைத்துச் சென்று பொலிஸ் பதிவுத் துண்டில் சோமையா ராசேந்திரன் என்ற பெயரைச் சேர்த்தாள். அதிலொரு பிரதியெடுத்து நான் வைத்துக் கொண்டேன்.

சாப்பாட்டை நான் வெளியில் பார்த்துக்கொண்டேன் என்றாலும், காலையில் சுடுநீர்ப் போத்தலில் தேநீர் எடுத்துவந்து “புத்தா எழுந்துகொள்” என்று சொல்வதற்குக் கியோமா தவறியதில்லை. சட்டென்று சந்திரம்மாவின் மலர்ந்த முகம் ஞாபகத்தில் வரும். அவளும் விடிகாலையிலேயே தேநீரைக் கொண்டுவந்து நீட்டுவாள். சாப்பிடும்போது தனக்காக எதையும் எடுத்து வைக்காமல் கறியையும் காய்களையும் என் தட்டிலேயே குவித்துவைப்பாள். “வளர்ற பெடியனல்லோ...”

வெளியில் செல்லாது வீட்டிலிருக்கின்ற நேரங்களில் கியோமாவும் வற்புறுத்திச் சாப்பிட அழைப்பாள். ஈரப்பலாக்காயின் கறிச்சுவை என்னில் குற்ற உணர்ச்சிகளைக் கிளறப்பார்த்தது. அப்படியொருநாள் "உன் வேலைகள் எப்படிப் போகிறது புத்தா... தம்பி எப்படியிருக்கிறான்..." என்று அவள் எதேச்சையாகக் கேட்டபோது கையிலேந்திய சோற்றுக் குழையல் உதறித் தட்டில் விழுந்தது. அவளை வெறிக்கும் கண்களால் பார்த்தேன்.

ஹவ்லொக் வீதியில் நிறுத்தப்பட்டிருந்த குண்டு நிரப்பிய கார், தீயின் நாவுகளால் சூழப்பட்டுப் பேரோசையோடு எழுந்து விழுந்ததும், வீதிச் சுவர்களெல்லாம் கொத்திக் கிளறப்பட்டதும், கண்ணாடி முகப்புகள் நொறுங்கித் தெறித்ததுமான அன்றைய இரவு கியோமா மேலே எனக்கு முதற்தடவையாகக் கோபம் வந்தது. அவள் தொலைக்காட்சியைக் காட்டி "பார் புத்தா... இந்த அழிவுகளை. மனச்சாட்சியில்லாதவர்களால் இந்த அழகியநாடு அழியப்போகிறது" என்றாள். அப்பொழுது அவளுடைய கண்கள் கோபத்தையும் வெறுப்பையும் உமிழ்ந்தன.

என் கண்கள் குரூரமாக ஒளிர்ந்தன. "ஆம், மனச்சாட்சி இல்லாதவர்களால் இந்த நாடு அழியப்போகிறது என்பது உண்மைதான்" என்று தீர்க்கமாகச் சொன்னேன்.

"ஏன் புத்தா, இப்படியான அநியாயங்களைச் செய்ய வேண்டாமென்று தமிழர்கள் புலிகளிடம் சொல்ல மாட்டார்களா..."

நான் சோற்றுத் தட்டை நகர்த்தி விட்டு எழுந்துகொண்டேன். வெளிப்படுத்த முடியாத கோபம் பதற்றமாக உருமாறியிருந்தது. "பசிக்கவில்லையா புத்தா..."

"இல்லை" என்றுவிட்டு அறைக்கு வந்தேன். அவள் "எனக்கும்தான்" என்றாள்.

அடுத்த இரண்டு நாட்களாகத் தொடர்ச்சியற்ற கெட்ட கனவுகள் வந்தன. கைகளைப் பிணைத்துத் தெருவில் யாரோ என்னை இழுத்துச் செல்கிறார்கள். திரண்ட மனிதர்கள் வெறிகொண்ட கண்களோடு என் மீது கற்களை எறிகிறார்கள். அவர்களிடையில் அவளை நான் பார்த்ததும் தன்னை மறைத்துக்கொள்ளும் விருப்பில் கிழவி கியோமா நழுவிச் செல்கிறாள். நான் "மெத்த நன்றி கிழவி" என்று உரத்துக் கத்துகிறேன். எனக்குப் பழக்கமற்ற காட்டுப் பகுதியொன்றில் என்னைக் கட்டிப் போட்டிருக்கிறார்கள். நான் மூத்திரம் நனைந்த ஆடைகளோடு "எனக்குப் பசிக்கிறது" என்கிறேன். அப்பொழுது கியோமா தட்டைப் பொத்தென்று முன்னால் வைத்து வெறும் ஈரப்பலாக்காய்க் கறியை ஊற்றுகிறாள். "சாப்பிடு புத்தா..." என்று சொல்கிறாள்.

கதவினைப் பலமாகத் தட்டுகிறார்கள். பிறகு இடிக்கிறார்கள். நான் சரேலென்று விழித்தேன். கியோமா இப்படித் தட்டுவதில்லை. மூளைக்குள் சுளீரென்றது. ‘கிழவி வேலையைக் காட்டிவிட்டாள்...’ அரைஞாண் கொடியிலிருந்த குப்பியில் கை வைத்து இழுத்தேன். அப்பொழுது கதவு ஓவென்று திறந்தது. அணை உடைந்ததும் பாய்கிற நீர் போல ஆமிக்காரர்கள் பாய்ந்தார்கள். என்னை விழுத்தி மேலே நொடியில் ஏறிக்கொண்டார்கள். தலைமயிரில் கைகளைச் செருகிக் கோதினார்கள். அரைஞாண் கொடியை பிளேடால் கீறி வெட்டியெடுத்தான் ஒருவன். பிளேற் பட்ட இடத்தில் ரத்தம் கசிந்தது. காதுமடல், காதுக்குழி, அக்குள், வாய், குதமென்று விடாமல் தேடினார்கள்.

முகத்தைத் தரையோடு அழுத்திப்பிடித்திருந்தவனின் விரல்கள் சிங்கத்தின் காலைப்போல கன்னத்தில் முழுவதுமாகப் பரவியிருந்தன. அறையைச் சல்லடையிட்ட பிறகு அகப்பட்ட சோமையா ராசேந்திரன் பெயரிட்ட அடையாள அட்டையோடு வெளியே தள்ளி வந்தார்கள். நான் கியோமாவைத் தேடிக்கொண்டிருந்தேன். கிழவி காட்டிக் கொடுத்துவிட்டு எங்கேயோ ஓடிவிட்டாள். இரண்டு பக்கங்களிலும் பொலிஸார் என்னை இழுத்தபடி வாசலைக் கடந்து தெருவில் நடத்தியபோது முகப்பில் நான் கியோமாக் கிழவியைக் கண்டேன்.

கியோமாவிற்குப் பக்கத்தில் இரண்டு படைச் சிப்பாய்கள் நின்றார்கள். அவர்களுக்கு நடுவில் அவள் முழந்தாளில் இருந்தாள். முதுமையில் தளர்ந்த அவளுடைய கைகளிரண்டும் முதுகின் கீழ் மடிக்கப்பட்டு நைலோன் கயிற்றினால் இறுக்கப்பட்டிருந்தன. சுருக்கங்கள் விழுந்த முகத்தின் உட்புதைந்த அவளுடைய கண்கள் இரக்கமும் பரிதாபமுமாயிருந்தன. அவள் என்னைப் பார்த்தாள். நான் சரேலென்று தலையைத் தாழ்த்தினேன். கால்கள் தொய்ய, அவளை நெருங்கினேன். கியோமா கிழவி, தன்னருகில் நின்ற சிங்களப் படைவீரனை நிமிர்ந்து பார்த்தாள் “புத்தா, இவன் நீங்கள் நினைப்பவன் மாதிரியானவன் இல்லை. அவனை வீணாகக் கொடுமைப்படுத்தாதீர்கள்...” என்று இறைஞ்சினாள். அப்பொழுது கியோமாவின் நீண்ட நரைத் தலைமயிரைப் பற்றியிழுத்து கீழே விழுத்திய படைவீரன் அவளுடைய மார்புக்கு நேரே வலது காலை ஓங்கி அந்தரத்தில் நிறுத்தினான். “ஒரு வார்த்தை பேசினாயென்றால் கிழட்டுப் பன்றியே... மிதித்தே கொன்றுவிடுவேன்” என்றவன் “எதிரிகளை மன்னித்துவிடலாம். துரோகிகளை மன்னிக்கவே முடியாது” என்று பற்களை நறுமியபடி சிங்களத்தில் சொல்வதை முதற் தடவையாகக் கேட்டபடி அவளைக் கடந்து இழுத்துச் செல்லப்பட்டேன்.

2
ஏதிலி

1977

நெருப்பின் நாக்குகள் கொடி வீசி லயத்து லைன்களில் உயர்ந்து எரிந்தன. பாம்புகளைப் போல நெளியும் தீயின் மேல் விளிம்புகளை இங்கிருந்து பார்த்தபோதே சிங்கமலைக்குப் பீதியுண்டாகியது. காற்றில் மரங்களும் செடிகளும் கருகருவென்று பற்றியெரிகிற ஒலி. செம்மையான வெளிச்சத்தில் மனிதர்கள் நிழல்களைப்போல அலைந்தோடினார்கள். அவர்களுடைய கூக்குரல்கள் மலையின் முகடுகளில் பட்டுத்தெறித்தன. நெருப்பு மூக்கைத் துளைத்து மணத்தது. அவன் மறுபடியும் காம்பராவிற்குள் ஓடினான். “தாயி... தாயி... வல்லியாள், எழும்பு” என்று நித்திரையில் சுருண்டுகிடந்த அவனுடைய மகளைக் கையில் பிடித்து இழுத்தான். வல்லியாள் துடித்துப் பதைத்து எழுந்து பேந்தப்பேந்த விழித்தாள். “வெளிய வா தாயி...” என்றவன் சுவரோடு ஒட்டிக்கொண்டு ஒடுங்கிப் படுத்திருந்த லெட்சுமணனைத் தூக்கித் தோளில் சாய்த்துக்கொண்டு ஒரேயோட்டமாக வெளியேறினான். பின்னாலேயே வல்லியாள்.

சற்றுமுன்னர் ஓர் உள்ளுணர்வின் சுரண்டலில்தான் சிங்கமலை எதேச்சையாகக் கண்விழித்திருந்தான். ‘ஓ...’வென்ற சன்னமான குரல்களே முதலில் கேட்டன. ஏதோ கனவு மாதிரியிருந்தது. பிறகு வாய்த்தர்க்கம் செய்வதைப்போலான குரலடுக்குகள்... ‘பக்கத்துக் காம்பராவில் புருஷனும் பொஞ்சாதியும் மறுபடியும் சண்டையை ஆரம்பிச்சிட்டுதுக...’ என்று நினைத்தவாறே மல்லாக்காகத் திரும்பிப் படுத்தான். பொத்தென்று மண் சரிந்து பள்ளத்தில் விழும் இரைச்சலைப்போன்ற ஓலம் சடுதியில் பெருகவும் திக் என்றது. தொம் தொம் என்று நிலத்தை அதிரச் செய்தவாறு ஆட்கள் ஓடினார்கள். “அய்யோ... அய்யோ...”

சிங்கமலை சட்டென்று வாரிச்சுருட்டியெழுந்து லயத்தைத் தாண்டி ஓடினான். எதிர்த்த மலையில் நெருப்பு விளாசி எரிந்தது. ‘எவனோ தூக்கத்தில சீமையெண்ண வெளக்க உருட்டி வுட்டுட்டான்போல.’ தீயின் திசையில் கால்களை உந்தியவனை உள்ளே படுத்திருந்த குழந்தைகளின் நினைவு தடுத்து நிறுத்திற்று. மலைச் சாய்வுகளில் உருட்டிவிட்டதைப் போல தீப்பந்துகள் மேலும் கீழுமாய் அலைந்தன. ‘கொழும்பு ரவுணில தமிழர்களைத் தேடித் தேடி அடிக்கிறாங்களாம்... சொத்துகளுக்கெல்லாம் கொள்ளிவைக்கிறாங்களாம்’ நேற்று இராத்திரி பெரியசாமி சொன்னதெல்லாம் சுருள்சுருளாக ஞாபகத்தில் வரவும் ஒரே

பாய்ச்சலில் உள்ளே ஓடிச் சென்றவன் பிள்ளைகளை இழுத்துக்கொண்டு வெளியேறினான்.

அதற்கிடையில் இருட்டுக்குள் எல்லோரும் கூடிவிட்டிருந்தார்கள். நள்ளிராக் குளிரை வெம்மை மெல்ல மெல்லத் தின்று கொண்டிருந்தது. கறுப்பு நிழல் உருக்களின் முகங்களில் நெருப்பின் செம்மை ஒரு தோலாகப் படிந்திருந்தது. கண்கள் அந்தரித்துக் கிடந்தன... ஒரு கிழவி குளிர்த் தரையில் கால்களை நீட்டியிருந்து அரற்றினாள். "எஞ் சாமீ... கட்டையில போறவங்க... பத்த வைச்சிட்டாங்களே..."

"ஏ... பெரியசாமி" என்று சிங்கமலை கத்தினான். சட்டென்று அவனுடைய நினைவுதான் வீரிட்டுக் கிளர்ந்தது. எரியும் மலைப் பக்கத்தில் இரண்டாவது லயத்து வரிசையில் அவனுடைய காம்பரா இருந்தது. மனைவியும் ஒரேயொரு மகளும். சிங்கமலை மறுபடியும் கத்தினான். "ஏ... பெரியசாமி... எங்கேருக்கே..." அத்தனை பேருக்கிடையிலும் ஒற்றை மனிதனாக நிற்பதைப் போலுணர்ந்தான். ஓலங்கள் லெட்சுமணனை அருட்டியிருக்க வேண்டும். விழித்துக் கொண்டு அழுதான். "ஒண்ணுமில்ல ஒண்ணுமில்ல... நீ படு தொர..." சிங்கமலை அவனைத் தோளோடு சாய்த்துக்கொண்டான்.

யாரோ ஓடிவந்தார்கள். காலடிச் சத்தத்தில் தேகத்தைக் குறுக்கி ஒதுங்கினார்கள். "நாங்கதான்... நாங்கதான்... பயப்பிடாதீங்க" செல்லமணியின் குரல். அவனோடு ஓடிவந்தவர்கள் நின்று ஆசுவாசமாக மூச்சு வாங்கினார்கள். இருட்டில் அவர்களுடைய உருவங்கள் அச்சமூட்டுவதாயிருந்தன. சிங்கமலை லெட்சுமணனை இறுக்கக் கட்டிக்கொண்டான்.

"கலவரம் பரவி இங்கயும் வந்திட்டு. எல்லாரையும் வெளிய இழுத்துப்போட்டுட்டு சிங்களவங்க கொள்ளையடிக்கிறாங்க" என்றான் செல்லமணி.

"நம்மகிட்ட கொள்ளயடிக்க என்ன இருக்கய்யா..." அந்தக் கிழவி தலையிலடித்தாள்.

"வேலப்பன் எதித்து நின்னான். இரும்புக் குழாயால ஒரே அடி. தலை பொளந்திட்டு. புள்ளகளை வைச்சி பொஞ்சாதி கதறுறா."

"சீமையெண்ணையை ஊத்திக் கொளுத்துறாங்க." "நேத்துக்கூட கோப்பிரெட்டியில சீமெண்ண இல்லைன்னாங்களே..."

"ஏ கெழவி சும்மா தொணதொணக்காத" யாரோ ஏசினார்கள்.

“நம்ம நாட்டுக்கு இன்னிக்கே போயிடணுமாம். இல்லைன்னா உடல்ல உசுர் இருக்காதுங்கிறாங்க.” செல்லமணி நிலத்தில் குந்தினான்.

“சாமீ… எம் முனியசாமீ… என்னய்யா பொழப்பு இது. ஒருத்தன் கள்ளத் தோணிங்கிறான்… நம்மளத் தோட்டக்காட்டாங்கிறான். இன்னொருத்தன் நாட்டைவிட்டு ஓடுங்கிறான். நான் எங்க போவேன், இந்தியால எனக்கு என்ன இருக்கு… என் பாட்டன் இந்த மலேலதானே பொறந்தான். அவன இங்கதானே எரிச்சோம். என் அப்பன் மூச்சுக்காத்து இந்தா இப்பவும் என் முகத்தில முட்டுதே…” கிழவி பெருத்த குரலில் ஒப்பாரி வைக்கத்தொடங்க நிலைமை கலவரமானது. குழந்தைகள் பெருங்குரலில் வீரிட்டன. சிங்கமலை வெலவெலத்துப் போனான்.

“நாம இங்க இருக்கிறது நல்லதில்ல. மலைக்குப் பொறத்தால காட்டுப் பாதையால புள்ளகுட்டிகளோட இறங்கிடுவோம்.”

“இறங்கி எங்கய்யா போவுறது, இந்தியாவுக்கா…”

“ஏ கிழவி, வாயை மூடிட்டு இருக்கமாட்டியா…”

“எய்யா, அது காட்டு வழிய்யா. நடுச்சாமத்தில பன்னிக திரியிற வழி… பச்சப்புள்ளங்களோட எப்பிடிப் போறது… போறதுன்னா நீங்க போங்க. நான் வரல” என்றாள் கிழவி.

ஒற்றையடித் தடம் வழியே அவர்கள் நடந்துகொண்டிருந்தார்கள். குத்தெனச் சரியும் மலைப்பாதையில் மழையின் ஈரம் ஊறிச் சில இடங்களில் சேறு மண்டியிருந்தது. அது பகலிலேயே இருளைப் பிதுக்கியடைத்த குகையைப் போலிருக்கும். சிங்கமலை ஒவ்வொரு காலடியையும் கவனமாக வைத்தான். தோள்களில் கால்களையிட்டு லெட்சுமணன் சிங்கமலையின் தலைமயிரைக் கொத்தாகப் பற்றியிருந்தான். “அய்யாவயே புடிச்சிட்டிரு தொர. தூங்கிராத...” வல்லியாள் உடுதுணிப் பொதியைச் சுமந்தவாறு பின்னால் நடந்தாள்.

காடு சன்னமாக இரைந்து கொண்டிருந்தது. கலவையான ஒலிகள் எழுந்து அடங்கின. முன்னும் பின்னுமாக எழுபது பேராவது நடந்தார்கள். பொல்லாத மிருகமொன்றின் நகத்தைப்போல குளிர் பிராண்டியது. கூதல் தாளாது பற்கள் ஒன்றோடொன்று முட்டி நடுங்கின. “அய்யா குளிருதுய்யா” என்றான் லெட்சுமணன். ‘ஒரு கம்பளிச் சட்டயாவது போட்டுவிட்டுருக்கலாம். பயத்தில கையும் ஓடல காலும் ஓடல.’

“இன்னும் கொஞ்ச தூரம்தான், பொறுத்துக்கய்யா.”

அது நீண்டவழியென்று சிங்கமலைக்குத் தெரிந்திருந்தது. கால் இடறினால் பத்து இருபது அடிக்கு வழுக்கிச் சரிக்கின்ற பொல்லாத பாதை. யாரும் பயன்படுத்துவதில்லை. வேட்டைக்காரர்களாலும் காட்டுக்குள் மரம் வெட்டப் போகிறவர்களாலுமே தடம் அழியாமல் கிடந்தது. அல்லது காடு மண்டிப் போயிருந்திருக்கும். இந்த மலையைப் போர்த்திருந்த காட்டை வெட்டித் திருத்தியபோது வெள்ளைக்காரர்கள் இதே வழியினால்தான் இந்தியாவிலிருந்து கூலிச் சனங்களை அழைத்து வந்தார்கள் என்று தாத்தா சொல்லியதாக ஒரு நினைவு.

“அப்பெல்லாம் கால்நடைதான். நம்மள மன்னாரில கரையிறக்கினாங்க. என் அய்யா என்னைத் தோள்ல சுமந்துக்கிட்டு நடந்தே வந்தாரு. எனக்கு அப்போ நாலோ ஐஞ்சோ வயசு. துலக்கமா எதுவும் யாவகமில்லை. ஆனா பசியில அழுதிட்டே வந்தேன். ஆடுமாடுகளப் போலத்தான்... நம்ம மேய்ச்சிட்டே போனாங்க. ஊர்ல பஞ்சம் தலை விரிச்சாடிச்சாம். பசிக்கொடுமை எனக்குச் சரியா நினைவில்லை. ஊருன்னு நினைச்சா, காய்ஞ்ச கருசக்காடு, உடைமரங்க, சேரிக்குடிசைகள், பன்னிகள்தான் மனசில படிஞ்சிருக்கு. ஆத்தா காலாவதியானாப்புறம், அய்யா

என்னையத் தூக்கிட்டு கங்காணி பேச்சைக் கேட்டு கப்பலேறிட்டாரு. இந்த மலையெல்லாம் வெளிச்சமே படாத காடாக் கெடந்திச்சு. பொல்லாத மிருகங்கள், நோய்நொடின்னு பட்டது கொஞ்சமில்லை. ரத்தம்தான் வேர்வையா மண்ணில கொட்டிச்சு. நான், உன் அப்பன், நீ என்னு மூணு தலைமுறையாச்சு. இன்னமும் பஞ்சம்தான் பொழக்கிறோம்."

'என் தாத்தனைத் தோள்ள தூக்கிக்கிட்டு அவரு அய்யா எங்க போறோம்னே தெரியாம நடந்தாரு. இப்பவும் எம் பையனை தூக்கிக்கிட்டு எங்க போறதுன்னே தெரியாம நான் போறேன்... என்ன கொடுமையிது...'

வழியில் ஒரு சமநிலத்தில் சற்றுநேரம் ஆறுவதற்காகக் குந்தினார்கள். சிங்கமலை லெட்சுமணனை இறக்கிவிட்டு பாதையின் ஓரமாகப் பணிய உட்கார்ந்தான். லாந்தர் வெளிச்சங்களின் மங்கிய ஒளி காலடியைச் சுற்றியே பெய்தது. காடு விரியவேயில்லை. அருகாக உயர்ந்திருந்த மரங்கள் கரிய உருக்கொண்டிருந்தன. அவற்றின் மேலே வானம் கசிவதற்கும் ஒளியற்றிருந்தது. பயமூட்டியது காற்றின் கூவல். சுற்றியிருந்த ஐந்தாறு முகங்களைத் தாண்டி மிகுதிப்பேரை இருளில் அடையாளம் தெரியவில்லை.

"இந்நேரம் நம்ம மலைக்கு வந்திருப்பானுக. ஆளுங்க இல்லைன்ன ஆத்திரத்தில ஆடுகளைப் பத்த வைச்சிருப்பானுக..."

"என்னதான் குதிர லயம்னாலும் நம்ம பாட்டனுக மூச்சுச் சுத்துற கூடுல்லியா... அது தீயில வேகிறதெங்கிறது என்னையே கொளுத்திக்கிட்ட மாதிரி..."

"அழாதே... சாமிக்கு நேர்த்திக்கடன் போடு. நம்ம பிள்ளை குட்டிகளை காப்பாத்தித் தந்ததுக்கு..."

"என்ன பாவம் பண்ணோம்... யாருக்கும் ஏதாவது கெடுதல் நெனச்சோமா... எதுக்கு இப்புடிப் பண்ணுறாங்க... தமிழனாப் பொறந்தது ஒரு குத்தமா?"

"தமிழனாப் பொறந்திட்டு இந்த நாட்டுக்கு கப்பலேறினது தான் குத்தம்."

"ஆமா... என்னத்தப் பொல்லாத தமிழன்! நம்ம ஊர்ல மட்டும் மேசாதிக்காரன் நம்மள நல்லாவா நடத்தினான்... பாட்டன் பூட்டன் சொன்ன கதைகளைக் கேட்டா ரத்தக் கண்ணீரா வரும்."

"ஏம்பா, பேசிட்டேயிருக்கப் போறீகளா..."

“பதிய ஒரு போலீஸ் ஸ்டேஷன் இருக்கு. அங்கின போவம். அப்புறமா காலைல வரலாம்.”

“என்னத்தப் பெரிய போலீசு… அவங்கதான் கையைக் கட்டிட்டுப் பாத்திட்டு நிக்கிறாங்களாம்…”

இரு தொடையிலும் தலைவைத்துச் சுருண்டு கிடந்த பிள்ளைகளை சிங்கமலை துயரத்தோடு வருடிவிட்டான். “எங்கப்பா போறோம்…” வழியெல்லாம் லெட்சுமணன் கேட்டுக்கொண்டிருந்தான். கண்கள் சொக்கித் தலை கவிழ்வதும் சட்டென்று சுதாகரித்துத் தலைமயிரைக் கொத்தாகப் பற்றிக்கொள்வதுமாயிருந்தான். வல்லியாள் ஒரு வார்த்தை பேசவில்லை. தந்தையின் காலடிகளிலேயே நடந்துகொண்டிருந்தாள். ஆறி அமர்ந்த சற்றைக்குள் நித்திரையாகி விட்டாள். சிங்கமலை அவளுடைய கேசத்தைக் கோதினான். நடந்து வந்த பாதையை கண்கள் இருட்டுக்குள் துளாவின. காடு அமானுஷ்யமாயிருந்தது. திடீர் திடீரென்று அதைக் குலைத்தவாறு சிள்வண்டுகளின் ரீங்காரம்… சுற்றிலும் ஆட்களிருந்தாலும் பிள்ளைகளும் அவனும் மட்டுமே தனித்திருப்பதைப் போலான ஓர் உணர்வு அவனை நீண்டநேரமாகத் தொற்றியிருந்தது. யாருமற்றவர்களாக… பசித்து அழும் பிள்ளைகளோடு ஏதோவொரு தெருவோரத்தில் பிச்சைக்காரர்களைப்போல… விக்கித்துத் திடுக்கிட்டான். ஐந்து வருடங்களின் முன் தங்கம்மையின் உடலை நெருப்பில் எரித்துவிட்டு வந்த அந்த நாளின் இரவும் இப்படித்தான் வெறுமையாய் நீண்டது. அப்போது லெட்சுமணனுக்கு இரண்டு வயது. பகல் முழுதும் வீரிட்டழுத களைப்பில் அக்காளின் அணைப்பிற்குள் செருகிக்கொண்டு படுத்துவிட்டான். அழுகையின் மீதியாக தொண்டைக்குழிக்குள் அவ்வப்போது விக்கலெடுத்தது. சிங்கமலை விளக்கைத் தணித்துவிட்டு இருட்டுக்குள் விழித்திருந்தான். இரவு நீண்டது. திடீரென்று பிள்ளைகள் அநாதைகளாகி விட்டதைப்போன்ற நினைவு அருட்டலில் அழுகை வெடித்து உதடுகளினிடையில் வழிந்தது. அடக்க முயற்சித்தான். இயலவில்லை… ‘ச்சே… என்ன மனுஷன் நான்… தாலிகட்டின பொண்டாட்டிக்கு இப்பிடியொரு நோய் இருக்கென்னு தெரியாமலயே இருந்திட்டனே… அவ கூட ஒரு வார்த்தை சொல்லலயே… தன்னந்தனியனா இந்தப் புள்ளகள வளக்கிற தெம்பு எனக்கு இருக்குன்னா நெனச்சா…’ கண்ணீர் வழிந்துகொண்டிருந்தது.

ஐந்தாண்டுகளுக்கு முன்னாலான, வெளிச்சம் நுழையாத ஒரு அதிகாலை. இரவுப் பேய்மழை தணிந்து வெளியே தூறிக்கொண்டிருந்தது. நான்கைந்து நாட்களாக இதேபோலத்தான் அது கோலம் காட்டுகிறது. மலையின் வழிகளெல்லாம் சொதசொதத்துப் போயிருந்தன. ஈரம் தொட்டதும்

தேயிலைத் தளிர்கள் சிறகுகளென முளைக்க மலைச்சாய்வெங்கும் குருத்துப்பச்சை நிறமாய் வியாபித்துக் கிடந்தது.

தங்கம்மை நெருப்புக்குச்சியைத் தடவியெடுத்துப் பற்றவைத்தாள். துருப்பிடித்த கூரைத் தகரங்களில் ஒழுகிய மழை அட்டைத் தடிமனில் சுவரில் கோடுகளாக இறங்கியிருந்தது. ஒவ்வொரு மழைக்கும் எதையாவது செருகி அடைத்தாலும் மறுபடியும் இன்னொரு பக்கத்தால் ஒழுகத் தொடங்கிவிடும். தகரக் காடு போலக் கூரை. “என் தாத்தா காலத்திலேர்ந்து இப்புடித்தான், பழைய இரும்பாக் குவிக்கிறோம். நூறு வருசமா நம்ம பொறந்ததும், பெரியவளான சடங்குகளும், கல்யாணங்களும், குடும்பச் சந்தோஷங்களும், சாவு வீடுகளும் எல்லாம்... இந்த உக்கிய மரமும் உதிர்ற சுவருமான பத்துக்குப் பன்னெண்டு சதுர அடித் துண்டுகள்ளயே கழியணும்கிறது நம்ம தலையெழுத்து...” என்று சிங்கமலை சொல்வான். அவனுக்கு ஒன்பதாம் இலக்க மலையில் விடியற்காலையிலேயே உரம் போடவேண்டியிருந்ததனால் இரவே அங்கு போய்விட்டிருந்தான்.

தங்கம்மை அடுப்பை மூட்டினாள். ஈர விறகுகள் முரண்டுபிடித்த பின்னர் எரியத் தொடங்கின. நெருப்பின் கதகதப்பு புத்துணர்வைக் கிளர்த்தியது. முகத்தைத் திருப்பி நித்திரையில் கிடந்த பிள்ளைகளைப் பார்த்தவள் எழுந்து சென்று கம்பளியால் அவர்களைப் போர்த்துவிட்டாள். வெளிர் நிறமும் கோரை முடியும் கூர்மூக்குமாய் லெட்சுமணன் குளுகுளுவென்றிருந்தான். அவனுடைய முகம் அவளது துயர நினைவுகளை வாளைப்போல வெட்டிச்சாய்க்கும் வல்லபத்தோடிருந்தது. ஆசையோடு பார்த்தாள். ‘இவனும் இந்த மலையும் அட்டையும்னு அலையாம இருக்கணும். நல்லதா நாலு எழுத்துப் படிப்பிக்கணும்... வளந்து பெரியவனாகிக் கொழும்பில பெரிய உத்தியோகம் பாக்கணும்...’ லெட்சுமணனுடைய காலுக்குள் ஈரத்தில் நொதிந்திருந்த சேலைக் குமியலை சுவரோரமாகச் சுருட்டிவைத்தாள். ‘இந்த மழைக்குள்ள எப்பிடிக் காயவுடுறது...’

மூத்த மகள் வல்லியாளின் முதுகில் தட்டியெழுப்பினாள். “பாப்பா... பாலு வைச்சிருக்கேன். தம்பி எழும்பினாப்புறம் குடு. நான் மதியம்போல வர்றேன். கவனமாப் பாத்துக்க பாப்பா...”

வல்லியாள் கம்பளிப் போர்வைக்குள் கால்களை நுழைத்து “ம்... ம்...” என்று நெளிந்தாள்.

தங்கம்மை கூடையை முதுகில் சாய்த்துக்கொண்டு வழுக்கும் பாதையில் பெரட்டுக் களத்திற்கு ஓடியபோது ஏற்கெனவே ஆறேழு பேர் வந்துவிட்டிருந்தார்கள். அன்றைக்குப் பதியமலையில் கொழுந்தெடுப்பு.

‘பதினொண்ணுக்குத் திரும்பினாலும் போதும், குழந்தையை மடுவத்தில வுட்டுட்டு வந்திரலாம்...’ வெற்றிலையை மடித்து வாயில் அதக்கிக் கொண்டாள். எச்சிலில் சுவறிய வெற்றிலைச் சாறு அசதியைப் போக்கியது.

தேயிலைச் செடியின் முதல் தளிர்கள் சிறுவிரல் அளவில் துளிர்த்திருந்தன. ஒடித்து தோளின் மேலாகக் கூடையில் எறிந்தாள்.

“ஏங்க்கா, முகமெல்லாம் வாடிப்போயிருக்கு. ராத்திரி தூங்க விடலையா...” அருகில் கொழுந்து பறித்தவள் கமுக்கமாகக் கேட்டு விட்டுச் சிரித்தாள். மற்றப் பெண்களுக்கும் கேட்டிருக்க வேண்டும்.

“ஒன்பதாம் நம்பர்ல உர வெதப்பின்னு சிங்கமலை அண்ண ராத்திரியே போயிட்டாரே” என்று கேலியாகச் சொன்னாள் இன்னொருத்தி.

“ஆமாமா... மழைக் குளிருக்குத் தனியக் கெடந்தா முகம் வாடித்தான் போயிரும்.”

தங்கம்மை எட்டுமணிக்கு கொழுந்துமடுவத்தில் முதலாவது நிறுவையை முடித்து வந்தாள். பதினொரு மணி நெருங்க லெட்சுமணனுடைய பிஞ்சு முகம் கண்ணுக்குள் நிழலாடியது. ‘பால் கொடுக்கணும்’ என்ற பரிதவிப்பு. கைகள் தம்பாட்டில் இயங்கின. இரண்டாவது தளிர்களையும் முறித்து நிறைத்தபோது ஒருநாளும் இல்லாத மாதிரி இமைகள் இயல்பு குலைந்து துடித்தன. திடீரென்று நெற்றிப்பொட்டில் இருட்டிக்கொண்டு வந்தது. மலங்க மலங்க முழித்தாள். மேலே ஒரு பிரமாண்டமான கறுப்புத்திரள் விளிம்புகளில் வளர்ந்து வளர்ந்து வானத்தின் பிரகாசத்தை மூடியது. தூரத்து மலைச் சாய்வுக் கோடுகள் மேலும் கீழுமாய் அசைந்தன. ‘கூ...’ எனச் சத்தமிட்டபடி புகையிரதமொன்று மலைக்குகைக்குள் நுழைந்து மறைவதைப்போலொரு சித்திரம்... கால்கள் படீரென்று சறுக்க தங்கம்மை விழுந்தாள். சேற்றில் உருண்டு தேயிலைச் செடிகளுக்கிடையில் தடுக்குற்று முனகினாள்.

வேலையிலிருந்தவர்கள் பதறியடித்தவாறு ஓடிவந்தார்கள். அவளது தலையை உயர்த்தி கன்னங்களை உலுப்பினாள் சிவந்தி. “அக்கா... அக்கா... என்னாச்சுக்கா...” விழிகளில் அசைவிருந்தது. எதையோ சொல்லுதற்கு முற்படுவதைப்போன்ற அந்தரிப்பில் உதடுகளைப் பிரித்தாள். வெள்ளை நுரை கடைவாயில் வழியவழிய சிவந்தி தன் புறங்கையால் துடைத்தாள். தங்கம்மையின் கண்கள் மேக வெளியில் நிலைகுத்தி நின்றன.

சிங்கமலைக்குத் தகவல் சொல்லிவிட்டார்கள். அவன் அலறியடித்து ஓடிவருவதற்குள் உயிர் பிரிந்துவிட்டது. நாட்பட்ட ஏதோ ஒரு கொடிய

நோய் அவளில் பதுங்கிக் கிடந்ததை யாரும் அறிந்திருக்கவில்லை. பொசுக்கென்று போய்விட்டாள்.

இரண்டாம் நாள் சாவு வீடு செய்தார்கள். நாற்காலியில் வைத்துச் சுவரோடு சார்த்தியிருந்தார்கள். செம்மணிகள் கோர்த்த கறுப்புக் கயிறு தாலிச்சரடாய்த் தொங்கியது. அப்பொழுதுதான் நனைந்ததைப்போல தங்கம்மையின் நெற்றியில் குங்குமப் பொட்டின் ஓரங்களை நீர்த்திவலைகள் மெலிதாகக் கரைத்திருந்தன. முகத்தில் கடைசி நொடியின் ஏதோ ஒரு தவிப்பு. அவளுடைய தழும்புகள் நிறைந்த பாதங்களை வல்லியாள் வெறித்துக்கொண்டிருந்தாள். லெட்சுமணன் சிங்கமலையின் தோளில் நல்ல நித்திரை. சிங்கமலை இரவிரவாக நின்றுகொண்டேயிருந்தான். ஒரு சொட்டுக் கண்ணீரில்லை. அவன் பார்த்துக்கொண்டிருக்க மலைமுகடுகள் தொம் தொம் என்று மண்ணில் புதைந்தன. புழுதிப் புயல். வெயிலைக் குடித்திருந்த நிலத்தில் முட்பற்றைகள் பரவின. வெட்டைநிலம். தகித்த நிலம். மூதாதையரின் பாதங்களில் சூட்டுக் கொப்புளங்கள்...

லெட்சுமணன் தீனமாய் அழத்தொடங்கினான். தூக்கக் கலக்கத்தில் தலை தொங்கித் தொங்கிச் சரிந்தது. விழித்துக்கொண்டு சத்தமாய் அழுதான்.

“ஏம்பா, அது பசி பொறுக்க முடியாம கத்துது. ஏதாவது கொடுப்பா” யாரோ சொன்னார்கள். வல்லியாள் முகத்தைத் திருப்பி அவனையே பார்த்தாள். என்ன நினைத்தாளோ, எழுந்து கைகளை நீட்டித் தம்பியை வாங்கி மடியிற் கிடத்தினாள். சிமிழியில் பாலை ஊற்றி அவனுக்குப் பருக்கத் தொடங்கியபோதுதான் சிங்கமலையின் துயரம் உடைந்தது. தலையை உடைக்குமாற்போல சுவரில் முட்டிக் கதறத் தொடங்கினான்... “அய்யோ... என் ஆத்தா.”

அவர்கள் காவல் நிலையத்தின் விறாந்தைச் சுவரோடு துணிப்பொட்டலங்களில் தலை சாய்த்துக் கிடந்தார்கள். வெளியே கருமை கழிந்துகொண்டிருந்தது. குழந்தைகளின் அழுகையும் உடல் சோர்ந்த மனிதர்களின் பெருமூச்சுகளுமாய் ஒரே அல்லோல கல்லோலம். சிங்கமலை கண்களைச் செருகுவதும் திடுக்கிட்டு விழிப்பதுமாயிருந்தான். இரவு முழுவதும் நடந்த வலி அட்டையைப் போல கால்களைக் கடித்துத் தொங்கிக்கொண்டிருந்தது. லெட்சுமணனை ஒரு கையால் அணைத்திருந்தான். அவனும் வல்லியாளும் நல்ல நித்திரை. நடந்து நடந்து அதிகாலை ஐந்து மணிப்பொழுதிற்தான் காவல் நிலையத்திற்கு வந்திருந்தார்கள். பொலிசார் எதைப் பற்றியும் விசாரிக்கவில்லை. வேண்டாதவன் வீட்டுக்குள் நுழைந்ததைப்போலான பார்வை. "காலையில பாக்கலாம்" என்றார்கள். லெட்சுமணனைத் தோளிலிருந்து இறக்கியபோது "பசிக்குதய்யா..." என்று அனுங்கினான். வதைக்கின்ற சிறு குரலைத் தாங்க முடியாமல் சிங்கமலை "கொஞ்சம் பொறுத்துக்கய்யா..." என்றான். அதற்கிடையில் அக்காளும் தம்பியும் நித்திரையாகிவிட்டார்கள். "பசிக்குதய்யா..." என்ற குரல் மட்டும் நெஞ்சை உதைத்துக்கொண்டேயிருந்தது.

சிங்கமலை மெதுவாக உடலை உயர்த்திக் கைலியை முடிந்து கொண்டான். தண்ணீர் விறாய்த்தது. எழுந்தான். இடுப்பை ஒடித்துப் போட்டதைப்போன்ற நோவு. உள்ளே செல்லமணியின் குரல் கேட்டது. எட்டிப் பார்த்தான். அவனும் வேறு சிலரும் பொலிசாரிடம் சிங்களத்தில் பேசிக்கொண்டிருந்தார்கள். அதுவொரு வாய்த் தர்க்கமாக வளர்ந்து கொண்டிருந்தது.

"எங்களுடைய லயன்களைக் கொளுத்திவிட்டார்கள். யாரும் பாதுகாப்புத் தரவில்லை. நீங்கள் சென்று பார்க்க வேண்டும். நடவடிக்கை எடுத்து நஷ்டஈடு பெற்றுத்தரவேண்டும்."

"நாடு முழுவதிலும்தான் இப்படி நடக்கிறது. ஒவ்வொன்றாகச் சென்று பார்க்க முடியாது. தேவையுமில்லை. அமைதியாகச் சென்று உட்காருங்கள். பார்ப்போம்." அவன்தான் இன்ஸ்பெக்டராக இருக்க வேண்டும்.

“மக்களுக்குப் பாதுகாப்பு அளிக்கத்தான் நீங்களே தவிர கைகட்டி நின்று வேடிக்கை பார்க்க அல்ல. நீங்கள் அதைத்தான் செய்கிறீர்கள்” என்று குரலை உயர்த்தினான் செல்லமணி.

பொலீஸ்காரன் கெட்ட வார்த்தைகளை சிங்களத்தில் விசிறினான். “அதிகம் பேசாதே. நாடற்ற நீங்கள் எல்லோருமே அப்பனும் இல்லாத பேடிகள்...”

“அப்படியல்ல... நாடற்ற நாங்கள் நீதி மட்டுமே அற்றவர்கள்...” செல்லமணியும் பதிலுக்குக் கத்தினான்.

அவனை நாயைப்போல இழுத்துச்சென்று சுவரோடு வீசினார்கள். தலை கிடுங் என்ற சத்தத்தோடு மோதியது. அவன் மெல்லச் சுதாகரித்தவாறு தலையைத் தடவினான். விரல்களை முகத்திற்கு நேரே பார்த்தவனுடைய கண்கள் விறைத்துப் போயின. நெற்றியில் குருதி வழியத் தொடங்கியது. பார்த்துக்கொண்டிருந்த சிங்கமலைக்குத் தொண்டை காய்ந்துவிட்டது. மளமளவென்று திரும்பி ஓடிவந்து பிள்ளைகளுக்கிடையில் குந்தினான். தேகம் விலுக் விலுக்கென்று நடுங்கியது. புறங்கையினால் ரத்தத்தைத் துடைத்துவிட்டபடி செல்லமணி வெளியே வந்தான். கூர்மையாக எல்லோரையும் பார்த்தான். “நாம தப்பான இடத்துக்கு வந்திட்டோம்னு நெனக்கிறன்...” என்றான். அமைதியாயிருந்தார்கள். சிங்கமலை லெட்சுமணனின் தூங்கும் முகத்தையே பார்த்துக் கொண்டிருந்தான். குட்டிப்பிறை போன்ற நெற்றியில் ரத்தம் வழிகின்ற கற்பனை... மனதை உதறினான். ‘என்ன சாமீ... என்னய இப்படிச் சோதிக்கிற...’

“மலேல காடையங்க நம்மள என்ன செய்தாங்களோ அதத்தான் இங்கின இவங்க செய்வாங்க போலயிருக்கு. அய்யோ... பெரியசாமியண்ண பொண்ண கதறக் கதற இழுத்திட்டு இருட்டுக்க போனது என் கண்ணுக்குள்ளேயே நிக்குது...” செல்லமணி இறுகிய குரலில் சொன்னான். விசுக் என்றது. சிங்கமலை நிமிர்ந்தான். செல்லமணியை ஏறிட்டான். “ஏன்... பெரியசாமிக்கு என்ன... அவன் பொண்ணு...” வார்த்தைகள் முடிவுறாமல் உடைந்தன.

“அத என்னான்னு சொல்றது. அந்தப் பொண்ணுக்கு பன்னெண்டோ பதிமூணோதான் வயசு... அவளை இழுத்திட்டுப் போனவனோட காலை பெரியசாமியண்ணே கட்டிப்புடிச்சிருந்தார். கழுத்தில ஒரு உதை... கை விட்டுப் போச்சி... பெரியசாமியண்ணே பைத்தியம் பிடிச்சவர் மாதிரி அழுதிட்டிருந்தாரு...”

சிங்கமலைக்குப் பேச்சில்லை. பெரியசாமி அவனுடைய காம்பிராவிற்கு வந்து பேசிச் சென்று முழுதாகப் பன்னிரெண்டு மணி நேரமும் முடிந்திருக்கவில்லை. “சரி சிங்கமல... நாளைக்குக் காலேலயே உரம்

வெதக்கணும். நான் வாறேன்...'' என்று புறப்பட்டுச் சென்றபோது விளக்கின் மஞ்சள் ஒளியில் மறைந்த முகமும் மெலிந்த உருவமும் நினைவில் அறைந்தன. 'முனியசாமி... அவனுக்கு ஒண்ணும் ஆகியிருக்கக் கூடாது... அய்யோ அவன் பொண்ணு...'

அவனுக்கும் பெரியசாமிக்குமிடையில் சின்ன வயசிலிருந்தே இறுக்கமான நட்பிருந்தது. பக்கத்துப் பக்கத்துக் காம்பிராவில் ஓடி விளையாடி வளர்ந்து வாழ்க்கைப்பாட்டின் சகல சுகதுக்கங்களையும் மனம் விட்டுப் பகிர்ந்து கொள்கிற நெருக்கம். பெரியசாமிக்கு நிதானமான தோற்றம்... ஆறுதலான குரல்... தங்கம்மையைப் பறிகொடுத்துவிட்டு சிங்கமலை குடித்து வெறித்துப் பேதலித்துக் கிடந்த நாட்களில் அவன்தான் சிங்கமலையை மறுபடியும் பிள்ளைகளிடத்தில் இழுத்து வந்தான். ''இதப்பாரு சிங்கமல... உன் பொண்டாட்டி உம் புள்ளகள தன்னோட கூட்டிட்டுப் போயிடல... உங்கிட்டத்தான் விட்டுட்டுப் போயிருக்கா. நீ இப்பிடியே குடிச்சுக் குடிச்சு அழிஞ்சு போனேன்னா அவ ஆத்துமா என்ன பாடுபடும்னு நெனச்சுப் பாத்தியா... உனக்கு முடியலன்னாச் சொல்லு. நான் அதுகளைக் கூட்டிட்டுப் போயிடுறேன். பாவம் வல்லியாள் வயசுக்கு மீறி எல்லாத்தையும் பாத்துக்க வேண்டியிருக்கு...''

வல்லியாள்தான் ஒரு தாயைப் போல லெட்சுமணனைக் கவனித்துக் கொண்டாள். ஒன்பது பத்து வயதுதானிருக்கும். கோப்பிரட்டிகளில் பால்மா வாங்கிவந்து கரைத்துப் பருக்குவது முதல் அவனைப் பிள்ளை மடுவத்தில் சேர்ப்பதுவரை ஒரு பெரிய பெண்ணுடைய தோரணையோடு இழுத்துப்போட்டுச் செய்தாள்.

பகற்பொழுதை சிங்கமலை எப்படியோ கடத்திக்கொண்டிருந்தான். இரவுகளைத்தான் தாண்டிச் செல்ல இயலவில்லை. நினைவுகளால் அறுக்கப்பட்ட மனதில் ரத்தம் கசிந்து ஒழுகும். துயரத்திற்குப் பழிப்புக் காட்டிவிட்டு சமயங்களில் தேகத்தின் திமிறல்... மலையைத் தூக்கிச் சுமப்பதைப்போன்ற உடற் தினவு. அருவிகளில் குளிக்கும் பெண்ணுடல்களின் மறைவுகளில் கண்கள் வெட்கம் கெட்டுக் குத்திட்டு நிற்கும். அவஸ்தைச் சுழல். சுயவெறுப்பில் கிடந்து உழலுவான். 'முப்பத்திரண்டு வயசு என்ன சந்நியாசம் போற வயசா' ஏதோவொன்று உள்ளிருந்து கேட்கும். கொஞ்ச நாட்களாகப் பொம்மியின் நினைவு வேறு. பெரியசாமிதான் அவளை அறிமுகப்படுத்தியிருந்தான். நேற்றுக் கருக்கல் பொழுதில் வந்திருந்தபோதும் அதைப் பற்றித்தான் முதலில் பேசினான். ''உம் பொண்ணு வயசுக்கு வர்ற டயம். அதைப் பாத்துக்கவும் இவனப் பாத்துக்கவும் கண்டிப்பா ஒருத்தி வேணும். ஐஞ்சு வருசமா நீ தனியக் கிடக்க. உனக்குத்தான் வேணாம், இந்தப் பிள்ளைங்களுக்காக இன்னொரு கல்யாணம் பண்ணிக்க. அதான் நல்லது.''

காம்பராவிற்குள் வெளிச்சம் மங்கலாகப் பரவியிருந்தது. வல்லியாள் ஒரு மூலையில் ஒருக்களித்துப் படுத்திருந்தாள். லெட்சுமணனின் கேசத்தை சிங்கமலை கோதிவிட்டான்.

“பாக்கலாம் பெரியசாமி” என்றான் சிங்கமலை.

“முன்னாடியே பொம்மியப் பத்திச் சொல்லியிருக்கேன்ல... அந்தப் புள்ளக்கும் இருபத்துமூணு வயசாச்சி. உம் புள்ளகளை கண்ணு மாதிரிப் பாத்துக்கும். நீதான் மனசு வைக்கணும். உன் பொண்ணப் பாரு... வளந்து நிக்கிறா... இனி அவளை ஒரு சித்திக்காரி பாக்கிற மாதிரி வருமா... யோசி சிங்கமல.”

பக்கத்துக் காம்பராவில் கணவனுக்கும் மனைவிக்கும் வாய்த் தர்க்கம் முற்றி அடிதடியாகியிருந்தது. வார்த்தைகள் தடித்துக் கேட்டன. “குடிகாரக் கூதிமவனே... உங் குன்னயில புளு வைக்க... நீ கொள்ளயில போக... அந்தக் காளியாத்தா கேப்பாடா... மனுஷியா மாடா... வகைதொகையில்லாம மிதிக்கிற... புள்ளைக கண்ணு முன்னாடி இந்தக் கூத்துக் கட்டுறியேடா...” குழந்தைகள் வீரிட்டுக் குழறினார்கள்.

“அனுராதபுரப் பக்கம் பிரச்சினைங்கிறாங்க” பெரியசாமி ஏதோ யோசனையில் ஆழ்ந்துபோய்ச் சொன்னான்.

சிங்கமலை அசிரத்தையாக “என்ன” என்றான். நகருக்கு இறங்கிச் சென்றால்தான் செய்திகள் தெரியவரும். முன்னரைப்போல இப்போது திரிவதில்லை. சிங்கமலை எழுந்து லெட்சுமணனை வல்லியாளுக்கு அருகில் கிடத்திவிட்டுத் திரும்பினான்.

“ரயில்ல வந்த தமிழங்களை எறக்கி அடிச்சிருக்கிறாங்க. கொழும்பு டவுணிலயும் தமிழர்களைத் தேடித் தேடி அடிக்கிறாங்க. யாப்பாணப் பக்கம் மூணு போலிஸ்காரங்களை சுட்டாங்களாம்”

“யாரு?”

“தமிழ்ப் பசங்கதான்.”

“ஏன்?”

“யாருக்குத் தெரியும்... எலக்சனில தனிநாடுதான் தேவைன்னு அவங்க ஓட்டுப் போட்டாப் பிறகு இவனுக ஒரேயடியா முறுக்கிக்கிறாங்க.”

“யாருக்குத் தனிநாடுங்கிறாங்க?”

“தமிழங்களுக்குத்தான்.”

“நமக்குமா?”

பெரியசாமி குலுங்கிக் குலுங்கிச் சிரித்தான். “நீ வேற சிங்கமலை... நாம இந்த நாட்டில இருக்கலாமா கூடாதாங்கிறதே நமக்குச் சரியாத் தெரியல. இதில தனிநாடு வேறயா...”

“ஓ... யாப்பாணத்த தனிநாடாக் கேக்கிறாங்களா?”

“அப்பிடியில்ல... யாப்பாணம், திருக்கணாமலை, வவுனியா, மட்டக்களப்பு இப்படி அவங்க ஊர்களயெல்லாம் கேக்கிறாங்க... அத விடு. நம்ம தோட்டத்துப் புள்ளக கொஞ்சம் யாப்பாணத்து வீடுகளில வேலைக்கென்னு போயிருக்கிறாங்க. பத்திரமாத் திரும்பி வரணும்...” பெரியசாமி நெஞ்சில் கையை வைத்து வேண்டினான்.

“ஏன்... நம்ம புள்ளகளுக்கு என்னா? நம்மை என்ன பண்ணுவாங்க?”

“ஏன்னா நாங்களும் அவங்களும் தமிழ்தானே பேசுறோம். இது போதாதா நம்மளையும் உதைக்கிறதுக்கு...”

“அதெப்படி பெரியசாமி, மருதயில சொக்கர் முதுகில விழுந்த அடி எல்லார் முதுகிலயும் விழுந்த மாதிரில்ல இது இருக்கு... நாம என்ன பண்ணோம்...”

பக்கத்துக் காம்பராவில் சண்டை ஓய்ந்திருந்தது. சிணுங்கல் சத்தம் கேட்டது. “இனிமே ராத்திரி முழுக்க புருசனும் பொஞ்சாதியும் கொஞ்சுவாங்க” சிங்கமலை நமட்டுச் சிரிப்புடன் சொன்னான். பெரியசாமி எழுந்துகொண்டான்.

“அதெல்லாம் எங்க பாக்கிறாங்க... தமிழா சிங்களமான்னு தானே பாக்கிறாங்க. நீயும் வெளில எங்கயும் நாலைஞ்சு நாளைக்கிப் போகாத... சரி நான் வாறேன். காலேல உர விதைப்பு இருக்கு.” இருளுக்குள் இறங்கிப் போனான்.

சிங்கமலை விளக்கைத் தணித்துவிட்டு லெட்சுமணனுக்குப் பக்கத்தில் உடலைச் சரித்தான். தூக்கத்தில் இரண்டொரு தடவை சிணுங்கிய லெட்சுமணனை வருடிக் கொடுத்தான். வல்லியாள் சுவரோடு ஒருக்களித்துப் படுத்திருந்தாள். ‘இந்த வயசுக்கு மேலே இவளை ஒரு பொம்பள பாக்கிறமாதிரி நம்மால பாக்கத்தான் முடியுமா.’ நீர் தெளிவதைப்போல பொம்மியின் முகம் படர்ந்தது. முத்துப் பற்களின் சிரிப்பு. பகிர விரும்பும் நிறையச் சேதிகளைக் கொண்ட துறுதுறுத்த கண்கள். செந்தணல் பூத்திருந்த விறகில் மழையின் சொட்டுகள் விழுவதைப்போல ஓர் உணர்வு. சாம்பல் கரைந்து ஓடியது. நீண்ட நாட்களுக்குப் பிறகு நித்திரை மலையின் வளைந்த பாதைகளில் வழுகிச்

செல்லும் ஓர் இதமான பயணமாயிருந்தது. சிங்கமலை மெல்லப் புன்னகைத்தான்.

அப்போதுதான் வெளியே ஓவென்ற அலறல் மிகச் சன்னமாக ஒலித்துப் பெருகத் தொடங்கியது. "அய்யோ அய்யோ... கொள்ளி வைக்கிறாங்க படுபாவிக..."

கம்பி வலைகளால் மூடப்பட்ட அந்தப் பொலிஸ் வண்டி வவுனியாவை நோக்கி விரைந்து கொண்டிருந்தது. உள்ளே ஒன்பது பத்துக் குடும்பங்கள் நெருக்கிக்கொண்டு உட்கார்ந்திருந்தார்கள். வலையின் துவாரத்தில் விரல்களை நுழைத்துப் பிடித்தவாறு எதிர்த்திசையில் ஓடும் வீதியைப் பார்த்தபடி குந்தியிருந்தான் சிங்கமலை. 'இனி என்ன...' லெட்சுமணனும் வல்லியாளும் அவனையே பார்த்தவாறு நெரிசலில் குறுகியிருந்தார்கள். சற்று முன்னரும் "எங்க போறம்பா?" என்று லெட்சுமணன் கேட்டிருந்தான்.

இன்னமும் கலவரம் முற்றாக அடங்கியிருக்கவில்லை. மெல்லத் தணிவதும் சட்டென்று ஒரு பொறியில் பற்றி எரிவதுமாயிருந்தது. இவர்கள் பொலிஸ் நிலையத்திலேயே நான்கு நாட்களாகத் தஞ்சமடைந்திருந்தார்கள். ஆறுதல் சொல்ல வெள்ளை வேட்டியுடுத்த ஓரிரு அரசியல்வாதிகள் வந்துபோனார்கள். செல்லமணி அவர்களோடும் தர்க்கத்தில் ஈடுபட்டான். "என்னா... ஷோவுக்கு வந்து போற மாதிரிப் பாத்திட்டுப் போறீங்க... எங்க குழந்தைகளைப் பாத்தா மனுஷக் குழந்தைகளாட்டம் தெரியலயா... எங்க வீடுகளக் கொளுத்தினவங்களப் புடிச்சு எப்போ முன்னால நிறுத்தப்போறீங்க... நாங்க பட்ட பாட்டுக்கு என்ன நட்டஈடு தரப்போறீங்க... போன உசிருகளைத் திருப்பித் தரமுடியுமா உங்களால..."

"கொஞ்சம் பொறுத்திருங்க... இப்பத்தான் கொழும்பிலயிருந்த தமிழாக்களை கப்பல்ல யாழ்ப்பாணத்துக்கு அனுப்பிட்டிருக்கிறாங்க. தோட்டப்பகுதிச் சனங்க அங்கயிங்க இப்படிப் பொலிஸ் ஸ்ரேசன்கள்ள இருக்கிறதால உடனடியா பாதிப்பில்ல..."

"என்ன பாதிப்பில்லங்கிறீங்க... எங்க மலையில மட்டும் ஆறு பேரைக் காணல்ல. அதில ஒண்ணு பதிமூணு வயசுப் பொண்ணு. ஏழைக உசிருன்னா உங்களுக்கு மசிரா..."

"ஏய்... வாயைப் பொத்திக்கொண்டிருக்க மாட்டயா..." இன்ஸ்பெக்டர் சிங்களத்தில் குரலை உயர்த்தினான்.

தோட்டக் காடுகளில் மிக மோசமாகப் பாதிக்கப்பட்ட பகுதிகளைச் சேர்ந்தவர்களைத் தற்காலிகமாக வவுனியாவிற்கு அனுப்புவதென்று அரச மட்டத்தில் முடிவாயிருந்தது. அதற்குச் சம்மதமா என்று கூட

அவர்களைக் கேட்கவில்லை. வவுனியாவில் தேவாலயங்களும் பள்ளிக்கூடங்களும் துரிதகதியில் தயாராகின. ஒரு மத்தியானப் பொழுதில் மொத்தம் ஏழு பொலிஸ் வண்டிகளில் அவர்களை ஏற்றினார்கள். யாரும் முரண்டுபிடிக்கவில்லை. அமைதியாக ஏறி உட்கார்ந்தார்கள். செல்லமணியும் "தமிழுங்களோட ஊர்ங்கிறதாலதான் நான் வர்றேன்" என்றான்.

ஆறு மணி நேரப் பயணத்தின் இடையில் ஒரு தடவை நிறுத்தினார்கள். பாணும் வாழைப்பழமும் வாங்கிக் கொடுத்தார்கள். லெட்சுமணன் அவக் அவக் என்று பாணைப் பிய்த்துத் தின்பதைப் பார்க்க சிங்கமலைக்குப் பசியற்றுப் போனது. எண்ணெய் தண்ணீர் இல்லாமல் காய்ந்து வறண்ட தோற்றம். மனதிற்குள் புழுங்கினான். 'எம் புள்ளய எதுக்குன்னே தெரியாம பிச்சக்காரன் ஆக்கிட்டாங்களே...'

பொலிஸ் வண்டி சிங்களப் பிரதேசங்களைத் தாண்டி வவுனியா நகர்ப் பகுதிக்குள் நுழைந்தது. தெருவில் கண்ட முகங்களில் பல்லாண்டு காலப் பரிச்சயமிருப்பதாக ஒரு பிரமை எழவும் அவர்களை ஆச்சரியத்தோடு பார்த்துக்கொண்டிருந்தான் சிங்கமலை. ஒருவிதமான நிம்மதி.

விசாலமான தேவாலயமொன்றில் அவர்கள் தங்கவைக்கப்பட்டார்கள். நெடு நாட்களுக்குப் பிறகு இரவு கால்களை நீட்டி நிமிர்ந்து படுக்க முடிந்தது.

அடுத்தடுத்த நாட்களில் தேவாலயத்திற்கும் வெள்ளை வேட்டியுடுத்திய அரசியல்வாதிகள் வந்தார்கள். "ஒண்டுக்கும் யோசிக்க வேண்டாம். நீங்கள் எங்கடை ரத்த உறவுகள். எங்களை மீறி உங்களை ஒண்டும் செய்யேலாது" என்றார்கள். சிங்கமலை அவர்களுடைய முகத்தைச் சலனமேயில்லாமல் பார்த்துக் கொண்டிருந்தான்.

மதியமும் இரவும் சாப்பாடு கிரமமாகக் கிடைத்தது. அதுவொரு ஆறுதல். 'ஆனாலும் எத்தன காலத்துக்கு கையேந்திறது?'

நான்கைந்து மாதங்கள் உருண்டன. நாட்டு நிலைமைகளும் ஓரளவிற்குச் சீரடைந்திருந்தன. பல்லைக் கடித்துக்கொண்டிருந்த பலர் மறுபடியும் மலையகத்திற்குத் திரும்பியிருந்தார்கள். "முன்னப்பின்ன தெரியாத இந்த நிலத்தில எப்பிடீண்ணே வாழுறது..."

இந்த நிலத்தை யாருமற்ற தனித்தீவென்று அவர்கள் உணர்ந்தார்கள். சிங்கமலைக்கு என்ன செய்வதென்று ஒரு முடிவுக்கு வர இயலவில்லை. பெரியசாமியுடைய மகளின் முகம் நாளும் பொழுதும் அவனைப் பின்தொடர்ந்து கொண்டிருந்தது. குழந்தைத்தனமான முகம். தெத்துப்பல். வல்லியாளை விடவும் ஒன்றிரண்டு வயதுதான் அவளுக்கு

அதிகம். 'தெரிஞ்சுக்கிட்டே என் புள்ளயயும் அங்கின அழைச்சிட்டுப் போகணுமா... அய்யோ பெரியசாமி என்னானான்னு தெரியலயே...'

வவுனியாவிலிருந்தும் என்ன செய்வதென்று தெரியவில்லை. ஏதோவொரு தயக்கத்தில் இத்தனை நாளும் தேவாலயமே கதியென்று இருந்துவிட்டான். வெளியேறி எதிலிருந்து தொடங்குவதென்று யோசித்தால் எல்லாமுமே சூனியமாயிருக்கிறது. ஒரு வாழ்க்கையின் கடந்த காலத்தைச் சட்டென்று அழித்துவிட்டு புதியதொன்றை முதலேயிருந்து ஆரம்பித்துவிட முடியுமா...

சிங்கமலை தேவாலயத்தின் வாயில் படிக்கட்டில் உட்கார்ந்திருந்தான். வளாகப் புழுதியில் சிறுவர்கள் உருண்டு பிரண்டு விளையாடிக் கொண்டிருந்தார்கள். லெட்சுமணன் அவர்களுக்கிடையில் ஓடித்திரிந்தான். குதித்துத் துள்ளினான். ஒரே கும்மாளம். 'இப்படி மலர்ந்த முகத்தோடு இவனப் பார்த்து எவ்வளவு நாளாச்சு! அவனுக்குப் பொருந்தாத பெரிய சட்டையை மாட்டியிருக்கிறான். பழைய சட்டை. யாரோ உடுத்திக் கழித்தது. சிலுவைக் கோயில்காரங்க அகதி நிவாரணத்துக்கென்று சேகரித்துக் கொடுத்தது. கடைசியில் பிச்சைக்காரனாகிப் போனோம். இல்லையென்றாலும் என்ன வாழ்ந்தது! எவனிடமும் கையேந்தவில்லை, அவ்வளவுதான். உழைப்புக்கும் பிழைப்புக்கும் சரியாய்ப் போயிற்று. மலையில் வீட்டிலும் சட்டிபானைகள், உடுதுணிகள், இரண்டு தகரப் பெட்டிகள் தவிர வேறென்ன இருந்தது. அந்தப் பெட்டிக்குள் வைத்திருந்த நாற்பது ரூபாயில் மூன்று ரூபாய் எடுத்ததுபோக முப்பத்தேழு மிச்சமிருந்திருக்கும். ஆனால் எஸ்டேட் ஆபிஸுக்கு அடைக்கவேண்டிய கடன் இன்னும் இரண்டாயிரத்து ஐநூறு பாக்கி இருக்கிறது.' சிங்கமலை பெருமூச்சோடு உள்ளே திரும்பினான். குழந்தை இயேசுவை அரவணைத்தவாறு மரியன்னையின் திருச்சுருவம். 'எம் முனியசாமி... நீதான் ஒரு நல்ல வழி காட்டணும்...'

1978

செம்புழுதியில் குளித்த வவுனியா - முல்லைத்தீவு பஸ் நெடுங்கேணிச் சந்தியில் கிரீச் எனச் சத்தமிட்டவாறு குலுங்கி நின்றது. சிங்கமலை பக்குவமாகக் காலை வைத்து இறங்கிக் கொண்டான். புழுதி மிதந்துவந்து மூக்கினில் நுழைய விரல்களால் விசுக்கினான். தலையைச் சுழற்றிப் பார்த்தான். சந்தியிலிருந்து பிரிந்து நான்கு திசைகளிலும் செம்மண் தெரு விரிந்தது. பஸ் தரிப்பிடத்திற்கு அருகாயிருந்த தேநீர் கடையில் சாம்பிராணி வாசம். மூச்சை ஆழ உள்ளிழுத்துவிட்டான். 'யார் கிட்டயாவது கேட்டுப்பாக்கலாம்.'

சிங்கமலை மலையகத்திலிருந்த போதே அவனுடைய கூட்டாளிக் குடும்பங்களிலிருந்து ஒன்றிரண்டு பேர் கூலி வேலைக்காக பட்டிருப்புப் பண்ணை, காட்டுப்புலவுக் கிராமங்களில் குடியேறியிருந்தார்கள். எப்போதாவது லீவில் வந்துபோவார்கள். ஞாபகங்களிலிருந்து தொலைந்துபோய்விட்டிருந்த அவர்களை நேற்றுத் திடீரென்று நினைவுகளில் அழைத்துவந்தான். அவர்கள் ஒவ்வொருவருக்கும் வேலையென்று ஏதோவிருந்தது. ஒன்றிரண்டு பேர் வேலைக்கென்று சென்று பிறகு குடும்பங்களையும் அழைத்துச் சென்றிருந்தார்கள். சிங்கமலை தத்தளித்த மனத்தோடு விடியவிடிய விழித்திருந்தான். காட்டுப்புலவில் வாழ்க்கையைப் பற்றி முன்னர் நண்பர்கள் சொன்னவற்றை ஒவ்வொன்றாக நினைத்துப்பார்த்தான். மெல்ல மெல்ல ஓர் ஆறுதல் துளித் துளியாக ஊறுவதைப் போலிருந்தது. காலையிலேயே நெடுங்கேணிக்குப் பஸ்ஸைப் பிடித்துப் புறப்பட்டுவிட்டான்.

"ஏங்க... இங்க காட்டுப்புலவுன்னு..." தேனீர்க் கடையிலிருந்த முதியவரிடம் சிங்கமலை கேட்டான்.

"எங்கை... தோட்டக்காட்டிலயிருந்தே வாறாய்?"

"ஆமாங்க... நம்ம கூட்டாளிக கொஞ்சப்பேரு இருக்கிறாங்க... பாத்துட்டு வரலாமுன்னு..."

"இந்தா... இந்த ரோட்டால உப்பிடியே நேர போ... வழியில கேட்டுக் கேட்டுப் போயிடலாம்... ஒரு ரீ குடிச்சிட்டுப் போவன்..."

"இல்லைங்கய்யா... நான் வாறேன்."

சிங்கமலை நடக்கத் தொடங்கினான். காட்டோரத்து நிழலுக்குள் வெயில் தணிவாயிருந்தது. மனமும் அப்படித்தான் இருந்தது. பாதை இரண்டு கரைகளிலும் கோடாக வளைந்து நீள, நடுவில் புற்கள் மேவியிருந்தன. பின்னால் கிலுங் கிலுங் என்ற சலங்கைச் சத்தம். மரங்களோடு ஒதுங்கி நின்றான். திமிர்த்த இரண்டு மாடுகளைப் பொருத்திய மாட்டுவண்டில் அவனை மெதுவாகக் கடந்தது. ஒரு சிறு பையன்தான் ஓட்டிச் சென்றான்.

“தம்பி… காட்டுப்புலவுக்கு இன்னும் தொலைதூரம் நடக்கணுமாய்யா…”

பையன் “ஓஹ்… ஹை… ஹை…” என்றவாறாக விநோதச் சத்தங்களை எழுப்பி நாணயக்கயிற்றை இழுத்து வண்டிலை நிறுத்திவிட்டு “காட்டுப்புலவுக்கா போறீங்கள்… இதிலை ஏறுங்கோ… அங்கைதான் போறன்” என்றான்.

சிங்கமலை தொற்றி ஏறிக்கொண்டான். வண்டில் இடம் வலமாக அசைந்து தாலாட்டுவதைப்போல நகர்ந்தது. ஒடுங்கிய பாதையோரத்து இலைகள் முகத்தை வருடின. தாழ்ந்த கிளைகளுக்குத் தலையைக் குனிந்து கொண்டான். நெருப்புப் பற்றியெரிந்த மலையும், பெரியசாமியின் முகமும், பொலிஸ் வண்டியும், தேவாலயமும் அவனுக்குள் உருமாறி உருமாறி வியாபித்த வண்ணமிருந்தன. ‘எங்கய்யா போறோம்…’ லெட்சுமணனின் குரல். சிங்கமலை முகத்தை அழுத்தித் துடைத்துவிட்டுக் கொண்டான். ஒரு நம்பிக்கைக் கீற்று.

“இறங்குங்கோ. வந்திட்டம்” என்றான் பையன். ‘சாமீ… நீதான் துணையிருக்கணும்…’ என்று மனதிற்குள் ஏனோ தோன்றியது. சிங்கமலை நிலத்தைப் பார்த்துக் காலை வைத்தான். லேசான ஒரு நடுக்கம் தொற்றியது போலிருந்தது. குனிந்தும் நிமிர்ந்தும் பார்த்தான். அது காட்டைத் திருத்திச் செய்த நிலமென்று பார்த்தவுடனேயே புரிந்துவிட்டது. நடந்தான். இருண்மை முற்றாக நீங்கிவிடாமல் அதன் ஒவ்வொரு திசையிலும் அவனைப் பின்தொடர்ந்து வந்தது. தறித்து எரித்த மரங்களின் அடிக்கட்டைகள் கால்களில் இடறின. அடர்ந்த மரங்கள் நிழல் பாவிய செம்மண் தெருக்களில் யாரும் பயணித்த தடங்கள் இருக்கவில்லை.

ஊருக்குள் கூட்டாளிகள் ஒன்றிரண்டு பேரைச் சந்திக்க முடிந்தது. அதே லயங்களைப் போன்ற ஆனால் தூரதூரமாயிருந்த குடிசைகளில் தங்கியிருந்தார்கள்.

“என்ன மாதிரிப்பா இங்கின நிலைமைகள்…” சிங்கமலை அவர்களை ஆர்வத்தோடு கேட்டான்.

“அங்கினப்போல அதே கூலிதான், ஒரு நா சம்பளமில்லன்னா வயித்தில ஈரத்துணிதான். ஆனா ஒரு நம்பிக்கை, ஐம்பத்தெட்டு மாதிரி, இந்தா இப்ப எழுபத்து ஏழு மாதிரி யாரும் நம்மளத் துரத்தப்போறதில்லைங்கிற நம்பிக்கை. தமிழனைத் தமிழனே துரத்தமாட்டாங்கிற நம்பிக்கை. இப்பிடி நாளைக்கின்னும் நாளன்னைக்கின்னும் இருக்கிற நம்பிக்கைதானே உசத்தி சிங்கமலை...”

“ம்... இங்கின ஏதாச்சும் காணி கெடைக்குமா? புள்ளகளோட இங்க வந்து இருந்திரலாம்னு பாக்கிறேன். அதுகளைக் கூட்டிட்டு மறுபடியும் அங்க போக மனசில தைரியமில்ல...”

“நீ வந்துரு. இங்க டேவிட் அய்யான்னு ஒருத்தரு நமக்கு ரொம்பத் துணை. அவர் தான் நமக்குக் காணி முடிச்சுக் கொடுக்கிறதிலயிருந்து பண்ணைக அமைச்சு வெவசாயம் பண்ண ஒத்தாச செய்யறதுவரை கூட நிக்கிறாரு. ரொம்பப் படிச்ச மனுசன்னாலும் அந்தத் திமுரே இல்லாம ஒண்ணுக்கொண்ணாப் பழகுவாரு. அவர்கிட்ட பேசிறலாம். அரை ஏக்கர் காடு பெர்மிட்டோட எடுத்துறலாம். நீ வந்துரு...”

“ம்...”

சிங்கமலை இரண்டு நாட்களில் முடிவோடு வருவதாகச் சொல்லிச் சென்றவனுக்கு அத்தனை நாட்கள் தேவைப்பட்டிருக்கவில்லை. அன்றைய இரவே தற்செயலான ஒரு விழிப்பில் மறுபடியும் மலைத் தோட்டத்திற்குச் செல்லப்போவதில்லை என்று முடிவு செய்தான். ‘கடைக்காரச் செட்டியார்களும் கங்காணிகளும் கூலியாட்களைத் தொடுறதில்லை. தீட்டு. இந்தக் கூலிக்காரங்க எங்கள வீட்டுக்குள்ளயே விடுறதில்லை. ஆமா... நாம அவங்கள விடக் கொறச்சலென்னு. அது பெரிய தீட்டு. இங்கயே இருந்திட்டா அந்தக் கொடுமையிலயிருந்து தப்பிச்சிரலாம். என்ன ஆளுகன்னு தெரியாமலே வாழ்ந்துட்டுப் போயிரலாம்.’ காட்டுப்புலவின் தெருக்களில் படிந்திருந்த அமைதியில் முளைவிட்ட நம்பிக்கைகள் அவனுள் துளிர்த்திருந்தன. காலையில் தன்னுடைய முடிவினை மற்றவர்களுக்குச் சொன்னான்.

“நாலு பக்கமும் கடல்ல கெடக்கிற இந்த நாடு மாதிரி நாலு பக்கமும் சிங்களவங்ககிட்ட அடிவாங்கிட்டுக் கெடக்கிறதவிட இந்த தமிழ் சனங்ககூட வாழ்ந்திட்டுப் போயிரலாம்” என்று இளைஞர்கள் சிலர் அபிப்பிராயப்பட்டனர்.

“என்ன இருந்தாலும் நம்ம அப்பன் பூமியில்லயா... அதவுட்டுட்டு... எப்படி...”

“பாட்டன் பூட்டன் பூமிக்குப் போகணும்னா இந்தியாக்குத்தான் போகணும்.”

“தெரிஞ்ச தொழில்னு ஒண்ணு இருக்கப்பா... கொதிக்கிற மண்ணில தேயில வளருமா சொல்லு...”

“ஏன்... கப்பல் ஏறினப்ப, கவ்வாத்து வெட்டவும் கொழுந்து புடுங்கவும் பள்ளிக்கூடம் போயி படிச்சிட்டா கிளம்பினாங்க...”

சாமியில் பாரத்தைப் போட்டுவிட்டு சிங்கமலை லெட்சுமணனையும் வல்லியாளையும் அழைத்துக்கொண்டு புறப்பட்டுவிட்டான். “எங்க போறம்யா?” என்று லெட்சுமணன் இப்பொழுதும் கேட்டான். சிங்கமலை திடீரென்று தாத்தனையும் அவ்வாவையும் நினைத்துக்கொண்டான். அவர்கள் இருந்திருந்து விட்டு வடுகில் பேசிக்கொள்வார்கள். இப்போது நினைத்தால் ஏதோ கனவுமொழி போலவிருக்கிறது. சிறுவயதில் தாத்தனோடு வடுகில் பேசியதாக ஞாபகம்.. ஏதோ ஒன்றிரண்டு சொற்கள்.. ‘அய்யாவுக்கே ஒழுங்காத் தெரியல... எனக்கெப்பிடித் தெரியும்...’ தாத்தன் போனதோடு அதுவும் சுத்தமாக நாவில் தேய்ந்துவிட்டது. சிங்கமலை இறுக்கம் தளர்ந்த முகத்தோடு லெட்சுமணனைப் பார்த்தான். ‘வடுகழிஞ்ச மாரி இவன் யாவகத்திலயிருந்து மலைத்தேசமும் அழிஞ்சு போயிருமா...’

“எங்க போறம்யா?” லெட்சுமணன் மறுபடியும் கேட்டான்.

சிங்கமலை மெதுவான புன்னகையோடு “உன்னோட ஊருக்கப்பா” என்றான்.

ஒளியைப் பதுக்கிய காட்டின் விளிம்பில், கொப்புநேரிப் பாதையமைத்த அரை ஏக்கர் காட்டுத்துண்டு அவனுக்குக் கிடைத்தது. வேலை விட்டுவந்த வேளைகளில் ஆளும்பேருமாக நாளுக்கு நாள் குற்றிக்காட்டு மரங்களை வெட்டினார்கள். கட்டைகளைத் தறித்துப் போட்டார்கள். கோடையில் தீ மூட்டினார்கள். சிங்கமலை நிலத்திற்கு எல்லைகள் இட்டான். குடிசை போட்டான். கம்புகளைக் குறுக்கும் நெடுக்குமாப்பின்னி, அவற்றிடையே உருண்டையாகக் குழைத்த மண்ணை அப்பி சுவர்களை உயர்த்தினான். கூரை வேய்ந்தான். அடுப்புக் கட்டினான்.

அன்றிலிருந்து நான்காவது மாதத்தில் வல்லியாள் பெரியவளானாள்.

3
இயற்கை எனது நண்பன்

1983

கிடுகுத் துவாரங்களினால் நுழைந்த வெளிச்சக் கால்களில் தூசுகள் மிதந்து அலைந்தன. சிங்கமலை கைவிரல்களைப் பிடரியில் கோர்த்து அணையாக்கினான். ஒளிக்கீலமொன்று நெஞ்சுக்குழியில் பட்ட இடத்தில் பொருமலாயிருந்தது. தேகத்தைச் சற்று உயர்த்தினால் தணியும் என்ற நினைப்பில் கைகளை ஊன்றி மெதுவாக நிமிர்த்தினான். அடைபட்டிருந்த காற்றுப்போல ஏப்பம் வெளியேறியது. மறுபடியும் சரிந்தான்.

பக்கத்தில் லெட்சுமணன் இல்லாத நிதர்சனம் மறுபடியும் துயரை உருக்கி வார்த்தது. கண்களை மூடிக்கொண்டான். கை தன்னியல்பில் அருகுத் தரையைத் துளாவியது. அதிலேதான் லெட்சுமணன் பாய் விரித்திருப்பான். இரவு அவனுடைய நினைவு நான்கைந்து தடவை சிங்கமலையை விழிக்கச்செய்திருந்தது. லெட்சுமணனுக்குப் பிள்ளைப்பிராயம்தொட்டு நித்திரைப்பாயில் மூத்திரம் போகின்ற பழக்கமொன்றிருந்தது. பிறகு அதனை விட்டொழித்துவிட்டாலும் நள்ளிரவில் வெளிக்குச் செல்லும்போது தந்தையின் துணை கட்டாயமாக வேண்டும். காட்டுக் கூதலில் உடல் விறைக்க, வேலியோரத்தில் கால்களை அகட்டி அண்ணாந்து நட்சத்திரங்களை எண்ணியபடி நிற்பான். சிங்கமலையின் வாயில் பீடியொன்று ஒளிரும். அப்படிக் கடமையைப் போலப் பழகிய விழிப்பு, அவன் இல்லாதபோதும் சொல்லிவைத்தாற்போல வந்துவிடுகிறது. கூடவே ஓர் அந்தரித்த மனநிலை காலை வரையிலும் தொடர்கிறது.

வெளியே பேச்சுக்குரல்கள் கேட்டன.

“உங்க அய்யா இன்னிக்கு மார்க்கெட்டுக்குப் போகலயா?” மருமகன் கணபதியின் குரல் அது. சிங்கமலை கூர்ந்து காது கொடுத்தான். பாத்திரச் சத்தங்கள் கேட்டன. “தெரியல, அய்யா இன்னும் எழும்பல” என்றாள் வல்லியாள்.

“சரி நீ புறப்படு. ரண்டு மூணு நாளைக்கு தனிக்கல்லடியில நம்ம சித்தி வீட்ல இருந்துட்டு வரலாம்.”

சிங்கமலை பழுப்புநிறக் கைலியை உதறிக்கொண்டே எழுந்து இடுப்பில் முடிந்தான். முதுகில் ஒட்டியிருந்த மண்துகள்களைத் தட்டியவாறு உடலைக் கூனி வெளியில் வந்தான். வாயிற்பக்கத்தில் நட்டிருந்த

செம்பருத்திச் செடிகளின் அருகாக கர் என்று துப்பிவிட்டு நிமிர்ந்தான். தூரத்தே பரந்த காட்டின் ஓங்கிய மரங்களின் மேலாகச் சூரியன் எழுந்திருந்தது. ‘பத்து மணியாச்சா...’

காணியின் எல்லைகளில் நின்ற காட்டுப்பூவரசும் வேம்பும் ஆறு வருடங்களில் நன்கு வேரூன்றிப் பருத்திருந்தன. பக்கத்துக் காணியில், செவலையின் வீடு அமைதியாய்க் கிடந்தது. அவன் குடும்பத்தோடு கண்டிக்குப் போயிருந்தான். பிள்ளைகளை எதிர்பார்த்துக் காத்திருக்கின்ற கிழவியின் முகத்தைப் போல ஆளரவமற்ற அந்த வீட்டில் ஒரு துயரம் படிந்திருந்தது.

சைக்கிளின் துருப்பிடித்த பெடல் அச்சைத் தேங்காயெண்ணையில் ஒற்றியெடுத்த பழைய துணியால் கணபதி தேய்த்துக் கொண்டிருந்தான். பெடலைச் சுற்றியபோது க்ர் என்ற கரகரத்த ஒலி எழுந்தது. அவன் எண்ணெய்க் குப்பியைக் கழித்துச் சைக்கிள் செயினின் முடிச்சுகளுக் கிடையில் பிதுக்கினான்.

வல்லியாள் வேலியோரத்தில் குந்தியிருந்தாள். நீர் தளும்பும் ஒரு வாளியும் இரண்டொரு பாத்திரங்களும் அருகிற்கிடந்தன. மண்சட்டியொன்றை விரல்களினால் உரசித் தேய்த்துக் கழுவினாள். நொடிக்கொருதடவை நெற்றியில் ஊரும் முடிக்கற்றையை புறங்கையால் மேலே வாரிவிட்டாள். ஈரக்கரி நெற்றியில் திட்டுத் திட்டாயிருந்தது. தலையில் நீலநிறக் காட்டுப் பூவொன்றைச் சூடியிருந்தாள். அதன் பெயர் தெரியவில்லை.

‘நேத்திக்குப் போலத் தோணுது, பன்னெண்டு வயசுப்புள்ளயா கையில கொறகொறண்ணு இழுத்திட்டு வந்தது. வழியில ஒரு சிணுங்கல் இல்லை, ஒரு கண்ணீர் இல்லை. காலம் எப்புடி ஓடிச்சோ... இன்னிக்கு கல்யாணமும் ஆயிருச்சு’ சிங்கமலை பெருமூச்சொன்றை விடுவித்தான். அவளைக் காணும்போதெல்லாம் மனது நிறைகிறது. ‘லெட்சுமணனையும் சொந்தக்கால்ல நிக்கப் பண்ணணும். அப்புறமா செத்தாத்தான் என்ன...’

நல்ல ஒரு திகதியில் கணபதிக்கும் மகளுக்கும் பட்டாளத்தம்மனை நேர்ந்து கொண்டு, சாமி முன்னால் சிங்கமலை திருமணத்தை முடித்துவைத்தான். கணபதியும் அவன் தாய் பாலாம்மாவும் காட்டுப்புலவில்தான் குடியிருந்தார்கள். அவர்களுக்கு பரமக்குடிப் பக்கத்துப் பூர்வீகம். எப்படியும் தலைமுறைகளுக்கு முந்திய உறவு நிச்சயம் இருக்குமென்று சிங்கமலை நம்பினான். “இந்தப் பையனைக் கட்டிக்கச் சம்மதம்தானே தாயி...” என்று கேட்டபோது வல்லியாள் ஒற்றைப் புன்னகையோடு கடந்துவிட்டாள். ஆனால் “கல்யாணத்துக்குப் பிறகும் நானும் அவரும் உங்ககூட இருக்க முடியுமான்னு மட்டும்

கேட்டுச் சொல்லுங்க" என்றாள். "நான் எப்பிடி தாயி இதக் கேக்கிறது..." சிங்கமலை தயங்கினான். ஆனாலும் அது கூடியமைந்துவிட்டது. தங்கம்மை போனபிறகு தாயில்லாப் பிள்ளைகளை ஒற்றை ஆளாகவே வளர்த்துவிட்டான். வயசுக்கு வரும் நிலையிலிருந்த வல்லியாளை வைத்துக் கொண்டு இன்னொருத்தியைக் கட்டி மலையில் அந்தக் குடுப்புக்குள் வாழத் தயக்கமாயிருந்தது. நாள் கடத்தினான். பொம்மியைக் கட்டிக்கொள்ளும் வாய்ப்பிருந்தும் அமையாமலே போய்விட்டது. மனசு வந்தபோது குடி எழுப்பி ஓடவேண்டியதாகிவிட்டது.

மகளும் மாப்பிளையுமாக வீட்டுக்கு வந்தபோது லெட்சுமணனை எங்காவது அனுப்பிவைக்கலாமென்று தோன்றிற்று. அவனுக்கும் வயது ஏறிக்கொண்டிருந்தது. ஏதாவது தொழில் பழக்கலாமென்று நினைத்தான்.

காட்டுப்புலவின் அயல் நிலங்களைச் சிறைச்சாலை நிர்வாகம் பொறுப்பெடுத்த பிறகு இங்கும் நிலைமைகள் மெச்சும்படியாக இல்லை. அங்கு குடியேற்றப்பட்ட சிங்களவர்களைப் பற்றி மர்மமான கதைகள் பல உலாவின. அவர்கள் பயிர்க் காவலுக்கு என்று முன்னெப்போதும் பார்த்திராத துவக்குகளை வைத்திருந்தார்கள். சில நாட்களுக்கு முன்னால் குளத்து நீரைப் பகிர்ந்துகொள்வதில் ஒரு பிணக்கும் ஆகியிருந்தது. கைகலப்பை ஆமிக்காரர்கள் வந்துதான் முடித்துவைத்தார்கள். அதை அவர்களே தொடக்கிவைத்ததாகவும் ஒரு கதையுண்டு. நெருப்பிற்குக் காத்திருக்கும் வைக்கோற்போரென எப்போதும் ஒரு கலவரச் சூழல்...

வாரத்திலொரு நாள் தன்னுடைய காணியில் விளைந்த பச்சைக் காய்கறிகளைத் தனிக்கல்லடிக்கும் பழம்பாசிக்கும் பொதுவாயிருந்த சந்தையில் கொண்டுபோய் சிங்கமலை விற்பதுண்டு. அப்படியொரு நாளில்தான் அத்தாரைச் சந்தித்தான். ஒரே சந்தையில் சாதாரணமாக ஏற்பட்ட பழக்கம் நாளாக நாளாக நெருக்கமாகியிருந்தது. அத்தாருக்குச் சொந்த இடம் யாழ்ப்பாணத்தில் ஒரு கிராமம். ஐந்து ஆண்டுகளுக்கு முன்னர் தனிக்கல்லடிக்குக் குடிபெயர்ந்திருந்தான். அங்கு அவனுக்குச் சொந்தமாகக் காணியிருந்தது. காய்கறிகள் பயிரிட்டிருந்தான். காதல் திருமணம் போலிருக்கிறது. பிள்ளைகள் இல்லை. "பெருசாச் சொந்தக்காரர் எண்டு ஆருமில்லை. மனிசியின்ரை அம்மா மட்டும் கார் பிடிச்சுவந்து பாத்திட்டுப் போவா... நான் கதைக்கிறதில்லை" என்று ஒருநாள் அவன் சொன்னான்.

"புலவு வேலைங்களுக்கு ஆளு வேணுமெண்ணாச் சொல்லுங்க. பையனொருத்தன் இருக்கான். அனுப்பிவைக்கிறேன்." "எத்தினை வயசு?"

"பதிமூணாயிருச்சு."

"படிக்கப் போறேல்லையே..."

சிங்கமலை அமைதியாகத் தலையைத் தாழ்த்தினான்.

"வேறயொண்டும் செய்யாமல் சும்மா இருக்கிறான் எண்டால் அனுப்புங்கோ."

இரண்டு நாட்களில் லெட்சுமணனை அழைத்துச் சென்றபோது அத்தார் வீட்டிலிருக்கவில்லை. சந்திராதான் நின்றாள்.

"தாயில்லாப் புள்ள, வெளயாட்டா எதையாவது பண்ணுவான். பொறுக்கணும்..." சிங்கமலை குனிந்த தலை நிமிராமல் சொன்னான்.

"ஓம், அவர் சொன்னவர். ஒண்டுக்கும் யோசிக்க வேண்டாம். சில நேரம் அவர்தான் வேலைக் கொதியில கத்திப்போடுவார். ஆனால் அந்தக் கணத்திலயே ஆறிப்போயிடும். விரும்பின நேரம் மகனப் பாக்க வாங்கோ" என்றாள் சந்திரா.

"நீங்க கோச்சுக்கக் கூடாது. மகனுக்கு ராத்திரியில ஒண்ணுக்குப் போற பழக்கமிருக்கு. இருட்டுக்குப் பயம். யாராச்சும் போகணும்."

சந்திரா சிரித்துக்கொண்டே உள்ளே போனாள்.

அன்றைக்குப் பாலாம்மாவிடம் "குலசாமி கண்ணத் திறந்திட்டாரம்மா" என்று சிங்கமலை சொன்னபோது கண்கள் தளும்பியிருந்தன.

"சந்தோஷம்தான். ஆனா பாத்துய்யா, முன்னாடி நம்ம தோட்டத்துப் புள்ளக யாப்பாணத்து வூட்டுவேலைக்கின்னு போயி ஒண்ணு ரெண்ணு பேரு திரும்பி வரவேயில்ல. மர்மமாவே முடிஞ்சிருச்சி."

"இல்லை தாயி, அந்தம்மாவ நீ பாக்கல. நெத்தி நெறஞ்ச குங்குமத்தோட மகாலெச்சுமி இறங்கி வந்தமாதிரி ஒரு களை."

லெட்சுமணனை அந்த அம்மாவிடம் விட்டுவந்து ஐந்து மாதங்கள் உருண்டுவிட்டன.

வல்லியாள் சட்டையை உதறிக்கொண்டு எழுந்தாள். நீர் வாளியை மரக்கன்றுகளின் அடிநிலத்தில் சரித்து ஊற்றினாள். காட்டுக் கம்புகளின் வரிச்சில் சட்டிகளை நீர் ஒழுகுவதற்காகக் கவிழ்த்துவைத்தாள்.

"உடுப்ப மாத்திப் புறப்படு வல்லி."

"இப்ப எதுக்குத் திடீர்னு" வல்லியாள் சலித்துக்கொண்டாள்.

சிங்கமலை அவர்கள் இரண்டு பேரையும் மாறிமாறிப் பார்த்தான். “எதுக்குத் திடீர்னு ஊரைவிட்டு...” என்று இழுத்தான்.

கணபதியின் முகத்தில் இறுக்கமான ரேகைகள் பரவின. கண்களில் மிரட்சி ஊர்ந்தது. “நேத்து ராத்திரி கொழும்பில கலவரங்கிறாங்க... தமிழங்களத் தேடி வெட்டுறாங்களாம். அகப்பட்டவங்களை உயிரோடயே கொளுத்துறாங்களாம். போஸ்ட்மேன் சொன்னாரு. கொழும்பு பத்தியெரியுதாம்...”

“மறுபடியுமா...” சிங்கமலை நடுங்கினான். மூச்சை அழுத்தும் நினைவுகள்... மலை முகத்தில பத்தியெரியும் நெருப்பு... ‘பெரியசாமீ... அவனோட பொண்ணு...’

“தெரியல்ல, முந்தாநாத்து யாப்பாணத்தில கண்ணிவெடியில பதிமூணு ஆமிக்காரங்க செத்தாங்கள்ல... அதனாலங்கிறாங்க... அப்படி இல்லை, முன்னாடியே திட்டமிட்டதுதான்னும் சொல்றாங்க. பக்கத்துல பட்டிருப்புப் பண்ணையில சிங்களவங்கள நெனச்சாலே பயமாயிருக்கு. அதான் இதெல்லாம் தணியுமட்டும் தனிக்கல்லடியில இருக்கலாம்னு நெனைக்கிறேன். முன்னாடி கலவரத்தில அய்யாவைப் பறிகொடுத்து ஆறு வருசம்கூட முழுசா ஆகலை...”

“தம்பி... நீங்க வல்லியைக் கூட்டிட்டு கௌம்புங்க.” சிங்கமலை படபடப்பாகச் சொன்னான்.

“நீங்களும் வாங்கய்யா” வல்லியாள் கெஞ்சுவதுபோல கேட்டாள்.

“முன்னாடி போ. நான் வந்திருவேன்.”

சிங்கமலை காட்டுப்புலவின் குறுகிய ஒழுங்கைகளில் நடக்கத் தொடங்கினான். சலனமற்ற அமைதி. கொடியில் ஆடைகளை உலர்த்திய பெண்கள் சினேகத்தோடு முறுவலித்தனர். சிறுவர்கள் ஓடியாடினார்கள். நாய்கள் சோம்பித்திரிந்தன. மனிதன் படும்பாடுகளை அறியாத செடிகொடிகள் மரங்கள் எப்போதும் போல் பூரித்திருந்தன. பொங்கியலைந்தன மேகங்கள். எனக்கென்ன என்று உச்சியில் சூரியன் தன்பாட்டில் போய்க்கொண்டிருந்தான்.

அவன் மறுபடியும் குடிசைக்குத் திரும்பியபோது கணபதியும் வல்லியாளும் புறப்பட்டுக் கொண்டிருந்தார்கள்.

கண்ணிலிருந்து மறையும்வரை மகளையே பார்த்தபடியிருந்தான்.

காடு ஈரத்தைத் உறிஞ்சித் தீர்த்திருந்தது. பாதையை அடைத்திருந்த மொளிமுறிச்சான் பற்றைகளையும் சூரைச் செடிகளையும் மான்கொம்புப் பிடியிட்ட கொம்புக் கத்தியினால் நறுக்கி ஓரமாக விலத்தியபடி நடந்தான் சங்கிலி. சவரக்கத்தியில் வெட்டுண்ணும் உரோமம்போலப் புதர்கள் அரிந்து விழுந்தன. தோளில் ஊத்தைத் தோல்வாரில் ஷொட்கன் துவக்கு தொங்கியது. பிளாஸ்ரிக் பையில் எஸ்.எம்.ஜி குண்டுத்தோட்டாக்களும், ரோர்ச் லைற்றும் இருந்தன. தலையைத் திருப்பி அத்தாரும் லெட்சுமணனும் வருகிறார்களா என்று பார்த்தான். கூப்பிடு தொலைவில் வந்துகொண்டிருந்தார்கள். அத்தார் தொடைக்கு மேலே கைலியை மடித்துச் சுருட்டியிருந்தான். இடுப்பில் செருகியிருந்த விற்கத்தியின் மேற்பிடி தெரிந்தது. தோளில் சாய்த்திருந்த கண்டங்கோடாலியின் வழுவழுப்பான கைப்பிடி அவன் கால்களை எடுத்துவைத்த போதெல்லாம் அசைந்தது. நெற்றியிலும் தோள்களிலும் பளிங்குச் செதில்கள் முளைத்தாற்போல வியர்வைத் துளிகள். மார்பின் நடுவிற் தொடங்கி அடிவயிறு வரை கறுப்பாய்ப் படர்ந்த மயிர்க் கற்றைகளுக்கிடையில் விரல்களை நுழைத்து அவ்வப்போது விறாண்டினான். அவனுடைய காற்தடங்களைப் பின்தொடர்ந்து வந்தான் லெட்சுமணன்.

நான்கைந்து வெங்கணாந்திப் பாம்புகள் பிணைந்ததைப் போலிருந்த பாலை மரத்தில் சங்கிலி துவக்கைச் சாய்த்து வைத்தான். மர உரியில் முதுகைச் சாய்த்துக் குந்தினான். மேலே இலைகள் பழுத்திருந்தன. காற்றில் சிறகென அலைந்து இரண்டொரு மஞ்சள் இலைகள் மண்ணில் படிந்தன. மேகங்களற்ற நீலவானம்.

அவன் இமைகளை மூடினான். மூச்சை ஆழ உள்ளிழுத்து அமைதியாகினான். செம்மஞ்சள் ஒளி கண்ணில் மெல்லமெல்ல கவிந்தது.

தடித்த மரக்கிளைகள் தீயில் வெந்து உருகும் மெழுகைப்போல மெலிந்து சுருங்கி இல்லாமற்போயின. இலைகள் பறவைகளாகிச் சிறகசைத்துப் பறந்தன. காடு கரைந்து கரைந்து ஒரு பொட்டலாக எஞ்சியது.

பாளமாய் வெடித்திருந்த பள்ளத்தில் குளிர்ந்த நீர் சுரக்கத் தொடங்கியது.

பன்றிகளும் மரைகளும் மான்களும் நிரைநின்றன.

தாயின் காலடியில் விளையாடிய குட்டி யானையொன்று நீரை உறிஞ்சிப் பிசிறியடித்தது.

கிளையோடிய விரிகொம்புகள் அசையத் திகைத்துத் தலை சொடுக்கிய ஒரு கலைமான் கோளக் கருவிழிகளால் அவன் மறைந்திருந்த திசையையே சந்தேகத்தோடு பார்த்தது.

விழிப்படலத்தில் நிழல் அசைந்தது. சங்கிலி விழித்தான். வெடுக்கு நாறிச் சருகுகளைப் பாதங்களால் அப்புறப்படுத்திவிட்டு உட்கார்ந்தான் அத்தார்.

"இவனுக்குக் களைக்குதெண்டிறான். கொஞ்சம் ஆறிட்டுப் போவம்."

பின்னால் பவ்வியமாக யூரியாப் பையை முதுகிற் சுமந்தபடி லெட்சுமணன் நின்றான். வெளிறிய நீல அரைக் காற்சட்டையை பெரிய ஊசியொன்றால் இறுக்கிக் குத்தியிருந்தான். இலேசாக வயிற்றைச் சுருக்கியும் விடுவித்தும் மூச்சு வாங்கியது அவனுக்கு. அருகில் உட்காரச் சொல்லி சங்கிலி சைகை செய்தான்.

"திமிறிக்கொண்டு திரியிற வயசில இப்பவே களைச்சுப் போனதெண்டால் எப்பிடி? இன்னும் உள்ளே தொலைவுக்கு நடக்கவேணும்" கலைந்துகிடந்த தலைமயிரைப் பின்னாற் கோதிவிட்டு அடங்கிய குரலிற் சொன்னான்.

"இனிக் களைக்கத் தொடங்கிற வயசுதான்" அத்தார் கண்களைச் சிமிட்டியபோது லெட்சுமணனுக்கு நாணமாயிருந்தது. அவன் இலைச்சருகொன்றைக் கையிலெடுத்து முறித்தான். அது அப்பளம் போலத் தெறித்து உடைந்தது. "ஈரம் சொட்டுமில்ல" என்றான்.

"சிறுபோகம் வரைக்கும் இப்பிடித்தான். மழை இருக்காது. பயிர் பச்சையெல்லாம் கருகித்தான் கிடக்கும்."

"தனிக்கல்லடிக் குளத்தில தண்ணியே இல்ல. மீனெல்லாம் செத்துக் கிடக்கு. நாத்தம் தாங்கமுடியல்ல. காக்காய்களும் கள்ளப் பிராந்துகளுமாய் ஒரே கரைச்சல். ஒருநாளும் இப்பிடி நான் காணேல்ல."

"ஆறு வருசத்திற்கு முன்னமும் இப்பிடியொரு கோடை வந்தது. அதுதான் நீ உன்ர குடும்பத்தோட இங்கால வந்த காலம்" என்றான் அத்தார் லெட்சுமணனிடம்.

"எந்தக் கோடையிலயும் காடுகளுக்குள்ள திட்டுத்திட்டா தண்ணி இருக்கும். மான் கரடி சிறுத்தையெல்லாம் நா வறண்டு அப்பிடியான மோட்டைகளைத் தேடித்தேடி அலையும்.

வேட்டைக்கு அதுதான் போக காலம்." "மோட்டைகளை நாங்க தேடணுமா?"

"தேட வேண்டியதில்லை. அண்ணரின் கால் அதுபாட்டில போய்ச் சேந்திடும். அந்த நிழலில பாதம் வைச்சால் போதும்" அத்தார் சிரித்தான்.

லெட்சுமணன் சங்கிலியின் கால்களைப் பார்த்தான். தசைகள் திரட்சியாக இறுகியிருந்தன. அருவியின் கிளைகளைப் போல நரம்புகள் புடைத்துப் பிரிந்தோடின. வெள்ளைக் கோடுகளாக முட் கீறல்கள்.

"எல்லாமே பழக்கம்தான்" என்ற சங்கிலி "உனக்கு எத்தினை வயசு நடக்குது?" என்று லெட்சுமணனிடம் கேட்டான்.

"பதிமூணு."

"நான் பதினொண்டில அப்பூப்பனோட காட்டுக்கு இறங்கிட்டன். காடும் எனக்கொரு உலகமாகி இருவத்திரெண்டு வரிசமாகுது. இன்னொரு பத்து வரிசத்தில வெள்ளையன் இறங்கிடுவான்" என்றபோது கண்கள் இறந்த காலத்திலும் எதிர் காலத்திலுமாக நுழைந்து வெளியேறின. வலது கன்னத்தை அழுத்தி வருடிவிட்டான். இரண்டு நாள் தாடி சொரசொரத்தது. மகனது பிஞ்சு உதடுகளின் ஈர உணர்வு மனதின் மென்சவ்வுகளைக் குளிரூட்டியது. புறப்பட்டபோது வெள்ளையனைத் தூக்கிக் கொஞ்சிய நினைவுகளில் மூழ்கினான்.

வெள்ளையனுக்கு மூன்று வயது. தந்தையென்றால் போதும். காட்டுக்குப் புறப்பட்டபோது நெஞ்சில் ஒருக்களித்து அவனுடைய கழுத்தைக் கோர்த்துப் பற்றியிருந்தான். நெற்றியிலும் சொக்கையிலும் கறுத்த வட்டப் பொட்டுகள் காய்ந்து உரிந்திருந்தன.

"அய்யாவைக் கொஞ்சி விடடா" என்றாள் மீனாட்சி. தாழ்ந்திருந்த ஓலைப் பந்தியில் வீரைக் கம்பொன்றில் முதுகைச் சாய்ந்து அவள் கால்களை நீட்டியிருந்தாள். வயிறு பெருத்து இறங்கியிருந்தது. எட்டாவது மாதம். சிறு அசைவிற்கும் பிரயத்தனப்படும் வாதை முகத்தில் கோடுகளாய்ச் சுருங்கிப் பின்னர் ஆசுவாசத்தில் விரிந்தது.

"அய்யாக்கு நேரமாவுது. கொஞ்சி விடடா."

வெள்ளையன் கழுத்தைச் சுருக்கிடுவதுபோல இறுக்கினான். உதடுகளைக் கன்னத்தில் அழுத்தி "வ்வா..." என்றான். எச்சிலை உறிஞ்சி விழுங்கினான்.

“அம்மாவைக் கவனமா பாத்துக்கொள்ளடா” என்றான் சங்கிலி. அவனை இரண்டு கைகளிலும் தூக்கித் தலைக்குமேல உயர்த்திவிட்டு இறக்கிவிட குடுகுடுவென்று தாயிடம் ஓடி மடியில் தலை புதைத்தான்.

“நான் போயிட்டுவாறன். அத்தார் பாத்துக்கொண்டு நிற்பான். அவனோடு நிக்கிற புதுப்பெடியன் ஒருவனும் வர்றானாம். நீ எல்லா வேலைகளையும் இழுத்துப்போட்டுச் செய்து முறியாத. ராணி வளர்ந்திட்டாள். அவள வீட்டு வேலைகளைச் செய்யவிடு. நாங்கள் ஒரு சாமத்துக்குத்தான் சாமான் கொண்டுபோறம். ஏதும் அவசரமெண்டால் கிழவியைக் கூப்பிடு. வெள்ளையன் குஞ்சு கவனம்.”

“அண்ணர், போவமே...” அத்தாரின் குரலில் சங்கிலி கலைந்தான்.

“ம்...”

சாரத்தை விரித்துத் தொடையில் அடித்து உதறிவிட்டு திரும்பவும் உடுத்திக்கொண்டான் அத்தார். எதேச்சையாக அவனுடைய உள்ளாடை தெரியவும் லெட்சுமணன் பார்வையை வெட்டித் திருப்பி அண்ணாந்து கிளைகளைப் பார்த்தான்.

“அண்ணர், இதின்ரை பெர்மிட்டைப் புதுப்பிச்சாச்சா?” ஷொட்கன்னைப் பார்த்தபடி அத்தார் கேட்டான்.

“புதுப்பிக்க வேணும்” சங்கிலி கொம்புக் கத்தியை லெட்சுமணனிடம் கொடுத்து புதர்களை வெட்டச் சொல்லிவிட்டு வானத்தை அண்ணாந்து பார்த்தான்.

முட்செடிகளுக்கு வலிக்கலாம் என்பதைப்போல லெட்சுமணன் கத்தியை அழுத்தினான். செடிகொடிகள் வழுக்கி மடங்கினவே தவிர நறுக்குப்படவில்லை. சங்கிலி அவனிடமிருந்து கத்தியை வாங்கி இருபக்கப் புதர்களிலும் நறுக்கிக் காட்டினான்.

கைகள் ஒரு தாளக்கட்டில் அசைந்தன. நடந்துகொண்டே அத்தாரிடம் “ஏன் கேட்டனீ” என்றான்.

“இனிமேல் ஏலாது போல இருக்கு. வீடுகளில துவக்கை வைச்சிருக்கிறது கஸ்ரமெண்டு விதானையார் சொன்னவர். இன்னொரு விசயம் கேள்விப்பட்டனியளா...”

சங்கிலி நின்று திரும்பிப்பார்த்தான்.

"முந்தநாள் இரவு யாழ்ப்பாணம் தின்னவேலியில பதிமூண்டு ஆமிக்காரருக்கு தமிழ்ப் பெடியங்கள் வெடி வைச்சவங்களாம். ஆமிக்குப் பயங்கரச் சேதம்."

"ஏனாம்..." சங்கிலி வேலையைத் தொடர்ந்தான். அந்தச் செய்தியில் அவன் சலனப்படவில்லை.

லெட்சுமணன் கண் விரிய அத்தாரைப் பார்த்தான். "யாப்பாணம் எங்கேயிருக்கு... அதுக்கு எப்பிடிப் போறது..." என்று புதினம் அறியும் தொனியோடு கேட்டான். கொஞ்ச நாட்களாக அந்தப் பெயரை அவன் அடிக்கடி கேள்விப்படுகிறான். அப்பொழுது முதல், நுரைபொங்கும் அருவிகள் குதித்துக் கீழிறங்கும் துளிர்பச்சை மலைத்தொடர்களாக யாழ்ப்பாணத்தை உருவகித்து வைத்திருந்தான். மலையடிவாரங்களில் கோபுரங்களையும், மாட மாளிகைகளையும் எழுப்பினான். முற்றங்களில் பசேலெனச் சோலைகள். அங்கே அதிகமும் நீலநிறப் பூக்களே மலர்ந்திருந்தன. குளிரைப் பகலுக்கும் இரவுக்குமெனப் பரப்பினான். மனிதர்கள் சந்திராம்மா போல வெள்ளைநிறமாய் வட்ட முகங்களோடு நிதானமிழக்காமலும் குரலை உயர்த்தாமலும் பேசித் திரிந்தார்கள்.

"யாழ்ப்பாணம், ஆனையிறவுக்கு அங்கால இருக்கு" என்றான் அத்தார்.

லெட்சுமணன் கற்பனையில் வழியைக் கண்டுபிடிக்க முயற்சித்து றோட்டில் நடந்தான். புளியம்பொக்கணை வரை போக இயலுமாயிருந்தது. இரண்டு வருடங்களுக்கு முன்னர் அங்கே ஒரு கோயிற் திருவிழாவிற்குப் போயிருந்தான். தெருவும் கோயில் பிரகாரமும் மங்கலான ஒளியில் நினைவில் படிந்திருந்தன. அதற்கப்பால் எதுவும் புலப்படவில்லை. அடர்த்தியாக வேலி அடைத்துவிட்டதைப் போலிருந்தது. விரல்களைப் பல்லிடுக்கில் கடித்தபடி நின்றவன் "வேலையைக் கவனி" என்று சங்கிலி சொல்லவும் சுதாகரித்தான். கொடிகள் ஒரு சீரில் நறுக்குப்பட்டு விழுந்தன. அந்த இடங்களில் பசுந்தழை மணம் எழுந்தது.

"கெட்டிக்காரன்."

"இவங்களும் செய்யிறதொண்டும் சரியில்லை அண்ணர்..." அத்தாருக்கு அந்தச் செய்தியை அப்படியேவிட்டுவிட மனம் ஒப்பவில்லை.

"எவங்களும்...?"

"தெற்கால பட்டிருப்புத் தாண்டி பண்ணையள் இருக்கெல்லோ, அங்கையெல்லாம் சாரை சாரையாச் சிங்களச் சனத்தைக் குடியேத்தியிருக்கிறாங்கள். பண்ணையில ஒரு பக்கத்தைச் சிறைச்சாலை

நிர்வாகம் எடுத்திருக்கு போல. புனர்வாழ்வாம். எல்லாரும் முந்தி மறியல்ல இருந்த பயங்கரக் கொள்ளையங்கள்.

துவக்கு வேற குடுத்திருக்கிறாங்கள். அந்தப் பக்கத்தில எஸ்ரேற் சனங்கள் தானே இவ்வளவு நாளுமா இருந்தது. இவங்கடை வரத்தோட அவங்களுக்குப் பதட்டம்."

"ஏழைச் சனங்களை ஏவி விடுறாங்கள். பாவங்கள். சனத்துக்கு என்ன தெரியும். நிலம் தாறதெண்டால் நீ போயிருக்க மாட்டியா..." சங்கிலி துவக்கை மறுதோளிற்கு மாற்றிக்கொண்டான். இப்பொழுது முட்செடிகளை நறுக்க வேண்டியிருக்கவில்லை. ஓரளவிற்குப் பாதைத்தடம் தெளிவாயிருந்தது. மரங்களின் அடர்த்தி குறைய இரவிலிருந்து பகலுக்குள் நுழைவதைப்போல வெளிச்சத்தின் ஊடுருவல்.

"பக்கத்தில பொட்டலொண்ணு இருக்குபோல" என்றான் லெட்சுமணன்.

"கவர்மெந்தே தங்களைக் குடியேத்துது எண்ட திமிரில பயிர்ச் செய்கையிலயும் அடாவடி காட்டுறாங்களெண்டு காட்டுப்புலவிலயிருக்கிற இவன்ர அப்பா சிங்கமலையும் சொன்னவர்" என்று நிறுத்திய அத்தார் "தனிக்கல்லடிக்கும் நெஞ்சிடிவராதெண்டு நிச்சயமில்லை" என்றான்.

காட்டுப்புலவைப் போன்றதல்ல தனிக்கல்லடி. அது வன்னியின் பூர்வீகமான கிராமம். இரண்டு கைகளையும் விரித்துக் குழந்தையை அரவணைக்கும் தாயைப்போல அதனுடைய வடக்கு கிழக்கு எல்லைகளைப் பெரிய காடு அணைத்திருந்தது. அதனை அளைந்து வரும் நான்கைந்து காட்டு ஓடைகள் குளத்தில் கலந்தன. தெற்குப் புறமாக விரியும் வயல்களையும் மந்துக்காட்டையும் கடந்தால் ஒதியமலை. அந்தப் பாதையில் பகற்பொழுதிலேயே யானைகளின் அட்டகாசமிருக்கும். பெரும்பாலும் வெறிச்சோடித்தான் கிடக்கும்.

அவர்கள் பொட்டலுக்கு வந்தார்கள். அது விளையாட்டு மைதானம் போல விரிந்து பரந்து முடிவிடங்களில் மீண்டும் காடு தொடங்கியது. "இரவு அலைச்சலில மான் மரைகள் வெட்டைக்குள்ளதான் பகலில படுக்குங்கள். டக்கெண்டு இறங்க வேண்டாம்" என்றான் சங்கிலி. மரத்தோடு ஒட்டிநின்று பார்த்தான். "எதுவுமில்லை" திருப்தியாகிக் கால்களை முன்னால் வைத்தான்.

லெட்சுமணனுக்குக் குதூகலமாயிருந்தது. "பொட்டல் இருக்குண்ணு நான் சொன்னது சரிதான்" என்றான் பெருமை பொங்க. "கடுங் காட்டுக்குள்ள எம்மாம் பெரிய வெளி..."

“காட்டை நம்பின ஒருவன் அதிட மடியில் கால் வைச்சானெண்டா, காடு ஒரு தாயைப்போலத்தான் அவனைத் தாங்கி அரவணைக்கும். நீ காட்டின்ர பெறாமகன். தாயைக் கண்கொண்டு பாக்காமல் மனசாலயும் உணரலாம்” என்றான் சங்கிலி.

“காட்டின்ர பிள்ளைகளைச் சிங்கம் தின்னப்போகுது” அத்தார் சலித்துக் கொண்டான். மறைபொருளில் வார்த்தைகள் எரிச்சலடைந்திருந்தன. பேசிக்கொண்டிருந்த விடயத்தில் சங்கிலி தீர்மானமாய் ஏதும் சொல்லவில்லை என்று அவனுக்கு ஏமாற்றமாயிருந்தது. பேச்சை வளர்த்துச்சென்று தன்னுடைய நம்பிக்கைக்கு நெருக்கமாக முடித்துக் கொள்ள வேண்டுமென்று ஒரு தவிப்பு.

“சிங்கமும் காட்டின்ர குழந்தைதான்.”

“சிங்கம் இங்கின இருக்குதா?” லெட்சுமணன் வியப்போடு திரும்பிக் கேட்டான்.

“சிங்கம் இல்லை. சிறுத்தையள்தான் இருக்கு” என்றான் அத்தார். வார்த்தைகளில் ஏதோ ஒரு பெருமை.

“அத்தார், இதில இரு.”

சங்கிலியும் அத்தாரும் கால்களை நீட்டிக்கொண்டு உட்கார்ந்தார்கள்.

லெட்சுமணன் கைகளைப் பருந்து போல விரித்து ‘ஊஉ...’ என்று சப்தமிட்டபடி ஓடினான். புல்லில் பிடரி தொட தேகத்தைச் சரித்து வானத்தைப் பார்த்தான். வெட்டையும் மேலே விரிந்த வானமும் அவனையொரு துரும்பாக உணரச் செய்தன. வெயில் உச்சியை நெருங்கிக் கொண்டிருந்தது. அதற்குச் சற்றும் தொடர்பில்லாமல் குளிர்ந்த காற்றின் ஒரு திரள் உடலின் வியர்வையை வருடியவாறு நகர்வதாக அவன் பிரமையுற்றான். அந்த உணர்வு புதிய அனுபவமாயிருந்தது. உற்சாகம் கூடியது. கண்களைச் செருகி அதை ஆழ அனுபவித்தான். நிலைகொள்ளாத பெருமிதம். திடீரெனப் பெரிய மனிதன் ஆகிவிட்டதைப் போலொரு பூரிப்பு.

ஒன்றிரண்டு வாரமாக எதிலுமே நாட்டமில்லாமலிருந்தது. ஒரே சோர்வு... “என்ன அலமலாந்திக்கொண்டு நிக்கிறாய்” என்று அத்தாரிடம் திட்டு வாங்கியதும் அதிகம். தன்னிரக்கம் வழிந்தது. சற்று முன்னர் திளைத்த உற்சாகம் வடிந்தோடியது. ‘இந்த வானமும் வெளியும் எத்தினை அழகாயிருக்கு... மனசு நிறைஞ்ச மாதிரி முழுமை... இத விட்டுட்டு மனசு என்னவோண்ணு அலையிது. புதைச்ச பழைய இரும்புத் தகரம் மாதிரி உடம்பு மக்கி உக்கப் போகுது. ஆமா...

நான் வெள்ளையக்காவை கண்டிருக்கக் கூடாது. கண்டவுடன எழுந்து போயிருக்கணும்.'

சுய வெறுப்புக்கிடையிலும் மெல்லிய கிறக்கத்தை நோக்கி மனது ஊர்ந்தது.

அன்றைக்கு இருட்டத்தொடங்கிய நேரம். காட்டாறு ஓரமாய் வழிந்து கொண்டிருந்தது. குளிப்பதற்காக ஆழ அகலமாய்த் தோண்டிவிட்டிருந்த நீர்ப்பரப்பின் மேலாகத் தாழ்ந்திருந்த மரக்கிளைகளில் தொங்கியும் குதித்தும் விளையாடிய சிறுவர்கள் வெளியேறத் தொடங்க சந்தை ஓய்ந்தது போலிருந்தது. லெட்சுமணன் உடலை நனைத்துவிட்டு வெளியேறுவோம் என்றுதானிருந்தான். நீருக்குள் இறங்கியதும் மனம் கேட்கவில்லை. முங்கியெழுந்து தண்ணீரை விசிறித் துப்பினான். அது கண்ணாடி வில் போல வளைந்து நீர்ப்பரப்பில் குமிழியிட்டுக் கரைந்தது. நீர்க்குழிகளை நினைவு வைத்திருந்து அடுத்ததடவை முந்தமுடிகிறதா என்று விளையாடினான். ஓடைகளும் நீர்ச்சுனைகளும் மனதிற்கு நெருக்கமாயிருக்கின்றன. பனிப்புகார் மறைத்த காட்சியாக மனதில் தேங்கிவிட்ட மலை நிலத்தையும் தேயிலைப் பச்சை போர்த்திய முகடுகளையும் கதகதப்பான குளிரையும் இந்த இடம் மீண்டும் சித்திரமாக வரைகின்றது. லயித்துக்கிடந்தான்.

இருட்டு நெருங்கியது. மரங்களுக்குப் பின்னால் உடைமாற்றிய வெள்ளையக்கா நீரில் இறங்கினாள். கூடவே சங்கிலியண்ணர் மகள் ராணியும். வெள்ளையக்கா பாவாடையை மார்பின் குறுக்காகக் கட்டியிருந்தாள். தண்ணீரைக் கைகளில் கோலி ராணியின் கழுத்திலும் தலையிலுமாகத் தெளித்து விளையாடினாள். நீர்த் துமியிலிருந்து விலகிய ராணி ஈ என்று பழிப்புக் காட்டிவிட்டு ஒரேயடியாக நீரில் முங்கியெழுந்தாள். நீர் மட்டத்தில் துடுப்புகள் போல கைகளை உந்தி வெள்ளையக்கா மேலே தெறிக்கச் செய்தாள். தண்ணீர் வெள்ளையக்காவின் தோளில் பட்டும்படாமலும் வழிந்தது. லெட்சுமணன் மறுபடியும் மூழ்கினான். குளிர்மையை விரட்டியபடி சூடான விறைப்பு நரம்புகளில் படரத் தொடங்கியது. பூமியின் விளிம்பில் கால் இடறியதுபோல இரண்டொரு தடவை துணுக்குற்றான். மூச்சுகள் நீரில் குமிழிகளை உருவாக்கின. தலைக்குமேலே பாறாங்கல்லைப்போலத் தண்ணீர் அழுத்தியது. கண்களில் நீரை வழித்தபடி தலை உயர்த்தினான். வெள்ளையக்கா முடிச்சவிழ்த்த பாவாடையை ஒரு கையால் பிடித்தபடி உருளைக் கல்லால் தேகத்தை உரஞ்சிக்கொண்டு நின்றாள். இவன் நீரின் மட்டத்தில் மூக்குத்துவாரங்களை நிறுத்தி கால்களை மடித்து நின்றான். ஒரு நொடிதான். வெள்ளையக்கா கால் தடுமாறியதும்

சுதாகரித்தாள். துணியில் விரல்களின் பிடி தளர்ந்தது. அங்கங்கள் வெறித்தன. தவறி நீரில் விழுந்தாள். விரிந்த கண்களில் காட்சி உறைந்தது. வெள்ளையக்கா சரேலென நீரில் மூழ்கி மீண்டும் போர்த்தி முடிச்சிட்டாள். இவன் கால்களால் நீரைக் கிழித்து வெளியேறினான். உடலில் இருந்து நீர் சொட்டச் சொட்ட நடந்தான். உறைந்த காட்சி கண்ணுக்குள்ளேயே நின்று மனதின் விளிம்புகளைப் பிய்த்தது. இரவு திடீரென்று கண்விழித்தபோது அணைகொள்ளாத வெள்ளம் காற்றின் அலைக்கழிப்பில் மேவிமேவிப் பாய்ந்தது. உடல் வியர்த்துக் கிடந்தது.

இளநீல வானத்தைப்போல உள்ளம் தெளிந்திருந்தது. லெட்சுமணன் துள்ளி எழுந்தான். உடலில் ஒட்டிய புற்களைத் தட்டிவிட்டு சங்கிலிக்கும் அத்தாருக்கும் பக்கத்தில் வந்து நின்றான். அவனை நிமிர்ந்து பார்த்துவிட்டு சங்கிலி மறுபடியும் அத்தார் சொல்லிக்கொண்டிருந்ததைக் கூர்ந்து கேட்கத் தொடங்கினான்.

“அப்படிச் சொல்ல முடியாது அண்ணர். பூமாதேவி எல்லாருக்கும் சொந்தமெண்டு கேட்க நல்லாத்தானிருக்கு. ஆனால் நடைமுறையில் சரியா வராது. செடியும் கொடியும் பத்தையா மூடின கருங்கல் கோயில் சிதிலங்களையும், மனிசர் வாழ்ந்த அடையாளங்களையும் இந்தக் காடுகளில் அலைகிறபோது நாங்களே பார்த்திருக்கிறம், அதெல்லாம் என்னென்டு நினைக்கிறியள்... வரலாறு... எங்கடை வரலாற்றின்ர எச்சங்களை இந்தக் காடு மூடிக்காத்து வைச்சிருக்குது. எங்கட மூதாதைகள் காலங்காலமா வாழ்ந்த மண் இது. கதையாப் புனைஞ்ச மகாவம்சத்திலேயே விஜயன் இலங்கைக்கு வரேக்கை நாகரெண்டும் இயக்கரெண்டும் தமிழர் கூட்டங்கள் இங்கை வாழ்ந்துகொண்டுதான் இருந்ததெண்டதை ஒத்துக்கொள்ளுறாங்கள். எங்களுக்கெண்டு வளமான மொழியும் பண்பாடும் தனிச்சு இருக்கு. நிலத்துக்கு ஒரு அடையாளம் இருக்கு. அதை மாத்தவோ அல்லது அழிக்கவோ விடேலாது.” இறுதிமுடிவொன்றைச் சொல்வதுபோல அத்தார் அழுத்திச் சொன்னான்.

“அத்தார், நாங்கள் இந்தக் காட்டு நிலத்தில் வந்து பிறக்க வேணுமெண்டு எங்கடை மூத்தவை யாராவது நேர்த்தி செய்தவையா? காணிகளுக்கு நாங்கள் வேலி போடத் தொடங்கி கனகாலம் ஆகேல்லையெண்டதை ஞாபகம் வைச்சுக்கொள். இயற்கையில எல்லாமும் எல்லாருக்கும் எண்டுதான் முப்பாட்டனுக்கு முப்பாட்டன் வாழ்ந்து முடிஞ்சான். ஏன்... இவன் லெட்சுமணனும் இவன்ர சனங்களும் கலவரத்தில ஓடிவந்து, இந்த நிலத்தில காடு வெட்டித் தோட்டம் செய்தபோது நெருப்பை அள்ளியா கொட்டினம்? நீயும்தான் யாழ்ப்பாணத்தில் இருந்து புலவு

செய்யிறனெண்டு வந்தாய். தூரப் போ எண்டா சொன்னது இந்தக் காடு?"

"எல்லாருக்கும் எல்லாம் எண்டது சரிதான் அண்ணர். அப்பிடியொரு பிரகாசமான கனவு எனக்குள்ளயும் இருக்கு. பசிய மரத்தில ஆணி இறுக்கின மாதிரி பதிஞ்சுபோய்க் கிடக்கு. ஆனால், எல்லாருக்கும் எல்லாமும் எண்டது, எவனையும் துரத்திப்போட்டு இன்னொருவன் அனுபவிக்கிறதில்லை. சாதியின்ரை பெயராலயும் இனத்தின்ரை பெயராலயும் அப்படிச் செய்ய யாருக்கும் உரிமை இல்லை." அத்தார் இறுதிச் சொற்களை அழுத்தமாக முடித்தான்.

"அவ்வளவு யோசிக்கிற பக்குவம் எனக்கு இல்லையெண்டே வச்சுக்கொள். நான் கேட்கிறது ஒண்டேயொண்டுதான். அங்கொண்டும் இங்கொண்டுமான இந்த உரசலை மூட்டி மூட்டி யாரும் நெருப்பு வைச்சுவிடக்கூடாது. பிறகு காடே எரிஞ்சு சாம்பராயிடும். அவ்வளவுதான். வெளிக்கிடு. சுணங்குது. இன்னும் நடக்கவேணும்."

லெட்சுமணன் இம்முறை வேட்டைத் துப்பாக்கியைக் கேட்டு வாங்கிக்கொண்டான். தோளில் சுமந்து இரு அந்தங்களிலும் பிடித்துக்கொண்டு கெறுக்காக நடந்தான்.

காலையிலிருந்து வயிற்றின் இறக்கத்தில் தள்ளுமுள்ளுப் படுகிற மாதிரி வலி அங்குமிங்குமாக ஓடித்திரிந்தது; மீனாட்சி எழுந்துகொள்ள முயன்றாள். 'கணக்குப்படி ஒண்டரை மாசமிருக்கே... பிழைச்சுப் போச்சோ...'

வெள்ளையன் கருவுற்றிருந்த காலத்தில் இப்படி உத்தரிக்கிற மாதிரி வலி இருந்ததில்லை. அந்நாட்களை நினைவுபடுத்த முயற்சித்தாள். நிச்சயமின்மை எண்ணங்களை மூடியிருந்தது. வியர்த்த கழுத்தை அழுத்தித் துடைத்துவிட்டாள். உள்ளங்கையின் வியர்வைப் பிசுபிசுப்பை சொரசொரத்த தரையில் தேய்த்தாள். உடலின் பாரத்தைக் கைகளில் பொறுத்து எழுந்தபோது உதடுகள் தம்மியல்பில் "அம்மோ... அம்மாடியோவ்..." என்றன.

அரைக் குடத்தில் நீர் தளும்புவதுபோல 'சளக் சளக்' என்று வயிற்றைப் புரட்டியது. குமட்டல் முகத்தைச் சுழிக்கவைக்கும் நாற்றமாக உருமாறி நாசியை நிறைத்தது. அதையே நினைத்துக் கொண்டிருந்தால் ஓங்காளிக்கும். இரவுச் சாப்பாட்டிற்கு விருப்பமேயில்லை. சங்கிலியும் இல்லையென்பதால் வெள்ளையனுக்குத் தனியே களியைக் கிண்டிக் கொடுக்கலாம். ராணிக்குத்தான் வாய்க்கு ருசியாக வேண்டும். "இருக்கிறதைத் தின்னடி" என்றால் கோபத்தில் வெறும் வயிற்றோடு கிடப்பாள். இரண்டு வயதிலேயே இறைச்சிப் பொரியலையும், வற்றலையும், பன்றிக் கருக்கலையும் பற்களிடையில் அரைத்துப் பூப்போலக்கித் தீத்தத் தீத்தத் தின்ற பழக்கத்தில் நாளாக நாளாக ஒரு பூனையின் நாக்கு அவளில் வளர்ந்திருந்தது.

முற்றத்தில் நாரியைப் பிடித்தவாறு நின்றாள் மீனாட்சி. "வெள்ளையன்... டேய் குஞ்சு" என்று சத்தமிட்டாள். அவன் பின்கோடியில் கோழிக் குஞ்சுகளை அடைத்து வைத்த கரப்புக் கூட்டின் வெளியிற் குந்தியிருந்து குஞ்சுகளை வைத்த கண் வாங்காது பார்த்தபடியிருப்பான் என்று தோன்றவும் மூச்சுவாங்க நடந்து போனாள்.

கறுத்த பிஞ்சுத் தேகத்தில் மொளுமொளுத்த கத்தரிக்காய்கள் போன்ற தொடை மூட்டுகளில் கையை ஊன்றி முகத்தை ஏந்தியிருந்தான் வெள்ளையன். உடலில் ஒட்டுத்துணியில்லை. தொலைவில் நின்று அவனை நிறைவாகப் பார்த்தாள்.

"ஒருநாள் அல்லாட்டி ஒருநாள் தாய்க்கோழி உன்ரை குஞ்சைக் கொத்தத்தான் போகுதடா..."

வெள்ளையன் தலையை நிமிர்த்திப் பார்த்துவிட்டு குடுகுடு வென்று ஓடிவந்தான். கீழே நின்று பாவப்பட்ட சீவனைப்போல மீனாட்சியை ஏறிட்டான். அந்தப் பார்வையின் அர்த்தம் அவளுக்கு மட்டுமே தெரிந்ததொன்று. 'தத்தக்கா பித்தக்கா' என்று மழலை வார்த்தைகளை அவன் பேசத் தொடங்கியிருந்தாலும் பாலுக்கு இப்படிக் கண்களாலேயே இரக்கிற பழக்கம்.

"பொறப்பன், மாட்டுக்குக் கொஞ்சம் புல்லு போட்டுட்டு வாறன்" என்றபடி அவனைத் தாண்டிப் போனாள். தாழ்வாரத்தில் கன்று அவளுடைய வரவில் உடல் அசைத்துக் குதூகலித்தது.

"பொறடி, ஏலாக் காலத்திலும் இந்த வீட்டில நான் ஒருத்தி தான் எல்லா வேலையையும் இழுத்துப் போட்டுச் செய்ய வேண்டியிருக்கு..." யூரியாப் பையிலிருந்து புல்லை அள்ளித் தெளித்துப் போட்டாள். கன்று ஆமோதித்துத் தலையாட்டியது.

"உன்ரை அக்காள் ஒரு அவசரத்துக்கு உதவாள்" என்று புறுபுறுத்தபடி வெள்ளையனின் விரலைப் பற்றி அழைத்துச் சென்று மடியில் கிடத்தினாள். வெள்ளையன் பாலை முட்டிக்குடிக்கும் போது மார்பின் அடியில் ஊசி குத்துவதுபோல வலித்தது. திடீரென்று உடம்பு வருத்தங்களினால் விழுங்கப்பட்டதைப்போலத் தோன்றியது.

"மூன்றாவதும் பெறப்போறாய், வெள்ளையனுக்குப் பாலை மறப்பிக்கப் பண்ணு" என்று கிழவி ஐந்தாறு மாதங்களாகச் சொல்கிறாள். ஆச்சிமுத்து அவளுடைய மாமிதான் என்றாலும் கிழவியென்றுதான் எண்ணத்தில் பதிந்து கிடக்கிறது. கல்யாணம் கட்டிவந்த நாள்தொட்டு சங்கிலி அவளை அம்மா என்று அழைத்ததைக் கண்டதில்லை. அவன் சொற்களில் அப்பாவித்தனமான பாசத்தைக்குழைத்து கிழவீ என்றுதான் கூப்பிடுவான். "கிழவி, என்னணை சாப்பாடு..." "கிழவி, சும்மா கத்தாமல் கிட" தோரணைகள் மாறுபட்டிருந்தாலும் கிழவீ என்ற சொல் மட்டும் அன்பில் அணைந்திருக்கும்.

ஆச்சிமுத்துக் கிழவிக்கு ஏழு பிள்ளைகள். மூன்று பேர்தான் உயிரோடிருந்தார்கள். மூத்தவன் நடராசா ஒதியமலையில் திருமணம் செய்து அங்கேயே போய்க் குடியிருந்தான். அவனுக்கும் சங்கிலிக்கும் இடையில் பத்து வருட இடைவெளி. அதனாலேயோ என்னவோ அண்ணன் தம்பி என்ற நெருக்கத்திற்குப் பதிலாக அவர்களுக்கிடையில் மரியாதையான ஓர் உறவுதான் இருந்தது. ஆச்சிமுத்து கடைசி மகள் செல்வாவோடு தனிக்கல்லடியிலேயே இருந்தாள்.

பாலை மறப்பிக்கப் பண்ணவேண்டுமென்று மீனாட்சியும் நினைத்துக் கொள்வதுண்டு. ஆனால் வெள்ளையனின் அந்த ஈரப்பார்வை தீர்மானங்களையெல்லாம் கரையச் செய்துவிடும். அவன் ராணியைப் போலக் கண்டதையும் தின்னுறவன் இல்லை. இரண்டொருமுறை குழம்பு இறைச்சியைச் சொதியில் நனைத்து உறைப்பு நீக்கியும் தீத்திப்பார்த்தான் சங்கிலி. மூடிய உதடுகளை வெள்ளையன் திறக்கவேயில்லை. "வேட்டைக்குப் போறவன்ர மகனென்று வெளிய சொல்லாத" என்று சிரித்தான்.

வெள்ளையன் மடியிலேயே உறங்கிப் போனான். கடைவாயில் வடிந்திருந்த பாலைத் துடைத்துவிட்டாள். கால்களை மேலும் கீழுமாய் அசைத்துத் தாலாட்டினாள். 'முப்பது வயசில மூண்டாவது பிள்ளையும்...' ஏனோ நாணம் பரவிற்று. 'இந்தமுறை ஒப்பிரேசன் செய்தால் என்ன... கிழவிக்குத் தெரிந்தால் கத்துவாள்.'

'இருபத்தைஞ்சு வயசில ஏழாவது பிள்ளையைப் பெத்தவள் நான்' என்று திட்ட ஆரம்பிப்பாள். மறக்காமல், 'அதில நாலை சாமி கேட்டு எடுத்திட்டது' என்றுதான் முடிப்பாள்.

"ராணி, இங்க வந்து தம்பிக்கு அந்தத் துண்டை விரி..." மீனாட்சி ராணியை அழைத்தாள். அவள் அசைவதாகத் தெரியவில்லை.

"ராணி... ராணி... சனியனே, ஏலாதெண்டுதானே கேட்கிறன். வர்றியா..." கோபத்தில் எகிறிய வார்த்தைகளைச் சட்டென்று தணித்துக்கொண்டாள்.

"ராணி, இங்க வா பிள்ளை. இந்தத் துணியை விரி. அம்மா ஏதாவது அடுப்பில ஆக்கவேணும்."

கால்கள் தொம்தொம் என்று தரையில் உதைகிற சத்தம் கேட்டது. ராணி வந்த வேகத்தில் சுவர்களின் குறுக்காயிருந்த கொடியிலிருந்து சிவப்பு நிறச் சேலையை இழுத்தாள். ஏற்கெனவே பாரம் தாங்காது கர்ப்பிணியின் வயிறு போல கீழிறங்கியிருந்த கொடி அவள் இழுத்த வேகத்தில் டப் என்று அறுந்தது. உடுப்புகள் கொடிக்கயிற்றிலிருந்து வழுகிக் கீழே குவிந்தன. அலட்சியமாகக் கால்களால் தள்ளிவிட்டாள்.

'சனியனை நாலு சாத்துச் சாத்தினால் என்ன...' சுள்ளென்று கிளர்ந்த கோபம் இயலாத பெருமூச்சாகியது.

இரண்டொரு வருடத்தில் பெரியவளாகிற வயதும் தோற்றமும் ராணிக்கு. சிறு வயதிலிருந்தே மூக்கை நிறைக்கிற கோப மூசல் மட்டும் இன்னமும் தணியவில்லை. அது ஒரு கருங்காலியைப் போல

வளர்ந்து ராணியை மூடிவிடப்போவதாக மீனாட்சி அச்சப்பட்டாள். 'தாயே, நீதான் இவளைத் தணிவிக்கவேணும்.'

'இவளின்ரை கோபத்தை ஆத்து தாயே, உன்ர கண்மலரைக் குளிர்விக்கிறன்' என்று முத்துமாரியம்மனுக்கு இரண்டொரு வருடங்களுக்கு முன்னரேயே மீனாட்சி நேர்ந்திருந்தாள். அம்மன் உருவேறிக் கலையாடுகிற சாத்திரி ஒருவன் ராணியின் சின்னக் கண்களை ஊடுருவிப் பார்த்துவிட்டு, "அம்மனையே பெத்துவைச்சிட்டு அவள் கண் சிவக்கக் கூடாதெண்டால் எப்பிடி தாயே நடக்கும்" என்று கலவரப்படுத்தினான். அவனேதான், "உன்ர வீட்டில இன்னொரு உயிர் சனிக்க, தாய் உன்னோடை சகசமாவாள்" என்றுமிருந்தான்.

சேலையைத் தரையில் இழுத்து விரித்துவிட்டு ராணி வெளியேறினாள். மீனாட்சி உடல் குனிந்து வெள்ளையனை வளர்த்தியபோது வலியில் உயிர் போனது. உடம்பு வியர்த்துக் கொட்டியிருந்ததை அப்பொழுதுதான் கண்டாள். குளிக்க வேண்டும் போலிருந்தது.

வேலிக் கடப்பிற்கு இடதுபுறத்தில் கிணறு இருந்தது. ராணி பிறந்து தவழத் தொடங்கிய பிறகுதான் சங்கிலி அடைப்பற்ற மண் கிணற்றில் சுட்ட மரக்கட்டைகளைச் சுற்றவர நட்டுவிட்டிருந்தான். அதிசயமாக அவற்றில் இரண்டு துளிர்த்துக் கிளைவிட்டுமிருந்தன. அடிக்கடி எண்ணெய் ஊற்றி இளக்கினாலும் நீர் அள்ளும் கப்பியின் கீச்சு கீச்சுச் சத்தம் அந்த வீட்டில் கன்று கத்துவதைப்போல, கோழிக் குஞ்சுகள் குய் குய் குய் என்று திரிவதைப்போல ஒரு நிரந்தர ஒலியாயே மாறிவிட்டிருந்தது.

"ராணி, அம்மாக்கு இயலுதில்லை. செல்வா அத்தையிட்டப் போய் பாட்டியைக் கூட்டிட்டு வாறியா" மீனாட்சி இரந்து கேட்டாள். மறுபடியும் ராணியிடமிருந்து பதில் வரவில்லை. "பிள்ளை, அம்மா பாவமெல்லே..."

ஒன்பது வயதுப் பிள்ளையை ஒரேயடியாய் அலைக்கழிக்கிறேன் என்று அவள் மேல் இரக்கமும் தோன்றிற்று. கிழவி வந்தால் சமைத்து வைப்பாள். திடீரென்று பசியெடுக்கிறது. நாக்கு சுள்ளென்று எரிய எதையாவது தின்ன வேண்டும் போலிருந்தது. 'கானக்கொச்சிக்காய் சம்பலும் பச்சையரிச் சோறுமெண்டால்...'

ராணி நகரவேயில்லை. தவிட்டை மரத்து ஊஞ்சலில் நிலத்தை உன்னி உன்னி விளையாடிக்கொண்டிருந்தாள். கயிறை முறுக்கிப் பிறகு விடுவித்துச் சுழன்றாள்.

“பிள்ளை, பாட்டிட்டை போகவேண்டாம். அங்காலை வெள்ளையக்கா வீட்டில அவ நிக்கிறாவோண்டு பாத்து வாறியே, நிண்டால் அம்மா வரட்டாம் என்று சொல்லி விடுறியே...”

ராணி பாய்ந்து கீழிறங்கித் தெருவுக்கு ஓடினாள். குதித்த வேகத்தில், ஊஞ்சல் பின்னுதைபட்டு வீச்சாக ஆடியது. அப்படி யாருமில்லாமல் ஆடுவதைக் காண அபசகுனமாயிருந்தது.

வெள்ளையக்காவின் வீடு இரண்டு குச்சுகளைத் தாண்டியிருந்தது. மீனாட்சியிலும் இளையவள்தாள் என்றாலும் வெள்ளையக்கா என்பது ஒரு பட்டப் பெயராகவே அவளுக்கு ஆகிவிட்டிருந்தது. நிஜத்தில் சோதிமலரென்று பெயர். பக்கவாதத்தால் கம்பூன்றி நடக்கிற தாயோடு இருந்தாள். ஊரில் அவளைப் பற்றி முணுமுணுக்கப்படுகிற மர்மமான கதைகளிருந்தன. ஆண்களிடத்தில் ஒரு மாதிரியும் பெண்களிடத்தில் ஒரு மாதிரியுமான கதைகள். அவை பற்றி மீனாட்சி வாயெடுத்தால் சங்கிலி அதட்டி நிறுத்துவான். ‘நரம்பில்லாத நாக்காலை எதையும் கதைக்கிறதா.’ மீனாட்சிக்கும் குடைந்து கேட்கவேண்டும் போலிருந்ததில்லை. ஆனாலும் ராணி வெள்ளையக்காவோடு நல்ல நெருக்கமாயிருப்பதில் அவள் அச்சப்பட்டாள். இரண்டு பேரும் தோழிகள் போல, கிசுகிசுத்துச் சிரிப்பதைப் பார்த்தால் நெஞ்சு காயும். ‘அப்பிடி என்ன வசியத்தை மடியில முடிஞ்சு வைச்சிருக்காளோ!’

வெள்ளையக்காவில் ஒரு வசியம் இருந்ததுதான். செந்தளிப்பான முகம். எல்லாம் அளந்து வச்சதுபோல. நீளக்கூந்தலை எப்பொழுதும் வலது மார்பில் பரவி விட்டிருப்பாள். உதடுகளை அசைக்கும் முன்பாகவே பேசி முடித்துச் சொற்களின் அர்த்தத்தை நீர்க்கச்செய்கின்ற குறுகுறுப்பான கண்கள். அவள் பேசும் தருணங்களில் அதிசயத்தைப் பார்க்கிற பாவனையில் ராணி கேட்டுக்கொண்டிருப்பாள். அவளுக்குப் பிடித்ததான இன்னொரு உலகம் விரிகிற ஒளி விழிகளில் தெரியும்.

ஊரில் உலவிய கதைகள் விஷப்பாம்புகளைப் போல ராணியையும் பின்தொடர்ந்து தீண்டுமோ என்பதுதான் மீனாட்சியின் கவலையாயிருந்தது. ‘ராணி சின்னப்பெட்டையா இருக்கும் வரைக்கும் பரவாயில்லை. நாளைக்கே பெரியவளாகினால்...’

வேலிக் கடப்பைத் திறந்து வெள்ளையக்காவும் ராணியும் வந்தார்கள். வெள்ளையக்கா என்னவோ சொல்லிக்கொண்டிருக்க ராணி கலகலவென்று சிரித்தாள். உக்கிளான் மாதிரி மூஞ்சையை உம்மென்று வைத்திருக்கிறவள் மலர்ந்து சிரிப்பதைப் பார்க்கிற போது மீனாட்சிக்கு இன்னொரு விதத்தில் ஆறுதலாயுமிருந்தது.

வெள்ளையக்கா பாவாடை சட்டையிலிருந்தாள். நீல வண்ணச் சட்டையின் இடுப்பிலும் தோளிலும் உடல் இறுகி நின்றது. ‘நல்லவேளை, அவர் இல்லை’ எனும் ஆசுவாசம் தனக்குள் முகிழ்ப்பதை ஏமாற்றத்தோடு உணர்ந்த மீனாட்சி தலையைத் தாழ்த்திக்கொண்டாள்.

“ஏன், உடம்பு ஏலுதில்லையே...” வெள்ளையக்கா மீனாட்சியின் முதுகை வருடினாள்.

“காலையிலயிருந்து இட்டுமுட்டாக் கிடக்கு, இயலுதில்லை. இவளிட்டை மாமியைக் கூட்டியா என்றால் போறாளில்லை. நீ ஒருக்காப் போய்ச் சொல்லுறியா...”

“நான் ஏதாவது சமைக்கவா?”

“உனக்குச் சிரமம் வெள்ளையக்கா.”

“எதெது எங்க கிடக்கெண்டு மட்டும் சொல்லுங்க. ராணி நீ வா” அவள் குசினிக்குள் நுழைந்தாள்.

“கானக்கொச்சிக் காயைக் கொஞ்சம் கூடப் போடு. நாக்குச் செத்துப் போய்க் கிடக்கு.”

வெள்ளையக்கா குருவித்தலைப் பாகற்காயில் குழம்பு வைத்திருந்தாள். நெருப்புத் தணலில் சுட்ட கருவாட்டு வாசம் மூலை முடுக்கெல்லாம் பரவியிருந்தது. ராணி நிதானமாகச் சாப்பிட்டாள்.

“நீயும் சாப்பிடு வெள்ளையக்கா” என்றாள் மீனாட்சி.

“நான் வீட்டில போய்ச் சாப்பிடுறன்.”

“அந்தயிந்தக் கதையில்லை. சாப்பிட்டுட்டுப் போ...” வெள்ளையக்கா மீது உரிமையும் அதிகாரமும் திடீரென்று கொண்டதாகப் பட சட்டென்று மனம் விழித்துக்கொண்டது. அவளைச் சுற்றியிருந்த பாம்புகள் தம்முடைய வாலினால் ராணியின் கால்களைச் சுற்றியிறுக்கத் தொடங்கின. மீனாட்சி அமைதியானாள்.

கால்களை ஒருபுறமாக மடித்து தட்டுடன் உட்கார்ந்த வெள்ளையக்கா மூன்று விரல்களால் சோற்றைக் குழைத்து அபிநயம் போலச் சாப்பிட்டாள். அமைதி காலத்தை உறையச் செய்திருந்தது. அந்த மௌனம் மீனாட்சிக்கு அவஸ்தையாயிருந்தது. அவள் இருந்ததாலோ என்னவோ ராணியும் பேச்சின்றி இருந்தாள்.

"அக்கா, கொழும்பில தமிழர்களை வெட்டிக் கொன்னு எரிக்கிறாங்களாம்" வெள்ளையக்காவின் வார்த்தைகள்தான் மௌனத்தை உடைத்தன. மீனாட்சி மெதுவாக வெள்ளையக்காவை நிமிர்ந்து பார்த்தாள்.

"கேக்கிறன் எண்டு குறை நினைக்காதை..."

சோற்றை அரைத்துக்கொண்டிருந்த வெள்ளையக்காவின் தாடைகள் மெதுவாகின.

"உனக்குச் சரியா எத்தினை வயசு?"

"இருபது."

"இந்த வயசில நான் இருக்கும்போது, ராணிக்கு ரெண்டு வயசு..."

மீனாட்சி உணர்த்த முயல்வதை வெள்ளையக்கா இலகுவாகப் புரிந்து கொண்டாள். துயரமா நாணமா என்று பிரித்தறிய முடியாத புன்னகையைச் சிந்தியவாறு கோப்பையை அளைந்தாள்.

"ஒரு கலியாணத்தைக் கட்டலாம் தானே... ஏலாத அம்மா..." என்று இழுத்தவள் ஏலாத அம்மாவை இந்த விவகாரத்தில் எப்படித் தொடுப்பதென்று தெரியாது அமைதியானாள். வெள்ளையக்கா கல்யாணமொன்றைக் கட்டினால் தன்னுடைய பிரச்சனைகள் தீர்ந்துவிடுமாற்போல ஒரு திருப்தி.

வெள்ளையக்காவின் முகபாவம் அவள் எதையும் சொல்லப் போவதில்லை என்று உணர்த்திற்று. மௌனம் மறுபடியும் அவர்களுக்கிடையில் நுழையும் முனைப்போடு காத்திருந்தது.

எதுவும் பேசாமல் சாப்பிட்டுக் கொண்டிருந்த வெள்ளையக்காவின் கண்கள் இருந்தாற்போல தம்பாட்டில் கலங்கின. அவள் மீனாட்சியை நிமிர்ந்து பார்த்தாள். "கல்யாணம் எண்டு நெனச்சாலே உடம்பெல்லாம் எரியுதுக்கா. அந்த நாய் ஏமாத்திப் போட்டான். துரோகி... அப்படியொரு வஞ்சகத்தை நீங்கள் தாங்க மாட்டியள். அவன்ர வீட்டுக்காரர் என்ர சாதியில் குறை சொல்லுகினமாம். தாய்க்காரியோடை கதைக்கிறன், கொஞ்சம் பொறு... கொஞ்சம் பொறு எண்டு நாளைத்தான் கடத்தினவன். வயித்துப் பிள்ளை பொறுக்குமோ? மருந்து குடிச்சு சாகத்தான் நினைச்சனான். நீ பிள்ளையைக் கலை... அடுத்த வருசம் நான் உன்னைக் கல்யாணம் கட்டறன் எண்டு சத்தியம் பண்ணினவன். ஊருக்குப் பயந்து பெத்தாச்சிக் கிழவிட்டப்போய் பிள்ளையைக் கலைச்சுப் போட்டு பாவி நான் உசுரோடதான் நிக்கிறன். பரந்தனுக்கு வாத்தி வேலைக்குப் போனவனைப் பிறகு காணேல்ல. அவனிட்ட படிச்ச பிள்ளையள் உருப்படுமா... திடீரெண்டு அங்கயே வாத்திச்சி ஒருத்தியைக்

கட்டிக்கொண்டு வந்து நிக்கிறான். வீட்டுக்காரர் எல்லாரும் சேந்து எங்கட பெடியன் அப்பிடியானவன் இல்லையெண்டு சாதிச்சிட்டினம். அவனைக் கண்டம் துண்டமா வெட்ட வேணுமெண்டு ஒரு வெறி. ஒரு வில்லுக் கத்தியைத் தீட்டியும் வச்சிருந்தன். சமயம் வாய்க்கேல்ல, இப்பவும் அதுகளை நினைச்சு மண்டை விறைச்சால் ஓடிப்போய் கத்தியை அவன்ர வயித்தில செருகவேணும் போலயிருக்கும். அக்கா, அவன்ர பெஞ்சாதியைக் கண்டனீங்களோ?"

மீனாட்சி ராணியைப் பார்த்துக் கொண்டே தயங்கியவாறு இல்லை என்று தலையசைத்தாள். "நான் கண்டனான்... இத்திமரக் கோயிலடியில வச்சு... இஞ்சி தின்ட குரங்கு மாதிரி... என்னால நம்பவே ஏலுதில்ல. எப்படி அவள... ஊரிலயே நான்தான் வடிவு என்று அளந்தவன்... சுந்தரி சொக்கத்தங்கம் எண்டு கொஞ்சினவன்..."

"என்னவோ சொன்னனி, கொழும்பில எண்டு... என்ன..." என்று இடைமறித்து அவசரமாய்க் கேட்டாள் மீனாட்சி.

"கொழும்பில கலவரமாம். தெருவிலயும் ஜெயிலுக்குள்ளயும் புகுந்து தமிழ் ஆக்களை உயிரோடு வெட்டி எரிச்சு சிங்களவங்க கொல்லுறாங்களாம்."

உயிரோடு எரிக்கிறார்கள் என்ற சேதி மீனாட்சிக்குப் பதற்றத்தை ஏற்படுத்திற்று. இந்தப் பக்கம் ஒன்றிரண்டு சண்டியர்கள் இருந்தார்கள். அவர்கள் நிறைவெறியில் ஆளை ஆள் வெட்டிக் கொள்வதுண்டு. நான்கைந்து நாட்களுக்கு நெடுங்கேணி ஆஸ்பத்திரியில் இருந்துவிட்டு காயம் ஆறித் திரும்பிவிடுவார்கள். உயிரோடு எரிக்கிற குரூரத்தை அவளால் சீரணிக்க முடியவில்லை. 'ஒரு கோழிக்குஞ்சை எரிக்கிறதையே நினைச்சுப் பாக்கேலாமல் கிடக்கு. ரத்தமும் சதையுமாக் கிடக்கிற உடம்பை என்னெண்டு எரிக்கிற... நெருப்பில வேகும்போது தேகம் மெழுகு மாதிரி உருகி உருகி எரியுமா... விறகில ஊதினால் உள்ளே சிவப்பா தணல் ஒளிருமே அப்படியா தேகமும்... பிள்ளையை வயிற்றில வச்சிக்கொண்டு இதையெல்லாம் யோசிக்கக் கூடாது.'

கரிக்கட்டையாகப் புகைந்துகொண்டிருக்கும் முதிரை மரமொன்றை மீனாட்சி அன்று முழுவதும் நினைத்துக் கொண்டிருந்தாள். மரத்தின் இடையிடையே செந்நிறத் தணல்கள் பூத்திருந்தன.

விடத்தல், உலுவிந்தை, கரையாக் கண்ணிப் பற்றைகளும் சிறுமரங்களுமாகப் பரவியிருந்தது மந்துக்காடு. வெயில் பணிந்து இருள் மூடத்தொடங்கியிருந்த நேரம். உடலின் கடைசிச் சொட்டு நீரையும் உறிஞ்சி இழுப்பதுபோல வியர்த்துக் கொட்டியது.

லெட்சுமணன் சேட்டைக் கழற்றிச் சுருட்டி நெஞ்சில் வழிந்த நீரை ஒற்றியெடுத்தான். கழுத்துப் புறத்தையும் நெற்றியையும் தேய்த்தான். கால்களில் தசைப்பிடிப்பு வந்ததைப்போல சுளீரென்று இழுத்தது. பிரயத்தனப்பட்டுத்தான் நடந்தான்.

சங்கிலி லெட்சுமணனோடு அதிகமாகப் பேசவில்லை. "எல்லாத்தையும் நானே சொல்லித்தருவன் எண்டு பாத்துக்கொண்டு நிக்காத. அனுபவம்தான் ஒருத்தனுக்கு திறம் ஆசான் எண்டுவார் என்ர தாத்தா. நான் என்ர அனுபவங்களை உனக்குச் சொல்லலாமே தவிர நீதான் உன்ர பாதையத் தேடிக் கண்டுபிடிக்கவேணும்" என்று ஆரம்பத்திலேயே சொல்லிவிட்டான். என்றாலும் வேட்டையின் சூக்குமங்களைப் பகிர்ந்துகொள்ளத் தவறவில்லை. "வெட்டைக்குள்ள நுழைய முதல் அவதானமாயிருக்க வேணும், மழைக்கால மெண்டால் ரா முழுதும் மேய்ஞ்சுபோட்டு, முதுகில ஊறின மரச்சிலித் தண்ணியை உதறிக்கொண்டு, பொட்டல்லதான் நிப்பினம்... வாற வழியில கண்காட்டிப் பறவையள் எங்களைக் கண்டு கத்தினால் அதுதான் பொட்டல்ல நிக்கிற உசிர்களுக்குக் கிடைக்கிற முதல் எச்சரிக்கை மணி..." அக்கறை இழையோடிய அந்தச் சொற்களைத் தனக்கான கௌரவமென்று லெட்சுமணன் நம்பினான். நெகிழ்ச்சியான அத்தருணத்தில், ஏனோ நீண்ட நாட்களாக மறந்திருந்த யாழ்ப்பாணத்துக் கந்தையா வாத்தியார் ஒரு கறுப்பு நிழலாக அவனைத் தொந்தரவு செய்தபடியிருந்தார். காட்டின் வழித்தடத்திலிருந்து அவ்வப்போது விலகியோடிய நினைவு எப்பொழுதுமே எதையாவது சப்பிக்கொண்டிருக்கும் வாத்தியாரின் வாயைப் பார்த்துக்கொண்டு நின்றது.

கந்தையா வாத்தியார்... மழையில் கரைந்து சளிந்து சவத்தைப் புதைத்த மேடுபோலிருந்த சுவரும், வெளிச்சத்தையும் மழையையும் தாராளமாக அனுமதிக்கும் ஓலைக்கூரையுமான காட்டுப்புலம் தமிழ்க் கலவன் ஆரம்பப் பாடசாலைக்கு அவர்தான் எல்லாமும்... ஓர் ஆடு இரை

மீட்பதைப்போல முறித்த பனங்கிழங்கையோ மாம்பழக் கீலங்களையோ எப்போதும் தின்றுகொண்டிருக்கிற முகம். விபூதியைக் குழைத்துச் சாந்து அப்பியதைப்போன்ற நெற்றி. தடித்த குரலால் "டேய், உன்ரை கொப்பன் வேட்டைக்குப் போறவனெல்லே, வீட்டில மரை வத்தலிருந்தாக் கொண்டுவா" என்று பிள்ளைகளை விரட்டுவார். கொண்டுவந்தால் "கெட்டிக்காரன்" என்று மெச்சுவார்.

மூன்றாண்டுகளுக்கு முன்னிருக்கும், ஒருநாள் பாடத்தில் ஒரு கணக்குப் பிழைத்துவிட்டதற்காக நாக்கை மடித்து பற்களில் கடித்துக்கொண்டு கந்தையா வாத்தியார் ஓங்கிக் குட்டியதில் லெட்சுமணனின் தலையில் கொப்பளம்போல வீங்கிவிட்டது. சுள்ளென்ற வலி. அப்படியே வாத்தியாரின் வேட்டியைப் பிடித்தவாறு தரையில் குந்தியிருந்துவிட்டான். ஏறிட்டு நோக்கிய கண்களில் கெஞ்சல். "என்னடா கல்லில பேண்ட பூனை மாதிரி முழுசுறாய்" கந்தையா வாத்தியார் வேட்டியை உதறினார். "ச்சீச் சனியனே கையை எடு..." விசுக்கென்று குனிந்து மறுபடியும் ஓங்கிக் குட்டினார். லெட்சுமணன் "அய்யா..." என்று வீரிட்டபடி தலையைப் பொத்தினான். கண்கள் செருகிக்கொண்டன. ஒளிரும் வண்ண அரிசித் துணிக்கைகளை விசிறிவிட்டது போலிருந்தது. கந்தையா வாத்தியார் மறுபடியும் பாடத்தை நடத்தவாரம்பித்தார்.

தலையில் ஒரு மொட்டு விட்டதைப்போலத் தடிப்பு. இரவு முழுவதும் விண்விண்ணென்று வலித்துக்கொண்டேயிருந்தது. லெட்சுமணனை மடியில் சாய்த்து சிங்கமலை ஆறுதலாக வருடிக்கொண்டிருந்தான். 'தாயில்லாப் புள்ளய தலயிலயே அடிப்பாங்களா...'

மறுநாள் காலை லெட்சுமணன் அடம் பிடித்தான். "அவரு எப்பயும் தோட்டக்காட்டான் தோட்டக்காட்டான்னு மண்டையில கொட்டுறாரு. நான் போகல..." என்றான்.

"இல்லெய்யா... நீ நல்லாப் படிக்கணுங்கிறது உன் அம்மாவோட ஆசை. நாலெழுத்துப் படிக்கணும்... கொழும்பில போயி பெரிய படிப்பு படிச்சு உத்தியோகம் பாக்கணும்னு சொல்லிட்டே இருப்பா ராசாத்தி... நீ கொஞ்சம் பொறுத்துப் போய்யா..." என்று சமாதானப்படுத்திவிட்டுச் சிங்கமலை கூட்டிச் சென்றான். லெட்சுமணன் வேண்டாவெறுப்பாகத்தான் போனான். வாத்தியார் அவர்களைக் கண்டபோதே குரலை உயர்த்தினார். "எடேய்... தேப்பனும் மேனும் வெருட்ட வாறியளோ..." என்று கேலியாகச் சிரித்தார்.

"இல்லெய்யா... இவன் தாயில்லாப் பிள்ள. தனிய வளந்தவன். பக்குவில்லாம நடந்தான்னா தயவுபண்ணிப் பொறுத்துக்குங்க..."

சிங்கமலை லெட்சுமணனின் தோளைப் பிடித்தபடி பவ்வியமாக நின்றான்.

சுட்டுவிரலை கொடுப்புக்குள் நுழைத்துப் பற்களில் சிக்கிய பனங்கிழங்கு நாரைச் சுரண்டிய வாத்தியார் விரலை ஒருமுறை மணந்து பார்த்துவிட்டு வேட்டியில் தேய்த்தார்.

“பின்னை... எத்தினை தரம் சொன்னாலும் மூதேவிக்கு மண்டையில ஏறுதில்லை. உதோட மாரடிக்கவோ இந்தக் காட்டுக்கை வந்து வேகாத வெயில்ல நான் வேகிறன்... சரி சரி போய் தலைவீக்கம் வத்த அனுப்பிவிடு...” நாக்கைப் பொச்சடித்துக்கொண்டு சொன்னார்.

சிங்கமலை போக வேண்டாமென்று சொல்லிவிட்டான். “காலா காலமாச் சினத்தைப் பொத்தி மறைச்சுப் பழகிட்டோம். என்ன பண்ணுறது... நீ போவேண்டாம்... இரு.”

லெட்சுமணன் கந்தையா வாத்தியாரை எண்ணங்களிலிருந்து துரத்த முயற்சித்தான். ஒரு நாடகமாக அது மனதில் நிகழ்ந்தது. வாத்தியாரின் குண்டுமுகம் ஆட்டின் உடலில் பொருந்தியிருந்தது. ஆடு இரைமீட்டிக் கொண்டேயிருந்தது “ச்சூ ச்சூ...” எனச் சத்தமிட்டான். அது போகமாட்டேன் என்பதைப்போல தலையை இடவலதாக அசைத்தது. சட்டென்று முன்காலைத் தூக்கி கொடுப்புப் பற்களில் செருகியது. பிறகு மணந்துவிட்டு தரையில் தேய்த்தது. லெட்சுமணன் சுள்ளித்தடியொன்றை முறித்துக் காற்றில் சுழற்றினான். காற்று ‘விசுக்’கென உதைக்க ஆட்டின் கண்கள் மிரண்டன. ஆடு கால்களை மடித்து ஊன்றியது. நாக்கைப் பொச்சடித்தது. சுள்ளித்தடி வெயிலில் தகதகக்கும் வாளாகிய ஒரு கணத்தில், ஆடு ஒரே பாய்ச்சலில் திரும்பி ஓடியது. லெட்சுமணன் சிரித்துக்கொண்டு நின்றான்.

“என்ன தனியச் சிரிக்கிறாய்...” என்றான் அத்தார். “ம்... இனி தனியச் சிரிக்கிற வயசுதான்” என்றபோது லெட்சுமணன் தலையைக் குனிந்தான்.

சங்கிலி இரண்டு கைகளையும் உயர்த்தி விரித்துக் கீழிறக்கி இடுப்பைப் பிடித்துக்கொண்டபோது அவனுடைய முகத்தில் அலுப்பை முறிக்கும் ரேகைகள் படர்வதாக லெட்சுமணன் கற்பனை செய்தான். அவனை முன்னே வரச்சொன்ன சங்கிலி அவனுடைய காதுமடலுக்கு அருகாகக் கையை நீட்டி தூரத்திற்குக் காட்டினான்.

“அந்தா... அந்த இடத்தில பார். அதில ஒரு குளமிருந்தது. இங்கையிருந்து பாத்தால், மரங்கள் அசையிற காத்தில தண்ணியில அலை மடியிறது தெரியும்...”

வெள்ளம் திட்டுக்களாகத் தேங்கி நிற்பதுபோல நீர்ப்பரப்புகள் தெரிந்தன. ஒன்று, இரண்டு, மூன்று... என்று எண்ணத் தொடங்கினான். முட்டையைப்போல கோரைக்கிழங்கைப்போல நீர் வடிவங்கள் இருண்டுகிடந்தன. அவற்றின் பின்னால் அடர்ந்திருந்த பருத்த, மெல்லிய மரங்கள் ஏமாற்றத்தில் உறைந்த யானைகளாகவும் மான்களாகவும் தோன்றின.

"கோடையைத் தாங்காமல் குளம் வத்தினாப் பிறகு ஆழமான இடங்களில இப்படித் தண்ணி தேங்கிநிக்கும். மோட்டைகளைத் தேடிப்போறமெண்டு சொன்னியே... நாங்கள் தேடி வந்தது போலத்தான் மான் மரை எருதுகளும் வரும். ஆத்தமுடியாத் தண்ணி விடாயில தாகம் தீக்க அவைக்கும் மோட்டைகளை விட்டால் வேற கதியில்லை."

"காத்துவளம் மோட்டையில இருந்து எங்கட பக்கம்தான் இருக்கு" என்றான் அத்தார்.

சங்கிலி பின்னால் திரும்பிப் பார்த்தான். ஒளியடைத்துப் பரண் கட்டுவதற்கு ஏற்ற கொடிமரங்களும் புதர்களும் கரும்பச்சை இலைகளோடு நிலத்தில் பரவிப் படர்ந்திருந்தன.

"ம்... இதைக் கேள். எப்பயும், ஒளியடைச்சுப் பரண் கட்டேக்கை, காத்துவளம் எதிரா இருக்க வேணும். எங்கடை உடம்பை அளைஞ்ச காத்து அங்கை போகக்கூடாது. மிருகங்களின்ரை உணர்ற திறம் லேசுப்பட்டதில்லை. காத்து எங்கடை மணத்தைக் காவிக்கொண்டுபோய் அதுகளின்ரை மூக்கில பூச எத்தினை பேர் வந்திருக்கினம் எந்த மூலையில பரண் போட்டிருக்கினமெண்டு அதுகளுக்கு நல்லா விளங்கிவிடும். அதுகள் மனிசர் மாதிரியில்லை. தான் மட்டும் போனாக் காணுமெண்டு யோசிக்கிறதில்லை. அவ்வளவும் அள்ளுண்டு போயிடும். பிறகு நாங்கள் பரணைக் கலைச்சிட்டு நாக்கைத் தொங்கப்போட்டுக்கொண்டு நடையைக் கட்டவேண்டியதுதான். ஓரிடத்தில அசுமாத்தம் கண்டுட்டால், நாலைஞ்சு கிழமைக்கு அதுக்கை வரமாட்டுதுகள். தண்ணியில்லாமல் செத்தாலும் கூட..."

லெட்சுமணன் ஒவ்வொரு சொற்களையும் அவை வெளியேறும் வேகத்திலேயே காட்சிகளாக்கிப் பார்த்தான். காடு ஒரு புதிதான அனுபவக் குவியலாக அவனை மூடியிருந்தது. பரவசமான உணர்வுகள் நீர்த்திரளாகி நாலாபக்கமும் அவனைச் சூழ்ந்திருந்தன.

தோள்களில் பட்டுத் தெறிக்கும் திவலைகளில் கற்பூரவள்ளியின் நெடி...

"நான் பரண் கட்டுறன். நீங்கள் தடயத்தைப் பாருங்கோ" என்றான் அத்தார். அவன் உண்ணியிலைகளை அரிந்துவிட்டு நீளக்கொடியை

விரல்களுக்கும் முழங்கைக்குமாகச் சுற்றினான். பத்துப் பன்னிரெண்டு அடுக்குகள் சேர்ந்தபோது முடிச்சிட்டுக் கழற்றிக் கீழே வீசினான்.

“ஏன், கயிறு கொணந்திருக்கலாமே” நடந்துகொண்டிருந்த போது லெட்சுமணன் கேட்டான். நீர்த்திட்டுகள் நெருங்கிக் கொண்டிருந்தன.

“இது இன்னொரு உலகம். இதுக்கையிருக்கிறது இன்னொரு வாழ்க்கை. அதை இந்தச் சூழலில வாழத் தெரியவேணும். மயில் குஞ்சண்ணர்தான் இப்ப இங்க மூத்த வேட்டைக்காரர். இந்தக் காடுதான் அவருக்கு வீடு உலகம் வாழ்க்கை எல்லாம். அவர் நித்திரை கொள்ளேக்க ஒரு இலையைக் கசக்கி மூக்கில வச்சால் முழிக்குமுன்னம் அது என்ன இலை எண்டு சொல்லிப்போடுவார்.

துவக்கெல்லாம் வரமுன்னம் என் முப்பாட்டனுக்குப் பாட்டன் என்ன செஞ்சிருப்பான் எண்டு நினைக்கிறாய்... அவன் இந்த காட்டுத் தடியால ஈட்டி செஞ்சு எறிஞ்சிருப்பான். கல்லைத்தான் தீட்டிக் கத்தியாக்கியிருப்பான். அவனுக்கும் முப்பாட்டன் நெருப்பைக்கூட அப்படித்தான் தேய்ச்சிருப்பான்...”

லெட்சுமணன் பிரமிப்போடு பார்த்தான். அனுபவங்கள் இந்த மனிதனின் காலடியில் சுருண்டு கிடக்கின்றன.

பாதங்களில் ஈரம் தொட்டபோது வெக்கை அழிவதைப்போல ஒரு சிலிர்ப்பு ஏற்பட்டது. குளிரான நீர் உடலின் இடுக்குகளிலிருந்தெல்லாம் சுரப்பதைப்போலான ஓர் அனுபவம்.

“கீழ கவனமாப் பாத்துநட. கால்தடங்களை அழிச்சிடாதை” என்றான் சங்கிலி. அவன் குந்தியிருந்த இடத்தில் ஏர்க் கலப்பையை நிலத்தில் குத்தியதுபோல கிளறுப்பட்டிருந்தது.

“இஞ்ச வா... இதுதான் பன்டியின்ரை கோரப்பல் அடையாளம்... இந்தப் பல் சாகும் வரைக்கும் வளந்துகொண்டே போகும்.”

லெட்சுமணன் குனிந்து பார்த்தான். ஆறிய உடற்புண்ணின் நிறத்தில் கறம்பிய கோரைக்கிழங்கு தெரிந்தது. விரல்களால் தடவிப்பார்த்தான். சொரசொரப்பான தோல்...

“மிச்சம் தின்ன இண்டைக்கு வருவார்” சங்கிலி மெதுவாக முணுமுணுத்தான். “அந்தா பார். கேட்டிக்கம்பு பதிச்ச தடமாத் தெரியிறதுதான் பன்டியின்ர கால் அடையாளம்.”

லெட்சுமணன் எட்டிப்பார்த்தான். முனை சீவப்பட்ட கேட்டிக் கம்பை, ஈர நிலத்தில் அழுத்தினால் உருவாகும் தடங்கள் முன்பின்னாக

மோட்டைகளைச் சுற்றவரவும் இருந்தன. அக்காலடித் தடங்களில் நீண்ட கோரப் பற்களோடு ஒரு கொழுத்த பன்றி நடந்து திரிவதாகக் கற்பனை செய்தான். திடீரென ஒன்று இரண்டு மூன்றென ஐந்தாறு பன்றிகள் அவனை ஒரு பொருட்டாயும் நினைக்காமல் நிலத்தை மணந்து திரிந்தன. அவன் குதூகலித்தான். "பன்னிக மட்டும்தான் வருமா?"

"இலுப்பைப் பூ, நெல்லுப்பயிர்க் காலத்திலதான் மான் மரையின்ர நடமாட்டமிருக்கும். பன்டி பொதுவா எக்காலமும் திரியிறதுதான்... அதுகளுக்கு அவ்வளவா உடம்பு வேர்க்கிறதில்லை. அதனால எப்பயும் உடம்பில தண்ணியோ சேறோ பூசிக் குளிர்ச்சியா வைச்சிருக்க வேணும். அதால வருங்கள்." "கூட்டமாத்தான் வருங்களா..."

"அப்படித்தான், மிருகக் கூட்டங்களை வழிநடத்துறது எப்பயுமே தாய் உயிர்தான். தாய்தான் எல்லாம். அப்படியும் சிலது தனிச்சு வரும்..."

தாய் என்று சங்கிலி அழுத்திச் சொல்லவும் தந்தையுடன் படுத்திருப்பதைப் போன்ற கனவுகள் முறியும்போது உருவாகும் ஏக்கமும் தனிமையும் அவனைச் சூழ்ந்தன. கண்ணில் நீர்த்துளி... திடீரென்று தாயின் நினைவு பெருகிற்று. அவளுக்காக ஒரு அழகான முகத்தைப் பொருத்திப் பார்க்கவேண்டும்போல அந்தக் கணத்தில் தோன்றிற்று. காட்டுக் கொடிகளைப்போல எண்ணங்கள் சிக்கியலைந்தன. எவ்வளவோ முயற்சித்தும் அக்காள் வல்லியாளின் முகம்தான் தெரிகிறது. நீர்த்துளி விழுந்து பன்றியின் காற்தடத்தில் சிதறியது.

அவர்கள் பரணுக்குத் திரும்பினார்கள். அத்தார் கொடி இலைகளை முறிக்காமல், வளைத்துச் சுருட்டி நான்கு பக்கத்திலும் மறைப்பு ஆக்கியிருந்தான். உள்ளேயிருந்து பார்த்தபோது இருள் இறங்கிக்கொண்டிருந்தது. குளிர் கால்களில் ஏற, லெட்சுமணன் குந்தியிருந்து கால்களைக் கட்டிக்கொண்டான். அவனுக்குள் பன்றிகளின் கோரப்பற்கள் மேலும் மேலும் வளர்ந்து யானையின் தந்தம் அளவில் நின்றன. திடீரென்று இராட்சதத் தவளைகளைப் போல அவனில் பாய்ந்தன. அவனுடைய மார்புக் காம்புகளின் நடுவில் பன்றியின் கோரப்பல் செருகுவதற்கு முந்தைய நொடியில் கண்களை இறுக்க மூடி கற்பனையைத் துண்டித்தான். வானம் இன்னமும் ஒளியிழக்கவில்லை.

அத்தார் மின்விளக்கின் கண்ணாடியை உள்ளங்கையால் பொத்தியவாறு இயக்கினான். விரல்களின் புறத்தோல் தணலைப் போல சிவந்து ஒளிர்ந்தது. திருப்தியோடு அணைத்தான். "யாழ்ப்பாணத்தில இண்டைக்கு என்ன பாடோ... எப்பிடியும் ஊருக்குள்ள ஆமி புகுந்து சுட்டுத் தள்ளுவாங்கள்" என்றபோது பதின் மூன்று ஆமிக்காரர்களைச் சுட்டுவிட்டார்கள் என்றபோதிருந்த துடிப்பில்லை.

“அதனாலதான் கேக்கிறன், இதெல்லாம் ஏனெண்டு?” எஸ் எம் ஜி தோட்டாக்களைத் துவக்குக்குள் திணித்தபடி சங்கிலி நிதானமாகக் கேட்டான். “எல்லாப் பழியும் சனங்களிலதான் திரும்புமெண்டால், சனங்களின்ர பெயரால பிறகெதுக்கு இந்த ரத்தம்?”

அத்தார் சங்கிலியை ஊடுருவிப் பார்த்தான். “இப்பவரை எல்லாமே அமைதியாயிருக்கிற மாதிரியும், அதைக் கெடுக்கிறமாதிரி இது நடந்ததெண்டும் நீங்கள் நினைக்கிறியள் போல... தனிக்கல்லடிக்கு ஆமிக்காரன் துவக்கோடை வரேல்லை எண்டதுக்காக இந்தத் தீவில எல்லாம் சரியாத்தான் போய்க்கொண்டிருக்கு எண்டு அர்த்தமில்லை. அங்காலை ஒதியமலை தாண்டினால் நிலவரம் வேறை... போன மாதம் திருகோணமலையில பத்தொம்பது தமிழாக்களை வெட்டிப் போட்டிருக்கிறாங்கள்.”

“துவக்கைத் தூக்கிக்கொண்டு ஆருமே இங்கை... காட்டுக்கை வரவேண்டாம்” உரையாடலை வளர்க்க விரும்பாத தொனியில் சங்கிலி சலித்துக்கொண்டு சொன்னான்.

“தம்பி திருநவேலியிலதான் கல்யாணம் முடிச்சவன், அவன்ர மனிசி வீட்டுக்காரரும் அந்தப் பக்கத்திலதான் இருக்கினம்” அத்தார் திரும்பவும் ஆரம்பித்தான்.

“தம்பிட மனிசி வீட்டுக்காரருக்காகக் கவலைப்படுற உனக்கு உன்ர மனிசி வீட்டுக்காரருக்காகக் கவலைப்பட மனது கொள்ளுதில்லை என்ன” என்று சங்கிலி கேலியாகக் கேட்டான். லெட்சுமணனுக்கு ஏனோ அப்பொழுது குறுகுறுப்பாயிருந்தது. அவன் அத்தாருடைய வீட்டில் தங்கத் தொடங்கி இருபது நாட்கள் கடந்திருந்தன. அவர்கள் யாழ்ப்பாணத்தைச் சேர்ந்தவர்கள் என்பதைத் தவிர்த்து வேறெதையும் அவன் அறிந்திருக்கவில்லை. சந்திராவின் குடும்பத்தைப் பற்றி ஏதேனும் பேச்சுவந்தால் அத்தார் உதடுகளைச் சுழித்துக் கேலி பொங்கச் சீண்டுவதைக் கண்டிருக்கிறான். சந்திரா பொய்க்கோபம் காட்டுவாள். காய்கறி நறுக்கும் சமயங்களென்றால் நாக்கை மடித்துக் கத்தியை உயர்த்துவாள்.

“அப்பன்தான் வெட்டுவன் எண்டான். மகளும் வெட்டுவாளாம்” அத்தார் ஓர் அப்பாவியைப்போல பாவனை காட்டுவான்.

சந்திராவின் குடும்பத்திற்கும் அத்தாருக்குமிடையில் ஏதோ ஒரு தீராப்பகையொன்று இருக்கலாமென்று லெட்சுமணன் நம்பினான்.

“மனிசி வீட்டுக்காரருக்கு என்ன... அவை தள்ளித்தானே இருக்கினம். அப்பிடியே ஆமி வந்தாலுமென்ன, புண்ணியத்தார் கத்தியைத் தூக்கிக்

காட்டமாட்டாரே... எனக்குக் காட்டியது மாதிரி..." சற்று இடைவெளி விட்ட அத்தார், "ஓங்கின கொடுவாக் கத்தியோடை வேலிச் செத்தையை வெட்டிச் சாய்ச்சு எங்கட வளவுக்கு உள்ள வந்த புண்ணியத்தார் என்ரை மகளின்ரையும் உன்ரை குடும்பத்தின்ரையும் தலையைச் சீவி எறிஞ்சுபோட்டு மறியலுக்குப் போவன் எண்டு சொல்லேக்க என்ரை அய்யா உடம்பு நடுங்க அவரைப் பாத்துக் கையெடுத்துக் கும்பிட்டது என்ர கண்ணுக்குள்ளயே நிக்குது" என்றபோது உணர்ச்சிவயப் பட்டிருந்தான்.

"நான் அய்யாவின்ரை கையை கீழ இழுத்து இப்ப என்னத்துக்கு நடுங்கி ஒடுங்கிறியள் எண்டு உறுக்கிக் கேட்டன். பிறகு புண்ணியத்தாரைப் பார்த்து உங்களால மறியல்லை எல்லாம் இருக்க முடியாது; அதுக்கெல்லாம் பழக்கப்படாத உடம்பு உது; ஆனால் என்ர உடம்பு எவ்வளவு நாளுக்கும்... சாகும் வரைக்கும்... மறியல்ல இருக்கும் எண்டு நெஞ்சிலை அறைஞ்சு கத்தினேன். புண்ணியத்தாருக்கு என்ன கதைக்கிறதெண்டு தெரியேல்லை... அம்பட்டனுக்கு வெள்ளாளப் பெட்டை கேக்குதோ... எனக்குத் தலையைச் சிரைச்சவன் சம்பந்தியெண்டு நினைக்கவே என்ர உடம்பெல்லாம் மிளகாய்த் தூளைக் கொட்டினத மாதிரிப் பத்தி எரியுது, அப்படியொரு வேளை வருமெண்டால் என்ரை கழுத்தை நானே அறுத்துச் சாவன் எண்டு குழறினார். எனக்குச் சிரிப்புத்தான் வந்திது. அதுவும் உங்களால ஏலாது. அந்த நம்பிக்கையிலதான் சந்திராவைக் கட்டப் போறன் எண்டு நிதானமாச் சொன்னன்... சந்திரா அப்ப ரீச்சரா இருந்தவள். நானிருந்த கொமியூனிஸ்ற் கட்சியால நடந்த கூட்டம் அது இதுவெண்டு ஏற்பட்ட பழக்கம்... எப்பிடிக் காதலாச்செண்டு தெரியேல்ல... நினைக்கச் சிரிப்பாயுமிருக்கும். என்ன தோழர் வர்க்கம் வர்க்கமெண்டுட்டு முதலாளியின்ர மகளைக் கல்யாணம் கட்ட நிக்கிறியளெண்டு சிநேகிதங்கள் சிரிச்சாங்கள்... சிலர் கோபப்பட்டு என்னோட கதைக்காமலும் விட்டாங்கள்...

"புண்ணியத்தார் வந்துபோன ஐஞ்சாம் நாள் பள்ளிக்கூடம் முடிய, சந்திரா நேரை என்ர வீட்டுக்கு வந்திட்டாள். அய்யா கை நடுங்க அவளைப் பாத்துக் கும்பிட்டார். பதறி கையைப் பிடிச்சு பணியவிட்டாள். இரவோட இரவா வெளிக்கிட்டு விசுவமடுவில கொஞ்சக்காலம் இருந்தம். தனிக்கல்லடியில காடு கிடைச்சு வெட்டிக் கமம் செய்யத் தொடங்கினபிறகு அய்யாவைக் கூட்டியந்தம். அவருக்குச் சாகிற வயசில்லைதான். எண்டாலும் நிறைவாத்தான் செத்தார். படுக்கையில கிடைக்கேக்க ஒருநாள் சொன்னார். என்னை இந்த மண்ணிலயே எரிச்சுப்போடு, அங்கை கொண்டுபோகாதை, இல்லாதவனுக்கு அந்த மண் தோதில்லை எண்டு. அப்படித்தான் செய்தம். ஆறு வருசமாச்சுது..."

மூவரின் முகங்களுக்கிடையிலும் இருள் அழுத்தமாகப் பரவியிருந்தது. ஆளை ஆள் தெரியவில்லை. வேலியைப் பிரித்துக் கத்தியை ஓங்கிக்கொண்டு புண்ணியம் உள்ளே நுழைவதுவரை லெட்சுமணன் சுவாரசியமாகக் கேட்டுக்கொண்டிருந்தான். பிறகு நினைவுகள் தாவிவிட்டன. 'இருட்டில இப்புடியே இருக்கிறது தானா... எப்ப வேட்ட நடக்கும்...' என்று கேட்க நினைத்துவிட்டு நிறுத்தினான். "வேட்டையெண்டுறது ஒரு தவம், தவம் எண்டிறதே காத்திருக்கிறதுதானே..." என்று மத்தியானம் சங்கிலி சொன்னது ஞாபகம் வந்தது.

"இருட்டில எப்பிடி பன்றி வர்றது தெரியும்..." லெட்சுமணன் சங்கிலியிருந்த திசையைப் பார்த்துக் கேட்டான்.

"அசுமாத்தமும் உள்ளுணர்வும் ஒண்டாக் கிளம்பேக்கை அது தெரியும். அப்ப நடுக்கமில்லாமல் நடுநெத்தியில வெளிச்சத்தை பாய்ச்ச வேணும். வெளிச்சக் கூச்சத்தில அது அசையாமல் நிக்கும். அதின்ர கண்ணைப் பாத்து அது என்னதெண்டு உண்மையான வேட்டைக்காரன் சொல்லுவான்... வெளிச்சத்தில பன்டியின் கண் நெருப்புத் தணல் மாதிரி சுடரும். மானுக்குப் பச்சைநிறத்தில ஒளிர்ற கண்..."

"அப்ப சிறுத்தைக்கு..."

"சிறுத்தையின்ர ரெண்டு கண்ணிலயும் தீப்பந்தம் எரியும்" என்றான் அத்தார். அப்பொழுது அவனுடைய கண்களிலும் வெளிச்சத்தைப் பாய்ச்சியிருந்தால், அங்கேயும் இரண்டு தீப்பந்தங்கள் ஒளிர்ந்து கொண்டிருக்குமென்று சங்கிலிக்கு ஏனோ தோன்றியது.

அன்றைக்கு நள்ளிரவு தாண்டியிருந்தது. சொரசொரத்த ஒரு மரத்தில் சாய்ந்து தூங்கிவழிந்த லெட்சுமணன் அடிவயிற்றில் உந்தவும் அப்பொழுதுதான் விழித்து விட்டிருந்தான். காடு வேட்டை பன்றி சிறுத்தை துவக்கு எல்லாவற்றையும் மறந்து மனது அடிவயிற்றிலேயே ஒருங்குவிந்து நின்றது. "ஒண்ணுக்கு வருது" என்று அத்தாரிடம் குசுகுசுத்தான்.

"சருகுகளை வழிச்சுப்போட்டு அதில குந்தி இருந்து பெய்" என்றான் அத்தார். காற்சட்டை ஊசியைக் கழற்றித் திரும்பி உட்கார்ந்தான். அந்தரமாயிருந்தது. தலையை நிமிர்த்தினான். நட்சத்திரங்களைக் காணாதபோது தந்தையின் நினைவு எழுந்தது. அடுத்த நொடியில் பிரகாசமான ஒரு வெளிச்சத்தில் அது கலைந்தது.

தலைக்குப் பின்னால் திடீரென்று ஒளி பரவியதும், கணத்தில் துப்பாக்கி வெடித்ததும் ஒன்றன்பின் ஒன்றாக நடந்து முடிந்து விட்டன. தணலாகச் சுடரும் பன்றியின் கண்களைக் காண முடியாதது ஏமாற்றமாயிருந்தது. வெடிபட்டதும் அதனுடைய கண்கள் நீர் தெளித்த கரிக்கட்டையைப் போல அடங்கியிருக்கு மென்று குந்தியிருந்தபடியே யோசித்தான். ரோர்ச் லைற்றின் ஒளி பன்றியைத் தொட்டிருக்க முன்னரே துப்பாக்கி வெடித்ததைப் போலவும் ஒரு கற்பனை.

பன்றியின் முன்னங்காற் சள்ளையில் வெடி பட்டிருந்தது. "இந்தப் பக்கத்திலதான் இதயமிருக்கு. இதிலயில்லாட்டி கழுத்தான் குத்தியில் விழவேணும்" என்றான் சங்கிலி.

"வேற பக்கத்தில வெடி பட்டா ஓடிடுமா?"

"ஓடும்தான். ஆனால் விடியிறதுக்கிடையில ரத்தம் வத்திச் செத்துப் போயிடும். காலையில ரத்தத் தடம் பாத்துப் போய் எடுக்கவேணும்."

"வேற ஆளுங்க தூக்கிட்டுப் போகமாட்டாங்களா?"

சங்கிலி பலமாகச் சிரித்தான். "அடுத்தவன் வைச்ச வெடியெண்டால் இன்னொருத்தன் தொடமாட்டான். அதிலயொரு தர்மமும் ஒழுக்கமும் இருக்கு. எங்களுக்குரியதை இன்னமும் காணேல்ல எண்டு நினைக்கிற பக்குவம் அது."

லெட்சுமணன் ஆச்சரியமாகக் கேட்டுக்கொண்டிருந்தான்.

“மான் கூட்டம் வரேக்கை பாக்கக் கண்கொள்ளாது. அவை கவனக்குறைவாத்தான் நிப்பினம். வெடி வைக்கிறதும் வலு சுளு. ஆனா நமக்கு மனசு வராது. கலையும் பெட்டையும் மூஞ்சையை மூஞ்சையை முட்டிக்கொண்டு செய்யிற சேட்டையளைப் பாத்தால் வடிவான குடும்பத்தை அழிக்கப்போறமோ எண்ட நினைப்பே துவக்கின்ரை வில்லைக் கட்டிப்போடும்.” சங்கிலியின் குரல் மென்மையான தொனி பெற்றிருந்தது. உடலின் மொழியும் சடுதியாக அப்படி மாறிக்கொண்டது.

காடு விடிந்தது. விவரிக்க இயலாத உள்ளக் கிளர்ச்சியையும் பரவசத்தையும் லெட்சுமணன் அனுபவித்தான். முகம் மலர்ந்து கைகளை முன்னால் நீட்டிக் குளிர் முறித்தான். ஆதி முதல் நாளின் விடியல் இப்படித்தான் நிகழ்ந்திருக்குமென்று தோன்றியது.

பன்றியின் கால்களைத் தெகிழங்கொடிகளால் முடிச்சிட்டு இடையில் கட்டையொன்றைச் செருகி அத்தாரும் சங்கிலியும் சுமந்து நடந்தார்கள். பின்னங் காற்தொடைகள் திரண்டு புடைத்திருந்தன. உடலுக்குப் பொருந்தாமல் தலை ஒரு குதிரையின் முகம்போல நிலத்தை நோக்கித் தொங்கியது. கழுத்தின் கீழான உரோமங்கள் ரத்தத்தில் தோய்ந்து கற்றைகளாகக் காய்ந்திருந்தன. லெட்சுமணன் கோரப்பற்களைக் கண்டான். ‘இனிமே இந்தப் பல்லு வளராது.’

வறண்ட மரக்கோதுகளில் மூட்டிய நெருப்பு பரவி எரிய பன்றியை அதில் கிடையாக வளர்த்தினார்கள். உரோமங்கள் புசுபுசுவெனக் கருகிய வாசனையில் மூக்கு சுழித்தது. அத்தார் கிடையை மாற்றி வாட்டினான். ஐந்தாறு எரிகொள்ளிகளை வெளியே இழுத்தான். தீயின் நாக்குகள் மெல்ல அடங்கின. பின்னரும் வெம்மை ஒரு நீள்கோளம்போலத் திரண்டிருந்தது. அனலின் வீச்சு.

பன்றியை நிமிர்த்தினார்கள். கால்களில் முடிச்சிட்ட கொடிகளை வெட்டி அகற்றினான் லெட்சுமணன். அதன் பின்னங்கால்களை விரித்து தோளில் சாய்த்த சங்கிலி வில்லுக் கத்தியின் கூர்முனையைப் பெருவிரலினால் ஒருமுறை தடவிப் பார்த்துவிட்டு சதக் என்று கழுத்தின் கீழே குத்தி வயிற்றைக் கிழித்து இழுத்தான்.

தோற் பையின் வாயைப் போல வயிறு பிரிந்தது. ரத்தச் சகதிக்குள் வழுவழுத்த பாம்புகள் போல் கிடந்த குடலை வெளியில் இழுத்தான். மணிக்கட்டில் கருஞ்சிவப்பு இரத்தம் வழிந்தது.

சங்கிலி பன்றியின் இதயத்தை உள்ளும் புறமுமாய்ச் சுற்றிய நரம்புக் கொடிகளை நறுக்கி விலக்கினான். கத்தியால் கீறி குருதியைப் பிதுக்கி இலையில் ஏந்தினான். துப்பாக்கி, வில்லுக் கத்தி, கொம்புக் கத்தி, கோடாலி ஆகியவற்றைக் கிழக்குப் பார்த்துப் பரப்பினான்.

கைகளைத் தலைக்குமேலே கூப்பி "காடனே!" என்றான். விரல் இடுக்குகளிலிருந்து கோடுகளாக வழிந்த இரத்தம் முழங்கையில் சொட்டியது. கண்களை மூடிக்கொண்டான். கண்மணிகள் அசைவின்றி ஆழத்தில் எங்கோ புதைந்து போயின. நெஞ்சு விம்மித் தணிந்தது.

அத்தார் இம்மாதிரிச் சடங்குகளில் நாட்டமில்லாதவனாகக் கைகளைக் குறுக்கே கட்டிக்கொண்டு அலட்சியமாக நின்றான். கொட்டாவி வர உதட்டைச் சுழித்துச் சலித்தான்.

கையில் தீர்த்தம்போலத் தேக்கிய இரத்தத்தை ஆட்காட்டி விரலில் தொட்டு நான்கு திசைகளிலும் தெளித்த சங்கிலி திருப்தியோடு பன்றிக்கு அருகில் போனான். தொதல் கட்டியைப்போலிருந்த பன்றியின் ஈரலில் அளவான உப்பைத் தடவி தணலில் சுட்டார்கள்.

மேற்பாகம் லேசாகக் கருகிய பருவத்தில் சங்கிலி தணலுக்குள் கைவிட்டுத் தூக்கிப் பிய்த்து மென்றான். அத்தாரும் நுள்ளிக் கொண்டான்.

"புலவுக்காரனுக்கு எத்தினை அழிவைச் செய்திருக்கும் இந்தப் பன்டி... அதின்ரை ஈரலைச் சுட்டுத் திண்டால்தான் மனம் ஆறும்" சங்கிலி சிரித்துக்கொண்டு சொன்னபோது அத்தார் அதற்காகவே காத்திருந்தவன் போல "ஓம், அழிவைக் கண்டது, காலம் பாத்து ஆறித்தானே தீரும்" என்றான்.

"கறியில ஈரல் கலந்தால் ருசி கெட்டுப்போடும். இப்பிடியே சுட்டுத் திண்டு பழகிட்டுது. இதைக் கவனமாக் கேள். வயித்தைக் கிழிக்கேக்க மூத்திரப்பையில கத்தி படக்கூடாது. பட்டிச்சோ இறைச்சியில கெட்ட நாத்தம் வரும்" சங்கிலி மூத்திரப்பை என்றபோது லெட்சுமணனுக்கு அவமானத்தால் சுருங்குவது போலிருந்தது. தலையைக் குனிந்துகொண்டான்.

சங்கிலி வயிற்றில் கொளகொளத்த குருதியை வாரியள்ளி பன்றியில் பூசிவிட்டு உரோமத்தை கத்தியால் சுரண்டத்தொடங்கினான். "நான் பூசின மாதிரி இரத்தத்தை அள்ளிப் பூசு."

லெட்சுமணன் குருதியை அள்ளியபோது வெடுக்கென்று கைகள் நடுங்கின. இரத்தம் தளும்பிச் சிந்தியது. சங்கிலி மும்மரமாக வாரினான். பன்றி வெள்ளை நிற இளங் கன்றைப்போல் உருமாறிக்

கொண்டிருந்தது. தலையை வேறாக்கினான். முண்டம் லெட்சுமணனைக் கலவரப்படுத்திற்று. அதுவரை அவனை ஆட்கொண்ட உற்சாகம் சடுதியில் காலடியில் வழிந்து தகித்த நிலத்தில் ஆவியாகிப் போனது.

குளத்திற்குச் சென்ற சிற்றாறுக்கு அருகாக நடந்து, காட்டுக் கரைத் தெருவில் ஏறினார்கள். மனிதர்களின் இயல்பான நடமாட்டம் ஓரளவிற்கு ஆசுவாசத்தை அளித்தாலும் அசம்பாவிதம் ஒன்றைப் பற்றிய உள்ளுணர்வு அலறிக்கொண்டேயிருந்தது. அத்தார் வழியில் கண்டவரிடத்தில் யாழ்ப்பாண நிலவரங்களைக் கேட்கலாமென்றும் அவர்களுக்குத் தெரிந்திருக்காதென்றும் இரண்டுமாக நினைத்துக்கொண்டான்.

எதிரே நடந்து வந்துகொண்டிருந்த வெள்ளையக்கா மெலிதான புன்னகையுடனும் தலையசைப்புடனும் அவர்களைக் கடந்துபோனாள். அத்தார் சங்கிலியைத் திரும்பிப் பார்த்தான். அவன் காடுகளால் சூழப்பட்ட மிகச் சிறிய உலகமொன்றின் ராசாவைப் போல அதற்கு வெளியே நிலங்களே இல்லையென்ற அலட்சியத்துடன் நடந்துகொண்டிருந்தான். விரித்து நீவிய தலைமயிர் தோள்பட்டையில் தொட்டுச் சிலிப்பி நின்றது. யாழ்ப்பாணத்துச் சம்பவத்தை அவன் மறந்துவிட்டிருக்கவும் கூடும். அத்தார் லெட்சுமணனை நோக்கினான். திடீரென்று முளைத்த கனவொன்றுக்குள் மூழ்க்கிப் போனவன் போல அவனுடைய கண்கள் விரிந்து கிடந்தன.

தகரத்தாலான கேற்றிலிருந்து வளவுக்குள் நீண்ட பாதையின் முடிவில் அத்தாரின் ஓட்டு வீடிருந்தது. வளவில் அடர்த்தியாக வளர்ந்திருந்த தோடையும் எலுமிச்சையும் கேற்றிலிருந்து பார்த்தபோது வீட்டை மறைத்திருந்தன. முற்றத்தில் விளக்குமாற்றின் ஈர்க்குத் தடங்கள் ஒரு கோல உருவில் அழியாதிருந்தன. ஆங்காங்கே வாடிய கோழி இறகுகளைப் போல ஒன்றிரண்டு புதிய சருகுகள்...

வெயிலின் நகம் உடலைக் கிள்ளத்தொடங்கியிருந்தது. லெட்சுமணன் திண்ணையில் உட்கார்ந்து முதுகைச் சுவருக்குச் சரித்திருந்தான்.

இருட்டில் பாய்ந்த மின்விளக்கின் தூய ஒளியும், பிசகாமல் பன்றியின் நடுநெற்றியில் தைத்திருக்குமென்று நம்பிய துவக்குக் குண்டின் ஓசையும் அழுத்தமான காட்சிகளாக இன்னமும் கிளர்ந்தவண்ணமிருந்தன. துப்பாக்கியிலிருந்து கசிந்த மூக்கை அரிக்கும் அந்த வாசனையை எட்டு நாட்களுக்குப் பிறகும், ஒரு புகைத் திரளாக அருகிலேயே உணர்ந்தான். ஒரு சாம்பிராணிக் குச்சியின் புகையைப்போல அது வளைந்து நெளிந்து உலாவியது.

யாழ்ப்பாணத்திலிருந்து சந்திராவின் அம்மா இராசமணியும் தம்பி பொன்னம்பலமும் தனிக்கல்லடிக்கு வந்திருந்தார்கள். முன்னரென்றால் அங்கு அதிகாலையில் புறப்பட்டால் காலையில் எட்டு மணிக்கெல்லாம் வந்துவிட முடியும். இன்றைக்குப் பன்னிரெண்டு ஆயிற்று. "வழியியெல்லாம் செங்கிங்குகள்..." என்றாள் இராசமணி. கலவரச் செய்திகளில் இருண்டுபோயிருந்த சந்திராவின் முகம் அவர்களைக் கண்டபிறகுதான் பிரகாசித்தது.

கலவர நாட்களில் யாழ்ப்பாணத்தில் ஆமிக்காரர்கள் ஆடிய வெறியாட்டம் அடுத்த நாளிற்தான் தனிக்கல்லடியைச் சென்றுசேரும். சந்திரா நெஞ்சுத்தண்ணீர் வற்றிப்போக நாட்டில் உள்ள தெய்வங்களை வேண்டியபடி பரிதவித்துக்கொண்டிருப்பாள்.

அத்தார் அமைதியிழந்த ஒரு மிருகமாகத்தான் அலைந்தான். வெலிக்கடைச் சிறையில் குட்டிமணியின் கண்களைத் தோண்டியெடுத்துக் காலில் போட்டு மிதித்தார்கள் என்று கேள்விப்பட்ட இரவு அவனால் தூங்க முடியவில்லை. குலைப்பன் காய்ச்சல் பீடித்தவன் போல உடல் வெடவெடத்து நடுங்கியது. லெட்சுமணன் நள்ளிராவில் விழித்து

வேலிக்கரையில் ஒதுங்கிய போதெல்லாம் அத்தார் கொட்டக் கொட்ட விழித்திருந்ததைக் கண்டான். காலையில் அவனுடைய காலடியின் கீழே எரிந்து தீர்ந்த பீடிக்கட்டைகள் குவிந்து கிடந்தன.

அவனுடைய கோபத்தைச் சிங்கமலையிடம்தான் பகிர முடிந்தது. வல்லியாளும் கணபதியும் தனிக்கல்லடியிலேயே தங்கிவிட்டிருந்தார்கள். கணபதிக்குத் திரும்பிச் செல்லும் எண்ணமிருக்கவில்லை போலும். ஏதாவது வேலை தேடத் தொடங்கியிருந்தான். அவர்களுக்கு நிலமேதாவது கிடைக்குமா என்று விசாரிப்பதற்காக சிங்கமலை அத்தாரைச் சந்தித்தான்.

"இப்போதைக்கு கணபதி கொஞ்சக் காலத்துக்குச் சித்திக்காரியிட்டை இருக்கட்டும். காடு வெட்டிறது பிரச்சனை இல்லை. காட்டுக்கரைப் பக்கமா மந்துக்காடுகள் நல்ல பசளை நிலத்தோட கிடக்கு. பெர்மிட்தான் கஸ்ரம். பால் காய்ச்சி நாரி நிமிர எழும்பெண்டு வந்து நிப்பாங்கள். எதுக்கும் நான் விதானையை ஒருக்கா விசாரிக்கிறன்."

"பார்த்துச் செய்யுங்க, மருமவன் ரொம்பப் பயப்படுறான். இப்பிடித்தான் ஒரு கலவரத்தில அவனோட அப்பாவைக் கண்ணுக்கு முன்னால கொன்னாங்களில்லயா..."

"செத்தவங்கடை கணக்குக்கூடத் தெரியேல்லை சிங்கமலை. நானூறு எண்டிறாங்கள். நாலாயிரம் எண்டிறாங்கள்... பொலிசும் ஆமியும் கைகட்டி நிண்டு பாக்குது. சிங்களச் சனத்தின்ரை கோபத்தை புரிஞ்சு கொள்ளுறன் எண்டு ஜெயவர்த்தனா சொல்லுறார்." அத்தார் ஏதோ நினைவில் அமைதியானான். பிறகு தீர்க்கமாகச் சொன்னான் "தமிழ்ச் சனத்தின்ரை கோபத்தைப் புரிஞ்சு கொள்ளுற காலமொண்டு வரும் சிங்கமலை."

"புரியுது. நாங்க ஏற்கனவே பட்டு நொந்தவங்க... எங்களுக்குப் போக்கிடம் வேற இல்லயே... இந்தியா எல்லாரையும் கப்பல்ல ஏத்தி யாப்பாணத்துக்கு அனுப்பியிருக்காம். நம்ம சாதிசனத்தை எங்க அனுப்ப..." இந்தியா என்றபோது சிங்கமலையின் விழிகள் ஒளி உமிழ்ந்ததை அத்தார் கண்டான்.

"விடுங்க... கோபப்பட்டு என்ன பண்ணுறது... மழை காத்து புயல் வெயில் மாதிரி பருவத்துக்கு பருவம் அவன் அடிச்சுக் கொல்லுறான். நாம ஓடிவர்றதும், மறுபடியும் முதல்ல இருந்து ஆரம்பிக்கிறதுமா இருக்கோம். ஏழைங்க, பொழப்பப் பாக்கணுமே. எதித்து நிக்கவா முடியும்..." இயலாமையோடும் அப்பாவித்தனத்தோடும் சிங்கமலை சொன்னான். "என்னவோ... என் முனியாண்டி சாமி புண்ணியத்தில எம்

புள்ளகள இங்கின கொண்டாந்துட்டேன். இல்லைன்னா மறுபடியும் ஒரு நரகத்துல ராவெல்லாம் நான் தெச தெரியாம அலைஞ்சிட்டிருப்பேன்."

கேற்றடியில் கார் சத்தம் கேட்டபோதே, நிலைமைகள் ஓரளவுக்குச் சரியாகிவிட்டன என்று அத்தார் நினைத்துக் கொண்டான். படபடப்போடு ஓடிவரும் இராசமணிக்கு மெதுவாகத் தலை அசைத்துவிட்டு லெட்சுமணனையும் அழைத்துக்கொண்டு வெளியேறினான். சந்திராவின் தம்பி பொன்னம்பலத்தின் முகத்தில் புதிதாக மீசை அரும்பியிருந்தது. நான்கு வருடங்களுக்கு முன்னர் கண்டபோது அவனுக்குப் பதினொன்றோ பன்னிரெண்டோ வயது. திருவிழாவில் காணாமற்போன குழந்தையைப்போல மலங்க மலங்க முழித்துக்கொண்டு நின்றான். இன்று முறுக்கான தோற்றப் பொலிவு.

அத்தார் நேராக மயில்குஞ்சனிடம் போனான். அவன் ஒளி நுழையாத காடுகளின் இரகசியங்களையும் வழி தவறிய கானகத்திலிருந்து மீளும் வழிச் சூத்திரங்களையும் விரல்நுனியில் கொண்டிருப்பவன். அறுபதைத் தொடுகின்ற தனிக் கிழவன். இரண்டு பெண் பிள்ளைகளும் கல்யாணம் கட்டிப் போய்விட்டார்கள். காட்டுக் கரைத் தெருவில் இறங்கினானென்றால் இலங்கைத் தீவின் பிருட்டப் பக்கம் கதிர்காமத்தில் மேலேறுவானாம் என்று ஊருக்குள் சொல்வார்கள். அது நெடுங்காலப் பயிற்சியால் வந்தது என்றால் லேசில் ஒத்துக்கொள்ள மாட்டான். "பழகின காட்டுக்குத்தான்ரா பயிற்சி. இது அதுக்கும் மேல... ஒரு உணர்வு. காளித்தாயிட கொடை. ஒரு பொம்பிளைக் குரல் நெஞ்சுக்குள்ள நிண்டு மயில்குஞ்சு இப்படிப் போ, அப்படித் திரும்பு எண்டு சொல்லிக்கொண்டிருக்கும். நான் அந்தத் தடத்தில நடந்துகொண்டிருப்பன்" என்று சொல்வான்.

மயில்குஞ்சன்தான் ஒருமுறை "பெடியங்கள் காடுகளுக்குள்ள பண்ணைகள் போட்டிருக்கிறாங்கள். எல்லாம் இளவயதுப் பெடியங்கள். பயிற்சியள் நடக்கிறதைப் பாக்கக் கண் குளிருதுடா" என்று அத்தாரிடம் சொன்னவன். அத்தார் இலேசான பொறாமையோடு அவனைப் பார்த்தான். காதருகில் குனிந்து மெதுவாக "எந்த இயக்கம் என்று தெரியுமே" என்று கேட்டான்.

மயில்குஞ்சன் அப்பாவித்தனமாகக் கண்களை இடுக்கினான் "தெரியேல்லையே..."

மயில்குஞ்சனிடம் எப்பொழுது போனாலும் ஏதாவது இறைச்சியிருக்கும். பச்சை ஓலையைப் பின்னி அதற்குள் தளும்பத் தளும்பப் பங்குகளாகக் கட்டிவைத்திருப்பான். மரை வற்றல்கள் பூச்சரம்போல முற்றத்துக்

கொடியில் காய்ந்துகொண்டிருக்கும். அத்தார் நான்கு றாத்தல் மரை இறைச்சியை வாங்கி லெட்சுமணனிடம் கொடுத்தனுப்பினான்.

“நான் பின்னேரம் வாறனாம் எண்டு சந்திராட்டைச் சொல்லு.”

நீவியெடுத்த இறைச்சியை அகலமான மரக்குத்தியில் வைத்து விரல் அளவில் குறுக்காகச் சீவினாள் சந்திரா. லெட்சுமணன் மரக்குற்றியை இறுக்கிப் பிடித்திருந்தான். பொன்னம்பலம் மரநிழலில் உட்கார்ந்து அவர்களை விடுப்புப் பார்த்துக்கொண்டிருந்தான்.

இறைச்சிக் கீறுகளின் முடிவிடங்களைத் துண்டிக்காமல், பூச்சரம் போலக் கொடியாக்கி நெருப்பின் புகை மெல்லிய தோலைப்போலப் படரும் வரைக்கும் வாட்டியெடுத்தாள். கீலங்களில் ஈர்க்கு நுழைத்து முறுகலான வெயில்படும் இடத்தில் தொங்கவிட்டாள்.

யாழ்ப்பாணத்திலிருந்து இராசமணியும் பொன்னம்பலமும் வந்த நொடியிலிருந்து தான் அந்நியப்பட்டுப் போய்விட்டதாக லெட்சுமணனின் மனம் உளைந்துகொண்டிருந்தது. பொன்னம்பலத்தின் தோற்றமும் அவனுடைய உடைகளும் அவனுக்குள் ஒருவிதத் தாழ்வுணர்ச்சியை ஏற்படுத்தின. கழுகின் சிறகுபோலிருந்த ஆளுமை சட்டென்று குறுக்கித் தலையை உள்ளிழுத்தது போன்ற உணர்வு. பொன்னம்பலத்தைக் கடைக்கண்ணால் பார்ப்பதும் பிறகு தவிர்ப்பதுமாயிருந்தான். சூரியன் மேலேறி வேப்பமரத்தின் நிழலை நகர்த்திய போதெல்லாம் பொன்னம்பலம் இடம் மாறிக் கொண்டிருந்தான். அவனைக் காணக் காண யாழ்ப்பாணத்தின் நினைவு... ‘பச்சைப் பசுங்குன்றுகள், இளங்குருத்துச் சோலைகளில் நீல நிறப்பூக்கள், குளிரைக் கீழிறக்கிப் பரவுகிறதும் தணிந்த நிலவைப்போலவே சூரியன் அசைகிறதுமான வெளிர்நீல வானம்... மென்மையான குரல்களையுடைய மனிதர்கள்...’

தாழ்வுணர்ச்சி இலேசான பொறாமைத் துளிராகி விட்டிருந்தது. அதனைக் கிள்ளியெறிய எத்தனித்தான். ‘தனிக்கல்லடிக்கும்தான் என்ன கொறைச்சல். பச்சைக்காடு, குளிரான காலை, கீச்சிட்டுக்கிட்டே பறக்கிற பறவைகள், முகத்தையும் முகத்தையும் உரசுற மான்கள், அல்லி பூக்கிற குளம், சளசளங்கிற ஓடை, வெள்ளையக்கா...’

ஓடை எப்பொழுதும் வெள்ளையக்காவை ஞாபகப்படுத்துகிறது. லெட்சுமணன் நாணத்தில் கோணினான். கண்கள் சொருகத் தொடங்குகின்றன.

“லெட்சுமணன், சவுக்காரம் முடிஞ்சுதப்பன். குசினிக்குள்ள அடித்தட்டில ஒண்டிருக்கு. எடுத்துக்கொண்டு வாரும்.” சந்திரா கிணற்றடியில் நின்று அழைத்தாள்.

வெளிச்சுவரோடு சாய்வாகப் பந்தியிடப்பட்டுக் குசினியிருந்தது. கரி படை படையாக அப்பியிருந்த கிடுகுக் கூரை. மேலே அதன் நீக்குகளால் புகை வெளியேறிக்கொண்டிருந்தது.

காவலுக்கு வைத்திருந்த சுள்ளித்தடியை பொன்னம்பலத்திடம் கொடுத்துவிட்டுச் செல்வதா இல்லையா என்று லெட்சுமணன் ஒருமுறை குழம்பினான். அவனுடைய கையில் அதைத் திணித்து ஒரு காவற்காரனாக அவனைப் பார்க்க வேண்டுமென்ற விநோதமான ஓர் ஆசை. தடியைக் கீழே போட்டுவிட்டு குசினிக்குள் நுழைந்தான். இராசமணி அடுப்பில் அவிகிறதைக் கிளறிக் கொண்டிருந்தாள். இவனைக் கண்டதும் திடுக்குற்றுச் சேலையைக் கால்களுக்கிடையில் ஒதுக்கிக்கொண்டாள். வரிச்சுத்தடிகளாலான தட்டுகளில் மளிகைப் பொருட்களைக் கலைத்து அவன் சவர்க்காரத்தைத் தேடுவதைக் கேள்வியோடு பார்த்தாள்.

சந்திரா முகத்தை நுரைக்க நுரைக்கத் தேய்த்தாள். தண்ணீரைக் கிள்ளி முகத்தில் எறிந்து அலம்பினாள். லெட்சுமணனிடம் “சரி... கையைக் காலை அலம்பிட்டு பொன்னம்பலத்தையும் கூட்டிக்கொண்டு சாப்பிட வா...” என்றவாறு குசினிக்குள் நுழைந்தாள்.

இறைச்சிக் கறி குமிழி குமிழியாகக் கொதித்தவாறிருந்தது. மூக்கைத் துளைக்கின்ற கிராம்பு வாசம். இராசமணியின் சமையலுக்குத் தனியான ஒரு வாசம் இருந்ததுதான். சந்திரா தாயின் பார்வைக்குள் சிக்கிக்கொள்ளாமல் உட்கார்ந்தாள். கடந்த காலங்களைப் பற்றிப் பேசுவதற்கான சந்தர்ப்பங்களை அவள் வேண்டுமென்றே தவிர்த்து வந்தாள். நிறைவான தங்களுடைய வாழ்க்கையை இராசமணி பக்கத்திலிருந்து பார்க்கவேண்டும் என்பதுதான் ஒரேயொரு ஆசை.

அவர்கள் தனிக்கல்லடிக்கு வந்த தொடக்கக் காலங்கள்... அத்தாரின் அய்யாவையும் தங்களோடு கூப்பிட்டிருந்தார்கள். இரண்டு ஆண்டுகளாக இராசமணி வீட்டிலிருந்து ஒரு தொடர்பும் இல்லை. அதுவொரு மழைக்காலம். குளத்திற்கு வரும் நீரோடைகள் மூசிக்கொண்டு பாய்ந்தன. குளம் நிறைந்து வழிந்தது. மழை இரவு பகலென்று பாராமல் பொத்துக்கொண்டு பெய்தது. தனிக்கல்லடியின் ஒவ்வொரு வீடும் தீவாகிவிட்டது. வெள்ளம் படிக்கட்டுகளில் ஏறி வரவா விடவா என்று பயம் காட்டிய அன்றைக்குத்தான் அந்தப் பெரும்துயர் நிகழ்ந்தது. மாட்டுக் கொட்டகைக்குள் குளிரில் விறைத்துநின்ற பசுவுக்குப் புல்

அள்ளிப் போட்டுவிட்டு சந்திரா சுவரைப் பிடித்தவாறு மெல்ல மெல்ல அடியெடுத்து வந்தாள். படிக்கட்டுக்குக் கீழே சேறு சளித்துக் கிடந்ததைக் கவனிக்கவில்லை. விலுக் என்று வழுக்கிவிட்டது. ஒரு கணத்தில் நிலைதடுமாற, எதையாவது பற்றிப்பிடிக்கலாம் என்று திரும்பியவள் அப்படியே குப்புற விழுந்துவிட்டாள். நெற்றியிலும் தாடையிலும் பலத்த அடி. நாக்கில் பல் கிழித்த காயத்திலிருந்து ரத்தம் எச்சிலோடு வெளியேறியது. அப்பொழுது அவள் இரண்டு மாதக் கர்ப்பிணி. பூரிப்போடு பெருங்கனவுகளைச் சேகரித்தபடி சுமந்த அந்தச் சிசு அன்றைக்குக் கருவிலேயே அழிந்து போனது. அவர்கள் நிலைகுலைந்து போய்விட்டார்கள். சிணுங்கல்கள் சிரிப்புகளோடு விடிகின்ற காலைகள் நிறமிழந்து போயின. ஒருவருக்கொருவர் மூட்டிக்கொள்கிற பொய்க்கோபங்கள் சீண்டுவாரின்றி மௌனமாக வெளியேறின. மழை ஓய்ந்தது. வெள்ளம் மெல்ல மெல்லப் பின்வாங்கியது.

நெடு நாட்களுக்குப் பிறகு சூரியன் வெளித் தெரிந்த ஒரு நாளில் இராசமணி முதற்தடவையாக வீட்டிற்கு வந்தாள். கார்ச் சத்தத்தை வியப்போடு பார்த்த சந்திரா தாயைக் கண்டதும் வாசலுக்கே ஓடிச்சென்று கட்டியணைத்தாள். குரல் உடைந்து விம்மியது. “மகளின்ரை வாசல் இப்பதான் தெரிஞ்சதோம்மா...” இராசமணிக்கும் கண்கலங்கிவிட்டது. மகளைக் கட்டிக் கொஞ்சினாள். நீண்ட நேரமாக வாசலிலேயே நின்றார்கள்.

ஒரு வேற்று மனிதனைப்போல அத்தார் தன் தந்தையை அழைத்துக்கொண்டு வெளியேறிப் போனான். அன்றுதொட்டு அவன் இராசமணியிடத்தில் ஒரு வார்த்தையைக் கூட தவறியும் உதிர்த்ததில்லை. மெதுவான தலையசைப்புக் கூட அவனையுமறியாமல் எதேச்சையாக வருவதுதான்.

அத்தாரின் தந்தை இறந்தபோது இராசமணிக்கும் புண்ணியத்திற்கும் சந்திரா தகவல் சொல்லி அனுப்பியிருந்தாள். அவர்கள் யாரும் வரவில்லை.

“ஏன் பிள்ளை கழுத்தை வெறுமன வைச்சிருக்கிறாய்... இருண்டுபோய்க் கிடக்கு. ஒரு சின்னச் சங்கிலியெண்டாலும் உருளவிடலாம் தானே...” என்றாள் இராசமணி.

“அது உள்ள கிடக்கு, இந்தக் காட்டுக்கை அதை ஆர் பார்க்கப் போயினம்...” சந்திரா நான்கு கோப்பைகளை எடுத்து வைத்தாள்.

“காட்டுக்கை போகச்சொல்லி நாங்களோ சொன்னம்...?” சந்திரா குத்தரிச் சோற்றால் கோப்பைகளை நிரப்பினாள்.

இந்த உரையாடலை நீட்டித்தால் அது எங்கு முடியுமென்று அவளுக்கு நன்றாகத் தெரியும். மகளிடமிருந்து பதிலேதும் வருமென்று அவகாசமளித்துக் காத்திருந்த இராசமணி பிறகு பேச்சின் திசையை மாற்றினாள்.

“வேலைக்காரப் பெடியை வீட்டுக்கை புழங்க விடுறாய். நகையள் வேற கிடக்கெண்டுறாய். ஒரு வரப்போட நிக்கப்பண்ண வேணும் அதுகளை...”

“ஆர் வேலைக்காரப் பெடி?” சந்திரா நிமிர்ந்து பார்த்தாள். “வத்தலைக் காவல் காக்கிற அந்தப் பெடியன்... ஒரு யோசினை இல்லாமல் தன்ரை வீடுமாதிரி வாறான் போறான்.”

“அவன் வேலைக்காரப் பெடியன் இல்லை, இஞ்சைதான் நிக்கிறான். இவரோட துணைக்கு நிக்கிறான்.”

“வேலை செய்யத் துணைக்கு நிக்கிறானெண்டால் வேலைக் காரன்தானே. எந்தப் பக்கத்துப் பெடியன், தோட்டக்காட்டானே...”

சந்திராவுக்குச் சங்கடமாயிருந்தது. வாசலை அடிக்கடி பார்த்தாள்.

“ஆர் என்ன ஆக்கள் என்று தெரியாமல் கண்டதுகளையும் உள்ளட விடுறதே... ஒழுங்கு நியதிகள் இல்லையே...”

“இப்ப என்ன... உங்கடை மருமேனையும் கழுத்தைப் பிடிச்சு திண்ணைக்கு வெளியால தள்ளச் சொல்லுறியளோ...” எரிச்சலில் கேட்டாள்.

“ச்சீ... மருமோனைச் சொல்லேல்லை. ரத்தக்கலப்பு நடந்ததாலேயே அந்தச் சீவன் புனிதப்பட்டிருக்கும். நான் இந்தத் தோட்டக்காட்டுப் பெடியைச் சொல்லுறன்.”

“அவன் தாயில்லாப் பெடியன். நாங்களும் ஆளுக்காள் முகம் பாத்துக் கொண்டிருக்காமல் கதைத் துணைக்குமாச் செண்டு தங்கவைச்சிருக்கிறம். அவன் சம்பளமெண்டுகூட வாங்கிறதில்லை.”

“ஏன், பத்துப் பன்னிரெண்டு வயசில ஆரையும் பொம்பிளைப் பிள்ளையைப் பிடிச்சிருக்கலாம்தானே. பெடியனைப் பாத்தா மீசை அரும்பிற வயசாக்கிடக்கு. ஆரையும் சொல்லிக்கொண்டில்லை இந்தக் கலிகாலத்தில...” கேட்டுக் கொண்டிருந்தபோதே சந்திராவின் கண்கள்

சுண்டினாற்போல சிவந்துவிட்டன. கோடை காலத்துக் குளத்து நிலம்போல மனதில் வெடிப்புக் கோடுகள்... வெறுப்பு குமிழியாகத் திரண்டு சிந்தியது.

“அண்டைக்கு ஆற்றையோ சாபத்தில அழிஞ்சுபோன என்ர கரு, உயிராகி வெளிய வந்திருக்குமெண்டால் அதுக்கு இவன்ரை வயசுதான் இருந்திருக்கும். லெட்சுமணன் எனக்கு மகனைப்போல... ச்சீக்... ஊத்தை மனசு உங்களுக்கு. உப்பிடிக் கேவலமா ஒருக்காலும் யோசிக்காதையுங்கோ.”

வழிந்த கண்ணீரைத் துடைக்கும் பிரக்ஞையற்று இருந்தாள். வாசலில் லெட்சுமணனின் நிழலாடியது.

மரங்களில் க்ளுக் க்ளுக் என்ற புள்ளினங்களின் கீச்சொலிகள். கோழிகள் பக் பக் என்று கேரியவாறு முற்றத்தில் நடந்து திரிந்தன. ஒன்றோடொன்று துரத்துப்பட்டன. குறும் தூரத்திற்குச் செட்டையடித்துப் பறக்கின்ற சத்தம். சந்திராம்மா கோடியில் கரப்பைத் திறந்திருந்தவேண்டும். வெளிவிறாந்தையில் படுத்திருந்த லெட்சுமணன் போர்வையை விலக்கினான். இமைகளை மூடியவாறே கண்களை ஒருமுறை அழுத்திச் சுருக்கிவிட்டுத் திறந்தான். இரவு ஒண்ணுக்குப் போவதற்காய் விழித்தபோது முற்றத்தைப் பொத்தியிருந்த இருள் கரைசலாகக் கரைந்து நிலத்தை மம்மலாகக் காட்டியது. கேற்றடியில் பரக் பரக் என்று விளக்குமாறு தரையைப் பிறாண்டும் சத்தம் ஒரு மாதிரியான கூச்சமாயிருக்க பற்களை நறுவிக் கொண்டான். ‘சந்திராம்மா கூட்டுறா...’ நேற்று கண்ணீர் வழிந்து அதைத்துப்போயிருந்த அவளுடைய முகம் ஞாபகத்தில் கிளர்ந்தது. சாப்பிட்டு முடியும் வரையும் ஒரு வார்த்தை பேசவில்லை. ‘சந்திராம்மா எதுக்கு அழுதாங்க? அவங்க அம்மா அத்தாரண்ணயப் பத்தி எதையாச்சும் சொன்னாங்களா? அந்த மனிசி வந்தால் எதையாவது மகள்ட காதுக்க ஓதிட்டே இருக்கும்ணு ஒருநா அத்தாரண்ண சொன்னார்.’

லெட்சுமணன் எழுந்து உட்கார்ந்தவன் தன் காலுக்குக் கீழே சற்றுத் தூரத்தில் இராசமணி சப்பணமிட்டு இருப்பதைக் கண்டுகொண்டான். யாரோ முன்பின் தெரியாத ஒருவர் பார்த்துக் கொண்டிருக்க அவருக்கு முன்னால் நித்திரையில் புரண்டதை நினைத்தால் அசூசையாயும் அந்தரமாயும் இருந்தது. மளமளவென எழுந்து போர்வையை இரு கைகளிலும் விரித்து நடுவில் பல்லால் கவ்வி இரண்டாய் நான்காய் மடித்துவைத்தான். பாயைச் சுருட்டி போர்வையையும் தலையணையையும் காவிக் கொண்டு வீட்டுக்குள் நுழைந்தபோது இராசமணி கடைக்கண் பார்வையால் தன்னையே பின்தொடர்வதைப்போல ஒரு பிரமை.

‘ஒருவேள உண்மையாவே நம்மள நோட்டம் விடுறாங்களா… என்னமோ படிச்சிட்டிருந்த மாதிரில்ல இருந்திச்சு…’

பாயையும் தலையணையையும் பரணுக்குள் செருகிவிட்டுத் திரும்பினான். இராசமணியின் முகத்தில் ஓர் இணக்கமில்லாத தன்மையிருந்தது. அவள் அவனுடைய அசைவைக் கண்களால் அளந்துகொண்டிருந்தாள். லெட்சுமணனுக்குப் படபடப்பு ஒட்டிக் கொண்டது. பக்கத்திலெங்காவது சந்திராம்மா நின்றால் தெம்பாயிருக்குமென்று நினைத்தான். அவள் கேற்றைத் தாண்டித் தெருவைக் கூட்டுகிற சத்தம் கேட்டது. ‘போய் அவங்ககூட நிப்போம்…’

குனிந்த தலையை நிமிர்த்தி பட்டும் படாமலுமாக இராசமணியைப் பார்த்தான். ஏனோ வலது கை அனிச்சையாகத் தலையைத் தடவிவிட்டுக் கீழிறங்கியது. ‘முறைக்கிறாங்களா… அல்லது எனக்குத்தான் அப்பிடித் தோணுதா. கந்தையா வாத்தியாரப் பாத்த மாதிரியே இருக்கே…’

இராசமணியின் பார்வை அலைந்து கொண்டிருந்தாலும் வாய் ஒரே சீரில் முணுமுணுத்துக்கொண்டிருந்தது. லெட்சுமணன் குடுகுடுவென்று விலகி நடந்தான். இராசமணி முணுமுணுப்பிலிருந்து விலகிச் சற்றுச் சத்தமாகப் பாடுவது கேட்டது.

…கட்டுடன் அங்கம் கதறிடக் கட்டு
கட்டி உருட்டு கைகால் முறிய
கட்டு கட்டு கதறிடக் கட்டு
முட்டு முட்டு விழிகள் பிதுங்கிட
செக்கு செக்கு செதில் செதிலாக
சொக்கு சொக்கு சூர்ப்பகைச் சொக்கு
குத்து குத்து கூர்வடி வேலால்

1984

கிளைகளின் அசைவில், காற்றில் மெதுவான குளிர் பூசிக் கிடந்தது. மழைநாட்களின் அறிகுறியாக வெயிலற்ற வானம். அவர்கள் முற்றத்தில் ஓலைப்பாய்களை விரித்து அமர்ந்திருந்தார்கள்.

ஆச்சிமுத்துக் கிழவி கால்களை நீட்டி அதில் நாமகளை வளர்த்தியிருந்தாள். சுருக்கென்று மூக்கில் தைக்கின்ற வாசனைத் தைலத்தை அவளுடைய பிஞ்சுக் கைகளிலும் கால்களிலும் பூசி நீவி விட்டாள். குமிழ் போன்ற மூக்கை அழுத்தி வருடியபோது குழந்தை வீரிட்டது. "பொம்பிளைப் பிள்ளை... நாளைக்கு முகத்தில மூக்கு எடுப்பில்லாட்டால் ஆரடி உனக்கு மூக்குப் பிடிச்சதெண்டு என்னைத்தான் பழி சொல்லுவாங்கள்" என்றவாறு மறுபடியும் மூக்கை அழுத்தினாள். நாமகளையே வைத்த கண்வாங்காமல் பார்த்துக்கொண்டிருந்த மீனாட்சி "பாத்து மாமி... குழந்தைக்கு நோகும்" என்றாள்.

"கேளன் கதையை... ஏழு பிள்ளை பெத்தவளுக்கு மூண்டு பிள்ளை பெத்தவ முக்கிக் காட்டுறாவாம்... நீ போயி மான்கொம்பை உரசு. அவன்ர வயித்தைத் தட்டிப் பாத்தன். மந்தம் போல கிடக்கு. மருந்த இப்பவே குடுத்திடுவம். தண்ணி விட்டு மைப்போல உரசி ஒரு சங்கு நிறைய வழிச்சு எடு."

கிழவி நாமகளைக் குப்புற வளர்த்தினாள். தைலத்தை முதுகில் ஊற்றி வட்டமாகத் தேய்த்தாள்.

நான்கு மாதங்களுக்கு முன்னர் ஒரு நள்ளிரவில் மீனாட்சிக்குக் குத்து எழுந்தது. தெய்வாதீனமாகச் சங்கிலி வீட்டிலிருந்தான். ஓடிப்போய் ஆச்சிமுத்தைக் கூட்டிவந்தான். ராணிக்கும் வெள்ளையனுக்கும் பார்த்ததைப் போலவே இம்முறையும் வீட்டிலேயே பிரசவம். குப் குப் என்று புகை கக்கிய மண்ணெண்ணெய் விளக்கின் மஞ்சளான ஒளியில் விடிகாலை நேரத்தில் நாமகள் பிறந்தாள்.

தொப்புள்கொடியை வெட்டித் துடைத்துக் கழுவி குருதித் துணிகளையும் நஞ்சுக்கொடியையும் பின்வளவில் புதைத்துவிட்டுத் திரும்பினாள் ஆச்சிமுத்து. வாசலில் உட்கார்ந்திருந்த சங்கிலியிடம் "மறுபடியும்

உனக்கொரு ராசாத்திதான் பிறந்திருக்கிறாள்" என்று சொன்னாள். அவன் கண்களை மூடிக்கொண்டான்.

பிள்ளைக்குத் துடக்குக் கழித்த மறுநாளே அவளைக் காவிக் கொண்டு ஊரிலிருந்த வெற்றிலைச் சாத்திரியிடம் போனாள் மீனாட்சி. "பாத்துச் சொல்லுங்கோய்யா, இவளின்ர பலனுக்கு தகப்பனுக்கு எப்பிடி... குடும்பத்துக்கு உய்விருக்கோ, தமக்கைக்காரியின் மூர்க்கத்தைத் தணிக்குமோ..." என்று அடுக்கடுக்காகக் கேட்டாள்.

துணிகளுக்கிடையில் ஒரு பொம்மையைப் போலக் கிடந்த நாமகளின் முகத்தைப் பார்த்த கணத்திலேயே சாத்திரி தன் கண்களை விரித்தான். வாய்க்குள் குதப்பிக்கொண்டிருந்த வெற்றிலைச் சாற்றைக் காரித் துப்பிவிட்டு "நீ இருந்து பார் பிள்ளை... தூர தேசத்திலயிருந்து ஒரு ராசகுமாரன் வந்து உன்ர மகளின்ரை கையைப் பிடிச்சுக் கூட்டிக்கொண்டு போவான்" என்றான்.

'காளித்தாயே' என்று மீனாட்சி உருகினாள். துயரும் பூரிப்பும் இரண்டறப் பிணைந்து துலக்கமற்ற காட்சிகளாக நீண்டன. கண்ணில் நீர் துளிர்த்தது. நாமகளை முகத்தோடு அணைத்துக் கொஞ்சினாள். நெஞ்சை அரித்துக்கொண்டிருந்த தவிப்பொன்று அந்த நொடியில் துள்ளி விழுந்து அரணையைப்போல விலகி ஓடியது.

"இந்தக் காட்டுப்புறம் இதுநாள் வரைக்கும் கண்டிருக்காத பூ முகமும் எல்லா லெட்சணமும் பொருந்திய இந்தக் குஞ்சுக்கு ஒரு பொல்லாப்பும் இல்லாமல் பாத்துக்கொள் தாயே!" சாத்திரி இமைகளை மூடி உச்சரித்தான். விபூதியைக் குழந்தையின் நெற்றியில் அழுத்தியபடி சற்றைக்கு அமைதி காத்தான். "குழந்தையிட அஞ்சாம் மாசத்துக்கு முதல், காளியின்ர சன்னிதானத்தில அவளின்ரை காலடியில் கிடத்தி கண்களைக் குளிர்விச்சு ஒரு பூசையைச் செய்..." என்று உத்தரவிட்டான். மீனாட்சி பவ்வியமாகத் தலையசைத்தாள்.

குளத்தின் மதகிலிருந்து வயல்களுக்குப் பிரியும் பெரிய வாய்க்காலுக்கும் காட்டுக்கரைக்கும் சமீபமாக அந்த இத்திமரம் கிளைபரப்பி நின்றது. தளிரிலைகள் குலுங்கின. மரத்தின் அடியில் ஓர் இரும்பாலான சூலத்தை நட்டுவைத்திருந்தார்கள். அதன் கழுத்தில் மஞ்சள் சிவப்பு நிறப் பட்டுத்துணிகள் சுற்றப்பட்டிருந்தன. மரத்தில் தொங்கிய குங்குமக் குடுவையின் கீழே கற்பூரமெரிக்கிற கல் மெல்லிய கறுப்பு மெழுகுப்படையோடு இருந்தது. பக்கத்திலேயே மூன்று அடுப்புக் கற்கள் சாம்பலும், எரிந்து தீராத விறகுகளுமாய் இருந்தன.

அத்தார் நீரோடைக்குப் பக்கத்தில் உட்கார்ந்திருந்தான். தண்ணீர் மழைச் சத்தம்போல சலசலத்துக்கொண்டிருந்தது. அந்தத் தாளலயத்து ஓசையில் ஏதோ ஓர் இதம். அவன் அந்தச் சூலத்தையே பார்த்துக்கொண்டிருந்தான். அது தனிக்கல்லடியின் பூர்வீகச் சாமிகளிலொன்று. கோரப் பசியில் நீர்த்துளிக்காகக் காத்திருக்கும் நாக்குப்போல நிலம் தகிக்கிற கோடையென்றாலும், நீர் பொங்கி வயல்களையும் குளங்களையும் மேவுகிற வெள்ளமென்றாலும் எல்லாமுமே இத்திமரத்தாளின் கோபமென்றுதான் அந்தச் சனங்கள் நம்பினார்கள். அவளை நீர் வார்த்துக் குளிர்வித்தால் எல்லாம் ஆறிவிடுமென்று ஒரு மரபு. அவளுடைய காலடியில் பொங்கிப் படைத்துத்தான் அவர்கள் நம்பிக்கைகள் வேர்விட்டிருந்தன.

சங்கிலியின் தாத்தாவின் காலத்தில் இத்தி மட்டும் ஒரு சிறு மரமாக நின்றதாக சங்கிலி சொல்லியிருந்தான். வேட்டையிலிருந்து திரும்பியவர்கள் அதன் காலடியிலேயே படையல்களைச் செய்தார்களாம். பின்னர் மாமிசப் படையல் வழக்கொழிந்து போய்விட்டது. 'இனி கோபுரத்தை எழுப்புவினம். உண்டியல் வரும். அய்யர் வந்து இந்தச் சனங்களையெல்லாம் தள்ளி நிக்கச் சொல்லுவார்...' அத்தார் தனக்குள் சிரித்துக்கொண்டான்.

பித்தளைச் செம்பில் நீர் வார்த்துச்சென்ற சங்கிலி பயபக்தியோடு சூலத்தில் ஊற்றினான். விளக்கில் நெய்யிட்டுத் திரி தூண்டி ஏற்றினான். திரியின் ஒளியிலேயே கண்கள் குவிந்து நின்றன. அது ஒரு பொட்டாகிச் சிறுத்துச் சென்றது. பிறகு தொலைந்தது. ஒளியுமில்லாத இருளுமில்லாத எல்லையில்லாப் பெருவெளி. தேகம் சிலிர்த்தது. நீர் ஒழுகிக்கொள்ளாமல் இமைகளுக்குள் திரண்டு நின்றது.

> "நாடுநகர் தோன்றாமுன் இலங்கும் நற்றமிழர் காடுகிழாள்
> வேடுவர்தம் வினை அறுக்க விழி சுடரும் தேவி
> பீடுடைய இளநாகர் குலம் காக்கும் கோமகள்
> காடுகழனியும் கன்றுகாலியும் காத்தருளும் கருமாரி..."

தலைக்கு மேலே கையைக் குவித்திருந்தவாறு நடராசன் பாடினான். சங்கிலியின் அண்ணன். அடித்தொண்டையிலிருந்து சொற்கள் தனித்தனித் துண்டுகளாக வந்து விழுந்தன. கரகரவென்ற குரல் அவனுக்கு.

பெரியதுரை கற்பூரத்தையேற்றி சூலத்திற்கு முன்னால் நீள் வட்டங்களாக மூன்றுதடவை சுற்றிக் காட்டிவிட்டு முதலில் மீனாட்சியிடம் நீட்டினான். அவளுடைய சொந்தத் தம்பி அவன். அவள் புகையை வாரி நாமகளின் முகத்தில் ஒற்றிவிட்டாள். கற்பூர வாசத்தில் குழந்தை கண்களைப் புளுந்திச் சுழித்தது. பெரியதுரை கற்பூரத்தட்டை வரிசையாக

எல்லோருக்கும் நீட்டிவிட்டு அத்தாரைத் தேடிச் சென்று சிநேகமாகப் புன்னகைத்தான். கற்பூரத் தீயின் நாக்குகள் காற்றில் ஆடின.

“எனக்கு இதுகளில நம்பிக்கையில்லை. நீங்கள் கேட்டதுக்காக மட்டும்” அத்தார் வலது உள்ளங்கையை நெருப்பில் காட்டிவிட்டு நெஞ்சில் வைத்துக்கொண்டான்.

பசிக்களைக்குச் சோற்றுக்குழையல் அமிர்தமாயிருந்தது. அனலடிக்கிற காலத்திலேயே இத்திமரத்தின் கீழ் நல்ல குளிர்ச்சியாயிருக்கும். இன்றைக்குக் காற்றிலும் ஈரம். ஆச்சிமுத்து சோற்றைப் பிடிஉருண்டைகளாக்கிக் கொடுத்தாள்.

மேலுதட்டில் ஒட்டிக்கொள்ளும் சோற்றுப் பருக்கைகளை புறங்கையால் தட்டிவிட்டான் லெட்சுமணன். வந்ததிலிருந்து அவன் ஓர் ஓரத்தில் உட்கார்ந்து சொந்தங்கள் கூடி மகிழும் இத் தருணத்தை ஆச்சரியத்தோடும் ஒருவித ஏக்கத்தோடும் பார்த்துக்கொண்டிருந்தான். தனிமையில் திரியும் எண்ணங்கள்... என்றாலும் இராசமணியும் பொன்னம்பலமும் வந்தபோதிருந்த அந்நியத்தன்மை இப்பொழுது இல்லையென்பதில் ஓர் ஆறுதல். “இன்னொரு உருண்டையைப் பிடியடா தம்பி” என்று ஆச்சிமுத்துக் கிழவி கை கொள்ளாத சோற்றுக் குழையலை நீட்டினாள். மௌனமாகத் தலையசைத்து வாங்கினான்.

“இப்படியே மரத்துக்குக் கீழை உடலைச் சரிச்சால் கண் தானாச் சொக்கும்” சங்கிலி எழுந்து சென்று கையைக் கழுவினான்.

“நீங்கள் படுங்கவன், நாங்கள் போறம்” மீனாட்சி சிரித்தாள்.

“மகளிட்டை ராசகுமாரன் வரப்போறான் எண்டோடன என்னை விட்டு போறியாக்கும். ராசகுமாரன் உன்னட்டை வரேல்லை. உனக்கு எப்பயும் இந்த ஏழைக்குமாரன்தான்.” சங்கிலி ஆகாயத்தை நிமிர்ந்து பார்த்துச் சிரித்தான். நாணம் மீனாட்சியின் முகத்தில் சுழித்தது.

“ராசகுமாரனோ பாலகுமாரனோ ஆராயிருந்தாலும் மாமனைத் தாண்டி அவளைக் கொண்டு போக விடமாட்டன்” என்றான் பெரியதுரை.

“அப்பிடிச் சொல்லடா பெரியதுரையன். தாய்மாமன்ட உரிமையை நீ விட்டுக்குடுக்க ஏலுமா” என்று ஆச்சிமுத்துக் கிழவியும் கேலிக்கு அவனைத் தூண்டிவிட்டாள்.

ஒரே சிரிப்பலைகள்... நடராசன் பேசத்தொடங்கினால் சங்கிலி அமைதியாகி விடுவதும், சங்கிலி அமைதியானால் நடராசன் பேச்சைக் குறைப்பதுவும் ஒரு விளையாட்டுப்போல தொடர்ந்ததை அத்தார்

குறும்பாகப் பார்த்துக்கொண்டிருந்தான். வெகு நாட்களுக்குப் பிறகு அவன் மனம் இளகியிருந்தது.

அவர்கள் பாய்களைச் சுருட்டிக்கொண்டு எழுந்தார்கள். பெரியதுரை தன்னுடைய சைக்கிளில் பாத்திரங்களைக் கட்டிக் கொண்டான். உருட்டிக்கொண்டே நடந்தான். வீட்டிற்குப் போனபோது நான்கு மணியாகியிருந்தது.

“இருந்து கதையுங்கோ. பாயாசம் காச்சிறன், குடிச்சிட்டுப் போங்கோ...” என்றவாறு மீனாட்சி குசினிக்குள் நுழைந்தாள்.

மாலை வெயிலுக்கு வாகாய் கால்களை நீட்டி அதில் நாமகளை வளர்த்தி ஆச்சிமுத்துக் கிழவி தைலம் தேய்க்கத் தொடங்கினாள். வெள்ளையன் குடுகுடுவென்று ஓடிவந்து சங்கிலியின் மடியிற் குந்திக்கொண்டான். அவனுக்குப் பராக்குக் காட்டுவதற்காக கற்குறுணிகள் நிரவப்பட்ட பனையோலையாலான ஒரு கிலுகிலுப்பையைச் சங்கிலி அசைத்து உலுப்பவும் வெள்ளையனுடைய கண்கள் அங்குமிங்குமாய்ப் பாய்ந்தன. அவன் கிலுக் கிலுக் என்று சிரித்தான். சங்கிலி கிலுகிலுப்பையை அவனிடம் கொடுத்தான். கவிழ்த்தும் நிமிர்த்தியும் அசைக்க அசைக்க கற்குறுணிகள் கிர் கிர் என்று ஓலையில் உருண்டோடுகிற சத்தம். வெள்ளையன் புளுகம் தாங்காமல் சின்னத் தேகத்தைக் குலுக்கிச் சிரித்தான்.

அத்தாருக்குப் பக்கத்தில் முழங்கையைப் பாயில் ஊன்றி உள்ளங்கையில் தலையை ஏந்திச் சயனநிலையில் படுத்திருந்த பெரியதுரை ஓர் உரையாடலைத் தொடங்கும் ஆயத்தத்தோடு சிரித்து “நீங்கள் யாழ்ப்பாணமோ?” என்று கேட்டான். அத்தார் “ம்” என்று தலையசைத்தான்.

“நாலைஞ்சு தரம் உங்களைக் கண்டிருக்கிறன். இண்டைக்குத்தான் ஆற அமரக் கதைக்கக் கிடைச்சது. நான் இந்தப்பக்கம் வாறதும் குறைவு தானே...”

அவன் திருமணத்திற்குப் பிறகு மன்னாரில் சென்று குடியேறியிருந்தான். அங்கே வயலொன்றைக் குத்தகைக்கு எடுத்திருந்தான். நல்ல பிரயாசி.

“உங்களுக்கு அந்தப் பக்கத்திலதான் கமம் எண்டு சங்கிலியண்ணர் சொன்னவர்” என்றான் அத்தார்.

“கற்பூரத்தட்டுக் காட்டேக்கை நீங்கள் நம்பிக்கை இல்லை யெண்டீங்கள்...”

அத்தார் புன்னகைத்தான்.

“ஏன்... உங்களுக்குக் கடவுளில நம்பிக்கை இல்லையா...” அப்பிடியொருவர் இருக்க முடியாதென்ற தீர்மானத்தோடு கேட்பதாகப் பட்டது. அத்தார் அவனுக்கு மட்டும் கேட்டால் போதுமென்பதுபோல “கும்பிட விட்டால்தானே கடவுள் இருக்கிறாரோ இல்லையோ எண்ட கேள்வியே வந்திருக்கும் பெரியதுரை...” என்றான். அப்படிப் பெயரை விளித்துச் சொன்னது பெரியதுரைக்கு ஒருவித நெருக்க உணர்வை உண்டாக்கியிருக்க வேண்டும். உரையாடலில் ஈடுபாட்டைக் கூட்டிக்கொண்டான்.

“ஏன்... கோயிலெல்லாம் திறந்தாச்சுதானே. முன்னைய மாதிரியில்லையே”

“திறந்ததோ... இல்லாட்டிக் கதவுகளை உடைச்சதோ...” அத்தார் ஏளனத்தோடு கேட்டு நிறுத்தினான். பிறகு சொல்வதற்கு எதுவும் இல்லையென்ற தொனியில் பெரியதுரையை நோக்கினான். “நானும் ஓராளா முன்னுக்கு நிண்டு கதவுகளை உடைச்சவன்தான். எங்களுக்கும் கோயிலுக்கை உரிமையிருக்கெண்டு கையை உயத்திக் கொண்டு கத்தினவன்தான். அதெல்லாம் சரிதான்... எண்டாலும் என்னவோ அந்த வயசிலேயே கடவுள் பெரிய மயிர், இவரைப் பாக்க நாங்கள் தலையால நடக்க வேணுமோ எண்டது மனசில ஆழமாப் பதிஞ்சிட்டுது. கிடந்த கொஞ்சநஞ்ச நம்பிக்கையையும் இருபது இருபத்தொரு வயசில துடைச்செறிஞ்சிட்டன். இப்ப நல்லாத்தானே இருக்கிறன்...”

பெரியதுரை வியப்போடு அவனைப் பார்த்தான். அத்தாரும் சங்கிலியும் எப்படிச் சிநேகிதமானார்கள் என்று ஆச்சரியமாயிருந்தது. சங்கிலி இப்படியெல்லாம் விவரமாகப் பேசுகிறவன் அல்ல. முரலிப்பழம் பழுத்தாற் போல அவன் ஆகாயத்தைப் பார்த்துக் கெக்கட்டமிட்டுச் சிரிப்பது எப்போதாவதுதான் ஓர் அதிசயமாக நிகழும். கணமும் எதையோ தேடியலைகிற விழிகள் அவனுக்கு. அதைச் சுற்றிக் கண்ணுக்குப் புலப்படாத வேலி. இந்த மனிதன் எப்படியோ அந்த வேலியைப் பிரித்துவிட்டான். பெரியதுரை மேலும் கேள்விகள் இல்லையென்பதைப்போல சயனத்திலிருந்து விடுபட்டு உடலைத் திருப்பிக்கொண்டான்.

மூக்கின் முனை அரித்துக்கொண்டேயிருந்தது. ஆட்களுக்கு முன்னால் விரலால் இயல்பாகச் சொறிந்துவிடவும் தயக்கமாயிருந்தது. பகற் தூக்கம் சுழட்டியது. வழமையாக லெட்சுமணன் பகலில் தூங்குவதில்லை. இன்றைக்குச் சாப்பிட்ட பிறகு சும்மாயிருக்கத் தூக்கம் துரத்துகிறது. அவன் கால்களை வேலியை நோக்கி நீட்டிக்கொண்டு பாயிற் சரிந்தான்.

மேலே அடர் சாம்பல் மேகத் திரளொன்று தனித்துவிடப்பட்ட யானைக்குட்டியைப்போல அசையாது நின்றது. 'அது ஏன் கூட்டத்திலயிருந்து விலகிச்சு...' ஊத்தைப் பஞ்சுப்பொதிகளைச் சிந்திவிட்டதைப்போல இன்னொரு மேகம்... அசைவற்ற முதலையைப் போல... இல்லை இல்லை... அது பன்றி. வெளுவெளுப்பான பழுப்புத் தோலோடு தலை துண்டிக்கப்பட்ட முண்டப் பன்றி. பார்வையைச் சட்டென்று தாழ்த்தினான். தவிட்டை இலைகளில் காற்றின் மூச்சே இல்லை. அதன் ஒரு கிளையில் முடிச்சிட்டுத் தொங்கிய ஊஞ்சலிலும் அசைவில்லை. கண்களை மூடிக் கொண்டான். காலம் உறைந்துவிட்டது.

"எழும்பி இதைக் குடியப்பன்..." என்றாள் மீனாட்சி. சரேலென்று முதுகை வளைத்து எழுந்து கிண்ணத்தை வாங்கிக் கொண்டான். வெள்ளைப் பாயாசத்தில் சவ்வரிசி மணிகள் குமிழ் குமிழ்களாகப் பொம்மியிருந்தன. ஊதி ஊதிக் குடித்தான். நாவின் நரம்புகளில் தேன் ஊறியது.

வேலிக்கடவையை யாரோ கிரீச் என்று திறந்தார்கள். கடவையின் விளிம்பில் வெள்ளைவிரல்கள் தெரிந்தன. முதற் காலடியை எடுத்துவைத்த வெள்ளையக்கா முற்றத்தில் அத்தனை பேரைப் பார்த்ததும் வழி தவறிப் புகுந்தவளைப் போல மிரண்டு பின்வாங்கினாள். "ஒண்டுமில்லை... நான் சும்மா வந்தனான். நீங்கள் ஆறுதலா இருந்து கதையுங்கோ. நான் பிறகு வாறன்" என்றாள்.

ஆச்சிமுத்துக் கிழவி போகாதே என்பதைப்போல சைகை செய்தாள். "வா பிள்ள, எங்க போறாய்... இந்தப் பாயாசத்த குடிச்சிட்டுப் போ" என்றாள். வெள்ளையக்கா தயங்கியவாறே நடந்து வந்தாள். சந்திராவிற்குப் பக்கத்தில் உட்கார்ந்து மெல்லப் புன்னகைத்தாள். எங்கேயோ விளையாடிக்கொண்டிருந்த ராணி ஓடிவந்து பக்கத்திலேயே இருந்துகொண்டாள். வாயெல்லாம் பல்.

லெட்சுமணன் தலைகுனிந்தான். வெள்ளையக்காவைக் கண்டதும் இடுப்புக் குழியில் குளிர்ந்த வேர்க்கால்கள் முளைத்தன. இணுக்குப் புல்லால் உயிர்க்கட்டியை வருடுவதைப்போன்ற கூச்சம். உணர்ச்சிச் சுழிப்பு. லெட்சுமணன் ஆடாமல் அசையாமல் கடவையையே வெறித்துப் பார்த்துக்கொண்டிருந்தான். திரும்பவேயில்லை. "சரியக்கா... நான் போட்டு வாறன்" உடல் விறைத்தது. வெள்ளையக்கா முதுகைக் காட்டி நடந்து போய்க் கடவையைத் திறந்து மறைந்தாள். அவளுடைய முகத்தை இரண்டாவது முறையும் பார்த்திருக்கலாமென்று ஒருவித அரிப்பு குடையத் தொடங்கியது.

ராணி ஒரு காலைத் தூக்கிக் கெந்தியவாறே கட்டங்களைத் தாண்டினாள். மதியும் திலகாவும் அவளையே பார்த்துக் கொண்டிருந்தார்கள். பாடசாலைக் கட்டிடத்திற்கு முன்னால் நிலத்தில் கோடு கீறி விளையாடினார்கள். பள்ளி விட்டு அரைமணி நேரமாகியிருந்தது. ஆசிரியர்கள் போய்விட்டார்கள்.

ராணி வெல்லப்போகிறாள் என்று தெரிந்ததும் “வாங்கடி. காட்டுக்கரைக்குப் போய் பாலைப்பழம் பிடுங்குவோம்” என்றாள் மதி. திலகாவும் உற்சாகத்தோடு கத்தினாள் “எடி! காரையும் வீரையும் பழுத்திருக்கு. வாடி.” “இருயிரு. ஆட்டம் முடியட்டும்” என்றாள் ராணி. “நேரமாகிப் போடும். எடி வா போகலாம்” என்றவாறே ஓடிச்சென்று பள்ளிச் சுவரோடு சாத்தியிருந்த புத்தகப் பையை மதி காவினாள். “தோ... தோ... தோத்தாக்குளி” என்று கத்திக்கொண்டு ராணியும் பையை எடுத்தாள். இன்னும் சில பிள்ளைகள் விளையாடிக் கொண்டிருந்தார்கள்.

ராணியின் வீடு நெருங்கவும் திலகா சொன்னாள். “புத்தகத்தை வீட்ல போட்டுட்டு உடனே வெளிக்கிட வேணும். நாங்கள் இப்ப வந்திருவம்.”

ராணி கடவையைத் திறந்து முற்றத்தில் நுழைந்தாள். அம்மா விறாந்தையில் இருந்து புடலங்காய் அரிந்து கொண்டிருந்தாள். ராத்திரி கறிக்கு. வெள்ளையன் எதிரே உட்கார்ந்து விடுப்பு பார்த்துக் கொண்டிருந்தான். நாமகள் கீழே விரித்த துணியில் கிடந்தாள். ராணி வீட்டுக்குள் நுழைந்து ஆணியில் பையை மாட்டிவிட்டு தண்ணீர் குடித்தாள். அய்யா காணியிலிருந்து இன்னும் வரவில்லை.

கதவுக்குப் பின்னால் தயங்கி நின்று ஓரக்கண்ணால் பார்த்தாள். ‘எல்லாம் சரிவரும் போல கிடக்கு.’ மெல்லடி வைத்து அம்மாவைத் தாண்டி முற்றத்தில் இறங்கினாள். ‘ஒரு அனக்கமுமில்லை.’ அப்படியே பராக்குப் பார்ப்பது போல மெல்ல நடந்து வேலிக்கடவையைத் திறக்கக் கை வைத்தாள். “எடியே கள்ளப்பூனை! எங்க ஓடுறாய்?”

ராணி அம்மாவைத் திரும்பிப் பார்க்காமல் அப்படியே போய் தவிட்டைமர ஊஞ்சலில் உட்கார்ந்தாள். உந்தி ஆடவும் தோன்றவில்லை. மனம் வெறுத்துப் போய்விட்டது. பளபளப்பான மஞ்சள் முத்துக்களாகப் பாலைப்பழங்கள். அவளை வா வா என்றழைத்தன. கூடப்

படிக்கிறவளவையோடு ஆட்டம் போடுவதில்தான் வலு புளுகம். நேரமிருந்தால் ஓடையில் குளிக்கலாம்.

திலகாவின் முகம் மட்டும் வேலிக் கடவைக்கு உள்ளே தெரிந்தது. தலையை நீட்டிச் சுற்றிப் பார்த்தாள். நல்லவேளை, அம்மா பார்க்கவில்லை. ராணி 'போ போ' என்று சைகை செய்தாள். முகம் மறைந்தது.

தங்கச்சி சிணுங்கினாள். "என்னம்மா... என்னம்மா..." என்று அம்மா அமைதிப்படுத்தினாள். அழத் தொடங்கிவிட்டாள். அழுகை கூடக் கூடக் கைகாலை உதைத்தாள். "பசிக்குது போல" அம்மா அரிவாமணையையும் அரிந்த காய்களையும் எடுத்துக்கொண்டு குசினிக்குள் போனாள். "எடி ராணி... தம்பியைப் பின்னால கூட்டிக் கொண்டு போய் விளையாடு. இவளுக்குப் பால் கொடுக்கவேணும். இவன்ர கண்ணுக்கு முன்னால குடுக்கேலாது. இன்னும் மறக்கிறானில்ல."

ராணி போய் தம்பியின் கையைப் பிடித்து அழைத்தாள். அவன் உதறிவிட்டு அப்படியே உட்கார்ந்திருந்தான். அம்மா வந்து குழந்தையைத் தூக்கி நெஞ்சோடு அணைத்துவிட்டுக் காத்திருந்தாள். ராணி தம்பியை வலிந்து தூக்கினாள். அவன் திமிறிக்கொண்டு இறங்கினான். குழந்தை பொறுக்க முடியாமல் மார்பில் முட்டித் தேடவே அம்மா முந்தானையால் மறைத்துப் பால் கொடுத்தாள். "உரியில கூடையில ரெண்டு கொய்யாப் பழம் இருக்கு. எடுத்து இவனிட்ட குடு."

ராணி எடுத்து வந்து ஒன்றை அவனிடம் கொடுத்துவிட்டு ஒன்றைத் தான் கடிக்கப் போனாள். அதையும் கேட்டு அவன் அடம்பிடித்தான். கொடுத்தாள். எதையும் தின்னாமல் இரண்டு கையிலும் வைத்துக்கொண்டு தங்கச்சியையே கண்மாறாமல் பார்த்தான். ராணி கெஞ்சினாள் "அக்காவுக்கு ஒண்டு குடுடா. அப்பதான் இலந்தப்பழம் குடுப்பன்." கோபத்தோடு வலது கையிலிருந்ததை அவள் மீது எறிந்தான். அதை எடுக்க மனசில்லாமல் ராணி விறைப்பாக நடந்துபோய் ஊஞ்சலில் அமர்ந்து காலை உந்தி ஆடினாள்.

அம்மா திண்ணையில் விரித்த துணியில் தங்கச்சியை வளர்த்திவிட்டு கோடிக்குப் போனாள். விறாந்தையில் உருண்டு கிடந்த கொய்யாவையே ராணி பார்த்தவாறிருந்தாள். வெள்ளையன் படுத்திருந்த தங்கச்சியையே கொஞ்சநேரம் பார்த்துக்கொண்டிருந்தவன் என்ன நினைத்தானோ ஓடிப்போய் நுள்ளிவிட்டு குடுகுடுவென்று உள்ளோடினான். பிள்ளை கை காலை உதைஞ்சு கொண்டு வீரிட்டலறியது. சினம் தலைக்கேற ராணி ஓடிப்போய் வெள்ளையனை இழுத்து வந்தாள். "ஏன்டா தங்கச்சிக்கு நுள்ளுறாய்?" முதுகில் தொம் தொம் என்று இரண்டு

போட்டாள். "அக்கா அடிச்சிட்டா..." என்று கதறிக்கொண்டு அவன் கோடிக்கு ஓடினான்.

சுள்ளித்தடியோடு ஆங்காரமாய் ஓடிவந்த மீனாட்சி என்ன ஏதென்றே கேட்கவில்லை. மகளைச் சாத்தினாள். பாவாடையோடு சேர்த்து பொத்பொத்தென்று விளாசினாள். "குளு மாடுமாதிரி வளந்ததுதான் மிச்சம். பெட்டச்சி உன்னால ஒரு உதவியிருக்கா எனக்கு... இந்தச் சனியங்களோட மாரடிக்கிறதே எனக்குப் பிழைப்பாப் போச்சு. இந்த மனுசன் எங்க போய்ச்செண்டு தெரியேல்லை. இன்னும் ஆளக்காணம்..."

ராணி தாயின் பிடியிலிருந்து தன்னை உருவி விடுவித்துக் கொண்டாள். "என்னை விடுங்க. நான் அத்தை வீட்டை போறன்..." அழுதுகொண்டே ஓடிச்சென்று கடவையைத் திறந்தாள்.

வெள்ளையக்கா வீட்டைத் தாண்டியபோது அழுகை நின்று கண்ணீர் மட்டும் வழிந்து கொண்டிருந்தது. 'மலரக்கா காணிக்குப் போயிருப்பாள். இருட்டத்தான் வருவாள். புல்லுச்சாக்கை சைக்கிளில் வைச்சுக்கொண்டு வருவாள். அவளைக் கண்ட உடன ஆடுகள் கத்தும். குட்டிகள் துள்ளும். எனக்காகப் பிடுங்கிக்கொண்டு வந்த பயித்தங்காய்களை எடுத்துத் தருவாள். நான் இன்னும் கொஞ்சம் வளர்ந்தால் சைக்கிள் பழக்கிறன் என்று சொல்லியிருக்கிறாள். அக்கான்ர வளவிலயிருக்கிற நெல்லிமரம் காய்ச்சால் கொண்டாட்டம்தான். முதல் முதலா சின்ன வயசில் நெல்லிக்காய் தின்னேக்க பல் கூசினது. எச்சில் இனிச்சது. இந்த அக்காதான் கொடுத்தாள். மரத்தில் என்னோடு போட்டிபோட்டு ஏறுவாள். உச்சிக்கிளைக்கும் ஏறிப் பழம் பிடுங்குவாள். தேன் எடுப்பாள்.

நுணாவில அக்காவால் ஏறேலாது. சின்னமரம். முறிஞ்சிடும். நான் ஏறிப் பிடுங்கிக் குடுத்தால் கீழேயிருந்து கைநீட்டி வாங்குவாள். அந்தப் பழம் பாக்கத்தான் கருவலாய் கோழிப்பீ மாதிரி அசிங்கமாய் இருக்கும். வாயில் அதக்கி உறிஞ்சிப்போட்டு விதையளைத் துப்பவேணும். உறைப்பா இனிக்கும். கொக்கச் சத்தகத்தை எடுத்துக் கொண்டுபோய் கூனிஆச்சி வளவில கோணப்புளியம்பழம் பிடுங்கித் தருவாள். கள்ளிப்பழம் எனக்குப் பிடிக்காது. முள்ளைப் பிய்த்துவிட்டு அக்காவே தின்னுவாள். அவள் வாய் நாடி மூக்கு எல்லாம் ஒரே நாவல் கலர். எதுவும் இல்லையெண்டால் பனங்கட்டி தருவாள். சிலநாள் உள்ளங்கையை நீட்டச் சொல்லித் தேன் ஊத்துவாள். ஓடைக்குப் போய் அக்கா துணி துவைக்கும் போது தண்ணியில் ஆட்டம் போடலாம். நீச்சலடிக்கலாம். குளிச்சிட்டு பூக்கள் பிடுங்கிக் கொண்டு வந்தால் அக்கா தலை இழுத்து இரட்டைப்பின்னல் போட்டு பூ வைச்சு விடுவாள். லீவில் பாடமெல்லாம் சொல்லித்தருவாள்.

வயலுக்கை, காணியளுக்கைதான் அக்கா தனியப்போவாள். காட்டுக்கை போகாள். மூண்டாம் வகுப்பு படிக்கேக்கை மயில்குஞ்சுத் தாத்தா முரலிப்பழம் பறிக்கவெண்டு ஏழெட்டுப் பிள்ளையளையக் காட்டுக்கை கூட்டிப் போனவர். அண்டைக்கு அக்காவும் வந்தவள். சிவப்பாய் முத்துமுத்தாய்ப் பழங்கள். ஓடியோடிப் பிடுங்கினம். கொண்டுபோன துணிப்பை கொள்ளாமல் அக்கா சட்டையை மடிச்சுக்கட்டி அதுக்குள்ள குமிச்சுக்கொண்டு வந்தவள். அண்டைக்கு ஊரெல்லாம் முரலிப்பழம்தான். அக்கா பொம்பிளையளோடை திரியறதில்லை. சின்னப் பிள்ளையளெண்டாத்தான் அவளுக்கு விருப்பம். எல்லாரையும் கூட்டி வைச்சு தாயம், கொக்கான், நாயும் புலியும் விளையாடுவாள். தாச்சிக்கல்லை உயர எறிஞ்சு ஏழெட்டுக் கல்லை ராவி எடுத்து பிறகு அதைப் பிடிப்பாள். குளம் மேவி கலிங்கில் வெள்ளம் பாயும்போது விடுப்பு பாக்க பிள்ளையளோட வருவாள். தேங்காய் ஒல்லிகளை எடுத்துக் குளத்தில் எறிஞ்சால் மிதந்து வந்து கலிங்கின்ர அருவியில் சரிந்து பாயும். நுரைக்குள்ள தாண்டு பிறகு ஓடையில் மிதந்து போகும். அம்மாவுக்கு அக்காவைப் பிடிக்குதேயில்லை. ஒரே புறுபுறுப்பாள். ஒளிச்சுத்தான் அக்காவோடை திரிய வேணும். இந்த ஊரிலேயே என்னில ஆசையா இருக்கிறது யார்? திலகா... ஊகூம். அத்தை? அப்பம்மா... அப்பம்மாவுக்கு விருப்பம்தான். ஆசையாசையாய் எதையாவது கொண்டுவந்து தின்னத் தருவா. ஆனால் சிரிச்சுப் பேச மாட்டா... அக்காதான் சரி. நான் அக்காவோடயே அவவின்ர வீட்டில இருந்தால் என்ன? அய்யா கோவிப்பாரா? எல்லாரும் வெள்ளையக்கா எண்டுதான் அக்காவைக் கூப்பிடுவினம். நான் மலர் அக்கா எண்டுதான் சொல்லுவன். அக்கா வீட்டில் படுத்துக் கிடக்கிற அந்த ஆச்சியும் மலர் மலர் எண்டுதான் கூப்பிடுறா. அக்காதான் ஒருநாள் சொன்னவள் "நீ என்னை மலர் அக்கா எண்டு கூப்பிடு."

செல்வா அத்தை வீட்டு முற்றத்தில் ராணி நுழைந்தாள். விறாந்தையில் அத்தை திரிகையில் மாவு திரிச்சுக் கொண்டிருந்தாள். உரலில் எதையோ இடித்துக் கொண்டிருந்த அப்பம்மாவைக் கண்டதும் ராணிக்கு மறுபடியும் அழுகை பொங்கியது. "இங்க வாடி என்ர ராசாத்தி. என்ர செல்லம். எதுக்கணை அழுறாய்..."

"அம்மா அடிச்சவ. நான் இனி வீட்ட போகமாட்டன்." "அம்மா தானே அடிச்சவ. அது வளரமுன்னம் ஆறிப்போகும். பாருங்கோ இண்டைக்கு ராவைக்குக் கொஞ்சுவா" என்றாள் அத்தை.

ராணி ஆச்சிமுத்துவுக்குப் பக்கத்தில் போய் நின்றாள். அவள் உலக்கையைத் தோளில் சாய்த்துக்கொண்டு சேலைத் தலைப்பால்

ராணியின் கன்னத்தைத் துடைத்துவிட்டாள். உரலிலிருந்து குரக்கன் இடிபட்ட வாசம்.

“பேத்திக்கு என்ன வேணும்? எடி செல்வா! வாழைப்பழம் இருக்கோடி?”

“வேண்டாம். எனக்குக் கொய்யாப்பழம்தான் வேணும்.”

வீட்டிற்குள் நுழைந்த அத்தை இரண்டு வாழைப்பழங்களை எடுத்து வந்து அவளிடம் ஒன்றைக் கொடுத்துவிட்டு மற்றதை விளையாடிக் கொண்டிருந்த சின்ன மகனிடம் கொடுத்தாள்.

உரித்து ஒரு வாய் தின்றுவிட்டு ராணி மறுபடி “கொய்யாப் பழம்...” என்று சிணுங்கினாள்.

“நீ கொஞ்ச நேரம் இவனோடை விளையாடு. இதை இடிச்சுப் போட்டு வந்து பேச்சியக்கா வீட்டை போய் பிடுங்கித் தாறன்.”

பேச்சியக்கா வீட்டு வளவில் கிணற்றின் கழிநீர் பாயத் தக்கதாய் இரண்டு கொய்யா மரங்கள் நின்றன. வலுத்த மரங்கள். மற்றதெல்லாம் முருங்கையும் கறிவேப்பிலையும்தான். ஒரேயொரு செவ்வாழை.

ராணி மேல் கொப்பில் நின்று பழங்களாகப் பறித்து எறிந்தாள். ஆச்சிமுத்து சேலையை விரித்துப் பிடித்துக் கொண்டிருந்தாள். சின்னவன் தின்றுகொண்டே அடிக்கிளையில் இரண்டு பக்கமும் கால் போட்டு உட்கார்ந்திருந்தான். ராணி சுற்றிலும் பார்த்தாள். சூரியன் விழ நேரமிருந்தது. ஆனாலும் இருட்டிக் கொண்டு வந்தது. காற்றே இல்லை. இலையசைவே இல்லை.

குளக்கட்டுப் பனைகளின் உச்சிகள் தலைவிரித்துத் தெரிந்தன. வேறு மரங்கள் தெரியவில்லை. இத்திமரம் மட்டும் பாதிக்குமேல் தெரிந்தது. ஊரிலேயே அதுதான் உயரமான மரம். மேகங்கள் கிழக்கில் கறுத்திருந்தன. இத்திமரத்தின் உச்சியிலிருந்து ஒரு பருந்து எழுந்து அப்படியே காற்றில் நீந்தி வந்தது. தலைக்கு மேலே ‘ங்ஙிய்ய்ய்ய்’ என்றொரு கூவல். ஆச்சிமுத்துக் கிழவியின் கைகள் அனிச்சையாய் கன்னத்தில் போட்டுக்கொண்டன. பருந்து ஏன் உயரமான இடத்தையே தேடி உட்காருகிறது என்று ராணிக்குக் கேள்வியாய் இருந்தது.

வெள்ளையக்கா என்றழைக்கப்படும் சோதிமலர் நெல்வயல்களுக்கு ஊடே வரப்பில் புல்லறுத்துக் கொண்டிருந்தாள்.

குளக்கட்டோரப் பாதையில் சைக்கிள் நின்றது. 'பாதிச் சாக்கு நிறைஞ்சால் போதும். இது பசுக்களுக்கு. ஆடுகளுக்கு? சைக்கிளில் காணிக்குப் போய் ஆமணக்கை ஒடிச்சுக்கொண்டு போகலாம்.'

'ங்யிய்ய்ய்' என்ற பருந்துக்குரல். அருகிலெங்கோ மண்ணில் பாய்ந்து எலியைத் தூக்கப் போகிறது என்று நிமிர்ந்து வானத்தைப் பார்த்தாள். வழக்கமான நிதானமான மிதப்புக்கு மாறாக அவசர அவசரமாக அது காட்டை நோக்கிப் பறந்தது. கிழக்கே மேகம் திரண்டு கறுத்துவிட்டது. புழுக்கமாய் இருந்தது. வேர்த்தது. 'மழை வரப்போகுதாக்கும்.'

சட்டென்று பொழுது இருண்டுகொண்டு வந்தது. தூரத்து மரங்களிலெல்லாம் பறவைகளின் கலைசலான குரல்கள் ஓங்கி ஒலித்தன. காக்கைகள் கரைந்தவாறு தாறுமாறாகப் பறந்தன. லேசாகத் தூறியது. முதற்துளி புறங்கையில் விழுந்தது.

'மழை வருமுன்னம் போக வேணும். இனி காணிக்குப் போக முடியாது. இங்கேயே உமையாளக்கான்ர வாழைத்தோப்பில் ஆடுகளுக்கு அகத்திக் கீரையை ஒடிச்சுக்கொண்டு ஓடவேண்டியது தான். அந்தக்காட்டை காலைமை சொல்லலாம். வாழைக்குலையை வெட்டிக்கொண்டு போனாலும் ஒண்டும் சொல்லாது. ஒரு செல்லம்தான்.'

புல்லை சாக்கில் திணிக்க கால்வாசி நிரம்பி விட்டது. தூக்கி முதுகில் போட்டுக்கொண்டு முற்றிக் கதிர் சாய்ந்த நெற்பயிர் வரப்பில் நடந்து வாழைத் தோப்புக்குப் போனாள். அதற்குக் காவல் போல் வரப்பெல்லாம் அகத்தி. செடியுமில்லாமல் மரமுமில்லாமல் இரண்டு ஆள் உயரத்திற்கு வளர்ந்திருக்கின்றன. சாக்கை வரப்பில் வைத்தாள். உதிர்ந்துகிடந்த அகத்திப் பூக்களில் ஒன்றை எடுத்துக் கையால் தடவிப் பார்த்தாள். எப்போது கண்டாலும் எடுத்துக் கொஞ்சாமல் போக முடிவதில்லை. வெள்ளையில் வெளிர் மஞ்சள் வரியோடியிருக்கிறது. கதிர் அறுக்கும் கத்தியைப்போல. காம்பைப் பிடித்துக்கொண்டு கதிரை நறுக்குவது போல பாவனை செய்தாள். கொக்கச் சத்தகத்தைத் தேடினாள். தோப்புக்குள் எங்காவது வைத்திருப்பார்கள் என்று தேடிக்கொண்டே வாழையின் ஆறாவது நிரைக்கு வந்தாள்.

'ஊஉ உ உ' என்ற காற்றின் ஊளையோடு வாழையிலைகள் சடசடவென்று ஆடின. இலைகள் கிழிபடும் சத்தத்தை மீறி ஊளை வலுத்தது. ஒரே ஓட்டமாக வரப்புக்கு ஓடினாள். காற்று விறுவிறுவென்று அடித்தது. மழை நீர்க்கம்பிகள் போல சாய்ந்து இறங்கியது.

'இனிக் கொக்கத்தடியைத் தேடேலாது.' கீழ்க்கொப்பு ஒன்றைத் தாவிப் பிடித்து வளைத்து அகத்திக் குழையை ஒடித்தாள். ஏழெட்டுக் கொத்துகளைச் சாக்குக்குள் திணித்துவிட்டு அடுத்த மரக்கிளையை

வளைத்தபோது காற்றின் வேகமும் சத்தமும் கூடியது. 'விய் விய்' என்று இடையறாது விளாசியது. பேயாட்டம் ஆடிய வாழைகள் கிழக்கிலிருந்து ஒவ்வொன்றாகச் சரியத் தொடங்கின. ஒன்றோடொன்று மோதி விழுவது பேரொலியாய்க் கேட்டது.

சாக்கைத் தூக்கிக்கொண்டு வரப்பில் சைக்கிளை நோக்கிச் சிட்டாய்ப் பறந்தாள். மழை காற்றின் வேகத்தில் விசிறுப்பட்டு அலையலையாய்ப் பறந்தது. அவளுக்கு முன்னே வானத்தில் பனையின் காவோலையொன்று சுழன்றுகொண்டு போனது. காற்று அவளைப் பிடரியில் அறைந்து தள்ளியது.

மதகடிப் பெரிய வாய்க்காலைத் தாண்டியதும் முன்யோசனையோடு மேற்குப்புறப் பள்ளத்தில் காற்றுக்கு அணைவாய் அப்படியே உட்கார்ந்தாள். புயல்தான். இப்போது சத்தம் வானத்தின் அடிவாரத்திலிருந்து ஓங்காரமான உறுமலாகக் கேட்டது. லேசாகத் தலைதூக்கிக் கிழக்கே பார்த்தாள். தூரத்தில் வாழைத் தோப்பு குப்பைக் குவியலாகக் கிடந்தது. வானில் கருந்திரளாக ஏதேதோ சுழன்று பறந்தன. மரங்கள் தலைசுற்றி ஆடின. தென்னங்கொண்டைகளின் ஓலைக் கீற்றுகள் அத்தனையும் மேற்கே குவிந்து தெறித்து விடுவதுபோல் பாய்ந்தன. குளக்கட்டுப் பனையோலைகள் பரவாயில்லை. ஆடிக்கொண்டிருந்தாலும் தாக்குப்பிடித்தன. காவோலைகள்தான் கழன்று பறந்தன.

'என்ன இந்தத் தை மாசத்தில் எண்டைக்குமில்லாத புயலும் மழையும்' என்று யோசித்துக்கொண்டே இத்திமரத்தைப் பார்த்தாள். அது மேற்கில் சரிந்து ஆடிக்கொண்டிருந்தது. மெல்லச் சாய்வதைப்போல ஒரு பிரமை. இமை வெட்டாது அதையே பார்த்துக் கொண்டிருந்தாள். உண்மையிலேயே சாய்கிறது... 'அய்யோ...' மொத்தமாகச் சரிந்து விழுந்தது. புயல் இரைச்சலில் விழுந்த சத்தம் கேட்கவில்லை. வானத்தை மறைத்துநின்ற அதனுடைய இருப்பு இப்போது வெறுமையாய் ஓவென்றிருந்தது. 'என்ர அம்மோவ்!' அனிச்சையாக நெஞ்சில் கை வைத்தாள்.

'இத்திமரம் விழுந்திட்டுதா? ஏதோ சகுனப்பிழை!' அவளால் நம்பவே முடியவில்லை. ஊரிலேயே பெரிய மரம் அது. மூத்த மரம். எத்தனை நேர்த்திகள் பொங்கல் படையல்கள். சின்னவளாய் நூறுமுறை அதனடியில் பூவரச இலையில் பொங்கலை வாங்கித் தின்றிருப்பாள். இனி இத்திமரம் இல்லையா? இனி என்ன செய்வது?

கால்மணி நேரம் கழித்துப் புயல் தணிந்தது போலத் தெரிந்தது. ஊ என்ற இரைச்சல் குறைந்துவிட்டது. ஆனால் மழை வலுத்தது. 'ரெண்டு நாளைக்குக் காணியில் இறங்க முடியாது. மழை விடாமல் அடிக்கும்.

பசுக்களுக்கும் கண்டுக்கும் வைக்கோல் இருக்கு. ஆடுகளுக்கு கருவேல நெத்தையும் உளுந்தம் பொட்டையும் வைத்து ஒப்பேத்தவேண்டியதுதான். இருட்ட முன்னம் வீட்டுக்குப் போயிடணும்.'

சாக்கு தொப்பலாய் நனைந்து கனத்தது. என்றாலும் அதையும் விடாமல் தூக்கிக்கொண்டு ஓடினாள். பாதையில் சைக்கிள் தண்ணீரில் சரிந்து கிடந்தது. நிமிர்த்தி கேரியரில் சாக்கை வைத்தாள். இன்னும் இருட்டவில்லை. நரை வெளிச்சம். காற்று விசிறியடித்தாலும் மழை பெருந்துளிகளாய் விழுந்தவாறிந்தது. வண்டித்தட மெல்லாம் தண்ணீர். அடுத்த வீச்சில் புயல் வருமுன்னம் ஊருக்குள் நுழைந்து விடவேண்டும் என்ற வேகத்தில் காற்றை மீறி சைக்கிளை அழுத்தி அழுத்தி மிதித்தாள்.

தை இறுதியில் ஓய்ந்து தருகிற மழை, பருவம் தாண்டியும் இப்போது பொழிந்து தீர்த்தது. வானமே பற்றி எரிந்ததைப்போல ஆகாயமெல்லாம் கருமேகம்.

வெள்ளத்தில் அவலமாகக் கேரியபடி கோழிகள் மிதந்தன. அகப்பட்ட மேட்டுநிலங்களில் ஏறிநின்றவாறு கன்றுகாலிகள் கத்திச் சோர்ந்தன.

இரண்டாவது நாள், பாம்பு நுழைவதைப்போலக் கதவு இடுக்குகளில் தண்ணீர் கசியத்தொடங்கியது. தனிக்கல்லடியிலிருந்த உயரமான பள்ளிக்கூடக் கட்டிடத்தை நோக்கி குடும்பம் குடும்பமாக ஓடினார்கள்.

மீனாட்சி பழைய பொலீத்தீன் பையொன்றை முக்காடாக அணிந்துகொண்டாள். சேலையைத் தூக்கி இடுப்பில் செருகிவிட்டு தாழ்வாரத்தோடு ஓடிச்சென்று கோடியில் கட்டிநின்ற கன்றை அவிழ்த்து விட்டாள். அது அவளையே மணந்து மணந்து சுற்றியது. "போ...போ... போய் எங்கயாவது மேட்டில ஏறி நில்லு" என்றாள். சகதிக்குள் கால் புதையப் புதையத் திரும்பி ஓடினாள். வாசற்படி விளிம்பில் கால்களை வழித்துத் துடைத்தாள். ஏணைக்குள் தூங்கிக் கொண்டிருந்த நாமகளை அள்ளியணைத்து ஒரு துவாயினால் முழுக்கப் போர்த்திவிட்டாள். 'மழை கொஞ்சம் விட்டாலும் ஓடிப்போகலாம்...'

ராணிக்கு வலு புளுகம். அவள் கால்களை நீரில் நனைத்தும் சேற்றில் குதித்தும் விளையாடினாள். "எடியே... வெள்ளத்துக்கை நிண்டு சொறிசிரங்கை வாங்கப்போறியே... உள்ளை வாடி. அவனையும் வைச்சுக்கொண்டு என்ன விளையாட்டு" மீனாட்சி திட்டினாள். ராணியின் கால்களை ஒட்டிக்கொண்டு நின்றான் வெள்ளையன். அவனுடைய கண்கள் விரிந்திருந்தன. முதற் புயலும் முதற் பெருமழையும் அவனுக்கு. ஒரு மின்னல் பளிச் என்று வெட்டியது. தொடர்ந்து ஆகாயம்

ஒரு பிரமாண்டமான கண்ணாடியைப் போலச் சிதறிப் பூமியில் கொட்டுப்படுவதைப்போல 'ட்டொட் டொம்... டொம்' என்ற சத்தம். வெள்ளையன் ராணியின் காலை இறுக்கிக் கட்டிப்பிடித்துக்கொண்டான். "ஊ..." என்று அழுதான். "எடியே அவனைக் கொண்டு உள்ளை வாடி" மீனாட்சி மறுபடியும் கத்தினாள். ராணி காலை உதறினாள்.

மழை மெல்லத் தணிந்தது. சங்கிலி வெள்ளையனை வாரித் தூக்கிக் கொண்டான். பள்ளிக் கட்டிடத்தை நோக்கி ஓடத் தொடங்கினார்கள். குளிரைப் பொடிப்பொடியாக்கித் துகள்களாக வீசிய காற்றில் உடல் விறைத்து நடுங்கியது.

வெள்ளம் கட்டிடத்தின் இரண்டாவது படியில் முட்டிக் கொண்டு நின்றது. சங்கிலி சுவரின் ஓரத்தில் பாயை விரித்தான். தீராந்தியில் சேலையின் அந்தங்களை முடிச்சிட்டு ஏணையாக்கி நாமகளைத் தூங்க வைத்தான். அவள் ஒருமுறைக்குச் சிணுங்கிவிட்டு மறுபடியும் உறக்கத்தில் ஆழ்ந்துபோனாள். சுவரோடு முதுகைச் சாய்த்திருந்த மீனாட்சி மெதுவாக ஏணையை அசைத்துக் கொண்டிருந்தாள்.

செல்வாவின் குடும்பத்தோடு ஆச்சிமுத்துக் கிழவி ஏற்கெனவே வந்துவிட்டிருந்தாள். மீனாட்சியைக் கண்டுவிட்டு எழுந்து வந்தாள். "குழந்தைப் பிள்ளைகளோட இருக்கிறனி. முதலே வந்திருக்கலாம் தானே..." என்று கடிந்தாள்.

"மூண்டாம் நாள் தணியுமெண்டு பாத்துக்கொண்டிருந்தம்."

"ம்..." என்றாள் கிழவி. ஞாபகங்களில் மூழ்குவதைப்போல முகபாவம் மாறியது. "ராணி பிறந்த காலத்திலயும் இப்பிடியொரு சோனாவாரி மழை பெஞ்சது" என்றாள்.

"ம்... பயிர்பச்சையெல்லாம் அழிஞ்சிருக்கும்." ஐந்தாறு நாட்களுக்கு முன்னர் சென்று பார்த்தபோது காற்றுக்குக் கதிரோடு தலையைச் சாய்த்து கலகலவெனச் சிரிக்குமாற்போல அசைந்து கொண்டிருந்தன. நேற்றும் சங்கிலிக்கு மனம் கேட்காமல் தொடையளவு வெள்ளத்தில் கால்களை வலித்து வலித்துப் போய்ப் பார்த்து வந்தான். "கடலில தாழுறவன் கடைசியாக் கையை விசுக்கி விசுக்கி அடிப்பானே... அப்பிடித்தான் கதிரெல்லாம் வெள்ளத்தில அந்தரிக்குது..." என்று துயரத்தோடு சொன்னான்.

ராணியும் வெள்ளையனும் கிழவியின் இரண்டு தொடைகளிலும் தலை சாய்த்து அப்படியே தூங்கிவிட்டார்கள். அவர்களை மெதுவாகத் தூக்கி வளர்த்திப் போர்த்தினாள். சட்டென்று மின்னல் இறங்கி

உறைந்து விட்டதைப்போன்ற வெளிச்சம் பரவியது. வாசலில் பெற்றோமக்ஸ் விளக்கைப் பொருத்தியிருந்தார்கள். அத்தாரும் சந்திராவும் அப்பொழுதுதான் வந்துகொண்டிருந்தார்கள். பின்னாலேயே லெட்சுமணனும்...

"அய்யோ... எங்கட காளித்தாய் சரிஞ்சு போனாளே... எங்களக் காத்த தெய்வம் பொறிஞ்சு போச்சுதே..." யாரோ ஒரு கிழவியின் கதறலோடுதான் காலை விடிந்தது. அத்தார் கையூன்றித் தேகத்தை நிமிர்த்தினான். மழை ஓய்ந்து வெறுமனே துமித்தபடியிருந்தது. தலைவிரி கோலத்திலிருந்த கிழவி தன் மாரிலும் தலையிலும் தொம் தொம்மென அடித்துக் குழறினாள். "காலமான காலமெல்லாம் கண்ட புயல் மழையிலெல்லாம் மாமலையா நிண்டவளே, மண்ணிலே சரிஞ்சனீயோ..."

பரம்பரை பரம்பரையாக இத்திமரத்தடி விளக்குக்கு நெய்யூற்றிச் சுடர் ஏற்றும் குடும்பத்தின் குமாரசாமிதான் காலையில் போயிருந்தான். போன கையோடு பதறிக்கொண்டு ஓடிவந்தான். நடுக்கத்தில் கலை வந்தவனைப்போல உடல் ஆடிற்று. திணறினான். "அய்யோ... பத்துக் கையளும் முறிஞ்சது மாதிரிக் கொப்பெல்லாம் உடைஞ்சு சூலத்தில பாறிண்டு கிடக்குறாள் ஆத்தை."

அபசகுனமான நினைவுகள் அத்தாரைச் சூழ்ந்துகொண்டன. பதைத்தான். கடவுள் மீது நம்பிக்கை இல்லாதவனுக்கு அபசகுனங்களைப் பற்றிய யோசனைகள் தோன்றுவதை அவன் கேவலமாக எண்ணினான். கூர்மையான சிந்தனைகளைக் கொண்டு கருத்துகளை உருவாக்கிக் கொண்டாலும் நினைவில் மரபான எண்ணங்களும் நம்பிக்கைகளும் ஒரு கிழவனின் தோல் சுருக்கங்களைப்போலத் தேங்கியிருக்கின்றன. தொன்மங்களின் ஆழ்படிமங்கள் நனவிலி மனதில் உறைந்திருக்கின்றன. அத்தாருக்கு ஏமாற்றமும் வெட்கமுமாயிருந்தது. உள்உணர்விற்கும் கடவுள் மறுப்பிற்கும் சம்மந்தமில்லை என்று மனதில் சமாதானம் செய்ய முயன்றான். இலங்கைத் தீவின் நிலவரங்கள் உண்மையிலேயே நல்ல சகுனங்களாக இல்லைதான்.

ரோந்துகளுக்குப் புறப்படும் ஆமிக்காரர்கள் இப்போதெல்லாம் தெருக்களில் ரத்தம் காணாமல் திரும்புவதே இல்லை. கண்ட பாட்டிற்குச் சுட்டுப் பழி தீர்த்தார்கள். தமிழ்ப் போராளிகளுடைய எழுச்சி கிளைத்துப் பரவத்தொடங்கியிருந்தது. யாழ்ப்பாணத்தில் பொலிஸ் நிலையங்கள் முற்றுகையிடப்பட்டிருந்தன. சிப்பாய்கள் வழிமறித்துத் தாக்கப்பட்டார்கள்.

பட்டிருப்புப் பண்ணையில் அடிக்கடி தமிழர்கள் காணாமற் போனார்கள். பிறகு காடுகளில் தலையற்ற முண்டங்களைக் கண்டதாக வேட்டைக்காரர்கள் சொன்னார்கள். காட்டின் மடியெல்லாம் ரயர் போட்டு எரித்த அரைகுறைப் பிரேதங்கள்... காட்டுப்புலவிலும் ஒதியமலையின் தெற்குப் புறத்திலும் சிங்களவர்கள் இராணுவப் பாதுகாப்பில் குடியேற்றம் செய்யப்பட்ட பிறகு ஒரு பதற்றமான காலம் கருந்திரைச் சீலையைப் போலக் கீழிறங்கியிருந்தது.

ஒருநாள் அதிகாலை. யானைகள் உலவும் பாதையில் நடந்து ஏழு குடும்பங்கள் தனிக்கல்லடிக்கு வந்து சேர்ந்தன. குழந்தைகளும் கிழவர்களுமாக அந்த முகங்களைப் பார்க்கவே அந்தரமாயிருந்தது. தனிக்கல்லடி முதல் தடவையாக அச்சத்தில் உறைந்த விழிகளோடு அவர்கள் சொன்ன கதையைக் கேட்டது. ஒருவனுடைய மணிக்கட்டோடு துண்டித்திருந்தார்கள். ஆறாத காயத்தைச் சுற்றியிருந்த வெள்ளைத்துணியில் காய்ந்த இரத்தம்... அவன் "அது என்ர நிலம்" என்று சொல்ல ஆரம்பித்தான்.

"நான் தனியாளாத்தான் காடுவெட்டி எரிச்சுத் திருத்தினனான். எரிச்ச சூடும் அடங்கேல்லை. ரெண்டாம் நாள் அஞ்சாறு சிங்களவங்கள் அதுக்கை அடிக்கட்டையளைக் கிளறிக்கொண்டிருந்தாங்கள். காணி மூலைக்குள்ளை ஒரு கொட்டிலும் போட்டிருந்தாங்கள்... நான் தன்மையாத்தான் சொன்னன்... இஞ்ச பாருங்க... நான் இதுக்கதான் புலவு செய்யப்போறன். நீங்கள் வேற இடத்தைப் பாருங்க எண்டு சாதாரணமாத்தான் சொன்னன். அவங்கள் என்னை அதட்டினாங்கள். இது தங்களுக்கு அரசாங்கம் குடுத்த நிலமெண்டும் நீ உன்ரை காணி உறுதியைக் காட்டெண்டும் உறுக்கினாங்கள். நான் மீறிக் கதைக்கேல்லை. நாலைஞ்சு துவக்குகளுக்கு முன்னாலை கதைக்கிற கவனம்தான் எனக்கு இருந்தது. இருந்தாலும் என்ரை வேர்வை ஊறிக்கிடக்கிற நிலந்தானே... எனக்குக் கோபத்தை ஆத்தத் தெரியேல்லை. தேகம் உதறிச்சு... வழியால போன ஒரு நாய்க்கு கல்லை வீசியெறிஞ்சு சனியனே நாசமாப்போ எண்டு கத்தினன். அவங்கள் அத்தினை பேரும் பயந்து போனாங்கள். அது எனக்கு நல்லதில்லையெண்டு விளங்கின நிமிஷத்திலேயே நான் திரும்பிட்டன்.

"பின்னேரம் ஆமி ட்ரக்குகள் உறுமுற சத்தம் கேட்டிச்சு. பூனை கண்ணை மூடுற மாதிரி நாங்கள் விளக்கெல்லாத்தையும் அணைச்சிட்டு வீடுகளுக்குள்ள பதுங்கிட்டம். ஆமிக்காரங்கள் சரசரவெண்டு வீட்டுக்குள்ள புகுந்தாங்கள். அவங்களிட்டைத் துவக்கில்லையெண்டு ஆசுவாசப்பட்ட அடுத்த நொடியில வாளுகளைக் கண்டன். வெளிச்சம்

பட இருட்டுக்குள்ளை மின்னுற வாள். பிறகு நடந்ததெல்லாம் பேய்க்கனவு மாதிரிக் கிடக்கு.

“அவங்கள் என்ர கழுத்தைப் பிடிச்சு வெளியில தள்ளேக்கையே தேகம் பஞ்சாப் போட்டுது. மனிசியும் குழந்தையும் கத்திக்கொண்டு ஓடி வந்திச்சினம். முத்தத்தில நிண்ட வேம்பில என்ர கையை ஒரு ஆமிக்காரன் அமத்திப் பிடிச்சிருந்தான். உண்மையில அவங்கள் என்ன செய்யப்போறாங்கள் எண்டு எனக்கு விளங்கேல்லை. அவன் சர்ரெண்டு வாளை ஓங்கத்தான் திமிறிக்கொண்டு கையை இழுத்தன். இந்தா இந்த இடத்தில ஒரு கட்டெறும்பு நறுக்கெண்டு கடிச்சமாதிரித்தான் இருந்திச்சு. சூடும் குளிரும் ஒண்டுமண்டாச் சுழிக்கிற மாதிரி... ஒரு வலி... தலை சுத்திற மாதிரி... அப்பதான் என்ர காலுக்குக் கீழ ரத்தத்தில தோய்ஞ்ச காட்டுச் சிலந்தியொண்டு கிடக்கிறதைக் கண்டன். அய்யோ... அது அஞ்சு விரலும் விரிச்ச என்ர உள்ளங்கை. எனக்குக் கண்ணெல்லாம் இருண்டு போச்சுது. வெட்டுப்பட்ட இடத்தில நரம்புக்கொடியை முறுக்கி வெளியால இழுக்கிற மாதிரி... நான் ஓ எண்டு கத்தினன். நோவு தாங்காமல் கையை விசுக்க விசுக்க ரத்தம் பீய்ச்சியடிக்குது.

“அப்பதான் இன்னொரு ஆமிக்காரன் அதைச் செய்தான். அவன் ரத்தம் வழியிற கையை மடக்கி என்ரை வாய்க்குள்ளை அடைஞ்சான். அவன்ர கண் ரெண்டும் வெறிகாரன் மாதிரிச் சிவந்து கிடந்திச்சு. தமிழற்றை ரத்தம் ருசிக்குதா ருசிக்குதா எண்டு கொண்டாடினான். அப்பிடியே காட்டேரியைப் பாக்கிறமாதிரிதான் அவன்ரை முகம். நான் ரத்தம் கலக்கக் கலக்க எச்சிலைத் துப்பினன். அவனுக்கு அது கோபமாயிருந்திருக்கும்போல. ஒரு கையாலை நாடியை இறுக்கிப் பிடிச்சுக்கொண்டு மற்றக் கையால வெட்டுப்பட்ட என்ர கையை வாய்க்குள்ளை தள்ளினான். எனக்குச் சத்தி வாற மாதிரிக் கிடந்திச்சு. அழுது களைச்சுப் போயிட்டன். என்னாலை திமிற முடியேல்லை. தொண்டைக்குள்ளை செப்புச் சுவை இறங்கினது. சத்தி எடுத்தன். பின்னயும் அவன் விடேல்ல... என்ர ரத்தத்தை நானே குடிச்ச பாவி நான்...

ஆகாயத்தின் கரித்திட்டுகளைக் கழுவித் துடைப்பதைப்போல ஒளி பரவத் தொடங்கிற்று. அத்தார் கட்டிடத்திற்கு வெளியே இறங்கி வந்தான். கணுக்காலளவு வெள்ளம். சிறுவர்கள் அளைந்து விளையாடிக் கொண்டிருந்தார்கள். சங்கிலியை கண்டு முகத்தை ஏறிட்டான்.

“வெள்ளம் வடிஞ்சிடும். வெங்காயம் ஏதாவது விதைக்கலாம் என்றிருக்கிறன்” என்றான் சங்கிலி. அத்தார் மௌனமாகச் சுற்றாடலை

வெறித்தான். சங்கிலியண்ணர் எப்பவும் இப்படித்தான்... சடுதியில் நம்பிக்கை கொள்ளுறவர்.

"இயற்கைக்கும் எங்களுக்குமான உறவு இதுதான் அத்தார். கிட்டத்தட்ட தாய்க்கும் பிள்ளைக்குமான பந்தம் போலத்தான். இயற்கையும் வன்மத்தை வைச்சுப் பழி தீக்கிறதில்லை. நாங்களும் வன்மத்தைக் கொண்டு அலைய முடியாது. கதிரழிஞ்ச காணியைப் பாக்க மனசு எரியும்தான். நம்ப வைச்சுக் கழுத்தை அறுத்தமாதிரி தான் இருக்கும். ஆனால் கடல் பொங்கிட்டுது எண்டதுகாக வலை படுக்கப் போகாமல் இருக்க ஏலுமா... இந்தா மூண்டு நாளா சன்னதம் கொண்ட இந்த மழைதானே இவ்வளவு நாளும் சரியான நேரத்தில பெய்ஞ்சு கொடுத்து சரியான அளவில தண்ணியக் காட்டி அறுவடை வரைக்கும் கொண்டுவந்துவிட்டது... பூமித்தாய் ஒருக்காலும் கைவிடாள்." சங்கிலி வாசற் படிக்கட்டின் ஈரத்திலேயே குந்தியிருந்தான். "ஆறாதவடுவா ஒரு காரியம் நடந்துபோச்சுது. மூண்டுநாலு தலைமுறை கண்ட மூத்த மரம் அது. மனசுக்கு அதுதான் பாரமாக் கிடக்கு. அது காத்தில அசையேக்கை தூர நிண்டு பாத்தால் அப்படியே காளியாத்தை கையை விரிச்சு ஆடுறமாதிரி இருக்கும்."

பாறிண்டு விழுந்த இத்திமரத்தடியில் ஊரே கூடிநின்று அழுது தீர்த்தது.

வெயிலில் காய்ந்தும் வெள்ளத்தில் மக்கியும் அந்த மண்ணோடு கரையத் தொடங்கியிருந்த இத்திமரத்தில் சனங்கள் நேர்த்திகளையும் படையல்களையும் தொடர்ந்தும் செய்தார்கள். பட்டை உதிர்ந்த அதனுடைய இளைத்த உடலில் நாணயக் குற்றிகள் முடிச்சிடப்பட்ட பட்டுத்துணிகள் வேண்டுதலாய் சுற்றப்பட்டுக் கொண்டேயிருந்தன.

முந்திய மரம் நின்ற நிலைக்குப் பத்தடி தள்ளி புதிதாக இத்திக்கன்று ஒன்று நட்டு நீரூற்றப்பட்டிருந்தது. ஏழெட்டு இலைகள் பசுமைபூண்டு வான்நோக்கி விரியத் தொடங்கியிருந்தன.

முன்னிரு கால்களையும் உயர்த்திப் பாயும் வெண்ணிறப் புரவியில் விரிந்த மார்போடும் அடர்ந்த இமைகளின் கீழ் ஒளிர்ந்த கண்களோடும் வாளேந்தியிருந்த இளவரசன் அந்தப் புத்தகத்தின் அட்டையிலிருந்து உயிர்பெற்று வெளியேறுவதை லெட்சுமணன் கற்பனை செய்தான். புத்தகத்தின் எழுத்துகளிடையே பேராற்றின் கிளை நதிகளைப்போல விரிந்து விரிந்து பரவும் கனவுகள் இனம்புரியாத கிளர்ச்சியை அவனில் உண்டாக்கின.

ஒரு மழைநாளில் எதற்காகவோ பரணைக் கிளறியபோதுதான் லெட்சுமணன் அந்தப் புத்தகங்களைக் கண்டான். அவ்வப்போது சந்திரா வாங்கிச் சேகரமான புத்தகங்களின் சித்திரங்கள்தான் அவனை முதலில் கட்டிப்போட்டன. கோடுகளினதும் வண்ணங்களினதும் மாயாஜாலத்தில் மனிதர்கள் உயிர்பெற்று மிதந்தார்கள். அவன் அவர்களுக்குப் பெயர்களிட்டான். உறவுமுறைகளை உருவாக்கினான். பிறகு அவர்களுக்கான கதைகளைத் தேடி எழுத்துகளிடையில் புகுந்தான். குறுகுறுவென்று வரிசையாக ஊர்ந்து செல்லும் எறும்புகளைப் போல எழுத்துருக்கள் கண்களை இழுத்துச்சென்றன. புதுப் புதுக் கனவுகளில் மூழ்கத் தொடங்கினான். போதையேறிய ஒரு நிலை.

புரவி பாய்ந்தது. இளவரசனின் கூரிய வாள் வழியிற் தடுக்கும் காட்டுக்கொடிகளை வெட்டிச் சாய்த்தது. அவன் சாகசம் நிகழ்த்து வதைப்போலக் கைகளைச் சுழற்றினான். அதுவொரு காலப்பயணம். மழை அவனுடைய திரண்ட தோள்களில் வழிந்தபோது சிலிர்த்தது. வெயில் அவனுடைய வியர்வை முத்துகளில் தெறித்தபோது கண் கூசியது. குதிரைக் காலடிக் குளம்புகளில் சுழித்து மேற்கிளம்பிய புழுதியை லெட்சுமணன் மூச்சிழுத்து முகர்ந்தான். ஓ... அதுவென்ன? புழுதிப்படலம். அது பிரமாண்டமான ஒரு மேகமாகி ஆகாயத்தையும் மறைத்துப் பரந்தது. டக்... டக்...டக்... என ஆயிரம் குதிரைக் குளம்பொலிகள்... ஆ... ஊ... என்ற ஆக்ரோஷமான மனிதக் குரல்கள்...

இளவரசன் தனியொருவனாகப் பாய்ந்தான். அவன் உருவிய வாளின் முனை இரத்தத்தைச் சொட்டத் தொடங்கியது. ஒளிவீசிய அவனுடைய கண்களில் இப்பொழுது தீப்பந்தங்கள் எரிந்து கொண்டிருந்தன.

‘கேற்’றைக் திறந்து கடக்க முன்னர் எவருடைய கண்ணிலாவது பட்டுவிடவேண்டுமென்ற தவிப்போடு தயங்கி நிற்கிற சிங்கமலை இன்றைக்கு அரக்கப்பரக்க உள்நுழைந்தான். மூச்சு வாங்கியது. முகத்தில் களைப்பு.

“வாங்கோ சிங்கமலை...” அத்தார் கையிலிருந்த பத்திரிகையை மடித்து வரிச்சுத் தடிகளுக்கிடையில் செருகிவிட்டு எழுந்தான்.

லெட்சுமணன் தந்தையைக் கண்டதும் கனவிலிருந்து மீண்டவன் போலப் புத்தகத்தை மூடி வைத்துவிட்டு எழுந்து ஓடினான். வரிச்சுத் தடிகளுக்கிடையிலிருந்த பத்திரிகையில் அந்த முகம் தெளிவாகத் தெரிந்தது. இரண்டு மூன்று நாட்களாக அதுதான் அவனுடைய நினைவுகளை இடறிக்கொண்டிருக்கிறது. ‘மூன்று நட்சத்திரத் தோள்பட்டி, கறுப்பு வரிகளாலான கரும்பச்சை உடை, புலிச்சின்னம் பதித்த சேவல் தொப்பி, தீர்க்கமான கண்கள்... அகன்ற கண்களின் நிறைவட்டக் கண்மணிகள் அவனோடு கதைத்துக் கொண்டேயிருந்தன.

சிங்கமலை கிடுகிடுவென்று வந்து கால்களை மடக்கி உட்கார்ந்து தன்னை ஆசுவாசப்படுத்த முயன்றான். துர்கனவு ஒன்றை மறக்கடிக்க முயல்பவன் போலக் கண் மூடி ஆழமாக மூச்சிழுத்தான். ஒடுங்கிய மார்பு ஏறி இறங்கிற்று. லெட்சுமணன் “என்னய்யா...” என்றான்.

“அம்மா... தண்ணி கொண்டுவாங்கம்மா...” வீட்டிற்கு உள்ளே பார்த்து நடுங்கிய குரலில் சிங்கமலை அழைத்தான். உதடுகள் தொடர்ந்தும் துடித்துக்கொண்டேயிருந்தன. சந்திரா நித்திரையிலிருந்தாள். லெட்சுமணன்தான் பாய்ந்துசென்று செம்பு நிறைய நீர் வார்த்து வந்தான். பறித்து வாங்கி முகத்தில் ஊற்றினான். கழுத்தில் இறங்கி நெஞ்சுக்குழி கடந்து வயிற்றின் மடிப்புகளில் வழிந்தது. முகத்தைக் கையால் அழுத்தித் துடைத்தான். கொளகொளவென்று முழு நீரையும் குடித்து முடித்தான். “எஞ் சாமி... என்னால நம்பவே முடியல்ல...” என்றான்.

“ஒட்டுசுட்டான் போலிஸ் ஸ்டேசன் தெரியுமில்ல... அதான் அந்த ரெண்டுமாடிக் கட்டடம். அங்கினை ஒரு அம்பது போலீஸ்காரனுவ இருந்திருப்பானுவளா... இருந்திருப்பாங்க. அந்தப் பக்கத்துல நம்ம ஆளுங்க கிட்ட கேட்டா கண்ணுல தண்ணி வர கதை கதையாச் சொல்லுவானுக... பகல்ல ரவுண்டு பண்ணி ஆம்பிளைங்கள இழுத்திட்டுப் போயி ராவு ராவா சித்திரவதை பண்ணுறதும் கொன்னுபோடுறதும்... ஒவ்வொண்ணும் காது கூசுற கதைக. நாட்டோட பேர் தெரியாத பொறம்போக்குக இங்கின குடியேறலாம்னா... இந்த நாட்டு சொந்தப் பிள்ளைங்க சிங்களவங்க குடியேறக் கூடாதாண்ணு கேட்டு அடிக்கிறதும், ஆணுடம்ப நசுக்குறதும், புருஷன்காரன ஸ்டேசன்ல வைச்சிக்கிட்டு

ராவில பொம்புளப்புள்ளக வீட்டுக்குப் போயி...” சந்திரா எழுந்து வந்த ஆளரவத்தைக் கண்ட சிங்கமலை அவள் நிற்கின்ற பிரக்ஞையில் நிறுத்தினான். “போலீஸ்காரங்க மாதிரியா நடந்துக்கிட்டாங்க நாயிக...”

“என்ன நடந்தது சிங்கமலை?”

“இன்னிக்கு ஒட்டுசுட்டான்ல நம்ம கூட்டாளியப் பாக்கப் போயிருந்தேன். முன்னாடி நானும் அவனும் ஒரே தோட்டத்தில தானிருந்தோம். அவன் பொண்ணுக்குக் கல்யாணம் வைச்சிருந்தான். அன்னைக்குப் போக முடியல்ல. யானைப் பாதைங்கிறதால விடிஞ்சாப்புறம்தான் போனேன். பேசிட்டிருந்தப்போ டொம்முன்னு ஒரு சத்தம். பதினொரு மணியிருக்கும். ஊருக்குள்ள பகல்ல ஒரு சத்தம்னா வேட்டைத் துவக்கு வெடி கழண்டிருச்சின்னுதானே அர்த்தம்... மூணு மாசம் முன்னாடி நம்ம சிங்காரம் இருக்கானில்ல... இடியனுக்குள்ள மருந்தை நெறச்சிட்டு தோள்ள சாய்ச்சுக்கிட்டு குனிஞ்சு எதையோ எடுத்திருக்கான். வில்லு இழுபட்டிருச்சி. அவ்வளவுதான். கழுத்தைத் தொளச்சிருச்சு. அப்புறம் ஆளுங்கல்லாம்...”

“ஒட்டுசுட்டான் பொலிஸுக்கு என்ன நடந்தது?”

“என்னதான் இடியனென்னாலும் மழைக்காலமுன்னா தானே அப்படி அதிரும்? இதென்ன புதிசென்னு யோசிச்சிட்டிருந்தப்ப, டொம டொம டொமன்னு ஆயிரம் இடியன்களைச் சுட்ட மாரி... இடிமுழக்கம் மாரி... அய்யோ ஆமிக்காரங்க ஊருக்குள்ள புகுந்து சுட்டுத் தள்ளுறாங்கன்னு கூட்டாளி ஒன்னு அழுதான். எனக்கு கையும் ஓடலை காலும் ஓடலை. வந்த இடத்தில சாகப்போறனேன்னு வயிறு கலங்கிடுச்சி. முனியாண்டி சாமி, என் பொண்ணு வயித்துப் புள்ளய... வல்லியாள் முழுகாம இருக்காள்ல... பாக்காமப் போறனேன்னு நெஞ்சடைச்சுப் போச்சு... வெளிச்சப் பகல்ல எங்கேன்னு ஓடுறது... கொட்டிலுக்கயே ஒடுங்கிட்டம். முழுசா ஒரு மணி நேரம்... சட சட சடன்னுட்டு ஓய்ஞ்சிது. நாங்க யாரும் வெளிய வரல்ல. அப்பத்தான் யாரோ ஒருத்தன் வாசல்ல நின்னு, அண்ணே ஒட்டுசுட்டான் போலிஸ் ஸ்டேசனுக்குள்ள நம்ம பொடியங்க பூந்திட்டாங்க, அவங்கதான் சுடுறாங்க. போலீஸெல்லாம் காட்டுக்க விழுந்து ஓடுறானுவன்னு கத்தினான். சாமி... இப்பத்தான் இப்படி நடுங்குறேன். அப்போ போலீஸெல்லாம் காட்டுக்க விழுந்து ஓடுறாங்கன்னதக் கேட்டதும், அப்படியே மலை உச்சில நின்னு காத்துக்கு நெஞ்சைக் காட்டிட்டு நின்னமாதிரி ஒரு திமிரு இருந்திச்சு தெரியுமா... ஒரு நாளைக்குப் போலீஸ்காரங்களும் புடரில கால்பட ஓடுவானுகன்னு முன்ன நினைச்சுப் பாத்திருப்போமா...” சிங்கமலை மறுபடியும் தண்ணீர் கேட்டு வாங்கிக் குடித்தான்.

“போலீஸ் ஸ்டேசன் பக்கம் நான் போகல, போற தைரியமுமில்லை. ஆனா கண்டவங்க சொன்னாங்க. பட்டப்பகல்ல புலிப் பையங்க முன்னும் பின்னுமாப் பாஞ்சு நொழஞ்சாங்களாம். போலிஸூம் விடல்லை... என்னமோ அதிரடிப் போலீஸ்காரனுவளாம். நமக்குத்தான் தெரியுமே... அவங்ககிட்ட இருந்ததெல்லாமே குட்டிக் குட்டி முதலை மாதிரித் துவக்குக. பையங்க பத்தோ இருவதோதான். ஆனால் போலீஸால எதித்து நிக்க முடியல்ல. செத்தவங்கள விட்டுட்டு காட்டுக்குள்ள எறங்கி ஓடத்தொடங்கிட்டாங்க. அம்மாடி! அந்த இன்ஸ்பெக்டருமில்ல செத்திட்டான். பொறம்போக்கு நாயி...” மறுபடியும் சந்திராவைப் பார்த்துவிட்டு நிறுத்தினான்.

“நான் காட்டுப்புலவுக்குத் திரும்பல. போலீஸ்காரங்க அடிபட்ட மிருகங்க. சும்மா விடமாட்டாங்க. பக்கத்து ஊருகளையும் கொளுத்துவானுக. அதான் நான் நடந்தே இங்க வந்திட்டேன்.”

அத்தார் கைகளை நீட்டி அலுப்பு முறித்தான். ஓர் உற்சாகம் பரவி ஓடியது.

“இதெல்லாம் எங்க போய் முடியுமுனு எனக்குத் தெரியல்ல அத்தார். நான் யாரு... சாதாரண கூலிக்காரன். இன்னிக்கு வேலைக்குப் போனாத்தான் நாளைக்கு அடுப்பில அவியும். இதெல்லாம் எதுக்குன்னு கூட சரியாத் தெரியல்ல... ஆனா மூணுநாள் போலீஸ் ஸ்டேசன்ல வைச்சு அவங்க படுத்தின பாடிருக்கே, இந்தா இவனுக்கு ஏழு வயசு அப்போ. ஏன் இங்க இருக்கீங்க, ஏன் இங்க இருக்கீங்கன்னு கேட்டுக்கிட்டேயிருந்தான். இந்தியாக்கு ஓடு ஓடுன்னான். சொல்றதுக்கு எங்கிட்டப் பதிலே இல்லை. வேண்டாத நாய் கணக்கா எத்தின கேலி பண்ணினாங்க... செல்லமணின்னு ஒருத்தன். கேள்வி கேட்டாங்கிறதுக்காக அவனோட மண்டைய ஒடச்சாங்க. அவனுகளை நம்ம பையங்க அடிச்சாங்களாம்கிறப்ப தன்னால ஒரு திருப்தி. அது தப்பாயிருந்தா அந்த முனியசாமி என்னையக் கேக்கட்டும்...”

லெட்சுணன் திரும்பவும் கனவுக்குள் மூழ்கியிருந்தான். வெண்புரவியிலிருந்து குதித்து இறங்கிய இளவரசனின் கைகளில் துப்பாக்கிச் சுடுமுனையிலிருந்து மெல்லிய புகை கசிந்து கொண்டிருந்தது.

இரவு சிங்கமலை லெட்சுமணனோடுதான் தங்கினான். நாளைக்கு வல்லியாள் வீட்டிற்குப் போவதாகவும் பக்கத்தில் எங்காவது குடிசை போடப்போவதாகவும் சொன்னபோது “உங்களுக்கு எப்ப விருப்பமோ அப்ப போங்கோ” என்றாள் சந்திரா.

வெளி விறாந்தையில் பாய் விரித்தார்கள். வேட்டைக்குச் சென்ற முதல் நாளையும், வெள்ளம் ஊரை மூடிய இரவையும், இத்திமரம் சாய்ந்த சோகத்தையும் லெட்சுமணன் சொல்ல சிங்கமலை "ம்... ம்..." என்று கேட்டுக்கொண்டிருந்தான். திடீரென்று நினைவு வந்தவனைப்போல "நீ அவங்களப் பாத்தியாய்யா?" என்றான் லெட்சுமணன்.

"யாரைய்யா?"

"போலீஸ்காரனுவள அடிச்சு வெரட்டினாங்களே... அவங்கள..."

"இல்லய்யா. யாரு பெத்த புள்ளகளோ, உயிர் போனாலும் போய்த் தொலையட்டும்கிற தீர்மானத்தோடயில்ல போய் அடிச்சிருக்கிறானுவ."

இரண்டு பேரும் அமைதியானார்கள்.

நடுநிசி நேரம். ஒதியமலைக் கிராமத்தில் மழையின் ஈனக்குரலன்றி வேறு அசைவில்லை. நிலத்தைத் தழுவ அஞ்சுவதைப்போல மழை பயந்து பயந்து தூமித்தது. திடீர் திடீரென அவல ஒலி எழுப்பும் பறவைக் குரல்கள் மட்டும் தேய்ந்து அடங்கின. ஆந்தை ஒன்று பக்கத்துப் பனையிலிருந்து விடாது குழறிக்கொண்டிருந்தது.

நடராசன் கண் எரியஎரிய விழித்திருந்தான். கட்டக்கரிய இருள். அரிக்கேன் விளக்கில் கசிந்த வெளிச்சத்தில் பிள்ளைகள் உடலைக் குறண்டிக்கொண்டு படுத்திருப்பது தெரிந்தது. பக்கத்திலேயே கிளி கையை மடித்து அணையாக்கி ஒருக்களித்துக் கிடந்தாள். சற்று முன்னர் வரை தாழ்ந்த குரலில் கதைத்துக் கொண்டிருந்தவள் இப்பொழுதுதான் கண்ணயர்ந்திருக்க வேண்டும். நடராசன் பிள்ளைகளுக்கு அருகாகத் தன்னை நகர்த்தினான். அவர்களுடைய தொடுகையில் மனக் கிலேசங்கள் அகலுவதைப்போல ஒரு திடம்.

ஒதியமலைக் கிராமம் இரண்டு நாட்களாக ஊரடங்குச் சட்டத்தினால் இறுக்கப்பட்டிருந்தது. தெருக்களும் முற்றங்களும் வெறிச்சோடிப் போயிருந்தன. கிராமத்தை இழுத்துக் கடலின் அடியில் அமிழ்த்தியது போல அதன் ஒவ்வொரு முகமும் வீடும் மூச்சடைத்துத் திணறின. நத்தை ஓட்டுக்குள் ஒடுங்கிக் கொள்வதுபோல வெளியிற் சலனமேயில்லை.

ஆறு மாதங்களுக்கு முன்னரேயே தெற்கே சிலோன் தியேட்டர், கென்பாம் பகுதிகளிலிருந்த தமிழ்க் குடும்பங்களை உடனடியாக வெளியேறிச் செல்லுமாறு நோட்டீஸ் கொடுத்திருந்தார்கள். இராணுவத்தினர் திடீர் திடீரென வருவதும் தமிழர்களின் விவசாய இயந்திரங்களை அடாத்தாக பறித்துச் செல்வதும் தொடர்கதையாயிருந்தது. ஒதியமலையிலும் பதற்றம் தொற்றித்தான் இருந்தது. தெற்குப்புற எல்லைகளைச் சிங்களக் குடியேற்றங்கள் கறையானைப் போல அரித்துக்கொண்டிருந்தன. ஆனாலும் வெளியேறிச் செல்வதைப்பற்றி யாரும் யோசித்திருக்கவில்லை.

“சங்கிலியர் வீட்டுக்குப் போயிருந்திருக்கலாம்” சற்று முன்னர் கிளி சொன்னாள். பதிலை எதிர்பார்க்காத தொனி. “ரண்டு மூண்டு மாசமா நிலைமையள் சரியாயில்லை. தனிக்கல்லடிக்குப் போயிருந்திருக்கலாம்...” என்றாள் மீண்டும்.

நடராசன் அமைதியாயிருந்தான். 'போயிருந்திருக்கலாம்' என்றுதான் அவனுக்கும் தோன்றியது. விதைப்புக் காலம், பயிர்க்காவல் என்று அவன்தான் சாட்டுகளைச் சொல்லி நழுவிக் கொண்டிருந்தான். கஞ்சிக்கும் வழியில்லாமல் தம்பிக்கு முன்னால் போய் நிற்பதில் ஒரு தயக்கம். பசியோ பட்டினியோ மூன்றாம் பேருக்குத் தெரியாமல் சமாளித்துக் கொண்டிருந்தார்கள். வறுமை வேலியின் ஓரங்களைச் செல்லரித்துக்கொண்டு உள்நுழைந்திருந்தது. கிடைக்கின்ற கூலி வேலைகளுக்கெல்லாம் போனான். நிரந்தரமில்லாத வருமானத்தில் இரண்டு பிள்ளைகளுக்கும் கஞ்சி ஊற்றவே பெரும்பாடாயிருந்தது. கிளி கெட்டிக்காரி. சோத்துக்காரைக் கஞ்சியும் சுட்ட மரவள்ளிக் கிழங்குமாக அவள்தான் எப்படியோ சமாளித்துக்கொண்டிருந்தாள். கைச் சேமிப்பெல்லாம் கரைந்து போய்விட்டது.

மகளின் காலைத் தூக்கித் தனக்கு மேலே போட்டுவிட்டு ஆறுதலாகத் தடவிவிட்டான். மூத்தவனுக்கு விபரங்கள் புரிகிற வயது. "எதுக்குப் பள்ளிக்கூடம் போகவேணாமெண்டு சொல்றீங்கள்..." என்று இரண்டு நாட்களாகத் தொணதொணத்துக் கொண்டேயிருந்தான். இன்றைக்குக் காலையில் கிளி கோபத்தில் சீறிவிட்டாள். "சனியனே வெளிய போய்ச் சாகப்போறியே" என்று எரிந்து விழுந்தாள். அவன் பயந்துபோனான். மலங்க மலங்க விழித்துக் கொண்டு ஓலைச் செத்தையோடு பின்வாங்கினான். கிளிக்கு உறைத்திருக்கவேண்டும், ஓடிப்போய் அவனை அணைத்தாள். பொல பொலவென்று கண்ணீர்... "அய்யோ ராசா, அம்மாவை மன்னிச்சுக் கொள்ளடா... மன்னிச்சுக்கொள்" என்று அவனுடைய கையைப் பிடித்து தன்னுடைய முகத்தில் அறைந்தாள். அவன் ஒரேயடியாக மிரண்டுபோனான். கையை விடுவித்துக்கொண்டு ஓடிப்போய் மூலைக்குள் குந்தினான். "பெத்த பிள்ளையைச் சாகச் சொன்ன பாவியோ நான்... பாவியோ நான்..."

'ம்... தனிக்கல்லடிக்குப் போயிருக்கலாம்... என்ன ஒண்டு... அடுத்தவேளைப் பசிக்குத் தம்பியைத்தான் எதிர்பாக்கணும். அவன் உதவி செய்யத் தயங்கிற ஆளில்ல... கேக்காமலேயே செய்வான்... இருந்தாலும்...' தொண்டைக்குழிக்குள் முள்ளுப்போல ஒரு தயக்கம் தடுக்கிக்கொண்டு நின்றது. மீனாட்சிக்கு முன்னால் வெறும் தேத்தண்ணிக்கும் வழியற்றவளாகக் கிளியைக் கொண்டுபோய் நிறுத்தக் கூச்சமாயிருந்தது.

'தம்பியிட்ட உரிமையோட போய் நிக்கிறதில என்ன மானம் அவமானம் வந்திடப்போகுது...' ஒருவிதத் தீர்மானத்தோடு நினைத்தான். 'அவன்ரை நாலு வயசில அய்யா செத்த பிறகு அவனுக்குப் பீ மூத்திரம் கழுவி, உடல் குளிப்பாட்டித் துடைச்சு வளர்த்தன். அவன் என்ர கையாலதானே

வாங்கிச் சாப்பிடுவான். ஆத்தை வரிசையா எல்லாரையும் நிக்க வச்சுத்தான் சோறு தீத்தும். இவன் ஆவெண்ண மாட்டான். ஆத்தை எடேய் நடராசேன்... என்று என்னைத்தானே கூப்பிடும். ஆத்தை இப்பயும் சொல்லும். நான் ஊட்டி வளத்ததெல்லாம் இடையில விட்டுட்டுப் போயிட்டுதுகள். தானா வளந்த மூண்டும் என்னோடை இருக்குதுகள் எண்டு. சங்கிலி அப்பயே அமைதிதான். இருத்திய இடத்தில் அரங்க மாட்டான். வளர வளர ஒரு தகப்பன் மாதிரியே என்னைப் பாக்கத்தொடங்கிட்டான். மடையன்! ஒரு வார்த்தையும் பேசாமல் இருக்கிறதுதான் மரியாதை எண்டு நினைச்சிட்டான். நானும் அதையொரு கௌரவமாத்தானே நினைச்சிருந்திட்டன். ஊரடங்கு வெளிச்ச பொழுதோட போயிடணும். உன்ர அய்யா வந்திருக்கிறன், இலையை விரிச்சு விருந்துவை எண்டு சொல்லவேணும். பழைய கதைகள் கதைக்கவேணும். ரெண்டு பேரும் சேர்ந்து ஆச்சிமுத்து ஆத்தைக்கு கோபத்தைக் கிளறவேணும்...'

நடராசன் புன்னகை வழியக் கிடந்தான். நதிக்குள் மூழ்குவதைப்போல கலங்கிய நித்திரை...

நடராசனின் தோளைத் தட்டிக் கிளி அசைத்தாள். "ம்..." என்று முனகினான். கண்மடலின் உள்ளே செந்நிறமாயிருந்தது. 'விடிஞ்சு வெளிச்சம் ஏறிட்டுது...' என்று நினைத்துக்கொண்டான். இரவின் யோசனைகளையும் துயர மூச்சுகளையும் பின்னுக்குத் தள்ளிவிட்டு புத்துணர்ச்சியோடு விடிகிற நாள் பிறகு நேரம் செல்லச் செல்ல தண்ணீர் ஊறிய நெல்லு மூட்டையைப்போல கனக்கத் தொடங்கிவிடுகிறது. நடராசன் கண்ணைத் திறக்காமல் அவனுடைய கக்கத்துக்குள் குறண்டிக்கொண்டு படுத்திருந்த மகளைக் கட்டிப்பிடித்தான்.

"இஞ்ச, வெளியில என்னமோ நடமாட்டம் சரியில்லாமல் கிடக்கு. வெளியில புது ஆக்கள் திரியிற மாதிரி குசினி வரியலுக்கால தெரியுது" கிளி காதுக்குள் கிசுகிசுத்தாள். கதவை உதைந்து திறந்ததைப்போல நடராசன் இமை திறந்தான். காதைக் கொடுத்துக் கேட்டபோது வானொலி அலைவரிசையைப் போலப் புதிய பேச்சுக் குரல்கள் இரைந்து இரைந்து கேட்டன. பயம் வாலைக் காட்டியது. நிதானத்தை வலிந்து இழுத்தவாறு எழுந்தான். "ஏதோ அசுமாத்தம் தான், நீ பதற வேண்டாம். பிள்ளைகளை நிதானமாவே எழுப்பு. எங்கடை கையில ஒண்டுமில்லாத மாதிரித்தான் மனசிலயும் ஒண்டுமில்லை. எதுவும் நடக்காது." சேட்டுக்குள் கையை நுழைத்து அதன் கீழிரண்டு பொத்தான்களை மட்டும் பூட்டினான்.

வேலிக் கடவையை யாரோ தள்ளித் திறக்கின்ற கிறீச் ஒலி கேட்டது. நடராசன் குடிசையின் வாசல் தட்டியைத் திறந்து தலையைக் குனிந்து வெளியே வந்தான். முற்றத்தில் திடீரென்று கரும்பச்சை நிற மரங்கள் முளைத்தாற்போல சிப்பாய்கள்... வெலவெலத்துப் போனான்.

செம்புழுதி அப்பிய சீருடையில் கறுப்புச் சப்பாத்துகள் முழங்காலைத் தொட்டு நின்றன. கோலப்பின்னல் போன்ற சப்பாத்து முடிச்சுகள். செங்கட்டிகள் போல மார்புக்கூடுகள்... மீசை வழித்த அந்நியமான முகத்தில் சட்டியைக் கவிழ்த்தாற்போலத் தொப்பி... நடராசன் ஒருகணம் அச்சத்திலிருந்து விலகிச் சென்று அவர்களை விநோதமாகப் பார்த்தான். கைகளைக் குவித்து வணங்குவதா அல்லது தலையைச் சாய்த்துப் புன்னகைப்பதா என்று தெரியவில்லை. அக்கம்பக்கத்து வீடுகளிலும் இராணுவச் சப்பாத்துகள் அசைவதைக் கண்டபோது அதுவொரு ஆறுதலாயுமிருந்தது.

“உன்னோட எத்தன பேர்?” என்றான் ஒரு சிப்பாய்.

“நாலு பேர் அய்யா... நானும் என்ர இவாவும் ரண்டு பிள்ளையளும்...”

“அவங்களயும் வரச்சொல்லு.”

நடராசன் வாசலைப் பார்த்து “கிளி... அய்யா கூப்பிடுறார், பிள்ளையளக் கூட்டிக்கொண்டு வாரும்” என்றான். இளைய மகளை மார்பில் சுமந்த படியும் மூத்தவனை முன்னால் நடத்தியவாறும் கிளி வெளியே வந்தாள். மிரட்சியோடு நடராசனுக்குப் பக்கத்தில் வந்து நின்றாள். இராணுவ உருவங்களைக் கண்டு மிரண்ட இளையவள் தாயின் கழுத்திற்குள் முகத்தைப் புதைத்துச் சிணுங்கினாள். கிளி “ஒண்டுமில்ல... ஒண்டுமில்ல...” என்று தேற்றினாள்.

ஐந்தாறு சிப்பாய்கள் குடிசைக்குள் நுழைந்தார்கள். பானைகளும் சட்டிகளும் உருண்டு புரண்ட சத்தங்கள் கேட்டன. பிறகு வெளியேறினார்கள். நடராசன் அவர்களைச் சிநேகமாகப் பார்க்க முயற்சித்தான்.

“அபிவிருத்திச் சங்க பில்டிங்கில மீற்றிங் இருக்கு. எல்லாரும் வரணும்” என்றான் ஒருவன். அவன்தான் அவர்களுக்குப் பொறுப்பானவனாக இருக்க வேண்டும். நடராசன் “சரி அய்யா” என்று நிம்மதியாகத் தலையாட்டினான். அவர்கள் போனபிறகு புறப்பட்டால் போதுமென்றும் நினைத்தான். ஆனால் அவனுடைய கையைப் பிடித்து ஒருவன் இழுத்தபோது கால்கள் பின்னிக் குழையத் தொடங்கின.

“முன்னால போ.”

நடராசன் ஓரடி வைத்தான். தயங்கி நின்று கிளியையும் பிள்ளைகளையும் பார்த்தான். 'என்னைத் தனிய அனுப்பாதீங்கோ' என்பதைப்போன்ற பார்வை. கிளி மூத்தவனைத் தள்ளிக்கொண்டு அவனுக்குப் பக்கத்திலேயே வந்து நின்றாள். மகள் பாய்ந்து தந்தையின் கழுத்தை அழுத்திக் கட்டிக்கொண்டாள். அவளை மறுபடியும் பிரித்தெடுத்துக் கிளியிடம் கொடுத்த சிப்பாய் "நீங்க வரவேணாம். நீங்க வீட்டில இருக்கிறது. புருசன் பின்னேரம் வந்திடும்" என்றான். பரிவோடு சொல்வது போலப்பட்டது. அதிகமும் முரண்டுபிடித்தால் கோபத்தில் எதையாவது செய்துவிடுவார்களோ என்று கிளி அஞ்சினாள். சிப்பாய் நடராசன் முதுகில் தள்ளினான்.

குளக்கட்டுக்குச் செல்லும் செம்புழுதித் தெருவெங்கும் ராணுவப் பச்சை மயம். அவர்களுடைய பாவனைகள் மெதுமெதுவாகக் கலைந்தன. நடராசனின் முதுகைத் தள்ளிய முரட்டுக் கை மேலேறி சேட்டின் கொலரைக் கொத்தாகப் பிடித்து அழுத்தியது. நடராசன் தலை கவிழ்ந்தான்.

சடுதியில் ஆணையொன்றைப் பெற்ற விறைப்போடு அவர்கள் தாக்கத் தொடங்கினார்கள். ஒரு விளையாட்டின் தொடக்கப் பயிற்சி போலிருந்தது. துப்பாக்கியின் கைப்பிடியால் முதுகில் ஓங்கிக் குத்தியபோது தடுமாறி விழப்போன நடராசன் இன்னொரு சிப்பாயின் கைகளைப் பிடித்துக்கொண்டு சுதாகரித்தான். விழாது தாங்கிக் கொண்டதற்கு நன்றி தெரிவிக்குமாற்போல அவனுக்கு நேரே நின்றான். அந்த நொடியில் சிப்பாயின் முகம் விகாரமானது. நாக்கை வெளியே தள்ளிப் பற்களால் கடித்து ஊளையிடுவதைப் போல அவன் சத்தமெழுப்பினான். நடராசனின் கைகள் தன்னியல்பாகக் கூப்பின. சிப்பாயின் வலது சப்பாத்து ஓங்கி வயிற்றின் கீழே உதைத்தபோது நடராசன் வலியில் சரேலென்று குந்தினான். உயிரின் முனையை முறுக்கிப் பிய்த்தெறிந்ததுபோன்ற வலி. கேவல் ஒலியில் குரல் கீச்சிட்டது. அவனுடைய சேட்டைப் பிய்த்து இழுத்தபோது, இறுதி இரண்டு பொத்தான்களும் தெறித்து நிலத்தில் விழுந்தன. வலியிலிருந்து மீளும் வேட்கையில் தொடைகளை ஒன்றோடொன்று தேய்த்தான். இரண்டு கைகளையும் முதுகில் மடக்கி அவனுடைய சேட்டினாலேயே முடிச்சிட்டார்கள். கழுத்தில் பிடித்துத் தூக்கியபோது பொம்மையைப் போலவே எழுந்தான். தள்ளியபோது காற்றில் மிதப்பதுபோலவே நடந்தான்.

பலருக்குப் பற்கள் உடைந்து இரத்தம் ஒழுகிக்கொண்டிருந்தது. நடக்க முடியாமல் காலை இழுத்து இழுத்து நடந்தார்கள். "நாங்கள் என்ன செய்தமெண்டு எங்களை இப்பிடி துன்புறுத்திறீங்க" என்று கேட்ட

ஐம்பது வயதுக் கிழவன் ஒருவனின் மண்டையை உடைத்துவிட்டார்கள். அவனுடைய இடது கண்ணும் இடக் காதுமடலும் இரத்தத்தில் மூழ்கிச் சிவப்பாயிருந்தன. பார்ப்பதற்குக் கோரமாயிருந்தது.

குளக்கட்டோரமாக உறுமிக்கொண்டு உழவூர்தியொன்று வந்தது. அதன் சாரதி இராணுவத்தினரைக் கண்டதும் திகைத்துப் போய் நிறுத்தினான். பின்பெட்டியில் வயல்வேலை செய்கிற தொழிலாளர்கள் உட்கார்ந்திருந்தார்கள். அவர்கள் ஆமிக்காரர்களை எதிர்பார்த்திருக்கவில்லை. ஒவ்வொருவராக எட்டிப் பார்த்தார்கள். ஊரடங்கு நேரத்தில் வேலைக்குப் போவதற்காகத் திட்டு விழப்போகிறது என்று நினைத்தவர்கள் அப்பொழுதுதான் இரத்தம் வழிய வழியத் தெருவில் நின்ற ஆட்களைக் கண்டார்கள். பாய்ந்து குதித்து ஓடத் தொடங்கினார்கள். சிப்பாய்கள் அவர்களைத் துரத்திப் பிடித்தார்கள். அவர்களுக்கு அதுவொரு விளையாட்டுமாயிருந்தது.

எல்லோரும் உழவூர்தியில் ஏற்றப்பட்டார்கள். அடி வாங்கி நடக்க முடியாமற் போனவர்களைத் தூக்கி வீசினார்கள். உழவூர்தியின் பெரிய சில்லுக் கவசத்திலும் பெட்டியிலும் துப்பாக்கிகளை நிமிர்த்தியபடி சில சிப்பாய்கள் உட்கார்ந்திருக்க அபிவிருத்திச் சங்கக் கட்டிடம் நோக்கி உழவூர்தியைத் திருப்பினார்கள்.

அதுவொரு சிறிய கட்டிடம். வெள்ளை நிறச் சுண்ணாம்பு உள்ளும் வெளியும் பூசப்பட்டிருந்தது. ஒன்றிரண்டு மேசைகளும் நிறையக் கதிரைகளும் உள்ளிருந்தன. வெளியே சருகுகள் குவிந்திருந்தன. ஒவ்வொருவரையும் உள்ளே தள்ளினார்கள். நடராசன் மூலையோடு ஒதுங்கிக்கொண்டான். அவனுக்குள் சற்று முன்னர்தான் நம்பிக்கை இழையொன்று முளைத்திருந்தது. ‘கொல்லுறதெண்டால் குளத்தடியிலேயே சுட்டிருக்கலாம். இவ்வளவு தூரம் வந்திருக்கத் தேவையில்லை. அடிச்சு மிரட்டி ஒதியமலையிலிருந்து வெளிய போகச் சொல்லப் போறாங்கள் போல’ என்று ஊகித்திருந்தான். அவர்களுடைய அதிகாரி யாராவது இங்கே வரக்கூடும். ஒருவேளை ஒதியமலையிலிருந்து வெளியேற வேண்டுமென்று கேட்பார்களாயின் உடனேயே ஒப்புக்கொண்டு விடுவதெனத் தீர்மானித்தான்.

சலீரென எதிரொலிப்பதுபோல துப்பாக்கி சடசடத்தது. நடராசன் திடுக்கிட்டுப்போய்த் தலையை நிமிர்த்தினான். மறுமூலையில் குழுமி நின்றவர்களில் மூன்று பேர் கண்கள் செருக முழந்தாளில் விழுந்து பிறகு முகக்குப்புறச் சரிந்தார்கள். அவர்களுடைய நெற்றியிலும் தாடையிலும் நெஞ்சிலும் குருதி கொப்பளித்துப் பாய்ந்தது. பிறகு அடங்கி வழிந்தது. எஞ்சியவர்கள் அதகளப்பட்டார்கள். சாவிலிருந்து நொடி நேரத்திற்கேனும் தாமதித்துக்கொள்ளும் வேட்கை. குறுக்குமறுக்காக

ஓடினார்கள். வீரிட்டார்கள். கையெடுத்துக் கும்பிட்டார்கள். ஒருவர் பின் ஒருவராக ஒளிந்தார்கள். அடைபட்ட எலிகளைப் போலப் பதைபதைப்பு... நடராசன் நின்ற இடத்திலிருந்து நகரவேயில்லை. எல்லாத் துப்பாக்கிகளும் ஆயத்த நிலையிலிருந்ததை அவன் கண்டான். அப்பொழுது எல்லாச் சாவுகளையும் கண்கொண்டு பார்த்துவிடுவதென்ற முடிவுக்கு அவன் வந்தான். அதுவே சாவுக்குத் தன்னைத் தயார்படுத்துமென்று நம்பினான். எஞ்சிய நம்பிக்கைகளைக் கால்களில் வழிந்து வெளியேற விட்டான்.

சண்முகராச அண்ணரின் மகன் நெஞ்சாங்கிடையாக ஒரு சிப்பாயின் காலில் விழுந்து கதறினான். அவனுக்குப் பதினாறு வயதும் ஆகியிருக்கவில்லை. வயல்களில் விளையாடிக்கொண்டு திரிகிற பருவம். சிரித்த முகம். அவனுடைய நெற்றியில் புரண்ட தலைமயிரைக் கொத்தாகப் பிடித்துத் தூக்கினார்கள். தொண்டைக் குழிக்குள் துப்பாக்கி முனையைத் திணித்தார்கள். அவன் அடம்பிடிக்கும் ஒரு குழந்தையைப் போலக் கால்களை உதைத்துக் குழறினான். நடராசன் கண்களை மேலும் அகல விரித்தான். அடக்கமான வெடி ஒலி கேட்டது. கல்லால் குத்திய பிஞ்சு மாங்காயைப் போல பிசுக் என்று பிடரியில் இரத்தம் சிதறியது. அதன் பிறகும் இரண்டொரு கணங்கள் அவன் கால்களை உதைத்தான்.

மண்டை உடைக்கப்பட்ட கிழவன் விழுந்து கிடந்தான். அவனுடைய வாய் ஒருபக்கம் கோணிவிட்டது. கைகளை விரித்து “அம்மாளாச்சித் தாயே, இதெல்லாத்தையும் பாக்க உனக்குக் கண்ணில்லாமல் போச்சோ” என்று அலறினான். அவனைக் குண்டுகள் துளைத்தபோது உடல் மேலும்கீழுமாக உதறியது. கைகள் மெல்லச் சரிந்தன.

பன்னிரண்டாவது சாவுக்குப் பிறகு தனித்தனியாகச் சுடுவதை நிறுத்தினார்கள். உச்ச வெறியில் துப்பாக்கிகளைச் சுழற்றிக் கண்மூடித்தனமாய்ச் சுட்டுத் தள்ளினார்கள். கடைசிக் குரல்கள் ஒவ்வொன்றாக அடங்கின. நடராசனுடைய கழுத்திலும் தொடையிலும் கொதி தணல் கிழித்த கணத்தில் அவனுடைய கக்கத்திற்குள் குறண்டிக்கொண்டு படுத்திருந்த இளைய மகளை அவன் இறுக்கமாகக் கட்டிப்பிடித்திருந்தான்.

சந்தை கலகலப்பாயிருந்தது. எட்டு மணிக்குத் தெற்குப் பக்கத்தில் வேட்டொலிகள் கேட்டதாகச் சந்தைக்குள் பேசிக் கொண்டார்கள். அத்தார் தலையைக் குனிந்து "எங்கயோ பூந்திட்டாங்கள்" என்று லெட்சுமணனிடம் சொல்ல அவன் அர்த்தத்தோடு சிரித்தான். பொலிஸார் ரத்தம் வழியச் சரிந்து கிடப்பதைப்போன்ற காட்சிகள் அவனுள் உருவாகின. சட்டென்று உற்சாகம் பற்றிக்கொள்ள "வாங்க வாங்க... மொளுமொளுன்னு மரவள்ளிக் கிழங்கு. சாப்பிட்டுப் பாத்தா விடமாட்டீங்க" என்று கூவினான்.

ஒதியமலையில் பொதுமக்கள் படுகொலை செய்யப்பட்ட தகவல் பத்துமணி போலத்தான் பரவியது. எறும்புகள் விலகிச் செல்வதுபோலச் சட்டென்று சந்தை கலைந்துவிட்டது. அத்தார் அப்படியே குந்தியிருந்தான். கிணற்றின் ஆழத்திலிருந்து ஒலிப்பது போல ஒரு குரல்... நம்பிக்கையும் துயரும் ஒருங்கே பிணைந்த குரல்... நாடுநகர் தோன்றாமுன் இலங்கும் நற்றமிழர் காடுகிழாள்... கரகரத்த குரல் ஒலிக்கத் தொடங்கிற்று. தலை விறைத்தது. உதறிக்கொண்டு எழுந்தான். சைக்கிளைத் தெருவில் ஏற்றி லெட்சுமணனிடம் "ஏறடா" என்றான். இலேசாக மழை துமிக்கத் தொடங்கியிருந்தது. காற்றும் குளிர்ந்தது. அத்தார் மூசி மூசி மிதித்தான். தெருச் சருகுகளைக் காற்று சுழித்துத் தள்ளுவதைப்போல துர்நினைவுகள் சுழன்றன. கைகள் நடுங்கச் சைக்கிள் உலாஞ்சியது. லெட்சுமணன் இறுக்கிப் பிடித்துக்கொண்டான். 'சங்கிலியண்ணரிட்ட என்னத்தைச் சொல்லுறது...'

வேலியில் சைக்கிளைச் சாய்த்துவிட்டு அத்தாரும் லெட்சுமணனும் கடவையைத் திறந்து நுழைந்தார்கள். தவிட்டை மரத்து ஊஞ்சலில் வெள்ளையன் தொங்கி விளையாடிக்கொண்டிருந்தான். விறாந்தையில் பாயை விரித்து நாமகளைத் தவழ விட்டிருந்தார்கள். அவள் பாரத்தைத் தூக்குவதுபோலத் தலையை உயர்த்தி உடும்பு பிடித்தாள். மீனாட்சி அத்தாரைக் கண்டுகொண்டாள். "வாங்க அண்ணர், இதில இருங்க..."

"சங்கிலி அண்ணர் எங்க?"

"தலை குளிக்கிறார்."

கிணற்றடிக்கு ஓடினான். இடுப்பில் துண்டோடு தலையைத் துவட்டியபடி சங்கிலி நின்றான். "சந்தையில்லையோ" என்று அத்தாரைக் கேட்டான்.

அத்தாருக்கு எப்படி ஆரம்பிப்பதென்று தெரியவில்லை. எச்சிலை விழுங்கினான். ஒதியமலையில் சூட்டுச் சம்பவம் என்பதைத் தவிர அவனுக்கு எதுவும் தெரிந்திருக்கவில்லை. தலையைக் குனிந்துகொண்டே மெதுவாக “ஒதியமலைப் பக்கம் ஆமிக்காரர் சுத்தி வளைச்சு சிலரைப் பிடிச்சதாக் கேள்வி. நடராசண்ணய ஒருக்கா போய்ப் பாப்பம் வாங்கோ...” என்றான்.

துவட்டிய துண்டைக் கழுத்தில் போர்த்தினான் சங்கிலி. பிறகு சலனமேயில்லாமல் “உன்ரை இயக்கப் பெடியங்கள் எங்கையாவது பதுங்கிக்கிடந்து அம்பிட்டிருப்பாங்கள்” என்றான்.

“இல்ல. சனத்தை வீடுவீடாப் பிடிச்சுக்கொண்டுபோய் சுட்டதெண்டு ஒரு கதை...” அத்தார் முடிக்காமல் இழுத்தான். சங்கிலியின் முகத்தை இருள் மூடியது. உடுப்புத் துவைக்கும் கல்லில் பொத்தென்று இருந்தான். கண்களை மூடிக்கொண்டான். விரிந்த மார்பு ஏறி இறங்கிற்று. உடல் நடுங்கத் தலையைச் சிலுப்பினான். நீர்த்திவலைகள் பறந்தன.

“இல்லை, அவருக்கு ஒண்டும் ஆகியிருக்காது” என்று இரண்டு முறை சொன்னான். “வம்சம் ஆளாகிற நாள்வரைக்கும் உயிரோடதான் இருப்பார். அவருக்கொண்டும் ஆகாது. நான் வரேல்ல. நீ போ” என்று கத்தினான்.

சத்தம் கேட்டு நாமகளை இடுப்பில் காவியபடி வந்த மீனாட்சி “என்ன அண்ணர்...” என்று கலவரத்தோடு கேட்டாள்.

“ஒண்டுமில்லை” அத்தார் திரும்பி நடந்தான். இருளான நினைவுகள் மனதில் அருட்டிக்கொண்டேயிருந்தன. ‘லெட்சுமணனோடயாவது போய்ப் பாத்திட்டு வருவம்...’ சைக்கிளைத் தூக்கி நிறுத்தியபோது “என்ர அய்யா” என்று உள்ளே அவலமான ஓலம் எழுந்தது.

“என்ர அய்யாட்டை என்னைக் கூட்டிக்கொண்டு போங்கோ” என்று கைகளை ஏந்தியபடி சங்கிலி ஓடிவந்தான். கண்களிரண்டிலும் நீர் பொங்கி வழிந்தது. அத்தார் வெலவெலத்துப் போனான். உறிஞ்சினாற்போலத் தொண்டை வறண்டுவிட்டது. கம்பீரமும் ஆளுமையும் கொண்ட ஓராள் அப்படித் தேம்புவதைத் தாங்கமாட்டாமல் ஓடிச்சென்று மார்பில் தாங்கிக்கொண்டான்.

“என்ர ராசா...” என்றபடி சங்கிலிக்குப் பின்னாலேயே ஓடிவந்த மீனாட்சி அவனுடைய முதுகை வருடிவிட்டாள். அந்தக் குழப்பமான சூழல் நாமகளை அருட்டியிருக்கவேண்டும், அவள் வீரிட்டுக் கத்தினாள்.

ஒரு குழந்தையைப் போல அத்தார் சங்கிலியை அணைத்திருந்தான். கண்ணீரில் மார்பு ஈரமானது. தலைமயிரைக் கோதிவிட்டான்.

“என்னை அய்யா மாதிரி வளத்த சீவன், அவர் தீத்தினாத்தான் எனக்குச் சோறு செமிச்சது. அந்த ஆத்மாக்கு ஒண்டும் ஆகியிருக்காது” சங்கிலி கண்ணைத் துடைத்துக்கொண்டு நம்பிக்கையோடு சொன்னான்.

“கைலியொண்டு கொண்டுவாங்கோ” என்றான் அத்தார். மீனாட்சி கொடியில் காய்ந்ததை உருவிக் கொடுத்தாள்.

சங்கிலியை ஆறுதலாக அழைத்துச்சென்று சைக்கிளின் முன் பாரில் இருந்தினார்கள்.

ஏற்ற வீதியில் மூன்று பேரைச் சுமந்தவாறு மிதிக்க முடியவில்லை. அவ்வப்போது லெட்சுமணன் குதித்துக் கீழே இறங்கித் தள்ளினான்.

பெட்டி இணைக்காத உழவூர்தியொன்று பின்னால் கடகடத்துக்கொண்டு வந்தது. லெட்சுமணன் அதைக் கை காட்டி நிறுத்தினான். உழவூர்தியின் இரைச்சலுக்குள் “ரக்ரர் எங்க மட்டும் போகுது...” என்று பெரிய தோரணையோடு சாரதியைக் கேட்டான். பின்னர் அத்தாரிடம் திரும்பி “நாங்க நேரதானே போகணும்?” என்றான்.

“ம், அங்கால வயலைக் கடந்தா மந்துக்காடு. அதுக்கால போனால் கிட்ட...”

“நீங்க போற மட்டும் எங்கள ஏத்திட்டுப் போறீங்களா” இடுப்பில் கையூன்றி நின்று சாரதியிடம் லெட்சுணன் கேட்டான்.

“சைக்கிள ஏத்த முடியாதெல்லே” என்றான் சாரதி.

அத்தாரும் சங்கிலியும் இறங்கிக்கொண்டார்கள். லெட்சுமணன் சைக்கிளை உருட்டிச்சென்று காட்டுக்குள் நுழைந்தான். திரும்பும்போது ஒரு இலைக்கொப்பைத் தெருவோரத்தில் ஊன்றினான்.

உழவூர்தியின் பிரமாண்டச் சக்கரங்களின் இரும்புக் கவசத்தில் அவர்கள் சாய்ந்து கொண்டார்கள். அத்தார் சங்கிலியைப் பிடித்தபடி நின்றான். ஒரு வார்த்தையுமின்றி, ஓடும் வீதியை வெறித்தபடி அவன் நிற்பது அந்தரமாயிருந்தது. அவன் எதையாவது பேசுவானென்று இறங்கும் வரைக்கும் அத்தார் காத்திருந்தான்.

மந்துக்காட்டிலிருந்து வெளியேறி காணிகளைக் கடந்து ஓதிய மலையின் குளக்கரையில் ஏறியபோது மதியம் தாண்டிவிட்டது. மழை இன்னமும்

அழுதது. பார்க்கிற முகங்கள் எல்லாம் பேயறைந்ததைப்போலத் தோன்றின. நடராசனின் வளவு நெருங்கவும், சங்கிலி அவர்களிலிருந்து பிரிந்து வேகமாக உள்ளே ஓடினான். முற்றத்தில் தலைவிரி கோலத்தில் கால்களை நீட்டி தலையிலும் மாரிலும் அடித்துக் கதறிக்கொண்டிருந்த கிளியைப் பார்த்த மாத்திரத்திலேயே நடுங்கிப்போனான். அவளுடைய முகம் அழுது அழுது வீங்கிப்போயிருந்தது. கண்கள் சிவந்து உலர்ந்திருந்தன. அவளுடைய தோளோடு அணைந்தபடி இளைய மகள் நின்றாள். பரிதாபமான சின்னக் கண்கள். கிளி சங்கிலியைக் கண்டதும் மழை பெருத்ததுபோல ஓலமிட்டாள்.

“அய்யோ என்ர ராசனைப் பற்றி ஒருத்தரும் ஒண்டும் சொல்லுகினமில்லையே... இந்த ரண்டையும் சுமந்துகொண்டு நான் என்னெண்டு போறது. என்னை ஆராவது அங்க கொண்டு போங்கோவன்.” வெடித்து அழும் அவளுடைய கண்ணீரை இளையவள் மாறிமாறித் தன் பிஞ்சு விரல்களால் துடைத்துவிட்டதைக் கண்டபோது அத்தார் விம்மத் தொடங்கினான். மேலும் அடக்கமாட்டால் கண்ணீர் முட்டிற்று. உதடுகளைக் கடித்து அடக்கியவன், அதில் நிற்கத் திராணியற்று வெளியேறி ஒழுங்கைக்கு வந்தான்.

“ஆரையும் தேடுறீங்களா...” என்றவாறு அருகாகச் சைக்கிளில் காலூன்றி நின்றவாறே கேட்டான் ஒருவன். அவனுக்கு இருபது வயதிருக்கும். களைத்துச் சோர்ந்த முகம். அத்தார் தனியே வெறித்தபடி நிற்பதைக்கண்டு சைக்கிளை நிறுத்தியிருந்தான்.

“அங்க அபிவிருத்திச் சங்க கட்டடத்துக்குள்ள கொத்துக் கொத்தாச் செத்துக்கிடக்கு. முல்லைத்தீவுக்குப் போய் ஜி.ஏ, ஏ.ஜி.ஏ எல்லாரையும் கூட்டிக்கொணந்து காட்டுகினம். பொலிஸ் பெரியாக்களும் வந்திருக்கினம். போய்ப் பாருங்கோ.”

அத்தார் அவனுடைய சைக்கிளில் சரேலென்று ஏறிக் கொண்டான். “என்னை அங்கை கொண்டுபோ” என்று கத்தினான்.

“ஆமி ஊருக்குள்ள வந்து ஆக்களப் பிடிச்சிட்டுப் போகுதாம் எண்டு கேள்விப்பட்டவுடன நான் காட்டுக்குள்ள பாய்ஞ்சிட்டன். திருவிழாக்கு வெடி கொளுத்துறமாதிரி வெடிச்சத்தம் அவ்வளவு துல்லியமாக் கேட்டது...” இளைஞனுக்கு மூச்சிரைத்தது. “அவங்கள் சுட்டுமுடிஞ்ச பிறகு தப்பின நாலைஞ்சு பேரை மெஷினில ஏத்திக்கொண்டு முகாமுக்கும் போயிருக்கிறாங்கள்.”

அபிவிருத்திச் சங்க கட்டிடத்தை நெருங்க நெருங்க உடல் பஞ்சாய்ப் போனது. காதுகள் அடைத்துவிட்டன. அத்தார் சடாரென்று குதித்து கட்டிடத்திற்குள் ஓடினான். கால்களில் இடறும் சதைக் கூழ்களில்

விலத்தி நடக்க முடியவில்லை. அவன் தடுமாறினான். எங்கும் ஓலம்… பெண்கள் குழந்தைகளின் கதறல்… வெண் சுண்ணாம்புச் சுவர்களில் தெறித்த ரத்தம் கீழே வடிந்த வடிவத்திலேயே கருஞ்சிவப்பாகக் காய்ந்திருந்தது… உடல் என்று ஒன்றில்லை. கை கால் என்றுமில்லை. கிடந்தன எல்லாம் குடல் சுருள்களும் மூளைக் கூழும் சதைக் குவியலும் குருதிச் சேறும்தான்.

துளைக்கப்பட்ட தலைகளில் கண்கள் வெளியே தள்ளியிருந்தன. அவற்றில் இறுதி நொடியின் தவிப்பும் யாசிப்பும் இன்னமும் வெளியேறாதிருந்தன. ஒவ்வொரு அவயங்களாக நடராசனைத் தேடினான். கைகள்… கால்கள்… நெஞ்சு… தொடை… பாதம்… நடராசனுடைய குரல்தான் அடையாளமாக எழுந்து வழிகிறது.

‘நாடுநகர் தோன்றாமுன் இலங்கும் நற்றமிழர் காடுகிழாள்,
வேடுவர்தம் வினை அறுக்க விழி சுடரும் தேவி,
பீடுடைய இளநாகர்…’

நடராசனைக் காணவேயில்லை. ரத்த நிலத்தில் அத்தார் கையூன்றி உட்கார்ந்தான். உள்ளங்கையெங்கும் அச்சுப்போல ரத்தம்…

மூலையில் தலையொன்று அநாதையாகக் கிடந்தது. றப்பர் ஒட்டியதுபோல தரையில் அழுந்தியிருந்தது. கழுத்தில் சதைத் துணுக்குகள் பிய்ந்து இழுபட்டிருந்தன. பிடரி ஓட்டையில் குருதித் திட்டுகள். வழுக்கை மேலேறத் தொடங்கியிருந்த தலை.

“நடராசண்ணேன்…” என்று அத்தார் கத்தினான். ஒரே பாய்ச்சலில் அந்தத் தலைக்கு அருகாகப் போய் விழுந்தான். குருதிச்சேறு வழுக்கியது. அவன் மனம் பிறழ்ந்தவன் போல கைகளை விசுக்கிக் குழறினான். “அய்யோ… அய்யோ…” விரல்கள் நடுங்க நடுங்க அந்தத் தலையைக் கையால் திருப்பினான். காலத்தைக் காணத்துடிக்கும் ஒளியோடிருந்தது ஒரு கண். மற்றதின் குழியிலிருந்து ஊனும் குருதியும் வழிந்தன. துப்பாக்கிச் சன்னங்களாலேயே கழுத்தைக் கீறியிருந்தார்கள். மூக்கு சிதைந்திருந்தது. வாயைத் துளைத்த குண்டுகள் பிடரியினால் வெளியேறியிருந்தன. அத்தார் மீள முடியாமல் கைகளை ஊன்றித் தவழ்ந்தான். ‘இல்லை… இந்தக் கோலத்தில தன்ர சொந்த இரத்தத்தை சங்கிலியண்ணர் பாக்கக் கூடாது. இது சாய்ச்சுப்போடும். இது சாக்காட்டும்…’ சுதாகரித்துக் கொண்டு எழுந்தான்.

“என்ர கழுத்தில தாலியைக் கட்டின கையெல்லோ… அய்யோ செப்பில காப்புப் போட்ட கையெல்லோ…” இளம் பெண்ணொருத்தி குருதிச் சகதிக்குள் உருண்டு பிரண்டு கதறினாள். “அணைச்ச கை இண்டைக்கு அநாதையாக் கிடக்குதே… விரலை நீட்டி சொடுக்கெடு சொடுக்கெடு

எண்டவற்றை விரல் மட்டும் கிடக்குதே அய்யோ அய்யோ...” அவள் மார்பில் அடித்த வேகத்தில் தொம்தொம் எனலாயிற்று.

இருபத்தேழு சடலங்களையும் ஒழுங்குபடுத்துமாறு பொலிஸார் அவசரப்படுத்தினார்கள். அடையாளம் காணப்பட்ட சதைத்துண்டுகளை ஒன்றாக்கிப் பழைய துணிகளால் போர்த்து விட்டார்கள். அத்தார் நிதானம் தப்பியவனாக அலைந்து திரிந்தான். வெளிறிய மஞ்சள் நிறச் சேட்டால் இறுக்கிப் பிணைக்கப்பட்டிருந்த கைகள் சல்லடையான மார்போடு இன்னொரு பக்கத்தில் எஞ்சிக்கிடந்தது. அதை இழுத்து வந்தான். தலைக்குக் கீழே வளர்த்தி பச்சைநிறத் துணியால் முழுவதுமாகப் போர்த்தினான். அந்தக் கணத்திலும் நிணம் துணியில் திட்டுத் திட்டாகப் பரவிப் பெருகியது.

வெளியே வந்தான். ஒரு மரத்தோடு சாய்ந்து உட்கார்ந்தான். யாரோ வருகிறார்கள் யாரோ போகிறார்கள் யாரோ அழுகிறார்கள் யாரோ அதட்டுகிறார்கள் யாரோ ஓர்மத்தோடு சாபமிடுகிறார்கள்...

லெட்சுமணன் சங்கிலியை சைக்கிளொன்றில் ஏற்றி வருவது மங்கலாகத் தெரிந்தது. திடுக்கிட்டு எழுந்து ஓடினான். சங்கிலியைக் கட்டியணைத்து “ஓ...” என்று குழறினான். “ஏன் அழுறாய், அழாத. அண்ணருக்கு ஒண்டும் ஆகியிருக்காது” என்று உணர்ச்சியற்ற சடக்குரலில் சொன்னான் சங்கிலி. மந்திரத்தால் கட்டுண்டவன் போலக் கட்டிடத்திற்குள் நுழைந்தான். லெட்சுமணனும் அத்தாரும் பின்னாலேயே ஓடினார்கள். லெட்சுமணனைத் தடுக்க உந்திய மனதை வெறியும் வன்மமும் மேவித் தடுத்தன. ‘அவன் பார்க்க வேணும். இந்தக் கோலத்தை அவன் காண வேணும். தமிழன் எண்ட பெயரைத் துரத்தி வருகிற அழிவையும் பேயாட்டத்தையும் அவன் அறிய வேணும்.’

கைகளை விரித்து சிலுவையில் அறையப்பட்டவன் போல சுவருக்குள் புதைந்து நின்றான் சங்கிலி. உருக்கொண்டவன் போல அடிக்கொரு தடவை சிலிர்த்தான். அத்தார் மௌனமாக நடராசனின் திசையைக் காட்டவும், நிதானமாக பிரேதத்தின் அருகாகக் சென்றவன் சடாரென முழந்தாளிட்டு பச்சைத்துணியால் மூடப்பட்ட நடராசனின் நெற்றியைத் தொட்டான். அத்தார் பாய்ந்து சங்கிலியின் கைகளைப் பிடித்துக் கொண்டான்.

“வேண்டாம் அண்ணர், தாங்கமாட்டியள்...”

சங்கிலி உடலை இறுக்கினான். ஒரு மிருகம் போலத் திமிறினான். நடராசனைத் தன் மார்போடு அணைக்க உயர்த்தியபோது தலை கையோடு வந்தது. அடுத்த நொடியில் உயிரின் சிறு ஈரலிப்பையும் வறட்டியெடுக்கும் குரலில் “காடனே...” என்ற ஓலம் கட்டடத்தில்

முட்டி அதிர்ந்தது. முழந்தாளில் நின்று கழுத்திலிருந்து நிணச் சொட்டுகள் விழும் சிதைந்த தலையை இரண்டு கைகளிலும் ஏந்தி நின்றான் அவன்.

என்ன நினைத்தானோ... சட்டென்று தலையைக் கைவிட்டான். அது நிலத்தில் விழுந்து உருண்டது. சங்கிலி துள்ளியெழுந்தான். குருதிக் கைகளினால் அத்தாருடைய கழுத்தை இறுக்கினான்.

"வேசை மகனே, உனக்கு இப்ப சந்தோசமோடா... நாயே... நாயே..." உலுக்கினான்.

அத்தார் பிணமாகிப் போனான். காலடியின் முன்னால் நிலம் பிளந்து சரிந்தது. வெறும் காற்றுக்கூடு போலானான். சங்கிலியின் உலுப்பலில் கொடியிற் சீலைபோல உடல் அசைந்தது.

"தன்ர சனங்களுக்காகச் சுரந்துகொண்டிருந்த இந்த நிலத்துக்குக் கொள்ளி வைச்சிட்டியளே... பாவியளே... இந்தா பாருங்கோடா... எத்தினை உசிரை எரிச்சுப் பொசுக்கிட்டுது... உன்ர நிலம் என்ர நிலமென்று இந்தக் காட்டை எரிக்க வேண்டாமெண்டு கதறினதை யாரும் கேட்கலயே..." ஓய்ந்து சரியும் வரை அத்தாரின் நெஞ்சில் அவன் தொம் தொம் என்று ஓங்கிக் குத்தியதை லெட்சுமணன் செய்வதறியாது பார்த்துக்கொண்டு நின்றான்.

“நீங்கள் அதையே யோசிச்சுக் கொண்டிருக்கிறியள்...” என்றபடி அத்தாரின் பக்கத்தில் வந்து அமர்ந்தாள் சந்திரா. அவன் இன்னமும் இடியப்பத்தையும் மீன் குழம்பையும் பிசைந்து கொண்டிருந்தானேயன்றி ஒரு வாய் சாப்பிடவில்லை.

“சங்கிலி அண்ணர் சொன்னதுகளைப் பெரிசா எடுக்க வேண்டாம். கோபத்தில வாற வார்த்தைகளுக்கு அர்த்தம் இல்லை” என்றவாறு அத்தாரின் இடது விரல்களை ஆதரவாகப் பற்றிக் கொண்டாள்.

ரத்தச் சிவப்பில் வரைந்த திரைச்சீலைபோலப் படுகொலைக் காட்சிகள் கண்ணுக்குள்ளேயே நின்றன. சாவுகளை விடவும் சங்கிலியின் வசவு அத்தாரை உலுப்பியெடுத்துவிட்டது. அன்றைக்கு ஆவேசம் வந்தவனாக அத்தாரின் மார்பில் அறைந்தவன், ஒரு கட்டத்தில் சலித்து ஒதுங்குபவன்போல அவனைக் கைவிட்டான். என்ன நினைத்தானோ விறுவிறுவென நடந்து வெளியேறிப் போனான். கிளியிடமும் போகவில்லை. சடலங்களைக் குழியிலிட்டு மண் மூடும்போதுதான் அவளை அழைத்து வந்தார்கள். குழியின் வாசலிலேயே கல்லுப்போல உட்கார்ந்திருந்தவள், அவளை நகரச் சொன்னவர்களுக்கு மண்ணை வீசியெறிந்தாள். “என்ர புருசன் தன்ர பிள்ளையளைப் பாக்க எழும்பி வருவார். நீங்கள் போங்கோ...” தலையிலும் மண்ணை வாரிக் கொட்டினாள். “ராசா... அய்யா... வரமாட்டியளே... பிள்ளையள் சாப்பிடாமல் பாத்துக்கொண்டு நிக்குதுகள்...” அவளுடைய அம்மாவும் உறவுக்காரர்களும் வற்புறுத்தி இழுத்துச் சென்றபோது ஏறக்குறைய அவள் மூர்ச்சையாகியிருந்தாள்.

“போகேக்கையும், அங்க கட்டடத்துக்கை வந்த பிறகும் சங்கிலியண்ணரில ஒரு சொட்டுக் கண்ணீரில்லை. டக்கெண்டு, காடனே... எண்டு அலறின ஒரு சொல்லு ஏதோ கால கண்டங்களையெல்லாம் துளைச்சுக்கொண்டு போன மாதிரி இப்பயும் கேக்குது. கண்ணீரை அடக்கி அடக்கி இறுகினதெல்லாம் ஒரு சொல்லில கரைஞ்சு போன மாதிரி... ஆறுதல் பட்டன். ஆனா, அந்தக் கோபம்... அது ஏன் என்னில திரும்பிச்சு...” அத்தார் இருட்டுக்குள் வெறித்தான். இன்னமும் விரல்கள் பிசைந்து கொண்டிருந்தன.

“நீங்கள் சாப்பிடுங்கோ. அவருக்கு அந்த நேரத்தில தன்ர கோபத்தை ஆரிட்டைக் காட்டுறதெண்டு தெரியேல்லை. இந்தச் சனங்கள் கேள்விப்பட்டிருக்காத கொலையளுக்கும் துவக்குகளுக்கும் பெடியளின்ரை போராட்டம் தான் காரணமெண்டு நினைச்சிருப்பினம்.” சந்திரா சற்றுநேரம் சிந்தனை வயப்பட்டிருந்தவள் பெருமூச்சை விடுவித்துக்கொண்டு தொடர்ந்தாள். “எல்லைக் கிராமங்களில நடக்கிற சிங்களக் குடியேத்தங்களையும் ஒரு செய்தி மாதிரிதானே அறியினம். மற்றும்படி யூனிவெர்சிற்றியில தரப்படுத்தல் எண்டதைப் பற்றி தனிக்கல்லடியில யாரும் கவலைப்பட நியாயமுமில்லைதானே...”

‘கேற்றை’ யாரோ டொம் டொம் என அவசரமாக அறைந்தார்கள். இரவுச் சத்தங்கள் அச்சமூட்டுகின்ற காலம். திறப்பை எடுத்துக்கொண்டு அத்தார் போனான். வெளியே சிங்கமலை படபடப்பாக நின்றான்.

“மன்னிச்சுக்குங்க, அடிக்கடி தொந்தரவு பண்றேன், எனக்கு இங்கே யாரத் தெரியும்...”

இரும்புச் சங்கிலியில் பிணைத்திருந்த பூட்டைத் திறந்து அவனை உள்ளே வரச்சொன்னான்.

“எம் புள்ள வல்லியாளுக்கு வலி கண்டிருச்சு. தாங்க முடியாமத் துடிக்கிறா. பச்ச உடம்பில்லயா... ஆஸ்பத்திரிக்கு கொண்டுபோனாதான் பிரசவம்கிறாங்க. என்ன பண்ணுறதென்னே தெரியல்ல. வீடே இழவு விழுந்தமாரிப் போச்சு... மெஷின்ல ஆஸ்பத்திரிக்குக் கூட்டிட்டுப் போகலாம்னு மெஷின்கார பாலய்யாட்ட போனேன். அவரு முடியாதுன்னுட்டாரு. நாடே பத்தியெரிஞ்சிட்டுக் கிடக்கு சிங்கமலை, ஒதியமலைக்கு அப்புறமா முந்தாநாத்து செட்டிகுளம், குமுளமுனை இன்னிக்குக் காலைல மன்னார்ல முருங்கன்னு ஆமி வெளிய வந்து சனங்களை கொன்னு தீக்கிறாங்க. ஊரடங்குச் சட்டம் இருக்கா இல்லயான்னே தெரியல்ல. தொல தூரத்துக்கெல்லாம் என்னால மெஷினைக் கொண்டுவர முடியாதுன்னு சொல்லிட்டாரு. வல்லியாள் செத்துப்பிழைக்கிற மாதிரி துடிக்கிறாள். பனிக்குடம் ஒடைஞ்சிட்டுதுங்கிறாங்க. எனக்குப் பாக்கப் பொறுக்கல. ஒரு தகவலான்னாலும் சொல்லலாம்னு ஓடியாந்தேன்.”

அத்தார் சிங்கமலையை அழைத்துக்கொண்டு உள்ளே வந்தான். யாரென்பதுபோல பார்த்துக்கொண்டு நின்ற சந்திராவிடம் “ஆச்சிமுத்துக் கிழவி செல்வத்திட வீட்டில நிப்பா...” என்றபோது லெட்சுமணன் இடைமறித்தான். “அவங்க நடராசண்ணை செத்த நாள்லயிருந்து சங்கிலியண்ணர் வீட்லதான் இருக்காங்க.”

“அப்ப நீயும் சந்திராவும் சங்கிலியண்ணர் வீட்டுக்குப் போய் விசயத்தைச் சொல்லிக் கேளுங்கோ, கிழவி வரும். ஆஸ்பத்திரிக்குப் போற நிலைமை இப்ப இல்லை.”

“மகன் செத்து மூண்டு நாளும் ஆகேல்லை, எப்பிடிக் கேட்கிறது...” சந்திரா தயங்கினாள்.

“கேட்டுப் பாரன்” என்றவன் சிங்கமலையிடம் திரும்பினான் “நீங்களும் இவையோட போங்கோ. நல்லதுதான் நடக்கும்.”

சிங்கமலையும் லெட்சுமணனும் வெளியே நிற்க சந்திரா வளவிற்குள் நுழைந்தாள். வெளி விறாந்தையில் புகையைக் கக்குகிற ஒரு குப்பி விளக்கு மட்டும் எரிந்துகொண்டிருந்தது. தீயின் அடியில் நீலநிறம். சங்கிலியிருந்த பக்கத்தில் பார்க்கத் தயங்கினாள். அவன் விறைப்பாக உட்கார்ந்திருந்தான். கண்களில் சலனமேயில்லை.

செத்த வீட்டன்றும் அப்படித்தான்; ஊராரின் ஆறுதல் வார்த்தைகளை அவன் கிரகித்ததாயே தெரியவில்லை. மீனாட்சி அவனுடைய முதுகை வருடி “இப்பிடி இருக்காதீங்கோ, அழுது கரையுங்கோ” என்று கெஞ்சிக் கொண்டிருந்தாள்.

“ஏழில மூண்டு செல்வம் என்னோட இருக்குதெண்டும் நோவிலயும் சாவிலயும் கையில என்னைத் தாங்குமெண்டும் நினைச்சதெல்லாம் பொய்யாச்சே, ராசனே... உன்ர கடைசிச் சொல்லும் எனக்கில்லையே...” மண்ணை வாரித் தலையில் கொட்டிப் புரண்ட ஆச்சிமுத்துவின் ஓலத்தில் கண் கலங்காதவரே இல்லை. இரண்டு பேர் அவளைக் கடைசிவரை தாங்கிப் பிடித்துக் கொண்டிருந்தார்கள்.

சந்திரா சஞ்சலத்தோடு முற்றத்தில் நின்றாள். விறாந்தையின் மூலைக்குள் ஆச்சிமுத்து இன்னமும் விசும்பிக்கொண்டிருப்பது தெரிந்தது. வந்திருக்கக்கூடாதென்று நினைத்தாள். நாமகளை இடுப்பில் சுமந்தபடி அருகில் வந்த மீனாட்சி “வாங்கோக்கா” என்று அழைத்தபோதுதான் சற்று ஆசுவாசமாயிருந்தது. அவளிடம், தான் வந்த காரியத்தைச் சொன்னாள். மீனாட்சி அவளை ஆச்சிமுத்துவிடம் அழைத்துச்சென்று இருத்தினாள். வல்லியாளுக்கு வலியெடுத்ததையும் பிரசவத்திற்கு யாரும் இல்லையென்பதையும் கிழவியிடம் தயங்கிய குரலில் சொன்னாள்.

“தாயில்லாமல் வளந்த பெட்டை. கலியாணத்துக்குப் பிறகுதான் மாமியார்காரியிட கவனிப்புக் கிடைச்சது. நியாயமா ஆஸ்பத்திரிக்குப் போயிருக்க வேணும். நிலைமை சரியில்லை. விடிஞ்சால் பிறகும் ஏலாது. இரவைக்குத் தாங்கவும் மாட்டுது. இந்த நிலைமையில

உங்களிட்டைக் கேக்கிறதும் சரியில்லை. மனசு கேக்கேல்லை." தட்டுத் தடுமாறிச் சொல்லி முடித்தாள்.

ஆச்சிமுத்து மூக்கைச் சீறியெறிந்து விரலைச் சீலையில் தேய்த்தாள். புறங்கையால் கண்களைத் தேய்த்துவிட்டாள். தலையைக் குனிந்தபடி முற்றத்திற்கு வந்தவளை சந்திரா பின்தொடர்ந்தாள்.

"நல்ல வெள்ளைத் துணிகளை சுடுதண்ணியில அவிக்கச் சொல்லு. பழைய துணியளும் நூல்கண்ணும் வேணும். கத்திரிக்கோல் இருக்காமோ... நான் கால் அலம்பிட்டு காளித்தாயை ஒருக்கா கும்பிட்டுட்டு வாறன்."

சந்திரா வெளியே ஓடிவந்து சிங்கமலையை அனுப்பிவைத்தாள். சற்று நேரம் கழித்து, அவளும் லெட்சுமணனும் ஆச்சிமுத்துவோடு வல்லியாள் வீட்டுக்குப் போனார்கள்.

வாயில் பீடி ஒளிர ஒழுங்கை முகப்பில் குறுக்கும் நெடுக்குமாக நடந்த கணபதி ஆச்சிமுத்துவைக் கண்டவுடன் பீடியைக் காலில்போட்டு நசுக்கிவிட்டு ஒதுங்கினான். அவளுக்காகவே காத்துநின்ற சிங்கமலை "வாங்கம்மா" என்று அழைத்துச் சென்றான்.

பத்துக்கு இருபதடி தரையில் இடுப்பு உயரத்திற்குச் சுவர் எழுப்பி, மேலே காட்டுத்தடிகளை ஊன்றிப் பழைய பாய்களால் அடைத்திருந்தார்கள். முன்னால் தனிக்குடிலாக ஆளுயரக் குசினி. பக்கத்திலேயே இளம் தென்னையொன்று நின்றது. குசினியும் தென்னையின் ஓலையும் இருளில் யானையும் தும்பிக்கையும் போலத் தோன்றின.

"கூடி நிக்க வேணாம். விலத்துங்க பிள்ளையள்" என்றபடி நுழைந்தாள் ஆச்சிமுத்து. பத்துப் பேராவது வல்லியாளைச் சூழ்ந்து நின்றவர்கள் ஒவ்வொருவராக வெளியேறினார்கள். ஓரத்தில், பற்களைக் கடித்து பாதங்களைத் தரையில் அழுத்தியூன்றி வல்லியாள் துடித்துக்கொண்டிருந்தாள். தலையைப் பாலாம்மாள் வருடிக் கொண்டிருந்தாள்.

"இந்தக் கொடித்துணி எல்லாத்தையும் ஒதுக்கு மகள், காத்தோட்டம் வரட்டும்" குறுக்காகத் தொங்கிய துணிகளைக் காட்டி சந்திராவிடம் சொல்லிவிட்டு வல்லியாளின் கால்களினிடையில் குந்தினாள். கை குவித்துத் "தாயே..." என்று கண்மூடிப் பிரார்த்தித்தாள். வல்லியாளின் மேடான வயிற்றின் இருபுறமும் மெதுவாகத் தடவினாள். அவள் மேலும் வலிப்பு வந்தவள் போலக் கால்களை இழுத்தாள். "ஒண்டுமில்ல ஒண்டுமில்ல, அம்மனை நினைச்சுக்கொண்டு நல்லா மூச்சை மூக்கால எடுத்து வாயால விடு. வலி குறையும்."

'என்ர காளித்தாயே...' மனது பதறியது. முகம் வெளிறத் தொடங்கிற்று. குழந்தை வயிற்றினுள்ளே தலைகீழாகத் திரும்பிக் கிடக்கிறது. உலகிற்குத் தலையைக் காட்டுவதற்கு முன்பாகக் கால்களால் நிலத்தை உதைக்க நிற்கிறது. ஆச்சிமுத்துவின் கைகளில் நடுக்கம் மெதுவாகத் தொற்றியது. அவளுடைய அனுபவத்தில் இப்படியொரு நாளும் நடந்ததில்லை. விளக்கின் திரியைத் தூண்டுமாறு சந்திராவிடம் சொன்னாள்.

"அம்மா..." வல்லியாள் கத்தி ஓய்ந்த கணத்தில், குழந்தையின் பிஞ்சுத்தொடை வெளித்தள்ளியது.

'அண்டத்திற்கும் ஆகாசத்திற்குமான காளியம்மாவுக்குத் தன்ர பிள்ளையை எப்பிடிப் பூமிக்குத் தரவேணுமெண்டும் தெரியும்' நம்பிக்கையோடு கையை நுழைத்து இழுத்தாள். வெள்ளை நிறக் குஞ்சுப்பாதம் தெரிந்தது. பக்கத்திலேயே உட்கார்ந்திருந்த சந்திராவின் கண்கள் தம்பாட்டில் வழியத்தொடங்கின.

"வலியைப் பாக்காமல் உரத்து முக்கு... ம்..."

குழந்தை கைகளை விரித்து வைத்திருந்தால், இடுப்பெலும்பில் தடக்கி நின்றுவிடுமென்ற அச்சம் ஆச்சிமுத்துவைப் பீடித்தது. தன்னுடைய அனுபவத்தில் கண்ட குழந்தைகள் எல்லாம் குளிரில் குறண்டியதுபோல கைகளைப் பொத்தியபடி பூமிக்கு வந்ததை நினைவுபடுத்தினாள். தாமதிக்கவியலாது. "முக்கு பிள்ளை... முக்கு..."

வல்லியாள் "அம்மோய்" என்று அலறிய நொடியில் குழந்தையின் சின்னக் கால்களைப் பற்றி ஒரு போத்தலைத் திறப்பதுபோலத் திருகி இழுத்தாள். குருதியும் நிணமும் சூழ பச்சைக் குருத்து அவளுடைய கைகளில் தவழ்ந்தபோது ஆன்மா நிறைந்து வழிந்தது. குளிர்ந்து போனாள். "தாயே வந்து பிறந்திருக்கிறாள்."

"எம் முனியாண்டி சாமீ..." என்று கூச்சலிட்டபடி பாலாம்மாள் களிப்போடு வெளியே ஓடினாள். வல்லியாள் முனகிக்கொண்டிருந்தாள்.

எதிர்பாராத தருணத்தில், சந்திராவின் கைகளில் ஆச்சிமுத்து குழந்தையைக் கிடத்தியபோது மனம் சில்லிட்டுப்போனது. மழைத்துளி வடியாத சிறு காட்டுப் பூவைப்போலத் தன்னுடைய கைகளில் புரளும் குழந்தையை ஆசையோடும் ஏக்கத்தோடும் அவள் பார்த்தாள். கட்டுப்படுத்த இயலாமல் கண்ணீர் பெருகி ஓடியது.

தொப்புள்கொடியைக் கிழவி அறுத்தாள். சுண்ணாம்பைத் தடவியதுபோல் குழந்தையில் படிந்திருந்த தீட்டை இதமான சூட்டுத்துணியினால் துடைத்துக் கழுவினாள். குழந்தையைத் தூக்கிக் கணபதியிடம்

கொடுத்துவிட்டு வெளியில் வந்தவள் தண்ணீர் கேட்டு கைகளை அலம்பினாள். சிங்கமலையிடம் திரும்பி "பாட்டாக்குச் சந்தோசம் தானே" என்றபோது அவன் பேச்சற்றவனாகத் திணறினான்.

"எந் தங்கம்மையை மறுபடியும் எங்கிட்ட கொடுத்திட்டீங்க தாயி..."

"உன்ர பிள்ளை வயித்துப் பிள்ளையை காப்பாத்திக் கொடுத்திட்டன். என்ர வயித்துப் பிள்ளையக் காப்பாத்த நாதியில்லாமப் போனன்... அவன்ர பிள்ளையள் அநாதையா நிக்குதுகள்" என்றபோது அவள் உணர்ச்சி மேலிட்டிருந்தாள். அவளுக்கு முன்னால் யாசகம் கேட்பதுபோல சேலைத் தலைப்பில் நெற்கதிரைச் சொரிந்து ஏந்தி நின்ற பாலாம்மாள் "எந் தாய்க்குத் தாறதுக்கு எங்கிட்ட எதுவுமில்ல இப்ப. இந்த நெல்மணிய எடுத்துட்டுப் போகணும்" என்றாள். இரண்டு நெல்மணிகளை விரல்களால் எடுத்து வாயில் போட்டுக்கொண்டாள் ஆச்சிமுத்து. "இது போதும். இந்த நெல்லில காளிக்குப் பொங்கிப் படையுங்க."

லெட்சுமணன் குதூகலத்திலிருந்து விடுபடவேயில்லை. குழந்தையின் பாதங்களையும் மிருதுவான கன்னங்களையும் விரல்களால் வருடியபடி "என்ன பெயரடி உனக்கு" என்று விளையாட்டாகக் கேட்டான்.

"ஆச்சிமுத்துத் தாயி கையில குழந்தை வந்த அந்த நிமிசமே முத்து என்னு நான் மூணு முறை மனசுக்குள்ள சொல்லிட்டன்" என்றாள் பாலாம்மாள்.

"முத்து... முத்து..." என்று கொஞ்சியவனிடம் "நீ வேணுமெண்டால் இங்க படு. நான் போறன்" என்றவாறு சந்திரா புறப்பட்டபோது, "இல்ல நானும் வர்றேன்" என்று எழுந்தான் லெட்சுமணன்.

4
வாழ்க்கை எனது தத்துவாசிரியன்

'**கொ**க்கரக்கோ…' முதல் கோழி கூவி அடங்குமுன்னம் தனிக் கல்லடியின் தென்புறமிருந்து அடுத்த சேவல் கூவியது. அதைவிட கம்பீரமாகக் கூவிக் காட்டியது இன்னொன்று. தொடர்ந்து மேற்கிலிருந்து ஈனக்குரலில் ஒன்று; இப்போதுதான் கூவிப்பழகும் கொண்டை வளராத சேவலாயிருக்கவேண்டும். சற்று நேரம் விட்டுவிட்டு நாலாதிசைகளிலிருந்தும் கூவல்கள் எழுந்தன.

ஆச்சிமுத்துக்கு விழிப்பு தட்டிவிட்டது. முதல் நினைப்பாக பேரப்பிள்ளைகளின் முகங்கள் நிழலாடின. 'ஒதியமலைக்குப் போகவேணும்.' இரவெல்லாம் அந்த நினைப்போடே நித்திரை வராமல் புரண்டு கொண்டிருந்தாள். விடியமுன்னம் வெளிக்கிட வேணும் என்ற உறுதியுடனே உறங்கிப் போனாள்.

குறண்டிக்கொண்டு படுத்திருந்த அவள் போர்த்தியிருந்த பழைய சீலையை விலக்கிவிட்டு எழுந்து விறாந்தையிலிருந்து முற்றத்தில் இறங்கினாள். இன்னும் இருட்டு அப்பியிருந்தது. வெளியே போய்விட்டு வந்து குடிசைக் கதவுத் தட்டியைத் தட்டினாள். உள்ளே சிம்னியின் கசங்கிய ஒளி பொட்டுகளாக ஓலை நீக்குகளால் தெரிந்தது. செல்வாவுக்கு இரண்டுபுறமும் பேரப்பிள்ளைகள் உறங்கிக் கொண்டிருந்தார்கள். கிழவி மகளை எழுப்பினாள். "பிள்ள எழும்பு…" இரண்டு மூன்று முறை உலுப்பிய பிறகுதான் அவள் முனகலோடு முழித்தாள்.

"என்னம்மா அர்த்த சாமத்துல?"

"தலைக்கோழி கூவிட்டுது. எழும்பு. நான் ஒருக்கா ஒதியமலைக்குப் போய் கிளியையும் பேரப்பிள்ளைகளையும் பாத்துட்டு வாறன்."

"பொறுங்க. காலைமைக் கஞ்சி குடிச்சிட்டுப் போகலாம்."

"இல்ல. வெயிலேறிப் போடும். நான் வெளிக்கிடுறன்."

செல்வா எழுந்து தலைமயிரை அள்ளி முடிந்தவாறே "தேத்தண்ணி வச்சுத் தாறன். குடிங்கோ" என்றாள்.

"வேண்டாம் பிள்ள. நீராகாரம் போதும். நீ கொஞ்சம் பருப்பு தானியங்களைக் கட்டிக் குடு. பிள்ளையளுக்கு ஆகும். அவள் கிளி என்னெண்டு சமாளிக்கிறாளோ பாவம்…"

தாயும் மகளுமாகச் சேர்ந்து மூட்டை கட்டத் தொடங்கினார்கள். கிழவி ஒரு உரப்பையை எடுத்து வந்தாள். செல்வா குரக்கன் மூட்டையை அவிழ்த்து பேணியால் கோரி உரப்பையில் கொட்டினாள். கால்வாசி நிரம்பியும் கிழவி இன்னும் இன்னும் என்று பையை விரித்துப் பிடித்தபடி நின்றாள்.

"ஒன்பது மைல் என்னெண்டு இதைத் தூக்கிச் சுமப்பியள்?"

"சுமக்கிறவள் நான். நீ கொட்டு."

ஒரு சின்ன மஞ்சள் பையில் முக்கால் தரத்துக்கு துவரம் பருப்பைப் போட்டு கயிற்றால் இறுக்கிக் கட்டிய செல்வா ஒரு பழைய துணியை எடுத்து உளுந்தைக் கொட்டி அதைப் பொட்டணமாகக் கட்டி இரண்டையும் உரப்பைக்குள் வைத்தாள்.

"கடலை எண்ணெய் செக்கில ஆட்டினதெல்லே. அதில கொஞ்சம் போத்தலில பிடிச்சுக் குடு."

செல்வா பழுப்பேறத் தொடங்கியிருந்த ஒரு பழைய குளிர்பானப் போத்தலின் உள்ளே கம்பியால் துணியை விட்டுச் சுத்தம் செய்து கொண்டுவந்தாள். பிளாஸ்ரிக் புனலை வாயில் வைத்துப் பிடித்துக்கொள்ள கிழவி ரின்னைத் தூக்கி ஊற்றினாள். மூடி இல்லாததால் புளியை எடுத்து உருட்டி அதன் வாயை அடைத்தாள். சந்தேகத்தோடு ஒரு பொலித்தீன் பையில் அதை வைத்து இறுகக் கட்டினாள். அதைக் குரக்கனுக்குள் பதித்துவைத்தாள். பனங்கிழங்குகளையும் மொளு மொளுவென்றிருந்த ஒரு வாழைப்பழச் சீப்பையும் உள்ளே வைத்து உரப்பையைக் கட்டினாள். அரைச்சாக்குக்கு நிரம்பிவிட்டது. அதைத் தூக்கி விறாந்தையில் வைத்துவிட்டு உள்ளே வந்த செல்வா "இந்தப் பனியில இதை என்னெண்டு காவித் திரிவியள்?" என்று மறுபடி தொடங்கினாள்.

"அதை விடு. நான் சுமப்பன். குளிச்சுப்போட்டு வாறன்" என்று கிழவி துண்டை எடுத்துக்கொண்டு பின்பக்கம் போனாள்.

பழைய சீலையை விறாந்தையிலிருந்த கூடையில் போட்டு விட்டு ஈரத்துணியை வேம்புக்கும் தென்னைக்குமிடையே கட்டியிருந்த நைலோன் கயிற்றில் காயப்போட்டாள். மார்கழிக் குளிரில் நடுங்கிய உடல் வெடவெடத்தது. வீட்டுக்குள்ளே போய் நெற்றி நிறையத் திருநீறு பூசிக்கொண்டு முற்றத்துக்கு வந்தவள் இத்திமரத் திசையை நோக்கிக் கைகளைத் தலைக்கு மேல் தூக்கித் தொழுதாள். கண்கள் மூடியிருக்க, வாய் வேண்டுதலாய் ஏதோ முணுமுணுத்தது.

கிழவி விறாந்தைத் திண்ணையில் உட்கார்ந்திருந்தாள். செல்வா மண்சட்டியில் பழைய சோற்றை மோர் விட்டுக் கரைத்து எடுத்து வந்தாள். 'மருமகப் பிள்ளை காணிக்குப் போட்டார்போல...'

பேணியில் வார்த்த கஞ்சியைக் குடித்து இடதுகையிலிருந்த வெங்காயத்தைக் கடித்துவிட்டு கிழவி சொன்னாள் "மருமகனைப் பால் கறக்க விடாத. உதைச்சுப்போடும். நீ கறந்து பார். நான் இல்லையெண்டால் சரிவராது. இல்லாட்டி இன்டைக்கொரு நாள் முழுக்க கன்டுக்கு விட்டுடு."

"சரி. இன்னும் கொஞ்சம் ஊத்திறன்."

"ரெண்டு பேணி போதும். நான் வெளிக்கிடுறன்."

செல்வா ஒரு துண்டை எடுத்துக் கொடுக்க கிழவி சும்மாடு கோலித் தலையில் வைத்துக் கொண்டாள். செல்வா உரச்சாக்கைத் தூக்கிக் கிடைவசமாகத் தலையில் ஏற்றிவிட்டுச் சொன்னாள். "இந்தக் கனம் கனக்குது. நீங்க மட்டும் போங்கோ. இவர் காணியால வந்தவுடனை சைக்கிளிலில கொண்டுவந்து தரச் சொல்லுறன்."

"அடி போடி. கருதுக் கட்டைக் களத்துக்கும் நிறைமூடையை வீட்டுக்கும் தூக்கி நடையோட்டத்துல வர்றவளாக்கும் நான். அவன் காணியால வந்து ஆறட்டும்."

செல்வா அரைமனதோடு பார்த்தாள். கிழவி சொன்னாள் "நாளைக்கு வெயில் தாழத் திரும்பி வருவன்."

தலையிலிருந்த மூட்டையைப் பிடிக்காமல் இரு கைவீசி நடந்த கிழவி முற்றத்தைக் கடந்து கடவையைத் திறக்கும் போது திரும்பி ஞாபகமாய்ச் சொன்னாள் "சின்னவன் இரவே கடலையை உரிச்சுக் கொடு எண்டு என்னை ஆக்கினைப்படுத்தினவன். அதுக்குள்ள நித்திரையாப் போனான். எழும்பி என்னைத் தேடுவான். உரிச்சுக் கிண்ணத்தில போட்டு புரையில வச்சிருக்கன். எடுத்துக்குடு."

ஆச்சிமுத்துக் கிழவி ஊரைக் கடந்ததும் பாதையில் போகாமல் குறுக்குத் தடத்தால் வயலை நோக்கி நடந்தாள். 'இந்த வழியில போனால் ஐஞ்சாறு மைலில் மந்துக்காட்டை எட்டிவிடலாம்.' அவள் வாக்கப்பட்டு இங்கே வந்தபோது மந்துக்காடு கூப்பிடு தூரத்தில் இருந்தது. இந்த நாப்பது வருசத்தில் கறம்பிக் கறம்பிக் காட்டை அவ்வளவு தூரமாய்க் கொண்டுபோய் விட்டார்கள். சனம் பெருக்கப்

பெருக்க வயலும் புலவும் விரிந்துகொண்டே போகிறது. உழுக ரக்டரும் வந்துவிட்டது.

மார்கழிப் பனி வெண்படலமாய் நிலமிறங்கியிருந்தது. இரண்டு பாகத்துக்கப்பால் எதுவுமே தெரியவில்லை. காலடித்தடம் பார்த்துக் கிழவி நடந்தாள். நேற்றும் கடும்பனி. இப்படி இன்னும் இரண்டு நாள் பனி பெய்தால் போச்சு. தளிர்களிலும் பூக்களிலும் பூஞ்சணம் படிந்துவிடும். 'வதக்கிப் போடும். பலன் பிடிக்காது. தாயே! காப்பாத்திக் குடு.'

வரப்பினூடே நடந்தபோது நிலம் வெளித்துவிட்டது. பனித் திரள் மேகப்பொதிகள் போலாகி மறையத் தொடங்கியிருந்தது. கிழிசல்களோடு தொங்கும் வெள்ளைச் சல்லாத்துணி போல. அரவம் கேட்டுத் தவளைகள் சளக் சளக்கென்று வயல்நீரில் பாய்ந்தன. அவற்றுக்காகக் காத்திருந்த நீர்க்கோலிகள் விலகி சர்ரென உருவிப்போயின.

கனகலிங்கத்தாருடைய வயலுக்கு அவள் வந்தபோது நன்றாக விடிந்துவிட்டது. ஆனால் காற்றில் குளிர் எஞ்சியிருந்தது. நாற்றுகள் திடம் பெற்றுக் கிளையோடியிருக்கின்றன. சில வயல்களில் குட்டைச் சம்பா நெற்பயிர்கள் முழங்கால் உயரத்தில் கரும்பச்சையாய்ச் செழித்திருக்கின்றன. கொக்குகள் இந்நேரத்துக்கே வயலில் இறங்கிவிட்டன. இரை தேடித் திரிகின்றன.

சூரியன் மேலேறத் தொடங்குகையில் குளத்துப் பாசன வயல் வெளியைத் தாண்டி புலவுக் காணிகளில் கால்வைத்தாள். தெற்கே தொலைதூரத்தில் அடிவானில் மந்துக்காடு நீலத்தால் தடினமாகக் கோடிட்டது போலத் தெரிந்தது. காணிகளுக்கூடே தெற்கு நோக்கிப் போகும் வண்டித்தடத்தைப் பிடித்தாள். கழுத்து கடுக்கத் தொடங்கியது.

இந்தக் காணி களை மண்டிப்போய்க் கிடந்தது. கடலைச் செடிகள் நடுவே நலிந்து நின்றன. 'இவன் கமம் செஞ்சு விளங்கின மாதிரித்தான்... இந்தச் சீரில போனால் கடலையெல்லாம் சோடையாப் போடும். மருமகப்பிள்ளையிட்டையே சைக்கிள்ள குடுத்து விட்டிருக்கலாமோ! சைக்கிள் மிதிப்பான்தான்; ஆனால் தன் வீட்டிலிருந்து சாமான் வெளிய போகுதெண்டால் மகளிட்டைப் புறுபுறுவென்பான். இத்தனை காலமாய் சுமை தெரிஞ்சதில்லை. வயசாகிப் போட்டுதோ! மூதூர்க்காரி பேச்சியக்கா மூண்டு நாலு வயசு மூப்பல்லே... அவள் இன்னும் கிழங்கு மாதிரி ஓடியாடித் திரியிறாளே!'

இந்தக் காணியின் உளுந்து மதர்த்தடர்ந்து கிடக்கிறது. ஆங்காங்கே இலைகளில் பூச்சரியரிப்பு தொடங்கிவிட்டது. இப்ப தான்

வெள்ளைக்காரன் மனுசருக்கும் மாட்டுக்கும் மட்டுமில்ல; பயிருக்கும் மருந்து கண்டுபிடிச்சிட்டானே!

மயிலின் அகவல் கேட்டது. எப்போதும் அந்தக் காட்சிதான் ஞாபகம் வருகிறது. அம்பகாமத்தில் அவள் சின்னப்பிள்ளையாய் இருந்த காலம்! பிள்ளைகள் எல்லாம் எருமைகளைக் குளத்தில் விட்டுவிட்டு அத்திப்பழம் பொறுக்குவார்கள். கருஞ்சாம்பல் பழத்தைப் பிய்த்துப் புழு இருக்கிறதா என்று பார்த்துவிட்டு அப்படியே வாயில் போட வேண்டியதுதான். விதைகள் குறுகுறுவென்று பல்லில் அரைபட அப்படியொரு தித்திப்பு. ஆனால் சிலதுகளுக்குப் பிடிக்காது. 'அத்திப்பழத்தைப் புட்டுப்பாக்க அத்தனையும் சொத்தை' என்று கேலி செய்யுங்கள். ஆலம்பழம் செக்கச் செவேலென்று பார்க்கத்தான் கொள்ளையழகாய் இருக்கும். வாயிலும் வழுக்கிக்கொண்டுபோகும். ஆனால் சுவையில்லை. அவளுக்குப் பிடிக்காது. சிலதுகள் அதையும் தின்னும். பெரு உயரத்திற்கு வளர்ந்திருந்த அத்திமர உச்சக் கொப்பில் 'ம்ஹோஹோகோய்...' என்று பெருத்த அகவல் கேட்டது. தலைதூக்கிப் பார்த்தபோது இறக்கைகளை சடசடத்தபடி ஒரு ஆண் மயில் மரத்திலிருந்து எழும்பி குளத்தின் எதிர்க்கரையை நோக்கிப் பறந்தது. நெடுந்தோகையுடன் அத்தனை பெரிய பறவை அவ்வளவு தூரம் வானில் பறந்துபோன காட்சி அதிசயம் போல இருந்தது. பிறகெப்போதும் ஒரு மயில் அவ்வளவு தூரம் பறந்ததை அவள் கண்டதேயில்லை.

இந்தக் காணியில் மிளகாய் விதைத்து ஊடு பயிராய் பாசிப்பயறு போட்டிருக்கிறார்கள். மிளகாய் பழுக்க நாளிருக்கிற தென்றாலும் முந்திவிட்ட பிஞ்சுகள் ஒன்றிரண்டு பழுக்கத் தொடங்கியிருக்கும். அதைத் தேடிக் கொத்துவதற்கு மயில்கள் திரிகின்றன.

வெயில் சுள்ளென்று உறைக்கத் தொடங்கிவிட்டது. சுமையைப் பற்றி நினைக்கக்கூடாது, அந்த நெனப்பே ஆகாது என்ற ஓர்மத்துடன் கிழவி நடையை எட்டிப் போட்டாள். வேறெதையும் நினைக்காமல் ரெண்டு பக்கமும் விளைந்திருந்த பயிர்களை வேடிக்கை பார்த்தபடி ஒரே போக்காகப் போய்க்கொண்டிருந்தாள்.

ஒரு காணியில் துவரை தோள் உயரத்துக்கு நிரை நிரையாய் மதாளித்து நின்றது. மஞ்சள் பூங்கொத்துகள் எல்லாம் பிஞ்சுகளாகவும் காய்களாகவும் ஆகிவிட இன்னும் லேசாய் ஆங்காங்கே மஞ்சள் பாரித்துக் கிடந்தன.

என்ன நினைத்தாளோ, சட்டென்று சாக்கு மூட்டையை இறக்கிவைத்தாள். பாதையோரமாய் 'சிவனேயென்று' கிடந்த அதை ஏதோ விநோத வஸ்துவைப் பார்ப்பதுபோல் சற்று நேரம் பார்த்தாள். கழுத்தை நாற்புறமும் சுழலவிட்டாள். வலது கையால் கழுத்தை உருவிட்டாள்.

முந்தானையைத் தளர்த்தி இடுப்பில் மடியாய்க் கட்டிச் சொருகியவள் காணிக்குள் இறங்கித் துவரங் காய்களை உருவினாள். பிஞ்சையையும் முற்றலையும் விட்டுவிட்டு பருவெட்டான இளங்காய்களாக உருவி உருவி மடியில் போட்டாள். முக்கால் மடி நிறைந்ததும் பாதைக்குத் திரும்பி வந்தாள். கனம் தாங்காமல்தான் இறக்கிவைத்தாளா துவரங்காய் ஆசையில் இறக்கிவைத்தாளா என்று அவளுக்கே தெளிவில்லை. வந்த உடனேயே எதையும் யோசிக்காமல் ஒரு வேகத்தோடு மூட்டையைத் தூக்கினாள். நெஞ்சுக்கு உயர்ந்த மூட்டை சற்றே தாமதித்துத் தலைக்கு ஏறியது. ஆனால் சும்மாடு நழுவிக் கீழே விழுந்துவிட்டது. இறக்கிவிட்டாள். கீழே விழுந்த சும்மாடை உதறி முகம் கழுத்தெல்லாம் துடைத்துவிட்டு சுருட்டித் தலையில் வைத்தாள். இம்முறை முழங்காலை மடக்கி அனுமார்போல சற்றுநேரம் வைத்திருந்து நெஞ்சுக்கு உயர்த்தினாள். தலையை நிமிர்த்தியவாறு உயரத் தூக்கி வைத்ததும் வாகாய் அமர்ந்துகொண்டது.

மந்துக்காடு எதிரே பச்சையாய்ப் பனை உயரத்தில் தெரிந்தது. ஒண்டரை மைல் இருக்கலாம். மடியிலிருந்து துவரையை எடுத்து இரண்டு கைகளாலும் உரித்துப் பருப்புகளை வாயில் எறிந்து கொண்டே நடந்தாள். உளுந்தின் வழவழப்பும் பயத்தங்காய்களின் லேசான இனிப்பும் இதில் இல்லை. சன்னமாய்த் துவர்க்கும் திடமான பருப்புகள். பாதியை உரித்துத் தின்றுவிட்டு மீதியைப் பிள்ளைகளுக்கென்று பத்திரப்படுத்தினாள்.

'தைப் பொங்கலுக்குப் பிள்ளைகளைக் கூட்டிக்கொண்டு வரவேணும். பொங்கலென்ன, அதுக்கு முதல் கிளி குடும்பத்தையே தனிக்கல்லடியில் குடியேத்திவிட வேணும். நாளைக்கு வந்து சங்கிலியிட்டைக் கதைக்கவேணும். அவன்ர வீட்டுப்பக்கம் குடிவைக்கக் கூடாது. ரெண்டே மாசத்தில் மீனாட்சி மூஞ்சையைச் சுழிப்பாள். செல்வா வீட்டு வளவைப் பிரிச்சுப் பெருசாக்கிவிட்டு வேம்படியில் ஒரு குடிசையைப் போட்டுக் குடுக்க வேண்டியதுதான். கிணறு தோண்ட வேண்டாம். இந்தக் கிணத்தையே பாவிக்கட்டும். கிளியும் அசராமல் காணிவேலைக்குப் போறவள்தான். சின்னவள் வளந்துவிட்டாள்தானே. ஆளும்பேருமாய்க் கூட இருந்தால்தான் தகப்பனில்லாப் பிள்ளையளுக்கு ஒரு ஆதரவு. எட்டுப் பேரப் பிள்ளையளையும் நான் வளத்து எடுப்பன்.'

கிழவி மந்துக்காட்டில் தென்கிழக்காகத் திரும்பும் ஒற்றையடிப் பாதையில் நுழைந்தாள். மரங்கள் கூடாரம் போல் பின்னிக் கிடந்ததில் வெயில் இல்லை. சற்றே ஆசுவாசமாயிருந்தது. ஆனால் தலைச்சுமை கிளை கொடிகளில் படாமல் குனிந்தும் விலகியும் நடக்கவேண்டியிருந்தது. கொஞ்சதூரம் போனதுமே வலப்பக்கமிருந்து 'உப் உப் உப் உப்' என்று

குரல் அடுக்கடுக்காய் எழுந்தது. செண்பகம். பதிலை எதிர்பார்த்தாள். சற்று நேரத்தில் இடப்பக்கமாயிருந்து அதே போலொரு குரல் உயர்ந்தது. சோடிகள். தம் இருப்பை உறுதிப்படுத்துகின்றன.

சங்கிலிக்குக் கலியாணமான புதுசில் அவனுக்காகப் புதுக் கொட்டில் போட நினைத்தபோது கிளிதான் வேண்டாமென்றாள். ஆனால் புதுமகராசி வந்த பத்து நாளிலேயே அவளுக்கும் கிளிக்கும் பேச்சுவார்த்தை முட்டுப்பட்டுவிட்டது. பிறகு கிளியே பெருந் தன்மையோடு பிறந்த ஊரில் அத்தையின் வீடொன்று வெறுமையாய்க் கிடக்குதெண்டு ஒதியமலைக்குக் கிளம்பிவிட்டாள். அவளுக்குத் தாய் ஆக்களோட சேர்ந்திருக்க விருப்பம். மூத்தவன் அப்போதே பிறந்திருந்தான். நடராசனுக்கு ஊரைவிட்டுப் போக மனசில்லை. ரோசக்காரன்தான். அங்கே போய் இத்தனை காலத்திற்கு தன்ர காணிக்கான பங்கெண்டு ஒரு நாழித் தானியம் கேட்டதில்லை. அவன்தான் கேட்டதில்லை; இவனாவது கொடுக்க வேண்டாமா! தாயும் மகனும் ஒண்டெண்டாலும் வாயும் வயிறும் வேறதான் எண்ட மாதிரி ஆகிப் போட்டு. ராணி பிறந்து தவழும் வரை கூடமாட ஒத்தாசையாய் இருந்துவிட்டு கிழவி மகள் வீட்டோடுபோய்விட்டாள்.

உலுவிந்தைப் பற்றைக்கப்பால் நின்ற குளுவன் மாடு தன்னையே பார்த்தவாறு நிற்பதை சட்டென்று கண்டாள். பெரிய பாறையைப் போல நின்றது. அவளை நோக்கி வந்தது. ‘என்ர அம்மோவ்!’ சற்றுதூரம் வந்தபிறகு நின்று மேயத் தொடங்கிவிட்டது. வேகமாக நடந்தாள். பல எட்டுகள் போய்த் திரும்பிப் பார்த்தபோதும் மாடு மேய்ந்து கொண்டிருந்தது. கரடியும் தனியனாக யானையும் வராமலிருந்தால் சரி; மற்றபடி இந்தக் காட்டில் பயமில்லை. சிறுத்தையை யாரும் கண்டதில்லை. நரி தனித்துதான் திரியும்.

ஆச்சிமுத்துவின் வீட்டுக்காரர் வெள்ளையர் காலம் முழுக்க வேட்டைக்கு ஆக்களோடைதான் போனவர். தனிச்சுப் போறதில்லை. ‘அவருக்கு அது வாய்க்கேல்ல. குறி தவறிப் போகுது என்பார். நடராசன் எண்டைக்கும் காட்டுக்கை நுழைஞ்சதில்லை. அவன் கமக்காரன்தான். வெள்ளையர் தவிச்ச முயல் அடிக்கிறவறெண்டு சனம் பகிடி பண்ணும். இவன் சங்கிலி ஓடுற முயலைச் சுடுறவன். இவன் தகப்பனைப் போலயில்லாமல் தாத்தனை உரிச்சுப் படைச்சுப் பிறந்தவன். அந்த மனுஷன் ராப்பகலாக் காட்டுக்கையே அலையிறவர். இவன் வெள்ளையன்குஞ்சு எப்படி ஆகப்போறானோ தெரியேல்ல. தாத்தனைப் போல வருவானோ. பூட்டனைப் போலயோ. நடராசன் தன்ர மகனுக்கு பரந்தாமன் எண்டல்லே பேர் வைச்சவன். சங்கிலிதான் பிடிவாதமா தன்ர தகப்பன்ர பேரை மகனுக்கு வச்சவன். மீனாட்சிக்கு இந்தப் பேர் பிடிக்கேல்ல...

‘எட... வழியில ஒருத்தரையும் காணேல்ல.. மான் மரை ஆட்டுத் தோல் வாங்குற யாவாரியள் சைக்கிளப் போட்டுக்கொண்டு, ஊரைச் சுத்துவினம். கொஞ்சக் காலமா அவையளைக் காணேல்ல...’

நிலம் சற்றே சரிவாய் இறங்கியது. அடுத்து நிச்சயமாய் நீரோடை வரும் என்று நினைத்தபோதே கழுத்து வலிக்கத் தொடங்கியது. கால்களில் அவ்வளவாக உளைச்சல் இல்லை. நீரின் மெல்லிய சலசலப்பு கேட்டது. தூரத்தில் எங்கோ மரை கம்மும் ஒலி. வேகமாக நடந்தாள். ஓடையை நெருங்கியதும் முதல் வேலையாக நெஞ்சுயரம் இருந்த பாறையில் மூட்டையை இறக்கிவைத்தாள். வியர்வை ஆறட்டும் என்று பாறையடியிலேயே சற்றுநேரம் பாலைமரத்தில் முதுகைச் சாய்த்து உட்கார்ந்தாள். ‘கண்ணசரக் கூடாது.’

கணுக்காலளவு படிகம் போல ஓடிய நீரையள்ளிக் குடித்தாள். முகத்தைக் கழுவி உடம்பு எல்லாம் தண்ணியை வார்த்துவிட்டுத் திரும்பிப் பார்த்தாள். பாறைமேல் அந்த மூட்டை இருந்தது. வெறித்த பார்வையாய் அதையே பார்த்தாள். வாவாவென்று ஒரு எதிரியைப் போல அது சவால் விட்டது. பிறகு அதைப் பார்க்காமல் விறுவிறுவென்று போய் பாலைமரத்தில் சாய்ந்தாள்.

‘இந்தக் காட்டு நீரோடை நாரைமடுக் குளத்தில போய்ச் சேருதுபோல. நெடுங்கேணிப் பாசனக் குளம். நடராசனை நெடுங்கேணிப் பள்ளிக்கூடத்துக்கு அனுப்ப ஏலேல்ல. ஏழெட்டு மைலுக்கு என்னெண்டு நடந்து போறது! தனிக்கல்லடி தொடக்கப் பள்ளிக்குடத்தோடை நிண்டுட்டான். பாட்டெல்லாம் எங்க படிச்சானோ! கண்ணை மூடிக் கையைக் கும்பிட்டுப் பாடினானெண்டால் பண்டாரப்பிள்ளை தோத்துப்போகும். சங்கிலியின்ர சின்னவளின்ர நேர்த்திக்குக் கூடப் பாடினானே! இத்திமரக்காரிக்கு ரெட்டைப் பொங்கல் வச்சு கிடாய் வெட்டி தாத்தாடை மடியில இருத்தி நடராசனுக்கு மொட்டையடிச்சுக் காது குத்தின நேரம் கடுக்கன் போட்டுப் பாக்கத்தான் ஆசையாயிருந்தது. அவன் வயித்திலயிருந்த நேரமே தெரியும் ஆம்பளைப் பிள்ளைதானெண்டு. அப்பவிருந்தே கடுக்கன் மேல் ஆசை. பிறகு முடியவேயில்லை. காதில் துரும்பு ஒழுங்காய் வைக்காமல் காதும் தூர்ந்துவிட்டது. சின்னதில் அவனுக்கும் கைகொள்ளாத தலைமயிர். எண்ணெய் வச்சு அழுத்தி இழுக்கேல்லையெண்டால் சுருள்சுருளாய் குல்லா மாதிரி பம்பி நிற்கும். அவனுக்கு எப்படி முன்னால் மயிர் கொட்டுண்டு ஏறுநெத்தி ஆச்சுதோ! கலியாணத்துக்கு அப்புறந்தான். வமிசத்தில் யாருக்கும் அப்படியில்லை. அவன் தாத்தன் கொண்டை முடியிறவர். ம்... ரெண்டு பிள்ளையளையும் ஒருக்காக் கண்ணுக்குள்ள வைச்சா அவனைப் பாத்த மாதிரியே ஒரு ஆறுதல்...’ துயரம் தலைச் சுமையைவிடக் கனமாகி

அழுத்தத் தொடங்கியது. கிழவி மந்துக்காட்டைக் கடந்து மேட்டுக் காணியில் நுழைந்தாள்.

தெற்கே அடிவானில் ஒதியமலையின் தோப்புமரங்கள் பற்றைபோல் தெரிந்தன. பாதையின் குறுக்கே காட்டுச் சேவல் ஒன்று வண்ணச்சிதறலாய் ஓடியது. இலைப்புழுக்களைத் தின்னக் காணியில் இறங்கியிருக்கும். காட்டுக் கோழிகளுக்கே உடல் குறுகல்தான். சில சமயம் கண்ணியில் சிக்கிவிடும். 'மயிர் பிடுங்கித் தீயில் வாட்டி மஞ்சள் பூசி அப்படியே உள்ளங்கையில் தூக்கிப் பார்த்தால் தேங்கா நெத்து அளவிலதான் இருக்கும். வயித்தில முட்டையோடு பேடு சிக்கினால் தனி ருசிதான். சங்கிலிக்கு சின்னதிலிருந்தே எல்லா இறைச்சியுமே இஷ்டம்தான். சோறே தின்னுறதில்லை. மரை வத்தலைப் பொடிசாய் நறுக்கி தணலில சுட்டு கொட்டானில் போட்டுக் கொடுத்தால் காணும், இல்லாட்டி வறுவோட்டை ஏத்திச் சோளத்தைப் பொரிச்சாவது குடுக்கவேணும். கோசானை ஆட்டிக் கொண்டு கொட்டானோட தெருவில் திரிவான். காக்காய்கள் எதுவும் அவனை அண்டமாட்டுது. இவன் நடராசனுக்குப் பொரிச்ச பண்டங்கள் எதுவும் பிடிச்சதில்ல. பனம் பழத்தைக் கூட சுடக்கூடாது; கீலமா உரிச்சு பனங்கட்டி போட்டு அவிச்சுத் தரவேணும். பூவரசிலைக் கொழுக்கட்டையை விட பனங்குருத்தில் அவிச்சதெண்டால் கூட ரெண்டு தின்னுவான். ஒடிய கூழ் எண்டால் உசிர். சுட்ட கருவாடு ஆகாது. குழம்புதான் வைக்கோணும். சாளை, பாறைக் கருவாட்டுக் குழம்பெண்டால் களி உருண்டையை முக்கிமுக்கி முழுங்குவான். வாளை, சூடை எண்டால் பக்கத்திலயிருந்து முள் எடுத்துக் குடுக்கவேணும்.'

சுமை தாள முடியாததாயிருந்தது. எதிரே ஊரைக் கண்டுவிட்ட தெம்பில் விறுவிறென்று நடந்தாள். வயல் காணிகள் முடியப்போகுது. பிறகு ஒண்டு ஒண்டரை மைல்தான். ஒரு காணி தள்ளி ஏழெட்டுப் பெண்கள் பயிரில் களை கொத்திக் கொண்டிருந்தார்கள். அவர்களைக் கண்டதும் தண்ணீர் விடாய்த்தது. ஓட்டமும் நடையுமாய் அவர்களை நோக்கி நடந்தாள். போனதும் பொழியில் நின்ற வேம்படியில் மூட்டையை இறக்கிவைத்தாள். இளமரம். கொப்பு சீவி விட்டதால் நெடுநெடுவென்று ஏறியிருக்கிறது. தாவணி போட்ட குமரப் பிள்ளையொருத்தி எழுந்து ஆச்சிமுத்துவை ஏறிட்டுப் பார்த்தாள் "பிள்ளை... தண்ணி விறாய்க்குது." அவள் ஒற்றைக்கையால் பெரிய செப்புச் செம்பைத் தூக்கி வந்தாள். வாங்கி அண்ணாந்து மடமடவென்று ஊற்றினாள். அந்த இளம்பெண் பத்து எட்டு தள்ளிப்போய் செடிமறைவில் குந்தினாள். 'ஸ்ஸ்ஸ்...' என்று சத்தம் இங்கே கேட்டது. கிழவி செம்பைக் கீழே வைத்துவிட்டு வரப்பில் நிழலோடு துண்டை விரித்துச் சாய்ந்து விட்டாள். அடித்துப் போட்டதுபோல் அசதி. எழுந்து வந்த இளங்குமரி மூட்டையை ஒத்தைக்

கையால் தூக்கிப் பார்த்துவிட்டு விரிந்த கண்களோடு கேட்டாள். "எங்கயிருந்து வர்றீங்க ஆத்தை?"

"தனிக்கல்லடி."

"எப்புடி இதச் சுமந்து வந்தீங்க? எட்டு மைலுக்கு மேலயிருக்கும். சாப்பிட்டாச்சா! இருங்க வாறன்" என்று போனாள்.

போனவள் ஆட்களிடம் சொல்லியிருக்க வேணும், எல்லாரும் எழுந்து அதிசயமாய்க் கிழவியைப் பார்த்தார்கள். அவள் ஒரு தூக்குவாளியோடு வந்தாள். "ஆத்தை! எழும்பி இதச் சாப்பிடுங்க. இப்ப மணி பத்து ஆச்சு. பன்னெண்டுக்கு வேலை முடிஞ்சிடும். அதுமட்டும் அப்படியே கண்ணசருங்க. வீட்ட போகும்போது மூட்டையை நான் காவிறேன்." தலையில் முடிச்சிட்டிருந்த துண்டால் வியர்வையைத் துடைத்தபடி சொன்னாள்.

"இந்தா... இதைத் தின்னு மகள்!" என்று சொல்லி மடியிலிருந்த துவரங்காய்களில் ஒரு கொத்து அள்ளி அவள் கையில் கொடுத்துவிட்டு தூக்குவாளியைத் திறந்தாள்.

சுள்ளென்று வெயில் உறைத்தபோது கிழவிக்கு முழிப்பு தட்டியது. பாதி உடல் வெயிலிலும் மீதி நிழலிலும் கிடந்தது. எழுந்து உட்கார்ந்தாள். மூட்டையையே வெறித்துப் பார்த்தாள்.

'இந்தக் குமரி வடிவான பெட்டை! மகாலட்சுமி மாதிரி! இவள் காணியில் கால் வச்சாளெண்டால் அந்த மண் பூத்துக் குலுங்கும். ஒரு வீட்டுக்கு இவளெல்லோ வேணும்! எவனுக்குக் கொடுத்து வச்சிருக்கோ! ம்... என்ர சங்கிலிக்கெண்டு ஒருத்தி வந்து வாய்ச்சிருக்கிறாள். என்ர பேரன்களில எவனாவது இளவட்டமாயிருந்து இவள மாதிரியொருத்தியைக் கண்டன் எண்டால் தாலியைக் கையில குடுத்து கட்டடா எண்டுவன். மிஞ்சிப்போனால் இவளுக்குப் பதினாறு பதினேழு வயசிருக்கும். இவளைச் சுமக்கவிடக்கூடாது. கழுத்து நோகும்.'

மூட்டையைத் தலையிலேற்றி விட்டு கிழவி அவர்களை நோக்கிப் போனாள். இளம்பெண் எழுந்து "நான் தூக்கிட்டு வர்றேன்னு சொன்னேன்ல" என்றாள். கிழவி மடியைத் தடவி பிள்ளைகளுக்காக மிச்சம் வைத்திருந்த துவரங்காய்களை எடுத்து அவளிடம் தந்தாள். "இந்தா... நாலு எட்டு. ஊர் போய்ச் சேந்திருவன். உங்க ஊர் மாரியாத்தைக்கு வெள்ளிக்கு வெள்ளி விளக்கேத்து மகள்!" என்று சொல்லிவிட்டு விலகி நடந்தாள்.

ஒதியமலைக் குளக்கரையில் பனங்கூடல்களுக்கு ஊடே ஏறினாள். வளவுப் படலைத் திறந்து உள்ளே நுழையவும் சின்னவள் புவனா ஓட்டைப்பல் தெரிய ஓடிவந்து ‘அப்பூம்மா...’ என்று காலைக் கட்டிக்கொள்ளும் சித்திரம் மனதில் விரிந்தது. எட்டி நடந்தாள்.

தெரு நாயொன்று குரைத்துக்கொண்டு வந்தது. இவள் சட்டை செய்யாமல் நடக்கவே தொடர்ந்து வந்து குரைத்துவிட்டுத் திரும்பிப் போனது.

வளவுப்படலை கயிற்றால் முடிச்சிட்டிருந்தது. திறந்து உள்ளே போய் விறாந்தைத் திண்ணையில் மூட்டையை இறக்கினாள். கதவுக் கொண்டியில் ஒரு கவைக்குச்சி சொருகியிருந்தது. ‘கிளி காணிக்கு வேலைக்குப் போயிருப்பாள்.’ திறந்து உள்ளே போய்த் தண்ணீர் குடித்துவிட்டு வந்து வெளித்திண்ணையில் இருந்தாள். வளவுக்குள் ஒரு கோழி மட்டும் ஏழெட்டுக் குஞ்சுகளோடு மேய்ந்து கொண்டிருந்தது. பூங்குஞ்சுகள்! அடையிலிருந்து வெளியே வந்து ஒரு வாரமிருக்கலாம். கள்ளப்பருந்தோ காகமோ தூக்காமலிருக்க ஏமாற்றுவதற்காகக் கலர் பூசியிருக்கிறார்கள். பூப்போல மஞ்சள் கால்களால் தத்தித் தத்தி வாயைத் திறந்தபடி இதுகள் அலைவதே அழகுதான். தாய்க்காரி ‘கெக் கெக் கெக்’ என்று அதட்டி அருகழைத்து கூட்டிக்கொண்டு அலைகிறாள். கிழவி மூட்டையை அவிழ்த்து கொஞ்சம் குரக்கனை எடுத்து முற்றத்தில் விசிறினாள். பசித்தலைந்த தாயும் குஞ்சுகளும் அவசரமாய் ஆவலாய் கொத்தித் தின்னும் கோலத்தை ரசித்துக்கொண்டே இருந்தவளுக்கு கண் சொருகவும் அப்படியே சாய்ந்தாள்.

மத்தியான வெக்கை. கிழவி முழித்துப் பார்த்தாள். வெளியே வெயில் அனலாய் எரித்தது. எழுந்து உட்கார்ந்தாள். விறாந்தையில் இளம்பெண் ஒருத்தி முருங்கைக்கீரையை உருவிக் கொண்டிருந்தாள். பக்கத்தில் கைப்பிள்ளை ஒன்று துணியில் தூங்கிக்கொண்டிருந்தது. அவள் எழுந்து “வாங்கோ அம்மா” என்று வரவேற்றாள்.

“நீ ஆரடி மகள்? கிளியும் பிள்ளையளும் எங்கே?”

“கிளியக்கா என்ர ஒண்டுவிட்ட பெரியப்பான்ர மகள். தண்ணி குடிக்கிறியளே? தேத்தண்ணி போடட்டுமா? இப்பதான் காணியிலிருந்து வந்தனான்.”

“வேண்டாம் பிள்ளை. அவை எப்ப வருவினம்?”

“கிளியக்கா போன மாசமே வவுனியாவுக்குப் போயிட்டா. அவவிட அக்காக்காரி வந்து கையோட கூட்டிக்கொண்டு போயிட்டினம்.

அவையள் கொஞ்சம் வசதியல்லே. அதுதான் நல்லது எண்டு சித்தியும் சொல்லி அனுப்பிவிட்டினம். மூத்தவனை அங்கயே பள்ளிக்குடத்தில சேத்தாச்சாம். இந்த வீட்டில விளக்கேத்த என்னை இருக்கச் சொன்னவை. கோழிகளை மட்டும் இங்க விட்டிட்டுப் போயிட்டினம்.”

கிழவி இடி விழுந்தது போல் இருந்தாள். ‘அவள் கிளி என்னட்ட ஒரு வார்த்தையும் சொல்லாமல் எப்படிப் பிள்ளையளைக் கூட்டிக்கொண்டு போனவள்?’

‘அவளைத் தனிக்கல்லடிக்கார் ஒருவரும் கண்டுக்காமல் விட்டால் அவள் என்ன செய்வாள் பாவம்!’

சினம் சங்கிலி மேல் திரும்பியது. ‘அவள் அக்காக்காரிக்கு இருக்கிற உருத்து சங்கிலிக்கு இல்லையே.’

‘கையேலாதவன்.’

‘அவனை அவளல்லோ சீலைக்குள்ள சுருட்டி வச்சிருக்கிறாள்.’

மீனாட்சியைச் சபிக்க வாயெடுத்தவள் அடக்கிக் கொண்டாள். தன்னை மீறிக் கண்ணீர் வழிந்தது. புலம்பத் தொடங்கினாள். “என்ர பேரக் குஞ்சுகள் அநாதையாப் போட்டுதுகளே... நான் உயிரோடை இருந்தும் அதுகள இப்படி விட்டுட்டனே...”

‘ஊருக்குக் கூட்டிக்கொண்டு போகவேணும் எண்டல்லோ காத்திருந்தன். இப்படி ஆகுமெண்டு தெரிஞ்சிருந்தா செல்வத்தை விட்டுப்போட்டு கிளியோட வந்து இருந்திருக்கலாம்.’

கிழவி வெகுநேரம் அப்படியே கல்லுப்போல உட்கார்ந்திருந்தாள்.

“கொஞ்சம் தண்ணி குடு மகள். கிளியின்ர தாய்க்காரி வீட்ட இருக்கிறாவோ?”

“ஓம். சித்தி வீட்டதான் இருக்கிறா.”

தண்ணீரைக் குடித்துவிட்டு கிழவி சொன்னாள் “நான் அவையளப் போய்ப் பாக்குறன். இந்த மூட்டையில கொஞ்சம் குரக்கன் இருக்கு. நீ வச்சுக்கொள்ளு.”

“அம்மா! இருங்கோவன். டக்கெண்டு சோறாக்குவன். சாப்பிட்டுட்டு அங்க போங்க.”

“இல்லை மகள். நான் வாறன்.”

"இருங்கோம்மா. கிழங்காவது சுட்டுத் தாறன். கருவாட்டுக் குழம்பிருக்கு."

"சரி மகள். ராவைக்கு வாறன்."

சேலைத் தலைப்பை வெயிலுக்கு முக்காடாகப் போட்டபடி கடவையைத் திறந்துகொண்டு ஆச்சிமுத்துக் கிழவி வெளியேறினாள்.

1985

அறுகோண வெடிப்பில் மென்சவ்வுகளோடு மேற்கிளர்ந்த முட்டையின் மேல்ஓட்டை விரலால் நீக்கிவிட்டு, ராணியின் முகத்திற்கு நேரே உயர்த்தி “ஆவெண்ணு” என்று அதட்டினாள் ஆச்சிமுத்துக் கிழவி.

ஒட்டிக்கொண்டதுபோல உதடுகளை உள்மடித்து மாட்டேன் என்று ராணி தலையசைத்தாள். நேற்றிலிருந்து தொடரும் இந்தக் கொடுமையில் அவள் வெறுத்துப் போயிருந்தாள். பச்சை முட்டையின் நொழுத்த திரவம் நாக்கில் முட்டியதுமே தொண்டைக் குழிக்குள் விரலை நுழைத்தது போல அடிவயிற்றிலிருந்து ஓங்காளிக்கிறது. கிழவி விடுவதாக இல்லை. சொக்குகளை அழுத்திப் பிடித்துக் கொண்டு வாயில் ஊற்றினாள். துப்ப முடியாதவாறு தாடையை அழுத்திப் பிடித்து “விழுங்கு” என்றாள். கீழிறங்கும் பிசுபிசுத்த திரவக்கோளத்தின் நினைவில் வயிற்றைப் புரட்டியது. “ஒருடமும் போகாத இதில இரு” என்றவாறு ஆச்சிமுத்து எழுந்து போனாள்.

‘இந்தச் சனியனை மலரக்காவிடம் சொல்லாமல் விட்டிருக்கலாமோ...’ என்று ஒரு கணம் ராணிக்குத் தோன்றியது. இரண்டு நாட்களுக்கு முன்னர், வெள்ளையக்காவுடைய வீட்டுத் திண்ணையில் கரிக்கட்டையால் கோடிழுத்து ஆடுபுலி ஆட்டம் விளையாடிக் கொண்டிருந்தவள், இரண்டு மூன்று தடவை பல்லைக் கடித்து வலிதாங்க முயற்சித்தாள். பின்னர் இயல்பாக வெள்ளையக்காவிடம் சொன்னாள். அவளைக் கைப்பிடியில் அழைத்துவந்து மீனாட்சியின் கைகளில் கொடுத்த வெள்ளையக்கா மலர்ந்த முகத்தோடு ராணி பெரியவளான சேதியைச் சொன்னாள்.

சற்றுமுன்னர்தான், வெள்ளையக்காவிடம் போகவேண்டாம் என்று தடுத்ததில் சண்டை மூண்டிருந்தது. கோபித்துக்கொண்டு போனவளை இப்போது உகுத்த கண்ணீரோடு அணைத்துக் கொஞ்சினாள் மீனாட்சி. மனப்பாரங்களெல்லாம் கரைவது போலொரு திருப்தி.

காணியில் சூடடிப்பு நடந்துகொண்டிருந்தது. சங்கிலிக்குச் சேதி சொல்ல ஆள் அனுப்பினார்கள். ஆச்சிமுத்து வரும்போதே மஞ்சள் பையொன்றில் உமியை நிரப்பி முட்டைகளைக் கொண்டு வந்திருந்தாள். வரும் வழியிலேயே மயில்குஞ்சனிடம் போய், அரைத்த கறிக்கு விராத்துப் பருவக் கோழிக்குஞ்சுகள் வேண்டுமென்று சொன்னாள். ஒதுக்கான

ஓரிடத்தில் ராணியை உட்காரவைத்து ஒரு முட்டையை உடைத்து வாயில் பருக்கியபோது அப்படியொரு கெட்ட அனுபவமாக அது இருக்குமென்று ராணிக்குத் தெரியவில்லை. ஓவென்று ஓங்காளித்தபடி ஓடியவள் வேலியோரத்தில் துப்பினாள். அப்பொழுது கடவையைத் திறந்துகொண்டு சங்கிலி நுழைந்தான். ஆச்சிமுத்து மறுபடியும் ராணியை கொறப்பிடியில் இழுத்துவந்து இரண்டாவது முட்டையைப் பருக்கினாள். ராணி அழும் நிலையிலானாள். புரட்டப் புரட்டக் குடித்து முடித்து இருமினாள். கிழவி விடுவதாயில்லை. முட்டைக்கோதில் நல்லெண்ணையை நிரவி வந்து "குடி" என்றாள்.

சங்கிலி நீரள்ளி உடலில் வார்த்துத் துடைத்துவிட்டு வெளியில் உட்கார்ந்துகொண்டான். அருகில் ஓலைத்தட்டியைப் பிடித்தபடி நாமகள் ஒரு வாத்துப்போலத் தத்தித் தத்தி நடந்தாள். அவ்வப்போது கைகளை விடுத்துத் தள்ளாடியவள், அதனை ஒரு சாதனையைப்போல எண்ணிச் சிரித்தாள். அவளுக்கு இரண்டு வயது நெருங்குகிறது. இப்படித்தான் ராணியும் நடைபயின்ற நாட்கள் நேற்றுப்போல இருக்கின்றன. காலத்தின் வேகம்... சங்கிலி பெருமூச்செறிந்தான். திடீரென்று நடராசனின் நினைவு...

இரவு. ஒளி உமிழ்ந்தது நிலவு. வைகாசிக் காற்று ஒரு நீரோடை அலசிச் செல்வது போல தவிட்டை மரக் கிளைகளை வருட இலைகள் சலசலத்தன. ஆனாலும் பிசுபிசுத்த வெக்கைதான். கிழவி போய்விட்டிருந்தாள். பின்னேரப் பொழுதிலேயே அவள் கிண்டிவைத்த உளுத்தம்மாக் களியில் இரண்டு அகப்பைகள் கோப்பையிலிட்டு ராணியிடம் கொடுத்தாள் மீனாட்சி.

"நல்லவேளை கிழவி இல்லை. இல்லாட்டிக்கு களிக்கு நடுவில கிணறு தோண்டி நல்லெண்ணையை ஊத்தியிருக்கும். கிழவி பேசாமல் கிளிப் பெரியம்மாவோட போய் இருந்திருக்கலாம்தானே... இஞ்சயிருந்து ஒரே ஆக்கினை" என்றாள் ராணி.

"அவையளை இஞ்சை கூட்டிக்கொண்டுவந்து வைச்சிருக்கச் சொல்லித்தானே கிழவி உன்ர அப்பாவோடை ஒரே தொண தொணக்கிது..." மீனாட்சி மெதுவாகச் சொல்லிவிட்டு வெளிவிறாந்தையில் சங்கிலிக்கு முன்பாக வந்து அமர்ந்தாள். அவன் வெள்ளையனைத் தோளில் ஏற்றிக் கைகளைப் பிடித்துக் காவடிபோல விளையாடிக் கொண்டிருந்தான்.

"சாவு விழுந்து முழுசா ஒரு வருசமும் நிறையாத வீடு. பெரியதுரையை வரச்சொல்லி தண்ணி மட்டும் வாத்திட்டு விடுவம்" என்றவள் சற்றுக் காத்திருந்துவிட்டு "செல்வம், அவளிட புருசன்ர ஆக்கள்

தாய்க்காரிக்குச் சொன்னால் போதும்... வேற...” என்று இழுத்தாள். “உங்கடை அம்மா கிளியக்காவுக்கும் சொல்லுற கடமைக்குச் சொல்லச் சொல்லுறா” என்றாள். சங்கிலி சலனமின்றி இருந்தான்.

ஆச்சிமுத்துக் கிழவி அவனிடம் நச்சரித்துக்கொண்டிருந்தாள். “நாங்கள் தாயும் தம்பியும் நடராசன்ர ரத்த சொந்தங்கள் இங்கை இருக்க அவள் அங்கை தமக்கையோடை இருக்கிறது முறையில்லை. நீ போய் அவளையும் பிள்ளையளையும் கூட்டிக்கொண்டு வா... தகப்பனில்லாப் பிள்ளையள் எங்கடை கண்ணுக்கையே இருக்கவேணும்” என்று தினமும் சொன்னாள். மீனாட்சிக்கு அதில் விருப்பமிருக்கவில்லை. “நடராசர் இல்லையெண்டது கவலைதான். ஆனால் சொந்தமெண்டாலும் தூரத்தூர இருக்கிறதுதான் எல்லாருக்கும் நல்லது” என்று திரும்பத் திரும்பச் சொன்னாளே தவிர குறிப்பான காரணத்தை வெளிப்படையாகக் கூறினாளில்லை. ஒருவேளை அவர்களுடைய வாழ்க்கைச் செலவுகள் தன் புருஷனின் தலையில் விழுந்துவிடுமென்று நினைக்கிறாளோ என்னவோ. ‘உலையில போடுற அரிசியில ஒரு கொத்துக்கூடப் போட்டால் என்ன குறைஞ்சா போயிடும்... ஊர் ஏதாவது வாயில வீணா மெல்லு மெண்டு இவள் பயப்படுறாள்போல...’

மீனாட்சிக்கு விருப்பமில்லாமல் அண்ணியையும் பிள்ளைகளையும் அழைத்துவருவதில் சங்கிலிக்கும் தயக்கமாகத்தான் இருந்தது. அவர்களுக்கு முன்னாலே அவள் ஏதேனும் சுடுசொல்லை வீசிவிட்டால் அது அவமானமாகிப் போய்விடும். ‘வளர்ற அந்தப் பிள்ளைகள் மனசொடிஞ்சு போயிடுங்கள்.’ மேலும் சண்டையும் சச்சரவுமாக வீடு அமைதி இழந்துவிடுமென்றும் சங்கிலி பின்னடித்தான். அவனுடைய தயக்கத்திற்கு மீனாட்சிதான் காரணமென்று ஆச்சிமுத்துவிற்குப் புரிந்திருந்தது. “ஒரே வயித்தில, ஒரே ரத்தத்தில பிறந்து ஒண்டுக்கொண்டு உதவியா வளருற பிள்ளையளை இடையில வாறதுகள்தான் வெட்டிப் பிரிக்குதுகள்” என்று மீனாட்சியின் காதுபட அவள் முணுமுணுத்தாள். திடீர் திடீரென்று விடிகிற நேரத்தில் முற்றத்தில் வந்து நிற்பாள். “இரவு நடராசனைக் கனவில கண்டனான். ஆச்சி நான் வேலையா வெளியில நிக்கிறன். என்ரை பிள்ளையள் சுகமாயிருக்கினமோ எண்டு பாத்துக் கொள்ளணை எண்டு சொன்னவன். நான் ஒருக்காப் போய்ப் பாத்துக்கொண்டுவாறன். கையில காசு இருந்தாக் கொஞ்சம் தா. பேரப்பிள்ளையளுக்கு விசுக்கோத்து வாங்கிக் கொண்டு போவேணும்” என்று கேட்பாள். சங்கிலி இல்லையென்றால் மீனாட்சியிடம் கை நீட்டிக் காசு வாங்குகிற நேரத்தில் “என்னைத் தொட்டுத் தாலி கட்டினவர் நாலு காசைச் சேத்து வைச்சிட்டுப் போயிருந்தால் நான் ஏன் வேற ஆரிட்டையும் கையேந்தப் போறன்... ம்... அப்பிடி நாலு

காசிருந்தால் என்ர பேரப்பிள்ளையளை நானே வைச்சு வளப்பனே" என்று முணுமுணுப்பாள்.

மீனாட்சி சங்கிலியின் முகத்திலிருந்து சமிக்ஞை ஒன்றுக்காகக் காத்திருப்பவள் போல அவனையே பார்த்துக்கொண்டிருந்தாள். "இல்லை, கிளியண்ணி இப்போதைக்கு வெளிக்கிட மாட்டா. பிறகு ஒரு நாளைக்கு ராணியைக் கூட்டிக்கொண்டு போயிட்டு வருவம்" என்றான் சங்கிலி.

"ம்... வேற ஆரைக் கூப்பிடுறது..." மீனாட்சி அத்தாரை நினைத்துத்தான் கேட்டாள். பல மாதங்களாகிவிட்டன அவர்கள் ஒருவருக்கொருவர் பேசாதுவிட்டு. இக்காலத்தில் அத்தார் என்றொரு வார்த்தையை சங்கிலி தவறியும் கூட உச்சரித்ததில்லை. அவனை ஞாபகங்களிலிருந்தும் துடைத்து எறிந்துவிட்டவன் போலவே திரிந்தான். யானைக் கூட்டத்திலிருந்து விலகிய தனியனைப்போல அதிகம் வயலிலேயே காலத்தைக் கழித்தான். அத்தார் இல்லாமல் வயலில் அவனைக் காணுந்தோறும் ஒரு கை ஒடிந்தவனைப் போலத் தோன்றும் மீனாட்சிக்கு. சந்தையில் சந்திராவைக் காணும்போதெல்லாம் பரிவோடு விசாரிப்பாள்.

"அது ரண்டு சினேகிதங்களுக்குள்ள பிரச்சனை. சந்திச்சுக் கதைச்சால் சரியாயிடும்" என்று சந்திரா ஆறுதல்படுத்துவாள். மீனாட்சியிடத்தில் அந்த நம்பிக்கை தேயத்தொடங்கியிருந்தது. சங்கிலி ஒரு பாறாங்கல்லைத் தனக்குள்ளே வளர்த்துக்கொண்டிருக்கின்றான்.

வெள்ளையன் வெற்றுமேனியில் இடுப்பில் கறுத்த அரைஞாண் கயிற்றோடு தந்தையின் கழுத்தைச் சுற்றியணைத்து ஊஞ்சலாடுவதுபோல அசைந்தான். அதற்கேற்றபடி சங்கிலியும் உடலைச் சாய்த்தாடினான்.

"இதென்ன கோசானைக் காட்டிக்கொண்டு ஆட்டம் போடுறாய்... தங்கச்சி படுத்திட்டாள். போ... போய்ப் படு" என்று செல்லமாக வெள்ளையனிடம் சொன்னாள் மீனாட்சி. இலக்கணங்கள் அற்ற மழலை மொழியை வெள்ளையன் கடந்திருந்தாலும் தனித்த சொற்துண்டுகளையே பேசினான். தகப்பனைப் பிரதியெடுத்த நிதானமும் அமைதியும்... அவளுக்கு நினைக்கும் தோறும் குளிர்சுனையாய்ச் சுரந்தது. அவன் தந்தையைச் சுற்றி வந்து மடியில் உட்கார்ந்தான். அவனுடைய சுருளான தலைமயிரில் விரல்களை நுழைத்து வருடிவிட்டபோது சங்கிலியின் கண்கள் இளகத்தொடங்கியிருந்தன. அவன் மீனாட்சியிடம் சொன்னான் "அத்தாருக்கும் சொல்லிவிடு."

முதல் தண்ணீரை தாய்மாமன் பெரியதுரை வார்த்தான். நீர் தலையில் சிதறி விழுந்ததும், வெள்ளத்தில் புற்கள் சாய்வதுபோல ராணியின் கேசம் நெற்றியில் படிந்தது. சேலையைக் கால்களிடையே ஒதுக்கி நின்ற சந்திரா ஒவ்வொரு தடவையும் ராணியின் முகத்தை மூடிய ஈரமுடிக்கற்றைகளை விலத்திவிட்டாள். காலை வெயில் வழிந்தோடிய நீரில் மினுங்கியது. மீனாட்சி நீரூற்றிக்கொண்டிருக்க கிணற்றடியை விட்டு நீங்கிய சங்கிலி முற்றத்தில் தனித்திருந்த அத்தாரின் கைகளைப் பற்றி இழுத்தான். அத்தார் செய்வினைக்குக் கட்டுப்பட்டவன்போல எழுந்து பின்தொடர்ந்தான். ஒரு நாய்க்குட்டியைப்போல வரும் அவனைக் கண்டபோது சந்திரா கொடுப்பிற்குள் சிரித்துக்கொண்டாள். முரண்டு பிடித்த இரண்டு சிறுவர்கள் மறுபடியும் சேர்ந்துகொண்டதைப் போலிருந்தது.

அத்தார் ராணியின் தலையில் அறுகம்புல் வைத்து மூன்று தடவை பால் தப்பினான். மீனாட்சியிடமிருந்து வாளிக் கயிற்றை வாங்கி நீர் கோலி ஒரு தந்தையின் பூரிப்போடு தலையில் வார்த்தான்.

ராணியை அழைத்துச் சென்றார்கள். கடவையைத் திறந்து வெளியேறி ஒழுங்கையின் முனையிலிருந்த பெட்டிக்கடை நோக்கி நடந்த அத்தார், வேலிக்கதியாலில் பறித்த இலைக்காம்பைப் பற்களுக்கிடையில் கடித்தபடி நின்ற லெட்சுமணனைக் கண்டான். மடிப்புக் குலையாத நீலச் சாரமொன்றை அவன் உடுத்திருந்தான். பச்சை நிறக் கட்டமிட்ட சேட்டு தொளதொளத்தது. கை மடிப்புகளை உருட்டி விட்டிருந்தான். வழமை போலன்றி தலைமயிரை மேவி வாரியிருந்தான். நடுவில் ஒரு கோடாக உச்சி பிரிந்து கோரை மயிர் பொம்மிக்கொண்டு நின்றது. அவனருகில் மெலிதான பூச்சி உருண்டை வாசனையடித்தது. “உள்ள போய் இருக்கலாம்தானே” என்றபோது நெளிந்தான்.

“மீசை முளைச்சவருக்கு வெக்கத்தைப் பாரன்.”

கடவையைத் திறந்துகொண்டு பெரியதுரை வருவது தெரிய அத்தார் அவனுக்காகக் காத்துநின்றான். பல மாதங்களுக்கு முன்னர், இத்திமரத்தடியில் நேர்த்தி செய்தபோது கண்டது, நடராசனின் சா வீட்டிலும் காணவில்லை. பெரியதுரை சிநேகபாவத்தோடு சிரித்தான். “எங்க கடையடிக்கா... நானும் வாறன். அங்க ஒரே பெண்டுகள் ராச்சியமாக் கிடக்கு.”

அமைதியாக நடந்தார்கள். சற்றுத்தூரம் போகவும் “தெருவில இறங்கிட்டு உயிரோட வீட்டைப் போவமோ எண்டு தெரியாமல் கிடக்கு” என்றான் பெரியதுரை.

அத்தார் தலையசைத்தான். ஒரு முழு யுத்தத்திற்கு இச் சிறு தீவு தயாராகிவிட்டது என்றுதான் தோன்றியது. முல்லைத்தீவு, வவுனியா, மன்னார் முகாம்களிலிருந்து வெளியேறிய ஆமிக்காரர்கள் கண்ணில் பட்ட சனங்களைச் சுட்டும் வெட்டியும் எரித்தார்கள். உருகிய றப்பர் ரயர்களின் எச்சங்களோடு எரிந்தும் எரியாததுமான பிணங்கள் தெருக்களில் வெயிலில் காய்ந்தன. கருகி உரிந்த தோலின் கீழே வெளிறிய சிவப்பு உடலங்கள் கெஞ்சிய கைகளோடும் தீயில் வளைந்த முதுகுகளோடும் தெருக்களிலும் காடுகளிலும் கிடந்தன.

“நடராசண்ணர் செத்த ரண்டாம் நாள், மன்னாரில பேயாட்டம் ஆடிப்போட்டாங்கள். தப்பியொட்டின சனத்தின்ரை கதையைக் கேட்டால் ராத்திரியில நித்திரையில்லை” என்ற பெரியதுரையின் கண்களில் கருமேக இருள் போல மிரட்சி படர்ந்தது.

அப்பொழுது காலை பத்து மணியிருக்கும். ‘டொம்’ என்ற வெடிச்சத்தம் மன்னாரின் புறநகரெங்கும் கேட்ட வினாடிக்குள்ளாகவே நகரம் வெறிச்சோடிப் போய்விட்டது. நிசப்தத்தை காற்றில் வெட்டியபடி உலங்கு வானூர்தியொன்று சடசடத்தது. தள்ளாடி இராணுவ முகாமிலிருந்து புறப்பட்ட நூற்றுக்கணக்கான சிப்பாய்கள் வெறியேறிய கண்களோடு அலைந்தார்கள். அவர்களைக் கண்ட பயத்தில் வேலியோரத்தில் ஒதுங்கிநின்ற மூன்று பேரில் ஊழிக்கூத்துத் தொடங்கிற்று. அவர்கள் முதலில் கண்ணீரால் கெஞ்சினார்கள். பிறகு மிரண்டு ஓடினார்கள். துப்பாக்கிச் சன்னங்களை அவர்களால் முந்த முடியவில்லை. சுருண்டு விழுந்தார்கள். விழிகள் நிலைகுத்தி ஓய்ந்தன.

நாற்பது பேரோடு வவுனியாவிலிருந்து புறப்பட்ட இலங்கைப் போக்குவரத்துச் சபைக்குச் சொந்தமான சிவப்பு நிறப் பேருந்தை கட்டையடியில் வைத்துத் தடுத்து நிறுத்தியபோது அதனுடைய சிங்களச் சாரதி அவர்களைச் சமாளித்துவிடலாமென்றே நம்பினான். உள்ளே ஏற முற்பட்ட சிப்பாயிடம் அவன் சிநேகத்தோடு “எப்பா மல்லி, மேக்க ராஜேய பஸ் எக்க, பஹல யண்ட” என்று சொன்னான். அவனைக் கையால் தள்ளிவிட்டு சனங்களுக்குள் நுழைய முற்பட்டபோது இருக்கையிலிருந்து எழுந்து இரண்டு கைகளையும் விரித்து மறித்தான். “மல்லி, மேகொல்லெங்கே பாரகாரய மம. கருணாகர பஹிண்ட”

பஸ்ஸிலிருந்தவர்கள் வாக்குவாதத்தை அச்சத்தோடு பார்த்துக் கொண்டிருக்க இராணுவ வீரன் தன்னுடைய துப்பாக்கியைச் சாரதியின் நெற்றியில் வைத்து அழுத்திச் சுட்டான். சனங்கள் வீரிட்டபடி பஸ்ஸிலிருந்து குதித்தார்கள். வேறிடமும் ஓடிப்போக முடியாதபடி

திகைத்து நின்ற அவர்களில் நடுத்தர வயதுப் பெண்ணின் வயிற்றில் முதலாவது குண்டு துளைத்தது.

இரண்டு நாட்களுக்குப் பின்னர், தெருவெங்கும் அழுகி நாறிய உடல்களுக்கிடையில் அவளைக் கண்ட மன்னார் ஆயர், அவளுடைய இரண்டு கால்களும் கோடாலியால் கொத்தப்பட்டிருந்ததைக் கண்டு வெதும்பி நின்றார். அவள் நெருப்பில் அரைகுறையாகத் தீய்ந்திருந்தாள். நடுங்கும் விரல்களினால் மார்பில் குருசு இட்டுப் பிரார்த்தித்த ஆயர் பிரேதங்களிடையே நிலைகுலைந்து விழுந்தார். வானத்தில் கைகள் நீட்டி "பிதாவே... அவர்களை ஒருபோதும் மன்னிக்காதேயும்" என்று குலுங்கி அழுதார்.

"இந்தக் கொடுமையளுக்கு ஒரு முடிவில்லாட்டில் நாங்கள் என்ன நம்பிக்கையோடு வாழுறது..." என்றான் பெரியதுரை. மீண்டும் புலம்பினான் "எதில நம்பிக்கைவைச்சு வாழுறது... பிள்ளைகளை வளக்கிறது..."

"பாப்பம்... இந்தியா என்ன செய்யிதெண்டு..."

கடையடிக்கு வந்திருந்தார்கள். அத்தார் பீடிக்கட்டொன்றை வாங்கினான். தொங்கிய கயிற்றுமுனைத் தணலில் பற்றவைத்தவன் புகையை வலித்து மூக்குத் துவாரங்களால் வெளியேற்றினான். ஒரு பீடியை இழுத்து பெரியதுரையிடம் நீட்டினான்.

"வேண்டாம். இது பழக்கமில்லை. கள்ளு மட்டும்தான்..." பெரியதுரை தலையசைத்து மறுத்தான்.

திரும்பி ஓரெட்டு வைத்தபோது கடைக்காரக் கிழவன் "விசயம் தெரியுமோ..." என்றான். திரும்பிப் பார்த்தார்கள். "நேற்று அனுராதபுரத்திலயாம், ஆமி உடுப்போட ஆரோ பூந்து நூறு நூற்றம்பது சிங்களவங்களயும் சிங்களப் பெண்டுபிள்ளையளையும் வெட்டி வீசிப்போட்டாங்களாம். பன்சலைக்குப் போன சனங்கள் கும்பிட்டது கும்பிட்டபடி ரத்த வெள்ளத்தில கிடந்ததுகளாம்..."

அவர்கள் பேசிக்கொள்ளாமல் நடந்தார்கள். சங்கிலியின் வாசலில் "ஒரு பீடி தாங்க" என்று கேட்டு வாங்கிய பெரியதுரை அதை அத்தாரின் நெருப்பில் பற்றவைத்து இழுத்தான். தொண்டை கரகரக்கக் காறித் துப்பினான்.

ஆற்றில் கால் பட்டதும் குளிர் சில்லென்று ஏறியது. ‘குளுருது… குளுருது’ என்று கத்திக்கொண்டு மயில்குஞ்சு கரைக்கு ஓடுகிறான். அம்மா அவனைப் பிடிக்க ஓடிவருகிறாள். ஆற்றங்கரை யெல்லாம் ஒரே சனக்கூட்டம். நீரிலும் கரையிலும் எங்கு பார்த்தாலும் தலைக்கறுப்புகள். மெல்லிருட்டு. விடியப் போகிறது. கரையில் ஆங்கங்கே லாம்பு வெளிச்சங்கள். அம்மா மயில்குஞ்சைப் பிடித்து இழுத்துக்கொண்டு போகிறாள். ஆற்றுக்குள் நின்றிருக்கும் அப்பத்தா இன்னொரு கையைப் பிடிக்கிறாள். மயில்குஞ்சு கத்திக் கூப்பாடு போட்டும் இருவரும் கொறப்பிடியில் தண்ணிக்குள் இழுத்துப் போகிறார்கள். இப்போது தண்ணி குளிரவில்லை. வெதுவெதுப்பாயிருக்கிறது. காலைக் கீழே ஊன்றி நிற்கிறான். கழுத்து மட்டத்துக்கு நீரோடுகிறது. அம்மாவுக்கு இடுப்பு உயரத்துக்கு. “அம்மா கால்ல முள் குத்துது.” “அது ஒண்டுமில்ல குஞ்சு. மீன் கடிக்குது.” தண்ணிக்குள் நின்றபடியே கதிர்காமரைப் பார்த்துத் தொழுதவாறு பாடுகிறார் ஒருவர். “மாணிக்க கங்கைப் புனலாடிக் காணிக்கை ஏந்திவந்தேன் கந்தா…” விபூதி வாசம். அப்பத்தா நெற்றியிலும் உடலெங்கும் ஈரத்தோடு திருநீற்றைப் பூசிவிடுகிறாள். ‘வெற்றிவேல் முருகனுக்கு… அரோகரா’ ‘வடிவேல் முருகனுக்கு… அரோகரா.’ சந்நிதித் தெருவெங்கும் கூட்டம் வழிகிறது. வழியெல்லாம் தின்பண்டக் கடைகள். தொதல் கட்டிகள்… வெல்லங்கள்… முறுக்குத் தட்டுகள். பெரிய பெரிய சாக்குகளில் அரிசிப்பொரி. விபூதி சந்தனம் அர்ச்சனைப் பூசைப்பொருள் விற்கும் கடைகள்… ‘கதிர்காமக் கந்தனுக்கு… அரோகரா’ ‘வள்ளிக் குறவனுக்கு… அரோகரா.’ அப்பூப்பன் காவடி தூக்கி ஆடிப் போகிறார். கண்கள் சொருகி வேறு எங்கோ பார்க்கின்றன. வேல் அலகு குத்தி வருகிறார்கள். அப்பன் தோளில் மயில்குஞ்சு.

பிறகு சட்டென்று கல்லடி ஓடையில் இடுப்பளவு தண்ணீர் ஓடுகிறது. மயில்குஞ்சு மயிலைப் பசுவையும் கன்றையும் குளிப்பாட்டுகிறான். ஊர் மாடுகள் எல்லாம் ஓடையில் இறங்கிவிட்டன. மாட்டுப் பொங்கல். கழுத்துமணிச் சத்தங்கள் டிங் டிங் டிங் என்று ஓடையெங்கும் கேட்கிறது. பீர்க்கம் நாரால் தேய்க்கத் தேய்க்க மாடுகள் சுகமாய் நிற்கின்றன.

கல்லடி மேல்ஓடையில் முழங்காலளவுக்குத் தண்ணீர் போகிறது. நொச்சி வாசம். கூடை பின்னுவதற்காக மருதி நொச்சி விளார்களை வெட்டி அடுக்குகிறாள். வட்ட முகம்.. எதிர்க்கரையில் மயில்குஞ்சு

மருதமரத்தின் பின்னே ஒளிந்து நிற்கிறான். முதுகில் நாணல் தண்டுகளால் பெட்டியடைத்த கூண்டு. காடையைத் தட்டி விடவும் அது 'கிட் கிட் கிட்... கிட் கிட் கிட்...' என்று கூப்பிடுகிறது. அவள் திரும்பிப் பார்க்கவேயில்லை. ஓடைத் தண்ணீரில் நின்று அரிவாளால் நொச்சியின் அடித்தண்டில் கொத்திக் கொண்டிருக்கிறாள். நீரோடு பதுங்கிப் போய் காலைப் பிடித்துச் சுண்டி இழுக்கிறான். மல்லாந்து நீரில் விழுகிறாள். அவளுக்குச் சிரிப்பு பொங்குகிறது. அப்படியே தூக்கிக்கொண்டுபோய் வெட்டிப் போட்ட நொச்சித் தழைகள் மேல் வளர்த்துகிறான். நொச்சியிலைகள் கசங்கிய வாசம் ஓடையெங்கும் குப்பென்று எழுகிறது.

கல்லடி ஓடை காய்ந்து கிடக்கிறது. காவாங்கரை கலுங்குக் குழிகளும் வறண்டு கிடக்கின்றன. குளம் வற்றிவிட்டது. கிடங்குகளில் மட்டும் தண்ணீர் தேங்கியிருக்கிறது. ஊர் சாட்டியாகிவிட்டது. மீன்பிடி நாள். ஊரே குஞ்சும் குளுவானுமாகச் சேர்ந்து குளத்தில் இறங்கிக் கலக்குகிறது. கையால் அரித்தாலே மீன். காக்கைகளும் பருந்துகளும் குளத்தையே வட்டமடித்துப் பறக்கின்றன. கூச்சல் கொண்டாட்டம். மயில்குஞ்சரின் மார்பெல்லாம் நரைமுடி மேல் சேறு படிந்திருக்கிறது. அவரும் சின்னப்பேரனும் கிடங்கின் வடக்கிலிருந்து தெற்காக வலைபிடித்து அரித்து வருகிறார்கள். பேரன் விலாங்கு மீனைத் தலையிலும் வாலிலும் இரு கையாலும் பிடித்திழுத்து நீளம் பார்க்கிறான். அவன் கைக்கு முக்கால் பாகம் இருக்கிறது. விலாங்கு மீனில் சாம்பலைப் போட்டுத் தேய்க்கிறான் பேரன். தேய்க்கத் தேய்க்க வறுத்த உளுந்து வாசம் எழுகிறது. மணத்தை உணர்ந்து மயில்குஞ்சர் திரும்பிப் பார்க்கிறார். பேரனிடம் "தள்ளடா" என்று கத்திக்கொண்டு தடியோடு ஓடுகிறார். ஸ்ஸ்ஸ் என்ற சீற்றம். ராஜநாகம் பேரன் உயரத்திற்கு எழுந்து படமெடுத்தாடுகிறது.

கனவின் இழைகளைத் துண்டித்துக்கொண்டதைப்போல மயில்குஞ்சனுக்குச் சட்டென்று விழிப்பு தட்டியது. காட்டின் இரைச்சல். ராக்கோழிகளும் சில்வண்டுகளும் மாறிமாறிக் கத்தின. கிழக்கு வெளிறியது.

பிரமந்தனாறுக் கிராமத்தின் தெற்கு எல்லையில் தொடங்கிய காட்டில் உயர்ந்து நின்ற கூமா மரத்தின் கிளைகளுக்கு நடுவில் இரவு வேட்டைக்காகப் பரண் கட்டி விழித்திருந்த மயில்குஞ்சன் அதிகாலையின் வானத்தில் நெருப்புத் துண்டுகளை கொட்டினாற் போலச் சன்னங்களை விசிறியபடி ஒரு ஹெலிகொப்ரர் வடக்குத் திசையில் சடசடத்ததைக் கண்டான். நித்திரை முறிந்துவிட்டது. நேற்று பிரமந்தனாறுக்கு மூத்த மகளிடம் வந்திருந்தவன், இரவுப்

படுக்கைக்கு "நான் மதியமே காட்டோரமா கூமாவில பரண் கட்டிட்டன். இரவு அதிலயே தங்கிறன். உன்ர தீரனைக் கூட்டிக்கொண்டுபோய் முயலேதாவது அம்பிடுதா பாப்பம்..." என்றுவிட்டு பரணுக்கு வந்திருந்தான். தீரன் கீழே மரத்திற்கு அருகாக நின்று ஹெலியின் திசையில் தலையை மேலுயர்த்திக் குரைத்தது. பழக்கமான நாய்தான். அவன் பிரமந்தனாறுக்கு வருகிற நாட்களில் பின்னாற்தான் அலையும். மயில்குஞ்சன் "ச்க்... சும்மாயிரு..." என்று அதட்டவும் அமைதியாகி இரண்டு தடவை மரத்தைச் சுற்றிவிட்டு மறுபடியும் அவனை நிமிர்ந்து பார்த்தது. ஆவல்மிக்க கண்கள். வாயில் நீர் வடிந்தது. "என்னடா தீரா... கண்ணியில ஒண்டும் அம்பிடேல்லையே..." என்றவாறே தன் தாடையில் முடிச்சிட்டிருந்த துண்டை அவிழ்த்துக் காதுகளைக் கூர்மையாக்கினான் மயில்குஞ்சன். அறுபது வயதிலும் கூர்மையை இழக்காத காதுகளின் பின்மடல்களில் குளிர் தாவி ஏறிற்று. இரவிலும் ஒளிரும் கண்களும் ஒரே பாய்ச்சலில் தாவும் வலுவும் அவனுக்கு இருந்தன. எலும்பு வெளியே தெரிகிற மார்புக்கூடும் மெல்லிய உடல்வாகுமாய் காலம் மாற்றிவிட்டிருந்தாலும் இளமைக் காலத்தைப் போலவே அவனைக் காடு தன்னுடைய கைகளில் ஏந்தி வைத்திருந்தது. நரைத்த முடிக்கற்றை ஓரங்களில் புரளும் வழுக்கை மண்டையின் உள்ளே அவன் காட்டின் இரகசியங்களை ஒளித்திருந்தான்.

'டட்டட்டடட்...' கிளைகளில் மறைந்து மறைந்து நெருப்புப் பொறிகள் தெரிந்தன. காற்றை வெட்டிக் கிழிக்கும் ஹெலிகொப்ரரின் காற்றாடிச் சத்தம் நகர்ந்துகொண்டேயிருந்தது. 'கட்டையில போவான்கள், சனம் நித்திரைப் பாயில கிடக்கச் சுடுறானுகள். தெருவால வரப் பயம். ஆகாசத்தால வந்து கொல்லுறாங்கள்' என்று மனதிற்குள் திட்டினான். இடிமுழக்கம் தணிவதைப்போல ஹெலிச் சத்தம் ஓய்ந்தது. 'நரை இருட்டுக்குள்ள என்ன தெரியுதெண்டு வந்து கொட்டிற்றுப் போனானோ... ' தண்ணீரை வாயில் அண்ணாந்து ஊற்றி 'க்ள...க்ள' என கொப்புளித்துக் கீழே துப்பினான். கையில் வார்த்துக் கண்களைக் கழுவினான். ஒளி கோடுகளாக நுழைந்தது. 'நாட்டுக்குள்ள சனங்கள் ஓடி ஒளிஞ்சுபோன மாதிரி இப்ப காட்டுக்கையும் ஒண்டுமில்ல... ஒரு முயலுக்கே தவமிருக்க வேண்டியிருக்கு...' மயில்குஞ்சன் மரத்தில் வழுக்கிக் கீழிறங்கினான். தீரன் அவனுடைய காலை முகர்ந்து பார்த்தது. "வா... இண்டைக்கு ஒண்டுமில்லை..." என்றான். திடீரென்று 'கிர்ர்...' என்ற இரைச்சல் ஆர்முடுகிப் பெருகத்தொடங்கியது. மயில்குஞ்சன் "டே... பொம்பரடா..." என்று நாயைப் பார்த்துச் சொன்னான். 'இண்டைக்குச் சன்னதம்தான்' என்று நினைத்தவன் பனி நனைத்த ஈரப்புதர்களை மிதித்தவாறே பொட்டலுக்கு ஓடிச்சென்றான். தீரன் அவனுடைய தடத்திலேயே பின்னால் ஓடியது. சாம்பல் நீங்காத வானத்தின் கீழ்த்திசையில் வெள்ளித்தகடு மிதப்பது போல ஒரு

பொம்பரை மயில்குஞ்சன் கண்டான். ஒளிக்கூசல் கரைந்தபோது அருகருகாக மேலும் இரண்டு பொம்பர்கள்...

பொட்டலில் தனித்து நிற்பது உறைத்தது. மயில்குஞ்சன் மறுபடியும் மரங்களுக்குள் ஓடினான். இம்முறை தீரன் முன்னால் ஓடியது. பொம்பர்கள் அரைமணி நேரமாகச் சுற்றி அலைந்தன. பிறகு வானத்தினின்றும் நீங்கின. 'காலங்காத்தால வந்து சோக்காட்டுறாங்கள்.'

அவன் பரண் கட்டியிருந்த மரத்தில் தொங்கிய இடியனையும், பன்றிக்கருக்கலும் தண்ணீருமிருந்த தோற்பையையும் கீழே இறக்கிக் காவிக்கொண்டு நீர்த்திவலைகள் படர்ந்த புதர்ச் செடிகளுக்குள் நுழைந்து ஊருக்கான வழியில் ஏறவும் தீரன் சட்டென்று திடுக்கிட்டு அண்ணாந்து குரைத்தது. சிலநூறு காட்டுக்கோழிகள் செட்டையடித்துப் பாய்வதுபோன்ற சத்தம். காற்று விசுக் விசுக்கென்று கிழிபட்டது. தலைக்கு மேலே பொலபொலத்தது. மயில்குஞ்சன் நிமிர்ந்தான். புயற்சுழியில் அகப்பட்டதைப்போல மரங்கள் சுழன்றாடின. சருகுகள் சுழித்துப் பறந்தன. மரங்களிடையே பதுங்கி ஓடிய மயில்குஞ்சன், நீண்ட வாலைக் கொண்ட இராட்சத மிருகங்கள் தம் பருத்த உடலை அசைத்துக் கீழிறங்குவது போல மூன்று ஹெலிகொப்ரர்கள் மெதுவாக பொட்டலில் கால் ஊன்றுவதை அப்போது கண்டான். அவற்றைச் சுற்றி செந்நிறப் பொடியை வீசியதுபோல மண் பறந்தது. புற்கள் நிலத்தோடு தலைசாய்த்து உதறின.

காற்றாடிகள் மெதுவாக ஓய்ந்ததும் பச்சை மனிதர்கள் ஆயுதங்களோடு குதித்துக் கீழிறங்குவதைப் பார்த்த மாத்திரத்திலேயே அவன் பிரமந்தனாறை நோக்கி ஓடத்தொடங்கினான். காட்டுக்கொடிகள் தடுக்கின. சூரை முற்கள் கிழித்தன. ஒரு மானைப் போல அவன் பாய்ந்தான். மானை நாய் துரத்திக்கொண்டே வந்தது. அவன் கிராமத்தில் கால் வைத்த கணத்தில் காடு அதிர வேட்டுச் சத்தங்கள் கேட்கத் தொடங்கின.

அதிகாலையிலேயே ஒழுங்கைகளில் கூடிய பிரமந்தனாற்றுச் சனங்கள் ஹெலிச் சூட்டில் யாருக்கும் காயமேற்படாத 'தெய்வச் செயலை' சிலாகித்தபடி நின்றார்கள். இரண்டு மாதங்களுக்கு முன்னர் பூடான் திம்புவில் போராளிகளுக்கும் ஜெயவர்த்தனா அரசுக்கும் இடையில் ஆரம்பித்த பேச்சுகள் தொடங்கிய வேகத்திலேயே முறிந்து போனதையும், போர்நிறுத்தம் ஒரு வாரத்தைக் கூட தாண்டவில்லை என்பதையும் செவிவழிக் கதைகளாக அறிந்து வைத்திருந்தாலும் இன்றைய நாளின் போக்கை அவர்களால் சற்றேனும் ஊகிக்க இயலவில்லை. அப்பொழுது ஒழுங்கைக்குள் நுழைந்த மயில்குஞ்சன் "காட்டுக்குள்ள ஆமி இறங்கிட்டான். எல்லாரும் ஓடுங்கோ" என்று கத்தியபடியே கால்கள்

போன வழியெல்லாம் ஓடினான். தீரன் அவனுக்குப் பின்னாலேயே பாய்ந்தது.

தோலை அறுக்கும் நைலோன் கயிற்றினால் கைகளைப் பின்னால் இறுக்கி மயில்குஞ்சனை இராணுவத்தினர் இழுத்து வந்தபோது வழியில் வெட்டியும் சுட்டும் கொல்லப்பட்டிருந்த ஒன்பது சடலங்களை அவன் எண்ணி முடித்திருந்தான். இறுதியாகக் கண்டது, வேப்பமரத்தோடு கட்டப்பட்டிருந்தது. நிர்வாணமான அந்த உடலில் தலை கவிழ்ந்து தொங்கியது. நெற்றியிலிருந்து கொட்டிய உறையாத குருதி மூக்கு வாய் முகமெங்கனும் பரவி மார்பிலும் வயிற்றிலும் வழிந்து கொண்டிருந்தது. மயில்குஞ்சன் தன்னுடையது பத்தாவது சடலம் என்று நம்பத்தொடங்கினான். பின்னாலேயே ஆமிக்காரர்களைப் பார்த்துக் குரைத்தபடி வரும் தீரனை இரக்கத்தோடு பார்த்தான். கிட்ணர் கடையடியில் அவனைப்போலவே இருபத்தொரு பேரை இழுத்து வந்திருந்த இராணுவத்தினர் அவனையும் அவர்களோடு தள்ளினார்கள்.

மயில்குஞ்சன் சிக்கிக்கொண்டது ஒரு கனவு மாதிரி நடந்து முடிந்து விட்டது. "ஆமிக்காரன் வாறான்" என்று கத்திக்கொண்டே வளைந்த ஒழுங்கைகளில் ஓடியவன் ஒரு கட்டத்தில் அவர்களுக்கு முன்னாலேயே உறைந்துபோய் நின்றான். அவர்கள் அரை வட்ட வடிவில் கிராமத்தை வளைத்திருந்தார்கள். நீரில் கலந்த விஷம் போலத் தரையெங்கும் அவர்களுடைய சப்பாத்துத் தடங்களே கிடந்தன. வானத்தில் கரும்புகை திட்டுத்திட்டாகப் பரவி எழுந்தது. நெருப்பின் சுவாலையில் ஓலைகள் முறுகிக் குடிசைகள் விளாசி எரிந்தன. அவ்வப்போது வேட்டுச் சத்தங்கள் கேட்டன.

முகத்துக்கு நேரே நின்ற சிப்பாயில் சாராயநெடி குப்பென்று வீசியது. எல்லோருமே போதையேறிப்போய் நின்றார்கள். அவர்களுடைய வாயில் சிங்கள வார்த்தைகள் பின்னிக் குழைந்தன. கிட்ணர் கடையை உடைத்துவிட்டார்கள். மளிகைப்பொருட்கள் நிலத்தில் சிதறிக்கிடந்தன. கண்ணாடிப் போத்தல்கள் சில்லுச் சில்லாகத் தெறித்திருந்தன.

இராணுவச் சீருடை பொருத்தமில்லாதவனும், முகத்தில் கறுப்பு மையால் கோடுகளை வரைந்திருந்தவனுமாகிய ஒருவன் நீண்டநேரமாகத் தலையைக் குனிந்தபடி நின்றான். இன்னொருவன் அந்நியமான நெடிய உயரத்திலும் அவித்த இறாலின் நிறத்திலும் கும்பலில் நழுவும் திருடனின் முகபாவத்தோடு நின்றான். பரிச்சயமற்ற விநோத உலகமொன்றில் நுழைவதைப்போலவே அவனுடைய கண்களிருந்தன. நீண்ட யோசனைக்குப் பின்னர் காலடிகளை வைப்பதுபோல அவன் நடந்தான்.

“இங்க புலி அல்லது புலிக்குச் சப்போட் பண்ணுறவங்க யாராவது இருந்தா மரியாதையா சரண்டர் ஆகுங்க. இல்ல... சுடுபட்டுச் சாவீங்க” கொச்சையான மொழியில் ஒருவன் மிரட்டியபோது மயில்குஞ்சன் தன்னுடைய சாவை உறுதிப்படுத்திக் கொண்டான். சாவைக் குறித்துப் பதற்றமான எண்ணங்கள் தனக்குள் உருவாகாமல் இருப்பதை முதற்தடவையாக அவன் ஆச்சரியத்தோடு அவதானித்தான். உலகத்தின் பற்றுகளிலிருந்து தன்னைத் துண்டித்துக்கொண்டு வாழ்வதனால் அது சாத்தியமாயிருக்கலாம் என்றும் மரணத்தின் அச்சமென்பது அனுபவித்தவற்றை இழக்கப் போவதினாலும், அன்பிற்குரியவர்களை மறுபடியும் சந்திக்க முடியாமற் போவதாலுமே ஏற்படுகிறது என்றும் நினைத்தான். ‘ரெண்டு பெட்டைக்குமருகளையும் கட்டிக்குடுத்திட்டன். மருதி மகராசி இதெல்லாம் காணக்கூடாதெண்டோ என்னவோ காலத்தோடயே போய்ச்சேர்ந்திட்டாள்.’ தீரனின் நினைவு இடறியது. கண்களால் தேடினான். சற்றுத் தள்ளி பொதுக் கிணற்றடியைச் சுற்றியவாறு அது குரைத்துக்கொண்டிருந்தது. அவலமான இயலாமைத் தொனி. மயில்குஞ்சனைக் கண்டிருக்க வேண்டும். திடீரென்று நாலுகால் பாய்ச்சலில் ஓடி வந்து காலை மணந்தது. ‘ச்சூ... அங்கால போ... இதில நிக்காத...’ மனதால் நினைத்தான். காலை அசைத்து நாயை அப்பால் போகச் செய்தான். அது இப்போது சிப்பாய்களைப் பார்த்துக் குரைப்பதும் அவர்களுடைய நகர்வுகளில் அஞ்சிப் பதுங்குவதுமாய் நின்றது. மயில்குஞ்சன் வேறு நினைவுகளினால் மனதை மேவினான். கொலை செய்யப்படும்போது தனக்குள் புதைந்து கிடக்கும் இரகசியங்களும் கொல்லப்பட்டுவிடுமென்று ஒரு எண்ணம் தோன்ற அருகாகப் பெருமிதமும் உருவாகியது. உடலை நிமிர்த்திச் ‘சுட்டால் சுடு’ என்ற கணக்கில் நின்றுகொண்டான்.

முதலாவது இடதுபுற ஒழுங்கையில் ஒரு பெண்ணின் ஓலம் எழுந்து அமிழ்ந்தது. இரண்டு சிப்பாய்கள் ஓர் இளைஞனின் கையைப் பிடித்துக் கொறகொறவெனத் தரையில் இழுத்து வந்தார்கள். கிழிந்த துணி போல அவனுடைய உடல் தரையில் தேய்ந்து இழுபட்டது. கட்டியிருந்த சாரம் தொடைகளுக்கு மேலே சுருண்டுகிடக்க கால்கள் திட்டுத்திட்டாக வீங்கியிருந்தன. உதட்டில் புழுதியும் மண்துகள்களும் அப்பியிருந்தன. வாயிலிருந்து எச்சிலும் இரத்தமும் வீணியைப்போல வடிந்தன. அவனுடைய வயிற்றில் சிப்பாய் எத்தியபோது, பின்னாலேயே தலையில் அடித்தபடி ஓடிவந்த நடுத்தர வயதுப் பெண் “அய்யோ என்ர தம்பியைக் காப்பாத்துங்கோ” என்று கதறினாள்.

கருப்பையில் சுருண்ட குழந்தையைப் போல இளைஞன் குறண்டிப்போயிருந்தான். வலியைத் தாங்க முடியாமல் கேவி அழுதான். துப்பாக்கிப் பிடியினால் அவனைக் குத்தினார்கள். உடம்பு

றப்பரைப் போலத் துள்ளியது. கழுத்தைப் பிடித்து எழுப்பி கடைச் சுவரோடு நிறுத்தினார்கள். நொடிநேரத்தில் துப்பாக்கி அதிருமென்றும் குண்டுகள் அவனைத் துளைக்குமென்றும் கருதிய மயில்குஞ்சன் தன்னுடைய கால்விரல்கள் மட்டுமே தெரியத்தக்கதாக தலையைத் தாழ்த்திக்கொண்டான்.

இளைஞனின் அக்கா, எதிர்ப்படும் சிப்பாய்களின் கால்களில் விழுந்து மன்றாடினாள். "அய்யா, தாய்க்குத் தாயா இருந்து நாந்தான் அவனை வளத்தன். தோட்டமுண்டு தொழிலுண்டு என்று கிடக்கிற பச்சப்புள்ள அய்யா அவன்... அவனை ஒண்டும் செய்யாதீங்கோ... அவனை விட்டுடுங்கோ" என்றாள். அவர்கள் அவளைக் கடந்தார்கள். நெடிதுயர்ந்த வெள்ளை மனிதனின் கால்களிலும் அவள் விழுந்தாள். அவன் பயந்தவன் போல இரண்டடி பின்னால் வைத்தான். தம்பிக்காரன் மயங்கிச் சரிபவனாக முன்னும்பின்னுமாக அசைந்தான். அவனைத் தாங்கிப் பிடித்துக்கொண்டாள். அப்பொழுது வாளியில் தண்ணீர் கொண்டுவந்த ராணுவ வீரன் ஆச்சரியமாக அதனை இளைஞனின் இரத்தம் வழியும் வாயில் ஊற்றி நீரருந்தச் செய்தான். அக்கா நம்பிக்கையடைந்தவளாகக் குலைந்து கிடந்த சாரத்தைச் சரி செய்தாள். கன்னங்களில் தட்டி "ஒண்டுமில்ல ஒண்டுமில்ல" என்று குழந்தையைத் தேற்றுவதுபோல ஆறுதல் சொன்னாள். அவளே ஓடிச்சென்று இன்னொரு வாளி தண்ணீர் கொண்டுவந்து முழங்கால்களில் ஊற்றிக் கழுவினாள். அவன் இன்னமும் பரிதாபத்திற்குரிய சீவன் போலவே நின்றான்.

சடுதியில் இராணுவத்தினர் பின்னால் நகர்ந்தார்கள். பச்சை உள்பனியனைக் கையில் உருட்டிக்கொண்டுவந்த ஒருவன் இளைஞனின் கழுத்தில் அதை நுழைத்து அணிவித்ததை, ஒரு நாடகத்தைப் பார்ப்பதுபோல மயில்குஞ்சன் உணர்ந்தான். எதையும் ஊகிக்க முடியவில்லை. காடுகளில் போராளிகளிடம் பார்த்ததுபோன்ற துப்பாக்கியொன்றை இளைஞனின் வலது தோள்பட்டையில் சுமத்தினார்கள். அவன் பாம்பைத் தொடுவதுபோன்ற மிரட்சியோடு அதனைத் தொட்டான். அப்பொழுது கமெராவில் படம் பிடிக்கத் தொடங்கினார்கள்.

அக்கா நடந்துகொண்டிருக்கும் விபரீதத்தைப் புரிந்து கொண்டவளாக ஓடிச்சென்று தம்பியின் முன்னால் கையை விரித்து நின்றாள். அவனிடமிருந்து துப்பாக்கியைப் பறித்துக் கீழேயெறிந்து விட்டு தம்பியைத் தன் கை அணைப்பிற்குள் கட்டிக்கொண்டாள்.

ஒரு சிப்பாய் அவளுடைய தலைமயிரைக் கொத்தாக இழுத்துக் கன்னத்தில் அறைந்தான். அவள் ஆவேசமுற்றவள் போல அடிவயிற்றிலிருந்து கத்தினாள். "கொல்லடா... என்னைக் கொல்லடா..." என்றாள். சட்டென்று குரல் உடைந்து "தம்பியை மட்டும் விட்டுடுங்கோடா" என்று

கெஞ்சினாள். திடீரென்று தீரன் இரண்டு பேரின் கால்களுக்குமிடையில் புகுந்து நின்று குரைக்கத் தொடங்கியது. சாம்பல் கண்களால் ஏறிட்டு தலையை மேலுயர்த்திப் பாய்கின்ற எத்தனம்... நீரூருறித் தொங்கும் சிவந்த நாக்கு... கூர்வெண் பற்கள்... சிப்பாய் நாயைக் காலால் எத்தி உதைத்தான். அது இலாவகமாக ஒதுங்கியது. பிறகு மறுபடியும் முறுகிக்கொண்டு கிளர்ந்தது. "வள்... வள்..." மயில்குஞ்சன் மெல்லக் கண்களை மூடினான். "வள்... வள்... வள்..." குரைப்பு அதிகரித்துக் கொண்டேயிருந்தது. மயில்குஞ்சன் உடலைக் குறுக்கினான். "டப்... டப்..." இரண்டு வெடிச்சத்தங்கள்... "ஊ..." என்ற வினோதமான ஒரு ஊளைச் சத்தம் கேட்டது. நாய் பின் பக்கமாக உதறியெழுந்து அந்தரத்தில் சுழன்று தொப் என்று சரிந்தது. ஒரு குழந்தையுடையதைப் போன்ற அனுங்கலான சத்தம் தேய்ந்தடங்கியது. பின்னிரண்டு கால்களும் சொற்ப நேரத்திற்கு மண்ணைக் கிளறின. மயில்குஞ்சன் மெல்ல கண் திறந்தான். தீரனின் நெற்றி சிதறிப்போயிருந்தது. குங்குமத்தால் குளிப்பாட்டிய ஆட்டுத்தலை போல... கண்களைத் தாழ்த்தினான். சிப்பாயின் வலது தோள்பட்டையில் பொருந்தி நின்ற துப்பாக்கியிலிருந்து கசிந்த புகையில், சாவின் நெடி நாறியது. பிடித்துவரப் பட்டிருந்தவர்கள் பெருங்குரலில் ஓலமிட்டார்கள். நைலோன் கயிறு கையை நெரித்தது. சாவு ஒரு குளிர்ந்த காற்றைப்போலத் தன்னை அணுகவேண்டுமென்ற விருப்பம் ஒருபோதும் நிறைவேறாதென்று மயில்குஞ்சன் நினைத்துக் கொண்டான்.

அக்காவை மிதித்துக் கீழே விழுத்தி இழுத்துச்சென்று கிணற்றுக்கட்டோரம் வீசினார்கள். இளைஞனின் இடுப்பில் மறுபடியும் உதைகள் இறங்கின. அவன் உடல் கூனி முழந்தாளில் விழுந்தான். நிறை போதையைப்போல உடல் இழுத்தபாட்டிற்கு வளைந்தது. முகம் குப்புறக் கவிழ்ந்தவனின் தலை கால்களுக்கிடையில் அகப்பட்ட பந்தைப் போலானது.

அக்கா கிணற்றுக்கட்டில் சாய்ந்து தலையை உயர்த்தினாள். முகமெல்லாம் ரத்தம். பற்கள் உடைந்திருக்கவேண்டும். நெற்றி மயிர்க்கற்றை ரத்தத்தில் தோய்ந்து கன்னத்தோடு ஒட்டிக்கிடந்தது. பார்க்கவே கோரமாயிருந்தாள். அடியும் மிதியும் பட்டுத் தம்பியின் உடல் உருண்டும் புரண்டும் அலைவதைக் கண்டவள், கைகளை மேலே விரித்து வானத்தை நோக்கி "தாயே! அவன் தாங்க மாட்டான்... அவனைக் கெதியில உன் காலடிக்கு எடுத்துக் கொள்ளு" என்று விசும்பினாள். "இந்தக் கொடுவினைக்கெல்லாம் முடிவில்லையோ... கேக்க நாதியில்லாச் சனங்களோ நாங்கள்" என்று அரற்றினாள். அவளுடைய உடல் திடீரென்று நடுங்கியது. கலையாடியைப்போல விதிர்விதிர்த்தவள், மண்ணையும் சருகையும் வாரிக் காற்றிலே வீசினாள். "காளியாத்தை எல்லாத்தையும் பாத்துக் கொண்டிருக்கிறாளடா... உங்கள் ஒருத்தரையும் மிச்சம் வைக்க

மாட்டாளடா. மண்ணோட மண்ணா நாசமாப் போவியளடா... புளுத்துச் சாவியளடா'' என்று கத்தினாள்.

தம்பியின் வீங்கிய முகத் தசைகளுக்குள் கண்கள் புதைந்துகிடந்தன. கல்லை வாய்க்குள் திணித்ததுபோல இடது கன்னம் உப்பியிருந்தது. மூக்கில் சிந்திய இரத்தம் அரும்பிய மீசைத் தடத்தில் ஓடிக் கடைவாயில் ஒழுகியது. கண்மணிகளில் அசைவில்லை. அவனைத் தூக்கி நிறுத்தினார்கள். உள்ளாடையற்ற பிரக்ஞையே இன்றி நின்றான். முதுகில் இலேசாகத் தள்ளியபோது காற்றில் பறப்பதுபோல அசைந்தவனை ஒரு நாயை விரட்டுவதுபோல காட்டை நோக்கித் தள்ளினார்கள்.

பேரலை அடித்து வற்றிச் சென்றதுபோல பிரமந்தனாறு ஓய்ந்து கிடந்தது. கட்டப்பட்ட கைகளோடு மயில்குஞ்சனும் இருபத்தியொரு பேரும் கிட்ணர் கடையடியிலேயே குந்தியிருந்தார்கள். இராணுவம் மீண்டும் வரலாமென்ற அச்சத்தில் அவர்களுடைய கட்டுகளை அவிழ்த்துவிட யாருக்கும் துணிச்சல் எழவில்லை. சாவுக்காகக் காத்திருப்பதாக மயில்குஞ்சனுக்குத் தோன்றிற்று. மூன்று மணி வெயில் நேராகக் கண்களுக்குள் இறங்க, தலையைத் திருப்பியவன், பதினைந்து வயதும் நிரம்பாத சிறுவன் ஒருவன் கொம்புக் கத்தியினால் ஒவ்வொருவருடைய கட்டுகளின் முடிச்சுகளையும் நிதானமாக வெட்டியெறிவதைக் கண்டான். கட்டிலிருந்து விடுபட்ட கைகளோடு அவனைக் கட்டி அணைத்தபோது மயில்குஞ்சனின் கண்கள் நீண்டகாலத்தின் பிறகு பொங்கி வழியலாயின.

"அந்தப் பெடியனை ஹெலியிலிருந்து தூக்கி எறிஞ்சு போட்டாங்கள்." இயலாமை கசிந்த குரலில் மயில்குஞ்சன் சொன்னபோது லெட்சுமணனை அசாதாரண நினைவுகள் சூழ்ந்து கொண்டன. அவனுடைய பார்வை மயில்குஞ்சனின் வெற்றிலைக் காவி பூசிய வாயில் குவிந்து நின்றது. மயில்குஞ்சனுடைய உதடுகள் மிக மெதுவாக அசைவதாயும், ஆனால் வார்த்தைகள் இயல்பான வேகத்திலேயே வெளியேறியதாயும் அவன் பிரமையுற்றிருந்தான்.

'கறுப்பு மேகங்கள் திரண்ட வானத்திலிருந்து கைகளை முதுகில் இறுக்கிய மெல்லிய உடலொன்று காற்றில் சுருண்டும் அலைந்தும் பூமியில் குப்புற மோதியது. பாறையில் முட்டை நொறுங்குவதுபோலத் தலை வெடித்தது. பிசுபிசுப்பான குருதி தனக்கென ஒரு பாதையைக் கண்ட வேகத்தில் நெளிந்து நெளிந்து வழிந்தது. அந்தக் கண்களில் அச்சத்தின் ரேகைகள் விலகாதிருந்தன.' துயரம் பீரிடும் கதையொன்றைப் பகிர்ந்துகொள்ளும் விருப்பு அவற்றிலிருந்ததாகத் தோன்றியபோது லெட்சுமணனின் முதுகு வடம் சில்லிட்டது. காற்றைக் கிழித்துக் கீழிறங்கும் மெல்லிய உடல் மறுபடியும் மறுபடியும் அவனைத் தொந்தரவு செய்தது. சாரத்தை உதறிக்கொண்டு எழுந்தவன் வேலிக்கதியாலில் இலையை முறித்து காம்பைப் பற்களிடையே கடித்தபடி அத்தாரைப் பார்த்தான்.

காடெங்கும் அலைகிறவன்தான் என்றாலும் கிழமையில் ஒரு தடவையாவது தெருவிலோ சந்தையிலோ கண்களில் அகப்படுகின்ற மயில்குஞ்சனை மூன்று நான்கு மாதங்களாக யாரும் கண்டிருக்க வில்லை. பெடியங்கள் சங்கிலியைக் காட்டிலிருந்து வெளியேற்றிய நாளிலும், பிரமந்தனாற்றில் சனங்கள் சுடப்பட்டதற்கு அடுத்த நாளிலும் அத்தார் மயில்குஞ்சனைத் தேடி அவனுடைய கொட்டிலுக்குப் போயிருந்தான். அது மனிதர்கள் புழங்கும் அறிகுறியின்றி 'ஓ' வென்றிருந்தது. எலும்புக்கூடுகள் தொங்குவதுபோல வெறும் ஈர்க்குகளோடு ஓலைச் செத்தை உதிர்ந்து கிடந்தது. வேலிக் கதியால்களின் சருகுகளைக் கோழிகள் கிளறிவிட்டிருந்தன. உட்சுவரெங்கும் மழை கரைத்த அடையாளங்கள் அடர்ந்த காடுகளின் புதர் மூடிய தொன்மச் சுவடுகளை நினைவுபடுத்தின. அவனைப்பற்றிய ஒரு தகவலும் இல்லை. இன்று எதேச்சையாகத் தெருவில் கண்டபோது கூடவே கொட்டிலுக்கு வந்துவிட்டான்.

“அந்தப் பெடியன்ரை கையில துவக்கைக் குடுத்துப் படமெடுத்துப் போட்டு புலியைப் பிடிச்சது எண்டு காட்டுறதுக்குத்தான் இழுத்துக்கொண்டு போனவங்கள். பெடியன் அடி தாங்கேலாமல் வழியிலயே செத்திட்டான் போல. அவன் வாயாலும் முகத்தாலும் ரத்தம் வடிய உடைஞ்ச பல்லுக் குறுணிகளைத் துப்பின காட்சி என்ரை கண்ணுக்குள்ளையே நிக்குது. வீங்கின கண்ணுக்கால என்னை ஒருதரம் பாத்தான். அந்தப் பார்வையில இந்த வாழ்க்கை என்ன மசிருக்கு எண்டு எனக்கு மனம் வெறுத்துப் போச்சுது.”

“பிரேதம் எடுத்தாச்சா...” என்றான் அத்தார். மனம் அலைபாய்ந்து கொண்டிருந்தது.

மயில்குஞ்சன் விரக்தி தெறிக்க “ம்...” என்றான். “ஆமி வருகுது எண்டவுடன சில சனம் பிள்ளையளோடை காட்டுக்குள்ளை ஓடியிருக்கு. நாள் முழுக்க பிஞ்சுக் காய்களைச் சப்பி சேத்துத் தண்ணியைக் குடிச்சுக் கொண்டிருந்ததுகளாம். அதுகள்தான் மேல எழும்பிப்போன ஹெலியில இருந்து என்னத்தையோ உருட்டி விடுறதைப் பாத்ததுகள். முதல்லை பீக்குண்டு எண்டுதான் சனம் நினைச்சது. உனக்குத் தெரியும்தானே... மனிசப் பீயை பீப்பாக்களில அடைச்சுக் கொண்டுவந்து இயக்கச்சியிலையும் பளையிலயும் சிங்களவன் கொட்டினவனெல்லே... அதெண்டுதான் நம்பியிருக்குதுகள். பிறகு ஊருக்குள்ளை ஒரு பெடியனைப் பிடிச்சுக் கொண்டு போனதெண்டு தெரிய மெதுவா ஒரு ஐமிச்சம் கிளம்பியிருக்கு. நான்தான் சனத்தோடை தேடிப்போனன். சொன்ன குறிப்பில ஒண்டையும் காணேல்லை. காட்டுக்குள்ளை தேடுறதெண்டாச் சும்மாவே... சனம் களைச்சுப் போட்டுது. ஆனால் மயில்குஞ்சன் விடாதை தேடு தேடு... எண்டு எனக்குள்ளை ஒரு குரல் விடாமல் கேட்டுது. எட்டாம் நாள் இருட்டுமடுவுக்குப் பின்னால வீரகுளப்பக்கம் பிரேதத்தைக் கண்டன். அய்யோ... அது கிடந்த கோலத்தைத் தாங்கமாட்டாய்... அழுகின பழத்தைக் கத்தியாலை குத்தினமாதிரி உடம்பு முழுக்க வெட்டுக்காயமும் கிழிச்ச அடையாளமும். நாசமாப் போவாங்கள். போற வழியெல்லாம் அவனைச் சித்திரவதை செய்திருக்கிறாங்கள். செத்தபிறகு வீசினாங்களோ சாக முதலே எறிஞ்சாங்களோ வைரவருக்குத்தான் வெளிச்சம்...” என்று மௌனமானவன் மீண்டும் தொடர்ந்தான்.

“இந்த உடம்பு முறுக்கும் தினவும் திமிரும் ஒண்டுமேயில்லை அத்தார். ஒரு புண் சிதழ்கட்டி உடைச்சு நீர் வடிஞ்சாலே மணமும் நிணமும் தாங்கேலாது. கண்ணுக்கு முன்னால ஒரு முழு உடம்பே புண்ணாகி தண்ணிமாதிரி வழிஞ்சு ஓடுது... கண்ணிருந்த இடத்தில ரண்டு குழிதான் தெரியுது. அதுக்குள்ளால புழுக்கள் கும்பலா பிணைஞ்சு நெளியுது. தூக்கினால் பிய்ஞ்சு வாறமாதிரி உடம்பு நொதிச்சுப்

போட்டுது. காய்ஞ்ச கட்டைகளையும் குப்பை கஞ்சலையும் பொறுக்கி மூடிப்போட்டு ஊருக்குள்ள வந்து தகவல் சொன்னன். ஆட்களைக் கூட்டிக்கொண்டுபோய் செய்யவேண்டிய சடங்குகளைச் செஞ்சு அந்த இடத்திலேயே எரிச்சு முடிச்சம்.”

கொட்டிலுக்குள் யாரும் பேசவில்லை. புழுக்கள் நெளிந்ததாகச் சொன்னபோது வயிற்றைப் புரட்டுவதாயும், அப்படியொரு காட்சியை நேரே எதிர்கொள்ளத் துணிந்தவன் போலவும் இரு துருவ நினைவுகளால் லெட்சுமணன் பீடிக்கப்பட்டிருந்தான். காலடியில் ஒரு பிணம் உக்கி மண்ணாகும் கற்பனைகள் நிதானமாகக் கிளர்ந்தன. மனதில் எதுவித கிலேசமும் உருவாகவில்லை.

“எனக்கு எல்லாம் விட்டுப் போச்சு” என்றான் மயில்குஞ்சன். “இனிமேல் இந்த மண்ணில சாவு ஒரு குழந்தைப்பிள்ளை மாதிரி எங்கடை கையைப் பிடிச்சுக்கொண்டு திரியப்போகுது அத்தார்.”

அத்தார் உணர்ச்சிவசப்பட்டிருந்தான். பேசினால் வார்த்தைகள் நடுங்கும் போலவிருந்தது. மயில்குஞ்சன் குழந்தைப்பிள்ளை என்றபோது வெள்ளையன், நாமகள், முத்து இவர்களுடைய முகங்களே நினைவில் தோன்றின. எழுந்தான். “சரி குஞ்சண்ணர், கவனமா இருங்கோ” என்றபோது பற்கள் தெரியச் சிரித்த மயில்குஞ்சன் இத்தனை நேரமாக எதையோ சொல்வதற்குத் தயங்கி நின்றவன் போல சட்டென்று “நான் இப்ப இயக்கத்தோடை சேர்ந்திட்டன்ரா” என்றான்.

லெட்சுமணனுடைய கண்கள் மின்னின. கன்னங்களில் காய்ந்த புல்லுப்போலிருந்த நாள்பட்ட நரைத் தாடிக்குள் விரல்களை நுழைத்து அளைந்துகொண்டிருந்த மயில்குஞ்சனை அவன் ஆச்சரியத்தோடு பார்த்தான். நெற்றியில் கோடு கோடாகச் சுருக்கங்கள் தோன்ற வெட்கப்படுவதுபோல அவன் நாணமாகப் புன்னகைத்தான்.

“அவங்களோடதானே அல்லும்பகலுமாக் கிடக்கிறன். அதுதான் ஒரேயடியாகச் சொல்லிப்போட்டன். ராசாக்களே, இந்தக் கிழவன் சாவைத் தொட்டுப்போட்டு வந்திருக்கிறான். இனிச் சாவுப்பயம் இல்லை. ஏதோ நீங்கள் தாறதைத் திண்டு குடிச்சிட்டு உங்களோடயே இருக்கிறன். துவக்கைத் தூக்கி நாலு ஆமியைச் சுட ஏலாட்டியும் நாலு பேருக்கு காட்டில பாதை காட்டவெண்டாலும் இந்தக் கிழவனால ஏலுமெண்டு...”

ஒரு புதிய மனிதனை மரியாதையோடு பார்ப்பது போல அத்தார் மயில்குஞ்சனை நோக்கினான். கிழவனுக்கு இலேசாகக் கூன்விழுந்த உடல்தான். இயல்பில் கோழி தூங்குவதைப்போன்ற தோற்றம். கையில் காட்டுக்கொடிகள் போல நரம்புகள் புடைத்து ஓடின. நரைத்த

பற்றைக்காட்டு மயிர்த்தேகத்தில் நீலக் கைலியை இடுப்பில் உருட்டி விட்டிருந்தான்.

“விசுவமடுவிலிருக்கிற சின்னவளின்ர மூத்தவனும் முன்னமே இயக்கத்திலதானே. அவன் ரெலோவிலயா இருக்கவேணும். நான் இன்னும் அவனக் காணேல்ல.”

“ரெலோவா?” என்று கேட்டுநிறுத்தினான் அத்தார். விழிகளைச் சுருக்கி மயில்குஞ்சனை ஏறிட்டான். சில நொடிகள் அமைதி. மயில்குஞ்சன் அதை உடைத்துக்கொண்டு கெக்கட்டமாகச் சிரித்தான். “எல்லாக் காவடியும் கதிர்காமத்துக்குத்தானே அத்தார்...” சிரிப்பு தொடர்ந்து வழிந்தது.

“அப்ப நீங்களும் கதிர்காம யாத்திரைக்குக் கௌம்பிட்டீங்க” என்றான் லெட்சுமணன்.

மயில்குஞ்சன் மறுபடியும் நாணிச் சிரித்தான். “விரும்பினா இந்த வளவில கொட்டிலத் திருத்திப்போட்டு இருக்கலாமெண்டு உன்ர அய்யாட்டச் சொல்லு. எப்பயாவது நான் வந்தால் ஓரமாப் படுத்திட்டுப் போறன்” என்று சொன்னான்.

அந்தக் கிழ உருவத்தை இனிக் காணமுடியாதென்ற உணர்வு பரவ அத்தாருக்கு என்ன காரணத்தினாலோ ஏமாற்றமாயிருந்தது. சைக்கிளின் மிதி அச்சிலிருந்து கீச்சு கீச்சென்ற ஒலி எழவும், இலக்கற்ற எரிச்சலில் வலது குதிகாலினால் இரண்டு தடவைகள் உதைந்தான். சைக்கிள் உலாஞ்சப்பார்த்தது.

திருப்பத்தில் சங்கிலியைக் கண்டார்கள். அத்தார் சைக்கிளை மெதுவாக்கிக் கால்களை ஊன்ற லெட்சுமணன் குதித்து இறங்கிப் பவ்வியமாக நின்றான்.

“எங்காலையண்ணை?”

“வேட்டைக்காரன் தூக்குப்போட்டுச் சாகப்போறான்” சங்கிலி விரக்தியாகச் சொன்னான். அவனை அவலமாகப் பார்த்தார்கள்.

“துவக்குகளைக் கொண்டுவந்து ஒப்படைக்கச் சொல்லி வீட்டுக்கு விதானை வந்து சொல்லிட்டுப் போறான்.”

“எப்ப?”

"காலையே வந்து சொல்லிட்டான். அரசாங்கக் கந்தோரில கொண்டுபோய்ப் பத்து நாளுக்குள்ள குடுக்க வேணும்."

ஒரு பட்ட மரத்தின் வேரடியில் மூன்று பேருமாக உட்கார்ந்தார்கள். லெட்சுமணன் வைத்த கண் வாங்காமல் துப்பாக்கியையே பார்த்துக்கொண்டிருந்தான். இனி ஒருபோதுமே குறி பார்க்க இயலாமல் போய்விட்டது. தோளில் புதைத்து தலையைச் சரித்து ஒளிரும் கண்களைக் குறிவைத்து... காடு அதிர... அதன் முடிவிடங்கள் எதிரொலிக்க... டொம்... எல்லாக் கற்பனைகளும் கருகிப் போயின. வெற்றி பெற்ற ஒருவன், திடீரென்று பின்வாங்குவதைப் போல திமிரும் கம்பீரமும் மெல்ல மெல்ல இறங்கிச் சென்றன.

"காட்டுக்குள்ள வரவேண்டாமெண்டு ஒருத்தன் சொல்லுறான். துவக்கைக் கொண்டுவந்து தா எண்டு இன்னொருத்தன் சொல்லுறான். எங்கடை வாழ்க்கையை இப்ப வேற வேற ஆக்கள்தான் நடத்துறாங்கள்."

"பத்து நாளில கொண்டுவரச்சொன்னால் ஏன் இப்பவே கொண்டு போறீங்கள்..."

"ஏதோ கொழுப்பெடுத்துத்தான் துவக்கோடை திரியுற மெண்டு நினைச்சிட்டாங்கள். எங்கடை உயிருக்கும் பயிருக்குமான ஆதாரமாத்தானே இதை வைச்சிருந்தம். பயிரையும் உயிரையும் இனி வந்து காப்பாற்றித் தருவாங்களாமா... அருண்டவன் கண்ணுக்கு இருண்டதெல்லாம் பேய்" என்றவனை ரசித்துக் கொண்டிருந்த அத்தார் அவன் கடைசியாகச் சொன்ன வார்த்தைகளை ரசிக்க முடியாதவனாக முகத்தை இறுக்கிக்கொண்டான்.

"நாங்களென்ன மனிசரை மனிசர் சுட்டுப் பொசுக்கவோ துவக்கோடை அலையிறம்..."

1986

"**யா**ழ்ப்பாணத்தில ரெலோ பொடியங்களைப் புலிப்பெடியங்கள் சுட்டுப்போட்டாங்களாம். நூறுக்கு மேலை செத்திட்டாங்கள் எண்டு சனம் கதைக்குது" என்ற கடைக்காரர் சீனிச் சரையைச் சிறு சணல் இழையினால் சுற்றிக்கட்டியவாறே "அவங்களைக் கள்ளர் எண்டும் துரோகியள் எண்டும் புலிகள் சொல்லுகினமாம். இதெல்லாம் எதில போய் முடியப்போகுதோ..." என்று பெருமூச்செறிந்தார்.

ஓர் உள்ளுணர்வின் உதைப்பில் சட்டென்று தலையைத் திருப்பிய அத்தார் பக்கத்திலேயே லெட்சுமணன் நிற்பதைக் கண்டு ஏமாற்றமடைந்தான். இந்தச் செய்தியை சந்திரா அறிந்துவிடக் கூடாதென்று மனது ஏனோ பரபரத்தது. லெட்சுமணன் எப்படியும் அவளிடம் சொல்லிவிடுவான். 'நீ இதை முதல்வேலையாப் போய் சந்திராட்டைச் சொல்லவேண்டாம்' என்று அவனிடம் சொல்லலாம். ஆனாலும் நம்பிக்கை இல்லை. முன்னர் ஒருமுறை லெட்சுமணனுக்கும் சங்கிலிக்கும் காட்டில் நேர்ந்த ஓர் அனுபவத்தை யாருக்கும் சொல்லவேண்டாமென்று கேட்டுக்கொண்ட பிறகும் லெட்சுமணன் அதைச் சந்திராவிடம் விலாவாரியாகச் சொல்லியது ஞாபகத்தில் வந்தது.

லெட்சுமணனுக்கு இப்போது வேட்டையின் நுணுக்கங்கள் கைவரப்பெற்றிருந்தன. கோரைக் கிழங்குகளை விரல்களால் வருடி, அங்கே பன்றிகள் அலைந்த நேரத்தை அவனால் கச்சிதமாகக் கணிக்கமுடிந்தது. பன்னை, உலுவிந்தன் பற்றைகளால் ஒளியடைக்கப் பழகியிருந்தான். சங்கிலிக்கும் அவனுக்கும் நல்ல ஒட்டாகிவிட்டது. 'நீ இந்தக் காட்டின்ர வளர்ந்த பிள்ளையடா' என்று சங்கிலி அடிக்கடி சொல்வான். அப்படியொரு மாலைப் பொழுது இரண்டு பேரும் காட்டுக்குள் நுழைந்த மறுநாள் காலை அசதியான கண்களோடு வந்தான் லெட்சுமணன். முகம் சோர்ந்து போயிருந்தது. எதுவும் அகப்படவில்லையென்று துயரத்தோடு சொன்னான். அத்தார் பெரிதாகச் சிரித்தான்.

"எட விசரா, அதுக்கேன் இடி விழுந்தமாதிரி இருக்கிறாய்... வேட்டையெண்டால் எல்லாமும்தான். மயில்குஞ்சர் அண்ணரிட்டைக் கேட்டுப்பார், மனிசன் வன்னிக்காடு முழுக்க அலைஞ்சும் எத்தினையோ நாள் வெறுங்கையை வீசிக்கொண்டு வந்திருக்கு. நாப்பது வருச

அனுபவம் இருக்கெண்டுறதால மானும் மரையும் ஓடிவந்து அவர் காலுக்கை நிக்கிறதில்லை" என்று ஆறுதல் சொன்னான்.

"அதில்ல, காலையில கொஞ்சப் பையங்க இனிமே காட்டுக் குள்ளை வரவேண்டாமெண்ணும் வேற குறுமன் காடு பாக்கச் சொல்லியும் சங்கிலியண்ணங்கிட்ட சொன்னாங்க" என்றான் லெட்சுமணன்.

"சிங்களவன் ஆட்டைக் கடிச்சு மாட்டைக் கடிச்சு காட்டையும் கடிக்கத் தொடங்கிற்றான். எல்லாம் ஆயுதமும் அரசாங்கமும் இருக்கெண்ட திமிர்தான்."

"இல்லை. அவங்க சிங்களவங்க இல்லை. தமிழ்லதான் சொன்னாங்க... முட்டியில மடிச்சுவிட்ட ரவுசரும் செருப்பும் போட்டிருந்தாங்க. இருபது இருபத்தியிரண்டு பேர். ஒண்ணு ரெண்டுபேர் துப்பாக்கி வைச்சிருந்தாங்க."

அத்தார் அவனை நெருங்கி "சங்கிலியண்ணரை வெருட்டினாங்களா..." என்று தணிந்த குரலில் கேட்டான்.

"மிரட்டல, அவர் எங்க இருக்கிறார்... என்ன செய்யிறார்னெல்லாம் கேட்டாங்க. பைக்குள்ள என்ன இருக்குன்னு கிளறிப் பாத்தாங்க. காட்டில தங்களப் பாத்ததா யாருக்கும் சொல்ல வேணாம்னும் இப்போதைக்கு இந்தப்பக்கம் வரவேணாம்னும் சொன்னாங்கள்."

"சங்கிலியண்ணர் ஏதாவது சண்டை பிடிச்சவரா..."

"இல்ல, அவமானப்பட்டவர் போல சத்தம் போடாம நின்றார். எதுவுமே பேசாம திரும்பிட்டார். எங்கூடயும் ஒரு வார்த்தை பேசல."

"அவங்களோட மயில்குஞ்சர் அண்ணையைக் கண்டனீங்களே?"

"இல்லை."

"ம்..." என்று யோசனையில் ஆழ்ந்தவன் "இதை ஒருத்தருக்கும் சொல்ல வேண்டாம்" என்றான். ஆனால் அன்றைக்கே லெட்சுமணன் சந்திராவிடம் அதைச் சொல்லியிருந்தான். அவள் "சனங்கள் கஸ்ரப்பட்டு விடுதலை வாங்குறது வேறை, சனங்களைக் கஸ்ரப்படுத்தி விடுதலையை வாங்கித் தாறமெண்டுறது வேறை" என்று ஆரம்பித்தாள். எரிச்சலாயிருந்தது. பல்லைக் கடித்துக் கொண்டு அத்தார் அமைதியாயிருந்தான்.

முன்பொரு முறை "கொக்கிளாய்ப் பக்கம் நூறு ஆமி முடிஞ்சிதாம்" என்று எதேச்சையாகச் சொன்னபடி கிணற்றடிக்குப் போனபோது ஆரம்பித்த வாக்குவாதம், குடும்பச் சண்டையாக உருமாறப் பார்த்ததிலிருந்து

அவளோடு இவ்வாறான விடயங்களில் வாக்குவாதப்படுவதில்லை என்று முடிவு செய்திருந்தான்.

அன்றைக்கு "எண்ணுக் கணக்கிலயோ இப்ப தமிழற்றை பிரச்சனையை அளக்கினம்..." என்று சந்திரா கேலியாகக் கேட்க அத்தார் சலிப்போடு "தீர்வுகளைச் சொல்லாமல் வெறுமனே கேள்வியளை மட்டும் கேக்கிற புத்திசாலிகளெல்லாம் மொக்குச் சாம்பிராணியள்" என்று சொன்னான்.

"கொக்கிளாயிலை நூறுபேரைச் சாக்காட்டினால் அவன் இருநூறு பேரைக் கொண்டாந்து இருத்துவான். பிறகு நானூறு ஐநூறு..."

"முதலடியை எடுத்து வைக்கிற துணிச்சலில்லாதவங்கள் எப்பவும் மற்றவங்களைக் குறைசொல்லிக் கொண்டேயிருப்பாங்கள்" என்று அத்தார் முணுமுணுத்தான். "பாதிக்கப்பட்டவன் நேரடியாப் போராடத் தொடங்கேக்க பள்ளிக்கூடத்தில உள்ள மாதிரி பாடத் திட்டத்தோட தொடங்க மாட்டான். அனுபவத்தின்ர போக்கில சரியான வழியை அவன் எடுத்துக் கொள்ளுவான்" என்று தீர்க்கத்தோடு சொன்னான்.

"ஆரப்பா இங்கை பாதிக்கப்பட்டவை? நிலமெல்லாம் பறிபோகுது எண்ட கோஷத்துக்குப் பின்னால சொந்தமா நிலமேயில்லாமல் சனங்கள் இருக்கிறதைப் பற்றியும், கொழும்பில அடி விழுகுது என்ற ஓலத்துக்குப் பின்னாலை கொழும்பையே தெரியாமல் ஒரு கூட்டமிருக்கென்றதையும் நான் சொல்லித்தான் நீங்கள் தெரியவேணுமெண்டில்லை..."

"யாரிப்ப இல்லையெண்டது? அதுக்காகச் சிங்கள ஆமி சாதி பாத்துத்தான் எங்களை அடிக்குதெண்டலாமோ...? ஒரு பேச்சுக்கு எம்பத்துமூண்டில அவங்கடை கையில நான் அகப்பட்டிருந்தால் அவங்கள் என்னையொரு தமிழனாத்தானே வெட்டி எரிச்சிருப்பாங்கள். அதில நானொரு தமிழன்தானே. இஞ்ச பார் சந்திரா... அடக்குமுறையின்ரை வலி தெரிஞ்சவனுக்கு எல்லா அடக்குமுறையும் ஒண்டுதான். உன்னைவிட எனக்கு அடக்குமுறையின்ர வலி தெரியும்" இறுதி முடிவொன்றை அறிவிப்பதுபோல அத்தார் உரத்தாகச் சொன்னான்.

"ஒரு காலத்தில... என்ன ஒரு காலத்தில... இப்பகூட உங்களையெல்லாம் மனிசராயும் மதிக்காத ஆக்கள் தங்களையும் தமிழ் எண்டுதான் சொல்லுகினம். அவையள் தங்களைக் காப்பாத்திறதுக்கு உங்களைப் பாவிக்க மாட்டினமெண்டு என்ன நிச்சயம்?"

"இதொரு நியாயமான கேள்விதான். ஒருவேளை இந்தப் போராட்டத்தை உன்ரை அப்பா தொடங்கியிருந்தால் இந்தப் பயம் எனக்கும் வந்திருக்கும்தான்..." அத்தார் இறுக்கம் தளர்ந்து சிரித்தான்.

“இப்ப என்னத்துக்கு அப்பாவை இழுக்கிறியள்...” சந்திரா சுள்ளென்று வெடித்தாள்.

“என்னடியப்பா, இவ்வளவு கதைக்கிற நீ உன்ரை அப்பர் ஆடின ஆட்டங்களையும் வெட்டு ஒண்டு துண்டு ரண்டாக் கதைக்க வேணுமெல்லோ...” என்றபோது சந்திரா முகத்தைத் திருப்பிக் கொண்டு போனவள், இரண்டு மூன்று நாட்களுக்குப் பேசாது முகத்தை ‘உம்’ என்று வைத்திருந்தாள்.

முற்றத்தில் மூட்டிய அடுப்பு விளாசி எரிந்துகொண்டிருந்தது. சந்திரா நெருப்பை ஊதிக்கொண்டிருந்தாள். மூன்று கற்களுக்கிடையில் நெளிந்து மேலேறிய நெருப்பு தன்னுடைய கழுத்தைப் பற்றி நடனமிடுவதாக அத்தார் வெப்பியாரப்பட்டான். அடுப்பில் தாச்சிச் சட்டியில் எண்ணெய் கொதிக்கும் கொப்புளச் சத்தத்தைச் சகிக்க முடியாமல் நெஞ்சு எரிந்தது. சந்திரா அடுப்பிலிருந்து விறகை வெளியே இழுத்து நெருப்பைத் தணித்தாள். இறைச்சித் துண்டுகளின் எண்ணையை வடித்து மண்பானையில் இட்டு அதன் வாயை வெண்ணிறத் துணியால் மூடி முடிச்சிட்டு நிமிர்ந்தாள். அவள் தன்னைக் கடந்தபோது கேவலமான பார்வையொன்றைத் தன்மேல் வீசியிருப்பாளென்று நிமிர்ந்து பார்க்காமலேயே நம்பினான். குசினியிலிருந்து திரும்பிவருகிற நிழலாடியது. மறுபடியும் தலையைக் குனிந்தான்.

“நூறு ஆமியைச் சுட்டதெண்டு கொண்டாடின மாதிரி, முன்னூறு பேரைச் சுட்டதையும் புளுகத்தோடை சொல்லித் திரிய வேண்டியதுதானே... ஏன் அமைதியாயிருக்கிறியள்...”

அத்தார் தன்னுடலின் ஈரம் ஆவியாகித் தீருவதை உணர்ந்தான். ‘எல்லாக் காவடியும் கதிர்காமத்துக்குத்தானே அத்தார்...’ மயில்குஞ்சனின் குரல். ‘மயில்குஞ்சண்ணையின்ர பேரன்?’ எச்சிலைப் பலமுறை மென்று விழுங்கினான். மனம் இலக்கின்றிப் பரபரத்தது. யாரிடத்திலோ தோற்றுக்கொண்டிருப்பதுபோல ஒரு வெப்பியாரம். எந்தச் சொல்லுக்கும் காதுகொடுக்காமல் எவர் முகத்திலும் விழிக்காமல் காட்டின் வழி நடந்து தனியனாக உட்கார்ந்திருக்க வேண்டுமென்ற நினைப்பு அலைக்கழித்தது.

“தமிழ் எண்ட அடையாளத்தாலை நாங்கள் திருப்பி அடிக்க வேணுமெண்டு மூச்சுக்கு முன்னூறு தரம் சொல்லுவியள்... இண்டைக்கு யாரைத் திருப்பி அடிச்சிருக்கிறாங்கள்... ஒதியமலையிலயும், மன்னாரிலயும், பிரமந்தநாத்திலயும் வகை தொகையாக் கொன்றுபோட்ட சிங்களவங்களையா சுட்டிருக்கிறாங்கள்...? தாங்கள் போராடினால் தமிழருக்கு ஒரு விடிவு கிடைக்குமெண்டு வெளிக்கிட்ட பிள்ளையள்தானே

இவங்களும்... சிங்களவங்களோடை பேசித் தீர்க்கலாமெண்டு எங்கயோ கிடக்கிற பூட்டான் வரைக்கும் போக முடிஞ்சவங்களுக்கு ஒண்டாப் படிச்சு, ஒண்டா விளையாடித் திரிஞ்ச சிநேகிதங்களோடை பேசித் தீர்க்கேலாமல் போச்சு. இந்தப் போராட்டம் ஒரு விளையாட்டுப் போட்டியாப் போச்சு... ஆர் முந்துறதெண்டதுதான் இப்ப போட்டி" அவள் சொற்களை மலைபோலக் குவிக்க அத்தார் அவற்றுக்குள் நசுங்கினான்.

"ஒருத்தனை மட்டும் இருபத்தெட்டுச் சன்னங்களால துளைச்சிருக்கிறாங்கள். அந்தளவுக்கு என்ன வெறி... துவக்கு இருக்குதெண்டும் அதைச் சுடத் தெரியுமெண்டும்தானே... சிலருக்குத் தாங்கள் சிற்றரசர்கள் எண்ட நினைப்பு. நடராசண்ணர் சாகும்போது பட்ட வேதனையைவிட ஆயிரம் மடங்கு வேதனையை செத்த பெடியங்கள் பட்டிருப்பாங்கள்..." சந்திரா மளமளவென்று வெளியேறிப் போனாள்.

அன்றிரவு இருளையே வெறித்துக்கொண்டிருந்தான் அத்தார். மூன்று பீடிக்கட்டுகள் தீர்ந்திருந்தன. "ஏதாச்சும் உடம்பு நோவாண்ணை..." என்று லெட்சுமணன் இரண்டொரு தடவை கேட்டான். சுரத்தில்லாமல் தலையை அசைத்து மறுத்தான். இரவு அதிகாலைக்குள் நுழைகிற தருணத்தில் இமைகளை மூடியபோது தேம்பி நின்ற நீர் கசிந்து வெளியேறியது.

5
வரலாறு எனது வழிகாட்டி

1987

நிலவொளிரா இரவு. இருள் பெரும் திட்டாக விறாந்தையில் அப்பியிருந்தது. மேசை விளக்கின் திரியைத் தூண்டிவிட்டான் அத்தார். உள்ளே தீ நடனமிட்டது. பளிச்சென்றிருந்த கண்ணாடிச் சிமினியைச் சுற்றி ஒன்றிரண்டாகச் சுற்றத்தொடங்கிய பூச்சிகள் சொற்ப நேரத்திற்குள் கும்பலாக மொய்த்துப் பறந்தன. ஙீ என்ற இரைச்சலோடு சிம்னியில் முட்டுவதும் சட்டென்று விலகிப்போவதுமாயிருந்த வண்டுகளையே அவன் வெறித்துப் பார்த்துக்கொண்டிருந்தான். கோப்பையில் புட்டுக் கட்டிகளிடையில் கை விரல்கள் காய்ந்துபோயிருந்தன.

குசினிக்குள் இருந்து வெளியேறிய சந்திரா “வண்டுகள் சாப்பாட்டுக்கை விழப்போகுது. கெதியில சாப்பிட்டு முடியுங்கோ” என்றவாறு மேசைவிளக்கை விறாந்தையின் மூலையில் எடுத்துச் சென்று வைத்தாள். அவனைச் சூழ்ந்திருந்த ஒளி விலகிச் சென்றது. குனிந்து கோப்பையைப் பார்த்தான். நான்கு குழல் புட்டும் கத்தரிக்காய்க் குழம்புக் கறியும். பாற்சொதியின் ஈரலிப்பு கோப்பையிலும் விரல்களிலும் வற்றிப் போயிருந்தது. சாப்பாட்டுக் கோப்பையைப் பார்த்தாலே திலீபனுடைய முகம்தான் நினைவில் வருகிறது. சுருங்கிய முகத்தில் இரு குழிகளிடையில் அகப்பட்டதைப் போல தாழ்ந்திருந்திந்தன அவனுடைய கண்கள். வாய் மேல்நோக்கித் திறந்திருந்திருந்தது. மேலுதட்டின் மறைப்பிலிருந்து முழுவதுமாக வெளியேறியிருந்த பல் வரிசை... அத்தார் விரல்களை உதறினான். கோப்பையின்றும் புட்டுச் சிந்தி வெளியே உதிர்ந்தது.

‘என்னவெல்லாமோ நடந்திட்டுது. யாழ்ப்பாணத்தில ஒபரேஷன் லிபரேஷன் சண்டையும், இந்தியா பிளேனில வந்து சாப்பாடு போட்டதும், பிறகு அவசர அவசரமா இந்தியாவும் இலங்கையும் ஒப்பந்தம் செய்ததும் இந்தியன் ஆமி வந்து இறங்கினதும் மளமளவெண்டு நடந்து முடிஞ்சிட்டுது.’ வெளியாட்களால் இந்தப் பிரச்சினையைச் சரியாகப் புரியமுடியுமா என்று உள்ளே ஒரு யோசனை இருந்தாலும் சரியாக நடந்துவிடும் என்றும் ஒரு நம்பிக்கை. திடீர் படீரென்று திலீபன் உண்ணாவிரதம் இருக்கத்தான் ஏதோ பிழைக்கப்போகிறதென்று ஓர் இடறல். தனிக்கல்லடிக்குச் செய்திகளும் உடனுக்குடன் வந்துசேரவில்லை. அத்தார் என்னவோ ஏதோவென்று அலைந்து திரிந்தான். சந்திரா ஆறுதல் சொன்னாள். “இதுவொரு அடையாள உண்ணாவிரதம் தானே. சாகவெல்லாம் விடமாட்டாங்கள்.”

அந்த நம்பிக்கை அவனுக்குமிருந்தது. இரண்டாம் நாள், ஐந்தாம் நாள், ஏழாம் நாள்... எதிர்பார்த்துக்கொண்டேயிருந்தான். தெருவெல்லாம் திலீபனைப் பற்றித்தான் பேச்சு. கிராமங்கள் கொஞ்சம் கொஞ்சமாகச் செத்தவீடுபோல ஆகத்தொடங்கின. ஒன்பதாவது நாள் இருப்புக் கொள்ளவில்லை. அந்தரித்த மனதோடு புறப்பட்டுவிட்டான்.

ஆனையிறவுச் சோதனைச் சாவடியில் இந்தியச் சிப்பாய்களே சோதனைகளை மேற்கொண்டார்கள். குப்பென்ற கடுகுநெய் வாசம்.

நல்லூர்த் தெருவில் துயரம் தன் வண்ணத்தை மணல் வீதியில் போர்த்தத் தொடங்கியிருந்தது. பார்த்தவிடமெல்லாம் மனிதத்தலைக் கறுப்புகள் மணலில் கொட்டிவிடப்பட்ட குருளைகளாக அசைவற்றுக் கிடந்தன. இளசும் மூப்புமென பெண்களே அதிகம். ஒவ்வொரு முகத்திலும் ஏதேனுமொரு அற்புதம் நிகழ்ந்துவிடாதா என்ற ஏக்கம்... ஒவ்வொரு கண்ணிலும் எந்தக் கணத்திலும் ஒரு துயரம் நிகழ்ந்துவிடுமென்ற அச்சம். திலீபன் சுருண்டு படுத்திருந்த மேடைக்கு அருகாக இரண்டொரு மின்சாரக் குழல் விளக்குகளிலிருந்து வழிந்த ஒளியும் பிரகாசமிழந்து வெறும் கடமைக்கென்று பரவியிருந்தது ஒட்டியுலர்ந்துவிட்டிருந்தது அவனுடைய வயிறு. என்புகளின் மேலே தோலைப் போர்த்தியதைப்போல உருமாறி விட்டிருந்தான். மார்பெலும்புகள் துருத்தியவாறு மேற்தெரிந்தன. அவனுடைய நெஞ்சு சிரமத்தோடு மேலேறிக் கீழிறங்கிய போதெல்லாம் ஆவென்று திறந்திருந்த வாய் மெலிதான விக்கலோடு மேலும் விரிந்து சுருங்கியது. அந்தக் காட்சியில் உயிரின் முடிச்சு டப் என்று அறுந்துவிடுவதற்கு எந்துவதைப்போலவும் பிறகு தணிந்து அமிழ்ந்துவிடுவதைப் போலவும் தோன்றிற்று.

யாரோ கவிதை படித்தார்கள். 'இங்கு ஓர் மலர் வாடுகின்றதே இதய நாடிகள் ஒடுங்குகின்றதே தங்கமேனியைச் சாவு தின்னுதே தணலில் ஆடிய மேனி வேகுதே பொங்கி நின்றவன் பேச்சடங்குதே பொழுது சாயுதே... பொழுது சாயுதே... வந்து பாரடா... வந்து பாரடா... வாட முன்னொரு சேதி கூறடா.'

வெறுமையும் இயலாமையும் வழிய வழிய அத்தார் விரல்களைப் பின்னிக்கொண்டு நின்றான்.

"யோசிக்காமல் சாப்பிடுங்கோ" என்றாள் சந்திரா. வீட்டிற்குள் நுழையும் வாசலை மறித்தவாறு நின்று அத்தாரைத் துயரமாகப் பார்த்தாள். "சாப்பாட்டுக்கை கையை வைச்சால் எனக்கு அவன்ர ஞாபகம்தான் வருது. ஆனா வயிறு பசி தாங்க மாட்டன் எண்டுது. ஒவ்வொரு கவளத்தை வைக்கவும் ஆயிரம்பேர் என்னைக் கைகொட்டிச் சிரிக்கிற

மாதிரி தேகம் கூசுது. அவனுக்கென்ன போய்ச்சேந்திட்டான். நாங்கள் வேகிச் சாகிறம்.”

திலீபனுடைய உயிர் பிரிந்த நாளிலிருந்து அத்தார் தினமும் மூன்று வேளை இதைச் சொல்கிறான். குரல் மறுகி வழிவதைப் பார்த்தால் பாவமாயிருக்கும். தேற்றச் சொற்கள் இல்லை. சந்திரா அமைதியாயிருப்பாள். ‘ஒருவன் கண்ணுக்கு முன்னாலை செத்துக் கொண்டிருந்ததை எப்பிடித் தாங்கிறது? அவனைப் பெத்த தாய் உயிரோட இருந்திருந்தால் இப்பிடிப் பிள்ளை கிடக்க விடுவாளா? என்னதான் ஓர்மம் எண்டாலும் தியாகமெண்டாலும் அதுவும் ஒரு உயிரல்லவா?’ அவள் அந்த உணர்வுகளை அத்தாரிடம் பகிர்ந்து கொண்டதில்லை.

அத்தார் நிமிர்ந்து பார்த்தான். சாப்பிடுங்கோ என்பதைப் போல சந்திரா தலையசைத்தாள். அவன் தொண்டையை அழுத்தித் தேய்த்தான். சிக்கிக் கொண்டதைப்போல சொற்கள் வெளியேறின.

“தண்ணி விறாய்க்குது...”

சாளரத்தின் கண்ணாடி கலீரென்று நொறுங்குகின்ற சத்தம் கேட்டது. சிங்கமலையின் மணிக்கட்டில் மருந்துப் பஞ்சால் தேய்த்து ஊசியைச் செருகி அழுத்திப் பிடித்திருந்த தாதி "அய்யோ இந்தியன் ஹெலியால அடிக்கிறான்" என்று கத்திக்கொண்டு ஓடினாள். கால்வாசிக்கு இரத்தம் நிறைந்த ஊசிக்குழாய் சிங்கமலை குனிந்தபோது தரையில் இடறியது. கையை உதறியபோது வலியெடுத்தது. அவனைத் தாங்கிக்கொண்ட லெட்சுமணன் ஊசியை இழுத்து வெளியிலெடுத்தான். "வாங்க வெளியில வாங்க..." தந்தையின் கையைப் பிடித்து இழுத்தான்.

மறுபடியும் ப்றாங் என்று சத்தத்தோடு சீமெந்துத் தரையில் மேசையை இழுத்தது போல அதிர்ந்தது. காற்றில் செட்டையடித்தது. "நான் சொன்னனே, வேணாம் போயிடலாமென்னு... நீ கேக்கலயே தம்பி..." சிங்கமலை சுவர் மூலைக்குள் பதுங்கியிருந்து பரிதாபமாகச் சொன்னான். "வெறும் காய்ச்சல், ரெண்டு நாள்ல தன்னால தணிஞ்சிருக்கும்..." என்று முணுமுணுத்தான்.

மூன்று நாட்களுக்கு முன்னர் சாதாரணமாகப் பீடித்த காய்ச்சல்தான். வேப்பம்பட்டைக் கசாயத்தைக் குடித்துவிட்டு அலட்சியமாயிருந்தவனின் தேகத்தில் ஒவ்வொரு கணுக்களிலும் முள் குத்தி இழுத்ததைப் போல நேற்றிரவு வலி குடையத் தொடங்கியது. வெளியே விடாத மழை. பிசாசின் வேட்கையோடு அலைந்துகொண்டிருந்த குளிர் முள் கிழித்த துவாரங்களில் அடாத்தாக நுழைந்து உப்பியது. குளிரால் நிரவப்பட்ட உடல் பாயில் உதற சிங்கமலை கைலியைக் கழுத்து வரை போர்த்திப் பற்களைக் கடித்தான். அவனுடைய அனுங்கும் குரலில் விழித்துக் கொண்ட வல்லியாள் தந்தையின் தலையை உயர்த்தி மடியில் கிடத்தி சுடுநீர் பருக்கினாள். சுடுநீர்க் கோப்பையை அவனுடைய நெற்றியிலும் கன்னங்களிலும் உருட்டிக் கதகதப்பாக்கினாள். விடிந்தபோது அவ்வளவு காய்ச்சல் இல்லை. என்றாலும் "அய்யா உடம்பு ராத்திரி உலைமூடி மாதிரிக் கொதிச்சுது. நீ அவரை ஆஸ்பத்திரிக்குக் கூட்டிட்டுப் போ" என்று மத்தியானம் லெட்சுமணன் வந்தபோது வல்லியாள் சொன்னாள்.

"இல்லேய்யா, இது ஏதோ மழைக்காய்ச்சல், இப்ப பரவாயில்ல... ஒண்ணு ரெண்டு நாள்ள ஒடம்பு அலுப்பு சரியாயிடும்" என்று சிங்கமலை மறுத்தான். லெட்சுமணன் விடவில்லை. மத்தியானத்திற்குப் பிறகு இரண்டு பேரும் நெடுங்கேணி ஆஸ்பத்திரிக்குப் புறப்பட்டார்கள்.

சுற்றுவட்டாரக் கிராமங்களுக்கு நெடுங்கேணி ஒரு பிரதான கேந்திரம்தான் என்றாலும், சனங்களை அப்படி நெருக்கியடித்ததாக ஒருநாளும் கண்டதில்லை. அப்பொழுதுதான் உழவூர்திகளிலும் மாட்டு வண்டில்களிலும் வந்து இறங்கிய சனங்கள் மூட்டை முடிச்சுகளோடு இலக்குத் தெரியாமல் தெருக்களில் நின்றார்கள். வழியில் பள்ளிக்கூடக் கட்டிடத்திலும் சிங்கமலை அகதிகளைக் கண்டான். "தம்பி, என்னவோ சரியில்லை... சைக்கிளைத் திருப்பு, வீட்டுக்கே போயிடலாம்..."

தீவின் அரசியல் முரண்களையும் திருப்பங்களையும் நெருக்கமாக அறிந்திருக்கவில்லையென்றாலும் இந்திய அமைதிப் படையினர் வந்துவிட்டார்கள் என்று அறிய நேர்ந்தபோது மூதாதையர் தேசமென்ற ஒரு சிலிர்ப்பு அவனுக்கு இருக்கத்தான் செய்தது. யாழ்ப்பாணத்தில் இந்தியா உணவுப் பொதிகளை வீசியதாக அத்தார் சொன்ன கணத்தில் அவனுடைய கண்கள் ஒளிரவும் செய்தன. "என்ன சிங்கமலை, உங்கட நாட்டுக்காரங்கள் சாப்பாடெல்லாம் போட்டுக் கலக்கிறாங்கள்..." அத்தார் குறும்பாகச் சீண்டினான். சிங்கமலை வெட்கத்திற்குட்பட்டான். நாணமாகச் சிரித்தான். "என்னமோ எல்லாருக்கும் நல்லது நடந்தாச் சரிதான். சாமீ எல்லாரையும் காக்கணும்" என்று நெஞ்சில் கை குவித்துச் சொன்னான்.

"கேக்கிறன் எண்டு குறை நினைக்கவேண்டாம், நீங்கள் இப்பவும் உங்களை ஒரு இந்தியராத்தான் மனசில நினைக்கிறியளா?" என்று அத்தார் ஒருநாள் கேட்டான்.

"இதெல்லாம் பேசுற அளவுக்கு எனக்கு ஒண்ணும் தோணுறதில்லையே. பெரியசாமீன்னா தெளிவா சொல்லுவான்... ம்... அவனுக்கும் அவன் குடும்பத்துக்கு என்ன ஆச்சின்னே கடைசிவரை தெரியல்லயே..." கண்கள் நினைவின் மீது படர்ந்துவிட்டு மீண்டன. "நாடுன்னா என்ன... நான் பொறந்த இடமா... அல்லது என் புள்ளக பொறந்த இடமா... இல்லைன்னா ஒரு வேலையும் வேலைக்குச் சம்பளமும் தர்ற இடமா... இல்லையே... நானும் புள்ளகளும் நாளைக்கும் காலேல உசிரோட எழும்புவோம்கிற நம்பிக்கயத் தாற பூமி தானே நாடு... இல்லயா..." என்று இடைநிறுத்தி அத்தாரை ஏறிட்டான். கண்கள் மினுங்கின. "காட்டுப்புலவும் தனிக்கல்லடியும் தான் என்னோட நாடு." என்று தீர்மானகரமாகச் சொன்னான். பிறகு சற்று நேரத்திற்குக் கூரையைப் பார்த்துக்கொண்டிருந்தான். எதையோ சொல்லத் தயங்குவதைப்போன்ற ரேகைகள் முகத்தில் ஓடின. கனவொன்றை ஞாபகப்படுத்துபவனைப் போன்ற பிரதிபலிப்பு. "அப்பிடிச் சட்டுன்னு சொல்லிட்டாலும் இந்தியான்னா உள்ளுக்க என்னமோ ஒரு நெனப்பு. எனக்குச் சரியா சொல்லத் தெரியல்ல. மழை பெய்யிற நாள்ள மூக்க நெறக்கிற புழுதி

கெளம்புமே... அப்ப ஒரு வாசம் வருமே அப்பிடி. சிலசமயம் கனவு முறியிறப்போ ஒரு துக்கம் முட்டிக்கிட்டுக் கிளம்புமே அப்பிடி... என்னமோ ஒண்ணு.. நல்லது நடந்திச்சின்னா சந்தோஷம்தான்.''

சிலிர்ப்பும் குறுகுறுப்பும் சில நாட்களிலேயே வழிந்தோடி விட்டது. திலீபனின் மறைவிற்குப் பிறகு, யாழ்ப்பாணக் கடலில் புலிகளின் மூத்த தளபதிகள் சிலரைக் கைது செய்திருந்த இலங்கைக் கடற்படையினர் அவர்களைப் பலாலியில் தங்கவைத்து விசாரணைகளுக்காகக் கொழும்பிற்கு அனுப்ப ஏற்பாடுகளைச் செய்திருந்தார்கள். ஆனால் தமிழர்களுடைய பாதுகாப்பிற்குப் பொறுப்பாகவிருந்த இந்தியா இதில் தலையிட்டு போராளிகளை மீட்கவேண்டுமென்பது புலிகளுடைய நிலைப்பாடாகவிருந்தது. இந்தியத் தரப்பில் எதுவித நடவடிக்கைகளும் மேற்கொள்ளப்படாத நிலையில் போராளிகளைக் கொழும்பிற்கு அழைத்துச் செல்வதற்கான நடவடிக்கைகளில் இலங்கைப் படையினர் முற்பட்டபோது அவர்கள் அத்தனைபேரும் நஞ்சு வில்லைகளைக் கடித்து உயிர் துறந்தனர். இந்திய இராணுவத்தினரின் கையாலாத்தனம் மீது வெறுப்பும் கோப உணர்வும் சூல் கொண்டது. காவலரண்கள் மீது கற்கள் எறியப்பட்டன. கலவரமான ஒரு சூழல் மேகமாகக் கவியத் தொடங்கியது. இறுதியில் ஜே.ஆர். ஜெயவர்த்தனாவின் வேண்டுகோளுக்கு ஏற்ப புலிகளை இராணுவ ரீதியில் அழிக்கும் நடவடிக்கையை இந்தியப் படையினர் ஆரம்பித்தார்கள்.

ஹெலி மறுபடியும் சுற்றிக்கொண்டு வந்தது. சுவரோடு ஒட்டியபடி வெளிவாசலுக்கு ஓடினார்கள். ஆஸ்பத்திரியின் வாசலில் கும்பலாக நின்ற தலைகள் வானத்தையே சுற்றிச் சுழன்றன. லெட்சுமணன் தந்தையை உள்ளே பதுங்கியிருக்கச் சொல்லிவிட்டு வெளியே வர முற்பட்டான்.

``வேணாம் தம்பி, போகாத, இங்கின நில்லு'' சிங்கமலை அவனுடைய விரல்களைப் பிடித்துத் தடுத்தான். விசிறிகளின் விசுக் விசுக் என்ற சத்தம் பேரொலியாகக் கேட்டது. ``ஒண்ணுமில்ல அய்யா... எங்க வீசுறாங்கன்னு பாத்து ஓடணும்'' லெட்சுமணன் வெளியில் சனங்களுக்குள் வந்தான்.

``ஏ ஜி ஏ கந்தோருக்கு அடிச்சிட்டான். றோட்டால போன வந்த சனங்களும் செத்திட்டுது...'' யாரோ ஒருவர் விவரித்துக் கொண்டிருந்தார்.

``மூண்டு மாசத்தில எல்லாம் தலைகீழா மாறுமா... திருகோணமலையில இயக்கப்பெடியளோடை சேந்துநிண்டு சிங்கள ஆக்கள எழுப்பிக் கலைக்கிற அளவுக்கு ஒட்டும் உறவுமா நிண்டாங்களாமே...''

“அவங்களுக்கு தங்கடை சொல்லுவழி கேட்டு பெடியங்கள் நடக்கவேணுமெண்டதுதான் நோக்கம். இவங்கள் அதுக்குச் சரிப்படுவாங்களோ?”

“பெடியங்களை அழிக்கிறதெண்டுறது ஏதோ தற்செயலா முட்டுப்பட்டு உரசி உரசிப் பொறியாகி வெடிச்சதில்லை. இப்பிடித்தான் செய்யிறதெண்டு டெல்லியில முதலே திட்டம் போட்டாச்சு. ஜே ஆரை வழிக்குக் கொண்டுவந்தால் பிறகு புலியும் தேவையில்லை புளொட்டும் தேவையில்லை எண்டதுதான் இந்தியாவின்ர நிலைப்பாடு.”

“ஆஸ்பத்திரிக்கு குண்டு போடமாட்டான் எண்டு சனமெல்லாம் ஆஸ்பத்திரி வளவுக்குள்ள வருகுது. ஆனால் போன மாசம் யாழ்ப்பாணம் ஆஸ்பத்திரிக்குள்ள நுழைஞ்சு பெரிய டாக்குத்தர்மாரில இருந்து, நேர்சுகள், வாட்டில கிடந்த வருத்தக்காரர் எண்டு எழுபது பேரைச் சுட்டு அங்கேயே கொளுத்தி எரிச்சுமிருக்கிறாங்கள்.”

“வாட்டில சேலைன் ஏறிக்கொண்டிருந்த எண்பது வயசுக் கிழவனையும் விட்டு வைக்கேல்லை. காந்தியை ரெண்டாம் முறை இவங்களே சுட்டுத்தள்ளின மாதிரிதானே இது...”

“வாயில பன்னிரெண்டு நாளா ஒரு சொட்டுத் தண்ணியும் படாமல் உண்ணாவிரதமிருந்த திலீபனைச் சாக விட்டப்பவே காந்தியைக் குழி தோண்டிப் புதைச்சுப் போட்டாங்கள்...”

“சண்டை தொடங்கின ரெண்டாம் நாள் கொக்குவில் ரோட்டில அறுபது பேரை வரிசையாப் படுக்கவிட்டுட்டு ராங்கியை ஏத்தி நசிச்சிருக்கிறாங்கள்...”

“தாய்க்காரியெண்டால் இரும்புமாதிரி நிப்பாள்... இவன் மகன் பாவம், ஜெயவர்த்தனாட்டை ஏமாந்து போனான்.”

“அவன் ஏமாந்தானோ இல்லையோ, ஒவ்வொருத்தனையும் நம்பி ஏமாறுறது எங்கடை விதியெண்டு தலையில எழுதிக்கிடக்கு...”

வெளியேற முடியாத அச்சத்தில் படிக்கட்டுகளில் உட்கார்ந்திருந்தார்கள். உழவூர்தியொன்று தெருவில் உறுமிக்கொண்டு ஓடியது. எட்டிப்பார்த்த ஒருவன் “காயக்காரரைக் கொண்டு போகினம்” என்று கத்தினான். சனங்கள் அந்தத் திசையில் ஓடினார்கள். சடுதியில் வண்டொன்று காதுக்குள் நுழைவதைப் போல இரையும் சத்தத்தை லெட்சுமணன் கேட்டான். ஆஸ்பத்திரியின் நேர் வானத்தில் அவன் அதனைக் கண்டான். கறுப்பு மேகப் பின்னணியில் ஒரு முதலை நீந்தி வருவதைப் போலிருந்தது. சற்றுமுன்னர் தெருவுக்கு ஓடிய சனங்கள்

அலறியடித்துக்கொண்டு உள்ளே வந்தார்கள். வெள்ளைச் சீருடையணிந்த வயது முதிர்ந்த தாதிப்பெண் எல்லோரையும் உள்ளே வரும்படி கூவினாள். ஹெலிகொப்ரர் ஆஸ்பத்திரி வளாகத்தை ஒரு தடவை சுற்றியது. லெட்சுமணன் தந்தையிடம் ஓடினான். பித்துப்பிடித்தவனாகக் கால்களைக் குறண்டிக்கொண்டிருந்த சிங்கமலையின் கையைப் பிடித்து இழுத்தான். அவனுடைய தேகம் அனலைப்போலக் கொதித்தது. பேச்சற்றுப் பற்கள் நடுங்கின. ஹெலி நகரும் திசைக்கும் அவர்களுக்குமிடையில் இரண்டொரு சுவர்களாவது இருக்கும்படியாகப் பதுங்கி நடந்தார்கள்.

'படீர்...' என்றது. கூரை துண்டுகளாகச் சிதறி விழுகிற பிரமையில் லெட்சுமணன் பாய்ந்து சிங்கமலையைத் தரையோடு கிடத்தினான். ஹெலி மறுபடியும் சுற்றிவந்தது. தரையில் முகத்தைச் சரித்துக் காதுகளைப் பொத்திக்கொண்டு கிடந்தான் சிங்கமலை. மறுபடியும் வெடித்தது. கண்ணாடிகள் பொலபொலவென உதிர்ந்து விழுகிற சத்தம்... கூக்குரல்கள்...

சிங்கமலையின் காலின் கீழே ஒடுங்கிக்கிடந்த லெட்சுமணன் மெதுவாகத் தலையை உயர்த்தினான். தந்தையின் தொடை இடுக்கில் நீர் வழிந்து வெளியேறுவதைக் கண்டு பதைத்து "அய்யா..." என்று பாய்ந்தான். அவனைச் சுவரோடு நிமிர்த்தி இருத்தினான். கண்களில் நீர் திரள உதடுகள் துடிப்பதைத் தடுக்க முடியாமல் கடித்து நிறுத்தினான். சிங்கமலை சிறுபிள்ளையைப் போலத் தேம்பித் தேம்பி அழுதுகொண்டிருந்தான். உடல் முழுக்கச் சோர்ந்துவிட்டது. லெட்சுமணன் தன்னுடைய சேட்டை உருவிக் கழற்றி தரையில் பரவியிருந்த நீரில் ஒற்றியெடுத்தான். "பெத்த மகனோட கையால என்னோட மூத்திரத்த அளைய வைச்சிட்டாங்களே பாவிக" சிங்கமலை பெருங்குரலில் அரற்றிக்கொண்டிருந்தான்.

வாசலுக்கு வந்தபோது ஆஸ்பத்திரியின் இடதுமூலைச் சுவர் சிதைந்து சீமெந்துப் புகை பறந்தது. இரும்புக் கம்பிகள் வளைந்தும் நெளிந்தும் துருத்திக்கொண்டு நின்றன. நிலமெங்கும் கண்ணாடித் துண்டுகள்... விறாந்தையில் காயக்காரர்களை வளர்த்தியிருந்தார்கள். அவர்களுடைய நெற்றியிலும் வயிற்றிலும் அகப்பட்ட துணிகளால் சுற்றிக் கட்டியிருந்தார்கள். துணியை மீறி இரத்தம் வெளியேறியது. நான்கு பேர் ஒருவனைத் தோளிலும் காலிலும் பிடித்துக் காவி வந்தார்கள். அவனுடைய கைகள் கீழிறங்கி முன்பின்னாக ஆடின. மார்பைக் கட்டியிருந்த ஊத்தைத் துணியிலிருந்து வழிந்த குருதி வயிற்றில் வடிந்து சாரத்தில் திட்டாகப் பரவியிருந்தது.

"இது அப்துல்காதர் அண்ணர்ட்ட மகன்தானே..." யாரோ அவனை அடையாளம் கண்டுகொண்டார்கள்.

அவனைக் கிடத்தும்போது "ஆள் முடிஞ்சிட்டு" என்றான் ஒருவன்.

சிங்கமலை கால்கள் பிணையச் சரிந்து விழுந்தான்.

"அய்யோ... சந்தியில் நிறையக் காயப்பட்ட சனங்கள் குழறுதுகள்... ஆராவது போய்த் தூக்கிக்கொண்டு வாங்கோ..." குருதி அளைந்த கைகளைத் தலையிலடித்தபடி முதிய தாயொருத்தி ஓடிவந்தாள். "என்ரை அம்மாளாச்சி..." என்று முனகினாள். "கண்ணுக்கு முன்னால ஆகாயத்தில என்னவெண்டு அண்ணாந்து பாத்ததுகள், பாத்தது பாத்தபடி விழுந்து கிடக்குதுகள்..."

தொலைவில் உயர்ந்து நின்ற இரண்டு மரங்களின் இடையே முதலை தாழப்பதிவதை லெட்சுமணன் கண்டான். திடீரென்று 'டட்ட்டட்டடட்' என்று சத்தங்கள் கேட்டன. முதலை ஒரு கணம் துணுக்குற்றுச் சுதாகரித்தது. குலுங்கி உயரத்தில் ஏறியது. மேலுமொரு சுற்றுச் சுற்றி, மெதுவாகச் சரிந்து கீழிறங்கியபோது மறுபடியும் நிலத்திலிருந்து புலிகளின் வேட்டுகள் பாய்ந்தன. அது சரேலென உயர்ந்து மேகங்களிடையில் மறைந்துகொண்டது. அப்பொழுது முதலை ஒரு தும்பியாக உருமாறியது.

1989

கோடாரியை ஓங்கியபோது முதுகு வடத்தில் எலும்பு முறிந்து விடுவதைப்போல வலியெடுக்க அடிக்கொருதடவை விரல்களால் நாரியைப் பொத்தி ஆசுவாசப்பட்டான் சிங்கமலை. கானகம் தன்னைப் பிதுக்கிக் கக்கிய வெக்கையில் கண்கள் கூசின. உப்பு மணக்கும் துண்டால் கழுத்தையும் அக்குளையும் அழுத்தித் துடைத்தான். மனது கனன்று கொண்டிருந்தது.

'கணபதியோட சித்தி வீட்ல இனி ஒரு நிமிசமும் இருக்க முடியாது. தனியா ஒரு குடிசயாவது போட்டுட்டுப் போயிடணும்.' கோடாரியை ஓங்கி இறக்கினான். கொக்கட்டியின் அடிமரம் மீனின் செதில்களைப் போலத் தெறித்துப் பறந்தது. அது கேட்டிக்கம்புபோல சீவப்பட்ட தறுவாயில் தள்ளி விழுத்தினான். கிளைகளைத் தறித்து வீசிவிட்டு மரத்தை இழுத்துக்கொண்டு வெளியேறினான். காட்டுக் கரையில் கிடந்த இத்திமரத்திற்கு அருகாகக் காலையிலிருந்து வெட்டி அடுக்கிய மரங்களோடு அதையும் அடுக்கினான்.

இத்திமரத்தைப் பார்க்கிற போதெல்லாம் ஒரு குழந்தையைப் புதைத்த இடத்தைக் கடப்பதுபோல உணர்வு சூழ்கிறது. அது மழையிலும் வெயிலிலும் மக்கி உக்கத் தொடங்கி ஐந்து ஆண்டுகள் ஓடிவிட்டன. மரப்பட்டைகள் கொட்டுண்டுவிட சாம்பல் பாரித்த மரத்தின் வெடிப்புப் பிளவுகளில் சிவப்பு எறும்புகள் மும்மரமாக ஊர்ந்தலைந்தன. புதிதாக நட்ட இத்திமரம் ஆளுயரத்திற்குமேல் வளர்ந்து கிளையோடியிருந்தது. அதன் இளந்தண்டுகளின் வெண்தோலையும் மீறிப் பசுமை தெரிந்தது. இடுப்பில் ஒரு செம்பட்டுத் துணியைச் சுற்றிக் கொண்டிருந்தது. முன்னால் எலுமிச்சை ஏந்திய சூலம் மஞ்சள் குங்குமம் பூசி நின்றது. யாரோ அண்மையில் பொங்கிப் படைத்த அடையாளமாகப் பருக்கைகள் ஒட்டிய மொறுமொறுத்த வாழையிலைகளும் வாழைப்பழத் தோல்களும் கிடந்தன.

கைலியை தொடையிடுக்கில் ஒதுக்கிக்கொண்டு உட்கார்ந்து மேலே நிமிர்ந்தான். முதுகின் பின்னால் உயர்ந்து நின்ற மரத்தின் கிளைகள் இலையுதிர்த்து, நீலவானத்தில் படர்ந்த மின்னலைப்போல விரிந்திருந்தன. காட்டுக்குள் நுழையும் வழி பாழான குகையை போலத் தோன்றிற்று. தலையைத் திருப்பி, அடுக்கிய மரங்களைப் பார்த்தான். அவை ஒவ்வொன்றும் அழகிய சிறிய குடிசையின் மூலைத் தடிகளாயும்

குறுக்குத் தடிகளாயும் உருமாறுவதாக யோசித்தான். மனதில் ஒரு நிறைவு.

காலம் அதுபாட்டுக்கு ஓடுகிறது. வல்லியாளுக்கு இரண்டாவது குழந்தையும் பிறந்துவிட்டது. அதே காலத்தில் கணபதியின் ஒன்றுவிட்ட தங்கையும் அடுத்தடுத்துப் பெற்றாள். அந்த மண் வீடு மனித மூச்சுகளில் முட்டிப் பிதுங்கியது. குழந்தைகளின் விளையாட்டுச் சண்டைகள் பூதாகரமாக வளர்ந்தன. பெற்றவர்கள்தான் முடித்துவைத்தார்கள். 'என்னதான் தங்கச்சின்னாலும் வேறவேற பெத்த வயிறுகதானே...'

"ஏதோ அவசரம்... ஒருநாள் ரெண்டுநாள் தங்கிட்டுப்போனாப் பரவால்ல... இது காலம்பூரா இங்கினயே தங்கிறதென்னா எப்பிடி..." தங்கைக்காரியின் குத்தலான கதைகள் வல்லியாளைப் பொறுமை இழக்கச் செய்தபோதெல்லாம் அவள் முத்துவின் தோலைத்தான் உரித்தாள். "பிசாசே, எதுக்கு அதுக கூட விளையாடப் போறே... ஓரிடத்தில உக்காந்திருக்க மாட்டியா... மூதேவி..."

முத்து நெருப்புச் சுட்டதுபோல வீரிடுவாள். சிங்கமலைக்குத் தாங்கவியலாது. 'நாலு வயசுப் புள்ளைக்கு என்ன தெரியும்...' என்று எங்காவது தூக்கிச் சென்று போக்குக் காட்டிவிட்டுத் திரும்புவான். கணபதி மேலே சினம் மிகுந்து வழியும். 'என்ன மனுஷன் இவன்... முதுகில சொரணையே இல்லயா...' என்று மனதிற்குள் திட்டுவான்.

சில நேரங்களில் வாய்த் தர்க்கங்கள் முற்றி வெடிக்கும்போது பிள்ளைக்காகப் பேச முடியாதவனாகக் கணபதி தகப்பனின் ஸ்தானத்தைப் பறிகொடுத்து நிற்பதைப் பார்த்தால் பாவமாயுமிருக்கும். அவனுக்கென்று நிரந்தரமாக ஒரு தொழில் இல்லை. அதனாலேயோ என்னவோ தன்னுடைய வார்த்தைக்கு மரியாதையில்லையென்று ஒதுங்கி ஒதுங்கியிருந்தான். எப்போதாவது ஒருநாள் இருநாட் கூலி வேலையேதாவது கிடைக்கும். போய்வருவான். வருடத் தொடக்கத்தில் கட்டிடக் கூலியாக யாழ்ப்பாணம் போயிருந்தவன் ஒரு நாள் சம்பள மீதியையும் வாங்கிக் கொள்ளாமல் திரும்பி வந்தான்.

"நாலு காசு சம்பாதிச்சாதானே, தனியா ஒரு வீட்டக் கட்ட முடியும். ரெண்டு பொம்பளப்புள்ளைக வேற. இதில கெடச்ச வேலையை விட்டுட்டு வர முடியுமா..." பொறுக்க முடியாமல் ஒருநாள் சிங்கமலை கேட்டுவிட்டான்.

"ஆமா... நல்ல வேலைதான், மாளிகை மாதிரி வீடுதான். அந்த வீட்டுக்காரரர் ஓமானோ குவைத்தோ எங்கேயோ இருக்காராம். வாரா வாரம் சம்பளம் தந்தாங்க. ஆனா பயந்து பயந்து எப்பிடி வேலை செய்யிறது..."

சிங்கமலை கேள்வியோடு பார்த்தான்.

“அந்த வீட்டுக்கு ஒவ்வொரு நாளும் காலையில நான்தான் முதல்ல போவேன். அரைகுறையாப் பாதி எரிஞ்ச கொசுவத்திச் சுருளும், மீன்முள்ளுகளும் தினமும் அங்க கிடந்திச்சு. முன்னாடியெப்பவோ அந்தக் காணி மூலையில நின்ன புளியமரத்தில ஒரு பொண்ணு தூக்கில தொங்கினதா வேலையாக்கள் பேசினங்க. இல்லை, அது தற்கொலையில்லை, கொலைதான்னு அக்கம்பக்கமிருந்தவங்க பீதியாச் சொன்னாங்க.”

“ஏன் தம்பி, என்ன பேசுறீங்க... பேய்க்குப் பயந்து யாராவது வேலையை விட்டுட்டு வருவாங்களா...”

“இதக் கேளுங்க... தரைக்குச் சாந்திழுத்த மறுநா காலையிலயே தண்ணி ஊத்த வேண்டியிருந்தது. நான் கிணத்தடி மோட்டாரில ரெண்டு வாளில தண்ணியெடுத்திட்டு உள்ளை நுழைஞ்சப்ப நாலு, வயசுப் பையன்க, சட்டுன்னு தப்புற வேகத்தோட என்னைச் சுட்டுவிடுற மாதிரி நெஞ்சுக்கு நேர துப்பாக்கியை நீட்டினாங்க. நான் ரெண்டு வாளியையும் பொத்துன்னு கீழ போட்டுட்டு வெலவெலத்துப் போனேன். அவங்க துப்பாக்கியைக் கீழ இறக்கினாலும் எனக்கு நடுக்கம் தீரல. பேசவே முடியாமத் திரும்பி நடந்தேன். அப்போ ஒருத்தன் ஓடிவந்தான். ‘அண்ணை, குறை நினைக்காதீங்க... ஆமியோ ஈப்பியோன்னு நினைச்சிட்டம். இதைவிட்டா இப்போதைக்கு வேற பாதுகாப்பான இடம் இல்லை. பொறுத்துக்குங்க. இரவில தங்கிட்டு காலையில போயிடுவோம். ஒருவேளை இந்தியன் ஆமி எங்களைச் சுட்டுட்டாங்களென்னா அப்புறம் வரமாட்டோம்னு’ சிரிச்சுக்கிட்டே சொன்னான்.

“இப்படியொரு சம்பவம் நடந்ததை நான் யார்கிட்டயும் சொல்லல. ஆனா இந்தியன் ஆமியை ரோட்ல பாக்கிறப்பல்லாம் இந்த ரகசியம் எனக்குத் தெரியும்னு கண்டுபிடிச்சிருப்பாங்களோன்னு பயமாவே இருந்திச்சு. அதான் ஒருநா சொல்லாமக் கொள்ளாம புறப்பட்டு வந்துட்டேன். ஆனையிறவிலும் பரந்தன்லயும் செங்கிங் இறக்கி ஏத்தினப்ப அவங்க எதையாவது கேட்க, நான் எதையாவது உளறிடுவேனோன்னு நடுங்கிட்டே வந்தேன். நல்லவேளை... முனியசாமி கைவிடல.”

கணபதி அதிகமும் வீட்டுக்குள்தான் முடங்கிக் கிடந்தான். வாய்த் தகராறுகளில் அவனால் ஒரு பார்வையாளனாகத்தான் இருக்க முடிந்தது. சிங்கமலைக்கு மகளின் கண்ணீரையும் பேத்தியின் அழுகையையும் பார்க்கப் பொறுக்கவில்லை. ஒருநாள் விறுவிறுவென்று எழுந்துபோய் லெட்சுமணனிடம் எல்லாவற்றையும் கொட்டிவிட்டான்.

“எலி வளைன்னாலும் தனி வளை வேணும்யா… அவமானத்தையும் ஆத்திரத்தையும் அந்தச் சின்னப்பிஞ்சு மேல வல்லியாள் காட்டுறதைத் தாங்க முடியல. அத்தார் கிட்டப் பேசி எதுனாச்சும் பண்ணுயா…” பிச்சை கேட்பதுபோலக் கெஞ்ச லெட்சுமணன் துடித்துப் போனான்.

“இவ்ளோ நாளும் ஏன் எங்கிட்டச் சொல்லலை?” என்ற அவனுடைய வளர்ந்த தோரணைக் கேள்வியை சிங்கமலை ஆசையோடு ரசித்தான். பெருமிதம் தளும்பியது. அரும்பிய மீசையும் அங்கொன்றும் இங்கொன்றுமாக முளைவிட்ட தாடியும், நம்பிக்கையான உணர்வுகளைத் தோற்றுவித்தன. மெழுகுப் படைபோல ஓரத்தில் குற்றஉணர்ச்சியும் படிந்தது. ‘ஐஞ்சு வருசத்தில பையனுக்கென்னு ஒரு கைலி கூட வாங்கிக் கொடுத்ததில்லை. அத்தாரும் அந்தம்மாவும்தான் எல்லாமும்… சொந்தப்புள்ள போலப் பாத்துக்கிறாங்க.’

குழந்தைச் சிணுங்கலோடும் வளர்பிராயப் பிடிவாதத்தோடும் லெட்சுமணன் சந்திராவை அம்மா என்று அழைக்கும்போது தங்கம்மையின் நினைவு முட்டும். அத்தாரின் நிழலாகவே வயலும் சந்தையுமென்று அலைந்தாலும் அவனை அண்ணன் என்றுதான் விளிப்பான். அப்பொழுது இரகசியமாக மகிழும் மனதின் விசித்திரம் சிங்கமலைக்குச் சிரிப்பாயிருக்கும். லெட்சுமணனின் புத்தகங்களை வாஞ்சையோடு தடவிப் பார்ப்பான். அவற்றின் பருமனும், முகரும் வாசமும் பூரிப்பு அளித்தன. ‘என்னைக்காவது அவன் ஆசைப்பட்ட மாதிரி அவனை யாழ்ப்பாணம் கூட்டிட்டுப் போகணும்…’ என்று அடிக்கடி எண்ணிக்கொள்வான்.

அது லெட்சுமணனின் நெடுநாளைய ஆசை. அங்கே ஒருமுறையாவது தன்னைக் கூட்டிச்செல்லும்படி அத்தாரை நித்தமும் நச்சரித்தான். “தலையாட்டிக்கு முன்னால நிக்க விருப்பமோ…” என்று அத்தார் சிரிப்பான். கணபதியிடம் யாழ்ப்பாணம் பற்றி விசாரிக்கும்போதெல்லாம் அவன் “அங்கின என்ன… ஒவ்வொண்ணும் கல்வீடு, வீட்டுக்கொரு கெணறு, கக்கூசு… ஒவ்வொரு வீட்லயும் யாராவது ஒருத்தன் வெளிநாட்லயோ கொழும்பிலயோ இருக்கான். கை நெறயக் கிடைக்கிற காசை தின்னாமக் குடிக்காமச் சேத்து வைச்சிருக்கிறாங்க…” என்று சலித்துக்கொண்டு சொல்வான்.

“சரிய்யா… யோசிக்காதீங்க. மயில்குஞ்சண்ணர் தன்னொட காணிக்குள்ள வந்திருக்கச் சொன்னாரு. ஆனா அந்த வீடு மொத்தமா உக்கி அழிஞ்சிட்டு. பிரிச்சுக் கொளுத்திட்டு புதுசாக் கட்டணும். காட்டுத் தடிகள நாம வெட்டியெடுத்தம்னா அப்புறமா ஓலைக் கிடுகுகள மெஷின்காரப் பாலய்யாட்ட கேட்டு அவரோட மெஷின்லயே எடுத்துக்கலாம். நான் அத்தாரண்ணன் கிட்டப் பேசுறேன். நீங்க ஒன்னிரண்டு வாரம் பல்லக்

கடிச்சிட்டு இருங்க. அறுவடை முடிஞ்ச உடன தொடங்கிடலாம்...'' லெட்சுமணன் இரண்டு மஞ்சள் நூறு ரூபாய் தாள்களை தந்தையின் கையில்வைத்தான். சிங்கமலையின் கண்கள் நிறைந்துவிட்டன. நா தழுதழுக்க ''ஏன்யா...'' என்று மறுத்தான். வலிந்து திணித்துவிட்டுப் போய்விட்டான்.

சிங்கமலை கைலியை உதறிக்கொண்டு எழுந்தான். இரண்டொரு மரங்களைத் தறித்து விழுத்தினால் போதுமென்று நினைத்தான். 'உள்ள ஒரு அறை. வெளிய விறாந்தை. ஒரு அடுக்களை... அது போதும். நான் வெளியவே படுத்திருப்பேன்.' மனது ஆறியிருந்தது. 'வீட்டைக் கட்டினாப்புறம் லெட்சுமணன் கிட்ட அய்யாகூட வந்திருக்கிறயான்னு கேட்டுப் பாக்கணும். வருவானா... வரலன்னா மனசுக்குப் பாரமாயிடும். வேணாம்... அவன் அவங்ககூடவே இருக்கட்டும். அவன மனுசனாக்கினவங்க அவங்க. இப்போ என்ன... பாக்கணும்போலயிருந்தா காலுக்குள்ளதானே...'

காட்டின் இயல்பான ஒலிகளைக் குலைத்துக்கொண்டு ஒரு சத்தம் கேட்டது. சரக் சரக்கென்று சருகுகள் மிதிபடுகிற ஒலி. சிங்கமலை தலையைச் சுற்றிப் பார்த்தான். 'சரக் சரக்...' இரட்டிப்பாகி அங்கொன்றும் இங்கொன்றுமாக அதிகரித்தன. சட்டென்று அடர் பற்றைகளின் பச்சை நிறம் மட்டும் மிதந்துகொண்டு முன்னுக்கு வந்ததைப்போல இந்திய ஆமிக்காரர்கள். சிங்கமலை வெலவெலத்துப் போனான். அவர்களுடைய சப்பாத்துகளிலும் சீருடையிலும் விசிறுப்பட்டதுபோல சிவப்புத் துளிகள் காய்ந்திருந்தன. இறுகிய முகங்களின் கண்களைப் பழிதீர்க்கும் சவ்வு மூடியிருந்தது. சிங்கமலை எச்சிலை விழுங்க முயன்றான். எச்சிலே இல்லை. காதுகள் அடைத்துக்கொண்டு வந்தன. 'கும்புடுறேன்யா' என்பதைப்போலத் தலையசைத்தான்.

''நீதான் எல் டி டிக்கு டிப்ஸ் கொடுக்றியா?''

''என்னய்யா...'' சிங்கமலைக்கு அந்தக் கேள்வியே புரிந்திருக்கவில்லை. 'வழி வுட்டீங்கன்னா நான் போயிடுவேன்' என்று கெஞ்சுவதைப்போல நின்றான்.

''அந்த நாலு எல் டி டி இயும் இந்தப் பக்கத்தாலதானே வந்தது?''

''யாரைய்யா...''

சளாரென்று சிங்கமலையின் கன்னத்தைப்பொத்தி அறைந்தான் ஒருவன். முரட்டு விரல்கள். கண்ணுக்குள் அரிசிக் குறுணிகள் விசிறிப் பறந்தன.

சிங்கமலை இரண்டு கைகளாலும் முகத்தைப் பொத்திக்கொண்டு நின்றான். கண் கலங்கிவிட்டது.

அரை மணி நேரமாக அவனை விசாரித்தார்கள். நடுங்கிய வாறும் அழுதவாறும் முழந்தாளில் நின்றும் "எனக்கொண்ணும் தெரியாதய்யா..." என்ற ஒரேயொரு பதிலையே சொல்லிக்கொண்டிருந்த சிங்கமலை கடைசியாகப் பொங்கி வழிந்த கண்ணீரோடும் கூப்பிய கைகளோடும் தன் இறுதிச் சொற்களை உதிர்க்கலானான்.

"அய்யா... நானும் இந்தியால இருந்து வந்தவந்தான்."

தண்ணீரை மூடியிருந்த சருகுகளை விலக்குவதற்காக வாளியை இரண்டு தடவைகள் 'தொம் தொம்' என இடித்து நீரைக் கோலியபோது காட்டுக்கரைத் திசையில் மூன்று வெடிச்சத்தங்கள் கேட்டன. லெட்சுமணன் ஒருமுறை காதை ஊன்றிக் கேட்டுவிட்டு மறுபடியும் தண்ணீரை அள்ளலானான். இப்போதெல்லாம் அடிக்கடி சூட்டுச் சத்தங்கள் கேட்கின்றன. தெருக்களில் இந்திய இராணுவத்தினரும் புலிப்போராளிகளும் சந்திக்கும்போதெல்லாம் துப்பாக்கிச் சன்னங்கள் பாய்கின்றன. காடுகளில் தொடர்ந்து சண்டைகள் நடந்தன. "காட்டை ஒரேயடியா அதின்ட பிள்ளையளிட்ட இருந்து பறிச்சிட்டாங்கள்..." என்றான் சங்கிலி. காட்டு உயிரியொன்றை வலுக்கட்டாயமாகச் சமநிலத்திற்கு கொண்டுவந்து விட்டதைப்போலச் சோர்ந்து சோர்ந்து திரிந்தான். பழைய முறுக்கும் கம்பீரமும் காணாமற்போய்விட்டிருந்தன. ஆனால் அத்தாரோ "காட்டின்ர மரப்பொந்துகளில அக்கினிக் குஞ்சுகளைத்தானே வைச்சிருக்கிறம்" என்றான். காட்டை அங்குலம் அங்குலமாகச் சல்லடையிட்டுத் தேடிய இந்தியச் சிப்பாய்கள் காலடிவைத்த இடமெல்லாம் வெடித்தன. களைப்பில் சாய்ந்து நின்ற மரங்களும் வெடித்தன. ஒரு காட்டுப் பெண் வயிறு கிழிந்து குடல் சரிந்து கிடப்பது போலொரு சித்திரம்தான் லெட்சுமணனிடமிருந்தது.

"என்னடா சத்தம்..." குசினிக்குள்ளிருந்து சந்திரா வெளியே வந்தாள்.

"வழமைதான். காட்டுக்கை சண்டை" என்று சலித்துக் கொண்டு சொன்னான்.

"ஆமியோட தொடுப்பெண்டு ஆரையும் இழுத்துக் கொண்டுவந்து சந்தியில வைச்சு இவங்களும் சுட்டிருப்பாங்கள்."

"தொலைவாத்தான் கேட்டது. காட்டுக்குள்ளதான்."

"வீட்டிலயே இரு. அக்காட்டைப் போறதெண்டால் பின்னேரமாப் போ."

விரல்களைப் பிடரியில் கோர்த்துத் தலையை நிமிர்த்தி "வேட்டைக் காடு" என்று லெட்சுமணன் உரத்துச் சொன்னான். பிறகு "அண்ணன் எங்கை, போய்ப் பாத்திட்டு வரவா..." என்று கேட்டான்.

"அவர் சங்கிலியண்ணரிட்டை போனவர். கந்தோருக்கு மெடிக்கல் காம்ப் வந்திருக்குதாம், நாமகளுக்கு ஐஞ்சு வயசு ஊசி போடவேணும், ஏதோ புதுசு புதுசாச் சொல்லுறாங்கள்... வா எண்டு கூட்டிக்கொண்டு போனவர். மீனாட்சியும் ராணியும் நெடுங்கேணிக்குப் போயிருக்கினம்."

"நாமகள் கத்திக் குழறி ஊரைக் கூட்டப்போறாள்" லெட்சுமணன் சிரித்தான்.

"அவள் தாயை மாதிரி அமைதி. மூத்தவள்தான் ராங்கிக்காரி. தான் பிடிச்ச முயலுக்கு மூண்டு காலெண்டு நிப்பாள். அதைக் காட்டடி எண்டால் முறிச்சுப் போட்டாவது காட்டுவாள்."

"பொண்ணுங்கன்னா அப்படிதான் இருக்கணும். அப்பதான் ஒரு கெத்து..."

"இப்ப அப்படித்தான் சொல்லுவியள்... உங்களுக்கெண்டு ஒருத்தி வர காலை முறிச்சு இருத்தி வைப்பியள்..."

"ஏன்... அண்ணர் உங்கள அப்படியா வைச்சிருக்கிறார்..."

சந்திரா சற்றுத் தாமதித்தாள். இயல்பான புன்னகை கசிய "நீ பாக்கிறாய் தானே" என்று மட்டும் சொன்னாள்.

"அவருக்கு உங்க மேல ஒரு பயம்தான்."

ஏன் எனுமாற்போல சந்திரா பார்த்தாள்.

"கேற்றடி வரை புலிகளைப் பத்திப் பேசிட்டு வருவாரு... உள்ள காலடி வைக்கும்போது எல்லாத்தையும் எச்சில் போட்டு அழிச்ச மாதிரி அழிச்சிட்டு ஒண்ணும் தெரியாத மாதிரி வருவாரு."

சந்திரா சிரித்துக்கொண்டு மறுபடியும் அடுப்படிக்குள் நுழைந்தாள்.

அத்தார் வந்தபோது மூன்று மணியாகிவிட்டது. வெயில் நன்றாகத் தணிந்தபிறகுதான் லெட்சுமணன் வல்லியாளிடம் போனான். "அய்யா அங்கின வந்தாரா..." என்று வல்லியாள் கேட்டபோது மறுத்துத் தலையசைத்தான்.

"காலையில காட்டில தடி வெட்டணும்னு போயிருந்தார். ஒருவேளை உன்னைக் கூட்டிட்டுப் போயிருப்பாருன்னு நெனச்சேன்..." இயல்பாகத் தொடங்கியவள் இடையில் பதற்றமாகினாள்.

"இல்லயே... அறுவடை முடிஞ்சாப்புறம்தானே வெட்டலாம்னு சொன்னேன். எதுக்குத் தனியப் போனாரு..." என்று கத்தினான். "நீதான் தொரத்தினியா... உன்னால பல்லைக் கடிச்சிட்டு கொஞ்ச நாளைக்குச் சும்மா இருக்கமுடியாதா... நாத்தனாகூட சண்ட போடலைன்னா தூக்கம் வராதா உனக்கு..."

மனதில் சடுதியில் துர்கற்பனைகள். மரக் கிளைகளைத் தொடுவதுபோல தாழப்பறந்த ஹெலியொன்று நெருப்புத் துகள்களை அள்ளி அள்ளிக் கொட்டியது. கீழே மனிதர்கள் அதகளப்பட்டு ஓடுகிறார்கள். வயல்களைக் கடந்து காடுகளில் புகுந்து மரங்களோடு ஒட்டிக்கொண்டு நிற்கிறார்கள். ஹெலியைக் காணவில்லை. சட்டென்று மரங்களுக்குத் தலைப்பாகையும் தாடியும் முளைத்துவிடுகின்றன. சப்பை மூக்குடைய குள்ளமான சிப்பாய்கள் இடுங்கிய கண் மின்ன இடுப்பில் மினுங்கும் வளைந்த குறுவாளை உருவுகிறார்கள். செத்த எலியின் நாற்றம் குப்பென்று வீசுகிறது. சனங்கள் வரிசையாக நிற்கிறார்கள். சாக்கைத் தலையில் கவிழ்த்து இரண்டு துவாரங்களினால் பார்த்துக்கொண்டிருந்த 'தலைஆட்டி' அவர்கள் ஒவ்வொருவருக்கு முன்னாலும் நின்று 'ஆம்' என்பதைப்போல மேலும் கீழுமாகத் தலையாட்டுகிறான். அவர்கள் அவனிடம் மண்டியிட்டுக் கதறுகிறார்கள். அது... இடுப்பில் கட்டிய ஒரு துண்டுடனும் வியர்த்து வழியும் தேகத்துடனும்... அது... சிங்கமலை... லெட்சுமணன் "அய்யா..." என்று வீரிட்டுக் கத்தினான்.

இத்திமரத்திற்குப் பக்கத்தில் ஈரம் காயாத கொக்கட்டி மரங்கள் அடுக்கப்பட்டிருந்தன. அத்தார்தான் முதலில் கண்டான். ஓர் அசம்பாவிதத்தின் தடத்தில் உள்ளுணர்வு தொம் தொம் என்று உதைக்கத் தொடங்கியது. அதற்கிசைந்தாற்போல இதயத்துடிப்பு... நிமிர்ந்து சங்கிலியைப் பார்த்தான். சற்றுத் தொலைவில் சதுப்புகளில் பன்றித் தடங்களைத் தேடுவதுபோல சருகுகளைக் கூர்ந்து பார்த்தவாறு சங்கிலி காட்டிற்குள் நுழைந்துகொண்டிருந்தான். அத்தாரும் லெட்சுமணனும் அவனுக்குப் பின்னாலேயே ஓடினார்கள். காட்டில் நுழையும் ஒடுங்கிய வழியில் காலடி வைத்தபோது சங்கிலி போன வேகத்தில் திரும்பிவந்தான். முகம் விறைத்துவிட்டது. "எல்லாம் போச்சு... எல்லாம் போச்சு..." என்று தலையிலடித்தவாறே குந்தியிருந்துவிட்டான். லெட்சுமணன் "என்னாச்சண்ண..." என்றவாறு எட்டிப்பார்த்தான். அடர்த்தியான புதர்களுக்கிடையில் சென்ற ஒடுங்கிய தடம் வலதுபுறத்தில் திரும்பியது. ஆறேழு கொக்கட்டி மரங்களின் அடிக்கட்டைகள் கோடாலியால் கொத்தப்பட்ட அடையாளத்தோடிருந்தன. கிளைகள் தறிக்கப்பட்டுக் கிடந்தன. உதிர்ந்த பச்சை இலைகள்... மரங்களை இழுத்துவந்த கோடுகள்... லெட்சுமணன் "அய்யா..." என்றான். "அய்யா எங்க

நிக்கிறீங்க…” என்றவாறு காலடி வைத்தான். சங்கிலி விசுக் என்று எழுந்து அவனைக் கட்டிக்கொண்டான். “வேண்டாமடா… உன்னால தாங்கேலாது…” எதிர்த்திசையில் தள்ளினான். லெட்சுமணன் திமிற முற்படவில்லை. இரும்புப் பலம் பெற்றவனாக சங்கிலியையும் இழுத்துக்கொண்டு கால்களை முன்னே வைத்தான்.

ஒரு புதருக்குள் சிங்கமலையின் உடம்பு குப்புறக் கிடந்தது. கால்கள் ஆவென்று விரிந்துகிடந்தன. லெட்சுமணன் கிட்டப் போனான். முதுகில் சன்னங்கள் துளைத்து வெளியேறிய துவாரம் கோறையாகத் தெரிந்தது. இடுப்புக் குழிக்குள் காய்ந்த இரத்தம். கையிரண்டும் நெஞ்சுக்குக் கீழே அகப்பட்டிருந்தன. லெட்சுமணன் சடாரென்று குந்தியிருந்தான். சிங்கமலையுடைய தலை அறுக்கப் பட்டிருந்தது. அருகிலெங்கும் தலையைக் காணவில்லை. பசிய மரத்தைச் சீவியதுபோலப் பிசிறில்லாத வெட்டு. அறுபட்ட நரம்புகளிலிருந்து நீண்ட நேரத்திற்குப் பீரிட்ட குருதி மண்ணில் பெரிய அறுகோணம்போலப் பரவியிருந்தது. பிய்ந்த தசைத் துணுக்குகளில் இலையான்கள் மொய்த்தவாறிருந்தன.

கண்கள் நீரோடு உறைந்துபோய்விட்டன. லெட்சுமணன் சரேலென்று துள்ளிப் பாய்ந்து இலைகளோடு ஒரு கிளையை முறித்துவந்தான். தந்தையின் கழுத்திற்கு அருகாக உட்கார்ந்து மொய்த்த இலையான்களை விசிறித் துரத்தத் தொடங்கினான். தாய் கண்விழிக்கும் வரை காத்திருக்கின்ற ஒரு குழந்தையைப் போலிருந்தது. விசிறிக்கொண்டிருந்தபோதே கண்கள் உருகத் தொடங்கின. “அய்யா… அய்யா…” என்று முணுமுணுத்தான். பொலபொலவென்று கண்ணீர். அத்தார் அவனுடைய முதுகை ஆறுதலாகத் தழுவினான். அந்த அணைப்பிலிருந்து திமிறி விலகிய லெட்சுமணன் படீரென்று நிலைகுலைந்து தந்தையின் முதுகில் சரிந்துவிழுந்தான். சலனமேயின்றிக் கிடந்த உடம்பை இறுகக் கட்டிப்பிடித்துக்கொண்டான். ஆவேசத்தோடு முகத்தைத் தேய்த்தான். ரத்தப் பூச்சில் அவனுடைய முகம் அச்சம் தருவதாக உருமாறியது. சன்னதம் கொண்டவனைப்போல காலை நிலத்தில் உதைத்து கைகளை விசிறிக் கதறத் தொடங்கினான். அவனுடைய ஓவென்ற ஓலத்தில் காடு அதிர்ந்தது.

அன்றைக்குச் சங்கிலியும் அத்தாரும் காட்டைச் சலித்துத் தேடினார்கள். தலையைக் காணவேயில்லை. கடைசியில் தலையற்ற முண்டத்தைத்தான் எரிக்க வேண்டியிருந்தது. “புள்ளைக அழுகுறதக் காணத் தாங்கமுடியாதின்னுதான் முண்டமாக் கெடக்கியோ என் அய்யா…” என்று வல்லியாள் அலறினாள். லெட்சுமணனுக்கு மொட்டையடித்தார்கள். “அய்யோ… தம்பி… உன்னய இந்தக் கோலத்தில காணவோ தாயா

வளத்தேன்…" வல்லியாள் சந்திராவின் மடியிற்கிடந்து கதறினாள். முகத்தில் வாரியெறிந்த புழுதியை கண்ணீரும் எச்சிலும் கோடுகளாகக் கரைத்திருந்தன. "எங்க ரெண்டு பேரையும் அனாதையாக்கிட்டுப் போயிட்டீங்களேய்யா…" சிங்கமலையின் பிரேதத்தைத் தூக்கியபோது "அய்யாவ எங்க கொண்டு போறீங்க…" என்று பின்னாலேயே ஓடியவளைத் தடுத்து நிறுத்தினார்கள். "விடுங்க… என்னைய விடுங்க…" என்று திமிறினாள். சற்று நேரத்தில் மூர்ச்சையாகிவிட்டாள்.

மூன்றாம் பிறை இரவின் மேலே மங்கிய ஒளியோடு ஒழுகிக் கொண்டிருந்தது. பிண ஊர்வலத்தில் மெல்ல மெல்ல அடியெடுத்து வைப்பதைப்போல தனிக்கல்லடியிலிருந்து வெளியேறிய சனங்கள் நடந்துகொண்டிருந்தார்கள். இருள் இரைகின்ற சன்னமான ஒலி. லெட்சுமணனின் தோளில் உட்கார்ந்து மயிர்கள் குத்திட்டு நின்ற அவனுடைய மொட்டைத் தலையைப் பிடித்திருந்த முத்து சிங்கமலையின் நினைவுகளை அவனில் கிளறினாள். 'என் அய்யாவும் இப்பிடித்தானே என்னயச் சுமந்து மலைலயிருந்து இறங்கினாரு... அவரத் தனிய விட்டுட்டு வர்றனே...'

சிங்கமலையைத் தகனம் செய்த இரண்டாவது மாதம் மணலாற்றுக் காட்டுக்குள் ஒரு பெரிய சண்டை நடந்தது. இந்திய இராணுவத்திற்குப் பேரிழப்பாயிருந்திருக்க வேண்டும். இறுகிய முகங்களோடு அலைந்தவர்கள் பதிலுக்குக் காட்டுப்புலவில் கைவைத்தார்கள். அந்தக் கிராமமே ஓர் இரவில் வெட்டிச் சாய்க்கப்பட்டது. காடுகளுக்குள் புகுந்து தப்பியொட்டிய எஞ்சிய சனங்கள் அடுத்த நாள் வெளிக்கமுன்னம் தனிக்கல்லடிக்கு ஓடிவந்தார்கள். கொடூரமான நினைவுகளிலிருந்து மீளாத அந்தப் பெண்கள் சொன்ன கதைகளைக் கேட்ட ஆச்சிமுத்துக் கிழவி "என்ரை தாயே... இந்தக் கதையளைக் கேக்கவே காது கூசுதே... ஒரு பொம்பிளை வயித்தில பிறந்திட்டு இதெல்லாம் செய்யிற இவங்களுக்கும் இவங்கட கூட்டத்துக்கும் ஒருநாளும் நல்ல சாவே வரக் கூடாதம்மா..." என்று தலையில் அடித்துக் கதறினாள்.

ஒருத்திக்கு முழுவதுமாகப் புத்தி பேதலித்துவிட்டது. இருபத்துநான்கு வயதிருக்கும். பிறந்து ஏழு மாதங்களேயான அவளுடைய குழந்தையைக் கண்ணுக்கு முன்னாலே தீயில் விட்டெறிந்தார்களாம். அதைப் பார்த்த மாத்திரத்திலேயே மனம் பிறழ்ந்துவிட்டது. வேறு குழந்தைகளைக் கண்டால் "ஓடியா ஓடியா... நெருப்பு கடல்போல கலைச்சுக்கொண்டு வருகுது..." என்றவாறு ஓடிப்போய் அவர்களை இழுத்து அணைத்தாள். "நெருப்பில குளிச்சால் பச்சை உடம்புக்குத் தாங்குமோ சொல்லு..." என்று மார்புக்குள் இறுக்கினாள். குழந்தைகள் அவளைக் கண்டு பயந்து ஓடினார்கள்.

ஆறாவது நாள் தனிக்கல்லடியும் கறுப்புச் சப்பாத்துகளால் உழுது கிளறப்பட்டது. மூக்கைச் சுழிக்கச்செய்யும் கடுகுநெய் வாடையோடு

இந்தியச் சிப்பாய்கள் அலைந்து திரிந்தார்கள். ஊரடங்குச் சட்டம் ஒரு தகரப் பீப்பாயைக் கவிழ்த்துபோல ஊரை மூடியிருந்தது. யாரும் வெளியேறாமலேயே காணாமற் போனார்கள். பிறகு வீடுகளுக்கு முன்னால் சடலங்களாகக் கிடந்தார்கள். புலிகளுக்குச் சாப்பாடு கொடுத்தவர்கள், வழிகாட்டியவர்கள், அடைக்கலம் கொடுத்தவர்கள் என மரணம் ஒவ்வொருவரையும் தேடி அலைந்து பழி தீர்த்தது.

இத்திமரத்துக்கு முன்னேயிருந்த வெட்டையில் இந்திய இராணுவ முகாம் ஒன்று அமைக்கும் ஏற்பாடுகள் தொடங்கி விட்டன. தனிக்கல்லடியை ஏன் தேர்ந்தெடுத்தார்கள் என்று தெரியவில்லை. நெடுங்கேணிக்குப் பக்கம், காட்டுக்குள் நுழைய வசதி முதலான காரணங்களாயிருக்கலாம். கூடாரங்கள், காப்பரண்கள், இரும்பு முட்சுருள் வேலிகள் சடுதியில் எழுந்தன. காட்டுக்கரையில் கிடந்த இத்திமரத்தை அறுத்தெடுத்து வந்து காப்பரண்களில் மரக்குத்தியாக்கி விட்டார்கள். எந்நேரமும் ராணுவ வாகனங்களின் ஓயாத இரைச்சல். இனி இந்த ஊரில் வாழ இயலாது என்று சனங்களுக்கு உறுதிப்பட்டது.

ஊரடங்கு விலக்கப்பட்டதாக அறிந்த ஒரு பின்னேரப் பொழுது... மூதாதையர்களின் மூச்சுக்காற்றுகளைத் தனித்தலைய விட்டுவிட்டு ஊர் வெளியேறி நடக்கத் தொடங்கிவிட்டது. மீனாட்சி இரண்டு பசுக்களினதும் கன்றினதும் கட்டுக்கயிறுகளை அவிழ்த்துவிட்டாள். "போங்க.. போய் காட்டுப்பக்கத்தில எங்கயாவது நில்லுங்க. விதியிருந்தாச் சந்திப்பம்." கோழிக்கூண்டைத் திறந்து வைத்தாள்.

வெள்ளையன் சங்கிலியின் விரல்களை அழுத்தமாகப் பிடித்திருந்தான். நாமகளை இடுப்பில் சுமந்துகொண்டுவந்த ராணி மூச்சிளைத்த போதெல்லாம் அவளை இறக்கிச் சற்றுத் தூரத்திற்கு நடத்தி வந்தாள். ஆச்சிமுத்துக் கிழவி அவர்களையெல்லாம் முந்திக் கொண்டு விசுக் விசுக் என கைகள் அசைய தலையில் கடகத்தோடு நடந்தாள். அவ்வப்போது தரித்து மற்றவர்களுக்காகக் காத்து நின்றாள். "மெதுவா நடவுங்க... எங்க போறதெண்டு தெரிஞ்சா நடக்கிறீங்க..." என்று மீனாட்சி கடிந்துகொண்டாள். அவளுடைய தலையிலும் சுமைகள். அத்தாரின் சைக்கிள் கேரியர் நிறைந்து விட்டது. உடலை வலித்துத்தான் தள்ளினான். கணபதியும் வல்லியாளும் பின்தொடர்ந்து வந்தார்கள். ஒரு வயதேயான விநோதினியை வல்லியாள் துணியொன்றால் போர்த்தியிருந்தாள்.

ஓர் உழவூர்தியின் உறுமலும் பிரகாசமான வெளிச்சமும் தெருவை நிறைக்க அவர்கள் அவசர அவசரமாக வழிவிட்டு நின்றார்கள். கடாபுடாவென்ற

சத்தத்தோடு அது நெருங்கியது. சாரதி இருக்கையிலிருந்த மெஷின்காரப் பாலய்யா மெதுவாக்கி நிறுத்தினான்.

"அத்தார், என்ர குடும்பம் சொந்தமெண்டே பெட்டி நிறைஞ்சு போச்சு. பொம்பிளையளையும் குழந்தையளையும் இடமிருந்தாச் சாமான்களையும் ஏத்திவிட்டால் போற இடத்தில இறக்கிவிடுறன்" என்றான்.

ஆச்சிமுத்து, மீனாட்சி, வல்லியாள், பிள்ளைகள் ஏறிக் கொண்டார்கள். சந்திரா தான் நடந்து வருவதாகச் சொன்னாள்.

"நீ ஏறு... ஏறிப் போ. குழந்தையளோடை போகுதுகள். நீ போனால் துணையாயிருக்கும்" அத்தார் வற்புறுத்தினான். அவள் லெட்சுமணனைப் பார்த்து "கவனம்..." என்றபடி ஏறினாள். உழவூர்தி உறும தெரு மறுபடியும் பிரகாசத்தால் நிறைந்தது.

"கேளுங்க... நெடுங்கேணிச் சந்திக்குப் போகாமல் இப்பிடியே பழம்பாசிக் குளத்துக்குப் பின் றோட்டைப் பிடிச்சுப் போறேன். புளியங்குள றோட்டில ஏறி அங்கால உள்ளை இறங்கினால் காட்டுப் பாதை ஒட்டுசுட்டானுக்குக் கீழ ஏறும். அதில முல்லைத்தீவுக்குப் பிரியாமல் பேராறைத் தாண்டினா நேரா புதுக்குடியிருப்புக்குத்தான். அங்கைதான் போறம். பிள்ளையார் கோயிலொண்டு இருக்கு. தங்கி நிக்கிறம். வந்து சேருங்க. காடுகளுக்கை இறங்காமல் மெயின் ரோட்டால வாங்க." பாலய்யா சொல்லிக்கொண்டிருந்த போதே "அய்யோ வவுனியாப் பக்கத்தில நிலைமை எப்பிடியோ.. அதுகள் தனிக்கப் போகுதுகளே..." என்று ஆச்சிமுத்துக் கிழவி கேவல் குரலில் சொன்னாள். "எவ்வளவோ எடுத்துச் சொன்னன்... அதுகளைக் கூட்டிக்கொண்டு வந்து வைச்சிருங்கோ எண்டு... என்ர சொல்லை ஆரும் கேக்கேல்லையே..."

மீனாட்சிக்கு விவரிக்க முடியாத எரிச்சலாயிருந்தது. அவள் வேண்டுமென்றே ஆச்சிமுத்துவின் அனுங்கலைக் கேட்காதவளாக இரண்டு பேர் உட்காரக்கூடிய இடத்தை உழவூர்திப் பெட்டிக்குள் ஒதுக்கினாள். பெருஞ் சில்லுகள் உருளத்தொடங்கின. "கொஞ்சம் நிப்பாட்டுங்கோ..." என்று பாலய்யாவிடம் கத்தினாள். சைக்கிளில் தாயோடு வந்த வெள்ளையக்காவின் திசையைப் பார்த்து "வெள்ளையக்கா... ஆத்தையைக் கொண்டு ஓடி வா... இங்கை இடமிருக்கு..." என்று கூக்குரலிட்டாள். லெட்சுமணன் அவளுடைய சைக்கிளை வாங்கிக்கொண்டான்.

தாயைக் கைத்தாங்கலில் அழைத்து வந்து வெள்ளையக்கா ஏற்றினாள். தாயால் காலை மடித்து உட்கார முடியவில்லை. குறண்டிக்கொண்டு

படுத்துவிட்டாள். வெள்ளையக்கா வலது காலை உழவூர்திப்பெட்டியில் வைத்து மறுகாலை நிலத்தில் உன்னி ஒரு குதிரையைப்போலப் பாய்ந்து ஏறவும் மீனாட்சிக்கு ஏனோ முகம் கறுத்துவிட்டது. தலையைக் குனிந்தாள். முன்பொரு நாள் கேட்டது ஞாபகம் வந்தது. "அவனில கோபம் ஆறிப்போட்டுதா?"

வெள்ளையக்கா சொன்னாள். "வில்லுக்கத்தி இன்னமும் இருக்குதான். அவனுக்கு ரெண்டு பிள்ளைகளாகிப் போட்டுது. அதுகளை அநாதையாக்கிப் போடுவோமே எண்டு நினைச்சால் மனசு கேக்குதில்லை. எப்படியோ போய்த் தொலையட்டும்."

காலம் போகிற வேகம்!

மறுநாள் மதியம் கழிந்தபிறகுதான் புதுக்குடியிருப்பில் சந்தித்துக் கொண்டார்கள். பிள்ளையார் கோயில் வளாகத்திலேயே மீனாட்சியும் சந்திராவும் அடுப்பு மூட்டி காய்கறிகளை வெட்டிப்போட்டுக் குழையல் சாதம் அவித்துக்கொண்டிருந்தார்கள். வல்லியாள் உள்ளே குழந்தைக்குப் பாலூட்டிக் கொண்டிருந்தாள்.

நல்ல பசியில் சோற்று உருண்டைகளை வாயருகே கொண்டு சென்றபோது முன்பொருநாள் இத்திமரத்தடியில் நாமகளுக்கு நேர்த்தி வைத்த ஞாபகங்கள் சங்கிலியில் கிளர்ந்தன. நடராசண்ணரின் மனைவி கிளியையும் பிள்ளைகளையும் தனியே விட்டுவந்த குற்றஉணர்வைத் தாங்கமுடியாதிருந்தது. மனசால் இத்திமரத்தை நினைத்தான். 'அண்ணை... என்ன மன்னிச்சுக் கொள்ளு...' துயரத்தோடு கோயிலின் முற்றத்தைப் பார்த்தான். பிள்ளைகள் மண்ணில் விளையாடிக்கொண்டிருந்தார்கள். நாமகளும் முத்துவும் மண்ணை அளைந்து சிறிய கோபுரங்களைக் கட்டினார்கள். தெரு மூலையில் நிழல் பரப்பி நின்ற மரத்தின் கீழே ராணியும் வெள்ளையக்காவும் நீண்டகாலத்திற்குப் பிறகு சந்தித்தவர்களைப் போலத் தொடர்ந்து பேசிக்கொண்டிருந்தார்கள். ராணி திடீர் திடீரென்று பொங்கிச் சிரித்தாள். மீனாட்சியின் முகத்தில் எள்ளும்கொள்ளும் வெடித்ததை அவள் கண்டுகொள்ளவேயில்லை.

பாலய்யா புறப்பட்டுவிட்டான். அவனுக்கு வட்டக்கச்சியில் சொந்தக்காரர்களின் வீடொன்றிருந்தது. சந்திராவை சற்றுக் காலத்திற்கு யாழ்ப்பாணத்திற்கு அனுப்பி வைக்கலாமா என்று அத்தார் யோசித்தான். மறுபடியும் தனிக்கல்லடிக்குத் திரும்பிவிடலாமென உள்ளூர நம்பிக்கையொன்று முகிழ்த்துக்கொண்டேயிருந்தது. சங்கிலியைப் பார்த்தான். தொடையில் கையூன்றி அருகிலேயே படுத்திருந்த வெள்ளையனின் முதுகை அவன் வருடியபடியிருந்தான்.

“என்ன செய்வம்...”

சங்கிலி ஆழமாக மூச்சை உள்ளிழுத்து வெளியேற்றினான். அவனுடைய பதிலிற்காகவே காத்திருப்பதுபோலக் கணபதியும் வல்லியாளும் உட்கார்ந்திருந்தார்கள். ‘எங்களுக்கு வேறு போக்கிடமில்ல. உங்க கூடவே வந்துர்றோம்...’ என்ற இரஞ்சுதல் அவர்களுடைய முகத்தில் அப்பிக்கிடந்தது.

“யோசிப்பம்... இண்டைக்கு இரவு கழியட்டும். ஒரு வழி இல்லாமலா போயிடும்...” என்றான் சங்கிலி.

அடித்துப்போட்ட களைப்பு. லெட்சுமணன் சீக்கிரமாகவே நித்திரையாகிவிட்டான்.

இருள் விரிந்தது. கானகத்தின் அடர் இருளைத் துளைத்துக் கொண்டு கறுப்பு நிறத்தில் சிவப்புத் தெறித்த வண்ணத்துப் பூச்சியொன்று அலைந்து அலைந்து பறந்தது. லெட்சுமணன் அதன் பாதையைத் தவறவிட்டபோது பிறிதோர் இடத்தில் வெளிச்சம் எங்கிருந்தோ கசிந்து இலைகள் முழுவதுமாக உதிர்ந்துவிட்ட மொட்டை மரத்தை வருடியது. ஈரத்தின் பிசுபிசுப்பு இன்னமும் காயாத மரம். கேட்டிக்கம்பைப்போல கூராகத் தறித்த கிளையில் அதைச் செருகி வைத்திருந்தார்கள். தலைமயிர் முழுவதுமாக உதிர்ந்துவிட்டது. அதிலிருந்து ஊன் நுரைத்து நுரைத்து ஒழுகிக் கொண்டிருந்தது. இலையான்கள் ஙீ... என ரீங்காரமிட்டுக் கும்பலாக மொய்த்தன. பூச்சிகள் ஊர்ந்து அலைந்தன. புழுக்கள் கண் துவாரங்களில் பிதுங்கிப் பிணைந்து நெளிந்தன. சட்டென்று கண் திறந்தாற்போல ஒரு வெளிச்சம்... நெருப்பில் உதிரும் மயிர்க் கொட்டியைப்போலப் புழுக்கள் சுருங்கி ஒவ்வொன்றாக விழ அந்தக் கண்கள் மெல்ல விரிந்து அவனை அழைத்தன. ‘அய்யா...’

லெட்சுமணன் துடித்து எழுந்தான். தேகம் வியர்த்து விறைத்துவிட்டது. கனவை மறக்கடிக்கும் மூசலோடு தலையை வெட்டி வெட்டித் திருப்பினான். கும்மிருட்டில் ஒரு திரி விளக்கு மட்டும் கருவறை வாசலில் எரிந்தது. மெல்லிய வெளிச்சம். அத்தாரும் சங்கிலியும் கணபதியும் படுத்திருந்தார்கள். சங்கிலியை இறுக்கி அணைத்திருந்த வெள்ளையனின் தோற்றம் நினைவுகளை அலைக்கழிக்க முகத்தை அழுத்தித் துடைத்துக்கொண்டு வேலியோரமாகப் போனான். கால் அகட்டி நின்றபோது காற்று ஓவென்று நெஞ்சில் மோதவில்லை. நிமிர்ந்தான். வெள்ளிகளுமில்லை. நிலவுமில்லை.

புதுக்குடியிருப்பிலிருந்து பரந்தனுக்குச் செல்லும் பிரதான சாலையில் வலதுபுறத்தில் திரும்பும் அந்த ஒடுங்கிய கிரவல் வீதி நெளிந்து நெளிந்து கடற்கரை வரையும் நீண்டு கடலில் கரைந்தது. செம்புழுதி பறக்கும் அதன் இரண்டு புறத்திலும் வானுயர்ந்த தென்னைமரங்களாக நீளத்திற்கும் நின்ற இருட்டுக்காடு கிராமத்தில் இரவு நேரத்தில் கடல் அலைகளின் ஓசை துல்லியமாகக் கேட்கும். அக்கிராமத்தில் மனிதக் காலடித் தடங்கள் உருவாக்கிய குச்சுகளும் அங்கொன்றும் இங்கொன்றுமான அறுக்கையற்ற குடிசைகளும் இருபது முப்பது ஏக்கர்களில் நீளும் தென்னைமரத் தோப்புகளும் விரியும் காடுகளும் மனிதகுல நாகரிகத்தின் தொடக்க நாளினை நினைவுபடுத்துவதைப்போல பரந்துகிடந்தன.

பேச்சி தோட்டம் இருட்டுக்காட்டின் ஓர் அடையாளம். வழியடையாளம் சொல்பவர்கள் பேச்சி தோட்டத்தைத் தவிர்த்துத் திசை சொல்ல முடியாதவாறு இருபத்தைந்து ஏக்கர் விஸ்தீரணத்தில் அது விரிந்திருந்திருந்தது. தோட்டத்தின் எல்லாத் திசைகளிலும் ஓங்கிய தென்னை மரங்கள் வரிசை வரிசையாக நிழல் பரப்பின. மத்தியில் சிறுசிறு குன்றுகளாகத் தேங்காய்க் குவியல்கள்... வெயில் படும் இடங்களிலெல்லாம் பிளாஸ்ரிக் படங்குகளில் காய்ந்த கொப்பராக்கள்... பேச்சி தோட்டத்தின் கிழக்குத் திசையில் எட்டேக்கர் என்றொரு காணியிருந்தது. அண்மைக் காலத்தில் காட்டை வெட்டித் திருத்திய நிலம். அங்கே இளம் தென்னைகள் ஆளுயரத்தில் வளர்ந்து நின்றன. நடுவில் சீமெந்துக் கட்டாலான ஒரு கிணறு. சற்று தூரத்தில் இரட்டைப் பனைகள். இரண்டினதும் ஓலைகளில் தூக்கணாங்குருவிக் கூடுகள் ஏராளமாய்த் தொங்கின. பேச்சி தோட்டத்திற்கும் எட்டேக்கருக்கும் இடையில் முள்பற்றை மண்டிய ஓர் ஒற்றையடிப்பாதை வடக்குத் திசையிலிருந்த இன்னொரு மேட்டுக்காணியில் முடிவடைந்தது.

அத்தாரும் சங்கிலியும் புதிய நிலத்தைக் கண்டுபிடித்த ஆரவாரத்தோடு அந்த மேட்டுக்காணியில் அலைந்து திரிந்தார்கள். காட்டின் ஓரங்களில் புகுந்து வெளியேறிய சங்கிலி "சோக்கான நிலம்..." என்றான். அற்புதமொன்றைக் கண்டெடுத்த திளைப்பும் சிலசமயம் அது பறிபோய்விடலாமென்ற பரிதவிப்பும் அவனுடைய முகத்தில் ஊர்ந்தன.

புதுக்குடியிருப்புப் பிள்ளையார் கோவிலில் இரண்டு கிழமைக்கும் மேலாக அவர்கள் தங்கியிருந்தார்கள். பிள்ளைகுட்டிகளோடு தனிக்கல்லடிக்குத் திரும்ப முடியாதென்பது ஓரளவிற்கு நிச்சயமாகிவிட்டிருந்தது. கோவிலிலிருந்து அகதிகள் கலைந்து செல்லத் தொடங்கியிருந்தார்கள். தாயைக் கோவிலில் வைத்துப் பராமரிக்க முடியாதென்று வெள்ளையக்காவும் தனிக்கல்லடிக்கே புறப்பட்டிருந்தாள். அவள் துணிச்சல்காரி. ஆச்சிமுத்துக் கிழவியைச் செல்வா அழைத்துச் சென்றுவிட்டாள். அவர்கள் புதுக்குடியிருப்பில் தெரிந்த வீடொன்றில் தற்காலிகமாகத் தங்கியிருந்தார்கள்.

அத்தாரும் சங்கிலியும் ஒரு குடிசையைக் கட்டுவதற்கான நிலத்தைத் தேடிக் களைத்துப்போய்விட்டார்கள். ஒருநாள் வள்ளிபுனத்திலிருந்த அல்லிக் குளத்தில் குளித்துக்கொண்டிருந்த இரண்டு பேர் இருட்டுக்காட்டின் திசையைக் காட்டி “உப்பிடியே நேர போங்க... உதிலதான்... பேச்சி தோட்டம் வரும். வெறுங்காணியளும் இருக்கும். ஆரிட்டயும் கேட்டுப் பாருங்க” என்று சொன்னார்கள். அத்தார் குளத்தைக் கவனமாகப் பார்த்துக் கொண்டான். “நிலம் கிடைச்சால் குளிப்பு முழுக்குக்கு இதுக்கதான் வரவேணுமெண்டு நினைக்கிறன்” என்று சங்கிலியிடம் சொன்னான். பெரிய தண்ணீர் மூலத்திற்கு அருகிலென்று நினைத்த போதே ஒரு திருப்தி.

எட்டேக்கரையும் பேச்சி தோட்டத்தையும் தாண்டி நடந்தபோது எதேச்சையாகவே அந்த மேட்டுக்காணியைக் கண்டார்கள். பார்த்த உடனேயே பிடித்துவிட்டது. சமநிலம். வெளிர்பச்சை நிறத்தில் புல்லும் புதரும் பரவி ஓவென்று வெளித்திருந்தது. எட்டேக்கரின் எல்லையில் மட்டும் மர முந்திரிகள் சடைத்து வளர்ந்திருந்தன. வடகிழக்காக மந்துக்காடு தொடங்கியது. குழந்தைப் பிள்ளைகளைப்போல அதன் திசையெங்கும் ஓடினார்கள்.

“யாற்ற நிலமெண்டு தெரியல்லயே...” என்றான் அத்தார்.

முட்கள் சாரத்தில் கிழித்துவிடாமல் கவனத்தோடு பாதைக்கு வந்தார்கள். பேச்சி தோட்டத்திற்கான நுழைவாயிலில் பெரிய தகர கேற் திறந்து கிடந்தது. யாரிடமாவது கேட்கலாமென்று உள்ளே நுழைந்தார்கள். வெயில் சட்டென்று தணிந்தது. அத்தார் நிமிர்ந்து பார்த்தான். தென்னோலைகளின் பரவிய நிழல். ஒவ்வொரு மரத்திற்குப் பின்னாலும் சிறுத்துச் சிறுத்துப் போகும் தென்னைகளின் நேர்கோட்டுக் காட்சி எல்லாத் திக்குகளிலும் நீண்டது. தென்னம்வட்டுகளில் தாவிய குரங்குகளைக் கல்லால் எறிந்து துரத்தியவாறு ஒரு இளைஞன் அத்தாரையும் சங்கிலியையும் கடந்தான். “தம்பி, அந்த மேட்டுக்காணி ஆற்றை தம்பி?” என்று அத்தார் கேட்டான்.

அவன் தலையைத் திருப்பி 'எந்தக் காணி' என்பதைப்போல நோக்கினான். பிறகு பேச்சி தோட்டத்தின் நடுவே கிடுகுகளால் கூரை வேயப்பட்டிருந்த ஒரு வீட்டைக் காட்டி "வாச்சரிட்ட கேளுங்க" என்று சொல்லிவிட்டு நடந்தான். அத்தாரும் சங்கிலியும் நடந்தார்கள்.

வாச்சருக்கு அறுபது வயதிற்கு மேலிருக்கும். நரைத்த தாடி. மேலே வாரியிழுத்த தலைமயிர். தேகம் வியர்வையில் தோய்ந்திருந்தது. ஒரு துண்டால் கழுத்தைச் சுற்றியிருந்தான். சாரத்தை மடித்துத் தொடை தெரியும்படியாக முடிந்திருந்தான்.

"இங்கை வாச்சரெண்டு…" அத்தார் இழுத்தான்.

"நாந்தான்."

அவனுடைய முகத்தில் ஏதோ ஒரு இணக்கம் தெரிந்திருக்க வேண்டும். அத்தார் புன்னகைத்தான். "அய்யா, அதில இருக்கிற காணி ஆற்றை அய்யா?"

வாச்சர் இடது காதில் செருகியிருந்த பீடியை உருவியவாறு "ஏன் கேக்கிறீங்க…" என்றான்.

அந்தத் தோரணையில் ஒரு மாதிரியாக ஏமாற்றமாகிப் போனது. அதைக் காட்டிக்கொள்ளாமல் "நாங்கள் தனிக்கல்லடிக் காரரர். அங்கால நிலைமை சரியில்லை. வெளிக்கிட்டு வந்து ரெண்டு கிழமையாயிட்டுது. பொம்பிளைப் பிள்ளையளும் குழந்தையளுமா ஒரு கோவிலிலை இருக்கிறம். அதுதான் ஒரு கொட்டிலைப் போடுவமெண்டு நிலம் தேடித் திரியிறம்…" துண்டு துண்டுச் சொற்களாகச் சொல்லி முடித்தான்.

"அதுக்கென்ன… அந்த நிலம் சும்மாதானே கிடக்கு. நீங்க போடுங்க" என்றான் வாச்சர். "அது அரசாங்கக் காணிதான். இப்ப அரசாங்கமெல்லாம் எங்கையிருக்கு. நீங்க தாராளமா போட்டுக்குங்க. பக்கத்திலேயே எட்டேக்கர்ல கிணறு இருக்கு. பொம்புளக கொழந்தைங்கன்னீங்க… கொட்டில் போடுற வரைக்கும் இந்த வீட்ல தங்க வைச்சுக்குங்க. சும்மாதான் கெடக்கு."

அத்தாரும் சங்கிலியும் பூரிப்போடு அந்த வீட்டைப் பார்த்தார்கள். கோப்பிசமிட்டுக் கட்டிய பெரியவீடு. மண்ணால் சுவர் எழுப்பி இளநீல வர்ணப் பெயின்ற் பூசியிருந்தார்கள். நான்கு ஐந்து அறைகளாவது இருக்கிற விஸ்தீரணம். முன்பகுதியில் அரைச் சுவருக்கு மேலே காட்டுத் தடிகளாலான வரிச்சல். உள்ளே மனிதப் புழக்கமின்றி இருட்டாயிருந்தது. ஓலைச் செத்தைகளில் தூசுகள் திரண்டு கயிறுகளைப்போலத் தொங்கின. உட்சுவரில் சாய்ந்து வெளியே முனை நீட்டிக்கொண்டிருந்த இடியன்

துவக்குகளைக் கண்டதும் சங்கிலி பரபரப்பானான். "இங்காலே வேட்டைக்குப் போறாங்களா?" கண்களில் ஒரு வெளிச்சம்.

"வேட்டைக்கின்னு இல்ல. இங்க மரத்தில குரங்கு சுடணும். யானைக நுழைஞ்சா வெடி வைச்சுத் தொரத்தணும்."

"யானைகள் வருமா..." அத்தார் மெலிதாகக் கலவரப்பட்டான். "யானைகள் வருமென்றால் மேட்டுக்காணிப் பக்கமாத்தான் வரும்."

"என்னோட பதினைஞ்சு வருசத்தில நாலோ ஐஞ்சோ தடவைக வந்திருக்கு. வந்திருக்கின்னா கூட்டமாயில்லை. தனியனா வந்திருக்கு. இப்போ எட்டேக்கர்ல தென்னைக வைச்சாப் பிறகு குருத்துத் தின்ன வரலாம்கிறதால இரவில காவல் போட்டிருக்கோம். நான் வேணும்னா மேட்டுக் காணியையும் பாத்துக்கச் சொல்றேன்."

அத்தாரும் சங்கிலியும் எட்டேக்கரிலிருந்த கிணற்றடிக்குத் திரும்பினார்கள். அகலமான கிணறு மேலே பெரிய மரங்கள் இல்லாததால் சருகுகள் இன்றித் தெளிந்த நீரோடிருந்தது. தொடையளவு உயரத்தில் சுற்று வட்டச்சுவர். அத்தார் நீரைக் கோலி இழுத்து உள்ளங்கையில் ஏந்தி அருந்தினான். நாவில் குளிர்மை ஊடுபாவியது.

"கடைகளுக்கு சந்தைக்கெண்டால் தூரமாகத்தான் போகணும். ஆனால் தண்ணிக்கும் சுவாத்தியத்திற்கும் நல்ல இடம்."

"ம்... புறத்தாலேயே காடு..." என்றான் சங்கிலி.

வில்லுக்கத்தியைப் பற்களில் கவ்வியபடி வரிச்சுத் தடிகளை குறுக்கும் நெடுக்குமாகச் செருகி இழைக்கயிற்றினால் முடிச்சிட்டு இழுத்தான் அத்தார். பேச்சி தோட்டத்திலிருந்து வல்லியாளும் லெட்சுமணனும் கிடுகுகளை இழுத்துக்கொண்டு வந்தார்கள். வாச்சர் கிடுகுகளுக்கு காசு ஏதும் வாங்கமாட்டேன் என்று மறுத்து விட்டான்.

"அடப்போங்க தம்பி, இங்கின விழுற ஓலைகள சனங்க யாராச்சும் தேவைன்னா இங்கினயே ஊறப்போட்டு எடுத்துட்டுப் போவாங்க... மத்தும்படி வேலிக்குள்ளதான் நிமித்தி வைப்போம். இங்கேயிருந்து கொப்பரா மட்டும்தான் யாழ்ப்பாணத்துக்கு லோட் போவும். யோசப் அய்யாக்கு அங்க பெரிய எண்ணெய் பக்டரி இருக்கு." அவனுடைய இணக்கமான பேச்சும் மனப்பாங்கும் அத்தாரை வெகுவாகக் கவர்ந்தன. அவனுடைய பிள்ளைகள், மருமக்கள் எல்லோருமே தோட்டத்திற்தான் வேலை செய்தார்கள். "எல்லாமே யோசப் அய்யாவோட தோட்டங்கதான். அவரு யாழ்ப்பாணத்தில இருக்கார். அந்தா அதில நிக்குதே லாறி... அவரோடதுதான்."

லொறியின் மேல்முகப்பில் 'மேரி மாதா' என்று நீலத்தில் எழுதப்பட்டிருந்தது. அதற்குப் புறத்தால் தேங்காய்கள் குவிந்திருந்தன. பத்துப் பன்னிரண்டு பேர் தமக்கு முன்னால் குத்திட்டு நிற்கும் அலவாங்குகளில் அவற்றைக் குத்தி ஒவ்வொரு பொச்சாக உரித்துக் கழற்றினார்கள். தேங்காய்ச் சில்லுகள் வெயிலில் காய்ந்து கொண்டிருந்தன. அவற்றைப் பரவிக்கொண்டிருந்த முக்காடிட்ட பெண்கள் புதிய மனிதனான அத்தாரைக் கண்டபோது வெற்றிலைச் சிவப்பு உதடுகளால் வெட்கப்பட்டுச் சிரித்தார்கள். அந்த வெள்ளந்தியான முகங்களில் வழியும் மலர்ச்சியும் உற்சாகமும் அவனையும் பற்றிக்கொண்டன. "வழியெல்லாம் பாத்தமே தென்னந் தோப்புகள்... அதெல்லாம் யோசப் அய்யாவின்ரையா?" என்று வாச்சரிடம் கேட்டான்.

"ஆமா, இந்தப் பேச்சி தோட்டம், எட்டேக்கர், மஞ்சள் கேற்று, சிவத்த கேற்று எல்லாமே அவரோடதான். அறுவது எழுபது ஏக்கராவது வரும். அவருக்கு அளம்பில்லயும் தோட்டங்க இருக்கு. நாட்டு நிலமை சரியில்லாததால பராமரிப்பு இல்ல. நான் இங்க பதினைஞ்சு வருசமா இருக்கேன். ஒண்ணுரெண்டு வருசம் தொழில் பாத்திட்டுப் போவலாம்னுதான் அட்டன்ல இருந்து வந்தேன். அப்புறமா கலவரம்,

வெட்டு குத்துண்ணு ஆகிப்போச்சு. மலையகத்துக்குப் போகாம நிரந்தரமா இங்கயே தங்கிட்டேன். எம் பையங்க பொண்ணுக எல்லாமே கல்யாணம் பண்ணி பிள்ளைகுட்டின்னு ஆயிட்டாங்க. இங்கேயே வேர் விட்டுப் போச்சு."

வாச்சருடைய உடல்மொழியும் உச்சரிப்பும் அச்சு அசப்பில் சிங்கமலையை நினைவுபடுத்திற்று. அவனைப் பறிகொடுத்த துயரிலிருந்து லெட்சுமணன் இன்னமும் மீளவேயில்லை. இரண்டு நாட்களுக்கு முன் சுவரெழுப்புவதற்காக மண்ணைத் தோண்டிய போது அவனாகவே வந்து மண்வெட்டியை வாங்கிக்கொண்டான். ஒரு கடக மண்ணை அள்ளிச் சென்று கொட்டிவிட்டு வரும் சொற்ப நேரத்தில் பூமியைப் பிறாண்டி வைத்ததுபோல முழங்காலளவு ஆழத்திற்குக் கோதி இறைத்திருந்தான். அத்தார் பயந்துவிட்டான். "கவனம்... விரல் துண்டாகப் போகுது..."

"தலையே துண்டாப்போச்சு" என்றான்.

மேட்டுக்காணியில் ஏறியவுடனேயே கணபதியுடைய குடிசையிருந்தது. அதைத் தாண்டி அத்தாரும் காட்டோரமாகச் சங்கிலியும் தங்களுடைய குடிசைகளைப் போட்டிருந்தார்கள். கணபதி பேச்சி தோட்டத்திலேயே ஒரு வேலையை உறுதி செய்திருந்தான். தேங்காய் பொறுக்குவது, நீர் இறைப்பது, பசளை தாழ்ப்பது என பலதும் பத்துமான வேலைகளுக்கு ஒரு நாளுக்கு முப்பது ரூபா கூலி கிடைத்தது. மேலதிகமாகத் தேங்காய் உரித்தால் ஒரு தேங்காய்க்குப் பத்துச் சதங்கள் கிடைக்குமென்று அவன் அத்தாரிடம் சொன்னபோது இதுநாள்வரை இல்லாத தெளிவான முகமும் நம்பிக்கையான வார்த்தைகளும் அவனிடமிருந்தன.

"கையில கொஞ்சக் காசு புரண்டுச்சுன்னா இந்தக் குடிசையைப் பிரிச்சுப் பெரிசாக்கிடலாம்..." என்றபோது அவன் இனி ஒருபோதும் தனிக்கல்லடிக்குத் திரும்ப மாட்டான் என்று அத்தாருக்குத் தோன்றியது.

மெழுகிய மண்ணின் வாசனை படையாகக் கிளர்ந்து நாசியை நிறைத்தது. பதினொரு ஆண்டுகளுக்கு முன்னால் தனிக்கல்லடியில் வாழத்தொடங்கிய முதல்நாள் இரவின் அதே வாசனை. வெளியே பேரமைதி. அத்தார் சந்திராவின் கழுத்தை அணைத்தான். வெளியில் படுத்திருந்த லெட்சுமணனின் காதுகளில் பட்டுவிடக்கூடாதென்ற அவதானத்தோடு "இண்டைக்கும் முதல்நாள் இரவுதான்" என்று கிசுகிசுத்தான். அவள் பொய்க்கோபத்தோடு நாடியில் இடித்தாள். "கலியாணமாகிப் பத்துவருசம் தாண்டிட்டுது. ஆசையைப் பார்..."

“அதுக்காக முப்பத்தாறு வயசில நான் சாமியாப் போறதா...”

“பேசாமல் படுங்கோ. விடிய நிறைய வேலைகள் கிடக்கு...” அவள் உடலைத் திருப்பிக் கொண்டாள்.

நினைவுகள் வழிய வழிய நெடுநேரமாக விழித்திருந்த அத்தார் கண்ணயர்ந்த போது வெளியே லெட்சுமணன் இடுப்பில் கையூன்றி நட்சத்திரங்களைப் பார்த்தபடி நின்றான். அண்டவெளி ஒரு கறுப்புப் போர்வையைப் போலத் தன்னைப் போர்த்தியிருக்க அதிலொரு குழந்தையைப் போல உறங்குவதான கற்பனை ஒரு நொடியில் கலைந்துவிட்டது. ‘இந்தப் பெரீய வெளியில நான் என்ன செய்யப் போறேன்?’

உச்சிவெயில். ராணி மட்டும் வீட்டிலிருந்தாள். வெள்ளையனும் நாமகளும் இருட்டுக்காட்டுப் பாடசாலைக்குப் போய் விட்டார்கள். அய்யாவும் பேச்சி தோட்டத்தில் வேலையில். அம்மா அவருக்குச் சோறு கொண்டுபோயிருந்தாள். ‘ச்சிக்.. பொழுதே போகுதில்லை’ காலையில் எட்டேக்கர் கிணற்றடியில் தோய்த்து கொடியில் காயப்போட்டிருந்த துணிகளை எடுத்து மடித்து வைக்கலாமென்று ராணி முற்றத்துக்கு வந்தாள். தூரத்தில் மரமுந்திரி அருகே மேட்டுக்காணிக்கான ஒற்றையடிப் பாதையில் மிதிக்கச் சிரமப்பட்டு ஒருத்தி சைக்கிளைத் தள்ளிக்கொண்டு வருவது தெரிந்தது. கூர்ந்து பார்த்தாள். ஒரு கணம்தான். அடையாளம் பிடிபட்டுவிட்டது. “அக்கா…” என்று கத்திக்கொண்டு ஓடினாள். கிட்ட நெருங்கியதும் “மலரக்கா…” என்று கூவியவாறு மலரின் கையைப் பற்றினாள். மலர் வலதுகையால் ஹேன்டிலைப் பிடித்தவாறு ராணியை இடக்கையால் இழுத்தணைத்துக் கொண்டாள். ராணிக்கு ஓடி வந்ததில் மூச்சிளைத்தது.

“என்னடி மெலிஞ்சி போட்டாய்!”

“அக்கா நான் சைக்கிளைத் தள்ளுறன்.”

“உன்னால முடியாது, விடு.”

சைக்கிள் ஹேரியரில் மூன்று அரைச் சாக்கு மூட்டைகள் இறுக்கிக் கட்டப்பட்டிருந்தன. அரிசியாயிருக்க வேண்டும். எடையைச் சமன் செய்யவென்று பார்கம்பியின் இருபுறமும் இரண்டு பைகள்.

பேச்சி தோட்டத்திலிருந்து மத்தியானச் சாப்பாட்டுக்கு வந்தவர்கள் யாரும் திரும்பிப் போகவில்லை. “எப்பிடி பிள்ளை இவ்வளத்தையும் கொண்டு இவ்வளவு தூரம் மிதிச்சு வந்தாய்?” என்றாள் மீனாட்சி.

“காலமை வெளிக்கிட்டன். நெடுங்கேணியில் ஒரு பணிசும் தேத்தண்ணியும். புதுக்குடியிருப்பில் ஒரு பாண், அவ்வளவுதான். எனக்கு சைக்கிள் உழக்கிறது வலு வருப்பம். ஏழு வருஷம் பள்ளிக் கூடத்துக்காக சைக்கிள்ல நெடுங்கேணிக்கு போனதல்லே… வழியில வானரங்களின்ரை தொல்லையில்லை எண்டதால வேளைக்கு வந்திட்டன்.”

“அதாரடி வானரங்கள்?”

“வேற ஆர்? அனுமான்ரை வாரிசுகள்தான். அவன் அப்ப இலங்கையை எரிச்சான். இவங்கள் இப்ப எரிக்கிறாங்கள்.”

சோதிமலர் தனிக்கல்லடியைப் பற்றிச் சொன்னாள். எல்லோரும் ஏக்கத்தோடு அவளுடைய வாயையே பார்த்துக் கொண்டிருந்தார்கள்.

தனிக்கல்லடியில் ஆமி காம்ப் நிரந்தரமாகிவிட்டது. முன்னூறு பேர் வரை இருக்கலாம். ஏழெட்டு டிரக்குகள் ஓடித் திரிகின்றன. ராங்கிகள் பாதைகளைக் கிளறிவிட்டன. குண்டுகுழியுமான தெருக்கள். ஊரில் முக்கால்வாசி வீடுகளில் ஆட்கள் இல்லை. மிச்சத்தில் முப்பத்தெட்டுப் பேர் கிழடுகட்டைகள்தான் இருக்கிறார்கள். ஒரு காணியில் கூட கமம் நடக்கவில்லை. ஆடுமாடுகள் தம்பாட்டில் போய் மேய்ந்துவிட்டு ஓடையிலோ குளத்திலோ தண்ணீர் குடித்துவிட்டு மாலையில் தாமே வந்து அந்தந்த வளவுகளில் அடைந்து கொள்கின்றன. திடீர் திடீரென்று ஆமி வீடு வீடா வந்து செக் பண்ணும். ஏன் நீ மட்டும் ஊரை விட்டுப் போகவில்லை என்று கேட்டார்கள். “அம்மாக்கு நடக்கேலாது. அதனால்தான். இல்லாட்டில் போயிருப்பன் எண்டு சொன்னனான். வேற ஏதும் கதைக்காமல் போயிட்டினம்.”

“ஊரில் எப்படிப் பொழுது போகுது?”

“கைக்கு கிடைச்சதைப் படிச்சுக் கொண்டிருப்பன். மிச்ச நேரத்தில ரேடியோதான். பி.பி.சி. ஒண்டு சொல்லுவான். அதையே கொழும்பும் தூத்துக்குடியும் வேறவேற மாதிரி சொல்வான்.”

நள்ளிரவு வரை பேசிக்கொண்டிருந்தார்கள். விடைபெற்றுச் செல்லும்போது சந்திரா அத்தாரிடம் சொன்னாள். “கெட்டிக்காரி தான். தனிக்கல்லடியில இருக்கேக்க பெரிசா பழகக் கிடைக்கேல்லை. நல்ல பொலிவு வேற... தாய்க்காரியைக் கூட்டிக்கொண்டு இஞ்சாலை வாறதுதான் நல்லது.”

“அவளின்ர குடும்பம் அப்பவே நல்ல வசதிதான். ஆறு ஏழு ஏக்கரில வயலும் நாலைஞ்சு புலவும் இப்பயும் இருக்கு. பரம்பரைக் காணிக்காரக் குடும்பம். தேப்பன் செத்தாப் பிறகு தனியொருத்தியா கமத்தைக் கட்டியிழுத்தவள். பாலய்யாவுக்குப் பிறகு இவையளுக்குத் தான் காணி கூட.. ஆம்பிளையாப் பிறந்திருந்தால் ரக்டர் வாங்கி ஓடியிருப்பாள்” என்றான் அத்தார்.

மலர் காலையில் இருட்டுக்காடுச் சந்திக் கடை வரை ராணியை ஏற்றிக்கொண்டு போனாள். தின்பண்டங்கள் வாங்கினார்கள். வீட்டிற்குத்

திரும்பி மீனாட்சியிடம் ஐநூறு ரூபாய் கொடுத்தாள். "பிள்ளைகளுக்கு உடுப்பு வாங்கிக் குடுங்கோ..."

அடுத்த மாதமும் அதேபோல மூட்டை கட்டிக்கொண்டு வந்தாள். பதினேழு மைல் தூரத்தை சைக்கிளோடிக் கடந்திருக்கின்றாள்.

ஊரில் இரண்டு முறை அவளை ஆமி கேம்ப் செக் போஸ்ட்டுக்குள் கூப்பிட்டார்களாம். தலையாட்டி முன்னே நிறுத்தியிருக்கிறார்கள். இல்லையென்று இடம்வலமாகத் தலையாட்டவும் விட்டுவிட்டார்கள். புலிகள் யாராவது சாப்பாட்டுக்கு வந்தால் தங்களிடம் வந்து சொல்லவேண்டும் என்ற எச்சரிக்கை வேறு. அவளுடைய அம்மா பயந்து போயிருக்கிறளாம்.

இரவு சாப்பாட்டை முடித்துவிட்டு சங்கிலி வீட்டு முற்றத்தில் லாம்பு வெளிச்சத்தில் எல்லோரும் பேசிக் கொண்டிருந்தார்கள். ஊர்க்கதைகள் நீண்டுகொண்டிருந்தன. தூக்கக் கலக்கத்தில் ஒவ்வொருவராக எழுந்து போய்விட்டார்கள். நள்ளிரவுக்குப் பிறகு சந்திராவும் அத்தாரும் லெட்சுமணனும் ராணியும் மட்டுமே அங்கிருந்தார்கள். மலர் ஏதோ நினைத்தவளாக ராணியைத் தட்டித் திருப்பினாள். கழுத்திலிருந்த மெல்லிய சங்கிலியைக் கழற்றி அவளுடைய கழுத்தில் மாட்டிவிட்டாள். இரண்டு சோடி வளையல்களைக் கைமாற்றினாள். "ஆமிக்குப் பக்கத்தில நிக்கறன். பாதுகாப்பில்லைதானே. உன்னட்ட இருக்கட்டும். பிறகு பாக்கலாம்."

"அக்கா, வெறுங்கழுத்து...!"

"வீட்ட வேற இருக்கு."

பேச்சு நாட்டுநடப்புகளைப் பற்றிப் போய்க் கொண்டிருந்தது. சந்திரா சொன்னாள் "பெடியங்கள் காடு கழனிக்கை சண்டையைப் பிடிக்கலாம்தானே. ஊருக்கை வந்து கிரேனைட்டைக் கழட்டி எறிஞ்சிட்டு ஓடுறாங்கள். அதுதான் அவன் ரவுண்ட் அப் பண்ணிச் சனத்தைக் கொல்லுறான்."

"அக்கா, எப்ப பாத்தாலும் அவங்களிலேயே பிழைபிடிக்கிறது உங்களுக்கு வேலையாப் போச்சு..." மலர் புன்னகைத்தாள். "பிழை விடாதவர் யாரக்கா? நானும் பிழை விட்டன். வாழ்க்கையே தலைகீழாப் போட்டுது. அம்மா நாலடி அடிச்சிருந்தாலாவது மனசு ஆறியிருக்கும். ஆனால் அழுது தீர்த்தாள். புலம்பினாள். சாமிக்கு நேர்த்தி வச்சாள். என்னை ஏசக் கூட இல்லை. ஏனக்கா?"

அத்தார் இந்த தர்க்கத்தை வெகுவாக ரசித்தான். சந்திரா அமைதியாயிருந்தாள். ராணி புரியாமல் பார்த்தாள்.

"ஏனென்டால் நான் அவளின்ர சொந்த மகள். உதிரச் சொத்து. ச்சீ போ நாயே என்று என்னைத் தூக்கி எறியவா முடியும்?" சற்றைக்குச் சிந்தனை வயப்பட்டாள். "அவன் நெடுங்கேணியில் ஏழு வருஷம் சைக்கிள்ல கூட வந்து ஒண்டாப் படிச்சவன். அம்மாக்கு நான் செல்லம். எப்பவும் விளையாட்டுத்தான். அந்த வயசில எதுவும் தெரியேல்லை. மயக்கம். அதுவும் விளையாட்டுப் போல முடிஞ்சுது. அவனைத் தொடவிட்டதுதான் பிழை. அவன் அறிஞ்சே என்னை ஏமாத்தினான். அதுக்குத் தாய்க்காரி துணை. என்ர அம்மா இளம் வயசில புருஷன் செத்தாப்பிறகு எங்கயெல்லாம் மேய்ஞ்சாளோ எண்டு அவன்ர தாய் என்னைக் கேக்குது. வந்த கொதியில வெட்டிச் சாய்ச்சிருப்பன். நூலைப் போலதான் சேலையிருக்குமாம். பொட்டச்சி மேய்ச்ச மாடு கட்டுத்துறை சேராதாம். கடைசியாய் சாதியைக் குறை சொன்னாள். பிறகும் அவனை நம்பி இருந்தன். அவசரமாய் வேற கல்யாணம் கட்டிட்டான். நான் என்ன செய்யிற? சாகணுமோ?"

"தனியாக்கள் பிழை விட்டால் அது அவரோடை போகும். உது அப்படியில்லை. ஊரு உலகத்தையே பாதிக்கும்."

"உலகத்துல பிழையே இல்லாமல் எதுவும் நடந்திருக்கோ? நீங்கள் பிழை விடுறதில்லையே? மனசாலயும்?"

சந்திரா விக்கித்துப் போனாள்.

"குறை சொல்லவும் தகுதி வேணும். எனக்கெல்லாம் அது இல்லை. மன்னிச்சு விடுங்கோக்கா."

சந்திரா அடிபட்ட பாம்பாய்ச் சீறினாள் "என்ன நக்கல் பண்ணுறாய்?"

"இல்லயக்கா. தெரிஞ்சதைச் சொன்னனான். ஏனிப்ப சினக்குறியள்! சரி. இனி உறுதியாய் சொல்றன். நானும் நீங்களும் குறையுள்ளவங்கள். எங்கடை உறவுக்காரரும் ஊர்க்காரரும் அப்படித்தான். உயிரப் பணயம் வச்சு ஒளிஞ்சு திரிஞ்சு போராடுற ஆயிரக்கணக்கான பேர் இருக்கிற ஒரு இயக்கத்தில தலைமையும் தப்பு செய்யும், கீழ்மட்டத்திலயும் தப்பு நடக்கும். சரி, அந்த நூறு தப்புகளையும் நான் ஒத்துக்கொள்ளுறன். ஆனால் அதுக்குப் பிறகும் இயக்கத்தை ஆதரிக்கிறதுக்கு என்னட்டை நூறு காரணங்கள் மிச்சமிருக்கு. இந்த இயக்கம் ஒரு ஈவிரக்கமில்லாத இயக்கமாயே இருக்கட்டும். ஆனால் அந்த இயக்கத்துக்குப் பின்னால இவ்வளவு சனமும் ஏன் நிக்குதெண்டும் அப்பிடி நிக்க வைச்சதுக்கு ஆர் காரணமெண்டும் யோசியுங்க..."

“எண்டால் கதைச்சுக் கொண்டிருக்கக் கூடாது. போய் இயக்கத்தில சேரணும்.”

மலர் மென்மையாகச் சிரித்தாள். “ஓம். சேந்திருப்பன். அம்மா ஏலாதவளாப் போட்டாள். அவளுக்குத் துணையாய் தாத்தி உயிரோட இருந்திருந்தாகூட நான் போயிருப்பன்.”

யாரோ கதவைத் தட்டுகிறார்கள். கனவை ஊடறுக்கிற ஒலி. இரண்டாவது தட்டலில் சத்தம் பலமாகக் கேட்டது. மலருக்கு விழிப்பு வந்துவிட்டது. நள்ளிரவு தாண்டியிருக்கும். கடிகார ரேடிய முள் ஒன்றே கால் என்றது. கட்டிலில் படுத்திருந்த அம்மா "யாரு?" என்று உரக்கக் கேட்டாள். "நான்தான் அம்மா" என்றதொரு பெண்குரல். மலர் கதவைத் திறந்தாள். "பாம்பு கடிச்சிட்டுது" என்று பதறிக்கொண்டு சொன்னாள் வள்ளியம்மாக் கிழவி. மலர் ஓடிப்போய் ரோர்ச் லைட்டை எடுத்து வந்து வள்ளியம்மையின் கணுக்காலில் சேலையைத் தூக்கிப் பார்த்தாள்.

"தவிட்டை மரத்தடியில வந்து தூக்கக் கலக்கத்தில ஒண்டுக்கு இருந்தனான். கொத்திட்டு சரசரண்டு போயிட்டுது. விரியனோ என்னவோ. இருட்டுல இனம் தெரியல. நீளந்தான். அவர எழுப்பி என்ன செய்யிறதெண்டுதான் உன்னைத் தேடி ஓடி வந்தனான்." குதிகாலுக்கு மேல் மொளிக்கு அருகே இரண்டு ரத்தப் பொட்டுகள் இருந்தன.

அம்மா ஊன்றுகோலை ஊன்றியபடி வாசலுக்கு வந்து விட்டாள். "அம்மா மிளகை எடுங்கோ" என்று சொல்லிக் கொண்டே ஓடிப் போய் வில்லுக் கத்தியையும் கயிறையும் எடுத்து வந்தாள் மலர். வள்ளியம்மாவின் குதிக்காலில் இறுக்கிக் கட்டினாள். எதற்கும் இருக்கட்டுமென்று மீதிக்கயிறை அறுத்து சற்றே மேலே கட்டினாள். கத்தியை விரித்து கடிவாயில் கீறினாள். அழுத்தி உருவ உருவ கட்டுக்கு கீழிருந்த விஷமேறிய இரத்தம் வெளியேறியது.

வள்ளியம்மாக் கிழவிக்கு எழுபதுக்கு மேலிருக்கும். தேகம் வற்றிக் கறுத்துக் கருவாடு போலிருந்தாள்.

அம்மா மிளகு டப்பாவை எடுத்து வந்தாள். மலர் திறந்து பத்திருபது மிளகுகளைக் கொட்டினாள். "இதை நல்லா மென்னு முழுங்குங்கோ." "பல்லில்லை." உள்ளே ஓடிப்போய் வெற்றிலையிடிக்கும் உரலை எடுத்து வந்து நுணுக்கினாள்.

"அம்மா, நான் இவவை நெடுங்கேணி ஆஸ்பத்திரிக்கு சைக்கிள்ல கொண்டுபோறன். ஐம்பது நிமிஷந்தான் வேகமா மிதிச்சா. உசுரைக் காப்பாத்திப் போடலாம். நீங்கள் இருங்கோ. ஊரைக் கூட்டவேண்டாம்."

“இந்நேரத்தில நீ என்னெண்டு பிள்ள... அந்தக் கற்பகம் வீட்டுக் கிழவன் சைக்கிள் ஓடுற ஆளல்லே...”

“அவரால முடியாதம்மா” என்றவாறே வள்ளியம்மாவின் வாயைத் திறக்கச் சொல்லி மிளகுப்பொடியை அப்படியே கொட்டினாள்.

உள்ளே ஓடும்போதே முழுச்சட்டையை உரிந்து எறிந்தாள். உள்ளாடைகளையெடுத்து அணிந்து கொண்டாள். பாவாடையைக் கட்டிவிட்டு முழுக்கைச் சட்டையை எடுத்து மாட்டிக்கொண்டே வெளியே ஓடினாள். மாட்டுக் கொட்டிலிலிருந்து சைக்கிளை எடுத்து வந்து ஸ்டாண்ட் போட்டாள். கிழவியை ஹேரியரில் இரண்டு பக்கமும் காலைப் போட்டவாறு ஏற்றி சீற்றின் கீழ் ஸ்பிரிங் கம்பியை இரண்டு கையாலும் பிடித்துக் கொள்ளச் செய்தாள்.

“வாறனம்மா” என்றவாறே சைக்கிளை உருட்டி மிதித்து ஏறினாள்.

“பாத்து, பத்திரம்...” என்று அம்மா சொல்லிக் கொண்டிருந்தபோதே முற்றத்தைக் கடந்திருந்தாள்.

பாதி நிலாவின் வெளிச்சத்தில் பாதை நன்றாகத் தெரிந்தது. ‘நாப்பது நிமிசத்தில போயிடலாம்...’ வேகவேகமாக மிதித்தாள்.

“ஆத்தை, நித்திரை கொள்ளக் கூடாது. கதைச்சுக்கொண்டு வாங்கோ. ராத்திரி என்ன சாப்பிட்டியள்?”

“மரவள்ளிக் கிழங்கு அவிச்சித் திண்டம். ஊறுகாய்தான். உறைப்பாக் குழம்பு வச்சுத் தரேல்லயெண்டு அவர் சினந்தவர்.”

“பேத்திமாரெல்லாம் சுகமே?”

கிழவி பெருமூச்சோடு கதையைத் தொடங்கினாள்.

இன்றைக்கென்று சோதனையாய் இராக் காற்று பலமாய் வீசுகிறது. மலர் உன்னி உன்னி மிதித்தாள்.

இந்தக் கிழவியோடு மலருக்கு அவ்வளவு நெருக்கமான பழக்கமில்லை. மலரின் காணிகளில் முன்பு அவ்வப்போது கூலி வேலைக்கு வருவாள். வேலைகளில் கெட்டிக்காரி. கரிச்சான் மாதிரி. விறுவிறென்று செய்வாள். கதிரறுத்தாலும் களையெடுத்தாலும் அவளுடைய நிரை முன்னேதான் போகும். அம்மாவிடம் வந்து அடிக்கடி முன்பணம் கேட்டு நிற்பாள். இப்போது ஐந்தாறு வருஷமாய் வேலைக்கு வருவதில்லை. வயதாகிவிட்டது. முன்னேயும் அவளால் கனத்த வேலைகள் செய்ய

முடிந்ததில்லை. கட்டுத் தூக்க முடியாது. ஆனால் களத்தில் நன்றாகப் பொலி தூற்றுவாள். சுளகில் அள்ளி காற்று வாட்டத்தில் வாகாய்ச் சுழற்றி வீசிவிடுவாள், பதர்கள் பறந்துபோக மணிகள் பொலியில் மேடாய்க் குமியும்.

மலர் வாகையடிப் பாலத்தைக் கடந்தாள். 'நாலு மைல் முடிஞ்சுது.'

எல்லாரும் தூக்குவாளிக்கு மாறிய பின்னும் வள்ளியம்மா கடைசிவரை மாறவில்லை. கலயத்தில்தான் கஞ்சி கொண்டு வருவாள். வெங்காயம் மிளகாய் வெட்டிப்போட்ட நீர்மோர் அல்லது புளிச்ச தண்ணியில் கம்பு, குரக்கன் உருண்டைகள் நாரத்தைக்காய் மாதிரி மிதக்கும். கலயத்தின் வெளிப்புறம் கொள்ளுத் துவையல் ஒட்டியிருக்கும். வெயிலில் கறுத்து கலயத்தில் தவளை நிற்பது போலிருக்கும். மலர் காணிக்கு சாப்பாடு எடுத்துப் போவதில்லை. வெயிலேறிவிட்டால் வீட்டுக்கு வந்துவிடுவாள். காலை எட்டரைக்கெல்லாம் மரத்தடியில் இருந்து எல்லாரும் சாப்பிடும் போது ஆளாளுக்கு ஒரு கை வாங்கித் தின்பாள். கரைத்த கஞ்சியென்றால் இருகை குவித்து வாங்கிக் கொள்வாள். காணிக்காரி என்பதாலா? இல்லை, அது ஒரு செல்லம். கஞ்சிதான் அவளுக்கு இஷ்டம். சில கூலித்தொழிலாளர்கள் அடுத்த மரத்தடியில் தனியே இருந்து சாப்பிடுவார்கள். "இஞ்ச வந்திருந்து சாப்பிடுங்க" என்று அழைத்தால் தயங்குவார்கள். மலர் அவர்களிடமும் வாங்கிச் சாப்பிடுவாள். ஒருநாள் அழகம்மா அக்கா அதற்காக அவளைத் தனியே கூப்பிட்டுக் கண்டித்தாள். மலர் சிரிப்பால் கடந்தாள். "போங்க... நீங்கள் எந்தக் காலத்திலயிருக்கிறீங்கள்?"

"ஊர் பல்லுக்குமேல நாக்கப்போட்டுக் கதைக்கும்..."

"அக்கா, நான் நிறையப் படிச்சிட்டன்."

அழகம்மா அக்காதான் மலர் வீட்டுக்கு நிரந்தர மேலாள். ஆள்களைத் திரட்டிக்கொண்டு போவது, வேலை வாங்குவது எல்லாம் அவள்தான். கணக்குவழக்குக்கு மட்டும்தான் அம்மா. வள்ளியம்மாக் கிழவியின் கொள்ளுத் துவையல் பயங்கர உறைப்பாகவிருக்கும். செத்தல் மிளகாயைக் கூடுதலாய்ப் போட்டு அரைத்திருப்பாள். நாக்கில் சுள் என்று பிடிக்கும். ஏன் என்று கேட்டால் அப்பதான் கஞ்சி இழுக்கும் என்பாள். முன்பொருமுறை இலுப்பைக் காணியில் எள்ளுச்செடி பிடுங்கிக் கொண்டிருந்தார்கள். ஓடையில் ஒதுங்கிய இந்தக் கிழவி அவசரமாய் வந்து ஒரு எள்ளுமாருக் கட்டைத் தூக்கிப் போய் நுழைவாயை அடைத்து விட்டுக் கத்தினாள். "நரி... நரி..." எல்லாரும் ஓடிப்போய்ப் பார்த்தார்கள். நரியின் பொந்து அடைபட்டிருந்தது. தடி பொல்லுகளைத் தூக்கிக்கொண்டு தயாரானார்கள். "நரி உங்கள என்ன

செஞ்சது. பாவம் அது போகட்டும்'' என்று மலர் கட்டைத் தூக்கிக் கலைத்து விட்டாள். வெளியே பாய்ந்த நரி விரண்டு தெறித்து ஓடியது. அடுத்து ஒரு நரி. பின்னால் ஓடியதுதான் பெண்ணாய் இருக்கும் என்று மலர் நினைத்தாள்.

''காதலைக் குலைக்க வெளிக்கிட்டினயோ!'' என்றாள் ஒரு குமரி.

''அதுகள் கலியாணம் முடிச்ச குடும்பமடி'' என்றாள் ஒருத்தி.

''அது இனிமேதான். நரிக்கும் நரிக்கும் கலியாணமாம். இண்டைக்கு மழை வருமாம்.''

ஜோதிமலர். அது சோதிமலர் என்றாகிவிட்டது. வெள்ளையக்கா என்ற பட்டப்பேர் எப்போது வந்து ஒட்டிக்கொண்டது என்றே தெரியவில்லை. சின்னப்பிள்ளைகள் கூப்பிட்டு அப்படியே நிலைத்துவிட்டதுபோல. மலர் என்ற பேர்தான் அவளுக்கு வெகு பிடித்தம். முருகேஸ்வரி டீச்சர் ''உனக்குத்தானடி பொருத்தமாய்ப் பெயர் வைச்சிட்டாங்கள்'' என்று சொல்வாள். அவன் ஒருநாளும் இப்படியெல்லாம் சொன்னதில்லை. மலருக்கு நிறம் அழகா மணம் அழகா? அவளுக்கு உடல் அழகா உள்ளம் அழகா? மலர் என்றாலே அழகுதான். எல்லா மலர்களுமே அழகுதான். அவளுக்கு வெங்காயப் பூவைக் கூடப் பிடிக்கும். கொத்துமல்லிப் பூப்போல. மயில் கொண்டை போல. கிள்ளி எடுக்க மாட்டாள். இளமை பூரிக்கும் அதன் நீள்தண்டோடு சேர்த்துக் கையில் வைத்திருப்பதுதான் பிடிக்கும். இந்த உலகமே அழகுதான். எல்லாச் செடிகளும் கொடிகளும் மயில்களும் மான்களும் நீரோடைகளும் குளங்களும்... அழகை ரசிக்காமல் யாரும் இருப்பார்களா? இருக்கிறார்கள். சிறுமிகளையும் கிழவிகளையும் தவிர பெண்கள் யாருக்கும் மலரைப் பிடிக்கவில்லை. அவளைக் கண்டதும் அவர்கள் கண்கள் துளிமின்னலில் மாறிவிடும். ஒரு தினையளவு எரிச்சல்... நிராசை... பதற்றம்... பரிதவிப்பு... ஏக்கம். ஒருநாள் பொட்டு வைத்துக்கொண்டிருக்கும் போதுதான் மலர் சட்டென்று உணர்ந்தாள். ஒருவேளை அழகாக இல்லாமல் இருந்திருந்தால் அவனுடைய தாய்க்காரி மருமகளாக ஏற்றுக்கொண்டிருப்பாளோ... அது மிகையான கற்பனையாகவும் தோன்றிற்று. எத்தனையோ காரணங்கள் இருக்கலாம்; ஆனால் அதுதான் ஆதாரமான காரணம் என்று நம்பினாள். மனதின் சுவரில் கரும்புகை போலப் படிந்திருக்கும் அது என்னவென்று அவன் தாய்க்கே சொல்லத் தெரியாது; புரிந்துகொள்ளக் கூட முடியாமலும் போகலாம். 'மனசின் சேட்டைகள்!'

நாரைமடு ஆலமரம் தெரிந்தது. 'ஐஞ்சரை மைல் தாண்டியாச்சு.' வேர்த்துக் கொட்டியது. வேகத்தைக் குறைக்காமல் மிதித்தாள். மரநிழல் பாதையை இருளாய்க் கவ்வியிருந்தது. விழுதுகள் கூடத் தெரியவில்லை.

இருட்டில் கண் பழகுவதற்காக பெடலை மிதிக்காமல் வேகத்தைக் குறைத்து மெதுவாகப் போனாள். கடந்தாள். 'இன்னும் ஒண்டரை மைல்தான்.'

பனையடிப் புங்கமரத்தைத் தாண்டினாள். நெடுங்கேணி ஆஸ்பத்திரி இன்னும் ஒரு மைல்தான்.

எப்படி உலாஞ்சியதென்று தெரியவில்லை, சைக்கிள் வலப்பக்கம் சாய்ந்தது. வலக்காலை ஊன்றமுயன்றும் முடியாமல் சரிந்துவிட்டது. கிழவியோடு கீழே விழுந்தாள். காலை உருவி எடுத்துவிட்டு கிழவியைப் பார்த்தபோதுதான் அந்தச் சந்தேகம் எழுந்தது. மூக்கில் விரல் வைத்துப் பார்த்தாள். மூச்சில்லை. நாடி பிடித்துப் பார்த்தாள். துடிப்பில்லை. 'ஐயோ! கிழவி போட்டுதா!'

இவ்வளவு பாடுபட்டும் அநியாயமாய் ஒரு உயிரைச் சாகக் கொடுத்தாகிவிட்டது. எப்போது செத்திருப்பாள்? ஆரம்பத்தில் பேசிக்கொண்டுதான் வந்தாள். காற்றில் சரியாய்க் கேட்கவில்லை. மலரின் முதுகோடு சாய்ந்துதான் வந்தவள். அப்புறம் அனக்கமில்லை. 'ஏலுதில்லை போல' என்று மலர் நினைத்துவிட்டாள். சைக்கிள் மிதிப்பதையே மறக்க வேறுவேறு நினைவுகளில் மூழ்கியபடியே வந்துவிட்டாள். வாகையடிப் பாலத்துக்கு முன்பே செத்திருக்குமோ? இருக்கலாம். அதுக்குள் விஷம் ஏறிவிட்டதா? கட்டு விரியனோ!

மலர் இதற்குமுன் பிணத்தை இவ்வளவு கிட்டத்தில் பார்த்ததில்லை. சா வீடுகளுக்குப் போனாலும் ஒதுங்கியே இருப்பாள். மூன்றாவது படிக்கையில் அய்யா இறந்தபோது பிள்ளைகளோடு விளையாடிக் கொண்டிருந்தாள். பத்தாவது படிக்கையில் தாத்தியின் சாவீட்டில் கூட உள்ளே போகாமல் கொட்டிலிலும் கிணற்றடியிலும்தான் சிநேகிதிகளோடு பேசிக்கொண்டிருந்தாள். விதிதான்! இப்படி அர்த்தராத்திரியில் இவ்வளவு தூரத்தில் கிழவியோடு அநாதரவாய் சிக்கவைத்துவிட்டது.

சைக்கிளிலிருந்து விலகிப் பாதையோரம் வந்தாள். அவளுக்குப் பேய் பயமெல்லாம் ஒன்றுமில்லை. மசங்கிய பிறகுகூட காணியிலிருந்து வருவாள். 'ம்... இப்ப என்ன செய்யிறது...' கிழவியைப் பாதையோரம் கிடத்திவிட்டு நெடுங்கேணிக்குப் போய் ரக்டரோ வண்டிலோ பிடித்துக்கொண்டு வரலாம். அங்கே ரக்டர்காரர்கள் யாரையும் அவளுக்குத் தெரியாது. தேத்தண்ணிக்கடை சின்னமணி யக்கா வீடு தெரியும். போய் எழுப்பலாம். யாரையாவது பிடித்து ஏற்பாடு பண்ணுவாள். அவர்களும் இந்நேரத்துக்கு வரமாட்டார்கள். காலையில்தான் வருவார்கள். அதிலும் தனிக்கல்லடி என்றால் மிரள்வார்கள். ஆமி

காம்ப் அடித்திருக்கிற ஊர். பயம். காசு கொடுத்தாலும் எதுக்கு வம்பு என்கிற தயக்கம். கிழவியை விட்டுவிட்டுத் தனியே இப்போது நெடுங்கேணி போய்விட்டால் அது சரியா? நியாயமா? நாய் நரி ஏதாவது கடித்துவிட்டால்? விடியும் வரை இப்படியே காத்திருக்க வேண்டியதுதான். பிறகு ஆட்கள் வரத் தொடங்குவார்கள். ஆளும் பேருமென்றால் உதவியாய் இருக்கும். ஏன் இப்போதே யாராவது தற்செயலாய் வர நேர்ந்தால்... ஆமி இரவில் வெளியே வாறது குறைவுதான். இப்ப கொஞ்சநாளா பெடியங்களிட்டை முறையா அடி வாங்கிறாங்கள். ஒருவேளை பெடியங்கள் வருவாங்களோ... வந்தால் நல்லது... எப்பிடியாவது சைக்கிளில் கட்டி ஊர் எல்லைக்குக் கொண்டுபோய் விடுவார்கள்... இயலுமா அது? புலிப்பெட்டையள் இரவிரவாய் ஆமிக் காம்ப்பையே அடிக்கிறாளவை. ரெண்டு வருசத்துக்கு முதல் யாழ்ப்பாணத்தில இந்தியன் ஆமி பரசூட்டில இறங்க இறங்க கீழ நிண்டு குருவி சுடுற மாதிரியாம் சுட்டாளவை. ஒருத்தரும் உயிரோடை இறங்கேல்லயாம். அவளவைக்கு இதெல்லாம் ஒரு விஷயமா?' பெண் புலிகளைப் பற்றி நினைத்தவுடன் தன்னுடைய இந்த இக்கட்டு ஒரு பொருட்டேயில்லை என்று தோன்றிவிட்டது. ஒருவேளை தானும் ஒரு புலிப்பெட்டையாயிருந்து அப்போது இப்படியொரு பிரச்சினை வந்திருந்தால்...

சரி, இதைச் சமாளிக்கலாம் என்ற தெம்பு வந்துவிட்டது. நிதானமடைந்தவுடன் சலம் முட்டுவதை உணர்ந்தாள். பாதை விளிம்புக்குப் போனாள். சரிவில் ஒரு ஆவரஞ்செடி மஞ்சள் மொட்டுகளோடு இருந்தது. சிள்வண்டுகளின் இரைச்சல் காதில் விழவில்லை. நிலவொளியில் மஞ்சள் மொட்டுகள் மின்னின. எழவும் மீண்டும் சிள்வண்டுகளின் இரைச்சல் காதில் கேட்டது.

மெதுவாகக் கிழவியின் அருகே வந்து பார்த்தாள். ஊதா கண்டாங்கிச் சேலை விலகிக் கிடந்தது. ஒருக்களித்துக் கிடந்தாள். கயிறு சுற்றிய பெரிய சைக்கிள் ஹேரியர். யோசனை ஒன்று மின்னலாய் வெட்டியது. சட்டென உற்சாகமடைந்தாள்.

நின்ற நிலையிலேயே அண்ணாந்து வானத்தைப் பார்த்தாள். மேகங்கள் நிலவை விட்டு வெகுதூரத்தில் திரிந்தன. மிளகாய்க் காணியில் இரவில் மலரும் பூக்களாய் வெள்ளிகள் பூத்திருந்தன. பெரிதாய் பிரகாசமாய் ஒன்று மினுங்கியது. ஆதிரை. வளர்பிறை நிலா. பத்தாம் நாளோ! சுற்றிலும் ஒளிவட்டம். நிலாவுக்குள் கிழவி. வடை சுடுவதற்காக இந்தக் கிழவி இந்நேரம் அங்கே போய்ச் சேர்ந்திருப்பாளா?

மீண்டும் கிழவியைப் பார்த்தாள். இனி தாமதம் கூடாது. கிழவியின் சேலை முந்தானையைத் தூக்கிக் கிழித்துப் பார்த்தாள். முடியவில்லை.

ஓரத்தில் பல்லால் கடித்துக் கிழித்தெடுத்தாள். அதையும் நாலு நீளத்துண்டுகளாகக் கிழித்தாள். மிகக் கவனமாக சைக்கிளோடு சேர்த்தே கிழவியைத் தூக்கினாள். ஸ்டாண்ட் போட்டாள். கிழவியை முன்னே கவிழ்த்தாள். வயிறு சீட்டோடு அழுந்த உடல் முன்னே சாய்ந்தவாறு அப்படியே இருந்தது, மடங்கவில்லை. ‘சரி வராது.’

சைக்கிளோடு கிழவியை விட்டுவிட்டு விலகி நின்று பார்த்தாள். கிழவி சாயவில்லை. ஒரு பெரிய கல்லைத் தேடி எடுத்துத் திரும்பிப் பார்த்தாள். கிழவி சைக்கிளில் சமர்த்தாய் உட்கார்ந்திருந்தாள். போய் கிழவியை நிமிர்த்திப் பிடித்தவாறு சைக்கிள் சீட்டின் முனையில் கல்லால் ஓங்கியடித்தாள். இடவலமாய் அடித்தாள். ஏழெட்டு அடிக்கே ஆட்டம் கண்டது. மேலும் நாலு போட்டாள். ‘இனி கழண்டு விடும்’.

சீட்டைப் பிடுங்கிக் கீழே போட்டாள். கிழவியைக் குப்புறச் சரித்தாள். பார் கம்பியோடு உடல் தணிவாய்ப் படிந்தது. இதில் எப்போதும் நீளக்கயிறு சுற்றியிருக்கும். மூடை, கூடை, கட்டுகளைக் கட்டி எடுத்துப் போகவர. ஹேரியர், பார் முக்கோணம், கிழவி எல்லாவற்றையும் சேர்த்து ஒன்றோடொன்றை இறுக்கிக் கட்டினாள். அதற்கே முழுக் கயிறும் சரியாய்ப் போயிற்று. எதிர்பார்த்ததுதான். இரண்டு சேலைக் கிழிசலை எடுத்து முடிச்சிட்டுவிட்டு, கீழ் தாங்கு கம்பியோடு பாதங்களைப் பின்னவைத்துக் கட்டினாள். மீதி சேலைத் துண்டுகளால் கைகளை முதுகில் வைத்துக் கட்டிப் பிறகு பார் கம்பியோடு முடிச்சிட்டாள். ‘அவ்வளவுதான். வேலை முடிஞ்சுது. இனி எல்லாம் சுளு.’

ஸ்ரான்டைத் தட்டிவிட்டாள். சைக்கிளைத் திருப்பினாள். ஹேண்டில்பாரைப் பிடித்துக்கொண்டு சைக்கிளைத் தள்ளினாள். ஊரை நோக்கி நடந்தாள். ‘பெட்டையள் ஆமி ராங்கியைக் கவிழ்த்துப்போட்டு ஏறி நிக்கிறாளவை. இது வெறும் சைக்கிள்.’

பனையடிப் புங்கமரத்தைத் தாண்டினாள். தாகம் விடாய்த்தது. நாரைமடுவில் போய் இறங்கிக் குடிக்கலாம்.

ஆலமர இருளுக்குள் நுழைந்ததும் ‘கர்... கர்... கொற கொற...’ என்ற கொடூரமான பெருங்குழறல். மயிர்க்கால்கள் குத்திட்டு விட்டன. ‘பிரேதத்தைக் கண்டு ஆந்தை அலறும் என்பது உண்மையோ! பெண்புலிக்கு ஆந்தையாவது மரநாயாவது... எதுவென்றாலும் என்ன’ என்று தோன்றியதும் நின்றாள். ‘இதை விடக்கூடாது.’ சைக்கிளை நிறுத்தினாள். ஒரு கல்லைத் தேடி எடுத்து குரல் எழுந்த திசையில் உத்தேசமாய் ஓங்கி எறிந்தாள். சடசடவென இலைகளைக் கிழித்துக்கொண்டு போனது கல். அமைதி. வேறுவேறு பறவைச் சிணுங்கல்கள் கேட்டன. இறக்கையடித்துக் கொண்டு ஆந்தையொன்று

பறந்து போனது. தண்ணீர் குடிக்கலாமென்று கரையேறி மடுவைப் பார்த்தாள். நீர் வற்றிக் கிடங்குகளில்தான் கிடந்தது. 'கலங்கலாய் இருக்கும். சேறு வேறு. வாகையடியில் குடிக்கலாம்.'

திரும்பி வந்து சைக்கிளைத் தள்ளிக்கொண்டு நடந்தாள். வலது கையால் மட்டும் ஹேண்டில்பாரைத் தள்ளியவாறு இடதுகை வீசி நடந்தாள். 'பிணம் கனக்கும் என்பார்கள். இது ஒண்டும் கனக்கேல்ல.'

இன்னும் ஒன்றரை மணி நேரம் நடக்கவேண்டும். 'விளையாட்டுகளைப் பற்றி யோசித்துக்கொண்டே போகலாமா அல்லது கமத்தைப் பற்றி? ம்ம்... பாட்டுதான் சரி.' மலர் என்று ஆரம்பிக்கும் பாட்டுகள் பல நினைவில் நின்றன. வானொலியின் சேவை. "மலருக்குத் தென்றல் பகையானால்..." பாடிக்கொண்டே நடந்தாள்.

தூரத்தில் வாகைமரம் தெரிந்தவுடன் தாகம் தோன்றி நாவறண்டது. பாட்டு நின்றுபோனது. பாலத்தின் ஓரத்தில் சைக்கிளை நிறுத்தினாள். சரிவில் இறங்கித் தாழம்புதரைத் தாண்டி ஓடைக்குள் போனாள். நீர் ஓரமாய் சலசலத்தோடியது. ஒரு பாறையில் குந்தி உள்ளக்கையில் நீரை அள்ளினாள். தெளிந்த தண்ணீர். சில்லென்றிருந்தது. நான்காவது கை குடிக்கும்போது பின்னிருந்து ஒரு குரல் "ராசாத்தி... எனக்கும் தண்ணி..." தண்டுவடம் சில்லிட்டது. அனிச்சையாய்த் திரும்ப உடல் எத்தனிக்கையில் மனதால் கட்டுப் படுத்தினாள். ஐந்தாவது கை நீரை அள்ளி மெதுவாக அருந்தினாள். மனப் பிராந்தி. 'மனசின் சேட்டைகளுக்கு அளவேயில்லையா! குழந்தைப் பிள்ளை அழ ஆசைப்படுவதுபோல மனசு பயப்பட ஆசைப்படுகிறது. எதைக் கண்டாலும் பயம். சாமிக்குப் பயம். நாய்க்குப் பயம். பேய்க்கும் பயம்.'

எழுந்து திரும்பிப் பார்த்தாள். கிழவி சைக்கிளில் காத்திருப்பது தெரிந்தது. 'பகடிக் கதையாலதான் இந்த வெருளியைக் கடக்க வேணும். அந்தக் காலத்தில் இரும்பைக் கண்டே நடுங்கிய பேய் இப்ப துவக்கைக் கண்டால் அலறி ஓடும். எண்டாலும் பேய்க்குக் கண்ணிவெடி வைக்கேலாது. மிதிச்சால்தானே வெடிக்க! பாவம், முன்னயே காலில்லாத சீவன்.'

ஒன்பதாம் வகுப்பில் வனிதா சொன்னாள் "எடி, நான் பேயக் கண்டனான்.'

"எங்கை?"

"கனாவில..."

"எப்படியிருந்துச்சு?"

“வெள்ளையாப் புகைபோல மிதந்து...”

“எடி அது பேய் இல்லையடி. சினிமா ஹீரோயின். வெள்ளை உடுப்பில ஸ்லோமோஷனில வவுனியாத் தியேட்டரில் கண்டிட்டு கனவெண்டு பொய் சொல்லுறாய்.”

பிள்ளைகள் சிரித்துவிட்டார்கள்.

சைக்கிளைத் தள்ளிக்கொண்டு நடந்தாள். மீண்டும் பாட்டு. “மலரே என்னிடம் நெருங்காதே. நீ நினைக்கும் மனிதன் நானில்லை.”

மலர் ஊரை நெருங்கியபோது தலைக்கோழி கூவியது. தொடர்ச்சியாய்க் கூவல்கள்.

கோழிகளுக்குக் குறைவில்லை. நாய்கள் ஒன்றுகூட இல்லை. ஆட்களோடு போய்விட்டன. ஆடுமாடுகள்தான் காட்டு விலங்குகள் போல கேட்பாரின்றித் தம் விருப்பத்திற்கு மேய்ந்து திரிந்துவிட்டு வந்து வீட்டில் அடைந்து கொள்கின்றன. ஆள்களில் கிழவிகள் இருபத்துமூன்று பேர். கிழவர்கள் பதினான்கு பேர். மலர் மட்டும்தான் குமரி. இருபத்தாறு வயசுக்காரியைக் குமரி எனலாமோ?

ஊருக்குள் நுழைந்தாள். வடக்குத் தெருவில் திரும்பி கிழவியின் வீட்டை நெருங்கினாள். விறாந்தையிலிருந்து ஏழெட்டுப் பேர் சைக்கிளைப் பார்த்ததும் பரபரப்பாய் வந்தார்கள். “நெடுங்கேணிக்குக் கிட்டப் போயிட்டேன். அதுக்குள்ள முடிஞ்சுது” என்று சொல்லிவிட்டு சைக்கிளை நிறுத்தினாள்.

விறுவிறுவென்று பக்கத்து வீட்டுக்குப் போய் கதவைத் தட்டினாள். தண்ணீர் வாங்கிக் குடித்துவிட்டு அப்படியே விறாந்தையில் படுத்துவிட்டாள். கரைசலான குரலொலிகள். சற்று நேரத்தில் பெண்களின் ஒப்பாரிக்குரல் எங்கோ தொலைவில் கேட்பதான உணர்வோடு அப்படியே தூக்கத்தில் ஆழ்ந்தாள்.

“எழும்பம்மா. விடிஞ்சு போட்டுது. பக்கத்தில ஆக்கள் கூடி நிக்கினம். எழும்பி வீட்ட போய்ப் படு.”

விழித்தபோது முதலில் எதுவும் புரியவில்லை. முழித்தாள். ஓலைப்பாயில் கிடந்தாள். இது எந்த இடம்? கண்கள் எரிந்தன. சிந்தைதெளிந்து நினைவுகள் நிரல்பட்டன. தரையில் படுத்திருந்தவளை வீட்டுக்காரி பாயை விரித்துக் கிடத்தியிருக்கிறாள். மலர் எழுந்து பின்பக்கம் போனாள். செடி மறைவில் ஒன்றுக்கிருந்துவிட்டு நீரள்ளி முகம் அலம்பிவிட்டு வந்தாள். அந்த வீட்டுக் கிழவி கொடுத்த

தேத்தண்ணியைக் குடித்துக்கொண்டே விறாந்தையில் நின்றாள். சாவீட்டு முற்றத்தில் ஆண்குரல்கள். கிழவர்கள் உட்கார்ந்து பேசிக் கொண்டிருந்தார்கள்.

"…அதான் சொல்லுறன். வேற வழியில்லை. குழியத் தோண்டிட்டு அப்படியே போட்டு அமுக்க வேண்டியதுதான்."

"உம் பொண்டாட்டியயும் மாமிக்கிழவியயும் அப்படிப் போட்டு அமுக்குடா. என்னிட்டச் சொல்லாத."

"அநாதப் பிணமா ஆயிப் போச்சி. இனி என்ன செய்யிற…"

"சீ… வாய மூடு நாயே" கிழவர் எழுந்து அடிக்கப் போனார். "தம்பி எண்டும் பாக்கமாட்டன். மிதிச்சுப் போடுவன். உன்ர குணம் அறிஞ்சுதானடா இத்தன காலம் பேச்சுவார்த்த இல்லாமல் இருந்தன். இப்பக் கிளம்பி வந்துட்டான் பெரிய மயிர் மாதிரி. அநாதைப் பிணமாம். நாலு பிள்ளையளைப் பெத்து வளத்தவளடா. பதிமூண்டு பேரப் பிள்ளைகளையும் ரெண்டு கொள்ளுப்பேத்திகளையும் கண்டவளடா."

ஆட்கள் அவரைச் சமாதானப்படுத்தினார்கள். எல்லாரும் வராமல் அவளைத் தூக்குவதில்லை என்று வெகுநேரமாய் அவர் பிடிவாதம் பிடிப்பதாக இந்த வீட்டுக் கிழவி சொன்னாள். செத்தவளின் பிறந்த ஊரில்தான் பிள்ளைகள் இப்போது போய் இருப்பதாகச் சொன்னாள். குளவிசுட்டான். அது நெடுங்கேணியைத் தாண்டி நாலு மைலாம். அங்கே யார் எப்படிச் போய்ச் சொல்வது? இரண்டு மணி நேரமாக இந்தப் பிரச்சனைதான் இழுபடுகிறது.

கிழவர் கடைசியாய் ரோஷத்துடன் எழுந்து கிளம்பினார். "இவள் இங்க கிடக்கட்டும். நான் பையப் பைய நடந்து நெடுங்கேணிக்குப் போயிடுவன். அங்க கணேசர் கடையில சொன்னால் அங்கயிருந்து சைக்கிள்ல யாராவது போய் சொல்லுவினம். மக்கமார் எப்படியாவது வருவினம். அவங்களோட நானும் வருவன். அதுவரை இவளை யாரும் தொடக்கூடாது." உடுத்தியிருந்த கிழிஞ்ச சாரத்தோடு கிழவர் கிளம்பிவிட்டார்.

மலர் டம்ளரைக் கொடுத்துவிட்டுப் போய் அவரை மறித்தாள். "ஐயா, வீட்ட போங்க. குளவிசுட்டான்தானே. நான் போய்ச் சொல்லிக் கூட்டியாறன்."

கிழவர் திகைத்தார். எல்லாரும் எழுந்து வந்தார்கள். "நீ எதுக்குப் பிள்ள…" "சைக்கிளும் சீட் போயிட்டுது." "இரவைக் கெல்லாம் அலைஞ்சு பாடுபட்டவள்" ஆளாளுக்கு ஒன்றைச் சொன்னார்கள்.

"போய் குழிய மட்டும் வெட்டி வையுங்கோ. மத்தியானத்துக்கு வந்திடுவம்."

சைக்கிளைத் தள்ளிக்கொண்டே "சிவகாமி ஆச்சி, என்னோட வாங்க" என்று அழைத்தாள்.

வீட்டுக்கு வந்ததும் கோடிக்கு ஓடினாள். பின் தாழ்வாரத்தோடு அடைக்கப்பட்டிருந்த மரச்சட்டக் கொட்டிலின் வாசலை மறித்துக்கொண்டு இரண்டொரு நெற்சாக்குகள். சாக்கின் அடியில் பூஞ்சணம் ஏறித்தொடங்கியிருந்தது. தெற்கோரத்தில் துருப்பிடித்துத் தூசியடைந்து கிடந்தது அந்தச் சைக்கிள். பள்ளிக்கூடக் காலத்தின் ஞாபகார்த்தமாக அப்படியே போட்டு வைத்திருந்த லேடீஸ் சைக்கிள். அதைப் பார்த்ததும் அவனுடைய ஞாபகமும் வருகிறது. சினத்தோடு சைக்கிளை இழுத்தாள். தட்டுமுட்டுச் சாமான்களை விழுத்திக்கொண்டு வெளியே வந்தது. உருட்டிக்கொண்டு வெளியேறினாள்.

தாயிடம் படுத்திருந்த இரண்டு ஆட்டுக்குட்டிகள் மலரைக் கண்டதும் எழுந்து ஓடி வந்தன. 'பெகேகக' என்று கத்திக்கொண்டு ஒன்று துள்ளியது. எகிறித்துள்ளும் போது உடலை அகத்திப்பூ மாதிரி வளைத்துக் கழுத்தைச் சொடுக்கும். ஆடு மூன்று குட்டிகள் ஈன்றிருந்தது. பால் பத்தாமல் போகவே பசும் பாலை போச்சிப் போத்தலில் அடைத்துப் பருக்கினாள். 'இன்னொன்று எங்க? அங்க தாய்க்குப் பின்னால தூங்குது.' குட்டிகள் காலைச் சுற்றின. "போங்கடி. வேலை கெடக்கு."

மலர் சுத்தியல், கம்பி, குறடு முதலானவற்றை எடுத்து வந்து தட்டிக் கொட்டி சீட்டைக் கழற்றினாள். வீட்டுக்குள் போய் கயிறுகளையும் பழைய சீலையையும் எடுத்து வந்தாள். தாழ்வாரத்தில் தொங்கிய மூங்கில் சிப்பம் ஒன்றையும் வில்லுக் கத்தியையும் எடுத்து வந்தாள். இந்த சீற் அந்தத் தாங்கு குழாயில் பொருந்தாமல் சின்னதாக இருந்ததால் ஆடியது. பழைய சைக்கிள் ரியூப்பைக் கத்தரித்து உள்ளே சொருகினாள். மூங்கில் சிம்பைப் பட்டையில் சுண்டு விரல் நீளத்தில் கூர்மையாய்ச் சீவி மூன்று ஆப்புகளாக்கி ஓரத்தில் அறைந்தாள். கயிறால் பிணைத்தாள். 'இனி நிக்கும்.' சீற் உறுதியாய் நின்றது. 'எண்டாலும் நிச்சயமில்ல.' மேலே பழைய சீலையை சீற்றுக்கு அளவாய் மடித்துப் போட்டு அதோடு சேர்த்து மறுபடி இன்னொரு கயிற்றால் முன்னைப் போலக் கட்டினாள். 'இப்ப சரி.' அம்மா வாசலில் அமர்ந்து பார்த்துக் கொண்டிருந்தாள். "குளிச்சிட்டு வாறனம்மா."

கிணற்றுக் கட்டில் நின்று நீரிறைத்துத் தலையில் வார்த்தாள்.

சிவகாமி ஆச்சியோடு அம்மா பேசிக்கொண்டிருப்பது கேட்டது. "இவளப் பாக்கப் பாக்க எனக்குப் பயமாய்க் கிடக்கு ஆச்சி. உங்களோடை நான் இங்க இருக்கிறன். நீ அந்த ராணி ஆக்களோட போய் இரு எண்டு நிறையத்தரம் சொல்லிப் பாத்திட்டன். கேக்குறாளில்லை. என்னை விட்டுப் போகாளாம். சரி, நாங்களாவது அங்க போய் ஒரு கொட்டிலைப் போட்டு இருப்பம் எண்டுறன். எங்கட நிலத்தை விட்டுட்டு ஏன் போகவேணும் எண்டுறாள்."

சிவகாமி ஆச்சி அமைதியாக இருந்தாள். சற்றுநேரம் கழித்து மௌனத்தைக் கலைத்துக்கொண்டு "இவள் இங்கே கேக்கிற ஆக்களுக்கெல்லாம் குழம்பும் கறியும் கொண்டுபோய்க் கொடுக்கிறாள்... அண்டைக்குக் கூனியக்கா சொல்லுறாள் 'ஊருக்கே உதவுறாள் அன்னபூரணி மாதிரி. தான் பால் கொடுக்க கொடுப்பினை இல்லயே. இவளுக்கு எண்டைக்கு நல்லவழி பிறக்குமோ' எண்டு மனசுருகிச் சொன்னவள்" என்றாள்.

"பாப்பம். அந்த இத்திமரத்தாள் ஒரு வழி காட்டுவாள்."

தலை துவட்டிய துண்டைச் சுற்றித் தொங்கவிட்டு, இன்னொரு துண்டை உடலில் சுற்றிக்கொண்டு மலர் பின்வாசல் வழியாக வீட்டுக்குள் நுழைந்தாள். சிவகாமி ஆச்சி குசினியில் உளுந்தம்களி கிண்டும் வாசம் வந்தது.

"ஆச்சி ஒண்டும் வேண்டாம். நேரமாகிப் போடும். நெடுங்கேணியில் பாத்துக் கொள்ளுறன்."

"இந்தா முடிஞ்சுது. பொறு."

இந்த ஆச்சி தனியாள். புருஷனில்லை. பிள்ளையள் விசுவமடுவுக்குப் போய்விட்டார்கள். இவள் வரமாட்டேன் என்று சொல்லி இங்கேயே இருந்துவிட்டாள். மலர் வீட்டோடு நல்ல ஒட்டுதல். பேருக்குத் தன்னுடை வீட்ட போவாள். எந்நேரமும் இங்கேதான். சாப்பாடும் இங்கேதான். வேலைகளை இழுத்துப் போட்டுச் செய்வாள். மலருக்கு உதவியாள் போல.

உடையணிந்து கொண்டு மலர் மணியைப் பார்த்தாள். ஏழு இருபது. தலையைச் சீவிக் கற்றையை முன்னாலிட்டுப் பின்னிக் கொண்டே குசினிக்குள் போனாள். வெந்தய வாசனை. கூடுதலாய்ப் போட்டுவிட்டாள் போல. திரும்பிப் போய் கண்ணாடி பார்த்துப் பொட்டு வைத்தாள். புருவ மையத்திற்கு சற்று மேலே ஸ்ரிக்கர்பொட்டு. பெரிய மச்சம் போல. இந்தியப் படங்களில வருகிற தமிழ்க் கதாநாயகிகள் போல.

சிவகாமி தட்டில் களியை வைத்து நடுக்குழியில் நல்லெண்ணெயை நிரவி பெரிய பனங்கட்டி வட்டை வைத்திருந்தாள். மலர் கூடத்தில் அமர்ந்து சாப்பிடத் தொடங்கும்போது அம்மா வாசலில் இருந்தே உள்ளே பார்த்தவாறிருந்தாள். களி கொதித்தது. சிவகாமி பக்கத்தில் உட்கார்ந்து பனை ஓலை விசிறியால் விசிறிக் கொண்டிருந்தாள்.

அம்மாவைக் கடந்து படியிறங்கும்போது மலர் சொன்னாள் “அம்மா, ஒண்டும் யோசியாதீங்கோ. ஏழும் நாலும் பதினோரு மைல். ராணியைப் பாக்க இதைவிட ரெண்டு மடங்கு தூரம் சைக்கிள் ஓடினன். இது ஒண்டுமில்லை. நித்திரை கொண்டனான்தானே, அலுப்பில்லை. நீங்கள் சாப்பிடுங்கோ. நான் மத்தியானத்துக்கு வருவன்.” சைக்கிளில் ஏறிக்கொண்டு அம்மாவைத் திரும்பிப் பார்த்தாள். திரண்டிருந்த கண்ணீர் வழிந்தது.

நெடுங்கேணி பாண்கடை முன்னே சைக்கிளை நிறுத்தினாள். “அக்கா, ஊரிலை ஒரு சாவீடு. அவசரம். நான் உங்கட சைக்கிளை எடுத்துக்கொண்டு குளவிசுட்டான் வரைக்கும் போட்டு வாறன். நீங்கள் என்ர சைக்கிளை பழுதுபாத்து வைக்கச் சொல்லி அந்தக் கடை திறந்தாப்பிறகு குடுத்துவிடுங்கோ. புது சீற், இல்லாட்டி இந்தப் பழைய சீற்றயே போடச் சொல்லுங்கோ” என்று கையிலிருந்ததைக் கொடுத்தாள். கடைக்காரி மேலும் பேச முற்பட்டபோது “நான் வந்து சொல்றன்” என்று சொல்லிவிட்டு கடைக்குப் பின்னேயிருந்த அவளுடைய சைக்கிளை எடுத்துக்கொண்டு கிளம்பினாள்.

குளவிசுட்டானில் வீட்டை விசாரித்துப் போய் வாசலில் நின்றாள். இரண்டு சின்னக் கொட்டில்கள் புதிதாய் முளைத்திருந்தன.

பிள்ளைகள் காணிவேலைக்குப் போயிருந்த தாய் தந்தையரைக் கூப்பிட ஓடினார்கள்.

அண்ணனும் தம்பியும், மனைவிமார்களும் வந்து சேர்ந்தார்கள்.

அவர்களுடைய தங்கச்சிகளை இங்கேதான் பக்கத்து பக்கத்து ஊர்களில் கட்டிக் கொடுத்திருந்தது. தங்களுக்குள் பேசி ஒரு முடிவுக்கு வரமுடியாமல் இருந்தார்கள். இருக்கிற நிலைமையில் அண்ணனும் தம்பியும் மட்டும்தான் தங்களுடைய சைக்கிள்களில் கிளம்ப முடியும் போலிருந்தது. மனைவிமாரும் சொந்தக்காரர்களும் தாங்களும் வருவதுதான் முறை என்றார்கள். தங்கச்சிகள்? “பொம்பிளையள என்னெண்டு அவ்வளவு தூரம்...”

“ரக்ரர் பிடிப்பம்” என்றாள் மலர்.

மௌனமாய் இருந்தார்கள். பிறகு அண்ணன்காரர் மெதுவாக இழுத்தார் "அவை கடன் சொன்னா வருவினமோ தெரியா."

"உங்கட அய்யாதான் என்னிட்ட ஆயிரம் ரூபாய் கொடுத்து விட்டவர். ரக்டர் பிடிச்சு, புதுத்துணி வாங்கிக்கொண்டு வரச் சொன்னவர்" என்றாள் மலர்.

"அவரிட்ட எங்கால காசு?"

மலர் சுதாகரித்தாள். "தன்ர செத்தவீட்டுக்கு எண்டு ஆருக்கும் தெரியாமச் சேத்து வச்சிருந்தவராம். அவள் முந்திட்டாள் எண்டு ஒரே புலம்பல்."

"முசுட்டுக் கிழவனெண்டு நினைச்சிருந்தம். ஆளப் பாரடா!" என்று பெருமைப்பட்டார் தம்பிக்காரர்.

"பிள்ளையளோட நாங்கள் அந்தரிச்சித் திரியிறம். கிழவன் ஒரு சல்லி கைவிட்டதில்லை. கிழவியும் கள்ளிதான்" என்று புறுபுறுத்தாள் மூத்தவருடைய மனைவி.

அண்ணனும் தம்பியும் ஆளுக்கொரு திசையில் தங்கச்சிகளின் குடும்பத்தைக் கூட்டிவரக் கிளம்பினார்கள்.

மலர் சொன்னாள் "அலுப்பாக் கிடக்கு. வேம்படியில சாயிறன். எல்லாரும் பெட்டியில ஏறின பிறகு என்னை எழுப்புங்கோ."

விழித்தபோது ரக்ரர் பெட்டியில் முக்கால்வாசிக்கு ஆணும் பெண்ணும் குஞ்சி குளுவான்களோடு உட்கார்ந்திருந்தனர். அவளுடைய சைக்கிளும் ஏற்றப்பட்டிருந்தது. வாளித் தண்ணீரில் முகம் கழுவிவிட்டு கை லேஞ்சியை உருவி முகம் துடைத்துக் கொண்டே பெட்டியில் கால்களை வெளியே தொங்கப்போட்டு இருந்தாள். 'இந்தப் பாதையில எப்பிடியும் குலுக்கி எடுக்கும். நாளைக்குச் சுகமில்லாமல் வரும்... மூண்டுநாளும் கொதியை ஆரில காட்டுறதெண்டு தெரியாமலிருக்கும்.'

நெடுங்கேணி கடைவீதியில் ரக்ரர் நின்றது. "எல்லாரும் இறங்கி நில்லுங்கோ. இங்கயே சாமான்களெல்லாம் வாங்கிக் கொண்டு போவம். நான் இந்தச் சைக்கிளைக் குடுத்திட்டு வாறன்."

கிழக்கு வீதியில் கிராமிய வங்கியிருந்தது. இரண்டாயிரம் ரூபாய் எடுத்துவந்தாள். மூத்தவரிடம் ஐநூறைக் கொடுத்து "புதுச்சீலை மற்றது தேவையான சாமான்களையெல்லாம் வாங்குங்கோ. பொடியங்கள் என்னோடை வாங்க" என்று நாலைந்து சிறுவர்களைக் கூட்டிக்கொண்டு பாண்கடைக்குப் போனாள். புதுசீற்றோடு அவளுடைய சைக்கிள்

நின்றிருந்தது. கண்ணாடிப் பெட்டிக்குள் கைவிட்டு ஏழெட்டுப் பணிஸ்களை எடுத்து சிறுவர்களிடம் கொடுத்தாள். "அக்கா, ரக்ரரில் ஒரு முப்பது பேரைக் கூட்டிக்கொண்டு போறன். அங்க ஏற்கனவே முப்பத்தேழு பேர். குழந்தைப் பிள்ளைகள் வேற இருக்கு. அவைக்கு பால்மா பாக்கெற்றுகள் வாங்குங்கோ. கடையில உள்ளது எல்லாத்தையும் மொத்தமா மூட்டை கட்டினாலும் இது காணாது. வாழைப் பழக் குலைகள், பப்பாளிப் பழங்களை வாங்குங்கோ. இந்தப் பெடியள்ட்டகுடுத்து விடுங்கோ. ரக்டரில ஏத்தட்டும். நான் கடையில நிக்கிறன்" என்று நான்கு தாள்களை உருவிக் கொடுத்தாள். "அக்கா, வேம்படியில விசரி நிண்டவள். ஒரு பாணைக் கொடுத்துட்டுப் போங்கோ."

பொடியன்களைக் கூட்டிக்கொண்டு ஆவுடையக்கா கடை வீதிக்குப் போனாள். மலர் உள்ளே போய் விசுக்கோத்தை எடுத்துக் கடித்துக்கொண்டே ஸ்ரூலில் உட்கார்ந்தாள். கண்ணாடி அலமாரியில் சொருகியிருந்த 'வீரகேசரி' பேப்பரை எடுத்து விரித்தாள். 'பரந்தன் தாக்குதலில் இருபத்தாறு பேர் மரணம்.'

பாண் கடைப் பார்சல்களைக் காவிக்கொண்டு பிள்ளைகள் முன்னே நடக்க, மலர் தன் சைக்கிளைத் தள்ளிக்கொண்டு போனாள். வேம்பு மரத்தடியில் விசரியைக் காணோம். மலர் உயர்தரம் படித்த காலத்திற்தான் திடீரென்று இங்கே விசரி முளைத்தாள். அப்போதே ஐம்பது வயதிருக்கும். 'இஞ்சருங்கோ... என்னஙகோ...' என்று யாழ்ப்பாணத்துக் கதையில் புலம்பிக் கொண்டேயிருப்பாள். 'இந்தப் பக்கத்திலும் அப்படித்தானே கதைக்கினம்' என்று மலருக்குத் தோன்றும். 'இல்லை... யாழ்ப்பாணக் கதைக்கும் வன்னிக்கதைக்கும் ஒரு வித்தியாசம் இருக்கு. என்ன வித்தியாசம்... ஆ... அது சரியாப் பிடிபடுகுதில்ல...' அந்தக் கிழவியை யாரோ கூட்டி வந்து இரவில் இங்கே கைவிட்டுவிட்டுப் போய்விட்டார்கள் என்று கதையடிபட்டது. மலர் அவ்வப்போது தன்னுடைய பழைய சட்டைகளைக் கொண்டுவந்து பாண்கடை அக்காவிடம் தருவாள். அவள்தான் கிழவியை மறைவாய் இழுத்துப்போய் ஊத்தை நாறும் பழையதை உரிந்துவிட்டுப் புதிதை மாட்டி விடுவாள். தினமும் விசரிக்கு பாண் கொடுக்குமாறும் அதுக்குப் பணம் தான் கொடுத்துவிடுவதாகவும் மலர் சொன்னாள். "அதுக்கு ஆளாளுக்கு ஏதோ தருவினம். நானும் குடுப்பன். கடையடியில படுக்கும். என்ன... ஆமிக்காரங்களை நினைச்சாத்தான் கலக்கம்... அவங்கள் குமரு, கிழடு, விசரெண்டெல்லாம் பிரிச்சா பாக்கிறாங்கள்... நாயள்..." இதோ புளியமரத்தடியில் விசரி படுத்துக் கிடக்கிறாள். மார்பில் பாண் பொதி. கடல்நீலச் சட்டை சாம்பல் நிறத்திலிருந்தது. வெள்ளைப் பூக்களையே காணோம். அந்தப் பூ வேலைப்பாடு பிடித்துப் போய்தான் மலர் அதை வாங்கியிருந்தாள். முன்பொருநாள் அவன்

சொன்னான். “பழைய உடுப்புக் குடுக்கிறது சரி. பாண் வேண்டக் காசு குடுக்கிறதெல்லாம் கூடிப்போச்சு. பெரிய கர்ண மகாராணியெண்டு நினைப்பு...”

‘விசரன்... கஞ்சப்பயல்... காசைத் தவிர வாழ்க்கையே இல்லை யெண்டு நினைக்கிறவன். கட்டிச் சீரழிஞ்சிருப்பன். நல்லவேளை தப்பித்தது நாகதம்பிரான் புண்ணியம்.’

விசர்க்கிழவி வெயில் தாங்காமல் தூங்குகிறாள் போல. விலங்கு போலத்தான். குளிப்பதேயில்லை. எந்த வியாதியும் வந்ததில்லை. வந்திருக்கலாம். அவளுக்குச் சொல்லத் தெரியவில்லை. சுற்றிலும் நிகழும் நடப்புகளோடு அவளுக்குத் தொடர்பேயில்லை. முந்தைய நினைவுகள் வயல் தொளியடிச் சேற்றில் புதையுண்ட பசுந்தழைகள் போலச் சிக்குப்பட்டனவா? பின் எப்படி ஓர்மையோடு புலம்புகிறாள்? இவள் இப்படியாகுமாறு சபித்தது யார்? கைவிட்டது யார்? பாலூட்டி வளர்த்த பிள்ளைகளுக்கு அம்மாவின் நினைவே வரவில்லையா? இவள் இருப்புக்கான அர்த்தம் என்ன? பிறந்துவிட்டாள். இடையில் என்ன நடந்ததோ! இதோ இன்னும் இருக்கிறாள். உண்டு உயிரோடிருக்கிறாள். இருக்கட்டும். ‘இவளும் வாழத்தானே வேண்டும்.’

வாகையடிப் பாலத்தைக் கடந்து ரக்ரர் ஒரு மைல் போனதும் எதிரே ஆமி ட்ரக் தனிக்கல்லடி முகாமிலிருந்து வந்தது. கைகாட்டி நிறுத்தினார்கள். என்ன ஏது என்ற கேள்விகள். ஊரில் சாவீடு என்றதும் சரி என்று விட்டுவிட்டார்கள். ‘யாரோ நல்லவங்களாக்கும்’ என்று மலர் நினைத்தாள். தனிக்கல்லடி முகாமில் ஒரு அதிகாரி இருந்தான். இருக்கின்றானா அல்லது வந்துபோகிறவனா தெரியவில்லை. பெயர் என்னவோ ஒரு மேனன் என்று சொன்னார்கள். மலையாளியாக்கும். பார்வையில் கண்ணியம்தான். ஆனால் வாயைத் திறந்தால் நஞ்சுக் கேலி. “உங்க ஊர்ல என்னதான் பிரச்சின... எல்லாரும் தனித்தனியா நிலம் வைச்சிருக்கிறீங்க... ஆளுக்கொரு கிணறு வைச்சிருக்கிறீங்க... வயல் இருக்கு... விவசாயம் பண்ணுறீங்க... யாழ்ப்பாணத்தில ஒவ்வொரு வீட்டிலும் தனித்தனியா டாய்லெட்டே இருக்கு... அப்புறமும் என்னதான் பிரச்சினை...” என்று ஒருநாள் கேட்டான். முறுவலோடு கடந்துவிட்டாள். ‘ஏனடா, எங்களுக்கு என்ன பிரச்சினையெண்டு தெரியாமலே இங்க வந்தீங்களா?’ மனது கேட்டது.

இருபதடி போன ட்ரக் மறுபடி ரிவேர்ஸில் வந்து நின்றது. குதித்து இறங்கினார்கள். சிலருக்குத் தாடி தலைப்பாகை. சிலருக்கு யப்பானிய முகம். ரக்ரிலிருந்தவர்களை இறங்கச் சொன்னார்கள். உடலைத் தடவிச் சோதித்தார்கள். கடுகெண்ணெய் வீச்சம் குமட்டியது. “குண்டு

இருக்கா?” மலர் கொதிப்பை அடக்க முடியாமல் தத்தளித்தவாறு தலைகுனிந்திருந்தாள். மூத்தவருடைய மனைவி முனகினாள் “பாடையில போவாங்கள்.” ரக்ரரின் கீழேயும் குனிந்து தேடி விட்டுப் பிறகு போகச் சொன்னார்கள்.

ரக்டர் சாவீட்டில் நின்றபோது மணி மூன்றிருக்கும். அம்மா அங்குதான் இருந்தாள், அதனால் மலர் வீட்டுக்குப் போகவில்லை.

அழுகைகள் ஓய்ந்து பிணம் எடுப்பதற்கான ஏற்பாடுகள் தொடங்கிவிட்டன.

மலர் ரக்ரர்காரரிடம் கேட்டாள் “அண்ணை, எவ்வளவு?” “இதுக்கு என்னெண்டு...”

“சும்மா சொல்லுங்கோ.”

“எண்ணெய்க்கும் ஓடுறதுக்கும்தான். ஒரு அறுநூறெண்டால்...” மலர் எதுவும் சொல்லாமல் எண்ணத் தொடங்கவும் “சரி தங்கச்சி. ஐநூறு குடு” என்றான்.

வேற்று சனத்தைக் கண்டதும் ஆட்கள் ஆவலாகப் பேச்சைத் தொடங்கிவிட்டனர்.

ஊரே உளுத்துப் போய் குப்பையாய்க் கிடக்கிறது; தெருவெல்லாம் செத்தை கூளம் சாணி புளுக்கைகள்; வாசல்கள் கூட்டாமல் தெளிக்காமல் கோறையாய்க் கிடக்கின்றன; இடுகாடு போலாகிவிட்டது; பேய் நடமாடும் பாழ்நிலம் போல என்றார்கள் வந்தவர்கள்.

இத்திமரத்தை அறுத்து ஆமி தடுப்புச் சுவர் வச்சதோட ஊர் இப்படிப் போட்டுது என்றார்கள் இவர்கள்.

ஆள் அசுமாத்தமில்லாததால் காட்டு விலங்குகள் ஓடைக்கரை வரை வருகின்றன; தண்ணீர் குடித்துக் கொண்டிருந்த ஓர் ஆட்டை ஒரு சிறுத்தை கழுத்தைக் கவ்விக் காவிக்கொண்டு போனதைத் தான் பார்த்ததாக ஒருவர் சினிமாப் படம் போலச் சொல்லிக் கொண்டிருந்தார். புளுகிறாரோ...

ஆண்கள் பாடையைத் தூக்கிச் சென்றதும் மலர், அம்மா, சிவகாமி மூவரும் வீடு திரும்பினார்கள். மலர் கிணற்றடியில் பப்பாளி மரத்திற்குப் பக்கத்தில் கிடாரத்தில் தண்ணீர் இறைத்து சுட வைத்தாள். அம்மா கிணற்றுக்கட்டின் விளிம்பில் உட்கார்ந்திருந்தாள். சிவகாமி பச்சைத் தண்ணீரையள்ளித் தலைக்கு வார்த்தாள். “ஆச்சி, தலை தோய்ஞ்ச பிறகு உள்ள போய் எண்ணெய் போத்தலை எடுத்துக்கொண்டு வாங்கோ. இண்டைக்குத் தேச்சு முழுகப் போறன்” என்றாள் மலர்.

சிவகாமி தலையைத் துவட்டிக்கொண்டே உள்ளே சென்று வேறு சேலை உடுத்திக்கொண்டு போத்தலை எடுத்து வந்தாள். மலர் பாவாடையை உயர்த்திக் குறுக்காகக் கட்டியிருந்தாள். கையை நீட்டி எண்ணெயை வாங்கினாள்.

"நான் தேய்ச்சு விடுறன்."

"வேண்டாம் ஆச்சி. குடுங்கோ."

"இஞ்ச விடு... அலைஞ்சு அலுத்துப்போனாய்..." சிவகாமி ராங்கியோடு எண்ணெயைக் கையிடுக்கில் ஊற்றி கழுத்தில் வழித்து இரு தோளோடும் உருவிவிட்டாள். மினுமினுத்த தேகத்தைத் தாய்க்காரி பார்த்துக் கொண்டிருந்தாள். கண்களில் ஏனென்றறியாத துயரம்.

கால்மணி நேரத்தில் தண்ணீர் சுட்டு ஆவி பறந்தது.

"ஆச்சி, தேய்ச்சது போதும். ரெண்டு வாளி தண்ணி அள்ளி கிடாரத்தில ஊத்துங்க."

தண்ணீர் பதத்துக்கு வந்தபிறகு தாயை அழைத்தாள் "அம்மா, வாங்கோ."

அம்மாவுக்கு முடியாமல் போனதிலிருந்து மலர்தான் தினமும் குளிக்கவார்ப்பாள். அம்மாவுக்கு மட்டும் சுடுதண்ணி. மலருக்கு எந்தக் குளிரிலும் மழையிலும் கிணற்றுநீர்தான். அம்மாவின் வாதத்துக்கு தைலம் தேய்த்துவிடுவதும் மலர்தான். நீவி நீவி ஆரம்பத்தில் ஐந்தாறு மாதத்திலேயே முக்கால்வாசி சரியாக்கி விட்டாள். கக்கத்தைத் தாங்கும் ஊன்றுகோலோடு தாய்க்காரியால் நடக்கமுடிந்தாலும் இன்னொருவரின் துணையும் வேண்டும். முற்றாகக் குணமாகாமல் இத்தனை வருஷமாய் இழுத்துக் கொண்டிருக்கிறது.

அம்மாவுக்குத் தலை துவட்டினாள். சட்டை அணிவித்து சிவகாமியைக் கூட்டிச்செல்லச் சொன்னாள். "கூட்டிக்கொண்டு போங்க. நான் குளிச்சிட்டு வாறன்."

மஞ்சள் தூள் டப்பாவைத் திறந்து உள்ளங்கையில் கொட்டி நீர்த்துளி சொட்டிக் கரைத்தாள். மூன்று விரல்களில் அப்பி நெற்றியிலும் கன்னங்களிலும் அழுத்திப் பூசினாள். மஞ்சள் வாசத்தை மூச்சிழுத்து முகர்ந்து பார்த்தாள். கிணற்று வேலியில் அணிலொன்று துள்ளி ஓடியது. கீச்கீச் என்ற சத்தம். வேலியிலிருந்து தென்னைக்குப் பாய்ந்தது. வால்குஞ்சத்தை அசைத்தபடி வட்டுக்குள் ஏறி மறைந்தது.

மாலை நேரத்து மஞ்சள் வெயிலில் பாத்தியில் தேங்கிநின்ற நீர் மினுங்கியவாறு வழிந்தோடியது. மேற்கில் செஞ்சுடர். நெல்லி

மரத்திலிருந்து ஒரு குயில் 'குக்கூவ்' என்றது. அது அக்கா என்று கூப்பிடுவதுபோலவே கேட்டுப்பழகிவிட்டது. தலையைத் துவட்டித் துவாயில் முடிந்தாள். பிடித்த சந்தன நிறச்சட்டையை தலைக்குள் நுழைத்து கீழே இழுத்துவிட்டுக்கொண்டாள். ஈரப்பாவாடையை கால்களில் வழித்துக் கழற்றி முறுக்கினாள். படக் படக் என்று காற்றில் அறைந்து நீர்போக்கிவிட்டு நெல்லிமரத்துக்கும் பப்பாளிக்கும் இடையில் கட்டியிருந்த கொடியில் காயவிட்டாள். நெல்லி இலைகளும் தகதகத்தன. குயிலைத் தேடினாள். 'இந்தப் பக்கமிருந்துதானே கூவினது...' "குக்கூவ்..." எதிர்க்குரல் கொடுத்துப் பார்த்தாள். பப்பாளிப் பழங்கள் மஞ்சள் வெயிலேறிப் பொன்னிறத்திலிருந்தன. தலைமயிரை விரித்து அகப்பைப் பிடியால் அடித்து விசிறினாள். குயில் எங்கிருந்தோ கூவியது.

பின்வாசலில் நின்று மலரையே பார்த்துக்கொண்டிருந்த சிவகாமி நிலத்தைப் பார்த்து மூன்று முறை துப்துப் என்று துப்பிக்கொண்டாள். மலர் அப்படியே மஞ்சள் நதியில் மிதப்பதைப் போன்ற பொலிவு. கண்கள் பொங்க முன்திண்ணைக்கு ஓடினாள். "மாலை வெயிலுக்கும் மஞ்சள் பூச்சுக்கும் தங்கச்சிலை போல நிக்கிறாளடி. பாத்துப் பாத்து எனக்கு கண் நிறைஞ்சு போச்சு" என்று அம்மாக்காரியிடம் சொன்னாள்.

அம்மாவுக்குக் கண்கள் மின்னின.

தண்ணீர் கொதித்த அடுப்பிலிருந்து தணல் கங்குகளைத் தட்டியெடுத்துத் தட்டில் நிறைத்துச் சாம்பிராணிப் பவுடரைத் தூவிக் கையால் விசுக்கியவாறு வந்தாள் சிவகாமி. "இதில இரு பிள்ள" மலர் அமரவும் கேசத்தை விரித்துக் கைகளில் தாங்கியவாறு புகை காட்டினாள். கூந்தலின் இழைகளில் புகுந்த வெண்புகை நெளிந்து வெளியேறியது.

மலர் சுவரிலிருந்த சிவன் பார்வதி படத்தின் முன்னே நின்றாள். பறித்துவந்த இரண்டு செம்பருத்திகளில் ஒன்றைப் பார்வதியின் காலடியில் வைத்தாள். சற்றுக் கீழே மரத்தாங்கியிலிருந்த சிறிய பஞ்சமுகக் குத்துவிளக்கை ஏற்றினாள். மஞ்சள் சுடர்கள் பற்றி எழுந்து வேப்பமுத்துப் போல நின்றன. ஊதுபத்தியை ஏற்றி ஆராதனை காட்டிவிட்டு தாங்கியில் செருகினாள். மணம் புகையாய் எழுந்து கலைந்து அலையலையாய் விரிந்து வளைந்து கரைந்தது; கூடத்தில் இன்னும் எஞ்சியிருந்த சாம்பிராணி வாசனையோடு கலந்தது. கை கூப்பி நெஞ்சில் ஒற்றினாள். நெற்றியில் கீற்றாய்த் திருநீறை இட்டுப் பொட்டும் வைத்தாள். செம்பருத்திப் பூவைத் தலையில் சூடினாள். உடல் இலகுவாகியது. மனம் மிதந்தது. ஒரு கணம் வீடு என்ற உணர்வு மறைந்து செடிகளெல்லாம் மலர்களாகிப் பூத்து நிறைந்த நிலவெளியில் இருப்பதாகத் தோன்றியது. இரு கன்னத்தையும் தொட்டுக்கொண்டாள். வெளியே வந்து அம்மாவிற்குப் பக்கத்தில் அமர்ந்தாள்.

“நான் இத்திமரத்துக்கு விளக்கேத்திட்டு கயிறு மந்திரிச்சுக் கொண்டு வாறன்” சிவகாமி ஆச்சி கடந்துபோனாள். முன்னரென்றால் மலர்தான் போவது வழமை. அந்த வெட்டையை அடைத்துக் கொண்டு ஆமிகாம்ப் வந்தபிறகு போவதில்லை.

“குளவிசுட்டானுக்குப் போட்டு வந்தன் அம்மா... வள்ளியம்மைக்குப் பிள்ளை குட்டியெண்டு முப்பது முப்பத்தைஞ்சு சொந்தம். ரக்ரர் பிடிச்சுத்தான் வந்தவை.”

அம்மா பெருமூச்சு விட்டாள். “நான் செத்தா எனக்கு நீ மட்டும்தான்... வேற ஆர்... கொள்ளி போட பேரப்பிள்ளைகளா இருக்கு?”

“அவ்வளவு கெதியா அதெல்லாம் நடக்காது. என்னோடை காலாகாலத்துக்கு இருப்பீங்கள்.” மலர் தாயின் தோளைக் கட்டியணைத்தாள்.

இருட்டுப் பரவிய நேரத்தில் சிவகாமி திரும்பிவந்தாள். மலரின் இடது மணிக்கட்டில் கயிற்றைச் சுற்றி முடிச்சிட்டாள். “இனி எந்தப் பேய் முனியும் கிட்ட நெருங்காது.”

ஏழரை போல கதவைத் திறந்துகொண்டு குளவிசுட்டான் காரர்கள் வந்தார்கள். முற்றத்தில் குழுமி நின்றார்கள். மலர் “வாங்க” என்றவாறு எழுந்துபோனாள். மூத்தவர் கையெடுத்துக் கும்பிட்டார். கண்ணீர் எட்டிப் பார்த்திருந்தது. “அந்தச் சாமியே வந்து சேதி சொன்ன மாதிரி...” மலருக்குக் கூச்சமாயிருந்தது. “உள்ள வாங்க. தேத்தண்ணி குடிச்சிட்டுப் போங்க” என்றாள். “இல்ல... நாங்கள் வெளிக்கிடப்போறம்.” “சரி. கவனமாப் போட்டு வாங்க.”

எட்டரைக்கெல்லாம் சிவகாமி இரண்டு தட்டுகளில் புட்டைப் போட்டுக் கொண்டுவந்து கொடுத்தாள். “என்னால உங்களுக்குத் தான் வீண் கரைச்சல்...” மலர் தட்டை வாங்கினாள். “ரெண்டு சுண்டு மாவைக் கொத்திறதில என்ன கரைச்சல்...” சிவகாமி அடுப்படிக்குள் சென்று தனக்கான தட்டுடனும் செம்பில் தண்ணீரோடும் வந்தாள். மூன்று பேரும் மெதுவாகச் சாப்பிடத் தொடங்கினார்கள்.

“ராத்திரி போகேக்க உனக்குப் பயமில்லையா பிள்ளை?”

சிவகாமி வாய்க்குள் புட்டைக் குதக்கிக்கொண்டு கேட்டாள்.

“என்ன பயம்... பாடிக்கொண்டு வந்தன்.”

“என்ர ஆச்சியும் இப்படித்தான் துணிஞ்ச கட்டை. ஆனால் அப்ப காலம் சரியாயிருந்திச்சு. இப்ப கந்தறுந்து கிடக்குது.”

“அந்தக் காலம் திரும்பவரும்” மலர் குறும்பாகப் புன்னகைத்தாள்.

ஒன்பது மணிக்குக் கண் சொருகத் தொடங்கிவிட்டது. நேற்றிரவிலிருந்து ஒழுங்கான நித்திரையில்லை. “சரி நான் படுக்கப்போறன்.”

“ஓ… நேரத்திற்குப் படுங்க” சிவகாமி அடுப்படிக்குச் சென்றாள். மலர் தாயின் தட்டை வாங்கிக்கொண்டு எழுந்தபோது வெளியே வந்தாள். “சரி. நான் போட்டு நாளைக்கு மத்தியானம் வாறன்.”

“ம். கடவையைக் கட்டிட்டுப் போங்க.” தாயைத் தூக்கித் தாங்கி நடத்தினாள். ஊன்றுகோலைச் சுவரில் சாய்த்துவிட்டு மரக்கட்டிலில் உட்கார்த்தினாள். கீழே தனக்குப் பாய் விரித்தாள். “லாம்பை திரிகுறைச்சு எரியவிடு பிள்ளை” என்றாள் அம்மா.

சுவர் மூலையில் லாம்பை வைத்துவிட்டு தலையணையையும் போர்வையையும் எடுத்துக்கொண்டு சரிந்தவள்தான் கணநேரத்தில் தூங்கிவிட்டாள். தலையணை இருந்தாலும் வலது கையை மடித்து அணையாக்கிக்கொண்டு படுக்கிற பழக்கம். அம்மா வாஞ்சையோடு பார்த்தாள். ‘வீறாப்பா நினைச்ச காரியத்தைச் செய்து முடிக்கிறவள் என்றாலும் குழந்தைபோல்தான்.’ மலருக்குச் சிறுவயதில் விரல் சூப்புகிற பழக்கமிருந்தது. அதை மறக்கடிக்கத் தாய்க்காரி எவ்வளவோ செய்துபார்த்தாள். வேப்பம் எண்ணெயை பத்து விரல்களிலும் நீவிவிட்டுத்தான் நித்திரைக்குக் கொண்டுசெல்வாள். ஒருநாள் இரவு விழித்துப்பார்த்தால் அம்மாவின் விரல்களைச் சூப்பிக்கொண்டு ஒருக்களித்துப் படுத்திருந்தாள். இப்பொழுதும் அப்படித்தான், உடலை வளைத்துக் குறண்டிக்கொண்டு படுப்பாள்.

அம்மா அவளைப் பார்த்தவாறு கட்டிலில் சாய்ந்தாள்.

மலர் சைக்கிள் ஓடிக்கொண்டு போகிறாள். ஆள் நடக்கும் வரப்பில் சைக்கிள் ஓடுகிறது. இருபுறமும் வயல்வெளி. இப்போது தான் வேர்பிடித்த நெற்பயிர்கள். எங்கும் பசுமையின் தளிர்க்கோலம். ஊடே வெண்புள்ளிகள் இட்டதுபோலக் கொக்குகள்.

வரப்பு நேர்தடமாய் நீண்டுகொண்டே போகிறது. சூரியன் விடைபெறுகிறான். மஞ்சள் வெயில். வயல் எல்லாம் கதிர் முற்றி அப்படியே நெற்பயிர் சாய்கிறது. பயிர்த்தோகைகள் பொன்னொளி பட்டுத் தங்கமாய்த் தகதகக்கின்றன. பயிர்களுக்குள்ளிருந்து எழுந்து தோகைகளை மீறித் திமிறிக்கொண்டு கொக்குகள் வானில் பறக்கின்றன.

கதவைத் தட்டும் சத்தம் கேட்டது. இரண்டு மூன்று தடவை ஓங்கித் தட்டுகிறார்கள். மலருக்கு விழிப்பு வந்துவிட்டது. எழுந்தாள். கடிகாரத்தின் பச்சை முள் 3.10 என்றது. ‘வள்ளியம்மைக் கிழவியின்ர ஆவியா’ என்று நினைத்தபோதே புன்முறுவலித்தாள்... “யார் எண்டு கேள். திறக்காதை” என்று அம்மா சொல்லிக் கொண்டிருந்த வரைக்கும் தாமதிக்கவில்லை, தாழ்ப்பாளை நீக்கிவிட்டாள். விசையோடு கதவு தள்ளுப்பட்டது. கடுகுநெய்யின் வீச்சம் குப் என்றது. பின்னால் வளைத்து மலரின் வாயைப் பொத்தினான் ஒரு ஆமிக்காரன். திமிறிக்கொண்டு கையைக் கடித்தாள். உள்ளங்கையில் பற்கள் வழுக்கின. அவளை உதைந்து தரையில் விழுத்திப் பாய்ந்தான்.

அம்மா ஓவென்ற முன்னரே ஆமிக்காரன்கள் துணியைத் திரட்டி அவளுடைய வாய்க்குள் அடைந்துவிட்டார்கள். மின்சாரக் கம்பியால் கடவாயில் அழுத்தி இழுத்துப் பிடரில் சுற்றினார்கள். அவள் திமிறி எழப்பார்த்தாள். இயலவில்லை. பாதம் வழுக்கியது. விழுந்தாள். ஒருவன் அவளைத் தூக்கி கட்டிலில் எறிந்தான். கைகள் மேலே விசிறிக் கிடக்கச் சரிந்தாள். அவளது இரு மணிக்கட்டுக்களையும் முரட்டு விரல்களால் நெரித்தவாறு மேலே வந்தான். காட்டெருமையின் மூஞ்சை. உடலைப்புரட்டி அலைவித்தாள். முகத்தில் அறைந்தான். காதில் கிண்ணென்றது. ஓய்ந்தாள். நான்கு கரங்கள் கால்களைப் பிரித்தன. நிலம் பிளந்துவிட்டது. கரும்பாறைகள் உருண்டு விழுந்து அவளை மூடின. கீழே கீழே கீழே... கருங்குளம். மூச்சுத் திணறத் திணற மூழ்கினாள். மலர்... மலர்...

“அம்மாவையாவது விடுங்கடா நாயளே...” மலருடைய திணறும் குரல் எங்கோ அடியாழத்தில் கேட்டது. மயக்கமாயிருந்தது. உடல் மிதந்துகொண்டு மேலே வந்தது.

காலை வெளிச்சத்தில் மலருடைய அனுங்கலான குரல் கேட்டது. இரவிரவாக மேலே விசிறுப்பட்டுக் கிடந்த கைகள் அப்படியே கிடந்திருக்கின்றன. தாய் விழித்ததும் அவளையே பார்த்துக்கொண்டிருந்த மலர் எழுந்து வந்தாள். இடது கால் நொண்டியிழுத்தது. தொப்புள் கொடியிலிருந்து சொட்டுவதைப் போல ரத்தத்துளிகள் தரையிற் சிந்தின. அம்மாவின் அழுதுவழிந்த கண்கள் ரத்தச் சொட்டுகளில் நிலைகுத்தி நின்றன. ஓவென்று அழுதாள். கருப்பையில் நெருப்புச் சூடு. செந்தீ ஆங்காரமாய் விளாசி எரிந்தது. மலர் அழவில்லை. ஒரு சொட்டுக் கண்ணீரும் இல்லை. அம்மாவைத் தூக்கி இருத்தினாள். அடிவயிற்றில் கனக்கும் வலி. மலர் கால்களை விந்தி விந்திப் பின்வாசலுக்கு நடந்தாள்.

அவள் போனதும் அம்மா எழுந்தாள். ஊழிக்காற்று. மூச்சுக்காற்று புயலைப்போல வெளியேறியது. ஊன்றுகோலை ஊன்றி வெளியே

வந்தாள். உடலைக் கிழிக்கின்ற நோவு. விறாந்தையில் நேற்று மலருக்கு மந்திரித்துக் கட்டிய கயிற்று முடிச்சை வெட்டிவிட்டு சிவகாமி வைத்துப்போன வில்லுக் கத்தியிருந்தது. எடுத்தாள். தேகம் விதிர்த்தது. ஆங்கார வெறி. காலை இழுத்துத் தெருவில் இறங்கினாள். தெரு வெறிச்சோடிக் கிடந்தது. ஒரு கலையாடியைப்போல வெட்டையை நோக்கிப் பாய்ந்து நடந்தாள். மறித்துக்கொண்டு ஆமி காம்ப். செக் போஸ்ற் கூண்டுக்குள் இரண்டு பேர் நீட்டிய துப்பாக்கியுடன் என்ன என்பதைப்போலப் பார்த்தார்கள். அம்மாவின் தேகம் வெறிகொண்டாடியது. ஊன்றுகோல் நழுவி விழுந்தாள். மண்ணில் அரக்கி அரக்கி முன் நகர்ந்தாள். கூண்டுக்குள் இருந்தவர்கள் வெளியே ஓடி வந்தார்கள். "ஸ்டாப்... ஸ்டாப்..." என்றார்கள். அம்மா அவர்களை எரித்து விடுவதைப்போலப் பார்த்தாள். மண்ணைப் பிராண்டி காற்றில் வீசினாள்... அலறல்... சாபத்தின் பேரொலி. "பெத்த தாயைக் கெடுக்கச் சொல்லியாடா உங்களுக்குச் சொல்லித் தந்தாங்கள்..." வில்லுக் கத்தியைக் கையில் ஓங்கி விதுக் என்று இடது மார்பில் ஏற்றினாள். கீச்சிட்ட கேவல் ஒலி அவளிடமிருந்து பிரிந்தது. "இத்திமரத்துக்காரி வைச்சிருந்து பழி தீர்ப்பாளடா..." கத்தியை உருவி மறுபடியும் குத்தினாள். தேகம் துள்ளியது. இத்திமரத்துப்பக்கம் திரும்பினாள். கைகளைத் தலைக்குமேலே உயர்த்திக் கும்பிட்ட கணத்தினில் உடல் சுருண்டு குப்புற விழுந்தது.

1990

“இந்தியன் ஆமி வருகுது எண்ட உடன சனங்கள் பட்ட சந்தோசம், இந்தக் கால் அளவுதான் அத்தார். அவங்கள் திரும்பிப் போறாங்கள் எண்ட உடனை சனங்கள் பட்ட சந்தோசமிருக்கே... அது இந்தக் காடளவு...” மயில்குஞ்சன் கைகளை விரித்துக் குலுங்கிக் குலுங்கிச் சிரித்தான். கண்ணில் நீர் கசிகிற ஒரு குழந்தைப் பிள்ளையின் கெக்கட்டச் சிரிப்பு. அவனை மறுபடியும் ஒருநாள் காண முடியுமென்று அத்தார் கனவிலும் நினைத்ததில்லை. திடுமென்று வந்து நின்றான். முன்னரை விட உடல் தளர்ந்திருந்தது. ஆயினும் கண்களில் அதே ஒளி.

சூரியன் கீழே சரிந்து குடிசையின் பக்கவாட்டில் உண்டாக்கிய நிழலில் இரண்டுபேரும் கால்களை மடித்து உட்கார்ந்திருந்தார்கள். மறுபடியும் அருந்தும் எத்தனத்தோடு நீர் நிரம்பிய குவளையை மயில்குஞ்சன் கைகளில் வைத்திருந்தான்.

“இந்தத் தோட்டமெல்லாம் என்ரை காலடிக்குள்ளை காடாய்க் கிடந்த நிலங்கள்தானே. அடைஞ்சு கிடந்த பறவை வெளிக்கிட்டமாதிரி மறுபடியும் திரியலாமெண்டு வந்தால் தனிக் கல்லடியாக்கள் இங்காலை கொட்டில் போட்டிருக்கினமெண்டு வாச்சர் சொன்னான். அது ஆரடா எனக்குத் தெரியாமல் எண்டு வந்து பாத்தால் நீ...”

“உலகம் சரியான சின்னது மயில்குஞ்சண்ணை...” என்றான் அத்தார்.

“ஆனால் காடு ரொம்பப் பெரிசடா மகன்... அவங்களாலை கடைசி வரைக்கும் கண்டுபிடிக்க முடியேல்லையே...” மயில்குஞ்சன் மர்மமாகச் சிரித்தான். காட்டின் திசையில் கைகாட்டி “தாயின்ரை கருப்பைக்குள்ளை வைச்சிருக்கிற மாதிரியெல்லோ இயக்கத்தைக் காத்து வைச்சிருந்தாள் என்ரை ராசாத்தி...” என்று நன்றிப்பெருக்கோடு சொன்னான்.

“ம்... என்னவோ நினைக்க என்னவெல்லாமோ நடந்து முடிஞ்சிட்டுது...” அத்தார் பெருமூச்சொன்றை விடுத்தான். “நீங்கள் ஊருக்குள்ள திரும்ப சனங்கள் என்ன சொல்லுகினம்?” என்று ஆர்வத்தோடு கேட்டான்.

“ஆராத்தியெடுக்காத குறைதான். வளவுக்கையும் கோடிக்கையும் வைச்சுச் சாப்பாடு தந்து பெடியங்கள் சாப்பிடும் வரைக்கும் சென்ரிக்கு நின்று பிள்ளையளுக்குத் தாயாத்தானே சனம் பொத்தி வைச்சிருந்தது.

அவங்கள் ஒரு கண்டம் கடந்து வாறாங்கள் எண்டால் சந்தோசம்தானே.. என்ர பேரன் ஒரு கதை சொன்னான்...”

அத்தார் இடையில் நிறுத்தி “அவன் ரெலோவிலயெண்டு...” இழுத்தான். அது அந்தப் பிரச்சனைக் காலத்திலயே அவன் தனிச்சுப்போய் பிறகு இயக்கத்தோடை சேர்ந்திட்டான். இப்ப நல்ல பொறுப்பில இருக்கிறான். அவன் ஒரு சம்பவம் சொன்னான். இரண்டு கிழமைக்கு முதல் நடந்தது. யாழ்ப்பாணம் அராலிப் பக்கத்தில ஒரு காணியில இந்தியன் ஆமிக்காரங்கள் நாலைஞ்சு கல்லறைச் சமாதியளைக் கட்டியிருந்திருக்கிறாங்கள். பெரிய அதிகாரியளா இருக்கவேணும். ஆமி வெளிக்கிட்டுப் போன கையோட அதுகளை உடைக்கிறதுக்குச் சனம் அலவாங்கு மண்வெட்டியளோட அங்கை வந்திட்டுதாம். விசயம் பெடியங்களுக்குப் போக அவங்கள் உடனயே வந்திட்டாங்கள். பொறுப்பாளர் சொன்னானாம் ஒரு சொல்லு. எனக்கு மனசு இளகிப்போச்சு... ‘இந்தியன் ஆமி எங்கடை எதிரிகள் எண்டது வேற விசயம்... களத்தில அவையோட ஆக்ரோஷமாச் சண்டை பிடிச்சம் எண்டது வேறை விசயம்... ஆனால் செத்துப்போன ஒருவருக்குக் கட்டின கல்லறையை இடிக்கிற அளவுக்கு நாங்கள் காட்டுமிராண்டிகள் இல்லை. எங்கடை மக்களும் அப்பிடியில்லை’ எண்டு... யோசிச்சுப் பார் அத்தார்.. தனிய வெறியும் வீரமும் மட்டும் இருக்கிற மனசிலயா இப்படியொரு நினைப்பு வரும்?”

அத்தாருக்கு இதைச் சந்திராவும் அருகிலிருந்து கேட்டிருக்க வேண்டும்போலத் தோன்றியது. மனது இலேசாகிப் பறப்பதைப் போன்ற மிதப்பில் குறுகுறுப்பாக மயில்குஞ்சனைப் பார்த்துக் கொண்டிருந்தான்.

“நம்மடை பக்கச் சனங்கள் மறுபடியும் ஊருக்குப் போகத் தொடங்கிட்டினம்...” என்றான் மயில்குஞ்சன்.

“ஓம்... நாங்களும் என்ன செய்யிறதெண்டு யோசிக்கிறம். இதப் பாருங்கோ... நாலைஞ்சு மாசத்தில பிரிச்சு எறியிற கொட்டிலாத்தான் போட்டம். இப்ப ஒவ்வொரு பக்கமா பந்தியிறக்கி மேய்ஞ்சு பெருத்துக் கிடக்கு. கணபதி தான் போறதில்லையெண்டு இப்பவே சொல்லிட்டான். சந்திரா தனக்குப் பொழுதுபோகட்டுமெண்டு குளக்கட்டுப் பள்ளிக்கூடத்தில தொண்டர் ரீச்சராப் படிப்பிக்கிறாள். நான், லெட்சுமணன், சங்கியண்ணர் எல்லாருக்கும் ஏதோ வேலையெண்டு தோட்டத்திலதான் காலம் ஓடுது... சங்கிலியண்ணற்றை தங்கச்சி ஆக்களும் புதுக்குடியிருப்பிலதான் வந்திருக்கினம். தாய்க்காரி மகளோடதான் போயிருக்கிறா. அவைக்கும் திரும்பிப்போற நினைப்பு இல்லைபோல. என்ன... இந்த நிலம்தான் சொந்த நிலமில்லை.

அரசாங்கம் என்ன சொல்லுது எண்டதைப் பொறுத்துத்தான் யோசிக்க வேணும்.''

''ஆரடா அது அரசாங்கம்? இங்கை நாங்கள்தான் இனி அரசாங்கம். நீ விரும்பினால் தாராளமா இரு...'' என்றான் மயில்குஞ்சன். குரலில் இருந்தாற்போலொரு கம்பீரம்.

வெள்ளையனும் நாமகளும் புழுதி அப்பிய சீருடையோடும் செம்மண் காலோடும் நடந்து வந்துகொண்டிருந்தார்கள். அவர்களோடு வந்த முத்து சற்றுமுன்னர்தான் கொட்டிலுக்குள் நுழைந்தது இங்கிருந்து பார்த்தபோதே தெரிந்தது. ஓர் ஊரடங்கு நாளின் இருளில் சிங்கமலை வந்து பதறியதும் ஆச்சிமுத்துக் கிழவி பிரசவம் பார்த்ததும் நேற்றுப்போலிருக்கிறது.

''இதுதான் சங்கிலியண்ணற்றை பிள்ளையள்'' என்று நாமகளையும் வெள்ளையனையும் மயில்குஞ்சனுக்கு அறிமுகப் படுத்தினான் அத்தார்.

''குழந்தையளா இருக்கேக்க பார்த்தது... நல்லா வளந்துட்டுதுகள். எனக்கு இந்த வயதொத்த பிள்ளையளைப் பாக்கேக்கை, இதுகள் தங்கடை காலத்தில செல்லடியும் பொம்பரடியும் இல்லாமல் சந்தோஷமா வாழப்போகுதுகள் எண்டு நினைக்கப் பயங்கரச் சந்தோசமாக் கிடக்கு.''

''இந்தப் பேச்சுவார்த்தையள் என்ன மாதிரிப் போகுமெண்டு நினைக்கிறியள்...''

''எனக்கென்னடா உதுகளைப் பற்றித் தெரியும். அவன் பிரேமதாஸா தம்பியைச் சந்திச்சுக் கதைக்கவேணுமெண்டு கேட்டவனாம். பிரேமதாசாவும் கஸ்ரப்பட்ட குடும்பத்திலயிருந்து வந்தவன்தானே. அப்பிடிச் சனங்களின்ரை கஸ்ரம் அறிஞ்சவனால தானே அதுகளின்ரை பிரச்சனையையும் தீர்க்க முடியும்...''

மயில்குஞ்சனும் அத்தாரும் தங்களோடுதான் பேசிக்கொண்டிருக்கிறார்கள் என்ற நினைப்பிலும் அதேவேளை அதனைப் புரிந்துகொள்ள முடியாத முகபாவத்தோடு வெள்ளையனும் நாமகளும் அங்கேயே தரித்து நின்றார்கள். நாமகள் மார்பில் அணைத்திருந்த புத்தகங்களை அடிக்கடி கை மாற்றி வைத்துக் கொண்டாள்.

''நீ முத்துவோடயா படிக்கிறாய்...'' என்று அத்தார் கேட்டான்.

''இல்லை... நான் ரண்டாம் வகுப்பு'' என்றாள்.

''சந்திராம்மா வரேல்லையே...''

“எங்களுக்குப் பன்ரெண்டு மணிக்கு முடிஞ்சுது. மாமி பெரியாக்களுக்குத் தான் ரீச்சர்” என்றான் வெள்ளையன். அவன் வந்ததிலிருந்தே மயில்குஞ்சனை விநோதமாகப் பார்த்துக்கொண்டிருந்தான்.

“இவற்றை பேர் மயில்குஞ்சன். எங்கட ஊர்க்காரரர்தான். ஒரு மூத்த தளபதி...” என்று சிரித்தவாறே அத்தார் சொன்னபோது “டேய்... சும்மா இரடா... நீ வேற...” என்று மயில்குஞ்சன் வெட்கத்தில் நெளிந்தான். பிறகு “கதையை விட்டுட்டு அருவாள் கத்தியை எடு. பிள்ளையளுக்கு நுங்க வெட்டிக் குடுப்பம். பாத்துக்கொண்டு நிக்குதுகள்” என்றவாறு எழுந்தான். வெள்ளையனும் நாமகளும் புத்தகத்தை வைத்துவிட்டு வருவதாக ஓடினார்கள். “முத்துவையும் கூட்டியா வெள்ளையன்...”

எட்டேக்கரில் நுழைந்தபோது பேச்சி தோட்டத்திலிருந்து லெட்சுமணன் வந்தான். “நீயும் வா” என்றான் அத்தார்.

நாமகளும் முத்துவும் தரையில் தொப் என்று விழுந்த பனங்குலையிலிருந்து தெறித்தோடிய காய்களை ஓடியோடிப் பொறுக்கினார்கள். அத்தாரும் வெள்ளையனும் கிணற்றுக்கட்டில் சாய்ந்து நின்றார்கள். “ரெண்டுபேரும் இங்கால வாங்க. குஞ்சய்யா எறங்கினாப் பிறவு பெறக்கலாம்” லெட்சுமணன் அதட்டினான்.

இரட்டைப்பனைகளில் பெண் பனையின் மடல்களுக்கிடையே நின்றிருந்த மயில்குஞ்சன் ஐந்தாவது குலையைக் கொத்தித் தள்ளிவிட்டு நாலாதிசையிலும் பார்வையை எறிந்தான். ‘ம்ம்... காடு நல்லாச் சுருங்கிப் போட்டுது.’ குனிந்து பார்த்தான். அந்த மரத்தில் மட்டும் பத்துக்கும் மேலே தூக்கணாங்குருவிக் கூடுகள் தொங்கின. ஆண் மரத்திலும் ஏழெட்டு. அவன் ஏறியபோது தெற்குப்பக்கக் கூட்டிலிருந்து ஒரு பெரிய குருவி விருட்டென்று வெளியேறியது. அங்கே மட்டும் மூன்று கூடுகள் தொங்கின. ஏதாவதொன்றில் குஞ்சுகள் இருக்கலாம். இல்லாமலும் போகலாம். ஒரு பனையோலைக் கீற்றைக் கீறி உருவி மட்டையைப் பிடித்துக்கொண்டு எட்டி ஓலைக்கீற்றை ஒரு கூட்டில் கீழிருந்து மேலாக நுழைத்துக் கிண்டிப் பார்த்தான். அனுக்கமில்லை. மூன்றாவது கூட்டில் ஓலையை விட்டபோது கசமுசவென்று மெலிதான ஒலி கேட்டது. அதிலொரு மகிழ்ச்சி. ‘மத்த உசுர்கள்லாம் நிம்மதியா வாழுது. மனிசருக்கு மட்டும்தான் இந்தப் பாடெல்லாம்.’ இறங்கினான். பனையடியிலேயே பெரிய கல்லைப் போட்டு உட்கார்ந்து நொங்கு சீவத்தொடங்கினான். பிள்ளைகள் மூன்று கண்களிலும் பெருவிரலை நுழைத்து நொங்கைத் தெள்ளோட்டி உறிஞ்சினார்கள். மூக்கு முகமெல்லாம் ஈரம். மயில்குஞ்சன் பாடினான். “சொப்பன வாழ்வில்

மகிழ்ந்தே சுப்பிரமணியசாமி உனை மறந்தேன்.” அத்தோடு பாட்டு நின்று போனது.

“தாத்தா நல்லாப் பாடுறீங்கள். பாடுங்கோ” என்று பிள்ளைகள் கூவினார்கள். “அண்ணருக்கு சினிமாப் பாட்டெல்லாம் தெரியுமோ?” அத்தார் ஆச்சரியமாய்க் கேட்டான்.

“எனக்கென்னடா தெரியும்! சின்னனில ஆக்கள் பாடிக் கொண்டி திரிவினம். ஏதோ ஒண்டுரெண்டு வரி உள்ளுக்க கிடந்தது.”

எல்லாரும் ஆசை தீரத் தின்றபின் மிஞ்சிய காய்களின் நொங்குகளைத் தனித்தனியே சீவியெடுத்து ராணி கொண்டுவந்த பாத்திரத்தில் போட்டுக் கொடுத்தான்.

“ராணி, வாச்சர் வீட்ட கொஞ்சம் கொடுத்துட்டுப் போ” என்றான் அத்தார். “ஓம். நான் நினச்சன்” என்று சொல்லிக் கொண்டே போனாள்.

“ஏன் குஞ்சய்யா குருவிக்கூட்டில ஓலையை விட்டுத் தொரத்தினீங்க?” லெட்சுமணன் ஆர்வத்தோடு கேட்டான்.

“துரத்தேல்லயடா. குஞ்சுகள் இருக்கோ எண்டுதான் பாத்தன். கூட்டிலயிருக்கிற குஞ்சுகளைப் பாக்குறதுல ஒரு விருப்பம். மரங்கள்ல செடிகொடியள்ல மண்ணில எங்க கண்டாலும் ஒருக்கா அதுகளப் பாத்தால் ஒரு சந்தோஷம். நாங்கள் ஒத்தக் கொட்டிலுக்க அடைஞ்சு கிடக்கிறம். மேல இந்தக் கூட்டில மூண்டு அறைகள் இருக்கும். அப்பா அம்மாக்கு ஒண்டு, குஞ்சுகளுக்கு ஒண்டு, மற்றது சேமிப்புக்கு. எந்தப் புயலுக்கும் அசையாது. மழைத்தண்ணி ஒரு சொட்டு கூட உள்ள போகாது. ஆண்கள்தான் கூடு கட்டுவினம். ஆண்களுக்குள்ள போட்டிதான். எந்தக் கூடு பிடிச்சிருக்கோ அங்கதான் பொம்பிளைக்குருவி வாழப் போகும்.”

லெட்சுமணன் நீரைக் கோலி ஊற்ற மயில்குஞ்சன் குளித்து முடித்தான். வெள்ளையன் அதற்குள் சீவிய பனங்காய்களைச் சேர்த்து மூன்று வண்டில்களாகச் செய்துவிட்டான். தலைசீவிய இரண்டு காய்களுக்கு நடுவே ஒரு இணைப்புத் தடி. இன்னொரு கவைத்தடியால் தள்ளினால் வண்டில் உருளும். முத்துவும் நாமகளும் அவனும் உருட்டிக்கொண்டு ஓடினார்கள். அவர்களையே பார்த்துக்கொண்டிருந்த மயில்குஞ்சன் அத்தாரிடம் திரும்பினான்.

“இப்ப இந்தப் பிள்ளையளோட வண்டிலைப் பாத்ததும் எனக்கு அந்தக் காரின்ர ஞாவகம் வருது. அஞ்சோ ஆறோ வயசுல கதிர்காமத்துல அந்தக் காரைப் பாத்த நேரம் பனங்காய் வண்டில்தான் ஞாவகம்

வந்தது. அய்யாடை தோளில ஏறிப் போறன். அப்பூப்பன் வருஷா வருஷம் காவடி எடுக்கிறவரல்லே. அப்பத்தான் முதமுதல்ல அதைப் பாக்கிறன். 'கார் கார்' எண்டு எல்லாரும் கத்துகினம். பெரிய அதிசயமா இருந்திச்சி. கறுப்பா எலி மாதிரி மூஞ்சைய நீட்டிக்கொண்டு நிக்கிது. மூஞ்சைக்கு ரெண்டு பக்கமும் பனங்காய் மாதிரி உருளைகள். அப்பதான் அவனைப் பாத்தன். அது இன்னும் பெரிய அதிசயமா இருந்திச்சு. அய்யாட தோளுக்கு மேலே நானிருக்க என் உசரத்துக்கு நாரை மாதிரி அவன் நிக்கிறான். அமெரிக்கன் மா மாதிரி நிறம். தலையில சட்டி மாதிரி மரக்கலர்ல ஒரு துணித் தொப்பி. தோள்லயிருந்து இடுப்புக்கு குறுக்கால பூசாரி நூல் போட்ட மாதிரி தோல்வார். கையில பிரம்பத் தட்டிக்கொண்டு நிக்கிறான். உரிச்சகோழி போல மூஞ்சை இருக்கு. கண்ணு ரெண்டும் கோலிக்குண்டுதான். கோடு கீறினமாதிரி வாய்..."

அத்தார் பெருமூச்செறிந்தான் "அவனும் கண்டம் தாண்டி வந்து ஆண்டுட்டுப் போட்டான். அப்பவே பிடிச்சு உலுக்கி பிரிச்சுக் கொடுத்துட்டுப் போடா எண்டு சொல்லியிருக்கவேணும்."

"அத்தார், அப்பெல்லாம் யாழ்ப்பாணத்தார் வெளிக்கிட்டு நிண்டு நிண்டு நாப்பத்தைஞ்சு நாள்ல வருவினம். நாங்கள் ஒரு பத்து நாளைக்குள்ளயே கதிர்காமம் போய் சேந்திருவம்."

"நான் கண்டதேயில்லை. இனி காணலாமெண்டு ஒரு நம்பிக்கை. சிங்களவங்களும் இப்ப 'கந்த தெய்யோ' எண்டு கும்பிடுகினமாம். விசா வேண்டி வருமோ தெரியா."

மயில்குஞ்சன் என்ன என்பதைப்போலப் பார்த்தான்.

"நாடு கிடைச்சிட்டால் பிறகு அவங்கள் வேற நாடுதானே. கதிர்காமம் அவங்கடை பக்கம் போயிடும். அங்க போக அவங்களிட்டை அனுமதி வாங்கிறதுக்குப் பேருதான் விசா."

"அது வேறயா! அப்ப நீ றோட்டால வா. எனக்கெதுக்கு? நான் காட்டுக்குள்ளாலயே போட்டு வருவன்."

இரவு மயில்குஞ்சன் அத்தாரோடுதான் தங்கினான். சந்திரா தட்டில் உணவு பரிமாறிக் கொண்டிருந்தவளைக் குறிவைத்து அத்தார் பேச்சைத் தொடங்கினான்.

"அண்ணர், பொடியளோட போகேக்கை துவக்கால சுடுவியளோ?"

"பழைய வேட்டைத் துவக்கு எண்டால் சுடுவன். இப்ப இவங்கள் புதுசு புதுசா வச்சிருக்காங்கள். சன்னம் மின்னல் மாதிரிப் பறக்குது. எனக்கு

அதொண்டும் தெரியாது. என்ர வேலை காட்டுக்கை கூட்டிக்கொண்டு திரியறதுதான். எதைத் தின்னலாம், தின்னக்கூடாது, காட்டில என்ன செய்யலாம், செய்யக்கூடாது எண்டு சொல்லுவன். இறைச்சி உரிச்சி வெட்டித் தருவன். சிறுதுரும்பும் பல் குத்த உதவும்தானே! சிலவேளை என்ர யோசனையளும் நல்லாப் பலிச்சுப் போடும்."

லெட்சுமணன் கையில் சோற்றைக் குழைத்து வைத்தபடி மயில்குஞ்சனின் வாயைப் பார்த்தவாறே இருந்தான். "சாப்பிடப்பன்" சந்திரா அதட்டினாள். அத்தார் அவளைக் கடைக்கண்ணால் குறும்பாகப் பார்த்தபடி "ஒண்டைச் சொல்லுங்கோவன் குஞ்சண்ணை" என்றான். சந்திராவைச் சீண்டிப் பார்க்கிற நினைப்பு.

மயில்குஞ்சன் பொச்சடித்துச் சாப்பிட்ட வாயை நிறுத்தினான். செம்பை அண்ணாந்து நீர் குடித்தான். "இதைக் கேள் அத்தார்" என்று ஆரம்பித்தான்.

"தனிக்கல்லடிக் காம்பை பெடியங்கள் அடிச்ச அண்டைக்குத் தான் இதுவும் நடந்தது. காம்ப்பிலிருந்து ஆமி வெளிக்கிட்டு பட்டிருப்பைத் தாண்டி வந்தான். அது காட்டுக்குப் போற வழி. தெற்கால சிங்களக் குடியேத்தக் கிராமங்கள். மணலாறெண்டு நீளுது. ஒரு வழிப்பாதைதான். நான் காட்டுக்கரையில வேங்கைமரத்து மேலேயிருந்து பாக்கிறன். முன்னால கவசவண்டி. பின்னால ஏழெட்டு ட்ரக்குகள். புழுதி கிளம்புது. என்னோடை ரெண்டே ரெண்டு பெடியங்கள்தான் நிண்டாங்கள். அவன் காட்டுக்கரையில வந்து இறங்கினவுடனயே இவங்கள் சுடத் தொடங்கிட்டாங்கள். ரெண்டு பெடியும் மாறிமாறிப் போய் வேறவேற இடங்கள்ல நிண்டு சுட்டுப் பேக்காட்டிக் கொண்டிருக்கிறாங்கள். அவன் நிறையப் பெடியங்கள் நிக்கினமெண்டு நினைச்சி காட்டுக்க ஏறேல்ல. எப்பயுமே அவன் உள்ள ஏறுறதில்ல. சும்மா கரையில திரிஞ்சி சோக்காட்டிவிட்டுப் போவாங்கள். கூலிக்கு வேலை செய்யிறவன் என்னெண்டு ஏறுவான். சும்மா மேலிடத்துக்கு ஒரு கணக்கு காட்டுறதுதான். ரெண்டு தும்பிகள் மேலால வந்து சன்னங்களை விசிறிட்டுப் போயிட்டுது. உச்சைக்கே எனக்கு மழை வருமெண்டு தெரிஞ்சிட்டு. மரத்த விட்டிறங்கி ஒரு பொடியனிட்ட சொன்னன். அவன் வோக்கியில பேஸ்ஸோட கதைச்சிட்டு வோக்கிய என்னட்டைக் குடுத்தான். அந்தப் பக்கமிருந்து தளபதி கேக்கிறார். 'அய்யா மழை வருமா?' 'வரும்' எண்டன். 'சரியாச் சொல்லவேணும். பிறகு திட்டங்களை மாத்தவேணும்.' 'ஓமப்பன். வரும்.' உறுதியாச் சொல்லுறன். 'எப்பிடிச் சொல்லுறியள்?' எண்டான். என்ர நாள்ல அது பிழைச்சதேயில்லை. இப்ப கொஞ்ச நேரமா மழை எறும்பு, தட்டான், கரிச்சான், பக்கிக் குருவி எல்லாம் குணம் காட்டிச்சு. பார் இந்த நிழலுக்கை எனக்கு வேர்த்து வடியுது. ஊன் ஈ கடிக்கத்

தொடங்கிட்டு. மேல பாரடா மகன். வானம் முழுக்க வெள்ளை வெளேர் எண்டு பருத்திப்பொதி மாதிரி கொள்ளை கொள்ளையாக் குமிஞ்சிருக்கு. இருந்து பார் மகன். இன்னும் ரெண்டு மணி நேரத்தில வந்து கொட்டித் தீக்கும். 'அது போதும்' எண்டான்."

மயில்குஞ்சனுடைய கதையில் சந்திராவிற்கு ஆர்வம் தொற்றியிருக்க வேண்டும். "அய்யா, உங்கட கணிப்பு பிழைச்சதேயில்லயா?" என்று கேட்டாள்.

"மழை கூடிக் குறைச்சுப் பெய்யும். காடெல்லே மகள். கணக்குத் தப்பாது. நான் பெடியங்களிட்டக் கேட்டன் என்ன செய்யப் போறியள் எண்டு. 'பாதையை மறிச்சுத் தட்டிப்போட்டு மழையோட அடிப்பம்' எண்டாங்கள். தண்ணியக் குடிச்சுப் போட்டு ஒரு கோங்க மரத்துல ஏறினன். பாதிமரம் கூட ஏறேல்ல. அப்பதான் அந்த யோசினை வந்துது. பாய்ஞ்சு கீழ இறங்கினன். வோக்கியில் கதைச்சன். 'மகன், நான் சொல்லுறத கவனமாக் கேளடா. இங்கயிருந்து வடக்க ரெண்டு மைல் தாண்டின உடன ஒரு ஓடை வரும். கீழக் குளத்தோட கலிங்குத் தண்ணி பாயுற ஓடை. அதுதான் இந்தப் பாதையில தணிவான இடம். மேற்கில இருக்கிற குளங்கள் ரெண்டும் இப்பத்தான் பாசனக் குளமாயிட்டுது. முந்தித் தானாத் தேங்குன காட்டுக் குளங்கள்தான். என்ர ரெண்டாவது மகள் பிறந்த வருஷம் மேலக்குளம் தாங்காமல் உடைஞ்சு கீழக்குளத்துல வெள்ளம் பாய்ஞ்சு அதுவும் உடைச்சு அந்த வழியாத்தான் தண்ணி போனது. என்ர நெஞ்சுசரத்துக்குப் போனது. அப்ப சிங்களக்குடியேத்தங்கள் இல்லை. கிழக்குக் காடு கொஞ்சம் மேடு; தண்ணி வடக்கில பெருங்காடுகளுக்குள்ள போனதால மெதுவாதான் வடிஞ்சது. இப்பப் பட்டிருப்பு, காட்டுப்புலவுன்னு மலையிலிருந்து தமிழாக்கள் வந்து குடியேறியிருக்கிறாங்களே, அதுக்கும் கிழக்கால காடு வழியாப் பாஞ்சு போய் மணலாறில சேர்ந்திச்சு. மணல் ஆறு... எவ்வளவு வடிவான பேர்... ம்... அதை வெலிஓயா எண்டு மாத்தினாங்கள். காடெல்லாத்தையும் வெட்டி சிங்களச் சனத்தைக் குடியேத்தினாங்கள். முதல்ல புலவுக் காணிகள்தான். பிறகுதான் கீழக் குளத்திலயும் மேலக் குளத்திலயும் உடைச்ச இடத்தில அரசாங்கம் கலிங்கு கட்டி, மதகுகள் எல்லாம் போட்டு பாசனத்துக்குத் தண்ணி விட்டது. இப்ப அந்தக் குளங்களுக்கு என்னவோ சிங்களத்தில பேரெல்லாம் சொல்லுறாங்கள். 'மகன், நீ தண்ணிமுறிப்புக் குளத்தைக் கண்டிருக்கயா?' எண்டு கேட்டன். அவன் 'ஓம்' எண்டான். இந்த ரெண்டும் அந்த அளவுக்குப் பெரிசடா எண்டன். தண்ணி மணலாத்து வயல்களுக்கைதான் வடியும் எண்டன். ஆறாவது பேஸில இருந்த அந்தத் தளபதி கெட்டிக்காரன். ஒரு சிவலைப் பெடியன். யாழ்ப்பாணத்தான். பெரிய படிப்பெல்லாம் படிச்சவனாம். நான் ஒரு யோசனைதான்

சொன்னன். ஓடைக்கு அங்கால பாதைய முறிச்சுப்போட்டு குளத்துக் கலிங்குகளுக்கு வெடி வையுங்கோடா எண்டன். அவன் ஒன்பதாத் திட்டம் போட்டுட்டான். பிறகென்ன? நாலரை மணிக்கெல்லாம் மழை தூறேல்லை, கொட்டத் தொடங்கிட்டுது. ஆமிக்காரங்கள் அவசரமா ட்ரக்குகளைத் திருப்பிட்டாங்கள். கவசவாகனம் ஓடையைத் தாண்டின உடன ரெண்டாவது டிரக் வெடிச்சது. மேற்கால காடு, கிழக்கால வயல், மேலால மழை. முறையா மாட்டிக்கொண்டாங்கள். பெடியங்கள் பிறகு சுடேல்ல. ஆமி வாகனங்களுக்குள்ளேயே இருந்தாங்கள். உதவிக்கு ஆள் கேட்டிருப்பாங்கள் போல. நாங்கள் காத்திருந்தம். இருட்டின பிறகுதான் விண்கூவுற மாதிரி கலிங்குகளுக்கு வெடி வச்சாங்கள். தண்ணி அத்துக்கொண்டு பாஞ்சுது. பிறகு என்ன நடந்ததெண்டு தெரியா" என்று மயில்குஞ்சன் கண்ணடித்தான்.

"எனக்குச் சினிமாப் படம் பாத்த மாதிரியே இருக்கு." சந்திராவின் கண்கள் அகல விரிந்திருந்தன.

"உங்களுக்கு அப்பிடித்தான் இருக்கும்.." என்றான் மயில்குஞ்சன். கேலிச் சொற்கள்.

"பெறகு என்ன நடந்தது?" என்றான் லெட்சுமணன்.

"பாதைய முறிச்ச பெடியன் சொன்னான். வெள்ளம் வாகனத்தைப் புரட்டத் தொடங்கிட்டாம். தண்ணியில விழுந்து இழுபட்டு நீந்தித் தத்தளிச்சவங்களாம். தண்ணியோட போய் ஊருக்குள்ளயும் மரங்கள்லயும் தொத்தி இருந்துருப்பாங்கள்."

"தனிக்கல்லடி என்ன மாதிரியண்ணன்?" என்றான் அத்தார்.

"நாங்கள் தனிக்கல்லடிக்குப் போன நேரம், காம்பிலயிருந்த ஆமிக்காரங்கள் விட்டுட்டு ஓடிட்டாங்கள். எங்கட பெட்டயள்தான் உள்ளயிருந்தாளவை. ஒரு பகலும் ஒரு இரவும் எங்கடை கட்டுப் பாட்டிலதான் இருந்திச்சு. இத்திமரத்துக்காரி நிண்டு கேட்டவள் எண்டு கிழவங்களுக்குப் புளுகம். அவளை அறுத்துக் கட்டின ஆமி காம்பை அவள் விட்டு வைச்சிருப்பாளா...

'அவளோட சாபம் சும்மா விடாது' எண்டு கூனியக்கா சொன்னா. கோணேசற்றை பேத்தி ஆமி காம்ப்புக்கு முன்னே கத்தியால குத்திச் செத்தவளாம். ஆமிக்காரர் வீடு புகுந்து அவளின்ர வாயைக் கட்டிப்போட்டு நகையைக் கொள்ளையடிச்சாங்கள் எண்டாள். அவளுக்கொரு மகள் இருந்தவள். சிவலப்பெட்டை. வலுகெட்டிக்காரி... அவளையும் ஆளைக் காணேல்லயாம்."

“அவள நீங்கள் இயக்கத்தில எங்கையாவது கண்டனீங்களோ?”

“இல்லை. சின்னப்பிள்ளையிலயே என்னட்ட வந்து காட்டைப் பத்தி கேட்டுக் கேட்டு அறிவாள். ஒவ்வொண்டுக்கும் காரணம் கேட்பாள். அறிவாளி. எல்லா வருஷமும் என்னைவிட ரெண்டு மடங்கு தேன் எடுப்பாள். இயக்கத்துக்குத்தான் போனாள் எண்டு உனக்குத் தெரியுமா?”

“ஓம்… அவள் அங்கதான் போயிருக்க வேணும்.”

“லெட்சுமணன், போய்ப் படு” என்றாள் சந்திரா.

6
இரட்டைப் பனை

பிரேமதாஸாவோடு நடந்துகொண்டிருந்த பேச்சுவார்த்தைகள் திடீரென்று முறிந்துவிட்டன. இம்முறை முதலாவது துப்பாக்கி மட்டக்களப்பிலே வெடித்தது. கொஞ்ச காலத்திற்கேனும் சனங்கள் காலாறுவதைப் பொறுக்காமல் மதம் கொண்ட யானையைப்போல யுத்தம் அவர்களைத் துரத்தலாயிற்று.

குளக்கட்டுப் பள்ளிக்கூடத்திற்கு இரவோடு இரவாக அகதிகள் வந்து சேர்ந்தார்கள். கூரையில் ஏணைகள் கீழிறங்கின. பயணப் பைகளும் துணி மூட்டைகளும் சுவர் மூலைகளில் குவிந்தன. பள்ளிக் கட்டிடம் குழந்தைகளின் அழுகையால் நிரம்பியது.

சந்திரா விட்டேத்தியாகப் பள்ளிக்கூடக் கட்டிடத்தின் வெளியே நடந்தாள். நித்திரைக் களையிலும் துயரத்திலுமாகச் சோர்ந்திருந்த முகங்களைப் பார்க்கப் பொறுக்காது தலையைத் தாழ்த்திக்கொண்டாள். பிரதான கட்டிடத்திற்குப் பக்கத்தில் ஓலைக் கூரையாலான வகுப்பறைகளில் படுத்திருந்த ஆண்கள், அவளைக் கண்டதும் துணுக்குற்று எழுந்தார்கள். ‘இல்லை, வேண்டாம்... படுங்க’ என்பதைப் போலத் தலையசைத்தாள். இரவோடிரவாக நுழைந்ததற்கு மன்னிப்பை யாசிப்பது போலான அந்தப் பார்வைகள் அவளைத் தொந்தரவு செய்தன. திரும்பி நடந்தாள்.

பேறு கால வயிற்றோடு அந்தரப்பட்டு அமர்ந்திருந்த ஓர் இளம் பெண்ணில் சந்திராவின் பார்வை படிந்தது. அவளுக்கு இருபது வயதிற்கும் குறைவான தோற்றம். சோற்றைப் பிசைந்து இரண்டு குழந்தைகளுக்கும் ஊட்ட முயன்றுகொண்டிருந்தாள். அவை முரண்டு பிடித்தன. கடைசிக் குழந்தை வாடிப்போயிருந்தது.

நோயுற்ற கண்களோடும் மூக்கிலிருந்து ஒழுகிக் காய்ந்த சளியோடும் அசையாமல் உட்கார்ந்திருந்தது. அதனுடைய வாயில் சோற்றை வலிந்து திணித்தாள். அது தலையைத் திருப்பித் திமிறிச் சோற்றுப் பருக்கைகளைத் துப்பியது. அவள் சடாரென்று அலுமினியக் கிண்ணத்தைத் தரையில் விட்டெறிந்தாள். ‘ணங்’ என்று அதிர்ந்த சத்தத்தில் குழந்தை திடுக்கிட்டு விழித்தது.

“சனியன்களே, தின்னு தொலையுங்கவன்...”

இரண்டு குழந்தைகளும் ஓவென்று வீரிடத்தொடங்கின. பொலபொலவென்ற கண்ணீர் சடுதியில் அவளைக் கரையச் செய்திருக்க வேண்டும். கைகளை நீட்டி "அம்மாட்டை வாங்கவன்..." என்று கெஞ்சினாள். சற்று வளர்ந்த பிள்ளை ஓரடிக்குப் பின்வாங்கி நின்றது. அவள் கண்ணீரோடு இட்டுமுட்டாகச் சாய்ந்து கொண்டாள். "ஏனிப்பிடி எங்களை வதைக்கிறாங்கள்... ஒரு குண்டை எங்களுக்கு மேலை போட்டு விடுங்கவன். ஒரேயடியாச் செத்துப்போறம்..."

அந்த இளம்பெண்ணுக்கு அருகாகச் சென்று உட்கார்ந்து கொண்டாள் சந்திரா. அவளுடைய தோளை ஆதரவாகத் தொட்டாள். இரண்டு குழந்தைகளையும் மேடிட்ட வயிற்றையும் பார்த்தபோது அவளுடைய புருஷன் மேலே இனம்புரியாத ஓர் எரிச்சல்...

"தனியாவோ வந்திருக்கிறியள். அவர் வரேல்லையே..." கேட்டபிறகுதான் இது கொடூரமான பதிலைக் கொண்டிருக்கவும் கூடுமென்று உறைத்தது. அவள் "இல்லையக்கா..." என்றாள். நிம்மதி. "கொணந்து விட்டுட்டு தாய் தகப்பனைக் கூட்டி வரப் போட்டார். அவை கருநாட்டுக்கேணியில நிக்கினம்."

"நீங்கள் எவ்விடம்... மணலாறுப் பக்கமா?"

"இல்லையக்கா. திருகோணமலை, அன்புவழிபுரம்." அவள் குழந்தையைத் தூக்கி மடியில் இருத்திக்கொண்டாள். மூக்குத் துவாரங்களை அழுத்தி சளியைப் பிதுக்கிப் புறச்சட்டையில் தேய்த்துவிட்டாள்.

"திருகோணமலையில எங்களுக்கு இருக்கிற தைரியமில்லை அக்கா. கீழை சம்மாந்துறை, சித்தாண்டியளில நடக்கிற கதையைக் கேட்டால் ஈரக்குலை நடுங்குது. எப்ப கதவைத் தட்டுவாங்க, எப்ப பிடிச்சுக்கொண்டு போவாங்க எண்டு நிச்சயமில்லாத வாழ்க்கை. பிடிச்சுக்கொண்டு போன புருசன்மாரைத் தேடி ஆமிக் காம்புக்குப் போன பொம்பிளையளின்ரை கடிச்சுக் குதறின உடம்புகள்தான் காடுவழியக் கிடக்குது. அதுதான் வழியில செத்தாலும் பரவாயில்லையெண்டு குழந்தையளோடை காடு கழனிக்கை இறங்கி வெளிக்கிட்டுவிட்டம்" அவளுடைய முகம் வெளிறிக்கொண்டிருந்தது.

"முசுலிம் ஊர்காவல் படையும் ஆமியும் சேர்ந்து வீரச்சோலை, மல்லிகைபுரப் பக்கங்களில தமிழரை வெட்டுறதும், பிறகு பெடியங்கள் போய்... ஏறாவூரில முஸ்லிம் சனத்தை இழுத்து வெட்டுறதும்... பிறகு அவங்கள் வந்து சுடுறதும்... இப்பிடி எங்கடை காடெல்லாம் முசுலிம் தமிழர் பிணங்கள்... ம்ம்... பிணத்தில என்ன முசுலிமெண்டும் தமிழெண்டும்... எல்லாம் சதைப்பிண்டம்தானே... முசுலிம் ஊர்காவல் படைக் காடையங்கள் ஆடுற கொலை வெறியாட்டத்துக்கு இப்பிடித்தான்

பதிலடி குடுக்கவேணுமெண்டு என்ரை புருசன் சொல்லுவார். நீங்களே சொல்லுங்க அக்கா... வயித்தில குழந்தையை வைச்சிருக்கிற நான் அப்படிச் சொல்ல முடியுமா... பாவமக்கா... ஒரு பாவமும் அறியாத சின்னக் குழந்தைகளையெல்லாம் இவங்கள் வெட்டிப் போட்டுட்டாங்கள்... நானுமொரு தமிழச்சி என நாக்கூசுது எனக்கு. ரெண்டு பள்ளிவாசலிலயும் ரத்தத்தில மிதந்ததுகள் இருநூறுக்கும் மேலயாம்... எங்கடை பெடியங்கள் ஆடினது வெறியாட்டம் தானேக்கா... தங்களை ஏன் சுடுறாங்களெண்டு அந்தச் சின்னனுகளுக்குத் தெரிஞ்சிருக்குமா..."

அத்தாரும் பக்கத்திலிருந்து இதைக் கேட்டிருக்க வேண்டுமென்று சந்திரா நினைத்துக்கொண்டாள். பட்டமரத்தில் வெயிலில் பற்றிய நெருப்புப்போல சினம் தலைக்கேறியது. சீருடைப் பிள்ளைகள் இருண்ட காடொன்றில் தொலைந்து அழுகின்ற காட்சிகள்...

"சின்னப் பிள்ளைகளுக்கு மட்டுமில்லை. இப்ப வளர்ந்த ஆக்களுக்குக் கூட தாங்கள் ஏன் கொல்லப்படுறோமெண்டு தெரியிறதில்லை... விடுதலைத் தத்துவங்களும் சுதந்திரக் கோஷங்களும் வெறும் பழிவாங்கல்கள் எண்ட அளவில குறுகிப்போச்சுது..." சந்திரா துயரமூச்சோடு எழுந்தாள்.

காலை வெயில் பரவத் தொடங்கியிருந்தது. தங்களுடைய வகுப்பறைகளில் சனங்கள் படுத்திருப்பதைச் சிறுவர்கள் புதினமாகப் பார்த்தபடி நின்றார்கள். சந்திரா விளையாடிக்கொண்டு நின்ற வெள்ளையனை அழைத்தாள். மூச்சிரைக்க ஓடிவந்தான். மண்புழுதியில் குளித்த உடல். வியர்வையில் சீருடை தெப்பலாயிருந்தது. "என்ன ரீச்சர்..."

"இண்டைக்குப் பள்ளிக்கூடம் இல்லை. நீ தங்கச்சியைக் கூட்டிக்கொண்டு வீட்டுக்குப் போ. ரோட்டில வாகன ஓட்டம் கூடவாக் கிடக்கு. பாத்துப் போ... லெட்சுமணனை ஒருக்கா வரச்சொல்லிவிடு..."

பள்ளிக்கூடம் இல்லையென்றவுடன் வெள்ளையனின் முகம் மலர்ந்தது. அவன் புளுகத்தோடு "முத்துவையும் கூட்டிக்கொண்டு போறன்" என்று ஓடினான்.

சனங்கள் இன்னமும் வந்துகொண்டிருந்தார்கள். கட்டிடம் நிரம்பி வழிந்தது. சந்திரா பெரிய வகுப்புப் பிள்ளைகளிடம் சொல்லி வாளிகளில் குடிதண்ணீர் எடுத்துவரச் செய்தாள். மத்தியானச் சாப்பாட்டிற்காக பள்ளிக்கூடத்திலேயே எதையாவது சமைக்கலாமென்று ஆசிரியர்கள் கூடிக் கதைத்துக் கொண்டிருந்தபோது கேற்றைத் திறந்தவாறு ஒரு பச்சை நிற பிக்கப் உள்நுழைந்தது. சிறுவர்கள் உற்சாகக் குரலிட்டபடி அதற்குப் பின்னாலேயே ஓடிவந்தார்கள். கட்டிடத்திற்கு அருகாக பிக்கப் தரித்து

நிற்க, துப்பாக்கியோடும் புதிய வரிச் சீருடையோடும் அமர்ந்திருந்த மூன்று போராளிகள் நிலத்தில் குதித்து கருவிகளைத் தோளில் மாட்டிக் கொண்டார்கள். அவர்களைச் சூழ்ந்துநின்ற பிள்ளைகளின் கண்கள் ஓர் அதிசயத்தில் படிவதுபோல விரிவதை சந்திரா எரிச்சலோடு பார்த்தாள்.

சாரதிக்குப் பக்கத்திலிருந்தவனுக்கு இருபத்தைந்து வயதிலிருக்கலாம். சாதாரண உடையில் துப்பாக்கி ரவைக் கூடுகளை மார்பில் பொருத்தியிருந்தான். அழுத்தமும் இறுக்கமுமான முகம். தடித்த உடல். இறங்கிப் பிரதான கட்டிடத்தின் முன்னால் நின்று ஒவ்வொரு முகங்களையும் ஊடுருவுவது போலப் பார்த்தான். பிறகு "முதல்லை குழந்தைகளோட இருக்கிற ஆக்களுக்கு சாப்பாட்டுப் பார்சல்களைக் கொடுங்க" என்றான்.

ஒவ்வொரு உணவுப்பொதியாக விநியோகிக்கத் தொடங்கினார்கள். குழந்தைகளும் முதியவர்களும் அதைத் தவறவிடக்கூடாதென்ற பரிதவிப்பில் முண்டியடித்துச் சூழ்ந்தார்கள். "அண்ணை, எனக்கொண்டு... அண்ணை, தம்பிக்கொண்டு..." என்று ஒரு சிறுவன் கை நீட்டியதைக் காண வலித்தது. ஒன்றாக நீளும் கைகளில் உணவுப் பொதியை யாருக்கு முதலில் கொடுப்பதென்று போராளிகள் திணறினார்கள். சந்திரா விறுவிறுவென்று அருகில் போனாள். உரப் பையிலிருந்த பொதிகளை எடுத்து விநியோகிக்கத் தொடங்கினாள். "சாப்பாடு தாராளமா இருக்கு. அய்யா அதிலேயே இருங்கோ... நான் கொண்டுவாறன். தம்பி ஏனப்பு தங்கச்சியைத் தள்ளுறாய்..." என்றாள். போராளியொருவன் நட்பாகச் சிரித்தான்.

பசி எல்லோரையும் மூழ்கடித்திருந்தது. ஓர் ஒட்டிய வயிற்றுக் கிழவன் தயக்கத்தோடு "எனக்கு வயித்துப் புகைச்சல் இருக்கு பிள்ளை. இன்னொரு சாப்பாடு தருவீரே..." என்று கேட்டபோது சந்திரா நடுங்கிப் போனாள். சட்டென்று வியர்க்கச் சேலைத் தலைப்பால் அழுத்தித் துடைத்தாள். கையிலிருந்ததைக் கொடுத்துவிட்டு விலகினாள். சற்றுமுன் சிரித்த போராளி "நன்றி அம்மா" என்றான்.

சந்திரா "ஒண்டு சொல்லுறன், கோவிக்க வேண்டாம்" என்றவாறு அவனுக்குப் பக்கத்தில் சென்றாள்.

"சொல்லுங்க..."

"பாருங்கோ... குழந்தைகளும் சின்னப்பிள்ளையளும்தான் இங்கை நிறைய இருக்கினம். உள்ளை வரேக்கை இதுகளைக் கழட்டி வாகனத்துக்குள்ளை வைச்சிட்டு வந்திருக்கலாம்... சோறு குடுக்கிறதுக்கு

துவக்கு வைச்சிருக்க வேணுமெண்டு அவசியமில்லைதானே…” துப்பாக்கியைப் பார்த்தபடி சொன்னாள்.

அவன் புன்னகைத்தான். பதிலொன்றும் சொல்லாமல் அப்பொழுதுதான் சாப்பிட்டு முடித்த மெலிந்த தேகமுடைய சிறுவனைப் பார்த்து “டேய் தம்பி…” என்று கூப்பிட்டான். அவன் ‘நானா’ என்பதுபோல கையுயர்த்தி வினாவினான்.

“உனக்கு ஊருக்குப் போகலாம் என்ற நம்பிக்கை இருக்கா?”

சிறுவன் ஆமென்று தலையாட்டி ஆமோதித்தான்.

“பாத்தீங்களா… இந்த நம்பிக்கையைக் கொடுத்தது சோறும் சோயா மீற்றுக் கறியும் இல்லை” என்றான்.

சந்திராவுக்குப் பேச்சடைபட்டுவிட்டது. அந்தப் போராளிக்கு மிஞ்சி மிஞ்சினால் லெட்சுமணனின் வயதுதான் இருக்கும்.

“என்ன பாக்கிறியள்… இவங்களுக்கு வாயும் இல்லாட்டி நாயும் சீண்டாது எண்டுதானே யோசிக்கிறீங்கள்” என்று சிரித்தான். சந்திரா வெளிவாசலை நோக்கி நடக்கவும் கூடவே நடந்தான். “இந்தப் பிள்ளையள் அனுபவிக்கப்போற சுதந்திரம், துப்பாக்கியாலதான் வந்தது எண்டதை இவையள் அறியத்தானே வேணும்…” எப்படியாவது துப்பாக்கிகளின் நியாயத்தை அவளிடமிருந்து பெற்றுவிடுவது அவனது நோக்கமாயிருந்தது.

கேற்றடியில் ஒரு கிழவி, பொறுப்பாளனின் இரண்டு கைகளையும் பற்றிப்பிடித்தவாறு நின்றாள். “ராசா… நாங்கள் திரும்பவும் எங்கடை ஊருக்குப் போகலாம்தானே…” என்று அழுமாற்போல கேட்டாள்.

அவன் அலட்சியமாயும் அதே நேரத்தில் தீர்மானமான குரலிலும் “போகலாம் அம்மா… போகலாம்” என்றான்.

லெட்சுமணன் அவர்களைக் கடந்து நேராக சந்திராவிடம் வருவது தெரிந்தது. அதுவொரு சகுனப்பிழை போலிருந்தது. “வரச்சொன்னீங்கன்னு வெள்ளயன் சொன்னான்…”

“ஓம்… திருகோணமலையாக்கள் இடம்பெயந்து வந்திருக்கினம். சாப்பாட்டு ஒழுங்குகளைக் கவனிப்பமெண்டு உதவி ஒத்தாசைக்கு வரச்சொன்னனான். பெயந்து இயக்கம் சாப்பாடு கொண்டந்து குடுத்திட்டுது… நீ வீட்டை போ.”

லெட்சுமணன் அவளுக்குக் காது கொடுக்காதவனாக பிக்கப்பையும் போராளிகளையும் பார்த்துக்கொண்டு நின்றான். அவனைக் கூப்பிட்டிருக்கக் கூடாதென்று நினைத்தாள்.

மூன்று மாதங்களுக்குப் பிறகு கணிசமான திருகோணமலைச் சனங்கள் பள்ளிக்கூடத்திலிருந்து வெளியேறி வேறிடங்களுக்குப் போயிருந்தார்கள். சுதந்திரபுரத்தில் அவர்களுக்காகத் தனியான முகாமொன்று அமைக்கப்பட்டிருந்தது. சிலர் மறுபடியும் திருகோணமலைக்கே திரும்பியிருந்தார்கள்.

அக்காலத்திற்தான் ஒருநாள், யாருமே எதிர்பார்த்திராதபடி லெட்சுமணன் காணாமல் போனான். அத்தாரும் சந்திராவும் வல்லியாளும் கணபதியும் சோறு தண்ணீர் இன்றி அவனைத் தேடி அலைந்தார்கள். முடிவில் இரண்டு நாட்களுக்குப் பிறகு அவன் சென்றடைந்த இடத்தை மயில்குஞ்சன் உறுதிப்படுத்தினான்.

"அவனை மணலாத்துக்கு அனுப்பியிருக்கிறாங்கள் ரெயினிங்குக்கு..."

1991

பேச்சி தோட்டத்துக் கேற்றைத் தள்ளித் திறந்துவிட்டு துள்ளலோடு உள்நுழைந்தாள் ராணி. அலட்சியமான நடை. கையில் குளிர்ந்த பழைய சோற்றையும் வெங்காயத்தையும் மண்சட்டியில் அநாயசமாக ஏந்தியிருந்தாள். கேற்றைக் காலினாலேயே உதைந்து மூடினாள்.

“நான் மத்தியானம் வந்து சாப்பிடுறேன்...” என்று சங்கிலி சொன்னாலும், மீனாட்சி விடுவதில்லை. “வெளிக்க முன்னமே போயிடுறீங்கள். இடையில ஆகாரமெடுத்தாத்தான் தெம்பாயிருக்கும்” என்று இடைப்பட்ட நேரத்தில் பானையை வடித்து இருக்கிறவற்றைக் கலந்து ராணியிடம் கொடுத்துவிடுவாள்.

தென்னை வட்டுக்குள் சலசலத்தது. ராணி நிமிர்ந்து பார்த்தாள். ஒரு குரங்கு பதுங்கியவாறு முறைத்தது. மூஞ்சூறுவைப் போல உதடுகளைச் சுருக்கி பதிலுக்கு முறைத்தாள். காலடியில் கிடந்த தென்னை மட்டையை எடுத்து பட்டென்று உயர்த்தி வெருட்டினாள். அது மிரளவில்லை. அவளை விழுங்கி விடுவதைப் போல வெறித்துக்கொண்டிருந்தது. சட்டென்று இவளுக்கு ஆத்திரம் தலைக்கேறி விட்டது. சட்டியைத் தென்னையின் அடியில் வைத்து விட்டுக் கற்களைத் தேடினாள். மண்கட்டிகள்தான் கிடைத்தன. ஒற்றைக் கண்ணை மூடி இலக்குப் பார்த்து ஓங்கி எறிந்தாள். அரைத் தென்னை உயரத்தைக் கூட அடையாது மண்கட்டிகள் விழுந்து சிதறின. சினத்தோடு குரங்கைப் பார்த்தாள். நெளிப்புக் காட்டுவதைப் போலிருந்தது. “சனியன்...” ராணி பழஞ்சோற்றை எடுத்துக்கொண்டு நடந்தாள். இரண்டாவது காலடியில் மறுபடியும் துள்ளல் ஒட்டிக்கொண்டது.

தூரத்தில் மேரி மாதா லொறிக்குப் பக்கத்தில் வேலையாட்கள் வரிசையாக நின்றார்கள். அலவாங்கில் தேங்காய்களை ஓங்கிக் குத்தி, கால்களைச் சற்று உன்னி பொச்சைக் கீலங்களாக உரிக்கும் அவர்களுடைய அசைவுகள் ஒரே மாதிரியிருந்தன. ஆச்சரியத்தோடு பார்த்தாள். ஒவ்வொருவருக்கு முன்னாலும் உரித்த தேங்காய்களின் கூம்புக் குவியல்கள்.

ராணி சங்கிலிக்குப் பக்கத்தில் சட்டியை வைத்துவிட்டுத் திரும்பினாள். வேலியில் பெயர் அறியாத சிறிய குருவிகளின் வண்ணங்கள் கவர அவற்றை நோக்கி நடந்தாள். தத்துக் குருவிகள் சிறிய பந்துகளைப்

போலத் துள்ளித் துள்ளி நகர்ந்தன. ராணி அருகில் வரவும் சற்று மிரண்டு பின்னர் இயல்பாயின. அவள் உதடுகளைக் குவித்து சீக்காயடித்தாள். குருவிகள் ஒரே கணத்தில் கழுத்தைவெட்டித் திருப்பிப் பார்த்தன. பிறகு மறுபடியும் இரை தேடின. அவற்றைப்போல தானும் கீச்சிட முடியுமா என்று நாக்கை நீட்டியும் உதட்டைச் சுழித்தும் முயன்றுபார்த்தாள்.

கொப்பராவைக் காயப்போடுமிடத்தில் சூளையின் பின்சுவர் ஓரமாக மூன்று குரங்குகள் தாவியபடி போயின. சற்று முன்னர் தன்னைப் பொருட்டாயும் கருதாக குரங்கின் நினைவு எழ வேலியில் சுள்ளித்தடியொன்றை முறித்துக்கொண்டு ஓடினாள். மூன்று குரங்குகளும் நின்று திரும்பிப் பார்த்தன. ராணி நாக்கை மடித்துப் பயம் காட்டினாள். கிட்டே வருவதுபோல ஒரு காலை முன்னால் வைத்தாள். குரங்குகள் அசையவே இல்லை. அவளையொரு மனுஷியாகவே மதிப்பதில்லை என்று கங்கணம் கட்டிக்கொண்டு நின்றன. கோபத்தில் தடியை வீசியெறிந்தாள். அது குரங்கொன்றின் காலடியில் போய் விழுந்தது. அந்தக் குரங்கு அதை எடுத்து முகர்ந்து பார்த்துவிட்டு அவளை ஏளனமாக வெறித்தது. 'சனியன்களைச் சுட்டுத்தான் கொல்லோணும்...'

அப்பொழுதுதான் சுவரின் மறைப்பிலிருந்து சின்னராசு வந்தான். கையில் இடியன் துவக்கு. சாரம் கட்டி, வெள்ளை உள்பனியன் போட்டிருந்தான். கருகருவென்ற தேகம். அவனைக் கண்டதும் குரங்குகள் மிரண்டு பதுங்கின. ராணிக்கு ஆத்திரம் தலைக்கேறியது.

"குரங்குகளோடை என்ன சேட்டை..." என்று காலடியில் லாந்திய குரங்குகளைப் பார்த்து அவன் கேட்டான்.

ராணிக்கு மண்டை இறுகச் சள்புள்ளென்று கோபம் வந்தது. வாயைத் திறந்தாள் என்றால் நிச்சயமாக 'நாயே... பேயே...' என்றுதான் வந்திருக்கும்.

"நான் சும்மா பகிடிக்குச் சொன்னன். இதுகள் ஏதாவது சேட்டை விட்டால் சொல்லுங்க..." என்றான். ராணி அவனை விலத்திக்கொண்டு விறுவிறுவெனக் கடந்தாள்.

"இதுகள்ல கவனமாயிருங்க. குளிக்கேக்க மரங்களில இருந்து பாக்குங்க. நீங்க குரங்குதானே எண்டு சும்மாயிருப்பீங்க. ஆனா ரெண்டும் மனிசக் கண்ணு. உங்களப் பாத்துக்கொண்டே அதுக செய்யிறதைச் சொன்னால் நீங்க என்னைய அடிக்க வருவீங்க... ம்... குரங்காப் பிறந்திருக்கலாம்... கொடுத்து வைச்ச பிறவிங்க" என்று அவன் சலித்துக்கொண்டபோது ராணி 'க்ளுக்' என்று தன்வயமிழந்து சிரித்துவிட்டாள். அவனுக்குக் கேட்டு விடக்கூடாதென்பதற்காக வாயைப் பொத்தினாள். பிறகு 'கேட்டால்தான் என்ன...' என்று தோன்றவும் விடுவித்துக்கொண்டாள்.

அவனை ஒருமுறை பார்க்கவேண்டும் போலொரு குறுகுறுப்பு திடீரென்று கிளர்ந்தது. நின்று நிதானமாகத் திரும்பிப் பார்த்தாள். இடியனைத் தோளில் சுமந்தவாறு அவன் எதிர்த்திசையில் நடந்துகொண்டிருந்தான். மெலிதான ஏமாற்றம் சூழ்வது அவளுக்கே விசித்திரமாயிருந்தது. தலையைத் தொங்கப் போட்டாள். ஒரு குரங்கு இப்போதும் அங்கேயே நின்றது. ராணி கனிவோடு அதைப் பார்த்தாள். சுட்டுவிரலை அசைத்து "அங்காலை போடா..." என்றாள். குறும்புச் சிரிப்பு உதடுகளில் பரவிற்று.

அன்று ஒரு புதிரான இரவாயிருந்திருக்க வேண்டும். காட்டின் ரீங்காரங்கள் ஏதுமில்லை. தூரத்துக் கடலின் ஓசை மட்டும் காற்றில் மிதந்துகொண்டிருந்தது. தூக்கத்தின் முதற்கணங்களில் கிடந்தவள், நுரைத்தபடி பாயும் காட்டாறு ஒன்றிலிருந்து சின்னராசு தலையை உலுப்பிக்கொண்டு எழுந்ததைக் கண்டாள். இருபதின் துடிப்பும் முறுக்கும் வாய்த்த உடல் அவனுக்கு. ஆயிரமாண்டுகளாக நீர் அரித்த உருளைக்கல்லைப்போன்ற முகம். வெற்றிலைச் சாறு ஊறிய வாயில் செம்மஞ்சள் பற்களையும் சிரிக்கும் வெண்மணிக் கண்களையும் அவன் கொண்டிருந்தான்.

சிந்திய நீர்த்திவலைகள் கால்களில் பட குளிரின் பரவசத்தில் ராணி மூழ்கத் தொடங்கினாள். மண்டிக் கிடந்த இருள்பசை உடலைப் பிசைந்த விநோத அனுபவத்தில் ஒடுங்கிப்போய் குப்புறத் திரும்பினாள். கிழிந்த பாயின் ஓலைமுனைகள் ஆடைகளைத் தொட்டு நெருடியபோது காது மடல்களில் புல்லை நுழைத்த கூச்சம். ராணி இருளில் சிரித்தாள். பிறகு தன்னையுமறியாமற் சிணுங்கினாள்.

"**அ**ம்மா... சோத்தை நான் போட்டுக் கொண்டுபோய் அப்பாக்குக் குடுக்கட்டா..." கண் விழித்ததும் விழிக்காததுமாக ராணி உரத்த குரலில் கேட்டாள்.

"பொறு பிள்ளை. சோத்துக்கு ஒண்டுமில்லை. சம்பல் இடிச்சுத் தாறன்..." மீனாட்சி வெளியே பாத்திரம் கழுவிக் கொண்டிருந்தாள்.

"நான் இடிக்கட்டா... செத்தல் மிளகாய் எங்கை கிடக்கு..."

"முடிஞ்சுதுபோல... பொறு. சட்டியைக் கழுவிப்போட்டு சந்திராட்டை வாங்கிக்கொண்டு வாறன்."

"நான் வாங்கிக்கொண்டு வாறன்."

தூங்கணாங்கூட்டிலிருந்து வெளியேறிய குருவி விர்ரென்று சிறகசைத்துப் பறப்பதைப்போல துள்ளியோடிய மகளை மீனாட்சி ஆச்சரியத்தோடு பார்த்தாள். ஐந்தாம் வகுப்போடு நின்றுவிட்டாள். ஆறாம் வகுப்புக்கு நெடுங்கேணிக்குப் போகமாட்டேன் என்று இருந்துவிட்டாள். கொஞ்ச நாட்களாகவே ஒரு புதிரான பெண்ணாக அவள் மாறிவிட்டாள். தாய்க்கு உதவி செய்வதிலிருந்து தந்தைக்கு காலை ஆகாரம் கொண்டுசெல்வது வரை எல்லாவற்றையும் ஓடியாடிச் செய்தாள். பின்னேரப் பொழுதுகளில் பேச்சி தோட்டத்திற்குச் சென்று அடுப்பெரிக்கப் பொச்சுமட்டை பொறுக்கி வருவாள். "கடைக்குப் போட்டு வாறியா..." என்றால் "ஓம்..." என்றுவிட்டு உடை மாற்றிக்கொண்டு ஓடுவாள். முன்னரைப் போல எடுத்ததற்கும் எரிந்துவிழுகிற பழக்கம் இல்லாமற் போயிருந்தது. 'ம்... இனிப் பொறுப்பு வாற வயசுதானே...' மீனாட்சி தண்ணீரை விசிறி ஊற்றிவிட்டு எழுந்தாள். ராணி அதற்கிடையில் கையில் ஐந்து செத்தல் மிளகாய்களோடு திரும்பி வந்தாள்.

மீனாட்சி கரி அளைந்த கைகளைக் கழுவிக் கொண்டிருந்த போது குசினிக்குள் விறுக்விறுக் என்று தேங்காய் துருவும் சத்தம் கேட்டது. உள்ளே புகுந்தாள். இரு கைப்பிடி அளவு தேங்காய்ப் பூவில் செத்தல் மிளகாயைச் சேர்த்து அம்மியில் அரைக்கத் தொடங்கினாள் ராணி. முகம் வியர்த்திருந்தது. கை அசைவில் ஒருவிதமான பதற்றம்...

"மத்தியானத்துக்கும் சேத்துத் துருவியிருக்கலாம்தானே பிள்ளை..."

“அப்பாக்குப் பசிக்குமெல்லே...”

“வெறும் சம்பலோடை என்னெண்டு... கொஞ்சம் பொறு. ஒரு ரசத்தையாவது வைச்சுத் தாறன்.”

“நான் இதைக் கொண்டுபோறன். மத்தியானத்துக்கு அவரை நேரத்தோட வரச்சொல்லுறன்.”

ராணி வெளியே ஓடிச்சென்று முகத்தை நீரால் அலம்பி விட்டுக் கொடியில் தொங்கிய துண்டால் அழுத்தித் துடைத்துக் கொண்டாள். தலைமயிரை அவிழ்த்து விரல்களால் கோதி மறுபடியும் முடிந்தாள். முற்றத்தில் விழுந்த முகத்து நிழலின் தோற்றம் அவளுக்குத் திருப்தியாயிருந்தது. சருவச் சட்டிக்குள் சோற்றையும் சம்பலையும் இட்டுப் பிசைந்துவிட்டு ஒரு வெங்காயத்தையும் எடுத்து வைத்தாள். எப்போதும்போல ஒரு கையால் அநாயசமாக ஏந்திக்கொண்டு வெளியேறினாள்.

பேச்சி தோட்டத்திற்குள் கால் வைத்ததுமே நல்ல வெக்கை நாளில் தொண்டை வழியக் குளிர்ந்த நீரைக் குடித்த உணர்வு. நடையில் தன்பாட்டில் துள்ளல் ஒட்டிக்கொண்டது. சின்னராசு கிணற்றடியில் நின்றான். அவனைக் கண்டதும் பூசை முடிவதற்குள் வைரவர் கோவிலுக்குப் போன ஒரு திருப்தி. மெல்லிய கூச்சம். கொடுப்பிற்குள் ஒரு சிரிப்பு. கிணற்றுப்பாத்தியில் நீரில் ஊறிக்கிடந்த கிடுகுகளின் முனையில் கூர்கத்தியை வைத்துக் கிழித்து இரண்டாக்கி ஓரமாக அடுக்கிக்கொண்டிருந்த சின்னராசு ராணியைக் கண்டதும் தன் தலையைக் கோதிவிட்டான்.

ராணி அவனைக் கடந்தபோது இருவர் கண்களும் பேசி மீண்டன. அவள் இமைகளைக் குவித்துக் காத்திருக்க சமிக்ஞை செய்தாள்.

“இந்த மரத்தடியில வைச்சிட்டுப் போ பிள்ளை... எனக்கு இப்ப பசிக்கேல்லை...” என்றான் சங்கிலி.

“நான் நிக்கிறன்... நீங்க சாப்பிட்டுட்டுச் சொல்லுங்க. தண்ணி விறாய்க்குது. குடிச்சிட்டு வாறன்” என்றவாறு கிணற்றடிக்கு நடந்தாள். நடையின் துள்ளலை வலிந்து தாமதப்படுத்தினாள். சின்னராசை வெகு அருகில் தாண்டியபோது மின்னலைத் தொட்டு மீண்ட உணர்வு. வாளியைக் கிணற்றில் இறக்கினாள்.

“இண்டைக்கு பிள்ளையார் கோயிலுக்கு வருவியளா...” என்று கேட்டான் சின்னராசு.

ராணி அருகில் யாரும் இல்லையென்பதைத் தலையைத் திருப்பி உறுதி செய்தாள்.

"ஏன் இண்டைக்கு என்ன?"

"பூங்காவனத் திருவிழா. நல்லாயிருக்கும்."

"எத்தினை மணிக்கு முடியும்?"

"அது சாமம் ஆகும்."

"அய்யோ... நான் வரேல்லை... தனிய என்னெண்டு வாற..."

"அது வரலாம். இரவில திரிய இங்கை என்ன பயம்..."

"முனி திரியிற நேரம்..."

"வைரவரும் திரிவார்."

"சரி வந்தால் என்ன வாங்கித் தருவீங்கள்..."

"என்ன வேணும்?"

"யோசிச்சுச் சொல்லுறன்."

"அப்ப வருவியளா?"

"வெள்ளையனைக் கேக்கிறன். அவன் வந்தால் வாறன்."

"நாசமாப் போச்சு..." சின்னராசு சலித்தவாறே சேற்றுக்குள் காலை உதைத்தான். புளிச் என்று நீர் பறந்தது. ராணி சிரிப்பை அடக்கிக் கொண்டாள்.

"தனிய என்னெண்டு வாற..."

"இங்கை வண்ணமலர் அக்கா... மற்றது கொப்பரா தெண்டுற பொம்பிளையள் வருகினம். அவையோடை போறன் எண்டுட்டு வரலாம்தானே..."

ராணி தண்ணீர் வாளியை ஒரு கையால் கவிழ்த்து மற்றைய கையை வாயில் ஏந்திக் குடிக்க முயற்சித்தாள். விரல்களிடையில் தண்ணீர் கொளகொளத்து வழிந்தோடியது.

"ஏன் என்னட்டைக் கேக்கலாம்தானே..." சின்னராசு வாளியை வாங்கிக் கொண்டான்.

"நான் கேட்டாத்தான் செய்வீங்களோ..." ராணி கேட்டு விட்டுக் குறும்பாகப் பார்த்தாள். அவன் வாளியை மறுபடியும் கிணற்றில் இறக்கி நீர் அள்ளினான். ராணி இரண்டு கைகளையும் வாயருகில்

ஏந்திக் குனிந்து நிற்க வாளியை மெல்லக் கவிழ்த்து ஊற்றினான். வாளியின் விளிம்பைப் பற்றியிருந்த வலது ஆள்காட்டி விரல் ராணியின் மேலுதடுகளில் எதேச்சையாகத் தொட்டது. அவள் சரேலென்று முகத்தைப் பின் இழுத்தாள். சில நொடிகளுக்கு அவனையே உற்றுப் பார்த்தவள் மறுபடியும் தண்ணீரை ஏந்திக் குடிக்கலானாள்.

தென்னையைச் சுற்றிப் பதுங்கு குழிபோல வெட்டப்பட்ட மூன்று முழ ஆழக்குழி. அத்தார் உள்ளே இறங்கி நின்றான். மழை பொழிந்த நிலத்தில் பொத்துப்பொத்தென்று மண்ணைக் கொத்திக் கடகத்தில் நிறைக்க நீர் ஊறிய கனத்தில் மூச்சு வாங்கியது. வெயிலின் உக்கிரத்தை தென்னோலைகள் உறிஞ்சித் தணித்தாலும் வியர்த்து வழிந்தது. முதுகிலும் நெஞ்சிலும் சேற்றுப் பிசுபிசுப்பு. அத்தார் கடகத்தை மேலே உயர்த்திக் கொட்டினான். கைமூட்டுகளில் வலி சுழித்தது. காலையில் கல்லுக் குத்திப் பிய்த்த நகத்தைச் சுற்றிக் கட்டியிருந்த பழைய துணி அவிழ்ந்து சேற்றுக்குள் இழுபட்டதைப் பார்க்கச் சினமாயிருந்தது.

மனதில் அமைதியேயில்லை. நோவிலும் பிணியிலும் தேகம் செல்லரித்துக் கோறையாவதைப்போன்ற பிரமை. இரண்டு காலிலும் பொட்டுப் பொட்டாகச் சிவந்து புண் ஆகியிருந்தது. சொறிந்து கொண்டே இருக்கவேண்டும் போலொரு அவா. எக்சிமாக் குணமென்று டொக்டர் சொல்லியிருந்தார்.

அத்தார் இப்பொழுதெல்லாம் தோட்டங்களிலேயேதான் அலைந்து திரிந்தான். அவனுக்கும் சந்திராவிற்கும் இடையில் கண்ணாடித் திரையொன்று மெல்ல வளர்ந்துவிட்டிருந்தது. குடிசையின் ஒவ்வொரு திக்கும் லெட்சுமணன் இல்லாத வெறுமையில் மூழ்கிக் கிடந்தன. அவன் படித்து முடிக்காத புத்தகங்களின் பக்க அடையாளங்களை சந்திரா எப்பொழுதும் வெறித்துப் பார்த்துக் கொண்டிருந்தாள். “எப்பப் பாத்தாலும் இயக்கம் புலி இயக்கம் புலி என்று கதைச்சுக் கதைச்சு அவன்ரை மனசைப் பழுதாக்கிப் போட்டினம்...” என்று அத்தாரை நேரே குற்றம் சாட்டினாள். அத்தார் பதிலுக்கு ஒன்றும் சொல்வதில்லை. லெட்சுமணன் இயக்கத்திற்குப் போன அந்த இரவு மன எழுச்சியும் இனம்புரியாத குற்றஉணர்ச்சியும் ஒன்றாகத் திரண்டு ஒரு புகைமூட்டம்போல அவனில் கவிந்திருந்தன.

கிடங்கில் இருந்து துள்ளி ஏறி சாரத்தில் ஒட்டியிருந்த மண்ணை உதறினான். மேரி மாதா லொறிக்குப் பக்கத்தில் பசளைச் சாக்கைச் சுமந்துகொண்டு சங்கிலி வந்துகொண்டிருப்பது தெரிந்தது.

வாச்சரிடம் இரவலுக்கு வாங்கிய இடியன் துவக்குடன் அவன் வேட்டைக்குப் போகத் தொடங்கிய பிறகு அவனில் மறுபடியும்

ஆளுமைக் களை தெரிந்தது. மான்களையும் மரைகளையும் வேட்டையாடுவதைப் புலிகள் தடை செய்திருந்திருந்த காலம். சங்கிலி ஒருமுறை பன்றிக்கு வெடி வைத்தான். தனியொருவனாக அதைச் சுமந்துகொண்டு வந்த காலைப் பொழுதில் அவனுடைய கண்களில் திரும்பவும் ஒளி மீண்டிருந்தது. அவன் அத்தாரையும் வேட்டைக்கு அழைத்தான். அத்தார் மறுத்துவிட்டான். "அலையிற மனசோடை காட்டுக்கை இறங்கக்கூடாது" என்றான்.

அத்தார் அடிமரத்தில் குந்தினான். நாரியைப் பிடித்தாற் போலிருந்தது. கால்களை நீட்டி முதுகைச் சாய்த்தான். 'தட்டினால் உதிர்ற மண்ணைப் போலத்தான் இந்த வாழ்க்கையும் ஒட்டாமல் கிடக்கு... ஒருவேளை பிள்ளையள் இல்லாத தனிமை இப்பதான் அருட்டுதோ...' தென்னம்வட்டுக்குள் பிஞ்சுக் குரும்பைகளில் அவனுடைய பார்வை குத்திட்டு நின்றது. சந்திராவின் வயிற்றில் கரு அழிந்த துயர நாட்களிலிருந்து மீண்டபிறகு இப்படியொரு நாளும் தோன்றியதில்லை. 'லெட்சுமணன் வந்திருக்கக் கூடாது' என்று தோன்றியது. அவன்தான் மண்டிக்கிடந்த தனிமையைப் போக்கினான். பிறகு ஒரு கையை வெட்டிக்கொண்டதுபோலப் போயும் விட்டான்.

சங்கிலி பசளைச் சாக்கைக் கிடங்கில் கவிழ்த்துக் கொட்டினான். நான்கு தடவை அப்படி நிரவிய பிறகு, அத்தார் மண்ணால் வாரி மூடினான். ஈர மண், மண்வெட்டியில் உடும்பைப்போல ஒட்டிக்கொண்டு கிடந்தது. ஓங்கி மரத்தில் தட்டினான். மூன்றாவது தடவை தட்டியபோது கைப்பிடியிலிருந்து மண்வெட்டி நழுவித் தூர விழுந்தது. "அட கருமத்த..." எரிச்சலாயிருந்தது. நடந்துசென்று பிடியைத் தூக்கினான். வழுவழுத்த கைப்பிடி பொருமி வெடித்திருந்தது. இனிப் பயன்படுத்த முடியாது. "அடுப்பெரிக்கத்தான்" என்றவாறு எறிந்தான். "இருங்கோ சங்கிலியண்ணர், வேற பிடி எடுத்துக்கொண்டு வாறன்."

"நீ இரு. எனக்குத் தண்ணியும் விறாய்க்குது. குடிச்சிட்டு வேற பிடி எடுத்துக்கொண்டு வாறன்" என்று அத்தாரைத் தடுத்துவிட்டு சங்கிலி எழுந்து நடந்தான். கிணற்றில் நீரள்ளிக் கையால் ஏந்திக் குடித்தவன், பேச்சி தோட்டத்தின் வடமேல் மூலை நோக்கிப் போனான். மாரிக் காலங்களில் கொப்பராக்களை வாட்டும் சூளையின் பின்புறமாகத்தான் தோட்ட வேலைச் சாமான்கள் கிடந்தன. தீயில் கருகியிருந்த சூளையின் உட்புறச் சுவர் அழிந்துபோன கிராமமொன்றை அவனுடைய நினைவில் கிளறியது. மௌனமாக நின்றான். கூரான சிரட்டைச் சில்லொன்று குதிகாலில் குத்தியது. குனிந்தான். அப்பொழுது... சூளையின் பின்புறத்தில் மெல்லிய சிணுங்கல் ஒலி கேட்டது. பிறகு உக்கிரமான

மூச்சும் முனகலும் பிணைகின்ற சத்தம்... சங்கிலி ஏதோவொரு அனிச்சைச் செயலாகக் காலடியை முன்னால் வைத்தான்.

“பதினேழு வயசிலயே தேகம் அரிச்சு எவன் கிடைச்சாலும் தேய்ச்சுக்கொண்டு திரியிறியா...”

சற்றுமுன்னர்தான் வீட்டிற்குள் நுழைந்த ராணியின் மயிரைக் கொத்தாக இழுத்துச்சென்று வெளியே வீசித்தள்ளிய மீனாட்சி ஓங்கிக் கத்தினாள். ஒரு குளுவன் மாட்டைப்போல திமிறி அவளிடமிருந்து விடுபட்ட ராணி தலையை உக்கிரமாகச் சிலுப்பினாள். இரண்டு சண்டைச் சேவல்கள் விதிர்த்தபடி நிற்பதுபோலத் தாயும் மகளும் முற்றத்தில் நின்றார்கள்.

சங்கிலியின் இமைகள் கனத்துக் கீழிறங்கின. நீர்த்துளிக் கசிவு. தேகத் தோல் உணர்ச்சியற்றுத் தடிக்கத்தொடங்கியது. ‘கையில தூக்கி வளத்த மகளெண்டாலும், ஒரு தகப்பன் காணுற கோலமோ அது... என்னவோ சத்தம் கேட்டாப்பிறகும் விடுப்புப் பாக்கிற குணத்தோட நான் கால் வைச்சிருக்கக் கூடாது. ச்சீக்... அழுக்கு மனசு... இந்தக் காலை வெட்டியெறிஞ்சாலும் மனசு ஆறாது...’ சூளையின் பின்புறச் சுவரோடு சின்னராசின் அணைப்பிற்குள் ஒடுங்கிக் கிடந்தாள் ராணி. தந்தையைக் கண்ட நொடியில் அவளுடைய கண்களில் திடுக்கிட்டுச் சுரந்த அந்தத் தவிப்பு மனதை எரித்துக் கொண்டேயிருந்தது. கலைந்துகிடந்த ஆடையைச் சரிசெய்யவும் அவளுக்கு தோன்றவில்லை... சங்கிலி சரேலென்று கால்களைப் பின்னிழுத்தான். அவை பூமியின் விளிம்பிலிருந்து வழுக்கிச் சென்றன. அத்தாருக்கும் சொல்லாமல் தோட்டத்திலிருந்து திரும்பி வீட்டிற்குள் நுழைந்தபோது உடல் கல்லாய்ச் சமைந்துவிட்டது. அதைக் கரைத்து இளக்க வைப்பதைப்போல கண்ணீர் உடைத்துக் கொண்டு பொலபொலக்கவும் மீனாட்சி உத்தரித்துப் போனாள். “என்னெண்டு சொல்லுங்கவன்” என்று அவனைப் பிடித்து உலுப்பினாள். பாறாங்கல்லைப் போலிருந்தான். ராணியின் அந்தரமான பார்வை, கண்ணுக்கு முன்னால் விரிந்துகொண்டேயிருந்ததைத் தாங்கமுடியாமலிருந்தது. குழந்தையைப்போலக் கேவிக்கேவி அழுதான்.

“என்ரை ரத்தத்திலயிருந்து பெத்தவள் தானெண்டாலும், மகளை ஒரு தகப்பன் காணக்கூடாத கோலத்தில காணவைச்சிட்டாள் அந்தக் காளியாத்தை. இந்த ரெண்டு கண்ணையும் தோண்டியெடுத்தாலும் பாவம் கரையாது... என்ரை அம்மா...” ஒளியின் கீற்றும் வீழாத

காட்டின் மடியிற் கிடந்து ஓவென்று கதற வேண்டும்போலிருந்தது. அவனுடைய சொற்களெல்லாம் மீனாட்சிக்கு உடுக்குச் சத்தங்களாகின.

முறைத்துக்கொண்டு மீண்டும் வீட்டிற்குள் நுழையும் எத்தனத்துடன் காலடி வைத்த ராணியின் கழுத்திலேயே மீனாட்சி ஓங்கிக் குத்தினாள். ராணியின் தலை பாம்பைப் போலச் சுழன்றது. "கொல்லுறதெண்டால் கொல்லு..." என்று சீறினாள்.

"வாசல் மிதிச்சியெண்டால் காலை அடிச்சு முறிப்பன்... போ... எவனோடயாவது போய்ப் படு..."

"பதினேழு வயசிலதானே நீ கலியாணம் கட்டினனி, உனக்குத் தேகம் சுணைக்காமலோ நாங்கள் வரிசையாப் பிறந்தம்..."

சங்கிலி கண்களை இறுக மூடிக்கொண்டான். இமையோரத்தில் திரண்ட நீர் முத்துக்களாக உடைந்தது.

மீனாட்சி விறகுக் குவியலிலிருந்து தென்னம்பாளையொன்றை இழுத்தெடுத்து ஓங்கிக்கொண்டே ஓடினாள். 'மண்டையை உடைக்கிறதென்றால் உடை' என்று விறுமன் கணக்காக ராணி நிற்கவும் பாளையைத் தூர எறிந்துவிட்டு சோர்ந்துபோய் மண்ணில் குந்தினாள். "அய்யாக்குச் சாப்பாடு குடுக்கிறன், சாப்பாடு குடுக்கிறனெண்டு உதுக்குத் தானோடி இவ்வளவு நாளா விடிஞ்செழும்பின கையோட ஓடினனி... வைரவரே... நானும் வயசு ஏற மகளுக்குப் பொறுப்பு வருகுதெண்டுதானே நினைச்சன். ஓடுகாலி... ஓடுகாலி... நடந்தாலும் அதிராத தகப்பனுக்கு ஓடுகாலியா வந்து பிறந்தனியோடி இந்த வயித்தில..." தலையிலடித்துக் குழறினாள். வெள்ளையனும் நாமகளும் தயங்கியபடி பக்கமாக வந்து நின்றார்கள். மீனாட்சி நாமகளை வாரி அணைத்துக்கொண்டாள். ராணி இன்னமும் மூசிக்கொண்டுதான் நின்றாள்.

"ஏன் நிண்டனி... வந்து மண்டையை உடை. நான் செத்துப் போறன்..."

மீனாட்சி அவளை எரித்துச் சாம்பராக்குவதுபோலப் பார்த்தாள். "இதில நிண்டு கொதியைக் கிளப்பாதை. எங்கையாவது போய்ச் செத்துத் துலை." கண்ணீரைப் புறங்கையால் அழுத்தித் துடைத்துக்கொண்டு சொன்னாள்.

"நான் சாகிறன். நீயும் புருசனும் திண்டு குடிச்சுக் கிடவுங்க..."

"செத்துத் துலை. ஒரு சொட்டுக் கண்ணீரும் சிந்தமாட்டம். கேட்டுக்கொள்."

“அந்தக் கிணத்துக்கையே நானும் விழுந்து சாகிறன். என்ரை வயித்துப்பிள்ளை மேல சத்தியமாச் சொல்லுறன். ரெண்டு உசிரைக் கொன்ட பாவம் உங்கள் எல்லாரையும் புளுக்கத்தான் சாக்காட்டும்.” ராணி எட்டேக்கரை நோக்கி ஓடினாள். வயிற்றுப் பிள்ளையென்றதும் மீனாட்சிக்குச் சுருக்கென்றது. துள்ளி நிமிர்ந்தாள். கால்கள் அனிச்சையாக மகளுக்குப் பின்னாலேயே ஓடின. எட்டேக்கர் கேற்றடியில் அவளை இறுக்கக் கட்டிப்பிடித்துக் கொண்டாள். மகளுடைய அடிவயிற்றில் விரல்கள் பட்டபோது விர் என்று சிலிர்ப்பு மேலெழுந்தது. ராணி குழந்தைப்பிள்ளையாக மடியிற் கிடந்த காலங்கள் பொங்கி நுரைத்தன.

ராணி திமிறினாள். “நான் சாகிறன் விடு...” என்று திரும்பத் திரும்ப அரற்றினாள்.

“சனியனே... ஒண்டுகிடக்க ஒண்டு ஆகப்போகுது. வீட்டுக்குப் போ...” மீனாட்சி பலம் கொண்ட மட்டும் அவளைத் தள்ளினாள். இரும்பு போல நின்றவளை அசைக்க முடியவில்லை. ஒரு கட்டத்தில் கால்கள் சோர அவளை விடுவித்த மீனாட்சி “உன்ரை வயித்தில சனிச்ச கரு மேலை சத்தியமாச் சொல்லுறன். வீட்டுக்கு வா... நான் அய்யாவோடை கதைக்கிறன்...” என்றுவிட்டு சரேலெனத் திரும்பி நடந்தாள். வந்து சங்கிலிக்கு அருகாக உட்கார்ந்து கொண்டாள். அவனுடைய கையை ஆதரவாகப் பற்றினாள்.

சற்று நேரத்தில் வாசலில் ராணியின் நிழலாடியது.

திடீரென்று அனுபவங்கள் வாய்த்த ஒரு பெண்ணைப் போன்ற தோற்றத்தில் மீனாட்சியின் மஞ்சள் நிறச் சேலையுடுத்தி பூரிப்பிலும் நாணத்திலும் ஊறிய ராணியின் முகத்தைக் கண்டபோதெல்லாம் சந்திராவிற்கு லெட்சுமணனின் நினைப்பாகவே இருந்தது. சோறு கொடுப்பிக்கும் மணச்சடங்கிற்கு வந்தவர்களின் அரட்டையிலும் விசாரிப்பிலும் பொருந்திக்கொள்ள முடியாமல் அவள் அந்தரித்தாள். ‘என்னையும் அறியாமல் அவனுக்கு இவளையெண்டு நினைச்சு வைச்சிருந்திருக்கிறன்...’ என்று தோன்றவும் ஆற்றாமையாய் இருந்தது.

லெட்சுமணன், புலிகளோடு சேர்வதற்குச் சில மாதங்களுக்கு முன்னர் ஒருநாள் ஏதோ பேச்சுவாக்கில் “இவனுக்கும் இருபது வயசாயிட்டுது, அக்காக்காரி என்ன எண்ணம் வைச்சிருக்கிறாளோ தெரியல்லை. கேட்டுப்பாக்க வேணும். ஓமெண்டால் சங்கிலி அண்ணற்றை மூத்தவளைக் கேக்கலாம்” என்று அவள் அத்தாரிடம் சொல்லியிருந்தாள்.

“என்ன மாதிரி காலம் ஓடுது பார்... அந்தப் பெட்டையின்ரை சாமத்தியச் சடங்கில ஏதோ தான்தான் கட்டப்போறவன் மாதிரி மசிந்திக்கொண்டு நிண்டது நேற்றுப்போலக் கிடக்கு... ம்... வல்லியாள் என்ன யோசினை வைச்சிருக்கிறாளெண்டு தெரியேல்லை. சொந்தங்களுக்கை இருக்கினமோ தெரியேல்லை. அவளின்ரை முற்றுத் தெரியாமல் நாங்கள் என்னெண்டு...” என்றான் அவன்.

எல்லாம் கனவுபோலவே முடிந்துவிட்டது.

சின்னராசுக்குத் தந்தையில்லை. அவனுடைய சிறு வயதிலேயே தவறிப்போய்விட்டார். இரண்டு அக்காக்களும் திருமணம் செய்து போய்விட அவன் தாயோடுதான் இருந்தான். சோறு கொடுப்பிக்கும் சடங்கிற்கு அவர்களுடைய பக்கத்திலிருந்து பத்துப் பன்னிரெண்டு பேர் வந்திருந்தார்கள். தாய்மாமன் பெரியதுரை மன்னாரிலிருந்து பிள்ளைகளோடு வந்திருந்தான்.

ஆச்சிமுத்து வரவில்லை. சங்கிலி நேரே போய்ச் சொன்ன போதும் “என்ர பேத்திக்கு எப்பவும் என்ர அன்பிருக்கும். ஆனால் நான் வரமாட்டன்” என்றுவிட்டாள். “உன்ர அண்ணற்றை மகளும் உனக்கொரு மகளைப் போலத்தானே. வவுனியாவில அதுகள் எப்பிடியிருக்குதுகள் எண்டு

பாத்துவரக்கூட உனக்கு நினைப்பில்லாமல் போச்சுது. சொந்தபந்தம் எல்லாமே வெறும் வேசமாப்போன காலத்தில உறவென்ன ஒட்டென்ன... நீ போ... நீ போ... நடராசன்ர ஆத்துமா அதுகளக் கொண்டுசெல்லும்'' என்று பெருமூச்செறிந்தாள். சங்கிலி மௌனமாகத் திரும்பிவிட்டான்.

குடிசைக்கு வெளியே இரண்டு மூன்று பாய்களை விரித்திருந்தார்கள். மத்தியான வெக்கையில் அவ்வப்போது வருடிய காற்று இதமாயிருந்தது.

அன்றைக்கு, வயிற்றிலே பிள்ளையைச் சுமக்கிறேன் என்று ராணி சொல்லவும் மீனாட்சியின் நாடிநரம்புகளில் குபுக் என்று குளிரான நீர் சுரந்தது. கனன்று கொண்டிருந்த தீ சொரசொர வென்று காலடியில் சரிந்து அணைவதைப்போன்ற பிரமையில் சங்கிலியின் கைகளைப் பற்றிக்கொண்டு பதைப்போடு காத்திருந்தாள். அவனுடைய மௌனம் அச்சமாயிருந்தது. அந்தச் சின்னராசு நல்ல மனிதனாயிருக்க வேண்டுமென்று நாட்டுத் தெய்வங்களிடம் பிரார்த்தித்தாள். பேச்சி தோட்டத்தில் கண்ட முகங்களை எவ்வளவோ நினைவிற்குக் கொண்டுவர முயற்சித்தும் சின்னராசுவை அடையாளப்படுத்த இயலவில்லை. 'இவருக்கு எப்பிடியும் தெரிஞ்சிருக்கும்... ஒருத்தன்ரை பேச்சிலயும் நடத்தையிலும் அவனைப் பற்றித் தெரியாமலா போயிடும்...' என்று நம்பிக்கைகளைச் சேகரித்தாள்.

கீழே நிலைகுத்தியிருந்த பார்வையை நீண்டநேரத்திற்குப் பின்னர் நிமிர்த்திய சங்கிலி மீனாட்சியை அர்த்தத்தோடு பார்த்தான். மௌனத்திலிருந்து விலகி, "நான் சின்னராசின்ர தாய்க்காரியோடை நாளைக்குக் கதைக்கிறன்" என்றபோதுதான் அவளுடைய மனது இளகியது. மயிரைச் சுருட்டிக்கொண்டு எழுந்தவள், ராணி முடங்கிக் குந்தியிருந்த செத்தைக்குப் பக்கத்தில் போய் நின்றாள். ராணி தலையை நிமிர்த்தவேயில்லை. குனிந்து அவளுடைய தோளைத் தொட்டு உலுப்பினாள். "இஞ்சை பார்... எத்தினை மாசமாத் தூரமில்லையெண்டு சொல்லு..." என்று அதட்டினாள்.

குனிந்த தலை நிமிராமல் மூன்று விரல்களை மட்டும் அவள் பயந்து பயந்து காட்டினாள்.

அரிசிச் சோற்றில் கத்தரிக்காய்ப் பிரட்டல் குழம்பும், பயற்றுக் கடையலும், இலைச்சுண்டலும் நிறைத்த பீங்கான் தட்டை சின்னராசுக்கு முன்னால் குனிந்து நீட்டினாள் ராணி. முகத்தில் சிவந்து பரவுகின்ற வெட்கம் அவளுக்கே நூதனமாயிருந்தது. புன்னகைத்தபடி வாங்கிக்கொண்டான். இருவருடைய முழங்கால்களும் ஒன்றோடொன்று தொட்டுக்கொள்ள ராணி அவனுக்குப் பக்கத்திலேயே உட்கார்ந்தாள்.

அவன் சாப்பிட்டபின் அதே தட்டில் அவளும் சாப்பிட்டாள். சடங்கு முடிந்தது.

வெளியே இருந்தவர்களுக்கும் வாழையிலை விரித்துச் சோறிடத் தொடங்கவும் சந்திரா மீனாட்சியிடம் சொல்லிவிட்டுப் புறப்பட்டாள்.

“சாப்பிட்டுட்டுப் போங்க...” மீனாட்சி கையைப் பிடித்துக் கொண்டாள்.

“இல்லை... தலை சுத்துற மாதிரிக்கிடக்கு. தேகம் சரிஞ்சாத்தான் ஆறும்.”

“ஓ... வேணாம் வேணாமெண்டாலும் நீங்கள் காலையில இருந்து எல்லா வேலையையும் இழுத்துப்போட்டுச் செய்தனியள். வெயில் சுட்டுப்போட்டுது போல...”

“நான் பின்னேரம் வாறன்.”

சந்திரா நடந்தாள். பாதையில் சிறு பிள்ளைகள் விளையாடிக் கொண்டிருந்தார்கள். வெள்ளையன், முத்து, விநோதினி, நாமகள்... மற்றவர்கள் பெரியதுரையின் பிள்ளைகளும், சின்னராசுவின் அக்காள்களின் பிள்ளைகளுமாயிருக்க வேண்டும். ஓடியாடித் திரிந்தார்கள். அத்தனை பேரையும் ஒருமித்துக் கண்டபோது இனம்புரியாத ஒரு துயர்... ‘இதுகளின்ரை அழகான இந்தப் பிராயத்தை சண்டை கொன்று தின்னப் போகுது. சபிக்கப்பட்ட ஒரு தலைமுறையா வளந்து நிக்குதுகள்...’ என்று நினைத்தாள்.

சில மாதங்களுக்கு முன்னிருக்கும்... புதுக்குடியிருப்புச் சந்தியில் இரண்டு பொம்பர்கள் குண்டுத் தாக்குதலை நடாத்தியிருந்தன. சந்தி தொலைவிற்தான் என்றாலும் இருட்டுக்காட்டு ஆகாயத்திலேயே வட்டமிட்டுச் சுழன்றன. காதைக் கிழிக்கிற இரைச்சலில் குழந்தைகள் பட்ட பாட்டை சந்திராவால் மறக்க இயலவில்லை. இப்பொழுது பள்ளிக்கூடங்களிலும் குண்டுவீச்சிலிருந்து எப்படித் தப்புவது என்று கற்றுக்கொடுக்கிறார்கள். பயிற்சிக்காகப் பதுங்கு குழிகளுக்குள் ஓடச்சொன்னால் கூட தொலைந்துபோன ஒரு குழந்தையைப்போல முத்து மிரண்டு அழுவாள். குழிக்குள் இறங்கிய பின்னரும் வாய் திக்கித் திணறிக்கொண்டிருக்கும்.

இங்கே மேட்டுநிலத்தில் பதுங்குகுழி இல்லை. பொம்பர் சத்தம் கேட்ட உடனேயே விநோதினியைக் காவிக்கொண்டு முத்து வெளியே ஓடிவந்துவிட்டாள். குழந்தை களேபரங்கள் புரியாமல் இடுப்பில் விழித்துக்கொண்டிருந்தது. கணபதியும் வல்லியாளும் பேச்சி தோட்டத்தில் வேலையில் இருந்தார்கள். வானத்தில் அண்ணாந்து

பொம்பர்களைப் பார்த்தபடி நின்ற சந்திரா தன் கால்களை ஒற்றைக் கையால் கட்டிப்பிடித்தபடி விக்கிவிக்கி அழுதுகொண்டிருந்த முத்துவிடமிருந்து விநோதினியை வாங்கிக் கொண்டாள். மீனாட்சியும் நாமகளும் வெள்ளையனும் ஓடிவந்தார்கள். ராணி அலட்சியமாகவும் மெதுவாகவும் நடக்க “சனியனே கெதியில வா...” என்று மீனாட்சி திட்டினாள். அவர்கள் மரமுந்திரியைச் சூழ்ந்து நின்றார்கள்.

முதற் குண்டுச்சத்தம் கேட்டது. முத்து ஆட்களை விலத்திக் கொண்டு தனியே ஓடிச்சென்று குப்புற விழுந்தாள். வலிப்பு வந்தவள் போல அவளுடைய உடல் நடுங்கத்தொடங்கிற்று. வாயெல்லாம் மண். காறிக் காறித் துப்பினாள். சந்திரா ஓடிப்போய்த் தூக்கினாள்.

“இஞ்ச... ஏனம்மா அழுகிறாய்... அங்க பார்... தூரவாத்தான் போடுறாங்கள். இஞ்சாலயில்லை...” என்றாள். முத்து நிமிரவேயில்லை. முகத்தைப் பொத்திக்கொண்டு வெடவெடத்தாள்.

இரண்டாவது தடவை பொம்பர்கள் குத்தியெழுந்தபோது தான் வல்லியாள் ஓடிவந்தாள். விநோதினியைச் சந்திராவிடமிருந்து வாங்கி நெஞ்சோடு அணைத்துக்கொண்டாள். முத்து அவளைக் கட்டிக்கொண்டு கேவினாள்.

“அவையள் வரேல்லையே...” மீனாட்சி அந்தரமாகக் கேட்டாள்.

“இல்லை, லொறி சூளையடியில நிக்குது. பொம்பர்காரன் பாத்தால் தெரியுமெண்டு உள்ள விடுவமென்னால் அது ஸ்ரார்ட் ஆகுதில்லை. தள்ளுகினம்.”

“பிறகுமேன் லொறிக்குப் பக்கத்தில நிக்கினம்?”

“அவன் அங்காலை சுத்துற நேரம் பாத்துத்தான் தள்ளுகினம்.”

மூன்றாவது தரம் அதிர்ந்த சற்றைக்கெல்லாம் பொம்பர்கள் போய்விட்டன. முத்து இப்பொழுதுதான் வானத்தை வெறித்துப் பார்த்தாள். அச்சத்தின் ரேகைகள் படிந்த அவளுடைய விழிகள் செதுக்கிய காட்சிபோல சந்திராவின் மனதிலேயே தேங்கிவிட்டது. புதுக்குடியிருப்புச் சந்தியில் அன்றைக்கு இருபது பொதுமக்கள் கொல்லப்பட்டிருந்தார்கள். சந்தியில் நான்கைந்து கடைகளும் சற்றுத் தள்ளி ஆஸ்பத்திரியுமே இருந்தன.

“அவன் எப்ப இயக்கத்தின்ரை காம்புக்குக் குண்டு போட்டவன்? கணக்குக் காட்டுற மாதிரி வந்து எங்கையாவது தள்ளிப்போட்டுப் போறான். இப்பவெல்லாம் இயக்கக் காம்பில போய் நிக்கிறதுதான் குண்டுக்குப் பாதுகாப்பு...” என்றான் அத்தார்.

“எங்களுக்கும் ஒரு பதுங்குகுழி வெட்டவேணும்.”

“ம்... குழி வெட்டலாம். மேல தென்னங்குத்தியளை அடுக்கி மண்மூட்டையால மூடினாத்தான் பாதுகாப்பு. பச்சைத் தென்னை யொண்டை எங்கை தறிக்கிறது... மூடின குழி எண்டதும் வேற யோசினையளும் வருகுது...”

“என்ன...”

“காட்டுநிலம், குழந்தையள் போற நேரம் பாம்பு பூச்சியள் உள்ளயிருந்து...” அவன் முடிக்க முன்னரே சந்திரா இடைமறித்தாள். “வேண்டாம், திறந்த மாதிரி வெட்டுவம். பள்ளிக்கூடத்தில் அப்படித்தான் வெட்டியிருக்கு. நில மட்டத்துக்குக் கீழை தலையைப் பதிச்சிருந்தால் போதுமாம்.”

தலையசைத்தான். ஆனாலும் அப்பிடி இப்படியென்று நாட்கள் கழிந்துவிட்டன. வானமும் அமைதியாகவே இருந்தது. அவ்வப்போது முத்துவின் பதைபதைத்த முகம் மட்டும் நினைவைத் தொந்தரவு செய்தது.

சந்திரா வீட்டிற்குள் புகுந்தாள். பாயை விரித்துத் தேகத்தைச் சரித்த போதுதான் ஆறுதலாயிருந்தது. கொதித்த வெயிலுக்கு, ஓலைச் சுவாத்தியம் தண்மையாய் இருக்க உறக்கம் செருகிக்கொண்டு வந்தது. இடையில் ஒரு தடவை விழித்தபோது வெளியே பெரியதுரையின் குரல் கேட்டது. “முதல்ல மன்னார் தாராபுரத்திலயிருக்கிற முஸ்லிம் சனத்தைத்தான் எழும்பச் சொல்லியிருக்கிறாங்கள்... பிறகுதான் யாழ்ப்பாணப் பக்கம் அறிவிச்சது... உடுத்த உடுப்போடை அதுகள் ரோட்டில ஆருமில்லாமல் நிண்ட காட்சி கண்ணுக்குள்ளேயே நிக்குது...” என்றான் பெரியதுரை.

அத்தார் “ம்... ம்...” என்று மட்டும் சொல்லிக் கொண்டிருந்தான்.

மேட்டுக்காணியில் சங்கிலியின் கொட்டிலுக்கு முன் நிலத்தில் ஓர் உரப் பையைக் கீழே விரித்துவிட்டு ஆச்சிமுத்துக் கிழவி கால்களை நேராக நீட்டி உட்கார்ந்திருந்தாள். பார்வை எட்டேக்கரின் எல்லையில் வெறித்து நின்றது. கைகள் தம்மியல்பில் காற்பாதங்களில் மொய்த்த இலையான்களை அவ்வப்போது துரத்தியவாறிருந்தன. அவள் மறுபடியுமொருமுறை சேலைத் தலைப்பை இழுத்து முகத்தைப் பொத்தி மூக்கை உறிஞ்சிக் கொண்டாள். கைகள் விலகியபோது ஒரு பாட்டம் அழுது தீர்த்த முகத்தைப் போலிருந்தது. யாருக்கும் கேட்காதவாறு உதடுகள் எதையோ முணுமுணுத்தன. அவளுக்கு நேராக வெளிக்குந்தில் சம்மணமிட்டிருந்த சங்கிலியை தீர்க்கமாகப் பார்த்தாள். அவனுக்குப் பக்கத்திலேயே சுவரில் சாய்ந்திருந்த மீனாட்சியை வேண்டுமென்றே பார்வையால் தவிர்த்தாள். புறக்கணிப்பின் முகபாவத்தைத் தன்னில் படரவிட்டாள். குரலைச் செருமினாள்.

"மற்றாக்களின்ரை கதையை விட்டுட்டு நீ மனச்சாட்சிப்படி யோசி ராசன்." மற்றாக்கள் என்றபோது கண்கள் ஒருமுறை மீனாட்சியின் திசையை வருடி மீண்டன. மீனாட்சி விறைப்பாக மாமியார்க்காரியை நிமிர்ந்து பார்த்தாள். அதைச் சட்டை செய்யாதவளாக ஆச்சிமுத்து தொடர்ந்தாள். "அவன் உனக்கு மூத்த அண்ணன். உன்னைத் தகப்பனைப்போல வளத்தவன். அவனைக் கட்டினவளும் பிள்ளையளும் எங்கயெங்கயோ அலைய நான் மூண்டுவேளையும் திண்டுகுடிச்சால் திண்டது செரிக்குதில்லை. என்னால வவுனியாவுக்கெல்லாம் தனிச்சு அலைய முடியேல்லை. தேகம் செல்லரிச்சுப் போட்டுது. நோய் தங்கிட்டுது. இண்டைக்கோ நாளையோ... உன்ரை ஆத்தையின்ர உயிர் சஞ்சலம் இல்லாமல் போகவேணும். கிளி அலைஞ்சதும் பட்டதும் போதும். பிள்ளையளும் வளர்ந்த காலமாச்சுது. அதுகளின்ரை காலாகாலத்தில நடத்தி வைக்கிற பொறுப்பு உனக்குத்தான் இருக்கு. தட்டிக் கழிக்காத. கிளியையும் பிள்ளையளையும் கூட்டிக்கொண்டு வந்து சொந்தங்களின்ரை கண்ணுக்குள்ளை வைச்சிரு என்று சொல்லிச் சொல்லி நான் களைச்சுப்போயிட்டன். நீ என்ரை சொல்லுக்க மரியாதையே இல்லையெண்ட மாதிரி நடக்கிறாய். எனக்குத் தெரியும். நீ அப்பிடி நடக்கிற ஆள் இல்லை. இந்த வயத்தில சனிச்ச உயிர் இப்பிடி நடக்காது. உன்ரை கால்கட்டு எங்கயிருக்கெண்டு எனக்குத் தெரியும்..." மறுபடியும் மூக்கை உறிஞ்சி சேலையால் தேய்த்துத் துடைத்தாள்.

நிலத்தை உதைந்துகொண்டெழுந்த மீனாட்சி ஆச்சி முத்துவைக் கடந்துபோனாள். சங்கிலி அவளையே பார்த்துக்கொண்டிருந்தான். நெருடலாயிருந்தது.

நடசாரன் இறந்துபோய் எட்டு வருடங்களாகிவிட்டன. அவன் போன நாட்கொண்டு கிளியையும் பிள்ளைகளையும் அழைத்துவரச்சொல்லி ஆச்சிமுத்து நச்சரித்துக்கொண்டேயிருந்தாள். திடீரென்று ஏதாவது ஒரு கனவு அவளைக் கொத்திக் கிளறும். "அய்யோ... ராத்திரி என்ர மூத்த ராசனைக் கண்டனே... மல்லிகைப் பூ மாதிரிச் சிரிச்சுக்கொண்டெல்லோ வந்தவன்..." என்றவாறு தனித்துக் குந்தியிருந்து ஒப்பாரி வைக்கத் தொடங்குவாள். "அய்யோ... கொள்ளி போடக் குலமிருந்தும் நீ குடுத்து வைக்கலயே... அய்யோ... அள்ளிய மண்ணால உன்னை மூடின கண் ரெண்டும் இருண்டு போச்சே..."

வவுனியாவிற்குச் சென்றுவிட்டிருந்த கிளியையும் பேரப் பிள்ளைகளையும் நினைத்த நேரத்தில் சென்று பார்க்க முடியாத துயரம்... மெல்ல மெல்ல காலைச் சுற்றிய முதுமை... கிழவி நைந்த சேலையைப்போல மாறிவிட்டிருந்தாள். துடிப்பும் சுறுசுறுப்பும் தொலைந்துவிட்டன. நாலடிக்கு நடந்தாலே மூச்சு வாங்கியது. ஆயினும் விட்டுக்கொடுப்பில்லாத ராங்கிக் குணத்தை தனக்குள் வலிந்து இருத்தியிருந்தாள். மேட்டுக்காட்டில் கொட்டில் கட்டிப் பால் காய்ச்சிக் குடியேறியபோது அவள் நடைதூரத்தில் புதுக்குடியிருப்பில் இருந்தபோதும் வரமாட்டேன் என்றுவிட்டாள். "நான் வரேல்லை. நீங்கள் நல்லாயிருங்கோ" என்று குத்தலாகச் சொன்னாள்.

ராணியின் திருமணத்திற்காக சங்கிலியும் மீனாட்சியும் அழைக்கச் சென்றபோது மின்னலாய் ஒளிர்ந்த முதுமைக் கண்களை அவளுக்கு மறைக்கத் தெரியாதபோதும் முகத்தை நிர்சலனமாக வைத்துக்கொண்டாள். "நடராசன்ரை ரெண்டு பிள்ளையளும் வயித்துப் பசிக்கு என்ன செய்யுதுகளெண்டே தெரியேல்லை. அதை நினைச்சுப் பதறுற மனசோடை என்னெண்டு கல்யாணத்துக்கு வாறது... எப்பிடி விருந்தில கை நனைக்கிறது... நான் வரேல்லை..."

"இவரும் வவுனியாக்குப் போய்வாற ஆக்களிட்டைச் சொல்லித்தான் விடுறார். ஒரு தகவலும் இல்லை. எங்களுக்கும் கிளியக்காவைக் கல்யாணத்துக்குக் கூப்பிட ஆசைதான்.. எங்கையிருக்கினமெண்டுதான் தெரியேல்லையே..." இயல்பான கவலையோடு மீனாட்சி சொன்னாள்.

கிழவிக்கு சுருக் என்று சினம் கிளர்ந்தது. "ஒரு நாளைக்குக் கூப்பிட்டுச் சோறு போட்டு அனுப்பிறதுக்கு என்ரை பேரப் பிள்ளையள் ஒண்டும்

பிச்சைக்காரர் இல்லை” என்று வெடுக் என்று சொல்லிவிட்டு எழுந்து உள்ளே போய்விட்டாள்.

“நான் ஒரு முடிவுக்கு வந்திட்டன்” என்றாள் ஆச்சிமுத்து. “இண்டைக்கே வவுனியாக்குப் போப்போறன். பேரப்பிள்ளையளைப் பாப்பன். காளியாத்தை எனக்கு கண் திறந்து வழி காட்டுவாள்...”

குரல் உறுதியாயிருந்தது. பிறகு தயங்கியது. “எனக்குப் போகவார செலவுக்குக் கொஞ்சம் காசு தா..” அழுது தீர்த்துவிட்டவளைப்போல சேலைத் தலைப்பைக் கைகளில் ஏந்தி முகத்தை அழுத்தித் துடைத்துவிட்டு நிமிர்ந்தாள்.

ராணி தேனீரைக் கொண்டுவந்து நீட்டினாள். அவளைப் பார்த்தபோது முகம் இளகிற்று. இரண்டு கைகளையும் நீட்டிக் கோப்பையை வாங்கினாள். “உன்ரை கல்யாணத்துக்கு வரேல்லை யெண்டு என்னில கோவிக்காத. எனக்கு மனசு சரியில்லை. ஆறாத புண்ணாக் கிடக்கு. அதுதான் நல்ல காரியத்துக்கு காயப்பட்ட மனசோடை வர விருப்பமில்ல. மற்றும்படி என்ர பிள்ளையளும் பேரப் பிள்ளையளும் நல்லாயிருக்க வேணுமெண்டுதான் எப்பவும் நான் காளியம்மாட்டைக் கேக்கிறது...” கிழவி தேநீரை ஒரு சொட்டு உறிஞ்சினாள். “கலியாணம் முடிச்சு வந்து முன்னால நிக்கிறாய். இந்தா வைச்சுக்கொள் எண்டு நாலு காசு தாறதுக்கு இந்தக் கிழவியிட்டை ஒரு சதமுமில்லை. ம்... எங்க உன்ர புருசன்?”

“அவர் வேலைக்கு... நான் அம்மா வீட்டை சும்மா வந்தனான்.”

சங்கிலி சாரத்தை உதறிவிட்டு எழுந்து இடுப்பில் முடிந்து கொண்டான். ஆச்சிமுத்துவிற்கு அருகாக வந்து அவளுடைய இரு தோளையும் ஆதரவாகப் பற்றிக்கொண்டு அணைந்து உட்கார்ந்தான். அவள் பொய்க்கோபம் காட்டுவதைப்போல முகத்தைத் திருப்பிக்கொண்டாள். “இப்ப என்ன கிழவி. அண்ணியையும் பிள்ளையளையும் இஞ்சை கூட்டிக்கொண்டு வந்து உன்ர கண்ணுக்கு முன்னால வைச்சிருக்க வேணும். அதுதானே...” என்றான்.

“மூத்தவன் போன நாளிலயிருந்து இதைத்தானே கேட்கிறன் ராசன்...” ஏக்கம் ததும்பிய பார்வையால் பார்த்தாள்.

“சரி... கூட்டிக்கொண்டு வாறன். சித்திரை வருசம் பிறக்கட்டும். நானே போய்க் கூட்டிக்கொண்டு வாறன். முதலில் இந்தக் காணிக்கை ஒரு கொட்டிலைப் போடுவம்.. அவையள் வர்ற நேரம் இருக்க வசதியாயிருக்கும்.”

ஆச்சிமுத்து சங்கிலியின் தலைமயிரைப் பாசத்தோடு கோதி விட்டாள். "உன்ரை நெஞ்சில ஈரம் வத்திப்போட்டுதோ எண்டு நினைச்சிட்டன். அதெப்பிடி இந்த வயித்தில பிறந்திட்டு ஈரமில்லாமல் போகும்... என்ர பேரப்பிள்ளைகள் வரட்டும். பிறகு நான் அதுகளோட வந்திருப்பன்" என்று தளுதளுத்தாள்.

மீனாட்சி திரும்பி வந்தாள். எட்டேக்கரில் அவள் தலை முழுகியிருக்க வேண்டும். ஆச்சிமுத்துவைப் பார்வையால் சந்திப்பதைத் தவிர்த்தவாறு திரும்பி நின்றுகொண்டாள். தலையைக் குனிந்து நெற்றியில் தவழ்ந்த நீண்ட ஈர மயிர்க் கற்றையை விரித்து அகப்பைக் காம்பால் சுள் சுள்ளென்று அடித்தாள். நீர்த்திவலைகள் விசிறிப் பறந்தன. கழுத்திலிருந்த துண்டை கேசத்தில் பிணைத்து அள்ளி முடிந்தவள் படியேறி உட்சென்றாள். அவளைப் பின்தொடர்ந்த கண்களை விலக்கிய ஆச்சிமுத்து சங்கிலியின் விரல்களைப் பிடித்தபடி "சொன்ன வார்த்தை தவற மாட்டாய்தானே என்ர ராசன்" என்று வினவினாள்.

1992

எட்டேக்கர் பக்கமிருந்து “ஐயோ...” என்ற ஓர் ஓலம் அடையாளம் உணர முடியாத குரலில் ஒலித்து ஓய்ந்தது. பத்துப் பேர் சேர்ந்து ஒப்பாரி வைத்த சத்தம். பேச்சி தோட்டத்தில் வேலையிலிருந்தவர்கள் எல்லாம் வேலையை நிறுத்திவிட்டு என்ன ஏது என்பதைப்போல ஆளுக்காள் பார்த்தார்கள். அத்தார் தோளிற் சுமந்துகொண்டுவந்த இரும்புக் குழாயைப் பதறிப்போய் தரையில் போட்டுவிட்டு விதிர்விதிர்த்து நின்றான்.

ஆனையிறவிற்கும், பூநகரி சங்குப்பிட்டிக்கும் ஊடான யாழ்ப்பாணத்திற்கான சாலை வழிப் பாதைகள் இரண்டும் தடைப்பட்டிருந்த காலம் அது. மேரி மாதா வன்னியிலேயே தரித்து நின்றது. சனங்கள் ஆனையிறவுக்குக் கிழக்கே கொம்படி என்ற சேறும் சகதியுமான களப்பைத்தான் பயணத்திற்காகப் பயன்படுத்தி வந்தார்கள். உழவூர்திகள் அவர்களை முக்கித் தக்கிக்கொண்டு ஏற்றி இறக்கின. சிலவேளைகளில் களப்பில் கடல்நீர் நுழைந்துவிடும். அந்நேரங்களில் படகில் வைத்துத்தான் தள்ளவேண்டும். பெண்களையும் குழந்தைகளையும் வைத்து ஆண்கள் தள்ளிச் சென்றார்கள்.

பேச்சி தோட்டத்திலிருந்து கொப்பராச் சாக்குகளை யாழ்ப்பாணத்திற்கு அனுப்ப முடியவில்லை. பேச்சி தோட்டத்திலேயே எண்ணெய் ஆலையொன்றை அமைத்து விநியோகத்தை வன்னிக்குள்ளேயே மேற்கொள்ளுமாறு யோசப் அய்யா யாழ்ப்பாணத்திலிருந்து கடிதம் எழுதியிருந்தார். மாங்குளத்தில் கைவிடப்பட்டிருந்த ஒரு ஆலையின் இயந்திரங்களை விலைக்கு வாங்கி தோட்டத்திற்குக் கொண்டுவந்திருந்தார்கள். இயந்திரப் பாகங்களை லொறியிலிருந்து இறக்கிப் பொருத்திக்கொண்டிருந்த போதுதான் எட்டேக்கரிலிருந்து ஓவென்ற கதறல் கேட்டது.

அத்தார் முதலில் ஆச்சிமுத்துக் கிழவியைத்தான் யோசித்தான்.

‘இல்லயே... கிழவி நேற்றுக் காலமை வந்திட்டுப் போயிட்டுது எண்டுதானே சந்திரா சொன்னவள்.’ ஆழ்கிணற்றை நினைத்தான். நாமகள், முத்து, விநோதினி... அத்தார் போட்டது போட்டபடி விட்டுவிட்டு ஓடத்தொடங்கினான். நாமகளுக்கும் முத்துவிற்கும் விபரம் புரிகிற வயது. நாமகள் கிணற்றில் நீரள்ளுவதைக் கண்டுமிருக்கிறான்.

'விநோதினி அந்தப் பக்கமாப் போயிருப்பாளோ...' சங்கிலியும் வீட்டில் இல்லை. வேலைக்கு லீவு போட்டு விட்டுக் காலையிலேயே காட்டுக்குப் போயிருந்தான்.

தோட்டத்தின் வண்டில் தடப்பாதையில் அல்லாது, விழுந்து கிடந்த தென்னோலைகளையும் பாளைகளையும் மிதித்துக்கொண்டு அத்தார் ஓடினான். கேற்றைக் கடந்தபோது மீனாட்சியின் அவலமான குரல் காட்டையும் காற்றையும் உதைத்துக் கேட்டது. காட்டிற்குள் கக்கூசுக்குப் போகிற வழியில் ஒருநாள் கண்ட நச்சுப் பாம்பு மனதிற்குள் 'ஷ் என்று படமெடுத்தது. மேட்டுக்காணியில் கால் வைத்தான். தூரத்தில் சங்கிலியின் முற்றத்தில் இடுப்பளவில் வளர்ந்திருந்த தென்னம்பிள்ளைக்கு அருகாக நான்கைந்து பேர் சங்கிலியைக் கிடையாகத் தூக்கிப் பிடித்தபடி நின்றார்கள். ஒரு வீச்சில் கால்களை வெட்டிச் சரித்ததுபோல மனது நிலைகுலைந்து விட்டது. "சங்கிலியண்ணர்..." என்று குழறிக்கொண்டு பாய்ந்தான்.

சங்கிலியை ஓரிடத்தில் வளர்த்தாமல் அவனுடைய கமக்கட்டிலும் இரு தொடையிலுமாகப் பிடித்தபடி வைத்திருந்தார்கள். அவனுடைய கைகள் கீழே இறங்கி விரல்கள் நிலத்தைத் தொட்டு நின்றன. மூடியும் மூடாத விழிகள். புழுதியில் இரத்தம் சொட்டுச் சொட்டாகக் கொட்டியது. "அண்ணரைக் குளுவன் குத்திட்டுது" என்றான் தூக்கி வைத்திருந்தவர்களில் ஒருவன்.

"அய்யோ... அவருக்கு ரத்தம் கொட்டுது. பாத்துக்கொண்டு நிக்கிறியள்..." என்று அத்தார் கத்தினான். கொட்டிலுக்குள் பாய்ந்து கொடியிலிருந்த பழைய சாரத்தை உருவிக்கொண்டு வந்தான். நிலத்தில் குந்தியிருந்து வயிற்றைச் சுற்றி இறுக்கிக் கட்டினான். காட்டுப்பன்றியின் கிழித்த உடலுக்குள் தேங்கி நிற்பதுபோல குருதி கொளகொளத்தது. எழுந்தான். காயத்தை இறுகிக் கட்டிவிட்டதால் இனிச் சரியாகிவிடுமென்றொரு நம்பிக்கை. சங்கிலியின் கண்கள் மூடிவிட்டதைப்போல ஒரு பிரமை. முகத்தில் வலியைத் தாங்குமாற்போலொரு தோற்றம். நெற்றியிலும் மார்பிலும் கறுப்புச்சேறு. ஒன்றிரண்டு ஈரப் பச்சை இலைகள் ஒட்டியிருந்தன. அத்தார் சங்கிலியின் தாடையைப் பிடித்து "அண்ணர்..." என்றான். அது 'இல்லை'யெனுமாற்போல இடதுவலதாக அசைந்தது. யாரோ இரண்டு பேர் பேச்சி தோட்டத்திலிருந்த ஒரு ஒற்றை மரக் கட்டிலைத் தூக்கிக்கொண்டு ஓடிவந்தார்கள். பின்னாலேயே வாச்சரும் வந்தான். 'நல்ல காரியம் செய்யிறீங்கள்' என்பதைப்போல அத்தார் அவர்களைப் பார்த்தான். "கெதியில கொண்டுவாங்கோ, ரத்தம் வழியிறது நிண்டுட்டுது. அண்ணரை வளத்தி ஆற விடுங்கோ... அதொண்டுமில்லை... அதொண்டுமில்லை..." என்றான். பிறகு "எதுக்கும்

ஆஸ்பத்திரிக்குக் கொண்டுபோவம். வாச்சர், லொறியை ஸ்ரார்ட் செய்யச் சொல்லுங்கோ... இப்பிடியே கட்டிலோடை அண்ணரைத் தூக்கிக்கொண்டு வாறம்..." என்று வாச்சரைப் பிடித்து உலுப்பினான்.

வாச்சர் அவனை ஆதரவாகத் தழுவி விட்டான். சங்கிலியின் காற்பாதங்களைக் கிடத்தவேண்டிய திசையை விரல்களை அசைத்து அவன் கணித்தபோதுதான் மெதுவாகச் சந்தேகத்தின் நிழல் கவியத் தொடங்கியது. "கவனமா வளத்துங்கோ, முதுகுக் காயம் மரக் கட்டில்லை அண்டும். கீழையொரு தலைகணியெண்டாலும் வையுங்கோ..." அத்தார் நடுங்கினான்.

அத்தனை நேரமாக எல்லாவற்றையும் ஒரு நாடகம் போல பார்த்துக்கொண்டிருந்த மீனாட்சி திடீரென்று வெடித்தாள். அத்தாரிடம் மீதமிருந்த நம்பிக்கைகளும் அடிபட்டுப் போயின.

"அண்ணர் அண்ணர் எண்டு பின்னும் முன்னும் திரிவீங்களே... இண்டைக்கென அவரைத் தனிய விட்டுட்டீங்களே..."

ஒரு குழந்தையைப் போலத் திரும்பி அவளைப் பார்த்தான். "ச்சீ.. அண்ணருக்கு ஒண்டுமில்லை" என்றான்.

"பேரப்பிள்ளையையும் கண்ட வயசில வேட்டையெல்லாம் வேண்டாமெண்டு எவ்வளவோ சொன்னனே... நில்லெண்டால் நிக்கவும் போ எண்டால் போகவும் பழகின மனசு இப்ப சொல்வழி கேட்குதில்லை; தேங்காய் உரிக்கக் கை நடுங்குது, வேட்டைக் காரனுக்குக் கை நடுங்கலாமோ, தவம் குலைஞ்சு போச்சுது... வேட்டைதான் தவம்... எண்டு சொல்லிப்போட்டுப் போனாரே... இண்டைக்கு என்ரை தவம் குலைஞ்சு போச்சுதே..." சிதறடிக்கிற ஓர்மத்தோடு தலையில் அடித்தாள். வல்லியாள் ஓடிச்சென்று கைகளைப் பற்றித் தடுத்தாள்.

அத்தார் மரம் பாறிண்டதைப்போல அப்படியே சரிந்து விட்டான். கதறல்களும் வீரிடல்களும் எங்கோ வெகுதூரத்தில் ஒலிப்பதுபோலக் கேட்டன.

பெற்றோமக்ஸ் வெளிச்சத்தில் இரவு நொண்டியது. ராணியும் சின்னராசும் குழந்தையைக் காவிக்கொண்டு உடனேயே வந்து விட்டார்கள். வந்தவேகத்தில் சங்கிலியின் கால்களில் முகத்தைப் புதைத்து "இப்பிடியொரு தண்டனையை எனக்குத் தரலாமோ அய்யா..." என்று அலறினாள் ராணி. ஐந்து மாதங்களேயான தன்னுடைய குழந்தையைக் கோயிலுக்கு அழைத்துச் செல்லுவதற்கு முன்னர் தந்தையின் சாவுக்குக் கொண்டுவரச்செய்த காலத்தின் கொடுமையைத்

தாங்கமாட்டாமல் அவள் ஓலமிட்டாள். “பாரடி, உன்ர தாத்தாவைப் பாரடி... எங்கட குரலொண்டும் கேக்காமல் படுத்திருக்கிற அய்யாவைப் பாரடி... அய்யோ... இப்பிடியொரு முகத்தோடை நாங்கள் உங்களைக் கண்டதில்லையே” கதறியழும் முகங்களை அச்சத்தோடு பார்த்தபடி குழந்தை அவளுடைய மார்பில் ஒடுங்கியிருந்து தானும் வீரிட்டது.

சங்கிலியின் முகம் நூறு குளவிகள் கடித்ததைப் போல வீங்கியிருந்தது. முள் கிழித்த கீறல்களில் கோடுகளாக ரத்தக் கசிவு. அவனுடைய கைகள் இரண்டையும் கோர்த்து விட்டிருந்தார்கள். முதுகில் இரண்டு கூரிய கொம்புகள் குத்திக்கிழித்த காயத்திலிருந்து வடிந்த இரத்தம் பழுப்பேறிய வெள்ளைத்துணியில் திட்டுத் திட்டாகப் பரவியிருந்தது.

இடுப்புச் சாரம் நெகிழ்ந்த உணர்வுமின்றி அத்தார் சங்கிலியின் காலடியிலேயே உட்கார்ந்திருந்தான். ‘அற்புதம் மிக்க தருண மொன்றில் சங்கிலி மறுபடியும் எழுந்துவிட மாட்டானா...’ தீனமான பார்வை அவனுடைய கரடுமுரடான காற்பாதங்களில் நிலைகுத்தி நின்றது. மனித வாடையில் துணுக்குற்ற நீண்ட கொம்புகளுடைய ஒரு குளுவன் மாடு ஒரே பாய்ச்சலில் பாய்ந்து திமிறும் நினைவுகள் அவனைத் திரும்பத் திரும்ப அருட்டின. வேட்டையின் சூக்குமக்காரனுக்கு குளுவனின் மொச்சி வாடை கடைசிவரை மணக்காமலேயே போய்விட்டதா... எப்பிடி சாத்தியம்... சிறு குருவியின் அசைவிலேயே அடுத்தது என்னவென்று சொல்வானே...

மீனாட்சியில் சலனமேயில்லை. மூர்ச்சையாகிவிட்டாள். தண்ணீரைத் தெளித்து உயிர்ப்பித்தார்கள். சந்திரா அவளுக்குப் பக்கத்திலேயே உட்கார்ந்து ஆதரவாகப் பிடித்துக்கொண்டிருந்தாள்.

புதுக்குடியிருப்பில் செல்வாவோடு இருந்த ஆச்சிமுத்துக் கிழவியைக் கூட்டி வருவதற்குச் சின்னராசை அனுப்பியிருந்தார்கள். விடிந்த கொஞ்சப் பொழுதிலேயே அவன் கிழவியை சைக்கிளில் ஏற்றிவந்துவிட்டான். செல்வா புருஷனோடு இன்னொரு சைக்கிளில் வந்தாள். கிழவி வழியெல்லாம் அரற்றியும் அழுது புசத்திக் கொண்டும் வந்தாளாம். தூரத்திலேயே சங்கிலியின் உடல் வளர்த்தப் பட்டிருந்ததைக் கண்டுவிட்டாள். “அய்யோ... அய்யோ...” என்று மாரிலடித்துக்கொண்டு ஓடிவந்தாள். சங்கிலியுடைய காலடியில் உடைந்து விழுந்தாள். “அண்ணற்றை பிள்ளையளையும் அண்ணிக்காரியையும் கூட்டிக்கொண்டு வாறன் எண்டு எனக்குச் சொல்லிப்போட்டு நீ அண்ணனைத் தேடிப் போட்டியோ என்ர ராசனே... அய்யோ... குத்தெடுத்துப் பெத்த குருத்துகள் எல்லாம் செத்தழிஞ்சு போகுதுகளே... இந்தக் கூட்டுக்கு மட்டும் என்ன மசித்துக்கு உசிர்...” மார்பிலும் தலையிலும் குத்தினாள். குப்புற விழுந்து புரண்டாள். சாம்பலுக்குள் புரண்டாப்போல தேக

மெல்லாம் புழுதி. இரு கைகளாலும் வயிற்றிலடித்தாள். "இந்த வயித்தில வந்து சனிச்சதுதான் நீங்கள் செஞ்ச பாவமோ... பாவமோ..." வானத்திற்குக் கைகளை உயர்த்தினாள். "காளித்தாயே... எல்லாரையும் கூப்பிட்டுவிட்டாய்... என்னை மட்டுமேன் மிச்சம் விட்டிருக்கிறாய்... கூப்பிடு... கூப்பிட்டு உன்ரை பசியை ஆத்து..." அவளுடைய கண்கள் திடீரென்று விரிந்தன. அவற்றில் கோபக்கனல் தெறித்தது. உடலை உதறினாள். உக்கிரமான குரலில் அவள் கத்தத் தொடங்கினாள். "எடியே தோறை... உனக்குத் தெரியாதோடி... நாங்கள் ஒட்டுவார் இல்லாத ஆக்களெண்டு... உனக்குத் தெரியாதோடி? நாங்கள் ஆதரவில்லாத குடும்பமெண்டு... காளி எண்ட வேசை... அவ்வளவு ரத்த ருசியோடி உனக்கு...? தாலியறுந்த வேசை..."

அதிகாலையிலிருந்து ராணியின் குழந்தை வீரிட்டுக்கொண்டிருந்தது. ஆள் மாறி ஆள் அதனைத் தூக்கி வைத்திருந்தார்கள். சந்திரா அள்ளியெடுத்தபோது தோளிலேயே சாய்ந்து தூங்கிவிட்டது. அவள் ராணிக்கு அருகாகச் சென்று தோளைத்தொட்டு எழுந்துகொள்ளுமாறு சைகை செய்தாள். கையைப்பற்றி தன்னுடைய வீட்டிற்கு அழைத்துச் சென்றாள். "குழந்தை விடியேல இருந்து கத்துது. உள்ளை போய்ப் பாலைக் குடு..." என்று சொன்னாள். திரும்பியபோது, வாச்சர் காட்டுத் தடிகளில் பாடை கட்டத் தொடங்கியிருந்தான். இளம் தென்னங்குருத்து ஓலைகள் பாடையின் இரண்டு பக்கங்களிலும் வளைத்துக் கட்டப்பட்டிருந்தன. வெள்ளைகேற்றுத் தோட்டத்திலிருந்து பிடுங்கிவந்த சிறிய வாழைமரங்களை நான்கு மூலைத் தடிகளோடும் நிமிர்த்தியிருந்தார்கள். காட்டுப் பூக்களைத் தூவிய வாச்சர், ஏறி நின்று கனம் பார்த்துவிட்டுத் திருப்தியோடு இறங்கினான்.

சூரியன் உச்சந்தலைக்குச் சற்றுத் தள்ளிநின்றபோது வெள்ளையன் தந்தையின் உடலுக்குத் தீ மூட்டினான். மொட்டையடிக்கப்பட்ட தலையில் அவனுடைய சிறுபிராயத் தோற்றம் அடியோடு மறைந்துவிட்டது. சற்றுமுன்னர் கொள்ளிக் குடத்திலிருந்து சொட்டிய நீர்ச்சத்தங்கள் மனதில் பேரலையாக மோதிக்கொண்டிருந்தன. 'ஸ்...' என்ற சத்தம். நெருப்பின் நாக்குகள் மளமளவென உயர்ந்து பரவி அனல் கக்கின. விறகுகளும் காட்டுக்கொடிகளும் வெடிக்கிற ஒலி. நெருப்பு அலறுவதைப்போல இருந்தது. அத்தார் அவனுடைய தோளைப் பற்றித் திருப்பினான். இனி முதுகின் பின்னால் ஆளுயரத் தீயின் செந்நிற அடர்த்தியில் தந்தையின் வெள்ளை உடைகள் கருகத் தொடங்கும்...

தீயின் ஓசை தணியத் தொடங்கியபோது சுடுகாட்டைப் பேரமைதி சூழ்ந்துகொள்வதாக வெள்ளையன் உணர்ந்தான்.

7
ஓயாத அலைகள்

1993

ஆயிரத்தெட்டு மோதகங்கள், நூற்றியெட்டுத் தேங்காய்கள் என்று ஊரில் உள்ள அத்தனை தெய்வங்களுக்கும் நேர்ந்துவிட்டுத் தான் இராசமணி படகின் விளிம்பில் உட்கார்ந்தாள். பொன்னம்பலம் படகிற்குள் குதிக்க அவனுடைய கையை இழுத்துப் பக்கத்திலேயே இருத்திக்கொண்டாள். "செருப்புக் காலோடு வள்ளத்துக்கை கால் வைச்சால் கடலுக்குக் கோபம் வந்திடும்" என்று யாரோ சொன்னதைக் கேட்டு அவற்றை ஷொப்பிங் பையில் முடிந்து பயணப் பொதிக்குள் செருகினாள்.

கிளாலிக் கரையெங்கும் மின்சாரக் குழல்விளக்குகளின் பிரகாசமான வெளிச்சம் பரவியிருந்தது. கடல்காற்று முதுகை வருடியது. மண்திட்டியில் அணைந்து நின்ற ஆறு தொடுவைப் படகுகளில் மூன்றாவதிற்தான் அவளுக்கு இடம் கிடைத்திருந்தது. முதலாவதில் ஏறிவிட எவ்வளவோ முண்டியடித்தும் இயலவில்லை. கடலில் நேவி வந்துவிட்டால் தொடுவைக் கயிற்றை அறுத்துவிட்டு முதலாவது இயந்திரப்படகு ஓடித் தப்பிவிடுமென்று உலாவிய கதைகளால் அவள் கலவரப்பட்டிருந்தாள். 'திரும்பிப் போவமோ...' எனவும் தோன்றிற்று. பொன்னம்பலத்திற்காக மனதைத் தைரியப் படுத்திக்கொண்டாள். 'சனியன் பிடிச்ச இந்த நாட்டிலிருந்து அவனை எப்பிடியாவது வெளியில அனுப்பிவிட வேணும்.' கணவன் மேல் கோபம் கோபமாக வந்தது. 'அந்தப் பொறுப்பாளரைத் தெரியும், இந்தப் பொறுப்பாளரைத் தெரியும் எண்டு வெறும் சோக் கதையள்தான். சிற்றூர் அவைத் தலைவர் எண்டு பேர்தானேயொழிய ஒரு வள்ளத்தில இடம்பிடிக்கத் துப்பில்லாத மனிசன்.'

ஆறு படகுகளும் நிறைந்துவிட்டன. இராசமணி முதலாவது படகை ஏக்கத்தோடு பார்த்தாள். அதில் அதிகமும் வயதானவர்கள் தான் இருந்தார்கள். 'இளந்தாரிகளை அதில விட்டுட்டுத் தாங்கள் பின்னால வந்து இருக்கலாம்தானே... சனியன்கள்...' திடீரென்று குழந்தையொன்று வீரிட்டது. திடுக்கிட்டுத் திரும்பினாள். எதிரில் தாயின் கையணைப்பில் பஞ்சுத் துவாய்க்குள் குறண்டிருந்த குழந்தை அழுதுகொண்டிருந்தது.

"சரிம்மா... சரிம்மா... நீங்க படுங்க படுங்க... கொஞ்ச நேரம் தான்..."

“தங்கச்சி, பாலேதும் குடுக்கிறதெண்டால் குடு. ஆம்பிளையள் இறங்கி வெளிய நிண்டுட்டு வருவினம்.” பக்கத்திலிருந்த நடுத்தர வயதுப்பெண் சொன்னாள்.

“இல்லையக்கா, கொஞ்சம் முதல்தான் குடுத்திட்டு வந்தனான்.”

“பின்னக் கடல் காத்துக்கு அழுகுது போல. நல்லா இழுத்துப் போர்த்து.”

இயந்திரம் ஒன்றிரண்டு தடவை உறுமி ஓய்ந்தபிறகு சீராக இயங்கத் தொடங்கிற்று. காற்றின் உப்புவாடையும் மண்ணெண்ணெய் வாசமும் மூக்கில் திரள வயிற்றைப் புரட்டியது. இராசமணி தேசிக்காய் வாசத்தை நினைத்துக்கொண்டாள். தண்ணீரை வகிடெடுத்துக் கிழிக்கின்ற ஓசையைத் தவிர வேறு பேச்சு மூச்சில்லாத அமைதியிலும் இருளிலும் குழந்தையின் அழுகை அச்ச மூட்டியது. கடற்பரப்பில் தண்ணீரைச் சிதறிக் கிழித்துக்கொண்டு மேலெழும் இராட்சத மிருகமொன்றின் கறுத்த வாலைக் கண்டதைப்போல ஒருவித கலவர உணர்வு. ‘சனியன் அழுது துலைக்குது.’

“பிள்ளை... அதின்ரை அழுகையை நிப்பாட்டு பாப்பம். நடுக்கடல்ல எனக்கு நெஞ்சு திக்குத்திக்கெண்டுது. இதால ஆக்கள் போயினமெண்டு அவங்களுக்குக் காட்டிக்குடுக்கிற மாதிரிக் கிடக்கு...” என்று இராசமணி எரிச்சலோடு சொன்னாள்.

அப்பொழுது அணியத்தின் பக்கமிருந்த ஓர் இளைஞன் கெக்கட்டமிட்டுச் சிரித்தான். “இதால சனங்கள் போய் வாறதெல்லாம் நேவியின்ரை ரேடாரில வலு கிளியரா தெரியும். அவங்களுக்கு மூட் வந்தால் கிளம்பி வருவாங்கள். இல்லாட்டித் தண்ணியைப் போட்டுட்டுக் குப்புறப் படுத்துவிடுவாங்கள்” என்று அலட்சியமாகச் சொன்னான்.

‘மூதேவி... வள்ளத்தில இருக்கிற பெட்டையளுக்குச் சோக்காட்டுறதுக்காக வாயூறியாக் கதைக்குது.’

கரையிற் தெரிந்த வெளிச்சங்கள் புள்ளியாகச் சிறுத்துச் சிறுத்து மறைந்து போயின. கடல், திக்குத் தெரியாத காட்டைப் போல விரிந்தது. சளக்சளக் என்று அலைகள் படகில் மோதி மடிந்தன. சனங்கள் ஓங்காளித்துச் சத்தியெடுத்தார்கள். சற்றுமுன்னர் நேவியைப் பற்றிக் கதைத்தவனும் காறிக் காறி ஓங்காளித்தான். ‘சத்தியெடுக்கிறதைப் பாக்கவோ நினைக்கவோ கூடாது. பிறகு எனக்கும் சத்தி வரும்...’ இராசமணி பொன்னம்பலத்தை வாஞ்சையோடு பார்த்தாள். ‘இவனைப் பத்திரமாக் கொண்டுபோய்ச் சேக்கவேணும். இருபத்தைஞ்சு வயசிலயும் தாய்ச்சூட்டில கிடக்கிற கோழிக்குஞ்சு மாதிரியே வளந்திட்டான். காலமை தேத்தண்ணியில இருந்து இரவு சாப்பிட்ட கோப்பை கழுவிற

வரைக்கும் நான்தான் வேணும்... என்ன விட்டுட்டு வெளிநாட்டில எப்பிடித் தவிக்கப் போறானோ... பிள்ளையாரே... உம்ம நம்பித்தான் அனுப்பிறன்.'

பொன்னம்பலம் அடுத்தடுத்து இருமுறை உயர்தரப் பரீட்சைக்குத் தோற்றிருந்தான். இரண்டு முறையும் பல்கலைக் கழக அனுமதிக்கான புள்ளிகள் கிடைக்கவில்லை. புண்ணியத்தாருக்குப் பெரிய மனவருத்தம். "உங்கால மன்னார் முல்லைத்தீவுகளில இவனை விடவும் குறைஞ்ச மார்க்ஸ் எடுத்த காட்டான் கூட்டமெல்லாம் கம்பசுக்குப் போகுதுகள். இவனுக்குத்தான் கடவுள் கண்ணைத் திறக்கேல்லை" என்று காண்பவர்களிடம் எல்லாம் சொன்னார். "இந்தத் தரப்படுத்தல் மட்டுமில்லாட்டி இவன் எப்பவோ கம்பசுக்குள்ளை புகுந்திருப்பான்" என்றார்.

வரவர நாட்டு நிலைமைகளும் மோசமாகிக் கொண்டே போயின. பலாலி இராணுவ முகாமிலிருந்து எந்த இரவு ஆட்லெறி வருமென்று சொல்ல முடியாது. திடீரென்று சீறிவந்து வெடிக்கும். ஏதாவது ஒரு காலையில் ஆமிக்காரர்கள் முன்னேறத் தொடங்குவார்கள். பிறகு இயக்கம் போய்த் துரத்தும் வரைக்கும் மேளச் சமா போலத்தான் சத்தங்கள் கேட்கும். மேலே காதைக் கிழிக்கின்ற சுப்பர்சொனிக்குகள்... வருவதும் தெரிவதில்லை போவதும் தெரிவதில்லை, மின்னாமல் முழங்காமல் ரொக்கெற்றுகளை வீசித் தள்ளுகின்றன. கூரான வாளைக் கொண்டு ஆகாயத்தைக் வெட்டிக் கொத்தியதுபோல ஆகிவிடுகிறது.

'அய்யாயிரம் பேர் இயக்கத்திற்கு அவசரமாக வாருங்கள்' என்று புலிகளும் ஆள் சேர்த்துக்கொண்டிருந்தார்கள். சந்தி கோயில் குளம் எங்கு பார்த்தாலும் அவர்களுடைய பிரச்சாரக் கொட்டகைகள்தான். 'வெளிய பிள்ளை போனால் வீட்ட வரும்வரைக்கும் நெஞ்சிடிதான்.'

இந்தச் சம்பவம் நடந்து மூன்று மாதங்களிருக்கும். காலையில் வாசிக சாலைக்குப் பேப்பர் படிக்கப் போன பொன்னம்பலத்தை யாழ்ப்பாணக் கோட்டையைச் சுற்றிப் பதுங்குகுழி வெட்டவெனப் புலிகள் கூட்டிச்சென்றுவிட்டார்கள். சிற்றூரவைதான் ஏற்பாடு செய்திருந்தது. இராசமணி புண்ணியத்தாரை உண்டு இல்லையென்று ஒரு கை பார்த்துவிட்டாள்.

"நீங்களெல்லாம் ஒரு தேப்பன்தானோ... மனச்சாட்சி இல்லாமல் பெத்த பிள்ளையைப் பிடிச்சு பங்கர் வெட்ட அனுப்பிறியளே... மனிசரே நீங்கள்... என்ரை ராசன் அங்கை என்ன பாடோ... ஒழுங்கு நேரத்துக்குச் சாப்பிடுறானோ..." என்று ஒப்பாரிவைத்தாள்.

"அவனை ஆர் காலமை வெள்ளன பேப்பர் வாசிக்கப் போகச் சொன்னது. எல்லாப் பிள்ளையளையும் ஏத்தேக்கை நான் என்ன செய்யிறது... இப்ப எதுக்கு அவன் இயக்கத்துக்கே போனமாதிரி ஊரைக் கூட்டிக் கத்துறாய்... பங்கர் வெட்டத்தானே போனவன். பின்னேரம் வந்துடுவான். கொண்டாந்து விடுவாங்கள்."

பொன்னம்பலம் மத்தியானமே வந்துவிட்டான். "அங்கை மண்டைத்தீவிலயிருந்து ஆமி ரவுண்ஸ் அடிக்கிறான். ஒரு சாக்கை மட்டும் மறைச்சுக் கட்டிவிட்டிருக்கிறாங்கள். நிண்டு பாத்தால் கடலுக்கை ரவுண்ஸ் விழ தண்ணி பிசுக் பிசுக் எண்டு எழும்புது. சாப்பாடும் வரேல்லை. நான் ஆஸ்பத்திரியடிக்கு நடந்து போய், ஒராளின்ரை மோட்டச்சைக்கிள்ளை வந்தன்" என்றான். ராசமணி அவனை வாரி அணைத்து நெற்றியை வருடினாள்.

அவளுடைய சொந்தத்தில் தம்பியொருவன் பிரான்ஸில் இருந்தான். முன்னொரு காலத்தில் ஈழத்தை முதற்சொல்லாகக் கொண்ட இயக்கத்தில் இருந்து, இயக்கங்களுக்கு இடையில் பிரச்சனை வெடிக்கவும் இந்தியாவிற்குப் போய் பம்பாயில் நின்று பிறகு பிரான்ஸுக்குள் நுழைந்தவன். அவன்தான் 'நீங்கள் பொன்னம்பலத்தைக் கொழும்புக்கு அழைத்து வாருங்கள். மிகுதியை நான் பார்த்துக் கொள்கிறேன்' என்று கடிதம் எழுதினான்.

சந்திராவிற்குச் சீதனமென்று நினைத்துவைத்திருந்த எட்டுப் பரப்புக் காணியை விற்று அங்கும் இங்குமாகக் கை மாறி, ஐந்து லட்சத்தைப் புரட்டினால் பாஸ் எடுப்பதற்கு இயக்கத்திற்கு ஐம்பதாயிரம் ரூபா ரொக்கப் பிணையை அழவேண்டியிருந்தது. 'சிற்றூரவைத் தலைவரெண்டு பேர்தான், சொந்த மகனுக்குப் பாஸெடுக்கவும் கால்கடுக்கத்தான் நிக்கவேண்டியிருந்தது...'

கைப்பையினுள் விரல்விட்டு 'வடபகுதிக்கு வெளியே செல்வதற்கான அனுமதி' என்ற இரண்டு அட்டைகளையும் வருடி உறுதிப்படுத்தினாள் இராசமணி. கறுப்பு வண்ணத்தில் புலிச்சின்னமிட்ட உள்ளங் கையிற்குள் அடங்கிவிடுகிற அந்தச் சீட்டுக்காக எத்தனை அலைச்சல்கள், விசாரணைகள், பிணைகள்! பெரு மூச்சோடு கைப்பையை மூடிவிட்டு நிமிர்ந்தாள்.

குழந்தையை வைத்திருந்த பெண்ணின் இடதுதோளுக்கு மேலே தூரத்தில் மின்னலைப் போல ஒரு பொறி பறந்து போய்த் தணிந்தது. 'வால் நட்சத்திரம் ஏதாவது விழுந்ததோ...' என்று சுதாகரிக்க முன்னமே சடசடவென்று துப்பாக்கிச் சத்தங்கள் கேட்கத் தொடங்கின. இராசமணி நெஞ்சைப் பொத்திக்கொண்டு "என்ர பிள்ளையாரே..." என்றாள்.

நெருப்புச் சன்னங்கள் எதிரெதிர்த் திசைகளில் ஒளிக்கோடுகளாய்ப் பாய நீர்ப்பரப்பெங்கும் செந்நிறப் பிம்பங்களாக அசைந்து பயம் காட்டின.

“பூநகரிக் கடலில சண்டை தொடங்கிட்டு…” என்று கத்தினான் சற்றுமுன்னர் ஓங்காளித்துச் சத்தியெடுத்த இளைஞன்.

இயந்திரச் சத்தம் கிர் என்று ஓய்ந்துவிட்டது. அலைகளின் வேகத்தில் தொடுத்திருந்த படகுகளின் விளிம்புகள் ஒன்றோடொன்று முட்டித் தளும்பின. அந்தகார இருளைக் கிழித்தபடி கூக்குரல்கள்.

“ஒருத்தரும் எழும்பவேண்டாம். அப்பிடியே இருங்கோ. பயப்பிட வேண்டாம். நல்லாத் தூரத்திலதான் நிக்கிறம். அண்ணை, என்ன எழும்பி விடுப்பே பாக்கிறியள். இருங்கோ பாப்பம்…” படகோட்டி யாரையோ திட்டினான்.

இராசமணி பொன்னம்பலத்தின் பிடரியை அழுத்தியவாறு தானும் குனிந்துகொண்டாள். “அருச்சுனா அபயம்… அருச்சுனா அபயம்…” என்று உதடுகள் தம்பாட்டில் உச்சரித்தன. கொழும்பிலிருந்து திரும்பியவுடனேயே நாகதம்பிரானுக்கு வடை மாலை சாத்துவதாக நேர்ந்துகொண்டாள்.

காற்றும் அலைகளும் மூசிக்கொண்டிருந்தன. அந்தரத்தில் மிதப்பதைப் போலப் படகுகள் தளுக் தளுக்கென்றன. மெதுவாகத் தலையை உயர்த்தினாள். சன்னங்களால் வேலியடைத்தாற்போல நீள நீளச் செந்நிறக் கோடுகள்… அவற்றிலிருந்து வேறுபட்டு நீரின் மேற்புறத்தில் படீரென்று ஓர் ஒளிப்பிழம்பு வெடித்தது. மேகம் இரும்பு உருளையாகிக் கடலுக்குள் விழுந்தாற்போல ஓர் அதிர்வு. பிறகு அங்கொன்றும் இங்கொன்றுமாக வெடிச்சத்தங்கள். குழந்தையை மார்புக்குள் பொத்தியிருந்தவள் பெருங்குரலில் விம்மினாள். இராசமணிக்கும் கண்ணீர் முட்டியது. பொன்னம்பலத்தை அணைத்துக்கொண்டு அழுதாள். வெளியே தாண்டிச் சென்ற அலைமேடுகள் சாவின் உப்பிய முகங்களாகத் தோன்றின.

கடல் அமைதியடைந்தது. மறுபடியும் பேச்சுக்குரல்கள் கேட்க ஆரம்பித்தன. “அய்யோ, எனக்குப் பயமாக்கிடக்கு. திருப்பச் சொல்லுங்கோ…” என்று யாரோ அழுதார்கள்.

“நடுக்கடலிலதான் நிக்கிறம். திரும்பிறதும் போய்ச் சேருறதும் ஒரேயளவு தூரம்தான்…”

“முன்னால வெளிக்கிட்ட சனங்களுக்கு என்ன நடந்திச்சோ தெரியேல்லை… குழந்தையளெல்லாம் போனதுகள்.”

“கடைசியா வெடிச்சது சக்கை போட் போல.”

இயந்திரம் இரையத் தொடங்கியது. வரிசை குலைந்து நின்ற படகுகள் உந்தி இழுக்கப்பட்டு நேராகிப் பயணிக்கத் தொடங்கி இரண்டு நிமிடமும் ஆகியிருக்காது. நீர்ப்பரப்பை இரண்டாகக் கிழித்துப் பிரிக்கும் ஓர்மத்தோடு கூர்மூக்கை மேலே உயர்த்திப் பாய்ந்த நீண்ட படகொன்று அரைவட்டமடித்து அவர்களுக்குச் சமாந்தரமாக வந்தது. சனங்கள் திரும்பவும் குழறத் தொடங்கினார்கள்.

“கத்த வேண்டாம். அது எங்கடை பிள்ளையள்தான்...” என்று படகோட்டி கத்தினான்.

அந்தக் கரிய படகில் தோளோடு கத்தரித்த தலைமயிரோடும், காற்றில் சடசடத்த கறுப்புச் சேட்டைச் சுற்றிய அகல இடுப்புப் பட்டியோடும் மூன்று பெண் போராளிகள் நின்றிருந்தார்கள். ஒருத்தி இரைந்து கொண்டிருந்த வோக்கி டோக்கிக்கு அவ்வப்போது பதில் சொல்லிக்கொண்டிருந்தாள். படகின் கூர்முனைக்குக் கீழே ‘மேஜர் அலைமகள்’ என்று பெயரிடப்பட்டிருந்தது. உள்ளே பொருத்தப் பட்டிருந்த நீண்ட குழல் பீரங்கியையும் அதைத் தழுவிக்கொண்டு நின்ற இரண்டு பிள்ளைகளையும் பார்த்தபோது இராசமணியின் கண்கள் விரிந்தன.

“எல்லாம் சரிதானே... ஒரு பிரச்சனையும் இல்லைதானே...” என்று உறுதிப்படுத்துவதைப்போல ஒருத்தி கேட்டாள்.

“இல்லை தங்கச்சி... ஒண்டுமில்லை. உங்காலை என்ன சண்டையே தங்கச்சி?”

“ஓ... நாகதேவன் துறையில இருந்து இறங்கின நேவிக்காரரை வழியில மறிச்சு சணல் அடி குடுத்தனாங்கள். அவங்கட வோட்டர் ஜெற் ஒண்டு புக்கையாயிருக்க வேணும். விடிஞ்சாத்தான் தெரியும்.”

“சனங்களுக்கு ஏதாவது காயமே...”

“தெரியேல்ல. இருக்காதெண்டுதான் நினைக்கிறம். ஆனா உப்பிடியே கடலில கலைபட்டுக்கொண்டிருக்க ஏலாது அண்ணன். ஆனையிறவு அல்லது பூநகரி... ரண்டெத்தா ஓரிடத்தில முறையாக் குடுக்காட்டி அவன் அடங்க மாட்டான். சனங்களை நிம்மதியாப் போகவும் விடமாட்டான்.”

“சரி தங்கச்சி, நீங்கள் கவனமாப் போட்டுவாங்கோ...”

பெண் போராளிகள் பகிடியொன்றைக் கேட்டதுபோல கலகலவென்று சிரித்தார்கள்.

கடலின் இருளும், நீரில் பறந்த நெருப்புப் பொறிகளும், படீரென ஒளிர்ந்த செந்நிறச் சுடரும் ஏற்படுத்திய அச்சத்தின் ரேகைகள் மூன்று மாதங்களாகியும் இராசமணியின் கண்களை விட்டு அகலாதிருந்தன. நீண்ட காலத்திற்குப் பிறகு வன்னிக்கு வந்திருந்த அவள் அப்பொழுதுதான் கடற்பயணத்தின் கதையைச் சந்திராவிடம் சொல்லி முடித்திருந்தாள்.

கடைசியாகத் தொன்னூறாம் வருடத்தின் தொடக்கத்தில், திருக்கேதீஸ்வரத்திற்குச் சென்று திரும்பும் வழியில் பூநகரியிலிருந்து வாடகைக் காரில் வந்ததாக நினைவு. அது சந்திராவும் அத்தாரும் இருட்டுக்காட்டில் மேட்டுக்காணியில் குடியேறியிருந்த காலம்.

“இந்தப் பாம்பு பூச்சிகளுக்கை கிடந்து உழல வேணுமெண்டு உனக்கென்ன பிள்ளை தலையெழுத்தே...? நூறு பேரையும் கொள்ளுற வீடு அங்கை ஓவெண்டு கிடக்கு. நீ இங்கை மாட்டுக் கொட்டிலுக்கை கிடக்கிறாய்... யோசிக்காமல் என்னோடை வா. அப்பாட்டை நான் கதைக்கிறன்” என்று இராசமணி கேட்டாள். சந்திரா சிரித்து மழுப்பினாள். அத்தாரிடம் சொன்னபோது “அப்பயும் பார். கிழவி உன்னைத்தான் வரச்சொல்லுது. என்னையில்லை” என்று அவன் உரத்துச் சிரித்தான்.

மூன்று வருடங்களாயிற்று. ஆனையிறவிலும் பூநகரியிலும் இராணுவ முகாம்கள் வீங்கிப் பெருத்து யாழ்ப்பாணத்திற்கான தரைப்பாதைகளை மூடிவிட இரண்டுக்கும் இடைப்பட்ட நீர் ஏரியில் புதிய பாதை திறந்தது. இரவில் மீன்பிடிப் படகுகளில் மூன்று நான்கு மணிநேரம் உயிரின் மெல்லிய இழையை விரல் இடுக்கில் பிடித்தபடி தவித்திருக்க வேண்டும். நேவிக்காரர்கள் சனங்களை வெட்டுவதும் சுட்டுக் கொல்லுவதும் வழமையாகியிருந்த காலம். வருடத் தொடக்கத்தில் அறுபது சடலங்கள் இரண்டு கரைகளிலும் வெட்டுக் காயங்களுடன் கரையொதுங்கியிருந்தன.

“செத்திருப்பம் பிள்ளை” பெருமூச்சொன்றை விடுத்தபடி இராசமணி நினைவுகளிலிருந்து மீண்டாள்.

“ஆலங்கேணிக்கு வர விடியச் சாமம் ரெண்டு மணியாயிட்டுது. போட்டது போட்டபடி படுத்திட்டு விடியத்தான் எழும்பினம். இரவு கடலுக்குள்ள இறங்கின நேவியை மறிச்சு சண்டை நடந்ததெண்டும் ரெண்டு கரும்புலிப் பெடியள் வெடிச்சதெண்டும் விடிய பேப்பரில

பாத்துத்தான் அறிஞ்சம். படங்கள் போட்டிருந்தவங்கள். பதினெட்டுப் பத்தொம்பது வயசுதான் வரும். மட்டக்களப்புப் பொடியங்களாம்... பாவங்கள்... ஆர் பெத்த பிள்ளையளோ... எங்களுக்காகக் கடல் தண்ணிக்குள்ளயும் உப்புக் காத்துக்குள்ளயும் உத்தரிக்குதுகள்..."

கடலில் தோன்றிய ஒளிப்பிழம்பை இராசமணி சொன்ன போது லெட்சுமணனின் நினைவுதான் கிளர்ந்தது. சந்திரா துயரமாகப் பெருமூச்செறிந்தாள். மூன்றாவது வருடமுமாயிற்று. அவனைப் பற்றி ஒரு தகவலுமில்லை. வழியில் தெருவில் தூரத்தில் போராளிகளைக் காணும்போதெல்லாம் அவளுடைய மனது ஓர் அதிசயத்திற்காகக் காத்திருக்கும். பிறகு ஏமாற்றம். இப்படியே வழமையாகிவிட்டிருந்தது. 'என்ன ஒரு ஏழு வருசம் எங்களோடை இருந்தான், அதுக்காக எங்களையெல்லாம் ஞாபகம் வைச்சிருப்பானோ... தன்னையொரு வேலைக்காரப் பெடியனாத்தான் யோசித்திருந்தவனோ...' என்று தோன்றும்.

"யாழ்ப்பாணம் போகவேணும் யாழ்ப்பாணம் போகவேணுமெண்டு குதிச்சவன்தானே. சிலவேளை அங்கதான் குசியில அலையிறான் போலை..." அத்தார் ஆறுதல் சொல்லுவான்.

"யாழ்ப்பாணத்திலதான் நிக்கிறான் எண்டால் இதில யொருக்கா வந்து போகலாம்தானே? அவங்கடை போட்டுகள் நாப்பது நிமிசத்தில கிளாலிக் கடலைக் கடக்குமெண்டுறாங்கள்..."

"நினைச்சபாட்டுக்கு விட்டுட்டு வரேலாதுதானே. அதிலையும் மட்டக்களப்பு, திருகோணமலைப் பக்கத்தில நிண்டானெண்டால் காட்டைக் கடந்து வாறது சும்மாவே... யோசிக்காதை... ஒரு நாளைக்கு வருவான்."

இராசமணி எழுந்து சேலையைச் சரிசெய்தாள். தலையில் முட்டுமாற்போலிருந்த குடிசையை அவள் ஏக்கத்தோடு பார்த்தாள். கூரைத் தடிகளில் கறையான் புற்றுப்போலப் பரவியிருந்தது. கிடுகுச் செத்தைகள் உளுத்துக் கொட்டத் தொடங்கியிருந்தன. விளிம்புகள் உடைந்திருந்த தரை மட்டும் மாட்டுச் சாணத்தால் புதிதாக மெழுகப் பட்டு மணத்தது. 'ஒரு பிள்ளைக்கு வழியைக் கண்டுட்டு வந்தால் கடவுள் மற்றப் பிள்ளையின்ரை கோலத்தைக் காட்டி வருந்த வைக்கிறார்...'

அறுபது வயதில்கூட தன்னிடமிருக்கின்ற செந்தளிப்பையும் உற்சாகத்தையும் மகள் இந்த வயதிலேயே தொலைத்துவிட்டாள் என்று தோன்றியது. நெற்றியில் வெள்ளி இழைகளைப்போல நரை. வெயிலில்

வாடிய முகம்... சின்னப் பெண்ணாகத் திரிந்த நாட்களில் ஒளிர்ந்த கண்கள் சோபையிழந்து கிடந்தன. விழித்திரையில் துயரச் சாயல்...

தாயுடைய பார்வையைப் புரிந்துகொண்ட சந்திரா "பொன்னம்பலத்தான் இப்ப வெளிநாட்டு மாப்பிள்ளை" என்று பேச்சை மாற்றினாள்.

"மூண்டு மாசம் கொழும்பில அலைஞ்சு திரிஞ்சு ஏஜென்சிக்குக் காசைக் கட்டி கப்பல்லை ஏத்திப் போட்டு வந்திருக்கிறன். ஆலடிப் பிள்ளையார்தான் வழித் துணையாயிருக்க வேணும்."

"அவனுக்குக் கப்பலிலயோ வேலை?"

"அப்படித்தான் ஏத்தியிருக்கு... ஆறேழு மாசத்தில கிறீசோ, கிறீக்கோ எங்கையோ கப்பல் நிக்கிற நேரம் களவா இறங்க வேணுமாம். மிச்சத்தைத் தான் பாத்துக்கொள்ளுறன் எண்டு தவத்தான் சொன்னவன். போய்ச்சேந்து தகவல் வந்தாத்தான் நிம்மதி."

இராசமணி அன்றைக்கே யாழ்ப்பாணத்திற்குப் புறப்படத் தயாரானாள். "மோட்டச்சைக்கிள் ஏதாவது ஹயருக்குப் பிடிக்கலாமே... வந்தவனை நிப்பாட்டியிருக்கலாம். யோசிக்காமலிருந்திட்டன்."

"ஏன், ரண்டு நாள் நிண்டுட்டுப் போங்கோவன்..."

"ச்சீ... மூண்டு மாசமா வீடு என்ன கோலத்தில கிடக்கோ தெரியா. அய்யா ஊர் உலாவாரமெண்டு திரிவார். வீட்டைக் கவனிக்கிறதில்லை. நான் போய்த்தான் ஒழுங்கு செய்யவேணும். நீ மோட்டச்சைக்கிள் ஒண்டு ஹயருக்குப் பிடி... இப்ப வெளிக்கிட்டாத் தான் முதல் வள்ளத்தைப் பிடிக்கலாம்."

காணியில் யாராவது நிற்கிறார்களா என்று சந்திரா பார்த்தாள். ராணி விறகு கொத்திக்கொண்டிருந்தாள். பக்கத்திலேயே மண் அளைந்துகொண்டிருந்த சிந்து மண்ணை வாரிக் குவித்து அதில் இலைகளை நட்டு விளையாடினாள்.

"உது ஆரடி பிள்ளை, பச்சைப் புள்ளையை பக்கத்திலயே வைச்சுக்கொண்டு ஆம்பிளை கணக்கா மூசி மூசி விறகு கொத்துறது?"

"அவள் சங்கிலியண்ணையின்ர மூத்தவள் ராணி. அந்த மனுசனை மாடு குத்திச் செத்ததோடை, குடும்பத்தைச் சனியன் பிடிச்சு ஆட்டுது. இந்தா இந்தப் பிள்ளை பிறந்த கொஞ்ச நாளில வவுனியாவில சாமான் கட்டியந்து விப்பமெண்டு போன இவளின்ர புருசனை இன்னமும் காணேல்லை. ரெண்டு வருசமும் ஆகப் போகுது. ஒரு தகவல் இல்லை." சந்திரா ராணியை நோக்கி நடந்து போனாள்.

"ராணி, வெள்ளையன் நிக்கிறானே?"

"ஓ... உள்ளதான் இருந்தவன். வெள்ளையன்... டேய்... வெள்ளையன்..."

குடிசையிலிருந்து அவன் வெளியே வந்தான். பதின்மூன்று வயதை மீறிய வளர்த்தி. சங்கிலியை உரித்துப் படைத்த மாதிரியே நடை பாவனைகளும்...

"வெள்ளையன், தோட்டத்துக்குள்ள ஆற்றையும் சைக்கிள் எடுத்துக்கொண்டு போய் சந்தியில மோட்டர்சைக்கிள் ஏதாவது ஹயருக்கு கூட்டிக்கொண்டு வாறியே..."

அவன் தலையாட்டிவிட்டுச் சென்றபிறகு சந்திரா திரும்பி வந்தாள். வெளியே பரணில் பாத்திரங்கள் காய்ந்திருந்தன. ஒவ்வொன்றாக எடுத்து அடுக்கினாள். உள்ளேயிருந்து இராசமணியின் குரல் கேட்டது. "இஞ்சையொருக்கா வா பிள்ளை..." தலையைக் குனிந்துகொண்டு புகுந்தாள். நெஞ்சுச் சட்டையிலிருந்து பணப்பையை எடுத்து உள்ளே திமிறிய ஆயிரம் ரூபாய்த் தாள்களிலிருந்து சிலதை உருவிய இராசமணி சந்திராவிடம் நீட்டினாள். "மருமகனுக்குச் சொல்லாதை. ரோசக்காரனுக்குக் கோபம் பொத்துக்கொண்டு வந்துடும்" என்றாள்.

அத்தாருடன் புறப்பட்டுத் தனிக்கல்லடிக்கு வந்தநாள்தொட்டு, எவரிடமும் அவர்கள் கையேந்தி நின்றதில்லை. ஒரு சவாலாகத் தொடங்கிய வாழ்க்கையைப் பட்டினி கிடந்தாவது கடத்தும் ஓர்மம் இரண்டு பேருக்குமிருந்தது. கமமும் சந்தையும் கைவிட்டதேயில்லை. இப்பொழுது அத்தாரின் கூலி ஒருநாள் செலவுக்கே போதுவதில்லை. வருத்தங்கள் உடலின் வலுவை நீர்க்கச் செய்தபிறகு அதிகம் வேலை செய்யவும் முடிவதில்லை. பிள்ளைகளோடு பொழுதைக் கழித்தால் மனதுக்கு ஓர் ஆறுதலென்றுதான் சந்திரா தொண்டர் ஆசிரியையாகப் போய்வருகிறாளே தவிர, மாதாந்தக் கொடுப்பனவுகள் சீராகக் கிடைப்பதில்லை. அரச நிவாரணத்தில்தான் வாழ்வு கழிந்தது.

சந்திராவின் கைகள் அவளையுமறியாமல், காசுத்தாள்களை வாங்கிக் கொண்டபோது விழியோரத்தில் நீர் உகுத்து வழிந்தது.

"பெத்த தாயிட்டை வாங்கிறதுக்கு ஏன் அழுறாய்..."

சந்திரா முகத்தைத் திருப்பிப் புறக்கையினால் துடைத்துவிட்டாள்.

"இங்கை பாரன்..." என்று அவளுடைய தோளைத் தட்டித் திருப்பிய இராசமணி கீழே குனிந்து பாவாடையின் கீழ் விளிம்பை உயர்த்திக்காட்டி அர்த்தத்தோடு சிரித்தாள். உருட்டித் தைக்கப்பட்ட பாவாடைத்

துணியில், உருளை உருளையாகத் திண்மங்கள் சுற்றவரத் தெரிந்தன. சந்திரா தாயைக் கேள்வியோடு நோக்கினாள்.

“அவ்வளவும் ரோர்ச் லைற் பற்றியள்... பாவாடையைச் சுத்தவும் கிடக்கு...”

சந்திராவிற்குப் பதறிவிட்டது. “உங்களுக்கென்ன விசரே... ஏன் உயிரோடை விளையாடுறியள்... தடை செய்யப்பட்ட சாமானைக் கொண்டு வாறியள் எண்டு ஆமிக்காரன் பிடிச்சானென்றால் என்ன நடந்திருக்கும் தெரியுமே...” தாயுடைய துணிச்சலை நினைத்து ஒரு பக்கத்தில் வியப்பாயுமிருந்தது.

“எடி போடி... கிழவியின்ரை சீலையைத் தூக்கியோ பாக்கப் போறாங்கள்...” இராசமணி திரும்பவும் பாவாடையைக் கீழே இறக்கி சேலையைப் பரப்பி விட்டுக்கொண்டாள்.

“ஆமியின்ரை கண்ணைச் சுத்திப்போட்டு கொண்டந்திட்டியள்தானே. இனி கையில கொண்டு போங்கவன். கத்திரிக்கோல் தாறன் வெட்டி எடுங்கோ...”

“வேண்டாம் பிள்ளை. இவ்வளவு தொகையாக் கொண்டு வந்ததை இயக்கம் கண்டுதெண்டால் எப்பிடிக் கொண்டந்தனியள், ஆமியோடை என்ன தொடர்பு எண்டெல்லாம் விசாரிப்பாங்கள். இல்லாட்டி அரைவாசியைத் தாங்கோ எண்டு வாங்கிப் போடுவாங்கள். நான் வீட்டை போய் எடுக்கிறன்.”

மோட்டர்சைக்கிள்காரன் வந்தான். சீற்றில் ஏறிக் குந்தியபிறகு இராசமணி அவனோடு இருபத்தைந்து ரூபாய்க்குப் பேரம் பேசினாள்.

“யாழ்ப்பாணத்தார் ஐஞ்சு சதத்துக்குக் கால்ல நிண்டு தொங்குங்கள்... சரி சரி... குடுங்க...” என்று அவன் சலித்தான்.

“பின்ன அல்லும் பகலுமா வேர்வை சிந்தி உழைச்ச காசை சும்மா விட்டெறியச் சொல்லுறியே...”

“எங்களுக்கு மட்டுமென்ன காலடியில கொண்டுவந்து ஆரேனும் கொட்டுறாங்களே... சரி... ஆடாமல் இருங்க. வேணுமெண்டால் என்னைப் பிடிச்சுக் கொள்ளுங்க.”

“உன்னை ஏன் பிடிக்கவேணும்? நான் இந்த இரும்புக் கம்பியைப் பிடிச்சுக் கொள்ளுறன்.”

மோட்டார் சைக்கிள் உறுமிக்கொண்டு புறப்பட்டது.

1994

நள்ளிரவு தாண்டிய பின்னரும், பெற்றோமக்ஸ் விளக்குகளின் வெள்ளொளியில் பேச்சி தோட்டத்தில் அரக்கப்பரக்க வேலைகள் நடந்தன. இரண்டு நாள் பெய்த மழையில் தோட்டமே ஸ்தம்பித்துப் போயிருந்தது. விழுந்த தேங்காய்கள் அந்தந்த இடங்களிலேயே சேற்றில் புதைந்து கிடந்தன. இன்றுதான் பொறுக்கிக் குவித்தார்கள். கிளாலி நீரேரிப் பாதையைக் கண்டுபிடித்த பிறகு, எண்ணெய்ப் பீப்பாய்களையும் கொப்பரா மூட்டைகளையும் யாழ்ப்பாணத்திற்கு மறுபடியும் அனுப்பத் தொடங்கியதால் சடுதியாக வேலைகள் அதிகரித்துவிட்டன. கடந்த மாதம் நான்கு பீப்பாய்கள் கடலுக்குள் உருண்டு விழுந்த சம்பவம் ஒன்றும் நடந்திருந்தது. சற்று மெனக் கெட்டிருந்தால் கட்டியிழுத்துக்கொண்டு போயிருக்கலாம். நேவி பயத்தில் விட்டுச் சென்றுவிட்டார்கள். வாச்சர் படகோட்டிகளைத் திட்டித்தீர்த்தான்.

மூட்டைகளை லொறியில் தூக்கி ஏற்றியபிறகு அசதி உடலை வருத்தியது. அத்தார் எட்டேக்கருக்குச் சென்று நீரள்ளித் தேகத்தில் வார்த்தான். குளிர்ந்த நீர் பட்டதும் வியர்வை நீங்கியது. களைப்பும் ஆறியது. புத்துணர்ச்சியாயிருந்தது. சொரசொரத்த உருளைக் கல்லால் ஊத்தை உரஞ்சினான். காட்டின் எல்லையிலிருந்து கிணற்றடிக்குப் பாய்ந்த ரோர்ச் லைற்றின் ஒளி அங்கும் இங்குமாக முகத்தைக் கடக்கையில் கண் கூசவும் சத்தமான குரலில் "அது நான்தான்" என்று கத்தினான். யானைக்காவலுக்கு நின்ற மணிவண்ணன், ஒளியை அணைத்துவிட்டு நடந்து வந்தான்.

"என்ன இந்த ராவில குளிக்கிறீங்க?" இடியனைக் கிணற்றுக் கட்டில் சாய்த்துவிட்டுக் கேட்டான்.

"ஓம்... விடியிறதுக்கு முதல் ஒரு லோட் அனுப்பவேணு மெண்டு இரவிரவாச் செய்து முடிச்சது..." கடைசி வாளித் தண்ணீரைத் தலையில் வார்த்துவிட்டுத் துவட்டினான். "சாமங்களில எங்கடை காணியையும் ஒருக்காப் பார்த்துக் கொள் மணிவண்ணன். பொம்பிளையள் இருக்கிற இடம். ஒரு உதவியாச் செய்."

"சரியண்ண."

அப்பொழுதுதான் வந்து சேர்ந்த கணபதி "யாப்பாணத்துக்குப் பாதை தெறக்க வேலை ரண்டு மூணு மடங்கு கூடிப்போச்சு. ஆனா கூலி

அப்பிடியேதான் இருக்கு" என்று சிரித்தான். "துணைக்கு நிக்கிறீங்களா, ஒடன குளிச்சிட்டு வந்திர்றேன்..."

"மணிவண்ணன் நிக்கிறான். குளிச்சிட்டு வா. எனக்கு அலுப்பாக் கிடக்கு."

அத்தார் கொட்டிலுக்குத் திரும்பியபோது சந்திரா அயர்ந்து தூங்கிவிட்டிருந்தாள். திண்ணையில் பாயைப் போட்டுச் சரிய, காத்திருந்ததுபோல உறக்கம் அவனை மூடியது.

ஞாயிற்றுக்கிழமை, லீவு நாள். வீட்டில் ஏதாவது வேலைகளிலிருந்தால் முடித்துவிட்டு அத்தார் சந்தைப்பக்கம் போய்விடுவான். வாங்குவதற்கு எதுவுமில்லையென்றாலும் காலாற அங்கு நடந்து திரும்புவதில் ஒரு திருப்தி. சந்தைதான் ஒரு கிராமத்தின் முகம். அதனுடைய ஆரவாரத்தில்தான் கிராமம் உயிர்த்திருக்கிறதென்றும் அது ஓயும்போது கிராமமும் வெறிச்சோடி விடுகிறதென்றும் அவனுக்குத் தோன்றும். அடர்த்தியான மரக்கிளைகளையே கூரையாகக் கொண்ட பழைய சந்தையின் மனிதர்கள் இப்பொழுது எங்கெல்லாம் அலைகிறார்களோ... இடையில் சற்றுக்காலம் ஊர் திரும்பியிருந்த அவர்களை யுத்தம் மறுபடியும் துரத்திவிட்டிருந்தது.

அதிகாலையின் மழைத் துமியில் புழுதி அடங்கியிருந்தது. புற்களின் நுனியிலிருந்து உருளத் தயாரான நீர்த்துளிகளை அத்தார் ஆசையோடு பார்த்துக்கொண்டிருந்தான்.

சீனி கலக்காத வெறும் தேத்தண்ணியை சந்திரா நீட்டவும் பக்குவமாக இரண்டு கைகளாலும் வாங்கிக்கொண்டான். உறிஞ்சி இழுத்தபோது "ஊரில எங்கடை அப்பாவைத்தான் சிற்றூரவைக்குத் தலைவராக்கியிருக்காம்" என்றாள் சந்திரா.

தொண்டைக்குழிக்குள் தேநீர் சுருக்கென்று கசந்தது. மீதிக் கோப்பையை 'டக்' என்று வைத்தான். வெளியிற் சிந்தியது. மனதில் விசித்திரமான பூச்சிகள் ஊரத்தொடங்கின. எதையோ இழந்துவிட்ட ஏமாற்றத்திலிருந்து மனதைத் திசை திரும்ப முயற்சித்தாலும் கடந்து செல்ல முடியாதபடி அது தொந்தரவாயிருந்தது. "ம்... சிற்றூரவைத் தலைவர்..." என்று முணுமுணுத்தான். குரலில் ஓர் ஏளனம்.

சிற்றூரவை புலிகளுடைய நிர்வாக அலகுகளில் ஒன்று. கிராமங்கள், சிறுநகர்கள் சார்ந்து அவ்வாறான அலகுகளை அவர்கள் உருவாக்கிக்கொண்டிருந்தார்கள். பெரும்பாலும் அரசியல் விழிப்புணர்ச்சி நிலையங்களாக, சமூகப் பிரச்சினைகளில் பிணக்குத் தீர்க்கும் மன்றுகளாக அவை விளங்கின. அவற்றுக்கான

செயற்பாட்டாளர்களும் பொறுப்பாளர்களும் அந்தந்தக் கிராமங்களிலிருந்தே தெரிவுசெய்யப்பட்டுமிருந்தனர். புண்ணியம் அப்படித்தான் தலைவராகியிருக்க வேண்டும். அத்தாருக்கு அந்தச் செய்தியைத் தாண்டிச்செல்ல இயலவில்லை. எதிலென்றே தெரியாத எரிச்சல்… ஓர் அந்தரம்… “ஊர்ச்சனங்கள் பாவம்…” என்றான் கேலியாக.

“உங்களுக்குப் பொறாமை” சந்திரா சிரித்தாள்.

“எனக்கென்ன பொறாமை…! சும்மாவே அந்த மனிசனுக்குத் தன்னில ஒரு கெறுக்கு. இனி குடை கொடி ஆலவட்டமெண்டு வானத்துக்கும் பூமிக்குமாக் குதிக்கப் போகுது. ஊருக்குள்ளை ஏழைச் சனங்கள்தான் இனி பாவம்…”

“எல்லாருக்காகவும் உழைச்சபடியாலதானே அவரைத் தலைவராக்கியிருக்கினம்…” சீண்டுவதற்காகத்தான் சொன்னாள். ஆனால் அந்த வார்த்தைகள் குபீரென்று சினத்தையள்ளி அவனுடைய முகத்தில் எறிந்தன. முகத்தசைகள் இறுக குரலை உயர்த்திக் கத்தினான்.

“ஓமோம்… பள்ளிக்குடச் சங்கத்தில தலைவராயிருக்கிற மாதிரி, கோவில் தர்மகர்த்தா சபையில தலைவராயிருக்கிற மாதிரி, இந்தச் சமூகத்தில தனக்கொரு அந்தஸ்த்தும் பிரபலமும் கிடைக்குமெண்டால் வெள்ளாளன், தான் ஆரை அடக்கி ஒடுக்கினானோ, அந்தச் சனங்களுக்காகப் போராடுற மாதிரி காட்டவும் தயங்க மாட்டான்…”

“ஏன் இப்ப கத்துறியள்… ‘சாதி குறைஞ்ச சனங்களுக்காக’ வெள்ளாளன் போராடக் கூடாதோ…”

“உலகத்தில எங்கையாவது கூலிக்காரனுக்காக முதலாளி போராடினதா சரித்திரம் இருக்கோ…”

சந்திரா க்ளுக் என்று சிரித்துவிட்டாள். பிறகு “ஓம், இருக்கு… தொண்டமான், இலங்கைத் தொழிலாளர் காங்கிரஸ்” என்று சொன்னாள். அவளுடைய பகிடியை ரசிக்க முடியவில்லை. அதைச் சட்டை செய்யாமலிருந்தான்.

“ஆனையிறவுச் சண்டை நடக்கேக்கை அப்பா ஆயிரம் முட்டையில முட்டை மா செய்துகொண்டுபோய்க் காயப்பட்ட இயக்கப் பெடியங்களுக்குக் குடுத்தவராம். அம்மா சொன்னவ…”

அத்தார் அமைதியாக எழுந்து கிணற்றடிக்குப் போனான்.

“அம்மா பத்தாயிரம் ரூபா தந்தவ. செலவுக்கு வைச்சுக் கொள்ளட்டாம்.”

நின்று திரும்பிப் பார்த்தான். தோற்றுப் போன முகபாவம்…

வெயிலில் வாடிய தேங்காய்ப் பாதிகளை கத்தியால் மிண்டிக் கொப்பராக்களைப் பரவிக்கொண்டிருந்தாள் மீனாட்சி. தலையில் விண்விண்ணென்ற வலி... ‘இப்படியே மண்டை ஓட்டையும் தெள்ளோட்டிவிட முடிஞ்சால் எவ்வளவு நிம்மதி.’ காலையிலிருந்தே நெற்றியின் முடிவிடங்களில் தொடங்கி மேலேறி சுத்தியலால் அடிப்பதைப்போல இடித்துக்கொண்டிருந்தது. பழம்பாசி இலையை அரைத்து நெற்றியில் அப்பியும் பார்த்தாள். பலனில்லை. வெயில் உச்சிக்குப் போகவும், கபாலம் உலையாகிக் கொதிக்கத் தொடங்கியது. தாங்க முடியவில்லை. வாச்சரிடம் சொல்லிவிட்டு வீட்டுக்குப் போகலாமென்று நினைத்தாள். நான்கைந்து மிளகுகளைக் குத்தியுடைத்து நெருப்பில் சுட்டுப் புகையை நுகர்ந்தால் சுகமாகிவிடும். கிடைக்கின்ற ஐம்பது ரூபாக் கூலியும் இல்லாமற் போய்விடுமென்ற நினைவு எழுந்தது. வீட்டிற்குப் போகும் எண்ணத்தைக் கைவிட்டாள். ‘ஆம்பிளையள், பொச்சக் கிச்ச உரிச்சாவது நாலு காசு பாக்குதுகள், நமக்கு இதையும் விட்டால் வேற என்ன கதி...’

சென்ற மாதத்தில் சந்திரா ஆயிரம் ரூபா கொடுத்திருந்தாள். “பிள்ளையளுக்கு நல்லதா ஏதாவது உடுப்பு வாங்கிக் குடுங்கோ... நாமகளிட்டைப் பள்ளிக்குடச் சட்டையளை விட நல்லதா வேற உடுப்பு இல்லை. இண்டைக்கோ நாளைக்கோ எண்டு வளந்து நிக்கிறாள்.”

மீனாட்சிக்குக் இலேசாகக் கண் கலங்கிவிட்டது. “ஏதோ சட்டைத்துணியும் புத்தகங்களும் அரசாங்கம் தாறபடியால இதுகள் பள்ளிக்குடம் போய்வருகுதுகள். இல்லாட்டி என்னால இதெல்லாம் ஏலுமா...” என்றாள்.

அரசாங்கம் சீருடைத்துணி தருவதைச் சிலாகித்து அவள் இதற்கு முன்னரும் ஓரிரு தடவை சொல்லியதுண்டு. அப்பொழுது ஒருமுறை அத்தாரும் நிற்க அவன் ஏதாவது சொல்லிவிடுவானோ என்று சந்திராவிற்கு அந்தரமாயுமிருந்தது. அதிசயப்படும்படியாக அத்தார் மீனாட்சியை ஆமோதித்தான்.

“இவ சொல்லுறதும் சரிதான். அரசாங்கம் இலவசமாப் படிப்பைத் தரேல்லையெண்டால் இங்கை இயலாச் சனங்கள் படிப்பை நினைச்சும் பாத்திருக்க முடியாது. அது அரசாங்கத்தோட கடமை. அதுக்கு நன்றி

சொல்லுறதில ஒரு பிழையும் இல்லைதான். ஆனால், அரசாங்கம் படிப்பைத் தருகுது, அரசாங்கம் நிவாரணம் தருகுது, அரசாங்கம்தானே றோட்டு போடுது அதனால அரசாங்கத்தோடை சண்டை பிடிக்கலாமோ எண்டு சில மொக்குக்கூட்டம் கேக்குது. கூலிக்கு வேலை செய்ய வந்தவன் சம்பளத்தைக் கேட்டால் உனக்கு ரெண்டுவேளை சோறும் போட்ட பிறகு நீ கூலியும் கேட்கிறியோ எண்டு திட்டுற சாதித் திமிர் பிடிச்ச ஆக்கள்தான் அப்பிடிச் சொல்லுவினம்…"

"மீனாட்சி அக்கா, நீங்களும் வேலைக்குக் கிழிஞ்சதுகளைப் போடாமல் நல்லதா நாலு சட்டை வாங்குங்கோ அக்கா…" என்றாள் சந்திரா.

"எனக்கெதுக்கு… இவள் ராணிக்குத்தான் எதையாவது வாங்கவேணும். குழந்தையும் பால் மறந்திட்டுது. சத்தாக் குடுக்க ஒண்டுமில்லை."

ராணியும் சிந்துவும் மேலதிகச் சுமைகளாக அவளில் தங்கியிருந்தார்கள். சின்னராசு காணாமற் போன இரண்டாவது வருடம் ஒருநாள் குழந்தையையும் சுமந்துகொண்டு ராணி தாயிடம் வந்துவிட்டாள்.

"எனக்கு அங்க யாரையும் பழக்கமில்லை. நான்தான் காசு ஆசையில அவரை வவுனியாக்கு அனுப்பினதெண்டு காதுபடக் கதைக்கினம். அதைக் கேட்டுக்கொண்டு இருக்கப் பிடிக்கேல்லை. ஒருவேளை நான் கலியாணம் கட்டியிருக்காட்டில் இப்பயும் குடும்பத்தில ஒருத்தியாத்தானே இருந்திருப்பன் அம்மா…" என்றபோது மீனாட்சியால் மறுபேச்சுப் பேசமுடியவில்லை.

மீனாட்சி கொப்பராக்களை உரப் பையில் நிறைத்துவிட்டு நாரியைப் பிடித்துக்கொண்டு நிமிர்ந்தாள். தூரத்தில் வல்லியாள் விறுவிறுவென்று நடந்து வந்துகொண்டிருப்பது தெரிந்தது. நடையில் எப்போதும்போல ஓர் அவசரம். ஒவ்வொரு நாளும் முத்து பள்ளிக்கூடத்தால் திரும்பி வந்து விநோதினியைப் பார்த்துக் கொள்ளத் தொடங்கியதும் அவள் வேலைக்கு வருவாள். இருட்டி விட்டாலும் அரை நாள் சம்பளத்திற்கான வேலைகளை எப்படியாவது முடித்துவிட்டுத்தான் போவாள்.

"என்னக்கா செய்யிற, எவ்வளவு நாளைக்கித்தான் யாரோடதுன்னே தெரியாக் காணிக்குள்ள இருக்கிறது? ரெண்டும் பொம்புளப் புள்ளக வேற, கையில காசிருந்தா ஏதாச்சும் துண்டு நிலமின்னாலும் வாங்கிப் பெர்மிட் எடுத்திடணும்னு நினைக்கிறம். ஒருத்தர் சம்பாதிச்சு ஆகுமா…"

மீனாட்சி சிரட்டைகளை ஓரமாக ஒதுக்கிக் குவித்துவிட்டு சேலையை உதறிக்கொண்டு எழுந்து நடந்தாள். தேங்காய்த் தும்புகள் உதிர்ந்து விழுந்தன. சற்றுத்தொலைவில் தேங்காய்களை உடைத்துக்

காயவைத்துக்கொண்டிருந்த வண்ணமலர், "இந்தாக்கா, பூரான் கேட்டாய்... பேக்கில போட்டு வைச்சிருக்கேன்" என்று நீட்டவும் வாங்கிப் பத்திரப்படுத்தினாள். தேங்காய்களில் மொட்டுப்போல பூத்திருக்கும் பூரான் என்றால் வெள்ளையனுக்குக் கொள்ளை விருப்பம். காலையிலிருந்து சேகரித்து வைத்ததை அவன் பின்னேரத்தில் தோட்டத்திற்கு வரும்போது கொடுத்துவிட்டு அவன் தின்பதை ஆசையோடு பார்த்துக்கொண்டு நிற்பாள். பொச்சுரிக்கும் இடத்தில் வெள்ளையன் சப்பணமிட்டு உட்கார்ந்து கண்களாலேயே தேங்காய்களை எண்ணிக் குறித்தானென்றால் ஒரு நாளும் பிழைத்ததில்லை என்று வாச்சர் சொல்வான். ஐந்து ரூபாய் அதற்காகக் கொடுப்பான். ஒருமுறை பள்ளிக்கூட வசதிக் கட்டணத்தை முத்துவிற்குமாக வெள்ளையன் செலுத்தினான் என்று கணபதி சொன்னபோது, 'உரிச்சுப் படைச்சு அவன்ர அப்பர்தான்' என்று மீனாட்சி புளகாங்கிதப்பட்டாள்.

கள்ளரளிப் பந்தலிலே கள்ளன் வந்து நிக்கறான்னு
கர்ணன் வந்து சொன்னாரய்யா.
கறுத்தானை மேலேறிக் கரிமருந்துங் கைப்பிடிச்சு
கள்ளன் சுடப் போகையில கறுத்தானை காலிடறி
கரிமருந்தும் கைதவறி எங்களய்யா கடல்புலியாச் சாய்ஞ்சதென்ன...

வெள்ளரளிப் பந்தலிலே வேடன் வந்து நிக்கிறான்னு
வீமன் வந்து சொன்னாரய்யா.
வெடிமருந்துங் கைப்பிடிச்சு வெள்ளையானை மேலேறி
வேடன் சுடப் போகையிலே
வெடிமருந்துங் கைதவறி வெள்ளை யானை கால் தவறி
எங்க வேங்கைப்புலி சரிஞ்சதென்ன...

அந்த முதிய தாய் போராளிப் பிள்ளையின் காலடியிலிருந்து கதறி அழுதாள். தளர்ந்த உடலில் நைந்துபோன சேலையை அள்ளிப் போர்த்தியிருந்த அவளுடைய கைகள் நடுங்கிக்கொண்டிருந்தன. பக்கத்திலிருந்தவர்களில் ஒருத்தி மகளாயிருக்க வேண்டும், “உன் மாமன் மூச்சில்லாமக் கெடக்கானே...” என்று மடியிற் கிடந்த குழந்தையிடம் அவள் அரற்ற, அது மிரட்சியடங்காமல் விழிகளை உருட்டிக்கொண்டிருந்தது.

மேஜர் அகத்தீ
இயற்பெயர்: வீரய்யா கருணாநிதி
நிரந்தர முகவரி: பிட்டமாறுவ, பதுளை.
மண்ணில்: 05.06.1975
மண்ணுக்காக: 13.12.1994

அவன் வெண் காலுறைப் பாதங்களோடு கடல் நீல வரிச் சீருடையில் துயின்றான். சலனமில்லாத முகத்தின் தடித்த உதடும், தெத்துப் பல்லும் இன்னும் சற்று நேரத்தில் எழுந்து விடுபவனைப் போலவே உணர்த்தின. அவனுடைய காற்பாதங்களை முதிய தாய் பற்றி வருடியபோது துயரம் நுரைத்தது. அத்தார் இறுகிய மனதோடு பக்கத்தில் நின்றான்.

புதுக்குடியிருப்புச் சந்தியில், சுற்றியும் மஞ்சள் சிவப்புக் கொடிகளால் அலங்கரிக்கப்பட்ட நீண்ட கீற்றுக்கொட்டகையில் போராளிகளுக்கான

அஞ்சலி நிகழ்வுகள் நடந்தன. உயிரில் தீ மூட்டும் சோகமான வயலின் இசை உள்ளும் புறமுமாக வழிந்தது. முக்கோண வடிவிலான கொடிகள் காற்றிலசைந்தன. சனங்கள் சாரை சாரையாக வந்துகொண்டிருந்தார்கள்.

அத்தார் சந்திராவை அழைத்துவரவில்லை. அவள் லெட்சுமணனின் நினைவுகளில் மூழ்கிக் குமைந்தாளென்றால் பிறகு மீள மாட்டாள்.

அவனைப் பற்றி எங்காவது விசாரித்துப் பார்க்கச் சொல்லி அவள் நச்சரிக்காத நாளே இல்லை. இரண்டொரு இடைநிலைப் போராளிகளிடம் அத்தார் விசாரித்தும் பார்த்தான். "எங்களோட தான் இருந்தவன். போய் நாலு வருசமாகுது… இன்னும் வீட்டுப்பக்கம் வரேல்லை… ஒரு தகவலும் இல்லை…"

அதற்கொருவன் "அண்ண… நான் பத்து வருசமா வீட்டை போகேல்லை…" என்று சிரித்துக்கொண்டே சொன்னான். "நான் வீட்டை போற நாள்தான் திருகோணமலயில எங்கட ஊர் ஆமியிட்டை இருந்து விடுபடுற நாளாயுமிருக்கும்."

லெட்சுமணனைப் பற்றிய மர்மம் தீராத குடைச்சலாகவே இருந்தது. அவனுக்குச் சிங்களம் தெரியுமென்பதுவும் பொல்லாத யோசனைகளை ஏற்படுத்தியிருந்தது. ஒருநாள் "சிங்களத்த மறந்திட்டியா… இல்லாட்டி ஞாபகம் இருக்கா…" என்று அவனிடம் கேட்டபோது "உள்ள கெடக்கு… நாலு சிங்களச் சனங்களுக்க போனால் தன்னால வெளிய வந்திடும் அண்ண…" என்று சொல்லியிருந்தான். சந்திராவிடம் இதைப் பற்றி மூச்சும் விடவில்லை. அவள் ஒவ்வொரு நாளும் 'புலிகளின் குரலில்' வீரச்சாவு அறிவித்தல்களை பதைபதைப்போடு கேட்டுக்கொண்டிருந்தாள். லெட்சுமணனின் பெயர் இல்லையென்றதும் தோன்றும் ஒரு துளி மலர்வு கணத்தில் வாடிப்போய்விடும். "எத்தினை பிள்ளையள்…" என்று பெருமூச்செறிவாள். பெரும் சமர் நடந்த நாட்களில் நீண்டுகொண்டே போகும் அறிவிப்புகளில் உறைந்துபோயிருப்பாள்.

"அவனுக்கு ஒண்டும் ஆகாது. இனிமேல் இதைக் கேட்க மாட்டன்…" என்ற சபதமெல்லாம் இரண்டொரு நாளில் கரைந்துவிடும்.

இன்னமும் இயக்கம் மீது அவளுக்குக் கோபங்களும் எரிச்சல்களும் இருந்தனதான். அத்தாரும் அவளைச் சீண்டுவதைக் கைவிட்டதில்லை. "சிற்றூரவை எல்லாத்தையும் கலைச்சுப் போட்டு இப்ப ஒவ்வொரு ஊருக்கும் இயக்கப் பெடியங்களைத்தான் பொறுப்பாளர் ஆக்கியிருக்கு. அப்ப யோசிச்சுப்பார் உன்ரை கொப்பர் எவ்வளவு ஆட்டம் போட்டிருக்கிறார் எண்டு…"

"அதெல்லாம் மாத்தையாட பொறுப்பில இருந்ததாம். அவருமில்லாமல் போக அதுகளும் இல்லாமல் போயிட்டுது... அது சரி அவர் எங்கை?"

அத்தார் அமைதியாகி விடுவான். "பம்முறீங்கள்" என்று சொல்வாள். "சனங்கள் களைச்சுப் போச்சு. ஒரு தலைமுறையே இல்லாமல் போகமுதல் தீர்வொண்டை அடையிற மனச்சுத்தியோடை அதைத் தேடிப் போகவேணும்..."

"நீ இருந்துபார். இந்தச் சண்டை கௌரவமான தீர்வொண்டுக்கு அரசாங்கத்தைத் தள்ளியே தீரும். அவையள் மீளவே முடியாத ஒரு காலம் வரும்."

"முதல்ல எதெல்லாம் கௌரவமான தீர்வு எண்டதில எங்களுக்குத் தெளிவிருக்க வேணும். இந்தா பிடி தனிநாடு எண்டு தாற அளவுக்கு அரசாங்கத்தை இந்தச் சண்டை நெருக்குமெண்டு நான் நினைக்கேல்லை."

"ரெண்டாம்தரப் பிரசைகளாக நாங்கள் உணராத எல்லாமே கௌரவமான தீர்வுகள்தான்."

"இண்டைய தலைமுறைக்கு அடிப்படையான பிரச்சனை என்னவெண்டு தெரியேல்லை. போராட்டத்தின்ரை விளைவுகளைத் தான் அது பிரச்சனையாகப் பாக்குது. பிளேன் அடியும், ஷெல்லடியும் தான் இப்ப பிரச்சனையாயிருக்கு. அடிக்கிற பிளேனைச் சுட்டு விழுத்தோணுமெண்டும் ஷெல்லடிக்கிற ஆமிக்காம்பைத் துடைச்சு அழிக்கோணுமெண்டதும்தான் தீர்வுகளா மனசில பதிஞ்சு கிடக்கு. வாற பிளேன் எல்லாத்தையும் குரங்கு சுடுற மாதிரிச் சுட்டு விழுத்தினால் அடுத்த நாள் தமிழீழம் கிடைக்குமெண்டு ஆறாம் வகுப்புப் பெடியன் எனக்குச் சொல்லுறான்."

"எழுபத்தேழிலயும் எண்பத்து மூண்டிலயும் நடந்ததெல்லாம் என்ன விளைவுகளா...? எல்லைக் கிராமங்கள்ல வெட்டிக் கொன்றதெல்லாம் விளைவுகளா...? திட்டமிட்ட அழிப்பும் அடிப்படையான ஒரு பிரச்சனைதான். அதையும் சரிபண்ணத்தான் வேணும். அல்லது இந்த முழுத் தீவும் எங்கடை நாடுதான் எண்டு நாங்கள் உணருகிற மாதிரியான தலைமை கொழும்பில வரவேணும். அது ஒருநாளும் நடக்கப் போறதில்லை."

"இந்தமுறை சந்திரிகாதான் வருவாள் போலயிருக்கு, அப்படி வந்தால் சிங்களச் சனமும் சமாதானத்தை விரும்புகினம் எண்டுதான் அர்த்தம். இது ஒரு இரவுக்குள்ளை தீர்க்கிற பிரச்சனை இல்லை. புத்து மாதிரி புரையோடிக் கிடக்கு. நிதானமும் பொறுமையுமா அணுக வேணும். பாலர் வகுப்புப் பிள்ளையள் மாதிரி இதில நுள்ளிட்டான், அதில முட்டிட்டானெண்டு உதறேலாது..."

“தியாகங்கள் வீணாகக்கூடாது.”

“நானும் அதைத்தான் சொல்லுறன். நாளைக்குத் திரும்பிப் பாக்கிறநேரம் காய்ஞ்ச கட்டாந்தரைக்கு தண்ணி பாய்ச்சினதா இருக்கக் கூடாது.”

கடந்த வருடத்து மாவீரர் வாரத்தின் கடைசி நாள். அத்தாரை மலேரியா துவம்சம் செய்திருந்தது. இந்நாளின் நள்ளிரவில் அவன் விசுவமடு மாவீரர் துயிலுமில்லத்தில் நிற்பது வழமை. தொட்டில்களைப் போலத் தோன்றும் கல்லறை வரிசையும், காலடியில் தூங்குகிறார்கள் என்ற நினைப்பும் தருகின்ற உள்ளொடுக்கத்தை எந்தத் தியானமும் தந்துவிட முடியாதென்று அவன் நம்பினான். இம்முறை போகமுடியவில்லை. நான்கு நாட்களைத் தாண்டியும் காய்ச்சல் உதறியடித்தது. வாய் வறண்டு உலர்ந்துபோயிருந்தது. சாப்பிடவே பிடிக்கவில்லை. மூட்டுகளில் கொளுவிக்கொண்டதைப் போலத் தெறிக்கும் வலியைத் தாங்கவியலாமல் அனுங்கிக்கொண்டு கிடந்தான். நடுச்சாமத்தில் ஓங்காளித்துக்கொண்டு வர வாரிச் சுருட்டியவாறு எழுந்தான். வியர்வை பொங்கி வழிந்துகொண்டிருந்தது. இரண்டு கைகளாலும் நெற்றியைப் பொத்திக்கொண்டு வெளியில் ஓடியவன் பாதையைக் கடந்து புதருக்குள் ஓவென்று சத்தியெடுத்தான். நாக்கில் கசந்து கொட்டியது. கபாலத்தில் முட்டிக்கொண்டு கிடந்த எதுவோ வெளியேறிப் போனதைப்போல ஒரு திருப்தியில் நிமிர்ந்தவன் திண்ணைக்கட்டில் மூன்று சுட்டி விளக்குகளின் ஒளியைக் கண்டான். நித்யகல்யாணியின் இதழ்களையொத்த அந்தச் சுடர்களை சந்திரா வெறித்துப் பார்த்துக்கொண்டிருப்பது தெரிந்தது. அவளிருந்த கோலமும், விளக்குகளின் சின்ன ஒளியிதழும் சட்டென்று கண்ணீரை வரச்செய்துவிட்டன. சந்திரா விரல்களால் திரியைத் தூண்டி விளக்கை எரியவிட்டாள். அத்தாரை நிமிர்ந்து பார்த்தாள்.

“இயக்கம் விடுற எல்லாப் பிழையளையும் இந்தப் பிள்ளையள் தங்கடை தியாகத்தால் வென்று விடுறாங்கள்” என்றபோது அவளுடைய குரல் தழுதழுத்தது. அவளை ஆரத்தழுவ வேண்டும் போலிருந்தது. ஆதரவோடு தலையை வருடிவிட்டான். தீபங்கள் எரிந்துகொண்டிருந்தன.

மேஜர் அகத்தீயின் பாதங்களில் மலர்களைச் சொரிந்துவிட்டு அத்தார் அமைதியாக நின்றான். சற்றுத் தேறியிருந்த முதிய தாய் அருகிலிருந்த இன்னொரு போராளியின் உடலை வைத்த கண் வாங்காமல் பார்த்துக்கொண்டிருந்தாள். அதனுடைய தலைமாட்டில் ஒரு போராளி இலையான்களை அண்டவிடாமல் விசிறிக்கொண்டு நின்றான். இன்னுமொருவன் காலடியில் இறுகிய முகத்தோடு நின்றான். வேறு யாரும் இல்லை.

“ஏன் தம்பி, இந்தப் பையனோட அம்மா, அய்யா, சகோதரங்க யாரும் வரல்லயா?” இலேசான பதற்றத்தோடு கேட்டாள்.

“இல்லையம்மா. அவையள் மட்டக்களப்பு ஆமிக் கட்டுப்பாட்டுப் பகுதிக்குள்ளை இருக்கினம்.”

“அப்போ வீட்டில கொண்டுபோய்ச் சடங்குகள் செய்யலயா...”

இரண்டு போராளிகளும் ஒருவரையொருவர் பார்த்துவிட்டு அமைதியானார்கள். அது அவளைக் கலவரப்படுத்தியிருக்க வேண்டும். தோளில் விரிந்து கிடந்த தலைமயிரை அள்ளி முடிந்து கொண்டாள். கையை ஊன்றி எழுந்தாள்.

“வூட்ல சடங்கு செஞ்சிருக்க வேணாமா தம்பி... அது பண்ணலயென்னா இவனோட ஆத்மா அலைஞ்சுகொண்டு திரியுமே... அதுக்கென்னு மரியாதையைச் செஞ்சு பத்திரமா அனுப்பி வைக்கணுமில்ல... என்கிட்ட ஒரு வார்த்தை சொல்லியிருந்தா எனக்கு ரெண்டு புள்ளைகன்னு இவனையும் வீட்டுக்குக் கொண்டுபோயிருப்பனே... யாரும் சொல்லலயே...” வார்த்தைகளாகத் தொடங்கி ஒப்பாரியாகப் பெருகியது.

“என் ராசா... என்னையப் பாரய்யா... நானும் ஒனக்கு அம்மாதான்யா... நீ என்னோட வீட்டுக்கு வந்திருக்கணும்யா... உறவுண்ணு கண்ணீர் வடிக்க உனக்கு யாருமில்லைன்னு கலங்கிடாத... உன்னைச் சுத்தி உன் சிநேகிதங்க நிக்கிறாங்க பாரு... திரும்பிப் பாரு... உன் தம்பி... என் மவன்... உன்கூடயே துணைக்கு வர்றான். வருசா வருசம் நான் உனக்குத் திவசம் பண்ணுறேன்யா... ஏய்யா, என் மவன் பேரென்ன?”

“திருமாறன்.”

அவள் இரண்டு தடவைகள் அந்தப் பெயரை அழுத்தமாக உச்சரித்துவிட்டுத் திருமாறனின் காலடியிலேயே குந்திவிட்டாள்.

குற்றஉணர்ச்சி ஒரு பாம்பைப்போலத் தன் கால்களில் ஊர்ந்து ஏறுவதை அத்தார் அப்பொழுது உணர்ந்தான்.

1995

பின்னேர வெயிலில் தென்னைமர நிழல்கள் நிலத்தில் சாய்வான கோடுகளை வரைந்திருந்தன. கணபதி ஒவ்வொரு மரத்திற்குமாக நடந்து கீழே நின்று தலைநிமிர்த்திப் பார்த்தான். உண்மையில் இப்படி ஒவ்வொரு மரங்களாகக் குரங்குகளைப் பார்க்க வேண்டிய தேவையில்லை. அவை கத்திக் கீச்சிடுவதிலேயே தம்மைக் காட்டிக்கொடுத்து விடுமென்றாலும் அதனை ஒரு கடமையைப் போலச் செய்தான்.

குரங்குகளைத் துரத்தும்போது சிறுவர்களைத் துரத்துவது போலவே அவனுக்குத் தோன்றும். அவற்றின் வம்பும் சேட்டையும் கேலியும் பிராயமடையாத மனிதர்களையே எப்போதும் நினைவுபடுத்தின. ஒவ்வொருமுறையும் குரங்குகளின் திசையில் இடியனை நீட்டிச் சுடும்போதும் இனம் புரியாத சோகம் அவனைக் கவ்விக்கொள்ளும். “அனுமார் சாமி… என்னய மன்னிச்சிடு சாமி” என்று மனதார வேண்டிக்கொள்வான்.

சற்று முன்னர் வரை ‘கீச்சடி மாச்சடி’ என்று கண்ணுக்கு முன்னால் தாவித் திரிந்த குரங்கு, வெடி பட்டு இரத்தம் கக்கியதைப்போல சிதைந்து விழுவதைக் காண மனம் பொறுக்காது. “இந்தப் பாவத்தின் சம்பளத்தை என் புள்ளகள்ள ஏத்திடாத சாமி” என்று அவன் இறைஞ்சுவான். குரும்பையை நாசமாக்கும் ஒரு குரங்கைச் சுடுவதற்கு ஐந்து ரூபாய் கொடுத்தார்கள். முதன்முதலாக அப்படியொரு குரங்கைச் சுட்ட நாளில் அவன் தூங்கவேயில்லை. செத்து விழுந்த குரங்கைச் சுற்றிநின்று மற்றவை அரற்றிக் கீச்சிட்ட சத்தம் இரவு முழுவதும் அவனைப் பின்தொடர்ந்து கொண்டிருந்தது. பிறந்து சில நாட்களேயான குட்டிக் குரங்கொன்று தாயின் மார்பை இறுக்கிப் பற்றியபடி எதுவும் புரியாமல் கணபதியையே பார்ப்பதைப்போன்ற உணர்வு. அதனுடைய சின்னஞ்சிறு வட்ட விழிகள் பயத்துடன் மூடிமூடித் திறந்தன. பாவமாய் இருந்தது.

பச்சைச் சிசுவாய் வினோதினி கைகாலை உதைத்தபடி அவனைப் பார்க்கும் சித்திரத்தில் உறைந்துபோய்க்கிடந்தான். சிலநேரங்களில் பெரும் பாவத்தைச் செய்வதைப்போல மனது அலறும். வேண்டுமென்றே குரங்குகளில் வெடிபடாமல் வானத்திற்குச் சுட்டுத் துரத்துவான்.

“ஏன் கணபதி, தீக்குச்சித் தூள் மருந்துக்கும் கிடைக்காத காலத்தில வெறும் காத்துக்கு எதுக்கு வெடி வைக்கிறாய்… உனக்கு முடியல்லைன்னா

மணிவண்ணன்கிட்டக் கொடுத்திடேன்" என்று ஒருநாள் வாச்சர் கடிந்துகொண்ட பிறகு குறி தவறியதில்லை.

அதிகாலை இருட்டிலேயே முதல் ஆளாகக் கணபதி பேச்சி தோட்டத்திற்கு வந்துவிடுவான். வெளிச்சத்தின் முதற்கதிர்கள் நுழையவும், மாட்டை வண்டியிற் பூட்டி தோட்டத்தின் திக்குகளுக்கு விரட்டுவான். இரவில் விழுந்த தேங்காய்களை வண்டியில் நிறைத்துப் பொச்சுரிக்கும் இடத்தில் குவிக்கத் தொடங்கினால் எட்டு எட்டரைக்கெல்லாம் முடிந்துவிடும். சிலநேரங்களில் வெள்ளைக் கேற், மஞ்சள் கேற் தோட்டங்களுக்கும் இவன்தான் போகவேண்டியிருக்கும். ஒருநாளும் சலித்துக்கொண்டதேயில்லை. பகலில் குரங்குக் காவலையும் கவனித்துக்கொண்டே லொறிக்கு மூடை ஏற்றுவான். நான்கு மணிக்குப் பிறகு பொச்சுரிக்கத் தொடங்கினால் இருட்டுவதற்கிடையில் இருநூறு ரூபா நிச்சயம். கொஞ்ச நாட்களாக யாழ்ப்பாணத்திற்கான எண்ணெய் பாரல்களை கடற்கரையில் 'கே.டி ரூட்'டில் ஒப்படைத்து வருவதற்கு வாச்சர் இவனைத்தான் சாரதியோடு அனுப்புகிறான். முதல்நாள் "அப்பா, நீங்களே லொறிய ஓட்டுவீங்களா..." என்று முத்து கண்களை அகல விரித்துக் கேட்டாள். "என்னயும் தங்கச்சியையும் கூட்டிட்டுப் போறீங்களா..."

கணபதி இடியனை இடது கைக்கு மாற்றிக்கொண்டு நடந்தவன் வழியில் வெள்ளையனைக் கண்டான். அவன் அப்பொழுதுதான் வந்திருக்க வேண்டும். பள்ளிக்கூடத்தின் நீல அரைக்காற்சட்டை மட்டும் அணிந்திருந்தான். ஒட்டிய வயிற்றிலிருந்து விரிந்த தேகத்தில் சிறுபிராயத்தின் அடையாளங்கள் காணாமல் போகத் தொடங்கியிருந்தன. கணபதிக்குத் தலையசைத்து விட்டு அவனுக்குப் பின்னாலேயே நடந்தான்.

"என்ன தம்பி, முத்து நல்லாப் படிக்கிறாளா..." என்று கணபதி கேட்டான்.

"ம்..."

"என்னமோ தம்பாட்டில போகுதுக, படிக்குதுக. அதுகளுக்குச் சோறாக்கிப் போடவே நேரம் பத்தல. இதெல்லாம் கவனிச்சுக்கிறதுக்கு அறிவும் பத்தல. கெட்டிக்காரின்னுதான் சந்திராக்காவும் சொன்னாங்க. இனி சாமி விட்ட வழி."

"ம்..."

"நீ என்ன படிக்கிறாய்..."

“எட்டாம் ஆண்டு.”

“நமக்கென்ன தெரியும் இதுவளப் பற்றி... நமக்குத் தெரிஞ்சதெல்லாம் காடு, மலை, தேயிலை, அட்டை, குரங்கு, யானை...”

வெள்ளையனுடைய கண்கள் பளீரென்று ஒளிர்ந்தன. இரண்டு உருண்டையான கண்ணாடி மாபிள்களைப்போன்ற பளபளப்பு. அவனைச் சட்டென்று உற்சாகம் தொற்றிக்கொண்டது. “இண்டைக்கு வழியில யானையைப் பாத்தம்... மெதுவா ரோட்டைக் கடந்து போனது” என்று குதூகலமாகச் சொன்னான்.

“எங்க?”

“சேனைக்காட்டு வைரவருக்குப் பக்கத்தால ரோட்டுக்கு நடுவால காடு மாறினது.”

கணபதி அவனைத் தீவிரத்தோடு பார்த்தான். “யானைக கூட்டமா காடு மாறினாப் பரவாயில்ல தம்பி. தூர நின்னு வேடிக்கை பாத்திட்டு நிக்கலாம். ஆனா தனியனாப் போச்சின்னா நின்னு பாக்கக்கூடாது. ஓடிடணும்” என்று சொன்னான்.

“அது அழுதுகொண்டு போனது...”

“அது கண்ணீரில்லை தம்பி. மதநீர் சுரந்திருக்கின்னு நெனக்கிறன். கண்ணுக்கும் காதுக்கும் இடையில வழிஞ்சிருக்கும். யானைக மதம் புடிச்சு அலையிற காலத்தில அப்பிடித்தான் வழியும். கூட்டத்திலேருந்து விலகி வூடுகளுக்க நுழையுறதும், பயிருகளை அழிக்கிறதும் அப்பத்தான். எதிர்ப்படுறவங்கள தொரத்தித் துவம்சம் பண்ணிடும்.”

ஒருமுறை தனிக்கல்லடியிலிருந்து ஒதியமலைக்குச் செல்லும் பாதையில் யானை மிதித்த ஒரு கிழவியின் சடலத்தைக் கணபதி பார்க்க நேர்ந்தது. எங்கோ சுற்றித்திரிந்த ஒரு தனியன் கிழவியை வளைத்துத் தூக்கிப்போட்டு மிதித்துவிட்டது. சடலத்தின் கோலத்தைப் பார்த்தால், உரலைப்போன்ற யானையின் கால்கள் தன்னில் இறங்குவதைக் கிழவி கண்டிருக்கவும் கூடும். மார்பும் பாதி வயிறும் அம்மிக்கல்லில் உள்ளியைக் குத்தியதைப் போல நசுங்கிப் புழுதியோடு அரைபட்டுக் கிடந்தன. கழுத்திற்கு மேலும் இடுப்பிற்குக் கீழும் ஒரு சிறு காயமுமில்லை. கடைசிக் கணம் மட்டும் கண்ணில் உறைந்துபோயிருந்தது.

“எங்க பாத்தேன்னு சொன்னீங்க...” கணபதி மறுபடியும் கேட்டான்.

“சேனைக்காட்டு ரோட்டில வைரவருக்குப் புறத்தால...”

"பெருங்காட்டுக்க நுழைஞ்சிருச்சின்னா பயமில்ல. எதுக்கும் மணிவண்ணன் கிட்டச் சொல்லிவைக்கணும்."

"மதம் பிடிச்ச யானைக்குப் பிறகு என்னாகும்?"

"அடங்கு மட்டும் அலைஞ்சு திரியும்."

வெள்ளையனுக்கு ஏனென்று தெரியாத ஒரு கவலை படர்ந்தது. வதங்கிய உடலும் சோர்வான சிறிய கண்களுமாகக் கடந்துபோன யானையை அவன் நினைத்துக் கொண்டான். பரிதாபத்திற்குரிய அந்தப் பார்வையும் தளர்ந்த நடையும்... வெறி பிடித்ததைப்போலவே தோன்றவில்லை. சொரசொரப்பான சாம்பலில் தண்ணீர் ஊற்றியதைப்போல் வழிந்த நீர் கண்ணீரில்லை என்பதை நம்புவதற்குச் சிரமமாயிருந்தது. அந்த யானை ஏன் கூட்டத்திலிருந்து விலகிற்று என்ற கேள்வி அன்றைக்கு முழுவதும் அவனைச் சூழ்ந்திருந்தது.

வெளியே பெருமழை ஓவென்று செத்தையைப் பொத்தலாக்குகின்ற மூர்க்கத்தோடு பொழிந்தது. பாதங்களில் நுழைந்து கால்களில் ஊர்ந்து பரவிய குளிரில் உடல் சில்லிட்டது. ராணி சிந்துவின் முதுகை வருடிவிட்டாள். முடங்கிக்கொண்டு கிடந்தவளைத் தனக்குள்ளே அணைத்துக்கொண்டாள். மகளின் அருகாமையில் கொந்தளிப்பு அடங்கியதைப்போன்ற ஒரு படிவு...

மழைத் தாரைகளைக் காற்று தள்ளிக்கொண்டு வருமாற்போல இரைச்சல் அதிகரித்தது. நேற்றிரவு மழைக்கான சகுனமேயிருக்கவில்லை. தேகம் பிசுபிசுக்கின்ற வெக்கையாயிருந்தது. ராணி படுக்கையை வெளி விறாந்தையில் விரித்தாள்.

“உள்ளை படு பிள்ளை, வெளியில பூச்சி பூரான்கள்” என்றாள் மீனாட்சி.

“உள்ளை கூரை இறங்கி முகத்தில அமுக்கிற மாதிரி கிடக்கு. நாலு பேரிட மூச்சுக் காத்து வெக்கையில நித்திரையும் வருகுதில்லை. உடம்பு வேர்த்து வேர்த்துச் சிந்து கத்துறாள்.”

சிந்து பிறந்து எட்டாவது மாதத்தில் வவுனியாவிற்குப் போன சின்னராசு காணாமற்போய் நான்கு ஆண்டுகள் முழுதாக முடிந்துவிட்டன. வைக்காத நேர்த்திகளும் பார்க்காத சாத்திரிகளும் இல்லை. “அவர் ஒரு கண்டத்துக்குள்ளை அகப்பட்டு நிக்கிறார். பருவம் கழிய வெளிக்கும்” என்று சொன்ன சாத்திரிகள் பின்னர் கள்ளப் பூனைகளைப் போல மெல்லப் பின்வாங்கினார்கள். “நாங்களா தாயி சொல்லுறோம்? மேலயிருந்து ஒருவன் எழுதுறத நாங்கள் சொல்லுறோம்” என்றார்கள்.

‘இந்தச் சின்னப் பிள்ளையின் முகத்தைக் கண்டுமா கடவுள் இரங்கமாட்டார்’ என்று சிந்துவைச் சுமந்துகொண்டு ராணி கோயில் கோயிலாக அலைந்தாள். வவுனியாவிற்குப் போய் சாமான் கட்டிக்கொண்டு எவர் வந்தாலும் அவர்களுடைய முற்றத்தில் போய் நின்றாள். “என்ரை இவரப் பற்றி ஏதாகிலும் அறிஞ்சனியளே...” என்ற அவளுடைய கேள்விக்கு யாரிடமும் பதில் இருக்கவில்லை.

நாளாக நாளாக மாமிக்காரியின் துயரம் கோபமாகி ராணியில் திரும்பிற்று. அவள் திடீர் திடீரென்று ஓலமிட்டு அழுதாள். “அய்யோ சின்னவனே... எங்கை ராசு இருக்கிறாய்... தோட்டமும் வீடெண்டும் கிடந்தவனை

அருட்டி வெருட்டி வவுனியாக்கு அனுப்பி வைச்சாள் ஒரு தோறை. அம்மாளாச்சி... அவனுக்கு என்ன ஆனதெண்டே தெரியேல்லையே...'' என்று ராணியின் காதுபடக் கத்தினாள்.

'யாருக்குமில்லாத ஆசையா இது...? ஒவ்வொரு நாளும் கூலியைக் கொண்டுவந்துதான் உலை மூட்டவேண்டியிருந்திச்சுது. கைக்குழந்தையை வைச்சிருக்கிறம், கையில் நாலு காசு சேர்ந்திருந்தால் நல்லதெண்டு சொன்னது அத்தினை பழியா...'

சின்னராசு முன்னர் எப்படியென்று தெரியவில்லை. ஆனால் சிந்து பிறந்த பிறகு அவனுக்குள் உழைத்துச் சேர்க்க வேண்டுமென்ற ஓர் ஓர்மம் முளைவிட்டிருந்தது. எல்லா வேலைகளையும் இழுத்துப் போட்டு முறிந்தான். பார்த்தால் பாவமாயிருக்கும். சொந்தமாக ஏதாவது தொழில் செய்யலாமென்று ராணிதான் முதலிற் சொன்னாள். வள்ளிபுனச் சந்தியில் ஒரு மண்ணெண்ணெய்க் கடை போடலாமென்று நினைத்தார்கள். அந்த யோசனைக்கு ஏற்ற முதலீடு கையில் இருக்கவில்லை.

அது இலங்கைத்தீவில் புலிகளுடைய கட்டுப்பாட்டு நிலங்களுக்கு பொருள் தடை இறுக்கப்பட்டிருந்த காலம். மிக நீண்ட பட்டியலில் தடை செய்யப்பட்ட பொருட்களிருந்தன. கப்பல்களிலும் வாகனத் தொடரணிகளிலும் கொண்டுவரப்பட்ட விநியோகத்தைத் தாண்டி சிலர் சைக்கிள்களிலேயே இராணுவப் பகுதிகளுக்குச் சென்று பொருட்களைக் கட்டிவந்து சிறு கடைகளுக்கு விநியோகித்தார்கள். ஓரளவிற்கு இலாபமான தொழில். சின்னராசு அப்படித்தான் போனான்.

ஓர் அதிகாலை, நித்திரையில் கிடந்த சிந்துவை குனிந்து முத்தமிட்டபோது அவனில் நிறைய நம்பிக்கைகள் குவிந்திருந்தன. ராணியின் விரல்களைப் பற்றி "மூண்டு நாலு நாளில வந்துவிடுவென்'' என்று சொல்லிவிட்டு விடியாத இருளுக்குள் கரைந்து போனவன் திரும்பி வரவேயில்லை. நாட்கள்தான் ஒன்றோடொன்று தடித்துப் பெருத்தன. அவன் புறப்பட்ட நாளில் அணிந்திருந்த கட்டங்களிட்ட வெள்ளைச் சேட்டு இருளின் கருமையில் முழுவதுமாகக் கரைந்த நொடி இன்னமும் அவளுடைய நினைவுகளை அருட்டிக்கொண்டிருந்தது.

பென்டோர்ச் மின்கலங்களை கோழி இறைச்சியில் மறைத்துக் கொண்டு வந்தபோது பிடிபட்டான் என்று ஒரு கதை. ஒரு கரும்புலியைத் தன்னுடைய தம்பி என்று அழைத்துச் சென்றபோது அகப்பட்டான் என்று இன்னொரு கதை. ஊகங்களும் வதந்திகளும் நாளொரு வண்ணத்தில் பெருகிக் கொண்டேயிருந்தன. உண்மை யாருக்கும் தெரிந்திருக்கவில்லை.

ஒருநாள் மாமியின் ஒப்பாரியில் வார்த்தைகள் எல்லை தாண்டித் தடித்துவிட ராணியால் பொறுக்க இயலாமல் போய் விட்டது. "ஓம். உங்கடை மகனை ஆமிக்காரனிட்டைப் பிடிச்சுக் குடுக்கவேணுமெண்டுதான் கலியாணம் கட்டினனான்" என்று வெடுக்கென்று சொல்லிவிட்டாள். மாமிக்காரி "அய்யோ... இதைக் கேப்பாரில்லையோ..." என்று கத்தி ஊரைக் கூட்டினாள். "தோறை... தோறை... என்ரை சின்னவனைக் கொல்லவெண்டே வந்த தோறை. நாசமாப் போவாள்... ஆரிட்டைப் பிள்ளையை வாங்கிப்போட்டு என்ரை மகன்ரை காலைப் பிடிச்சாளோ..."

ராணி வெடுக் என்று மாமியாரைப் பார்த்தாள். மூளையின் வேர்களில் தீ பற்றியெரியத் தொடங்கியது. படலையில் கூடி நின்று தன்னை மொய்த்த கண்களை நேராகவும் தீர்க்கமாகவும் நோக்கினாள். கணமும் தாமதிக்கவில்லை. விறுவிறுவென்று அறைக்குள் நுழைந்து ஏணையிற் கிடந்த சிந்துவைத் தூக்கிக்கொண்டு வெளியேறியவள் வேலியடியில் நின்று மாமிக்காரியைத் திரும்பிப் பார்த்தாள்.

"பேத்தியெண்டு தேடிக்கொண்டு வீட்டுப் பக்கம் வந்தாயெண்டால் காலை வெட்டி முறிப்பனடி."

சிந்துவின் மழலை மொழியும் அவளுடைய தத்திய நடையும் தான் துயரை ஓரளவிற்கேனும் தணித்தன. அவற்றுக்கு இறந்த காலத்தை மறக்கச் செய்யவும் சில சமயம் அதற்குள்ளேயே மூழ்கடிக்கச் செய்யவுமான வல்லமையிருந்தது. துயரத்தைக் கண்ணீரால்தான் கழித்தாள். அல்லது நிதானமில்லாத வெறியாக... அப்போதெல்லாம் கோபம் ஒரு கரிய அமிலத் திரவமாக மண்டையோட்டில் தளும்பும். கண்மண் தெரியாது.

ஒருநாள் ஏதோ அலுவலாக சந்திராவின் வீட்டிற்குப் போயிருந்தவள் உள்ளே மீனாட்சியின் குரல் கேட்கவும் தயங்கிச் சுவரோடு சாய்ந்து நின்று ஒட்டுக்கேட்டாள். யாராவது இரண்டு பேர் தமக்குள் பேசிக்கொண்டாலே அது தன்னைப் பற்றியதுதான் என்ற சந்தேகம்...

"என்ன செய்யிற சந்திரா... இவள் தனி ஆளெண்டால் இன்னொரு கலியாணத்தைப் பற்றி யோசிக்கலாம். இது கலியாணத்துக்கு முதலே குழந்தையைச் சுமந்துகொண்டு வந்து நிண்டது..."

மனச் சுவர்கள் பொருமி வெடித்து கண்ணாடிச் சில்லுப்போல நொறுங்கி விழுந்தன. ஆத்திரம் பீரிடத் திரும்பி ஓடினாள். நாக்கைக் கடித்துத் துண்டாடிவிடவேண்டுமென்று ஒரு வெறி. இரண்டு தடவை முயற்சித்துப் பார்த்தாள். கண்களை இறுக்கமூடி பற்களை நறுமும் ஒவ்வொரு முறையும் நாக்கு உள்ளிழுத்துக் கொண்டது. கையைக் கீறி அதிலிருந்து கொட்டும் இரத்தத்தை ஆசை தீரக் காணவேண்டும்

போல ஓர் அந்தரம். தோல் தடித்து இறுகியது. ஓடிய வேகத்தில் நித்திரையில் கிடந்த சிந்துவின் தொடையில் சுள்ளென்று கையால் விளாசினாள். விரல்கள் ஐந்தும் சிவந்த கோடுகளாகப் பதிந்தன. பிள்ளை திடுக்கிட்டு வீரிட்டது. வலியைப் பொறுக்க முடியாமல் ஒரு புழுவைப்போல நெளிந்தது. ராணி ராட்சத மிருகம் போல விதிர்த்து நின்றாள். பிள்ளையின் கதறலில் குரூரமான ஒரு திருப்தி.

நாமகள்தான் பாய்ந்து வந்து தடுத்தாள். "அக்கா... உனக்கென்ன விசரே... பெத்த பிள்ளையைப் போட்டு வதைக்கிறாய்... மண்டை பழுதாப்போச்சுதே உனக்கு..." என்று ராணியைச் சுவரோடு தள்ளினாள். சுவர் ஓரத்தில் அடுக்கிவைத்திருந்த தட்டுமுட்டுச் சாமான்கள் சரிந்து விழுந்தன. ஏதோ களேபரமென்று சந்திராவும் மீனாட்சியும் ஓடிவந்தார்கள். கால்களை உதைத்துத் துடித்துக் கொண்டிருந்த பிள்ளையை சந்திரா வாரித் தூக்கிக் கொண்டாள். அது நினைத்து நினைத்து வீரிட்டது.

"ஓமடி... இந்தப் பிள்ளையைக் கொன்று போட்டால்தான் உன்ரை அம்மாக்கு நிம்மதியாம்..."

நாமகள் ராணியைக் கைப்பிடியில் இழுத்துச்சென்று திண்ணையில் இருத்தினாள். அவள் மெழுகிய தரையை நகங்களால் கீறி வறுகினாள். நாசித் துவாரங்களில் வேகக் காற்று அடங்கவில்லை. குமுறியது. பித்துப் பிடித்த தோற்றம். தாயைக் கொளுத்தி விடுவதைப்போலப் பார்த்தாள். "மன்னிச்சுக் கொள்ளு பிள்ளை, ஏலாக் கொடுவினையில அப்பிடிச் சொல்லிப்போட்டன்" என்று கன்னத்தை வருடிய அவளுடைய கையை நரகலைத் தொட்டதைப் போல வெடுக்கென்று தட்டிவிட்டாள்.

சந்திராவுடைய தோள்களில் பிள்ளை அழுது அழுது சோர்ந்து சாய்ந்துவிட்டது. கலவரமும் ஏக்கமுமான அதனுடைய பார்வையை எதேச்சையாகக் கண்ட ஒரு கணத்தில் ராணியின் தேகம் மின்னல் புகுந்ததைப்போல ஒருமுறை சுழித்து நடுங்கிற்று. மூச்சை அழுத்திய ஆழமான குழியிலிருந்து வெளியே தூக்கிப்போட்டதைப் போல ஒரு ஆசுவாசம் முகிழ்க்க பகீரென்று எழுந்து சந்திராவிடமிருந்து சிந்துவைப் பறித்து வாங்கிக்கொண்டாள். பிஞ்சு முகத்தைக் கண்வெட்டாது வெறித்தாள். அழுகை திமிறிக்கொண்டு வெடித்தது.

"என்ர குஞ்சை நான் அடிச்சுப் போட்டன்... விசரி... விசரி... நானொரு கொலைகாரி..." நெற்றியில் அடித்தாள். சற்று முன்னர் தன்னைத் தீயிடவேண்டுமென்று கிளர்ந்த நினைவுகளில் முதுகுத் தடம் கூசியது. 'உண்மையாவே எனக்கு மண்டை தட்டிப் போட்டுதோ' அவள் மகளைக் கழுத்திடையில் பொத்திக் கொஞ்சத் தொடங்கினாள்.

உழுவேலியில் இருந்த இயக்க முகாமிற்குள் அத்தார் தயக்கத்தோடு நுழைந்தான். பொழுது இருட்டியிருந்தது. உள்ளேயிருந்த இரண்டு கொட்டகை வாசல்களிலும் ரியூப் லைற்றுகள் பிரகாசமான வெளிச்சத்தோடு ஒளிர்ந்தன. ஜெனரேட்டரின் இரைச்சல் சன்னமாகக் கேட்டது. பக்கத்தில் ஏதோ ஒரு முகாமில் மண்ணெண்ணெயைக் காய்ச்சி வடித்துப் பெற்றோல் எடுக்கிறார்களாம் என்று அவன் கேள்விப்பட்டிருந்தான். அது யாரும் நுழைய முடியாத அடர்ந்த காட்டிற்குள்ளேயாக இருக்கவேண்டும். இந்த முகாம் தெருவோரத்திலேயே இருந்தது. கடற்புலிப் போராளிகளுடையது என்ற இறுக்கமும் பாதுகாப்புக் கட்டுமானமுமின்றி ஆட்கள் புழங்காத வளவு போலிருந்தது. இரண்டு ஓலைக்கொட்டில்களின் பக்கவாட்டாக சைக்கிள்கள் நிறுத்தப்பட்டிருந்தன. மரங்களின் குறுக்காக ஓடிய கயிறுகளில் சாரங்களும், வரிச் சீருடைகளும், உள்ளாடைகளும் தொங்கின. வரிசையாய் நின்ற பூ மரங்களுக்குச் சற்று முன்னர்தான் யாரோ நீர் ஊற்றியிருக்க வேண்டும். நிலம் ஈரலிப்பாயிருந்தது. இதற்கு முன்னர் அந்த முகாமிலிருந்த ஒன்றிரண்டு பேரை அத்தார் வழித்தெருவில் கண்டிருந்தாலும், ஒரு தலையசைப்பை அன்றி எவரோடும் பேசியதில்லை.

“யாரைத் தேடுறீங்கண்ண...” கொட்டிலில் இருந்து வெளியே வந்த ஒருவன் அத்தாரை எதேச்சையாகக் கண்டுவிட்டு நெருங்கி வந்தான். மெலிந்த உருவக்காரன். சாரத்தை மடித்துக் கட்டியிருந்தான். நடக்கும்போது ஒரு கால் வளைந்து தெந்தியது.

“பொறுப்பாளர் நிக்கிறாரோ?”

“வெளியில போயிருக்கிறார். ஏதேனும் அலுவலோ...”

அத்தார் சங்கடத்தோடு தயங்கிநின்றான். கணபதியை அனுப்பி விட்டிருக்கலாமென்று தோன்றிற்று.

“என்ன சொல்லுங்க... வீட்டில ஆரையும் காணேல்லயா?”

அந்தப் போராளி இவ்வாறான தருணங்களுக்குப் பழக்கப்பட்டவன் போல நேரடியாகவே விடயத்திற்கு வந்தான்.

“வெள்ளையன் எண்டு...”

"உங்கடை மகனோ அவர்?"

"இல்லை. பக்கத்து வீடு. காலமை இருந்து காணேல்லை."

"வந்தவர். அப்பயே மாங்குளத்துக்கு அனுப்பிட்டினமே..."

அத்தாருக்குத் திரும்பிவிடலாம்போலத் தோன்றிற்று. 'இதைக் கேட்கவா வந்தன்? வெள்ளையன் சங்கிலியண்ணர் குடும்பத்தின் ஒரே நம்பிக்கையாயிருந்தவன். இதோ என்னோடு பேசிக் கொண்டிருக்கின்றவனும் ஏதோ ஒரு குடும்பத்தின் நம்பிக்கையாயிருந்தவன் தானே... மீனாட்சியக்கா பாவம், அந்தக் குடும்பம் தனித்துப் போய்விடும்.'

"கஸ்ரப்பட்ட குடும்பம்... ஒரு ஆம்பிளைப் பிள்ளை..." என்றான் அத்தார்.

போராளி சிரித்துக்கொண்டே வரிச்சுத் தடிகளாலான இருக்கையில் கால்களைத் தொங்கவிட்டு உட்கார்ந்தான். வலது கால் சற்று ஏறி நின்றது. உள்ளேயிருந்து மேலும் இரண்டு பேர் வந்தார்கள்.

"கஸ்ரப்பட்ட குடும்பப் பிள்ளையள்தான் இங்க வருகினம். வசதிக்காரப் பிள்ளையள் பாஸ் எடுக்கிற ஒபிஸிலதான் நிக்கினம்..."

மாங்குளத்தில் எங்கு கொண்டு சென்றார்கள் எனக் கேட்கலாமா என்று அத்தார் நினைத்தான். மீனாட்சி வந்திருந்தால் இப்படி ஒவ்வொரு சொல்லுக்கும் யோசித்துக்கொண்டு நிற்க வேண்டியதில்லை.

"தாய்க்காரி அழுகிறா..."

"பெத்து வளத்த அம்மாக்கு கவலையில்லாமல் இருக்குமா அண்ண... நான் வரேக்கை என்ர அம்மா ஊரைக்கூட்டி செத்தவீடு மாதிரியே செய்திட்டா..."

அதற்குப் பிறகு எதையும் பேசத் தோன்றவில்லை. அத்தார் திரும்பி நடந்தான்.

"அம்மாட்டைச் சொல்லுங்கோ, அவர் விரும்பித்தான் வந்தவரெண்டு..."

முதுகுகிற்குப் பின்னால் குரல் கேட்டது.

வெள்ளையன் நான்குவரியில் ஒரு கடிதம் கூட எழுதி வைக்கவில்லை. உழுவேலி இயக்க முகாமில் அத்தார் விசாரித்து வந்து சொல்லும் வரைக்கும் அவன் அப்படிப் போயிருப்பான் என்பதை

மீனாட்சி நம்பவேயில்லை. அவள் சிவத்தகேற், வெள்ளை கேற் தோட்டங்களிலெல்லாம் தேடிக் களைத்துவிட்டாள். தேங்காய்களை ஏற்றிவருவதற்காக லொறி அளம்பிலுக்குப் போயிருந்தது. அவனும் போயிருக்கலாமென்று தோன்றவும் வாச்சரிடம் ஓடினாள்.

"இல்லயே தங்கச்சி, நான் அனுப்பலயே, இன்னிக்கு மணிவண்ணன் தானே போனான்" என்றான் வாச்சர்.

நான்கு மணி வரையிலும் வெள்ளையன் தன்னோடுதான் நின்றதாகக் கணபதி சொன்னான். அதற்குப் பிறகு அவனாலும் நினைவுபடுத்த முடியவில்லை. குரங்குகளுக்கு வெடிவைத்துவிட்டு கொப்பராச் சூளைப் பக்கமாகப் போனபோது தன்னைப் பின் தொடரவில்லை என்றான். அவனை எவராவது கண்டிருப்பார்கள் என்று மீனாட்சி ஒவ்வொருவராக விசாரித்தாள். எல்லோரும் வெள்ளையனைக் கண்டிருந்தார்கள். ஆனால் எங்கே போனானென்று யாருக்கும் தெரியவில்லை. இருட்டிக்கொண்டுவர மனது பதறியது. மீனாட்சியால் அழாமல் கதைக்க முடியவில்லை. சந்திராவின் கையைப் பற்றிக்கொண்டு விசும்பினாள்.

"அவனை ஏதாவது திட்டினீங்களே..." சந்திரா ஆதரவாகக் கேட்டாள்.

"திட்டுறமாதிரி நடக்கிற ஆளில்லையே அவன்..."

இதற்குமேலும் பொறுக்கத் தேவையில்லையென்று சந்திரா தான் தொடங்கினாள். 'இந்தக் காலத்தில பிள்ளையள் காணாமல் போனால் வேறை எங்க தேடுறது... இந்தப் பெடியனுக்கு என்ன ஆச்சுது...'

"இனிப் பாத்துக்கொண்டு இருக்கேலாது. நீங்க உழுவேலில இருக்கிற இயக்கத்தின்ரை காம்புக்கு ஒருக்காப் போய்ப் பாத்திட்டு வாங்கோ..."

"நான் என்னெண்டு போய்க் கேக்கிறது..." அத்தார் தயங்கினான்.

"முதலில் இவன் இயக்கத்துக்குத்தான் போனவனா எண்டு அறியவேணும். போறதெண்டால் அங்கைதான் போயிருப்பான். கேட்டுக்கொண்டு வாங்கோ" என்றாள்.

குப்பி விளக்கின் சுடர் ஏதோ பதற்றத்தில் அலைவதைப்போல ஆடியது. செம்மஞ்சள் ஒளியில் அப்பொழுதுதான் அழுது ஓய்ந்திருந்த மீனாட்சியின் முகம் உக்கிரமாகத் தோன்றுவதாகச் சந்திரா உணர்ந்தாள். கண்ணீரின் மீதி இன்னமும் வழிந்து கொண்டிருந்தது. நாமகள் ஒரு மூலைக்குள் ஒதுங்கியிருந்தாள். வெக்கைப் புழுக்கத்திலோ, அல்லது மீனாட்சியின் அழுகையிலோ சிந்து அவ்வப்போது திடுக்கிட்டு அழுதாள். வெள்ளையன் படுத்துக்கிடக்குமிடம் ஓவென்றிருந்தது. நேற்று

இந்நேரம் நீட்டி நிமிர்ந்து படுத்திருந்தான். பாயில் கைவிரல்களைக் கோர்த்தபடி அவன் நிமிர்ந்து தூங்குவது அப்படியே சங்கிலியைப் பார்க்குமாற் போலிருக்கும். தனிக்கல்லடியில் இருந்தவரை சங்கிலி ஒரு சலனமற்ற நித்திரைக்காரனாயிருந்தான். "ஒருத்தனுக்கு நல்ல நித்திரை வரேல்லையெண்டால், அவன் நிம்மதியாயில்லை எண்டு அர்த்தம். ஒருத்தன் நிம்மதியாயில்லையெண்டால் அவனுக்குத் தேவை கூடிப்போட்டுது எண்டு அர்த்தம்" என்று சொல்வான்.

மூக்கைச் சிந்தியெறிந்து மீனாட்சி சட்டைத் தலைப்பில் துடைத்துவிட்டாள். "நம்பிக் கிடந்தன்... ஏமாத்திட்டுப் போட்டான்..." சொற்கள் அவலமாக வெளிப்பட்டன. நெருப்புச் சுடர் வெள்ளையன் இல்லையென்ற நிதர்சனத்தைக் கிளறுவதைப் போலத் தோன்ற மறுபடியும் கேவியழத் தொடங்கினாள்.

என்ன ஆறுதல் வார்த்தைகளைச் சொல்வதென்று சந்திராவிற்குத் தெரியவில்லை. வெள்ளையனில் எரிச்சலாயிருந்தது. 'இந்தப் பிள்ளையள் வேறொண்டையும் யோசிக்கிறதில்லை. தாயும் பிள்ளையும், போதாக்குறைக்கு மூத்தவளும் குழந்தையோட வந்திருக்க குடும்பம் படுற பாட்டை நித்தமும் பாக்கிறவனுக்கு எல்லாத்தையும் ஒரு நொடியில வெட்டிட்டுப் போக எப்பிடி ஏலுது... கடைசி வரைக்கும் ஒரு அசுமாத்தமும் இல்லாமல் திரியிறாங்கள்... சட்டெண்டு காணாமல் போயிடுறாங்கள்...'

லெட்சுமணன் இயக்கத்தில் சேர்ந்ததற்கு முந்தைய நாள் நினைவில் ஆடியது. முகத்தில் தீவிரத்தின் சின்ன ரேகையுமின்றி அவன் இயல்பாக முத்துவைத் தூக்கிவைத்துக் கொஞ்சிக்கொண்டிருந்தான். 'ம்... அடுத்தநாள் அந்தப் பிஞ்சுமுகத்தின்ர நினைவெல்லாத்தையும் அழிச்சிட்டுத்தானே போனான். அவனுக்கெண்டாலும் தேப்பன்ர சாவும் அந்தக் கொடூரமும் மனசை இறுக்கியிருக்கும். சரியோ பிழையோ யோசிச்சுச் செய்யிற வயசிலயும் இருந்தான். இவன் வெள்ளையனுக்கு எத்தினை வயசு... ஒரு பதினைஞ்சு இருக்குமா...'

இதுவரை நாளும் பள்ளிக்கூடமும் பேச்சி தோட்டமுமே கதியென்று கிடந்தவன். பொதுவாகவே கலகலத்த ஆளுமில்லை. அழுத்தமான ஓர் அமைதி. ஏதேனும் ஒரு கணத்தில் மெல்லிய கோட்டைப்போல விரியும் சிரிப்பு. வெள்ளிக்கிழமைப் பின்னேரங்களில் மட்டும் அவன் சேனைக்காட்டு வைரவர் கோவிலுக்குப் பூசைக்குப் போவான். முத்து, விநோதினி, நாமகள் எல்லோருமே போவார்கள். பூசை முடிய இருளும். திரும்பும்போது அவர்களை முன்னே வரிசையில் நடக்கவிட்டுப் பின்னாலேயே வருவான். சந்திரா அத்தாருக்குக் கண்

காட்டுவாள். "பாருங்கோ... காவல்காரன் வாறார்... உரிச்சுப் படைச்சுச் சங்கிலியண்ணர்தான்..."

வெள்ளையன் அன்று முழுநாளும் பேச்சி தோட்டத்தில் கணபதியோடுதான் அலைந்து திரிந்தான். கணபதிக்கு அதுவே பெரிய பதற்றமாயிருந்தது. பயந்துபோயிருந்தான். "நான் எதுவும் தப்பாச் சொல்லல அக்கா... முன்னாடி எங்கூடத் திரியிற மாதிரிதான் திரிஞ்சாரு. பொழுதுபோகணுமேன்னு நான்தான் எதையாச்சும் கேட்டுட்டேயிருந்தேன்... ம்... ம்னுதான் பதில் சொன்னாரு. அவரு எப்பவும் அப்படித்தானே... யாழ்ப்பாணத்தில சண்டை நடக்குதுன்னும் ஒரு சேர்ச்சில இருநூறு பேரு செத்திட்டாங்கன்னும் சொன்னேன். அதப்பத்தி அக்கறப்பட்டதாயே காட்டிக்கல. இடியனுக்கு மருந்து அடைஞ்சப்ப பாத்திட்டேயிருந்தாரு. இன்னிக்கு நான் சுடட்டுமா...? துவக்கை தர்றீங்களான்னு கேட்டார். இல்ல தம்பி, இது ஒரு நாறப்பொழப்பு. நீங்க சின்னப்பசங்க... வாழ வேண்டியவங்கன்னு சொன்னேன். பரவாயில்லை தாங்க, நான் சுட்டுப் பாக்கிறேன்னு சொன்னார். தம்பி, குரங்கு சுடுறவங்களோட புள்ளக குரங்கு மூஞ்சியோட பொறக்கும்னு சொல்லுவாங்க. உங்களுக்கு வேணாம்னு சொன்னேன். தலையைத் தொங்கப் போட்டாப்போல ஆயிட்டாரு. பெறகு சடக்குன்னு தலையை நிமிர்த்தி உங்க அப்பா நிறையக் குரங்கு சுட்டவரான்னு கேட்டுட்டு கிணத்தடிக்கு நடந்து போனாரு. எனக்கு உடன எதுவும் புரியல. புரிஞ்சப்பவும் கோபம் எதுவும் வரல. ஆனா அவர் அப்பிடிப் பேசுற ஆளில்லையேன்னு மட்டும் தோணிச்சு. கெணத்தில தண்ணி அள்ளி ஒத்தக் கையால ஏந்திக் குடிச்சிட்டிருந்ததைக் கடைசியாக் கண்டேன். அப்புறமும் தோட்டத்துக்குள்ள அலைஞ்சிட்டிருந்த மாதிரிதான் நினைவு. யாருக்குத் தெரியும் இப்படிப் பண்ணப்போறார்னு..."

மீனாட்சி கண்ணைத் துடைத்தாள். கடல் இரையும் சத்தம் கேட்டது.

"அம்மா, அக்கா, அவளின்ரை பிள்ளை, தங்கச்சி என்று எல்லாப் பொறுப்பும் தனக்கு மேல விழுந்ததைப் பிடிக்காமல்தான் போயிட்டான் போல..."

"ச்சீ... ஏன் அப்படி நினைக்கிறியள். சின்ன வயசு ஏதோ வேகத்தில போயிட்டான். இரவு தனியக்கிடந்து யோசிச்சானெண்டால் நாளைக்கு வந்துடுவான்."

"அவன் தகப்பனை மாதிரி. அமைதிதான். ஆனால் சரியான இறுக்கம்... ஒரு காரியம் செய்தாச் செய்ததுதான்."

சுவரில் சரிந்தவாறே தூங்கிவிட்ட நாமகளை பக்கத்தில் பாயை விரித்து வளர்த்திய மீனாட்சி அவளைப் போர்வையால் போர்த்திவிட்டாள்.

"நீங்கள் போங்கோ. நேரமாகுது. இனியென்ன... இது ஆம்பிளையளே இல்லாத வீடாப் போச்சுது. விதி விட்ட வழியெண்டு இருப்பம்."

சந்திரா எழுந்து நடந்தாள். ஏனோ அத்தார் மேலே எரிச்சல் மூண்டு வழிந்தது.

8
புகலிடம்

1995

மீனாட்சி கைவிளக்கோடு குடிசைக்குள்ளிலிருந்து வெளியே வந்தாள். இரவு இரண்டு மணிக்கு மேலிருக்கலாம். எதிரே மரமுந்திரிகளைத் தாண்டி எட்டேக்கரின் தென்னைகள் சாம்பல் உருக்களாய் நிலவொளியில் நின்றிருந்தன. முற்றத்தைத் தாண்டிப் போய் வலதுபக்கம் கொட்டில் சாய்ப்பில் விளக்கை உயர்த்திப் பார்த்தாள். பசு படுத்துத்தான் கிடந்தது. பக்கத்தில் அதன் ஐந்தாம் ஈற்றுக் கன்று தூங்கிக் கொண்டிருந்தது. திரும்பி வந்து உள்ளே போக மனமில்லாமல் வாசலிலேயே உட்கார்ந்தாள். விறாந்தைத் திண்ணையில் சிந்துவைச் சேர்த்துப் போர்த்தியவாறு ராணியும், உள்ளே நாமகளும் நல்ல நித்திரையிலிருந்தார்கள். 'வெள்ளையன் இருந்திருந்தால் இப்போது இந்தத் திண்ணையில்தான் படுத்திருந்திருப்பான். சுவரோரம் முழங்கையை மடங்கித் தலையணையாய் வைத்துத் தூங்குவான். படுத்தவுடன் தூங்கிவிடுவான். இடையில் எழுந்திருக்கும் பழக்கமேயில்லை. பேசுவதே குறைவு. அவன்ர அப்பாவைப் போலத்தான். அப்படியொரு அமைதி. குஞ்சு எங்கயிருக்கிறானோ என்ன பாடோ! வேளாவேளைக்குச் சாப்பிட்டால் சரி. யாரிட்டயாவது சொல்லிப்போட்டாவது போயிருக்கலாம். மனசு பதைக்காமலாவது இருந்திருக்கும். ம்ம்... சேனைக்காட்டு வைரவர்தான் அவனைக் காப்பாத்தித் தரவேணும். அவர்தான் அவனைத் திருப்பித்தரவேணும். தருவார்.' மகனைப் பற்றியே நினைத்துக்கொண்டு சுவரில் சாய்ந்திருந்தவள் மறுபடியும் எழுந்துபோய் பசுவைப் பார்த்தாள். கன்னிக்குடம் அரைவாசிக்கு வெளியே வந்து லேசாகத் தொங்கியது. அவசரமாய் வீட்டுக்குள்போய் அரிக்கன் விளக்கை ஏற்றிவந்து கொட்டிலின் வரிச்சுக் கம்பில் கட்டித் தொங்கவிட்டாள். 'ஈனுறதுக்கு இன்னும் அரைமணி நேரமாவது இருக்கும். பிள்ளையளைப் பிறகு எழுப்புவம்.' நிலாவெளிச்சத்தில் சற்றுத் தள்ளி ஒரு கல்லில் உட்கார்ந்தாள்.

'தனிக்கல்லடியில் இந்தியன் ஆமி காம்பை எடுத்திட்டுது எண்ட உடனயே இவர் போய் மாடுகளைச் சாய்ச்சுக்கொண்டு வந்தது... இப்ப அவற்றை ஞாபகமா நிக்குது.' மீனாட்சி தும்பை அவிழ்த்துவிட்டு அங்கையிருந்து வெளிக்கிடேக்கை மூண்டுதான் நிண்டது. அவர் திரும்பக் கொண்டு வரேக்கை ஐஞ்சு. பெரிய கிடாரியும் ஈன்றிருந்தது. மீனாட்சிக்கு மனங்கொள்ளாச் சந்தோஷம்.

மேட்டுக்காணியில் கொட்டில் போட்ட நாளிலிருந்தே மாடுகளைக் கொண்டுவரச்சொல்லி சங்கிலியை நச்சரித்துக் கொண்டிருந்தாள். மாடுகள் எல்லாம் பத்திரமாய் திரிகின்றன என்று வெள்ளையக்கா வந்து சொன்னபோதுதான் நிம்மதியாயிருந்தது. தான் வளர்க்காமல் அவையாகவே வளர்ந்து பஞ்சபாண்டவர்களைப் போல வந்து நின்றபோது 'இத்திமரக்காரி கண்ணைத் திறந்திட்டா' என்றுதான் தோன்றியது. 'இப்போதிருக்கும் ஒரே சொத்து இதுகள் மட்டும்தானே!' சங்கிலி இருந்தபோதே இத்தனை எதுக்கு என்று இரண்டு கிடாரிகளை விற்றுவிட்டிருந்தான். அவன் காலமான பிறகு மீனாட்சி காளைக் கன்றையும் விற்றுவிட்டாள். எல்லாம் சில்லறைக் கடன்களுக்கு, உடுப்புக்கு, பண்டிகை நாள்களுக்கு, சிந்துவுக்கு என்று சரியாய்ப் போயிற்று.

பசு நிலைகொள்ளாமல் தவித்தது. படுத்தது, எழுந்தது, தலை திருப்பிப் பார்த்தது. மீனாட்சி போய் ராணியை எழுப்பினாள். அவள் இரண்டொரு தடவை தலையை வறுகிச் சினந்துவிட்டுச் சுதாகரித்து எழுந்தாள். சிந்துவைத் தூக்கிக்கொண்டு சென்று உள்ளே நாமகளுக்கு அருகில் வளர்த்தினாள். வெளியே வந்தாள். கன்னிக்குடம் பின்னத்து முழங்காலுக்குத் தொங்கி நின்றது. இது ஆறாவது ஈத்து. ஒன்றும் சிரமமிருக்காது.

இங்கே இதுகளை வளர்ப்பதும் அவ்வளவு கஸ்ரமில்லை. சுற்றிப் புலவுகள் இல்லை என்பதால் அவிழ்த்து விடுவாள். புல்வெளி, மரமுந்திரிப் பக்கமெல்லாம் மேய்ந்துவிட்டு சூரியன் அடையவும் வீடு திரும்பிவிடும். பெரிய வாளியில் தண்ணீர் வைக்க வேணும். தவிடு இருந்தால் அதுகளுக்குச் சந்தோஷம். காட்டுக்குள்ளே போய் விடாமல் ஒரு கண் வைச்சிருக்க வேண்டும், அவ்வளவுதான். சிலவேளை மீனாட்சி தோட்டத்தில் விட்டு நீளக்கயிறால் தென்னையில் கட்டிவிடுவாள். அதுபாட்டுக்கு மேயும்.

தூக்கக் கலக்கத்திலிருந்த ராணி முற்றத்தை விட்டு கொஞ்ச தூரம் தாண்டிப் போய் பாவாடையை உயர்த்திப் புற்களில் குந்தினாள். இரவுதானே. யாருமில்லையே. தூரத்தில் எட்டேக்கர் கிணற்றுப் பக்கத்திலிருந்து மேட்டுக்காணியை நோக்கி ஒரு ரோர்ச் லைற் வெளிச்சம் அசைந்தது. அனிச்சையாய் பட்டென்று எழுந்தாள். வெளிச்சம் இங்கேதான் வருகிறது. ஆத்திரத்தை அடக்கிக்கொண்டு குடிசைக்குப் பின்னால் தள்ளிப்போய் இருந்தாள். 'அது அந்தச் சனியன்தான். இங்கை இந்நேரம் எதுக்கு வருகுது? அண்டைக்கு செவிளைத் திருப்பி ஒரு அடியைக் குடுத்தும் அறிவு வரேல்லயா! தைரியமாய் இங்கை வாறான்!'

சற்றைக்கெல்லாம் ரோர்ச் லைற் ஒளியோடு மணிவண்ணனும் வந்துவிட்டான். "என்னம்மா, நேரம் வந்துட்டா. மாடு இருக்கிற சீரைப் பாத்தா இப்ப ஈனும்."

"ஓமப்பன். அதுதான் பாத்துக் கொண்டிருக்கிறன். இண்டைக்கு எட்டேக்கரிலயா காவல்?"

"ம்... அது யானை வந்தாத்தானே... இண்டைக்கு டியூட்டி இந்தப் பசுவோடைதான். நீங்கள் தனிச்சு எப்பிடிப் பாப்பீங்கள்... நானும் துணைக்கு நிக்கிறன்."

இடதுபக்கம் சாய்ந்து படுத்திருந்த பசு எழுந்து சற்று நின்று விட்டு வலதுபக்கம் சாய்ந்து படுத்தது. ராணி கல்லில் உட்கார்ந்து பார்த்துக் கொண்டிருந்தாள்.

சின்னப்பெடியன்தான் என்றாலும் வளர்த்தியான தோற்றம் தான். இடியன் துப்பாக்கியை தோளிற் சுமந்துகொண்டு காடு மேடெல்லாம் அலைந்து திரிவான். எட்டோ ஒன்பதோ வகுப்பிற்குப் பிறகு பள்ளிக்கூடத்தை நிறுத்திவிட்டு வேலைக்கு வந்துவிட்டான். கலகலப்பான குணம்தான். நான்கு கிழமைக்கு முன்னிருக்கும். ஒருநாள், ராணி கிணற்றுக்கு தண்ணியள்ளப் போனபோது சிந்துவும் கூடவே வந்திருந்தாள். அவளை அங்கேயே விளையாடிக் கொண்டிருக்கச் சொல்லிவிட்டு ராணி நிறைகுடத்தோடு வீட்டுக்கு வந்தவள் வாளிகளில் ஊற்றிவிட்டுத் திரும்பிப் போனபோது சிந்து இரண்டு கைகளிலும் கொய்யாப் பழத்தை வைத்துத் தின்று கொண்டிருந்தாள். "ஆர் தந்தது?" சிந்து மரமுந்திரிகளின் பக்கம் கை காட்டினாள். ராணி பெரிதாக எடுத்துக்கொள்ளவில்லை, யாராவது கொடுத்திருப்பார்கள் என்று சகசமாகத் தண்ணீர் அள்ளினாள். இன்னொரு நாள் வாழைப்பழம். மணிவண்ணன்தான் கொடுத்திருப்பானென்று நினைத்தாள். பின்னேரப்பொழுதில் அவனைத் தவிர வேறு யாரும் திரிய வாய்ப்பில்லை.

பசு அரையைத் தூக்கியவாறு முன்னங்கால்களிரண்டிலும் மண்டியிட்டு முக்கியது. நாமகளும் பேச்சுக்குரல்களில் முழிப்புத் தட்டி வெளியே வந்தாள். "போய் கத்தரிக்கோல் கொண்டு வாங்கோ." மணிவண்ணன் நாமகளிடம் சொன்னான்.

பிறகொருநாள் ஒரு கையில் சொக்கிலேற் பிஸ்கற் பைக்கற்றும் மறுகையில் புதுச்சட்டையுமாக சிந்து ஓடிவந்தாள். ராணி குடத்தை நிறைத்து முடித்துவிட்டு பிஸ்கற்றைப் பிரித்துக்கொடுத்தாள். 'பிள்ளையை ஏமாத்தக்கூடாது... ஆனா இவருக்கு இருக்கு.' சட்டையை எடுத்துக்கொண்டு வேகமாக மரமுந்திரிகள் பக்கமாகப் போனாள். மணிவண்ணன் அங்குதான் இருந்தான். 'ஒளிஞ்சிருஞ்சு பாக்கிது நாய்.'

சட்டையை மூஞ்சையில் வீசியெறிந்தாள். முகத்தில் பட்டுக் கீழே விழுந்தது. அவன் அதைக் குனிந்தெடுத்து நிமிர்ந்தான். பளாரென்று அறைந்தாள். மணிவண்ணன் எதிர்பார்க்கவேயில்லை. கன்னத்தைப் பொத்திக்கொண்டான்.

“ஆம்பளை இல்லாத வீடெண்டால் அலைவியளா. ஆசையைப் பார். இன்னும் மீசை கூட வளரேல்ல” என்றுவிட்டுத் திரும்பிப் பாராமல் வந்துவிட்டாள்.

அதற்குப் பிறகு இப்போதுதான் பார்க்கிறாள். ‘அறை வாங்கின வெக்கமேயில்லாமல் வந்து நிக்கிறான்.’

நாமகள் மணிவண்ணனிடம் கத்தரிக்கோலைக் கொடுத்தாள். மாடு பின்னங்கால்களை விரித்துக் கன்றை வெளித்தள்ள முயன்றது. அரை விரிந்தது. நாமகள் ரோர்ச் லைற்றை வாங்கி ஒளியடித்துக் கொண்டிருந்தாள்.

கன்றின் முன்னங்கால் குளம்புகளும் வாய்க் கறுப்பும் தெரிந்தன. கால்களின் மேலே தலையைச் சேர்த்து வைத்தவாறு கன்றின் தலை முழுக்க வெளியே வந்தது.

மீனாட்சி தலையைப் பிடித்து இழுப்பதற்காகக் கைகளை நீட்டினாள். மணிவண்ணன் தடுத்தான். “பொறுங்கோம்மா.”

அரை அகன்று விரிந்தது. திமில் பகுதியும் நெஞ்சும் வெளித் தள்ளியது. மணிவண்ணன் சட்டென்று கன்றைப் பற்றி இழுத்து வெளியே போட்டான். நீராய்க் கொட்டியது. கிழிபட்ட கண்ணாடிப் படலத்துக்குள் கன்று சுருண்டு கிடந்தது. மணிவண்ணன் ஒன்றரை சாண் விட்டு தொப்புள் கொடியைக் கத்தரித்தான். கன்னிக்குடத்தையும் அழுக்குகளையும் திரட்டி உரப்பையில் சுற்றித் தனியே வைத்தான். பசு கன்றின் மேலிருந்த மாசுவை நாவால் நக்கியது. நக்கிய இடங்களில் கன்றின் ரோமங்கள் சிலிர்த்து நிமிர்ந்தன. மீனாட்சி தன் பங்குக்குக் குந்தியிருந்து துடைத்தாள்.

நிலவொளியில் கன்று செக்கச்செவேலென்று பேரழகோடு இருந்தது. செம்பருத்திப் பூப்போல என்று நினைத்தாள் ராணி. நாமகளுக்குப் பனியில் நனைந்த சிவப்பு ரோசா போலத் தோன்றியது.

இரவு விழித்திருந்த அலுப்புத் தீர விடிந்த பிறகும் ராணி நீண்டநேரமாகப் படுக்கையில்தான் கிடந்தாள். மீனாட்சி வேலைக்கும் நாமகள் பள்ளிக்கூடத்திற்கும் போய்விட்டிருந்தார்கள். முகத்தை

அலம்பிக்கொண்டு கிணற்றடிக்குப் போனாள். மூன்றாவது முறை வாளியில் நீரிறைத்துக் கொண்டிருந்தபோது மணிவண்ணன் கிணற்றைக் கடந்துபோய்க்கொண்டிருந்தான். அவளைக் கண்டதும் நடையில் ஒரு தயக்கம்... தலையைக் குனிந்தான்.

“டேய், கன்னிக்குடம் சுத்தின உரப்பையை இங்கே மரமுந்திரியில எங்கயும் தூக்கிக் கட்டிராதை.”

மணிவண்ணன் ஆச்சரியமாக நிமிர்ந்தான். “ஓம். அதைக் காலமை காட்டுக்கை கொண்டுபோய்க் கட்டினனான்” என்று சொல்லிவிட்டுப் புன்னகைத்தான் “உதவி செஞ்சவனுக்கு ஒரு வாய் கடும்புப்பால் தரல்லையே!”

“இப்ப வா. தாறன்.”

அவர்கள் போனபோது கொட்டில் சாய்வில் முழங்காலில் கைகளை ஊன்றி கன்னத்தைத் தாங்கியபடியே தன் வீட்டுக்குப் புதிதாய் வந்திருக்கும் தன்னைப் போன்ற குட்டிக் கன்றை விடுப்பு பார்த்துக் கொண்டிருந்தாள் சிந்து. கன்று நாலு காலால் எழுந்து நிற்கப் பழகியது. மணிவண்ணன் சிந்துவையும் கன்றுக்குட்டியையும் மாறி மாறிப் பார்த்துக்கொண்டு நின்றான். புன்னகை தவழ்ந்தது.

ராணி ஒரு கிண்ணத்தில் கடும்புப்பாலை ஊற்றி வந்து அவனிடம் நீட்டினாள். “அண்டைக்கு ஏதோ மண்டைக் கொதியில அடிச்சிட்டன். குறை நினைக்காதையடா.”

“நீங்கள் அடிக்காமல் வேற ஆர் அடிப்பினம் அக்...” மணிவண்ணன் நாக்கைக் கடித்ததைப்போல வார்த்தையைத் துண்டித்தான்.

அத்தார் கிணற்றடியில் தேகத்தைப் பொச்சுமட்டையால் உரசித் தேய்க்க நாரியில் நோவெடுத்தது. மூட்டுகளில் பசை வற்றிப்போனது போலத் தசைகள் இறுகிப் பிடித்தன. சன்லைற் சவர்க்காரத்தைக் கைகளில் தேய்த்து நுரையை மேலெங்கும் பூசினான். அது நோவை நீக்கும் என்றொரு நம்பிக்கையில் தொடையிலிருந்து கணுக்கால் வரை உருவி விட்டான். ஒரு வாளித் தண்ணீரை மேலில் ஊற்றிச் சவர்க்கார நுரையைக் கழுவியபோது நான்கைந்து தென்னோலைகளைக் கொத்தாக இழுத்துவந்து நீரில் அமுக்கிய வாச்சர் “யாழ்ப்பாணத்திலயிருந்து சனங்க பூராக் கிளம்பி வெளிய வர்றாங்களாம். பீடி வாங்கப் போனப்ப, கடையில இயக்கப் பையன் ஒருவன் பேசிட்டிருந்தான்” என்றான். அத்தார் முகத்தில் பொம்மியிருந்த வெண்ணுரையை விரல்களால் வழித்துவிட்டுப் பார்த்தான். வாச்சருடைய வாயில் பீடி ஒரு புள்ளித் தணலாக ஒளிர்ந்து கொண்டிருந்தது.

“கணபதி ஆலங்கேணிக்கு லோடு கொண்டு போயிருக்கான். வந்தான்னா அங்கால கிளாலிப் பக்கத்துக் கதை என்னான்னு தெரியும். யோசப் அய்யா குடும்பம் இங்கனதான் வரும்...” வாச்சர் பீடியின் அடிக்கட்டையை நீருக்குள் எறிந்தான்.

யாழ்ப்பாணத்தில் ஐந்தாறு மாதங்களாகத் தொடர்ச்சியான சண்டைகள் நடந்துகொண்டிருந்தன. நகரத்தைக் கைப்பற்றுவதற்கான தாக்குதல்களைப் பல்வேறு முனைகளிலும் இராணுவத்தினர் ஆரம்பித்திருந்தார்கள். ஈழநாதம் ஒவ்வொருநாளும் சண்டைச் செய்திகளோடுதான் அச்சானது. யாழ்ப்பாணத்தில் வலிகாமம் மேற்குப் பிரதேசங்களை இராணுவத்தினர் கைப்பற்றியிருந்த நாட்களில் இராசமணியும் புண்ணியமும் இடம்பெயர்ந்து வந்து நல்லூர் முருகன் கோவிலில் தங்கியிருந்தார்கள். அக்காலம் முழுவதும் “சனங்களை உப்படி அலையவைக்கிறதெண்டால் பிறகென்னத்துக்குப் போராட்டம்...” என்று சந்திரா புறுபுறுத்துக் கொண்டேயிருந்தாள்.

“நீ சனங்களுக்காகக் கவலைப்படுறியோ, இல்லாட்டி கொப்பருக்காகவோ எண்டு தெரியேல்லை” என்றான் அத்தார்.

ஐந்தாவது நாளே ஆமிக்காரர்கள் பின்வாங்கிவிட இராசமணியும் புண்ணியமும் வீடு திரும்பிவிட்டார்கள். அவர்களைப் பார்த்து

வருவதற்காக நீண்டகாலத்தின் பின்னர் முதற் தடவையாக யாழ்ப்பாணம் போனாள் சந்திரா. ஆலங்கேணி வரைக்கும் மேரி மாதாவில் சென்று அதற்கப்பால் கடலில் பயணித்தாள். அவள் திரும்பிவந்த பிறகு ஒவ்வொரு நாளும் கனவில் வள்ளம் உலாஞ்சுவதைப் போலவே இருக்கிறது என்றாள். அவளோடு புண்ணியம் இரண்டொரு வார்த்தைகள் பேசினாராம். மேலும் பாணுக்கு கோவிலில் வரிசையில் நிற்கவேண்டி ஏற்பட்டதையிட்டு அடிக்கடி வருந்தினாராம்.

அத்தார் தலையைத் துவட்டினான். சாரத்தைப் பிழிந்து கொடியில் காயப்போட்டுவிட்டு வீட்டிற்குள் நுழைந்தான்.

“சோத்தைப் போட்டுவைச்சு அது காவல் கிடக்கு. இவ்வளவு நேரமாக் குளிச்சனியளே...” சந்திரா கடிந்து கொண்டாள். தட்டை ஏந்திச் சோற்றைப் பிசைந்தபோது “யாழ்ப்பாணப் பக்கம் பிரச்சினை போல...” என்று சொன்னான்.

“ரேடியோவில அப்படியொண்டும் சொல்லேல்லையே” சந்திரா யோசனை வயப்பட்டிருந்தாள். “அதுசரி, வெண்டாத்தானே வெளிய சொல்லுறாங்கள். உந்த மணலாத்தில என்ன நடந்ததெண்டு இன்னமும் தெரியேல்லை. சண்டைக்குப் போன நூறு பெட்டையளின்ரை நெஞ்சை அரிஞ்சு போட்டுத்தான் ஆமிக்காரன் பொடிய குடுத்தவனெண்டு சனம் கதைக்குது...” குடத்தைச் சரித்து நீர் வார்த்து வைத்தாள்.

“யாழ்ப்பாணச் சனங்கள் முழுக்கவும் இடம்பெயருதெண்டு இயக்கப் பெடியன் சொன்னதா வாச்சர் சொன்னவர். யாழ்ப்பாணத்தை ஆமி பிடிச்சிட்டுதெண்டால் சனங்கள் வெளியேற வழியில்லை. பிடிக்க முதல் வெளியேறுகினமெண்டால் எங்கயோ கிட்ட வந்திட்டான் எண்டு அர்த்தம். ஒண்டுமாத் தெரியேல்லை. கணபதி லோட் கொண்டுபோயிருக்கிறான். எப்பிடியும் சாமம் கழியத்தான் வருவான். நீ படு. நான் கேட்டுக்கொண்டு வாறன்.”

“யாழ்ப்பாணம் முழுக்க எண்டால் வெளியால எங்கை போறது?”

“சாவகச்சேரிக்கு இங்காலை வரவேணும்.”

“சனம் தாங்களாத்தான் எழும்பினதோ... இல்லாட்டி இவங்கள் எழுப்பிக் கலைச்சாங்களோ தெரியேல்லை...”

அத்தார் அவசர அவசரமாகத் தலையாட்டி மறுத்தான். “ச்சீ... சொந்தச் சனங்களை எழுப்பிக் கலைப்பாங்களே...” என்றபோது மனம் ஏனோ கிலேசமடைந்தது. வார்த்தைகளைத் தாவிவிட அவன் அவாவினான்.

இரவு சந்திரா நித்திரை கொள்ளவேயில்லை. "பாவங்கள், வயசான சீவன்கள், என்ன பாடு படுகுதுகளோ தெரியேல்லை. பிள்ளையளைப் பெத்தும் அதுகளுக்கு ஒரு ஆதரவும் இல்லை..."

"ம்... யாழ்ப்பாணம் ஏறக்குறைய ஒரு முதியோர் இல்லமாப் போட்டுது. நீ யோசிக்காமல் படு. ரண்டு மூண்டு நாளில சனங்கள் திரும்பிவிடும். நான் கணபதியைக் கேக்கிறன்."

அது காலொடிந்த இரவாக நீண்டுகொண்டேயிருந்தது. மேரி மாதாவின் உறுமல் சத்தம் கடைசிவரை கேட்கவில்லை. காலையில் மெல்லிய வெளிச்சம் பரவத்தொடங்கவும் அத்தார் தோட்டத்திற்கு ஓடினான். நிலப் புற்களில் பனிப்புகார் பூத்துப் பரவியிருந்தது. லொறி நிற்கும் உயரமான கூடாரம் ஓவென்று வெளித்துக் கிடந்தது. ஆட்கள் யாரும் வந்திருக்கவில்லை. கணபதியென்றால் இந்நேரத்தில் வேலையைத் தொடங்கியிருப்பான். அத்தார் திரும்பி வந்தான். கணபதி வீட்டிற்கு முன்னால் நின்று இரண்டு தடவை அழைத்தான். தங்களுடைய வாசலில் இவனைக் கண்டதும் சந்திராவோடு கதைத்துக்கொண்டிருந்த வல்லியாள் ஓடிவந்தாள்.

"இவரு ராத்திரி வரல்ல அண்ண... லோடு கொண்டுபோனா ரெண்டு மணிக்கெல்லாம் வந்திடுவாரு. நீங்க தோட்டத்திலயிருந்தா வாறீங்க? வாச்சர் ஏதாச்சும் சொன்னாரா?" என்று அடுக்கடுக்காக் கேட்டாள்.

"ராவுக்கு வந்திடுவான் எண்டுதான் வாச்சர் நேற்றுச் சொன்னவர்..."

"அய்யோ, என்னவாச்சோ" அவள் நின்ற இடத்திலேயே தரையில் குந்தி தலையைப் பிடித்துக்கொண்டாள். அத்தாருக்கு சங்கடமாயிருந்தது.

"ச்சீ... எதுக்குப் பயப்பிடுறாய்... ரயருக்குக் காத்துக் கீத்துப் போயிருக்கும். முடிச்சுக்கொண்டு வந்திடுவான். ரைவரும் நிக்கிறார் தானே" என்று சொல்லிவிட்டு நடந்தான்.

வீட்டிற்கு வெளியே வானொலியின் அன்ரனாவை உயர்த்தி காதுக்கு அருகில் பிடித்தபடி சந்திரா நின்றாள். 'புலிகளின் குரல்' ஆரம்பித்திருந்தது. செய்திக்கான நேரம் நெருங்கவும் அவளுடைய கண்களில் பதற்றம் ஏறுவதை அத்தார் கவலையுடன் பார்த்தான்.

'நீங்கள் கேட்டுக்கொண்டிருப்பது புலிகளின் குரல். நேரம் காலை ஏழு மணி முப்பது நிமிடம். செய்திகள். வாசிப்பவர் கோகுலன்.

'பலாலி இராணுவ முகாமிலிருந்து யாழ்ப்பாணம் நகரப்பகுதியைக் குறுக்கறுத்து தமிழீழ மக்களைப் பெரும் முற்றுகைக்குள் சிக்க வைக்கும் கபட நோக்கத்துடன் சிறிலங்காப் படைகள் தொடுத்து வரும்

ஆகாய தரைத் தாக்குதல்களுக்கு மத்தியிலும் நேற்று மாலையிலிருந்து யாழ்ப்பாண நகரத்தையண்டிய பிரதேசங்களிலிருந்து சுமார் ஐந்து லட்சத்திற்கும் மேற்பட்ட மக்கள் வெளியேறி வருகின்றனர்...'

சந்திரா ஒரேயடியாக ஒடிந்துபோனாள். காலடியில் நிலம் வழுக்கிக்கொண்டு போவதைப் போலிருந்தது. "அம்மாவும் அப்பாவும் என்ன செய்யினமோ தெரியேல்லை..." என்றபடி திண்ணைக் கட்டில் பொத்தென்று இருந்தாள். வானொலி, இருமல் குரலைப் போலக் கரகரத்தது. மறுபடியும் எழுந்து அதை உயர்த்திப் பிடித்தாள்.

'... ஐ.நா. செயலாளர் நாயகம் பூத்ரஸ் காலி அவர்கள், இந்த மாபெரும் இடப்பெயர்வு ஒரு மானுட அவலம் என்று வர்ணித்துள்ளார். சிங்கள அதிகாரக் குடையின் கீழ் வாழத் தயாரில்லை யென்பதைத் தமிழ் மக்கள் ஆணித்தரமாகக் காட்டியுள்ளனர் என்று அரசியல் நோக்கர்கள் கருத்துத் தெரிவித்துள்ளனர்.'

அத்தாரின் நெஞ்சுக்கூட்டுக்குள் திரண்டிருந்த கரும்புகை பிரமாண்டமான கோளங்களாக மேலெழுந்தது. யாழ்ப்பாணத்திலிருந்து சதுப்பு நிலங்களினூடாக வெளியேறிய சனக்கூட்டம் தெருக்களில் பிம்பங்களாகப் படர்ந்தது. அழத்தொடங்கிய சந்திராவை அவன் துயரத்தோடு பார்த்தான். அவள் கண்ணீரைப் புறங்கையினால் தேய்த்தாள். "அம்மா..." என்றபோது குரல் தளர்ந்திருந்தது. "இந்தச் சனத்துக்கை எங்கை போச்சினமோ..." என்று அரற்றினாள்.

'... யுத்த மேகம், முழு யாழ்ப்பாணக் குடாநாட்டையும் சூழ்ந்திருக்கும் இந்நேரத்தில் உங்களையும் உறவுகளையும் சிறிலங்காப் படைகளிடமிருந்தும் துரோகக் கும்பல்களிடமிருந்தும் காத்துக் கொள்ள விரைவாக வன்னிப் பெருநிலப்பரப்பிற்குச் செல்லுமாறு தமிழீழ மக்களை அன்போடு கேட்டுக்கொள்கிறோம்...' புலிகளின் குரல் தொடர்ந்து கொண்டிருந்தது.

தன்னுடைய அடிவயிற்றிலிருந்து ஒரு குரூரமான திருப்தி மேலேறுவதாக உணரவும் அத்தார் திடுக்கிட்டுத் தலையைச் சிலுப்பினான். 'என்ன இது... ஏனிப்பிடி... ச்சீக்...' அவனுக்கு அச்சமாயிருந்தது. அந்த உணர்வு அவனையும் மீறி அவனில் மூடிக் கவியத் தொடங்கியது. 'ம்... ஒருக்கா வன்னிப் பக்கமும் வந்து பாக்கட்டுமன்...' என்ற மாதிரியான ஒரு எண்ணம்... பழிவாங்கும் தொனியிலான நினைவு... யாரிலென்றே தெரியாத குரோதம்... "வன்னி களை கட்டப்போகுது..." என்று முணுமுணுத்தான்.

"இவயளுக்கு ஒரு போக்கிடமுமில்லையே..." சந்திரா விம்மினாள்.

“சாவச்சேரி கொடிகாமப் பக்கத்தில ஆருமில்லையே...”

“எல்லாம் யாழ்ப்பாணத்துக்கைதானே.”

“எங்கையாவது கோயில்களில அவசரத்துக்கு தங்கலாம்...” அத்தார் எந்த விகற்பமும் இல்லாமல் மிகச் சாதாரணமாகத்தான் சொன்னான்.

சந்திரா அடிபட்ட பாம்பைப் போல தலையை நிமிர்த்திச் சீறினாள். “உங்கடை பழைய கோபங்களுக்கு நக்கலடிக்க இதுவே நேரம்... பொறுப்பான மனிசர் கதைக்கிற கதையே இது?”

“இதிலயென்ன நக்கலிருக்குது... அந்தரம் ஆவத்துக்கு ஓரிடத்தில தங்கிறதெண்டது வழமைதானே. நாங்கள் புதுக்குடியிருப்புக் கோயில்ல ரண்டு கிழமை தங்கினதை மறந்து போனியே... சரி. இப்ப அவையள் என்ன செய்யவேணும். வன்னிக்கு வரவேணுமே... உது நடக்கிற கதையே...” என்றான்.

சந்திரா கத்தினாள் “அப்ப அவையளை ஆமிக்கை நிண்டு சாகச் சொல்லுறியளே...”

தேங்காய்களை ஒற்றைத் திருக்கல் வண்டிலில் நிறைத்து விட்டு அத்தார் துள்ளி ஏறினான். மாட்டின் நாணயக் கயிற்றை கையால் இழுத்து 'ஹெய் ஹெய்' என்றான். அது முரண்டு பிடித்தது. கணபதியென்றால், காலைச் சுற்றும் நாயைப்போல அவன் விரட்டிய திசைக்கெல்லாம் விரையும் மாட்டை நினைக்கக் கோபம் சுள்ளென்று பொங்கியது. "சனியனே நடவன்..." என்று திட்டினான். மனம் முழுக்க அவமானமும் சினமும் எரிச்சலும் குழைந்து கிடந்தன. சந்திராவிடம் அப்படிச் சொல்லியிருக்கக் கூடாதென்று நினைத்தான். தாய் தகப்பனைப் பற்றி எதுவுமே தெரியாமலிருக்கிற சந்தர்ப்பத்தில் அவளை நோகடித்திருக்கக் கூடாது. சக மனுஷியின் துயரத்தைப் புரிந்துகொள்ளாமல் எள்ளலும் கேலியும் என்ன வேண்டியிருக்கிறது...

"உன்ரை அப்பர் சாகவெல்லாம் மாட்டார். ஆயிரம் முட்டையில இயக்கத்துக்கு முட்டை மா செஞ்சு குடுத்த மாதிரி ஆயிரத்தொரு முட்டையில ஆமிக்காரங்களுக்கு கேக் செஞ்சு கொடுப்பார். அவங்களும் ஏதாவது கிராம சபைக்கு அவரைத் தலைவராக்கி அழகு பாப்பாங்கள். வெள்ளைக்காரன் ஆண்ட காலத்திலயிருந்து மாறி மாறி இதைத்தானே செய்யிறியள்..."

சந்திராவின் முகம் சுருக்கென்று குத்தியதைப்போல வாடிப் போனது. சோர்ந்துபோய் உட்கார்ந்துவிட்டாள். வானொலி தன்பாட்டில் கூட்ட நெரிசலில் காணாமற் போனவர்களின் பெயர்களைத் தொடர்ச்சியாக அறிவித்துக்கொண்டிருந்தது. அத்தார் மேலும் தரித்து நிற்கப் பிடிக்காமல் தோட்டத்திற்கு நடந்தான். ஆறுதலாக ஒரு வார்த்தையாவது சொல்லியிருக்கலாமென்று கேற்றைத் தாண்டியபோது தோன்றியது.

"ச்சு... க்ர்... ச்சூ..." மாடு திமிறிக்கொண்டு நகர மறுத்தது. பின்பக்கத்தில் உதைந்தான். அப்படி உதையும்போது சுழித்து நுரைத்துக்கொண்டிருந்த சினம் மெல்லக் கரைவதைப்போலிருக்க மறுபடியும் மறுபடியும் உதைந்தான். நான்காவது தடவையில் மாடு கால்களை மடித்து நிலத்தோடு இருந்துவிட்டது. வண்டிலிலிருந்து தேங்காய்கள் உருண்டு சிதறி ஓடின. பாய்ந்து குதித்தவன் ஓடிப்போய் மாட்டின் கழுத்தோடு வண்டிலின் மேக்காலைப் பிடித்து உயர்த்தினான். சிந்திய தேங்காய்களைப் பொறுக்கி நிறைத்துவிட்டு மாட்டைக் கொறப்பிடியில் இழுத்துக்கொண்டு நடந்தான்.

தோட்டத்தின் நடுவிலிருந்த நீல வர்ண வீட்டை வாச்சரும் அவனுடைய பிள்ளைகளும் துப்பரவாக்கிக் கொண்டிருந்தார்கள். தூசுக்குவியல் அலை அலையாகப் பறந்து வெளியேறியது. உள்ளேயிருந்த கொப்பரா மூட்டைகளை வெளியேற்றி, லொறி தரித்து நிற்கும் கூடாரத்திற்குள் கொண்டுபோய் வைத்திருந்தார்கள். வெளியிலிருந்து பார்த்தபோது, வீடு ஓவென்று வெளித்து விட்டதைப் போலிருந்தது.

“ஆரும் வருகினமோ?” அத்தார் வெளியில் வந்த வாச்சரிடம் கேட்டான்.

“யோசப் அய்யா குடும்பம் இங்கன வருவாங்கன்னு நினைக்கிறன்.”

“தகவல் ஏதும் வந்ததோ?”

இந்த ஐந்து வருடங்களில் அத்தார் ஒருதடவை கூட யோசப் அய்யாவைக் கண்டதில்லை. வாச்சர் சொன்ன கதைகளால் அவரைப் பற்றிய ஒரு பிம்பத்தை மட்டுமே உருவகித்து வைத்திருந்தான். யோசப் அய்யா ஒரு கிறிஸ்தவர். இனியில்லையென்ற வறுமைப்பட்ட குடும்பத்தில் பிறந்து வளர்ந்தவர். பாண் வாங்குவதற்குக் கூட ஐந்து சதங்களில்லாமல் கழிந்த தன்னுடைய சிறுவயது நாட்களை அவர் நினைவுகூர்ந்து வாச்சரிடம் சொல்வாராம். அவருடைய ஏழாவது வயதில் குடும்பத்தோடு கிறிஸ்தவத்திற்கு மாறிவிட்ட போதும் சைவக் கோவில்களில் திருவிழா என்றால் இப்பொழுதும் அதே ஏழு வயதுக் குறுகுறுப்போடு போய்விடுவார் என்றான் வாச்சர்.

“அந்த மனுஷனைச் சின்ன வயசில கோவிலுக்க விடுறதில்லயாம். அவங்க ஊருப் பூசாரி ‘எளிய நாயே... வெளியில போ’ன்னு சுள்ளித்தடி முறிச்சுத் தன்னத் துரத்தினதா ஒருநாள் சொன்னாரு. அதனாலேயே என்னமோ நிறைவேறாத ஒரு ஆசையைப்போல வற்றாப்பளை கண்ணகி அம்மன்னா அவருக்கு அப்பிடியொரு பிரியம். தொன்னூறாம் வருஷத்துக்கு முன்ன வருஷம் தவறாமல் வந்திருவாரு. அவரே யாழ்ப்பாணத்திலயிருந்து லாறியை ஓட்டி வந்து எங்க எல்லாத்தையும் ஏத்திட்டுப் போவாரு. வற்றாப்பளை அம்மனுக்கு முன்னால பொங்கிப் படைச்சு, ஒரு நாள் பூரா சந்தோஷமா இருந்திட்டுத்தான் பொறப்படுவோம். அப்புறம் பாதைகள் அடைபட்ட பின்னாடி அவர் ஒரு நாள் கூட இங்கால வரல்லை. அவருக்குக் கடல்ன்னா ரொம்பப் பயம்...”

புழுதி அடங்க நீரைத் தெளித்துக்கொண்டிருந்த வாச்சரிடம் “யோசப் அய்யா இங்கை வருவாரோ... அவருக்குக் கடலெண்டால் பயமெண்டு முந்திச் சொன்னனீங்கள்” என்றான் அத்தார்.

வாச்சர் மிகுதி நீரை ஒரு விசிறலில் தீர்த்துவிட்டு நிமிர்ந்தான். "ஆமா... ஆனா கடலைவிட அவுருக்கு ஆமின்னா ரொம்பப் பயம்..." வாச்சர் சொல்லிக்கொண்டிருந்த போதே அவனுடைய கண்கள் தூரத்தில் வாசலுக்குப் பாய்ந்து விரிந்தன. தோளில் கிடந்த துண்டையெடுத்து அசைத்தான். "அந்தா பாரு... கணபதி அன்ன நட நடந்து வாறான்."

அத்தார் அவசர அவசரமாக மாட்டை அவிழ்த்து விட்டான். வண்டிலை உயர்த்தித் தேங்காய்களைக் குவித்தான். கணபதியைக் கண்டதும் நான்கைந்து பேரென்று அவனைச் சூழ்ந்து விட்டார்கள்.

"கணபதி, எங்க போயிட்டு வர்றே... லாறி எங்கே?" என்று வாச்சர் கேட்டான்.

"அம்மாடியோ! அத ஏன் கேட்குறீங்க... லாறியை இயக்கப் பொடியங்க வாங்கிட்டுப் போயிட்டாங்க. ஒரு நாள் ராத்திரி முழுக்க தூக்கமில்லாமப் போச்சு."

"ஏன்... என்ன நடந்தது? வழியில யாரையாச்சும் தட்டிட்டீங்களா... ரைவர் எங்க?"

"அதெல்லாம் இல்ல. யாழ்ப்பாணத்திலயிருந்து இயக்கத்தோட சாமானுக வள்ளம் வள்ளமா வந்து இறங்குது, அதெல்லாம் ஏத்தி இறக்கணும்னு கரையில் நின்ன பெரிய வாகனங்களை வாங்கிட்டுப் போயிட்டாங்க. லாறியைத் தோட்டத்திற்கே கொண்டு வந்து தர்றாங்களாம். ரைவரையும் போகச் சொல்லிட்டாங்க..."

"லோடு எங்கே?"

"அங்க இறக்கி வைச்சிருக்கு. அவங்களே ஏத்திட்டுவந்து தர்றாங்களாம்."

அத்தார் அவனுக்கு அருகாக நடந்து "சனங்கள் வருகுதோ கணபதி?" என்று கேட்டான்.

"அவ்வளவு நெறஞ்ச சனம்னு இல்ல. வழமையா வர்றமாதிரி வர்றாங்க. இயக்கத்திட முகாம்களைத்தான் தகரங்களும் கூரைகளுமா ஏத்திட்டு வர்றாங்க. சனங்க யாழ்ப்பாணத்திலிருந்து முழுசா கெளம்பிவர ரெண்டு நாளாவது ஆகுமாம். அப்புறம்தான் இங்கால வருவாங்கன்னு நினைக்கிறேன்."

"ம்..." வாச்சர் வண்டிலில் சாய்ந்து கொண்டான். வெற்றிலையைத் துப்பிவிட்டு வாயைத் துடைத்தான். "சரி, நீ போ. காலேலயிருந்து வல்லியாள் தேடுறாள்."

கணபதியின் கண்கள் இரத்தமாகச் சிவந்திருந்தன. அலைச்சலிலும் நித்திரையின்மையிலும் முகம் தடித்துப்போயிருந்தது. தலைமயிரைக் கோதிக்கொண்டு நடந்தவனை அத்தார் பின்னால் சென்று நிறுத்தினான். "கணபதி, யாழ்ப்பாணத்தை இயக்கம் விட்டிட்டுதா?" என்றான்.

சற்று நேரம் அவனைத் தீர்க்கமாகப் பார்த்த கணபதி பிறகு, "தனிக்கல்லடியையும் தான் இயக்கம் அன்னைக்கு விட்டது" என்று கூறிவிட்டு நடந்தான்.

நல்ல வெயில். ராணி விறகுகளையும் ஒன்றிரண்டு தென்னம் பாளைகளையும் எடுத்துவருவதற்காகக் கொட்டில் சாய்வுக்குப் போனாள். மேய்ந்துவிட்டு வந்த பசு நிழலில் படுத்து அசைபோட்டுக் கொண்டிருந்தது. சிந்து படுத்திருந்த கன்றைத் தன்னோடு விளையாட இழுத்தாள். அவள் எந்நேரமும் அதோடுதான் திரிகிறாள். அதுவும் கழுத்திலிருக்கும் சின்னமணியைக் கிணிங் கிணிங் என்று ஆட்டிக்கொண்டு சிந்துவைச் சுற்றிச் சுற்றித் துள்ளிவரும். நாமகள்தான் மணி கட்டிவிட்டாள். அதற்கு ரெட் ரோஸ் என்று பெயராம். பிறகு ரெட் காணாமல் போக ரோஸ் தங்கிவிட்டது. சிந்து ரோஸின் கழுத்துக் கயிறைப் பிடித்து அதை விறாந்தைக்கு இழுத்துக்கொண்டு போனாள்.

ராணி இடது கையில் விறகுகளை அடுக்கிக்கொண்டு இன்னும் ஒன்றிரண்டை எடுக்கக் கீழே குனிந்தாள். கையை நுழைத்தவள் சுளீரென்று இழுத்தாள். விரலில் சுள்ளென்ற கடி. கையில் வைத்திருந்த விறகுகளெல்லாம் சொரிந்து விழுந்தன. ஒரு கொடுக்கான் கொடுக்கைத் தூக்கிக்கொண்டு குடுகுடுவென ஓடியது. தாமதியாமல் விறகைத் தூக்கி ஒரே போடாக நசித்தாள். விரலில் வலி தாளமுடியவில்லை. வீட்டுக்கு வந்தாள். கை நறுநறுத்துக் கொண்டேயிருந்தது. விண் விண் என்று அலையலையாய் வலி ஏறியது. அவளையறியாமல் கண்ணீர். திண்ணையில் போய் இருந்தாள். சிந்து ரோஸை விட்டுவிட்டு அம்மாவைப் பார்த்தவள் தாய் அழவும் தானும் அழுதுகொண்டு ஓடி அவளைக் கட்டிப் பிடித்தாள். “ஒண்டுமில்லடி. நீ அழாதை” வேதனை தாளாமல் அம்மாவின் முகம் சுளிப்பதையும் அழுவதையும் பார்த்து சிந்து ஓவென்று கத்தத்தொடங்கினாள். எதுவும் புரியாத வயது. ‘அழாதை அழாதை’ என்று சொன்னாலும் கேட்கிறாளில்லை. வலியைப் பொறுப்பதா இவளைச் சமாளிப்பதா என்று தெரியாமல் தத்தளித்தவள் சட்டென்று அவளைத் தூக்கிக்கொண்டு நடந்தாள். அம்மா வெள்ளைகேற்றுத் தோட்டத்தில் வேலையில் இருந்தாள். இவளைக் கொண்டுபோய் அவளிடம் விட்டுவிடலாம். அணில்களோடும் குருவிகளோடும் பிராக்காக நிற்பாள்.

சுள்ளென்ற வெயிலுக்கு வலி குறுகுறுவென்று ஏறியது. மரமுந்திரிகளின் நிழலில் வரிச்சுக் கட்டிலில் சாக்கு விரித்து மணிவண்ணன் படுத்துக்கிடந்தான். இப்பொழுதுதான் சாப்பிட்டிருக்கிறான் போல. சிந்துவோடுபோய் அவனை எழுப்பினாள். “என்னைக் கொடுக்கான்

கடிச்சிட்டதடா. இவளும் சேந்து அழுறாள். இவள அம்மாட்ட கொண்டுபோய் விடுறயே...”

“கறுப்பா?”

“இல்ல. சிவப்புத்தான்.”

“அது ஒண்டுமில்ல. இரவுக்குள்ள சரியாப் போடும். நீங்கள் இங்கயே நில்லுங்கோ. பேச்சி தோட்டத்தில வெத்தில போடுற யாரிட்டயாவது சுண்ணாம்பு இருக்கும். வாங்கிக்கொண்டு வாறன்” ஓடினான்.

ராணியின் கண்ணீர் நின்றுவிட்டது. வலி நிற்கவில்லை. இடது கையால் வலது மணிக்கட்டைப் பிடித்துக் கொண்டிருந்தாள். நிழலின் குளிர்மையில் ஓர் இதமிருந்தது. வரிச்சுக் கட்டிலில் உட்கார்ந்தாள். நாலு கட்டைகளை மண்ணில் ஊன்றி மேலே இடைவெளியின்றிக் கம்புகளைப் பரவி இரண்டடுக்குச் சாக்கு விரித்திருந்தான். அதில் சாய்ந்து பார்த்தாள். சூரிய ஒளியைப் பசுங் குடையாய்த் தாங்கியிருந்த முந்திரி இலைகள் வெளிர் பச்சையாய் ஒளிர்ந்தன. நிழலுக்குள் இருந்த இலைகள் கரும்பச்சையாய் இருந்தன. கண்ணை மூடினாள். படுத்திருக்க முடியவில்லை. எழுந்து உட்கார்ந்தாள். இந்த மரத்தடி குப்பை கஞ்சல் இல்லாமல் சுத்தமாய் இருந்தது. அடுத்த மரத்தின் கீழ் கிடந்த ஒரு உக்கிய மரத்துண்டில் கறையான் செம்மண் போர்த்தியிருந்தது. மீண்டும் படுத்தாள். இனி அசையக் கூடாது.

மணிவண்ணன் வந்துவிட்டான். வெற்றிலையில் தடவிய சுண்ணாம்பை நீட்டினான். “கடிவாயில் தடவுங்க.” சுண்ணாம்பை எடுத்து விரல் முழுக்கத் தடவினாள்.

மணிவண்ணன் திரும்பி கையிலிருந்த முட்டாஸ் சரையை சிந்துவிடம் கொடுத்தான். ரோஸ் கலரில் பொச்சு மட்டைபோல தும்பு தும்பான முட்டாஸ், பேப்பரில் சுற்றப்பட்டிருந்தது. “முட்டாஸ் சீனியர் தோட்டத்தில நிக்கிறார். அந்த மனுசன் தோட்டங்களிலேயே யாவாரத்தை முடிச்சுப்போடும்.” கூம்பாகச் சுற்றியிருந்த சரையில் நிறைந்திருந்த கடலையை ராணியிடம் நீட்டினான்.

“சிந்து இதில இருக்கட்டும். நீங்க வீட்ட போங்க. இந்தக் கடலையைத் தின்னுங்க. வலி தெரியாது.”

“என்னெண்டு இவ்வளவையும் தின்னுற?”

“உள்ளி மிளகாயை நறுக்கிப் போட்டு சட்டியில எண்ணெய் விட்டு வறுத்தால் எல்லாத்தையும் திண்டலாம்.”

“திண்டால் வலி குறையுமே?”

“தெரியா. சின்னனில எனக்குத் கொடுக்கான் கடிச்சால் அம்மா இதைத்தான் தந்தவ.”

ராணி சிந்துவைப் பார்த்தாள். முட்டாஸின் கலரில் நாக்கும் உதடுகளும் மாறியிருந்தன. “மாமாவோட நிக்கிறியா... நான் போறன்.” ஓமென்று தலையாட்டினாள்.

ராணி கடலையை வறுத்தெடுத்து வந்து திண்ணையில் இருந்தாள். ‘இதைத் திண்டால் எப்படி வலி குறையும்? திண்டு பாப்பம்.’

நேரத்தைப் பார்த்தாள். இரண்டாகியிருந்தது. நாமகள் வருகிற நேரம். அம்மா பின்னேரம்தான் வருவா. வலி குறைந்தது போல்தான் தெரிகிறது. சிந்து நானில்லாவிட்டால் அழுவாள் என்று தோன்றியதும் துவாயை எடுத்துத் தலையில் போட்டுக்கொண்டு முந்திரியை நோக்கிப் போனாள். சிந்துவை மரக்கிளையில் தூக்கிவைத்து விளையாட்டு காட்டிக் கொண்டிருந்தான்.

“சிந்து, வா போவம்.”

“வலி குறைஞ்சுதா?”

“ம்” சிந்துவைத் தூக்கிக்கொண்டு நடந்தாள். பின்னாலிருந்து அவனுடைய குரல் வந்தது.

“நீங்கள் அங்கை வலியில துடிக்கேக்க இங்கை என்ர மனசு பதறிக் கொண்டிருந்தது.”

எட்டேக்கரின் தென்னைகளுக்கு மேலே வானில் தெரிந்த நட்சத்திரங்களையே பார்த்தவாறிருந்தாள் ராணி. வலி லேசாகத்தான் இருக்கிறது. காலையில் முழுதும் சரியாகிவிடும். கொடுக்கான் கடித்ததை அம்மாவிடம் சொல்லவில்லை, நாமகளிடமும்தான். பின்னேரம் குளித்த போதே சுண்ணாம்பு கரைந்துபோய் விட்டது. தூக்கம் வராமல் புரண்டு கொண்டிருந்தவள் எழுந்து முழங்காலைக் கட்டிக்கொண்டு இலக்கற்ற பார்வையோடு இருளையே வெறித்திருந்தாள். சிந்து நித்திரையில் இருந்தாள். அவனுடைய ரோர்ச் வெளிச்சத்தைக் காணவில்லை.

‘இன்றைக்குக் காவல் இல்லையா... ஏன் என்னையே சுற்றி வருகிறான்? நான் என் பாட்டுக்கு நிம்மதியாய் இருந்தேன். கலைக்கப் பார்க்கிறான். இல்லை... இப்படியெல்லாம் நான் நினைத்துப் பார்க்கவே கூடாது. அவன் ஏதோ வருகிறான் போகிறான். அவ்வளவும்தான். நாமகள்

பெரியவளாகிவிட்டாள். அம்மாவுக்கு ஏதாவது தெரிந்தால் அவள் காளியாகி விடுவாள். சிந்துவின் கண்ணுக்கு முன்னால் அடிவாங்க முடியாது. அது அசிங்கம். அவமானம். சிந்து வளர்ந்துவிட்டாள். அடுத்த வருஷம் பள்ளிக் கூடம் போவாள். அவள்தான் இனி எல்லாம். இருக்கும் மரியாதையைக் காப்பாற்றிக் கொள்ள வேண்டும். கூடாது. இனி அந்த ஆசையே கூடாது. நிம்மதிதான் முக்கியம்.'

சரிந்து படுத்து உணர்ச்சிவசப்பட்டு சிந்துவை இழுத்து அணைத்துக் கொண்டாள்.

கணபதியும் மணிவண்ணனும் லொறியைக் கொண்டு ஆலங்கேணிக்குப் போயிருந்தார்கள். நள்ளிரவுக்குப் பிறகுதான் படகு வந்து சேர்ந்தது. வயதான ஒரு கிழவியையும் இன்னும் இரண்டு ஆண்களையும் சாரதிக்கு அருகாக ஏறச் சொல்லிவிட்டு மற்றவர்களைப் பின்னால் ஏறச்சொன்னான் கணபதி.

"பொறு தம்பி, எங்கடை சாமானுகள இன்னொரு வள்ளத்தில ஏத்திக்கொண்டு வாறமெண்டவங்கள். அதுகளும் வந்தாப்பிறகுதான் போகவேணும்" என்றாள் அந்தக் கிழவி. அவள் வெள்ளைச்சேலை உடுத்தியிருந்தாள். வள்ளத்தால் இறங்கிய உடனேயே வெற்றிலைச் சரையைப் பிரித்து மெல்லத் தொடங்கியவள் புளிச் புளிச் என்று துப்பினாள்.

இரவு மூன்று மணியைத் தாண்டியும் பொருட்களை ஏற்றிய வள்ளம் வந்து சேரவில்லை. ஆளாளுக்குச் சாய்ந்து படுத்து விட்டார்கள். கிழவி மட்டும் கொட்டக்கொட்ட விழித்திருந்தாள். "நீங்க வேணுமின்னா ஒரு வண்டிய ஹயர் பண்ணிட்டுப் போங்களேன். நாங்க லொறியில சாமாங்கள கொண்டுவர்றோம்" என்றான் கணபதி. கிழவி அவனை எரிச்சலோடு பார்த்தாள். "உந்தக் குண்டு மழைக்குள்ளால கட்டிக் காவியந்த சாமானுகள கடக்கரையில விட்டுட்டுப் போறதோ... நாங்கள் நிண்டு பாத்து ஏத்தவேணும்" என்றாள்.

வெளிச்சம் பரவத் தொடங்கியபோதுதான் படகுகள் வந்து சேர்ந்தன. ஆட்டையும் குட்டியையும் படகோட்டி இழுத்துக் கொண்டு வந்தான்.

"இதுகள் வேற, போட்டுக்குள்ளை புளுக்கை புளுக்கையா போடுதுகள். சனங்கள் வர வழியில்லை. இதுக்கை நாயும் ஆடுமெண்டு சிலர் ஆடுற ஆட்டம் தாங்கேலாது" என்று சலித்தான்.

கிழவிக்குக் கேட்டிருக்க வேண்டும். சேலையைச் சொருகிக் கொண்டு எழுந்து வந்தாள். "உசிரா வளத்த பிராணியளை அநாதையா விட்டுட்டு வரச் சொல்லுறியே..."

"அம்மா... சில சனங்கள் தாய் தேப்பனையே விட்டுட்டு வந்திருக்கினம் வேற வழியில்லாமல்..."

"அதுகளின்ரை விதி அப்படி..."

மணிவண்ணன் ரி.வியைத் தூக்கி ஏற்றினான். அருகில் நின்றவள் "பத்திரம் பத்திரம்" என்றாள். அவன் கிழவி நிற்கிறதா என்று திரும்பிப் பார்த்தான். பிறகு "என்னக்கா, ஒரு இரவில இடம் பெயர்ந்ததெண்டு சொல்றாங்க. நீங்கள் ஆறுதலா எல்லாத்தையும் ஏத்திட்டு வந்திருக்கிறீங்க..." என்று கேட்டான்.

"ஓ, ஐஞ்சாம் நாள் ரக்டர் பிடிச்சுக்கொண்டுபோய் எல்லாத்தையும் ஏத்தியந்தனாங்கள்."

இரண்டு கட்டில்கள், அவற்றின் மெத்தைகள், நான்கைந்து கதிரைகள், அம்மி, உரல், உலக்கையென்று லொறி நிறைந்துவிட்டது. ஆட்டையும் குட்டியையும் பின்னாலேயே ஏற்றினார்கள். "அதுகளுக்கு நல்ல பச்சையா குழை முறிச்சுப் போடு தம்பி" என்று கிழவி கணபதியிடம் சொன்னாள்.

முன் இருக்கையில் இரண்டு பேரைத்தான் ஏற்ற முடிந்தது. மற்றவர்களுக்காக ஒரு லான்ட் மாஸ்ரரை வாடகைக்குப் பிடித்தார்கள். பேச்சி தோட்டத்திற்கு வந்தபோது மத்தியானம் பன்னிரெண்டு மணி.

"யோசப் அய்யா வரல்லையா?" அத்தார் கணபதியிடம் ஆர்வத்தோடு கேட்டான்.

"இல்ல, இவங்க அவருக்குப் பழக்கமானவங்களாம். ரெண்டு மூணு குடும்பம். போய்ப் பாருங்க. லொறி முழுக்கச் சாமானை நிறைச்சு வைச்சிருக்கிறாங்க. கட்டில், மெத்தை, மேசை, கதிரை, அம்மி, உரல், இதுக பத்தாதுன்னு ஆடும் குட்டியும் வேற..."

யாழ்ப்பாண நகரம் இராணுவத்தினரால் முழுமையாகக் கைப்பற்றப் பட்டிருந்தது. யாழ் குடாநாட்டின் பிற பகுதிகளான வடமராட்சியும் தென்மராட்சியும் சனக்கூட்டத்தால் பிதுங்கித் தள்ளின. அவர்களை வன்னிக்குச் செல்லுமாறு புலிகளின் வானொலி தொடர்ச்சியாக அறிவித்துக் கொண்டிருந்தது. படகுகள் பகலிலேயே வெகு சாதாரணமாகக் கிளாலிக் கடலைக் கடந்தன. சந்திரா ஒவ்வொரு நாளும் வாசலைப் பார்த்தபடியிருந்தாள். இரவு நேரத்தில் கண்ணீர் சிந்தினாள். புண்ணியமும் இராசமணியும் வன்னிக்கு வருவார்களென்று அத்தாருக்கு நம்பிக்கையிருக்கவில்லை. இருந்தாலும் அவர்களைத் தேடி இரண்டு தடவை புலிகளின் குரலிலும் தமிழீழ வானொலியிலும் அறிவித்தல் கொடுத்துப் பார்த்தான். பயனில்லை. சாவகச்சேரியில் தங்கியிருந்த யோசப் அய்யாவின் தகவல்களைக் கொண்டுவரும்

கண்ணன் என்ற இளைஞனிடமும் ஒருமுறை சொன்னான். அவன் "நான் எத்தினை பேரையெண்டு தேடுறது. நீங்கள் பரவாயில்லை. பெரிய இயக்கத் தளபதியளே என்னட்டத்தான் உதவி கேக்கினம். நான் என்ன செய்யிறது..." என்று அலுத்துக்கொண்டபோது அவனைப் 'பேப் புளுகன்' என்று மனதிற்குள் திட்டினான்.

அத்தார் போனபோது பேச்சி தோட்டத்தில் நீல வீட்டின் வாசலோடு லொறியை நிறுத்திப் பொருட்களை இறக்கிக் கொண்டிருந்தார்கள். உள்ளேயிருந்த பெண்கள் நித்திரைக் கலக்கத்தோடிருந்தார்கள். 'சந்திராட்டைச் சொல்லி தேத்தண்ணி வைச்சுக் கொண்டு வந்திருக்கலாம்' என்று நினைத்தான். வெளியே தென்னை மரங்களில் தாவும் உருப்பெருத்த அணில்களை ஒருவன் ஆச்சரியத்தோடு பார்த்துக்கொண்டு நின்றான். அவனுக்குப் பதினான்கு பதினைந்து வயதிருக்கும். லொறியின் கீழே நின்ற இரண்டு வளர்ந்த ஆண்கள் "இது எங்கடை சாமான், உது உங்கடை சாமான்" என்று சொன்னவாறு பொருட்களை இறக்கிக்கொண்டு நின்றார்கள்.

திடுதிடுவெனச் சந்திரா ஓடி வந்தாள். நின்று நிமிர மூச்சு வாங்கியது. சற்று முன்னர் அவள் கணபதியைச் சந்தித்திருக்க வேண்டும். பதற்றத்தோடு நுழைந்து "நீங்கள் எங்கையிருந்து வாறியள்?" என்று உள்ளேயிருந்தவர்களிடம் கேட்டாள்.

"யாழ்ப்பாணத்திலயிருந்து" என்றாள் அங்கிருந்த பெண்.

"இடம்பெயர்ந்து எங்கையிருந்தனீங்கள்?"

"சாவச்சேரிச் சந்தைப் பக்கமா... ஒரு வளவுக்குள்ளை..."

"அங்கை எங்கையாவது என்ரை அப்பாவையும் அம்மாவையும் கண்டனியளே... புண்ணியம், இராசமணி எண்டு பேர். அப்பா கொஞ்சம் தொக்கையா இருப்பார்... கொஞ்சம் கட்டை... அம்மா இந்தா இந்த ஆச்சியைப் பாக்கிற மாதிரி இருக்கும். கொஞ்சம் வயசு குறைவு" கிழவியைக் காட்டிக் கேட்டாள்.

"ஏன் உங்கடை அப்பாவ யாழ்ப்பாணத்திலயே நீங்கள் விட்டிட்டு வந்திட்டியளே..."

"இல்லை... நான் இங்கைதான் இருக்கிறன். அவையள் அங்கை. நீங்கள் கண்டனியளே?"

"நீங்கள் ஊரில் எவடம்?"

"பத்தானை."

“பத்தானையில எங்கை?”

“நீங்கள் சாவச்சேரியில நிண்டதெண்டு சொன்னீங்கள். அங்கினதான் இவையும் நிண்டிருப்பினம்.”

“சாவச்சேரியில அரக்க இடமில்லை. கோயில் குளம் றோட்டு சந்தையெல்லாம் சனம். ஒரு குண்டு போட்டானெண்டால் ஆயிரமெண்டாலும் சாகிறமாதிரி நிக்குது சனம்...” என்றாள் கிழவி.

அதைக் கேட்க விரும்பாதவளைப்போல சந்திரா முகத்தைத் திருப்பிக் கொண்டாள். கண்கள் கலங்கிவிட்டன. மறைத்துக்கொண்டு போனாள்.

மூன்று மாதங்கள் வரை நீல வீட்டில் தங்கியிருந்த யாழ்ப்பாணத்தார் அங்கிருந்தவாறே எட்டேக்கரில் இரண்டு வீடுகளைக் கட்டத் தொடங்கினார்கள். கணபதிதான் முன்னின்று வேலைகளைச் செய்தான். வீட்டினுடைய மூலைக்கால்கள், புலிகளிடம் அனுமதி பெற்றுக் காட்டில் வெட்டிய உறுதியான மரங்களால் எழுந்து நின்றன. கூரையில் அடர்த்தியாகக் கிடுகு வேயப்பட்டிருந்தது. சுவருக்கு மண் சாந்து மெழுகி சுண்ணாம்புத் தீந்தை பூசினார்கள். பழைய பற்றரிக் கரியை மண்ணோடு குழைத்து அழுத்தமாகச் சமன் செய்த தரை. அடுப்படியில் தமிழீழப் பொருண்மிய மேம்பாட்டு நிறுவனத்தின் இரட்டைச் சூட்டடுப்பு.

நீர் அள்ளவும் குளிக்கவும் மட்டுமே ஆட்கள் வந்துபோன எட்டேக்கர் காணி திடீரென்று சனங்களால் நிறைந்துவிட்டதாக அத்தார் நினைத்துக் கொண்டான்.

பால் காய்ச்சிய அன்று சந்திராவையும் மீனாட்சியையும் அழைத்திருந்தார்கள். வாசலில் கேர்ட்டீன் துணிகள் தொங்கிய இரண்டு அறைகளோடும் நீளமான அகல விறாந்தையோடும் உயர்ந்து நின்ற வீட்டை மீனாட்சி ஆச்சரியம் மேலிடப் பார்த்தாள். சுவாமி அறையில் புதிதாக வாங்கிய கடவுள் படங்கள் வரிசையாக வைக்கப்பட்டிருந்தன.

“இவ்வளவு சாமானையும் எடுத்துக்கொண்டு வந்தனீங்க, சாமி படங்களை விட்டுட்டா வந்தீங்க...” என்று வதனாவிடம் கேட்டாள். அவளும், ஒரேயொரு மகன் சாரகனும் கூடவே அவள் தம்பியும் மாமியும் அந்த வீட்டில் தங்கியிருந்தார்கள். கணவன் எண்பத்து மூன்றிலேயே குவைத்துக்குப் போய்விட்டதாகவும், பின்னர் ஈராக் பிரச்சனையோடு லண்டனுக்குப் போனதாகவும் ஒருநாள் சொல்லியிருந்தாள்.

“வீட்டில இருந்து சாமியைக் கிளப்பக்கூடாது. அது நல்லதில்லைதானே.”

“சாமான் சக்கட்டோட நிரந்தரமாயே வந்திட்டியள், இனித் திரும்பிப் போறதில்லையெண்டு முடிவே எடுத்திட்டியளோ...”

“சொந்தக்காரப் பெடியனொருவன் இயக்கத்தில இருக்கிறான். அவன்தான் வன்னிக்குப் போகச் சொல்லிச் சொன்னவன். எனக்கு ஒரு பெடியன்தான் எண்டாலும் எங்கட இவற்றை அண்ணன்ரை குடும்பத்தில ரெண்டு பொம்பிளைப்பிள்ளையள் இருக்கினம். மச்சாளின்ரை தங்கச்சி பவானி ஒரு பிள்ளைக்குத் தாயெண்டாலும் இளம்பெட்டை. பொம்பிளைப் பிள்ளையளை வைச்சுக்கொண்டு ஆமிக்குள்ள எப்பிடி இருக்கிறது சொல்லுங்கோ...”

அத்தார் கழுத்தில் துவாயைச் சுற்றிக்கொண்டு எட்டேக்கரை நோக்கி நடந்தான். தென்னை ஓலைகள் வரைந்து விட்டதைப்போல அசைவின்றித் தொங்கின. தேகம் மசமசத்தது. குளித்தபிறகு அசதிதீரத் தூங்க வேண்டுமென்று நினைத்துக்கொண்டான்.

கிணற்றடியைச் சுற்றிக் கதியால்களை நட்டு நெருக்கமாகக் கிடுகுகளை வேய்ந்துகொண்டிருந்த கணபதி இவனைக் கண்டதும் சிநேகமாகப் புன்னகைத்தான். பக்கத்திலேயே சின்னாச்சிக் கிழவி சேலைத் தலைப்பால் தலையை மூடிக்கொண்டு நின்றாள். அவளிடம் “அஞ்சு ஓலை வரிசை போதுமாங்க...” என்று கணபதி கேட்டான்.

“நல்லா அடிநிலம் வரைக்கும் வேலியை அடையடா தம்பி. மான ரோஷம் உள்ள பொம்பிளைப் பிள்ளையள் நாலு பேருக்குத் தெரியக் குளிக்குங்களோ... இவ்வளவு நாளும் இங்கை இருக்கிறதுகள் என்னெண்டுதான் குளிச்சுதுகளோ தெரியா...” என்றவள் “வெயில் மண்டையைப் பிளக்குதடா. நான் போறன். நீ அடைச்சுப்போட்டு வந்து கூலியை வாங்கிக்கொண்டு போ...” என்றபடி விலகினாள்.

“சரிங்க.”

சின்னாச்சி போகும் வரைக்கும் ஓரத்தில் பார்த்துக்கொண்டு நின்ற அத்தார் துவாயை வேலியில் கொழுவிவிட்டு வாளியை இறக்கினான். வாளி, கயிறு, கப்பி எல்லாமுமே புதிதாக மாற்றப் பட்டிருந்தன. ‘அந்த நேரமே மேட்டுக்காணியில ஒரு கிணத்தை வெட்டியிருக்கலாம்.’

“என்ரை மனிசியையும் உன்ரை மனிசியையும் மானம் ரோஷம் கெட்டதுகள் எண்டு கிழவி சொல்லுது. நீயும் நானும் பாத்துக் கொண்டு நிக்கிறம்.” தண்ணீரைத் தலையில் வார்த்துவிட்டுச் சொன்னான்.

கணபதி தலையைக் குனிந்துகொண்டான். பிறகு "இங்க எட்டேக்கர்ல மேட்டுக்காணிப் பக்கத்து வேலி ஓவெண்ணு இருக்காம். அதை முழுசா அடைக்கணும்னு என்கிட்டச் சொல்லியிருக்காங்க" என்றான்.

"ம்... வளவெண்டால் ஒரு அறுக்கையா இருக்க வேணும். இப்பிடி நாலு பக்கத்தாலும் ஓவெண்டு இருக்கப்படாது. அதுவும் பொம்பிளைப் பிள்ளையளை வைச்சிருக்கிறனாங்கள் இப்பிடி இருக்கக் கூடாதெண்டு சந்திராவிட்டையும் சொன்னவவாம்."

"நமக்கும் தண்ணீல கண்டம்னுதான் நினைக்கிறேன். மணிவண்ணனை இரவுக் காவலுக்கு எட்டேக்கருக்கு வரவேணாம்னு கிழவி சொல்லிருச்சாம். வேணும்னா வாச்சர் மாதிரி வயசானவங்க யாராச்சும் வாங்கன்னு சொல்லியிருக்கு. வாச்சர் தலையில அடிச்சுக்கிட்டே எங்கிட்டச் சொன்னாரு..."

"வாச்சர் வாறது இந்தக் கிழவின்ரை கற்புக்குப் பங்கமில்லையாமோ" அத்தார் தலையைத் துவட்டிக்கொண்டே கேட்டான்.

1996

நிலவு இன்றைக்கும் பொழிந்து கொண்டிருந்தது. ராணிக்கு நித்திரை வருமென்ற நம்பிக்கையில்லை. காணியின் எல்லையில் நிழலாய் ஆடும் மரமுந்திரிகளையும் அதற்கப்பால் எட்டேக்கரின் தென்னைகளையும் இரண்டு நிழற் கோபுரங்களாகப் புதிதாய் முளைத்த வீடுகளையும் பார்த்தவாறு குப்புறப் படுத்திருந்தாள். பிணைத்திருந்த கைவிரல்கள் நாடியைத் தாங்கியிருந்தன. சில வாரங்களாகவே இப்படியொரு பழக்கம். வெறுமனே பார்த்துக் கொண்டிருப்பாள். ரோர்ச் ஒளி ஒரு சாய்வாக மண்ணில் பாயும். அங்குமிங்குமென அலையும். காட்டோரத்தில் தேடும். முந்திரிக்குள் அணைந்துவிட்டதென்றால் வரிச்சுக் கட்டிலில் சாய்ந்துவிட்டானென்று அர்த்தம்.

இதோ... இதோ... ஒளிக்கோடு எட்டேக்கரின் கிழக்கிலிருந்து மேற்காகப் போகிறது. ம்... நல்லவன்தான். யாரும் என்ன கேட்டாலும் ஓடி ஓடிச் செய்வான். அந்தக் குணத்தைத்தான் முதலில் அவளுக்குப் பிடித்திருந்தது... பிடித்திருந்ததா...? அவன் பேசிக்கொண்டிருக்கக் கேட்டுக்கொண்டிருக்க வேணும் போலிருக்கிறது. எதையாவது சாட்டாக்கிக் கதைக்கத் துடிக்கிற உந்தல். எட்டேக்கருக்கு யாழ்ப்பாணத்து ஆட்கள் வர முன்பென்றால் கிணற்றடியில் அடிக்கடி சந்திக்கலாம். இப்பொழுது கிணற்றடியைச் சுற்றி வேலியடைத்து விட்டார்கள். அது போதாதென்று அங்கிருக்கிற ஒரு கிழவி யார் என்ன செய்கிறார்களென்று உற்றுப் பார்த்துக்கொண்டிருக்கிறாள். அவளுக்கு அதுதான் வேலையே போல. ஆனாலும் சந்தர்ப்பங்கள் வாய்க்கத்தான் செய்கின்றன.

"யானைக்குக் காவலாம். ஆளைப் பார். நீ இதுக்கு முன்னம் யானையைப் பாத்திருக்கிறியாடா?" என்றொரு நாள் கேட்டாள்.

"எதுக்கு? நானென்ன யானையைக் கல்யாணமா கட்டப் போறேன்... காவல் தானே பாக்கிறன்."

இரவெல்லாம் முள்ளுப் பற்றைகளில் திரிகிறான். செருப்புக் காலோடு என்றாலும் பாம்பு பூச்சிக்குப் பயம்தான்... பாதுகாப்பில்லை தானே... அவளைக் கொடுக்கான் கடித்தபோது எப்படித் துடித்தாள்...

"விரலுக்கு மருதாணி வைக்கலாம் தானே?" என்றான் ஒருநாள்.

"இந்த வயசில இனி எதுக்கடா!"

"இருபத்திமூண்டு வயசில இருட்டுக்காட்டுல இன்னும் பாதிப் பெட்டைகள் கலியாணம் கட்டாமல் இருக்கினம்."

"அதெல்லாம் உனக்கெப்பிடியடா தெரியும்..."

ரோர்ச் ஒளிக்கோடு வடக்கில் அசைந்து மறைந்தது. நிலவின் வெளிச்சம் பிரகாசமாக இருக்கிறது. ஆனால் அது மேகங்களிடையில் மறைந்திருந்தது. நட்சத்திரங்களையும் காணவில்லை.

"யானை கலைச்சால் என்னடா செய்வாய்?"

"வெடி வைப்பன்."

"யானைக்கா?"

"இல்லை. மேல்வெடி. சத்தம் கேட்டதும் விலகிப் போயிடும். என்ன சிரிக்கிறியள்?"

"இல்ல... யானையை முன்னால கண்டால் உனக்குப் பயத்திலயே..." என்றுவிட்டுக் கிளுக் என்று சிரித்தாள். மணிவண்ணன் நாணமாக முகத்தைத் திருப்பினான்.

எட்டேக்கரில் முழங்காலளவு உயரத்திற்கு வளர்ந்திருந்த புற்களையெல்லாம் யாழ்ப்பாணத்து ஆட்கள் அறுக்கத் தொடங்கி விட்டார்கள். பூரான் பூச்சிகள் வீட்டிற்குள் வருகின்றனவாம். முன்னர் மாடுகளைச் சாய்த்துக்கொண்டுபோய் தென்னைகளில் கட்டி பொழுதைப் போக்காட்டிவிட்டு மறுபடியும் கொட்டிலுக்குக் கொண்டுவருவாள். இளங்காற்றுக்கு அசையும் புற்களை கறுக் கறுக்கென்று மாடுகள் மேய்ந்துகொண்டிருப்பதைப் பார்ப்பதே ஒரு நிறைவுதான். சிந்து புற்களினிடையில் கன்றைக் கலைத்துத் திரிவாள்.

"இரட்டைக் குடம் வச்சுத் தண்ணி எடுக்கலாம்தானே. நடை மிச்சம்."

"எனக்குத் தலைக்குடம் நிக்காது. இடுப்பில குடத்தைத் தூக்கி நடந்து போனாலே ஆரோ குறுகுறுவெண்டு பாக்கிறமாதிரியிருக்கும். எனக்கு நடையே மாறிப்போட்டுது."

ஒளிக்கோடு கிணற்றடியைத் தேடிச் செல்கிறது.

"வெள்ளை பெனியன் போடாதை. யானைக்குப் பிடிக்காது. துரத்தும்."

"ம்ம்.. நீங்கள் துணைக்கு நிண்டால் துரத்தாது. பயந்து ஓடிப்போடும்..."

"ஏன்?"

"நீங்கள் கன்னத்தைப் பொத்தி அடிச்சுப் போடுவியள் எண்டு பயப்படும்."

எப்பொழுதும் அதையே சொல்லிக்காட்டுவான். அறைந்த போதிருந்த கோபமெல்லாம் வழிந்து காலடியில் கிடக்கிறது... ராணி மெல்லப் புன்னகைத்தாள்.

ரோர்ச் ஒளியைக் காணவில்லை. அணைத்துவிட்டானா... இல்லை... கிணற்றடி வேலிக்குள் நிற்கிறான். நேற்று சந்திராக்கா சொன்னது நினைவுக்கு வந்தது. எட்டேக்கருக்கும் மேட்டுக் காணிக்கும் இடையிலான எல்லை ஓவென்று திறந்து கிடக்கிறதாம். யாழ்ப்பாணத்து ஆட்கள் வேலியடைக்கப் போகிறார்களாம். வெறுமையாக உணர்ந்தாள். வேலியடைத்தால் ரோர்ச் லைற் வெளிச்சத்தை இங்கிருந்து பார்க்க முடியாமற் போகுமா... வெறும் ஒளிக்கோட்டில் அப்படியென்ன கிறுகிறுப்பு... இடையில் வேலி முளைத்துவிட்டால் பிறகு சுற்றித்தான் வரவேண்டும். அல்லது காட்டுக்குள் நுழைந்து ஓரமாக நடந்து காணிக்கு வரவேண்டும். அதோ வெளிச்சம் கிணற்றடியிலிருந்து வெளியேறுகிறது. மேகங்களின் மறைப்பிலிருந்து நிலவும் வெளியேறியிருந்தது.

ராணி நெடுமூச்செறிந்தாள். காம்புகள் ஓலைப் பாயில் குத்திட்டு அழுந்தின.

யாழ்ப்பாண வான்பரப்பை நிரந்தரமாகக் குத்தகைக்கு எடுத்திருந்த கிபிர் மிகையொலி விமானங்கள் நீண்ட காலத்தின் பின்னர் வன்னிக்குள் நுழைந்தன. வானம் அப்பொழுதுதான் மெல்லப் புலர்ந்திருந்தது. இராத்திரிப் பனியின் நீர்முத்துகள் சிதறியிருந்த புற்களிடையே கால் நடக்க, கணபதி ஏற்கெனவே வேலியடைப்பைத் தொடங்கியிருந்தான். எல்லையில் நின்ற மரமுந்திரிகள் நேராக அன்றி அங்குமிங்குமாக முந்திப் பிந்தி நின்றன. அவற்றுக்கு இடையாலேதான் வளைத்து நெளித்து வேலியைக் கொண்டுபோகவேண்டும். தனியொருவனாக நின்று சமாளிக்க அவன் சிரமப்பட்டான். நேற்று சாரகன் உதவிக்கு நின்றதால் பேச்சுத் துணைக்கும் ஆள் கிடைத்தது போலிருந்தது. அவனிடம் பேச்சோடு பேச்சாக “தம்பிக்கு எத்தன வயசு?” என்று கணபதி கேட்டான்.

“உங்கடை வளவுக்குள்ளை நாமகள் எண்டு இருக்கிறாவெல்லோ, அவவின்ரை வயசுதான்” என்றான். சற்றுக் கழித்து, “இல்லை... அவவும் நானும் பள்ளிக்கூடத்தில ஒரே வகுப்புத்தான். அதுதான் அப்படிச் சொன்னனான்” என்று திருத்தினான்.

“ஓ... ஒண்ணாத்தான் படிக்கிறீங்களா...”

“ஒரே வகுப்புதான். ஆனால் ஒண்டாயில்லை. அவையளுக்குக் காலமை வகுப்பு. அகதிப் பிள்ளையளுக்குப் பின்னேர வகுப்பு. மத்தியானம் சாப்பிட்டபிறகு போயிருக்க நித்திரைதான் வருகுது...” என்று சலித்துக்கொண்டான்.

‘பூம் பூம்’ என்று வானம் உதைத்தது. தெற்குப் புறத்தின் கீழிருந்து கிழித்துக்கொண்டு ஏறுவதைப்போல இரைச்சல் எழவும் கணபதி திடுக்கிட்டு நிமிர்ந்தான். கிபிர் குறுக்கும் நெடுக்குமாகச் சீறியது. மீனாட்சியும் நாமகளும் காட்டுக்குள் ஓடுவதைப் பார்த்தான். ராணி சிந்துவைத் தூக்கிக்கொண்டு ஓடிப்போய்ப் பதுங்கினாள். கணபதி வீட்டை நோக்கி ஓடத்தொடங்கினான். ஒரு காற்று உருண்டை பிடரியைத் தள்ளுமாற்போல படீரென்று வெடித்தது. கண்ணாடி மாளிகை நொறுங்கிச் சரிவதைப் போன்ற சத்தம்... பாய்ந்து விழுந்தான். காதுக்குள் கூ என்ற இரைச்சல்... சற்றுத் தொலைவில் சந்திராவும்

அத்தாரும் நிலத்தோடு விழுந்து கிடந்தார்கள். மீண்டும் கிபிர் சத்தங்கள் ஆகாயத்தைக் கிழித்தன. அவன் எழுந்து ஓடினான். வீட்டிற்குப் பின்னாலே விநோதினியை நெஞ்சுக்குள் பொத்திக்கொண்டு வல்லியாள் படுத்திருந்தாள். பக்கத்தில் முத்து ஒரு தவளை கிடப்பதைப்போலக் கிடந்தாள். அவள் விக்கி விக்கி அழுதுகொண்டிருந்தாள். கணபதி அவர்களுக்கிடையில் தன்னைச் செருகிக்கொண்டான். கூரான அருவாள்கள் ஒன்றையொன்று உராய்ந்துகொள்வதைப்போல ஒலி ஆர்முடுப் பெருகியது. அவன் பற்களை இறுகக் கடித்தான். விஷ்க் விஷ்க் என்று கேட்டது. றப்பர் போல நிலம் அதிர்ந்து தணிந்தது. முத்து மெதுவாகத் தலையை உயர்த்தி வானத்தைப் பார்த்தாள்.

“தலயத் தூக்காத புள்ள, பீஸு பறக்கும்...” காதுகளைப் பொத்திக்கொண்டு தாயின் மார்புக்குள் ஒடுக்கிக்கிடந்த விநோதினியைப் பார்த்தபோது அவனுக்குக் கண்ணீர் தளும்பியது. ‘சாமிதான் என் குடியைக் காக்கணும்...’

தலைக்கு மேலே ‘ஷ்...’ என்று கேட்டது. மேலே பார்த்த சிந்து “ஆ... ரெண்டு ரெண்டு...” என்று கத்தினாள். கூரிய ஈட்டிகளைப் போல இரண்டு கிபிர்கள் சமாந்தரமாகச் சீறி விரைந்தன. ஒன்றுமட்டும் காட்டுக்குள் குத்தி எழுந்தது. ஒரு பிரமாண்டமான கறுப்புக் குடை விரிவதைப்போல கரும் புகைக் கோளம் அடர்ந்த மரங்களுக்கு மேலாக எழுந்தது. எட்டேக்கரில் ‘குய்யோ முய்யோ’ என்று பெண்கள் அலறினார்கள். “அய்யோ என்ரை நெஞ்சுக்கை என்னவோ செய்யிது...” என்ற சின்னாச்சியின் ஓலம் எல்லை தாண்டிக் கேட்டது.

அத்தாரும் கணபதியும் எட்டேக்கருக்கு ஓடியபோது வீடு கட்டுவதற்காக மண் அகழ்ந்த குழிக்குள் சின்னாச்சி தலைவிரி கோலமாகக் கிடந்தாள். நேசலிங்கம் மேலே நின்று கையை நீட்டி “எழும்பணை, எழும்பி என்ரை கையைப் பிடியணை” என்று சொல்லிக்கொண்டிருந்தான். கணபதி உள்ளே குதித்து அவளைத் தூக்கி நேசலிங்கத்திடம் கொடுக்க இழுத்து வெளியேற்றினார்கள்.

“மனிசி கிணத்தடியில கிடுகு பின்னிக்கொண்டிருந்தது. சத்தம் கேட்ட பதட்டத்தில எழும்ப முடியேல்லைபோல... கால் சிக்கி, உருண்டு விழுந்துபோட்டுது. நான்தான் ஓடிப்போய் எழுப்பியந்தன். அதுக்கிடையில் அவன் கீசிக்கொண்டு மறுபடியும் கீழை குத்த என்னையும் இழுத்துக்கொண்டு மனிசி கிடங்குக்கை விழுந்திட்டுது. நல்லவேளை, கிணத்துக்கை குதிக்கேல்லை” என்றான் நேசலிங்கம்.

சின்னாச்சி தண்ணீரால் முகத்தைத் துடைத்துவிட்டாள். நெஞ்சை அடிக்கடி ஈரக்கையால் வருடினாள். வார்த்தைகள் திக்கித் திக்கித்தான் வெளியேறின. “ஆரோ இரும்பாலை நடுமண்டையைப் பிளக்கிற மாதிரியெல்லோ சத்தம்... குண்டு விழ முதலே உசிரைப் பிடுங்கிற மாதிரி... வேசை, என்ன நாசமறுப்புகளைக் கொண்டந்து கொட்டுறாளோ...” அவள் சந்திரிகாவைத் திட்டினாள்.

கரும்புகையின் அடையாளங்கள் மெல்லக் கலைய காடு மீண்டும் அமைதியானது. நிவாரணத்திற்காகச் சங்கக் கடைக்குப் போன அருணகிரியைக் காணவில்லையென்று அவருடைய மனைவி பதறிக்கொண்டிருந்தாள். கிபிர் இரையத் தொடங்கியபோதே, அவளுடைய இரண்டு மகள்களும், பவானியும் வதனாவின் வீட்டிற்கு ஓடிவந்துவிட்டார்கள். பவானி மகனைக் கைப்பிடியாகப் பிடித்து வைத்திருந்தாள்.

“சங்கக்கடை இஞ்சால ரோட்டுப் பக்கத்தில இருக்கு. கிபிர் மற்றப் பக்கம் காட்டுக்கைதானே அடிச்சது...” என்றாள் அருணகிரியின் இரண்டாவது மகள் சாந்தினி. மூத்தவள் துளசிக்கு இன்னமும் பயக்கெடு தீரவில்லை. சுவரின் மூலைக்குள் ஒடுங்கிப் போயிருந்தாள். கொஞ்ச காலத்துக்கு முன்னர், யாழ்ப்பாணத்தில் அவள் பள்ளிக்கூடத்தால் திரும்பும் வழியில் சுப்பர்சொனிக் விமானமொன்று ரொக்கெற்றுக்களை வீசிய நாளிலிருந்து இப்படியான தருணங்களில் அவளுடைய முகம் விறைக்கத் தொடங்கிவிடும். அன்றைக்கு காயப்பட்டவர்களைத் தூக்கிக்கொண்டு ஓடியபோது அவளுடைய கண்ணுக்கு முன்னால் ஒரு சிறுமியின் இடதுகால் பிய்ந்து விழுந்தது. தேகம் அப்போதே உதறத் தொடங்கிவிட்டது. பேயறைந்தவளைப்போல வீட்டிற்கு வந்தாள். நித்திரையில் திடீர் திடீரென்று அந்த நினைப்பு வரும். இருட்டை வெறித்துக் கொண்டிருப்பாள். விமானச் சத்தங்களை மெலிதாகக் கேட்டாலே தண்ணீருக்குள் பலவந்தமாக அமுக்குவதைப் போல முகம் வெளிறிப்போய்விடும்.

“நிவாரணமெண்டு காலமை போன மனுசன். பிளேன் அடிச்சு இவ்வளவு நேரமாகுது. இன்னமும் வரேல்லை...”

“விடிய வெள்ளனப் போய்ப் பிடிச்ச வரிசையை விட்டுட்டு என்னெண்டு வாறது. அப்பா நிவாரணத்தோடதான் வருவார்” என்றாள் சாந்தினி.

வதனாவின் வீட்டுக் கூரைக்கு மேலாக ஓர் அன்ரெனாவை உயர்த்தியிருந்தார்கள். அதிலிருந்து இறங்கிய கறுப்பும் சிவப்புமான வயர் ஒரு மண்ணிறத் தோல் உறை இடப்பட்ட வானொலியோடு

இணைந்திருந்தது. நேசலிங்கம் நேரத்தைப் பார்த்துவிட்டு அவசர அவசரமாக வானொலியை முடுக்கினான்.

'ஸ்ரீலங்காவின் தலைநகர் கொழும்பில் துறைமுகத்தினுள் புகுந்த கடற்கரும்புலிகளின் நீரடி நீச்சல் பிரிவினர் அங்கு தரித்து நின்ற கடற்கலங்களை வெற்றிகரமாகத் தாக்கியழித்து நிர்மூலமாக்கியுள்ளனர். எதிரியின் குகைக்குள்ளேயே நுழைந்து நடாத்திய இந்த வீரம் செறிந்த தாக்குதலில், கப்டன் மதனி என்று அழைக்கப்படும் யாழ்ப்பாணத்தைச் சேர்ந்த கணபதிப்பிள்ளை தெய்வநந்தினி, கப்டன் விக்கி என்று அழைக்கப்படும் யாழ்ப்பாணத்தைச் சேர்ந்த இராசரத்தினம் சுமதி, மேஜர் ரதன் என்று அழைக்கப்படும் திருகோணமலையைச் சேர்ந்த...'

அத்தார் நீளமாகப் பெருமூச்செறிந்தான்.

"இரவு கொழும்பு ஹாபரில பூந்து விளையாடித்தான் இருக்கிறாங்கள். அந்தக் கொதியிலதான் காட்டுக்குள்ளை வந்து கொட்டிப் போட்டுப் போயிருக்கிறான்" என்றான் நேசலிங்கம். அவனைத் திடீரென்று உற்சாகம் தொற்றிக்கொண்டது.

"இங்கை எங்கயோதான் பெற்றோல் காச்சிற பக்றி இருக்கெண்டு நினைக்கிறன்" என்ற அத்தார் மறுகணமே அதைச் சொல்லியிருக்கத் தேவை இல்லையோ என்று யோசித்தான்.

"அப்ப அதுக்குச் சொலிட்டா வந்து அடிக்கிறானெண்டால் சனங்கள் ஆரோ காட்டிக் கொடுத்திருக்குதுகள். காசுக்கு ஆசைப்பட்ட நாய்க் கூட்டங்கள்..."

வன்னியில் பார்த்த இடத்திலெல்லாம் உளவாளிகளைப் பற்றிய எச்சரிக்கைப் பதாகைகள்தான் தொங்குகின்றன. நேற்றும் வள்ளிபுனச் சந்தியில் அப்படியொன்றை அத்தார் கண்டிருந்தான். மண்ணெண்ணெய்ப் பீப்பாயின் வட்டத் தகர மூடியில் 'உங்கள் நண்பனின் நண்பன் உளவாளியாக இருக்கலாம்' என்று எழுதப்பட்டிருந்தது.

"யாழ்ப்பாணத்தில கொல்லுவானெண்டு வன்னிக்கு வந்தால் இங்கையும் குண்டு அள்ளிக் கொட்டுவானெண்டால் இனி நாங்கள் எங்கை போறது" என்றாள் சின்னாச்சி. குரல் இன்னமும் அச்சத்தில் முங்கிக்கிடந்தது.

"அப்ப பவானியோடை இந்தியாக்குப் போங்கவன்" வதனா சிரித்துக் கொண்டே சொன்னாள்.

பவானியும் "ஓமணை, என்னோடை இந்தியாக்கு வாணை..." என்றாள். அவள் வன்னிக்கு வந்த இரண்டாவது நாளே "இந்தக் காட்டுக்கை

நான் இருக்க மாட்டன். இந்தியாக்குப் போய் அப்படியே பிரான்சுக்குப் போகப்போறன்" என்று சொல்லி விட்டாள். அவளுடைய கணவன் அங்குதான் இருந்தான். இன்னமும் 'கார்ட்' கிடைக்கவில்லை என்றாலும் பவானியையும் ஆறு வயது மகனையும் ஏஜென்சி ஊடாகப் பிரான்சுக்கு 'எடுப்பிக்க' முயன்று கொண்டிருந்தான்.

பவானி யாழ்ப்பாணத்தில் இருந்தபோதே புலிகளின் 'பாஸ் அலுவலகத்திற்கும்' வீட்டிற்குமாக அலைந்து திரிந்தாள். கணவனோடு தொலைபேசியில் பேசவும், அவன் அனுப்பிய பணத்தை எடுத்து வரவுமென்று அவளுக்கும் மகனுக்கும் 'பாஸ்' கேட்டபோது, புலிகள் ஒரேயடியாக மறுத்துவிட்டார்கள். வேண்டுமானால் பிள்ளையைப் பேத்தியாருடன் விட்டுவிட்டுப் போய்வரும்படி சொன்னார்கள். பவானி அதற்கு உடன்படவில்லை. அக்காலத்திற் தான் நூறு கோடி என்ற இலக்கில் தமிழீழ மீட்பு நிதியை வெளிநாடுகளில் மகனையோ கணவரையோ கொண்ட குடும்பங்களிலிருந்து புலிகள் அறவிட்டுக் கொண்டிருந்தார்கள். நாடுகளுக்கு ஏற்ப தொகையும் மாறிற்று. அபுதாபிக்கு ஒரு விலை என்றால் ஐரோப்பாவிற்கு இன்னொரு விலை. பிரான்ஸுக்கு சுளையாக ஒரு இலட்சம். பவானி ஒன்றரை இலட்சங்கள் தருகிறேன், பாஸ் தாருங்கள் என்றாள். பயனில்லை.

யாழ்ப்பாண இடப்பெயர்விற்குப் பின்னர், இலுப்பைக் கடவை, வலைப்பாடு, நாச்சிக்குடா முதலான வன்னியின் கடற்கரைக் கிராமங்களிலிருந்து இந்தியாவிற்குப் படகுகள் புறப்படத் தொடங்கியிருந்தன. எப்போதாவது நிகழ்கின்ற அதிசயமாக அதற்குப் புலிகளுடைய அனுமதியும் இருந்தது.

நிவாரணப் பொருட்களைப் பெறுவதற்கான குடும்ப அட்டைகளை அவர்களிடம் ஒப்படைத்துவிட்டு இருநூற்றுச் சொச்ச ரூபாய்களைச் செலுத்தினால், புலி இலட்சினை பொறிக்கப்பட்ட 'வடபகுதிக்கு வெளியே கப்பலில் செல்லுவதற்கான அனுமதி' என்ற சிட்டையை அவர்கள் கொடுத்தார்கள். பவானி ஒருநாள் முழுவதும் அலைந்து இரண்டு சிட்டைகளைப் பெற்றுக்கொண்டாள். இன்னொரு நாள் அலைந்து ஒரு முகவரைப் பிடித்தாள். "இவங்கள் எப்ப மனம் மாறுவாங்களோ தெரியாது. நீங்கள் என்னைக் கெதியில இந்தியாக்கு அனுப்புங்கோ" என்று அவரிடம் மன்றாடினாள். காசை எச்சில் தொட்டு எண்ணி வாங்கிக்கொண்ட முகவர் எந்த நேரத்திலும் இலுப்பைக் கடவைக்குச் செல்வதற்குத் தயாராயிருக்கும்படி அவளை அறிவுறுத்தினார்.

வதனா ஒரு பங்கர் வெட்டவேண்டும் என்றாள். "கணபதி, உதில நிக்கிற வேம்புக்குப் புறத்தால பங்கரொண்டு வெட்டிறியே..." என்று இடத்தைக் காட்டினாள்.

"சரிங்க..."

"கூலிக்குக் குதிரை விலை சொல்லாமல் பாத்து வாங்கு, அந்தரமாவத்துக்கு நீங்களும் ஓடிவந்து பங்கருக்கை இருக்கலாம்."

"வேலியையும் இறுக்கி அடைச்சுப்போட்டியள். நாங்கள் சுத்தி ஓடியாறதுக்கிடையில பிளேன்காரன் குண்டைப் போட்டுட்டு கொழும்பிலபோய் இறங்கியும் விடுவான்" என்றான் அத்தார். கணபதி ஒரு மாதிரியாக நெளிந்தான்.

"வல்லியாள் சும்மா வீட்டில குந்திக்கொண்டிருந்தால் உந்தக் கிடுகுகளைப் பின்னலாம்தானே கணபதி... காசு தாறம் எண்டுதானே சொல்லுறம்..."

"சரிங்க... நான் சொல்றேன்."

அத்தார் அதற்கு மேலும் அங்கிருக்கப் பிடிக்காமல் எழுந்து நடந்தான்.

ராணி முற்றத்தில் நின்று நாமகளுக்குத் தலைவாரிவிட்டாள். ஆற அமர எழுந்து குளித்துமுடித்து வந்து தேநீரோடு பொழுதைப் போக்கிவிட்டு ஏழரை நெருங்கத்தான் 'சுடுகுது மடியைப் பிடி' என்று வந்து நிற்பாள். "மாடு மாதிரி வளந்திட்டாய்தானே. நீயே தலை இழுத்துக்கொண்டு போ" என்றாலும் "அக்கா இண்டைக்கு மட்டும்" என்று அடம்பிடிப்பாள்.

"இது என்னடி நெத்தியில சாய்ஞ்ச கோரப்புல் மாதிரி..."

"மங்கி கட். எல்லாப் பிள்ளையளும் இப்பிடித்தான் வருகினம்."

வேலியோரப் புற்களில் ரோஸ் மேய்ந்து திரிந்தது. சிந்து பின்னாலேயே திரிந்தாள். காலுக்குச் செருப்புப் போடென்றாலும் கேட்காள். "எடியே சிந்து... விடிய வெள்ளன என்னடி மாட்டோட விளையாட்டு... இஞ்சால வாடி" என்று ராணி கத்தினாள்.

"அக்கா, அங்க பாரன்" என்று நாமகள் கைகாட்டினாள். பாதையிலிருந்து விலகி மேட்டுக்காணியில் ஒரு பச்சை நிற பஜிரோ வாகனம் ஏறி கணபதியின் கொட்டிலைக் கடந்து நின்றது. "அண்ணன் வாறானோ..." அரைகுறைப் பின்னற் தலையை ராணியின் கைப்பிடியிலிருந்து விடுவித்துவிட்டு நாமகள் ஓடினாள். சாரதி இருக்கையில் உட்கார்ந்திருந்தவளை அவளுக்கு அடையாளம் தெரியவில்லை. ஆனால் 'இயக்க அக்காக்களின்' உடுப்பிலிருந்தாள். யூனிபோர்ம் இல்லை. கறுத்த நீளக்காற்சட்டையும் வெள்ளைச் சேட்டும் அணிந்திருந்தாள். இடுப்பில் அகலப்பட்டி. நல்ல வளர்ந்த உருவம். பின்னாலேயே வந்த ராணி அடையாளம் கண்டுவிட்டாள். "மலரக்கா..." பூரிப்போடு கத்தியவாறே ஓடினாள்.

மலர் பஜிரோவிலிருந்து குதித்து இறங்கினாள். அவளுடைய முதற்கவனம் சிந்துவில்தான் படிந்தது. ரோஸை விட்டுவிட்டுத் தாயிடத்திற்கு வந்தவளை வாரித் தூக்கினாள். "இதாரடி இந்தக் குட்டி?"

"மகள்."

"சரி... வேலையா நிக்கிறியோ..."

"இல்லையக்கா... நாமகள் பள்ளிக்குடம் வெளிக்கிடுறாள். அம்மா மேலுக்கு நோகுதெண்டு வீட்டில இருக்கிறா..."

"மகள் அம்மாவோட இருப்பாளா..."

"ஏனக்கா..."

"சொல்லுறன். நீ வெளிக்கிடு..." என்றாள் மலர்.

"என்ன... எங்க... முதல்ல ஆற அமர வந்து ஒரு தேத்தண்ணியைக் குடியுங்கோ."

புதுக்குடியிருப்பு - ஒட்டுசுட்டான் சாலை குண்டும் குழியுமாயிருந்தது. இருபது முப்பது வருடங்களுக்கு மேலாகத் திருத்தம் செய்யாத பாதை. மலர் பஜிரோவை உறுமியும் தணித்தும் மடக்கி வெட்டியும் ஓட்டினாள். சாலையோரத்துக் காட்டு மரங்களில் கிறவல் மண் சிதறிப் படர்ந்திருந்தாலும் அவை பூரித்துச் சடைத்து நின்றன.

ராணி முதற்தடவையாக இப்போதுதான் ஒரு தனி வாகனத்தில் ஏறியிருந்தாள். பஸ்ஸில் திரிவதே குறைவுதான். கடைசியாக மூன்றோ நான்கோ வருடத்திற்கு முன்னர் புதூர் நாகதம்பிரான் கோவிலுக்குப் பஸ்ஸில் போயிருந்தாள். மற்றும்படி கடையென்றாலும் கோவில் என்றாலும் நடைதான். புதுக்குடியிருப்புச் சந்தை வரை நடந்துபோய்விட்டு வருவாள்.

தமிழீழ போக்குவரவுக் கழக பஸ் ஒன்று பின்னால் நீண்ட நேரமாகக் கோர்ன் அடித்துக்கொண்டிருந்தது. இரும்புக் கேடர்களால் மூடப்பட்டிருந்த பாலத்தைக் கடந்து இடப்பக்கமாக பஜிரோவை ஒதுக்கி மலர் வேகத்தைக் குறைத்தாள். பஸ் கடந்துபோனது. பாலத்தின் கீழாகச் சலசலத்து இடது புறத்தில் காட்டுக்குள் வழிந்த நீரோடையிலிருந்து ராணி பார்வையைத் திருப்பினாள். முன் சீற்றில் மலரக்காவின் கணவர் உட்கார்ந்திருந்தார். இன்னமும் எதையும் பேசியதாய்க் காணோம். அவள் மலரக்காவின் மகளை மடியில் வைத்துப் பிடித்திருந்தாள். ஏழெட்டு மாதக் குழந்தை. அழாமலிருந்தது. 'உரிச்சுப் படைச்சு மலரக்காதான்.'

ஒட்டுசுட்டானைத் தாண்டியபோது பத்துமணியாகிவிட்டது. மலர் நிறுத்தாமற் கொள்ளாமல் ஓடினாள். பஜிரோ நெடுங்கேணியில் நுழைந்தது. ஆறு வருடங்களுக்குப் பிறகு வருகிறாள். காலம் உறைந்ததைப்போல பெரிய மாற்றங்களின்றி அப்படியேதான் இருக்கிறது. யுத்தச் சன்னதத்தின் தழும்புகள் மட்டும் அதிகரித்திருந்தன. ஆவுடையக்காவின் கடையைத் தாண்டிப்போனாள். 'வரேக்க போய்ப் பார்ப்பம்... அவ சாப்பிடாமல் போகவிடமாட்டா...' என்று நினைத்தாள். 'ஒரு யுத்த நிலத்தில் தொடர்பறுந்துபோன ஆறு வருடங்களுக்குப் பிறகும் ஒருவர் உயிரோடுதான் இருப்பார் என்று மனது நம்புகிறது. அது

உண்மையாயிருக்க வேண்டும். அப்பிடியொரு நம்பிக்கையில்தானே முருகேஸ்வரி ரீச்சர் வீடு வரையும் போகின்றேன்...' தபால் நிலையத்திற்கு அடுத்த இடது ஒழுங்கையில் பஜிரோவைத் திருப்பினாள்.

"யாரடியப்பா இது அதிசயமாய்..." முருகேஸ்வரி ரீச்சர் வாசலிலேயே நின்று வரவேற்றாள். ஈழநாதத்தை மடித்துக் கையிலேயே வைத்திருந்தாள். அறுபது வயதுத் தோற்றம்.. 'அப்ப கன்னங்கரே லெண்ட தலைமயிர்... இப்ப முழுக்க நரைச்சிட்டுது.'

"ரீச்சர், என்னைத் தெரியுதோ... சுகமாயிருக்கிறியளோ..." மலர் இறங்கி அருகாகச் சென்று ரீச்சரின் கையைப் பிடித்துக்கொண்டு கேட்டாள்.

ரீச்சர் கண்டுபிடித்துவிட்டாள். "அடி வெள்ளைச் சுரக்காய்... மலர்தானே..." அணைத்துக் கொஞ்சினாள்.

"தொன்னூறோடை விட்டுப் போனது... பிறகு யாழ்ப்பாணத்திலதான் நிண்டன் ரீச்சர். இவர் கணவர். டொக்ரர் ஸ்ரீஸ்கந்தராஜா. எங்கட ஹொஸ்பிற்றல்லதான் நிண்டவர். நான் மெடிக்ஸில நிண்டநேரம் பழக்கம்" புன்னகைத்தாள். "தொன்னூற்று நான்கு கார்த்திகையில கல்யாணம். தொன்னூற்றைஞ்சு ஐப்பசியில மகள் பிறந்த பத்தாம் நாள் ஊரைவிட்டுக் கிளப்பிப் போட்டாள்."

"ஆர்? மகளோ..."

"இல்லை. சந்திரிகா" மலர் தொடர்ந்து சிரித்தாள். "இப்ப கிளிநொச்சியில இருக்கிறம். இவருக்கு ஒலுமடுவில ஒரு அவசர வேலையிருந்தது. சரி... போற வழியில இதுக்கால விட்டுப்போவ மெண்டு வந்தன்."

முருகேஸ்வரி ரீச்சர் குழந்தையை அணைத்து வாங்கிக் கொண்டாள். "என்ன பேரடி உனக்கு?"

"கானகி. நல்லாயிருக்கா?" மலர் கேட்டாள்.

"உன்ர அதே முகம்தான்... சரி. உள்ள வாங்கவன்" ரீச்சர் அழைத்தாள். உள்ளே நடந்தார்கள்.

"ரீச்சர், இவள் ராணி. தங்கச்சி மாதிரி. தனிக்கல்லடியில நாங்கள் ஏறாத மரமில்லை. குரங்குகளுக்குப் போட்டி"

ராணி வெட்கத்தோடு நெளிந்தாள். பால்விடாத தேநீர்க் கோப்பையை வாங்கியவாறே மலர் சொன்னாள். "ரீச்சர், ஏ லெவல் படிக்கிற நேரம் நீங்கள் திட்டுறது ஞாபகமிருக்கோ... படிப்பைத் தவிர மிச்சம் எல்லாத்தையும் செய்யிறாய் எண்டு... இப்ப எப்பிடியோ தாண்டிப்

பாய்ஞ்சு ஊசி போட்டு ஒப்பிரேட் பண்ணி மருந்து கட்டுற அளவுக்காவது வந்திட்டன் தானே…"

"தனிக்கல்லடிப் பக்கம் உங்கட காணிகள் என்ன மாதிரி?"

"வீடிருந்த காணியிலதான் இப்ப இயக்கத்தின்ரை பொருண்மியம் இருக்குது. அது பொன் விளையிற நிலம்தானே. விதைநெல்லு விநியோகமெண்டு நல்லாச் செய்யினம். காணிகளில தோட்டம் செய்யிறதா கேள்விப்பட்டன். நல்லதுதானே…"

ரீச்சர் ஸ்ரீஸ்கந்தராஜாவிடம் திரும்பினாள். அவன் தேநீர் கோப்பையைக் கைகளில் உருட்டி உருட்டிக் குடித்துக் கொண்டிருந்தான்.

"அப்ப தம்பிக்கு எந்த இடம்?"

"யாழ்ப்பாணம், கொக்குவில்."

"படிச்சது?"

"யாழ்ப்பாணம் ஹிண்டு கொலிஜ், பிறகு யப்னா யூனிவெர்சிற்றி. மெடிக்கல் பக்றி. பிறகு லண்டன்ல ஸ்பெஷல் செய்தேன்."

"ம்… எங்கட பக்கத்துப் பள்ளிக் கூடங்களுக்கும் நல்ல வசதியிருந்திருந்தா இங்கயிருந்தும் டொக்ரரெண்டும் இஞ்சினியர்ஸ் என்றும் நிறையப் பேர் வந்திருப்பினம்." முருகேஸ்வரி ரீச்சர் பெருமூச்செறிந்தாள்.

"சரி… ரீச்சர் நாங்கள் கடையடிக்கு ஒருக்கா போயிட்டு வாறம். ராணி கானகியை வைச்சுக்கொண்டு இங்க நிக்கிறியா… உடன வாறம்."

ராணி தலையசைத்தாள். குழந்தையைத் தோளிற் சாய்த்து உலாவத் தொடங்கினாள்.

மலரும் ஸ்ரீஸ்கந்தராஜாவும் வெளியேறி நடந்தார்கள். நாகதம்பிரான் கோயிலைத் தாண்டி வில்வமரத்து நிழலில் நுழைந்தார்கள். மலர் மௌனமாகச் சிலநொடி தரித்து நின்றாள். விழிகள் அலைந்து மீண்டன. "மனநிலை சரியில்லாத யாழ்ப்பாணத்து மனுஷியெண்டு ஒருவவைப் பற்றி நான் அடிக்கடி சொல்லுவனே… அவ இந்தா… இந்த மரத்தடியிலதான் இருப்பா…" தொடர்ந்து நடந்தார்கள்.

நெடுங்கேணி மகா வித்தியாலயம். வளைவில் எழுதப்பட்ட எழுத்துகள் துருப்பிடித்திருந்தன. மலர் ஏக்கத்தோடு பார்த்தாள். "இங்கதான் படிச்சன்."

"உள்ள வாரும்… பாத்திட்டுப் போகலாம்" என்றான் ஸ்ரீஸ்கந்தராஜா.

"பூட்டிக்கிடக்கு. தவணை விடுமுறை போல..."

"ம்..."

வேலியின் செத்தைகள் சிதைந்து கிடந்தன. உள்ளே ஒன்றிரண்டு ஆடுகள் நிலத்தை மணந்துகொண்டு திரிவது தெரிந்தது. முட்கம்பியை நிலத்தில் அழுத்திப்பிடித்து மலரைக் கடக்கச் சொன்னான். கால் வைத்தாள். பழைய காலமொன்றுக்குள் நுழைவதைப்போன்ற உணர்வு. ஞாபகச் சுழிப்புகள்... சைக்கிள் பெல் சத்தங்கள்... 'குட்மோர்னிங் ரீச்சர்...' அவன்... நிமிர்ந்தாள். அதே பழைய பெயின்ற் உரிந்த ப வடிவக் கட்டிடம். திறந்த வகுப்பறைகள்... வாங்கு மேசைகள்... மூன்றாவது வரிசையில் இடப்புறம் இரண்டாவது மேசையில் தரித்து நின்றாள். விரல்கள் மேசையை மெல்ல வருடின. "ஏ லெவல்ல இதிலதான் இருந்தன்."

ஐந்தாறு வகுப்பறைகளைத் தாண்டிச் சென்றார்கள். மலர் இப்பொழுது புன்னகைத்தாள். "இது ஒன்பதாம் வகுப்பு. முருகேஸ்வரி ரீச்சர் என்ர குழப்படி தாங்காமல் இந்தப் பின் வரிசையிலதான் விட்டா. அப்பதான் மற்றப் பிள்ளைகளைக் குழப்பமாட்டன் எண்டு."

ப வடிவத்தின் உள்ளிருந்த விளையாட்டு மைதானத்திற்கு வந்தார்கள். துருப்பிடித்த இரண்டு இரும்புக் கம்பங்கள் மட்டும் நின்றன. "அப்ப பொலிபோல் விளையாடுவம். பள்ளிக்கூடம் முடிஞ்ச பிறகும் வீட்டை போகாமல் நிண்டு விளையாடுவம்... அதுவொரு வாழ்க்கைதான்... பாழடைஞ்ச ஒரு எதிர்காலம் இடையில இருக்கெண்டு தெரியாத காலம்!"

மலர் கிணற்றுக்கட்டில் ஏறி எட்டிப் பார்த்தாள். அவளுக்குப் பின்னால் நின்ற ஸ்ரீஸ்கந்த ராஜா அவளைத் தள்ளிவிடுவதைப் போலப் பயம் காட்டினான். திடுக்கிட்டு அவனைப் பிடித்துக் கொண்டு விலகினாள். அவன் கிணற்றின் உள்ளே தலை நீட்டி "மலர்" என்று கத்தினான். கிணறும் "மலர்" என்றது. சிரித்தாள். "இந்தக் கிணத்துக்கை என்ர சாப்பாட்டு பொக்ஸ் ஒண்டு இருக்க வேணும்" என்றாள்.

"இப்ப பார்க்க இந்தக் கிரவுண்ட் சிறுத்துப்போய்த் தெரியுது. ஆனால் அப்ப இதிலதான் விளையாட்டுப் போட்டிகள் நடக்கும்.

நூறு மீற்றர், இருநூறு மீற்றரெண்டு எல்லா ஓட்டப் போட்டிகளிலயும் நான்தான் உன்னிக்கொண்டு ஓடுவன். யாராலயும் வெல்ல முடியாத பெண்..."

பாலர் வகுப்புகள் இருந்த கட்டிடத்தின் பக்கவாட்டாக நிறைய மரங்கள் நின்றன. மா, நாவல், நெல்லி, அரைநெல்லி, கொடுக்காப்புளி, கொய்யா, தேசிக்காய்... "அந்தக் கிணத்திலயிருந்து தண்ணியெடுத் தந்து இந்தக் கன்றுகளுக்கு ஊத்துவம். பதினெட்டு இருபது வருசமிருக்கும். எழுபத்தேழெண்டு நினைக்கிறன். ம்... கொழும்பில கலவரம் நடந்த வருசம். இஞ்சாலயும் ஆக்கள் வந்தவை. அந்த வருசம் மழையில்லை. குளமெல்லாம் வறண்டு கிடந்தது. மதகோரத்துத் தண்ணியைக் குடிக்க யானைகள் வரும். அப்பிடியான ஒரு வறட்சியிலதான் இந்த மரங்களை நட்டோம். அதில முளைக்காமல் போனது, பட்டுப் போனது, ஆடு மாடு கடிச்சதுபோக இதுகள் மிச்சம்."

"ரீச்சர்கள் பூமரங்களைத்தான் வைக்கச் சொன்னவை. இதெல்லாம் என்ர யோசினை. பள்ளிக்கூடத்துக்கு முன்னால நெல்லிக்காய், எலந்தப்பழம் வச்சு விக்கிற கிழவி என்னட்ட சண்டைக்கு வந்தாள். பகிடிக்குத்தான். 'என்ர யாவாரத்தைக் கெடுக்கப் போறியே?' எண்டு. 'ஏன் நீங்கள் இன்னும் நூறு வருஷம் வாழப் போறியளே...!" எண்டு கேட்டன்.

ஒவ்வொரு மரமாகப் போய் நின்று அண்ணாந்து அது கிளையோடி நிற்கும் அழகை வியந்தாள். செல்லமாய்த் தட்டிக் கொடுத்தாள். பறவைக் குரல்கள் கலைசலாய்க் கேட்டன. எலுமிச்சை மரத்திலிருந்து ஓர் அணில் இறங்கி ஓட இன்னொன்று விரட்டியது.

மலர் மா மரத்தின் அருகாகச் சென்றாள். இடுப்புயரத்திற்கு வளர்ந்தபின்பு அடிமரம் மூன்றாய்க் கிளையோடியிருந்தது. ஒரு கிளை நெஞ்சுயரத்தில் நிலத்திற்குச் சமாந்தரமாக இரண்டாள் தூரத்திற்கு ஓடிப் பின் விரிந்திருந்தது. தாழ் கொம்புகள் மண்ணைத் தொட்டன. பிள்ளைகள் ஏறி விளையாடிய தடயங்கள் தெரிந்தன. மலர் மரத்தில் ஏறினாள். ஒரு சாகசக்காரிபோல இரு கைகளையும் விரித்தவாறு கிளையின் மேலே நடந்தாள். சப்பாத்துக்கால் ஒரு தருணத்தில் வழுக்கியது. ஸ்ரீஸ்கந்தராஜா பதறிப்போய் "பாத்து பாத்து" என்றவாறு கிட்டப்போனான்.

"இதெல்லாம் ஒண்டுமில்லை" என்றுவிட்டு கிளை மேலும் விரிந்த இடத்தில் கால்களை ஒருபுறமாய்த் தொங்கவிட்டு அமர்ந்தாள்.

"இந்தப் பக்கத்துப் பள்ளிக்கூடங்கள், படிக்கிறதுக்கேத்த அமைதியோடை இருக்கு மலர்."

"ஆனால் நான் எங்க படிச்சன்... சும்மா வந்துபோனன். இயக்கத்தில சேர்ந்த பிறகுதான் ஒரு இலக்கை வைச்சுப் படிச்சன். அதுக்காக உங்களை மாதிரி புத்தகத்துக்கை தலையை வைச்சுக் கொண்டு கிடக்கிறதில்லை. நீங்கள் லண்டன் படிப்புக்காரர்" கேலியாகச் சொன்னாள்.

“லண்டன்ல என்ன... படிப்புப் படிப்பு படிப்பு... மிச்சத்துக்கு பார்ட் ரைம் வேலை. வெள்ளைக்காரங்கள் ஒழுங்காய்ப் படிக்க மாட்டாங்கள். பந்தை உதைஞ்சுகொண்டு திரிவாங்கள். அல்லது பெட்டையளோடை. ரெண்டு மூணு யூதங்களுக்கு நான்தான் வெல்லுற இலக்கு. எண்டாலும் யாழ்ப்பாணத்தானோட போட்டி போட ஏலுமே?”

“அதுதான் மூட்டை முடிச்சைக் கட்ட வைச்சிட்டாங்களே...” மலர் கேலியாக முணுமுணுத்தாள். மா மரக்கிளையில் கையூன்றியிருந்தவளின் விரல்களில் கட்டெறும்பு கடித்திருக்கவேண்டும். உதறினாள். “என்ன...” என்று பதறினான். “போவமா...” என்றான். வேலியைத் தாண்டி மறுபடியும் தெருவிற்கு வந்தார்கள்.

முருகேஸ்வரி ரீச்சர் வீட்டில் சாப்பிட்டு முடித்துச் சற்றுநேரம் ஆறியிருந்தார்கள். இரண்டு மணிபோல பஜிரோ தனிக்கல்லடிக்குக் கிளம்பிற்று. ராணி உற்சாகமாயிருந்தாள். புதிய நிலங்களைப் பார்ப்பதுபோல இரு கரையையும் பார்த்துக்கொண்டு வந்தாள். பச்சையாய் விரிந்திருந்தது. “இங்க பாருங்கோ ஒரு மொக்குச் சாம்பிராணி தென்வடல் சால்ல சூரியகாந்தியைப் பட்டம் போட்டிருக்கான்...” மலர் தெருவைப் பார்த்தபடியே சொன்னாள். பஜிரோ சற்றுநேரத்திற்கு ஓடியது. நாரைமடு ஆலமர நிழலில் நிறுத்தினாள். வெயிலுக்கு இதமான குளிர்மை. குளத்தை நோக்கி நடந்தாள். சின்னக்குளம்தான், முக்கால்வாசிக்குத் தண்ணீர் இருந்தது. திரும்பினாள். ராணி கானகியைத் தோளிலே சாய்த்திருந்தாள். அவள் நல்ல நித்திரை. “ஆலமரக் காத்துக்குப் பெட்டை நித்திரை.”

“இதுதான் பழங்குளம். கரையெல்லாம் நிக்கிற பெரிய பெரிய மரங்களைப் பாத்தாலே தெரியுது ஆதிக்குளம் எண்டு. எத்தினை பனைகள் பாருங்க. பனைகள் குளத்துல தண்ணிய வத்தவிடாது. மண் ஆழத்துல உள்ள தண்ணியை எல்லாம் வேர் இழுத்துக் கொண்டு மேலே வரும். கரையில ஒத்தையடித் தடம் மட்டும்தான், மற்றதெல்லாம் பனங்காடு. இந்தக் குளத்துப் பாசனத்திலயும் எங்களுக்கு ரெண்டு வயல் இருக்கு. இந்த மரங்களிலயும் தேன் எடுத்திருக்கன். மயில்குஞ்சர் தாத்தாட்ட சொல்லிப்போடுவன். காட்டுக்கு வெளியால நிக்கிற மரங்களின்ர தேன் எனக்கு எண்டு.”

குளத்தின் கரையை ஒட்டிய பாதைக்குக் கீழே வயலில் நெளிந்து ஒடுங்கித் துருப்பிடித்த குவியலாய் ஒரு ட்ரக் வண்டியின் கூடு கிடந்தது. மலர் அதை நோக்கி நடந்துபோனாள். அவளைப் பின்தொடர்ந்தார்கள். சற்றுத் தொலைவாக நின்றே கை காட்டினாள். “இது இந்தியன் ஆமியின்ர ட்ரக்” என்றாள்.

வந்த வழியில் திரும்பி பஜிரோவை உயிர்ப்பித்தாள். “அதுவொரு மழைநாள். இயக்கத்தில சேர்ந்து மூண்டு மாசம் அடிப்படைப் பயிற்சி மட்டும்தான் எடுத்திருந்தனான். அந்த நேரம் எங்கடை அணியை இன்னொரு இடத்துக்கு மாறச்சொல்லியிருந்தவை. காட்டுக்கை வெளிக்கிட்டு காட்டுக்காலயே நடந்து வாறம். எங்கட ரீமில பன்ரெண்டு பேர். வானதி அக்காதான் லீட். அந்தா அந்தக் காட்டைக் கடந்து குளக்கட்டில ஏறுறம், அஞ்சாறு டிரக்ல வந்திட்டான். வெறிபிடிச்ச மழையில ஹெட் லைற் இரவைப் பகலாக்குது. வானதி அக்கா எல்லாரையும் குளக்கட்டோட நிலையெடுக்கச் சொன்னா. வோக்கியில மெயினுக்கு அறிவிச்சா. ரண்டொரு நிமிசம்தான். அவனுக்கு விளங்கிட்டுது. முழங்கத் தொடங்கிட்டான். அக்கா திருப்பிக் குடுக்கச்சொன்னா... ஹெட் லைற்றைக் குறிவைச்சு முதலாவது ஆர் பி ஜியை எங்கட பிள்ளையொருத்தி அடிச்சாள். மழைக்குள்ளை நெருப்பெரிஞ்சு பாத்திருக்கிறியளா... அப்பிடித்தான் மினுங்கி மினுங்கி எரியுது. அவங்கள் சடசடவெண்டு ஹெட் லைற்றுக்களை நிப்பாட்டிட்டாங்கள். அந்த இடைவெளியில பனை மரங்களுக்கை காப்பெடுத்திட்டம். பனை மரங்களும் எதிர்த்து நிண்டதை அவன் அண்டைக்குக் கண்டிருப்பான். திடீரென்று கண்ணை வெட்டுற மின்னல்... பிள்ளையள் ட்ரக்குகளின்ர நிலையைக் கண்டுட்டாளவை. வானத்தில இடி இடிச்சுக்கொண்டு நகர கீழ குறிவைச்சு பிள்ளையள் குடுக்கத் தொடங்கிட்டாளவை. சிலது செருகுது. சிலது தவறுது. ஒரு எதிரிக்கு அவன் தப்பியோட முடியாது எண்ட மனப்பயத்தை முதலில ஏற்படுத்திவிட்டால் அப்பவே அவன்ரை பாதிப்பலம் அழிஞ்சிடும் எண்டு பயிற்சியில சொல்லித்தந்ததை அண்டைக்கு நேர பார்த்தன். ஒருவேளை அவன் எங்களைக் கண்டுகொள்ளாமல் போயிருந்தால் நாங்களும் விட்டிருப்பம். வானதியக்கா எத்தினை ட்ரக், எத்தினை அடி எண்டதை எண்ணியிருப்பா போல. இனி ரவுண்ஸ் அடியுங்கடி எண்டு கத்தினா. மலர்மகள், சுடு எண்டுறா. பயிற்சியில சுட்டுப் பழக்கம்தானெண்டாலும் முதன்முறையா ஆமிக்கு நேர சுடப்போறன். ரிக்கரில விரல் ஒருக்கா நடுங்கின மாதிரி இருந்திச்சு. ஒரு செக்கன்தான். அம்மாவைத்தான் நினைச்சன். பத்திரகாளியாகிட்டன். சடசடசட வெண்டு நெஞ்சை உதைக்குது துவக்கு. மழை, மின்னல், இடி, துவக்குச் சன்னம், ஆர் பி ஜி அடி... நான் நினைக்கிறன்... எனக்கு அண்டைக்குத்தான் சண்டையில விருப்பம் வந்ததெண்டு...”

“பிறகு என்ன நடந்தது?” ராணி கேட்டாள். அவளுக்கு இன்னமும் ஆச்சரியம் நீங்கவில்லை.

"அதுக்கிடையில ஒரு அதிசயமா அண்ணாக்களின்ரை ஒரு ரீம் ரோட்டில ஏறியிருக்கு. பிறகென்ன அவங்கள் பின்னால, நாங்கள் முன்னால... அண்டைக்கு ஆமியில யாரும் மிஞ்சேல்லை..."

"பிறகு?" ராணி மறுபடியும் கேட்டாள்.

"பிறகென்னடி பிறகு... நாங்கள் வந்துதான் உங்களைக் காப்பாத்தினனாங்கள் எண்டு அவங்களும், ஆமிக்காரங்கள் முழுக்கச் செத்தாப்பிறகு பின்னால வந்து நாலு வெடி வைச்சுப் போட்டு க்ளைம் பண்ணுறீங்களோ எண்டு நாங்களும் நக்கலடிச்சிட்டுப் போனதுதான்."

பஜிரோ தனிக்கல்லடியின் செம்மண் தெருக்களில் புழுதியைக் கிளறியது. ஒரு மழைநாளின் ஞாபகங்கள் மலரைச் சூழ்ந்தன. புழுதி மணமும் புற்களின் மணமும் காலத்தை முன்னோக்கி நகர்த்தின. தெருவோரத்தில் வாகனத்தை நிறுத்திவிட்டு இறங்கிக்கொண்டார்கள். மலர் வாசலில் நின்று வீட்டைப் பார்த்தாள். இப்பொழுது இரும்புக் கேற் போட்டிருந்தார்கள். முன்னர் கிடுகுவேலித் தட்டியிருந்தது.

முற்றத்தில் சாய்வாகத் தகரங்களை இறக்கி மேசைகள் போட்டு ஓர் அலுவலகச் சூழலை ஏற்படுத்தியிருந்தார்கள். சக்கர நாற்காலியிலிருந்த ஓர் இளைஞன் கைகளால் உருட்டிக்கொண்டு வந்தான். "வணக்கம் வாங்க... வர்றீங்க என்று தகவல் கிடைச்சது" என்றான். அவன்தான் பொருண்மியத்திற்குப் பொறுப்பானவனாக இருந்தான். மேலும் இரண்டொரு பேர் வேலைகளில் மூழ்கியிருந்தார்கள். ஒருவனுக்கு வலது முழங்கைக்குக் கீழே துண்டிக்கப்பட்டிருந்தது. இடது கையால் எழுதிக்கொண்டிருந்தான். நிமிர்ந்து சிநேகமாகச் சிரித்தான். இன்னொருவனுக்கு என்ன வருத்தமென்று வெளிப்படையாகத் தெரியவில்லை. மலர் வீட்டின் விறாந்தையில் ஏறினாள். உள்ளே பெரியளவில் தளபாடங்கள் இன்றி வெறித்தே இருந்தது. சுவரில் வரிசையாக பத்திரிகைகளிலிருந்து கத்தரிக்கப்பட்ட வீரச்சாவடைந்த போராளிகளின் படங்கள் ஒட்டப்பட்டிருந்தன. பின்பக்க வாசலால் வெளியேறினாள்.

பப்பாளி, நெல்லி மரங்கள் தடித்து வளர்ந்துவிட்டிருந்ததாய்த் தோன்றியது. கிணற்றடி ஈரம் காய்ந்திருந்தது. பின்பக்கத்து வேலியைக் காணவில்லை. அதற்கப்பால் பனையோலையால் வேய்ந்த நீளக் கொட்டிலைக் கண்டாள். உள்ளே உர மூடைகளும் தானிய மூடைகளும் இருந்தன. பக்கத்திலேயே ஆட்டுப் புளுக்கைகளும் மாட்டுச் சாணங்களும் சிந்திய இன்னொரு கொட்டில். அவற்றைக் காணவில்லை. 'மேய்ச்சலுக்குப் போயிருக்கும்.'

வேலியருகாக நடந்து வாசலுக்கு வந்தாள். ஸ்ரீஸ்கந்தராஜா போராளிகளோடு பேசிக்கொண்டிருந்தான். அவனைக் கடந்து தெருவுக்கு ஏறினாள். ஒரு ரக்ரர் பெட்டியில்லாமல் நின்றது. புறத்தால் நிலம் உழும் இருப்புக் கூர் ஏர்கள் பொருத்தப்பட்டிருந்தன. ரக்ரர் ஓடுவதை ஒரு யானையில் ஏறி அதை அசைத்துச் செல்வதைப் போலத்தான் சிறுவயதில் உணர்ந்திருந்தாள். அப்பொழுது முதலே அதிலொரு விருப்பம். இயக்கத்தில் இணைந்தபிறகுதான் சாத்தியமாகியது. தேகத்தை அதுபாட்டுக்குக் குலுக்கியடித்துக்கொண்டு ஓடும்.

தலையில் கடகத்தைச் சுமந்துகொண்டு எதிரே வந்தவளைச் சட்டென்று அடையாளம் கண்டுகொண்டாள். அழகம்மாதான். ஆனால் அவளுக்குப் பிடிபடவில்லை. கட்டியணைத்துக் கொஞ்சி “நான்தானக்கா மலர்” என்றபோது அழகம்மாவிற்கு அழுகை வந்துவிட்டது. “என்னையெல்லாம் யாவகம் வைச்சிருக்கியா புள்ள…” என்று கன்னத்தை வருடினாள். மலர் எல்லோரையும் விசாரித்தாள். சிவகாமிக் கிழவி இறந்துவிட்டாளாம்… ஒரு வெறுமை. அனிச்சையாக மணிக்கட்டைத் தூக்கினாள். சிவகாமி, இத்திமரத்தாளின் நேர்த்திக் கயிற்றைக் கட்டிவிட்ட இடத்தில் இப்பொழுது தகட்டு இலக்கம் பொருத்திய கறுப்புக் கயிறு…

துள்ளிக்கொண்டு திரிந்த இரண்டு கன்றுக்குட்டிளை கானகிக்குப் பிராக்குக் காட்டியவாறே ராணி வந்தாள். குழந்தைக்குக் கன்னக்குழி விழும் பொக்கைச் சிரிப்பு. “மலரக்கா… ஓடிக்கொண்டே திரியிறீங்கள்… உங்களோடை கதைக்கவே நேரம் கிடைக்குதில்லை. வாறீங்களா இத்திமரத்தடிக்குப் போயிற்று வருவம்…”

நடந்தார்கள். காட்டுக்கரையில் ஏறினார்கள். காட்டிலிருந்து குளத்திற்குச் செல்லும் நீர் சலசலத்து ஓடுகிற சத்தம் கேட்டது. கணுக்காலளவுதான் நீர். முன்பென்றால் சுழித்துப் பாயும். “இதில குளிச்ச காலமெல்லாம் கனவு மாதிரிப் போச்சுது. அப்பவெண்டால் ஒரு துன்பம் இல்லை… ஒரு கவலை இல்லை… பறவையள் மாதிரித் தானே திரிஞ்சம்…” ராணி நீரின் அலைவைப் பார்த்துக்கொண்டு நின்றாள். ஓடைக்குக் குறுக்காகச் சாய்ந்திருந்த மருதமரத்தின் கிளையைக் காணவில்லை. முன்னர் அதிலேறித்தான் குதித்து விளையாடுவார்கள்.

“யாழ்ப்பாணத்திலயா அக்கா நிண்டீங்கள் இவ்வளவு காலமும்?”

“ம். இந்தியன் ஆமி போனாப்பிறகு அங்காலதான் பணி. ஏ லெவல் படிச்ச பிள்ளையெண்டு தொடர்ந்து மருத்துவம் படிக்கச் சொல்லிச்சினம். மாட்டன் எண்டுதான் சொன்னன்… என்னவோ தெரியல்லை… சண்டைக்குள்ள நிண்டால் எல்லாப் பாரமும் இறங்கி அமைதியாகிற மாதிரி ஒரு நினைப்பு. ஆனால் நான் மருத்துவம் படிக்கிறது இன்னும்

ஆயிரம் பேரின்ரை உயிரைக் காப்பாற்றும் எண்டு சொன்னாப் பிறகு மறுக்க முடியேல்ல. அப்பிடியிருந்தும் நச்சரிச்சு நச்சரிச்சு இரண்டொரு சண்டைக்குப் போயிட்டுத்தான் வந்தன்.” மலர் கண்ணடித்துச் சிரித்தாள்.

“அக்கா குளிப்பமா?” ராணி விடுக்கென்று கேட்டாள்.

“போடி... பழைய வெள்ளையக்கா எண்டு இன்னமும் நினைக்கிறாய் போல...”

“சரி காலாவது நனைக்கலாம். அதுசரி... இது கால் நனைக்கிற தண்ணி தானே” ராணி பாவாடையை முழந்தாளவு தூக்கிக்கொண்டு கரையில் சாய்வாக இறங்கிக் கால் வைத்தாள். கணுக்கால் அளவில் குளிர்வித்துக்கொண்டு நீரோடியது.

மலர் கரையில் நின்று சப்பாத்துகளைக் கழற்றினாள். சொக்ஸ்ஸை உருவினாள். நீளக் காற்சட்டையை முழங்காலளவுக்கு உருட்டி மேலேற்றியபோதுதான் ராணி அதைக் கவனித்தாள். திடுக்கென்று விட்டது. மலருடைய வலது கால்... உருண்டை மரக்கட்டை போல... பழுப்பு நிறத்தில்... “என்னக்கா உங்களுக்கு?” கானகியை இறுக்கிப் பொத்திக்கொண்டு நீர்க்கரையிலிருந்து விலகி அவளிடம் ஓடினாள்.

மலருக்கு முழங்காலுக்குக் கீழே செயற்கைக்கால் பொருத்தப் பட்டிருந்தது. அவள் நடந்து திரிந்தபோதெல்லாம் வித்தியாசம் தெரியவில்லை. இல்லை, தெரிந்தது... சற்றே உடம்பு வைத்தபடியால் அப்படி நடக்கிறாளோ என்று ராணி நினைத்திருந்தாள்.

“என்ன நடந்ததக்கா? சொல்லவேயில்லை...” ராணிக்குக் குரல் தழுதழுத்திருந்தது. கண் கலங்கியது.

“அது நடந்து கனகாலமடி. இப்ப ஒண்டுமில்ல...” மலர் சாதாரணமாகச் சொல்லிவிட்டு குளக்கரையோரத்திற்கு நடந்தாள். சப்பாத்துக்களைக் கழற்றிவிட்ட பிறகு விந்தி விந்தி நடப்பது தனித்துத் தெரிந்தது. ராணி பின்தொடர்ந்தாள்.

“இது எனக்கு மட்டுமில்லை. இயக்கத்தில கால்வாசிப்பேர் இப்பிடித்தான் இருக்கிறம். இதென்ன காணிக்கை களையெடுக்கப் போற மாதிரியா... சண்டையல்லா. காயம்படத்தான் செய்யும். பொருண்மியம் ஓபிஸில இருந்த பெடியனைப் பாத்தாய் தானே... எனக்குக் காலை எடுத்தத விடு... நான் எத்தின பேருக்கு ஒப்பிரேட் பண்ணி காலை எடுத்திருப்பன்... சின்னப் பெடியங்கள்... சின்னப் பெட்டயள்... ரத்தம் வழிய வழிய கொண்டுவந்து கிடத்தினால் வலி தாங்காமல் கதறுவாங்கள்... அக்கா

சயனைட்டைத் தந்து எங்களைச் சாகவிடுங்க என்று கெஞ்சுவாங்கள். மனசைக் கல்லாக்கிக்கொண்டு மருந்து கட்டவேண்டும்.”

“உங்களுக்கு என்ன நடந்ததக்கா?”

“மருத்துவப் பிரிவில இருந்த நேரம், அழுது அடம்பிடிச்சு பூநகரிச் சண்டை அணியில சேர்ந்தன். பெரிய சந்தோசம். சண்டை நடுச்சாமத்திலதான் தொடங்கினது. காவல் வேலியை ரெண்டு மணித்தியாலத்தில அடிச்சுப் பிரிச்சு நுழைஞ்சிட்டம். சன்னதம்தான். ஆமிக்காரன் போட்டது போட்டபடி விட்டுட்டு ஓடிட்டான். விடியிற நேரம், நிலம் முழுக்க அவங்கட பொடிதான். எங்கடை அணியை அங்கயே நிலையெடுக்கச் சொல்லி ஓடர் வந்தது. நிண்டு காயப்பட்ட ஆக்களுக்கு பர்ஸ்ற் எயிட் செய்து அனுப்பிக் கொண்டிருந்தம். காலையில ஒரு எட்டுமணி போல இருக்கும். மேல சுப்பர்சொனிக் வந்திட்டுது. வெறும் தரவைக்குள்ள ஒரு பங்கருக்கைதான் காப்பு. சுப்பர்சொனிக்காரன் நிலத்தைக் கொஞ்சுற மாதிரி வந்தான். விசுக் எண்டு ரொக்கெற் கிழிச்சுது. நிலம் துள்ளிச்சு… பங்கரே இடிஞ்சு விழுந்தமாதிரி… என்ர உடம்பில என்னவோ பாரம் குறைஞ்ச மாதிரி இருந்திச்சு… கொஞ்சநேரம்தான்… கண் இருண்டு மயங்கிட்டன். பிறகு நீர்வேலி அன்டர்க்ரவுண்ட் ஹொஸ்பிற்றல் வார்ட்டிலதான் ரெண்டு நாளுக்குப் பிறகு கண் முழிச்சன். அப்பவே காலை வெட்டி அகற்றிப்போட்டினம். இவர்தான் ஒப்பிரேஷன் செய்தவர். அண்டைக்குத்தான் அவரை நான் முதன்முதலாப் பார்த்தன்.”

ராணி பேச்சின்றி நின்றாள். ஒருமுறை மலரை உச்சந்தலையிலிருந்து உள்ளங்கால்வரை பார்த்தாள். நினைத்தும் பார்க்கவியலாத அனுபவங்களைச் சுமந்துகொண்டு நிற்கிறாள். ஸ்ரீஸ்கந்தராஜாவைப் பற்றிச் சொன்னபோது அவளுடைய முகம் இறுக்கத்தை தளர்த்தியிருந்தது. ராணி இயல்புக்கு வந்தாள். “காலைக் கழட்டினவருக்கு கால்கட்டுப் போட்டுட்டீங்கள்…”

மலர் கலகலவென்று சிரித்தாள். “அப்பிடித் தொடங்கின பழக்கம்தான். மூண்டு நாலு வருசமா யாருக்கும் தெரியாமல் மனசுக்குள்ள மட்டும் மறுகி மறுகி ஓடிச்சு. விதுஷா அக்காட்டைத் தான் முதல்ல சொன்னன். என்னடி ஐஞ்சு வருசம் எப்படா முடியும் கல்யாணம் கட்டலாம் எண்டு பாத்துக்கொண்டிருந்தனியோ எண்டு சிரிச்சா. அவாதான் ஒரு அம்மா மாதிரி எல்லாத்தயும் ஒழுங்குபடுத்தினா. புலிச் சின்னத்தில ஒரு தாலி. மாத்திக்கொள்ள மோதிரத்திற்குப் பதில் மணிக்கூடு. கல்யாணம் சிம்பிளா முடிஞ்சுது. கல்யாணத்துக்குப் பிறகு கொக்குவில்லில இவருக்கெண்டிருந்த வீட்லதான் இருந்தம்.”

"ம்... அவர் யாழ்ப்பாணம் எண்டு முருகேஸ்வரி ரீச்சரிட்டைச் சொன்னீங்கள்?" என்றாள் ராணி.

"ம்... யாழ்ப்பாணம்தான். லண்டனில படிச்சுக் கொஞ்சக் காலம் அங்கயிருந்திட்டுத் திரும்பியிருந்தார். பார்க்கவே தெரியுது தானே.. என்னைவிட ஆறு வயது கூட. நல்ல ஞாபகமிருக்கு. தன்ர வீட்டுக்குப் போனன்று பின் வளவுக்க கூட்டிக்கொண்டுபோய் இதுதான் எங்கட தோட்டம் எண்டார்... எனக்குக் க்ளுக் என்று சிரிப்பு... எண்ணி எட்டுத் தென்னை மரம்... யாழ்ப்பாணம் முழுக்க அறுக்கையான வீடுகள் தானே... சுத்து மதில்... மதிலுக்க வீடு, பின்னால நிலம்... அதில ரெண்டு தென்னை... மூச்சுமுட்டக் கூடு அடைச்சுவிட்ட மாதிரித்தான். இந்தக் காட்டிலும் காணியிலும் குளத்திலும் திரிஞ்சிட்டு அங்க போயிருக்கேலாது. வெறும் கட்டிடக்காடு."

"உங்கட அவர் லண்டன்ல இருந்து ஏன் வந்தவர்? எல்லாரும் இஞ்சயிருந்து ஓடுகினம்..."

"ம்... ஒவ்வொருவருக்கும் ஒவ்வொரு மனம். இவர் படிச்சு முடிச்சு அங்க வேலை பாத்தவர். வசதிதான். அங்கயிருந்தும் இயக்கத்துக்கு உதவி செய்துகொண்டுதானிருந்தவர். ஏதோ ஒரு தருணத்தில நாட்டுக்குப் போகவேணும்போலத் தோணியிருக்கும். வந்திட்டார்."

ராணி இத்திமரத்திடிக்கு நடந்தாள். அது செழித்து வளர்ந்திருந்தது. கீழே சிறு கூடாரத்தில் பொன்னிறத்தில் அம்மன் சுருவம் பிரதிஸ்டை செய்யப்பட்டிருந்தது. அதற்குக் கம்பிக்கதவு போட்டிருந்தார்கள். முன்னால் மஞ்சள் நிற மரப்பலகை உண்டியல். நாற்புறத்திலும் திருநீற்றுப் பூச்சு. மலர் தூரத்திலயே நின்றுகொண்டாள். ராணி திரும்பிப் பார்த்து "வாங்கவன் அக்கா..." என்றாள். "இல்லை... நீ போட்டு வா... நான் இதில இந்த ஓடைத் தண்ணியில கால் வைச்சுக்கொண்டு இருக்கப் போறன்." கையை ஊன்றி செயற்கைக் காலைத் தூக்கி நீட்டி உட்கார்ந்தாள். மொட்டையான முழங்காலில் ஒரு கூச்சம் சுழித்தது. செயற்கைப் பாதத்தை நீர் கழுவிச் சென்றது. ஒப்பிரேஷன் தியேட்டரில் முதன்முதலாகத் துண்டிக்கப்பட்ட காலைப் பார்த்த போதிருந்த உணர்வு இப்பொழுதும் கவ்வியது. அனிச்சையாகச் சிறு கற்குறுணிகளைப் பொறுக்கி நீரில் எறிந்தாள். மேற்பரப்பில் உருவான வட்டங்களும் நீரோட்டத்தில் நகர்ந்து போயின. நீண்ட பெருமூச்சோடு நிமிர்ந்தாள்.

முழுநிலா பவனிவரத் தொடங்கிவிட்டது. உலகின் மீது பாலாய்ப் பொழியப் போகிறது. மேற்கின் செந்நிறம் சாம்பலாகியது. சூரியன் மறைந்தபின் எஞ்சித் தேயும் அந்த அந்தி ஒளியைவிட அவளுக்கு உதிக்கும் முன் பரவும் புலரியின் ஒளிதான் பிடித்திருந்தது. அதுவொரு

காலம்... காணி விளைஞ்சு கதிர் அரிஞ்சு... நெல்லு மூடைகளாக வந்து இறங்கும். பொங்கல் நெருங்க நெருங்க ஒரு குதூகலம். விடிகாலையில் உலக்கையை வைத்து வெள்ளை மாப்பொடி தூவிக் கோலம் போட்டு செங்கட்டித்தூளில் அலங்காரம் செய்து பொங்கற் பானையின் கீழெரியும் இருளைக் கலைக்காத நெருப்பின் ஒளியில் கோலத்திற்குத் தனி அழகு இருந்தது. வெயில் தொட்டுவிட்டபிறகு அது அத்தனை அழகல்ல. ஒருவேளை நிலவொளியிலும் கோலம் அழகாயிருக்கலாம். குளமும் மரங்களும் நிலவொளியில்தான் மோனநிலை அடைகின்றன. நிலவொளியில் அரசமரம் மினுங்கும், பேரழகோடு ஜொலிக்கும். குளிரொளியைத் தழுவிக் கொள்ளும். அரசமரத்தின் பரவசம் வாடைக்காற்றில் இலைகள் சலசலக்கையில் தெரியும். இன்று காற்றில்லை.

நேரத்தைப் பார்த்தாள். ஆறு. 'இவர் தேடப் போகிறார்.'

அவர்கள் யாழ்ப்பாணத்திலிருந்த வரை ஒன்றாக ஒரே வீட்டில்தான் தங்கியிருந்தார்கள். இப்பொழுது அவசரப் பணியாக ஒலுமடுவில் அவர் மட்டும் தங்கியிருக்க இவள் கிளிநொச்சியில் தங்கியிருக்க வேண்டும். ஒலுமடுவில் ஒரு புதிய வைத்தியசாலையைக் கட்டப்போகிறார்கள். இவளுக்குக் கிளிநொச்சியில் போராளிகளுக்கு சில அடிப்படை மருத்துவப் பயிற்சி வகுப்புகள், அகதி முகாம்களிலிருக்கிற பொது மக்களுக்கான வாராந்த மருத்துவப் பரிசோதனைகள்... காயப்பட்ட பிள்ளைகளுக்கான உள வளப் பயிற்சிகள்... என ஆறியிருக்க நேரமில்லாத வேலைகள்.

நேற்று வரும்போதும் ஸ்ரீஸ்கந்தராஜா சொன்னான். "முகாம்களில உடனடியாச் சரியான சுகாதாரங்கள் இருக்காது. மலசலக்கூடப் பிரச்சினைகள் இருக்கும். கொலரா, டெங்கு மாதிரியான வருத்தங்கள் வராமல் முதலே நடவடிக்கை எடுக்கவேணும். பரவிச்செண்டால் விளைவுகள் பயங்கரமா இருக்கும். அதனால பாத்துப் பாத்துச் செய்யுங்கோ" என்று. 'மெடிசின் என்றாலும் சனங்கள் என்றாலும் இவருக்கு உயிர்தான்.' "மலேரியா இல்லாத ஒரு நாடு. கொலரா இல்லாத ஒரு நாடு எங்களுக்குச் சாத்தியம்தான்" என்று எப்போதும் சொல்வான்.

ஸ்ரீஸ்கந்தராஜாவைக் கண்டதும், காதல் கொண்டதும் ஓர் அதிசயமாகத்தான் இப்பொழுதும் தோன்றுகிறது. அன்றைக்கு ஒரு பின்னேரப் பொழுதாக இருக்க வேண்டும். மயங்கிக் கிடந்தவளுக்கு நினைவுக் கோடுகள் மெல்ல மெல்ல ஊடுருவத் தொடங்கியிருந்தன. பூநகரி வெட்டை, கடல் தண்ணீர், சுப்பர் சொனிக், 'அடியுங்கோடி...' ரொக்கெட்... இமைமடலைப் பிரித்துக் கண் விழித்தாள். இடுப்பிற்குக் கீழே

ஏதோவொரு பாரம் குறைந்துபோன உணர்வு... தலையை உயர்த்தினாள். வலது கால் முழங்காலோடு முடிந்திருந்தது. அவ்விடத்தில் வெள்ளைத் துணியில் பந்தமிட்டிருந்தார்கள். கார்த்திகை விளக்கீட்டிற்குக் கிளுவம் தடியில் சுற்றிய பந்தம்போல. அழத்தோன்றவில்லை. அல்லது கண்கள் கசிந்ததா என்றும் தெரியவில்லை. ஆனால் ஒரு மரத்த உணர்வு. மறுபடியும் தலையைச் சாய்த்தபோதுதான் கழுத்தில் சுற்றிய ஸ்டெதஸ்கோப்புடன் ஸ்ரீஸ்கந்தராஜா அவளுடைய பார்வைக்குள் நுழைந்தான்... “ஒண்டுக்கும் யோசிக்க வேண்டாம். ரிலாக்ஸ்ஸா இருங்கோ.” இதுதான் அவன் அவளோடு முதற்பேசிய வார்த்தைகள்.

தொடர்ந்துவந்த நாட்களில் ஸ்ரீஸ்கந்தராஜா அவளைக் கொஞ்சம் கொஞ்சமாக மீட்டெடுத்தான். “கால் இருக்கிறவன் வாழ்க்கையின்ரை கடைசி வரை ஓடவேணும். உங்களுக்கு அப்பிடியில்லை.” என்று பகிடி விட்டான். “பாடலாம், ஆடலாம், பந்தடிக்கலாம், பஜிரோ ஓடலாம், கால் இல்லையெண்டுறது நாலு பேருக்குத் தெரியாமலே நடக்கலாம்” என்று உற்சாக மூட்டினான். அப்போதெல்லாம் மருத்துவர் நோயாளி உறவுதான் இருந்தது. மலருக்கு ஆறேழு மாதங்களில் செயற்கைக்கால் பொருத்திவிட்டிருந்தார்கள். சண்டைக் களங்கள் இனி நிச்சயமாகச் சாத்தியமில்லையென்ற பிறகு மருத்துவத் துறையில் மேலும் சில கற்கைகளுக்காகப் போகவேண்டியிருந்தது. மனதை ஈடுபடுத்திப் படித்தாள். பயிற்சிகள் நீர்வேலியில்தான் நடந்தன. அப்பொழுதுதான் அவர்களுக்கிடையில் நெருக்கம் அரும்பியிருக்க வேண்டும். இரண்டரை வருடங்கள் வெளிக்காட்டிக் கொள்ளாத காதலோடே ஓடிற்று. அவன்தான் ஒருநாள் முதலிற் கேட்டான். “நான் ரெண்டு விசயம் உம்மட்டச் சொல்லவேணும்” என்ற பீடிகையோடு ஆரம்பித்தான். “ஒண்டு எனக்கு உம்மைப் பிடிச்சிருக்கு... ரெண்டு நான் ஏற்கனவே கல்யாணம் கட்டி டிவோர்ஸ் எடுத்த ஒரு ஆள். ஆறு வயசில பிள்ளை, தாயோடை லண்டன்ல இருக்கு.”

மலர் அந்த ஒரு கணத்தில் சிதறித்தான் போனாள். அவனை விலகிக்கொண்டு விறுவிறென்று நடந்துபோய்விட்டாள். மனது அலைந்து உழன்றது. ஆனால் ஸ்ரீஸ்கந்தராஜாவைப் பார்க்காமலும் ஒரு வார்த்தை பேசாமலும் இருக்க முடியாதென்று கொஞ்ச நாட்களிலேயே அவளுக்குப் புரிந்துவிட்டது. முகத்தை இயல்பாக்கி அவனோடு பழகத் தொடங்கினாள். இம்முறை அவன் நீண்ட கடிதமொன்றை அவளுக்குக் கொடுத்தான். அது கிட்டத்தட்ட அவனுடைய கடந்த காலம்.

ஸ்ரீஸ்கந்தராஜா யாழ்ப்பாணம் யூனிவெர்சிற்றியிலிருந்து வெளியேறி மேற்படிப்பிற்காக லண்டனுக்குப் போயிருந்தவன், முடித்தபின்

அங்கேயே வேலையும் பார்த்தான். மேலதிக கற்கைகளும் மேலே மேலே என்று தொடர்ந்தது. அமைதியான புறநகர்ப் பகுதியில் வீடு. மூன்று தலைமுறைகளாக அங்கேயே வாழும் ஒரு யாழ்ப்பாணக் குடும்பத்தினர் தங்கள் பேத்திக்குப் பொருத்தமான அந்தஸ்தான மணமகன் இவன்தான் என்று தேடிவந்து கட்டிவைத்தனர். எல்லாம் சரியாகத்தான் ஆரம்பித்தது. எங்கு பிழைத்ததென்று இன்றுவரை தெரியவில்லை. வந்தவள் வேறு பெரிய வீடு வாங்கலாம் என்றாள். இயல்பிலேயே இவனுக்குச் சொத்துச் சேர்க்கிற பழக்கமில்லை. தேவைக்கு இருந்தாற் போதுமென்ற மனநிலை. காரை மாற்று என்றாள். மாட்டேன் என்றான். அவளே புதுக்கார் வாங்கினாள். அதிலெந்த ஈகோவும் இல்லைதான்... ஆனாலும்... பரஸ்பர உறவொன்று விடுபட்டுச் செல்வதைப் போலவே இருந்தது. அவனுடைய பயணங்கள் பெரும்பாலும் ஆளரவம் அற்ற கடற்கரைத் தீவுகளாகவேயிருந்தன. அவளோ கசகசவென்ற சப்த நகரங்களில் ஷொப்பிங் செய்ய அலைந்தாள். அவள் மேற்குலகக் கலாசாரத்தில் ஊறியவள். அவளுடைய நட்பு வட்டத்தோடு அவனால் ஒட்ட முடியவில்லை. மனங்களின் பிரிவைப் பற்றி உடல்களுக்கென்ன... அவை சேரத்தான் செய்தன... தாயானாள். எப்பொழுதும் பணத்திலேயே குறிவைத்துக் கிடந்தவள் இருக்கின்ற வீட்டிற்கு வரவே வெறுத்தான். வீட்டில் எடுத்ததெற்கெல்லாம் சண்டை. குழந்தை வீரிடுவதையும் கவனிக்காத வாய்த் தர்க்கங்கள்... மண்டை விறைத்தது. ஒளி குறைந்த குளிர் காலங்களில் திடீர் திடீரென உடற் சமநிலை குலைந்தது. சடுதியில் ஞாபகங்களை இழந்து மீண்டான். தியானங்களுக்குப் போனான். யோகாவிற்குப் போனான். என்னை ஒரு சாமியாருக்குக் கட்டி வைத்துவிட்டார்கள் என்று அவள் புலம்பினாள். காலக் கிரமத்தில் உடல்களும் பிரிந்தன. அதற்குப் பிறகவள் "உங்களுக்கு வேற ஆரோடையோ தொடர்பு" என்றாள். இரண்டு வேறுவேறான யாரோ, யாரையோ ஏமாற்றிக் கொண்டு ஒன்றாக இருக்க வேண்டுமா என்று யோசித்தான். யாரிலும் குற்றம் சுமத்தும் நிலையில்லை. குழந்தைக்கு நினைவுகள் ஆரம்பிக்க முன்னர் தீர்மானகரமான ஒரு முடிவு தேவை. அம்மாவும் அப்பாவும் ஒரு வீட்டிலிருக்கின்ற இரு எதிரிகள் என்று அதற்குத் தோன்றுமானால் அதனுடைய இளமைக் காலமும் அநியாயமாகும். மனரீதியான பாதிப்புக்களும் ஏற்படலாம். இரண்டு வாரங்கள் யோசித்தான். ஒருநாள் அவனாகவே சொல்லிவிட்டான். "நீர் விரும்பினால் பெனிபிற்றைக் கிளைம் பண்ணிக் கொண்டு பிரியலாம். நான் குறுக்கை நிற்கமாட்டன்." அவ்வளவும் தான். மிகுதியை அவளுடைய லோயர் கவனித்துக் கொண்டார். விவாகரத்துக் கிடைத்த அன்று இரவு நிம்மதியாகத் தூங்க முடிந்தபோது இந்த முடிவு சரியானதுதான் என்று நினைத்துக் கொண்டான். அடுத்த வாரத்திலேயே இலங்கைக்கு வந்துவிட்டான்.

அவன் கட்டுநாயக்காவில் கால் வைத்தபோது இந்திய இராணுவத்தினர் திருகோணமலையில் வெளியேறிக் கொண்டிருந்தார்கள். தன்னைப் பற்றி அதிகம் சொல்லாத ஒரு போராளியாகத்தான் இயக்கத்தில் இணைந்தான். ஆனால் அவனுடைய கல்வித் தகமையை இயக்கம் வெகு சீக்கிரத்திலேயே கண்டுகொண்டது. ஆயுதப் பயிற்சியிலிருந்து விடுவித்து உயர் சத்திர சிகிச்சை மருத்துவராக நியமித்தது.

நான் ஒவ்வொரு முறையும் ஒரு உயிரைக் காப்பாற்றும் போதும் தியானத்திற்குப் போய்வந்த உணர்வைத்தான் பெறுகின்றேன்... என்று கடிதத்தை முடித்திருந்தான்.

"உங்களுடைய உயிர் காப்புப் பணிக்கு ஒரு துணையாக இருக்க எனக்குச் சம்மதம்" என்று எழுதினாள் மலர்.

இருவருக்குமிடையில் ஆறு வருடங்கள் இடைவெளியிருந்தது. ஆயினும் மலரை "வாரும் இரும்..." என்றுதான் அழைப்பான். சிகிச்சை பெறுகின்ற போராளிகள் அவனை டொக்ரர் அங்கிள் என்று அழைத்தார்கள். வெளிப்பார்வைக்குச் சற்றே பெரிய தோரணையுள்ள, சட்டென நெருங்கத் தயங்குகிற தோற்றம்தான். ஆனால் குழந்தமை மனது. திருமணத்திற்குப் பிறகு உடனடியாகக் குழந்தை வேண்டாமே என்று மலர் சொல்லியிருந்தாள். அவனுக்கு மறுக்கத் தெரியவில்லை. ஆனால் மனது சரியில்லாமல் எதையோ பறிகொடுத்தவன் போலத் திரிந்தான். என்னவென்று கேட்டாள். "ஒண்டுமில்ல... இப்போதாவது என்ர பிள்ளையை ஆசையாகப் பள்ளிக்கூடம் கொண்டுபோய் விடலாம் எண்டு நினைச்சன்" என்றான். மலர் ஆடிப்போய்விட்டாள். கண்ணீர் பொத்துக்கொண்டு வந்தது. அவனுக்குக் கானகி என்றால் போதும். 'இப்ப எப்பிடி விட்டுட்டு இருக்கப் போறாரோ...'

"அக்கா போவமே..." ராணி அழைத்தாள். மலர் எழுந்து நடந்து ஒரு மரத்தோடு சாய்ந்துநின்று சப்பாத்துகளைக் கொழுவினாள். கானகியின் நெற்றியில் ஒரு கீறாகத் திருநீற்றுக் குறி. திரும்பினார்கள்.

"ராஜா அண்ணைக்கு சொந்தக்காரர்கள் இல்லையா?" என்றாள் ராணி.

"அம்மாவும் அப்பாவும் கொழும்பில இருக்கினம். யாழ்ப்பாணத்தில அவருக்கு பாட்டி முறையில ஒரு கிழவி இருக்கிறா. கோயில் குளம், திருநீறென்று வலு பக்தி. நாங்கள் கல்யாணம் கட்டிய புதுசில மனிசி என்னட்ட தனிக்கல்லடி எங்கயிருக்கு... அங்க யார் என்ன தொழில் செய்யினம்... நீ எந்தப் பக்கத்திலயிருந்து வந்தனி என்று துருவித் துருவிக் கேப்பா... நான் சிரிச்சுக்கொண்டு போயிடுவன். கிழவிக்கு அதைக் கண்டுபிடிச்சிட வேணுமெண்டு ஒரே குறி. ஒருநாள் இவர் சொன்னார்... எணே, அவள் வானத்திலயிருந்து வந்தவள் என்று."

“நல்ல காதல் தான்.” ராணி கலகலவென்று சிரித்தாள். “உங்கட பழைய கதைகள் அவருக்குத் தெரியுமா?”

“நீயாயிருந்தால் சொல்லுவியா?”

ராணி தலையை உயர்த்தி மேகங்களைப் பார்த்தாள். பிறகு ஒரு குறும்பான ஓரப்பார்வை. மலர் அவளுடைய தலைமயிரைச் சுள்ளென்று இழுத்தாள்.

“கள்ளி, உன்னப் போலத்தானடி எல்லாரும் இருப்பினம். மறைக்க வேணுமெண்டதற்காக இல்லை. நானே மறந்துபோன விசயங்களை எதுக்கு இன்னொருவரையும் நினைக்க வைக்க வேணும்... டொக்ரர் ஸ்ரீஸ்கந்தராஜா மனசும் மனிச மனசுதானே...” மலர் அர்த்தத்தோடு நிறுத்தினாள். ஸ்ரீஸ்கந்தராஜாவின் விவாகரத்துப் பற்றி இவளுக்குச் சொல்வோமா என்று நினைத்துவிட்டு அந்த எண்ணத்தைக் கைவிட்டாள். எல்லோருடைய மனதும் ஏதோவொன்றை இரகசியமாகவே வைத்திருக்க விரும்புகிறது. இவளும்தான் எதையாவது என்னிடம் மறைக்கக்கூடும்.

“ம்... பொல்லாத காதல்தான்” என்றாள் ராணி கமுக்கமாக.

எம் ஐ 24 ஹெலியிலிருந்து பாய்ந்த முதலாவது ரொக்கெற்றில் கிளாலிக் கரையிலிருந்து புறப்பட்ட கடைசிப்படகு சனங்களோடு எரிந்து மூழ்கிய அந்த நிமிடத்தில் யாழ்ப்பாணக் குடாநாடு முழுவதும் இலங்கை இராணுவத்தினரின் வசமானது.

வன்னியின் செம்புழுதிச் சாலைகளிலும் ஒழுங்கைகளிலும் யாழ்ப்பாண அகதிகளே குவிந்து நின்றார்கள். பெண்கள், குழந்தைகள், முதியவர்கள் என்று ஒவ்வொரு முகங்களும் துயர் வழிகின்ற படங்களாக அத்தாருக்குத் தோன்றிற்று. தனிக்கல்லடியைப் பிரிந்த இரவும் பின்தொடர்ந்த மூன்றாம் பிறை ஒளியும் அவனுக்குள் காட்சிகளாக விரிந்தன. அவன் நேசலிங்கத்தின் 'சலி' மோட்டார் சைக்கிளில் பின்னால் உட்கார்ந்திருந்தான். இரண்டு வாரங்களுக்கு முன்னர்தான் நேசலிங்கம் அதைச் 'செக்கென்ட் ஹான்ட்டில்' வாங்கியிருந்தான். "வன்னில ஆனானப்பட்ட தூரத்தையும் உதில உதில எண்டுதான் சொல்லுகினம். சைக்கிள் ஓடிக் கடக்க முடியேல்லை. இதொண்டிருந்தால் நல்லதெண்டு அக்கா வாங்கித் தந்தவ."

மோட்டார் சைக்கிளில் நீண்ட நேரத்திற்கு கால்களை மடித்து இருக்க முடியாமல் அத்தார் அவதிப்பட்டான். 'காலைமை நேசலிங்கம் கேக்கேக்கை வராமல் விட்டிருக்கலாம்.'

நேசலிங்கத்திற்குக் கிளிநொச்சியில் யாரையோ சந்திக்க வேண்டியிருந்தது. "ஞாயிற்றுக் கிழமை தானே... வீட்டிலயிருந்து என்ன செய்யப்போறியள். வாங்கோவன் சும்மா பொழுது போகும்" என்று அழைத்திருந்தான். மோட்டார் சைக்கிளில் ஒரேயடியாக உட்கார்ந்திருக்க அடிக்கடி தொடை மரக்கட்டையைப் போல விறைத்தது. பத்தாவது முறையாக இறங்கி நின்றான்.

பக்கத்தில் வேலியின் நிழலில் ஓர் இளம் குடும்பத்தினர் குந்தியிருந்தார்கள். பெண்ணுக்கு இருபது இருபத்தியிரண்டு வயதுத் தோற்றம். குழந்தையைத் துணியில் சுற்றி நெஞ்சில் அணைத்து வைத்திருந்தாள். அருகிலேயே ஓலையைப் பற்களிடையில் கடித்தபடி இருந்தவனுக்கும் அவளொத்த வயதுதான் இருக்கும். துருப்பிடித்த சைக்கிளை வேலியில் சாய்த்துவிட்டிருந்தார்கள். உடுப்புகளும்

பாத்திரங்களுமாக நிறைந்த இரண்டு 'சந்திரிகாப் பைகள்' ஹரியரில் கட்டப்பட்டிருந்தன.

"நேற்றே வந்தனியள்?" அத்தார் அவர்களிடம் கேட்டான்.

"ம்."

மோட்டார் சைக்கிள் மறுபடியும் உயிர்க்கப் பஞ்சிப்பட்டது. நேசலிங்கம் நான்கைந்து தடவைகள் உதைந்து பார்த்தான். ஷக் ஷக் என்ற சத்தத்தோடு அது ஓய்ந்தது. சுருக்குப் பையில் தொங்கிய சிங்கர் ஒயில் குப்பியை குளுக்கோஸ் பைப்பில் கவிழ்த்து இரண்டு சொட்டு 'ரின்னரை'ப் பிதுக்கினான். ஹிக்கரில் உதைவதற்கு முன்பாக நெஞ்சில் கை வைத்துக் கும்பிட்டான். அத்தாருக்கு 'கிளுக்' என்று சிரிப்பு வந்துவிட்டது.

"என்ன சிரிக்கிறியள்..."

"இல்லையடாப்பா... விறைப்பு எடுபடேக்கை தானாச் சிரிப்பு வருது..."

நேசலிங்கம் மோட்டார் சைக்கிளைச் சாய்த்து நிறுத்தினான். இருக்கையை உயர்த்தி சாவியை எடுத்து 'ப்ளக்கைக்' கழற்றினான். கதியால்களில் இருந்து உதிர்ந்த சருகுகளை வாரிக் குவித்துத் தீ மூட்டி ப்ளக்கை அதில் இட்டான். "நல்லாச் சூடாகவேணும். இந்தமுறை தப்பாது" என்றான்.

அத்தார் சாரத்தை ஒதுக்கிக்கொண்டு நிழலுக்குள் குந்தினான். வியர்வையில் உடல் தெப்பலாக நனைந்து 'நசநச'வென்றிருந்தது. முன்னால் பெண் பிள்ளையிருந்ததால் சேட்டைக் கழற்ற ஒரு தயக்கம். 'பச்சைப் பிள்ளையையும் வைச்சுக்கொண்டு வெயிலுக்கையே இருக்கினம்...' அவர்களைப் பச்சாதாபத்துடன் பார்த்தான்.

"ஏன் தம்பி, தெரிஞ்ச ஆக்கள் ஒருத்தரும் இல்லையே..."

"இருக்கினம். கண்டுபிடிக்க வேணும்."

"எங்கை?"

"இங்கையெங்கெயோதான் வன்னிக்குள்ள... முதல்ல வெளிக்கிட்டு வந்தவை..."

"நிறையச் சனமே கிளாலியில...?"

"ம்... ஊருவாரிப்பட்ட தொகை... அவ்வளவு சனத்தையும் வள்ளத்தில எப்பிடி ஏத்தி இறக்கிற... அகப்பட்டதில தொத்தி ஏறி வந்திட்டனேயொழிய இங்கையும் என்ன செய்யப்போறனெண்டு

தெரியேல்லை. ஊரில கராஜ் வைச்சிருந்தனான்" அவன் தரையை வெறித்துக்கொண்டு சொன்னான்.

'சலி' உயிர்த்துவிட்டது. நேசலிங்கம் அக்சிலேட்டரை தொடர்ந்து முறுக்கினான். மண்ணெண்ணெய்ப் புகை குப்பென்று முகத்தில் அடிக்க அந்தப் பெண் முகத்தைத் துணியால் மூடி இருமினாள். சத்தத்தில் மிரண்டெழுந்த குழந்தை அழுதது. அத்தார் ஓடிப்போய் ஏறிக்கொண்டான். ஒழுங்கையிலிருந்து வெளியேறிப் பிரதான வீதிக்கு வந்தார்கள்.

"எனக்கு யாழ்ப்பாணம் பறிபோனதோடை எல்லாம் விட்டுப்போச்சு" என்றான் நேசலிங்கம். எதிர்க்காற்று அவனுடைய குரலை விழுங்கியது. அத்தார் அமைதியாயிருந்தான். சனங்களைப் பிதுக்கியபடி சென்ற வாகனங்கள் புழுதியைக் கிளறி முகத்தில் வாரின. மூக்கு உளைந்தது. தும்மினான். கழுத்து வியர்வையில் படையாக ஒட்டிக்கொண்ட புழுதியைத் தேய்க்க அழுக்கு திரளாகக் கழன்றது.

"யாழ்ப்பாணம் இல்லாமல் என்னத்தைத் தமிழீழம்..." நேசலிங்கம் மறுபடியும் சொன்னான். இம்முறை குரலை உயர்த்தியிருந்தான்.

அத்தாருக்கு எரிச்சலாயிருந்தது. "ஏன் இங்கால வன்னி மட்டக்களப்பு திருகோணமலையெல்லாம் இருக்கு தானே..." என்றான்.

நேற்றும் இப்படித்தான், எட்டேக்கரில் பேசிக்கொண்டிருந்த போது "யாழ்ப்பாணம் ஒரு கலாச்சார நகரம் தானே" என்று நேசலிங்கம் சொல்லிவிட கோபம் சுள்ளென்று மண்டையில் ஏறிவிட்டது. "ஏன் மற்றதெல்லாம் கழிசறை நகரங்களோ" என்று கேட்டான். வதனா பார்த்துக் கொண்டிருந்தாள்.

"அப்பிடியில்லை... அங்கை ஒரு அரசு நடந்துகொண்டு தானேயிருந்தது... பெட்டையளுக்கு பிரச்சனையில்லாத, விபச்சாரமில்லாத, பிச்சைக்காரர் இல்லாத, சாதியில்லாத... ஒரு கனவு அரசு..."

"சாதி இல்லையெண்டு ஆரடாப்பா சொன்னது... அது துவக்குப் பயத்தில சத்தமில்லாமல் கிடக்கெண்டு சொல்லு."

"எத்தினை கண்டுபிடிப்புகளைச் செய்தாங்கள் தெரியுமோ, இப்ப நாலைஞ்சு மாசத்துக்கு முன்னமும் பனை ஏறுற மெஷினைக் கண்டுபிடிக்கச் சொல்லியும் வெல்லுற ஆக்களுக்குப் பத்தாயிரம் ரூபா பரிசெண்டும் இயக்கம் அறிவிச்சிருந்தது."

அத்தார் கேலியாகச் சிரித்தான். "மெஷினைக் கண்டுபிடிச்சாப் போல நீங்கள் எல்லாரும் அதில ஏறிக் கள்ளுச் சீவ ரெடியாவோ இருந்தனியள்... மறுபடியும் அவன்தானே ஏறப்போறான்..."

நேசலிங்கம் பேச்சை நிறுத்திவிட்டு அத்தாரைக் கூர்ந்து பார்த்தான். திடீரென்று "நீங்கள் இயக்கத்துக்கு எதிர்ப்போ..." என்று கேட்டான். அத்தார் நமட்டுச் சிரிப்புடன் பார்வையைத் திருப்பினான். கிணற்றடியில் தோளில் மண்வெட்டியைச் சுமந்தவாறு கையில் நீர் வாளியோடு சாரகன் காட்டுப் பக்கமாகப் போய்க் கொண்டிப்பது தெரிந்தது. கக்கூசுக்குப் போகும் போதும், களத்திற்குப் போவதைப்போன்ற இறுமாந்த நடை சிரிப்பை ஏற்படுத்திற்று. மறுபடியும் நேசலிங்கத்தைப் பார்த்தான். குரலைத் தணித்து, "உண்மையில சாதி இல்லாமல்தான் போயிட்டுதோ" என்று அழுத்தமாகக் கேட்டான். "உதயன் பேப்பரில உயர் இந்து குலத்தில மணமகள் வேணும் எண்டு வாற விளம்பரமெல்லாம் என்னெண்டு எங்களுக்குத் தெரியாதோ..."

"இப்ப எல்லா ஆக்களுக்கும் அப்படியாக வேணும் எண்டது தானே விருப்பம்..." நேசலிங்கம் எதையோ யோசித்துக்கொண்டு சொல்வது போலச் சொன்னான்.

"எல்லாருக்குமெண்டால்..."

"எல்லாரும் தாங்கள் ஆர் எண்டதை மாத்தித்தானே காட்ட வெளிக்கிடுகினம்... சந்திராக்கா சொன்னவ, நீங்களும் முந்திக் காணி வைச்சிருந்து கமம்தான் செய்தனியளாம்" தயக்கத்தோடுதான் சொற்களை விடுவித்தான்.

"அப்ப... என்ரை அப்பனும் தாத்தனும் செய்த தொழிலைத்தான் நானும் செய்ய வேணுமெண்டிறியோ..."

"அப்பிடியில்லை..." என்று நேசலிங்கம் இழுத்தான்.

"வெள்ளாளக் குணம்தான் இப்பிடி யோசிக்கும்..." சட்டென்று சொல்லிவிட்ட பிறகுதான் தவிர்த்திருக்கலாமோ என்று அத்தார் நினைத்தான். ஓர் ஆழமான உரையாடலுக்கு நேசலிங்கத்தினால் இயலாது என்று தோன்றியபோது அவனில் பரிதாபமாயுமிருந்தது.

அப்பொழுது அத்தாரைத் தோற்கடித்துவிட்ட முகபாவனையோடு சிரித்தபடி நேசலிங்கம் தலையைக் கோதினான். "நாங்கள் வெள்ளாளர் இல்லை" என்று நிறுத்தி நிறுத்திச் சொன்னான்.

"நான் வெள்ளாளர் எண்டு சொல்லேல்லை. வெள்ளாளக் குணமெண்டுதான் சொன்னனான்" என்றான் அத்தார். அதுவரை

ஆறுதலாக விழுந்த வார்த்தைகள் திடீரென்று கட்டுப்பாடிழந்து முறுகத் தொடங்கின. சினத்தின் உச்சியில் நிற்பதைப்போல கத்தினான். "ஏன், வெள்ளாளர் மட்டும் தானோ எங்களைப் போட்டுக் காலில மிதிச்சவை? மற்ற எல்லாரும் எங்களை மனிசரா மதிச்சவையோ? ஆர்தான் எங்கடை குரல்வளையைப் பிடிச்சு நசுக்காமலிருந்தவை... கேட்கிறன்? எங்களைத் தண்ணியள்ள விடாமலும், கோயிலுக்குள்ளை வர விடாமலும், செருப்புப் போட்டு நடக்கேலாமலும் பண்ணினது தனிய வெள்ளாளர் மட்டுமில்லை. எல்லாரும்தான். எங்கடை கொட்டில்களை எரிச்ச நெருப்பு எல்லாற்றை கையிலயிருந்தும் எறிபட்டதுதான்."

"நீங்கள் சொன்ன எல்லாத்தையும் வெள்ளாளர் எங்களுக்கும் செய்தவைதான்" என்றான் நேசலிங்கம்.

"ஓம். பிறகு அதெல்லாத்தையும் நீங்கள் எங்களுக்குச் செய்தீங்கள்... அந்த வலியையும் காயத்தையும் தெரிஞ்சுகொண்டும் அதைச் செய்தீங்கள்... கையில முட்டுப்படாமல் அவன் நீட்டிற மூக்குப்பேணியை வாங்கி நாக்குப் படாமல் அண்ணாந்து குடிச்சிட்டு, பிறகு நீங்களே இன்னொருத்தனுக்குச் சிரட்டைக்குள்ளை தேத்தண்ணி குடுக்கேக்கை மனசு கூசுறேல்லையா உங்களுக்கு..."

நேசலிங்கம் அமைதியானான். வீணே அவனில் கோபத்தைக் காட்டுகின்றேன் என்று அத்தாருக்கும் ஒரு மாதிரியாக இருந்தது. அங்கு நிலவிய சூழலின் தீவிரத்திற்குள் இருக்கப்பிடிக்காமல் வதனா எழுந்தாள். "ஏதோ சாதி சாதியெண்டுறியள். எங்களுக்குச் சாதி தெரியாமல்தான் அய்யா வளத்தவர். டோபிக் கிழவன் வந்து வீட்டை துணியெடுப்பார். தேத்தண்ணி குடுப்பம். குந்தியிருந்து குடிச்சிட்டுப் போவார். அப்படித்தான் பாபர் கிழவனும் வீட்டை வந்து மயிர்வெட்டுவார். மற்றும்படி அவர் இன்னார், இவர் இன்னார் எண்டெல்லாம் பிரிச்சுப் பாத்ததில்லை..."

அத்தார் விரக்தியாகச் சிரித்தான். சோர்வாயிருந்தது. பேச்சின் திசையை மாற்றுவதற்காக, "நீங்கள் யோசப் அய்யாக்குச் சொந்தமே..." என்று வதனாவிடம் கேட்டான். அவள் தேள் கொட்டியதுபோல அவசரமாகத் தலையாட்டி மறுத்தாள்.

"ச்சீ... அவையள் வேதம், நாங்கள் சைவம். அவை வேற ஊர். நாங்க வேற ஊர்... இது சும்மா பழக்கம்..." என்றபடி அருணகிரியின் வீட்டுப் பக்கமாக அவள் போனாள்.

மோட்டார் சைக்கிள் பள்ளத்தில் விழுந்து குலுங்கியது. அத்தார் நேசலிங்கத்தின் தோளை இறுகப் பிடித்தான். குதிரையைப் போன்ற உயர்ந்த மோட்டார் சைக்கிளில், இரண்டு சீருடை தரித்த போராளிகள் இலாகவமாக விலகிக்கொண்டு சென்றார்கள். வீதியின் ஏற்றத்தில் சென்று அப்பால் மறையும் வரை அத்தார் அவர்களையே பார்த்துக் கொண்டிருந்தான்.

வானம் கருக்கொண்டது. கிழக்கே கருமேகங்கள் திரண்டன. ஒளி கீழிறங்கிப் பொழுது சாம்பல் நிறமானது. திண்ணையிலிருந்து வாழைப் பூவை இரவுச் சமையலுக்காகச் சுண்டிக் கொண்டிருந்த ராணி அதை அப்படியே போட்டுவிட்டுப் போய்க் குடத்தை எடுத்துக்கொண்டு புறப்பட்டாள். 'மழை வருமுன்னம் ரெண்டு மூண்டு குடமாவது எடுத்து விடவேணும். இதென்ன இந்த மழை காலந்தப்பி வருது!'

கிணற்றுக்கட்டில் குடத்தை வைத்துவிட்டு வாளியைக் கிணற்றுக்குள் இறக்கியபோதுதான் கவனித்தாள். கிணற்றுக்கட்டில் ஒரு செண்பகப்பூ இருந்தது. பளீரென்ற மஞ்சள். நீரை இறைத்துக் குடத்தில் ஊற்றிவிட்டு அந்தப் பூவை எடுத்து முகர்ந்து பார்த்தாள். 'அவன்ர வேலைதான்.' புன்னகை இழையோடியது. அவன்தான் முந்தநாள் எட்டேக்கரின் வாசலில் வைத்துக் கேட்டான். "தலையில ஏன் நொச்சி இலைய வைச்சிருக்கிறீங்க? ஏதாவது பூ வைக்கலாமே..."

"இது கிழவி பழக்கின பழக்கம். தலையில வைச்சாப் பேன் வராது."

"நல்ல வடிவா ஏதாவது பூ வைக்கலாம்."

"எட்டேக்கரிலயும் மேட்டுக் காணியிலயும் அலையிறவள் கொண்டையில பூ வைச்சு ஆர் பார்க்கப் போகினம்?"

"நான் பார்ப்பன்."

ராணி கிணற்றடியை விட்டு வெளியேறியபோது கண்களால் அவனைத் தேடினாள். முன்னரென்றால் எட்டேக்கரே கதியென்று கிடப்பான். இப்பொழுது யாழ்ப்பாணத்து ஆட்கள் வந்துவிட்ட பிறகு பகலில் திரிவதில்லை. "அங்க சின்னாச்சிக் கிழவின்னு ஒண்ணு இருக்கு... என்ன தம்பி. பகல்லயும் ஆனை வருமோ... இப்ப இங்க ஆக்கள் புழக்கம் தானே... நீ இரவில வந்தாப்போதும்னு சொல்லிச்சு..." என்று சொல்லியிருந்தான். ராணி குடத்தைச் சுமந்தவாறு வதனாக்காவின் வீட்டைக் கடந்து நடந்தாள். உயரக் குந்தில் கால்களைத் தொங்கப்போட்டிருந்த சின்னாச்சிக் கிழவி அவளையே உற்றுப்பார்த்தாள். விடுப்புப் பார்வை. ஒருவித அந்தரமாயிருந்தது.

‘சனிக் கிழவி...’ மனதிற்குள் திட்டினாள். விறுவிறென்று நடையின் வேகத்தைக் கூட்டினாள்.

கடைசிக் குடத்தைச் சுமந்தபோது சொல்லி வைத்தாற்போல மழைத்தாரைக் கூச்சல் கேட்டது. “சிந்து உள்ளுக்கை வாடி... மழை வருகுது...” அவள் ஓடிவந்து தாயின் சட்டையைப் பிடித்துக்கொண்டாள். “உள்ளை ஏறு உள்ளை ஏறு...” என்று விரட்டினாள். குசினிக்குள் நுழைந்து குடத்தை இறக்கிவைத்தாள். கொடியில் உடுப்புகள் காய்ந்தன. நினைவுவர வெளியால் ஓடினாள். பசுவும் கன்றும் சாய்வுக்குள் ஒதுங்கிவிட்டன. கொடியிலிருந்து ஆடைகளை ஒவ்வொன்றாக இழுத்துக் கையில் சேமித்தாள். கிழக்கிலிருந்து பேரிரைச்சலோடு வெண்தாரைகள் சாய்வாக இறங்கி முன்னேறின. எட்டேக்கரின் தென்னைகளில் சடசடத்து மேட்டுக்காணியின் மரமுந்திரிகைகளைத் தொட்டது. மழையா... நானா... முந்துவது யார் பார்க்கலாம்... ஒரு சின்னப்பிள்ளையின் குதூகலம் திடீரென்று அவளைத் தொற்றிக்கொண்டது. மளமளவெனக் கொடித்துணிகளை இழுத்தாள். கடைசித்துணியில் கை பட்டபோது மழைத் தாரைகள் அவளுடைய நெற்றியில் தெறித்து நகர்ந்தன. மூச்சையிழுத்து முகத்தை நிமிர்த்தி நீர்ச்சொட்டுகளை அனுபவித்தாள். ஓலைச் செத்தையில் படபடவென்று சத்தம் கேட்டது.

துணிகளை வாரி அறையிலிருந்த பாயில் குவித்துவிட்டு வெளியேறினாள். தலைமயிரை அவிழ்த்து நீரை விசிறினாள். முற்றமெல்லாம் தண்ணீராகிவிட்டது. விறகுக் குவியல் தெப்பலாய் நனைந்துவிட்டது. ‘நாலைஞ்ச எடுத்துக் குசினிக்கை வைச்சிருக்கலாம்.’ நாக்கைக் கடித்தாள். மழை நீருக்குள் காலை நனைத்து விளையாடிக் கொண்டிருந்த சிந்துவிடம் “காலை எடடி. சொறிசிரங்கு வரப்போகுது...” என்று உறுக்கினாள். சிந்து திரும்பி தாயின் தலையிலிருந்த செண்பகப் பூவை விநோதமாகப் பார்த்தாள். “அது... எனக்கு வேணும்” என்ற மழலைக் குரல். மனதைக் கறையான் அரிக்கின்ற உணர்வு. “அது அப்புச்சாமிக்கடா... பிள்ளைக்கு அம்மா வேற தாறன்.”

ராணி செண்பகப்பூவை தலையணைக்குள் வைத்தாள்.

இரவு பன்னிரெண்டு ஒரு மணியிருக்கலாம். மழை தீரவில்லை. அது ஒரு கண்ணாடிச் சுவரைப்போல குடிசையைச் சுற்றி இறங்கியிருந்தது. குளிரும் கதகதப்புமான கலவையில் விரல்களால் சிந்துவின் நெற்றியில் வருடினாள். தொடுகை ஒரு சித்திரமாக நம்பிக்கைகளை வரைந்தது. மழை மார்பிலேயே கொட்டுவது போலிருக்க தூக்கக் கலக்கத்தில் கண்ணாடிச் சுவர்கள் மினுக்கமாகத் தெரிந்தன. மழைக்கால்கள் விழுந்து ஒரு பூ மலர்வதைப் போலச் சிதறுவதாக அவளுக்கு ஏனோ தோன்றிற்று.

மழை ஈரத்தில் தவளைகளின் கொர் கொர் என்ற வரவேற்புக் குரல் வெளியெங்கும் நிறைந்திருந்தது.

அப்பொழுதுதான் மழைச்சுவரைக் கீறிக்கொண்டு அந்த விரல்கள் நுழைந்தன. அவை அவளுடைய கால்களில் ஊர்ந்தன. 'அய்யோ...' தொண்டைக்குழிவரை எழுந்த அலறல் திடுமென அழிந்துபோனது. ராணி கால்களை ஒடுக்கினாள். பூமியைப் பிய்த்துக்கொண்டு வெடித்த நெருப்புச் சுவாலைகளின் உக்கிரத்தில் உதடுகள் பாளங்களாக வறண்டுவிட்டன. பிறகு மழைத்தாரைகளில் சுவாலைகள் அணைந்து குளிர்ந்தன. விழிமடலுக்குள் கண்கள் செருக அவள் இடதுகால் பெருவிரலைப் பாயில் ஊன்றித் தேய்த்து காலை உயர்த்தினாள். விரல்கள் சடுதியில் பின்வாங்கின. ராணி எச்சிலை விழுங்கிக் கொண்டாள். காய்ந்த தொண்டைக் குழிக்குள், எச்சில் திரளாகி நின்றது. முகமெல்லாம் எரிவதைப்போன்ற தகிப்பு. கண்களைத் திறக்க முடியவில்லை. காலை நீட்டினாள். விரல்கள் மறுபடியும் ஏறின. உடல் விறைத்துச் சுருங்கத் தொடங்கிற்று. உயிர்ப் புதிரின் முடிச்சவிழ்க்கும் அவசரத்தில் நீருக்குள் மீன் சுழிப்பதுபோல விரல்கள் வளைந்து நெளிந்து நகர்ந்தன. இருந்தாற்போல 'பளிச்' என்றது. தூய வெண்மைப் பிரகாசத்தில் மின்னல். ராணி திடுக்கிட்டுக் கால்களை உதறினாள். 'டட் ட்டட் டொம்... டொம்' மேகங்கள் தகடுகளாகி உரசுவதைப்போல ஓங்கி இடித்தது. காட்டின் திசையில் ஆரம்பித்து மேலாகக் கடந்து பேச்சி தோட்டத்தில் கொட்டுண்டது போலச் சத்தம். சிந்து "அம்மா..." என்று வீரிட்டாள். துடித்தெழுந்து தாயைக் கட்டிப் பிடித்துக்கொண்டாள். அலைந்த விரல்கள் சுருக்கென்று விலகின. மழைச்சுவரை கிழித்துக்கொண்டு நிழல் உருவொன்று ஓடிச்சென்றது. திடீரென்று ஒரு வனாந்தரத்தில் விடப்பட்டதைப்போல வெறுமை. சினம் சினமாகக் கிளர்ந்தது. வெறுப்பும் ஆவேசமும் ஒரு நிழலைப்போல சொந்த மகளிலேயே படர்வதை அவள் பீதியோடு பார்த்தாள். கண்ணீர் தன்பாட்டில் காதுமடல்களை நனைத்தது. ஆடையைச் சரிசெய்தாள்.

"உள்ள வந்துபடு பிள்ளை..." மீனாட்சி விளக்கைக் கொளுத்திக்கொண்டு வந்தாள். வெளிச்சத்தில் மழைக்கால்கள் மின்னின. அக்கால்களை ஒவ்வொன்றாகத் தாண்டிச்சென்ற ராணியின் கண்கள் இருளுக்குள் முட்டித் திரும்பின. "உவளைக் கொண்டு போங்கோ, அங்க நாலு பேற்றை மூச்சு வெக்கைக்குள்ளை என்னால கிடக்கேலாது. நான் இதிலயே கிடக்கிறன்" என்றாள்.

காற்றின் திசை திடீரென்று மாறியிருக்கவேண்டும். மழைச் சாரல் கால்களில் தூவியது.

வட்டமாகப் பரவிய விளக்கின் மஞ்சள் ஒளியின் பாதி விறாந்தையின் பின்புறச் சுவரில் முட்டி மேலேறி வரிச்சுத் தடி நீக்குகளால் உள்நுழைந்தது. மிகுதிப்பாதி தடுப்பற்ற முன்பக்கத்தில் விரிந்து இருளுக்குள் மோதி முடிவில் தோற்றது. நாமகள் இடது கையைத் தரையில் ஊன்றி உட்கார்ந்திருந்தாள். முதுகைக் கூனாக வளைத்து மும்மரமாக எதையோ எழுதிக்கொண்டிருந்தாள். விரித்து வைக்கப்பட்டிருந்த புத்தகங்களில் அடிக்கடி சரிபார்த்தாள். அவளுக்கு எதிர்ப்புறத்தில் மீனாட்சி வெளியே கால்களை நீட்டிச் சாய்ந்திருந்தாள். சுவரையண்டிப் பாய் விரித்திருந்த ராணி தன்னை முழுவதுமாகப் போர்த்தியிருந்தவள் அடிக்கடி முகத்திலிருந்து போர்வையை விலக்கி வெளிச்சத்தைப் பார்த்துச் 'சிக்... சிக்' என்றாள். அவளுக்கு வெளிச்சம் சினமாயிருந்தது.

எங்கோ தூரத்தில் அலைந்த ஒரு குளிர்ந்த காற்றுத்திரள் வீடு தேடி வந்ததைப்போல நுழைந்தது. காட்டிற்குள் காற்றின் கூவல் தனித்துக் கேட்டது. நாமகள் விளக்கை அணையவிடாது இரு கைகளாலும் பொத்திப் பிடித்தாள். மீனாட்சி குளிர்க் கூதலில் கைகளைக் குறண்டிக்கொண்டு தலையை வெளியில் நீட்டி ஆகாயத்தைப் பார்த்தாள். நிலவின் ஒளியை மறைத்துக்கொண்டு இருள்மேகங்கள் அந்தரித்துத் திரிந்தன. "இரவைக்குப் பேய் மழை பெய்யப்போகுது... அவன் எந்த வெளிக்குள்ள நிக்கிறானோ" என்றாள். அப்பொழுதும் வெடுக் என்று போர்வையை விலத்தி ராணி அவர்களை எரிச்சலோடு பார்த்தாள். பிறகு "எடி நாமகள்... வெளிச்சத்துக்கு நித்திரை வருகுதில்லை. நூத்துப்போட்டுப் போய்ப் படு" என்றாள்.

"எனக்கு நாளைக்குச் சோதினை" என்றாள் நாமகள்.

"சோதினையெண்டால் பகலே படிச்சிருக்கலாம்தானே..."

"ஏன்... உனக்கென்ன செய்யுது... நீ உள்ளை போய்ப் படன்..."

ராணி உதட்டுக்குள் என்னவோ முணுமுணுத்துவிட்டுத் திரும்பிப் படுத்தாள். மீனாட்சி தன் பிள்ளைகள் இரண்டு பேரையும் மாறி மாறிப் பார்த்தாள். மேலுதடுகளை உரசிக்கொண்டு மூச்சுக்காற்று வெளியேறியது. மௌனமாக இருட்டை வெறித்தாள். வெள்ளையன் எங்கோ மழையில் நனைந்தவாறு நடுங்குவதாக ஒரு நினைப்பு. தவிப்பும் எண்ணங்களின் அலைக்கழிப்புமாய் மனது கொதித்தது. கைகள் தன்னியல்பாக

அவ்வப்போது ஒருசேரக் குவிந்தன. 'காளியம்மா... அவன் உன்ர பிள்ளை. நீ அவனோடை நாளும் பொழுதும் இருக்கவேணும்.'

அன்று விடியும் முன்னே குண்டுச் சத்தங்கள் அறம்புறமாகக் கேட்கத் தொடங்கியிருந்தன. ஒரு விழிப்புக்குப் பிறகு அவளுக்கு நித்திரை வரவில்லை. இருளைத் துழாவிக்கொண்டு கிடந்தாள். இருட்டுக்கு வெள்ளையடித்ததைப்போல வெள்ளையனின் முகம் நினைவு முழுவதையும் ஆக்கிரமித்துக் கிடந்தது. மெல்லிய துப்பாக்கி வெடியைக் கேட்டாலே அவனுடைய முகம் அவளது நினைவடுக்குகளிலிருந்து துடித்தெழுந்துவிடும். மனது துவளத் தொடங்கும். மீனாட்சி எல்லாத் தெய்வங்களையும் துணைக்கழைத்தாள். 'அவனுக்கு ஒண்டும் ஆகாமல் பாருங்கோ...' நினைவும் கனவுமாக நேரம் கடந்தது.

காட்டில் முதற் பறவையின் ஒலி கேட்டதும் சரசரவென்று எழுந்து விளக்கைக் கொளுத்திக்கொண்டு விறாந்தைக்கு வந்து உட்கார்ந்தாள். இருள் பிரியாதிருந்தது. ராணி போர்த்து மூடியவாறு சுருண்டு படுத்திருந்தாள். தனித்து இருப்பதில் ஓர் அந்தரம். ஒளி பரவத் தொடங்கினால் தெம்பாயிருக்கும். அல்லது யாருடைய குரலைக் கேட்டாலாவது...

மீனாட்சி ராணியை எழுப்பினாள். "ராணி... எங்கயோ விடாமல் செல் சத்தங்கள் கேட்குது..."

ராணி "ம்..." என்று முனகிக்கொண்டு திரும்பிப் படுத்தாள். இப்பொழுது எட்டேக்கரில் குரல்கள் தெளிவாகக் கேட்டன. சற்று ஆசுவாசப்பட்டாள். நாமகள் நித்திரை கலையாத முகத்தோடு எழுந்து வந்தாள்.

"என்னம்மா?"

"சத்தங்கள் கேட்குது..."

நாமகள் விடியலின் ஒலிகளைத் தாண்டிக் குண்டுச் சத்தங்களைக் கேட்க முயற்சித்தாள். பிறகு "அதுவெங்கயோ தூரத்தில" என்றாள்.

"உன்ரை அண்ணன் தூரத்தில நிக்கிறானோ... கிட்ட நிக்கிறானோ..."

"ச்சீ... இது ஆமிக்காரன் எங்கயோ ஷெல்லடிக்கிறான். நீங்கள் சும்மா யோசிக்காதையுங்க."

விடியலில் ஒளி ஏறவும் மீனாட்சி முகத்தை அலம்பிவிட்டு சேனைக்காட்டு வைரவரிடம் ஓடினாள். கோயிற் கிழவன் இன்னமும் எழுந்திருக்கவில்லை. இவளைக் கண்டதும் போர்வையை விலக்காமல்

எழுந்து தூணில் சாய்ந்தான். அவனுடைய கண்கள் ஒளிக்கூசலில் விரியச் சிரமப்பட்டன. “என்னம்மா... காலை வெளிக்க முன்னம்...” என்றான்.

மீனாட்சி உதடு பிரியாமல் வேண்டினாள். “சாமி... எல்லா வேளையிலயும் அவனுக்கு முன்னாலை நீதான் நிக்கவேணும். நான் நம்புறதுக்கு எனக்கு வேற ஆரும் இல்லை...” மனம் உருகிக் கண்ணீராகியது. கோயிற் கிழவன் “நீ ஒண்டுக்கும் யோசிக்காதை... நீ நினைக்கிறதுதான் நடக்கும்...” என்றான். அவனை நன்றியோடு பார்த்துவிட்டு வீட்டுக்குத் திரும்பினாள்.

வேலைக்கு நேரமாகிக்கொண்டிருந்தது. இன்றைக்கு ஒரு லோடு காய்ந்த கொப்பராக்களை மூட்டைகளில் நிறைத்துக் கட்டவேண்டும். வாச்சர் வெயிலுக்கு முன்னரே வரச்சொல்லியிருந்தான். நாமகள் பாடசாலைக்குப் புறப்பட்டுக்கொண்டிருந்தாள். ராணி முற்றத்தில் சிந்துவின் கழுத்தை அழுத்திப்பிடித்து பல்லை விளக்கி முகத்தை நீரால் துடைத்தவாறு நின்றாள்.

எட்டேக்கர் பக்கமிருந்து வதனா உரத்துக் கூப்பிடுவது கேட்டது. மீனாட்சி வேலியருகாகப் போனாள். “மீனாட்சியக்கா... கேட்டியளா செய்தியை... பொடியங்கள் முல்லைத்தீவை அடிக்கிறாங்களாம். அய்நூறு ஆமிக்கு மேல முடிஞ்சுதாம்...” வதனா குதூகலத்தோடு சொன்னாள். மீனாட்சிக்கு நெருப்பை அள்ளி நெஞ்சில் கொட்டியதுபோல ஆகிற்று. அவள் “கடவுளே” என்று விக்கித்தாள்.

“பொடியங்கடை பக்கம் இழப்புச் சரியான குறைவாம். வெறும் நூறு நூற்றைம்பதுதானாம்... எப்பிடியும் ஆமி ஆயிரத்தைத் தாண்டுமெண்டுறான் என்ரை தம்பி...”

மீனாட்சிக்குக் கண்ணீர் பெருகி வழிந்தது. ‘வெறும் நூறு நூற்றைம்பதுதானாம்.’ அவள் செய்வதறியாது நிற்கிற ஒரு சிறு பிள்ளையைப்போல மரமுந்திரியின் கீழே உறைந்துபோய் நின்றாள். கால்கள் தள்ளாடின. சுதாகரித்துக்கொண்டு பேச்சி தோட்டத்திற்கு நடந்தாள். மனம் எதிலும் ஒட்டவில்லை. ‘நூறு நூற்றைம்பது தானாம்.’ கொப்பராவைக் கிண்டியபோது சத்தகம் இரண்டு மூன்று தடவைகள் உள்ளங்கையைக் கிழிக்கப் பார்த்தது. யோசனைகள் ஏறிஏறித் தலை பாரமாயிருந்தது. அன்றைய நாள் முழுவதும் முல்லைத்தீவு அவளைத் துரத்திக்கொண்டேயிருந்தது. சங்கிலியைத்தான் அடிக்கடி நினைத்துக்கொண்டாள். ‘தெய்வங்கள் கைவிட்டாலும்... நீங்கள்தான் அவனைக் காத்து என்ரை கையில தரவேணும்...’

நாமகள் புத்தகங்களை மூடி வைத்துவிட்டு எழுந்தாள். எட்டேக்கர் பக்கமிருந்து ரேடியோ பாடுவது சன்னமாகக் கேட்டது. "அம்மா, சாப்பிடுங்கவன். ராத்திரி பதினொரு மணியாகுது..."

"எனக்குப் பசிக்கேல்லை... சோத்துக்கை தண்ணியை ஊத்திவை பிள்ளை."

"இப்ப எதுக்கு யோசிச்சுக் கொண்டிருக்கிறியள் நீங்களாவே..."

"விடியக்காலம தொடங்கின சண்டை... இப்ப வரையும் அப்பப்ப கேட்டுக் கொண்டிருக்கு... எனக்கு மனசு கொள்ளுதில்லை..."

"ச்சீ... சண்டை மத்தியானத்தோட முடிஞ்சுதம்மா. ஆமிக்காரர் தப்பி ஊர்மனைக்குள்ள புகுந்திட்டாங்களாம் எண்டு அவங்களை இயக்கம் தேடுது."

முற்றத்தில் ஓர் ஒளிக்கோடு இங்குமங்குமாக அலைந்தது. நாமகள் நின்று திரும்பிப் பார்த்தாள். ரோர்ச் லைற்றின் பிரகாசமான ஒளி. மீனாட்சி மிரட்சியோடு "ஆரது?" என்றாள். ராணி தன்னை மேலும் இறுக்கப் போர்த்திக்கொண்டாள். ஒளிக்கோடு சற்று நேரத்திற்குத் தரித்து நின்று மறுபடியும் அசைந்து முன்னேறியது. செருப்புச் சத்தம் சரக் சரக் என்று கேட்டது. "ஆர்?"

"அது நானம்மா..." என்றான் மணிவண்ணன். நாமகள் உள்ளே போனாள்.

"ஆ... தம்பியே... என்ன காவல் நேரத்தோடையே தொடங்கியாச்சு?" மீனாட்சி கேட்டாள்.

"எட்டேக்கருக்க நிண்டன். காட்டுக்குள்ள என்னவோ சத்தம் கேட்டமாரியிருந்திச்சு. அதான் பாத்திட்டுப் போகலாமெண்டு வந்தன்... நீங்க படுங்க. நான் பாத்திட்டுப் போறன்."

"ம்... எங்க நித்திரை வருகுது... சத்தம் கேட்டாலே அவன்ர நினைவாவே இருக்கு..."

மணிவண்ணனின் கையிலிருந்த ரோர்ச் லைற் நிலைக்குத்தாகக் கீழே வெளிச்சத்தைப் பாய்ச்சியது. மஞ்சள் ஒளியில் ஒரு வெள்ளை வட்டம்.

"சரி தம்பி... ஏதோ எட்டேக்கரோட சேர்த்து எங்கட நிலத்தையும் நீ பாக்கிறதால இரவில ஒரு தைகிரியம்... நிம்மதியாப் படுக்க முடியுது... ஒரு காவல் தெய்வம் மாதிரிதானே..." மணிவண்ணன் வெட்கப்பட்டுச்

சிரித்தான். "சரியம்மா, நான் போய்ப் பாத்திட்டுப்போறன்..." முன்னே ஒளியைக் கால் தடத்திற்குப் பாய்ச்சியபடி நடந்தான்.

மீனாட்சி விளக்கை அணைக்கச் செல்லும் தறுவாயில் ராணி இரண்டு மூன்று தடவைகள் இருமினாள். "தண்ணி வேணுமே பிள்ளை..." என்று மீனாட்சி கேட்டாள். பதில் வரவில்லை. விளக்கை ஊதி அணைத்தாள்.

நள்ளிரவு. பூரண நிலவில் இருட்டுக்கு நீலம் பாரித்திருந்தது. எட்டேக்கரின் கிணற்றைச் சுற்றியடைத்த வேலியிலிருந்து இணுக்குப் புல் முளைத்த வழித்தடம் காடு நோக்கி நீண்டு சென்றது. யாரோ 'தொம் தொம்' மென வாளியை நீரில் முக்கினார்கள். கப்பி கிர்ரென்று கிறீச்சிட்டது. பிறகு சோவென்று தண்ணீர் சிந்துகின்ற சத்தம்... அவன் கிணற்றடியைப் பார்த்தபடி நின்றான். காற்று உடலைத் தழுவிச்செல்ல தென்னை ஓலைகள் அசைந்தன.

அப்பொழுது வேலி அடைப்பிலிருந்து சரேலென்று வெளியேறிய ஒரு பெண் காட்டின் திசைநோக்கி நடக்கலானாள். அவள் ஈர வெள்ளைச் சேலை உடுத்திருந்தாள். ஈரம் சொட்டும் நீளத் தலைமயிர் முதுகில் அங்குமிங்குமாய்ப் புரண்டது. அதில் நீர் முத்துக்கள் மினுங்குவதை அவன் பார்த்தான். இணுக்குப்புல்லின் கூரான முளைக்குப் பயந்து அடியெடுத்து வைப்பதைப்போல அவள் மெதுவாக நடந்தாள். கையில் வாளியில்லை. மண்வெட்டியும் இல்லை. 'சின்னாச்சி ஏன் இரவில் வெளிச்சமில்லாமல் கக்கூசுக்குப் போகிறா...' சாரகன் "அப்பம்மா..." என்று கூப்பிட எத்தனித்த கணத்தில் அது நடந்தது. நீள மயிர் விரிந்தெழ அந்தப் பெண் விசுக்கென்று காற்றில் உயர்ந்து மரங்களுக்கு மேலாக மிதக்கலானாள். பிஞ்சுக் குழந்தை ஒன்றினுடையதைப்போன்ற வெள்ளை நிறப் பாதங்கள் காற்றில் நீந்தத் தொடங்கின. அவள் மெதுவாகத் திரும்பினாள். பல ஆண்டுகளாகத் திறந்தே கிடந்ததனால் உலர்ந்து பிதுங்கிய கண்களைக் கண்டபோது உதறலோடு சாரகன் கண் விழித்தான்.

முதுகுத் தண்டின் கீழ்முனையில் கூசியது. வியர்வைச் சுரப்பிகள் நெற்றி, கழுத்து, மார்பென நீரைப் பிதுக்கித் தள்ளின. மலேரியா தாக்கியதுபோல அவனுடைய உடல் நடுங்கத் தொடங்கிற்று. தொண்டைக்குள் அனலடிக்க நாக்கு கசந்தது. அடிவயிற்றிலிருந்து தொண்டைக் குழிவரை ஏதோ மேலேறியது. காலடியில் படுத்திருந்த சின்னாச்சியின் தலைமாட்டில் தண்ணீர் செம்பைத் தடவியெடுத்தான். அமானுஷ கனவைக் கிழித்துக் கொண்டு 'க்ளக் க்ளக்' என்று நீர் தொண்டையில் இறங்கியது. காற்றில் பறந்தவள், அவன் கண்விழித்த கணத்தில் புகையாகக் கரைந்து போனதாக ஒரு நினைவு அருட்ட இருட்டைப் பார்ப்பதைத் தவிர்த்துக் கண்களை இறுக்க மூடினான். மறுபடியும் இருண்டது.

அன்றைய நாளின் அதிகாலையில்தான் முல்லைத்தீவு இராணுவ முகாம் தாக்குதலுக்கு உள்ளானது. வெடிச் சத்தங்கள் அவர்களைக் கட்டாயப்படுத்தி எழுப்பியிருந்தன.

“எடே நேசன், சாமான்களைச் சைக்கிளில கட்டு. முல்லைத் தீவிலிருந்தும் ஆமிக்காரன் வெளிக்கிட்டுட்டான்” என்று அருணகிரி கத்தினார். சாரகன் குளிருக்குள் இழுத்துப் போர்த்தி, இருளை வெறித்துக் கொண்டிருந்தான். முல்லைத்தீவு இராணுவ முகாம் எங்கிருக்கிறது என்று மிகச் சரியாகத் தெரிந்திருக்கவில்லை ஆயினும் அங்கிருந்து ஏவப்படும் ஷெல் அவர்களுடைய வீடுகளில் விழலாம் என்பது தெரிந்திருந்தது.

யாழ்ப்பாணத்திலிருந்து விரட்டப்பட்ட பிறகு தொண்ணூறு சதவீதப் புலிகளை அழித்தாயிற்று என்றும், எஞ்சியிருப்போரின் கதையை விரைவில் முடிப்பேன் என்றும் ஸ்ரீலங்காவின் பிரதிப் பாதுகாப்பு அமைச்சர் அநுரத்த ரத்வத்த சூளுரைத்ததை அந்த விடிகாலைப் பொழுதில் அருணகிரி நம்பத் தொடங்கினார். “முல்லைத்தீவிலிருந்தும் வெளிக்கிட்டுவிட்டான். மனிசர் ஓரிடத்தில் நிலையாகி மூன்று மாசமும் முடியேல்லை. மறுபடியும் எங்களை ஓடவைக்கிறாங்கள்” என்று அவர் அரற்றினார். அவருடைய கோபம் பிறகு புலிகளிடத்தில் திரும்பிற்று. “முடியாதெண்டால் ஒரேயடியா ஆயுதங்களைக் கீழே போட்டுட்டுச் சனங்களை நிம்மதியாயிருக்க விடவேணும். இல்லையெண்டால் ஒரேயடியா ஆமிக்காரங்களை அனுராதபுரம் வரைக்கும் துரத்திப்போட்டு வரவேணும். அதுவுமல்லாமல் இதுவுமல்லாமல் சீரழிஞ்ச வாழ்க்கை இது. இந்தக் காட்டுக்குள்ளை வந்து அவதிப்படாமல் நாங்கள் யாழ்ப்பாணத்திலேயே இருந்திருக்கலாம்” என்றார்.

யாரும் பொருட்களைச் சைக்கிள்களில் கட்டவில்லை. அப்படியொரு நிலைக்குச் சூழல் கலவரமாகவில்லை. ஆயினும் குண்டுச் சத்தங்கள் கேட்டவண்ணமிருந்தன. விடியும் வரைக்கும் ஒருவர் முகத்தை ஒருவர் பார்த்தபடியிருந்தார்கள். “ஆயிரக்கணக்கில காசைக் கொட்டி வேலியுமடைச்சு கிணத்தையும் அறுக்கையாக்கி... எல்லாம் வீணாகப் போச்சு” என்று சின்னாச்சி முணுமுணுத்துக் கொண்டேயிருந்தாள்.

காலையில் ஏழரைச் செய்தி அதுவரை நிலவிய பதற்றங்களையெல்லாம் தலைகீழாகப் புரட்டிப்போட்டுவிட்டது. அது ஒலிபரப்பானபோதே புலிகள் முல்லைத்தீவு இராணுவ முகாமின் மையப்பகுதி வரை கைப்பற்றியிருந்தார்கள். நேசலிங்கம் குட்டிபோட்ட பூனையைப்போல வானொலியின் ஒவ்வொரு அலை வரிசைகளையும் திருகிக்கொண்டிருந்தான். இலங்கை ஒலிபரப்புக் கூட்டுத்தாபனத்தின் வர்த்தக சேவைச் செய்தி அறிக்கையில் முல்லைத்தீவில் நுழைந்த புலிகள் அனைவரும் முற்றாக அழிக்கப்பட்டு இராணுவத்தினர் தேடுதல்

நடடிவடிக்கைகளில் ஈடுபட்டுள்ளார்கள் என்று சொன்னபோது, அவன் "பேப் பூழலி மக்கள்" என்று திட்டினான்.

மத்தியானத்திற்குப் பிறகு வருகிற தூக்கமில்லாமல் சாரகன் உற்சாகத்தோடு பாடசாலைக்குப் புறப்பட்டான். இயக்க வாகனங்கள் கண் மண் தெரியாமல் ஓடின. துணுக்காய் பலநோக்குக் கூட்டுறவுச் சங்க லொறியொன்று கிரவல் புழுதியைக் கிளறி முகத்தில் அடித்துவிட்டுக் கடந்தது. புழுதியின் வாசத்தை வெட்டிக்கொண்டு குடலைப் புரட்டுகிற குப்பென்ற நாற்றம். சாரகன் இருமிக்கொண்டு நிமிர்ந்தான். லொறி முழுவதும் உப்பிப்பெருத்த இராணுவச் சடலங்கள்... தலை கிறுகிறுத்துக்கொண்டு வந்தது. வயிற்றைப் பிரட்டி ஓங்காளிப்பது போல உணர்வு. சைக்கிளை ஓரமாக நிறுத்தினான். உற்சாகமெல்லாம் காலடியில் வழித்தோடியது.

பாடசாலை சனங்களால் நிறைந்திருந்ததால் அதற்கு முன்னாலிருந்த வளவிற்குள்ளேதான் வகுப்புகள் நடந்தன. வளவை மூடி நிழல் பரப்பிய மரங்கள்... சாரகன் சைக்கிளை மரத்தில் சாய்த்துவிட்டு நுழைந்தான். நாமகளும் மற்றொருத்தியும் புத்தகங்களை மார்பில் அணைத்தபடி வெளியேறிப் போனார்கள். நாமகள் நெளிநெளியாக இரட்டைப் பின்னலிட்டிருந்தாள். காதில் சிமிக்கி. நெற்றியில் 'மங்கி கட்' போல கத்தரித்த மயிர்க்கற்றை...

அன்று முழுவதும் வகுப்புகள் ஏனோதானோவென்றுதான் நடந்தன. எல்லோரும் முல்லைத்தீவுப் போரைப் பற்றித்தான் பேசிக்கொண்டிருந்தார்கள். சாரகன் ஒரு கவிதை எழுதலாமா என்று யோசித்தான்.

இரவு எட்டுமணிச் செய்தியைக் கூடியிருந்து கேட்டார்கள். சண்டை இன்னமும் நடந்துகொண்டிருந்தது. புலிகள் இரண்டு ஆட்லெறிப் பீரங்கிகளைக் கைப்பற்றிவிட்டதாகச் சொன்னபோது நேசலிங்கத்தின் கண்கள் ஒளிர்ந்தன. அவன் சற்றும் தாமதிக்காமல் "பூநகரி முனையில வைச்சு அடிச்சால் இனி ஷெல் யாழ்ப்பாணத்தில விழும்" என்று சொன்னான். சாரகன் அவனைப் புளுகத்தோடு பார்த்தான்.

இரவு கடக்முடக்கென்று வயிற்றைக் கலக்கியது. பள்ளிக் கூடத்துக் கன்ரீனில் சாப்பிட்ட புளிச்ச மாவிலாலான போண்டாவாக இருக்கவேண்டும். சாரகன் கிணற்றடிக்கு ஓடினான். 'ரோர்ச் லைற்றைப்' பற்களில் கவ்விப் பிடித்தபடி வாளியில் நீரை நிறைத்து மண்வெட்டியைக் கொண்டு நடந்தான். எட்டேக்கரின் கிழக்குத் திசை மூலையில்

தென்னைகள் நட்டிருக்கவில்லை. அங்கே ஆளை மறைக்கும் உயரத்தில் பண்ணைப்புல் வளர்ந்திருந்தது. அது சுணைக்காது.

திரும்பிவந்து கிணற்றடியில் குளித்துக்கொண்டிருந்த கணபதியிடமிருந்து ஒரு வாளி நீர் வாங்கிக் கால்களைக் கழுவினான். நிமிர்ந்தபோது "இராவில இந்தப் பக்கமாத் தனியத் திரியாத. ரொம்ப நாளுக்கு முன்னாடி ஒரு பொண்ணு இந்தக் கிணத்துல விழுந்து செத்தது" என்றான் கணபதி. சாரகன் கிணற்றைப் புதிதாகப் பார்ப்பதுபோல எட்டிப்பார்த்தான். இருண்ட குகையைப்போன்ற ஆழம்தான். ரோர்ச் வெளிச்சத்தில் தண்ணீர் மினுங்கி ஆடியது.

"ஏன் விழுந்தவ?"

"அது ஆனந்தவல்லின்னு ஒரு பொண்ணு. இங்க புதுக்குடியிருப்புப் பக்கமா இருந்திச்சு. மாசத்தில சிலநாள் இங்கே வேலைக்கு வந்து போகும். அதுவொரு மார்கழி மாசம். காலையிருட்டு. முகத்தைக் கழுவலாம்னு வந்து வாளியை இறக்கினா, தண்ணீல முதுகைக் காட்டிக்கிட்டுப் பொணம் மெதக்குது. எனக்குக் கையும் ஓடல. காலும் ஓடல. கத்துறேன், சத்தமே வரல... அந்தப் பொண்ணு ராத்திரிதான் விழுந்திருக்கணும். எங்களுக்குச் சத்தமே கேட்கலைன்னாப் பாரேன். ஓடிப்போய், வாச்சர் கிட்டச் சொன்னன். மணிவண்ணன் வந்து கயிறு கட்டி உள்ளே இறங்கிப் பொணத்தை எடுத்தான். கை காலெல்லாம் விறைச்சுப் போய் இருந்திச்சு. அந்தப் பொண்ணு ஏற்கனவே நல்ல சிவப்பு. தண்ணீல ஊறி இன்னமும் வெளிறியிருந்திச்சு... அநியாயச் சாவு. சாகும்போது, முப்பதோ என்னவோதான் வயசு... கல்யாணமும் செஞ்சுக்கல... ம்..." கணபதி அந்த நாட்களில் மூழ்கி வெளியேறினான். ஒரு துயரக் கதையை அவன் இடையில் துண்டித்துக்கொண்டதாகவே தோன்றியது.

"ஏன் தற்கொலை செய்தவ?"

"என்னவெல்லாமோ சொன்னாங்க... போன உயிர் திரும்பி வந்துடுமா..." என்று நிறுத்திப் பெருமூச்சு விட்டான். "தாய் தகப்பன் தவறிப்போய் கொஞ்ச நாள்தான் ஆகியிருந்திச்சாம். பிறகு அந்தப் பொண்ணு தனியாத்தான் இருந்திச்சு. ஊர் ஆயிரம் பேசும்... கேக்கிற இவங்களுக்குப் புத்தி வேணாமா...

"ஒருநாள் ஒரு இயக்கப் பையன் அவகிட்டப் போய் 'உங்களைப் பத்தி நிறைய முறைப்பாடுகள் வருது... ஒழுங்கு மரியாதையா நடந்துக்குங்க. எப்பவுமே வாயால பேசிட்டிருக்க முடியாது. இது முதலாவது எச்சரிக்கை'ன்னு சொன்னானாம். இவளும் ராங்கிக்காரி. கத்தின கத்தலில் பக்கத்து வீடெல்லாம் கூடிட்டுது. 'முறைப்பாடு பண்ணினவனைக்

கூட்டிட்டுவா.. மூஞ்சயப் பேக்கிறன்'ன்னு சொல்லியிருக்காள். அவனும் பதிலுக்கு, 'நீங்க எதுக்கு அடிக்கடி வவுனியா போறீங்க? ஆமிக்காரங்களோட என்ன தொடர்பு' என்னு கேட்டிருக்கிறான். 'ஆமா. ஆமிக்காரனுக்குச் சேலை விரிக்கிறேன். வந்திட்டாரு கண்டுபிடிச்சு. நான் யாரோட எவரோட தொடர்பு வைச்சிருக்கேன்னு பாக்கிறதுக்கா நீ இயக்கத்தில சேர்ந்தாய்?'' என்னிருக்கா. 'நான் துவக்குக் கொண்டு வரலைங்கிறது உங்க நல்ல நேரம்' என்றானாம். 'யார் வேண்டாம்னது... எடுத்துக்கொண்டு வா...' என்று சொல்லியிருக்கிறாள். பிறகு 'மூத்திரமும் பிடிச்சுப் பெய்யத்தெரியா வயசில விசாரணை செய்ய வந்துட்டார்'னு அவனைத் திட்டிக்கிட்டே உள்ளே போனாளாம். பிறகு சாயங்காலமா இயக்கப் பொண்ணுக வந்து அவளோட என்னமோ பேசியிருக்கிறாங்க. அப்புறமா அன்னைக்கு மம்மல் பொழுதில, சேனைக்காட்டு வைரவர் கோயிலடியில அவளைச் சிலபேர் கண்டிருக்கிறாங்க. எனக்கென்னமோ, ராத்திரிப் பன்னெண்டு மணிக்குப் பிறகு, இந்தத் தெருவில காளி மாதிரி அவ நடந்து வந்திருப்பான்னு தோணுது...''

அவனுடைய கடைசி வார்த்தைகள்தான் சாரகனைப் பயத்தில் வீழ்த்தின. ஒருத்தி வெள்ளைச் சேலையுடுத்தி இருளின் திசையில் நடக்கின்ற காட்சிதான் மனதின் ஆழத்திலிருந்து கனவில் கிளர்ந்தது. கனவுதான் என்றாலும், அது பெண்ணுருவமா அல்லது மேகத்தைப் போல திரண்ட புகையா என்று மனது அலைக்கழிந்தது. அதனை இன்னொரு திசையில் இழுக்க பிரயத்தனப்பட்டான். வேறு எதைக் குறித்தாவது நினைத்தாலன்றி, பேயின் நினைவு விலகாது. 'நாமகளுக்கு மங்கிகட் நன்றாகவா இருக்கிறது... ஏதோ எலி அரித்து விட்டதைப் போலிருக்கிறது. ஆயினும் அடர்த்தியான இமைகளும் ஊடுருவுகின்ற கண்களும் அவளுக்கு அழகாயிருந்தன. புன்னகைக்கு மேலதிகக் கவர்ச்சியைத் தெத்துப்பல் அளித்தது. தெத்துப்பல்காரிகளிடமும் பூனைக்கண்காரிகளிடமும் இனம்புரியாதொரு வசீகரம் ஒட்டியிருக்கிறது. யாமினிக்கும் பூனைக்கண்கள்...

"எட்டேக்கருக்குள்ள யானை புகுந்திட்டுது... எழும்புங்க..." அடித்தொண்டையிலிருந்து கிளர்ந்து பரவிப் பின் காடெங்கும் நிறைவதுபோல ஒரு குரலை அப்பொழுது சாரகன் கேட்டான். முதலில் பேய் பிறகு யானையென்று வரிசையாகக் கனவுகள் வருவதாக விழிப்பின் முதல்நிலையில் கிடந்து அவன் முறுவலித்தான். 'டொம் டொம்' என்று தகரப் பீப்பாய்களை அடிக்கும் சத்தம் நெஞ்சில் உதைவதைப் போலக் கேட்கவும்தான் சுதாகரித்து விழித்தான். அது மணிவண்ணனுடைய குரல். சின்னாச்சி துடித்துப் பதைத்து விளக்கைக் கொளுத்தினாள். அதிகாலை மூன்று மணி. நேற்றும் இந்நேரத்தில்தான்

முல்லைத்தீவில் குண்டுச் சத்தங்கள் கேட்டன. இதே போலத்தான் வீடு கலவரமடைந்தது.

"எடே நேசலிங்கம், தோட்டத்துக்குள்ளை யானையாமடா..." என்று அருணகிரி கத்தினார். நேசலிங்கம் எட்டு எவரெடிப் பற்றறிகள் நிரப்பிய ரோர்ச் லைற்றை எட்டேக்கரின் அடித்தொங்கலுக்குப் பாய்ச்சினான். வெளிச்சம் கோடு கிழித்துப் பாய்ந்தது. "வீட்டுக்குள்ளேயே இருங்கோ, வெளிய வரவேண்டாம்..." என்றான்.

"எடே நாயே, யானைக்கு ஏனடா ரோர்ச் லைற் அடிக்கிறாய். அது லைற்றைப் பிடிச்சு வரப்போகுது..."

"அய்யோ கடவுளே! அப்பப்ப பிளேனடி, செல்லடி எண்டாலும் யாழ்ப்பாணத்தில் இப்படியொரு நரக வாழ்க்கையில நாங்கள் இருந்ததேயில்லையே... ஒவ்வொரு நாளும் விடியச் சாமத்தில எழுப்பி உயிரை எடுக்குதே..." சின்னாச்சி ஒப்பாரிவைக்கத் தொடங்கினாள்.

குசினிக்குள்ளிருந்த அலுமினியப் பாத்திரங்களையும் சில்வர் பாத்திரங்களையும் ஆளுக்கு ஒன்றாகக் கைப்பற்றி, அகப்பைகளாலும் கரண்டிகளாலும் சத்தம் எழுப்பத் தொடங்கினார்கள். சாரகன் ஒரு இட்டலித் தட்டைக் கோவில் சேமக்கலம் போலத் தட்டிக்கொண்டேயிருந்தான். அத்தாரும் கணபதியும் மூச்சிரைக்க ஓடிவந்தார்கள். "பயப்படவேண்டாம். இதெல்லாம் இங்கே சகசம்தான்" என்றவாறு நேசலிங்கத்திடமிருந்து ரோர்ச் லைற்றை வாங்கிக்கொண்டு மணிவண்ணனும் கணபதியும் கிணற்றடி நோக்கி ஓடினார்கள். சாரகன் இட்டலிச் சட்டியில் 'ணங் ணங்' என்று ஓயாமல் தட்டினான்.

"ஏதாவது யானை கூட்டத்திலயிருந்து விலத்தித் தனியன் ஆகிட்டுது எண்டால் இப்படித்தான் வரும். தோதான உயரத்தில தென்னையள் இருக்கிறதால குருத்துக் கிழிச்சுத் தின்ன வரும். வீடுகளில நிறைய உப்பிருந்தாலும் சிலநேரம் நுழையப்பாக்கும்" என்று அத்தார் சொல்லி வாய் மூடவில்லை, "அய்யோ, உப்பிருந்தால் உள்ளே வருமாம், அதைக் கொண்டுபோய் குப்பையில் கொட்டுங்கோ..." என்று சின்னாச்சி கத்தினாள். அத்தாருக்கு ஏன் சொன்னோம் என்று ஆகிவிட்டிருக்கவேண்டும். அவசரமாக மறுத்தான். "இல்லை. அது உப்பு மூட்டையளுக்குத்தான் வரும். குசினிக்குள்ளே இருக்கிறதை எடுத்துக்கொண்டுபோய் அது என்ன மூக்குப்பொடி போடுறதா..." என்றான்.

காட்டு எல்லையிலிருந்து கணபதியின் குரல் கேட்டது. "அது இங்கினதான் தென்னங் குருத்துகளைக் கிழிச்சு எறிஞ்சிருக்கு."

"நிக்குதா..." அத்தார் உரத்துக் கேட்டான்.

"இல்லை. காட்டுக்குள்ள மரங்கள் முறிஞ்சு கிடக்கு. உள்ளே போயிட்டுது."

சந்திராவும் நாமகளும் வந்து நீண்டநேரமாக நின்றதை சாரகன் கவனித்திருக்கவில்லை. நாமகள், முழங்காலைத் தொட்டுநின்ற பூக்கள் வரைந்த சட்டையை அணிந்திருந்தாள். கண்கள் நித்திரைக் கலக்கத்திலிருந்தன. கேசம் சிக்காகிக் கிடந்தது. அவள் இட்டலிச் சட்டியை வைத்த கண் வாங்காமல் பார்த்துக்கொண்டு நின்றாள். அது கோணல்மாணலாக நெளிந்திருந்தது. 'க்ளுக்' என்று வாயைப் பொத்திச் சிரித்தாள். அப்பொழுதுதான் வெறும் காற்சட்டையோடு நிற்பது சாரகனுக்கு உறைத்தது. எலும்புகள் தெரிகின்ற ஒட்டிய உடலும் குழியான நெஞ்சும் அவளுக்கு முன்னால் அவனை நெளியப் பண்ண உள்ளே ஓடினான்.

மறுநாள் காலை... யானை வந்துபோன செய்தி எங்கும் பரவியிருந்தது. தோட்டங்களில் இருந்து ஆட்கள் வந்து பார்த்துப் போனார்கள். நாமகளும் வந்தாள். அவள் கறுப்புப் பாவாடையும், வெளிர் பச்சை நிற ரீ சேர்ட்டும் அணிந்திருந்தாள். யானை, ஏழெட்டுத் தென்னைகளின் குருத்துகளை இழுத்துச் சிதைத்திருந்தது. அது காட்டில் ஏறிய திசையில் குவிந்திருந்த லத்திக் கும்பங்களை இலையான்கள் ரீங்காரமிட்டு மொய்த்தன. மரங்களை முறித்துக்கொண்டு யானை காட்டுக்குள் புகுந்த வழி தெரிந்தது.

நாமகள் ஒவ்வொரு தென்னை மரத்தையும் தனித்தனியாக நின்று பார்த்தாள். சாரகன் அவளைப் பின்னாலேயே தொடர்ந்தான். சற்று நேரத்தில் அவள் புறப்பட்டபோது, 'இன்றைக்கும் இரவு யானை வரவேண்டும்' என்று ஏனோ மனது அவாப்பட்டது.

1997

இந்திய சினிமாப் படங்களுக்கான தடை உத்தரவைப் புலிகள் விலக்கிக்கொண்ட அன்றைய இரவு, அருணாச்சலம், பூவே உனக்காக, காதல் கோட்டை படங்களை எட்டேக்கரில் பார்த்து முடித்தார்கள். கசெற்றுகளையும் ஜெனரேட்டரையும் நேசலிங்கம் எங்கோ வாடகைக்கு எடுத்து வந்தான். மதியத்திலிருந்தே எட்டேக்கரில் 'திருவிழா' களை கட்டத்தொடங்கியிருந்தது.

"மீனாட்சியக்கா, இரவைக்குப் படம் போடுறோம், நீங்களும் பிள்ளையளும் வாருங்கோ. சந்திரா அக்காட்டையும் சொல்லுங்கோ" என்று வேலிக்குள்ளால் தலையை எட்டி வதனா சொன்னாள். அப்போது தன்னில் குறுகுறுப்பான உணர்வுகள் கிளர்ந்ததாகப் பின்னொரு நாளில் நாமகள் சாரகனுக்குச் சொல்வாள். அவளுடைய உதடுகள் கள்ளமாகச் சிரித்தன. வெளியே சட்டிபானை கழுவிக் கொண்டிருந்த மீனாட்சி "இரவுக்குப் படம் போடுகினமாம். போறதெண்டால் போ..." என்று சொன்னபோது, மனதில் களிநடம் பொங்கியதாகவும் பிறகொரு நாளில் நாமகள் சாரகனிடம் சொல்வாள்.

அவர்கள் இரண்டு பேரும் எட்டேக்கரில் ஒவ்வொரு நாளும் கண்டுகொண்டார்கள். பாடசாலையால் திரும்பிய பிறகு, வீட்டில் வேலைகளை முடித்துவிட்டு இருள் மெதுவாகக் கவியத் தொடங்கும் பொழுதில் நாமகள் குளிப்பதற்காக வருவாள். அப்பொழுது பளிச்சென்ற பச்சை நிறக் கட்டங்களிட்ட சாரத்தை உடுத்தி பாடப்புத்தகங்களை மேய்ந்துகொண்டு சாரகன் திண்ணையில் இருப்பான். பள்ளிக்கூடத்தில் அரைக் காற்சட்டையோடு காணுபவனைச் சாரத்தில் காண வேறொரு தோரணையில் இருந்ததாக அவள் அவனிடம் இன்னொரு நாளில் சொல்வாள். கரைந்து கரைந்து காணாமற் போகவும் சாத்தியமிருந்த மெலிந்த தேகத்தை, தொளதொளத்த சேட்டுகளால் அவன் மூடி மறைத்திருந்தான். வத்தலைப்போன்ற கன்னம், கண்களுக்குக் கீழே துருத்திக்கொண்டிருந்த எலும்பு, குரும்பட்டியைப் போன்ற பெரிய மூக்கு, எப்பொழுதுமே பாதி மட்டுமே திறந்திருக்கின்ற கண்கள் என்ற அவனுடைய தோற்றத்தில் மெல்லிய தாழ்வுணர்ச்சி அவனிடமிருந்தது. ஆயினும் அவனைக் கடந்து செல்லும் நாமகளுடைய பார்வை சில நொடிகள் உறைந்து நின்றதைப் பரவசத்தோடு அனுபவித்தான். 'உன்னுடைய ஊடுருவும் பார்வையைச் சந்திக்கும் போதெல்லாம்

சட்டென்று வெட்டிக்கொள்ள முடியாமல் மூச்சுத் திணறியது' என்று நீண்ட நாட்களுக்குப் பிறகு அவள் அவனுக்குக் கடிதம் எழுதுவாள்.

அன்றைக்கு நாமகள் படம் பார்க்க வந்தாள். தொலைக்காட்சியில் கசிந்த வண்ணங்கள் அவளுடைய முகத்தில் தெறித்தபடியிருந்தன. பொன்னிறமும் பச்சையும் நீலமுமாக ஒளிர்ந்தபோது கனவுகளின் தேவதையாக அவள் தோன்றினாள். சாரகன் அவளுடைய குண்டுக் கன்னங்களைக் காணும் தொலைவில் உட்கார்ந்திருந்தான்.

தொலைக்காட்சிப் பெட்டியை முற்றத்தில் வைத்திருந்திருந்தார்கள். நிறையச் சனம். நேசலிங்கம் ஜெனரேட்டரைப் பதுங்கு குழிக்குள் இறக்கி வைத்திருந்ததால் இரைச்சல் மெலிதாயே கேட்டது. அருணாச்சலம் முடிந்துவிட்டது. நீண்ட ஆண்டுகளுக்குப் பிறகு படம் பார்த்ததால் ரஜினியைத் தவிர பலரை அடையாளம் தெரியவில்லை. காதல் கோட்டையில் அஜித்தும் தேவயானியும் காதலைப் பற்றி மாறி மாறி 'வகுப்பெடுத்த' போதெல்லாம் சாரகன் நாமகளை விழுங்கி விடுவதைப்போலவே பார்த்துக்கொண்டிருந்தான். அவளுடைய உதடுகளில் புன்னகை நிரந்தரமாக ஒட்டியிருந்தது ஒருவித சாதகமான சமிக்ஞையாக அவனுக்குத்தோன்றியது.

"வலு திறமான தெளிவான கொப்பி" என்று அருணகிரி நேசலிங்கத்தைப் பாராட்டினார்.

"இந்தியாலயிருந்து நேரடி இறக்குமதி..." என்றான் நேசலிங்கம். பின்னர் "மோட்டர் சைக்கிள்களும் பெற்றோலும் அங்கயிருந்தே வாற காலத்தில் படக்கொப்பிகள் வாறதொண்டும் கஷ்டமில்லை" என்று சொன்னான்.

"மோட்டர் சைக்கிளும் பெற்றோலும் இயக்கத்துக்குத்தானே வருகுது... சனங்களுக்கா கொண்டுவாறாங்கள்..." யாரோ இருட்டிலிருந்து முணுமுணுத்தார்கள்.

"மருந்துகளும் வருகுது. இலுப்பைக்கடவை, வலைப்பாடுக் கடக்கரைகளைப் போய்ப் பாருங்கோ. தங்கச்சி மடம், அக்கா மடம் எண்ட விலாசங்களோடை ரோலர் போட்டுகள் வந்து நிக்குது..."

"ஓம்... சங்கு, சோகி, மீன்முட்டை, மீன் குஞ்செண்டு ராமேஸ்வர ரோலர்கள் கடலோடையும் கடலடிச் சேத்தோடையும் வறுகிக்கொண்டு போறதாத்தான் தங்கராசுவும் சொன்னவன். எங்கடை கரைவலைக்கு ஏதும் அகப்படுறதில்லையெண்டும், நாங்கள் உசரப் போக முடியிறேல்லையெண்டும் அவன் கவலைப்பட்டவன்" என்றார் அருணகிரி.

"முறைப்பாடும் முறுகுப்பாடும் வருகுதுதான். அனுசரித்துப் போகச் சொல்லித்தான் இயக்கம் சொல்லுதாம்."

"என்ன இருந்தாலும், உயிரைப் பணயம் வைச்சுத்தானே சாமான்களைக் கொண்டுவாறாங்கள். சண்டை நேரங்களில் மருந்து இல்லாட்டில் பெடியங்களுக்கு எவ்வளவு இழப்பு... அந்தரம் ஆபத்துக்குச் சனங்களுக்கும் தருகினம்தானே..."

"கதையை விட்டுட்டுப் படத்தை மட்டும் பாருங்கோ" என்று நேசலிங்கம் திட்டவும், எல்லோரும் அமைதியாகிவிட்டார்கள்.

நள்ளிரவுக்குப் பிறகு பனி பெய்யத் தொடங்கியது. சாரகன் சாரத்தை முதுகுக்கு மேலாக உயர்த்தித் தலையை மூடிக் கொண்டான். அப்பொழுது 'மழை சுடுகின்றதே, அடி இது காதலா' என்று ஒலித்துக்கொண்டிருந்தது. நாமகள் விரல்களைக் கோர்த்துத் தலையை மூடியிருந்தாள். மெலிதாக நடுங்கினாள். சாரகன் எழுந்து உள்ளே போனான். தோய்த்து மடித்துக் கொடியில் தொங்கிய போர்வையொன்றை உருவியெடுத்தான். வாசலுக்குத் திரும்பிய போது, பாயில் அவனுடைய போர்வை குமைந்து கிடந்ததைக் கண்டவன் அதை உருட்டி முகர்ந்து பார்த்தான். திருப்தியாயிருந்தது. வெளியே வந்து நாமகளுக்குப் பக்கத்திலிருந்த சிந்துவிடம் அதை நீட்டினான்.

"தலையைப் போர்த்துக்கொள்ளும். சின்னப்பிள்ளை, குளிரில் தடிமன் காய்ச்சல் வந்திடும்."

நாமகள் தலையைத் திருப்பித் தெத்துப்பல் தெரிய ஒருமுறை சிரித்தாள். அவனுக்கு வெடுக் என்று குளிர்ந்தது.

அவள் போர்வையை விரித்து மொட்டாக்காகத் தலையில் போர்த்தியபோது அவளுடைய குண்டுக் கன்னங்கள் மறைந்து போயின. அவனுக்கு ஒருமாதிரி ஏமாற்றமாகப் போனது.

அவசர அவசரமாக எழுதிய கடிதத்தை நாமகளுக்குக் கொடுப்பதற்காகச் சாரகன் காத்திருந்த அந்தத் தருணத்திற்குச் சற்று முன்பாகத்தான், விஞ்ஞான ஆசிரியர் நந்தன் அவளுடைய முகத்தில் டஸ்ரரை வீசியெறிந்ததில் அவன் கலவரமடைந்திருந்தான். கலகலப்பாகக் கழிந்த தமிழ்ப் பாட நேரத்தில் தொற்றியிருந்த உற்சாகம் சட்டென்று வடிந்துவிட்டது. “நீ துயரக் கதையளையும் சிரிக்கச் சிரிக்கச் சொல்லுறாயடா” என்று தமிழாசிரியர் ஏகாம்பரம் சேர் எல்லோருக்கும் முன்னால் சொன்னபோது மேகம் போல மிதக்கத் தொடங்கியிருந்த பெருமிதம் சர்ரென்று ஆவியாகக் கலைந்துபோனது. அவன் ஏகாம்பரம் சேரின் சொற்களை நினைவுபடுத்தினான். எத்தனை இணக்கமான குரல் அது...

“சாரகன், உன்ர மறக்க முடியாத அனுபவமென்றால் எதைச் சொல்லுவாய்?” இதற்குமேல் புத்தகத்தில் எதுவும் இல்லை என்பதைப்போல அதை அடித்து மூடி மேசையில் கவிழ்த்துவிட்டுக் கேட்டார். அவன் மெதுவாகப் புன்னகைத்தபடி எழுந்து நின்றான்.

“இருந்தே சொல்லுடா.”

“இல்லை சேர்... எனக்கு எழும்பி நிண்டால்தான் வரும்” என்றான் சாரகன். அப்போது உடலை ஒரு மாதிரியாக நெளித்தான். வகுப்பறை கலீரென்று சிரித்தது. பக்கத்து வகுப்புக்காரர்கள் எட்டிப் பார்த்தார்கள். அவன் நாமகளைக் கடைக்கண்களால் பார்த்தான். அவளுடைய முகம் உர் என்றிருந்தது. இப்படித்தான், அவனுடைய பகிடிக் கதைகளால் வகுப்பு சிரிப்பில் மூழ்கும்போது அவளுடைய முகத்தில் எள்ளும்கொள்ளும் வெடிக்கும்.

நாமகளும் சாரகனும் இப்போது ஒரே வகுப்பில் இருந்தார்கள். கட்டிடங்களில் தங்கியிருந்த அகதிச் சனங்கள், வெவ்வேறு இடங்களுக்குச் சென்றுவிட்டபிறகு, இரண்டு நேரங்களில் நடைபெற்ற வகுப்புகளும் ஒன்றாகிவிட்டன. நீண்டகாலத்திற்குப் பிறகு ஓட்டுக்கூரைக்கும் சுவர்களுக்குமிடையில் உட்கார்ந்தபோது பட்டிகளில் அடைத்துவிட்டதைப்போல ஓர் உணர்வு.

இடைவேளைகளில்தான் கொண்டாட்டம். பகிடி. ‘கந்தன் திருநீறணிந்தால் கண்ட பிணி ஓடிவிடும்’. மேசையில் தாளம் போட்டுக்கொண்டு ‘மட்டி ராசன்’ நீட்டி முழக்குவான். ‘கந்தன் திருநீறணிந்தால் கண்டபடி காதல்

வரும்.' திருநீற்றுக் கீற்றுக்கு மேல் பொட்டிட்ட சுமதி திரும்பிப் பார்த்து முறைப்பாள்.

வகுப்பு நேரத்தில் சாரகனுடைய வாய் ஒரு கணமேனும் ஓய்ந்து இருந்ததில்லை. அவனுடைய நசுக்கிடாத கேலிக் கதைகளைக் கேட்டுக் குபீரென்று சிரிப்பதற்குத் தயாரான ஒரு கூட்டம் எப்போதும் அவனைச் சுற்றியிருந்தது. அன்றும் காலையிலேயே கதையைத் தொடங்கிவிட்டான். "... அப்ப என்ன நடந்ததெண்டால் அவர் கையாலை கீழை தடவிப்போட்டு எட காசியண்ணையும் வந்திருக்கிறாரோ எண்டு கேட்டாராம்..." நாமகள் உள்ளே நுழைந்து கொண்டிருந்தாள். சாரகன் கத்தரித்ததுபோல இடையில் நிறுத்தினான். அவனுடைய வாயையே ஆவென்று பார்த்துக்கொண்டிருந்த ஒருவன் குபீரெனச் சிரித்ததில் அவனுக்குப் புரையேறிவிட்டது. நாமகள் எரித்துவிடுவதைப்போன்ற பார்வையோடு சாரகனைக் கடந்தாள். பிறகு ஒருநாளில் இந்தக் கதையைச் சாரகனிடம் துருவித் துருவிக் கேட்டறியும் அவள் 'உவ்வேக்' என்று ஓங்காளிப்பது போல அபிநயிப்பாள்.

"சரி, எழும்பிச் சொல்லு" என்றார் ஏகாம்பரம் சேர்.

சாரகன் குரலைச் செருமிக் கொண்டான். "டக்கெண்டு கேக்க எதைச் சொல்லுறதெண்டு தெரியேல்லை. அண்டைக்கு சுதந்திரபுரத்தில கிபிரடிச்சது. பக்கத்தில நிண்ட ஒரு இயக்க அக்கா, தம்பி டேய்... விழுந்து படுறா எண்டு என்னையும் இழுத்து விழுத்திக் கொண்டு பாய்ஞ்சதுதான் ஞாபகம் வருது... எனக்குக் கையெல்லாம் கல்லுக்குத்திக் காயமாப்போச்சு... அக்கா இதைவிட என்னைக் கிபிரே அடிச்சிருக்கலாம் எண்டு சொல்ல அவ வெக்கப்பட்டுக்கொண்டே ஓடிட்டா. இல்லையில்லை... இதைவிடச் சூப்பரான ஒரு அனுபவம் இருக்கு. அதைச் சொல்லுறன்.

"நாங்கள் இடம்பெயர்ந்து வரேக்கை நாவக்குழிப் பாலத்துக்குக் கிட்ட மேல புக்காரா வந்திட்டுது. பாலத்தில எப்பிடியும் குண்டு போடுவான் எண்ட பயத்தில நான் கீழால ஓடின தண்ணிக்கை சைக்கிளோடை இறங்கிட்டன். சைக்கிள் முன் பாரில என்ரை அப்பம்மா சின்னாச்சி இருந்தவ. இந்தக் கரையில இருந்து பாக்க ஏதோ தொட்டுவிடுற தூரமாத்தான் தெரிஞ்சது. ஆனா நடக்க நடக்க நீண்டுகொண்டே போகுது. தண்ணி சிலநேரம் இடுப்பை மூடி ஓடிச்சிது. சிலநேரம் சைக்கிளையே மூடியது. சின்னாச்சி கையில ஒரு கலர் குடை வைச்சிருந்தவ. அப்ப தூரத்தில நிண்டு பாத்தவைக்குச் சின்னாச்சி கையில ஒரு மந்திரக்கோலோடை தண்ணிக்கை மிதந்து வாறமாதிரித்தான் தெரிஞ்சிருக்கும். திடீரெண்டு என்ரை காலுக்கை என்னவோ குத்திச்சிது. தண்ணிப் பாம்போ எண்டு நான் பதற சைக்கிள் சரிய சின்னாச்சி

கையில இருந்த குடையை கைவிட்டுட்டா. அது மிதந்துகொண்டு போச்சிது. சின்னாச்சி பிடியடா பிடியடா எண்டு கத்துறா... எங்கை... குடையைப் பிடிக்கிறதெண்டால் உங்களை ஆர் பிடிக்கிறது எண்டுட்டு சைக்கிளை உருட்டினன். அருமந்த குடையடா எண்டு புறுபுறுத்துக் கொண்டே வந்தா. கொஞ்ச நேரம் கழிச்சு இன்னொரு கறுப்புக் குடை மிதந்துகொண்டு வந்திச்சு. தெய்வத்தின்ர செயல்தான் எண்டு நினைச்சுக்கொண்டு பாய்ஞ்சு பிடிச்சன். பாத்திங்களே அப்பம்மா கடவுளின்ரை கரிசனையை எண்டு அதை அவவிட்டைக் குடுத்தன். அது கொஞ்சம் பழைய குடைதான். ஆனால் பாவிக்கலாம். சின்னாச்சி அதை உருட்டியும் பிரட்டியும் பாத்தா. பிறகு என்ர குடை பூப்போட்டை நல்ல வடிவான கலர்க்குடை. இதென்ன கறுப்பு... முழுவயளத்துக்கும் உதவாது எண்டுட்டு டக்கெண்டு அதைத் தூக்கி எறிஞ்சிட்டா. எனக்கு வந்த கோபத்துக்கு மேல சுத்தின புக்காராக்காரன் தலையில ஒண்டைப் போட்டால்தான் என்ன எண்ட மாதிரிப்போச்சுது..."

தமிழாசிரியரிடம் சொல்ல முடியாத இன்னோர் அனுபவம் நேற்று நடந்தது. சொல்லப்போனால் அது முதலாவது அனுபவம். முன்னெப்போதும் அப்படியொரு படபடப்பும் சிலிர்ப்புமான தருணத்தை அவன் அனுபவித்ததில்லை. வெண்ணிறத்தில் நுரைத்து நுரைத்து வழியும் குளக்கட்டு நீரோடையைப் பார்த்துக்கொண்டிருக்கும்போது மனதிற்குள் ஒரு கிறக்கம் உருக்கொள்ளுமே... அது மாதிரி...

நேற்றுப் பாட இடைவேளையின்போது வகுப்பில் யாரும் இருக்கவில்லை. வழமையாக இவனும் முன்னால் இருக்கிற அணிலன் கடைக்குப் போய்விடுவான். அங்கிருக்கிற சூசியம் அப்பிடியே அமிர்தம். ஒரு மிடறுப் பால் தேனீரில் ஒரு கடி சூசியம் வாயில் கரைந்து நாவின் சுவை நரம்புகளில் ஊறுவதை கண்ணை மூடி அனுபவிக்கலாம். நேற்று ஏனோ போகத் தோன்றவில்லை. மெல்ல எழுந்து நாமகளின் மேசைப் பக்கமாப் போனான். அவள் ஒரு கொப்பியை மேசையில் விரித்து வைத்துவிட்டுப் போயிருந்தாள். விஞ்ஞானக் கொப்பி. தாளில் மணி மணியான சாய்ந்த எழுத்துகள். எதேச்சையாக கொப்பியை மூடினான். ஈழநாதம் பேப்பரில் உறையிட்டிருந்தாள். கிளிநொச்சிச் சண்டையைப் பற்றிய ஒரு பழைய செய்தி நான்காம் பக்கம் பார்க்கவும் என்று முடிந்திருந்தது. அச்செய்தியில் நாமகள் ஆங்காங்கே தனி எழுத்துகளைச் சுற்றி வட்டங்கள் இட்டிருந்தாள். ஒரு குறுகுறுப்புச் சூழ கூர்ந்து பார்த்தான். மழைநாளின் குளிர், புழுதியில் மழையின் வாசம், மர அணிலின் குஞ்சத்தைப்போன்ற வால், யானையைத் துரத்தும் ணங் ணங் என்ற சத்தம்... திரும்பத் திரும்ப எல்லா எழுத்துகளையும் சேர்த்தான். 'சா...ர...க...ன்... நா...ம...க...ள்...'

குளக்கட்டை உடைத்துக்கொண்டு தண்ணீர் புரண்டோடியது. அவளில் படிந்திருந்த காதலை இனியும் போர்த்து மறைக்க வேண்டியதில்லை. ஆசையின் மேல் படிந்திருந்த ஏதோ ஒரு தயக்கம் உருகத் தொடங்கியது. இரவு சாரகன் நாமகளுக்கான தனது முதலாவது கடிதத்தை எழுதி முடித்தான்.

தமிழாசிரியர் போனபிறகு சற்றுக் கழித்துத்தான் நந்தன் வந்தான். அவனுக்கு நல்ல இளமையான தோற்றம். வயதும் அதிகமில்லை, மாணவர்களை விடவும் ஆறு ஏழுதான் அதிகமிருக்கும். அவனும் யாழ்ப்பாணத்திலிருந்துதான் இடம்பெயர்ந்திருந்தான். பக்கத்திலிருந்த விவசாயக் கந்தோரில்தான் ஏதோவொரு அதிகாரியாக வேலை. குளக்கட்டுப் பள்ளிக்கூடத்தில் உயர்பிரிவு மாணவர்களுக்கு விஞ்ஞான ஆசிரியர் இல்லையாதலால் அவனாக முன்வந்து படிப்பித்தான். கண்டிப்பான பேர்வழி. முதல் நாளே சாரகனிடம் "நீ யாழ்ப்பாணத்திலயிருந்து வந்திருக்கலாம். அங்கையேதாவது பெரிய பள்ளிக்கூடத்தில படிச்சிருக்கலாம். அதெல்லாம் இருக்கட்டும். இப்ப நீ குளக்கட்டுப் பள்ளிக்கூடத்தில ஒரு மாணவன். அவ்வளவுதான்" என்றான். பெரும்பாலும் சாரகனிடம் அவன் கேள்விகளைக் கேட்பதில்லை. தொண்டைக் குழிக்குள் விடை திமிற சாரகன் அந்தரப்பட்டுக் கை உயர்த்துவான். "சேர்... சேர்... எனக்குத் தெரியும்." நந்தன் அவனைக் கண்டுகொள்வதேயில்லை. "நான் எல்லாம் தெரிஞ்ச ஆக்களுக்குப் படிப்பிக்க வரயில்லை. தெரியாத ஆக்களுக்குத்தான் படிப்பிக்க வந்தனான்" என்று முகத்திலடித்தாற் போல சொல்வான்.

நந்தன் வந்ததிலிருந்து நாமகள் தலையைக் குனிந்து எதையோ கீறிக்கொண்டிருந்தாள். சாரகன் திருப்தியோடு அவளைப் பார்த்தான். 'இப்ப ஈழநாடு பேப்பர்போல...' திடீரென்று ஒரு ஆர்வம் தோன்ற தன்னுடைய விஞ்ஞானப் புத்தகத்தை விரித்து எழுத்துகளைத் தேடினான். முதல் மூன்று வரிகளுக்குள்ளேயே அகப்பட்டன. அதிலொரு பூரண நிறைவு...

நந்தன் நாமகளின் திசையை நோக்கி "தன்வெப்பக் கொள்ளளவு என்றால் என்ன?" என்று கேட்டான். அவள் தலை நிமிரவில்லை. மும்மரமாக வரைந்து கொண்டிருந்தாள்.

"நான் உம்மட்டத்தான் கேக்கிறன்... தன்வெப்பக் கொள்ளளவு என்றால் என்ன.. அதனுடைய அலகு எது?" நந்தன் இரண்டாவது முறையாகவும் கேட்டான். சாரகன் கையை உயர்த்தி எனக்குத் தெரியும் என்பதைப்போல உடலை உன்னினான். நந்தன் அவனைத் திரும்பியும் பார்க்கவில்லை. அவன் சோக்கட்டித் தூசு நிரம்பிய டஸ்ரரை நாமகளுடைய முகத்தில்

விட்டெறிந்தான். அது குப்பென்று அவளுடைய முகத்தில் மோதியது. வெண் துகள்கள் விசிறிப்பறந்தன. அவமானத்தில் கூனிப்போனாள். விறைத்த முகத்தோடு நண்பிகளைத் திரும்பிப் பார்த்தவள் சடாரென்று மேசையில் முகம் சரித்து விக்கி விக்கி அழத்தொடங்கினாள். சாரகன் நந்தனை எரித்துவிடுவதைப் போலப் பார்த்தான்.

வகுப்பறை வெறிச்சோடியிருந்தது. நாமகள் மட்டும் கல்லுப் போல உட்கார்ந்திருந்தாள். முகத்தில் இன்னமும் சுண்ணாம்புத் துகள் அப்பியிருந்தது. விரல்களால் தேய்த்த கோட்டுத் தடங்கள் வினோதமான ஒரு வடிவில் இருந்தன. சாரகனுக்கு இலேசான உதறல் எடுத்தது. அதைக் காட்டிக்கொள்ளக் கூடாதென்று ஒரு பாடலை முணுமுணுத்தான். ‘ரெலிபோன் மணிபோல் சிரிப்பவள் இவளா...’ அருகாகச் சென்று நான்காக மடிக்கப்பட்டிருந்த கடிதத்தைப் பொக்கற்றிலிருந்து எடுத்து அவளுடைய கொப்பிக்குள் செருகினான்.

“காலமையிலிருந்து சந்திக்கலாமெண்டால் முடியேல்லை. நந்தன் சேரும் மூடைக் குழப்பிப்போட்டார். ஒருநாளைக்கு அவருக்கு ‘இருட்டடி’ இருக்கு... மற்றது உமக்கு பிடிக்கேல்லை யெண்டால் ரெண்டு பேரிட்டை மட்டும் சொல்ல வேண்டாம். ஒண்டு உம்மடை அம்மா மற்றது என்ரை அம்மா” எத்தனையோ தடவை ஒத்திகை பார்க்கப்பட்ட சொற்களை மளமளவென்று உதிர்த்துவிட்டு ஒரே பாய்ச்சலில் வெளியேறினான்.

அன்புள்ள நாமகள், இதற்கு முன்னர் காதல் கடிதங்கள் எழுதிப் பழக்கமில்லையாதலால் எதனை எழுதுவதென்று தெரியவில்லை. அதற்காக அதனைச் சொல்லாமலிருக்க முடியாதல்லவா. அன்புடன் சாரகன்’ - குற்றுகளுக்குப் புள்ளியிடாமல் சிறு வட்டங்களை வரைந்து, கோடுகளற்ற வெள்ளைத் தாளில் நேர்த்தியாக எழுதப்பட்டிருந்த அந்தக் கடிதத்திற்கு, அன்றைக்கு இரவே ஜாம் போத்தல் விளக்கிலிருந்து கசிந்த மெல்லிய ஒளியில் பாடப்புத்தகங்களுக்கு இடையில் வைத்து நாமகள் பதில் எழுதினாள்.

‘எல்லாமே கனவில் நடந்துவிட்டதைப் போலிருக்கின்றது. என்னுடைய அடையாளமில்லாத துயரங்கள் ஒரு கணத்தில் உருகி வழிந்துவிட்டன. இன்று நந்தன் சேர், டஸ்ரரால் எறிந்தபோது அவமானத்தில் தலை இடிக்கிறது என்று சொல்லிவிட்டு போய் விடலாமா என்று நினைத்தேன். நல்லவேளையாகப் போகவில்லை. கடிதத்தைக் கொடுத்துவிட்டு நீ போய்விட்டாய். கையிலெட்டும் தூரத்திலிருந்த அதனைப் படிக்கும் தருணத்திற்காகக் காத்திருப்பதும் பிடித்திருந்தது.

காத்திருக்க முடியாதிருந்ததும் பிடித்திருந்தது. உன்னுடைய மூன்று வரிக் கடிதத்திற்கான நூறு வரிப் பதில் கடிதம் இது...'

உதடுகளில் புன்னகை பரவ சாரகன் மறுபடியும் முதலேயிருந்து படிக்கத் தொடங்கினான்.

'தூர தேசத்திலிருந்து வந்த என் ராஜகுமாரனுக்கு...

'**யாழ்ப்பாணம்** போகலாமடி... போனால் சோக்காக வாழலாமடி' என்று ஒரு நடுத்தர வயதுப் பெண்ணின் கையைப் பிடித்து இழுத்தவாறு பாடினான் அந்த மனிதன். அவளோ அச்ச மிகுதியில் வரமாட்டேன் என்பதுபோல அபிநயம் செய்தாள். அவர்களுக்குப் பின்னால் ஓர் இளைஞனும் சிறுமியும் நடுங்கிக்கொண்டு நின்றார்கள். மனிதன் மறுபடியும் பாடலானான். 'ஜெகஜோதி வெளிச்சமாகக் கரண்ட் இருக்குது, புதுப்படங்கள் பாக்கலாம், காதில வைச்சு ஹலோ சொல்ல ரெலிபோன் இருக்குது, ஆசை தீரக் கதைக்கலாம், யாழ்ப்பாணம் போகலாமடி... போனால் சோக்காக வாழலாமடி...'

சந்தியில் வட்டமாகக் கூடி நின்ற சனங்களின் நடுவே அவன் ஒரு திசையிலும் பிள்ளைகள் இன்னொரு திசையிலுமாக அந்தப் பெண்ணின் கையைப் பிய்த்துவிடுவதைப்போல இழுத்தார்கள். அவள் அங்குமிங்குமாக அலைபட்டாள். பிள்ளைகள் "வேண்டாம் அப்பா வேண்டாம்... வன்னியை விட்டுப் போகவேண்டாம்" என்று கெஞ்சினார்கள். அவன் தலைக்கு மேலே கையை ஓங்கினான். மிரட்டுகின்ற முகபாவத்தோடு அவர்களைப் பயமுறுத்தினான். கடைசியில் பந்தயத்தில் வென்றவனைப்போல வாயெல்லாம் பல்லாகச் சிரித்துக்கொண்டு அவர்களை இழுத்தான். அவர்கள் புழுதித் தரையில் பாதங்கள் தேயத் தேயக் கோடுகளை இழுத்தவாறு அரங்கிலிருந்து வெளியேறினார்கள்.

வன்னியில் இவ்வாறான தெருக்கூத்துக்கள் வாரத்தில் ஒரு தடவையேனும் நிகழ்ந்தன. சந்தைகள் கூடும் நேரத்திலும், பாட சாலைகள் முடியும்போதும், சைக்கிள்களில் வந்திறங்கும் தெருக் கூத்துக் கலைஞர்கள், சனங்களை வட்டமாகத் திரட்டிப் 'பிரச்சாரத்தை' ஆரம்பிப்பது ஒரு வழமையான நடவடிக்கையாயிருந்தது. சாரகன் எதிரே நின்ற நாமகளை விழுங்குவதைப்போல பார்த்துக்கொண்டிருந்தான். அப்பொழுதுதான் அவர்கள் பள்ளிக்கூடத்திலிருந்து வந்திருந்தார்கள்.

வன்னியில் தங்கியிருந்த கணிசமான யாழ்ப்பாணத்தார் மறுபடியும் திரும்பத் தொடங்கியிருந்த காலம் அது. அவர்கள் வன்னி தமக்கு 'ஒத்துக்கொள்ளவில்லை' என்றும் தேகத்தைப் போட்டு வதைக்கும் மலேரியாக் காய்ச்சலை விடவும், சிங்கள ஆமி பரவாயில்லை என்றும் முகத்துக்கு நேரே சொன்னார்கள்.

போன கிழமை சாரகனோடு படித்த ரிஷி யாழ்ப்பாணம் திரும்பியிருந்தான். அங்கே அவனுடைய கல்லூரி இயங்கத் தொடங்கியிருந்தது. "இஞ்சையிருந்தால் இஞ்சினியர் ஆகேலாது எண்டு அப்பா சொல்லுறார்" என்றான் அவன். சாரகன் அவனைக் கேலியாகப் பார்த்தான். "பக்கத்திலயிருக்கிற யாழ்ப்பாணத்துக்கு திருகோணமலையைச் சுத்திக்கொண்டு போறாய்... போ... போ... கெதியில நாங்கள் ஆனையிறவை உடைச்சுக்கொண்டு வருவம்..." என்றான். ரிஷி ஒரு புழுவைப் பார்ப்பதுபோலச் சாரகனைப் பார்த்தான். அவனுக்கும் சிரிப்பு வந்திருக்கவேண்டும். "முயல் பிடிக்கிற நாயை மூஞ்சையில தெரியுமாம்" என்றான். பெரிய அவமானமாய்ப் போய்விட்டது.

இதே போலத்தான் ஒருநாள் புதுக்குடியிருப்புச் சந்தியில் சாரகனைத் தடுத்து நிறுத்திய பிரச்சாரப் போராளியும் சொன்னான். அவனுக்குச் சாரகனை விட ஒன்றிரண்டு வயது தான் அதிகமாயிருந்திருக்கும். முதலில் "அண்ணை" என்றுதான் விளித்தான். "அண்ணை உங்களுக்கு நிலமைகள் தெரியும்... ஆட்பலம்தான் எங்கடை வெற்றியைத் தீர்மானிக்கும். நாங்கள் அதை எங்கடை மக்களிட்டைத் தான் கேக்கவும் முடியும்..." என்று ஆரம்பித்தவன் மெல்லச் சலித்து ஒதுங்குபவனாகப் பார்வையைக் கீழிறக்கினான். சாரகனுடைய கழுத்தில் தங்கச் சங்கிலி மின்னி மின்னிப் புரண்டது. இலேசாகப் பழுப்பு நிறம் ஏறத்தொடங்கியிருந்த புலிப் பல் பென்டன். "அப்பா எங்கை?" என்றான் போராளி.

"லண்டனில..."

"நினைச்சன்... எவ்வளவு கத்தினாலும் குண்டியில தட்டிட்டுப்போற உங்களோடை இனி என்னத்தக் கதைக்கிறது... மெனக்கெட்டும் பிரியோசனமில்லை. ஒரு நாள் இல்லாட்டி ஒருநாள் ஈபிஆர்எல்எப் செய்தமாதிரி உங்களையெல்லாம் தூக்கி ஏத்தினால்தான் சரிவரும்..."

அந்தப் போராளியையும் ரிஷியையும் பழிவாங்குவதற்கேனும் இயக்கத்தில் சேரவேண்டும் போலொரு வெறி நெருப்புப் போல எரிந்தது. இரவு தூத்துக்குடி வானொலியின் திரை கடல் ஆடி வரும் தமிழ்நாதத்தில் 'தாஜ்மகால் தேவையில்லை அன்னமே அன்னமே' என்ற பாடலுக்கு நாமகளோடு காடு மலை நதிகளெல்லாம் ஓடிக் களைத்துத் திரும்பியபோது இயக்கத்திற்கு இன்னொரு நாளைக்குப் போகலாம் போலவுமிருந்தது.

தெருக்கூத்தின் இரண்டாவது காட்சி ஆரம்பித்தது. சாரகன் முண்டியடித்தவாறு நாமகளுக்கு எதிரே முன்வரிசையில் வந்து நின்றான். கடிதங்களிலும் எப்போதாவது நேரிலும் நாமகளோடு

பேசிக்கொண்டிருந்தாலும் கண்கள் சந்தித்துக்கொள்கின்ற இந்தக் கணங்கள்தான் அற்புதமாயிருந்தன. முத்தங்களைக் கண்டடையாத அக்காலத்தில் இதயத்தில் மின்சார அதிர்வுகளைப் பரப்பும் வல்லமை விழிகளுக்கே வாய்த்திருந்தது. அவற்றின் அளவளாவுதலை ஓர் ஈ.பி.டி.பிக்காரன் சிவபூசையில் கரடிபோல இடைமறித்தான்.

யாழ்ப்பாணத்திற்குப் புறப்பட்ட அந்த மனிதனும் பெண்ணும் இளைஞனும் சிறுமியும் இப்போது பழக்கமற்ற வேறு உலகு ஒன்றினுள் கால் பதிப்பவர்களைப்போல தயங்கித் தயங்கி நடந்தார்கள். அப்பொழுது பேரிடியோசை கேட்டது. தொடர்ந்து ஊளைச் சத்தம்... அவர்கள் தேகத்தைக் குறுக்கிப் பதுங்கினார்கள். தலையிலிருந்து கால்வரை கறுப்பு ஆடை தரித்தவனும் நீள ஒட்டுத்தாடிவைத்தவனுமாகிய ஒரு தடித்த மனிதன் அவர்களிடையில் தொம்மென்று குதித்து ஒரு தாளகதியில் ஆடத்தொடங்கினான்.

“ஈ பி டி பி நாங்களே தெரிஞ்சு கொள்ளுங்கோ...

எல் ரி ரி க்கு வால் பிடிச்சவன் வெளிய வாருங்கோ...”

அவன் தெருக்கூத்தைப் பார்த்துக்கொண்டு நின்ற ஒவ்வொருவரையும் கேட்டான். பிறகு மறுவளமாக ஓடிச்சென்று பதுங்கி நின்ற இளைஞனைப் பிடித்து இழுத்தான். அவன் ஓவென்று அலறினான். தாடிக்காரனின் காலில் விழுந்து அவனை நகரவிடாமல் தடுத்த அந்தப் பெண் “அய்யோ என்ர மகனை விட்டு விடு...” என்று கதறினாள். பிறகு “நீயும் ஒரு தமிழிச்சி வயிற்றில் பிறந்தவன் அல்லவா” என்று சத்தமிட்டாள். அவளைக் காலால் மிதித்தான் அவன். அவள் சுருண்டாள்.

கரும்பச்சை நிறத்தில் இராணுவச் சீருடையணிந்த இரண்டு பேர் ஒரு கழுகின் சிறகைப்போல கையிரண்டையும் அசைத்துக் கொண்டு ஓடிவந்தார்கள். கூடவே கிடு கிடு கிடுவென்ற தாள ஓசை. அவர்கள் முகத்தை வழுவழுப்பாகச் சவரம் செய்து சட்டியைக் கவிழ்த்தாற்போன்ற தொப்பி அணிந்திருந்திருந்தார்கள். அந்த மனிதன் செய்வதறியாது பேந்தப் பேந்த விழித்தபடி நிற்க அவனுக்குப் புறத்தே ஒளிந்துநின்ற சிறுமியை நிலத்தில் விழுத்தித் தேயத் தேய இழுத்தார்கள். அவர்களில் ஒருவன் களிப்பு மேலிட பற்களைக் கோரமாக இளித்தான். “இவள் கிருஷாந்தியின் தங்கையல்லவா” என்று கொக்கரித்தான். அந்த எகத்தாளச் சிரிப்பு பல்லடுக்குகளாக ஒலித்தது. தெருக்கூத்துக் கலைஞர்கள் உறைந்துபோய்ச் சிலையாக நின்றார்கள்.

அப்பொழுது ‘எங்கள் அக்கா அண்ணையரே! எதிரி இங்கு வரலாமா... எங்கள் மண்ணை ஆள நினைச்சால் வேங்கை நாங்கள் விடலாமா’ என்று பாடியவாறு அந்தச் சிறுவன் பார்வையாளர்களைச் சுற்றி

வரத் தொடங்கினான். பத்துப் பதினொரு வயதுகளேயான தோற்றம். கணீரென்ற சிறு குரல். இரக்கத்தைக் கோருகிற முகத்தை உடையவனான அவன் தன்னிடத்திற்கு வருவதற்கு முன்பாகவே சாரகன் விலகிச் சென்றிருந்தான்.

துளசி "அய்யோ... ஆரோ ஓடுறான்..." என்று தொண்டைத் தண்ணீர் வற்றிப்போகிற மாதிரி கத்தினாள். தொம் தொம் என்று நிலத்தை உதைந்துகொண்டு இருட்டில் யாரோ ஓடுகிற சத்தம் தேய்ந்தது. திசையை அனுமானிக்க இயலவில்லை. அவள் மலேரியாக் காரியைப்போல நடுங்கினாள். வெடக் வெடக் என்று நெஞ்சு துடிக்கிற சத்தம். கழுத்தில் அந்த விரல் ஊர்ந்த இடங்களில் அருவருப்பாயிருந்தது. குமட்டியது. நித்திரைக் கலக்கத்தில் முதலில் பாம்பென்று தான் அவள் நினைத்தாள். கன்னத்தைத் தடவிக்கொண்டு கழுத்துச் சட்டைக்குள் கீழிறங்கவும் நொடியில் புரிந்துவிட்டது. மனிதக் கரம். அய்யோ... என்று கத்த முற்பட்டாள். 'ஆ... ஊ' என்று தூக்கத்தில் புசத்துகிற மாதிரிதான் குரல் வெளியேறியது. கையால் எத்தித் தட்டினாள். அது மூர்க்கத்தோடு இடது மார்பைப் பிடித்து அழுத்தியது. "என்ர அய்யோ..." அருணகிரி எழுந்துவிட்டிருக்கவேண்டும். "என்னடி..." என்றார். "கள்ளன் கள்ளன்... விளக்கைக் கொளுத்துங்கோ" என்று கத்தினாள். "ஆரடா அது... எடுறா உலக்கையை... சனியன் பிடிச்ச நெருப்புப்பெட்டியை இதிலயெங்கையோதான் வைச்சனான்... டேய்..." இருளுக்குள் கரைந்துகொண்டு இன்னொரு இருள் ஓடியது. "அய்யோ... அய்யோ... ஓடுறான்..."

அருணகிரி தீப்பெட்டியைத் தேடியெடுத்து விளக்கைப் பற்றவைக்கவும் சின்னாச்சியும் வதனாவும் விழுந்தடித்துக்கொண்டு ஓடிவரவும் சரியாகவிருந்தது. "என்னடி பிள்ளை... ஏன் வீரிட்டுக் கத்தினனி... கனவு ஏதாவது கண்டனியே..." சின்னாச்சி அரிக்கன் லாம்பை துளசியின் முகத்துக்கு நேராகத் தூக்கிப் பிடித்தாள். அவளுடைய முகம் பேயறைந்துவிட்டாற்போல இருந்தது. திகில் கண்கள்.

"கள்ளன் ஓடுறானணை..." என்றார் அருணகிரி. சின்னாச்சி விளக்கை வெளிக்கு நீட்டினாள். அடர்ந்த இருட்டுக்கு முன்னால் வெளிச்சம் நொண்டி நொண்டித்தான் பரவியது. பார்வைத் தூரம் வரையிலும் ஓர் அசுமாத்தமில்லை. "அப்பிடி என்ன சாமான் இருக்கெண்டு கள்ளன் இங்கை வந்தவன்..."

"அவன் களவெடுக்கை வரேல்லை..." என்றாள் துளசி. "அவன் எனக்குப் பக்கத்தில குந்தியிருந்து என்ர கழுத்தைத் தடவினவன்..." கேவி அழத்தொடங்கினாள்.

“அய்யோ... கடவுளே! இதென்ன... நாங்கள் காணாத கொடுமையளையெல்லாம் ஏன் எங்களுக்குத் தாறாய்...” அரிக்கன் லாம்பைப் பொத்தென்று வைத்துவிட்டு சின்னாச்சி சுவரோடு சாய்ந்து விட்டாள். “பெண் பிரசுகளோடை மடியில நெருப்பைக் கட்டி வைச்சிருக்கிற மாதிரியெல்லோ பிழைப்பு இருக்கப்போகுது. நான் அப்பவும் சொன்னனான்... செத்தாலும் கெட்டாலும் எங்கடை சொந்த ஊரிலயே இருப்பமெண்டு... ஆர் என்ர சொல்லைக் கேட்டவை... காட்டுக்கைதான் போகவேணுமெண்டு ஒத்தைக்காலில நிண்டால் இப்பிடித்தான் நடக்கும்... நாளைக்குத் தேப்பன் ஆரெண்டு தெரியாத பிள்ளையைச் சுமந்துகொண்டு நிக்கப் போறியள்...” என்று அரற்றினாள். “மாமி சும்மாயிருங்கோ...” என்று வதனா அவளை அதட்டினாள். “நீ ஏனடி வெளி விறாந்தையில படுத்தனி?” என்று துளசியிடம் கேட்டாள். அவள் “சுகமில்லை” என்றாள். சின்னாச்சி “என்ர சிவபெருமானே” என்று ஈனஸ்வரத்தில் சொன்னாள்.

“சரி பதறாதை...” பவானி எழுந்துசென்று துளசியை ஆதரவாக அணைத்துக் கொண்டாள். தாயும் சாந்தினியும் திகைத்துப்போய் வாசலிலேயே உட்கார்ந்திருந்தார்கள்.

“ஏதோ கஸ்ர காலம் போல... ஆரும் நல்ல சாத்திரியிருந்தாக் கேக்க வேணும்...” சின்னாச்சி முணுமுணுத்தாள்.

மேட்டுநிலமும் காடும் சந்திக்கும் வடக்கு மூலையிலிருந்து பிரகாசமான ஒளிக்குழல் அசைவது தெரிய அருணகிரி துடித்துக் கொண்டு எழுந்தார். “டேய்... ஆரடா அது?” என்று கத்தினார். “ஆம்பிளையெண்டால் முன்னால வாடா பாப்பம்...”

“அது நான்...” என்றான் மணிவண்ணன். அவனுடைய ரோர்ச் லைற்றிலிருந்து வெளியேறிய ஒளி நிலத்தில் நீள்வட்டத்தில் விழுந்தபடி முன்னேறியது. நடந்துவருகிற சரக் சரக் ஒலி...

“நான் வந்த அண்டைக்கே சொன்னனான்... இளந்தாரிப் பெடியளை இங்கை காவலுக்கு அனுப்ப வேண்டாமெண்டு... ஆரும் என்ரை கதையைக் காது குடுத்துக் கேட்டாத்தானே... இவனும் இவன்ர மூஞ்சையும்... ஆக்களைப் பாக்கிற பார்வையும்...” சின்னாச்சி ஆரம்பித்தாள்.

“மாமி... சும்மாயிருங்கோ... கண்ட மாதிரிக் கதைக்காதீங்கோ.”

மணிவண்ணன் முற்றத்தில் வந்து நின்றான். “மேட்டுக்காணிப் பக்கம் நிண்டனான். ஏதாச்சும் பிரச்சினையா...” என்று கேட்டான். “அது கள்ளன் ஓடுறானெண்டு இவள் கத்துறாள்... ஓடிக்கேட்ட சத்தம்

கேட்டதெண்டு இவரும் சொல்லுறார்..." என்றாள் வதனா. "கள்ளனா..." மணிவண்ணன் ரோர்ச் லைற்றின் பிரகாசத்தை இன்னமும் அதிகமாக்கிச் சுழட்டினான். சற்று முன்னர் லாம்பு வெளிச்சத்தைப் பழித்த இருளைக் குத்திக் கிழித்தவாறு ஒளி திசையெல்லாம் ஊடுருவியது. கிணற்றடிக் கொடியில் காய்ந்துகொண்டிருந்த ஆடைகளின் நிறங்களும் தெளிவாகத் தெரிந்தன. திரைச்சீலையைத் திறந்து வருவதைப்போல ஒரு சட்டையை விலக்கியவாறு நேசலிங்கம் நடந்து வந்துகொண்டிருந்தான். நடையில் ஓர் அவசரம். வெளிச்சத்தைப் பார்த்துவிட்டு அதை நோக்கித் திரும்பி வந்தான்.

"நீ எங்கையடா போனனி?" அருணகிரி எரிச்சலோடு கேட்டான்.

"வயித்தைக் கலக்கிட்டுது. கக்கூசுக்குப் போயிற்று வாறன்" என்றான். ஒவ்வொரு முகங்களையும் தனித் தனியாகக் கேள்வியோடு பார்த்தான். "அது சரி... ஆர் வீரிட்டுக் கத்தினது... துளசியே... ஏன் கனவில கிபிரே...?" என்றான்.

"நீயிருந்த பக்கமா ஆரும் ஓடிக்கேட்டதே?"

"இல்லை... ஏன்...?"

இதற்கிடையில் அத்தாரும் சந்திராவும் வந்துவிட்டிருந்தார்கள். "ஆரோ கத்திக்கேட்ட மாதிரியிருந்தது. விடியக் கேப்பமெண்டுதான் இருந்தன். இவள்தான் தனக்கு அந்தரமாக்கிடக்கு. ஒருக்கா போய்ப் பாத்திட்டு வருவமெண்டாள். ஏதேனும் பிரச்சினையே..." என்றான் அத்தார். சந்திரா துளசியையே பார்த்துக்கொண்டு நின்றாள். அவலமான முகம்...

"ச்சீச்சீ... அதொரு பிரச்சினையும் இல்லை. ஆரோ கள்ளன் வந்திட்டு ஓடுறான். நாலு பொருளோடை நல்லாயிருந்தால் பாக்கிறதுகளுக்குக் கண்ணுக்கை குத்தும்தானே... கள்ளக் கூட்டம்..." சின்னாச்சி அவசர அவசரமாகச் சொன்னாள். மூக்கைச் சிந்தியெறிந்துவிட்டு துடைத்தாள். "நீங்க போய்ப் படுங்கோ... கடவுள் பாத்துக்கொள்ளுவார்."

அத்தாரும் சந்திராவும் திரும்பி நடந்தார்கள்.

எட்டேக்கரிலிருந்து குடத்தில் நீர் அள்ளிக்கொண்டு வெளியேறிய ராணி கேற்றடியில் மணிவண்ணனைக் கண்டாள். மடித்துக் கட்டிய சாரத்தோடும் பெரிய கண்ணறை பனியனோடும் வந்து கொண்டிருந்தான். இவளைக் கண்டதும் புன்னகைத்தான். ராணியின் முகத்தில் எள்ளும்கொள்ளும் வெடித்தது. இடுப்பிலிருந்து குடத்தை இறக்கிக் காலடியில் வைத்தாள். கேற்றை எட்டிப்பார்த்து யாருமில்லையென்பதை உறுதி செய்தவள் மணிவண்ணனைக் கூர்ந்து பார்த்தாள். மளமளவென்று வார்த்தைகள் பொரிந்து தள்ளின. "நீ அப்ப ஊரார் வீட்டுப் பொம்பிளையளோடயெல்லாம் போய்ப் படுக்கலாமெண்டு நினைச்சிட்டியோ... அவ்வளவு பெரிய மன்மதக் குஞ்சோ நீ..."

"என்ன சொல்லுறீங்க..." என்றான் மணிவண்ணன். அப்பொழுது அவனுடைய கண்களில் வழிந்த மாசற்ற ஒளியில் ஒருதடவை வீணாகச் சந்தேகிக்கிறேனோ என்று தடுமாறப் பார்த்தவள் 'இவனில்லையெண்டால் அப்ப வேற ஆர்...' எனச் சுதாகரித்துக்கொண்டு மூசினாள்.

"எனக்கு எல்லாம் தெரியும்... நடிக்காதை..."

நேற்றுச் சந்திரா வீட்டுப்பக்கம் போனபோது அவள் எல்லாவற்றையும் சொல்லிவிட்டாள். "அவை கள்ளனெண்டு சொல்லிட்டினம்... ஆனால் துளசியின்ரை கண்ணில எனக்குத் தெரிஞ்சது... பிறகு அவளே என்ன நடந்ததெண்டு எல்லாத்தையும் என்னட்டைச் சொல்லிட்டாள். அன்ரி எனக்கு அந்த இடமெல்லாம் ஒரு பாம்பு ஊர்ற மாதிரி... மானமே போன மாதிரி இருக்குது அன்ரி... எண்டு அழுதாள். எடி விசர்ப்பெட்டை.... ஒரு தவளை உடம்பில பாயிறதும் அரியண்டமாத்தான் இருக்கும். அதுக்காக மானம் போட்டுதெண்டு சொல்ல ஏலுமே... ஒரு பாம்பு தேகத்தில ஏறிப்போயிட்டுதெண்டால் அதை நினைக்க ஓங்காளிக்கும்தான். அதுக்காக கற்பு போட்டு தெண்டு சொல்ல ஏலுமே... அப்பிடித்தான் இதுவும்... நீ ஏன் அதையே திரும்பத் திரும்ப யோசிக்கிறாய் எண்டு சொன்னனான்..."

துளசி அலறியதை நினைக்க நினைக்க யாரிலென்றே இல்லாமல் ராணிக்கு ஆத்திரம் ஆத்திரமாக வந்தது. தன்னிரக்கத்தில் குமைந்து பொருமினாள். ஒருவிதமான தாழ்வுணர்ச்சி. பிறகு 'எதுக்கு நான்

கவலைப்படணும்...' என்று ஓர் ஓர்மம். ஒரு வன்மம். 'நானும் அவளும் ஒண்டா...' சட்டென்று சிந்துவின் நினைவுகள் குறுக்கிட்டன. ஆறு வயது. இனி மளமளவென்று காலமோடிப் பெரிய பெண்ணாக வளர்ந்து நிற்கப்போகிறாள். பிறகு...?

"முந்தநாள் ராத்திரி எட்டேக்கருக்கை நடந்ததெல்லாத்தையும் துளசி சந்திராக்காட்டைச் சொல்லிட்டாள். நீயும் காணிக்கைதான் நிண்டிருக்கிறாய்... ஏன் உனக்கு நான் போதாதோ... இப்பிடி வீடு வீடா நாய் மாதிரி அலையப்போறியோ..."

"அவங்கள் கள்ளன் வந்திட்டு ஓடினதாத்தான் சொன்னாங்க."

"பின்ன... ஊரைக் கூட்டி எங்கட வீட்டுப் பொம்பிளையோடை ஒருத்தன் படுத்திட்டு ஓடுறான் எண்டா சொல்லுறது..."

மணிவண்ணன் தலையை உயர்த்தினான். "ஊரில் இப்படி எங்க நடந்தாலும் அதை நான்தான் செய்தன் எண்டு நினைக்கிற மாதிரி நடந்திட்டன் தானே... பரவாயில்லை... என்ர பிழைதான்..." என்றான். ராணிக்குத் திடீரென அவனை நோகடித்துவிட்டதைப் போல தோன்றிற்று. "நான் சொல்லுறத நீங்க நம்புவீங்களா தெரியல்ல... ஆக்கள் குளறுப்பட்டது கேக்கேக்க நான் உங்கட காணி மூலைக்குள்ளதான் நிண்டன். அவங்கள் கள்ளனெண்டு சொல்ல உண்மையாவே சைக்கிளையோ அல்லது அவையின்ரை நகைகளையோ எடுக்க வந்தவன்தானெண்டு நினைச்சன். அப்படி வர்ற கள்ளன் காட்டுப்பக்கம் ஓடியிருக்க மாட்டானெண்டு நானும் பெரிசாத் தேடலை. இப்ப நீங்கதான் சொல்லுறீங்க அவன் வேற நோக்கத்தோட வந்தவன் எண்டு. அப்ப அது ஆரெண்டு தெரிஞ்சு போச்சுது" என்று நிறுத்தினான். 'என்ன புதுக்கதை' என்பதைப் போல ராணி பார்த்தாள்.

"அது நேசலிங்கண்ணதான்."

"என்ன..."

"எட்டேக்கர் கீழ்மூலையில பண்ணைப்புல் முளைச்சிருக்கிற இடத்துக்குத்தானே அவை ரொய்லெற்றுக்குப் போறவை... ஆனால் அண்டைக்குக் கத்திக் கேட்ட கொஞ்சநேரத்தில நான் நேசலிங்கத்தை உங்கடை காணி மூலைக்குள்ள கண்டன். ஆள் நல்லா வேர்த்து விறுவிறுத்து நிண்டவர். நான் கேக்க முதலே நித்திரைக் கலக்கத்தில வயித்தைக் கலக்க வழி மாறி ஓடியந்திட்டன் எண்டார். கையில தண்ணியில்லை. மம்பெட்டி இல்லை. நான் அப்ப அதுகளை யோசிக்கவும் இல்லை. நேசலிங்கம் பிறகுதான் கிணத்தடிக்கு ஓடினவர்..."

ராணிக்கு என்ன சொல்வதென்று தெரியவில்லை. நீர்ச் சுழியிலிருந்து விடுபட்டதைப்போல ஒரு ஆசுவாசத்தில் நின்றாள். அவனை மனப்பூர்வமாக நம்பவேண்டும் போலிருந்தது. மௌனமாகப் பார்த்தாள். படலமாகச் சோகம் படிந்த முகம்... சில நாட்களாகத்தான்... சில நாட்களா... ஒரு மழை இரவிலிருந்து... அவர்களுக்கிடையிலான உறவு ஓர் இரவிலிருந்து ஆரம்பித்தது என்பதில் ஒருவிதமான அசூசையாயிருந்தது. அந்த இரவின் நினைவைத் தவிர்த்தாள். அதற்கு முன்னரென்றால் முகத்தில் தூய வெள்ளைப் பிளவு போல எப்பொழுதும் நிரந்தரச் சிரிப்பிருந்த முகம். ராணியை விடவும் மூன்றாண்டுகள் இளையவன் என்று யாரும் சொல்ல முடியாத வளர்த்தி. அவனை முன்னெப்போதோ தம்பி என்றழைத்த ஞாபகங்கள் மறுபடியும் அசூசையாயிருந்தன. ராணி நீர்க்குடத்தைத் தூக்கி இடுப்பில் வைத்தாள்.

“இவன் தன்னைக் காப்பாத்த இப்பிடியொரு புதுக்கதையைச் சொல்லுறான் எண்டு நினைக்கிறீங்கள்போல... பரவாயில்லை...” என்றான் மணிவண்ணன். “இவன் என்னட்டயும் இப்பிடித்தானே வந்தவன்... இப்ப மட்டும் என்ன புதுசா நல்லவன் மாதிரி வேசம் போடுறான் எண்டு யோசிக்கிறீங்களாக்கும்... உண்மைதான். ஒருநாள் அப்பிடித்தான் வந்தன். ஆனா உங்களுக்குத் தெரியும்... அதுக்குப் பிறகு ஒரு கள்ளனைப்போல நான் வரேல்லை... எனக்கு இதெல்லாத்தையும் எப்பிடிக் கதைக்கிறதெண்டு தெரியேல்லை...” என்று தயங்கியவன் சட்டென்று “நான் உங்களைக் கல்யாணம் கட்டட்டா...” என்றான்.

ராணி திடுக்கிட்டுப் போய்விட்டாள். மின்னல் வெட்டியதைப் போல மகளுடைய முகம். தீங்கங்குகளிலிருந்து வெம்மை. நெருப்பு வாசம்... ஓர் இரவின் மழை... ஓர் ஒளி நாள். ‘நான் உங்களைக் கல்யாணம் கட்டட்டா...’

“எத்தினை வயசடா உனக்கு...” என்று ராணி உறுக்குவது போலக் கேட்டாள். பிறகு பதிலை எதிர்பாராமல் விறுவிறுவென்று நடந்து போனாள். மணிவண்ணன் நீண்டநேரமாக அங்கேயே நின்று கொண்டிருந்தான்.

இலுப்பைக் கடவையிலிருந்து ஏறத்தாழ எண்பது கிலோமீற்றர் தொலைவிலிருந்த தனுஷ்கோடியை ஐந்துமணி நேரங்களில் சென்று சேரலாம் என்று படகோட்டி சொல்லியிருந்தான். சாரகன் நேரத்தைப் பார்த்தான். இன்னும், நான்கு அல்லது நான்கரை மணி நேரத்தில் பவானி அக்காவும் அவளுடைய மகனும் தனுஷ்கோடியில் காலடி வைப்பார்கள். அவர்களைப் படகேற்றிவிட்டு அப்பொழுது தான் தங்கராசு மாமா வீட்டிற்குத் திரும்பியிருந்தான்.

அவர்கள் யாழ்ப்பாணத்திலிருந்து வெளியேறியபோது கடற் தொழிலுக்குச் சாதகமான இடமென்று தங்கராசு மாமா இலுப்பைக் கடவைக்கு வந்திருந்தார். பிறகொருநாள் எட்டேக்கருக்கு வந்தபோது "உன்ரை கொப்பன் அப்பவே கேட்டவன், மச்சான் குவைத்துக்கு வாங்கோ. மேசன், தச்சு வேலையள்தான், சமாளிக்கலாமெண்டு. நான்தான் கடலை விட்டுட்டு வரமாட்டன் எண்டு சொல்லி மாட்டன் எண்டனான். இண்டைக்கு கடல் எங்களை கைவிட்டிட்டுது. ஏதோ கரைவலையும் களங்கண்ணியுமெண்டு ஓடுது..." என்று சொன்னார்.

இலுப்பைக் கடவை ஒரு கடலோரக் கிராமம். பார்த்த திசையெல்லாம் துருதுருவெனச்சொரிகிற மணலும் முள்பற்றைகளும் புதர்களுமாயிருந்தது. சுற்றத்தில் மரங்களையும் காடுகளையும் காணவில்லையென்றாலும் கண்ணுக்கு முன்னாலே விரிந்திருந்த கடலும் காற்றில் நிறைந்த உப்பு வாசமும் சாரகனுக்கு நெருக்கமாயிருந்தன.

இரண்டு நாட்களில் இந்தியாவிற்கு வள்ளம் புறப்படுவதனால் உடனடியாக இலுப்பைக் கடவைக்கு வாருங்கள் என்று முகவர் சொல்லியனுப்பியபோது பவானிக்குப் புளுகம் தாங்கவில்லை. இரண்டு பயணப் பொதிகளை மட்டுமே நிரப்பியவள் எஞ்சிய உடைகளை ராணிக்கும் வல்லியாளுக்குமாகப் பகிர்ந்து கொடுத்தாள். அவளிடம் முன்னுக்குக் கூடை வைத்த ஒரு லேடீஸ் சைக்கிள் இருந்தது. "இஞ்சை எல்லாரிட்டையும் சைக்கிள் இருக்குதானே... உங்கடை சைக்கிளை மீனாட்சியக்காடை மகளிட்டைக் குடுக்கலாம் தானே பவானியக்கா" என்றான் சாரகன். "சரி வா... குடுத்திட்டு வருவம்" பவானி அவனையும் அழைத்துக்கொண்டு போனாள்.

சைக்கிளை முற்றத்தில் நிறுத்திவிட்டு வாசலில் நின்றார்கள். மீனாட்சி ஆச்சரியப்பட்டுப் போனாள். ஓடிப்போய் பாயை எடுத்துவந்து விரித்தாள். சாரகன் சண்டிக்கட்டைத் தளர்த்தி விட்டுவிட்டு உட்கார்ந்தான். விழிகள் நாமகளைத் தேடின. அந்தக் குடிசை மக்கி அழிந்துவிடும் நிலையிலிருந்தது. ஓலைக் குப்பையை மேலே கொட்டிவிட்டதைப் போன்ற கூரை. குறுக்குமறுக்கான கொடிகளில் நாமகளின் 'யூனிபோர்ம்' ஒன்றும் வேறு ஆடைகளும் தொங்கின.

"எனக்கு இந்தியாப் பயணம் சரி வந்திட்டுது. நாளைக்கு வெளிக்கிடுறன். அதுதான் என்ர சைக்கிளை உங்கடை ரெண்டாவது மகளுக்குக் குடுத்திட்டுப் போகலாமெண்டு... வைச்சு ஓடட்டுமன்" என்றாள் பவானி.

மீனாட்சி 'ம்' என்பதைப்போல தலையசைத்தாள். குசினிக்குள்ளிருந்து வெளியேறிய நாமகள் இரண்டு ரம்ளர்களில் தேநீரை வெள்ளிச் சாப்பாட்டுத் தட்டில் வைத்து ஏந்தியவாறு வந்தாள். கைகளுக்குச் சுருக்கு வைத்த சட்டையணிந்து சம்பூ விளம்பரங்களில் வருகிற பெண்களைப்போலக் கூந்தலை மேலே உயர்த்திக் கொண்டை முடிந்திருந்தாள். தேநீரைத் தரக் குனிந்தபோது நெஞ்சுச் சட்டையை கையால் அழுத்திப் பிடித்தாள். சாரகன் தலையைத் திருப்பிக் கொண்டான்.

"என்ரை தம்பியொருத்தன் பெரியதுரை எண்டு மன்னாரிலயிருந்தவன், பிரச்சனையள் வலுக்க அப்பிடியே குடும்பத்தோடை இந்தியாவுக்குத்தான் போனவன். அங்கையெங்கயோ முகாமிலதான் இருக்கிறதா கேள்வி. சந்திச்சால் சுகம் கேட்டதாச் சொல்லும்" என்றாள் மீனாட்சி.

"இல்லை... நாங்கள் முகாமில இருக்க மாட்டம். அப்பிடியே திருச்சிக்குப் போறம். அங்கை நிண்டுதான் பிரான்சுக்குப் போற அலுவலைப் பாப்பம். முகாமில அதிகாரியளுக்குக் காசு குடுத்தால் எங்கையும் போகலாமாம்." வெடுக்கென்று பவானி சொன்னாள்.

மீனாட்சி சாரகனைப் பார்த்தவாறு "தம்பியும் இந்தியாவுக்கு வாறாரா?" என்று கேட்டாள் மீனாட்சி.

சாரகன் அவசர அவசரமாகத் தலையாட்டி மறுத்தான். "எனக்கு வன்னியை விட்டுப் போற நினைப்பேயில்லை" என்று நாமகளைப் பார்த்தவாறு சொன்னான். அவள் தலையைக் குனிந்தாள். பிறகு உள்ளே போய்விட்டாள்.

புறப்பட்டபோது "கவனமாப் போட்டுவாங்கோ, காளியாச்சி துணையிருப்பா" என்றாள் மீனாட்சி.

பவானி சாரகனையும் அழைத்துக்கொண்டுதான் இலுப்பைக் கடவைக்குப் புறப்பட்டாள். தங்கராசு மாமாவோடு அவளுக்குப் பழக்கமிருக்கவில்லை. அங்கு தனியே தங்கி நிற்கக் கூச்சப்பட்டாள். "எனக்கு அவையோட பெரிசாப் பழக்கமில்லை. நீ எங்களோடை வா... வந்து வழியனுப்பி வைச்சதாயும் ஆகுது..." என்று சாரகனிடம் சொன்னாள். இரண்டு நாட்களில் திரும்பிவிடலாம் என்பதால் சரி என்றான். நாமகள் எட்டேக்கருக்குக் குளிக்க வந்த நேரம் பார்த்துச் சின்னாச்சியிடம் "நாளைக்குக் காலமை இலுப்பைக் கடவைக்குப் போட்டு ரெண்டு நாளில வந்திடுவன்" என்று சத்தமாகச் சொன்னான். "நான் உன்னட்டைக் கேட்டனானே..." என்று கேட்டு விட்டு கந்தசஷ்டி கவசத்தைத் தொடர்ந்தாள் சின்னாச்சி "காக்க காக்க கனகவேல் காக்க..." நாமகள் வாயை மறைத்துச் சிரித்துக் கொண்டு போனாள்.

காலை ஆறு மணிக்கெல்லாம் புதுக்குடியிருப்புச் சந்தியில் தமிழீழ போக்குவரவுக் கழக பஸ்ஸைப் பிடித்தார்கள். குண்டு குழியான வீதிகளையும், வெறும் சிலிப்பர் கட்டைகளால் செப்பனிடப்பட்ட உடைந்த பாலங்களிலும் பயணித்து, இலுப்பைக் கடவையை அடைந்தபோது இருட்டிவிட்டிருந்தது. வழி முழுதும் வீசியடித்த புழுதியில் சிவந்துபோயிருந்தார்கள்.

கடற்கரையிலிருந்து சற்றுத்தள்ளி தங்கராசு மாமாவின் கொட்டிலிருந்தது. இரண்டொரு பேரிடம் விசாரித்துக்கொண்டு நடந்தார்கள். கொட்டிலுக்குள்ளே யு என் எச் சி ஆர் என்று எழுதப்பட்ட நீல பிளாஸ்டிக் படங்கு விரிக்கப்பட்டிருந்தது. ஆங்காங்கே காற்பாதங்களின் வடிவில் வெள்ளைக் குறுமணல்...

"வாடா மருமேனே... இப்பத்தான் வழி தெரிஞ்சதோ..." என்றாள் மாமி. வெளியிலிருந்து ரொட்டி சுட்டுக்கொண்டிருந்தாள். பச்சை மிளகாயும் வெங்காயமும் வெட்டிப்போட்ட மாவு ரொட்டி. சாரகன் வந்த பசிக்களையில் இரண்டு ரொட்டிகளை மென்று விழுங்கித் தண்ணீர் குடித்தான். இலேசாக உப்புக் கரித்தது.

காலையில் நேரத்தோடே விழிப்பு வந்துவிட்டது. சாரகன் கொட்டிலுக்கு வெளியே வந்தான். கண்ணெதிரில் பிரமாண்டமான ஒரு நீலச் சீலையை நேராக இழுத்துக் கட்டிவிட்டது போலக் கடல்... சுளீரென்று ஓர் உற்சாகம் பரவ கடலடிக்கு ஓடிப்போனான். சலனமில்லாத அலை ஒரு பசித்த பூனை கால்களை விறாண்டுவதுபோலத் துயரமாக வருடிப்போனது. நான்கைந்து கட்டுமரங்கள் கரையில் கிடந்தன. ஒரு கிழவன் வலை பொத்திக்கொண்டு இருந்தான். இரண்டு மூன்று நாய்கள் நிலத்தை மணந்துகொண்டு அலைந்தன.

முன்னொரு காலத்தில், படகுகளைக் கரையிழுக்கும் பாடல்களும், மீன் குவியலை ஏலம் கூறும் குரல்களும், படகுகளிலிருந்து குதித்து இறங்கும் ஆண்கள் கம்பீரமாக நடந்து வருவதும் ஞாபகங்களில் மோதின. அக்காலத்தில் கடற்கரை ஒரு திருவிழாவின் கோலத்திலிருந்தது. இப்பொழுது அழுவதற்கும் ஆட்களற்ற செத்தவீடு போலத் தோன்றியது.

சாரகன் பெருவிரலை சொரசொரத்த கரை மணலில் ஊன்றிக் குதிகாலை உயர்த்தி கடல் அடிவானத்தைத் தொடுவதைப் பார்த்தான். நேர்கோட்டிலிருந்து நெளிந்து அசையும் தண்ணீரைப் பார்த்துக்கொண்டிருக்க மனம் இலேசாகுவது போலிருந்தது. தலைமன்னாரின் முனையிலிருந்து பார்த்தால் இராமேஸ்வரத்தின் கோபுரம் தெரியுமென்று யாரோ சொல்லியிருந்தார்கள். ‘கத்திடக் கேட்டிடும் தூரமன்றோ... கடல் கை வந்து தாங்கிடும் நீளமன்றோ...’ என்ற வரிகள் ஏனோ நினைவுக்கு வந்தன.

பின்னால் தண்ணீருக்குள் கால்களை அளையும் சத்தங்கள் கேட்கத் திரும்பினான். பவானியின் மகன் ஒவ்வொரு அலையிலும் பாதங்கள் சொரசொரவென்று கீழிறங்குவதை ரசித்தபடி நின்றான். ஒட்ட நறுக்கிய உருண்டைத் தலையில் முட்டைக்கண்கள் அவனுக்கு.

“மொட்டையா, உன்னை இயக்கத்திலயிருந்து ஓடி வந்தவனெண்டுதானே இந்தியால பிடிக்கப்போறாங்கள்...” அவன் எதுவும் புரியாமல் விழித்தான். “அது சரி... இந்தியாவில ஆரையெல்லாம் பாப்பாய்?”

பவானியின் மகன் ஐந்து விரல்களையும் மொட்டைத் தலையில் கோதினான். “அதாண்டா இதாண்டா அருணாச்சலம் நான்தான்டா” என்று பாடிக்காட்டினான்.

“வட்டுப் பயலுக்கு நினைப்பைப் பார்.”

‘அதாண்டா இதாண்டா’ என்ற வரி மண்டைக்குள் குறுகுறுப்பாக ஓடித்திரிந்தது. ‘அந்தப் பாட்டில் சிவலிங்கத்திற்குப் பதிலாக ஒரு அண்டாவைத்தான் பெயின்ற் அடித்துக் கவிழ்த்து வைத்ததாக’ வீரகேசரி சினிமாப் பக்கத்தில் படித்த நினைவு. ‘அது அண்டா... இது அண்டா...’ சாரகன் முறுவலித்தான்.

இரண்டு பேருமாகக் கொட்டிலுக்குத் திரும்பியபோது தங்கராசா மாமா “வாறியே குளிச்சிட்டு வருவம்...” என்றவாறு அடுப்புக் கரித்துண்டை நீட்டினார். வாங்கி வாயிலிட்டுக் கடித்துத் தூளாக்கிப் பற்களில் தேய்த்துக்கொண்டு அவரைப் பின்தொடர்ந்தான் சாரகன். நேற்றிலிருந்து உடம்பு கசகசவென்றிருக்கிறது.

"இன்னும் கன தூரமா?"

"இல்லை. உதிலைதான்."

சற்றுக் கழித்துக் கிபிரின் ரொக்கெற் நிலத்தைத் துளைத்ததைப் போன்ற அகன்ற குழிக்குள் சேற்று நிறத் தண்ணீர் தேங்கி நின்ற இடத்திற்கு வந்தார்கள். பத்துப் பன்னிரண்டு பேரென்று கூட்டமாயிருந்தது. சாரகன் குனிந்து பார்த்தான். தண்ணீரில் பாசியும் சருகுக் குப்பைகளும் மிதந்தன. தங்கராசு மாமா வந்த வேகத்தில் இறங்கி, பிளாஸ்ரிக் கோப்பையால் நீரையள்ளி உடலை நனைக்கத் தொடங்கினார். ஊத்தை உரசும்போது "என்ன பார்த்துக்கொண்டு நிற்கிறாய். இதுதான் துரவு. இறங்கிக் குளி" என்றார். சாரகன் தயங்கிக்கொண்டு நின்றான். 'இந்த ஒரு நாளைப் பொறுத்தால், இரவு பவானியக்காவை ஏத்திவிட்டுட்டு விடிஞ்சவுடனை புதுக்குடியிருப்பு பஸ்ஸப் பிடிக்கலாம்...' ஆனால், வியர்வையும் புழுதியும் பிணைந்து தேகம் நாறுமாற்போலொரு உணர்வு. இராத்திரியிலிருந்து அரையில் கடிக்கிறது...

சாரகன் மரக்கிளையில் துவாயைக் கொழுவிவிட்டு சரிவாக இறங்கி இடுப்பளவு தண்ணீரில் நின்றான். நொளுநொளுத்த பாசியும் சருகும் நெருங்கிவிடாதிருக்க வட்டமாக நீரைக் கிழித்துவிட்டான். கைகளால் தண்ணீரை ஏந்தியபோது மேலிருந்து பார்த்த சேற்று நிறத்தில் இருக்கவில்லை. பின்னால் குரல்கள் கேட்டன.

"நாளன்னைக்கு மதுர போறேன், 'தம்பி சரக்கெல்லாம்' அங்கனதான் எடுக்கணும். ஒரு வாரமாகும்."

"சரி, நான் இருபத்துமூணாம் திகதி வேதாரண்யத்திற்கு வந்துடுவேன். பெரியவர் கடையில தகவல் சொல்லிட்டுப் போயிடு..."

திரும்பிப் பார்த்தான். அவர்கள் இரண்டு பேருக்கும் முப்பது முப்பத்தைந்து வயதிருக்கக் கூடும். நட்பாகச் சிரித்தார்கள். குளித்து முடித்து ஏறியபோது தங்களுடைய லுங்கிகளை முட்புதர்களில் பரவி உலர்த்திக் கொண்டிருந்தார்கள். சாரகன் தலையசைத்துவிட்டு நடந்தான்.

அன்றைய இரவு இந்தியாவிற்குப் புறப்பட்ட படகில் பவானிக்கு இடம் கிடைக்கவில்லை. அவள் கடற்கரையில் சனக்கூட்டத்தைத் துளைத்துக்கொண்டு அங்குமிங்குமாக அலைந்து திரிந்தாள். முதலில் மாவீரர் குடும்பங்களையும் பின்னர் போராளிக் குடும்பங்களையுமே படகில் ஏற்றினார்கள்.

“நான் ஒரு லட்சம் மீட்பு நிதி குடுத்தனான். என்னையும் ஏத்தச் சொல்லுங்கோ” என்று கரையில் நின்ற போராளியிடம் பவானி கெஞ்சலோடு கேட்டாள்.

“எனக்கு பாஸ் செக் பண்ணுறதுதான் வேலையக்கா. ஏத்துறது ஏத்தாதைப் பற்றி எனக்குத் தெரியாது” என்றான் அவன்.

இருட்டுக்குள் படகுகள் நகர்வது தெரிந்தது. பவானிக்குக் கண்ணீர் ததும்பிவிட்டது. “அண்ணன், உங்களை நம்பித்தானே வந்தம். ஆளுக்குப் பத்தாயிரம் ரூபா வாங்கேக்கை பல்லை இளிச்சுச் சிரிச்சீங்கள். இப்ப வள்ளத்தில இடமில்லையெண்டுறியள். இந்தக் காய்ஞ்சு போன ஊரில தண்ணியுமில்லை... வெந்நியும் இல்லை. எப்பிடி இருக்கிறது...” என்று முகவரோடு எரிந்து விழுந்தாள்.

“நானென்ன தங்கச்சி செய்யிறது... இதென்ன பிளேனா... ரிக்கெற் தந்து விடுறதுக்கு... சில நேரத்தில எதிர்பாராமல் வள்ளத்தில ஒண்டிரண்டு ஆக்கள் கூடக்குறையத்தான் செய்யும். யாழ்ப்பாணத்துக்குப் பாதையைத் திறக்கிறன் எண்டு ரத்வத்தை மறுபடியும் சண்டையைத் தொடங்கிட்டான். தாண்டிக்குளத்தில பயங்கரச் சண்டை. அதுதான் சனம் திடீரெண்டு இந்தியாக்கு ஓடுது. இயக்கம் இந்த வழியை எப்ப நிப்பாட்டுமோ தெரியேல்லை. அதுக்கிடையில விழுந்தடிச்சு ஓடப்பாக்குது சனம். இப்பகூட வள்ளத்தில ஒரு இடம் இருந்ததுதான்... நீர் மகனை விட்டுட்டுப் போவீரோ... அதுதான் உம்மட்டைக் கேக்கேல்லை. நீர் ஒண்டு செய்யும். திரும்ப இருட்டுக் காட்டுக்குப்போம். அடுத்த ஓட்டம் சரி வரேக்கை நான் சொல்லியனுப்பிறன்.”

பவானி ஒரேயடியாக மறுத்துவிட்டாள். “வேண்டாம். நாங்கள் இங்கயே இருக்கிறம். நாளைக்கே வெளிக்கிடுற வள்ளத்தில் அனுப்புங்கோ.”

"தங்கச்சி, ஒவ்வொரு நாளும் ஓடுறதுக்கு இதென்ன பஸ்ஸே... நேவிக்குத் தெரிஞ்சுதெண்டால் பிறகு சுறா திண்ட மிச்சம்தான் ராமேஸ்வரம் போகும்..." என்றவன் சட்டென்று சுதாகரித்துக் கொண்டான். "நான் உம்மைப் பயப்படுத்த விரும்பேல்லை. ஒண்டு சொல்லுறன் கேளும். அடுத்த வள்ளம் வெளிக்கிடேக்கை முதலாவது ஆள் நீர். ரெண்டாவது ஆள் உம்மடை மகன். மூண்டாவது ஆள்தான் படகோட்டி. இப்ப சந்தோசம் தானே..."

பவானி சிரித்துக்கொண்டே கண்ணீரைத் துடைத்தாள்.

ஆனால், அடுத்த பதினைந்து நாட்களில் புறப்பட்ட எந்தப் படகிலும் அவளுக்கு இடம் கிடைக்கவில்லை. கடற்கரைக்குச் சென்று காத்து நிற்பதுவும் பின்னர் திரும்புவதுமாகவே நாட்கள் கழிந்தன. அவள் சற்றும் மனம் தளராமல் இன்னுமொரு இரவுக்காகக் காத்திருந்தாள். பதினாறாவது நாள் முதலாவதாகப் புறப்பட்ட வள்ளத்தில் வாயெல்லாம் பல்லாக அவள் ஏறி உட்கார்ந்தாள்.

வற்றுக்கடல் சகதியாகிக் கிடந்தது. கட்டுமரத்தில் பெண்களையும் சிறுவர்களையும் ஏற்றி சற்றுத் தூரத்திற்குத் தள்ளிச் சென்ற பின்னர் எஞ்சின் படகில் ஏற்றிவிட்டார்கள். பவானி பேர்ஸைப் பிரித்து அய்யாயிரம் ரூபாய்களை எண்ணி சாரகனின் விரல்களில் திணித்தாள். அவளை நன்றியோடு பார்த்தான். 'நாமகளுக்கு என்ன வாங்கிறது...'

"பயணம் நல்லா அமைய வேணுமெண்டு புதுக்குடியிருப்புப் பிள்ளையாருக்கும் வள்ளிபுனத்துப் பிள்ளையாருக்கும் சேனைக்காடு வைரவருக்கும் நேர்த்தி வைச்சிருந்தனான். அம்மாட்டைக் காசைக் குடுத்து அதுகளை ஒருக்கா செய்துவிடச் சொல்லு..."

படகுகள் புறப்பட்டு இருளில் கரைந்த பின்னரும் நீண்ட நேரத்திற்குச் சாரகன் கடற்கரையிலேயே நின்றான். தங்கராசு மாமாவின் கொட்டிலுக்குத் திரும்பியபோது இனம்புரியாத ஒரு வெறுமை சூழ்ந்திருந்தது. இடம்பெயர்ந்த நாள் முதலாகக் கூடவே அலைந்து திரிந்தவள். பவானியும் மகனும் திடீரென்று பிரிந்துபோனதில் விவரிக்க இயலாத உணர்வுகள்...

கறிச்சரக்கின் சுவை நாவில் உறைக்க நண்டுக்காலை கொடுப்பிற்குள் கடித்து உடைத்து மென்சதையைக் காந்தியபடி "நாளைக்கு முதல் பஸ் எத்தினை மணிக்கு மாமா?" என்றான் சாரகன். வாயின் எரிவைத் தணிக்க ஒரு பிடி வெறும் புட்டை வாயில் திணித்து உமிந்தான்.

“இன்னும் ரெண்டு நாளுக்கு நிண்டுட்டுப் போவன். பால் கணவாய்க்குச் சொல்லி வைச்சிருக்கிறன்” என்றாள் மாமி.

“அய்யோ, ரண்டு கிழமையாப் பள்ளிக்குடம் போகேல்லை. இன்னொரு லீவுக்கு வாறன்.” நாமகளைப் பார்க்கப்போகிற மகிழ்வில் மனது கூத்தாடியது. ‘முதல் வேலையா அவளுக்கொரு பெரிய கடிதம் எழுதோணும். எப்பவும் நான்தான் நிறைய எழுதுறன். நீ எதையும் எழுதுறேல்லையெண்டு சினக்கிறாள்.’ மூன்றாவது வகுப்பில் யாமினிக்குக் காதல் கடிதம் எழுதியது ஞாபகத்தில் நுழைய இயல்பாகச் சிரிப்பு வந்தது.

“என்னடா தனியச் சிரிக்கிறாய்...” என்றாள் மாமி. “கொஞ்சப் புட்டுப் போடவா...” என்று கேட்டாள். தலையசைத்தான். “பால் சொதியும் விடுங்கோ...” என்று தட்டை நீட்டியபோது வெளியே சரசரவென ஆட்கள் பதறியடித்துக்கொண்டு ஓடுகிற சத்தங்கள் கேட்டன. சாரகன் புட்டுத் தட்டைக் கீழே பொத்தென்று வைத்துவிட்டு வெளியே ஓடி வந்தான். புக்கிருட்டில் யாரையும் தெரியவில்லை. “அண்ணன் என்ன பிரச்சனை?” என்று இருளைப் பார்த்துக் கேட்டான்.

“போன வள்ளத்தில் ஒண்டு கிட்டவாக் கவிண்டு போட்டுதாம்...” ஏதோவொரு குரல் தேய்ந்தழிந்துகொண்டே ஓடியது. சாரகன் கடற்கரையை நோக்கி ஓடத்தொடங்கினான். தேகம் சுழித்து நடுங்கியது. துர்நினைவுகள் வேகத்தில் பின்தொடர்ந்தன. ‘அதாண்டா இதாண்டா அருணாச்சலம் நான்தான்டா... தலையொட்ட மயிர் வெட்டிய மொட்டை மண்டை... பவானியக்காவின் பிரான்ஸிலிருக்கிற கணவர்... அவளது பகிடிச் சிரிப்பு... கண்ணீர் ததும்பும் அழுகை... முட்டைக் கண்கள்...’

சேற்றுக்கடலில் சளக்சளக்கென்னும் முழந்தாளவு நீருக்குள் வந்தபிறகு என்ன செய்வதென்று தோன்றவில்லை. கரையில் அவலமான குரல்கள்... கடலில் வெளிச்சப் புள்ளிகள்...

“யாரண்ணன் சொன்னது...” சாரகன் கத்தினான். யாரும் பதில் சொல்லவில்லை. வாகனச் சத்தங்கள் கேட்டன. திரும்பிக் கரைக்கு ஓடினான். போராளிகளுடைய இரண்டு பிக்கப் வண்டிகள் பிரகாசமான ஒளியால் கரையை நிரப்பிக்கொண்டு நின்றன. அவர்களுடைய வோக்கி ரோக்கி இரைந்து இரைந்து அணைந்தது. நான்கைந்து பேர் கடலுக்குள் ஓடினார்கள். எல்லாமும் கையை மீறிப்போனதுபோல ஆற்றாமையும் கண்ணீரும் வர சாரகன் பின்னாலேயே ஓடினான். எஞ்சின் சத்தம் அமர்முடுகி ஓய்ந்தது. கறுப்பு நிழல்கள் நகர்ந்தன.

“ஓடி வா... ஓடி வா” என்று யாரோ கத்தினார்கள்.

கால்கள் நடுங்க கடற் சகதிக்குள் மெல்ல மெல்லப் புதைவது போலிருந்தது.

“விலத்து விலத்து...” இரண்டொரு பேர் சேர்ந்து யாரையோ தூக்கிக் கொண்டு கரைக்கு விரைந்தார்கள்.

“அண்ணயாக்கள் வாகனத்தைத் திருப்புங்கோ... சீரியஸான குழந்தைப் பிள்ளையளை முதல்ல ஆஸ்பத்திரிக்குக் கொண்டு போங்கோ” குரல் கேட்டதும் ஒரு பிக்கப் உறுமியது.

“என்ன நடந்தது?”

“கொஞ்ச உசரத்துக்குப் போனவுடன மாதா கோயிலை சுத்திக் கும்பிட்டுட்டுப் போறது வழமைதானே, அப்பிடி சுழிச்சு வெட்டியிருக்கிறான். என்ன நடந்ததெண்டே தெரியேல்லை. கண் மூடித் திறக்கிறதுக்குள்ளை கவிட்டுப் போட்டுது. நாப்பது பேரைக் கொள்ளுற வள்ளத்தில அம்பது அறுபதெண்டு நிறைச்சால் அது என்ன செய்யும்...”

“பிறகென்ன நடந்தது?”

“சனங்கள் குழறியடிக்க மற்ற வள்ளங்கள் உடன திரும்பிட்டுதுகள். கவிண்ட வள்ளத்தைப் பிடிச்சுக்கொண்டு சனங்கள் மிதந்து கொண்டிருந்ததுகள். மற்ற வள்ளங்களும் நிறைஞ்சுதானே போனது. பிறகு கடலில குதிச்சுத்தான் வள்ளத்தை நிமித்தினது. குழந்தையளைக் காணேல்லையெண்டுதான் தேடுகினம். முதலில கிடைச்ச பிள்ளையளைக் கொண்டந்திட்டம்.”

கடலையும் கரையின் வெளிச்சங்களையும் சாரகன் அந்தரத்தோடு பார்த்துக்கொண்டு நின்றான்.

“பிள்ளையாரே... என்ர குழந்தையை என்னட்டை இருந்து பிரிச்சுப் போடாதேயும்...” என்று ஒரு குரல் அலறியது. சாரகன் அந்தத் திசையில் ஓடினான்.

“பவானி அக்கா... மகன் எங்கே?”

பவானியின் மகனை பிக்கப் வண்டியின் பின்புறத்தில் ஏற்றியிருந்தார்கள். வேறு ஆறேழு சிறுவர்களும் வானத்தைப் பார்த்துக் கொண்டு படுத்திருந்தார்கள். ஒரு போராளி அவர்களுடைய வாயில் வாயை வைத்து ஊதியும் உறிஞ்சியும் விட்டான். நெஞ்சையும் வயிற்றையும் மாறி மாறி அமுக்கினான். பவானி ஒரே பாய்ச்சலில் பிக்கப்பில் ஏறினாள்.

“இந்தப் பிள்ளையளைக் கொண்டுபோறதா, இல்லாட்டி இன்னமும் வருதா...” பிக்கப்பின் சாரதி உரத்த குரலில் கேட்டான்.

“கொண்டு போங்கோ. இன்னொரு பிக்கப் நிக்குதுதானே. வேற வாகனங்கள் நிண்டால் வரச்சொல்லுங்கோ.”

வண்டியின் சக்கரங்கள் கடற்கரை மணலை விசிறியடித்தபடி உருண்டு விரைந்தன.

மறுநாள் விடிந்தபோது இலுப்பைக் கடவைக் கடற்கரையில் பதின்மூன்று குழந்தைகளின் சடலங்கள் வளர்த்தப்பட்டிருந்தன. இன்னமும் துயில் எழாது தூங்குவதைப்போன்ற முகங்கள்... சாரகன் கரை நெடுகவும் நடந்தான். ஓர் இளம் தாய் குளிர் உடுப்புகள் அணிந்திருந்த குழந்தையை மடியில் கிடத்தி ஓவென்று கதறியழுதது உயிரை வறட்டியெடுத்தது. அருகிலேயே தகப்பன் பித்துப்பிடித்தவன் போல கடலையே வெறித்துப் பார்த்துக்கொண்டிருந்தான்.

தன்னுடைய மூன்று பிள்ளைகளின் பிரேதங்களுக்கு முன்னாலிருந்து வெறி பிடித்தவளைப் போல ஓலமிட்ட இன்னொருத்தியின் முகம் திரும்பத் திரும்ப நினைவில் மோதியது. “ஷெல்லடிக்குள்ளையும் பிளேனடிக்குள்ளையும் குஞ்சுகளைக் காப்பாத்திப் பொத்திப் பொத்தி வைச்சிருந்திட்டுக் கடைசியில் இந்தக் கடலுக்கு உங்களை இரையாக்கிய பாவியாப் போனனே... அம்மா... அப்பாட்டை எப்ப போவம்... எப்ப போவம் எண்டு கேட்டபடி திரிஞ்ச என்ர செல்லங்களே... உங்களைக் கரை சேக்க முடியாத பாவியாப் போனனே... எடியே... கடலெண்ட வேசை நாயே... உனக்குச் சின்னப்பிள்ளையளின்ரை உயிர் கேக்குதோடி... மூதேவி... என்னை மட்டும் பிறகேனடி தனிய விட்டனி... இந்தா வாறன்... என்னையும் இழுத்தெடு...” என்று விட்டேத்தியாக நடந்து சென்றவளை இழுத்துக்கொண்டு வந்தார்கள். “என்னை விடுங்கோ... என்னாலை இதை நினைச்சு நினைச்சு இனி வாழவே ஏலாது... எங்கயடி என்ர பிள்ளையள் எண்டு அவர் கேட்டால் நான் என்னத்தைச் சொல்லுறது... என்னை விடுங்கோ...” என்று திமிறினாள்.

பவானி ஆஸ்பத்திரியிலிருந்து திரும்பிவிட்டாள். அவளுடைய மகனுக்கு மயக்கம்தான் ஏற்பட்டிருந்தது. உப்புத் தண்ணீரை வயிறு முட்டக் குடித்திருந்தான்.

“அவ்வளவு சனத்தையும் பெரிய வள்ளத்தில ஏத்தேக்கையே இவ்வளவு பேரையும் ஏன் ஏத்துறீங்கள் எண்டு சனங்கள் புறுபுறுத்ததுதான்.

அப்பிடியெண்டால் கொஞ்சப்பேர் இறங்கிக் கரைக்குப் போங்க எண்டு ஓட்டி சொல்லவும் ஒரு சத்தமுமில்லை. தப்புக் கடலிலயிருந்து கொஞ்சம் தூரப்போனதும் மாதாவைக் கும்பிடவெண்டு வட்டமடிச்சான். அரைவட்டம் முடிய என்ன நடந்ததெண்டு தெரியேல்லை. வள்ளம் சுழிச்சுத் திரும்பிச்சுது. சனங்கள் அய்யோ எண்டு குழறி ஒரு பக்கமாச் சரிய அப்படியே கவிண்டிட்டுது. கரை பக்கத்தில எண்டதுதான் என்ர ஒரே நம்பிக்கைப் பிடி. மகனைப் பிடிச்ச கையை விடேல்ல. நாங்கள் தூரத்துக்கு வரேல்லை. ஆரும் வந்து எங்களைத் தூக்குவினம். அது வரைக்கும் விடக்கூடாது எண்டு அவனுக்குச் சொல்லிக்கொண்டேயிருந்தன். கவிண்ட வள்ளமும் அப்பிடியிப்பிடி ஆட அவனும் நிறையத் தண்ணியைக் குடிச்சிட்டான். இதுவே நடுக்கடலில நடந்திருந்தால்... நினைக்கவே ஈரக்குலை நடுங்குது. ஏதோ வேண்டிய தெய்வங்கள் என்ர பிள்ளையைக் கை விடேல்லை."

தெய்வம் கைவிட்ட பதின்மூன்று குழந்தைகளும் சாரகனுடைய கண்ணுக்குள்ளேயே நின்றார்கள்.

மூன்று மாதங்களாக இந்தியாவிற்கான படகுச் சேவைகள் நடைபெறவில்லை. அவர்கள் இருட்டுக்காட்டுக்குத் திரும்பியிருந்தார்கள். பிறகு மறுபடியும் ஓர் இரவில் நாச்சிக்குடாவிலிருந்து இந்தியாவிற்குப் புறப்பட்ட ஒரு படகில் பவானியும் அவளுடைய மகனும் குந்திக்கொண்டு இருந்தார்கள்.

சரியாக இரண்டாவது மாதத்தில் இந்தியாவின் ஐம்பதாவது சுதந்திர தின முத்திரை ஒட்டிய கடிதம் அவளிடமிருந்து கிடைத்தது.

மண்டபம் என்ற நரகத்திலிருந்து வெளியேறும் நாளுக்காகக் காத்துக் கொண்டிருப்பதாக எழுதியிருந்தாள்.

1998

ஸ்ரீலங்கா இராணுவத்தின் ‘வெற்றி நிச்சயம்’ படை நடவடிக்கைச் சிப்பாய்கள் இருட்டுக்காட்டிலிருந்து தெற்கே இருபது கிலோமீற்றர் தொலைவில் ஒட்டுசுட்டானிலும், ஒட்டுசுட்டானிலிருந்து இருபது கிலோமீற்றர் மேற்கே மாங்குளத்திலும் நிலையிட்டிருந்தார்கள். வன்னியைப் பிளந்தவாறு யாழ்ப்பாணத்திற்கான தரைவழிப்பாதையை திறந்துவிடுவோமென்று, பிரதிப் பாதுகாப்பு அமைச்சர் அனுரத்த ரத்வத்தையை மேற்கோள்காட்டி அரச வானொலி தினமும் சொல்லிய அந்நாட்களில் மாவீரர் துயிலுமில்லங்களில் நித்திய கீதமாக துயிலுமில்லப் பாடல் ஒலித்துக்கொண்டேயிருந்தது.

சந்தையிலிருந்து நடந்து வீதியில் ஏறினாள் சந்திரா. மீனையும் மரக்கறிகளையும் தனித்தனியாக ஷொப்பிங் பைகளில் காவியிருந்தாள். சேலைத் தலைப்பால் மொட்டாக்கிட்டு வெயிலை மறைத்திருந்தாலும் நெற்றி மயிர்க்கற்றைகளிடையே வியர்த்து வழிந்தது. பின்னாலேயே ராணி வந்துகொண்டிருந்தாள். சந்திரா தலையைத் திருப்பி “கெதியா நட” என்றாள். ராணி கண்களைப் புழுந்தியபடி தெருவோரத்து மர நிழல்களுக்குள் தன்னை விழுத்தி நடந்தாள்.

சந்தியில் கூட்டமாயிருந்தது. ‘தெருக்கூத்தாக்கும்.’ வெள்ளைச் சீருடையணிந்த சிறுவர்கள் கும்பலாக நின்றார்கள். ‘பாவங்கள், அதுகளுக்கும் வேற பொழுதுபோக்கில்லை... எங்கடை காலத்தில இரவிரவா விடியும் வரைக்கும் கோயில் திருவிழாக்கள், வாண வேடிக்கையளெண்டு எத்தினையைக் கண்டு அனுபவிச்சம். அதுக்குப் பிறகு ஒரு தலைமுறையின்ரை பொழுதுபோக்கே, என்ன குண்டு போடுறான் எண்டு கண்டுபிடிக்கிறதும், எத்தினை ஷெல் அடிக்கிறான் எண்டு எண்ணுறதுமாப் போயிட்டுது.’

“வாங்கவன், தெருக்கூத்துப் பாத்துட்டுப் போவம்...” என்றாள் ராணி.

“என்னத்தைப் பாக்கிறது... கடைசியில எல்லாரும் இயக்கத்துக்கு வாங்கோ எண்டுவாங்கள். போப்போறியே... இல்லாட்டி என்னாலதான் போகேலுமே...” சலித்துக்கொண்டு சொன்னாலும் வெயிலுக்குச் சற்று நிழலொதுங்கிப் போகலாம் என்றுதான் தோன்றிற்று. கூட்டத்தை விலத்திக்கொண்டு நுழைந்தார்கள்.

தெருக்கூத்து மாதிரித் தெரியவில்லை. குழுமி நின்ற சனங்களுக்கு முன்னால் ஒரு பச்சை நிறக் கன்ரர் வாகனம் நின்றது. 'இயக்கப் பெடியள் ஆரையாவது வாகனத்தால அடிச்சுப் போட்டாங்களோ...' சந்திரா முன்வரிசைக்குப் போனாள். கன்ரரின் சாரதி பக்கத்துக் கறுப்புக் கண்ணாடி கீழிறங்கியிருந்தது. உள்ளே இறுக்கமான முகத்தோடு ஒருவன் இருந்தான். இரண்டு போராளிகள் கரும்பச்சை உடையணிந்து வெளியே நின்றார்கள். அவர்களுக்குச் சற்றுத் தொலைவில் ஊத்தைச் சாரம் உடுத்தியும் இரண்டு மூன்று வாரத் தாடியுடனும் ஒருவன் தனித்து நின்றான். மெலிந்த உடல்வாகு. அவனுடைய தலை முழுவதுமாகக் கவிழ்ந்திருந்தது. கன்ரர் ஒருமுறை உயிர்த்து உறுமிய சத்தத்தில் அவன் திடுக்குற்று மிரட்சியோடு முகம் நிமிர்த்தினான். அழுது சிவந்த கண்கள். நித்திரை கொள்ளாத முகம். சந்திராவின் உடல் வெலவெலக்கத் தொடங்கிற்று. பூச்சிகள் கும்பலாகச் சரசரவென்று காலிலேறுவது போல ஓர் உணர்வு. மூச்சடைத்தது. ஆசுவாசப்படுத்திக் கொள்வதற்காகத் தலையைச் சுழற்றினாள். ஓர் அதிசயத்தைக் காணும் ஆச்சரியமான விழிகளோடு சிறார்கள் சுற்றி நின்றார்கள். அவர்களுடைய கண்கள் இமைக்கவும் மறந்திருந்தன. சற்றும் தாமதிக்காமல் இந்த இடத்தை விட்டு விலகி ஓடவேண்டும் என்ற பதற்றம் தொற்ற சந்திரா ராணியைத் தேடினாள். கன்ரருக்கு அருகில் இடுப்பில் கையை வைத்துக்கொண்டு நின்றவளைக் கை அசைத்துக் கூப்பிட்டாள். அவள் திரும்பவே இல்லை. வாயைத் திறந்து அழைக்க ஏதோ ஒரு பயம். அவளுக்குப் பக்கத்தில் நின்றவளிடம் கண்ணசைத்து தட்டித் திருப்பினாள். "வா போவம்."

வெளியே வந்தார்கள். சந்திராவிற்குப் பதற்றம் தணியவில்லை. விறுவிறுவென நடந்தாள்.

"அந்த மனிசனைச் சுடப்போறாங்கள். நிண்டு பாத்திட்டு வந்திருக்கலாம்" என்றாள் ராணி. சந்திராவின் தலை சுருக் என்று இறுகிவிட்டது. மௌனமாக நடந்தாள்.

"இவன் யாவாரத்துக்கு வவுனியாக்குப் போறவனாம். ஆமியோடை தொடுப்புப் போல. ரெண்டு கிழமைக்கு முதல், சுதந்திரபுரத்தில கிபிர் அடிச்சதெல்லே... பெட்டையளின்ரை காம்புக்கு முன்னாலயிருந்த அகதி முகாமுக்கை குண்டு விழுந்து, இருவது இருவத்திரண்டு சனங்கள் செத்தது. இவன்தானாம் கீழை நிண்டு ஆமிக்கு ரிப் குடுத்தவன். இண்டைக்கு மரண தண்டனை குடுக்கப் போறாங்கள். ஆளப் பாத்தால் கஸ்ரப்பட்டவன் மாதிரித் தெரியுது..." ராணி சொல்லிக்கொண்டு வந்தாள்.

"காசு உள்ளவனுக்குப் பசியின்ரை கொடுமை தெரியாது தானே..." சந்திரா வாய் திறந்தாள். "சுடத்தான் போறாங்கள் எண்டால் எங்கையாவது

தனிய வைச்சுச் சுடலாம் தானே... ஏனிப்பிடி ஆக்களுக்கு முன்னால கொல்லுறாங்கள்...” என்றாள்.

“அப்பதானே பாத்துக்கொண்டிருக்கிற ஆக்களுக்கும் ஒரு பயம் வரும்.”

“அதில நிற்கிற ஆக்களைப் பாத்தனியே... அரைவாசியும் சின்னப் பிள்ளையள், எல்லாம் நாலாம் ஐஞ்சாம் வகுப்பு படிக்கிறதுகள். ஏதோ கண்காட்சியைப் பாக்கிற மாதிரி நிக்கிற அதுகளின்ரை கண்ணைப் பாக்க எனக்கு சரீரம் நடுங்குது...” சந்திரா பெருமூச்சு விட்டாள். “இந்தச் சண்டையள்ளையும் அழிவுகள்ளையும் சின்னப் பிள்ளையளைப் பற்றி ஆருக்குமே கவலையில்லை. ரத்தத்தையும் சாவையும் கண்டு கண்டு பழகின குழந்தையின்ரை எதிர்காலம் எப்பிடியிருக்கப் போகுதெண்டு ஒருத்தருக்கும் யோசினை இல்லை. இதைப் பாத்துக்கொண்டு நிக்கிற சின்னப்பிள்ளை ஒரு கொலையைச் செய்யிறது அவ்வளவு கஸ்ரமில்லை எண்டுதானே நினைச்சு வளரும்.”

“ஆமியும்தானே மேலாலயும் கீழாலயும் வந்து குண்டையள்ளிக் கொட்டுறான். அப்பவும்தான் ரத்தமும் சதையுமா வடியுது. அதுகளையும்தான் சின்னனுகள் பாக்குது...”

“அவனும்தான் செய்யிறான், அவனும்தான் செய்யிறான் எண்டால், அவன் செய்யிறதுக்கு எதிராத்தானே இந்தப் போராட்டத்தைத் தொடங்கினீங்கள். பிறகு அவன் செய்யிறதையே நீங்களும் செய்யிறதெண்டால் எதுக்கு இந்தக் கண்றாவியெல்லாம்...”

ஒருநாளும் இப்படிக் காட்டமாகப் பேசியறியாத சந்திராவை ராணி ஆச்சரியத்தோடு பார்த்தாள். பிக்கப் ரக வண்டியொன்று புழுதியைக் கிளறிக்கொண்டு விலத்திச் சென்றது. ஓட்டிச்சென்ற பெண்போராளி புன்னகைத்தபோது சந்திரா தலையைக் குனிந்தாள். ஒதுங்கி நின்றுவிட்டு நடந்தார்கள்.

“முந்தியெண்டால், சின்னப்பிள்ளையள் நிக்கிற இடத்தில இப்பிடிச் சுடாதீங்கோ தம்பியவை எண்டு சொல்லியிருப்பன். இப்ப என்னவோ கிட்ட நெருங்கப் பயமாக் கிடக்கு... பாவியள்” என்றாள் சந்திரா.

“லெட்சுமணன் அண்ணையப் பற்றி ஏதாவது அறிஞ்சனியளே...” ராணி அப்படிக் கேட்கவும் ‘பாவியள்’ என்று சொல்லியிருக்கக் கூடாதென்று தோன்றிற்று. அவள் அண்ணனென்று சொன்னதனாலும் ஒரு துயரப் புன்னகை பரவிற்று.

“இவர் நாலைஞ்சு இடத்தில கேட்டுப் பாத்தவர். வல்லியாளும் கேட்டிருக்கிறாள்... அவன் உயிரோடை இருக்கிறான் எண்டுமட்டும்

மனசு சொல்லுது... அண்டைக்குத் தங்கடை நாய்க்குட்டியைக் காணேல்லையெண்டு ரெண்டு இயக்கப் பெடியங்கள் காணிக்குள்ளை வர என்ன செய்தியைக் கொண்டுவாறாங்களோ எண்டு எனக்கு நெஞ்சுக்கை தண்ணியில்லை..." சந்திரா ஷொப்பிங் பையைக் கைமாற்றிக் கொண்டாள்.

சூரியனை மேகம் மறைத்தது. பார்வைத் தூரத்திற்கு இருளான நிழலாயும் அதற்கு அப்பால் வெயிலாயும் கோடாகப் பிரிந்து நின்றன. அந்த எல்லையை விரைந்து தாண்டிவிட வேண்டும் போலொரு அந்தரிப்புத் தோன்ற மளமளவென்று நடந்தாள். தாடிக்குள் புதைந்திருந்த அந்த மனிதனின் வாடிய முகமும், அவனுடைய கண்களில் தேங்கியிருந்த சாவுப் பயமும் பின்தொடர்ந்து வந்தன. அக்காட்சிகளில் படிந்திருந்த நினைவை அடக்க முயற்சித்தாள்.

அப்பொழுது 'டுப் டுப்...' என்று கிணற்றுக்குள் வெடிப்பதைப் போல இரண்டு சத்தங்கள் கேட்டன. முதுகுத்தண்டு சில்லிட்டுவிட்டது. குபுக் என்று கண்ணீர் திரண்டு புழுதியில் விழுந்தது.

'என்ர வயித்தில உயிரொண்டும் சனிக்காதிருந்ததுக்கு நன்றியப்பா...' சந்திரா மானசீகமாகக் கடவுளுக்கு நன்றி சொன்னாள்.

1999

மாலதி விளையாட்டரங்கின் சுற்றுவேலிகளில் ஒளிர்ந்த ரியூப் லைற்றுகள் வெள்ளைக் கதியால்களைப் போன்றிருந்தன. பிரகாசமான வெளிச்சத்தில் மைதானமெங்கும் திட்டுத் திட்டாகத் தலைக் கறுப்புகள்... சிவப்பு மஞ்சள் நிறங்களில் அலங்கரிக்கப்பட்ட மேடையிலிருந்து சற்றுத் தொலைவில் புற்தரையில் கையூன்றி கால்களை நீட்டி சாரகன் உட்கார்ந்திருந்தான். பனி படர்ந்த புற்களின் ஈரம் உள்ளங்கையில் பிசுபிசுத்தது.

'பள்ளியறைகளில் புள்ளிமயிலெனத் துள்ளித் திரிந்தது போதும் - நீங்கள்
அள்ளிச் சொருகிய மெல்ல நடந்திடும் கொள்ளை அழகுகள் போதும்'

தாளமிட வைக்கின்ற துள்ளலான இசை. பாடியவரைத் தவிர்த்து மற்றைய சகல வாத்தியக் கலைஞர்களும் புலிச் சீருடையில் தோன்றியமை 'கவர்ச்சியாய்' இருந்தது. சாரகன் தலையசைத்த படியே சாய்ந்து நாமகளைப் பார்த்தான். அவள் சாந்தினிக்குப் பக்கத்தில் இருந்தாள். எந்தவித உணர்ச்சிகளையும் வெளிக்காட்டாத முகம். சாரகன் புறப்பட்டபோதிருந்த கனவுகளை நினைத்துப் பார்த்தான். தோளில் உரசி, விரல்களில் நெட்டி முறித்து... இயலுமென்றால் பின்கழுத்தில் முத்தமிட்டு... சிரிப்பு வந்தது. அவளோடு ஒரு வார்த்தை கூடப் பேசக் கிடைக்கவில்லை.

தலையை நிமிர்த்தினான். அரைநிலவு எரித்த வானத்தில் மேகங்கள் அசைந்து போயின. இருளுக்கும் வெளியிற்குமே உரித்தான ஒருவித ஏகாந்தமான உணர்வு... நிலவும் அமைதியைக் கீறிக் கிழித்தவாறு ஏதாவது பிளேன் வந்துவிட்டால்... என்றொரு யோசனை சடுதியில் தோன்றவும் திடுக்கிட்டான்.

முன்னொரு நாள், யாழ்ப்பாணத்தில் அவனுடைய கிராமத்தின் முருகன் கோவிலை ஒரு ஹெலிகொப்ரர் வளைத்து வளைத்துச் சுட்டது நினைவில் வந்து தொலைத்தது. அன்றைக்கு யாருக்கும் காயமில்லை என்றாலும் சாமி வீதி வலம் வரும் சகடையைக் குண்டுகள் பொத்தலாக்கியிருந்தன. "முருகப் பெருமான்ர கிருபையைப் பாருங்கோ... சன்னம் எல்லாத்தையும் தான் வாங்கிக்கொண்டு சனங்களைக் காப்பாத்திட்டார்" என்று துரை மாஸ்டர் நா தழுதழுக்கச் சொன்னார்.

அதற்குப் பிறகு திருவிழாக்களின் போதும், கலை நிகழ்ச்சிகளின் போதும் ஊரின் நாற்திசைக்கும் ஆட்களை அனுப்பிவைத்து ஆகாயத்தைக் கண்காணிப்பதென்று அபிவிருத்திச் சங்கத்தில் பேசி முடிவானது. காவற்காரர்கள் மெல்லிய விமான இரைச்சலையோ ஹெலிகொப்டரின் சடசடப்பையோ கேட்டாலும் மூச்சிரைக்க ஓடிவந்து சொன்னார்கள். ஜெனரேட்டர்கள் நிறுத்தப்பட்டு விளக்குகள் அணைக்கப்பட்டன. அப்படியிருந்தும் இத்தனை பாதுகாப்பு ஏற்பாடுகளையும் உச்சிவிட்டு ஒருமுறை ஒரு சீ பிளேன் வேலையைக் காட்டிவிட்டது. அதுவொரு சிவராத்திரி நாள். இரவிரவாகக் கலை நிகழ்வுகள் நடந்தன. நசுக்கிடாமல் நுழைந்த சீ பிளேன் சரேலென்று ஒரு பனையளவு உயரத்திற்குப் பதிந்தபோதுதான் சனங்கள் நித்திரையாகக் கிடந்தவர்களையும் மிதித்துக்கொண்டு தாறுமாறாக ஓடினார்கள்.

சாரகன் அழகானதும் சரிகை வேலைப்பாடு உடையதுமான நீல வண்ணச் சேலையுடுத்தியும் விரித்துவிட்ட நீளக்கூந்தலோடும் காத்திருந்தான். அன்றைக்குப் பாஞ்சாலி வேடம். அவளுடைய சபதம் ஆரம்பிக்கச் சற்று நேரமிருந்தது. திடீரென்று சடசடத்து வெடித்தது. பாஞ்சாலி பதறிப்போய்விட்டாள். இருளான வானத்தில் தூவிச் சென்றதைப்போன்ற நெருப்புப் பொறிகளைக் கண்ட அவள் தன் சேலையைத் தானே துகிலுரிந்துவிட்டு இரண்டு சிரட்டைகள் திணிக்கப்பட்ட மார்புக் கச்சையைக் கழற்றவும் தோன்றாமல் வீட்டுக்கு ஓட்டமெடுத்தாள்.

சீ பிளேன் கிழக்குத் திசையால் நுழைந்திருந்தது. அங்கே சென்றிக்குச் சென்றவனும் அன்று முதல் காணாமற் போயிருந்தான். மாதவிலக்கென்று வீட்டுக்குச் சொல்லிவிட்டு கோவிலுக்கு வராதிருந்த ஒருத்தியோடு அவன் ஓடிப்போனதாகப் பிறகு ஊரில் பேசிக்கொண்டார்கள். நெடுநாளைய காதலர்களாம். எப்பொழுதும் "நான் கிழக்கால சென்றிக்குப் போறன்" என்று கேட்டுப்பெற்ற அவனுடைய கடமையுணர்வைத் தாமதமாக அறிந்துகொண்டபோது பன்னிரண்டு பேர் கடுமையான காயங்களுக்கு உள்ளாகியிருந்தார்கள்.

அந்தத் துடக்குக் கதையை இப்பொழுதே நாமகளிடம் சொல்லிவிட வேண்டும் போலொரு பரிதவிப்பு உருவானது. இவ்வாறான கதைகளைக் கூர்ந்து கேட்டபிறகு 'உவ்வேக்' என்று ஓங்காளிக்கிற அவளுடைய முகபாவம் சாரகனுக்கு வெகுவாகப் பிடிக்கும். கடிதங்களில் அவளை 'அம்சடக்கிக் கள்ளி' என்றுதான் விளித்து எழுதினான்.

முந்தநாளாக இருக்கவேண்டும், அடுப்பு எரிப்பதற்காக காய்ந்த சிரட்டைகளைப் பேச்சி தோட்டத்தில் பொறுக்கி சாக்கில் திணித்துக் கொண்டிருந்தபோது நாமகள் அந்தப் பக்கமாக வந்தாள்.

“சிரட்டையளைப் பாத்தால் துரை மாஸ்ரற்ற நினைவுதான் வருகுது” என்றான் சாரகன்.

“ஏன்?”

“அவர் எப்பவும் நாடகங்களில எனக்குப் பொம்பிளை வேசம்தான் தருவார். பிராவுக்குள்ளை ரெண்டு சிரட்டையை வைச்சுச் சீலையைக் கட்டி விடுவினம். சிரட்டையின்ரை விளிம்பு நெஞ்சைக் குத்தும். தும்பு அரிக்கும். அந்த இடத்தில சொறியவும் ஏலாமல் அந்தரமாக்கிடக்கும்...” சாரகன் இரண்டு பெரிய சிரட்டைகளை நெஞ்சில் அழுத்திக் காட்டினான். அவள் பொய்யாக முறைத்தாள். கீழே கிடந்த ஒரு சிரட்டையை எடுத்து எறிந்தாள்.

“வாயைத் திறந்தால் எப்பவும் ஊத்தைக் கதையள்தான்.”

பலநேரங்களில் பொய்க் கோபமாகத்தான் இருக்கும். சிலநேரங்களில் முறைத்துக்கொண்டால் இரண்டு வாரங்களுக்குக் கூட பேச்சுப் பறைச்சல் இருக்காது. அப்படித்தான் இன்று நடந்தது. சாரகன் அவளிருந்த பக்கமாக மறுபடியும் பார்த்தான். அவள் திரும்பவே இல்லை.

மதியம் ‘மாவீரர் படிப்பகத்தில்’ சந்தித்துக் கொண்டார்கள். விவசாயக் கந்தோருக்குப் பக்கத்தில் தகரத்தால் வேயப்பட்ட அந்தப் படிப்பகத்தில் உச்சிவெயில் நேரத்தில் யாரும் வருவதில்லை. உள்ளே நீளமான ஒரு மேசையிருந்தது. பத்திரிகைளை யாரும் எடுத்துச் சென்றுவிடாதபடிக்கு பலகைச் சட்டத்தால் அழுத்திப் பூட்டியிருந்தார்கள். புரட்டிப் படிக்கலாம். மேலே மீசையில்லாததும் சீருடையணிந்ததுமான புலிகளின் தலைவரின் படம் சட்டமிடப்பட்டு மாட்டப்பட்டிருந்தது. அதில் ‘இயற்கை எனது நண்பன், வாழ்க்கை எனது தத்துவாசிரியன், வரலாறு எனது வழிகாட்டி’ என்ற ஒரு வாசகம். சுவர்களில் கிட்டு, திலீபன் முதலானோரின் படங்களுமிருந்தன. நாமகளும் சாரகனும் எதிர் எதிராக உட்கார்ந்திருந்தார்கள்.

அங்கிருந்து இருபது நிமிடங்கள் பயணித்தால் வருகின்ற குளக்கட்டின் ஓரமாகச் சைக்கிளில் காலூன்றியவாறு நின்று கதைக்கச் சாரகனுக்குக் கொள்ளை விருப்பமிருந்தது. இரண்டொரு முறை அப்படிச் சந்தித்துமிருந்தார்கள். இப்பொழுது நாமகள் வருவதில்லை. ஒருநாள் மழைக் காடுகளைப் போன்ற யாருமில்லாத அந்தச் சூழலின் தனிமையும் நெளிந்து வளையும் அருவியின் சீரான சலசலப்பும் யாருக்காகவோ காத்திருப்பதைப்போல மரக்கிளைகளில் தரித்திருந்த பறவைகளும் வெயிலற்ற தணிந்த மேகமும் தந்த போதை அவளுடைய மார்பில் அவனுடைய விரல்களை அழுத்தமாகப் பதித்துவிட்டது. நாமகள் சடக் என்று கையைத் தட்டிவிட்டு திரும்பியும் பார்க்காமல்

ஓடினாள். இரண்டு கிழமையாக ஏறெடுத்தும் பார்க்கவில்லை. பிறகொருநாள் எழுதிய கடிதத்தில் ‘தகிக்கின்ற வேட்கையில் தானொரு சுழியாக அகப்பட்டுவிடுவேனோ என்று அச்சமாயிருந்தது’ என்று எழுதியிருந்தாள். சாரகன் பதில் கடிதத்தில் ‘தான் மூழ்கியே விட்டதாக’ எழுதினான். அவனுடைய விரல்களின் சூடு உடலெங்கும் மின்னல் கிளைகளைப்போலப் பரவ அடிக்கடி எட்டேக்கரின் கிழக்கு மூலைக்குப் போய் வந்தான். “மம்பெட்டியும் தண்ணியுமில்லாமல் எங்கையடா அடிக்கடி போட்டு வாறாய்...” என்று சின்னாச்சி விசாரித்தபோது வெட்கத்தில் கிறுகினான்.

“உங்கடை அம்மாவை விட சின்னாச்சியை நினைச்சால்தான் பயமாயிருக்கு” என்றாள் நாமகள். சாரகன் விரித்து வைத்திருந்த ‘வெளிச்சம்’ இதழிலிருந்து பார்வையை உயர்த்தி ஏன் என்பதைப் போலப் பார்த்தான்.

“எப்பவும் தங்கடை லெவலுக்கு வேறை ஆரும் இல்லை யெண்டதைப் போலத்தான் கதைப்பா... என்னைக் குத்திச் சொல்லுற மாதிரியே இருக்கு...”

“அந்த மனிசியின்ர கதையை விடு... நாங்கள் கல்யாணம் கட்டேக்கை அவ உயிரோட இருக்கிறாவோ என்னவோ...” சாரகன் திரும்பவும் வெளிச்சத்தில் மூழ்கினான்.

“உங்களுக்கு எதெண்டாலும் பகிடிதான்...” என்றுவிட்டு அமைதியானாள். எதையும் தீவிரமாக எடுத்துக்கொள்ளாத சாரகனுடைய சுபாவம் அவளைப் பலமுறை சினங்கொள்ளச் செய்திருந்தது. “எதாயிருந்தாலும் உள்ள வரவிட்டு அடிக்கிறதுதான் என்ர ஸ்ரைல்” என்றான் சாரகன். கண்கள் ஒருமுறை மேலேறித் தாழ்ந்தன.

“நாங்கள் எத்தினையோ ஆசைகளை வளக்கிறம். அதெல்லாம் கருகுமெண்டால் என்னால தாங்கேலாது. செத்திடுவன். உங்களுக்குத் தெரியாது... இப்ப கொஞ்ச நாளாத்தான் சந்தோசமெண்டால் என்ன எண்டு தெரியுது. அதே நேரம் ஒரு காதலால அக்காடை வாழ்க்கை அழிஞ்சதும் பயமாக் கிடக்கு...” நாமகளுடைய கண்களில் மெலிதாக நீர் துளிர்த்தது. புறங்கையால் துடைத்துவிட்டாள்.

“இஞ்சை... எனக்கு நீட்டி முழக்கிக் கதைக்கத் தெரியாது. முந்தியொருக்கா நான் யாமினியைக் கல்யாணம் கட்டவேணுமெண்டு விரும்பியிருந்தன். அது சின்னப்பிள்ளை வயசு. அதனால அது நடக்காதெண்டு அப்பவே தெரியும். ஆனா இப்ப அப்பிடியில்லை.

நான் நினைக்கிறதெல்லாத்தையும் எனக்கு வெளிப்படையாச் சொல்லத் தெரியேல்லைதான். ஆனால் கலியாணம் பற்றியெல்லாம் பதினேழு வயசில யோசிச்சுப் பிரியோசனம் இல்லை. இன்னுமொரு பத்து வருசமெண்டாலும் காத்திருக்கத்தான் வேணும். நான் என்ன ஓடவா போறன்... இங்கதானே இருக்கப் போறன். நாங்கள் எங்கட கனவுகளை கைக்குள்ளை பொத்தி வைச்சுக்கொண்டு இருப்பம். எத்தினை நாளுக்கெண்டாலும் காத்திருப்பம்...” நாடகீயமான சொற்களைச் சொல்லித் தீர்த்தபோது சாரகனுக்கு சற்றே சலிப்பாயிருந்தது.

“யார் யாமினி?”

அவளுடைய கேள்வியின் நூலைப் பிடித்துப் பின் தொடர்ந்தால் நிலவுகிற இறுக்கத்தைத் தணித்துவிடலாமென்ற ஒரு நல்லெண்ணத்திற்தான் சாரகன் அதைச் சொல்லத் தொடங்கினான்.

“அவள் என்னோடை சின்னனில ஒண்டாப் படிச்ச பெட்டை. பூனை மாதிரிப் பச்சைக்கண் அவளுக்கு. அப்பவே டான்ஸ் எல்லாம் ஆடுவாள். டான்ஸ் எண்டால் பரத நாட்டியம். மூண்டோ நாலோ வகுப்பு... சரியா ஞாபகமில்லை. நான் அவளுக்கொரு கடிதம் எழுதினன். காதல் கடிதம்தான். என்ன எழுதினன் எண்டு இப்ப நினைவில்லை. அவளையும் மறந்துபோனன்... ஆனால் அண்டைக்கு விழுந்த அடியை இப்பவும் மறக்க முடியேல்லை. இதைச் சொல்லிக்கொண்டிருக்கவே என்ர தொடையெல்லாம் சிவப்புச் சிவப்பாக் கோடு கீறுற மாதிரியே இருக்கு. அந்தக் கடிதம் மனோன்மணி ரீச்சரிட்டை எப்பிடிப் பிடிபட்டதெண்டு தெரியேல்லை. இவள்தான் கள்ளி குடுத்தாளோ ஆருக்குத் தெரியும். மனோன்மணி ரீச்சர் இந்தக் காதல் விவகாரத்தைக் கையாளுறதுக்காகவே ஒரு கிளுவம் கம்பை வேலியில முறிச்சுக்கொண்டு வந்தா. என்னைச் சுவரப் பாத்துக்கொண்டு நில்லெண்டுட்டு சளார் சளார் எண்டு தொடையில விசுக்கினா. காதலுக்காக அடியைத் தாங்கிற வயசா அது. நான் கத்திக் குழறினன். அண்டைக்குப் பள்ளிக்குடமே என்ர காதலுக்குக் கைகொட்டிச் சிரிச்சுது. கிளுவம் கம்பு நார் நாராக் கிழிஞ்சு போச்செண்டால் பாரன் அடி எப்பிடி எண்டு. வாழ்க்கையில இனி ஒருத்தரையும் காதலிக்கறதில்லையெண்டுதான் நினைச்சன் அந்த நிமிசத்தில. கால் ரெண்டும் தொய்ஞ்சு போச்சுது... நடக்கவே முடியேல்லை. தவழ்ந்து தவழ்ந்துதான் வந்து மேசையைப் பிடிச்சு எழும்பி நிண்டன். பத்து நிமிசத்துக்குக் கூட பாத்ரூமை அடக்கத் தெரியாத வயசில காதலெண்டால் அதுவும் படிக்கிற இடத்திலயெண்டால் ஒரு ரீச்சருக்குக் கோபம் வாறது நியாயம்தான் எண்டும் ஒரு யோசினை ஓடிச்சு. இதுக்கிடையில ரீச்சர் இன்னொரு கம்பை முறிச்சுக்கொண்டு வந்து ரெண்டாம் கட்டத் தாக்குதலைத் தொடங்கினா. ‘ஓயாத

அலைகள்' ரெண்டு எண்டு நினைச்சிருப்பா போல. அப்பிடியே பத்திரகாளி மாதிரிதான்... பல்லை நறுமிக் கொண்டு... 'மீன் விக்கிற நாய்க்கு வெள்ளாளப் பெட்டை கேக்குதோ... வெள்ளாளப் பெட்டை கேக்குதோ...' எண்டு திரும்பத் திரும்பச் சொல்லிக்கொண்டு தோலை உரிச்சது கண்ணுக்கையே நிக்குது.''

சாரகன் ஒரு அப்பாவியைப் போல நாமகளைப் பார்த்தான். ஒருவித இரக்கத்தைக் கோருகிற எத்தனப் பார்வை. அவள் சரேலென்று முகத்தை நிமிர்த்தினாள். அப்படியே மனோன்மணி ரீச்சர்...

“அப்பிடியெண்டால் எனக்குத்தான் முதல்முதலாக் கடிதம் தந்ததாச் சொன்னது பொய்யா...'' என்றவாறே துள்ளி எழுந்தாள். வாங்கு ப்றாங் என்ற சத்தத்தோடு பின் நகர்ந்தது. திரும்பியும் பார்க்காமல் நடந்து வெளியேறினாள்.

தெற்குத் திசையில் 'கும்' என்றொரு சத்தம் கேட்டது. சாரகன் திடுக்கிட்டு அந்தப் பக்கமாகப் பார்த்தான். வேறு யாரும் அதைச் சட்டை செய்ததாகத் தெரியவில்லை. 'நந்திக் கடலோரம் முந்தைத் தமிழ் வீரம் வந்து நின்று ஆடியது நேற்று' என்ற பாடல் ஒலித்துக் கொண்டிருந்தது. வேலியோரமாகக் கும்பலாகச் சிலர் ஆடிக் கொண்டு நின்றார்கள். மறுபடியும் 'கும்...' என்று ஒலிக்க மெலிதாக ஓர் அச்சம் முளைவிட்டது. 'இதுக்குள்ளை ஒரு ஷெல் விழுந்தாலும் ரத்தக் களரிதான்...' அப்படி அபசகுனமாக நினைத்ததற்காகச் சாரகன் தன்னையே சபித்துக் கொண்டான்.

எல்லாத் திசைகளிலும் வன்னிப் பெருநிலப் பரப்பு இறுகிப் போயிருந்தது. வெளியேறவும் உள் நுழையவும் பாதைகள் இல்லை. புதுக்குடியிருப்பிலிருந்து விசுவமடு வழியாக வட்டக்கச்சியின் வயல்களில் மிதந்து இரணைமடுக் குளக்கட்டிலேறி முறிகண்டி கொக்காவில் பாதைகளைக் கடந்து முழங்காவில் மடு உயிலங்குளம் ஊடாக வவுனியாவிற்குச் செல்லவென எஞ்சியிருந்த ஒரேயொரு மார்க்கமும் பள்ளமடுவை இராணுவம் கைப்பற்றியதோடு தடைப்பட்டுப் போயிற்று.

வன்னியின் கழுத்தை இறுக்குவதைப் போலிருந்த இராணுவ நிலைகள் எல்லோருக்கும் சந்தேகத்தை ஏற்படுத்தின.

“ரத்வத்தை சொன்னதைச் செய்யப்போறான்... அவன் வன்னியையும் முழுசாப் பிடிக்கப் போறான். பாதையள் அடைபட முதலே யாழ்ப்பாணம் போயிருந்திருக்க வேணும். அங்கை இப்ப நிலைமையள்

பரவாயில்லையாம்...” என்று அருணகிரி எப்போதும் புறுபுறுத்துக் கொண்டிருந்தார். அவருக்கும் அத்தாருக்கும் சில சமயங்களில் வாய்த்தர்க்கம் முற்றி வெடித்தது. “வன்னியை ஆமி முழுசாப் பிடிச்ச பிறகும் எங்களை யாழ்ப்பாணம் போக விடுறானோ தெரியேல்லை...” என்று அருணகிரி சொல்லும்போதெல்லாம் “நடக்கிறதைக் கதையுங்கோ” என்று அத்தார் கேலியாச் சொன்னான்.

“என்ன கதைக்கிறீங்கள்... இப்ப சைக்கிளை எடுத்து உழக்கினாலும் ஒரு மணித்தியாலத்தில போற இடம் ஒட்டுசுட்டான். ஆமிக்காரன் அதில வந்து நிக்கிறான். இங்கால கிளிநொச்சி... மாங்குளம்... இதுக்குப் பிறகும் நடக்கிறதைக் கதையுங்கோ எண்டால் என்ன அர்த்தம்...”

திடீரென்று ஒருநாள் “மட்டக்களப்பிலயிருந்து அம்மான்ர ரீம் வந்திருக்காம்” என்றான் மணிவண்ணன். நேசலிங்கத்தின் கண்கள் ஒளிர்ந்தன. “அப்பிடியெண்டால் யாழ்ப்பாணம் வரைக்கும் பாய்ஞ்ச பிறகுதான் அவங்கள் ஓய்வாங்கள்” என்றான். அருணகிரி வாயெல்லாம் பல்லாகச் சிரித்தார். “டேய் நேசன்... நீ சொன்னது மட்டும் நடந்துது எண்டால் உன்ர வாய்க்குச் சக்கரை அள்ளிப்போடுறன்டா...”

இரண்டொரு சத்தங்களோடு ஓய்ந்துவிட்டது. இயக்கத்தினுடையதாக இருக்கவேண்டும். இராணுவமென்றால் இத்தனைக்கும் இருபதைத் தாண்டியிருக்கும். ‘எப்பிடியும் நாமகளோடு இண்டைக்குக் கதைக்க வேணும்...’ சாரகன் நினைத்துக்கொண்டான். அவள் அங்கு வந்ததே அவனுக்கு ஆச்சரியமாயிருந்தது. சாந்தினி கேட்ட மாத்திரத்திலேயே “ஓ... வாறன்” என்றாளாம். ‘சண்டையைப் பிடிச்சிட்டு வந்து சந்தோசமா இருக்கிறாள்’ என்று ஒருவிதத்தில் ஏமாற்றமாயிருந்தாலும் தான் வருகிறேன் என்று தெரிந்தும் வந்ததில் சந்தோஷமாயும் இருந்தது. சாரகன் நேரங் கழித்துத்தான் படிப்பகத்திலிருந்து திரும்பியிருந்தான். அவர்கள் சைக்கிள்களில் தயாராக நின்றார்கள். “நீயும் வாவனடா...” என்றான் நேசலிங்கம். நாமகளைப் பார்த்தவாறே தலையசைத்தான். அவள் சலனமின்றி நிற்பதைப் பார்த்தபோது ஓர் ஆறுதல்.

பதினொரு மணிபோல ‘புலிகளின் தாகம் தமிழீழத் தாயகம் என்றே நீ கூறு...’ என்ற வாத்திய இசை ஒலிக்கத் தொடங்கிற்று. நாமகளும் சாரகனும் தரிப்பிடத்திலிருந்து சைக்கிள்களை உருட்டியவாறு வெளியேறி ரியூப் லைற் வெளிச்சங்கள் கரையத் தொடங்கிய இடத்தில் மற்றவர்களுக்காகக் காத்து நின்றார்கள். அவளுடைய அருகாமையும் இருளும் மழைக்காட்டையும் அருவியையும் நினைவில் மிதக்கச் செய்தன. கிறுக் என்றொரு தேகச் சுழி. அவன் நாமகளின் புறங்கழுத்தில் மூச்சுத் தொடுகின்ற தூரத்தில் நின்றான். ஒற்றைப் பின்னலை வலது

மார்பில் அவள் புரள விட்டிருந்தாள். கழுத்தில் மயிர்க்கால்கள் நெளிந்து சுருண்டு கிடந்தன. சன்சில்க் சம்பூவின் மெல்லிய வாசம். எதேச்சையாகச் செய்வதைப்போல தோளை வருடித் திரும்பச் செய்தான். விர் என்று விரல்களில் பரவிய அதிர்வு அவள் விதிர்த்துத் திரும்பியதில் வழிந்தோடி விட்டது.

"என்ன" என்றாள்.

"இன்னும் கோவமா..."

பதில் சொல்லாமற் திரும்பினாள். முகம் உர் என்றிருந்தது.

"ஒரு பெடியன் எண்டால் நாலைஞ்சு பெட்டயளைக் கடந்து தானே வந்திருப்பான். இது நோர்மல் தானே... ஈசியா எடுக்கலாம் தானே..."

நாமகள் சடாரென்று திரும்பி அவனைத் தீர்க்கமாகப் பார்த்தாள். "அப்பிடியோ... சரி... நானும் நாலைஞ்சு பேரைக் கடந்துதான் வந்திருக்கிறன். ஈசியா எடுத்துக்கொள்ளு..." என்றுவிட்டுச் சைக்கிளை உருட்டினாள். சாரகனுக்கு ஒரு நொடியில் விறைத்துப் போன தலை அவள் நிச்சயமாகப் பொய் சொல்கிறாள் என்ற நம்பிக்கையில் மறுபடியும் மீண்டது. "சும்மா என்னைக் கடுப்பேத்தப் பொய் சொல்லுறாய்..." என்றான்.

ஏழோ எட்டோ நாட்கள் நாமகள் சாரகனோடு பேசவில்லை. முறைத்துக்கொண்டு திரிந்தாள். கிணற்றடிக்கும் தாயோடு அல்லது ராணியோடுதான் வந்தாள். பிறகொருநாள் அவளுடைய கடிதம் கிடைத்த மாலைப் பொழுதில் "அண்டைக்குப் பொய்தானே சொன்னனி..." என்று சாரகன் மறக்காமல் கேட்டான்.

நாமகள் கண்களைச் சிமிட்டிப் புன்னகைத்தாள்.

2000

ஆனையிறவுப் படைத்தளம் கடைசியில் புலிகளிடம் வீழ்ந்து விட்டது. கடந்த நவம்பரிலிருந்து நான்கைந்து மாதங்களாகத் தொடர்ந்த ஓயாத அலைகள்-3, சண்டையில் வன்னியைச் சிறுகச் சிறுகக் கைப்பற்றியிருந்த மொத்த இராணுவ நிலைகளையும் சிதைத்து இராணுவத்தினரைப் பழைய நிலைகளுக்கும் சில இடங்களில் அதைத் தாண்டியும் புலிகள் விரட்டியிருந்தார்கள். யுத்தம் பல முனைகளில் நடந்துகொண்டிருந்தது. அது யாழ்ப்பாணத்திற்குச் செல்லும் வழியில் ஆனையிறவைச் சூழ்ந்துகொண்ட போதே 'வாசல் திறக்கிறது' என்று புதுவை இரத்தினதுரை ஈழநாதத்தின் வெள்ளிப் பதிப்பில் கவிதை எழுதினார். அவருடைய வாய் முகூர்த்தம், வாசல் திறந்தது. வன்னியெங்கும் ஒரே கொண்டாட்டம். முந்நூறு ஆண்டுகால முதுகுக் கூன் நிமிர்த்தி நம் தேவி சிரித்தாள் என்று புலிகளின் குரல் நொடிக்கொரு தடவை அலறிக்கொண்டிருந்தது.

உலகத் தமிழரெல்லாம் பெருமிதத்தின் உச்சியில் நின்று, புளகாங்கிதப்பட்ட நேரத்தில் ஓர் உயிர் மட்டும் மேட்டுக்காணியில் விம்மி விம்மி அழுதுகொண்டிருந்தது. நாமகள் அன்றைய திகதியும், நேரம் இரவு எட்டென்றும் இடது மேல் மூலையில் இட்டு எழுதிய கடிதத்தில் "இயக்கம் விரைவில் யாழ்ப்பாணத்தைக் கைப்பற்றிவிடும். ஆகவே நீ என்னை விட்டுவிட்டுச் சென்றுவிடுவாய்" என்ற வரிகளைப் படித்துச் சாரகன் விழுந்து விழுந்து சிரித்தான். அவளை நேரில் சந்தித்தபோது "ஏன் லூசு மாதிரி எழுதுறாய்..." என்று கேட்டான். வெட்கத்தோடு சிரித்தாள். "ஏதோ பதட்டத்தில அப்பிடி எழுதிட்டன். அதைக் கிழிச்சுப்போடு" என்றவள் "உண்மையாத்தான் கேக்கிறன்... இயக்கம் யாழ்ப்பாணத்தைப் பிடிச்சால் நீங்கள் போய் விடுவியள்தானே..." என்று இரக்கமான முகபாவத்தோடு கேட்டாள்.

சாரகன் இல்லையென்பதைப் போல தலையாட்டினான். "இன்னும் ஒண்டரை வருசத்தில ஏ லெவல் சோதினை வருது. அதை வன்னியிலயே எடுத்தனெண்டால் குறைஞ்ச கட்அவுட்டோட கம்பசுக்குப் போகலாம். இதே யாழ்ப்பாணம் எண்டால் கட்அவுட் கூடவெல்லா" என்றான். நாமகளுடைய முகம் கருத்துச் சுருங்கி விட்டது.

"அப்ப ஏ லெவல் சோதினைக்காகத்தான் நிக்கிறியளா..."

சென்ற வருடம் சாதாரண தரப் பரீட்சைகள் முடிவடைந்திருந்தன. ஆங்கிலத்தில் வெறும் சித்தியென்பதைத் தவிர, மற்றைய பாடங்களில் சாரகன் அதிகளவாகச் சித்தி எய்தியிருந்தான். யாராவது "இங்கிலிஷ் என்ன ரிசல்ற்" என்று கேட்டால் "தமிழீழத்தில என்னத்துக்கு இங்கிலிஷ்..." என்று திருப்பிக் கேட்டான். உயர் கல்வியில் அவன் வர்த்தகத்தையும் நாமகள் கலையையும் தெரிவு செய்திருந்தார்கள். இரண்டு பேருக்குமே தாம் சிறு பிராயத்திலிருந்து வெளியேறிவிட்டதான ஒரு புரிதல் ஏற்பட்டிருந்தது. முன்னரைப்போல எடுத்ததற்கும் சண்டைபிடிக்காத ஒரு முதிர்ச்சி. பகிரங்கமாகவே கோவில்களுக்கும், குளிர்களி நிலையங்களுக்கும் சென்று வந்தார்கள். இயக்கத்தின் காவல்துறையைக் கண்டால் மட்டும் சாரகனுக்குச் சற்றுக் கலக்கமாயிருக்கும். "இவங்கள் கலியாணத்தைக் கட்டி வைச்சிடுவாங்கள்..." என்று சைக்கிளை மெதுவாக்குவான். நாமகள் வாய் பொத்திச் சிரிப்பாள். ஒருநாள் தங்களுடைய காதலைப் பற்றி நந்தன் சேர் தன்னிடம் விசாரித்ததாக அவள் சாரகனிடம் சொன்னாள். மாவீரர் படிப்பகத்தில் அவர்களைக் கண்டிருக்கக் கூடும். பிறகொருநாள் நந்தன் சாரகனிடம் "உன்ர விளையாட்டுத் தனத்துக்கு ஒருத்தியை ஏமாத்தாத..." என்றான். சாரகன் "இல்லை சேர்... நான் உண்மையாவே விரும்பிறன்" என்று சொன்னான். "அப்ப படிச்சு முடி."

ஆனையிறவிலும் அதைச் சூழ்ந்த பகுதிகளிலும் புலிகள் நிலை கொண்டிருக்க அவர்களுடைய பிறிதொரு படையணி கடலைத் தாண்டிச் சென்று அரியாலையில் இறங்கி சாவகச்சேரியைக் கைப்பற்றியது. செம்மணி வெளியிலிருந்த 'யாழ்ப்பாணம் வரவேற்கிறது' என்ற வாசற்கோபுரத்தின் அருகே புலிப் போராளிகள் ஆயுதங்களைத் தரித்தவாறு நின்ற படங்களை ஈழநாதம் பத்திரிகை வெளியிட்ட அன்று வெள்ளையன் சண்டையொன்றில் காயமடைந்து சிகிச்சை பெற்று வருவதாகத் தகவல் கிடைத்தது.

மீனாட்சி "என்ர காளியம்மா..." என்றவாறு போட்டது போட்டபடி கிடக்க, சேலையை அள்ளிச் சொருகிக்கொண்டு எட்டேக்கருக்கு ஓடிவந்தாள். கண்ணீர் பெருகி வழிந்தது. "அம்மாளாச்சியம்மா... அவனுக்கு ஒண்டும் ஆகக்கூடாது..." குரல் விம்மியது. வார்த்தைகள் திக்கித் திக்கித்தான் வெளியேறின. "வதனா... என்ர மகனுக்குக் காயம்பட்டு தண்ணீரூற்றில கிடக்கிறானாம். இப்பதான் ரெண்டு பெடியங்கள் வந்து சொல்லிட்டுப் போறாங்கள். எனக்குக் கையும் ஓடேல்ல... காலும் ஓடேல்ல... நேசலிங்கம் தம்பி என்னை ஒருக்கா மோட்டச்சைக்கிளில ஏத்திக்கொண்டு போவானா..." என்று அழாத குறையாகக் கேட்டாள்.

நேசலிங்கம் திண்ணையில் போர்த்து மூடிக்கொண்டு படுத்திருந்தான். மலேரியா அவனை மீண்டும் தாக்கியிருந்தது. "இதென்ன கண்றாவி... 'ஓயாத அலை' மாதிரி விடாமல் அடிக்குது..." என்று சொல்லிவிட்டுப் படுத்தவன்தான் அனுங்கிக்கொண்டு கிடந்தான். மீனாட்சிக்கு என்ன செய்வதென்று தெரியவில்லை. தனித்து விடப்பட்டவள் போல நிலத்தையே வெறித்துக்கொண்டு நின்றாள். அவள் திரும்ப எத்தனித்த கணத்தில் சாரகன் ஓடி வந்தான். "நில்லுங்க அன்ரி" என்றுவிட்டு ஓடிச்சென்று ஆட்டுக் கொட்டிலுக்குள் நின்ற மோட்டார் சைக்கிளை உதைத்து முறுக்கினான். சத்தத்தில் ஆடுகள் மிரண்டு ஒதுங்கின. குட்டிகள் பெகபெக... என்று கத்தின. காலடியெல்லாம் ஆட்டுப் புளுக்கைகள்... சினமாயிருந்தது. 'வந்ததிலயிருந்து வதவதவெண்டு குட்டியளைப் போட்டு வைச்சிருக்குதுகள். ஆடுகளை ஆருக்கும் சும்மாவெண்டாலும் குடுங்கோ என்றால் சின்னாச்சி சம்மதிப்பதில்லை. "சும்மா குடுக்கவே சுமந்துகொண்டு வந்தம். ஆரும் தேவையெண்டால் காசைத் தந்திட்டு வாங்கட்டுமன்" என்பாள். மழைக் காலத்தில் ஒன்றையொன்று நெருக்கிக்கொண்டு ஆடுகள் நிற்பதைக் காணப் பாவமாயிருக்கும்.

மோட்டார் சைக்கிள் இரண்டாவது உதையிலேயே பற்றிக் கொண்டு உறுமியது. முற்றத்தை ஒரு வட்டமடித்து மீனாட்சிக்கு அருகாக நிறுத்தினான். "ஏறுங்க அன்ரி" என்றான்.

தெருக்களில் வெற்றி மிதந்துகொண்டிருந்தது. ஒவ்வொரு முகங்களிலும் மேகம் சிரசில் உரசுவதைப்போன்ற பூரிப்பு. வன்னி ஆசுவாசமாக மூச்சுவிட்டது. இராணுவத்தினர் கைவிட்டோடிய தங்களுடைய சொந்த நிலங்களுக்குத் திரும்பியவர்கள் மகிழ்ச்சியோடும் துயரத்தோடும் தங்களுடைய கதைகளைப் பகிர்ந்து கொண்டிருந்தார்கள். எல்லாச் சண்டைக் காலங்களைப் போலவும் இயக்க வாகனங்கள் அறம்புறமாக ஓடித்திரிந்தன. சனங்கள் கூடி நின்று அவர்களுக்குக் கை காட்டினார்கள். உற்சாகமாகக் கூக்குரலிட்டார்கள்.

சாரகன் கேப்பாப்புலவுப் பாதையைத் தவிர்த்துவிட்டு மோட்டார் சைக்கிளை முல்லைத்தீவு வீதிக்குத் திருப்பினான். வட்டுவாகல் பாலத்தில் ஏறியபோது, எதிர்க்காற்று முகத்தில் அறைய உற்சாகமும் ஒருவித நிறைவும் கொடிபோலச் சுற்றிப் படர்ந்தன.

நந்திக் கடலும் வங்கக் கடலும் இரண்டு பக்கங்களிலும் நீலத்தில் விரிந்திருந்தன.

முல்லைத்தீவு ஆமி காம்ப் தகர்க்கப்பட்ட நான்காவது மாதத்தில், ரியூசனிலிருந்து சுற்றுலாவிற்காக இங்கே வந்திருந்தார்கள். நாமகள்

கடலில் கால் நனைத்து விளையாடியதை நினைத்துக் கொண்டான். அவள் அப்போது ஒரு சிறுமியைப்போல ஓடியாடித் திரிந்தாள். 'நானும் சின்னப் பெடியன்தானே அப்ப...' என்று தோன்றவும் சாரகனுக்குச் சிரிப்பு வந்தது.

"தம்பி, கேப்பாப்புலவுப் பாதை கிட்டவெல்லோ... இது தூரமா?" என்றாள் மீனாட்சி.

"இல்லை அன்ரி" என்றான். "வெள்ளையன் அண்ணைக்கு எப்பவாம் காயம் பட்டது?"

"தெரியேல்லை அப்பன். அவனைத் தண்ணீரூற்றில சிந்தனைச் செல்வன் எண்ட அவங்கட ஆஸ்பத்திரியிலை வைச்சிருக்கிறாங்களாம். காயம் பட்டுக் கனநாள்போல... எனக்கொரு சொல்லு சொல்லேல்லை..." தவிப்போடு சொன்னாள்.

வெள்ளையன் இயக்கத்திற் சேர்ந்த மூன்றாவது வருடத்திற்தான் முதற் தடவையாக வீட்டிற்கு வந்திருந்தான். ஒரு பின்னேரப் பொழுது. அவனைத் தூரத்திலேயே கண்டுவிட்ட மீனாட்சி கழுவிக்கொண்டிருந்த சட்டி பானைகளில் கால் இடற ஓடிச்சென்று கட்டிப் பிடித்து உச்சி மோந்தாள். முகத்தில் பேருவகையும் கண்ணீரும்... "ஒழுங்காச் சாப்பிடுறியா மகன்..." என்றே முதலிற் கேட்டாள். அவன் தலையசைத்தான்.

"தங்கச்சியும் அக்காவும் அவளின்ர பிள்ளையுமெண்டு சுமையாப் போன குடும்பத்தில நீயுமொரு சுமையா அம்மாக்கு இருக்க வேண்டாமெண்டுதானே போனனி..." என்றபோது நிலத்தைப் பார்த்துக்கொண்டு நின்றான். மீனாட்சிக்குப் புளுகம் தாளவில்லை. அவள் சந்திரா, வல்லியாள் எல்லோரையும் அழைத்துச் சொன்னாள். "என்ர மகன் வந்திட்டான்."

மறுநாள் காலை சாரத்தின் கீழ் விளிம்பை இடது கையால் தூக்கியவாறு வலது சுட்டுவிரலை கொடுப்புக்குள் நுழைத்துப் பற்தேய்த்தபடி வெள்ளையன் எட்டேக்கருக்கு வந்தான். வெள்ளை பனியன் அணிந்திருந்தான். கறுப்புக் கயிற்றில் சயனைட் குப்பி அசைந்து ஆடியது. கிணற்றடியில் அவனைக் கண்ட நேசலிங்கம் "உம்மட இயக்கப் பேர் என்ன... நீர் 'அ' பிரிவா... இல்லாட்டில் 'ஐ' பிரிவா..." என்று அடுத்தடுத்து விசாரித்தான். வெள்ளையன் அமைதியாகப் புன்னகைத்தபடி நின்றான்.

"இயக்கத்துக்குள்ளை என்ன கதைக்கினம்... யாழ்ப்பாணத்தை எப்ப திரும்பப் பிடிப்பியள்?"

வெள்ளையன் எதுவும் பேசாது தலையசைத்துவிட்டு வாயைக் கொப்பளித்துக் கழுவினான். முகத்தைத் துடைத்துக்கொண்டு வெளியேறினான்.

அத்தாரிடம் சைக்கிளை வாங்கிக்கொண்டு அவன் வெளியே புறப்பட்டபோது மீனாட்சி பின்னாலேயே அழைத்தாள். "மகன், புட்டும் கருவாட்டுப் பொரியலும் வைச்சிருக்கிறன். சாப்பிட்டுட்டு போப்பன்."

"செல்வா அத்தையிட்டப் போட்டுவாறன்.."

"அத்தை இப்ப மாங்குளத்தில" என்றாள் நாமகள்.

"அப்பம்மா?" வெள்ளையன் தயங்கிக்கொண்டு நின்றான்.

"அப்பம்மா காலமாயிட்டா. பாயில நோயில கிடக்காத நல்ல சாவுதான்... கடவுள் கிருபை."

"பரந்தாமு அண்ணன் வீரச்சாவெண்டு சொல்லிட்டு வரலாமெண்டு வெளிக்கிட்டன்."

மீனாட்சி மகனைக் கூர்ந்து நோக்கினாள். "ஆரப்பன் பரந்தாமு? அத்தைக்கு தெரிஞ்சவையா..."

"பரந்தாமு அண்ணன் அம்மா... நடராசாப் பெரியப்பாட மகன்" வெள்ளையன் சைக்கிளை தென்னை நிழலில் நிறுத்திவிட்டு ஏறி உட்சென்றான்.

அம்முறை வெள்ளையன் தங்கி நின்ற மூன்று நாட்களும் சாரகன் நாமகளைக் கண்டும் காணாததுபோலவே திரிந்தான். "அண்ணனுக்குச் சரியான பயம்போல..." நாமகள் கேலி செய்தாள்.

"மச்சானில ஒரு மரியாதை இருக்கத்தானே வேணும்..."

ஆஸ்பத்திரி வாசலில் மோட்டார் சைக்கிளை நிறுத்திவிட்டு நுழைந்தார்கள். மீனாட்சி பதட்டப்பட்டாள். யாரிடத்தில் கேட்பதென்று தெரியாமல் அலமலாந்தினாள். வாசலில் விசாரித்துவிட்டு வட்ட வடிவ ஓலைக் கொட்டிலொன்றுக்குள் உட்காரச் சொன்னார்கள். ஓலைகள் கூம்பு வடிவில் வேயப்பட்டிருந்தன. சாரகன் அந்த ஆஸ்பத்திரியை ஆச்சரியத்தோடு பார்த்தான். 'சிந்தனைச்செல்வன்...' என்ற பெயர் யாரோ ஒரு போராளியின் பெயராயிருக்க வேண்டும். போராளிகளின் மருத்துவத்திற்காக மட்டும் அது கட்டப்பட்டிருந்தது.

சத்திர சிகிச்சைக் கூடம் முதலான நவீன வசதிகள் அங்கிருப்பதாகக் கேள்விப்பட்டிருந்தான். வளாகத்தில் அதிகமும் பெண்போராளிகளே நடந்து திரிந்தார்கள். அவர்களே மருத்துவர்களாயும் இருக்கக் கூடுமென்று தோன்றியது.

வெள்ளையனை ஒரு சக்கர நாற்காலியில் வைத்து உருட்டிக் கொண்டு வந்தார்கள். இவர்களைக் கண்டதும் மெல்லிய புன்னகை படிகின்ற முகம். நேர்த்தியாகச் சவரம் செய்திருந்தான். கத்தை மீசை... அடர்த்தியான ரோமம் பரவியிருந்த திடகாத்திரத் தேகத்தில் வயிற்றைச் சுற்றித் தூய வெண் கண்ணறைத் துணி கட்டப்பட்டிருந்தது. அவனைக் கண்டதுமே குபுக் என்று நீர் பிதுங்க மீனாட்சி வாயைப் பொத்திக்கொண்டு அழத்தொடங்கினாள். ஓடிச்சென்று அவனுடைய முகத்தை வருடியவள் சக்கர நாற்காலியோடு கூடவே வந்தாள். கொட்டிலுக்குள் நுழைந்தபிறகு பக்கத்திலேயே உட்கார்ந்து தலையை வருடினாள். இரண்டு பேருமே நீண்ட நேரத்திற்குப் பேசிக்கொள்ளவில்லை.

“எப்ப நடந்தது...” சாரகன் அனுதாபமான தொனியில் கேட்டான்.

“ரெண்டு மாசமிருக்கும்.”

வெள்ளையனுடைய முகத்தில் அவ்வப்போது வலியைச் சிரமப்பட்டுத் தாங்கிக் கொள்வதைப் போன்ற முகபாவங்கள் தோன்றின. ஓரிரு தடவை நாக்கைக் கடித்து வலியைப் பொறுத்தான். உட்கார்ந்திருக்கவும் சிரமமாயிருந்திருக்க வேண்டும்.

“ரெண்டு மாசமா இதை அம்மாக்குச் சொல்லவேணுமெண்டு நினைக்கேல்லையா தம்பி...” மீனாட்சி கண்ணைத் துடைத்துக் கொண்டு கேட்க புன்னகையைத்தான் பதிலாகச் சிந்தினான்.

“எங்க...” என்றான் சாரகன்.

வெள்ளையன் உடலைச் சற்று முன்னகர்த்தி பின் இடுப்பைத் தொட்டுக் காட்டினான்.

“இல்லை... எந்த இடத்தில நடந்ததெண்டு கேட்டனான்.”

“ஓ... அது ஆனையிறவில...”

சாரகனுடைய கண்கள் சடுதியில் விரிந்தன. அப்பொழுது முதல் விடைபெற்றுச் செல்லும்வரை வெள்ளையனை ஓர் அதிசயப் பிறவியைப்போலப் பார்த்துக்கொண்டிருந்தான். புறப்பட்டபோது தான் மீனாட்சி ஆஸ்பத்திரி வளாகத்தைக் கவனித்திருக்க வேண்டும்.

"உன்னை இங்கை வடிவா கவனிக்கினம் தானே மகன்..." என்றாள். வெள்ளையன் தலையசைத்து ஆமோதித்தான். "ம்... அம்மாக்கு இப்பிடியெல்லாம் கவனிக்க வசதியில்லை தானே..." என்றபோது அவளுடைய குரல் கமறியது.

"சரி... அவரால கனநேரம் இருக்க முடியேல்லையெண்டு நினைக்கிறன். நாங்கள் போவமா..." என்றான் சாரகன். வெள்ளையனைத் திரும்பவும் அழைத்துச் சென்றார்கள். அவனையே திரும்பித் திரும்பிப் பார்த்தபடி வந்து மீனாட்சி மோட்டார் சைக்கிளில் ஏறினாள். வழியில் சற்று உற்சாகத்தோடு அவள் இருப்பதுபோலவும் தோன்றியது.

"இருவது வயசுதான் எண்டு தெரியாதபடிக்கு தகப்பனைப் போல வளந்து நிக்கிறான். காளியம்மா தன்ரை கண்ணுக்கையே அவனை வைச்சுக் காப்பாத்த வேணும். எங்களுக்கு வேறை வேண்டுவார் இல்லை..." என்றாள்.

"அன்ரி... உங்கடை மகளுக்கும் அண்ணனைப் பாத்தால் ஒரு ஆறுதலாயிருக்கும் தானே... கூட்டிக்கொண்டு வாறதெண்டால் யோசிக்காமல் சொல்லுங்கோ. நாளைக்குக் கூட்டிக்கொண்டு வாறன்."

மீனாட்சி கடைசி வரைக்கும் அதற்குப் பதில் சொல்லவில்லை.

2002

உச்சியிலிருந்து மேற்திசையில் இறங்கத் தொடங்கியிருந்த சூரியனை ஒரு நெடுத்த தென்னை தடுக்க, அதன் இரண்டு விளிம்புகளிலும் கால்வட்டமாக ஒளி தெறித்தது. பேச்சி தோட்டத்திலிருந்த நீல வீட்டு முற்றத்து வாங்கில் சாரகனும் மணிவண்ணனும் இன்னும் இரண்டு பேரும் தாயம் உருட்டி விளையாடிக்கொண்டிருந்தார்கள். 'பழம்' எடுப்பதற்கு இன்னுமொரு தாயத்தைக் காணவேண்டிய தவிப்பில் மான்கொம்பினாலான வழுவழுத்த தாயக்கட்டையை சாரகன் தேய்த்து உருட்டினான்.

"குஞ்சியப்பரின் பெயராலே ஒரு தாயம்... ஆறு... அடக் கருமத்த... ஆருக்கு வேணும் இப்ப ஆறு... சின்னாச்சியின் பெயராலே ஒரு தாயம்... மறுபடியும் ஆறு... ச்சிக்..."

மணிவண்ணன் "சேனைக்காட்டு வைரவரே... இவனுக்கு இன்னொரு ஆறு..." என்று கையைக் குவித்துக்கொண்டு சொன்னான். ஆறுதான் விழுந்தது. "கூழ்... கூழ்..." என்று கத்தினார்கள். "இல்லை... யாழ்ப்பாணத்தில அஞ்சு தரம் ஆறு விழுந்தாத்தான் கூழ்... இது மூண்டு தரம்தானே விழுந்தது..." என்றவாறு சாரகன் மறுபடியும் உருட்டினான். மணிவண்ணன் அவனுடைய கையைப் பொத்திப் பிடித்துக் கொண்டான். "அது யாழ்ப்பாணத்தில..."

"இது அளாப்பி ஆட்டம்..." சாரகன் தாயக்கட்டைகளைப் பொத்திக்கொண்டு கையை இழுத்தான். திடீரென்று 'ப்பாம்ம்...' என்ற ஹோர்ன் சத்தம் ஒலியடுக்குகளாகக் கேட்டது. திரும்பிப் பார்த்தான். மேரி மாதா கூடாரத்திற்குள்ளேயே நிற்க... கேள்வியோடு ஒலி வந்த திசையை நோக்கினான். சூளையின் பின்புற ஒழுங்கையில் அந்த லொறி வந்துகொண்டிருந்தது. மறுபடியும் 'ப்பாம்ம்... ப்பாம்ம்...' என்ற சத்தம். பேச்சி தோட்டத்து முகப்பில் லொறி திரும்பியபோது 'குழந்தை இயேசு' என்ற பெயர் பளிச்சிட்டுத் தெரிந்தது. சாரகன் தாயக் கோட்டிலிருந்த காய்களைச் சிந்திக் கலைத்துவிட்டு கூக்குரலிட்டபடி ஓடினான். "தோற்கப் போறான் எண்ட உடனை இடையில விட்டுட்டு ஓடுறான் பார்" என்று மணிவண்ணன் பின்னால் சிரித்தான்.

'குழந்தை இயேசு' லொறி யாழ்ப்பாணத்திலிருந்து வன்னிக்கு வந்துவிட்டது. தனிமைத் தீவொன்றில் அடைபட்டுக் கிடந்தவர்களை

மீட்பதற்கு வந்த கப்பலைப்போல அதன் ‘ஹோர்ன்’ சத்தம் தென்னங்காணிகளெங்கினும் ஓங்கி எதிரொலித்தது. இழந்த வாழ்வையும் சந்தோஷங்களையும் நிறைத்து வந்ததைப்போல கம்பீரத்தோடு உறுமிக்கொண்டு நின்றது. யோசப் அய்யா குதித்துக் கீழிறங்கினார். நீலக் கோடுகளிட்ட வெள்ளைச் சாரமும், வாழைப்பூ நிறச் சேட்டும் அணிந்திருந்தார். பொக்கற்றில் கசங்கிய பேப்பர்கள் மடித்து வைக்கப்பட்டிருந்தன. கைகளை வீசிக்கொண்டு நடந்தார். வாச்சர் எங்கிருந்தோ ஓடிவந்து அவரைக் கட்டியணைத்தான். “வந்திட்டீங்களாய்யா...” என்று நெகிழ்ச்சியோடு கேட்டான்.

இலங்கைப் பாராளுமன்றத்தை ரணில் விக்கிரமசிங்க கைப்பற்றியதிலிருந்து தீவில் காட்சிகள் சடசடவென்று மாறியிருந்தன. அரசும் புலிகளும் சமாதானப் பேச்சுகளைத் தொடங்குவதற்கு ஏதுவான எதிர்பாராத நெகிழ்வுகளை ஒவ்வொருவரும் ஆச்சரியத்தோடு பார்த்தார்கள். சென்ற வருடம் வரை நெருப்புப் பூத்ததுபோலக் கிடந்த தெருக்கள் சட்டென மழை பட்டதுபோல ஆறின. பன்னிரண்டு ஆண்டுகளாக அடைக்கப்பட்டிருந்த யாழ்ப்பாணத்திற்கும் வன்னிக்குமான கண்டி வீதி திறந்தது. யோசப் அய்யா ‘குழந்தை இயேசுவை’த் தானே செலுத்தியவாறு அங்கிருந்து பேச்சி தோட்டத்திற்கு வந்துசேர்ந்தார்.

“அய்யா... நம்ப புள்ளங்க, வேலைக்காரங்க, எல்லாருகூடயும் போயி வத்தாப்பளை கண்ணகை அம்மன்ல ஒரு பொங்கல் வைச்சிடுவோம்... என்ன சொல்றீங்க...?” எங்கோ ஆழத்தில் புதைந்துகிடந்த பரவசத்தை மீட்டுவந்தவன் போல வாச்சர் உரத்துச் சொல்ல யோசப் அய்யா கலகலவென்று சிரித்தார்.

யாழ்ப்பாணப் பல்கலைக் கழகத்தில் சாரகன் சில பதிவுகளை மேற்கொள்ள வேண்டியிருந்தது. வதனா சாரகனைத் தனியே செல்ல அனுமதிக்கவில்லை. நேசலிங்கமும் கூடச் சென்றான். ஆனையிறவுக் காற்று கேசத்தைக் கோதியிழுத்துப் பின் தள்ளியபோது பூரிப்பாயிருந்தது. பொட்டலில் நின்ற ஒரு துருப்பிடித்த புல்டோசரை போராளிகள் தெருவோரத்திற்கு இழுத்து வந்துகொண்டிருந்தார்கள். நேசலிங்கம் மோட்டார் சைக்கிளை நிறுத்திச் சற்றுத் தரித்து நின்றான். “இது இயக்கம் தாங்களே செஞ்ச கரும்புலி வாகனமாம். தொண்ணூற்றொண்டில ஆனையிறவை அடிக்கேக்கை இதுக்குள்ளை வெடிமருந்தை நிரப்பிட்டு ஒரு இயக்கப் பெடியன் ஓடி வந்தவனாம். ஆமிக்காரன் திருப்பி அடிச்சதில அதுக்குள்ளயே வெடிச்சுச் செத்திட்டானாம். அவன்ரை நினைவா இதையொரு நினைவுச் சின்னம் ஆக்கப்போறாங்கள்” என்றான்.

முன்பொரு காலம் கிளாலிக் கடலைக் கடந்து வன்னிக்குள் கால் வைத்த நாளை சாரகன் நினைத்துக்கொண்டான். ஒரு முழு இரவையே விழுங்கியிருந்த அந்தப் பயணம் வன்னியும் யாழ்ப்பாணமும் வெகு தொலைவில் பிரிந்திருக்கின்ற இரண்டு ஊர்கள் என்ற நினைப்பை அவனுக்குள் பதித்துவிட்டிருந்தது. அச்சித்திரத்தை அழித்தபடி மோட்டார் சைக்கிள் குண்டுகுழிகளிலும் துள்ளிப் பாய்ந்தது.

முகமாலைச் சோதனைச் சாவடியில் வரிசையில் நின்றார்கள். கொளுத்துகிற வெயில். எரிச்சல் வியர்வையாய் வழிந்தது. ஆமிக் காரர்கள் பைகளைத் திறந்தும் கிளறியும் உடலை வருடியும் ஒவ்வொருவராக அனுமதித்தார்கள். நேசலிங்கம் ஒரு திசையில் காட்டினான். இரண்டு புலிப்போராளிகள் தங்களுடைய மோட்டார் சைக்கிளில் உட்கார்ந்தவாறே ஆமிக்காரனின் தோளில் கை போட்டுச் சிரித்துக் கொண்டிருந்தார்கள். சாரகனுக்குப் பின்னால் நின்ற நடுத்தர வயதுப் பெரியவரும் அதைக் கவனித்திருக்க வேண்டும். "சண்டையெண்டாலும் சமாதானமெண்டாலும் சனத்துக்குத்தான் அலைச்சலும் அழுகையும்" என்று புறுபுறுத்தார்.

தெரு நீளத்திற்கும் 'விடுதலைப் புலிகளே வருக வருக' என்ற வாசகங்கள் கட்டிடச் சுவர்களிலும் மதில்களிலும் எழுதப்பட்டிருந்தன. சாவகச்சேரியை நெருங்கியபோது சட்டென்று பேய் நகரத்திற்குள் நுழைந்ததைப் போலிருந்தது. வழி நெடுகிலும் தரை மட்டமாகிக் கிடந்த கட்டிடக் குவியல்... "இதென்ன... அணுகுண்டுபோட்ட இடம் மாதிரி..." என்றான் சாரகன். "ம்... மல்ரிபாரலைத் திருப்பி வைச்சு மாங்குமாங்கெண்டு போட்டுத் தாக்கியிருக்கிறான்."

'யாழ்ப்பாணம் வரவேற்கிறது' வளைவைத் தாண்டினார்கள். சாரகன் நேசலிங்கத்தின் தோளிற் சுரண்டி ஒரு வாசகசாலையின் கூம்பான முகப்பைக் காட்டினான். "புலிகளே வறுக வருக..." என்றிருந்தது. நேசலிங்கம் அதைப் பார்த்துவிட்டு என்ன என்பதைப் போல தலையாட்டினான். சாரகன் அவனுடைய காதுக்குள் "வறுக வருகவாம்..." என்று சொல்லிவிட்டுக் கமுக்கமாகச் சிரித்தான்.

நேசலிங்கத்திற்கு அப்பொழுதும் சற்றுக் கழித்துத்தான் புரிந்திருக்க வேண்டும். "பரதேசியள்... இது ஆரோ ஈபிடிபிக்காரன்ர வேலையாத்தான் இருக்கும்" என்று திட்டினான்.

பல்கலைக் கழகத்திலிருந்து திரும்பியபோது ஐந்து மணியாகி விட்டிருந்தது. சாரகன் யாழ்ப்பாணத்தில் தெரிந்தவர்களுடைய வீட்டில் இரவு தங்கினான். ஓர் அவஸ்தையான சுழலில் சிக்கிக் கழிவதைப்போல

அந்த இரவு தோன்றிற்று. அவனையும் நாமகளையும் ஒரு கிடுகுவேலியே பிரித்து நிற்கிறது என்ற உண்மை தருகின்ற சுகிப்பை முற்றாக இழந்திருந்த இரவு... நினைவுகளைத் தம்போக்கில் அலையவிட்டு அவற்றின் கதகதப்பில் கிறங்கும் அனுபவத்தைத் தொலைத்த இரவு... சாரகன் முதற் தடவையாக இழப்பின் நெடியை முகர்ந்தான்.

அடுத்த நாள் காலை எட்டு மணிக்குப் பாதை திறக்கப்பட்டபோது முதலாவது ஆளாக வன்னிக்குள் நுழைந்தான். பல்கலைக்கழகத்தில் அவனுக்கு பி.கொம் கிடைத்ததை அறியநேர்ந்தபோது கறுக்கத் தொடங்கிய நாமகளின் முகம் பாதையைத் திறந்துவிட்டபோது ஒரேயடியாக இருண்டுவிட்டது. அவளிடம் வெறும் இரண்டு மணி நேரத்தில் யாழ்ப்பாணத்திலிருந்து வன்னிக்கு வரமுடியுமென்று சொன்னபோது அது அவனுக்கே அவன் சொல்லிக் கொண்ட சமாதானமாகத்தான் இருந்தது.

குழந்தை இயேசுவும் மேரி மாதாவும் சனங்களை ஏற்றிக் கொண்டு வற்றாப்பளை கண்ணகி அம்மன் கோவிலுக்குப் போயிருந்தன. பள்ளிக்கூடத்தில் சில ஆவணப் பத்திரங்களைப் பெற வேண்டியிருந்ததனால் சாரகன் போகவில்லை. மதியம் அணிலன் கடையில் இடியப்பமும் சாம்பாரும் சாப்பிட்டுவிட்டுத் திரும்பியிருந்தான். பேச்சி தோட்டமும், எட்டேக்கரும் வெறிச்சோடிக் கிடந்தன. வெறுமை கவ்விய ஒரு துயர ஓவியத்தைப் பார்ப்பது போலிருந்தது. செத்த வீட்டிலிருந்து சனங்கள் நீங்கிவிட்டபிறகு பரவியிருக்கும் அமைதி...

பாய்ந்த வெள்ளம் சட்டென்று வடிந்து வற்றியதைப்போல வன்னியில் எஞ்சியிருந்த யாழ்ப்பாணத்தாரும் மளமளவென்று திரும்பிக் கொண்டிருந்தார்கள். வதனா வீட்டிலிருந்தும் அருணகிரி வீட்டிலிருந்தும் ஒரு லோட் பொருட்கள் ஏற்கெனவே யாழ்ப்பாணத்திற்கு அனுப்பப்பட்டிருந்தன. ஓர் அதிசயமாகக் கணபதியும் மணிவண்ணனும்தான் கொண்டுசென்றார்கள். "அண்ண, நீங்களும் வாங்களேன்... இடமிருக்கு..." என்று மணிவண்ணன் அருணகிரியை அழைத்தான். அவர் தேள் கொட்டியதைப்போல தலையை ஆட்டி மறுத்தார். லொறி சென்ற பிறகு "நான் என்னெண்டு யோசப்போட ஒண்டாப் போய் ஊருக்குள்ள இறங்கிறது..." என்று மனைவியிடம் சொன்னார்.

எட்டேக்கரில் அருணகிரியுடைய வீடு உடைக்கப்பட்டிருந்தது. நாற்புறச் சுவர்களும் ஓவென்று விழுந்து கிடந்தன. "ஆளுங்க இல்லாத வீடு காணிக்குள்ள இருக்கிறது நல்லதில்லங்க..." என்று வாச்சர் சொல்லியிருந்தான். கூடு சிதைந்து கிடப்பதைப் போன்ற அந்தத்

தோற்றம் சாரகனுக்கு ஒரு மாதிரியாக இருந்தது. “போன பிறகு உடைச்சிருக்கலாம்...” என்று நினைத்தான். ஆட்டுக் கொட்டிலில் புற் கட்டுகள் சிதறிக்கிடந்தன. உள்ளும் வெளியுமாகக் காய்ந்த ஆட்டுப் புளுக்கைகள்... ஆடுகளை நேற்றே ஓர் உழவு இயந்திரத்தில் ஏற்றி யாழ்ப்பாணத்திற்கு அனுப்பியிருந்தார்கள். “ரெண்டு ஆட்டோடை வந்திட்டு இப்ப பதிமூணு ஆட்டோடை போறீங்கள்” என்று அப்போது அத்தார் சற்றுக் கேலியோடு சொன்னான். சின்னாச்சிக்குக் கோபமாகிவிட்டது. “பின்னை அநாதையா அதுகளை அலைய விட்டுட்டுப் போறதே” என்றாள்.

“ஆரிட்டையும் குடுத்திட்டும் போகலாம்தானே...”

“அதென்னண்டு... உசிரா வளத்ததுகளை ஆரிட்டயும் குடுத்திட்டு...” சின்னாச்சி இழுத்தாள். அத்தாருக்கு சிரிப்பை அடக்க இயலவில்லை. “சரியணை... சரி. கொண்டு போணை...”

எப்பொழுதும் தாய் ஆடுகளை மணந்துகொண்டு துள்ளித் திரியும் குட்டிகளும் அவற்றின் செல்லக் கத்தலும் இல்லாத ஆட்டுக்கொட்டிலைப் பார்க்க அந்தரமாயிருந்தது. சாரகன் அதைத் தாண்டிக் கிணற்றடிக்குப் போனான். மனது முழுவதும் கலவையான எண்ணங்கள்... அவனுடைய பருவமாற்றம் நிகழ்ந்த மண் இது. ஆறு ஆண்டுகளின் மூச்சு இந்தக் காற்றில் கலந்திருக்கிறது. மறக்கவியலாத தருணங்கள் இந்த மண்ணில் பிசையப்பட்ட உருண்டைகளாக இதயத்தின் வரிச்சுத்தடிகளில் அடுக்கப்பட்டிருக்கின்றன.

ஓர் அனிச்சைச் செயலாக நீரள்ளி கைகளில் ஏந்திக் குடித்துவிட்டு வெளியேறினான். வேலிக்கு மேலாக நாமகளுடைய குடிசையின் கூரை தெரிந்தது. கால்கள் தயங்க ஏக்கத்தோடு பார்த்துக் கொண்டு நின்றான். ‘அவளோடை வற்றாப்பளைக்குப் போயிருந்திருக்கலாம். எங்கயாவது ஓரமாயிருந்து பாத்துக்கொண்டாவது இருந்திருக்கலாம்...’ வேலியின் புறத்தே யாருடையதோ கால் அசைந்தது. துணுக்குற்றுப் பார்த்தான். அந்தப் பாதங்கள் எதையோ தேடி அலைவதைப்போல தத்தளித்தன. அடுத்த வினாடியில் அது நாமகள்தான் என்பதைக் கண்டுபிடித்தான். கிணற்றின் ஊற்றுக் கண்ணிலிருந்து குபுக் என்று நீர் பொங்குவதைப்போல விவரிக்க இயலாத உணர்வுகள்... பக்கத்தில் ஓடிச்சென்று “நாமகள்...” என்றான்.

“சனியனே... உன்னை எவ்வளவு நேரமாக் கூப்பிடுறது... நீ வந்ததில இருந்து கத்திக்கொண்டு இருக்கிறன்.”

“நீ கோயிலுக்குப் போகேல்லையா?”

"இல்ல... நான் துடக்கு... அம்மா, ராணியக்கா, சந்திராம்மா, அத்தாரண்ணன் எல்லாரும் போயிட்டினம்."

"காணியில ஆருமில்லையா... நான் வரட்டா?"

நாமகள் சட்டென்று அமைதியானாள். "அங்கயே நில்... நான் வாறன்..." சாரகன் வேலிக் கரையோரமாக ஓடினான். அவள் அதற்குப் பிறகுதான் "ம்..." என்றாள்.

தனிமையும் நாமகளுடைய அருகாமையும் நெஞ்சுக்குள் ஈரத்தை வறட்டியெடுக்கும் வகையிலான உணர்வுகளைத் தோற்றுவித்தன. சாரகனுக்கு அந்தரமாயிருந்தது. தொண்டையில் தாகமெடுப்பதைப்போல ஓர் அரிப்பு. நாமகள் இயல்பாகத்தான் இருந்தாள். "எல்லாரும் எத்தினை மணிக்குக் கோயிலுக்குப் போனவை..." என்று இரண்டு தடவை கேட்டபோதும் அலட்சியமாக "காலையில" என்று சொன்னாள். அவனையே இமைக்காமல் பார்த்துக்கொண்டிருந்த அவளுடைய கண்களிலிருந்த வீரியமும் புதைந்து கிடந்த காதலும் தம்பாட்டில் கண்ணீராக உருமாறிச் சுரந்தன.

சாரகன் நடுங்குகின்ற கரத்தால் அவளுடைய கன்னங்களைத் துடைத்தான். தோல் மேற்பரப்புகளிடையில் சூட்டின் கொதிப்பு... அவனுடைய விரல்களை அழுத்தமாகப் பிடித்துக்கொண்டாள். "என்னை விட்டுட்டுப் போப்போறாய்தானே..."

எப்படி ஆறுதல் சொல்வதென்று தெரியவில்லை. முதுகை ஆதரவாகத் தழுவவேண்டும் போலிருந்தது. சாரகன் சொற்களை இழந்திருந்தான். மௌனம்... திடீரென்று கண்கள் பிரகாசித்தன. "நான் உனக்குத் தாலி கட்டிட்டுப் போகட்டா?" என்றான். நாமகளுடைய முகத்தில் பளிச் என்று ஒரு மின்னல் வந்து தங்கியது.

"உண்மையாவா... உன்ர அம்மாட்டைச் சொல்லப்போறியா?"

"இப்ப ஆருக்கும் தெரியவேண்டாம். காளி கோவிலில தாலியைக் கட்டுவம். அம்மனுக்கு மட்டும் இப்ப தெரியட்டும். அம்மாக்களுக்கு பிறகு அறிவிப்பம்..." சொற்கள் சட்டென்று பின்வாங்கின. நாமகளுடைய முகத்தில் அருவருப்பான ரேகைகள்... "கள்ளமாக் கட்டுவம் எண்டுறியா?"

"கள்ளமா இல்ல... உனக்கும் எனக்கும் மட்டும் தெரிஞ்சதா... ரெண்டு பேருக்குமே ஒரு ஆறுதலா..."

"இல்லை. ரெண்டு வீட்டுக்கும் சொல்லுவம். அதுதான் எனக்கு ஆறுதல்."

"அதெண்டால் இப்ப சரிவராது நாமகள்..."

"அப்ப தாலியும் வேண்டாம்" நாமகள் வெடுக் என்று சொன்னாள். உறுதித் தொனி.

"தாலியைக் கட்டி விட்டுட்டு பிறகு நான் உன்னை ஏமாத்திப் போடுவன் எண்டு நினைக்கிறியா..."

நாமகள் நெருப்புச் சுட்டதைப்போல விரல்களை விடுவித்தாள். ஒரு புழுவைப் பார்ப்பதைப்போல சாரகனைப் பார்த்தாள். கண்கள் மறுபடியும் சொரியலாயின. அதைத் துடைத்துவிடும் எத்தனத்தோடு தொட்ட அவனுடைய கையைத் தட்டிவிட்டு தள்ளி அமர்ந்தாள்.

சாரகன் செடியும் கொடியும் புதரும் முறுகிப் பிணைந்து ஆரம்பித்த காட்டை வெகுநேரமாக வெறித்துக்கொண்டிருந்தான். கண்கள் திரண்டுகொண்டு வந்தன. இமைகளை அகல விரித்தும் கன்னங்களைத் தேய்த்தும் சுதாகரித்துக்கொள்ள முயற்சித்தான். அழுதுவிடக்கூடாதென்ற இறுமாப்பில் உதடுகளை மடித்து முகத்தை அங்குமிங்குமாக அலைவித்தான். மூச்சை ஆழ இழுக்கச் சிரமமாயிருந்தது. அவனுடைய எல்லா எத்தனங்களையும் தோற்கடித்த கண்ணீர் முத்தாகத் துளிர்த்த கணத்தில் நாமகள் அவனைக் கட்டியணைத்தாள். கழுத்திடையில் புதைந்தான். பொல பொலவென்ற கண்ணீர்... நாமகள் அவனுடைய முகத்தைக் கையில் ஏந்தி வழியும் உவர்ப்பு நீரை உதடுகளில் ஒத்தியெடுத்தாள். "நீ ஏமாத்துவாய் எண்டு நான் நினைப்பனா சாரகா..." அவனுடைய முகத்தில் எதையோ தேடிக் கண்டடைந்து விடுவதைப்போல விழிகள் அலைந்து திரிந்தன. சாரகன் அவளில் முழுவதுமாகச் சாய்ந்தான். ஒரு குழந்தைப் பிள்ளையைப்போலத் தேம்பித் தேம்பி அழுதான். அவள் விரல்களால் தலையைக் கோதிவிட்டாள். காது மடல்கள் சிவந்தன. காலம் உறையத் தொடங்கியிருந்தது. அவர்கள் நீண்ட நேரமாகப் பேசாதிருந்தார்கள். நீண்ட நேரமாகக் கண்ணீர் சிந்தினார்கள். கண்ணீரே அனைத்திற்கும் சாட்சியாயிருந்தது. துயரமும் காதலும் பதற்றமும் அவசரமுமே பரவிக்கிடந்த ஒரு தருணத்தில் சாரகன் அவளுடைய காதுக்குள் "நீ துடக்கெல்லா..." என்று கிசுகிசுத்தான்.

"பொய் சொன்னன்."

9
வெற்றி நிச்சயம்

2003

வேங்கையன் முகாம்
புதுக்குடியிருப்பு
முல்லைத்தீவு

தனிச்செயலர்
தலைமைச் செயலகம்
தமிழீழ விடுதலைப் புலிகள்

அமைப்பிலிருந்து விலகுவதற்கான விண்ணப்பம்

மேற்படி முகவரிகளை எழுதி முடித்தபிறகு, தொடர்ந்தும் எதனை எழுதுவதென்று இரண்டொரு நாட்களாகத் தலையைக் குடைந்து கொண்டிருந்தான் வெள்ளையன். சொற்கள் சுழிக்காற்றில் அகப்பட்ட சருகுகளைப் போல மூளைக்குள் மாறி மாறிச் சுற்றினவே தவிர, தாளின் நீலக்கோடுகளுக்கு இடையில் குளுவன் மாட்டைப்போல முரண்டுபிடித்தன.

நீண்ட நேரமாகத் தாளில் புள்ளி இட்ட பேனாவை நகர்த்தினான். அந்த நீலப்புள்ளி காணாமற் போகுமொரு தருணத்தில் மனம் ஒருமுகமடையக் கூடும். ஆனால் அதுவொரு நீலச் சூரியனாக வளர்ந்து தாளை மறைத்து நின்றது. வெட்டையில் அலைந்த மனதை இழுத்துவர முயற்சித்தான். இமைக்காது வெறிக்க முற்பட்டுத் தோற்றான்.

கண்களும் மனமும் ஒரு புள்ளியில் உறைந்து நின்ற அந்த முதல் நாளின் நினைவுகள் கிளர்ந்தன.

ஒன்பது ஆண்டுகளுக்கு முன்னர் அடிப்படைப் பயிற்சிகளை முடித்துத் துப்பாக்கியைத் தொட்ட தொடக்க நாள் அது. செந்நிறப் புள்ளியில் ஆரம்பித்து வட்டங்களாக விரியும் அடையாளமிடப்பட்ட இலக்கிலிருந்து நூறு மீற்றர்கள் தொலைவில் கலாசுனிக்கோவ் துப்பாக்கியின் 'சேப்ரி'யைத் கீழே தட்டி 'கொக்கிங் கான்டிலை' இழுத்து சுடும் நிலைக்குத் தயாராக்கி வைத்திருந்தான். 'பட்'இனை வலது தோளிற் பொருத்தி 'பிஸ்ரல்கிரிப்'பினை அழுத்தமாகப் பிடித்துக்கொண்டான். இடதுகை 'ஹேன்ட்கிரிப்'பினைத் தாங்கியது. 'எய்ம் பொயின்ற்'றில் குறிபார்த்தான்.

இலக்கின் மையப்புள்ளியில் பார்வை பொருந்தி நின்றபோது பதற்றம் மெதுவாக அடங்கிற்று. கைகள் இலேசாகின. சுவாசம் சீராயிற்று. சிவப்புநிறம் வெளிறி மறையத்தொடங்கிய கணத்தில் 'ரிக்கரை' அழுத்தினான். பின்னுதைத்தது. மையம் இரண்டாவது வட்டத்தோடு முட்டிய இடத்தில் அட்டை பொத்தலானது. நாக்கைக் கடித்தான்.

மாறன் மாஸ்ரர் கைகளைத் தட்டியவாறு அருகில் வந்தார். வெள்ளையன் வெட்கப்பட்டான். கூச்சப்படுவதுபோல தேகத்தைக் குறுக்கி நெளிந்தான்.

"துவக்கத்திலேயே ஒரு புள் அடிச்சிட்டாய். கெட்டிக்காரன். முந்தித் துவக்கில சுட்டிருக்கிறியா?"

"இல்லை... ஆனா அய்யாட்டை ஒரு பதினாறாம் நம்பர் ஷொட்கன் இருந்தது. அவர் வேட்டைக்காரர்."

"நல்லது, இடையில துண்டு குடுத்து விளையாடாமல் இருந்தாயெண்டா பெரிய நிலைக்கு வருவாய்." மாஸ்ரர் முதுகில் தட்டிச் சொன்னார். அவருடைய சொற்கள் மேகங்களைப் போல பக்கத்தில் மிதந்தன. வெள்ளையன் கம்பீரமாக நடந்தான்.

புலிவரியன் என்று அழைக்கப்படும் சங்கிலி வெள்ளையன் (தகடு இலக்கம் 02678) ஆகிய நான்...

திரும்பத் திரும்பச் சொற்கள் சிக்குப்பட்டன. இரண்டு கைகளாலும் தலையை அழுத்திக் கோதினான். பிடரியில் விரல்களைக் கோர்த்துக் கண்களை மூடினான். வீரச்சாவு அறிவித்தல்களை இப்படித்தான் எழுதுவார்கள்.

'புலிவரியன் என்று அழைக்கப்படும் தனிக்கல்லடியைச் சேர்ந்த சங்கிலி வெள்ளையன் பத்தொன்பது பெப்ரவரி இரண்டாயிரமாம் ஆண்டு ஆனையிறவு இராணுவத் தளம் மீதான தாக்குதலில் வீரச்சாவைத் தழுவிக்கொண்டார்.' பழக்கப்பட்ட வானொலிக் குரலொன்றில் கற்பனை செய்துபார்த்தபோது புன்னகை பரவிற்று. பத்தொன்பது பெப்ரவரி இரண்டாயிரம்...

முதுகுவடத்தின் ஓரத்தில் விறுவிறுக்கத் தொடங்கியது. எலும்பிற்கும் தசைக்கும் இடையில் இரத்தத்தில் மூழ்கிக் கிடந்த ஒரு கறுப்புப் பூனை கூரிய பற்களால் தசையைப் பிய்த்துத் தின்னத் தொடங்கியது. கூரை முள்ளைக் குதத்திற்குள்ளால் செலுத்தி யாரோ சுழற்றுவதுபோன்ற வலி... கொழுக்கியைப்போல் வளைந்த முட்கள் சுருக்கென்று தைத்தன.

'இந்தச் சனியன்தான் என்னை மெழுகு மாதிரிக் கரைச்சு ஊத்தினது... மனதின் கடிவாளத்தைத் தகர்த்து அலையவிட்டது. கம்பீரத்தையும் திமிரையும் தின்று செரித்தது.'

ஆனையிறவின் உப்பளக் கொதிநிலத்தில் அறுந்த வார் செருப்பைக் கழற்றி வீசினான் வெள்ளையன். உவர்ப்பை பசையாக்கிக் குழைத்து முகத்தில் பூசி கடற்சண்டையை நினைவுபடுத்திற்று காற்று.

காலையிலிருந்து உற்சாகம் தருவதாக மாறியிருந்த சண்டையை போராளிகள் பிடித்த விளையாட்டொன்றை ஆடுவதைப் போலப் பொருதினார்கள். ஆனையிறவிற்கான விநியோகத்தைத் துண்டித்து இராணுவச் சிப்பாய்களைத் தனிமைப் படுத்துவதற்காக அனுப்பப்பட்ட ஆயிரம் போராளிகளும் கடலைக் கடந்து குடாரப்பில் தரையிறங்கியிருந்தார்கள். அவர்கள் அங்கிருந்து முன்னேறி ஏ9 வீதியைக் குறுக்கறுத்துக் கடப்பார்களாயின் அதற்குப் பிறகு ஒரு பூவைக் கொய்வதைப்போல ஆனையிறவைப் பிய்த்தெடுத்துவிடலாம். வெள்ளையன் திரும்பிப் பார்த்தான். பரந்தன் இரசாயனத் தொழிற்சாலைப் பக்கமாக பெண்கள் அணியொன்று நிலையெடுத்திருந்தது. மிகப் பலமான இராணுவக் கோட்டையாக மாற்றப்பட்டிருந்த அதனை இரண்டு நாட்களுக்கு முன்னர் கைப்பற்றியிருந்தார்கள். "அண்ணை... விடாத...அடி... ஓடுறான்... ஓடுறான்... அண்ணை... என்ன அலமலாந்திறாய்... எடியே... முறையாக் குடடி..." ஆக்ரோஷமான குரல்கள் கேட்டன. இனிதன் 'செற்றை' சுமந்துகொண்டு ஓடிவந்தான். "தட்டுவான்கொட்டிப் பக்கம் கிளியர்..." என்றுவிட்டுக் காப்பகழி ஒன்றுக்குள் பதுங்கிக் கொண்டான். வெள்ளையனும் இறங்கினான். உள்ளே சேறும் சகதியுமாயிருந்தது. அந்தப் பிரதேசத்தின் பலவிடங்களில் கடல்நீர் வழி மறித்து நுழைந்திருந்தது. ஆங்காங்கே தீவுக் கூட்டங்கள் போலச் சிறுசிறு மண் திட்டுக்கள்... "முந்தி இந்த இடம் நல்ல வடிவாயிருக்குமாம்... வெளிநாட்டில இருந்து வாற பறவையள் இது முழுக்கத் திரியுமாம்... பள்ளிக்குடத்தில எங்கட சேர் சொன்னவர். முதன்முதலா போத்துக்கீசர் இந்த இடத்தில ஒரு கோட்டையைக் கட்டினவையாம்... பிறகு ஒல்லாந்தர், ஆங்கிலேயர்... இந்தியன் ஆமி... எண்டு இப்ப எட்டாயிரம் ஆமிக்கு மேல இங்கை மட்டும் நிக்குது. இன்னும் கொஞ்ச நாளைக்குத்தான். பிறகு நாங்கள்தானே..." என்றான் இனிதன். செற் இரைந்தது. பதில் சொல்லிவிட்டு எழுந்தான். குண்டுவீச்சு விமானங்கள் தளம் திரும்பியிருந்தன. இன்னும் சற்று நேரத்திற்கு வானம் அமைதியாயிருக்கும். தூரத்தில் காப்பரண் ஒன்று கைவிடப்பட்டிருந்தது. வெள்ளையன் புதிய மகஷின் ஒன்றைப் பொருத்திச் சன்னங்களைத் துப்பினான். காற்று வெளியில் சத்தங்கள்

எதிரொலித்தன. பொசிஷனிலிருந்து எழுந்து ஓடினான். அந்த நொடியிற்தான் தடித்த ஊசியொன்றைச் சுருக்கென்று ஏற்றியதைப் போலப் பூனை உள் நுழைந்தது.

மூளை தடதடவென ஆணைகளைப் பிறப்பித்தது. மேற் சட்டையை கழற்றி எறிந்தான். குண்டியிலா முதுகிலா இடுப்பிலா என்ற கண நேரத்துக் குழப்பத்தில் அவசரமாக விரல்களால் தடவினான். முதுகுத்தண்டு முடியும் இடத்திற்கு ஒன்றரை இஞ்சி வலதுபுறத்தில் நொளநொளத்த சூடான ரத்தம் சிறுநீர் வழிவது போலத் தொடைகளில் இறங்கியது.

“டேய் இனிதன், பீஸ் தைச்சிட்டுதடா” என்று கத்தினான் வெள்ளையன்.

‘பீஸ்’ நிரந்தரமாகத் தங்கிவிட்டது. வெள்ளையன் இரண்டு மாதங்கள் படுக்கையில் கிடந்தான். மூன்று தடவை அம்மா வந்து பார்த்தாள். ஆஸ்பத்திரியில் அவனைக் கிடையாக வளர்த்தி பஞ்சுத் தலையணை வைத்திருந்தார்கள். அவ்வப்போது ஒரு ஷெல் கூவலைப்போல வலி கிளர்ந்து வெடித்தது. அந்நேரங்களில் கண்களை இறுக மூடினான். கவனத்தை அந்த வலியின் மீதே செலுத்தப் பிரயத்தனப்பட்டான். திமிறும் உடும்பை, அதன் தலையிலும் வாலிலும் சுருக்கிட்டு முடிவதைப்போல வலியைச் சுருட்டப் பார்த்தான். உடும்பு திமிறி முடிச்சை அவிழ்த்துக்கொண்டு உடலை ஆட்டியாட்டி ஓடியது.

ஆழ்கிணற்றில் விழுந்த குழந்தையைப் பத்திரமாகத் தூக்குவதைப்போல அவனை மீட்டெடுத்தார்கள். கால்கள் இயங்கினதான். பீஸ் உள்ளேயே பதுங்கிக்கொண்டுவிட்டது. இரண்டடி நடந்தாலே உடல் களைத்தது. இயற்கை உபாதைக்குக் குந்தினால் பூனை விழித்துக்கொண்டு குதறியது. வயிற்றில் கத்தியைச் செருகிப் பூனையைத் துண்டு துண்டாக வெட்டி எறியவேண்டும் போலவொரு வெறி அவனை மூடும்...

ஒவ்வொரு நாளும் விழிக்கும்போது இரண்டொரு நிமிடங்கள் கண்களை மூடி உள்ளே விரியும் செம்மஞ்சள் பின்னணியில் நெற்றிப் பொட்டிலிருந்து பிரகாசிக்கும் ஒரு வெள்ளை ஒளியைத் தேடும் பழக்கம் வெள்ளையனுக்கு இருந்தது. இயக்கத்தில் இணைந்த மூன்றாவது வருடத்தில் தன்னுடைய பதினேழாவது வயதில் அந்த ஒளியை அவன் கண்டுபிடித்தான். நக இடுக்குகள் வரை குளிரும் சூடும் பரவி அன்றைய முழுநாளையும் அது அதிர்வோடு வைத்திருக்கும்.

தோழர்கள் ‘விசுவாமித்திரர்’ என்று பட்டப்பெயர் சூட்டிச் சிரித்தார்கள்.

“தவம் செய்யிறாயாடா?” என்று இனிதன் கேலி செய்தான்.

அவன் யாழ் மாவட்டப் போராளி. இடப்பெயர்வோடு இயக்கத்தில் சேர்ந்திருந்தான். கவிதைகள் எழுதுவான். சற்று அலட்டல் குணம். 'திலீபன் அண்ணை, யோகி அண்ணை எல்லாம் எங்கடை பள்ளிக்குடம் தான்' என்று நாளுக்கு இரண்டு தடவை சொல்லுவான். அவன்தான் ஆனையிறவு வெளியில் காயமடைந்த போது, வெள்ளையனைத் தாங்கிப் பிடித்தவன். சுயநினைவு இழக்கும் வரைக்கும் வெள்ளையன் அவனுக்குக் கட்டளையிட்டுக் கொண்டிருந்தான். "முள்ளந்தண்டிலயிருந்து வலப்பக்கமா தைச்சிருக்கு. வயித்தாலயோ துடையாலயோ விசிறேல்லை. எனக்குத் தலை சுத்துமாப்போலயிருக்கு. ஏதோ விறுக் விறுக் எண்டுது. ரௌசரை இளக்கிறன். சாரத்தைக் கிழிச்சுக் காயத்தைக் கட்டு, ரத்தம் போகாமல் பாரடா..." வெள்ளையனின் பாதங்கள் மண்ணில் தேயத் தொடங்கின. இரண்டொரு மணிநேரத்தில் அவனைப் பின்னகர்த்தியிருந்தார்கள்.

"உப்பிடிக் கண்ணை மூடியிருக்கேக்கை என்னத்தையடா நினைப்பீங்கள். பள்ளிக்குடத்திலும் இராசையா சேர் உதைத்தான் நெடுகலும் சொல்லுவார். எனக்கெண்டால் கண்ணை மூடினால் கலர் கலராத்தான் வருகுது" இனிதன் புதினமாகக் கேட்பான்.

"இது என்ர அய்யாட பழக்கம், ஒரு இலக்கை வைச்சிருக்கிறவன் இதைச் செய்வான் எண்டு அய்யா சொல்லுவார்." வெள்ளையனை நினைவுகள் மூழ்கடிக்கும்.

'அய்யா தலைமயிரை மேவிப் பிடரியில் கலைச்சுப்போட்டு வெள்ளனவே தலையில தண்ணி வாப்பார். கீச் கீச் எண்ட கப்பிச் சத்தம் எலி கத்துற மாதிரியிருக்கும். முழுகிட்டு வந்தால் ஈரம் காயாத தலைமயிர் கழுத்தில அப்படியே படிஞ்சுபோயிருக்கும். சிலுப்பினாரென்டால் பழுத்த இலையில தண்ணி தெளிச்ச மாதிரி தோளில தெறிக்கும். இடுப்பில ஒரு துண்டு மட்டும் கட்டிக்கொண்டு சப்பாணி கட்டி இருப்பார். கையை நீட்டி முழங்கால் சிரட்டையில் பொறுக்கவிட்டு கண்ணை மூடி மூச்சை உள்ளையெடுப்பார். அதே சீரில விடுவார். விடியக்காலமையின்ரை பரபரப்பு அவரை ஒண்டும் செய்யிறதில்லை. அம்மா குசினிக்குள்ளை விறகுகளை இழுத்து விழுத்தாமல் அடுப்பு மூட்டுறதில்லை. ராணி அக்கா காரணமேயில்லாமல் கத்துவாள். தங்கச்சி திண்ணையில குந்தியிருந்து கறகறவெண்டு குப்பையை வறுகுறதுபோலத் தலையை வறுகுவாள். ஆனால் அய்யா இன்னுமொரு உலகத்துக்குள்ளை எப்பயோ போயிருப்பார். எப்பயாவது என்னைக் கூப்பிட்டு தன்ரை மடியில இருத்துவார். முதுகைத் தடவி ராசனடா நீ எண்டு சொல்லுவார். தேகத்தில ஈரக் கை பட அப்படியே குளிர்ச்சி பொங்கும். ஒருநாள் காலமை, குளவியள் குத்தின மாதிரியான

முகத்தோடை அவரைக் கொண்டுவந்து கிடத்திச்சினம். அய்யா கண் மூடியும் மூடாமலுமாக் கிடந்தார். அவற்றை வயிறு ஏறி இறங்குதா எண்டு பாத்துக் கொண்டேயிருந்தன். அது சுட்ட செங்கட்டி மாதிரி அசையாமல் கிடந்திச்சு. தலைமாட்டில விளக்குக் கொளுத்தி வைச்சினம். நான் அய்யாவை மாதிரியே சப்பாணி கட்டி இருந்தன். அந்த விளக்கின்ர சுடரையே பாத்துக்கொண்டிருந்தன். கண் தன்ரை பாட்டில மூடுப்பட்டிச்சு. "கோபம், அழுகை, சந்தோசம், கவலை எல்லாத்துக்கும் கடிவாளம் எங்கடை கையில இருக்கவேணும். எங்களைக் கேட்டுத்தான் கண் அழ வேணும். எங்களைக் கேட்டுத்தான் வாய் சிரிக்க வேணும்..." அய்யா தேகத்தில நீர் சொட்டச் சொட்ட எனக்க முன்னாலயிருந்து சொல்லிக்கொண்டிருந்தார். அய்யாவின்ரை முகத்துக்குப் பின்னால ஆயிரம் சூரியன்ரை வெளிச்சமிருந்தது. குளவிகள் குத்தின காயங்களைத் தேடி அய்யாவின்ரை சொக்கையைத் தடவினன். என்ரை விரல் பட்டதும், அய்யா சூரிய வெளிச்சத்துக்குள்ளை கரைஞ்சு போனார்.'

அந்த உலோகத் துண்டு ஒரு விரலளவு கரிக்கட்டையைப் போலிருக்குமா... அது கிழித்துச் சென்ற வடுவை வெள்ளையன் அடிக்கடி வருடுவான். ஓர் அட்டை ஒட்டியிருப்பதைப்போன்ற மேடு. சொந்தமில்லாத எதையோ காவித் திரிவதைப்போல எப்பொழுதும் ஓர் உணர்வு.

காயம் ஆறிய ஒருநாள். வழமையான சூட்டுப் பயிற்சியில்தான் முதற் தடவையாகக் கை உதறியது. 'எய்ம் பொயின்ற்'றில் பார்த்தபோது வேலியிற் பாயும் ஈரத்தவளையைப்போல கறுப்புப் புள்ளி அங்குமிங்கும் பாய்ந்து கொண்டேயிருந்தது. தலை சூடாகியது. கண்களை மூடித் தணிய முயற்சித்தான். 'தயவுசெய்து ஒளியோடு வாருங்கள்' என்று கண்களுக்கிடையில் தந்தையை அழைத்தான். ஆனால் பகலை அரைத்துத்தின்ற கருமையே வியாபித்துநின்றது. திக்குத் தெரியா வனம். மனம் ஒரு கிரேனைட் குண்டைப்போலத் துகள்களாகியது. சினமும் எரிச்சலும் குபுக் என்று வழிந்தோட அது நடந்தது. சடசடவென்று அவன் சுடத் தொடங்கினான். பதினொரு ரவைகள் அநியாயமாகின. மூன்று மாதத்திற்குத் துப்பாக்கியை வாங்கி வைத்துக் கொண்டார்கள்.

பூனையின் குதறலைத் தாங்க முடியாத விறைப்பில் தரையிற் கிடந்து இரும்புக் குழாய்களைக் கடித்தான். வாய்விட்டு "என்ட அய்யா..." என்று அலறினான். அவனைத் திரும்பவும் டொக்ரரிடம் அனுப்பினார்கள்.

"டொக்ரர் எனக்கு இதை எப்பிடிச் சொல்லுறதெண்டு தெரியேல்லை. இந்த இடத்தில நோகுது இந்த இடத்தில காயமெண்டு அச்சொட்டாச்

சொல்ல முடியாத மாதிரி எல்லா நினைப்பிலும் பரவிக் கிடக்கு... ஒரு மனநோய் மாதிரி...''

''இது மனநோய் இல்லை...'' என்று அவசரமாக மறுத்த டொக்ரரை நன்றியோடு பார்த்தான்.

''வேற ஒண்டுமில்லை. உம்மடை இயல்பு குழம்பிட்டுது என்று நீர் நம்பத் தொடங்கிட்டீர். உம்மடை இயல்பு என்ன...''

''இயல்பெண்டு சொல்லத் தெரியேல்லை. ஆனால் எனக்குள்ளை நான் என்ரை மனசின்ரை சொல்வழி கேட்டு நடக்கிற ஆள் எண்டு ஒரு திமிர் இருந்தது. திமிரெண்டு சொல்லலாமோ தெரியேல்லை. இந்தப் பீஸ் உள்ளையிருந்து அரிச்சு அரிச்சு அதை இல்லாமல் செய்திட்டுது. இப்ப எனக்கு என்னிலயே வெக்கமாக் கிடக்கு...''

''இயக்கத்தில உம்மைப்போல காயம்பட்டவை, கை காலை இழந்தைவை எண்டு எத்தினையோ பேர் இருக்கினம். உடம்பில பீஸோடு திரியிறது இங்கை சர்வசாதாரணமல்லவா...''

வெள்ளையன் டொக்ரரை உற்றுப் பார்த்தான். ''அவையள் எல்லாருமே என்னைப் போல இல்லை எண்டு உறுதியாச் சொல்ல முடியுமா டொக்ரர்...''

''அவையள் தங்களைச் சந்தோசமா வைச்சிருக்கினம். பாட்டுப் பாடுகினம், சிலர் படிக்கினம்...''

''மனசில ஒரு மூலையில எண்டாலும் வலி இருக்காதா டொக்ரர்...''

டொக்ரர் அமைதியாக வெறித்தார்.

''நில் எண்டால் நிக்கவும், ஓடு எண்டால் ஓடவும், சுடு எண்டால் சுடவும் இந்த உடம்பை நான் பழக்கப்படுத்தி வைச்சிருந்தன். வெறும் இரண்டு இஞ்சி உலோகத் துண்டு இண்டைக்கு தன்ரை சொல்லுப்படி வளைக்குது. ஓடினால் நிக்கச் சொல்லுது. குந்தினால் எழும்பச் சொல்லுது. நித்திரை கொண்டால் முழிக்கச் சொல்லுது. என்ரை அய்யா சொல்லுவார். உன்ரை எண்ணம்தான் உன்னை வழிநடத்தவேணும். இல்லையெண்டால் நீ பிணமெண்டு. நான் பிணம் டொக்ரர்...'' கண்ணீர் திரண்டு வழிந்துகொண்டிருந்தது.

அது தீருமட்டும் காத்திருந்த டொக்ரர் ''இயக்கத்திலிருந்து கொஞ்சக் காலம் விலகியிருப்பதைப் பற்றி என்ன நினைக்கிறீர்'' என்று மௌனத்தை உடைத்துக் கேட்டபோது வெள்ளையன் அதனை எதிர்பார்த்திருக்கவில்லை.

“இதொண்டும் பாரதூரமான பிரச்சினை இல்லை. ஒரு உளவியல் அழுத்தம்தான். ஒரு போராளி இப்படித்தான் இருக்க வெணுமெண்டு நீராகவே சில எல்லைகளைப் போட்டு வைச்சிருக்கிறீர். அதிலிருந்து கொஞ்சம் விலகினாலும் உமக்குப் பதற்றமாகிறது. பிறகு அது கோபமாகுது. இது எல்லாருக்கும் ஏற்படுறதுதான். நீர் பிறந்து வளர்ந்த சூழல், பழகின மனிசர் எல்லாமும் இதில செல்வாக்குச் செலுத்தும். கொஞ்சம் கலகலப்பான ஆக்கள் இதை இலகுவாக் கடந்து போய்விடுவினம். நீரும் முயற்சிக்க வேணும். சிநேகிதர்களோடை தொடர்ந்து கதையும். சின்னப் பிள்ளையா இருந்த நாட்களை அடிக்கடி நினைச்சுப் பாரும். வலியை உடம்போடை நிறுத்தவேணும். அதை மனதுக்குக் கடத்தக் கூடாது...”

யுத்தகால இறுக்கங்கள் மெதுவாகத் தளர்ந்துகொண்டு வந்தன. இரண்டு மாதங்களுக்கு ஒருதடவை வெள்ளையன் டொக்ரரிடம் போய்வந்தான். ஒருதடவை ‘எக்ஸ்ரே’ எடுத்து கொழும்பிற்கும் அனுப்பினார்கள். கருநீலப் ‘பிலிம்’மில் புகையில் வரைந்த இரண்டு வண்ணத்துப் பூச்சிகளின் இறக்கைகளின் மேலே முதுகுத்தண்டு இணையுமிடத்தில் ‘அது’ ஒளிந்திருக்கிறது என்றார் டொக்ரர். அவன் பூனையைத் தேடினான்.

“இப்பிடியே விடுறதுதான் நல்லது. ஒப்பிரேஷன் செய்து எடுக்கிறது சிலநேரம் ஆபத்தா முடியலாம்.”

“இருக்கட்டும் டொக்ரர். ஒரு நாளைக்கு மண்ணோடு உக்கும்போது வெளியில வரட்டும். ஆனால் இந்த வலிக்கு ஒண்டுமே செய்யேலாதா டொக்ரர்?”

“இந்த வலியைத் தாங்கிற சக்தி உம்மட்டை இருக்கு. பிரச்சனை என்னெண்டால் இந்த நோவு உம்மடை உறுதியை... நீர் நம்புற ஓர்மத்தை குலைக்குதெண்டு நீராவே கற்பனை செய்யிறீர். அந்த ஓர்மம்தான் ஒரு போராளியின் விலையில்லாத சொத்து எண்டு நம்புறபோது ஒரு மாதிரியான மன அழுத்தம் ஆகுது. நான் திரும்பவும் சொல்லக் கூடியது என்னவெண்டால் கொஞ்சக்காலம் விலகியிருக்கிறது மருத்துவ ரீதியா நல்லது எண்டுறதுதான். ஒண்டு செய்யும். இப்பவே இந்த நிமிசத்திலயிருந்தே அமைப்பிலிருந்து விலகிவிட்டதா நம்பத் தொடங்கும். மாற்றங்களை அவதானியும்.”

அப்படி நம்ப முடியவில்லை. கழுத்தில் தொங்கிய குப்பியும் கையிலிருந்த தகடும் கற்பனைகளை உள்ளே செல்லவிடாது அணையிட்டன.

“உமக்கு கமம் செய்யத் தெரியுமோ?”

"தெரியா."

"எந்த ஊர்?"

"இப்ப இருட்டுக்காடு. முன்னம் தனிக்கல்லடி."

"நான் தனிக்கல்லடியின் மருமகன்தான்."

ஒருநாள் காலையில் வெள்ளையன் இனிதனிடம் தான் முதலில் சொன்னான். "நான் துண்டு குடுக்கப் போறனடா."

இனிதன் நம்பாதவனைப் போலப் பார்த்தான்.

"ம்... தெளிவா யோசிச்சு எடுத்த முடிவுதான். அமைப்புக்குப் பொருத்தமில்லாத ஆளெண்டு உடைக்கேலாத பண்ட் மாதிரி ஒரு எண்ணம் மனசுக்குள்ளை தடுக்கிக்கொண்டு நிக்குது. அந்த நினைப்போடை தொடர்ந்தும் இருக்கேலா... இனி என்னால பிரியோசனமும் இல்லைதானே..."

"ஏன்... காயத்துக்குப் பிறகு நல்லாத்தானே கவனிச்சுக் கொள்ளுகினம்..."

"ஆர் இல்லையெண்டது... ஒரு குழந்தையைப் போலத்தான் பாக்கினம். ஆனா அதுதான் எனக்கு இன்னமும் கஸ்ரமாக் கிடக்கு. என்னை ஒரு நோயாளியாகப் பாக்கினம். போராளியாக இல்லை. என்னாலை அதில ஒட்ட முடியாமல் கிடக்கு. கடலிலயிருந்து பிடிச்சுக் கரையில போட்ட மீனை மாதிரி மூச்சுத் திணறுது..."

"நீ ஒரு சீரியசான ஆளா வளந்திட்டாய். அதுதான் இதைப் பற்றி நிறைய யோசிக்கிறாய். உன்ரை வலியையும் நோவையும் ஒரு போராளியா இல்லாமல் சாதாரணப் பொதுமகனா எண்ணும்போது உனக்குப் பதற்றம் குறையுமெண்டால் நீ துண்டைக் குடு..." என்றான் இனிதன்.

வெள்ளையன் அவனுடைய கைகளை இறுகப் பிடித்துக் கொண்டான். "நான் படுற பாட்டை சரியா கடிதத்தில எழுத முடியுமோ தெரியாது. உனக்கும் டொக்ரருக்கும் கூடச் சரியாச் சொன்னனோ தெரியா. ஆனா உங்களை மாதிரி அமைப்பும் என்னைப் புரிஞ்சு கொள்ளும்..." என்று உணர்ச்சி மேலிடச் சொன்னான்.

பிறகு ஒருநாள் வெள்ளையனின் விலகல் கடிதத்தை எழுதி முடித்த இனிதன் அதைப் படித்துக் காட்டினான்.

'...மிகச் சரியாக விலகுவதற்கான காரணத்தைத் தெரியப் படுத்தியுள்ளேனா என்று தெரியவில்லை. டொக்ரர் தெளிவாக அறிக்கை அளித்திருப்பார் என்று நம்புகின்றேன். அமைப்பின் கொள்கையில், அது தேர்ந்தெடுத்த பாதையில் எதுவித முரண்பாடுகளும் அற்றே இந்த முடிவிற்கு வந்திருக்கின்றேன் என்பதை நீங்கள் அறியவேண்டும். கடந்த ஒன்பது வருடங்களில், அமைப்புப் பற்றி நான் அறிந்த, எனக்கு அறியத்தரப்பட்ட இரகசியங்களை வேறெவரோடும் பகிர்ந்துகொள்ள மாட்டேன். அதனால் ஏற்படும் பாரதூரமான விளைவுகளை நான் அறிந்தேயிருக்கின்றேன். இவ் விலகல் கடிதத்தை ஏற்றுக்கொள்ளுமாறு தாழ்மையுடன் கேட்டுக்கொள்கின்றேன்.

தங்களின் உண்மையுள்ள,
புலிவரியன்

என்று வெள்ளையன் நடுங்கும் தன் விரல்களால் ஒப்பமிட்டான்.

ஈழநாதத்தின் மூன்றாவது பக்கத்தில் வெளியாகியிருந்த மயில்குஞ்சனின் முகத்தை அத்தார் பார்த்துக்கொண்டிருந்தான். மெல்லிய புன்னகை, முழுதும் வழுக்கை விழுந்த தலை, அடர்த்தியற்ற நரைத்த மீசை, முதுமைச் சுருக்கங்களிடையில் ஒளிமாறாத அந்தக் கண்கள்... அப்படியே கறுப்பு வெள்ளையிலும் உயிர்த்திருந்தன. '2 ஆம் லெப்டினென்ட் மயில்'... சத்தமாக உச்சரித்தான். பத்திரிகையின் பின்புறமாகக் காற்று மோதிச் சடசடத்தது.

சென்ற புதன்கிழமை, ஒலுமடு பொன்னம்பலம் வைத்திய சாலையில் அத்தார் மயில்குஞ்சனைப் போய்ப் பார்த்திருந்தான். அவனுடைய பூஞ்சையான கண்களில் ஒட்டியிருந்த நீர்த்துளிகள் நினைவுகளை அருட்டின. இன்னொரு தடவை மயில்குஞ்சனைக் காணமுடியாதென்று மனதிற்குள் அப்பொழுதே நிச்சயமாயிருந்தது. அவனுடைய கண்கள் மேலே வெறித்திருந்தன. கேட்கும் புலனை இழக்கத் தொடங்கியிருக்க வேண்டும்.

"எப்பிடியிருக்கிறியள்" என்று காதருகில் கேட்டபோது மௌனமாகப் பார்த்தான். ஒருவிதமான தவிப்பும் ஏக்கமும் அறையில் பரவியிருந்தன. மயில்குஞ்சனுடைய கால்களில் தோல் பொருமி வெடித்திருந்தது. முள் தைத்தும், கல் குத்தியும் கிழித்த காயங்களின் ஆறிய தழும்புகளை அத்தார் துயரத்தோடு பார்த்தான். காட்டின் மூத்த மகன் ஒரு குழந்தையைப் போலக் காலத்தின் விளிம்பில் கிடந்தான். மூப்பு தன்னுடைய அடையாளங்களைத் தெளித்து அவனுடைய உடலைச் சுருட்டத் தொடங்கியிருந்தது.

கதவைத் திறந்துகொண்டு இரண்டு போராளிகள் வந்தார்கள். அவர்களில் ஒருவனை எங்கேயோ பார்த்த நினைவு... யாரோ ஒரு தளபதி... முகமாலையிலேயோ ஓமந்தையிலேயோ போர் நிறுத்தக் கண்காணிப்புக் குழுவின் முன்னிலையில் சிங்கள இராணுவத் தளபதிக்குக் கைலாகு கொடுத்தவாறு நின்றதை பேப்பரில் கண்டதாக ஞாபகம். ஸ்ரூலை இழுத்துப்போட்டுவிட்டு அவன் உட்கார்ந்தான். மயில்குஞ்சனின் அகன்ற நெற்றியை வருடிவிட்டான். ஞாபகங்கள் அவனுடைய மனத்தை எங்கோ இழுத்துச் சென்றன.

"அய்யா எங்களுக்கு வழிகாட்டுறார் எண்டால் நாங்கள் காட்டுக்கை எதைப் பற்றியும் கவலைப்படுறதில்லை. இப்பதான் ஜிபிஎஸ் அது இது எண்டு எத்தினையோ சாமான்கள். அப்ப எதுவுமில்லை. மட்டக்களப்புப் பயணமெண்டால் மணலாத்துக் காட்டைத் தாண்டவே ஐஞ்சாறு நாள் ஆகிடும். அய்யாதான் கூட்டிக்கொண்டு போவார். பத்துப் பன்னிரெண்டு வருசத்துக்கு முதல், ஒருநாள் றக்கண்டியில ஆமிக்காரனுக்கே வழிசொன்னது இப்பயும் ஞாபகத்தில இருக்கு..." அவன் மயில்குஞ்சனின் இடது விரல்களை எடுத்து வருடினான்.

அச்சம்பவத்தைப் பற்றி மயில்குஞ்சனும் அத்தாருக்குச் சொல்லியிருந்தான். பல்லாண்டுகளுக்குப் பிறகும் நினைவிடுக்குகளில் தேங்கிக் கிடந்தது.

"என்னவோ தெரியேல்லை, அண்டைக்கு எனக்கு மனசு முழுக்கக் குழம்பிப்போய்க் கிடந்திச்சு. வேட்டை நாயொண்டு என்ரை நெஞ்சுத் தசையைப் பிறாண்டுற மாதிரியே ஒரு உணர்வு. கடல் இரையிற மாதிரி உள்ளுக்குள்ளை சத்தம்... கயிறு பின்னின மாதிரி ஏதோ ஏதோ யோசினையள்... உனக்குத் தெரியும்தானே... நான் வழி தவறுற ஆள் இல்லை. என்ரை கால் தடம் பிழைச்சதுமில்லை. ஆனால், ஒரு சுண்டுற நொடிதான். பம்பரத்தைச் சுழட்டிவிட்ட மாதிரி பாதையளும் அனுபவமும் சுழலத் தொடங்கிட்டுது. கால் தன்ரை பாட்டில போகத் தொடங்கிட்டு. அதுக்குப் பின்னால பெடியங்கள் நடக்கிறாங்கள்.

"காட்டுக்குள்ளை துலையிறதெண்டுறது வழி தெரியாத ஒரு ஊருக்குள்ளை நுழையிற மாதிரியில்லை. முன்னமும் இதாலதான் நடந்தம் எண்டு தெரியாத மாதிரி மறுபடியும் மறுபடியும் அதே பாதையில கோயிலைச் சுத்துற மாதிரிச் சுத்துவம். ஒரு தாய் பெத்துப்போட்ட ஒரே மாதிரிப் பிள்ளையள் போல காட்டின்ரை மரங்களும் கொடியளும் ஏமாத்தி அலைவிக்கும். பாம்புக் குவியல் மாதிரி கிடக்கிற பாதையளை கண்ணுக்குப் பிரிச்சறியேலாது. மனசுதான் அறியும்.

"எந்த இருட்டெண்டாலும் என்ரை நெஞ்சுக்குள்ளை ஒரு விளக்கு எரிஞ்சுகொண்டுதான் இருக்கும். ஆனா அது அண்டைக்குச் சின்னக் காத்துக்கும் அணையப் பாத்தது. விசுக்கோத்துகளும், இவங்கள் சத்தெண்டு சாப்பிடுற கன்டோஸும் தண்ணியும் கொஞ்சம்தான் கிடந்தது. அரைப்பசிதான் ஆத்தினம். பழங்களையும் காய்களையும் திண்டம்.

"காடு ஒரு அலாதியான உலகம்தான் அத்தார். துலைஞ்சுபோட்டம் எண்ட நினைவு அருட்டாத வரைக்கும் அனுபவிக்கவும் ரசிக்கவும் அதை விட்டால் வேற இடம் இல்லை. அதில கிடந்து என்னோடை நானே பேசினதெல்லாம் நீங்கள் புத்தகங்களிலயும் படிச்சிருக்க மாட்டியள்.

ஆனா இது அப்பிடியில்லையே. என்னை நம்பியெல்லே வாறாங்கள். நான் ஒரு படகோட்டி மாதிரி தானே. அறியாத பாதையள்... ஆரும் துவக்கோடை வந்தால்... நான் இத்திமரக்காரியைத்தான் மனசில கூப்பிட்டன். என்னை நம்பி இருபது உயிரும், அதுகளை நம்பி இந்தத் தேசமும் இருக்குதடி தாயே எண்டு உருகினன்.

“ஆறாம் நாள் காடு இருட்டுக் குறைஞ்சு வெளிச்சிது. மணலாறு கழிஞ்சு றக்கண்டி எண்ட கிராமத்தில ஏறினம். முசுலிம் சனத்தை யாழ்ப்பாணத்திலயிருந்தும் வன்னிப் பக்கத்திலயிருந்தும் வெளியேத்தின பிறகு நாங்கள் இந்தப் பாதையை பாவிக்கிறதில்லை. அதுக்காகத் திரும்பி காட்டுக்கை போக முடியுமே...

“றக்கண்டி ஒரு முசுலிம் மீனவக் கிராமம். கடக்கரைத் தொழிலில மும்மரமாயிருந்திச்சு. வெயில் ஏற ஏறப் பசியில குடல் சுருண்டு போச்சுது. நாக்கு வேர்க்கிற தாகம். பெடியங்கள் என்னை நம்பாமல் பாக்கிற மாதிரி ஒரு பிரமை. நடக்கிறது நடக்கட்டுமெண்டு காட்டோரம் சுவர் இடிஞ்ச பழைய ஒரு பள்ளிவாசலுக்குப் பின்னால திட்டுத் திட்டா அவங்களை விட்டுட்டு நான் ஊருக்குள்ளை இறங்கினன். அநாதிகாலமா அந்த மண்ணில அலையிறவன் மாதிரி முகத்தைப் பழக்கப்படுத்திக்கொண்டு சுடுமணலில நடந்தன். கண்ணில பட்ட முதலாவது வீட்டின்ரை வாசலில தொங்கின சீலைக்கு முன்னால நிண்டு ஆராவது இருக்கிறியளா எண்டு பிச்சைக்காரனைப் போலக் கூப்பிட்டன்.

“ஒரு சின்னப்பிள்ளைதான் துள்ளிக்கொண்டு ஓடிவந்தாள். வெயிலில வாடிக்கறுத்துப்போய் நிண்ட என்னைக் கண்ட உடனை பயந்துபோயிருக்க வேணும். வாப்பா யாரோ வந்திருக்காங்க எண்டுகொண்டே ஓடினாள். எனக்கு இத்திமரக்காரியின் நினைவு.

“முள்ளுமுள்ளா முளைச்ச தாடியோட ஒருத்தன் வந்தான். ஏறஇறங்கப் பாத்தான். ஒருவேளை எனக்கு என்ன நடந்தாலும் பெடியங்களைப் பற்றி மூச்சும் விடுறதில்லையெண்ட கிறுக்கும் அவங்கள் தனிய என்ன செய்வாங்கள் எண்ட பயமும் ஒண்டு மண்டா எனக்குள்ளை கிடந்து சுழிக்குது. அவன் என்னை உள்ளை வாங்கோ எண்டான். மெல்லப் படியேறினன். கேட்காமலேயே தண்ணி தந்தான். அருவிச்சத்தம் மாதிரி தொண்டைக்குள்ளை கேட்குது... குசினிக்குள்ள இருந்து வந்தவள் சாப்பிடுங்க எண்டாள். எனக்கு பெடியங்கள் காத்திருக்கிறாங்கள் எண்ட நினைப்பு மட்டும்தான். தரையைப் பாத்துக்கொண்டு நிண்டன். அந்தச் சின்னப்பிள்ளை தேப்பனுக்குப் பின்னால ஒளிஞ்சு என்னையே பாத்துக்கொண்டு நிண்டுது. தாய்க்காரி சுடுசோத்தில மீன்கறியை ஊத்தி ஒரு பார்சல் கட்டித்தந்தாள். கை நீட்டி வாங்கேக்கை கை நடுங்கிற

மாதிரி இருந்தது. எனக்கு இன்னும் கொஞ்சப் பார்சல் தருவியளா எண்டு கேக்கேக்கை என்னையுமறியாமல் கண்ணில தண்ணி. அவள் அல்லாவே என்று முணுமுணுத்துக் கொண்டு உள்ளை ஓடினாள். பாத்திரங்களை வறுகுற சத்தம் கேட்டிச்சு. நாலு பார்சல் கட்டித்தந்தாள். அவளையும் அவளின்ரை குழந்தையையும் கையெடுத்துக் கும்பிட்டுவிட்டு திரும்பி விறுவிறெண்டு நடந்தன். வழியில ஆமிக்காரன்ரை ட்ரக் ஒண்டு மெதுவாகி நிப்பாட்ட ஒரு கணத்தில மனசு என்னத்தையெல்லாமோ யோசிச்சு மீண்டுது. 'சோத்தையும் கட்டிக் கொடுத்து ஆமிக்குத் துப்பும் கொடுத்திட்டாங்களோ...' சந்தேகம் ஒரு மிருகம்தான் அத்தார். நல்லாத் திண்டு கொழுத்து வளந்திட்டுது எண்டால் அதுதான் எங்களை முழுக்க ஆளும். அண்டைக்கு ஆமிக்காரன் அவன் போறதுக்குத்தான் வழிகேட்டவன். தெரியாதெண்டு சொன்னால் பிரச்சினை எண்டு நான் நடந்துபோய்வந்த பாதையை விளக்கமாச் சொல்லிவிட்டன். நன்றி தாத்தா எண்டான். எனக்கு வாயில தூசணம்தான் வந்திச்சு.

பிறகும் காட்டுக்குள்ளை இறங்கி, ரண்டாம் நாள் ஏறிவிட்டம். எனக்கு இன்னமும் வாப்பா எண்டுகொண்டு ஓடின அந்தச் சின்னப்பிள்ளையின்ரை முகம் பளிங்கு மாதிரி ஞாபகத்தில இருக்கு..."

தளபதி எழுந்தான். "சரி அய்யா, நான் வரப்போறன். இந்த நோர்வேக்காரங்கள் அங்கை வா... இங்கை வா எண்டு ஒரே ஆக்கினைப் படுத்துறாங்கள்" என்று சலித்துக்கொண்டு வெளியேறினான்.

சற்று நேரம் அமைதி நிலவியது. மயில்குஞ்சன் அத்தாரின் விரல்களை வருடியவாறு பார்வையைத் திருப்பினான். "எனக்குச் சாகப் பயமாக்கிடக்கு அத்தார்..." வார்த்தைகள் உடைந்து வெளியேறின. "என்னத்தையோ இடைநடுவில விட்டுட்டுப் போற மாதிரிக் கிடக்கு..."

"ஒருநாள் பிரமந்தனாற்றில ஆமிக்காரன்ரை ஒரு யோசினை இடைவெளியில சாவு என்ரை முகத்தைப் பாத்துக்கொண்டிருக்கவே, சுடுறதெண்டால் சுடு சாகிறதெண்டால் சாகிறன் எண்ட கணக்கா நிண்டவன் நான். ஆனா இப்ப சாகப் பயமாக்கிடக்கு. ஒரே நினைப்பா அந்த நினைப்பாவே இருக்கு... காலங்காலமாத் தவம் கிடந்து சாமி கண்ணைத் திறக்கிற நேரமாப்பாத்து நான் கண்மூடப்போறதை பொறுக்கேலாமல் கிடக்கு. பயமாக்கிடக்கு அத்தார்... ஆத்மா அந்தரிச்சுக்கொண்டு அலையப்போதோ எண்டு பயமாக்கிடக்கு... பொடியளோட காலத்தை ஒருக்கா ஆசைதீரப் பாக்க வேணும். அதுவரைக்கும் எங்கையும் ஓரமா எண்டாலும் கிடக்க வைச்சாளெண்டால்... இல்லை... அவள் என்னைக் கூப்பிட்டுவிடுவாள்..."

மயில்குஞ்சனின் சொரசொரத்த கன்னத்தை அத்தார் வாஞ்சையோடு வருடி விட்டான். “நீங்கள் ஆசைப்பட்டதைக் காணும் வரைக்கும் உயிரோடை இருப்பியள்...” வார்த்தைகள் செயற்கையாக வந்து விழுந்தன. அந்தச் சொற்களோடு மயில்குஞ்சனின் முகத்தைக் காணத் திராணியற்று கண்களைத் தாழ்த்தினான். “போட்டு வாறன்” என்றபடி எழுந்து வெளியேறினான்.

பேப்பர் மூன்றாவது பக்கத்தில் விரித்தபடி கிடந்தது. நேற்று முன்தினம் நெடுந்தீவுக் கடற்பரப்பில் படகோடு தங்களையும் தீ மூட்டிய மூன்று கடற்புலிப் போராளிகளின் படங்களும் வெளியாகியிருந்தன. நீண்ட காலத்திற்குப் பின்னர் ‘வீரச்சாவு’ என்ற சொற்களைக் கண்டதில் ஏதோ ஓர் இடறல்... சண்டைக் காலங்களில் சாவடைந்த முகங்களைக் காணாத நாட்களே இருக்கவில்லையென்றாலும் பேச்சுவார்த்தைக் காலத்தில் தங்களில் நெருப்பை வார்த்த அந்த முகங்களின் புன்னகை அத்தாரைச் சுட்டது. ‘அவசரப் பட்டுட்டாங்களோ...’

கடற்படை அவர்களை வழிமறித்தபோது சாதாரணப் படகில் மீன்பிடித்துக் கொண்டிருந்தார்கள் என்று புலிகளின் குரலில் சொன்னார்கள். சந்திரா கேட்டாள் “மீன்தான் பிடிச்சதெண்டால் நேவி மறிச்சுச் செக் பண்ணக் கேட்டால் விட்டிருக்கலாம்தானே... எதுக்கு அநியாயமா உயிரைக் கருக்க வேணும்... நெருப்பு மூளேக்கை உயிர் எவ்வளவு அந்தரப்பட்டிருக்கும்...”

“கண்காணிப்புக் குழுவை உடனடியா அந்த இடத்துக்கு வரச் சொன்னவங்களாம். நாங்கள் வரேலாது, நேவியை வள்ளத்தில ஏற விடுங்கோ எண்டு அவங்கள் அறிவிச்சவங்களாம். இவங்கள் உடனை வள்ளத்தைக் கொளுத்திப்போட்டு அதோடையே எரிஞ்சு போயிட்டாங்கள்.”

சந்திரா பெருமூச்சோடு எழுந்து போனாள். அவளுக்குப் பாடசாலைக்கு நேரமாகியிருந்தது. தொண்டர் ஆசிரியராகவே நீண்ட காலமிருந்து நிரந்தர நியமனம் பெற்று சில மாதங்களுக்கு முன்னர்தான், ஐம்பதைத் தொடுகிற வயதில் இருட்டுக்காடு மகா வித்தியாலயத்தின் உதவி அதிபராகப் பொறுப்பேற்றிருந்தாள். பிரான்சிலிருந்து பொன்னம்பலமும் காசு அனுப்புவதுண்டு. அவன் ஒரு யாழ்ப்பாணத்துப் பெண்ணை மணம் முடித்திருந்தான். கல்யாணப் பேச்சுகளில் புண்ணியத்தார் சீதனத்தைப் பற்றிப் பேசித் திரிந்தபோது, சீதனமென்று சல்லிக்காசும் வாங்கக் கூடாது என்றும் அவளைத் தன்னுடைய பொறுப்பிலேயே அழைத்துக் கொள்வேன் என்றும் கறாராகச் சொன்னான் என்று சந்திரா பெருமையாகச் சொல்லியிருந்தாள்.

அத்தார் பேப்பரை மடித்து எடுத்துக்கொண்டான். சாரத்தை இளக்கி மறுபடியும் முடிந்தான். கால் புண்ணில் வெள்ளைக் களிம்பைத் தடவிவிட்டு பேச்சி தோட்டப் பக்கமாக நடந்தான். வழி முழுவதும் கடலின் நினைவு...

'வள்ளத்துக்கை நேவி ஏறினது ஒரு பிரச்சனையில்லை... மீன்பிடி வள்ளத்தில என்னத்தைக் கடத்தி வர முடியும்... அப்படித்தான் கொண்டுவாறதெண்டாலும் மருந்துதான் கொண்டரலாம்... இந்தக் காலத்தில மருந்து வேணுமெண்டால் அரசாங்கமே குடுக்கும் போல... ஆனால் தங்கடை வழியில நீங்கள் ஆராவது குறிக்கிட்டீங்கள் எண்டால் நாங்கள் எந்த லெவலுக்கும் போவம் எண்டதைக் காட்டத்தான் இவங்கள் கொளுத்தியிருக்கிறாங்கள். அருமந்த மூண்டு பிள்ளையள்... பேச்சுவார்த்தையில கடல் ஒரு பிரச்சினையாகத்தான் போகுது.'

எதிரில் கையில் சாக்குப் பையோடும் நீலநிறச் சாரத்தோடும் வெள்ளையன் நடந்து வந்துகொண்டிருந்தான். இரண்டொரு நாள் லீவில் அவன் வந்துபோவது வழமைதான் என்றாலும் சீருடையில் அல்லது அடர் நிறங்களுடைய ஆடைகளில் காணும் அவனை வெறுமனே சாரத்தில் கண்டபோது ஆச்சரியமாயிருந்தது. அந்தத் தோற்றம் அவனுடைய அடையாளத்தைக் குழப்பிவிட்டிருந்தது. அருகில் வந்தவனிடம் "என்ன லீவோ?" என்று கேட்டான்.

வெள்ளையன் அத்தாரின் புண்ணாகிய காலையே வெறித்துக் கொண்டு நின்றான். சிவப்பு நீர்க்கட்டிப் புண்கள் அதற்கிடையில் களிம்பையும் மீறிக்கொண்டு வடிந்திருந்தன. அவன் பார்வையை விலத்தி அருகில் நின்ற மரமுந்திரியைப் புதிதாகப் பார்ப்பதுபோலப் பார்த்தான்.

"நான் துண்டு குடுத்திட்டு விலகிட்டன்."

அத்தார் எதுவும் பேசவில்லை. தலையசைத்துவிட்டு நடந்தான்.

'இவன் இனி என்ன செய்யப்போறான்?' என்ற கேள்வி பின்தொடர்ந்தது.

“என்ன தம்பி... நீங்க நம்ம தோட்டத்துப் புள்ள... நீங்க போய் வேலை தருவீங்களான்னு கேட்கலாமா... உங்களுக்கு எப்பத் தோணுதோ அப்ப வாங்க...” என்றான் வாச்சரின் மூத்தமகன் சந்திரகுமார். இப்பொழுது அவன்தான் பேச்சி தோட்டத்தின் நிர்வாகத்தினைப் பொறுப்பெடுத்திருந்தான். வயது நாற்பது ஆகியிருந்தது. அசப்பில் வாச்சரின் முகச்சாயல். அதே வெற்றிலை வாய். முன்னர் எப்படி ஒரு வேலையாளாக வந்துபோய்க் கொண்டிருந்தானோ அப்படித்தான் இப்போதும்...

வாச்சர் இரத்தினபுரிக்குப் போயிருந்தான். அவனுடைய மூத்த அண்ணருடைய பிள்ளைகள், பிள்ளைவழிப் பிள்ளைகள் அங்கிருந்தார்கள். “அய்யா... இந்தத் தோட்டமும் துரவுமாவே காலம் போயிடுச்சி. என்னால முடிஞ்ச வரைக்கும் ஒழுங்காப் பாத்துக் கிட்டேன். இப்போதான் நீங்க வந்திட்டீங்களே... இனி உங்க கண்ணுக்குள்ளேயே வைச்சிக்குங்க. எனக்கு வயசாச்சு. எப்பன்னாலும் பொசுக்கென்னு போயிட்டா... அடையாத ஆசையோட ஆத்துமா அலையக்கூடாது. பெரிசா ஒண்ணுமில்ல... நாம பிறந்து தவந்து ஓடித்திரிஞ்ச அந்த மலைகளை... பச்சைக் கம்பளிப் போர்வையை விரிச்சுவிட்டாப்போலயிருக்க தேயிலச் செடிகளை... மறுபடியும் ஒருதடவை பாக்கணும்... கண்ணு நெறயணும். இந்தக் கால்ல அட்டைக கடிக்கணும். அண்ணனோட பிள்ளைக இரத்தினபுரியில இருக்காங்க. அப்பிடியே போய் நம்ம தோட்டங்களையும் பாத்திட்டு வர்றேன்.” என்று யோசப் அய்யாவிடம் சொன்னபோது அவர் சற்றும் தாமதிக்காமல் “அப்பிடியெண்டால் உங்கடை மூத்தவன் பாத்துக்கொள்ளுவானோ எண்டு கேட்டுச் சொல்லுங்கோ” என்றார்.

வெள்ளையன் சந்திரகுமாரிடம்தான் ஒரு வேலைக்காகப் போய் நின்றான். இரண்டு வாரங்களை வீட்டிலேயே கழித்தாயிற்று. வந்த அன்று வீட்டிற்குள் நுழைந்தபோது மீனாட்சி இருக்கவில்லை. குசினிக்குள் அடுப்பை ஊதி மூட்டிக்கொண்டிருந்த ராணி அரவம் கேட்டுத் திரும்பிப் பார்த்தவள் “அம்மா வேலைக்கு...” என்றுவிட்டு நெருப்புக்குள் முகம் புதைத்தாள். ‘சள்’ என்று கோபம் திமிறியது. வெள்ளையன் வெளிக்குந்தில் வந்தமர்ந்தான். காலம் அப்போதே நத்தையைப் போல மாறிவிட்டிருந்தது. மீனாட்சி ஓடி வந்தாள். “லீவில வந்திருக்கிறயே அப்பன்...” என்றவாறு பக்கத்தில் நெருக்கிக் கொண்டு

உட்கார்ந்து முகத்தை வருடினாள். "அத்தாரண்ணன் சொன்னவர் நீ வந்திருக்கிறாய் எண்டு... இப்ப காயம் சுகம்தானே மகன்... நோவில்ல தானே..."

வெள்ளையன் காட்டுக்குள் ஊடறுத்திருந்த பார்வையை விலக்காமலேயே "நான் விலத்தி வந்திட்டன்" என்றான். வெறுமைக் குரல்.

"நான் கும்பிட்ட தெய்வங்கள் என்னைக் கைவிடேல்லை. என்ர அம்மாளாச்சித் தாயே... என்ர பிள்ளையை முழுசாக் கொண்ணந்து தந்திட்டாய்." மீனாட்சி கைகளைக் கூப்பி நெஞ்சில் வைத்தவாறே எழுந்து ஓடினாள். அறையின் மூலையில் பாதிச் சிரட்டைக்குள் தொங்கிய வீபூதியை அள்ளி வந்து வெள்ளையனின் நெற்றியில் பூசினாள். அவனுடைய கண்களை விரல்களால் அடைத்துப் பொத்தியவாறு ஊதினாள். வெண் சாம்பல் உதிர்ந்து பறந்தது. விரல்களை நீக்கிவிட்டுப் பரிவோடு பார்த்தாள்.

"ஏனப்பன்... இயக்கத்தோடை ஏதாவது பிரச்சினையே?"

"ச்சீ... இல்லை. விரும்பித்தான் துண்டு குடுத்தனான்."

ராணி தலைமயிரை அள்ளி முடிந்துகொண்டு வெளியே வந்து முற்றத்தில் இறங்கினாள். சட்டிபானைகள் கவிழ்க்கப்பட்டிருந்த வரிச்சுத் தடிகளுக்குப் பக்கத்திலிருந்த வாளி நீரில் கை அலம்பிவிட்டு சட்டையில் துடைத்தாள். வெள்ளையன் அவளைப் பார்த்துச் "சிந்து எங்கை?" என்று கேட்டான்.

"பள்ளிக்குடத்துக்கு."

"நாமகள்?"

ராணி பதில் சொல்லவில்லை. கொடியிற் கிடந்த துவாயையும் பூவரசம் இலையால் சுற்றிக் கூரைச் செத்தைக்குள் செருகியிருந்த சவர்க்காரத்தையும் எடுத்துக்கொண்டு நடந்தாள். வெள்ளையன் கேள்வியோடு திரும்பினான். மீனாட்சி சற்றுச் சங்கடப்படுவது போலிருந்தது. மெதுவாக "பிள்ளை யாழ்ப்பாணம் போயிருக்கு" என்றாள்.

"உனக்கு எட்டேக்கரிலயிருந்த வதனான்ர மகன்... அவன்தான் சாரகனைத் தெரியும் தானே... நீ காயப்பட்டுக் கிடந்த நேரம் ரெண்டு மூண்டு தரம் என்னை ஏத்திக்கொண்டு உன்னட்டையும் வந்தவன். எது கேட்டாலும் ஓமெண்டு செய்யிற குணம். அவனும் உன்ர தங்கச்சியும் ஒண்டையொண்டு விரும்புதுகளாம். எனக்குத் தெரியாது. இவளுக்கு இங்காலை தேவிபுரப் பக்கத்திலயிருந்து ஒரு கலியாணம்

பேசி வந்தது. வைரவர் கோவில் கிழவன் மூலமாத்தான் கேட்டவை. இவள் ஒரேயடியா மாட்டன் எண்டிட்டாள். எனக்குக் கொஞ்சம் சந்தேகம். ஒருநாள் கதையோட கதையாக் கேட்டன். இவள் அடுத்த நாளே கிளிநொச்சிக்குப் போய் அவனுக்கு ரெலிபோன் அடிச்சுச் சொல்லியிருப்பாள் போல. அவன் அடுத்த நாளே மோட்டச்சைக்கிளில வந்திட்டான். 'அன்ரி ஒண்டுக்கும் யோசியாதேங்கோ... என்ர படிப்பு முடிஞ்சதும் நான் வீட்டை சொல்லிக் கலியாணத்துக்கு ஏற்பாடு செய்வன். மற்றும்படி இப்ப கதையைப் பரவ விடவேண்டாம்' எண்டு சொன்னான். இனி ஆசைப்பட்டதுகளைப் பிரிச்சு நாங்கள் ஏன் பாவத்தைத் தேடுவானேன். உன்ர சொல்லை நம்புறன் தம்பியெண்டு சொல்லி அனுப்பினன். பிறகு முந்தநாள் இவளொருக்கா யாழ்ப்பாணம் போகட்டோ எண்டு கேட்டாள். இப்ப நிலைமைகளும் சரிதானே... சரி போட்டு வா எண்டு சொன்னன்..."

"யாழ்ப்பாணத்தில எங்கை தங்கி நிப்பாளாம்?"

"முந்தி அங்கையிருந்து வந்து இவளோடை படிச்ச ஒரு பிள்ளையின்ர வீட்டிலதான் நிப்பன் எண்டவள். நாளைக்கு வந்திடுவாள்."

மனதிற்கு ஒருவித நிறைவும் ஆறுதலாயுமிருந்தது. வெள்ளையன் இயக்கத்திற்குப் போனபோது நாமகளுக்குப் பன்னிரண்டு வயது நடந்து கொண்டிருந்தது. மூன்று வருடங்களுக்குப் பிறகு முதற் தடவையாக வீட்டிற்கு வந்தபோது திடீரென்று வளர்ந்து பெரியவளாகிவிட்டிருந்தாள். அவர்களுக்கிடையில் ஓர் இடைவெளி தன்பாட்டில் உருவாகி வளர்ந்திருந்தது. இனம்புரியாத ஒரு குற்றவுணர்ச்சி... 'அம்மா எங்க...' 'அம்மா என்ன செய்யிறா...' இப்படித் துண்டு வார்த்தைகளைத்தான் பேசினான்.

செம்மண் தெருவும் தென்னைகளும் காடும் அந்நியப்பட்டு விட்டன. தனிமையைக் குறிவைத்து உலோகத்துண்டு பிறாண்டியது. இரவில் தாள முடியாத வலியில் பற்களைக் கடித்து விநோதமாக ஒலியெழுப்பும் தருணங்களில் மீனாட்சி அருகிலேயே உட்கார்ந்திருந்தாள். "அது மாறிடும்... அது மாறிடும்... வைரவர் சுகம் தருவார்" என்று மந்திரம்போல உச்சரித்தாள். சில நேரங்களில் அவளைத் தவிர மற்றவர்களுக்குத் தானொரு பொருட்டே இல்லையோ என்று வெள்ளையனுக்குத் தோன்றும்.

ராணி முதல் நாள் இரவே சினத்தைக் கக்கிவிட்டாள். வெளி விறாந்தையில் அவன் பாயை விரித்தபோது "நீ வெளியிலயே படுக்கப்

போறாய்?'' என்று விசுக் என்று கேட்டவளுடைய கண்கள் எரிச்சலை உமிழ்ந்து தள்ளின. அவன் மெல்லத் தலையசைத்தான்.

“வாழ்க்கை கெட்டு வந்தால் இப்பிடித்தான் ஒவ்வொருத்தரா வந்து எங்களைத் துரத்துங்கள்... நாங்கள் எங்களுக்கெண்டு நிரந்தரமா ஒரு இடம் இல்லாமல் அலைஞ்சு திரியவேண்டியதாக் கிடக்கு... தேகம் சரியக்கூடச் சொந்தமா ஒரு இடம் இல்லை. என்ன வாழ்க்கை இது'' என்று முகத்துக்கு நேரே சொன்னாள். உள்ளே சென்று சுவரோடு குறண்டிக்கிடந்த சிந்துவை “சனியனே, தள்ளிப்படு'' என்று திட்டினாள்.

காலையில் மீனாட்சி தோட்டத்திற்குப் போய்விட்டாள். சற்றுக் கழித்துப் பள்ளிச் சீருடையோடு சிந்து புறப்பட்டாள். பின்னாலேயே ராணி சந்தைக்கென்று நடந்தாள். வெயில் ஏறத்தொடங்கவும் தனிமை மேகத்தைப்போல இறங்கி மூலை முடுக்குகளில் அலைந்து திரிந்தது. வெள்ளையன் உடலை முறுக்கிச் சுதாகரித்து கொட்டிலுக்கு வெளியே வந்தான். தாழ்வாரத்தின் ஓரமாக மண்ணைக் கொத்தி மேடாக்கிக் காய்கறிகள் பயிரிடப் பட்டிருந்தன. பசேலென்ற பூசணிக் கொடி நிலத்தோடு படர்ந்திருந்தது. அகன்ற அதன் இலைகளுக்குள் ஒன்றிரண்டு பூசணிகள் முளித்துக்கொண்டு கிடந்தன. மிளகாய்ச் செடிகளும், கத்தரியும், வெண்டியும் செழித்திருந்தன. நேர்த்தியான சதுரப் பாத்திகள்... ‘ராணியக்கா எங்க இதுகளச் செய்யப்போறா... நாமகள் செய்யிறாளாக்கும்...’ கால்கள் தம்மியல்பில் எட்டேக்கரை நோக்கி நடந்தன. முன்னர் தெளிவாயிருந்த கால்தடப் பாதையின் ஓரங்களில் முட்புதர்கள் வளர்ந்திருந்தன. ஆங்காங்கே மழையில் கரைந்த சுவர்ச் சிதைவுகள்... கிணற்றைச் சுற்றியிருந்த ‘கிடுகுவேலி’ முற்றிலுமாக உதிர்ந்து கொட்டுண்டுவிட கதியால்கள் எலும்புக்கூட்டைப்போல நின்றன. ஒரு சாரம் மொறுமொறுத்துக் காய்ந்தது.

கிணற்றுக்கட்டில் சாய்ந்தான். ஒரு நாளின் முக்கால்வாசி நேரமாவது மீதமிருந்தது. பேச்சி தோட்டம் வரையிலும் நடக்கலாமா என யோசித்தவாறு நேரத்தைப் பார்த்தான். பதினைந்து நிமிடங்களைக் கடக்க இயலாமல் காலம் ஸ்தம்பித்து நின்றது. ஒரு மாதிரியான அந்தரித்த மனநிலை... ‘சனியன்... இடுப்பில தைச்சது மேலை ஏறி ஒரேயடியா மண்டையில துளைச்சிருக்கலாம்.’ விபரீத நினைவில் திடுக்குற்றான். ‘நீங்கள் இதைப் பற்றியே யோசித்துக் கொண்டிருக்கக் கூடாது.’ டொக்டரின் வார்த்தைகள் கிணற்றுக்குள் எதிரொலித்தன.

அப்பொழுதுதான் ஒரு வேலைக்குப் போனால் என்னவென்று வெள்ளையனுக்குத் தோன்றிற்று. அந்த நினைப்பிலேயே ஓர் உற்சாகம் பரவ கயிற்றின் அந்தத்தைப் பிடித்தவாறு வாளியைத் தொம்மென இறக்கி நீரள்ளிக் குடித்தான். ஈர விரல்களால் தலைமயிரை நம்பிக்கையோடு

கோதிவிட்டான். ‘அம்மா இனி வீட்டிலேயே இருக்கட்டும்.’ நடை வேகமெடுத்தது. கேற்றைக் கடந்தபோது இடுப்பில் பொருந்தி நின்ற நீர்க்குடத்தை அணைத்துப் பிடித்தவாறு முத்து இவனுக்கு வழி விட்டு ஒதுங்கி நின்றாள்.

பேச்சி தோட்டத்தில் ஓரிரு தகரக் கூடாரங்கள் புதிதாக முளைத்திருந்தன. நடுவிலிருந்த வீட்டிற்குப் புதிதாக பெயின்ற் பூசியிருந்தார்கள். இளநீல நிறத்தில் பளிச் என்றிருந்தது. மேரி மாதாவிலிருந்து தேங்காய்களைக் கீழே குவித்துக்கொண்டிருந்தார்கள்.

“அங்கால சிங்களப் பக்கங்களுக்கும் எண்ணெய் கொண்டுபோறதால இப்போ பரவாயில்லை... இப்பிடியே நீடிச்சா பரவாயில்ல... நீடிக்குமா தம்பி?” சந்திரகுமார் வெள்ளையனை ஏறிட்டான்.

“தெரியேல்லை.”

“சண்டைதான் இப்போ இல்லியே... நீங்க இயக்கத்திலேயே இருந்திருந்தா மதிப்பா இருந்திருக்குமே தம்பி. நீங்கதானே இனி எல்லாத்தையும் நிர்வாகம் பண்ணணும்... அது சரி... இப்பவும் நீங்க தானே நிர்வாகம் பண்ணுறீங்க. ஆமா பேச்சுவார்த்தையில என்ன மாதிரி தீர்வுகள் வரும்கிறாங்க?”

வெள்ளையன் தலையைக் குனிந்துகொண்டு நின்றான்.

“என்னமோ, நல்லது நடந்தாச் சரி... எனக்கொண்ணுமில்ல... நீங்கெல்லாம் துவக்கோட கெறுக்காத் திரிஞ்ச பையங்க. உங்களத் தூரத்தில பாக்கிறப்பவே தன்னால ஒரு திமிர் வரும். அப்படித் திரிஞ்ச பையனைக் கூப்பிட்டு அலவாங்கு, மண்வெட்டின்னு கொடுக்கத்தான் ஒரு மாதிரி இருக்கு. வேறொண்ணுமில்ல.”

“இல்லையண்ணை... அதிலயொண்டுமில்லை. நான் பின்னேரம் போல இந்தத் தேங்காயளை உரிக்க வாறன். நன்றியண்ணை.”

“சரி தம்பி.”

வெள்ளையன் எண்ணெய் ஆலைப் பக்கமாக நடந்தான். அவனை அடையாளம் கண்டவர்கள் ஆச்சரியத்தோடு புன்னகைத்தார்கள். தூரத்தில் தாயைக் கண்டபோதே மனம் வெற்றுக்கூடாகிவிட்டது. வெயில் அவளில் நேராகப் படிந்திருந்தது. மினுமினுத்த வியர்வை. நெற்றிச் சுருக்கங்களில் நரைத்த மயிர் கலைந்திருந்தது. சேலையைக் கால்களுக்கிடையில் ஒதுக்கிக்கொண்டு குந்தியிருந்தாள். அருகிலிருந்த இளம் பெண்களுடைய பகிடிச் சிரிப்புகளுக்குக் காது கொடுக்காதவளாக

வேலையில் மும்மரமாயிருந்தாள். மகனின் நிழலைக் கண்டு கைகளை உதறிக்கொண்டு எழுந்தாள்.

“என்னப்பன்... பொழுது போகுதில்லையே...” என்றவாறே தீராந்தியில் கொழுவிக் கிடந்த பையை இறக்கி சரையில் சுற்றியிருந்த தேங்காய்ப் பூரானை வாயில் ஊதிவிட்டு நீட்டினாள். வெள்ளையன் நிலத்தை ஊதிவிட்டு உட்கார்ந்தான். ஒரு நொடி வலி கண்களில் மின்னி மறைந்தது. வாடிப்போயிருந்த ஒரு தேங்காய்ப் பாதியை எடுத்துச் சத்தகத்தின் கூரால் தெண்டினான். ஓடு கழறுவதைப்போல கொப்பரா கையோடு வந்தது. எண்ணெய்ப் பிசுபிசுப்பான வாசத்தை விரும்பி முகர்ந்தான்.

“வாச்சற்றை மகனோடை கதைச்சனான். என்னை வேலைக்கு வரச்சொன்னவர். நாளையில இருந்து நீங்கள் வீட்டில நில்லுங்கோ. இனிக் காணும்.”

மீனாட்சி சேலைத் தலைப்பை இழுத்து கண்களை அழுத்தித் துடைத்தாள்.

வெயில் இறங்கிவிட்டது. வெள்ளையன் முதுகிற்குப் புறத்தால் குவிக்கப்பட்டிருந்த தேங்காய்களில் ஒன்றையெடுத்து கூரான அலவாங்கில் பொத் என்று இறக்கினான். கீலம் கீலமாகப் பொச்சுகளை உரிப்பதற்காக நுனிக்காலை உன்னி எழுந்தபோது அலவாங்கைக் குண்டிக்குள்ளேயே செருகியதுபோல சுருக் என்றது. உள்ளே இரத்தக் கூழில் பின்னிக்கிடந்த நரம்புக்கொடிகளை இழுத்து வைத்து அறுப்பதைப்போன்ற வலி... நாக்கைக் கடித்துத் தாங்க முயற்சித்தான். முடியவில்லை. கைகள் ஒரேயடியாகச் சோர்ந்து போயின. இடுப்பைப் பிடித்துக்கொண்டு விலகினான்.

பக்கத்தில் நின்றவர்களுடைய கைகள் சீரான தாளகதியில் இயங்கின. அவர்கள் உரித்துக் குவித்த தேங்காய்கள் குன்றுகளைப் போல உயர்ந்தன. வெள்ளையன் ஆற்றாமையோடு பார்த்துக் கொண்டு நின்றான். தேங்காய்கள் சதக் என்று விழும் ஒரு தருணத்தில் உடல் விதிர்த்தது. தீக்கோளங்களும் புகையுமே பரவியிருந்த அளம்பில் கடற்கரையும் ஆனையிறவுப் பொட்டலுமாகப் பேச்சி தோட்டம் அவனுள் உருமாறத் தொடங்கிற்று. விறாண்டிய பூனையை உருவியெடுத்து அலவாங்கில் குத்திக் கிழிக்கின்ற வெஞ்சினம்... அவன் தேங்காய்களை மளமளவென்று உரித்து எறியத்தொடங்கினான். மிதிவெடியொன்று நிலத்தைப் பிளந்ததைப் போலப் பீறிட்ட வலி நரம்புகளைச் சுண்டியிழுத்தது. ஓர்மத்தோடு இயங்கியவன் இருளின் முதற் சுவடுகள் அடர்ந்தபோதுதான் ஓய்ந்தான். உடல் தெப்பலாக

நனைந்திருந்தது. வலியின் மீதி எட்டிப்பார்த்தபோதும் அதனை வென்றுவிட்ட பெருமிதம்... தென்னையில் சாய்ந்து ஆறினான்.

பொச்சுரித்த தேங்காய்களை எண்ணித் தாளில் குறித்துக் கொண்டிருந்த சிறுவன் தலையை நிமிர்த்தி "இருநூற்றுப் பதினாறு அண்ணை" என்றான்.

வெள்ளையனுடைய உதடுகளில் புன்னகை விரியலாயிற்று.

2004

அளம்பில் கடலோரத்திலிருந்த கிறிஸ்தவ சபை ஒன்றுக்குச் சொந்தமான தென்னந்தோப்பில் ‘லோட்’ ஏற்றிக்கொண்டு கணபதியும் மணிவண்ணனும் புறப்பட்டிருந்தார்கள். அந்தி சாய்ந்துகொண்டிருந்தது. முல்லைத்தீவு நகரத்துத் தெருவோரக் கடைகளில் வெளிச்சங்கள் ஒளிர்ந்து கொண்டிருந்தன. கணபதி விட்ட இடத்திலிருந்து தொடர்ந்தான். “லாறி ஓடுறங்கிறது நல்லதுதான். அதுக்காக இரவுக் காவல் வேலையை ஏன் விடணும்? உடம்பில வலு இருக்கிற நேரத்திலதானே வேலை செய்யணும். உன்னோட வயசில நான் ஒரு வேலை கிடைக்காதான்னு எவ்வளவு அலஞ்சேன்... நீ செய்த வேலையையும் வேணாம்னுட்டாய்... ஏன்?”

மணிவண்ணன் அலட்சியமாக முகத்தைச் சுழித்தான். “இரவு முழுக்க நித்திரை முழிச்சிட்டு அடுத்த நாள் நித்திரை தூங்கித் தூங்கி லொறி ஓடணுமா... எதுக்குச் சும்மா ரோட்டால போறவனுக்குத் தேவையில்லாமல் சாவு பயத்தைக் காட்டவேணும்? எனக்கென்ன பெஞ்சாதியா பிள்ளையா... தனியாளுக்கு இந்த உழைப்புப் போதும்.”

நகரத்தைக் கடந்து வட்டுவாகலில் ஏறும் வீதி குண்டும் குழியுமாயிருந்தது. மணிவண்ணன் வேகத்தைக் குறைத்தான். பாலத்திற்குச் சற்று முன்னதாக வேகம் அவனுடைய கட்டுப்பாட்டையும் மீறி மேலும் குறையத் தொடங்கியபோது ‘க்ளச்’ ஐ அழுத்தி ‘கியரை’ அங்குமிங்குமாக இழுத்து மாற்றி ‘அக்ஸிலெற்றரை’ மிதித்தான். கடாபுடாவென்ற விநோத ஒலிகள் கேட்டன. மேரிமாதா ஒருமுறை குலுங்கியது. பிறகு ஒரேயடியாக ஓய்ந்து போனது.

“ஆமா... கல்யாணம் வேணாம்னு ஏன் சொல்றாய்? கல்யாணம்கிறது காலாகாலத்தில நடக்கிறது. அதை வேணாம்னு ஒருத்தன் சொல்றான்னா அது கொஞ்ச நாளுக்குத்தான். உனக்கு வயசாயிகிட்டே போகுதில்ல...” கணபதி பேசிக்கொண்டிருந்த வார்த்தைகளைத் தேய்ந்து அழிய விட்டுவிட்டு ‘ஸ்ரேரிங்’ வளையத்தை வருடிக்கொண்டிருந்த மணிவண்ணனை நோக்கினான்.

வெளியே இருளும் ஒளியும் புணரத் தொடங்கியிருந்தன. கடலின் வாசத்தைப் பொத்திப் பிடித்து வந்த காற்று அதை முகத்தில்

திறந்துவிட்டது. கணபதி கைகளை மேலுயர்த்தி அலுப்பு முறித்தான். மணிவண்ணனுக்குப் பக்கமாக இறங்கிச் சென்றான்.

"என்ன நடந்தது?"

"தெரியேல்லை. விளையாட்டுக் காட்டுது." மணிவண்ணன் சாவியை முடுக்கினான். கிர் கிர் என்று ஒலியெழுப்பிவிட்டு ஓய்ந்தது.

"ஆக்களக் கூப்புட்டுத் தள்ளுவமா?"

"லோட்டோட நிக்கிற லொறியைத் தள்ள நூறு பேர் வேணும்" மணிவண்ணன் குதித்து இறங்கினான். பக்கத்தில் சலசலத்து ஓடிய ஒரு நீரோடையின் மதகுக் கட்டில் இரண்டு பேருமாகச் சென்று உட்கார்ந்தார்கள்.

"பக்கமா யாராச்சும் மெக்கானிக் இருந்தாங்கன்னா கூட்டி வரலாம்" என்றான் கணபதி.

"இஞ்சாலை முல்லைத்தீவில இல்லாட்டி புதுக்குடியிருப்பில தான் இருக்கிறாங்க. இந்த இருட்டுக்குள்ள இனியெங்க பிடிக்கிற..."

ஒரு மோட்டார் சைக்கிள் வெளிச்சத்தை முகத்தில் உமிழ்ந்து விட்டுக் கடந்து சென்றது. கணபதி கூசலைத் தடுக்க நெற்றியில் கை வைத்தவாறு எழுந்து நின்றான். தூரத்தில் கடற்கரையின் திசையில் பிளாஸ்ரிக் கூரையிலான ஒரு தேவாலயத்திலிருந்து வெளிச்சம் கசிந்துகொண்டிருந்தது. எங்கோ தூரத்திலிருந்து ஒலிப்பதுபோல சன்னமாக ஒரு கரகரத்த ஆண்குரல்... மணிவண்ணனைத் திரும்பிப் பார்த்தான். இருள் அவனை நிழலாக்கிவிட்டிருந்தது.

"இப்ப என்ன நேரமிருக்கும்?"

மணிவண்ணனுடைய இடது மணிக்கட்டில் வெளிர் பச்சை ஒளிர்ந்து அணைய அவன் "ஏழு மணியாகுது" என்றான்.

பத்து மணிக்குக் கணபதி வீட்டில் இல்லையென்றால் வல்லியாள் பதகளிக்கத் தொடங்கிவிடுவாள். பிறகு ஒரு வேலையில் மனம் கொள்ளாது. பேச்சி தோட்டத்தில் எவரையும் மிச்சம் விடாமல் விசாரித்துவிட்டு நேரே சந்திரகுமாரின் வீட்டுக்குப் போய்விடுவாள். இதனாலேயே கணபதியை எங்காவது அனுப்பும்போது "நேரத்தோட வீட்டுக்கு வந்துடு கணபதிண்ணே. அப்புறம் வல்லியாக்கா என் வீட்டுக்கு வந்து ஊரைக் கூட்டிடுவாங்க" என்று சந்திரகுமார் விளையாட்டாகச் சொல்வான். கணபதிக்கு எரிச்சலாயிருக்கும்.

“பத்து நிமிசம் வரல்லன்னா செத்தா போயிடுவேன் புள்ள. கொஞ்சம் பொறுமையா இருந்தாதான் என்ன...” என்று வல்லியாளிடம் கத்துவான்.

“உங்களுக்கு வீட்டு நெனப்பு இருக்கா என்ன... ரெண்டு குமர்ப் புள்ளகள கையில வச்சுக்கிட்டு இருக்கிற எனக்கு பொழுது இருண்டு நீங்க வரல்லைன்னாலே என்னாச்சோ ஏதாச்சோன்னு தவிப்பில தலை கிறுகிறுக்கத் தொடங்கிடுது. அது உங்களுக்கு எங்க புரியுது...”

இருபதும் பதினாறுமாக வளர்ந்து நின்ற பிள்ளைகளை அவள் பொத்திப் பொத்தி வளர்த்தாள். முத்து பள்ளிக்கூடத்திலிருந்து விலகி நாளாகியிருந்தது. சாதாரண தரம் வரை படித்துவிட்டு நிறுத்தியிருந்தாள். இப்பொழுது கிராம சேவகர் அலுவலத்தில் வேலை. ஒருநாள் நிவாரணப் பதிவு செய்வதற்காக அங்கு போனபோது புதிதாக மாற்றலாகியிருந்த விதானையம்மா முத்துவின் கையெழுத்தைப் பார்த்துவிட்டு “இஞ்சை கொஞ்சக் கணக்கு வழக்குகள், கடிதங்கள், அறிக்கையள் எழுதவேணும். வந்து நிக்கிறியா” என்று கேட்டாள். முத்து “அப்பாகிட்ட கேட்டுச் சொல்றேன்” என்றுவிட்டு அடுத்தநாள் கணபதியைக் கூட்டிச் சென்றாள். அவனுக்குப் பெருமிதம் பிடிபடவில்லை. பவ்வியமாக “அரசாங்க வேலை கொடுத்திருக்கீங்க. ரொம்பச் சந்தோஷம்மா” என்றான். விதானையம்மா பதறிச் சிரித்துவிட்டாள்.

“அய்ய்யோ... இது அரசாங்கம் குடுத்த வேலையில்லை. எனக்கு உதவி ஒத்தாசைக்கு ஒரு ஆளிருந்தா நல்லாயிருக்குமெண்டு கேட்டனான். மற்றது சம்பளமெண்டு தர ஏலாது. ஆனால் அதுக்குப் பதிலா நாலு பேர் உள்ள குடும்பத்துக்குக் கிடைக்கிற நிவாரணச் சாமான் தரலாம். நீங்கள் ஆருக்கும் சொல்லப்படாது. பிறகு என்ரை வேலைக்கு அது உலை வைச்சிடும்.”

“என்னவோ... உங்களுக்குத் தெரியாததா... நல்லதுதான் பண்ணியிருப்பீங்க... முத்து உனக்குப் பிடிச்சிருக்கா புள்ள?” முத்து தலையாட்டினாள். அன்றைக்கே வேலையை ஆரம்பித்தாள்.

“புருசன், பெஞ்சாதி, ரெண்டு பிள்ளையள் உள்ள ஒரு குடும்பத்தின்ரை கணக்கு அனுப்பித்தான் நிவாரணத்துக்குப் பதியவேணும்... நீ கலியாணம் கட்டிப் பிறக்கப்போற குழந்தையளுக்கு என்ன பெயர் வைப்பாய் சொல்லு பாப்பம்...” என்று விதானையம்மா விளையாட்டாகக் கேட்டபோது வெட்கத்தில் சிரித்தாள்.

கணபதிக்குத் தலைகொள்ளாத மகிழ்ச்சி. விதானையம்மாவின் அலுவலகத்தில் முத்து வேலை செய்வது ஊருக்குள் ஒரு மதிப்பை ஏற்படுத்தியிருந்தது. திடீரென்று அவன் இருட்டுக்காட்டில் எல்லோராலும் அறியப்பட்ட முகமாக ஆகினான்.

மேரி மாதாவை விலத்திக்கொண்டு கடந்த போராளிகளுடைய கன்ரர் கிறீச் என்று ‘பிரேக்’ அடித்தது. கணபதி துணுக்குற்று நிமிர்ந்தான். கன்ரரிலிருந்து இறங்கிய ஒருவன் “போற வாற ஆக்களுக்கு இடைஞ்சலா ஏன் இது நடுரோட்டில நிக்குது?” என்று லொறிக்கு அருகாகப் போய்நின்று கேட்டான்.

“பழுதாப்போய் நிக்குது. இனி விடியத்தான் பாக்கவேணும்” என்றான் மணிவண்ணன். கன்ரர் உறுமிக்கொண்டு போனது. “இனி யோசிக்க ஒண்டுமில்லை. நான் ஆற்றையும் மோட்டச்சைக்கிளைப் பிடிச்சுக்கொண்டுபோய் விடிய மெக்கானிக்கைக் கூட்டிக்கொண்டு வாறன். நீங்கள் லொறியோடை நிக்கிறியளே” என்றான்.

வெற்று லொறி என்றால் போய்விட்டுக் காலையிலும் வரலாம். இது வலைக் கயிற்றை அறுத்தால் பொலபொலவென உதிரும் தேங்காய்கள் பிதுங்க நிறைமாதக் கர்ப்பிணியைப்போல நிற்கிறது. “சரி... நீ காலேல வா... நான் இதில ஏறிப் படுக்கிறன். மறக்காம என் வீட்ல சொல்லிரு” என்றான் கணபதி.

மோட்டார் சைக்கிளொன்றின் உறுமலும் வெளிச்சமும் அண்மிக்க மணிவண்ணன் கையைக் குறுக்காக நீட்டித் தடுத்தான். இரட்டைப் பின்னலை மடித்துக் கட்டிய ஒரு பெண் போராளி அவள். “என்ன அண்ணை...” என்றாள். மணிவண்ணன் எதிர்பார்த்திருக்கவில்லை. “இல்லை. நான்... லொறி... மெக்கானிக்...” தடுமாறினான். அவள் கலீரென்று சிரித்தபோது வெட்கமாகிவிட்டது.

“இல்லை... லொறி பழுதாப்போயிட்டுது. நான் புதுக்குடியிருப்புக்கு அவசரமாப் போகவேண்டியிருக்கு. பரவாயில்லை. நீங்கள் போங்கோ... நான் வேற பாக்கிறன்.”

அவள் தலையசைத்துவிட்டுப் போகவும் கணபதி ‘க்ளுக்’ என்று சிரித்தான். “அவருக்கு ஆசையைப் பாரன்...”

தெருவின் நடுவில் இன்னொரு ஒளிப்பொட்டு தெரிந்தது. மணிவண்ணன் அருகில் வரும்வரைக்கும் காத்திருந்துவிட்டு சட்டென்று மறித்தான். ஓர் உதைப்புத் துள்ளலோடு நின்றது. அவனும் இயக்கப் போராளியாகத்தான் இருந்திருக்கவேண்டும். தடித்த உருவம். அகன்ற கண்ணாடி அணிந்திருந்தான். ஏறும்போதே “எனக்குப் புதுக்குடியிருப்பு வரையும்தான் அலுவல். அங்கால வரமாட்டன். கெஞ்சினாலும் வரமாட்டன்” என்று நறுக்காகச் சொல்லிவிட்டு இருக்கையில் சற்று முன்னால் நகர்ந்தான்.

“இல்லை. அங்கால நானே போய்விடுவன்.”

அவர்கள் பெற்றோல் வாசத்தை காற்றுக்குள் பிதுக்கிவிட்டு இருளுக்குள் கரைந்தார்கள். கணபதி நிமிர்ந்து பார்த்தான். மேகங்கள் அலையாத வானம்... தனிமையும் இருளும் ஏகாந்தமாய்த் தோன்றின. அந்த அனுபவத்தை முறித்துக்கொண்டு மெதுவாகப் பசியெடுத்தது. லொறிக்குள் ஏறி பெரிய 'பன்டா' போத்தலில் இருந்த தண்ணீரைக் கவிழ்த்துக் குடித்தான். இருக்கைகளைத் தட்டிச் சுத்தமாக்கிவிட்டு இறங்கினான்.

தேவாலயத்திலிருந்து சனங்கள் வெளியேறிக் கொண்டிருந்தார்கள். பெண்களினதும் குழந்தைகளினதும் குரல்கள் கேட்டன.

“தங்கச்சி... இங்கின எங்காவது சாப்பாட்டுக் கடை இருக்கா?”

“இல்லை அய்யா” என்றொரு குரல் கேட்டது. பிறகு “இந்தா... இதைக் கொண்டுபோய்க் குடுத்திட்டு வா” என்று யாரையோ அனுப்பியது. ஒரு சிறு நிழல் அவனை நோக்கி வந்து கைகளை நீட்டவும் இரண்டு வட்ட பணிஸ்களை பக்குவமாக வாங்கிக்கொண்டான். “நன்றி பிள்ளை” அந்தச் சிறுமி துள்ளிக்கொண்டு ஓடினாள். லொறிக்குள் ஏறி பணிஸைத் தின்று தண்ணீரைக் குடித்துவிட்டு காலை நீட்டிச் சரிந்தான். சமநிலையற்ற இருக்கைகள் உறங்குவதற்கு இடைஞ்சலாயிருந்தன. நுளம்புத் தொல்லை. சாரத்தை அவிழ்த்துத் தலை வரை போர்த்தினான். கால்களில் மொய்த்துக் கடித்தன. ஒவ்வொன்றாக அடித்து உருட்டி வீசினான். காதுக்குள் ஙீ என்ற சத்தம். எரிச்சலில் திமிறிக்கொண்டு எழுந்தான். லொறியிலிருந்து குதித்து தேவாலயத்தில் சிந்தியிருந்த வெளிச்சத்தை நோக்கி நடக்கலானான். கடல் தெளிவாக இரைந்தது.

மஞ்சள் ஒளி ஒரு மெல்லிய கண்ணறைத் துணிபோலப் படர்ந்திருந்தது. ஆளுயரப் படத்தில் முள்முடி தரித்த தலையைச் சாய்த்துச் சிலுவையில் தொங்கிய யேசுநாதரை கணபதி அமைதியாகப் பார்த்துக்கொண்டு நின்றான். இரத்தத் துளிகள் சொட்டிய அந்த முகம் வெறுமையை ஏற்படுத்திற்று. சொல்லொணாத் துயரக் கதையொன்றைச் சொல்ல விளையும் விழிகள்... இறுதிச் சொல் பிரிந்த உதடுகள்.. கணபதி சுவரில் சாய்ந்தான். முன்னால் வைக்கோலில் நெய்த ஒரு தொட்டிலில் யேசு பாலனின் சுருவம் கிடத்தப்பட்டிருந்தது. ஒரு குழந்தை ஆழ்ந்து தூங்குவதைப் போன்ற தோற்றத்தில் சற்று முன்னரான துயரப்படலம் உருகிவிட யேசு பாலனை ஆசையோடு பார்த்தான்.

ஐந்து மணிக்கெல்லாம் விழிப்பு வந்துவிட்டது. தேங்காய் பொறுக்குவதற்காக வண்டிலைக் கட்ட வேண்டுமென்ற நினைப்பை ஓர் உதட்டுச் சிரிப்பில் அழித்துவிட்டு எழுந்து மேரிமாதாவை நோக்கி நடந்தான். அது இரவுப் பனியில் சில்லிட்டுப்போய் நின்றது. இருள் விலகவில்லை. நிலம் வெளிக்கட்டுமென்று ஏறி சாரதி இருக்கையில் இருந்துகொண்டான். பனிப்புகார் படிந்த லொறிக் கண்ணாடிக்கூடாக ஒளி மெல்லப் பரவிற்று. பக்கத்திலெங்காவது கிணறு தெரிகின்றதாவென்று சுற்றுமுற்றும் பார்த்தான். ஒரு சிறுவன் பால் போத்தல்கள் நிறைத்த கூடையை சைக்கிளில் கொழுவிக்கொண்டு பாருக்குக் கீழாக காலை நுழைத்து மிதித்தவாறு கடந்தான். "தம்பி... பக்கத்தில கிணறு ஏதாச்சும் இருக்கா?"

சிறுவன் கடற்கரைத் திசையில் கை காட்டினான். "உதிலயொரு அஞ்சு நிமிசம் நடந்தால் நல்ல தண்ணிக் கிணறொண்டு இருக்கு."

கணபதி நீரோடை அரித்துச் சென்ற கரைமணலைக் கிள்ளிப் பற்களுக்கிடையில் தேய்த்தவாறு நடந்தான். ஒவ்வொரு காலடியிலும் உயர்ந்து செல்லும் நீல, வெள்ளைக் கோடுகளாகக் கடலும் தூய வெண்மணற்பரப்பும் துலக்கமாகின. அலைகள் நுரைத்து மடிந்து பின்வாங்கிக்கொண்டிருந்தன. கிணற்றடிக்கு வந்தான். எட்டித் தொடும் தூரத்திலிருந்த தண்ணீரை வாளியில் ஏந்திக் கொப்பளித்துவிட்டு முகத்தை அலம்பி சாரத்தால் துடைத்தான். வானத்தில் கூட்டம் கூட்டமாகக் காகங்களும், வேறு பறவைகளும் தம் இயல்பு குலைந்து அலைவதைப்போலப் பட்டது. மறுபடியும் லொறியடிக்கு வந்தான். வெளிச்சம் முழுதாக வியாபித்திருந்தது. லொறியை விலத்த முடியாமல் மிகச் சிரமப்பட்டுக் கடந்த ஓர் உழவூர்திக்காரன் 'புளுத்தபாட்டிற்குக்' கத்தினான். கணபதி அவனைச் சட்டை செய்யவில்லை. புதுக்குடியிருப்பு வீதியைப் பார்த்துக்கொண்டு நின்றான். 'ஏழு மணிக்கெல்லாம் வர்றேன்னான்... காணலையே...'

எட்டு மணி கடந்தது. இலேசாக மழை தூறியது. நீர்த் துமியல் தேகத்தில் விழுந்து தெறிக்கவும் கணபதி தலையை நிமிர்த்தினான். வானம் வெளிப்பாகத்தான் இருந்தது. பெரிய மழைக்குச் சாத்தியமில்லை. லொறியோரத்தில் ஒதுங்கி நின்றான். நாய்கள் ஊளையிடும் அவல ஒலி அடுத்தடுத்து வந்தது. திடீரென்று குச்சுகளிலும் குடியிருப்புகளிலும்

ஆளரவம் அதிகரித்தது போலிருந்தது. யாரோ பதற்றத்தோடு “என்ன கடல் மணக்கிற மாதிரி கிடக்குது” என்றார்கள்.

“தெரியேல்லை... கடல் தண்ணி உள்ளை போகுதாம். சேறு மணக்குது...”

கணபதி நிதானமாக மூச்சை இழுத்தான். குப்பென்று பேத்தைகள் செத்த நாற்றம் முகத்திலடித்தது. கடற்சேறு. அந்தவொரு கணம்தான். இருந்தாற்போல ஒரு பேரிரைச்சல் காற்றைக் கிழித்துக்கொண்டு எழுந்தது. ‘கிபிர் வந்துட்டு...’ அவன் சரேலென்று லொறியின் கீழே புகுந்து பதுங்கிக்கொண்டான். ‘இவன் எதுக்குக் காலங்காத்தால வாறான்... சண்டை தொடங்கிட்டா... அதுக்குடனவா...’ கிபிரென்றால் ஆகாயத்தில் அங்குமிங்குமாகக் கோடு கிழிக்கும். அப்படித் தோன்றவில்லை. இது உயரத்திலிருந்து வழுக்கிக்கொண்டு கீழிறங்குவதைப் போன்ற சத்தம். கணபதி தலையைச் சுழற்றினான். கிணற்றடிக்குப் போன குச்சிலிருந்து சனங்கள் அலறியடித்துக்கொண்டு ஓடிவருவது தெரிந்தது. நிதானமாக முழங்காற் புழுதியைத் தட்டிவிட்டவாறு எழுந்தான்.

“அய்யோ... ஓடுங்கோ... கடல் பொங்குது... கடல் ஊருக்குள்ளை பொங்குது...” ஒரு பெண் கைக்குழந்தையை அணைத்தவாறும் இன்னொன்றை இழுத்துக்கொண்டும் அவனைக் கடந்தாள். “என்ர மாதாவே...” சனங்கள் நந்திக்கடல் பக்கமாக ஓடினார்கள். சட்டென்று கணபதியால் எதையும் கிரகித்துக்கொள்ள முடியவில்லை. கூட்டத்தில் தொலைந்த ஒரு சிறுவனைப்போல கடலின் திசையில் பார்த்துக்கொண்டு நின்றான். ‘என்ட சாமியோய்...’ அவன் கண்ட காட்சியில் கண்கள் பிதுங்கி வெளித்தள்ளிவிட்டன. கருநீல மலைத்தொடரொன்று ஒரு பூதத்தின் வேகத்தோடு மூசிக்கொண்டு வந்தது. மண்டையில் மண்வெட்டியைப் போட்டதுபோல சுளீரென்றது. கணபதி எதிர்த்திசையில் ஓடத்தொடங்கினான். கடல் அவனுடைய பிடரியில் அடித்தது. கவிழ்ந்து விழுந்தான். சரசரவென்று ஒரு லோட் தேங்காய்களை முதுகில் கொட்டியதைப் போலத் தண்ணீரின் கனம் அழுத்தத் தொடங்கியது. மூச்சுத் திணறினான். ஒளி மறைந்து இருளானது. கையையும் காலையும் உதைத்துத் திமிறினான். புரட்டிச் சுழற்றியது. கரியிருட்டுக் குகைக்குள் நுழைந்து விட்டதைப்போன்ற அழுத்தம். வயிற்றிலிருந்து மூச்சுக்குழல் வரையும் மெல்ல மெல்ல அடைத்து இறுகுவதைப் போன்ற உணர்வு. இரண்டு கால்களையும் ஒருசேர உதைந்தான். தண்ணீர் ஒரு நொடி ஏமாந்திருக்க வேண்டும். ஒரே தாவலில் மேலேறினான். பலூனிலிருந்து காற்று வெளியேறுவதைப் போல மூச்சுச் சத்தம்... அந்தரித்துச் சுழன்றான். தண்ணீர்க் காடு... கரையில் நின்றவனை வாரியிழுத்து யாருமற்ற வனாந்தரத்தின் மேலே உமிழ்ந்துவிட்டதாக அவனுக்குத் தோன்றியது. கால்கள்

சோர்ந்து மடங்கின. சற்றுத் தூரத்தில் நீருக்குள் முளைவிட்டிருந்த ஒரு மரத்தின் கிளையைக் கண்டபோது நம்பிக்கை ஒரு மூலையில் துளிர்த்தது. காலை உதைத்தான். சுவாசிக்கச் சிரமமாயிருந்தது. வயிறு கடல்நீரால் நிறைந்திருந்தது. வல்லியாளினதும் பிள்ளைகளினதும் முகங்களைத் தண்ணீர் மெல்ல மெல்ல அழித்துக்கொண்டிருந்தது. கணபதி அழத்தொடங்கினான். அதுவரைக்கும் அடைபட்டிருந்த காது சட்டென்று விடுபட்டதைப்போல அவலக் குரல்கள் கேட்டன. எங்கோ கனவில் ஒலிப்பதைப் போன்ற சத்தங்கள்... ஒரு பெண் குரல் சுண்டியிழுத்தது.

“அண்ணோய்... என்னைப் பிடியுங்கோ...” தத்தளித்துக் கொண்டிருந்த ஒருத்தியை அலை இழுத்துக்கொண்டு போனது. அவள் மூழ்குவதும் திமிறி எழுந்து தண்ணீரைத் துப்புவதுமாகத் துடித்தாள்.

“புள்ள எதயாச்சும் புடி புள்ள...” என்று கணபதி கத்தினான். அலை திரும்பவும் அவனைக் கடலின் திசையில் இழுத்தது. கடல் தன்னை விழுங்கப்போகிறது என்று நினைத்தான். ‘வல்லியாள் என்ன செய்திட்டு இருப்பாள்... சோறு ஆக்கியிருப்பா... முத்து வேலைக்குப் போயிருப்பாளா... இல்ல இன்னிக்கு ஞாயிற்றுக்கிழமை... வீட்லதான் இருப்பா...’ அலைகள் தமக்குள் மோதிக்கொண்டன. பிறிதொரு கறுப்பு அலை அவனைத் தூக்கி வீசியது. இரண்டு குழந்தைகளுடைய தோள் மூட்டுகளையும் இறுக்கிப் பிடித்தவாறு ஒருத்தி அலைபட்டாள். “கர்த்தரே என்ர ரெண்டு பிள்ளையளையும் காப்பாத்தும்...” என்று அவள் அலறிய நொடியில் அலை அவளுடைய வலது பக்கத்தில் மோதி ஒரு பிள்ளையை விடுவித்தது. அது சுழன்று காணாமல் போனது. கணபதி “எஞ் சாமீ...” என்று கத்தினான். அவளும் எஞ்சியிருந்த இன்னொரு குழந்தையும் அவனைத் தாண்டிப் போனார்கள்.

கூந்தல் விரிந்து மிதக்க தண்ணீருக்குள் மூழ்கிய ஒருத்தியை நினைவுபடுத்தியது அந்தப் பனைமரம். கணபதி சரேலென்று எட்டிப் பிடித்துக்கொண்டான். கால்களைப் பிணைத்து நெஞ்சோடு அணைத்தான். சவுக்கைப் போல சுள் சுள் என்று தண்ணீர் முதுகில் விளாசியது. பனைமரப் பட்டை நெஞ்சிலும் தொடையிலும் சிராய்த்தது. அவன் வெறும் உள்ளாடையோடு நின்றான்.

இரண்டாவது தடவையும் அலை பொங்கி ஓய்ந்தது. சடலங்கள் மிதக்கத் தொடங்கின. கடல் ஓர் அரக்கியைப் போல விறைத்துச் செத்த குழந்தைகளை அங்குமிங்குமாகத் தாலாட்டியது. திருகியும் மோதியும் கிழிபட்ட உடல்களிலிருந்து வழிந்த குருதியில் தண்ணீர் திட்டுத்திட்டாகச் சிவந்து கரைந்தது. கணபதி பனையை ஓர் உடும்பைப்போலப் பிடித்திருந்தான்.

காலப் பிரளயம் ஒன்றை நடாத்தி முடித்துவிட்டு எதுவுமே தெரியாதது போல கடல் பின்வாங்கிற்று. உடைந்த கட்டிடங்களும் முறிந்த மரங்களும் புலப்படத் தொடங்கின. எல்லைகளற்ற ஒரே நிலம். மரத்தின் கிளைகளிலும் முள்ளுக் கம்பிகளிலும் பிரேதங்கள் சிக்கிக் கிடந்தன.

தன்னுடலில் உயிர் இன்னமும் ஒட்டிக்கொண்டிருக்கிறது என்று நினைத்தபோது கண்ணீர் உடைத்துக்கொண்டு பெருகியது. கணபதி குலுங்கிக் குலுங்கி அழுதான்.

அலைவற்றி நீண்ட நேரத்திற்குப் பிறகுதான் வெளியாட்கள் வந்து சேர்ந்தார்கள். கணபதி பனையிலேயே தொற்றியவாறு இருந்தான். மேலேயிருந்து பார்த்தபோது வெளிர் நீல ஆடையணிந்த புலிகளின் காவல்துறையினரும், பச்சை வரிச் சீருடையோடு போராளிகளும் எறும்புகளைப் போல எல்லாத் திக்குகளிலும் நுழைந்துகொண்டிருந்தார்கள். அவர்கள் கணபதியை நோக்கிக் கையை அசைத்தார்கள்.

"அய்யா... இறங்கி வாங்கோ."

"எனக்குப் பயமாயிருக்கு. நீங்க கீழ வாங்க." என்று கணபதி கத்தினான்.

இரண்டு பேர் கீழே வந்து நின்று கையசைத்தார்கள். கடலின் திசையைப் பார்த்தபடி மெதுவாக இறங்கினான். நிலத்தில் காலை வைத்தபோது 'நொளுக்' என்று புதைந்தது.

"ஏதாவது காயமா அய்யா உங்களுக்கு? நிறையத் தண்ணி குடிச்சிருந்தீங்க யெண்டால் ஒக்சிஜன் குறைஞ்சு மூச்சுவிடக் கஸ்ரமாயிருக்கும். அப்பிடி இருக்கா?"

கணபதி நீண்ட மூச்சொன்றை விடுவித்தான். "இல்ல தம்பி... எனக்கெதுவும் இல்லை" என்றான்.

"சரி அய்யா... நீங்க அப்ப வழியப் பாத்து போங்க. நிறையக் காயக்காரர்கள். தேடோணும்..."

"தம்பி... எந் தேகமெல்லாம் நடுங்குது. என்னையத் தனிய விட்டுப் போயிடாதீங்க... உங்க கூடவே வர்றேன்."

"அய்யா நீங்கள் எங்கை நிண்டனியள்?"

"வட்டுவாகல் பாலத்துக்கு முன்னாடி தம்பி. ராத்திரி லொறி பழுதாயிட்டுது. காலையில மெக்கானிக் வரட்டுமேன்னு அங்கதான் நின்னேன். ஆமா இது என்ன இடம்?"

அவர்கள் அர்த்தத்தோடு தமக்கிடையில் பார்த்துவிட்டு "சரி அய்யா நடவுங்க." என்றார்கள்.

வழி முழுவதும் ஓலம்.

"அய்யோ... என்ரை பச்சைக் குழந்தை..."

"என்ரை மனிசியும் பிள்ளையளும் கடலோடை போன பிறகு நான் மட்டுமேன் இனி இருக்கவேணும்..."

"செத்த நாலு பிள்ளையளில மூண்டின்ரை முகத்தத்தானே இப்ப வரைக்கும் கண்டிருக்கிறன்... கடைசியானக் காணேல்லையே..."

"அய்யாக்களே எங்களைப் பாருங்கோ... நாங்கள் ஆருக்கு என்ன கெடுதல் செய்தம்..."

சடலங்கள் பிய்ந்தும், கருக்குகளால் வெட்டப்பட்டும், வடலிகளில் செருகுப்பட்டும் கிடந்தன. காற்றில் இறகு மிதப்பது போலிருந்தது. கணபதி தள்ளாடினான். கடல் இன்னமும் கணுக்கால் அளவிற்கு வந்து போய்க்கொண்டிருந்தது.

"யாராவது காயக்காரர் இருக்கிறீங்களா..." இடிபாடுகளுக்கு முன்னால் நின்று போராளிகள் கத்தினார்கள்.

பனை வடலியொன்றின் பின்புறமிருந்து முனகல் சத்தம் கேட்டது. இலகுவில் அந்தப்பக்கம் போக முடியாதவாறு ஓர் உடைந்த படகு வடலியைக் குறுக்காக மறித்துக் கவிழ்ந்திருந்தது. மரங்கள் மேலும் கீழுமாகச் சொருகுப்பட்டுக் கிடந்தன.

"பின்னாலை ஆராவது காயப்பட்ட ஆக்கள் இருக்கிறியளா..."

"அண்ணையாக்கள் இஞ்சால வரவேண்டாம்" பெண் குரல்.

அந்தப் போராளி தன்னுடைய சேட்டைக் கழற்றிச் சுருட்டிக் கொண்டு படகை ஏறிக்கடந்தான். "எனக்கு உங்களை யாரெண்டு தெரியேல்லை. ஆனால் நானொரு கல்யாணம் கட்டினால் எனக்குப் பிறக்கப்போகிற குழந்தையா உங்களை நினைச்சுக்கொள்ளுறன். இந்தாங்கோ இதைப் போட்டுக்கொண்டு வெளிய வாங்கோ."

வரி வரியான பச்சைச் சீருடை உடலை மறைக்க நடுங்கிக் கொண்டு அவள் வெளியே வந்தாள். கண்களில் சாவுப்பயம்... கணபதி ‘சாமீ...’ என்று கூக்குரலிட்டான்.

“வேற யாரும் உங்களுக்குத் தெரிஞ்ச ஆக்கள் இங்கினேக்கை அம்பிட்டிருக்கினமா அக்கா?”

அவள் பொத்தென்று முழந்தாளில் விழுந்தாள். “அய்யோ என்ரை பிள்ளை... என்ரை பிள்ளை” என்று அழத் தொடங்கினாள். “இப்பிடித்தானே பத்து மாசமும் ஆகாத பாலகனைக் கடைசியா கையிலை வைச்சிருந்தன்... அய்யோ... என்ரை பிள்ளை... அய்யோ...” என்று மார்பில் ஓங்கிக் குத்தினாள்.

ஒரு பெண் போராளியை அழைத்தார்கள் “அக்கா, இவவை ஒருக்காப் பாருங்கோ.”

“வட்டுவாகல் பாலத்தைக் கடல் உடைச்சிட்டுது. ரெண்டு மூண்டு தரம் மண் மூட்டையளை அணைக்க அணைக்க அது திரும்பத் திரும்ப உடைச்சிட்டுது. இப்பதான் ஒரு மாதிரிச் சரிபண்ணிக்கிடக்கு. இனி வாகனங்கள் வரத்தொடங்கும். காயக்காரர்களை உடனுக்குடனை அனுப்ப வேணும். கெதியா ஏற்பாடு செய்யுங்கோ. ஒருத்தரையும் இனிச் சாக விடப்பிடாது” என்றாள் அவள்.

சகதியைக் கொண்டு நுழைந்த உழவூர்திகள் காயக்காரர்களை ஏற்றிக்கொண்டு விரைந்தன. திறந்த பின்பகுதியில் சிலிண்டர்கள் பொருத்தப்பட்ட பச்சை நிற வாகனங்கள் ஆங்காங்கே நின்று சிகிச்சைகளை ஆரம்பித்திருந்தன. “மெடிக்ஸ் இறங்கிட்டுது.” அவர்கள் தொடர்ந்து நடந்தார்கள். வழியில் தேகம் முழுவதும் சேறு அப்பிய ஒரு மனிதர் அவர்களை வழிமறித்தார். “தம்பியவை இதைப் பாருங்க...” என்று கையிலிருந்த சாக்குப் பையைத் திறந்து காட்டினார். தொப்புள்கொடியால் சுற்றப்பட்ட ஒரு பிஞ்சுக் குழந்தை... பட்டுத்தோல் முழுதும் இரத்த அடையாளங்களோடு கிடந்தது.

“அலை என்னைக் கொண்டுபோய் ஒரு வடலிக்கை பிரட்டிப்போட்டுது. செத்தன் எண்டுதான் நினைச்சன். இன்னொரு அலை இழுத்து எடுத்துக்கொண்டு எங்கையெல்லாமோ அலைஞ்சு கடைசியாச் சேத்துக்கை விட்டுட்டுப் போயிட்டுது. எழும்பி நடந்தால் வழியில சிவப்பா இது கிடந்தது. யாரோ நிறை மாதக்காரி... அலையின்ரை உக்கிரத்தில பெத்திருக்க வேணும். கடவுளே... இந்தக் குழந்தை பூமியில வந்து விழேக்கை இந்த உலகத்தைப் பற்றி என்ன நினைச்சிருக்குமெண்டு

யோசிச்சன்... ஏன் இந்த உலகம் இப்பிடித் தண்ணியாக் குமுறுது எண்டுதான் நினைச்சிருக்கும்... அழிவின்ரை ஒரு சாட்சியா மட்டுமே இருக்கிறதுக்காக இது பிறந்திட்டுச் செத்திருக்கு. அப்பிடியே விட்டுட்டு வர மனம் கேக்கேல்லை. அதுதான் எடுத்துக்கொண்டு வந்தனான். தனியப் புதைக்காமல் யாராவது பொம்பிளைக்குப் பக்கத்திலை வைச்சுப் புதைச்சு விடுங்க... நான் இனித்தான் என்ரை பிள்ளையளைத் தேடவேணும்..."

கணபதி தலையைப் பொத்திக்கொண்டு சகதிக்குள் குந்தினான். "எனக்கு இதெல்லாம் பாக்கிற தைரியம் இல்ல தம்பி... என்னை இதில விட்டுட்டு நீங்க போங்க. நான் ஆறிட்டு இப்படியே நடந்து போயிர்றேன்."

போராளிகள் விலகிப்போனார்கள். அவன் நீண்ட நேரத்திற்கு அப்படியே குந்தியிருந்தான். நடந்தனவெல்லாம் ஒலியற்ற காட்சிகளாக விரிந்தன. ஒரு தருணத்தில் 'வீட்டுக்குப் போகணும்...' என்று தோன்றியது. எழுந்து நடந்தான். வட்டுவாகல் பாலத்தடிக்கு வந்தபோது அடையாளமே தெரியவில்லை. கடல் இன்னமும் மேவிப்பாய்ந்து கொண்டிருந்தது. மேரி மாதாவின் நினைவு அருட்ட அது நின்ற இடத்திற்கு ஓடினான். பரிதவிப்போடு அலைந்து திரிந்தான். கடைசியில் ஒரு கொங்கிரீட் கட்டிடத்தில் அது தலை குப்புறச் சாய்ந்து கிடந்தது. இரண்டாகப் பிளந்த உடல்... கணபதி தலையிலடித்துக் கொண்டு ஓடினான்.

2005

ஆழிப் பேரலை நாளிலிருந்து சிதைந்தும் குழம்பியும் கிடந்த கணபதியின் மனது தெளிந்துவிட்டதைப் போலிருந்தது. அல்லும் பகலுமாக ‘அன்னைக்குச் செத்திருந்தால்...?’ என்ற நினைப்பும் பிள்ளைகளின் முகங்களும் அவனைப் பாடாய்ப் படுத்தியிருந்தன. ‘தண்ணி என்னைச் சுருட்டியிருந்தால் பிள்ளைக நடுரோட்டுக்கு வந்திருக்குங்க...’ என்று யோசிக்கத் தலை விறைக்கும். தண்ணீரை ஏந்தவே கை நடுங்கியது. குளிக்கும்போது தேகம் கூசியது. வியர்வை வழியும் தேகத்தைப் பார்க்கும் போதெல்லாம் அலை நக்கிவிட்டுப் போன உணர்வு... நித்திரையே இல்லை. மூக்குத் துவாரங்களில் இருளைப் பிதுக்கி அடைந்ததைப் போன்ற இட்டுமுட்டு. காலையில் தேங்காய்களை வண்டிலில் நிறைத்ததுமே ஆழிப் பேரலைக் காட்சிகள் நினைவில் வந்துவிடும். அப்படியே குந்தி இருந்துவிடுவான். மாடு தன்பாட்டில் வண்டிலை இழுத்துத் திரிந்தது. முகத்தில் நிரந்தர அந்தரிப்பு... வல்லியாள் “என்னங்க... ஏதாவது செய்யுதா?” என்று கேட்டபோதெல்லாம் “ஒண்ணுமில்ல...” என்று சொன்னாலும் மனது இலக்கில்லாமறத்தான் அலைந்தது.

ஒரு நாள் நள்ளிரவு. திடுக்கிட்டுக் கண் விழித்தான். மனது அலையில் மூழ்கத் தொடங்கியது. மீண்டெழுவதற்காகத் தன் திருமண நாட்களையும் பிள்ளைகளின் பால்ய காலத்தையும் வலிந்து நினைத்துக் கொண்டிருந்தான். அப்பொழுதுதான் முத்துவுக்கு ஒரு திருமணத்தைச் செய்து வைத்துவிடவேண்டுமென்று அவனுக்குத் தோன்றிற்று. சேறுக்கும் சகதிக்குமிடையில் ஓர் ஒற்றைத் தடத்தைக் கண்ட ஆறுதலை உணர்ந்தான். இரண்டு மூன்று நாட்களாக அதே நினைப்பில் அலைந்தவன் தோட்டத்தில் வெள்ளையனைக் கண்டபோதெல்லாம் துலக்கமற்ற எண்ணங்கள் ஒன்றின் மேல் ஒன்றென அருட்டுவதை ஆத்மார்த்தமாகக் கண்டான். மூச்சு முட்டக் குடித்த தண்ணீர் ஆவியாகக் கரைவதைப் போலிருந்தது. அன்றைக்கு இருள் நன்றாகக் கவிந்த பிறகு கிணற்றடியில் வைத்து அத்தாரிடம் சொன்னான்.

“முத்துவுக்கு வெள்ளயனைக் கேக்கலாம்னு இருக்கேன்... என்ன சொல்றீங்க...”

அத்தாருக்கு கேட்டவுடனேயே முகம் மலர்ந்துவிட்டது. “சோக்கான விசயம்... முத்துவுக்கு வெள்ளையன் நல்ல பொருத்தம்.”

“நீங்கதான் கேட்டுச்சொல்லணும்.”

“நான் சந்திராவிட்டைச் சொல்லுறன். அவள் சந்தோசப்படுவாள். அவள் ஒருக்கா மீனாட்சியோடை கதைச்சிட்டாளெண்டால் பிறகு நீ முறையாக் கேக்கலாம். எனக்கு நம்பிக்கை இருக்கு. இது சரியா வரும்.”

“நான் கும்பிடுற சாமி இதை முடிச்சுக் கொடுக்கணும்.”

“கணபதி, உனக்குத் தெரியும்தானே... அவன் ஒன்பது வருசமா இயக்கத்தில இருந்தவன். அங்கை அவன் சந்திச்ச கஸ்ரங்களும் நெருக்கடியளும் முழுக்க வேறை மாதிரியிருந்திருக்கும்... ஒரு குடும்பத்தின்ரை கஸ்ரங்களுக்கும் நெருக்கடியளுக்கும் முகம் குடுத்து வாழுற இந்த வாழ்க்கை அவனுக்குப் புதிசா இருக்கும்...”

கணபதி இடைமறித்தான். “அதெல்லாம் ஒரு பிரச்சனையா என்ன... ஒரு மனிசனுக்கு எதண்ண வேணும்... பக்கத்தில ஒருத்தனுக்கு ஏதாச்சும்னா பதறிப்போய் கைகொடுக்கிற மனசிருந்தா அதுதான் வேணும். அது இந்தத் தம்பிகிட்ட இருக்கு” என்று நிறுத்தியபோது நீராலும் சகதியாலும் சூழப்பட்டிருந்த பனைமரத்தின் கீழ் நின்று கையசைத்த இரண்டு போராளிகளும் நினைவில் வந்தார்கள்.

இரவே சந்திரா மீனாட்சி வீட்டுக்குப் போனாள். வெள்ளையனைக் காணவில்லை. அது நல்லதென்று நினைத்தாள். விறாந்தையில் நாமகள்தான் உட்கார்ந்திருந்தாள். கதைப்புத்தகம் படிக்கிறாள் போல. “வாங்கோ அன்ரி” என்றுவிட்டுத் தாயை அழைத்தாள். “அம்மா... சந்திரா அன்ரி வந்திருக்கிறா...”

சந்திரா கணபதியின் விருப்பத்தைச் சுருக்கமாகச் சொன்னாள். மீனாட்சி உடனடிப் பிரதிபலிப்புகளைக் காட்டவில்லை. மௌனமாகவிருந்தாள். நாமகளையும் ராணியையும் மாறிமாறிப் பார்த்தாள்.

அச்சூழல் சந்திராவிற்குச் சங்கடமாயிருந்திருக்க வேண்டும். “சரி. நீங்கள் யோசித்து நாளைக்குச் சொல்லுங்கோ. நான் வாறன்...” என்றவாறு எழுந்தாள்.

மீனாட்சி தம்மைத் தவிர யாருமில்லையென்று தெரிந்தும் அக்கம்பக்கமாகப் பார்த்துவிட்டு “அவயள் என்ன ஆக்களெண்டு தெரியுமா...” என்று இழுத்தாள். அவளுடைய தொனி ‘எனக்குத் தெரியும். உனக்குத் தெரியுமா’ என்பதைப் போலவிருந்தது. சந்திரா என்ன சொல்வதென்று தெரியாதவளாகக் கூரையைப் பார்த்தாள்.

"கிழவியிருந்திருந்தால் சம்மதியாது. நாங்கள் நாககன்னி வாக்களிச்ச குலமெண்டு எப்பவும் சொல்லிக்கொண்டிருக்கும். அதுதான் ஒரு மனக் குழப்பம்..."

"சரியக்கா. இதுவொரு யோசினைதான். நாங்கள் கல்யாணம் கட்டி நல்லாத்தானே இருக்கிறம்" என்றாள் சந்திரா.

"விரும்பிக் கட்டினீங்கள். சரி. அத்தாரண்ண வீட்டுக்காரர் படியேறி வந்து கேட்டால் உங்கட வீட்டில சம்மதிச்சிருப்பினமா?"

சந்திரா பதிலேதும் சொல்லாமல் "வாறனக்கா" என்றுவிட்டுத் திரும்பினாள்.

அத்தார் குளித்துவிட்டு வந்திருந்தான். "என்னவாம்?" என்று கேட்டான்.

"நான் கலியாணம் ஈசியாச் சரிவந்திடுமெண்டு நினைச்சிருந்திட்டன். அப்பிடியில்லைபோல... அவ முத்துவாக்கள் சாதி பத்தி யோசிக்கிறா போல... அவக்கு ஏதோ தெரிஞ்சிருக்கு."

"ம்... வாச்சர் சொல்லியிருப்பாரெண்டு நினைக்கிறன். பொதுவாயே மலைநாட்டில தாழ்த்தப்பட்ட சனங்கள் எண்ட பொதுப் பார்வை இருந்தாலும் அங்கையும் நீ மேல நான் கீழ எண்ட ஒரு பாகுபாடு இருக்குத்தான். வாச்சருக்கு தனக்குக் கீழயும் ஆக்கள் இருக்கினம் எண்டு காட்டிக்கொள்ளுறதில ஒரு திருப்தி போல. கடவுள் பக்தி, திருவிழா, சடங்குகள் போல சாதி அடையாளமும் ஒரு நம்பிக்கையாக நினைக்கினம்... என்ன செய்யிறது. சனங்கள் தாங்களாகவே உணரணும்."

"ஏன், வல்லியாள் என்ன ஆக்கள்?"

"மலையகத்தில அருந்ததியர், சக்கிலியர் எண்டு சொல்லுவினம். இந்தியாவில மிகக் கீழ ஒடுக்கப்பட்ட ஒரு சமூகம்."

"யாழ்ப்பாணத்தில சக்கிலியா எண்டு ஆக்களத் திட்டுறவை."

"ம்... கீழ்நிலைச் சாதியை ஒரு கேவலமான வசையாப் பாவிக்கிற கேடுகெட்ட பழக்கம்."

"நல்லவேளை... நான் லெட்சுமணனுக்கு ராணியைக் கேக்கணும் எண்டு முன்னம் நினைச்சிருந்தன். எல்லாம் தலைகீழா மாறிட்டுது. சனங்கள் பழகும்போது பெரிசாப் பாகுபாடு காட்டுறதில்லை. ஆனால் கல்யாணம் எண்டால் சம்மதிக்கறதுமில்லை. சரி, அவரவர் விதிப்படி..."

வெள்ளையன் வருவதற்கு முன்பாகவே பேசிமுடித்துவிட வேண்டுமென்ற அவசரத்தில் சந்திரா வெளியேறிப் போனவுடனேயே ராணி ஆரம்பித்துவிட்டாள். "அம்மா... எந்தக் காலத்திலயிருக்கிறியள்? ஊரை விட்டு வந்து ஒண்டுமில்லாமல் நிக்கிறம். நீங்கள் சாதி பாத்துக்கொண்டு இருக்கிறீங்கள். அவன் இயக்கத்தில இருந்தவன், வருத்தக்காரன். எல்லாத்தையும் யோசியுங்க... முத்துவுக்கு என்ன... எங்களோடயே வளர்ந்தவள். நல்ல வடிவு. நாமகள், என்னடி சொல்லுறாய்?" வெள்ளையனுக்கு ஒரு கல்யாணத்தைக் கட்டிவைத்துவிடவேண்டும் என்று அவசரப்படுவதைப் போலக் கேட்டாள்.

"எனக்கு முத்துவை விருப்பம். அம்மா, சந்திரா அன்ரிக்குச் சரியெண்டு சொல்லுங்க" என்றாள் நாமகள்.

அதிகாலையில் மாட்டில் பால் கறந்துகொண்டிருந்தபோது தரை மெழுகுவதற்காகச் சாணம் எடுக்க வந்தாள் சந்திரா. நேற்றைய பேச்சு வார்த்தைகளை அவள் நினைவுபடுத்தவில்லை. அவள் ஏதாவது கேட்பாள் என்று காத்திருந்த மீனாட்சி கடைசியாகச் சொன்னாள் "உங்கட வீட்டை வரவேணும் எண்டுதான் இருந்தன். பிள்ளையளுக்குச் சம்மதம். வெள்ளையன் ஓமெண்டால் எனக்கும் சம்மதம்தான். உங்கட விருப்பப்படி செய்யுங்கோ."

கணபதி, சந்திரா, அத்தார் எல்லோரும் வந்திருந்தார்கள்.

"முத்து நீங்கள் பாத்து வளர்ந்த பிள்ளை. நான் புதுசா ஒண்டும் சொல்ல வேண்டியதில்லை. எங்கயோ பிறந்து ஏதோ ஒரு முன்வினையில ஒருத்தருக்கு ஒருத்தர் உதவியெண்டு அமைஞ்சது இந்த வாழ்க்கை. அப்பிடி நினையாப் பிரகாரமா அமைஞ்சதை நிச்சயப்படுத்தலாம் எண்டு இவர் சொல்ல என்ர குடும்பத்து விசேசம்போல சந்தோசமாயிருக்கு..." என்றாள் சந்திரா.

"உங்க மகன் கையில பிடிச்சுக் கொடுத்தாப் பிறகு நாளைக்கே எனக்கு ஒண்ணென்னாலும் நான் கவலப்பட மாட்டேன்..." என்றான் கணபதி.

மீனாட்சி சட்டென்று பதற்றமானாள். "ஏன்... ஏனிப்பிடி வாயூறியாக் கதைக்கிறீங்கள்..."

"என்னை அலை தூக்கிட்டுப்போய் அப்புறமா நான் தப்பி வந்தேங்கிறத இன்னமும்தான் என்னால நம்ப முடியல."

மீனாட்சி ஒரு தீர்மானத்திற்கு வந்துவிட்டவள்போல அவர்களைப் பார்த்தாள். “வெள்ளையன் சின்ன வயசிலேயே இயக்கத்துக்கெண்டு போனவன். அவனை ஏன் போனனீ எண்டு நான் கேட்டதில்லை. அதே மாதிரி ஏன் வந்தனீ எண்டும் கேட்டதில்லை. உங்களுக்கும் தெரியும். நாலு வரிசத்துக்கு முதல் அவன்பட்ட காயத்தின்ரை நோவு அவனுக்கு இப்பயும் இருக்கு… என்ரை காலம் எப்ப வரைக்குமெண்டு எனக்குத் தெரியாது. எனக்குப் பிறகும் அந்த வலியை ஆத்த ஒருத்தி வேணுமெண்டதுதான் என்ரை விருப்பம்…” என்றாள். கணபதியுடைய கண்கள் சலனம் இன்றி இருந்தன. அதற்குப் பிறகுதான் வெள்ளையனுக்குச் சம்மதமென்றால் தனக்கும் சம்மதமென்று மீனாட்சி சொன்னாள்.

அத்தார் காலம் தாழ்த்தவில்லை. அன்றைக்கு மாலையே பேச்சி தோட்டத்தில் வைத்து எடுத்த எடுப்பிலேயே “இயக்கத்தில இருக்கேக்கை நீ ஆரையாவது விரும்பியிருக்கிறியே…” என்று வெள்ளையனிடம் கேட்டான். அந்தக் கேள்வி வெள்ளையனுக்குச் சங்கடமாயிருந்திருக்க வேண்டும். கேள்வியோடு பார்த்தான்.

“ஏன் கேட்கிறன் எண்டால் இவன் கணபதி முத்துவுக்குக் கல்யாணம் பாக்கிறான். நீ சம்மதமெண்டால் உனக்குக் கட்டிவைக்கிறதில அவனுக்கு முழுத் திருப்தி. உன்ரை அம்மாட்டைக் கேட்டோம். அவ உனக்குச் சம்மதமெண்டால் தனக்குச் சம்மதமாம்… இனி நீதான் சொல்ல வேணும்.”

வெள்ளையன் தேங்காய்க் குவியலில் ஏறி உட்கார்ந்து கொண்டான். அருகிற் கிடந்த காய்ந்த ஈர்க்கைக் கடித்துக் கடித்துத் துப்பினான். முத்துவோடு பாடசாலைக்குச் சென்றுவந்த சிறுவயது ஞாபகங்கள் உதட்டோரத்தில் புன்னகையைக் கொண்டுவர முயன்றன. அவளுக்கு குண்டுவீச்சுகளென்றால் பொல்லாத பயம்.குண்டுகள் வீழ்வதற்கு முன்னரே ‘அய்யய்யோ முத்து கத்தப் போறாள்’ என்றுதான் ரீச்சர்கள் அச்சமடைந்தார்கள். இயக்க வாழ்வின் ஆரம்ப நாட்களில் விமானச் சத்தத்தில் முத்துவின் பதகளித்த முகம் எட்டிப் பார்த்ததுண்டு. காலப்போக்கில் அழிந்துவிட்டது. இயக்கத்திற் சேர்ந்த அந்த ஒருநாள் காலத்தின் குறுக்கே பாய்ந்து வாழ்க்கையை இரண்டு துண்டுகளாக்கிவிட்டது. பிறகு வந்த நாட்களில் முற்காலங்களே இல்லாதவர்களாக ஒருவரையொருவர் கடந்துபோனார்கள். இப்பொழுதும் மனதில் நிர்சலனம்தான்… அவளைத் தன் துணையாக வலிந்து நினைத்துப் பார்த்தான். ஒரு துயருமில்லை. மகிழ்வுமில்லை.

“இதிலை யோசிக்கிறதுக்கு ஒண்டுமில்லை. நீ இதுக்கு முதல் வாழ்ந்த வாழ்க்கைக்கு ஒரு அர்த்தம் இருந்த மாதிரி இனி வாழப்போற

வாழ்க்கைக்கும் ஒரு அர்த்தம் வேணும். எனக்குத் தெரியும். உன்ரை காலம் ஒரு சூனியம்போல இருண்டு கிடக்கெண்டு நீ நினைக்கிறாய். என்னை நம்பு... இவள் ஒரு சுடரைப்போல கூட வருவாள்" என்றான் அத்தார்.

"அம்மா என்ன சொன்னவ?" வெள்ளையன் முதற்தடவையாகக் கேட்டான்.

அத்தார் உற்சாகத்தோடு சொன்னான் "அவவுக்குச் சம்மதம். உன்ரை முடிவுதான் முக்கியம் எண்டு சொன்னவ."

"ம்... வீட்டில அக்கா கனகாலமா இருக்கிறா..."

"அது யாருக்குத்தான் மனசுக்குப் பாரமில்லை...? ஆனால் ஒரு கவலைக்காக இன்னொரு கஸ்ரத்தையும் தூக்கிச் சுமக்கிறது முறையில்லை. ராணி கெட்டிக்காரி. இதையெல்லாம் புரிஞ்சுகொள்ளுவாள். ஒரே வீட்டுக்குள்ளை புருசன் பெஞ்சாதியா இருக்க அந்தரமெண்டால் பக்கத்திலேயே ஒரு கொட்டிலைப் போட்டுத் தங்கலாம். எங்கையாவது தூரமாப் போனாத்தான் மனதுக்குக் கவலை..."

வெள்ளையன் எழுந்து நடந்தான்.

"நான் கணபதிக்கு என்ன சொல்லுறது?" அத்தாரின் குரல் பின்தொடர்ந்து கேட்டது. திரும்பி "ம்..." என்றான்.

இரவு அத்தார் சந்திராவிடம் சொன்னான் "இந்தக் கல்யாணத்துக்கு அவன் சம்மதிச்சது ஒரு பாழுங் கிணத்தைக் கடந்ததுக்குச் சமன்... நானும் பாத்துக்கொண்டுதான்வாறன். அவன்ர முகத்தில ஒரு சிரிப்பில்லை. ஆக்களோடை ஒரு கதையில்லை. எதையோ பறிகொடுத்த மாதிரியே எப்பவும் முகம். இனியெண்டாலும் அதிலயொரு மாறுதல் வரட்டும்."

"அவன் சின்னனில இருந்தே அப்பிடித்தானே... தகப்பனைப் போல."

"அப்பிடியில்லை... இயக்கத்தால விலகி வந்தாப் பிறகு அவனுக்கு ஒரு தாழ்வு மனப்பான்மை வந்திட்டுது. அவன் பிரச்சினைகள் விளங்கித்தான் போனானோ அல்லது கணபதி சொன்ன மாதிரி குரங்கைச் சுடத் துவக்குத் தரேல்லையெண்ட கெறுக்கிலதான் போனானோ தெரியாது. ஆனால் அங்கை போய்ச் சேர்ந்தாப்பிறகு நாள்பட நாள்பட இந்தச் சனங்களுக்காகவும் நிலத்துக்காகவும் தன்ர ஒவ்வொரு துளி நேரத்தையும் குடுக்கிறன் எண்ட நினைப்பும் இதுகளுக்காகச் சாகவும் தயார் எண்ட அர்ப்பணிப்பும் அவனுக்குள்ளை ஆயிரம் யானையள் சேர்ந்த மாதிரி நம்பிக்கைகளை அள்ளிக் குவிச்சிருக்கும். அந்த நம்பிக்கைதான் தன்ரை

வாழ்க்கையின்ரை அர்த்தமே எண்டு உள்ளை பதிஞ்சு போயிருக்கும். திடீரெண்டு காலம் அவனைத் தூக்கி வெளியில போட்டுட்டுப் போக பிள்ளை நொறுங்கிப்போயிட்டான். இனித் தன்ரை நம்பிக்கை என்ன... அதின்ரை அர்த்தம் என்ன எண்ட கேள்வியள் அவனைக் குலைச்சுப் போட்டிருக்கும்... உள்ளயிருக்கிற காயத்தைவிட அதுதான் அவனைக் குத்திக் கிழிக்கிது... இப்படியான நேரத்தில வாழ்க்கையின்ரை இன்னொரு சரடைப் பிடிச்சு ஓடாமல் விட்டால் அது தலைகீழாய்ப்போய் முடிஞ்சிடும்."

"பேச்சுவார்த்தையளில் நல்ல தீர்வொன்று வருமெண்டால் வீட்டுக்கு வரப்போற எல்லாப் பெடி பெட்டையளுக்கும் இப்படித் தானே ஆகப்போகுது..." என்றாள் சந்திரா.

"அப்பிடி நடக்க விடமாட்டாங்கள்..." அத்தார் தீர்மானமாகச் சொன்னான்.

"இதுக்கு என்ன அர்த்தம்... பேச்சுவார்த்தைகளில் தீர்வு வராதா... மறுபடியும் சண்டையா..." என்று இழுத்தாள். "ஒருவேளை அப்படித்தான் நடந்து அப்பவும் இந்தப் பிள்ளைகள் திரும்பி வீட்டுக்குத்தான் வரவேண்டியிருந்தால்..."

அத்தார் சந்திராவை ஏளனமாகப் பார்த்தான். பிறகு உறுதியான குரலில் கூறினான் "அப்படியெல்லாம் நடக்க காலம் ஒருக்காலும் விடாது."

வெள்ளையன் - முத்து திருமணம் வெகு சாதாரணமாக நடந்து முடிந்தது. அவர்கள் காளி கோவிலில் தாலி கட்டிக் கொண்டார்கள். மேட்டுக்காணியில் நீண்டகாலத்தின் பிறகு அளவளாவுதலும் புன்னகைகளும் பரவியிருந்தன. கடைசியாகச் சின்னராசுவுக்கும் ராணிக்கும் சோறு கொடுப்பித்த நாளின் நினைவுகள் கிளர்ந்து மீனாட்சியை அலைக்கழித்தன. திடீர் திடீரென ஞாபகங்களில் உறைந்து போயிருந்தாள்.

திருமணத்திற்கு விதானையம்மா வந்தாள். இரண்டாயிரம் ரூபாய்களை முத்துவின் கையிற்குள் திணித்து வாழ்த்திவிட்டுப் போனாள். நாமகளும் விநோதினியும் ஆட்களுக்கு முன்னால் சின்ன விதானையம்மா என்று கேலி செய்தார்கள். முத்து வெட்கத்தில் நெளிந்தாள். பழக்கமான ஊர்க்காரர்கள் ஒவ்வொருவராக வந்தார்கள். கணபதி அவர்களின் கைகளைப் பற்றிக்கொண்டு களிப்பு கொப்பளிக்க நன்றி சொன்னான்.

வேலியோரத்தில் மரமுந்திரிகளின் நிழல் விழும் தூரத்தில் வெள்ளையனுக்கும் முத்துவிற்குமென ஒரு சிறு குடிசையை கணபதி

முன்னின்று கட்டினான். திருமணமாகி ஒன்பதாவது நாள் அவர்கள் குடிபுகுந்தார்கள்.

அன்றைக்குத்தான் ராணி முகம் மலர்ந்து சிரித்தாள்.

2006

பொழுது காலைக்கே உரித்தான அமைதியோடிருந்தது. ஏழு ஏழரைக்கெல்லாம் முத்து அலுவலகத்திற்கு வந்துவிட்டாள். முள்ளியவளையில் ஒரு கருத்தரங்கில் கலந்துகொள்வதனால் மத்தியானத்திற்குப் பிறகுதான் வரமுடியுமென்று விதானையம்மா நேற்றே சொல்லியிருந்தார்.

"உனக்கு வர முடிஞ்சால் வந்து இருக்கிற வேலையளைச் செய். இல்லையெண்டால் பரவாயில்லை. நான் பின்னேரம் வந்திடுவன் தானே..." என்றார். முத்து அவசரமாகத் தலையையாட்டி மறுத்தாள். "இல்லை, நான் வந்திடுவன். இப்ப பிரச்சினை இல்லை. பிள்ளை பெறும் நேரம்தான் போனமுறை மாதிரியே லீவு வேணும்..." என்றாள். எட்டு மாதங்களுக்கு முன்னர் மூத்த மகள் ஒளிநிலா பிறந்த போதும் இரண்டு மாதங்கள் விடுப்பெடுத்திருந்தாள். விதானையம்மா மிகுந்த ஆதரவோடு நடாத்தினார். "ஒரே இடத்தில இருக்காத... எழும்பித் திரி... ஏதேனும் காசு உதவி தேவைப்பட்டால் கேள்" என்றார். விடுப்பு முடிந்து வேலையிற் சேர்ந்த ஐந்தாவது மாதம், மறுபடியும் வயிறு மேடிட்டது. விதானையம்மா குறும்பாகப் புன்னகைத்தார். "வேலைக்குச் சம்பளமா ஏற்கனவே நாலு பேரிடை நிவாரணச் சாமான்... அதைவிட உங்களுக்குக் கிடைக்கவேண்டிய நிவாரணச் சாமான்... இப்பிடியே போனால் சங்கக் கடைக்கு சாமான் ஏத்த நீ லொறி பிடிச்சுக்கொண்டுதான் போகவேணும்..." என்றாள். முத்து வெட்கப்பட்டுச் சிரித்தாள்.

"அதுவும் நல்லதுதான். அடுத்தடுத்துப் பெத்துவிட்டால் ஒரேடியா வளத்துப் போடலாம்."

முத்து மெல்லிய புன்னகை தவழ மேசையைத் துடைத்தாள்.

கேற்றைத் திறந்துகொண்டு யாரோ வந்தார்கள். "தங்கச்சி, அம்மா நிக்கிறாவோ?"

"அவ பின்னேரம்தான் வருவா. ஏதாவது குடுக்க வேணுமென்றால் தந்திட்டுப் போங்க. சந்திக்க வேணுமெண்டால் மூண்டு மணிபோல வாங்க" என்று சொல்லிக்கொண்டிருந்தபோது ஆகாயம் 'பூம்' என்றது. தலை நிமிர்த்திப் பார்த்தவள் தள்ளிய வயிற்றைப் பிடித்துக்கொண்டு முற்றத்திற்கு மெல்ல இறங்கினாள். ஓரிரு நொடிகள்தான். சுரீர் சுரீரென்று

காற்றை அரிந்தவாறு குண்டுகள் சீறின. முத்து குப்புற விழுந்தாள். வயிற்றைத் தரையில் தேய்த்தவாறு நகர்ந்து பூச்செடிகளுக்கு அருகாக அகழப்பட்டிருந்த பதுங்கு குழிக்குள் இறங்கினாள்.

நிலம் எகிறி எகிறிக் கொட்டுண்டது. சற்றுமுன்னர் வந்திருந்தவர்கள் அகழிக்குள் தொம்மென்று குதித்துப் “பக்கத்திலதான்... பக்கத்திலதான்...” என்று கத்தினார்கள். முத்து அழத்தொடங்கினாள்.

கைகள் வயிற்றைப் பொத்திப் பிடித்திருந்தன. சில நிமிடங்களில் அதிர்வு தணியவும் ஒரு பேரமைதி காலத்தை உறைய வைத்தது. மற்றவர்கள் எழுந்து ஓடினார்கள். அவள் ஒரு கோழியைப் போலத் தலையை நீட்டினாள். ஓலங்களும் வாகனங்களின் உறுமல்களும் சூழலைக் கலவரப்படுத்தின. கிபிரின் இரைச்சல் இன்னமும் வானத்தில் கேட்டுக்கொண்டிருப்பதைப் போலவே ஒரு பிரமை. அகழியிலிருந்து வெளியேறி மெல்ல நடக்கலாமா என்று யோசித்தாள். ‘மறுபடியும் கிபிர் வந்தானெண்டால் எங்கை ஒதுங்கிறது...’ முன்னரென்றால் தெரு நீளத்திற்கும் பதுங்குகுழிகள் இருந்தன. பேச்சுவார்த்தைக் காலத்தில் தூர்ந்து குப்பைகளால் நிறைந்துவிட்டன. ‘எப்பிடியும் இவர் வந்திடுவார்...’ முத்து காத்திருந்தாள்.

காலை வெயிலை மறைத்துக்கொண்டு ஒரு பெருநிழல் அவளைத் தாண்டி நகர்ந்தது. ஏதோ நினைப்பில் ஆகாயத்தைப் பார்த்தவள் வாயைப் பொத்திக்கொண்டு “வைரவரே...” என்று அலறினாள். ஒரு கரும்புகைக் கோளம் காற்றின் அலைக்கழிப்பில் விகாரமான உருக்களாகப் பிய்ந்து பிய்ந்து கலைந்தது. வாய்கள் கிழிந்த, கண்கள் செருகிய, முகம் சிதைந்த... அவலச் சாவின் உருக்கள்... ‘வயித்தில பிள்ளையை வைச்சுக்கொண்டு இப்பிடியெல்லாம் யோசிக்கக்கூடாது.’ முத்து தலையை விலுக் என்று உலுப்பினாள்.

தகரக் கதவை உதைந்து திறக்கும் சத்தம் கேட்டது. வெள்ளையன் வந்துவிட்டான். பதுங்குகுழியின் ஓரங்களில் கைகளைப் பற்றிக்கொண்டு இட்டுமுட்டாக எழுந்து நின்றாள். முழங்கால் அளவு ஆழத்திலிருந்த குழிக்குள் சுருண்டு கிடந்ததை நினைக்க அழுகை பீறிட்டது. வெள்ளையன் அவளைக் கைத்தாங்கலாக மேலே தூக்கினான்.

“ஒளிநிலா என்ன செய்தாள்... அழுதாளா?”

வேலைக்கு வரும்போது மீனாட்சியிடம் விட்டுவிட்டு வந்திருந்தாள். குண்டு விழுந்த நேரம் பெரும்பாலும் நித்திரையில் இருந்திருப்பாள். வெடிச்சத்தம் அவளைத் தீண்டி எழுப்பியிருக்கும். ஒளிநிலாவிற்கு இது முதலாவது குண்டுச் சத்தம். சென்ற வருடம் மழைக் காலத்தின் தொடக்கத்தில் அவளைப் பெற்றெடுத்தபோது “ஷெல்லடியும்

பிளேன் அடியும் இல்லாத பொற்காலத்தில பிறந்திருக்கிறாள்" என்று உருவான ஆறுதல் வெறும் எட்டே மாதத்தில் இன்றைக்கு அழிந்தது. வெறுமையையும் சூனியத்தையும் போக்கும் அந்தப் பிஞ்சு முகத்தைக் காணவேண்டும் போலத் தவிப்புப் பெருகியது. காலையில் அவளுக்குக் கழுவித்துடைத்துப் பால் கொடுத்து மீனாட்சியிடம் ஒப்படைத்துவிட்டு முத்து அலுவலகத்திற்கு வருவாள். பிறகும் பன்னிரண்டுக்குப் போய் ஒருமணிக்கெல்லாம் வந்தாளென்றால் நான்கு மணிக்கெல்லாம் பிள்ளை முகத்தைப் பார்க்கும் தவனமெடுக்கத் தொடங்கிவிடும். சம்பளமில்லாத இந்த வேலையை விட்டொழித்தால்தான் என்ன என்றும் தோன்றும். ஆனால் மேலதிகமாகக் கிடைக்கும் நான்கு பேருக்கான நிவாரணப் பொருட்களை சில்லறைக் கடைகளுக்கு விற்றுக் காசாக்க முடிவதில்தான் பிழைப்பு கையைக் கடிக்காமல் ஓடியது.

முத்து சைக்கிளின் முன் பாரில் ஏறிக்கொண்டாள். இடறுப் பட்டு ஓடும் சனங்களை விலத்திக்கொண்டு வெள்ளையன் மெதுவாக மிதித்தான். வெடிமருந்துப் புகை முகத்தில் குப்பென்று மோதியது. மூக்கைப் பொத்தினாள். குண்டு விழுந்த வளாகத்தைப் பார்க்கக்கூடாது என்று மனம் கட்டளையிட்டாலும் கண்கள் தாமாகத் திரும்பின. ஒரே ரத்த மயம். கொத்தி வீசியதுபோல மரங்கள் சிதறிக் கிடந்தன. புழுதி அடங்கியிருக்கவில்லை. பெண்கள் விழுந்து புரண்டு கதறினார்கள். ஒரு தந்தை தன்னளவு வளர்ந்த பிள்ளையை மடியிற்கிடத்திவிட்டு சாய்ந்து தொங்கிய அவளுடைய முகத்தையே வெறித்துப் பார்த்துக்கொண்டிருந்தார். அவருடைய முகம் அச்சுப்போல மனதில் பதிந்துவிட்டது. வரிசையில் இளம் பெண்களுடைய சடலங்கள். காயக்காரரை குருதி வழிய வழிய அகப்பட்ட வாகனங்களில் ஏற்றினார்கள். முத்து கண்களை இறுக மூடிக்கொண்டாள். காய்ச்சலில் நடுங்குவதைப்போலக் கைகள் குறண்டின.

மேட்டுக்காணியில் சைக்கிளிலிருந்து இறங்கியதுதான் தாமதம், ஓடிச்சென்று மீனாட்சியிடமிருந்து ஒளிநிலாவை வாங்கிக் கொஞ்சத் தொடங்கினாள். எல்லோரும் கூடி நின்றார்கள். சந்திராவுடைய முகம் வெளிறிப் போயிருந்தது.

"அய்யோ... தாய் தேப்பன் இல்லாத பச்சை மண்ணுகளைக் கொல்ல மனசு வந்ததோ..." மீனாட்சி அரற்றினாள்.

"அந்தக் குருத்துகள் கிளிநொச்சியில பத்திரமாயிருக்குதுகள். இது பழைய செஞ்சோலைக் காணிக்குள்ளை பயிற்சிப்பட்டறைக்கு எண்டு போன பள்ளிக்கூடப் பிள்ளையள். எங்கடை பள்ளிக்குடத்தில இருந்தும் பன்ரெண்டு பேர் போனதுகள். எல்லாம் ஏ லெவல் சோதினை எடுக்க வேண்டிய பிள்ளைகள்... என்னாச்சுதோ தெரியேல்லை.

கடவுளேயெண்டு ஒண்டும் நடந்திருக்கக்கூடாது. நாங்கள் பள்ளிக்கூடத்தை இடையில நிப்பாட்டி பிள்ளையளை வீட்டுக்குப் போகச் சொல்லிப்போட்டம்...” சந்திரா திக்கித் திணறினாள். அவள் விநோதினியையும் சிந்துவையும் கைப்பிடியில் இழுத்துக்கொண்டு சற்றுமுன்னர்தான் வந்து சேர்ந்திருந்தாள்.

“அறுபது பேராம்” என்றான் வெள்ளையன்.

“பேச்சுவார்த்தை, சமாதானம், ஒப்பந்தம்... இதெல்லாம் இப்பவும் இருக்கா இல்லையா எண்டே தெரியேல்லை. எம்பினை சாட்சிக்கெண்டு வந்த உலக நாடுகளும் மகிந்தவை ஒரு சொல்லுத் தன்னும் கேட்கிறதில்லை.” அத்தார் கோபம் தாளாமல் கத்தினான். யாரோ நம்ப வைத்துக் கழுத்தறுத்ததுபோல தேகம் உதறியது. நிலைகொள்ளாமல் அங்குமிங்குமாகத் தவித்தான்.

“அவன்தான் வேணுமெண்டு ஆட்சிக்குக் கொண்டு வந்ததுக்கு இனி அனுபவிக்கத்தான் வேணும்...” என்றுவிட்டு சந்திரா வீட்டிற்குள் புகுந்தாள்.

2007

ஒன்பதாவது மாதம், ஒருநாள் பின்னேரம் நான்கு மணிபோல முத்துவுக்கு மெதுவான குத்துக் கிளம்பிற்று. வெள்ளையன் காலையிலேயே கிளிநொச்சிக்கு எண்ணெய் பாரல்களைக் கொண்டு சென்றிருந்தான். ஒளிநிலாவுக்குக் கிளர்ந்ததைப்போல உக்கிரமான குத்து இல்லையென்பதால் இன்னும் இரண்டொரு வாரங்கள் பிந்துமென்று முத்து நினைத்தாள். மீனாட்சிதான் "எதுக்கும் இருக்கட்டும் பிள்ளை, நீயொருக்காக் காட்டிக்கொண்டு வா..." என்று நாமகளோடு ஆஸ்பத்திரிக்கு அனுப்பி வைத்தாள். நாமகளுடைய சைக்கிள் கரியரில் பருத்த வயிற்றோடு துள்ளி ஏறியபோது மூச்சு வாங்கியது. நாமகளை அநாவசியமாகச் சிரமப்படுத்துகிறேன் என்று நினைத்தாள். அவள் பாவம்... யாழ்ப்பாணத்திற்கும் வன்னிக்குமான பாதை நிரந்தரமாக மூடிக்கொண்ட நாளிலிருந்து நடைப்பிணம் போலாகிவிட்டாள்.

யாழ்ப்பாணத்தில் இராணுவ ட்ரக் வண்டிப் பாதைகளில் ஒவ்வொரு நாளும் கிளைமோர் குண்டுகள் வெடித்தன. அங்கு மட்டுமென்றில்லை, வன்னியிலும் அடர்ந்த காட்டுப் பாதைகளில் புலிகளின் வாகனங்களை இலக்கு வைத்துக் கிளைமோர்கள் வெடித்தன. சமாதானம் ஒரு நூலிழையில் அறுந்து விழுமாற்போலத் தொங்கிக்கொண்டிருந்தது. சாகப்போகிற கிழடைப்போல அது 'சேடமிழுத்தது.' யாழ்ப்பாணப் பல்கலைக்கழகத்து மாணவர்களையும் சாதாரணப் பொதுமக்களையும் 'இனம் தெரியாதவர்கள்' தேடித்தேடிச் சுட்டார்கள். ஈழநாதத்தின் முதலாவது பக்கத்தில் 'நேற்றுச் சுட்டுக் கொலை செய்யப்பட்டவர்களின் விபரம்' என்றொரு பகுதி தினமும் வெளியாகிக் கொண்டிருந்தது.

நாமகள் யாரோடும் முகம் கொடுத்துப் பேசுவதில்லை. சில வேளைகளில் கோயிலுக்குப்போய் நீண்ட நேரம் இருந்துவிட்டு வருவாள். உடல் வாடி உருக்குலைந்து போய்விட்டது. திடீரென்று ஒருநாள் வாயெல்லாம் பல்லாக "சுவிசில திரும்பவும் பேச்சு வார்த்தை தொடங்கிட்டுது" என்று சொல்லிச் சிரித்தாள். அதுதான் அவள் கடைசியாகச் சிரித்த நாள். அதுதான் புலிகளும் அரசாங்கமும் கடைசியாகப் பேசிக்கொண்ட மேசையும் கூட.

புதுக்குடியிருப்பு ஆஸ்பத்திரி வாசலில் சைக்கிளை நிறுத்திவிட்டு நடந்தார்கள். முத்துவைப் பரிசோதித்த மருத்துவச்சி அவளை உடனடியாகவே வார்ட்டில் தங்கச்சொல்லிவிட்டார். அவர்கள்

வெள்ளைத்துணிகள், குழந்தைக்கு உடுப்புகள், பவுடர் என்று எதையும் ஆயத்தமாக எடுத்துவந்திருக்கவில்லை. மருத்துவச்சி கேட்டபோது நாமகள் திருதிருவென்று விழித்தாள். இது இரண்டாவது குழந்தையென்று அறிந்த மருத்துவச்சி ஆட்களுக்கு முன்னால் திட்டித்தீர்த்தாள்.

“இதெல்லாம் தேவையெண்டு உங்களுக்குத் தெரியாதா... கையை ஆட்டிக்கொண்டு வந்து நிக்கிறியள்... புருசன் எங்கை? பெத்திட்டு வாங்க எண்டு அனுப்பிப்போட்டு வீட்டில நிக்கிறாரா?”

நாமகளுக்கு அவமானமாயிருந்தது. ‘கையில் காசு இருந்தாலாவது புதுக்குடியிருப்புச் சந்திக் கடைகளில் வாங்கலாம்...’ முத்து அவளைக் கெஞ்சலாகப் பார்த்தாள். மருத்துவச்சி சொன்ன பின்னர்தான் வயிற்றில் நோவு எழுந்தது. மனப்பிரமை என்று ஆசுவாசப்பட்டாலும் படபடப்புக் கூடிக்கொண்டே போனது.

“நீங்க என்னய விட்டுட்டுப் போய் அண்ணய வரச்சொல்லுங்க” என்றபோது மூச்சு வாங்கியது. சுவரில் தாங்கிக்கொண்டு வாங்கில் அமர்ந்து நாரியைப் பிடித்தாள்.

நாமகள் தயங்கிக்கொண்டு நின்றாள்.

“என்ன ஏதென்னு தெரியாமல் அவரும் எதுவும் எடுத்து வராம வரப்போறார்... நீங்க போய்ச் சொல்லுங்க...” வாங்கிலேயே சரிந்துபடுத்தால் கனதி குறையும் போலிருந்தது. “எனக்குத் தலை சுத்துற மாதிரியிருக்கு... அத மட்டும் நேர்ஸிட்டச் சொல்லிட்டு நீங்க உடன புறப்படுங்க.”

உத்தரிப்புப் பெருகிற்று.

இரவு வெள்ளையன் ஆஸ்பத்திரிக்கு வந்த சற்றுநேரத்தில் முத்துவை ஒபரேஷன் தியேட்டருக்குக் கொண்டுசென்று விட்டார்கள். அவன் குட்டிபோட்ட பூனையைப்போல வெளியிலேயே அலைந்து திரிந்தான். முத்துவுக்குப் பின்னேரமே வலி ஏறத்தொடங்கிவிட்டதாம். மருத்துவர்கள் ஒபிரேஷன்தான் என்று சொல்லிவிட்டார்கள். ஒளிநிலாவுக்கும் அப்படித்தான் நிகழ்ந்தது.

வெள்ளையன் கிளிநொச்சியிலிருந்து திரும்பியபோதே ஒளிநிலாவின் சிறுவயதுச் சட்டைகளையும் துணிகளையும் வைத்துக்கொண்டு பேச்சி தோட்டத்தில் காத்துநின்ற வல்லியாள் அவனை உடனேயே அனுப்பிவைத்தாள். கைவேலி றோட் இருட்டுக்குள் தொலைந்து போயிருந்தது. விலகிச்சென்ற வாகனங்கள் துப்பிய வெளிச்சங்களை

நூலாகப் பிடித்துப் போய்ச்சேர்ந்தான். புதுக்குடியிருப்பு ஆஸ்பத்திரி வளாகம் அமைதியாயிருந்தது. சைக்கிளைப் பாறிடப் போட்டுவிட்டு ஓடினான். அவனைக் கண்டதும் மருத்துவச்சி மறுபடியும் ஆரம்பித்தாள்.

"பிள்ளையை வயித்தில குடுத்ததோடை உங்கடை வேலை முடிஞ்சிதெண்டு வீட்டிலயே இருந்துவிடுவியளா... ஒருத்தி உத்தரிக்கிறாள் எண்ட நினைப்பு வேண்டாமா... ஆயிரம் பிரசவம் பாத்திருப்பன்... தொள்ளாயிரத்துத் தொன்னூற்றொன்பது புருசன்மாரும் ஒரே மாதிரிதான்... கட்டினவள் வலியாலை துடிக்கேக்கை பக்கத்தில கையைப் பிடிச்சுக்கொண்டு நிக்கவேணுமெண்டு ஒருவருக்கும் நினைப்பில்லை. என்ன சென்மங்களோ..."

வெள்ளையன் கால்கள் சோர வெளியில் வந்து இருந்தான். ஆற்றாமை பெருகி வழிந்தது.

ஒளிநிலா பிறந்தபோது அவன் ஆஸ்பத்திரியே கதியென்று கிடந்தவன். அன்றைய நாள் மத்தியானமே முத்து வயிற்றைப் பிடித்துக்கொண்டு சுருண்டு விட்டாள். வேலைக்கு லீவு சொல்லிவிட்டு ஒரு ஓட்டோவைப் பிடித்துக்கொண்டு ஏற்றிவந்தான். வழியில் முகத்திலடித்த காற்று அன்றைக்கு வெக்கையை ஒளித்து வைத்திருந்தது. மற்றைய நாட்களை விட அது ஒளி பொருந்திய நாளாயுமிருந்தது. முத்துவைக் கைத்தாங்கலாக அழைத்துச் சென்று உட்காரவைத்துவிட்டு நேர்ஸைக் கூட்டிக்கொண்டு வந்தான். அவர்கள் கிளினிக்கில் குறித்துக்கொடுத்த நாள் இரண்டு நாட்களால் தள்ளிப்போயிருந்தது. உடனடியாகவே அழைத்துச்சென்று விட்டார்கள். கைகளைப் பிசைந்துகொண்டு நின்றான். பகல் இரவுக்குள் நுழைந்து நீண்டது. இரவின் அமைதியைக் கிழித்துக்கொண்டு ஒரு குழந்தைச்சத்தம் கேட்குமென்று அவன் காத்திருந்தான்.

நிலவு வெளிச்சத்தில் அழகான இரவு. ஆஸ்பத்திரி வாசலில் நின்று தெருவைப் பார்த்தான். எங்கோ தொலைவில் ஒரு கொத்து ரொட்டிக்கடையில் 'கிடுங்... கிடுங்...' என்று கேட்டுக்கொண்டிருந்தது. திரும்பி நடந்தான். வெளி நோயாளர் பிரிவுக்கு அருகாக வாகை மரம் உயர்ந்து நின்றது. கிளைகளின் இடைவெளிகளுக்குள் மேகங்கள் பம்மிப் பம்மி நகர்ந்தன. மூச்சை ஆழமாக இழுத்து விடுவித்தான். சாரம் வழுவியது. உதறிக் கட்டினான். இடுப்பில் அட்டைத் தடிப்புத் தழும்பில் சாரத்தின் விளிம்பு தடுக்கியது. முன்பென்றால் பூனையின் நினைவு சீறிக்கொண்டு பாயும். இப்பொழுது அது குளிர்ந்த திரவத்திலெங்கோ உறைந்து கிடக்கிறது.

தாதி வெளியே வந்து “பொம்பிளைப்பிள்ளை. உள்ளை வந்து பாருங்கோ” என்றாள். “நிறையக் கதை குடுக்க வேண்டாம். ஒப்பிரேஷன் எண்ட படியால ரெண்டு நாள் ஆஸ்பத்திரியில நிக்கட்டும்.”

ஆஸ்பத்திரியின் உள்ளே குறுகலான பாதைகள் உயிர்பெற்று வளர்ந்து சென்றன. வெள்ளையன் அவசரமாக நடந்தான். முத்துவை ஒபிரேஷன் தியேட்டரிலிருந்து வார்ட்டுக்குக் கொண்டுவந்திருந்தார்கள். பக்கத்தில் அவளுடைய உடற்சூட்டோடு மகள் ஒடுங்கிக் கிடந்தாள். அப்பொழுதுதான் குளிரான நீருக்குள்ளிருந்து ஏந்தியெடுத்தைப்போல தோல் சுருங்கிய மேனி. கண்டதும் சட்டென்று நீர் துளிர்த்து விழுந்து சிதறியது. முத்துவுக்கு நினைவு முழுவதுமாகத் திரும்பவில்லை. உறக்கத்திற்கும் விழிப்பிற்கும் இடையில் கிடந்தாள். புன்னகைப்பதைப் போன்ற முகபாவம்...

“நான் மகளை ஒருக்காத் தூக்கிப் பாக்கட்டுமா நேர்ஸ்...” என்று கெஞ்சுவதைப் போலக் கேட்டான். தாதி சிரித்தவாறே தூக்கிக் கொடுத்தாள். ஒருவித சிலிர்ப்போடு குழந்தையை நெஞ்சில் அணைத்து முகத்தை ஆசையோடு பார்த்துக் கொண்டிருந்தவன் அந்தப் பிஞ்சு முகத்தின் ஏதோவொரு சாயலில் தந்தையின் ஞாபகங்கள் கிளர்வதாக உணர்ந்தான். மெலிதான ஒரு நடுக்கம்... சங்கிலியின் கழுத்தில் உட்கார்ந்து அவனுடைய நீண்ட மயிரைக் கொத்தாகப் பிடித்து விளையாடிக்கொண்டிருந்த காட்சிகள் புலப்படலாயின. பனையோலையாலான கிலுகிலுப்பை கிடுகுச் செத்தையின் ஓரத்தில் கிடந்தது. அவன் சங்கிலியின் விரல்களைப் பிடித்துக்கொண்டு நீள நடந்தான். சைக்கிள் ரயரில் டைனமோவின் குமிழ் கிர்ரென்று தேயும் ஒலி சன்னமாகக் கேட்டது. காட்டுப் பாதையில் கசிந்த ஒளியில் பூச்சிகள் பறந்தன. குருதி வழிகின்ற சங்கிலியை காவிக்கொண்டு ஓடி வந்தார்கள். வெயில் கொளுத்திய நாளில் அவனுடைய காலடியில் மூட்டிய நெருப்பு பற்றியெரிந்தது...

வெள்ளையன் தலையை உலுப்பினான். மகளைச் சுமந்திருந்த கைகள் விலுக் என நடுங்கின. புகையாலான உருவொன்று கோரமாகப் பல் இளிப்பதாகத் தோன்றிற்று. மரணம் பற்றிய நினைவுகள் அடாத்தாக நுழைந்தன. ஒருபோதும் அவ்வாறு நேர்ந்ததில்லை. அளம்பில் கடற்கரையிலும் ஆனையிறவுப் பொட்டலிலும் கண்ணுக்கு முன்னால் உயிர்கள் விழுந்துகொண்டிருந்த போதெல்லாம் அடுத்தது நானாகவுமிருக்கலாம் எனத் தோன்றிய மரணம் இன்றைக்குப் பூதாகரமாக அவனை அச்சப்படுத்தியது. அது ஒரு தனியன் யானையைப்போல புகுந்து பூனைக்கு அருகாக நின்று கொண்டது. திரண்டிருந்த உற்சாகமெல்லாம் காலடியில் சொரசொர வென்று வழிய முதற் குழந்தையை ஏக்கத்தோடு

பார்த்துக்கொண்டு நின்றான். திடீரென்று ஏன் மரணம் பற்றிய நினைவுகள் உருவாகின்றன...? 'சாவுப்பயம் பிடிச்சிட்டுதா?' ஒரு குருத்தெனக் கிடக்கும் மகளுடைய முகத்தைப் பார்க்கும்போது ஏன் மரணத்தைக் குறித்து அச்சமாயிருக்கிறது? வெள்ளையன் தான் கடந்து வந்த மரணங்களை நினைவுபடுத்த முயன்றான். நடராசுப் பெரியப்பாவினதும், சிங்கமலை மாமாவினதும் சாவுகள் நினைவில் இல்லை. அவற்றைக் கதைகளாகவே கேள்விப்பட்டிருந்தான். சிங்கமலையின் செத்த வீட்டிற்கும் மீனாட்சி அவனை அழைத்துச் செல்லவில்லை. "தலையில்லாமல் கிடக்கிற முண்டத்தைப் பாத்திட்டுப் பிறகு இவன் ராவுகளில பயந்து கத்துவான். வேண்டாம். வீட்டிலேயே இருக்கட்டும்" என்று தடுத்திருந்தாள். சங்கிலி இறந்தபோது வெள்ளையனுக்குப் பன்னிரண்டு வயது. செத்தவீட்டில் குழுமியிருந்த அத்தனை பேருக்கிடையிலும் தந்தையில்லாத வெறுமை ஓர் ஏக்கத் திரளாக அவனை அழுத்திக்கொண்டிருந்ததே தவிர சாவைப் பற்றிய அச்சமும் நினைவுகளும் அப்பொழுது தோன்றியிருக்கவில்லை. நித்திரையிலிருக்கும்போது மூச்சுக் காற்றுக்கேற்ப ஏறியிறங்கும் சங்கிலியின் வயிறு ஒரு கல்லைப்போல அன்றைக்கு அடங்கிக்கிடந்ததை வைத்த கண் வாங்காமல் அவன் பார்த்துக்கொண்டிருந்தான். சுடலையில் தந்தையின் காலடியில் கற்பூரத்தில் கொள்ளி மூட்டியபோதும் மரணம் அச்சப்படுத்தவில்லை.

அதுவொரு பங்குனி மாதத்துத் தொடக்க நாள். அக்காலத்திற்தான் முல்லைத்தீவு இராணுவ முகாம் தகர்ப்பிற்கான ஒத்திகைகளும் மாதிரி நடவடிக்கைகளும் ஆரம்பித்து நடந்துகொண்டிருந்தன. தாக்குதல் அணியில் வெள்ளையனும் இணைக்கப்பட்டிருந்தான். காலை மாலையென்று ஓயாத பயிற்சி. முதற் சண்டை என்ற நினைவு பயிற்சிகளின்போது ஒருவிதப் பதற்றத்தை ஏற்படுத்திக்கொண்டிருந்தது. சில சமயங்களில் தண்ணீருக்குள் நடப்பதைப்போல உடலில் ஓர் இறுக்கம். அதிகாலையில் சற்று நேரம் வாய்த்தால் போதும், வெள்ளையன் கால்களைச் சப்பாணி கட்டிக்கொண்டு உட்கார்ந்து விடுவான். கண்களை மூடி மென்மையாக ஆழ மூச்சிழுத்தால் மனம் மெல்லத் தணிவதைப்போலிருக்கும். கண் மடல்களுக்குள் தோன்றி அலையும் செந்நிற வட்டங்கள் உருச் சிறுத்து சிறுத்து ஒரு புள்ளியாகும்வரை காத்திருப்பான். பிறகு பயிற்சிகளில் தேகம் பாரமாயிருப்பதில்லை.

அப்படியொரு நாள் அவர்களுடைய முகாமிற்குப் பக்கத்திலிருந்த விசுவமடு மாவீரர் துயிலுமில்லத்திற்கு மூன்று வித்துடல்களைக் கொண்டுவந்திருந்தார்கள். பரந்தன் முன்னரங்கில் இராணுவத்தினர் பதுங்கியிருந்து சுட்டதில் வீரச்சாவடைந்ததாக அறிவித்தலில் இருந்தது. அஞ்சலி நிகழ்விற்கு வெள்ளையன் நண்பர்களோடு போயிருந்தான்.

தொடக்கத்தில் மூன்று சோடிப் பாதங்களிலும் மலர்களையிட்டு விட்டு நகர்ந்தபோது எதுவும் உறுத்தலாகத் தெரியவில்லை. அமைதியாகப் பின்னாற்போய் நின்றான். பார்வை மட்டும் நடுவிலிருந்த உடலில் அடிக்கடி குவிந்து கொண்டிருந்தது. அந்தப் போராளிக்கு மீசையை மேற்தள்ளியவாறு மிதந்த பற்கள். உதடுகள் விரிந்திருந்தன. சற்று மேலேறிய நெற்றி. அதன் இடதுபுறத்தில் பழைய காயத்தின் தழும்பொன்று. அழுத்தமான கறுப்பு நிற, கன்னத் தசைகளற்ற ஒடுங்கிய முகம்... வெள்ளையன் கண்களை வெட்டி மூடித்திறந்தான். சட்டென்று ஒரு சாயலில் அந்தப் போராளி தன்னைப் போலவே இருப்பதை அவன் கண்டான். விர்ரென ஒரு நினைவுச் சுழிப்புத்தாக்க சுதாகரித்துக்கொண்டு பெயரைப் பார்த்தான். 'கப்டன் போர்வாணன், நடராசன் பரந்தாமன், ஒதியமலை' கால்கள் தம்பாட்டிற்கு அந்தப் போராளிக்கு அருகாகப் போய் நின்று கொண்டன. தலையிலிருந்து பாதம் வரை அவனைக் கண்களால் வருடினான். 'மூத்த அண்ணன்...' அவனோடு மிகச் சிறிய வயதுகளில் மண் வீடு கட்டியும், குரும்பட்டியில் தேர் செய்தும், பேணிகளை ஒன்றின் மேல் ஒன்றாக அடுக்கி எறிந்தும் விளையாடியிருந்தாலும் நினைவு தெரிந்தாற் பிறகு முதற் தடவையாக அவனைச் சந்திக்கிறபோது இதோ... அவன் ஒரு சடலமாகிக் கிடக்கிறான்.

நடராசுப் பெரியப்பாவின் சாவிற்குப் பிறகு பரந்தாமனையோ கிளிப்பெரியம்மாவையோ வெள்ளையன் ஒருபோதும் கண்டதேயில்லை. சாகும் வரையிலும் சங்கிலிக்கு அதுவொரு குற்றஉணர்ச்சியாக மனதை அரித்துக்கொண்டே இருந்தது. "அண்ணர் சாகிற கணத்தில பிள்ளையளைத் தம்பி பாப்பான் எண்டு நினைச்சிருப்பார்... தம்பி கிழிச்சுவிட்டான்... சித்திரை பிறக்கப் போய்க் கூட்டிக் கொண்டு வரவேணும்..." என்று சொல்லிக்கொண்டிருந்தான். வீட்டில் பெரியப்பாவின் கதையை எடுத்தால் ஏதோவொரு குற்ற உணர்ச்சிக்கு ஆட்பட்டவளைப்போல மீனாட்சி கண்களைத் தாழ்த்துவாள். "கிளியக்காடை தமக்கை ஆக்களோடதான் அவையள் எங்கயோ வவுனியாப் பக்கமா இருக்கிறதாக் கேள்வி. மூத்தவனுக்கு இப்ப நல்ல வயசிருக்கும்.. உன்னை விடவும் பத்து வயசு மூப்பெல்லே..."

வெள்ளையன் தலையை நிமிர்த்தினான். பார்வை அண்ணனின் முகத்திலேயே அளைந்துகொண்டு நின்றது. "பரந்தனில முன் சென்ரியில நிண்டவனாம். ஆமி சினைப்பர் அடிச்சிருக்கிறான் போல. அப்பிடியே நெஞ்சைப் பொத்தலாக்கிட்டுது." அருகில் இரண்டுபேர் மெல்லப் பேசிக்கொண்டார்கள். வெள்ளையன் பரந்தாமனின் மார்பைப் பார்த்தான். சீருடைக்கு மேலாகச் சற்று உப்பியிருந்தது. கண்களை இயல்பாக மேலே நகர்த்தியவன் விலுக்கென்று தலையை உதறி ஓரடி பின்னால் நகர்ந்தான். பேழைக்குள் வெள்ளையனே படுத்திருப்பதைப்போன்ற ஒரு நொடி

நேரத் தோற்ற மயக்கம். மூச்சுக்காற்று சீர்குலைந்து வீசியது. கணத்தில் முகம் இருளாகிவிட்டது. ஆனால் அது மரணம் பற்றிய பயமல்ல. வேறேதோ ஓர் இருள். உயிரற்ற தன் உடலைத் தானே பார்த்தபோது உருவான பதகளிப்பு... தலையைக் கோதி ஆசுவாசப்பட்டான். கொட்டகைக்குள் பெண் குரல்கள் அழுகிற ஒலியில் திரும்பவும் கண்கள் சுருங்கிக்கொண்டன.

எதையோ மறந்து ஞாபகப்படுத்திக் கொள்பவனைப்போல தலையைத் திருப்பிச் சுற்றுமுற்றும் பார்த்தான். 'கிளிப் பெரியம்மா... கடைசி மகளான தங்கச்சி...' கண்கள் அழுதுகொண்டிருந்த பெண்களிடத்திலும் கிழவிகளிடத்திலும் கிளிப் பெரியம்மாவையும் தங்கச்சியையும் தேடி அலைந்து தோற்றன. அவர்களுடைய முகங்களின் சிறு சாயல் கூடத் தெரிந்திருக்காவிட்டாலும் ஏதோவொரு நம்பிக்கை...

பரந்தாமனுக்குப் பக்கத்தில் போராளிகள்தான் நின்றார்கள். அவனுடைய தோழர்களாயிருக்க வேண்டும். அமைதியும் இறுக்கமுமாய் முகத்தை வைத்திருந்தார்கள். அந்தச் சூழலுக்குள் அவர்களிடம் சென்று பேசுவதில் ஒருவிதத் தயக்கமாயிருந்தது. காத்திருந்து பேசினான்.

"போர்வாணனுக்கு அப்பா அம்மா இல்லை. அப்பா கனகாலத்துக்கு முதலே ஆமி சுட்டுச் செத்திட்டார். அம்மா கிட்டடியிலதான் வருத்தம் வந்து செத்தவ. தாயின்ர செத்தவீட்டுக்கும் வரேலாத மாதிரி போர்வாணன் வெளியில அம்பாறையிலதான் நிண்டவர்" என்றான் அவர்களில் ஒருவன்.

"ஒரு தங்கச்சி இருந்தவ... புவனா..." வெள்ளையன் தயக்கத்தோடு சொன்னான்.

"ஓம். அவவும் இயக்கத்திலதான் இருக்கிறா. 'யாழ் செல்லும் படையணி'யில இருக்கிற பெண்கள் அணியோடை இப்ப யாழ்ப்பாணத்துக்குள்ளை நிக்கிறா. இப்போதைக்குத் திரும்பி வரேலாது. அண்ணன் வீரச்சாவெண்டு அறிவிச்சுவிட்டிருக்கு. நீங்கள் அவைக்குச் சொந்தமோ?"

"ஓம். நான் போர்வாணன்ர தம்பி."

மருத்துவச்சி வந்து வெள்ளையனை அழைத்துச் சென்றாள். "உமக்கு ரெண்டாவதும் பெட்டைதான்... " என்று சிரித்துக்கொண்டு சொன்னாள். "பொம்பிளைப் பிள்ளைகள்தான் தகப்பனைப் பாப்பினம்..."

வெள்ளையன் பயந்து பயந்து நடந்தான். தனியன் யானை தலைதிருப்பி முறைத்தது. அதனுடைய கண்ணின் இடதுபுறத்தில் நீர் வடிந்தது. யானைக்கு தமிழில் ஏராளம் பேருண்டாம். பெட்டைக்குப் பிடி. தனியனுக்கு அல்லியன். இம்மாதிரி... கேத்தீஸ்வரன் மாஸ்ரர் ஒருக்கா சொன்னவர். பூனை அவனைப் பார்த்துக் கேலியாகச் சிரித்தது.

இரண்டு நாட்களுக்குப் பின்னர் முத்துவையும் இசை நிலாவையும் வீட்டிற்குக் கூட்டிவந்தான்.

புத்தாண்டு பிறந்திருந்தது.

10
சுதந்திரப் பறவைகள்

போராளிகளையோ மாவீரர்களையோ கொண்டிராத குடும்பங்கள் மிக நிச்சயமாக ஒரு பிள்ளையைப் போராட்டத்தில் இணைத்துக் கொள்ள வேண்டும் என்று கோரிய கடிதங்கள் புலிகளிடமிருந்து வீடுகளுக்கு அனுப்பப்பட்ட ஓரிரு நாட்களிலேயே மிக நீண்ட கடிதமொன்றை எழுதி வைத்துவிட்டு விநோதினி இயக்கத்தோடு போய்ச் சேர்ந்துகொண்டாள்.

நேர்த்தியான கையெழுத்தில் அம்மாவுக்கு, அப்பாவுக்கு, முத்து அக்காவுக்கு, நிலாக்குட்டிகளுக்கு... என்று தனித்தனியாகக் குறிப்பிட்டு அவள் எழுதியிருந்தாள். அம்மாவும் அப்பாவும் என்னை மன்னித்துக் கொள்ளுங்கள் என்று திரும்பத் திரும்பக் குறிப்பிட்டிருந்தாள். கடைசியாகச் சந்திராவிற்கும் எழுதியிருந்தாள்.

'சந்திரா ரீச்சர், அன்றைக்குச் செஞ்சோலையில் அனர்த்த முகாமைத்துவப் பயிற்சிக்கென்று ஆட்களை எடுத்தபோது நீங்கள்தான் எதையோ சொல்லி என்னுடைய பெயரைத் தவிர்த்திருந்தீர்கள். எனக்குச் சந்தோசமாயிருந்தது. பயிற்சி, பரீட்சையென்றாலே எனக்குத் தலையெல்லாம் சுற்றிக்கொண்டுவரும். காலை ஏழரைக்குப் போய் பின்னேரம் வரைக்கும் அங்கேயே நின்று ஒரு முழு நாளை நான் இழக்க விரும்பவில்லை. எனக்கு ஒளிநிலாவோடு விளையாடுவதுதான் பிடித்திருந்தது. ஆனால் அன்றைக்கு உங்களுடைய வலது கையில் என்னையும் இடது கையில் சிந்துவையும் இழுத்துக் கொண்டு நீங்கள் வந்தபோது வெடுக்கென்று கையைப் பிடுங்கிக் கொண்டு செஞ்சோலைக்கு ஓடவேண்டும்போல இருந்தது. பன்னிரெண்டு பேருக்கு நான் துரோகம் செய்துவிட்டேன் ரீச்சர். அவர்களில் ஒருவர் கூடத் திரும்பிவரவில்லை. வகுப்பறையில் எனக்குப் பக்கத்திலேயே இருந்தவள் "நீயும் வாடி... பம்பலாப் போயிட்டு வருவம்" என்று கடைசிநாள்வரை கேட்டுக்கொண்டேயிருந்தாள். அவள் சாகிற நேரம் "கள்ளி விநோதினி... நைஸா நின்று விட்டாள்..." என்று நினைத்திருப்பாள் அல்லவா ரீச்சர். அந்த ஒரு நாளோடு அரைவாசியாகிவிட்ட வகுப்பறையில் வந்து இருக்கப் பிடிக்கவில்லை. என்னுடைய பெயரைத் தவிர்த்ததுபோல அந்தப் பன்னிரெண்டு பெயர்களையும் நீங்கள் தவிர்த்திருக்கலாம் அல்லவா ரீச்சர்... ஏன் அப்படிச் செய்யவில்லை...'

சந்திரா துயரப்பெருமூச்சோடு கடிதத்தை மடித்தாள். ஒரு வாரத்திற்கு முந்தைய திகதி இடப்பட்டிருந்தது. விநோதினி அதனை இரண்டு மூன்று நாட்களேனும் தொடர்ச்சியாக எழுதியிருந்திருக்க வேண்டும். அவள் மிகத் தீர்மானகரமாக முடிவு செய்திருக்கின்றாள்.

"என்னக்கா... இவ இப்புடிச் செய்திட்டாளே... இப்பிடியொரு நினைப்பில இருக்கான்னு எங்களுக்குத் தெரியலயே. இவ தன் வாயில ஒரு இயக்கப் பாட்டை முணுமுணுத்துக்கூட நான் பாத்ததில்ல அக்கா..." என்று தோளில் சாய்ந்து அழுத வல்லியாளுக்கு என்ன ஆறுதலைச் சொல்வதென்று தெரியவில்லை.

"உங்களுக்குத் தெரியுமா அக்கா... அந்தத் தம்பி... அதான் இவளோட அத்தான் முன்னாடி இயக்கத்துக்குப் போனப்போ தன்னாலதான் போயிட்டானோன்னு இவரு யோசிச்சிட்டே இருப்பாரு. நாங்கள்லாம் அதை மறந்திட்டோம். ஆனா அவன் திரும்பி வந்தப்போ இப்பதான் என் மனசு ஆறிச்சுன்னு சந்தோஷமாச் சொன்னாரு... அதுநாள் வரைக்கும் அவரோட மனசை அது அறுத்துக்கிட்டே இருந்திருக்கு. இவள் திரும்பவும் அறுத்தெறிஞ்சிட்டுப் போயிற்றாளே... சண்டை இல்லைன்னாக் கூட எங்கேயோ இருக்காளென்னு ஆறுதலாயிருக்கும். இப்போ அப்பிடியில்லயே... அவன் ஒவ்வொரு நாளும் பிளேன்ல வந்து கொட்டுறான்... வயித்தில நெருப்பக் கட்டிட்டு இருக்க வைச்சிட்டாளே..." வல்லியாள் மூக்கைச் சீறி எறிந்துவிட்டு தத்தி நடந்து கொண்டிருந்த ஒளிநிலாவைப் பார்த்தாள். மறுபடியும் அழுகை வெடித்தது.

"நிலாக்குட்டி நிலாக்குட்டின்னு அள்ளிக் கொஞ்சுவாள்... உன் சித்திக்கு உன்னோட நெனப்புக்கூட வரல்லயே..."

சந்திரா அவளுடைய முதுகை ஆறுதலாக வருடிவிட்டு எழுந்து சென்றாள். இரவு சாப்பிடப் பிடிக்கவில்லை. அடர்த்தியாக நுழைந்த இருளுக்கு முன்னால் தோற்றுக்கொண்டிருந்த விளக்கின் சுடரை வெறித்தபடியிருந்தாள்.

கிழக்கு இலங்கையில் மாவிலாறு, சம்பூர், வாகரைப் பகுதிகளில் யுத்தம் ஆரம்பித்திருந்தது. சமாதான ஒப்பந்தம் இன்னமும் நடைமுறையிலிருந்தாலும் ஒரு சொறி நாயைப்போல அதனை யாரும் தீண்டாதிருந்தார்கள். "சண்டையைச் செய்துகொண்டே சமாதானத்தையும் பேசுவோம்" என்றார் ஒரு சிங்கள அமைச்சர். வாகரையில் சிறு துண்டுநிலத்திற்குள் சனங்கள் அடைக்கப்பட்டிருந்தார்கள். அத்தார் "சனங்களைப் பட்டினி போட்டும் குண்டு போட்டும் மரணப்

பொறிக்குள்ளை தள்ளிட்டு பிறகு தங்களிட்டை சரண்டர் பண்ண வைக்கிறதுதான் மகிந்தவின்ர திட்டம்" என்றிருந்தான்.

'ஏதோ ஒரு வேகத்தில ஆரோ எடுக்கின்ற ஒரு தீர்மானத்தில இலட்சக்கணக்கான சனத்தின்ர எதிர்காலம் இருக்கெண்டதை யாரும் உணர்ந்த மாதிரித் தெரியேல்லை... சனம் களைச்சிட்டுது...' சந்திரா விளக்கின் திரியைத் தூண்டி வெளித்திண்ணையில் வைத்துவிட்டு பாயை விரித்துச் சாய்ந்தாள். கண்களை மூடினாலே விநோதினியின் முகம்தான் வந்தது. நாளைக்குப் பள்ளிக்கூடத்திற்குப் போகப் பயந்தாள். 'வேறு யாரெல்லாம் சொல்லி வைச்சுப் போனார்களோ...'

அப்படியொருமுறை பதிமூன்றுபேர் ஒரேயடியாகப் போயிருந்தார்கள். இரண்டாயிரமாம் ஆண்டு. வெற்றி வெற்றியென்று ஊர் முழங்கிய காலம். பார்த்த முகங்களிலெல்லாம் உணர்ச்சிக் கொந்தளிப்பு. பரப்புரை செய்ய வருகின்ற புலிகள் "இந்த வெற்றியைத் தக்க வைக்கப்போகிறீர்களா... அல்லது மறுபடியும் செத்துச் சுண்ணாம்பாகப் போகிறீர்களா..." என்று சற்று உறுக்கிக் கேட்டாலே முறுக்கிக்கொண்டு கையைத் தூக்கினார்கள்.

அன்றைக்கும் அப்படித்தான். பெண் போராளிகள் வந்திருந்தார்கள். அவர்களில் ஒருத்திக்கு ஐம்பது வயதிற்கு மேலிருக்கும். நரைக்கத் தொடங்கியிருந்த தலைமயிரைப் பின்னால் இரட்டைப் பின்னல் இட்டு மடித்துக் கட்டியிருந்தாள். புலிச் சீருடை அவளுக்குக் கம்பீரமாயிருந்தது. நடையிலும் குரலிலும் ஆளுமை மிடுக்கு. "அன்ரி இப்ப உங்களோடை கதைப்பா" என்று அவளை அறிமுகப்படுத்தினார்கள். பிறகு அவளுடைய பக்கமாகத் திரும்பி "மம்மி... வந்து கதையுங்கோ" என்று அழைத்தார்கள். அவள் முன்னால் வந்தாள். முன்வரிசையிலிருந்து கடைசித் தொங்கலில் இருந்தவர்களை ஒருமுறை ஆழமாகப் பார்த்தாள். "பிள்ளைகள்... இதைக் கேளுங்கோடி... எங்கட தலைவற்றை காலத்தில் தமிழீழம் எடுக்க முடியேல்லையெண்டால் பிறகு எப்பவும் தமிழீழம் சாத்தியமில்லை. விளங்கிக்கொள்ளுங்கோ" என்று ஆரம்பித்தவள் சளசள வென்று பேசிக்கொண்டு போனாள். சில சமயங்களில் சிரிப்பலை எழுந்து அடங்கியது. சில சமயங்களில் ஆழ்ந்த அமைதியாயிருந்தது. "... அதனாலை தலைவருக்கு நீங்கள் எல்லாரும் கை குடுக்க வேணும்" என்று முடித்தபோது பதிமூன்று மாணவிகள் சலனமேயில்லாமல் நடந்துசென்று வாகனத்தில் ஏறினார்கள்.

சந்திரா ஓடிச்சென்று எவ்வளவோ கெஞ்சினாள். "போறதாயிருந்தால் வீட்டுக்குப் போய் பள்ளிக்கூட யூனிபோர்மை கழட்டி வைச்சிட்டுப் போங்கோ" என்றாள்.

அப்பொழுது ஒருத்தி "மிஸ்... வீட்டை போனால் மனம் மாறிடுவம் எண்டு நினைக்கிறீங்க போல..." என்று கேலியாகச் சிரித்தாள்.

செய்தி அறிந்து பெற்றோர்கள் ஓடிவந்தபோது அவர்கள் பதிமூன்று பேரும் புறப்பட்டுப் போயிருந்தார்கள். ஒருத்தி யாழ்ப்பாணத்தைச் சேர்ந்தவள். மலர்விழி என்று பெயர். தொன்னூற்று ஐந்தில் ஒரு சிறுமியாக தாயின் கையைப் பிடித்துக்கொண்டு யாழ்ப்பாணத்திலிருந்து இடம்பெயர்ந்து வந்தவள். தந்தை சுவிற்சர்லாந்தில் இருந்தார். அக்காலங்களில் வெளிநாடுகளில் இருந்து பணம் வரப்பெற்றோரின் பெயர்களை வெளியிட்டு, உரிய ஆதாரங்களோடு பணத்தைப் பெற்றுச்செல்லுமாறு கோரும் தமிழீழ வைப்பகத்தின் பத்திரிகை அறிவிப்புகளில் மாதத்தில் இரண்டு தடவையேனும் மலர்விழியின் அம்மாவின் பெயர் வெளியானது.

அவர்கள் சுதந்திரபுரத்தில் இருந்தார்கள். அவர்களுக்கு மறுபடியும் யாழ்ப்பாணம் செல்லும் ஆர்வம் இருக்கவில்லை. பதிலுக்குக் கொழும்புக்குச் செல்லும் திட்டத்திலிருந்தார்கள். பாஸ் பிரச்சனையும், வவுனியா பூந்தோட்ட முகாமில் ஆமிக்காரர்கள் தடுத்து வைக்கிறார்கள் என்ற கதைகளும் நாட்களைக் கடத்த 'ஜெயசிக்குறு' ராணுவ நடவடிக்கை வாசலுக்கு வந்துவிட்டிருந்தது. பிறகு வன்னியைவிட்டு நீங்க முடியவில்லை.

மலர்விழியின் அம்மா வரும்போதே அழுது புரண்டு கொண்டுதான் வந்தாள். "உங்களைத்தானே நம்பி அனுப்பினன். என்ரை பிள்ளை எங்கை... என்ரை பிள்ளை எங்கை..." என்று ஒவ்வொரு ஆசிரியையாகப் பிடித்து உலுப்பினாள். புழுதிக்குள் விழுந்து கதறினாள். மூர்ச்சையாகி மயங்கியவளைத் தண்ணீர் தெளித்து கைத்தாங்கலாக அழைத்துச் சென்றார்கள். அவள் "பாஸைத் தந்திருந்தால் நான் எப்பவோ அவளை வெளியில கூட்டிக் கொண்டு போயிருப்பனே..." என்று அனுங்கிக்கொண்டிருந்தாள்.

ஆறு வருடங்களுக்குப் பிறகு ஒருநாள் மலர்விழியைச் சந்திக்க நேர்ந்தது. சென்ற வருடம் வள்ளிபுனம் சிறார்கள் முன்பள்ளியின் விளையாட்டுப் போட்டிக்கு அழைக்கப்பட்டிருந்த சிறப்பு விருந்தினர்களில் அவளும் சந்திராவும் அருகருகாக அமர்ந்திருந்தார்கள். சந்திராவைக் கண்ட மாத்திரத்திலேயே "மிஸ்... என்னைத் தெரியுதா? நான் மலர்விழி" என்று கை தந்தாள் அவள். ஊன்றிக் கவனித்தாலன்றி அடையாளம் தெரியாதபடி உருவம் கனத்து முகமும் பரந்திருந்தது. வெள்ளை சேட்டின் மேலே இடுப்பில் அகண்ட பெல்ற்றை இறுக்கியிருந்தாள். பொக்கற்றில் நீல, சிவப்புப் பேனாக்களின் மூடிகள் தெரிந்தன. தலைப்பின்னலிட்டு மடித்திருந்தாள். காலில் சாதாரண 'பாட்டா'

செருப்பு. சந்திரா அவளுடைய கைகளைப் பிடித்துக்கொண்டு “சந்தோசம் பிள்ளை” என்றாள்.

மலர்விழி சிறார்களுக்குப் பரிசுகள் வழங்கினாள். உரையாற்றும்போது “நீங்களெல்லாம் சின்னப்பிள்ளைகள்... உங்களில இவர் முதலாவது இவர் ரெண்டாவது இவர் மூண்டாவது எண்டெல்லாம் பிரிச்சுத் தராதரம் பாக்க விருப்பமில்லை. எப்பிடியும் இந்தக் கல்வி உங்களை இவர் பெரியவர், அவர் சிறியவர் எண்டு ஆக்கிவிடும். அதுவரையுமாவது நீங்கள் எல்லாரும் சமம் எண்டு இருங்கோ... ஒரு சாம்பல் மேட்டிலயிருந்து இந்தத் தேசத்தை உங்கடை அறிவாலும் செயலாலும் புதுசாவும் முழுசாவும் செதுக்கி எடுப்பியள் எண்ட நம்பிக்கையிலதான் நாங்கள் போராடுறம். எங்களை ஏமாத்திப் போடாதேங்கோ...” என்று நிறுத்தியவள், தொடர்ந்தும் “உங்கடை ஆசிரியர்கள் சொல்லுறதைக் கேட்டு நடவுங்க. அவையள் உங்கடை நல்லதுக்குத்தான் சொல்லுவினம்” என்றபோது சந்திராவைத் திரும்பிப் பார்த்து கொடுப்புக்குள் சிரித்தாள். சந்திராவிலும் புன்னகை கசிந்தது.

சிற்றுண்டிகள் பரிமாறப்பட்டன. சந்திரா மெதுவாகப் பேச்சுக் கொடுத்தாள். “நீர் என்ரை பழைய மாணவியெண்டதால அந்த உரிமையில கேக்கிறன்...”

“மிஸ்... நீ... வா போ எண்டு கூப்பிடுங்க. இப்படிக் கேட்க எனக்கு அந்தரமாயிருக்கு” என்றாள் மலர்விழி.

“கட்டயாமா ஆக்களைப் பிடிக்கப் போறியளாம் எண்டு ஒரு கதை அடிபடுகுது... உண்மையா?”

“பிடிக்கிறது எண்டு இல்லை மிஸ்... வீட்டுக்கு ஒராளை வரச் சொல்லிக் கேட்கிறதைப் பற்றிக் கதைக்கினம். வருசக் கடைசிக்குள்ளை தெரிஞ்சிடும்...”

“சட்டத்தால கட்டாயமாக்கி ஆக்களை இணையச்செய்து ஒரு இயக்கத்தை இயல்பான அதின்ரை பாதையில கொண்டு நடத்தலாமா எண்டு எனக்கு விளங்கேல்லை...”

“மிஸ்... என்ரை அப்பா சுவிஸில இருக்கிறார் எண்டு உங்களுக்குத் தெரியும். இப்பிடிச் சுவிஸிலயும் லண்டன்லயும் அப்பாக்கள் இருக்கிற பிள்ளைகளா... அல்லது விடிய எழும்பி விறகு வெட்டவும், வேலி அடைக்கவுமெண்டு கூலிக்குப் போற அப்பாக்களின் பிள்ளைகளா இயக்கத்தில அதிகமா இருக்கினம் எண்டு கேட்டால் அதுக்கான பதிலும் உங்களுக்குத் தெரியும். எல்லைப்படையெண்டு பின்கள வேலை செய்யிற அப்பாக்களின்ரை பிள்ளைகளும் அண்ணாக்களின்ரை தங்கச்சிகளும்தான்

புலிப்படை எண்டு முன்னால நிக்கினம். உங்களுக்குத் தெரியுமா மிஸ்... நான் இயக்கத்தில சேர்ந்த புதிசில அப்பா சுவிசில இருக்கிறார் எண்டு சொல்ல பேஸில இருந்த அக்காமார் ஒருத்தரும் நம்பல்லை. ஏதோ செவ்வாய்க் கிரகத்தில இருந்து இறங்கிவந்த அதிசயப்பிறவி மாதிரியே என்னையப் பாத்திச்சினம்... ரெயினிங் கஸ்ரம் தாங்காமல் ஓடிப்போயிடுவன் எண்டும் சொல்லிச்சினம். என்னோடை ரெயினிங் எடுத்த பிள்ளையள் உன்ரை அம்மா உன்னை வெளியில எடுப்பா... உன்ரை அம்மா உன்னை வெளியில எடுப்பா எண்டுதான் கடைசி வரைக்கும் சொல்லிக் கொண்டிருந்தாளவை. பாருங்க... நிலைமை இப்பிடித்தான் இருக்கு... ஏன் இப்பிடி கஸ்ரப்பட்ட பிள்ளையள் மட்டுமே இயக்கத்துக்கு வரவேணும்... ஏன் அப்படி மற்றாக்களும் வரக்கூடாது... அதுதான்... வீட்டுக்கு ஒருவர்...''

“இதுவொரு ஓரவஞ்சகம் பிள்ளை. நிலத்தைத் துடைச்சு வழிச்சுக் கொண்டுபோன வெளிநாட்டுக்காரரை எப்பவோ தப்பவிட்டுட்டு உங்களோடையே இருந்த சனத்தை இயக்கத்துக்கு வரேல்லை எண்டதைக் காரணம் காட்டிக் குறி வைக்கிறியள்...''

“நான் வெளிநாட்டுக்காரர் எண்டது தனிய வெளிநாட்டக்காரரை மட்டுமில்லை. இங்கையிருக்கிற பிஸ்னஸ்காரர், டொக்ரராவும் இன்ஜினியராயுமே பிள்ளையளை மாத்தத் துடிக்கிற தாய் தகப்பன், நாலு சொத்தைக் கவிதை எழுதிட்டு இதுதான் விடுதலைக்கான என்ரை பங்களிப்பு எண்டு சொல்லுற ஆக்கள்... இவை எல்லாருக்கும் பொருந்தும்...''

“அப்பவும் அது ஓரவஞ்சகம்தான்.''

“நாங்கள் ஒரு நாளைக்கு விரிவாக் கதைப்பம் மிஸ்'' மலர்விழி எழுந்தாள்.

மெல்லிய தூக்கம் தழுவப் பார்த்தது. அத்தார் வெளிச்சத்தைத் தூண்டி அதைத் துரத்தினான். சாப்பாட்டைப் போட்டுக்கொண்டு வந்தவன்'' நான் இப்பதான் கேள்விப்பட்டன். விநோதினியின்ர விசயம்... என்ன நடந்தது?'' என்று கேட்டான்.

சந்திராவுக்கு எரிச்சல் மூண்டெழுந்தது. “எப்பிடியும் கட்டாயப் படுத்திப் பிடிக்கத்தானே போறாங்கள்... அதுக்கு முதல் தானாகவே போவம் எண்டு அவள் போயிற்றாள்'' என்று சொல்லிவிட்டுப் போர்வையால் மூடிக்கொண்டாள்.

சாம்பல் பூத்த தோலில் கறுப்புக் கோடாக மதநீர் கீழிறங்க சுளகுக் காதுகளைக் காற்றிலடித்தபடி திரும்பிய தனியன் சேனைக் காட்டு வைரவர் கோவிலுக்கு முன்னால் வெள்ளையனை வழிமறித்தது. அவன் கைகளை வீசி ‘காட்டுக்குள் இறங்கு’ என்பதைப் போல சைகை செய்தான். அது தும்பிக்கையை மேலே உயர்த்தி காடு நடுங்குகிற மாதிரி ம்பாய்ய்ய்ங்... என்று பிளிறியது. இத்திமரத்துக்குப் பின்புறமாக ஒளிந்து நின்ற மழலைக் குரலொன்று “அப்பா... என்னைக் கண்டுபிடியுங்க” எனவும் திடுக்குற்ற வெள்ளையன் “இசைநிலா... இசைநிலா...” என்று கத்தினான். அவளுடைய முகம் மரத்திலிருந்து மெல்ல விலகிற்று. கலகலவென்று சிரித்தவாறு ஓரடி முன்னால் வைத்தாள்.

யானையில் சுரந்துகொண்டிருந்த மத ஈரலிப்பு திடீரென்று காய்ந்து வறண்டதை வெள்ளையன் அச்சத்தோடு பார்த்தான். அதன் சின்னக் கண்கள் மிளகாயைப்போலச் சிவந்தன. அது இடது காலால் நிலத்தை உதைந்த இடத்தில் சருகுகள் துள்ளின. “வராத இசைநிலா...” என்று வீரிட்ட அவனுடைய குரல் அவனுடைய காதுகளிலேயே கேட்காது அடங்கிற்று. இசைநிலா துள்ளிக்கொண்டு ஓடிவந்தாள். திடீரென்று தனியன் வெள்ளையனை நோக்கி நடக்கலாயிற்று. அவன் நிம்மதி பெருகத் திரும்பி ஓடினான். அவனை யானை துரத்தத் தொடங்கிற்று. யானையை இசைநிலா துரத்தலானாள். அப்பொழுது அவளுடைய கால்கள் யானையினுடையதைப்போல வீங்கின. வெள்ளையனின் இடுப்புக்குழியில் சுள் என்று முள் தைத்ததற்கு ஒப்பான வலி கிளர்ந்தது. அது ஒரு பலூனைப்போல பருத்து மார்பு எலும்புகளுக்கிடையில் சிக்கி வெடித்தது. ரத்தத்தால் கழுவப்பட்ட உலோகத்துண்டுகள் பாதையெங்கிலும் சிதறி விழுந்தன. வெள்ளையன் அவற்றை மிதித்துக் கொண்டு ஓடினான். பாதங்களில் நெருப்புச் சுட்ட கொப்புளங்கள்... தனியன் ஆற்றாமையால் பிளிறியது... மரமுந்திரியை வேரோடு பிடுங்கிச் சுழற்றி எறிந்தது. அவன் நாரியைப் பிடித்துக்கொண்டு நின்று திரும்பிப் பார்த்தான். யானை அழுதது. கால்களை மடக்கி நிலத்தில் சாய்ந்தது. இசைநிலா யானையை ஆரத்தழுவினாள். அவளுடைய பிஞ்சு விரல்களால் கண்ணீரைத் துடைத்துவிட்டாள். “யானையை யாரோ சுட்டுட்டாங்கள் அப்பா...” என்று துயரத்தோடு சொன்னாள். “இஞ்ச பாருங்கோ... இந்த இடத்தில்...” யானையின் மத்தகத்தில் பொத்தி வைத்திருந்த கையை அவள் விடுவித்ததும் கருஞ்சிவப்புக்

குருதி முகத்தில் பீறிட்டடித்தது. அவள் விகாரமானாள். வெள்ளையன் ஓடிவந்து அவளை அணைத்தான். நடுங்கும் விரல்களால் குருதியை வழித்தான். அப்பொழுது அவளுடைய கண்களிலிருந்தும் குருதி பெருகலாயிற்று. அவளை மார்போடு இறுக்கி ஓ என்று அலறியபோது தனியன் கடைசியாக ஒருமுறை கண்ணைத் திறந்து மூடியது.

விருட்டென்று எழுந்து விளக்கைப் பற்றவைத்தான். தோலின் மயிர்க்கால்கள் பிளந்துவிட்டதைப்போல வியர்த்துக் கொட்டியது. மஞ்சள் ஒளியில் முத்துவிற்கு இருபுறமுமாகப் பிள்ளைகள் படுத்திருந்தார்கள். கைகளை மேலே போட்டுக் கிடந்த இசைநிலாவின் கோலம் மனதைப் பிசைய அவளைச் சேலையால் போர்த்திவிட்டான். பானையில் நீரள்ளிக் குடித்துவிட்டு வெளியே வந்தான். விடியச்சாமம் மூன்றுமணி... யானை கடைசியாகக் கண் மூடிய காட்சி திரும்பத் திரும்ப அலைவித்தது. வலியின் உத்தரிப்புத்தான் கனவென்று தோன்றியது. அது நேரங்காலமின்றிப் பெருகி வழிகின்றது. உள்ளே கிடக்கின்ற 'பீஸ்' நாளாக நாளாக ஊதி வளர்வதைப்போலவே ஓர் அருட்டுணர்வு... வெள்ளையன் இரண்டு தடவை ஆஸ்பத்திரிக்குப் போயிருந்தான். அது நகர்ந்து இடம்மாறியிருக்கக் கூடுமென்று மருத்துவர்கள் சந்தேகித்தார்கள். சத்திர சிகிச்சை என்றால் வவுனியாவிற்கோ கொழும்பிற்கோ அனுப்புவதுதான் நல்லதென்று அபிப்பிராயப்பட்டார்கள். வெள்ளையன் மறுத்துவிட்டான். வலி நிவாரணக் குளிகைகளை மட்டும் வாங்கிக் கொண்டு திரும்பிவிட்டான்.

வன்னியிலிருந்து வெளியேறிய பாதைகள் இன்றோ நாளையோ இழுத்து மூடப்படலாமென்ற நிலையிருந்தன. போர் நிறுத்த ஒப்பந்தத்திலிருந்து இலங்கை அரசாங்கம் உத்தியோக பூர்வமாக விலகியிருந்தது. சண்டைகள் மன்னாரில் ஆரம்பித்துத் தொடர்ந்து நடந்துகொண்டிருந்தன.

குளிர்ந்த காற்று நுழைந்தது. பறவைகளின் சத்தங்கள் வெளியே கேட்டன. உதட்டைக் குவித்து விசிலடிப்பதைப் போன்ற கீச்சிட்ட ஒலிகள் வெள்ளையன் இயக்கத்தில் சேர்ந்த அடுத்த நாளில் பனிச்சங்குளக் காட்டுக்குள் விடிந்த காலையை இப்பொழுதும் ஞாபகப்படுத்துகின்றன.

அன்றைக்கு உழுவேலி முகாமிற்கு நடந்துசென்றவன் ஏதோ கள்ளம் செய்தவன் போல தலையைத் தாழ்த்தி "நான் இயக்கத்துக்கு வந்தனான்" என்று தயங்கித் தயங்கித்தான் சொன்னான். அவனை ஒரு சைக்கிளில் ஏற்றிப் புதுக்குடியிருப்புச் சந்தியிலிருந்த பிரச்சாரக் கொட்டகைக்கு அனுப்பி வைத்தார்கள்.

ஏற்றிச் சென்றவன் "வீட்டில ஏதாவது பிரச்சனையா..." என்று கேட்டான் வெள்ளையன் இல்லையென்று தலையாட்டினான். பின்னர் புதுக்குடியிருப்பிலிருந்து மாங்குளத்திற்கு சனங்களைப் பிதுக்கிக்கொண்டு பயணித்த மினி பஸ் ஒன்றின் மேலே வெள்ளையனும் இன்னுமொருவனும் ஏறிக்கொண்டார்கள். தலைக்கு மேலே வீதியை மூடிநின்ற மரக்கிளைகளுக்கிடையில் வான்நீலம் எதிர்த்திசையில் ஓடிக்கொண்டிருந்தது. ஒருவிதமான பெருமிதம்... மாங்குளத்திலிருந்து ஓர் உழவூர்தியில் ஏறிக்கொண்டார்கள். அது சற்றுப் பயணித்து காட்டுக் கரையொன்றில் இறக்கிவிட்டது. உள்ளே ஒற்றையடித் தடத்தைப் பிடித்து நடக்கத் தொடங்கியபோது காடும் இருண்டது. வானமும் இருண்டது.

தகரத்தாலான பிரதான முகாமில் தொலைக்காட்சியில் ஆங்கில சண்டைப்படமொன்று ஓடிக்கொண்டிருந்தது. எழுபது பேராவது உட்கார்ந்து பார்த்துக்கொண்டிருந்தார்கள். வெளியே இரண்டு ரியூப் லைற்றுகள் எரிந்தன. ஒரு கரும்பலகையில் 'புலிகளின் தாகம் தமிழீழத் தாயகம்' என்று வெண்ணிறச் சோக்கட்டியால் எழுதப்பட்டிருந்தது.

இரவுணவாக அரிசிமாப் புட்டும் மாட்டிறைச்சிக் கறியும் சாப்பிட்டான். ஒரு சாரம் கொடுத்தார்கள். நிலத்தில் அரைய அரையக் கட்டிக்கொண்டு தொலைக்காட்சிக்கு முன்னால் குந்தினான். அப்பொழுது திரண்டு முறுக்கான உடலுடைய ஒருவன் இரண்டு கைகளிலும் தாங்கியிருந்த இயந்திரத் துப்பாக்கிகளால் எதிர்ப்படுகின்ற எல்லோரையும் சுட்டவாறு ஒரு கப்பலுக்குள் நுழைந்து கொண்டிருந்தான்.

இரவு குளிர்ந்தது. வெள்ளையன் சாரத்தின் கீழ் விளிம்பைப் காற்பெருவிரலால் கவ்விக்கொண்டு தலை வரை இழுத்து உள்ளே முடங்கினான். தூக்கக் கலக்கத்தில் சிலநேரங்களில் வீட்டில் படுப்பதாயும் சிலநேரங்களில் வெளியிலெங்கோ இருப்பதாயும் நினைவுகள் கசங்கின. சிலுசிலுவென்று விடிந்தது. மொட்டாக்குப் போட்டபடி வெளியில் வந்தான். ராத்திரிப் பனியை உலுத்திய மரங்களும், கிலுகிலுவெனக் கேட்ட பறவைக் குரல்களுமாக காலை இருந்தது.

அவன் ரீங்காரங்களின் திக்குகளை ஆர்வத்தோடு பார்த்தான்.

பயிற்சிக்கு அனுப்பப்படுவதற்கு முன்பாக அங்கே காத்திருந்த இருபத்தியொரு நாட்களும் வெள்ளையனுக்கு அதிகாலைச் 'சென்றி'தான் வாய்த்திருந்தது. இடையில் மனம் மாறித் தப்பி ஓடுகிறவர்கள் அந்த நேரத்தைத்தான் பெரிதும் நம்பியிருந்ததால் சற்றும் கண் துஞ்சாது, அவனும் இன்னொருவனுமாக நள்ளிரவு இரண்டு மணியிலிருந்து ஆறுமணி வரை ரோர்ச் லைற் ஒளியை வீசிக்கொண்டு

அங்குமிங்குமாக நடந்து திரிந்தார்கள். அவ்வப் போது குந்தியிருந்து கதை அளந்தார்கள். ஒருநாள் அந்த இன்னொருவன் "டேய் தம்பி, இதிலயே இரு. எனக்கு வயித்தைக் கலக்குது. போட்டுவாறன்" என்று ரோர்ச் லைற்றோடு போனவன் தான், திரும்பவே இல்லை. வெளிச்சம் அணைந்து இருபதாவது நிமிடத்தில்தான் வெள்ளையன் ஓடிப்போய் பொறுப்பாளரை எழுப்பினான். அன்று காலை அவனுக்கு முதலாவது 'பனிஸ் மென்ட்' கிடைத்தது. உயரமான முதிரை மரத்தில் ஏறி கிளைகளுக்கு நடுவில் நாள்முழுவதும் இருக்கச் சொன்னார் பொறுப்பாளர். இரண்டு கால்களையும் கீழே தொங்கவிட்டு மரத்தில் முதுகைச் சாய்த்தான். கிளையில் ஒரு குருவி செட்டையடித்தது. தூரத்தில் போகின்ற யாரையோ கூப்பிட்டுத் தானும் வருவதைப்போல குரலை நீட்டிக் கத்தியது. வெள்ளையன் அதே தாள கதியிலேயே "வா...ரே... ன்..." என்று கத்தினான். குருவி திரும்பவும் கத்தியது. இவனும் வா... ரே...ன் என்றான். அது தோற்றுவிட்டதைப்போல அமைதியாக ஓய பழிப்புக் காட்டிச் சிரித்தான்.

"என்ன... குளிர்ல வெளிய வந்திருக்கிறீங்க... உள்ள வந்து படுங்க..." முத்து தொட்டுத் திருப்பினாள். உள்ளே வெள்ளையனைக் காணாத பதற்றத்தில் எழுந்து வந்திருக்க வேண்டும். கலைந்த மயிரை அள்ளி முடிந்திருந்தாள்.

"இன்னும் கொஞ்ச நேரத்தில விடிஞ்சிடும்..."

"இடுப்பு நோகுதா?"

"ஏதோ ஒரு கெட்ட கனவு... நித்திரை வரேல்லை."

"கண்டதையும் போட்டு யோசிக்காதீங்க... சாமி ஒரு நா கண்ணத் திறக்காமலா போயிடுவார்..."

"ம்..." வெள்ளையன் சாரத்தை உதறிக்கொண்டு எழுந்தான்.

காட்டுக்குள்ளிருந்து ஒரு பறவை அவலமாகக் கத்தியது. அது வெகுதூரம் விலகிச் சென்றுவிட்ட யாருடையதோ திசையைப் பார்த்து "போ... கா...தே..." என்று அலறுவதைப்போல இருந்தது.

“இவருக்கு ஒரே கெட்ட கனவா வருது சாமி... எப்ப பார்த்தாலும் எதையாவது நினைச்சிக்கிட்டே இருக்கிறார். நீறு போட்டு விடுங்க” என்றாள் முத்து. சேனைக்காட்டு வைரவர் கோவில் கிழவனிடம் வெள்ளையனை அழைத்து வந்திருந்தாள்.

தேகமெல்லாம் சாம்பலைப்போல நீறு பூசி நின்ற கிழவன் “வா... மகன், இதில கிழக்கைப் பார்த்து இரு” என்றான். வெள்ளையனுக்கு நினைவு தெரிந்த நாளிலிருந்து வைரவரே கதியென்று கிடக்கின்ற கிழவன். அந்நாட்களில் பள்ளிக்கூடம் போகும் காலைநேரத்தில் ஓலைச் செத்தையாலான கோவிலைக் கூட்டித் துடைத்துக்கொண்டு நிற்பான். மதியம் திரும்பும்போது தரையில் சாக்கு விரித்துப் படுத்திருப்பான். வெள்ளிக்கிழமைகளில் மாலை நேரத்தில் வைரவருக்கு வடை மாலை சாத்திப் பூசை நடக்கும். கிழவனே சூலத்திற்கு நீர் வார்த்து, கழுத்தில் பட்டுச் சாத்தி, பூக்களால் அலங்கரிப்பான். சிறுவர்கள் சேமக்கலங்களை ஒலிப்பார்கள். கிழவன் கன்னம் உப்ப மூச்சை இழுத்துச் சங்கு ஊதுவான். சாராய நெடி குப்பென்று அடிக்கும்.

கிழவனுக்கு சற்றுக் கூன் விழுந்திருந்தது. வயிற்றில் கோடு கோடாகத் தசை மடிப்புகள்... வெள்ளையன் ‘சண்டிக்கட்டை’த் தளர்த்திவிட்டு அவனுக்கு முன்னால் உட்கார்ந்தான். கிழவன் கண்களை மூடினான். மூச்சை ஆழ இழுத்தான். எலுமிச்சம் பழத்தை வெள்ளையனின் நெற்றிப்பொட்டில் அழுத்தி வைத்திருந்தான். அவனுடைய உடல் விதிர்விதிர்த்து நடுங்கத் தொடங்கியது. விநோதமான ஒலிகள் அவனிடத்தில் எழுந்தன. தட்டிலிருந்த விபூதியைக் கொத்தாக அள்ளி வெள்ளையனின் முகத்தில் ஊதினான். சாம்பலடித்த தந்தையின் முகத்தைக் கண்ட இசைநிலா அச்சத்தில் முத்துவை இறுக்கக் கட்டிக்கொண்டாள்.

கிழவன் சடசடவென்று தன் தொடையில் அடித்துச் சப்தம் எழுப்பினான். அவனுடைய பிட்டம் துள்ளித்துள்ளி இறங்கியது. வெள்ளையனின் நெற்றியிலும் கழுத்திலும் மார்பிலும் பெருவிரலால் திருநீற்றுக் குறியிட்டவன் கபாலத்தை விரல்களால் பொத்திக் கொண்டு முணுமுணுத்தான். வேம்பு இலைக்கொத்தால் வெள்ளையனின் உச்சியிலிருந்து பாதம் வரை வருடிவிட்டு மூன்று தடவை எச்சில் துப்பினான். எலுமிச்சையை இரண்டாகப் பிளந்து குங்குமத்தைத்

தடவி இரண்டு பக்கங்களிலும் வைத்தான். துடித்துக் கொண்டிருந்த அவனுடைய உடல் மெல்ல ஆறியது. தலைக்கு மேலே கூப்பித் தொழுதான். கண்கள் மெல்லத் திறந்தன. "எழும்பு, இனி எல்லாம் வைரவர் பார்த்துக் கொள்ளுவார்."

இருபது ரூபாயை வீபூதித் தட்டில் வைத்துவிட்டு வெளியேறினார்கள்.

அன்று நள்ளிரவு, ஒரு கறுப்பு நாயில் நிர்வாணமாக ஏறி அமர்ந்த வைரவர் வாயில் வெளித்தள்ளிய நாக்கோடு வெள்ளையனைத் துரத்த ஆரம்பித்தார். அவருடைய முகம் விகாரமாயிருந்தது. உடலில் பாம்புகள் ஊர்ந்து நெளிந்தன. மாலையில் கோர்க்கப்பட்டிருந்த மண்டை ஓடுகள் வேகத்தில் குலுங்கின. பத்துக் கைகளிலும் பயங்கரமான ஆயுதங்களோடு அவர் வீற்றிருந்தார். நாய் ஒரு குதிரையைப்போலப் பாய்ந்தது. வெள்ளையன் தென்னந் தோப்புக்களைத் தாண்டி ஓடினான். முட்புதர்கள் கிழிக்கக் காடுகளைத் தாண்டினான். நீரோடைகளை ஒரே தாவலில் பாய்ந்து கடந்தான். உயரமான மண் அணைகளையும் மிதிவெடிகள் புதைக்கப்பட்ட நிலங்களையும் தாண்டி ஓடினான். உப்பு மணக்கும் பொட்டல் வெளிகளில் தகிக்கத் தகிக்க நீண்ட தூரம் ஓடினான். கடைசியாக அவன் கடலுக்கு வந்தான். அலை பாதங்களில் பட்டுச் சில்லிட்டபோது விழிப்பு வந்தது.

2008

ஏ9 தெருவுக்கு இடது புறத்தில் ஓமந்தையிலிருந்து மன்னார் வரையிலான, எல்லை நிலைகளில் பதிமூன்று மாதங்களாக நடந்த யுத்தத்தின் முடிவில் இலங்கை இராணுவத்தினர் மடுத் தேவாலயத்தைக் கைப்பற்றிக்கொண்டார்கள். அதற்குப் பிறகு தினமொரு தெருவையும் வாரமொரு கிராமத்தையும் மாதமொரு பட்டினத்தையும் விழுங்கியவாறு யுத்தப் பாம்பு சரசரவென மேலேறியது.

கிளிநொச்சிக்குத் தெற்கே அக்கராயன் குளத்தின் இரண்டு பக்கத்திலும் முன்னேறிய ஐம்பத்து ஏழாவது படையணிச் சிப்பாய்கள் குளக்கட்டின் ஓரமாக நெளிந்து வளைந்த புலிகளின் பிரமாண்டமான மண் அணையை உடைத்து நுழைவதற்காக மூர்க்கத்தோடு பொருதினார்கள். ஏழாவது நாள் புலிப் படையணிகளை அங்கிருந்து பின்வாங்குமாறு பணித்த பன்னிரண்டாவது நிமிடத்தில் விநோதினியின் இடது காலில் வெடிபட்டது.

நெருப்புச் சுட்டது போலிருந்த காயத்தைக் கையால் பொத்தியபடி அவள் பதுங்கு அகழிக்குள் விழுந்தாள். மழை தூறிக் கொண்டிருந்தது. விரல் இடுக்குகளிடையில் ரத்தம் கொப்பளித்தது. கால் விரல்களை அசைக்க முயற்சித்தாள். இமைகளை வெட்டித் திறந்தாள். காட்சிகள் தெளிவாயிருந்தன. அகழிச் சுவரோடு முதுகைச் சாய்த்துத் தெம்பூட்ட முயற்சித்தாள். பொக்கற்றிலிருந்த ராணுவக் கத்தியால் தொடைக்குக் கீழே சீருடையை வெட்டி வீசினாள். காயம் துல்லியமின்றி குருதியும் சேறும் சதையுமாகக் குழைந்து கிடந்தது. காலைத் தூக்கி எதிர்ச் சுவரில் அழுத்தினாள். கிழித்த சாரத்தை காயத்திற்குச் சற்று மேலே இறுக்கி முடிச்சிட்டாள். மிகுதித் துணியால் காயத்தைச் சுற்றினாள். “பிள்ளையள்... அண்ணையாக்கள்...” குரல் மழையில் கரைந்தது.

காலையில் நடந்ததைப்போன்ற உக்கிரமான சண்டை இல்லையென்றாலும் சத்தங்கள் கேட்டுக்கொண்டேயிருந்தன. அணிகள் முழுமையாகப் பின்னகரும் வரைக்கும் சண்டை நடக்குமென்று தோன்றிற்று ‘ஆமி பன்டைத் தாண்டியிருப்பானா...’ கை தன்னியல்பாகக் கழுத்துக் கயிற்றை வருடி மீண்டது. ‘இனி மழைக்காலம் தொடங்குது... அகழியெல்லாம் நிறைஞ்சு போயிடும். எத்தினைக் கென்று அள்ளி வாக்கிற... ஆமிக்கும் ‘ராங்கி’ உருளாதுதான். ஆனா அவன் எங்க ‘ராங்கி’யோட வர்றான்... ஆமிதான் இப்ப கெரில்லாவா மாறிட்டுது

என்று நேற்றும் நிலாமதி அக்கா சொன்னவ... இவளவை எங்க போயிட்டாளவை... "எடியே... வல்லவள்... கடல்மகள்..." மறுபடியும் கத்தினாள். அவர்களில் எப்போதும் உருவாகும் கோபமும் இரக்கமும் கலவையாக உருவாகின. அவர்கள் இரண்டுபேரும் கட்டாய ஆட்சேர்ப்பில் இணைக்கப்பட்டிருந்தார்கள். வல்லவள் ஏற்கெனவே இயக்கத்தின் நிர்வாக சேவையில் சம்பளத்திற்கு வேலை செய்தவள். ஒருநாள் வேலைக்குப் போன இடத்தில் பிடித்து ஏற்றிவிட்டார்கள். கடல்மகள் தண்ணீரூற்றுக்காரி. அவளது பக்கத்து வீட்டுப் பையனைப் பிடித்தபோது "என்ரை பிள்ளையைப் பிடிச்சுக்கொண்டு போறியள். இஞ்ச பக்கத்தில ஒருத்தி அம்சடக்கமா ஒளிச்சிருக்கிறாள்" என்று பக்கத்து வீட்டுக்காரியே தன்னைக் காட்டிக்கொடுத்ததாகச் சொல்லித் திட்டுவாள். மன்னார் களமுனைகளிலிருந்து விநோதினியோடுதான் நின்றார்கள். நிலங்கள் வீழ வீழப் பின்னகர்ந்து கடைசியில் அக்கராயன் குளக்கட்டோர மண் அணை நேரே தெரியத்தக்க காப்பரணில் சென்றிக்கு இருந்தார்கள். கடந்த வாரம் முழுவதும் கடும் சண்டை. காற்றில் கரும்புகையும் கந்தக நெடியும்தான். அணைக்கு எதிர்ப்புறத்தில் வந்துவிட்ட இராணுவப் படையணிகள் ஒரு பேரலை பாறையில் மோதிச் சிதறுவதைப்போல ராப்பகலாய் வெடித்துக் கொண்டேயிருந்தார்கள். இரவுகள் இல்லாமலாகித் தொலைந்து விட்டன...

பின்வாங்குவதற்கான செய்தி வந்தபோது விநோதினி நிலாமதி அக்காவின் காவலரணில் நின்றாள். நிலாமதி அக்கா அதிகமாக எதுவும் பேசவில்லை. "போய் பிள்ளையளைக் கூட்டிக்கொண்டு வாங்கோ" என்றாள். அமைதியான முகம். 'செற்'இல் இயந்திரத்தனமான குரலில் ஆணைகளைப் பிறப்பித்தாள்.

விநோதினி காவலரணுக்குத் திரும்பிய வழியில் வல்லவளும் கடல்மகளும் ஓடிவந்தார்கள். "ஆமி வருதாம். அண்ணையாக்கள் போகச் சொன்னவை" என்றாள் கடல்மகள். வெறும் கையோடு நின்றார்கள்.

"றைபிள் எங்க?" இரண்டு பேரையும் மாறி மாறிப் பார்த்தபடி விநோதினி கேட்டாள்.

"அய்யோ... அது சென்றிக்குள்ளை... மறந்துபோனம்."

"போய் எடுத்துக்கொண்டு ஓடிவாங்கடி."

"நான் மாட்டன். ஆமி வந்திட்டான்..."

"றைபிள் இல்லையெண்டால் உங்களுக்குப் பனிஸ்மெண்ட் கிடைக்குமெல்லே..."

“நாங்கள் இயக்கத்தில இருக்கிறதே பனிஸ்மென்ட்தான்” வல்லவளுடைய குரல் சட்டென்று விரக்தியுற்றது. அவள் தலையைத் திருப்பி தூரத்துப் புகையை அச்சத்தோடு பார்த்தாள்.

“உங்களால எனக்கும் வீண் பனிஸ்மென்ட்... வந்து சேந்தீங்க... வைரவருக்கு நாய் வாய்ச்ச மாதிரி... இதிலயே நில்லுங்க. நான் போய் எடுத்திட்டு வாறன்.”

“போகவேண்டாம். ஆமி பண்ட்டை உடைச்சிட்டான்.”

“இல்ல உடைக்கல்ல. அவன் இரவுக்குத்தான் ஏறுவான்.” விநோதினி தலையைக் குனிந்துகொண்டு ஓடினாள். மண் மூட்டைகளுக்குப் பின்னாலிருந்த போராளிகளின் துப்பாக்கிகளில் பொறி பறந்தது. ‘கடைசிச் சண்டை’ என்று ஏனோ தோன்றியது. காப்பரணில் நுழைந்து துப்பாக்கிகளைக் காவிக்கொண்டவள் சாப்பிட்டு மீதமிருந்த பிஸ்கற் பைக்கற்றுகளை அள்ளியெடுத்து பொக்கற்றுகளில் செருகினாள். பாய்ந்து வெளியேறிய கணத்தில் தான் நெருப்புக்கொள்ளி காலில் செருகியது. அருகிலெங்கோ வெடித்த ஷெல்லின் சிதறலாயிருக்கவேண்டும்.

தலை கிறுகிறுத்தது. அரை மணி நேரமாவது கழிந்திருக்கும். மழை அடைத்துப் பொழியத் தொடங்கியது. சத்தங்கள் அங்கொன்றும் இங்கொன்றுமாகக் கேட்டன. ‘வெடி தைச்ச உடனேயே நோவைப் பாராமல் ஓடியிருக்கவேணும்.’ இப்பொழுது உடல் முழுவதுமாகச் சோர்ந்துவிட்டிருந்தது. பெருவிரலை அசைக்க முயற்சித்தாள். மூளையின் கட்டளையை நரம்புகள் மிகத் தாமதமாயும் மெதுவாயுமே நிறைவேற்றின. இரண்டு கைகளையும் சகதிக்குள் ஊன்றி தலையைச் சற்று உயர்த்தினாள். மழையின் தாரைகளுக்கு அப்பால் ‘பூளைக்கண்களால்’ பார்த்ததுபோலக் கலங்கியிருந்தது. நான்கு திசைகளில் இருந்தும் வெள்ளம் நிலத்தைக் கழுவி அரித்து அகழிக்குள் ஊற்றியது. ‘சேறு முழுசா என்னை மூடிடுமா... மூச்சுத் திணறுற நேரத்தில் குப்பியைக் கடிக்க வேணும்... அல்லது ஆமிக்காரனின் சப்பாத்து கண்ணுக்குத் தெரிஞ்சதும் கடிக்க வேணும்... சாகிற அந்த நொடியில எப்பிடியிருக்கும்... ஏதாவது ‘டுப்’ எண்ட சத்தத்தோடை என்னை விட்டுப்போகுமா... எப்பிடியெண்டாலும் போகட்டும். ஆமியிட கையில உயிரோடை பிடிபடக்கூடாது. நிலாமதி அக்கா ஒரு நா சொன்னா... ஒரு ஆண் போராளி ஆமியின் கையில பிடிபடேக்கை எதுக்காகக் குப்பியைக் கடிக்கிறானோ... அதே காரணத்துக்காக மட்டும்தான் நாங்களும் நஞ்சைக் கடிக்கிறம். மற்றும்படி விசேடமா நாங்கள் பொம்பிளையள், எங்கடை உடம்பை அவன் மானபங்கப்படுத்துவான். அப்பிடியொண்டு நடந்தபிறகு நாங்கள் உயிர்வாழவே முடியாது... எண்டெல்லாம் நீங்கள் நினைக்கக் கூடாது.

நானாயிருந்தால், எங்கயோ காயப்பட்ட இடத்தில என்னையொரு ஆமிக்காரன் பிடிச்சானெண்டால், நிர்வாணப்படுத்தி பலாத்காரம் செய்தானெண்டால் ஒருவேளை அதுக்குப் பிறகும் அவனைச் சுடுறதுக்கு வாய்ப்பொண்டு கிடைக்குமெண்டால் சுட்டுப்போட்டு வாற வழியில கிணத்திலயோ குளத்திலயோ தலை குளிச்சிட்டு திரும்ப வருவன்... இதெல்லாம் நடக்கிற கதையா எண்டு யோசிக்க வேண்டாம். பைரவி எண்டொரு பிள்ளை முகமாலைச் சண்டையில ரவுண்ஸ் எல்லாம் முடிஞ்சாப் பிறகு நேருக்கு நேர் நிண்ட ஆமியோடை கையாலயே சண்டை பிடிச்சு அவன்ரை துவக்கைப் பறிச்சு அவனை உயிரோடையே பிடிச்சுக்கொண்டு வந்தவள்...'

நிலாமதி அக்கா என்னதான் அப்பிடிச் சொன்னாலும் ஆமிக்காரன்ரை கையில உயிரோடை அகப்படுறதை நினைச்சும் பாக்கமுடியல்ல. அடம்பனிலயும் விடத்தல் தீவிலையும் எங்கட ரெண்டு மூன்று பிள்ளைகளை ஆமி பிடிச்சுக்கொண்டு போயிட்டுது. அவங்களைப் படுத்திற கொடுமையை எங்கட சென்ரியில நின்று பாக்கத் தெரிஞ்சதாம்.

மழை தொம் தொம் என்று விழுந்தது. இடுப்பையும் கால்களையும் மூடிக்கொண்டு வெள்ளம் நிறைந்தது. தொண்டையை எரிக்கிற தாகம். தலையை நிமிர்த்தித் தண்ணீர்க் குச்சிகளை உமிந்தாள். வானம் ஈரலித்த சாம்பலைப் போர்த்தியிருந்தது. நினைவுகள் கலைந்து அலையத் தொடங்கின. அம்மாவின் முகம்... நிலாக் குட்டிகள்... 'வல்லவளும் கடல்மகளும் போயிருப்பாளவையா... எனக்காகப் பாத்துக்கொண்டு நிக்கிறாளவையா தெரியேல்லை...'

விநோதினி நஞ்சைக் கடிப்பதென்று தீர்மானித்தாள். திடுமென்று வெள்ளம் சிதறி முகத்திலடித்தது. அகழிக்குள் குதித்த இரண்டு ஆண் போராளிகள் அவளைத் தூக்கித் தோளிற் சுமந்தவாறு பின்நிலைகளுக்கு ஓடத் தொடங்கினார்கள். வல்லவளினதும், கடல்மகளினதும், விநோதினியினதும் துப்பாக்கிகளை ஒருவன் காவியிருந்தான்.

முழங்காலுக்குக் கீழே தசைத் திரட்சியைச் சீவி எறிந்ததைப் போன்ற காயம். சன்னம் கிழித்துவிட்டிருந்தது. இருபதுக்கும் மேற்பட்ட தையல் இட்டிருந்தார்கள். காயம் ஆறத்தொடங்கியிருந்த போதும் கைத்தடியை ஊன்றித்தான் நடக்க வேண்டியிருந்தது. விநோதினி சுதந்திரபுரத்திலிருந்த ஒரு பராமரிப்பகத்தில் தங்கியிருந்தாள். அங்கே கொண்டுவரப்பட்டதிலிருந்து அம்மாவினதும் நிலாக்குட்டிகளினதும் நினைப்பாகவே இருந்தது. எங்கெங்கோவெல்லாம் அலைந்து திரிந்தபோது கிளராத தவனம், அவர்களுக்கு அருகாகக் கூப்பிடு தொலைவில் வந்துவிட்ட பிறகு இரவும் பகலுமென அருட்டியது. “அக்கா... பக்கத்திலதான் அம்மாஆக்கள் இருக்கினம். போய்ப் பாத்திட்டு வரவா...” தயக்கத்தோடு பொறுப்பாளரைக் கேட்டாள். இரண்டு நாட்களுக்கு அனுமதி கிடைத்தது. இன்னொரு தோழி மோட்டார் சைக்கிளில் ஏற்றிச் சென்று இறக்கினாள்.

மேட்டுக்காணியின் பாதையில் சத்தம் கேட்டபோதே வல்லியாள் வெளியில் வந்துவிட்டாள். மோட்டார் சைக்கிள் மெதுவான வேகத்தில் குடிசையின் வாசல் வரை உருண்டது. ஆனந்தக் களிப்பில் திக்குமுக்காடி வெளித்த முகம், விநோதினி கைத்தடியை ஊன்றிக்கொண்டு இறங்கி நடக்கவும் விறைத்துக் கறுத்துவிட்டது. “எந்தாயே... உன் காலைக் கொடுக்கத்தான் உன்னப் பெத்து வளத்தனோ...” வல்லியாள் மார்பில் அறைந்தவாறு மகளிடத்திற்கு ஓடினாள்.

விநோதினி தலையை அசைத்து மறுத்தாள். “ஒண்ணு மில்லம்மா... அது சின்னதா ஒரு காயம். இப்ப ஆறிட்டுது. பாருங்க... இங்க பாருங்க... “ செருப்பைக் கழற்றிவிட்டு விரலை அசைத்துக் காட்டினாள். வல்லியாள் மகளைக் கட்டிப்பிடித்துக்கொண்டாள். “அய்யோ... இயலாத காலோட வந்திருக்கிறாள்... ஒரு கதிரயில்லயே... இதில நில்லு தாயி, தோட்டத்துக்குப் போய் ஒண்ணு எடுத்திட்டு வர்றேன்...” என்று பரபரத்தாள்.

“இதில வாங்கம்மா. இப்பிடி இருங்க.” இரண்டு கால்களையும் வெளியே நீட்டியவாறு வெளிக்குந்தில் விநோதினி உட்கார்ந்தாள். கைத்தடியைக் கால்களுக்குச் சமாந்தரமாகச் சரித்து வைத்தாள். பக்கத்திலேயே அவளைத் ஆரத்தழுவியிருந்த வல்லியாள் தலையை ஆறுதலாகக்

கோதிவிட்டாள். “நீ எங்களயெல்லாம் விட்டுட்டுப் போயிடுவன்னு நான் நினைச்சும் பாக்கல தாயி...”

வெகு நூதனமாகப் பார்த்தவாறு வல்லியாளிடம் நடந்துவந்து அவளுடைய கழுத்துக்குள் புதைந்துகொண்ட இசைநிலாவை இரு கைகளாலும் தூக்கித் தன் மடியில் இருத்திக்கொண்ட விநோதினி “என்னைத் தெரியுமாடி?” என்று கேட்டாள். குழந்தை கண்களை உருட்டிப் பார்த்தது. “அப்பிடியே அத்தான்ட மூக்கு, அக்காடை வாய்...”

“மூணோ நாலோ மாசத்தில போயிட்டு ரெண்டு வயசாகிற நேரம் வந்தால் குழந்தைக்கு எப்பிடி அடையாளம் தெரியும்...” செல்லமாகக் கோபிப்பதுபோன்ற தொனியில் வல்லியாள் சொன்னாள்.

“அப்பிடியாடி... சித்தியைத் தெரியாதாடி உனக்கு...” குழந்தையின் முகத்தை மூக்கால் உரசிக் கிச்சுக்கிச்சு மூட்டினாள். அது கிலுகிலுவென்று சிரித்தது.

கணபதி ஓடிவந்தான். “வாங்கப்பா...” என்றாள். அவனிடமிருந்து நீண்ட பெருமூச்சு வெளிப்பட்டது. நடை தளர வந்தமர்ந்தான். யாரும் பேசாத அழுத்தமான அமைதி. இசைநிலா மட்டும் சித்திக்காரியின் விநோதமான முகச் சுழிப்புகளில் கவரப்பட்டு கெக்கட்டமிட்டுச் சிரித்துக்கொண்டிருந்தாள்.

வல்லியாள் மகளின் முதுகை வருடியவாறே கேட்டாள் “நீ வந்திடேன் தாயி... அய்யாவுக்கு அய்யாவா என்கூடவே இருப்பான்னு நம்பின உன் மாமன் லெட்சுமணன் போன நாள்லயிருந்து ஒரு சேதிய நான் அறிஞ்சதில்லை. அவனுக்கு என்னாச்சுன்னு கூடத் தெரியல்ல. இருக்கிறானா இல்லயான்னு தெரிஞ்சாலாவது ஒரு ஆறுதலாயிருக்கும். அதுக்குக் கூட நாங்க புண்ணியம் செய்து வைக்கல... நீயாவது இந்த அம்மா அய்யாகூட வந்து இருக்கிறியா தாயி?”

தங்கையை ஆச்சரியம் தாங்காமற் பார்த்துக்கொண்டிருந்தாள் முத்து. தோளோடு கத்தரித்த தலைமயிரை அவ்வப்போது காதோரமாகக் கோதிவிடும் அவளுடைய உடல்மொழி புதிதாயிருந்தது. காலை நீட்டி “இதிலதான்... இந்தா இந்த இடத்திலயிருந்து இதுவரைக்கும் வாழைக்காயைக் கீறின மாதிரிக் கிழிச்சிட்டுப் போயிட்டுது” என்றாள். முத்துவுக்கு உயிர் கூசியது. பற்களைக் கடித்தாள். “இந்த மாதிரி நேரத்திலதான் ஒரு செக்கனுக்கு இருக்கிற மரியாதை விளங்குது. ஒரு செக்கன் கால் முன்னுக்கு அசைஞ்சிருந்தா துண்டாக்கியிருக்கும்...” விநோதினி தொடர்ந்தாள். முத்து அவளுடைய உதடுகளையே

பின்தொடர்ந்தாள். 'காலையில சிணுங்கிக்கொண்டே பள்ளிக்கூடம் வர்ற தங்கச்சியா இவள்...'

"நான் முழுசா மயங்கிடல... கனவுக்கும் நிஜத்துக்கும் இடையில தாறுமாறா நினைவுகள் ஓடின மாதிரி... குப்பியக் கையில பிடிச்சுத்தான் வைச்சிருந்தேன். படீரென்னு என்னமோ பங்கருக்க விழுறது தெரிஞ்சுது... கொஞ்சமும் தாமதிக்காம என்னை இரண்டு பேர் தூக்கிறதும் அவங்க இயக்க யூனிபோர்ம் போட்டிருந்ததும் எல்லாமே உணரக் கூடியதாத்தான் இருந்திச்சு. இடையில ஒரு பயம்... இப்பல்லாம் ஆமியும் இயக்க உடுப்போட இறங்கத் தொடங்கிட்டான். ஏதாவது காட்டு றோட்டில தனியப் போகும்போது எதிரில சிரிச்சிட்டுப் போறது ஆமியா இயக்கமாவெண்டு மண்டை இறுகிற காலமாயிருக்கு. ஆனாலும் அவங்க துவக்குகளைக் காவிக்கொண்டு என்னைத் தோளில சுமந்துட்டு ஓடின அந்தக் கொஞ்ச நேரத்தில அது ஆமியில்லையெண்டும் அண்ணாக்கள் தானெண்டும் உள்ளுக்குள்ள ஓடிட்டேயிருந்திச்சு. சரி... அக்கா, இதெல்லாத்தையும் அம்மாகிட்ட சொல்லிடாத. பயந்திடுவா."

இரவு பேய்மழை பெய்தது. குளிர் குவியலாக இறங்கிக் காலையை ஆக்கிரமித்திருந்தது. வெளி விறாந்தையில் இழுத்துப் போர்த்துக்கொண்டு படுத்திருந்த விநோதினி அதிகாலையிலிருந்து ஆகாயம் வெளிப்பதை ஒரு சிறுமியின் குதூகலத்தோடு பார்த்துக் கொண்டிருந்தாள். மெல்ல ஒரு பூ மலர்வதைப் போன்ற விடியல். நள்ளிரவில் தொடங்கிய சண்டைகள் மதியத்தைத் தாண்டியும் தொடர்ந்த நாட்களின் காலை வேளைகளை நினைத்துக் கொண்டாள். ஒருநாளும் வானம் இப்படிப் பூவாக விரிந்ததில்லை. அவை படீரென்று வெடித்துச் சிதறிய துகள்களாக விடிந்திருந்தன. நாசித் துவாரங்களில் குளிர் நுழைந்தது. 'காச்சூமூச்சென்று' தும்மினாள். மூக்கு வடிந்தது.

"ஏனடி... வெளியில குளிருக்குள்ளை படுக்கிறாய்?" வெளியில் சந்திராவின் குரல் கேட்டது. துள்ளியெழுந்து முழங்கால்களைக் கட்டிக்கொண்டு அவளைப் பார்த்துப் புன்னகைத்தாள்.

"ராத்திரி முழுக்க மழை பெய்தது. விறைக்கிற குளிருக்குள்ளை வெளியிலயே கிடந்தனீ?" சந்திரா பக்கத்தில் வந்தமர்ந்தாள்.

விநோதினி மெதுவாக "சுகமில்லை ரீச்சர். துடக்கு" என்றாள்.

"இயக்கத்திலயும் வெளியிலயே கிடக்கிறனியள்?"

"ச்சீ... அங்கை இதெல்லாம் பாக்கிறதில்லை."

"அப்ப ஏன் அங்கையொரு வாழ்க்கையும் இங்கையொரு வாழ்க்கையுமெண்டு ரெண்டு வாழ்க்கை வாழுறாய்? நாளைக்கு இயக்கத்தை விட்டு வந்தாப் பிறகும் இப்படியே இருக்கப் போறியே..."

"வரமாட்டன் ரீச்சர்." விநோதினி சிரித்தாள்.

"நாடு கிடைச்சாலும் வரமாட்டியளாடி...?"

"அதுக்குப் பிறகுதான் வேலை கூட."

குசினிக்குள் ஈரலிப்பான விறகுகளைக் காயச்செய்து தீ மூட்டிய வல்லியாளுக்கு விநோதினியின் குரல் கேட்டது. மூண்ட நெருப்பையே நெடுநேரமாகப் பார்த்துக்கொண்டிருந்தாள்.

25.11.2008

இரவு எட்டு மணிபோல காற்றின் முதற் குரல் கேட்டது. பின்னேரப் பொழுதிலிருந்தே மந்தாரம் சூல்கொண்ட வானமாகத் தானிருந்தது. தமிழீழ வானொலியில் செய்தியறிக்கையின் பின்னர் 'நிஷா' புயலைப்பற்றி எச்சரிக்கை செய்திருந்தார்கள். விறகுக் கட்டுகளை அள்ளியெடுத்துக்கொண்டு வந்து விறாந்தையில் அடுக்கிய சந்திரா "எல்லாப் புயலுக்கும் பொம்பிளைகளிட பெயர்களைத்தான் வைக்கிறாங்கள்" என்று முணுமுணுத்தாள். அத்தார் கால் புண்களுக்குக் மருந்துக் களிம்பைத் தடவிக்கொண்டிருந்தவன் மெல்ல நிமிர்ந்து பார்த்தான். "ம்... அவ்வளவு மூர்க்கம்... நிண்டு நிதானிச்சு யோசிக்காத வேகம்... வீசியடிச்சுத்தான் தீர்க்கும்" என்றான்.

"ஆனால் இங்க யாரும் அதுக்குப் பயப்பிடுற மாதிரித் தெரியேல்லயே..."

"பயம்தான். எண்டைக்காவது திருப்பிக் கதைச்சிருக்கிறனா..." புன்சிரிப்போடு சொன்னான்.

காற்றின் குரல் ஊளையாக மாறியது. எட்டேக்கரில் வளர்ந்திருந்த தென்னைகள் தலையாட்டின. மழை யாரையோ துரத்திக் கொண்டு வருவதைப்போல ஓடிவந்து அடிச்சு ஊற்றியது. சொற்ப நேரம்தான், விறாந்தையின் விளிம்புகள் தூவானத்தில் நனைந்து நொதிநொதித்துவிட்டன. சந்திரா தடித்த சாக்குகளை விறாந்தையில் விரித்தாள். அந்தரமாவத்திற்கென்று குடையையும், உரப் பையையும், ரோர்ச் லைற்றையும் எடுத்து வைத்துக்கொண்டாள். கை விளக்கின் நெருப்பிதழ் அங்குமிங்குமாக அந்தரித்தது. அதை அணைத்துவிட்டு அரிக்கன் விளக்கை ஏற்றினாள். நேரத்தோடே இருவரும் சாப்பிட்டு முடித்துவிட்டிருந்தார்கள். "தேத்தண்ணியொண்டு போடவே?" என்று அத்தாரிடம் கேட்டாள். "ம்" என்றான்.

புயல் உக்கிரம் கொண்டு ஆடியது. உய்... உய்... என்ற கூவல் சத்தம் அச்சத்தை ஏற்படுத்திற்று. "இந்தக் கொட்டிலே தாங்காது போலவிருக்கு... அங்கால மல்லாவி கிளிநொச்சியெண்டு இடம் பெயர்ந்த சனங்கள் வெறும் தறப்பால்களிலதான் இருக்குதுகள். என்ன பாடுபடப்போகுதுகளோ தெரியல்ல..." குசினிக்குள் நீரைச் சுட வைத்தவாறே சந்திரா சொன்னாள்.

அத்தார் தலை நிமிர்த்திப் பார்த்தான். 'கிழக்கிலயிருந்து அடிக்கிற புயல்... எட்டேக்கர் தென்னைகளில பட்டுத் தணியத்தான் வாய்ப்பிருக்கு. கொட்டிலைத் தூக்காது. மழைதான் உருக்குலைச்சுப் போடும். இருபது வருசத்தில நாலுதரம்தான் கூரை பிரிச்சு மேய்ஞ்சிருக்கம்.'

சந்திரா குவளையில் தேநீரைக் கொண்டுவந்தபோதே கூரை ஒழுகத் தொடங்கியிருந்தது. தேநீரைக் கொடுத்துவிட்டு ஓடிப்போய் பாத்திரபண்டங்களை எடுத்துவந்து ஒழுக்குகளில் வைத்தாள். அத்தார் தேநீரை உறிஞ்சினான். கூதலான சூழலுக்கு இதமான சூடு. "மழை விட்டதும், ஒருக்கா கூரையை மேய்வம். பொங்கலும் வருகுது..." என்றான்.

சந்திராவிடமிருந்து பெருமூச்சொன்றுதான் வெளிப்பட்டது. "பொங்கலுக்கு ஆமி இருக்க விடுவானா... கிளிநொச்சி இண்டைக்கு நாளைக்கெண்டிருக்கு... அதுக்குப் பிறகு இங்கால எவ்வளவு காலமெடுக்கும் அவனுக்கு?"

அத்தார் கையை விசிறி மறுத்தான். "நடக்கக்கூடிய விசயத்தைக் கதையப்பா" என்றுவிட்டு எழுந்தான். நீண்டநேரமாகக் காலை மடித்து உட்கார்ந்திருந்ததனால் விறைத்திருந்தது. இரண்டு மூன்று காலடிகளுக்குக் கெந்தி நடந்து ஒழுக்குக்கு வைத்த பாத்திரங்களைத் தூக்கிச்சென்று வெளியில் நீரை விசிறினான். சாரல் அவனை முழுக்க நனைத்தது. பேச்சி தோட்டத்துத் தென்னைகள் சாம்பல் வானத்தில் கருநிறப் பேய்களாகத் தலைவிரித்து ஆடிக்கொண்டிருந்தன.

பேச்சியின் குடிசையில் கிழக்குப் புறத்தில் பந்தி இறக்கியிருந்த மாட்டுக்கொட்டில் கூரையோடு பறந்துவிட்டிருந்தது. மாடுகள் விறாந்தையில் போய் ஏறி நின்றன. தரையெல்லாம் சாணம் மணத்தது. புயல் இரவு முழுவதும் தாண்டவமாடிவிட்டு காலையில் ஓய்ந்துவிட்டிருந்தாலும் மழை மூன்று நாட்களாகத் தொடர்ந்து கொட்டித் தீர்த்தது. மேட்டுக்காணியில் வெள்ளம் தேங்கி நிற்கவில்லை. அங்கிருந்தும் எட்டேக்கரிலிருந்தும் வழிந்த வெள்ளம் பேச்சி தோட்டம், வெள்ளைக் கேற் தோட்டங்களை மூடிக்கொண்டு பாய்ந்தது. முழங்காலளவுக்குத் தண்ணீர்.

அத்தார் குடையைப் பிடித்துக்கொண்டு எட்டேக்கருக்குள் நடந்தான். காற்புண்களில் சேறு பொட்டுப்போல ஒட்டிக்கிடந்தது. மர முந்திரிகளில் பாதிக்கிளைகள் முறிந்து விழுந்துவிட்டன. எல்லைவேலி அங்காங்கே

பாறிண்டு சரிந்துகிடந்தது. மணிவண்ணனும் வெள்ளையனும் கிணற்றடியில் நின்றார்கள்.

“வெள்ளம் வடிய நிறைய வேலையள் இருக்கு” என்றான் மணிவண்ணன்.

“விழுந்த மரங்களில இலை குழை வெட்டிப் பசளைபோடணும்.”

“றோட்டுக்குப் போனியா... வெள்ளம் என்ன மாதிரி... சைக்கிள் ஓடலாமா?” அத்தார் அவனிடம் கேட்டான்.

“ஏன்... இந்த மழையில உப்பு விக்கப் போறீங்களாண்ண?”

“இண்டைக்கு மாவீரர் நாளடா” அத்தார் அந்த ஒரு சொல்லோடு மௌனமானான். ‘வருடா வருடம் போகிற நிகழ்வு. இன்றைக்கு இயலுமோ... விசுவமடுப்பக்கம் என்ன மாதிரியென்று தெரியேல்ல...’ இரட்டைப் பனையை ஏறிட்டான். தூக்கணாங் குருவிக் கூடுகள் எந்தச் சேதாரமும் இன்றித் தொங்கின. காற்றில் இலேசான அசைவு மட்டுமே... ‘மனிச வாழ்க்கைக்குத்தான் அத்தார் அலைச்சலும் கலைச்சலும்...’ ஒருநாள் மயில்குஞ்சன் சொன்ன வார்த்தைகள் ஞாபகத்தில் வந்தன. நெடுமூச்சோடு கிணற்றில் தளும்பிக்கொண்டிருந்த நீரைப் பார்த்தான். வெளியில் ஓடிய வெள்ள மட்டத்திற்கு நிகராய் உள்ளும் அது உயர்ந்திருந்தது. தெளிவில்லாத பழுப்பு நிறத் தண்ணீர். வெள்ளையனுக்கு அருகாகச் சென்று “நீ என்ன நினைக்கிறாய்?” என்று குரலைத் தணித்துக் கேட்டான்.

வெள்ளையன் நேருக்கு நேராக அத்தாரின் கண்களை நோக்கினான். அவனுடைய விழிகள் அமைதியில்லாது அலைவதைப் போலப் பட்டது. எதுவும் பேசாது அமைதியாக நின்றான்.

“அவன் ஒரு பக்கமெண்டில்லாமல் எல்லாப் பக்கத்தாலயும் வாறான். வகைதொகையில்லாமல் ஆயுதங்களைப் பாவிக்கிறான். தெற்கால ஒதியமலை, குமிளமுனை, ஒலுமடு மேற்கால அக்கராயன், பூநகரி எல்லாம் போயிட்டுது. கிளிநொச்சிச் சனங்களும் எழும்பி இங்கால வருகுதுகள்... நீ என்ன நினைக்கிறாய்?” அத்தார் மறுபடியும் கேட்டான்.

வெள்ளையன் தலைதாழ்ந்தான். “என்ர கணக்குக்கு கிளிநொச்சியும் விழும்.”

அத்தாருக்குச் சட்டென்று கண் கலங்குமாற்போலயிருந்தது. முகத்தை வேறுபக்கம் திருப்பிக்கொண்டான். சொல்லாமற் கொள்ளாமல் நடக்கவாரம்பித்தான்.

பகல் முழுவதும் மழை விட்டுவிட்டுப் பெய்துகொண்டிருந்தது. விறாந்தையில் விரித்திருந்த சாக்குகளும் ஈரம் ஊறி நனைந்திருந்தன. சந்திரா விறாந்தைச் சுவரில் தலை சாய்த்திருந்தாள். தூரத்தில் மழையில் நனைந்துகொண்டிருந்த தென்னைகளில் பார்வை வெறித்திருந்தது. பள்ளிக்கூடங்கள் அகதிகளால் நிறைந்து விட்டன. மழையில்லாவிட்டால் போய்ப் பார்த்துவரலாம். 'இல்லை... போயிட்டு வந்தால் இருக்கிற நிம்மதியும் போயிடும்.' இந்தப் புயலும் மழையும் அபசகுனங்களாக அவளுக்குத் தோன்றின. 'இருபத்தைஞ்சு வருசமிருக்கும்... தனிக்கல்லடியிலும் இப்படித்தானே ஒரு புயல் வீசிச்சு...' காலம் எதையோ முன்னறிவிக்கிறது.

வெளிச்சமின்றி வானம் சாம்பலாய்க் கவிந்து இருப்பது சோகத்தை ஊட்டுகிறது. 'கடவுள் ரெண்டு பிள்ளையைத் தந்திருந்தால் இப்பிடி வெறிச்சுக்கொண்டிருக்கத் தேவையில்லை. ம்... அப்பிடியே பிறந்திருந்தாலும் இப்போதுவரை கூடவே இருந்திருப்பார்களென்றும் சொல்ல முடியாதுதான். ஏன்... இவன் லெட்சுமணன் இடையில் அறுத்துக்கொண்டு ஓடிவிடவில்லையா...' முப்பத்துமூன்று ஆண்டுகளுக்கு முன்பு வீட்டைவிட்டு வெளியேறிய கணத்தில் வாழ்க்கை இப்படி வெறுமையாக மாறும் என்று அவள் நினைத்திருக்கவில்லை... இளமை வேகம்... இல்லை இல்லை... அந்த முடிவிற்காக என்றைக்குமே வருந்தியதில்லை. அதுவொரு தவறான முடிவு என்று நினைக்கத்தக்க வகையில் வாழ்க்கை இருந்ததேயில்லை. பிறகெதற்கு இந்த வெறுமை? வேறு எதனால்... இந்தச் சண்டைதான் கடந்த காலத்தையும் எதிர்காலத்தையும் பாழாக்கிவிட்டது. ரீச்சர் உத்தியோகமும் இல்லையென்றால் சிலநேரங்களில் இடைநடுவில் விசராக்கித்தான் இருக்கும்.

அம்மாவுக்கு நினைவு மங்கிவிட்டதாகக் கடைசியாகச் சமாதான காலத்தில் பொன்னம்பலம் வந்தபோது சொன்னான். எண்பதைத் தாண்டிய வயது. எண்பத்தைஞ்சு இருக்குமா... அப்பா தவறியபிறகு பொன்னம்பலம்தான் தங்கம்மா அப்பாக்குட்டியின் முதியோர் இல்லத்தில் கொண்டுபோய் அம்மாவைச் சேர்த்தான். மாதாமாதம் அவன்தான் காசு அனுப்புகிறான். அம்மாவின் நினைவுகளில் நானிருப்பேனா? 'அந்தக் காட்டுக்க கிடந்து மகள் என்ன பாடோ...' என்று அவள் பதைப்பாளா? ஊத்தை மனசென்று அவளைத் திட்டினாலும் அவளைப் பார்க்கவேண்டும் போலிருக்கிறது. என்னவோ அம்மாவுக்கு முதலே போய்ச்சேர்ந்துவிடப் போகிறதாக ஒரு நினைப்பு. காலம் என்னவெல்லாம் செய்து விடுகிறது... சந்திரா கண்களைத் துடைத்துவிட்டுக்கொண்டாள்.

அவளோடு கூடப் படித்த ஒன்றிரண்டு பேரின் நினைவு வந்தது. அந்த நாட்கள் எத்தனை அழகாயிருந்தன. புனிதா... அவளுக்கு எப்பொழுது பார்த்தாலும் கல்யாணக் கதைதான். "நானும் நீயும் ஆரையாவது அண்ணன் தம்பியைக் கல்யாணம் கட்டிட்டு ஒண்டா இருப்பமடி." இப்பொழுது அவுஸ்ரேலியாவில் இருக்கிறாள். நன்றாகத்தான் இருப்பாள். பேரப்பிள்ளைகளோடு பொழுது கழியும்... பூரணியும் பேரப்பிள்ளை கண்டிருப்பாள். ஐந்து வருடத்திற்கு முன்னர் பொன்னம்பலம் மனைவியும் பிள்ளைகளுமாக வந்து நின்றபோது சந்திரா யாழ்ப்பாணம் போயிருந்தாள். அவனுடைய பிள்ளைகள் தங்களுக்குள் பிரெஞ்சிலேயே பேசிக் கொண்டாலும் அத்தை அத்தை என்று இவளோடு நல்ல வாரப்பாடு. அக்காலத்திற்தான் பூரணியின் மூத்தவனுக்கு ஊரில் திருமணம் நடந்தது. கனடாவிலிருந்து வந்து கட்டினான். ஆறேழு மாதத்தில் மருமகளை அங்கே அழைத்துவிடுவான் என்று பூரணி சொன்னாள். என்னையும் ஒருக்கா வரச் சொல்லுறான்... பேரனோ பேத்தியோ பெத்துத் தா... வாறன் எண்டு சொல்லியிருக்கிறன் என்றாள்.

அத்தார் எதிரில் வந்து நிற்கவும்தான் சந்திரா நினைவுகளைக் கலைத்தாள். அவன் 'என்ன' என்று பார்வையாலேயே கேட்டான். 'ஒன்றுமில்லை' என்று தலையாட்டினாள். "தொன்னூறு வருசத்துக்குப் பிறகு பெரும்புயல் மழையாம் இது. வன்னியைவிட யாழ்ப்பாணப் பக்கத்திலதான் பெரும் அடியாம்" என்றான். சந்திரா எதுவும் பேசவில்லை. பிறகு "கல் வீடுகள் தாங்கும்" என்றுவிட்டு அவன் இறங்கி நடந்தான். "வெள்ளையன் வீடு வரைக்கும் போயிட்டுவாறன்."

தூறிக்கொண்டிருந்த மழையைப் பொருட்படுத்தாமல் மாடுகள் மேய்ந்து கொண்டிருந்தன. அவனை ஒருமுறை நிமிர்ந்து பார்த்துவிட்டு மறுபடியும் இரை தேடின. பாதையில் அட்டைகள் ஊர்ந்தன. புற்களில் மெத்தென்ற கம்பளிப் பூச்சிகள். வழியில் ராணியைக் கண்டான். "வெள்ளையன் நிற்கிறானோ?"

"ஓ முன்னால நிக்கிறான்..." என்று விட்டு நடந்தாள்.

அவர்களுடைய முற்றத்து நிலத்தில் ஒரு தறித்த வாழைத்தண்டு ஊன்றப்பட்டிருந்தது. மேலே நெய் தளும்பத் தளும்ப ஒரு தீச்சட்டி. அதற்குள் நெய்யிலூறியிருந்த துணிப்பந்தில் வெள்ளையன் தீ மூட்டினான். சொற்ப நேரத்தில் நெருப்பு மூண்டெழுந்தது. அது துமித்துக்கொண்டிருந்த மழைத் துமிகளை எரித்தவாறே மிளாசியது. நெருப்பின் செம்மை முகத்தில் படர அவன் மாவீரர்களுக்கு அஞ்சலி செலுத்தியவாறு அமைதியாக நின்றான். அத்தாருக்குக் கண் கலங்கிற்று.

28.11.2008

படீரென்று வெடித்தது. சட்டென்று மலர் விழித்தாள். ஒரு கணத்திற்கு எங்கு படுத்திருக்கின்றேன் என்ற மனக்குழப்பத்தில் விழிகளை அசைத்தாள். அப்போது அவர்கள் தர்மபுரத்தில் குடியேறியிருந்தார்கள். அதுவொரு தகரத்தாலான கொட்டகை. வெடிச்சத்தத்திற்கு க்ளாங் ப்ளாங் என்று உதறியது. விருட்டென்று எழுந்து வெளியே வந்தாள்.

நள்ளிரவிலும் தெருக்களில் சனப்புழக்கம் இருந்தது. 'சனங்கள் ஓய இடம்குடாமல் அடிக்கிறாங்கள்.' அண்ணாந்தாள். வானத்தில் ஙீ... என்ற சத்தம் விடாமல் கேட்டுக்கொண்டிருந்தது. அல்லது அப்படிக் கேட்பதான பிரமையோ... ஆமிக்காரர்களின் ஆளில்லாத வேவு விமானம் இருபத்து நான்கு மணிநேரமும் வன்னியின் வான் பரப்பிலேயே பறந்து திரிந்தது. அந்தச் சத்தத்தைக் கேட்டுக் கேட்டு அதுவொரு இயல்பாகிவிட்டது. கண்டாவளைப் பக்கமாகத் தொடர்ந்து சத்தங்கள் கேட்டன. மல்ரிபரலாயிருக்க வேண்டும்.

இராணுவம் இரண்டு வாரங்களுக்கு முன்னரேயே மேற்குக் கரையோரமாக முன்னேறி பூநகரி வரை கைப்பற்றியிருந்தது. அங்கிருந்து பரந்தன் சந்திக்கு முயன்றுகொண்டிருந்தார்கள். கிளிநொச்சியை இலக்குவைத்துக் கடுமையான தாக்குதல்கள் நடந்தன. கிளிநொச்சி வைத்தியசாலையைத் தர்மபுரத்திற்கு மாற்றியிருந்தார்கள். சனங்களும் தர்மபுரம் தாண்டியே ஒதுங்கினார்கள்.

வெறுமையான மனதோடு கொட்டகைக்குள் நுழைந்தாள். வாசலிலேயே ஸ்ரீஸ்கந்தராஜா படுத்திருந்தான். நேற்று இரவு மாவீரர் நாள். விசுவமடு துயிலுமில்லத்திற்கு அவன் மட்டும் போய் வந்திருந்தான். நேற்று முழுநாளும் மழை அழுதுகொண்டேயிருந்தது. இரண்டு கிபிர்கள் ஓயாமல் சுழன்று குண்டுகளை வீசிக்கொண்டிருந்தன. அவனைப் போகவேண்டாம் என்று சொல்லலாமா என்று ஒருதரம் நினைத்தாள். அப்படி நினைக்க வெட்கமாயுமிருந்தது. குடும்ப அமைப்பு, குழந்தை, கணவன் என்ற மரபுகள் சில சமயங்களில் எண்ணங்களில் படிந்துகொள்வதைத் தவிர்க்க இயலாமலிருக்கிறது. ஒருவேளை ஆழ்மனதில் அதுதான் இயல்பாயும் வெளியே நடைமுறையில் செயற்கையாகவும் கற்பனை செய்துகொள்கிறேனோ...

மலர் உள்ளே வந்தாள். கானகி நல்ல நித்திரை. அவளையே உற்றுப்பார்த்தாள். தகப்பனைப்போலத்தான் நல்ல வளர்த்தி. கிளிநொச்சியில் ஒன்பதாம் ஆண்டு படித்துக்கொண்டிருந்தவள்... அத்தோடு விட்டதுதான். கானகியை எழுப்பாது வெடிச்சத்தங்களின் திசையை மலர் இன்னொருமுறை அவதானித்தாள். 'கூடிச்சு தெண்டால் எழுப்புவம்.' பக்கத்திலேயே உட்கார்ந்துகொண்டாள். மறுபடியும் தூக்கம் வரவில்லை. நேரத்தைப் பார்த்தாள். நள்ளிரவு ஒரு மணி.

கிளிநொச்சியிலிருந்து அவர்கள் சற்று நேர காலத்தோடே புறப்பட்டிருந்தார்கள். ஸ்ரீஸ்கந்தராஜாவின் சில மூத்த இயக்க நண்பர்கள் அப்படி வெளிக்கிடச் சொல்லி அறிவுறுத்தியிருந்தார்கள். சாமான்களை ஒரு ரக்ரரில் ஏற்றிக்கொண்டு புறப்பட்ட நாளில் அக்கம்பக்கத்துச் சனங்களின் ஏக்கப்பார்வையை எதிர் கொள்ள இயலவில்லை. 'இயக்கக்காரரே' எழும்புகிறார்களென்று அவர்கள் அச்சப்பட்டிருக்கவும் கூடும். மலருக்கு அவர்களுடைய முகங்களை ஏறிடத் தயக்கமாயிருந்தது. ஒருவிதமான அந்நியத் தன்மையான உணர்வு. குற்ற உணர்ச்சி. 'ஆள் வசதியில்லாத, வாகன வசதியில்லாத இவர்கள் என்ன செய்யப்போகிறார்கள்...'

"டொக்ரர்... டொக்ரர்..." வேலிச் செத்தையை அவசர அவசரமாகத் தட்டும் சத்தம் கேட்டது. மலர் போவதற்கு முன்னரே ஸ்ரீஸ்கந்தராஜா வேலிக்குப் போயிருந்தான். போராளிகள் மோட்டார் சைக்கிளில் வந்திருந்தார்கள். 'ஏதோ அவசரம்போல.'

"டொக்ரர், கண்டாவளை பேசுக்கு அடிச்சிட்டான். முப்பது நாப்பது பேருக்குக் காயம். வெளியாலயிருந்த சனங்களும் செத்திட்டு. வெளியால கொண்டுவர முடியேல்ல. றோட்டு முழுக்கத் தண்ணியாக் கிடக்கு. ரக்ரர் சேத்துக்கை சுழலுது..."

"ஆள் இழப்பில்லயா?"

"எட்டு வீரச்சாவு... பதினேழு பொதுசனம்."

ஒரு நிமிடம்தான் அமைதி. "சரி. வெளிக்கிடுங்க..." ஸ்ரீஸ்கந்தராஜா முதுகுப் பையைச் சுமந்துகொண்டான். "மெடிக்ஸ்ஸின்ர வாகனமொண்டும் அங்கால இல்லயா?"

"கேக்கவேணும் டொக்ரர்."

மலர் தானும் வருவதாகச் சொன்னாள். ஒரு கணம்தான் அமைதி. "சரி... முன்னால ஒரு தனி அக்கா இருந்தவ. அவவைக் கூப்பிட்டு இங்கை

படுக்கவிட்டுட்டு வாரும்.” ஸ்ரீஸ்கந்தராஜா மோட்டார் சைக்கிளில் ஏறிக்கொண்டான்.

பரந்தன் சாலையில் வடிந்துகொண்டிருந்த தண்ணீரை கீறியவாறு இருளில் மோட்டார் சைக்கிள்கள் விரைந்தன. குண்டுகுழிக்குள் துள்ளியெழுந்தன. மலர் ஒரு கைப்பழக்கத்தில்தான் ஓட்டி வந்தாள். ஹெட் லைற் வெளிச்சத்தில் வெள்ள நீர் நெளிந்து நெளிந்து மினுங்கியது. சாலையோரத்து மரங்களை வைத்துத்தான் தெருவின் வளைவுகளைக் கண்டுபிடித்தார்கள். வட்டக்கண்டல் வெளியெங்கும் வெள்ளக்காடு என்றான் ஸ்ரீஸ்கந்தராஜாவை ஏற்றிச் சென்றவன். தெற்கில் காட்டிலிருந்தும் இரணைமடு கலிங்கு பாய்ந்தும் பெருகி வரும் வெள்ளம் அந்தத் தாழ்வில்தான் வடக்கிலோடி அறுத்தோடிகளிலும் ஓடைகளிலும் பாய்ந்து சுண்டிக்குளம் நீரேரியில் கலந்தது.

கண்டாவளை வீதியில் திரும்பினார்கள். இங்காலே தண்ணீர் பாய்ச்சலாக ஓடுகிறது. ஆழ நிலம். நீரின் மேல்மட்டம் மெல்ல மெல்ல அதிகரித்தது. மோட்டார் சைக்கிளின் கியரை மூடிக் கொண்டு ஓடியது. இதற்குமேல் ஓட்ட முடியுமென்று தோன்றவில்லை. சற்றுத் தூரத்தில் தெருவோரத்தில் இயங்கிய நிலையில் ஒளியைப் பாய்ச்சியபடி நின்ற ரக்ரருக்குப் பக்கத்தில் ஒதுங்கி நிறுத்தினார்கள். “இதில ஏறுங்க. உங்களுக்காகத்தான் நிக்கிறம். இங்கால ஓடேலாது. தண்ணி இடுப்புக்கு மேல பாயுது. காயக்காரர்களை பள்ளிக்கூடத்தில வைச்சிருக்கினம். மெடிக்ஸ் பிள்ளைகளும் வந்து நிக்கினம்” என்றான் சாரதி இருக்கையில் இருந்தவன். அவன் ஒரு அரைக்காற்சட்டையே அணிந்திருந்தான். மோட்டார் சைக்கிள்களைத் தூக்கிப் பெட்டியில் ஏற்றினார்கள். ரக்ரரின் பிரமாண்டச் சில்லுகள் நீரை வெட்டி விசிறிக்கொண்டு உருண்டன. அது ஒரு நீண்ட பயணம் போலிருந்தது.

பள்ளிக்கூடத்து வாங்கு மேசைகளை இழுத்துப்போட்டு அதிலேதான் காயக்காரர்களை வளர்த்தியிருந்தார்கள். ஒரே ஓலமும் முனகலுமாய் இருந்தது. இருபதாண்டுகளாக இச் சத்தங்களைக் கேட்டுக் கேட்டு மரத்துப்போன காதுகளென்றாலும், இன்றைக்கென்னவோ புதிதாக அந்தரமாயிருப்பதாக மலர் உணர்ந்தாள். ஒருமாதிரியான உள்நடுக்கம். சுதாகரித்துக்கொண்டாள். ஏற்கெனவே மெடிக்ஸ் பிள்ளைகள் உடனடி முதலுதவியைக் கொடுத்திருந்தார்கள். ஆனாலும் ஏழெட்டுப் பேருக்கு கடுமையான காயங்கள் ஏற்பட்டிருந்தன. சத்திர சிகிச்சை செய்யவேண்டும். தருமபுரம் ஆஸ்பத்திரிக்குக் கொண்டுசென்றால்தான் இயலும். “இவைய உடன ரக்ரரிலயே கொண்டுவந்திருக்கலாம்”

ஸ்ரீஸ்கந்தராஜா அங்கிருந்தவர்களைக் கடிந்துகொண்டான். யாரும் பேசவில்லை.

இறந்த பொதுமக்களின் உடல்கள் வெளியில் வளர்த்தப்பட்டிருந்தன. பிரேதங்களைக் கூடிநின்று கதறினார்கள். மலர் நீரால் முகத்தை அலம்பி வழித்துக்கொண்டாள்.

கிழக்கே புதிய குடியிருப்புப் பக்கத்திலிருந்து இரண்டுபேர் ரோர்ச் ஒளியோட ஓடிவருவது தெரிந்தது. அவர்கள் தெப்பலாக நனைந்திருந்தார்கள். "காயக்காரர்களை ஏத்த வாகனம் வந்திருக்கா... எங்கட பக்கமும் ரெண்டு ஷெல் விழுந்து காயக்காரர்கள் இருக்கினம். ஏத்திக்கொண்டு போங்க."

"ஓடிப்போய் தூக்கிக்கொண்டு வாங்க."

"இருபதுபேருக்கு மேல..."

"றோட்டுக்கு அங்கால ரக்ரரை மூடி வெள்ளம் ஓடுது.. நீங்கள் என்னெண்டு வந்தனியள்?"

"ஓ... நெஞ்சளவுக்குத் தண்ணி போகுது. இப்ப என்ன செய்ய?"

மலர் அவர்களுக்கு முன்னால் வந்து நின்றாள். "யோசிச்சுக் கொண்டு நிண்டால் ஒண்டும் செய்யேலாது. கிணத்தடிப் பக்கமா நிக்கிற பத்துப்பன்ரெண்டு வாழை மரங்களைத் தறியுங்க."

ஆளும்பேருமாக வாழை மரங்களைத் தறித்து வரிச்சாக அடுக்கிக் குறுக்காகத் தடிவைத்துக் கட்டினார்கள். மேலே சாக்குகள் விரிக்கப்பட்டன. "நீங்கள் இவையோட நில்லுங்க. நான் போய்க் கூட்டிக்கொண்டு வாறன்." மலர் ஸ்ரீஸ்கந்தராஜாவிடம் சொல்லிவிட்டு நீளக்காற்சட்டையை முழங்காலளவில் மடித்துவிட்டாள். "என்னோடை ரெண்டு மெடிக்ஸ் பிள்ளைகள் வாங்க" இறங்கி நடந்தாள்.

றோட்டுக்கு அந்தப்பக்கம் குழிபோலத்தான் இறங்கியது. வாழைமரத் தெப்பத்தில் மருந்துப்பையை வைத்துவிட்டு இறுக்கமாகப் பிடித்துக்கொண்டாள். நீரோட்டத்தின் திசையிலேயே நடக்க வேண்டியிருந்ததால் இலகுவாயிருந்தது. 'வரேக்க கஸ்ரப்படப் போறம்.' போய்ச்சேர்ந்தபோது காயப்பட்டிருந்தவர்களில் ஏழு பேர் இறந்துவிட்டிருந்தார்கள்.

ஒரு சலனமுமில்லாமல் மிகுதிப்பேருக்கு முதலுதவிகளைச் செய்தார்கள். அவர்களைத் தெப்பத்தில் ஏற்றி வலித்து இழுத்து வந்தார்கள். ரக்ரரில்

ஏற்றி அது புறப்பட்டபோது அயலிலுள்ள கோழிகள் யாதொன்றும் அறியாதவைபோல கூவிக்கொண்டிருந்தன.

10.01.2009

புத்தாண்டின் இரண்டாவது நாளில் கிளிநொச்சி வீழ்ந்தது. பிறகு இலங்கை வானொலியானது, பரந்தன் சந்தியிலிருந்து புறப்படும் பேருந்தின் நடத்துநர் தரிப்பிடப் பெயர்களைக் கூவுவது போல, கைப்பற்றப்பட்ட ஊர்களைத் தொடர்ச்சியாக அறிவித்துக் கொண்டிருந்தது. இராணுவத்தினர் கிளிநொச்சியைக் கைப்பற்றிய போதே 'இது கிளிநொச்சியைப் பிடிக்கிற சண்டையில்லை. அவங்கட நோக்கம் வேற...' என்பதை அத்தார் நிச்சயப்படுத்தியிருந்தான். "கிளிநொச்சியை முதலும் ஆமி பிடிச்சதுதானே..." என்ற ஆறுதலையும் நம்பிக்கையையும் அழித்துக்கொண்டு இலங்கைப் படையணிகள் விசுவமடுவிற்கு வந்து சேர்ந்தன.

உடையார்கட்டு, சுதந்திரபுரம், தேவிபுரம், இருட்டுக்காடு உள்ளிட்ட முப்பத்தைந்து சதுர கிலோமீற்றரான நிலப்பரப்பைப் பாதுகாப்பு வலயமாக இலங்கை அரசு பிரகடனப்படுத்தியதைத் தொடர்ந்து எல்லாத் திசைகளிலிருந்தும் சனங்கள் அலையலையாக அப்பகுதிகளில் புகுந்து கொண்டார்கள். ஆதியில் மன்னாரிலிருந்து புறப்பட்டவர்களும் நேற்றோ அதற்கு முன்தினமோ விசுவமடுவிலிருந்து வெளிக்கிட்டவர்களுமாக ஒழுங்கைகள், வீதிகள், காணிகள் எங்கிலும் ஒரே சனக் கூட்டம். பேச்சி தோட்டத்திற்குள்ளும் ஓரிரு இரவுக்குள்ளேயே தறப்பாள் கொட்டில்கள் முளைத்துவிட்டன.

அத்தார் கால்போன திக்குகளில் தோட்டத்தில் அலைந்து திரிந்தான். அவன் யாரோடும் பேசிக்கொள்வதில்லை. திடீர் திடீரென்று நினைவுகள் உறைய வெறித்தபடியிருந்தான். தென்னை மரங்களின் கீழே உரப் பைகளையும் சாக்குகளையும் விரித்து வளர்த்தப்பட்டிருந்த காயக்காரர்களின் முனகலும் அழுகையும் அவலச் சொற்களாகிக் காதுகளில் மோதிக்கொண்டேயிருந்தன. ஒருவனுடைய வலதுகால் ரோஸ் நிறத்தில் புண்ணாக வெடித்துக் கிடந்தது. சுற்றிலும் நெருப்பால் சுட்டதுபோல திட்டுத்திட்டாகக் கருகிய தழும்புகள். சீழும் இரத்தமும் நுரைத்து வடிந்த காயத்தில் குமியலாக இலையான்கள் மொய்த்தன. ஒரு சிறுமி, அவனுடைய மகளாயிருக்க வேண்டும், குந்தியிருந்து பேப்பரால் இலையான்களைத் துரத்திக்கொண்டிருந்தாள். நான்கு வயதுத் தோற்றம் அவளுக்கு. கண்கள் ஆழத்தில் புதைந்து கிடந்தன. முகத்தில் உணர்வுகளின் எந்தப் பிரதிபலிப்புமின்றி ஓர் இயந்திரம்போல அவளுடைய கைகள் விசிறிக்கொண்டிருந்தன.

நான்கைந்து கிழவிகள் ஒரு கூடார வாசலில் குந்தியிருந்து ஒப்பாரி வைத்துக்கொண்டிருந்தார்கள். அருகிலேயே தலைவிரி கோலத்திலிருந்த ஒருத்தி ஒப்பாரி உச்சத்திற்குப் போனபோதெல்லாம் கால்களைத் தரையில் உதைந்து மண்ணை வறுகி வீசினாள்.

“இரவு ஆமி வருகுது எண்டு சனங்கள் பதறியடிக்க நாங்கள் றோட்டுக்கு ஓடி வந்தம். என்ர பிள்ளை... அம்மா இதிலயே நில்லுங்கம்மா, அண்ணாட படத்தை எடுத்திட்டு வாறன் எண்டு ஒழுங்கையால திரும்பி வீட்டுக்குள்ள ஓடினான். நான் மறிச்சிருக்க வேணும்... மூத்தவன்ர நினைவாக் கிடந்தது அந்த ஒரு படம்தான். திடீரெண்டு காத்தில கூவிற மாதிரி ஒரு சத்தம்... படீரெண்டு வெடிச்சிது. காதைப் பொத்திக்கொண்டு குப்புற விழுந்து பாக்கிறன்... ஒழுங்கைத் தொங்கலில எங்கடை கொட்டில் பத்தி எரியுது... என்ரை அய்யா... எண்டு கத்திக்கொண்டு ஓடினால் அய்யோ... இருட்டுக்கை ஒண்டும் தெரியல்லையே... வெளிய வா பிள்ளையெண்டு என்னை எல்லாரும் இழுக்கினம். நான் வர மாட்டன் எண்டுட்டு நெருப்புக்கு முன்னாலேயே குந்தியிருந்திருந்திட்டன். அக்கினித்தாயே... என்ரை மகனை ஒண்டும் செய்யாத எண்டு கதறினன். விடியிற நேரம்தான் நெருப்புத் தணிஞ்சது. சுடுற சாம்பலுக்குள்ளை தீக்குளிக்கிற மாதிரி ஓடிப்போய் பாத்தால் என்ரை பிள்ளை... என்ரை பிள்ளை... சாம்பலோடை சாம்பலா ஒரு கரிக்கட்டை மாதிரியெல்லோ கிடந்தான்... என்ரை அய்யா... அண்ணா உன்னையும் கூப்பிட்டவனோ...” அடிவயிற்றிலிருந்து ஓலம்.

அத்தார் வழுக்கி விழுவதைப்போலச் சரிந்தான். மூச்சு திணறத் தலையை உலுப்பினான். மணிவண்ணன் சொன்னது நினைவுக்கு வந்தது. “முன்னமெண்டா ஒரு ஷெல் வெடிச்சால் பீஸ் பறக்கும்... அது வெட்டும் கிழிக்கும். அதோட சரி. இப்ப வெடிச்ச உடனை காத்தெல்லாத்தையும் உறிஞ்சி இழுத்தமாதிரி மூச்சுத் திணறுது. ரோடை வெயிலில பட்டமரத்தின்ரை அடியில வைச்ச நெருப்பு பரபரவெண்டு மேல பரவி எரியிற மாதிரி வெடிச்ச இடத்தைச் சுத்தி பச்சை மரம் செடி கொடி வீடு வாசல் ஆடு மாடு மனிசர் எண்டு நெருப்பு விளாசி எரியுது.”

காயப்பட்டவர்களுடைய மேற்தோல் பொசுங்கி உரிந்துவிட நிணம் வடிகின்ற பழுப்புத் தசையைப் பார்க்கவே கோரமாயிருந்தது. காயமில்லாவிட்டாலும் தோல் மேற்பரப்பில் வெடிமருந்துப் புகை படையாகப் படிந்திருந்தது. எவரையும் பார்க்கிற கோலத்தில் இல்லை.

விசுவமடுவில் சண்டை நடந்தது. ஆமிக்காரர்கள் பிரதான வீதிகள் என்றில்லாமல் காடுகளிலும் வயல்களிலும் இறங்கிக் கிராமங்களைச் சுற்றி வளைத்திருந்தார்கள். இன்னொரு முனையில் ஒதியமலை,

தனிக்கல்லடி, முள்ளியவளைப் பிரதேசங்களைக் கைப்பற்றிய படையினர் இறுதியில் முல்லைத்தீவு நகருக்குள் நுழைந்தபோது "முடியப்போகுது. ஆனால் எங்கை முடியப்போகுது என்று தெரியல்லை" என்று வெள்ளையன் மெதுவாக அத்தாரிடம் சொன்னான்.

அவன் இயக்கத்தில் இருந்தவன் என்பதை அறிந்தவர்கள் "தம்பி, என்ன நடக்கப்போகுது... இவங்கள் திருப்பி அடிப்பாங்களா இல்லையா?" என்று கேட்டுக்கொண்டிருந்தார்கள். ஒரு நடுத்தர வயதுக்காரர் "தம்பி, ஆறுதலா எதையாவது சொல்லுவீர் எண்டு தான் சனம் கேக்குது. நீர் அமைதியாயிருக்கிறீர்" என்று கடிந்தார்.

"அய்யா... உங்கடை பிள்ளையளைச் சாகக் காணுற தைரியம் உங்களுக்கு இல்லையெண்டால் அதுக்கு முதலே நீங்கள் சாக வேணுமெண்டு கடவுளிட்டை வேண்டுங்கோ... நான் அதைத்தான் செய்யிறன்" என்றான் வெள்ளையன்.

சுதந்திரபுரச் சந்தியிலிருந்த உணவு விநியோக நிலையத்தில் சனங்கள் வரிசையில் நின்றபோது திடீரென்று ஷெல்கள் கூவிக் கொண்டு வந்துவிழத் தொடங்கின. ஒரு செக்கனுக்குள் அந்தப்பகுதி புகை மண்டலமானது. விழுந்தடித்துக்கொண்டு எல்லோரும் அகழிகளுக்குள் பாய்ந்தார்கள். ஒரு கிழவி மட்டும் நிவாரண அட்டையால் வெயிலை மறைத்துக்கொண்டு வரிசையில் கல்லுப்போலக் குந்தியிருந்தாள். ஷெல்கள் ஓய்ந்த பிறகும் நீண்டநேரமாகக் காத்திருந்த அவள் ஒரு தருணத்தில் விசுக் என்று எழுந்து "வேசை மகன்களே, ஒரு ரெண்டு நிமிசம் கழியச் ஷெல் அடிச்சிருந்தால் நான் பேரப்பிள்ளையளுக்கு பால்மா கொண்டுபோய் கொடுத்திருப்பேனே..." என்று மண்ணை அள்ளித் தெற்குத்திசை பார்த்துத் தூற்றினாள் என்றான் மணிவண்ணன். சந்திரா கண்ணீர் சிந்தினாள். முகத்தைத் திருப்பி மூக்கை உறிஞ்சினாள்.

"சனங்கள் இனிப் போறதுக்கு வழியில்லை. கடைசி வரையும் நிண்டு சாவம் எண்டுறதை நீங்கள் வீரமா நினைக்கலாம். அதுக்காக வாழ ஆசைப்படுற சனங்களையும் உங்களோடை உடன்கட்டை ஏறச்சொல்லி வற்புறுத்தேலாது..." அவள் அத்தாரைப் பார்த்துத்தான் சொன்னாள். அவன் தலை குனிந்திருந்தான். சந்திரா சொன்னது போல நிலம் சுருங்கிவிட்டது. கிழக்கில் புதுக்குடியிருப்பு ஆஸ்பத்திரியடியில் அகோரமாக ஷெல் வீழுகிறது. மேற்கில் உடையார்கட்டுக்கு அப்பால் கடுமையான சண்டைகள் நடந்தன. தெற்கில் குளக்கட்டைக் கைப்பற்றி விட்டார்கள். இனி நேரே பின்னால் கடல் மட்டுமேயிருக்கிறது.

“சனம் சொல்லுற கதையளைக் காது குடுத்துக் கேக்க முடியேல்லை. வயிற்றுப்பாட்டுக்கு ஒரு பொருள் இல்லை. கஞ்சியைக் குடிச்சுக்கொண்டு எத்தனை நாளுக்கெண்டு வாழுறது... பசியில அழுகிற குழந்தையின்ரை முகத்தைப் பாத்துக்கொண்டு ‘செய்வம் அல்லது செத்துமடிவம்’ எண்டு எல்லாராலயும் கத்த ஏலாதுதானே. சனங்கள் களைச்சுப் போயிட்டுது. மன்னாரில இருந்து நேற்று வரைக்கும் தங்க ஒரு இடமும் சோறாக்க ஒரு உலையும் கிடைக்குமெண்டு தாங்களாவே வந்த சனங்கள்தான் இப்ப வெளியில போகலாமெண்டு நினைக்கினம். அதுக்குப் பேர் துரோகமில்லை...”

துரோகம் என்ற ஒற்றைச் சொல் சவுக்கால் அடித்தது. அத்தார் முதுகுத்தண்டு சில்லிட நிமிர்ந்தான்.

நேற்றுக் காலை பேச்சி தோட்டத்திற்கு நேர் எதிரேயிருந்த சிவத்த கேற் காணியில் இருந்தாற்போல ஆட்கள் கதறுகிற சத்தம் கேட்டது. அத்தார் விழுந்தடித்து ஓடினான். கேற்றடியிலேயே சனங்கள் கும்பலாகத் திரண்டு நின்றார்கள். ஒருவன் திக்கித் திணறிச் சொல்லும் ஒவ்வொரு வார்த்தைக்கும் பெண்கள் ஓவென்று ஓலமிட்டார்கள். ஒருத்தி மயங்கிக் கிடந்தாள்.

“பின்னேரம் ஒரு நாலு மணியிருக்கும். லைனில சண்டை ஓய்ஞ்சிருந்தது. சத்தங்கள் கொஞ்சம் ஓய்ஞ்சாலே அமெரிக்கா வந்திட்டுதோ... கலைஞர் ஏதாவது செய்து போரை நிறுத்திட்டாரோ... எண்டு வழமையா அங்கலாய்க்கிற மாதிரி ரேடியோக்களை முறுக்கினால் அப்பிடி எதுவுமில்லை. அண்ணர் ஒரு சாமானும் எடுக்காமல் ரெண்டு பிள்ளையளையும் முன்னாலயும் பின்னாலயும் ஏத்தினார். ‘பசியால துடிக்கிற குழந்தையளைக் காணச் சகிக்க முடியேல்லை... எப்பிடியோ எங்கயோ ஒரு இடத்தில ஆமிக்காரன்ரா தலையைத்தான் நாங்கள் காணப்போறம்... இனிக் காத்திருந்து நடக்கிறதுக்கு எதுவுமில்லை. ஆகிறது ஆகட்டும். நாங்கள் வெளிக்கிடுவம்... அப்பிடியே ஆமிட்டைச் சூடு வாங்கிச் செத்தாலும் பிள்ளையளைக் காப்பாத்துறதுக்குக் கடைசி வரைக்கும் என்னவோ செய்தம் எண்ட ஆறுதலோடயாவது சாகலாம். நீ வெளிக்கிடு’ எண்டு அண்ணிக்குச் சொன்னார். நூறு நூற்றம்பது சனங்கள் மேற்கால லைனைத் தாண்டி ஆமியின்ரை பக்கம் போக வெளிக்கிட்டினம். அண்ணர் பழைய வெள்ளை வேட்டியொண்டை ரெண்டாக் கிழிச்சு ரெண்டு பிள்ளையளின்ரை கையிலயும் குடுத்தார். என்ன நடந்தாலும் ஆமிக்குத் தெரியிற மாதிரி இதை அசைச்சுக் கொண்டிருங்கோ எண்டு சொன்னார். லைனுக்கு போக முதலே இயக்கம் குறுப்பா வந்து இறங்கிட்டுது. எல்லாரும் உடனடியா திரும்பி நடவுங்க எண்டு ஒருவன் கத்தினான். நாங்கள் அசையாமல்

அதிலயே நிண்டம். ‘மரியாதையா திரும்பிப் போங்க... ஆமிக்காரன் உங்களைப் பணயமா வைச்சு முன்னேறினான் எண்டால் பிறகு எல்லாம் பிழைச்சுப் போயிடும்’ என்று இன்னொருவன் சொன்னான். சனங்கள் காதில போட்டுக்கொள்ளேல்லை. ஓரடி எடுத்து வைச்சினம். ஒரு இயக்கப்பெடியன் இருந்தாப்போல துவக்கை மேகத்துக்கு நீட்டி மேல்வெடி வைக்கத் தொடங்கினான். சனங்கள் வீரிட்டுக்கொண்டு நிலத்தோட பதுங்கினமே தவிர பின்னால அசையேல்லை. திடீரெண்டு சனத்துக்கு எங்கையிருந்துதான் அவ்வளவு துணிச்சல் வந்திச்சோ தெரியா... அவங்களையும் தள்ளிக் கொண்டு ஓடத் தொடங்க... அவங்கள் படபடவெண்டு வெடி வைக்கத் தொடங்கினாங்கள்... என்ரை கண்ணுக்கு முன்னால நாலு பேர் ரத்தம் கொப்பளிக்க விழுந்து கிடந்து துடிக்கினம். நான் நிலத்தோட படுத்திட்டன். சனம் நாலு திசையிலும் சிதறி ஓடுது... அண்ணர் கொஞ்சம் முன்னுக்காத்தான் நிண்டவர்... அவருக்குத் தொடக்கத்திலயே வெடி விழுந்திட்டுது. குப்புறக் கிடந்தார். ஓடிப் போய்த் தூக்கி மடியில வைச்சு அண்ணர் அண்ணர் எண்டுறன்... கன்னத்தைத் தட்டி அசைக்கிறன்... ஆளுக்கு மூச்சில்லை. சனங்கள் ஆத்தாக் கொடுவினையில இயக்கத்தைப் பாத்துப் புளுத்துப் போவீங்களடா... அழிஞ்சு போவீங்களடா... எண்டு திட்டத் தொடங்கிட்டுது. அப்ப ஒருவன் ‘தேசத் துரோகியளுக்கு என்ன தண்டனை எண்டு உங்களுக்குத் தெரியாதா... முந்தி வட்டமாச் சுத்தி நிண்டு பாத்தனியள்தானே...’ எண்டு கேட்டான்.”

அத்தார் அந்த இரண்டு பிள்ளைகளையும் பார்த்தான். எதுவுமே தெரியாதவர்களைப் போலிருந்த அந்தக் கோலத்தைக் கண்டு கண்ணீர் திரண்டு வழிந்தது. எச்சிலை விழுங்கினான். கால்கள் துவண்டு பின்னிக்கொள்ள மெதுவாக அங்கிருந்து வெளியேறினான். அந்த இளைஞனின் வார்த்தைகள் துண்டு துண்டாகக் கேட்டன.

“அண்ணியும் பிள்ளையளும் என்னாச்சினமோ எண்டு பதறிப்போய் ஆக்களை விலத்திக்கொண்டு ஓடினால் ஒரு மரத்துக்குப் பின்னால அண்ணி பிள்ளையளைப் பொத்தி வைச்சிருந்தா...

அய்யோ... ரெண்டு பிள்ளையளும் தகப்பன் சொன்ன மாதிரியே வேட்டியை...”

அத்தாருடைய காதுகளைத் தடித்த தோல் வளர்ந்து மூடிக் கொண்டது.

15.01.2009

ஒரு ஷெல் இரவை முறித்தது. வெள்ளையன் அனிச்சையாகத் துள்ளியெழுந்து இரு மகள்களுக்கும் மேலாகக் குனிந்து அவர்களை மார்புக்குள் பொத்திக்கொண்டான். மரங்கள் முறிந்து விழுகின்ற சத்தங்கள் வெகு அருகாகக் கேட்டன. தொடர்ந்து கூக்குரல்கள்.. ஓலங்கள்... முத்து தலையிலடித்துக் குழறினாள்.

"கத்த வேண்டாம்... சத்தம் எந்தப் பக்கமெண்டு கேக்க வேணும்..." வெள்ளையன் விளக்கின் திரியைத் தூண்டி வெளிச்ச மேற்றினான். ஒளி முத்துவுடைய முகத்தின் கலவரத்தைத் துலக்கமாகக் காட்டியது. அவள் நெஞ்சைப் பொத்திக்கொண்டு நின்றாள். மூச்சுச் சத்தம் பலமாகக் கேட்டது.

காற்று மறுபடியும் இரைந்து கூவியது. "கீழ படும்... கீழ படும்..." என்று வெள்ளையன் கத்தி வாய்மூடவில்லை, படீர் படீரென்று வரிசையாக வெடித்தன. ஒளிநிலா திடுக்கிட்டு விழித்து வீரிட்டாள். "ஒண்டுமில்லை... ஒண்டுமில்லை... அப்பிடியே அம்மாவோடை படுங்க... நான் உடனை வாறன்" என்றுவிட்டு வெளியில் ஓடினான்.

"எங்க போறீங்க..." முத்து கத்தினாள்.

"வெளிய பாத்திட்டு வாறன்."

வெள்ளையன் முற்றத்தில் வந்து நின்றான். நிலவின் வெளிச்சமிருந்தது. நேற்றுக் காலை தைத் திருநாளில் பொங்கற் பானை வைத்த மூன்று அடுப்புகளும் காலடியில் இருந்தன. நீள் சதுர மாக்கோலம், ஆங்காங்கே கோழி கிளறிய மீதியோடு எஞ்சியிருந்தது. சத்தம் பேச்சி தோட்டத்திலிருந்துதான் கேட்டிருக்கவேண்டும். அந்தப்பக்கமாக ஒரு உழவூர்தி உறுமி உறுமி இரைந்தது. பிறகு அந்தச் சத்தம் நகர்ந்து தேய்ந்து தணிந்தது.

மீனாட்சியின் வீட்டில் விளக்குகளை ஏற்றியிருந்தார்கள்.

"அம்மா... ராணியக்கா... ஷெல் வருது. பதுங்குகுழிக்கு வாங்க..." என்று வெள்ளையன் கத்தினான். திரும்பியும் வீட்டிற்கு ஓடியபோது அத்தாரும் சந்திராவும் பதுங்குகுழியின் அருகில் வந்துவிட்டிருந்தார்கள். சந்திராவின் கையிலிருந்த அரிக்கன் விளக்கிலிருந்து கசிந்த ஒளி கால்களைச் சுற்றி வட்டமிட்டிருந்தது.

“கிட்டவா எங்கயோ விழுந்தது” என்றான் அத்தார்.

“தோட்டத்துக்கைதான் விழுந்திருக்கு போல. மல்ரிபரல் அடிக்கிறான்... நீங்கள் இறங்குங்க. பிள்ளையளையும் முத்துவையும் கூட்டிக்கொண்டு வாறன்.”

இசைநிலாவும் எழுந்திருந்தாள். அவளை முத்து வாரியணைத்து வைத்திருந்தாள். வெள்ளையன் ஒளிநிலாவை தோளில் சாய்த்துக்கொள்ள பதுங்கியவாறே ஓடினார்கள். பேச்சி தோட்டத்திலிருந்து அலறல் கேட்டது. முத்து “தோட்டத்துக்கயா விழுந்தது... அய்யோ எனக்கு நெஞ்செல்லாம் என்னவோ செய்யுதே...” என்று புசத்தத் தொடங்கினாள். “அம்மா... ஓடிவாங்க” என்று தாயின் திசையில் கத்தினாள்.

அவர்கள் குழிக்குள் வரிசையாக உட்கார்ந்தார்கள். திறந்த பதுங்குகுழியின் மேல்விளிம்பில் மண் அணையை எழுப்பி மண் மூடைகளை அடுக்கியிருந்தான் வெள்ளையன். இறங்குவதற்கு ஏதுவான படிகள். வாசலில் அரிக்கன் விளக்கு எரிந்தது. மேலே கசங்கிய நிலவு. முத்து அழுதுகொண்டேயிருந்த இசைநிலாவை மடியிற் கிடத்தி தூங்கவைக்க முயற்சித்தாள். ஒளிநிலாவை வல்லியாள் வைத்திருந்தாள். கணபதி இன்னமும் மிரட்சியிலிருந்து மீளவில்லை. அவன் “தோட்டத்தில என்ன ஆச்சின்னு தெரியலயே...” என்று கைகளைப் பிசைந்துகொண்டிருந்தான்.

“பாதுகாப்பு வலயமெண்டிட்டு அடிக்கிறாங்கள்...” சந்திரா மெல்ல முணுமுணுத்தாள்.

“பாதுகாப்பு வலயமெண்டு அறிவிச்சதே திட்டுத் திட்டாச் சிந்தியிருக்கிற சனத்தை ஒண்டாக்கிப்போட்டு ஒரேயடியாக் கொல்லத்தானே” என்றான் அத்தார். இறுகித் தடித்த குரல்.

“சனங்கள் எங்கையிருக்க வேணுமெண்டதையும் சனங்களோடு சேர்ந்து இயக்கம் எங்கை போகவேணுமெண்டதையும் இனி ஆமிதான் தீர்மானிக்கப் போகுது. நாங்கள் நாளைக்கே வேற இடம் பாத்துப் போறதுதான் நல்லது” என்றான் வெள்ளையன்.

“இனிக் கடல்தான் இருக்கு. நீ நீந்தத் தெரிந்த தைரியத்தில சொல்லுறாய். எனக்கு நீந்தவும் தெரியாது” என்றவன் “ஆமி ரெண்டு கிழமை ஓய்ஞ்சு ஒரு இடத்தில நின்றான் எண்டால் பெடியங்களுக்குத் திருப்பியடிக்க ஒரு காலம் கிடைக்கும்... ஆனால் அவன் ஒரு செக்கனுக்கும் ஓயுறானில்லையே...” என்று பெருமூச்சோடு முடித்தான்.

“கொஞ்சம் ரைம் குடுத்தாலே எல்லாம் பிசகுமெண்டு ஆமிக்குத் தெரியும். அதுதான் எவ்வளவு அடி வாங்கினாலும் விடுறதில்லையெண்டு

நிக்கிறாங்கள். இந்தச் சண்டை எப்பிடி முடிஞ்சாலும் ஆமியின்ரை கட்டமைப்பும் சிதைஞ்சுதான் போகும். அதைச் சீர்படுத்த ஐஞ்சு வருசமெண்டாலும் அவங்களுக்குத் தேவைப்படும்..."

இருவருடைய உரையாடலும் சந்திராவிற்குக் கோபத்தைக் கிளறியிருக்க வேண்டும். முகம் வெறுப்பைக் கக்கியது. "இப்பயும் பார்... சண்டையைப் பற்றித்தான் கதைக்கிறியள். இதுக்கொரு முடிவு கண்டு மிச்சமாயிருக்கிற உயிர்களையாவது காப்பாத்துவமெண்டு யாராவது நினைக்கினமா... இந்த வெளிநாடுகளாவது சண்டையை நிப்பாட்டலாம் தானே..." என்று சீறினாள்.

"வெளிநாடுகள் மயிரைத்தான் நிப்பாட்டும். இப்பிடியொரு சண்டை நடந்தால் ஆயிரக்கணக்கில சனம் சாகுமெண்டு உந்த உலகப்போரெல்லாம் நடத்தின நாடுகளுக்குத் தெரியாமலா போகும்... வடிவாத் தெரியும். புலிகளை அழிக்கிறதுக்காக, லட்சக்கணக்கில சனமும் சாகுமெண்டதையும் தெரிஞ்சுதான் வெளிநாடுகள் சும்மா இருக்குதுகள்."

"அப்ப இயக்கமாவது சண்டையை நிப்பாட்டிட்டு சனங்களை வெளியில விடலாம்தானே... தங்களுக்குத்தான் ஆமியிட்டைப் பிடிபட விருப்பமில்லையெண்டால் கழுத்தில ஆடுறதைக் கடிக்க வேண்டியது தானே" சந்திராவின் கண்கள் வல்லியாளின் பார்வையை நேருக்கு நேரே ஒருமுறை சந்தித்துக்கொண்டன. நெருப்புச் சுட்டதைப்போல சொற்களை நிறுத்திவிட்டு பதற்றத்தோடும் கெஞ்சலோடும் அவள் வல்லியாளின் கையைப் பிடித்துக் கொண்டாள். "மன்னிச்சுக்கொள் வல்லியாள்... நான் மனசறிஞ்சு அப்பிடிச் சொல்லேல்லை... ஏதோ எரிச்சல் தாங்காமல் வாயில வந்திட்டுது. விநோதினி நான் வளத்த பிள்ளை... அவளைச் சாகச் சொல்லி சொல்லுவேனா..." குரல் உடைந்துபோயிருந்தது. வல்லியாள் மௌனமாக வெறித்தாள். "ச்சீ... ஒரு தாயின்ரை மனசு எப்பிடித் துடிக்குமெண்டதைக் கூட விளங்கிக்கொள்ள முடியாத மாதிரி என்ரை மூளை குழம்பிப் போட்டுது. கடவுளே... இந்தச் சண்டை கடைசியில எல்லாரையும் விசராக்கித்தான் அலைவிக்கப் போகுது..."

பதுங்குகுழியை மயான அமைதி மூடியது. இசைநிலாவும் ஒளிநிலாவும் ஆழ்ந்த நித்திரையிலிருந்தார்கள். நள்ளிரவுக் காற்றில் பனி பிசுபிசுத்தது. நாமகள் தும்மிக்கொண்டேயிருந்தாள். வெள்ளையன் போர்வையொன்றை எடுத்துவந்து பிள்ளைகளில் போர்த்திவிட்டான்.

அரிக்கன் விளக்கு 'பக்...பக்' என்ற சத்தத்தோடு அணைந்தது. எண்ணெய் தீர்ந்திருக்க வேண்டும்.

எண்ணெய் ஆலையின் பின்புறச் சுவர் இடிந்து கிடந்தது. கூரை கீழிறங்கிவிட்டது. ஓட்டுச் சில்லுகள் சிதறிக்கிடந்தன. ஒரு தென்னை நடுவில் முறிந்து சுவரை உடைத்துக்கொண்டு விழுந்திருந்தது. வெடிக்காத ஒரு ஷெல் கிணற்றடியில் புதைந்து கிடப்பதாகச் சொன்னார்கள். நல்லவேளையாக யாருக்கும் சாவு இல்லை. அடர்த்தியாக நின்ற தென்னைகளைக் கிழித்துவிட்டுச் சன்னங்கள் அடங்கிவிட்டன. இரவோடு இரவாகவே காயக்காரர்களைக் கொண்டுபோய்விட்டார்களாம். எங்கேயென்று தெரியவில்லை. உடையார்கட்டுப் பள்ளிக்கூடத்தில் அதுவரை இயங்கிய வைத்தியசாலை ஒரு வாரத்திற்கு முன்னரேயே கைவிடப்பட்டிருந்தது. கடுமையான ஷெல்லடி. ரவைகள் வேலிகளைத் துளைத்துக்கொண்டு பாய்ந்து வரத்தொடங்கியபிறகு யாரையும் பராமரிக்க முடியவில்லை. புதுக்குடியிருப்பு வைத்தியசாலையையும் மாத்தளனுக்கு நகர்த்திவிட்டார்கள். அதனையண்டிய பகுதிகளில் கடுமையான சண்டைகள் நடந்தன. அதன் கூரைக்கு மேலே பிரமாண்டமாக வெள்ளைப் பின்னணியில் சிவப்பு மருத்துவக் குறி வரையப்பட்டிருந்தது. ஒரு விமானக் குண்டுவீச்சில் கூரையே கீழிறங்கிவிட்டது. இப்பொழுது சுதந்திரபுரத்திலும் வள்ளிபுனத்திலும் தான் சிறிய அளவில் மருத்துவப் பணிகள் நடந்து கொண்டிருந்தன. காயப்பட்டவர்களை அங்கே கொண்டு சென்றிருக்கலாம் என்று அத்தார் நினைத்தான். அவர்களில் நெருப்புக்கு மகனைத் தின்னக்கொடுத்த அந்தப் பெண்ணும் ஒருத்தியென்று அறிந்தபோது வெறுமையாயிருந்தது. அவளுடைய காயத்திலிருந்து குருதி கொட்டியபோது "என்னை இந்த ஓரமா விடுங்கோ... நான் சாகப்போறன்... எனக்கு என்ர ரெண்டு பிள்ளையளையும் பாக்கவேணும்போல கிடக்கு..." என்று அவள் திமிறிக் கொண்டிருந்தாளாம்.

மேட்டுக்காணிக்குத் திரும்பியபோது வெள்ளையன் "நாங்கள் இண்டைக்கே வெளிக்கிடுவம்" என்றான். "எத்தினை காலத்துக்கெண்டு தெரியேல்லை. ஆனால் இப்போதைக்கு இரணைப்பாலை தாண்டுறதுதான் நல்லது. பிறகு சன நெருக்கத்தில பிள்ளைகளோடை போறது கஸ்ரம்..."

11
படுகளம்

16.01.2009

பத்து மணிபோலத் தயாராகிவிட்டார்கள். மணிவண்ணன் கூடமாட வந்து ஒத்தாசை செய்தான். ராணியின் சைக்கிள் கரியரில் சாமான்களைக் கட்டி இறுக்கி "இதைக்கொண்டு உருட்டுவீங்க தானே..." என்று கேட்டான். ராணி ஒரு வார்த்தை பேசவில்லை. முகத்தில் எள்ளும்கொள்ளும் வெடிப்பதைப் போலப் பார்த்தாள்.

"நாங்கள் என்ன செய்யிறதெண்டு இன்னும் ஒரு முடிவில்லை. அம்மாச்சியை இப்பவே ஏத்துறதுதான் நல்லது. எதுக்கும் அண்ணயோடை கதைக்கவேணும். நான் போறன்..." மணிவண்ணன் பொதுவாக எல்லோருக்கும் சொல்லிவிட்டு விடைபெற்றான்.

"சந்திரகுமாரிட்டை ஒரு சொல்லு சொல்லிட்டு வாறன் நானும்..." என்றவாறே அத்தாரும் மணிவண்ணனோடு புறப்பட்டான். இருவரும் நடந்து நீல வீட்டருகே வந்தார்கள்.

பேச்சி தோட்டத்தில் நிறையப் புதிய முகங்கள் தறப்பாள்களை இழுத்துக்கட்டிய நிழல்களில் குடியேறியவாறிருந்தார்கள். பதுங்கு அகழிகள் மும்மரமாக அமைக்கப்பட்டுக் கொண்டிருந்தன.

"ஷெல் எல்லா இடமும்தானே வருது அண்ண... அதுக்காக மறுபடியும் மூட்டயக் கட்ட முடியுமா... பாருங்க, காலையில உடையார்கட்டுப் பக்கமிருந்து வந்த சனங்கள் இப்பத்தான் இதிலயொரு கொட்டிலைப் போடுறாங்க. சிலர் இனிமேல் எங்கயும் போறதில்லன்னு இருக்கிறாங்க. எனக்கு என்ன செய்யிறதன்னு தெரியல... இனி சாமி விட்ட வழி" என்றான் சந்திரகுமார்.

அத்தார் அவனுடைய தோளைத் தட்டித் தெம்பூட்டினான். "எங்களோட சின்னன் பொன்னனுகள் குழந்தையள் எண்டு கனபேர். இப்பவே வெளிக்கிட்டாத்தான் கரைச்சல் இல்லாமல் போய்ச் சேரலாம். எனக்கு நம்பிக்கை இருக்கு... நாங்கள் மறுபடியும் இதே தோட்டத்தில சந்திப்பம் சந்திரகுமார். எனக்கு அப்பவும் ஒரு வேலை போட்டுத் தா..." அத்தார் சிரிக்க முயன்று தோற்றான். சந்திரகுமாருக்கு கண் கசிந்துவிட்டது. அதைக் காட்டாதவனாகத் தலையைத் திருப்பிக்கொண்டு தலையசைத்தான். அத்தார் திரும்பி நடந்தான்.

மீனாட்சி நான்கு பசுக்களினதும் கயிறுகளை அவிழ்த்து விட்டாள். முன்னரென்றால் கயிறை அவிழ்க்க முன்னமே இழுத்துக் கொண்டு ஓடுகிற மாடுகள் இன்றைக்கு அமைதியாக நின்றன. அவளுக்கு கண்ணில் நீர் கோர்த்துவிட்டது. புறங்கையால் துடைத்தாள்.

இயலுமான பொருட்களை மட்டும் சைக்கிள்களின் முன்னுக்கும் பின்னுக்குமாகக் கட்டிக்கொண்டு அவர்கள் ஒழுங்கையில் வந்து நின்றார்கள். முத்துவின் சைக்கிள் கரியரில் ஒளிநிலா இரண்டு பக்கமும் கால்களைப் போட்டு இருக்கையைக் கெட்டியாகப் பிடித்துக்கொண்டிருந்தாள். முன்னால் தலையணையை வைத்து இசைநிலாவை இருத்தியிருந்தார்கள். அவர்கள் இரண்டு பேருக்கும் இது முதலாவது இடப்பெயர்வு.

சைக்கிள்களை மெதுவாக உருட்டினார்கள். இருண்ட மேகங்கள் திடீரெனத் தன்னை மூடுவதைப்போன்ற பிரமை அருட்ட அத்தார் திரும்பிப் பார்த்தான். இருபது ஆண்டுகளாக நடந்தலைந்த நிலம் மெல்ல மெல்லப் பின்னகர்ந்து போனது. ‘திரும்பி வருவமா?’

தெருவில் நகர வழியில்லை. உழவூர்திகளும் லான்ட் மாஸ்ரர்களும் ஒன்றையொன்று நெருக்கிக்கொண்டு நின்றன. தேவிபுரத்திலிருந்து களப்புக்குச் செல்லும் பாதையில் நீண்ட தூரத்திற்கு நடந்தார்கள். அதிலிருந்து வலப்பக்கத்தில் மந்துக்காடுகளில் புகுந்த பிறகு ஓரளவுக்குச் சனநெருக்கடி குறைந்தது. அந்தப் பாதை பரவலாக யாருக்கும் தெரிந்திருக்கவில்லை போலும். ஓடைகள் மேவிக்கொண்டு ஓடின. சதுப்புகளில் புதைந்த சைக்கிள்களை ஒருவர் மாறி ஒருவராகத் தள்ளினார்கள். வெள்ளையன்தான் முன்னால் வழிகாட்டிச் சென்றான். சூரியன் உச்சியில் எரித்துச் சாயத்தொடங்கிய பின்னர் குளமொன்று தென்பட்டது. அத்தார் “இதில ஆறிப் போவம்” என்றான்.

பிள்ளைகளுக்கு பிஸ்கற்றுக்களை ஊட்டினார்கள். இசைநிலா தூங்கி வழிந்தாள். “அவள் படுக்கட்டும்... நான் கொஞ்சத்துக்குத் தூக்கிக்கொண்டு வாறன்” என்று சிந்து அவளை வாங்கிக் கொண்டாள். அத்தார் குளத்துநீரைக் கையால் அரித்தெடுத்து தேகத்தில் தெளித்துவிட்டான். மறுகரையில் மாடுகள் மேய்ந்துகொண்டு நின்றன.

தொடர்ந்து நடந்து பாண்டியன் வீதியில் வந்து சேர்ந்தார்கள்.

அப்பகுதி முழுவதும் உடைந்த வாய்க்கால்களும் சேறுமாகவிருந்தது.

“இன்னும் கொஞ்சத் தூரம்தான்” என்றான் வெள்ளையன். வலதுபுறமாகத் திரும்பி இரணைப்பாலைக்கான தெருவில் ஏறினார்கள். கிரவல் தெரு

என்றாலும் ஓரளவுக்கு நல்ல நிலையிலிருந்தது. இரு கரைகளிலும் வடலிப் பனைகளும் சடைத்துப்பரவிய மரங்களும் தொடர்ந்து வந்தன. சனங்கள் அந்த நிழல்களில் ஆறிக்கொண்டிருந்தார்கள். ஏணைகள் தொங்கின.

“வெள்ளனவா வந்தபடியால சிக்கலில்லாமல் வந்திட்டம். இனி இனிச் சனம் பெருக நிலத்தில கால் வைக்க முடியாமல் இருக்கும்...” என்று வெள்ளையன் அத்தாரிடம் சொன்னான்.

‘இந்தப் பாதையளில இருட்டுக்குள்ளை வரவேண்டியிருந்தால்...’ இருளைக் கவிழ்த்து யோசித்தபோது பாதைகள் குகைகளைப் போலாயின. அத்தார் தலையை உலுப்பிச் சுதாகரித்தான்.

இப்பொழுது பனை வடலிகள் கழிந்து, இரண்டு புறமும் பச்சை வெளிகளாயிருந்தது. சிறு குட்டைகளில் கால்மடித்து நின்ற கொக்குகள் மனிதச் சந்தடியில் எவ்வி நீரைச் சிந்திப் பறந்தன. ‘இந்தப் பச்சைகளும் தீப்பற்றி எரிகின்றபோது கொக்குகள் எங்கே செல்லும்...’ அத்தார் வெள்ளையனின் பிள்ளைகளை ஏக்கத்தோடு பார்த்துப் பெருமூச்செறிந்தான்.

இரணைப்பாலையில் ஏறினார்கள். திருவிழாக் கூட்டத்திற்குள் திடீரென்று நுழைந்துவிட்டதைப் போலிருந்தது. நாற்புறமும் சனத்திரள். ‘அம்மாவைக் கண்டனியளே... என் புள்ளயப் பாத்தீங்களா... மாமியின்ரை குழந்தையைக் காணேல்லையாம்’ என்ற கூச்சல்கள் திரும்பிய இடமெல்லாம் கேட்டன.

சந்திரா தெருவோரமாகக் குந்தியிருந்துவிட்டாள். “எனக்கு நெஞ்செல்லாம் அடைச்சுக்கொண்டு வருகுது...” என்றாள்.

வள்ளிபுனம், கைவேலி முதலான கிராமங்களைச் சேர்ந்தவர்கள் புதுக்குடியிருப்புச் சந்திக்கு ஊடாக மாத்தளன் வீதியில் இரணைப்பாலை நோக்கிச் சாரை சாரையாக வந்துகொண்டிருந்தார்கள். சந்திராவிற்குப் பக்கத்தில் கால்களை நீட்டி உட்கார்ந்திருந்த ஓர் இளைஞன் பக்கத்திலிருந்த கிழவனிடம் சொல்லிக் கொண்டிருந்தான்.

“ஒரு குடும்பம் என்னை விலத்திக்கொண்டு போய்க்கொண்டிருந்தவை அய்யா. மூண்டு பிள்ளையள்... ஒரு பெட்டை... மற்றது பெடி... இன்னொண்டு கைக்குழந்தை... பெட்டை சைக்கிளுக்குப் பின்னாலயிருந்தது. தகப்பன் உருட்டிக்கொண்டுதான் போனவர். தாய்க்காரி குழந்தையை தோளில வைச்சுக்கொண்டு நடந்துபோனவ. என்ரை சைக்கிள் கரியரில சாமான் பின்னால சரியுதெண்டுட்டு

இறங்கி அதைச் சரிபண்ண அவை என்னைத் தாண்டிப் போய்க் கொண்டிருந்தவை. முன்னால இருந்த பெடியன் என்னைப் பாத்துச் சிரிச்ச மாதிரியும் கிடக்கு... சரியாப் பாலத்தில ஏறிக் கடந்து இறங்க ஷெல் விழத்தொடங்கிட்டுது. நான் பங்கருக்கை பாய்ஞ்சிட்டன். முன்னாலை போன சனமெல்லாம் குழறுது... என்ன ஏதெண்டு ஓடினால்... நினைக்கவே எனக்கு மண்டை விறைக்குது... தகப்பனையும் சைக்கிளில இருந்த ரெண்டு பிள்ளையளையும் ஷெல் சீவியெறிஞ்சு போட்டுது. கரியரில இருந்த பெட்டையின்ரை சின்னக் கால் பின் சில்லுக்கை தனியக் கிடந்திச்சு. தாய்க்காரிக்குத் தலையில காயம்போல... ஆக்கள் போன நேரம் உயிர் துடிச்சதாம். நான் போக உயிர் அடங்கிட்டுது. குழந்தைக்குப் பிடரியில காயம்... ஆனால் உயிரோடதான் இருந்தது. காலை அசைச்சது. அது அழுகிறதுக்கு அந்தரப்படுற மாதிரியும் ஆனால் அதால அழ முடியாமல் துடிக்கிற மாதிரியும் எனக்குத் தெரிஞ்சது. என்ன செய்யிறதெண்டு தெரியேல்லை. ஏதாவது இயக்க வாகனம் வந்தால் ஏத்திவிடலாமெண்டு நிண்டம். கொஞ்ச நேரத்தில அந்தக் குழந்தையும் செத்திட்டுது..."

கிழவன் தலைக்கு மேலே கைகளைக் கூப்பினான். "என்ர கடவுளே... நீர் உம்மட வாழ்நாளில ஒரேயொரு நல்ல காரியம் செய்திருக்கிறீர்... மெத்தப் பெரிய உபகாரம்... அய்யா" என்று கேலியாகக் கூவி கைகளை நெஞ்சில் ஒற்றினான்.

"நாங்கள் மெனக்கெடாமல் இப்பவே மாத்தளன் போறதுதான் சரியெண்டு மனசுல படுகுது. எங்கயாவது தறப்பாளும் மரங்களும் கிடைச்சால் ஏதாவது நிலத்தைக் கிண்டி கொட்டிலைப் போட்டுட்டு இருக்கலாம்" என்றான் வெள்ளையன்.

"இருபது வருசத்துக்கு முதல் தனிக்கல்லடியிலேந்து வெளிக் கிடேக்கை திரும்ப வருவன் எண்ட நம்பிக்கை ஒரு சுடர் மாதிரி உள்ளை எரிஞ்சு கொண்டிருந்திச்சு. இப்ப... உள்ளை திரியே கருகிப்போய்க் கிடக்குது" அத்தார் உதறிக்கொண்டு எழுந்தான்.

மாத்தளன் கடற்கரை இரவைப் போர்த்தியிருந்தது. அருகில் கடலென்றாலும் காற்றில் இலேசான வெக்கைப் பிசுபிசுப்பு. முல்லைத்தீவு வீதியில் ஒரு கறுப்பு உருவாக அசைந்துகொண்டிருந்த மரத்தின் கீழ், சாக்குகளை விரித்து வெள்ளையன் பிள்ளைகளைக் கிடத்தினான். உரப்பை மூட்டைகளைப் பிரித்துப் போர்வைகளை எடுத்து மூடினான். மரத்தின் வேர்களைச் சுற்றி அவர்கள் தலை சாய்த்துப் படுத்தார்கள். கால் உளைவிலும் உடல் நோவிலும் அடித்துப் போட்டதைப்போல நித்திரையானார்கள்.

மூன்றாவது நாள் முன்னைய பாதுகாப்பு வலயத்தை நீக்கிய ஸ்ரீலங்கா இராணுவம் இரண்டாவது பாதுகாப்பு வலயத்தைப் புதிதாக அறிவித்தது. மாத்தளன் கடல்வெளிக்கும் வங்கக் கடலுக்கும் இடையிலான ஒன்றரைக் கிலோமீற்றர்கள் அகலமும் ஆறு கிலோமீற்றர்கள் நீளமுமான அப்பாதுகாப்பு வலயம் மாத்தளனில் ஆரம்பித்து முள்ளிவாய்க்காலில் முடிவடைந்தது.

06.04.2009

"அவள் மலர்விழியை நேர கண்டால்... ஆமோடி... நீங்கள் பிடிச்சுக்கொண்டு போற பிள்ளையளின்ரை அப்பாக்கள் எல்லாம் சுவிஸிலயும் லண்டன்லயுமோ இருக்கினமடி எண்டு நாக்கைப் பிடுங்கிற மாதிரி கேக்காமல் விடமாட்டன். கஸ்ரப்பட்ட சனங்கள் சண்டை பிடிச்சுக் களைச்சுப் போயிற்றினம் ரீச்சர். இனி மற்ற ஆக்களும் சண்டை பிடிக்கத்தானே வேணும் எண்டவள் இப்ப எனக்கு முன்னால வந்து நிண்டால் காதைப் பிடிச்சுக் கொண்டுபோய் ஒவ்வொரு ஆக்களாக் காட்டிக் கேப்பன்... பாரடி... இதோடி நீ சொன்ன பணக்காரக் குடும்பம் எண்டு... அய்யோ... மறுபடியும் மறுபடியும் ஏழையளின்ர வயித்திலயே உதைக்கிறாங்களே..." சந்திரா கோபத்தைக் கட்டுப்படுத்த இயலாமல் கத்தினாள். சற்றுமுன்னர் அப்பாவித்தனமான முகத்தோடு ஏறி உட்கார்ந்த நான்கைந்து சிறுவர்களைச் சுமந்தவாறு சீறிப்பாய்ந்த புலிகளின் பஜிரோவின் பின்னாலேயே ஓடிச்சென்ற ஒரு தாய் கொதிக்கும் மண்ணில் புரண்டு கதறியதைக் கண்டதிலிருந்து அவள் இப்படி அமைதி இழந்து துடித்தாள். வார்த்தைகள் திக்கிக் குழறின. முகத்துத் தசை கோணியது. சில நாட்களாகவே இப்படித்தான் ஆகிறது அவளுக்கு.

நேற்று மாலை. அத்தாரும் பக்கத்துக் கூடாரக்காரனும் பேசிக் கொண்டிருந்தார்கள். கதை எங்கெல்லாமோ தாவிச் சென்றது. "எழுபத்தையாயிரம் சனம் செத்தாத்தான் ஐக்கிய நாடுகள் சபை இந்தப் பிரச்சினையில தலையிடுமெண்டு வெளிநாடுகளில இருக்கிற ஆக்கள் அறிவிச்சவையாம்..." என்றான் கூடாரக்காரன். ஏதோ பராக்கிலிருந்த சந்திராவுக்குத் தேகம் ஒரு தடவை உலுங்கியது. பத்ரகாளியைப்போல ஆகிவிட்டாள். பல்லை நறுமியவாறு விறகுக் கட்டையை இழுத்து அவனுடைய தலைக்குமேலே ஓங்க அவன் திகைத்துப் போய்விட்டான். "அக்கா என்ன செய்யிறிங்க" என்று குனிந்து விலகினான். சந்திராவின் உடல் விதிர்த்து அடங்கியது. கட்டையைத் தூர எறிந்தாள்.

"அக்கா... அப்பிடி நான் சொல்லேல்லை..." கூடாரக்காரன் தலையை உயர்த்தினான்.

"இப்பிடிச் சொல்ல வெக்கமாய் இல்லயாமோ நாயளுக்கு... இதைச் சொன்னவன் மட்டும் முன்னால வந்தானெண்டால் கொடுவாக் கத்தியாலையே அவன்ரை மண்டையைப் பிளப்பன்" உதடுகள்

துடித்துக் கொண்டிருந்தன. “ஏன்ரா... அவ்வளவு சனமும் செத்தபிறகு ஐ.நாக்காரன் வந்து சாம்பல் மேட்டிலயாமோ வெள்ளைக் கொடியை நட்டு வைப்பான்?”

“எனக்குத் தெரியாது அக்கா. சனம் எல்லாத்தையும் கதைக்குது. அமெரிக்காக்காரன் கப்பல் கொண்டுவருவானாம்... கருணாநிதி சண்டையை நிப்பாட்டுவாராம்... ஐக்கிய நாடுகள் சபை தலையிட்டுத் தீர்வு காணுமாம்...”

“அப்ப இயக்கத்துக்கு எதுவும் செய்யிறதா நினைப்பில்லயாமோ... கருணாநிதியும் அமெரிக்காவும் இடையில வந்து தீர்க்குமெண்டாமோ இவ்வளவு நாளும் சண்டையை நடத்தினவை...”

“என்ன செய்யிற அக்கா... ஆனந்தபுரத்தில சரியாக் கொழுவியிருந்தால் நாங்கள் இப்ப வீட்டில இருந்திருப்பம்... இண்டைக்கு இயக்கத்தைத் திட்டுறவை எல்லாம் அவங்களைத் தோளில வைச்சுக்கொண்டு திரிஞ்சிருப்பினம். திட்டின வாயெல்லாம் வெற்றிப்பாட்டு பாடியிருக்கும். ஆனால் காலம் தீர்மானிச்சிட்டுது... அதுதான் முதலே பாலசிங்கம், பால்ராஜ், தமிழ்ச்செல்வன் என்று வெளியேற்றிக்கொண்டு வந்தது...”

அவன் எழுந்து சென்றான். வெகுநேரமாகச் சந்திரா மௌனமாயிருந்தாள். கண்களில் நீர் பொங்கிக்கொண்டு வழியலாயிற்று. அத்தாரின் இரண்டு கைகளையும் பிடித்துக்கொண்டாள். “எனக்கு விசர் ஆக்கப்போகுது எண்டு நினைக்கிறன். பயமாக் கிடக்கு. யோசினை ஒண்டுமே ஓடுதில்லை... அடுப்புக்கரியை மண்டைக்குள்ளை அடைஞ்ச மாதிரி விறைச்சுப்போய்... ஒரே டிப்பிரெஷனாக் கிடக்கு... ஆரைக் கண்டாலும் திட்டி அனுப்பவேணும் போலயிருக்கு...”

சந்திராவின் வார்த்தைகள் கோபத்திலிருந்து வெளியேறின. “இரக்கமே இல்லாமல் போச்சு எல்லாருக்கும்... ஏத்திக்கொண்டு போன அந்தப் பிள்ளைகளின்ர முகத்தைப் பாத்தனியளே.. பிஞ்சு முகம்...” என்று முணுமுணுத்தாள்.

“சரி... இதுகளையே யோசிச்சுக்கொண்டிருக்காமல் வெளியவா... நாமகளும் சிந்துவும் பதுங்குகுழியே கதியெண்டு கிடக்கிறாளவை. அவளவையோட கொஞ்சம் கதைச்சா ஆறுதலாயிருக்கும்...” அத்தார் கூடாரத்தின் வாசலில் நாரியைப் பிடித்தவாறு நின்றான். காலடியில் நெருப்புக் குறுணிகளைப்போல மண் சுட்டது. இரவும் பகலுமென அகழிக்குள் முடங்கிக் கிடந்ததில் முறுக்கிப் பிழிவதைப்போன்ற வலி. இரண்டு கால்களும் புண்ணாகிவிட்டன. மெல்ல விறாண்டினாலே

உடைந்து சீழ் கொட்டுகிறது. ‘ஷொப்பிங்’ பையைச் சுற்றிக் கட்டியிருந்தான். ஏதாவது மருந்து எடுக்கலாம் என்று ஒருநாள் மாத்தளன் ஆஸ்பத்திரிக்குப் போனவன் அங்கிருந்த காயக்காரர்களின் கோலத்தைக் கண்டுவிட்டு “இதெல்லாம் ஒரு வருத்தமேயில்லை” என்று திரும்பி வந்துவிட்டான்.

வெள்ளி அலைகள் முன்னும் பின்னுமாக அசைந்து ஓலமிட்டன. கடற்கரை ஒரு கோடுபோல இரண்டு பக்கங்களிலும் நீண்டது. கண்ணுக்கு எட்டிய தூரம் வரையிலும் அடுக்கி வைத்தாற் போல தறப்பால் கூடாரங்கள்... ஆள் உயரத்தில் வகிடும், நான்கு பக்கங்களிலும் தரையைத் தொட்டதுமான அக்கூடாரங்கள் மத்தியான அனலில் நெளிந்துகொண்டிருந்தன.

‘இரணைப்பாலைக்கு ஆமி வரமுன்னமே இங்கால வந்தது நல்லதாப் போயிட்டுது... கடைசி நேரம் வந்த சனங்கள் பட்ட அந்தரம் சொல்லி மாளாது. செத்த பிரேதங்களை விட்டுட்டு வந்த காலம் போய் காயப்பட்ட ஆக்களையே தூக்க முடியாமல் போச்சுது. வெள்ளையன் ஏதோ ஐமிச்சம் தெரிஞ்சுதான் முதலே இங்கால வந்திருக்கிறான். பின்னை ஒன்பது வருச அனுபவம் எண்டால் சும்மாவே. ஆனால் ஒண்டையும் வாய் திறந்து வெளிய சொல்லுறானில்லை.’

அத்தார் பக்கத்துக் கூடாரத்தை எட்டிப்பார்த்தான். முத்து சுளகில் அரிசி புடைத்துக் கொண்டிருந்தாள். அடிக்கொரு தடவை அரிசியிலிருந்து நுள்ளி நுள்ளி எறிந்தாள்.

வெள்ளையன் சற்றுமுன்னர்தான் கடற்கரை வீதியிலிருந்த போராளிகளின் கஞ்சிக் கொட்டிலுக்குப் பிள்ளைகளை அழைத்துப் போயிருந்தான். நான்கு நாட்களுக்கு முன்னர் அந்தக் கஞ்சிக் கொட்டிலில் ஷெல்கள் வீழ்ந்து வெடித்ததில் பத்துப் பதினைந்து சனங்கள் பசித்த வயிறுகளுடனே செத்துப் போனார்கள். சத்தம் கேட்டதும் பேத்தியாருடன் புறப்பட்டுக்கொண்டிருந்த பிள்ளைகள் ஓடிச்சென்று பதுங்குகுழிக்குள் விழுந்தார்கள். மாலையில் கஞ்சிக்கொட்டில் மறுபடியும் இயங்கத் தொடங்கிவிட்டது. ‘பசிக்கு சாவுப் பயம் இல்லை.’ வெள்ளையன் பிள்ளைகளைத் தானே அழைத்துச் செல்கிறேன் என்றான். ‘பெரிசுகள் எதையெண்டாலும் சாப்பிட்டு வயித்தை நிறைக்கலாம். சின்னனுகள் சத்தா எதையாவது தின்னக்குடிச்சால் தானே தேகம் சுருளாமல் இருக்குங்கள்...’

கணபதியும் வல்லியாளும் முத்துவோடுதான் தங்கியிருந்தார்கள். விடிந்ததுமே ஏதாவது கூலி வேலை கிடைக்குமா என்று கணபதி தேடியலைவான். பதுங்குகுழி வெட்டுவதும், மரங்களைத் தறித்து

அடுக்குவதுமான ஓரிரு வேலைகள் கிடைத்தன. “காசா வேணாம்... அரிசியோ மாவோ குடுத்திருங்க” என்று பேரம் பேசி வாங்கி வந்துவிடுவான்.

நாமகளும் சிந்துவும் வெளியில் தலை காட்டுவதே இல்லை. காலையின் இருள் பிரிய முன்னரே கடற்கரைப் பக்கமோ அல்லது பற்றைகளுக்கோ ஓடிவிட்டுத் திரும்பி விடுவார்கள். மீனாட்சி வாசலிலேயே அவர்களுக்காகக் காவல் இருந்தாள். போராளிகளுடைய வாகனங்கள் உறுமும் சத்தம் கேட்டால்போதும். “அய்யோ என்ர ராசா... கடைசி மட்டும் கூட வருவீரெண்டெல்லோ நானும் பிள்ளையளும் நம்பியிருந்தம். இடையில போட்டீரே ராசா...” என்று சங்கிலியின் பெயரைச் சொல்லி உருண்டு பிரண்டு ஒப்பாரி வைப்பாள். “ஒரு மகளையும் இன்னொரு மகள் வயித்துப் பேத்தியையும் எப்பிடிக் கடைசிவரைக்கும் கொண்டு சேக்கப்போறன் எண்டு தெரியேல்லை...” என்று தனியே புலம்பினாள்.

தூரத்தில் வெடிச்சத்தங்கள் கேட்டன. அத்தார் சற்றுத் தூரத்திற்கு தெற்காக நடந்து திரும்பிப் பார்த்தான். புலிகளுடைய ‘கடைசி லைனின்’ பிரமாண்டமான மண் அணை தெரிந்தது. மாத்தளனில் இருந்து வலைஞர்மடம் சந்திக்கு ஊடாக நந்திக்கடல் வரை பலமான பாதுகாப்பு அரணை அவர்கள் ஏற்படுத்தியிருந்தார்கள். ஓர் உயர மரத்தில் ஏறி நின்று பார்த்தால் லைனைத் தாண்டி இரணைப்பாலையில் ஆமி நிலைகொண்டுள்ளதைப் பார்க்கமுடியுமென்று ஒருநாள் வெள்ளையன் சொல்லியிருந்தான். அவன்தான் எஞ்சியிருந்த நிலத்துண்டை பருமட்டாக மண்ணில் வரைந்தும் காட்டினான். ஓர் உடைந்த பீங்கான் துண்டுபோல் அது தோன்றிற்று. நிழல் அற்ற நீளக் கடற்கரை வெளி. காய்ந்து வறண்ட பற்றைகள். ஒன்றிரண்டு மரங்கள். உச்சந்தலையைப் பிளக்கின்ற தகிப்பு...

அத்தார் வெளியே அலைந்து திரிந்த முகங்களைத் துயரத்தோடு பார்த்தான். ‘மலைநாட்டிலிருந்தும், திருகோணமலையிலிருந்தும் யாழ்ப்பாணத்திலிருந்தும் ஓடி வந்த சனங்களை ஒரு தாயைப்போல அரவணைத்துத் தன் முலையைச் சுரந்த வன்னியின் பிள்ளைகளுக்குக் கடைசியில் போக்கிடமானது இந்தக் கடற்கரை ஒன்றுதான். கால்கள் புதைகின்ற மணல்வெளிதான்.’

மீனாட்சி யாரோ ஒரு பெண்ணை அவசரமாக அழைத்து வந்தாள். “நிக்கிறாவா?”

அத்தார் உள்ளே கைகாட்டினான். அவனைக் கடந்து கூடாரத்தினுள் நுழைந்து சந்திராவிற்குப் பக்கத்தில்போய் அமர்ந்து கொண்டார்கள். அத்தார் பின்தொடர்ந்து வந்தான்.

"இவ சொல்லுறதை ஒருக்கா கேளுங்க..." மீனாட்சி பதற்றத்தோடும் மெதுவாகவும் சந்திராவிடம் சொன்னாள்.

அந்தப் பெண்ணுக்கு ஐம்பது வயதிருக்கலாம். எல்லோரையும் போலவே முகம் வறண்டிருந்தது. எதையோ யாசிப்பதைப்போல சந்திராவையும் மீனாட்சியையும் அவள் மாறி மாறிப் பார்த்தாள். "ஒரு பிச்சை மாதிரித்தான் கேக்கிறன். மாட்டன் எண்டு சொல்லிப் போடாதேங்கோ..." என்று ஆரம்பித்தாள்.

"என்ர பேர் சிவகாமி. இதில எட்டுக் கொட்டில் பின்னால தள்ளியிருக்கிறன். எனக்கு ஒரேயொரு பொடியன்தான்... இந்தா அந்தா எண்டு முப்பது வயசில வளந்து நிக்கிறான். ஒரு கலியாணத்தைக் கட்டி வைப்பமெண்டால் ஏழில செவ்வாய்.. ஒம்பதில வியாழனெண்டு காலம் அப்பிடி இப்பிடி ஓடிக் கடைசியில கடக்கரையில வந்து நிக்குது. நான் இவவின்ரை மகளைக் காலமையில பாக்கிறனான். வெளிச்சம் விழுந்த உடனயே அந்தப் பிள்ளை நிக்காமல் ஓடிடும். என்ரை மகனையும் அப்பிடித்தான் ஒரு கோழி குஞ்சை வைச்சிருக்கிற மாதிரி பொத்திப் பொத்தி வைச்சிருக்கிறன். அவனுக்கும் மூச்சிளைப்பு. வயசான தாய்க்கு மலசலம் எடுத்து மகன் கவனிக்கிற மாதிரி நான் மகனைக் கவனிக்கிற காலமாப்போச்சு. முப்பது வயசுப் பெடியனை இயக்கத்தின்ரை கண்ணில அகப்படாமல் இவ்வளவு நாள் காத்திட்டன். இனி என்ன செய்யப்போறன் எண்டு தெரியேல்லை. ஆமி வந்தானென்டால் எப்பிடியும் புலியெண்டுதான் பிடிச்சுக்கொண்டு போவான். கண்ணுக்கு முன்னால என்ரை பிள்ளையை எவனாவது இழுத்துக் கொண்டு போறதைக் காணுற தைரியம் எனக்கு இல்லை. உங்களைக் கும்பிட்டுக் கேக்கிறன்... உங்கடை மகளைத் தாங்கோ... ரெண்டு பேருக்கும் ஒரு கலியாணத்தைக் கட்டி வைப்பம். அது ரெண்டு பேருக்கும் பாதுகாப்பு... இல்லையெண்டு சொல்லிப்போடாதேங்கோ..."

சந்திரா என்ன சொல்வதென்று தெரியாமல் மீனாட்சியை ஏறிட்டாள்.

"நாமகள் ஒரேயடியா மாட்டன் எண்டு சொல்லிட்டாள். தான் இருக்கிறது பாரமெண்டு சொன்னால் இப்பவே வெளிக்கிட்டுப் போறாளாம். இவவோ என்ரை காலைப் பிடிச்சுக் கெஞ்சுறா. அதுதான் இஞ்சை கூட்டிக்கொண்டு வந்தன்..." என்றாள் மீனாட்சி.

"இவவின்ர மகளுக்குக் கிட்டத்தட்டக் கல்யாணம் முற்றாகி விட்டுது. பெடியன் யாழ்ப்பாணத்தில இருக்கிறான். அவள் தன்ரை உயிரைக்

கையில பிடிச்சு வைச்சிருக்கிறதே அவனிட்டைப் போறதுக்கு மட்டும்தான். அப்பிடியிருக்க அவளிட்டைப் போய் இந்தக் கல்யாணத்தைக் கட்டெண்டு எப்பிடிக் கேட்கிறதக்கா...'' என்று சந்திரா விளங்கப்படுத்தினாள்.

சிவகாமி மிக இயல்பாக ''அது சரி... எனக்கு விளங்குது'' என்றாள். ''ஆனால் மேளதாளங்களோட ஊர் முழங்க அய்யரைக் கூப்பிட்டு மந்திரம் ஓதிக் கல்யாணம் கட்டித் தாங்கோ எண்டா கேக்கிறம்.. மகன்ரை உயிரைக் காப்பாத்தித் தாங்கோ எண்டுதானே கேக்கிறம். வேற ஒண்டும் வேண்டாம்... புருசன் பெஞ்சாதியா வெளியில தெரிய நடந்தாலே போதும். கொட்டில்ல எனக்கொரு மகளைப்போலவே இருக்கட்டும். நாளைக்கே பிரச்சினை முடிஞ்சாலும் சரி, அல்லது ஆமி வந்து எல்லாரையும் விசாரிச்சு வீட்டை விட்டாலும் சரி, அதுக்குப் பிறகு அவன் ஆரோ... உங்கடை மகள் ஆரோ... மகனைப் பெத்த வயித்தைத் தொட்டுச் சத்தியம் பண்ணுறன்... ஒரு பொய்க் கல்யாணத்தைத்தான் கேக்கிறன்...'' அவளுடைய கண்கள் வழியத்தொடங்கின. மீனாட்சியைக் கையெடுத்துக் கும்பிட்டாள்.

ஆளை ஆள் தெரியாத புக்கிருட்டு. முல்லைத்தீவுப் பக்கமாக வெடிச்சத்தங்கள் அறம்புறமாகக் கேட்டுக்கொண்டிருந்தன. சந்திரா அரிக்கன் விளக்கோடு மீனாட்சியிடம் ஓடினாள். சிவகாமி ஏற்கெனவே வந்துவிட்டிருந்தாள். சந்திராவின் கையைப் பிடித்தவாறு ''உங்களுக்கு எப்பிடி நன்றி சொல்லுறதெண்டு தெரியேல்லை. காலம் உள்ள வரைக்கும் மறக்கமாட்டன்'' என்று தழுதழுத்தாள்.

வெளிச்சத்தின் ஓரத்தில் அமர்ந்திருந்த நாமகள் சந்திராவை நிமிர்ந்து பார்த்துவிட்டு எழுந்து வந்தாள். கண்கள் அழுது சிவந்திருந்தன. விரல்களால் அழுத்தித் துடைத்துவிட்டுக் கொண்டாள்.

''ரீச்சர், நீங்கள் சொன்னதாலதான் நான் ஓம் எண்டனான். உயிரோடை இருக்க வேணுமெண்ட ஆசையிலதான் ஓமெண்டனான்'' என்று அழுத்தமாகச் சொன்னாள். சந்திரா அவளைத் தழுவிக்கொண்டாள். சட்டென்று நினைவு வந்தவளாக ஒரு கடதாசிப் பையிலிருந்து தாலிக்கொடியை எடுத்து நீட்டினாள். அது விளக்கின் ஒளியில் மினுமினுத்தது. ''பெரிசா ஒண்டையும் யோசிக்காதை. வெறும் சங்கிலி மாதிரி கழுத்தில போட்டு வெளியில தெரியிற மாதிரி விடு... அது அடைவு கடைக்குப் போகாமல் இருந்ததும் உன்ரை நல்லதுக்காகத்தான்...''

நாமகள் தாலிக்கொடியை வாங்கி அதற்குள் தானே தலையைப் புகுத்தியபோது மீனாட்சி வேறு பக்கம் திரும்பிநின்று விம்மினாள். சந்திரா அவளை ஆதரவாகப் பற்றினாள்.

"கலியாணம் ரெண்டு வருசத்துக்கு முதலே முடிஞ்சிது எண்டும் இடையில இரணைப்பாலையில் ஆளை ஆள் தவறிப் போயிட்டினம் எண்டுதான் சொல்லுவம். நீங்களும் அப்பிடியே சொல்லுங்க..." சிவகாமி சொன்னாள்.

"சரி... சரி... இருட்டுக்கை அசுமாத்தமில்லாமல் போங்கோ..." சந்திரா வழி அனுப்பி வைத்தாள்.

இரண்டொரு நாட்களுக்கு முன்னர் எஞ்சிக்கிடந்த தோடு வளையல்களையும் இரண்டொரு சங்கிலிகளையும் ராணியின் கையிலும் முத்துவின் கையிலும் திணித்து, "இதை வித்துக்கித்தாவது பிள்ளையளுக்குச் சாப்பாடு கொடுங்கோ..." என்று சொன்னபோது தாலிக் கொடியைக் கொடுப்பதைப் பற்றி அவள் யோசித்திருக்கவில்லை. அதற்கு மனது தயாராகியுமிருக்கவில்லை. "அதுவும் நல்லதுக்குத்தான்" என்று இப்பொழுது நினைத்தாள்.

10.04.2009

அதிகாலை குரூரமாய்க் குலுங்கிற்று. மாத்தளனின் மணற் பரப்பெங்கும் ஷெல்கள் வெடிக்கத் தொடங்கின. பதுங்கு அகழிக்குள் இருந்த வெள்ளையன் குழந்தைகள் இரண்டு பேரையும் தலையைத் தூக்கவிடாது அமுத்தி வைத்திருந்தான். அவனுடைய பாதங்களைப் பிடித்தவாறு முத்து குனிந்திருந்தாள். அவளுக்குப் பின்னால் வல்லியாளும் கணபதியும் திகைத்துப் போயிருந்தார்கள்.

நேற்று முழுநாளும் பொருத்தமில்லாத அமைதியோடு இருந்தபோதே சந்தேகம் மெதுவாக முளைவிட்டிருந்தது. “என்ன ஒரு சத்தத்தையும் காணேல்லை. கருணாநிதி நிப்பாட்டிட்டாரோ…” என்றான் அத்தார் கேலியாக. “அல்லது புயலுக்கு முந்தின அமைதியோ தெரியேல்லை…”

நிலம் ஒரு தவளையைப் போலத் துள்ளித் துள்ளி நகர்வதைப் போலிருந்தது. அகழியின் விளிம்புகள் உதிர்ந்து சொரியத் தொடங்கின. மூக்கை அரிக்கின்ற கந்தக நெடி. தலையை உயர்த்த முடியவில்லை. ஒரு ஷெல் அவர்களைத் தாண்டிச் சென்று வெடித்தது. முத்து “அய்யோ…” என்று அலறியவாறு குழந்தைகளைக் கட்டிப்பிடித்தாள். சனங்கள் அமளிதுமளிப்பட்டு ஓடினார்கள். பக்கத்தில் எங்கேயோ கொழுந்துவிட்டு எரிகின்ற தீயின் வெக்கை முகத்தில் அடித்தது. இருள் தணலைப் போலச் சிவந்திருந்தது. தறப்பாள்கள் முறுகி எரியும் மடமடப்பான சத்தம்… வெள்ளையன் தலையை உயர்த்தினான்.

“அத்தாரண்ணை…”

“ஓமோம்… நாங்களிருக்கிறம். நீங்கள் அங்கேயே இருங்க…” அத்தாரிடமிருந்து பதில் வந்தது.

“அம்மா… ராணி…”

பதில் வரவில்லை. அந்தப்பக்கம் இருளில் மூழ்கியிருந்தது. “தலையைக் குனியுங்கோ” என்று வெள்ளையனுடைய கால்களை முத்து இழுத்தாள்.

அடிவானம் செக்கச் சிவந்து சூரியன் எரிந்து இருளைத் துரத்திய தருணத்தில் பதுங்குகுழியைக் கரும்புகைத் திரள் சுற்றி வளைத்திருந்தது. குண்டுச் சத்தங்கள் ஓயவேயில்லை. யாரோ காயத்திலிருந்து கழற்றிப்போட்ட குருதி ஊறிய பஞ்சை பிள்ளைகளின் காதுகளில் அடைந்தாள் முத்து. துப்பாக்கிச் சூடுகள் கிட்டவாகக் கேட்டன.

வெள்ளையனிடமிருந்து துயரமான பெருமூச்சு வெளியேறிற்று. காலிலேயே சுருண்டு படுக்கின்ற பிள்ளைகளைப் பார்த்தான். இன்னும் சற்று நேரத்தில் இராணுவ டாங்கிகள் பதுங்கு குழிகளை உழுது மூடிக்கொண்டு போகக் கூடும். மனது ஒடிந்துவிட்டது. கண்கள் கலங்கின. பிள்ளைகளின் கன்னங்களைத் தடவிவிட்டான். ‘கடைசி வரைக்கும் இதுகள் நித்திரையிலயே இருக்கட்டும்…’ கண்ணீர் உடைத்துக்கொண்டு வெளியேறவும் இனம் புரியாத ஒரு வெறி பீறிட்டது… ‘பிள்ளையள் சாகிறதைப் பாக்கேலாது. நான் முதலே செத்திட வேணும்…’ அவர்களை நகர்த்தி முத்துவின் மடியிற் கிடத்திவிட்டு ஒரு பனைமரம் போல எழுந்து நின்றான்.

“என்னப்பா செய்யிறீங்க… இருங்க… கீழ இருங்க…” முத்து காலை இழுத்தாள்.

மாத்தளன் சந்திப்பக்கமாயிருந்த கூடாரங்கள் பற்றியெரிந்து கொண்டிருந்தன. சனங்கள் வெறுங்கையோடு ஓடினார்கள்.

போராளிகளின் பரவலான நடமாட்டமிருந்தது.

“அண்ணை… என்ன விடுப்பே பாக்கிறியள்… ஒண்டில் எழும்பி ஓடுங்க… இல்லாட்டி உள்ள இருங்க…” என்று ஓர் இயக்கப்பெடியன் திட்டினான். அவன் “நாய்ச் சனங்களுக்கு போகாதைங்க போகாதைங்க எண்டு சொன்னாலும் கேக்காது… பட்டு உலையுதுகள்” என்றவாறு வீதியைக் கடந்து ஓடினான்.

வெள்ளையன் சட்டென்று குனிந்து “ஒண்டையும் எடுக்க வேண்டாம். வெளிக்கிடுங்க” என்றான். கணபதி இருந்த பக்கமாக எதுவோ சரசரத்தபடி கீழிறங்கியது.

“வைரவரே…” முத்து குழறினாள்.

“அது நான்… அது நான்…” என்றான் அத்தார்.

கணபதிக்குப் பீதியில் பேச்சே வரவில்லை. வல்லியாள் அவனை உலுப்பித் தெளிவித்தாள்.

“நேற்று ராத்திரி ஆமிக் கட்டுப்பாட்டுக்குள்ள போன சனத்தை அரணாக முன்னால நடக்கவிட்டுக் கொண்டு மாத்தளன் சந்தி வரைக்கும் ஆமி வந்திட்டுதாம். பின்னாலை நிண்டு பயங்கரமாச் சுடுறானெண்டும் ஆயிரம் சனங்கள் செத்திட்டுது எண்டும் சொல்லுறாங்கள். நாங்கள் என்ன செய்வம்…” அத்தாருடைய கண்கள் நித்திரையின்றிச் சிவந்திருந்தன. குரல் இறுகிக் கரகரத்தது.

“ஓடுவம்... அதில தப்பிறதுக்கு ஒரு வாய்ப்பாவது இருக்கு...” என்றான் வெள்ளையன். “ரீச்சரைக் கூட்டிக்கொண்டு வெளிக்கிடுங்க. நான் அம்மா அக்காவை வெளிக்கிடச் சொல்லுறன்” என்றுவிட்டு தாயுடைய கூடாரத்திற்குப் பாய்ந்து ஓடினான்.

“அம்மா... எங்களைக் கண் திறந்து பாருங்கோ...” என்று ராணியின் கதறல் தறப்பாளில் முட்டித் தெறித்தது.

மீனாட்சிக்குச் சிறு காயமும் இல்லை. இரவு முழுவதும் குமுறிய வெடிச் சத்தங்களைத் தாங்க இயலாமல் “எனக்கு நெஞ்சுக்குள்ள என்னவோ செய்யிது...” என்று சொல்லிக்கொண்டிருந்தாளாம். அதிகாலையில் சற்றுக் கண்ணயர்ந்திருக்கிறாள். பிறகு விழிக்கவில்லை. உடற்சூடு அடங்கிய பிறகுதான் ராணிக்குச் சந்தேகம் வந்திருக்கிறது. உலுப்பியிருக்கிறாள். உடல் இறுகிப்போயிருந்தது.

“சவக்குழிக்குள்ளயே இறங்கிப் படுத்த மாதிரி...” வெள்ளையன் அத்தாரின் தோளில் சாய்ந்து விம்மினான். குரல் கீச்சிட்டது.

ராணியை யாராலும் தேற்ற முடியவில்லை. “அய்யோ... அய்யோ... அய்யோ...” என்று தாயின் நெஞ்சிலேயே கிடந்து அழுதாள். “நீ இருக்கிறாய் எண்ட தைரியத்திலதானே வாழ்க்கை அழிஞ்ச பிறகும் நான் உயிரை வைச்சிருந்தன். இனி எனக்கும் இந்தப் பிள்ளைக்கும் ஆர் துணை... அம்மோய்... பிள்ளையின்ரை காலடியிலதான் சாகிறது பெறுதி எண்டு நினைச்சியோ...”

போனவர்களைக் காணவில்லையென்று தேடிவந்த முத்து பித்துப் பிடித்தவளைப்போல உட்கார்ந்துவிட்டாள். ஒளிநிலாவும் இசைநிலாவும் விழிகளை உருட்டிக்கொண்டு புரியாமல் நின்றார்கள். அவர்களைக் கண்டபிறகுதான் வெள்ளையன் சுதாகரித்தான். முகத்தை அழுத்தித் துடைத்துவிட்டு ராணியைத் தூக்கினான்.

“எழும்பக்கா... எழும்பி அம்மாவை விடு... உடம்பு பிளக்காமல் ரத்தம் தெறிக்காமல் தலை சிதறாமல் அமைதியா ஒரு சாவு இந்த நேரத்தில ஒரு கொடுப்பினைதான்” என்றபோது மறுபடியும் குரல் இடிந்து அழுதது. விரல்களைக் கோர்த்து நடுமண்டையைக் கோதி அண்ணாந்து பார்த்தான். நெடுமூச்சு...

“இவையளைக் கொண்டுபோங்க... நான் அம்மாவை மூடிட்டு வாறன்...” என்று அத்தாரிடம் சொன்னான்.

“உங்களை விட்டுட்டுப் போக மாட்டம்” முத்து கத்தினாள்.

பதுங்கு குழிக்குள்ளேயே மீனாட்சியை நேராகக் கிடத்தினார்கள். கன்னத்திலும் மூக்கிலும் ஒட்டியிருந்த மணல் துகள்களை சிந்து அழுதுகொண்டே நீக்கினாள். சுற்றி அடுக்கியிருந்த மண் நிறைந்த சாக்குகளை வெள்ளையன் கிழித்துக் கொட்டினான். விளிம்பில் குவிந்திருந்த மண் அணையை உள்ளே வாரித் தள்ளினார்கள். எல்லோரும் செய்கிறார்கள் என்று ஒளிநிலாவும் மண்ணைத் தள்ளினாள். அந்தக் காட்சியைத் தாங்கவியலாமல் ஓவென்று கதறினார்கள். மீனாட்சியின் முகத்தைக் கடைசி மண் மூடியபோது கோழிக் குஞ்சுகளை அடைக்கும் கரப்பும், பசுக்கன்றும், காய்ந்த கொப்பராக்களும் ஞாபகங்களில் கிளர்ந்தன. வெள்ளையன் இரண்டு கைகளையும் கூப்பி வணங்கினான். நிலம் அவனுடைய அம்மாவை விழுங்கியது.

இரவிரவாகக் கூவி வெடித்த ஷெல் சத்தங்கள் சற்று ஓய்ந்து கொடுத்திருந்தன. ஒளியை அப்பொழுதுதான் விரித்திருந்த காலைப் பொழுதுக்குக் கொஞ்சமும் தொடர்பில்லாமல் கசகசவென்று முகமும் தேகமும் எரிந்தது. நாமகள் பதுங்கு குழியைவிட்டு வெளியேறினாள். அவளுக்குப் பின்னால் இளைஞனும் அவனுடைய தாய் சிவகாமியும் தரையில் கையை ஊன்றியவாறு இட்டுமுட்டாக எழுந்தார்கள். அவனுடைய பெயரும் சட்டென்று நினைவுக்கு வரவில்லை. கமலக்கண்ணனோ என்னவோ... சிவகாமியின் கண்கள் இரத்தச் சிவப்பில் வீங்கியிருந்தன... நாமகள் மேலே நின்று கையை நீட்டினாள். “அன்ரி, கையைப் பிடியுங்க.”

வெளியே மரங்களும், பற்றைத் தாவரங்களும் நெருப்பில் தீய்ந்துவிட்டிருந்தன. நாசியில் கருகிய வாசம். தரையோடு கிடந்த பிளாஸ்ரிக் தறப்பாள்களின் உருகிய விளிம்புகளிலிருந்து புகை வெளியேறிக் கொண்டிருந்தது. நேற்றிரவு வரை ஒரு வரிசையில் அடுக்கடுக்காயிருந்த கூடாரங்கள் பாறிண்டுவிட்டன. அவற்றிடையில் மரக்கால்கள் முறிந்து கூர்நீட்டியிருந்தன. பாத்திர பண்டங்கள் நெளிந்து உருண்டு கிடந்தன. சிந்துப்பட்டுக் கிடந்த உடுதுணிகளில் சரிகை வேலைப்பாடுகளுடன் ஒரு கூறைச் சேலை முழிப்பாகத் தெரிந்தது. ‘இரவு பக்கத்திலயெங்கயோ செல் விழுந்திருக்கு...’ தலையிலடித்து விழுந்து புரண்டு கதறும் மனிதத் தோற்றங்கள் தொலைவின் கனவுக் காட்சிகளாகிக் கலங்கித்தெரிந்தன. ஓலமும் எதிரொலிப்பதைப்போல அடுக்கடுக்காக... ‘நித்திரைக் கலக்கம்...’

இரவு முழுவதும் திடீர் திடீரென்று பதுங்கு குழியின் நிலச் சுவரைப் பிடித்து உலுப்புவதுபோல ஷெல்கள் வெடித்துக் கொண்டேயிருந்தன. நாமகள் படக்குபடக்கென்று துணுக்குற்று விழித்தாலும் மறுபடியும் விழிமடல் சோர்ந்துவிடும். ஆனால் சிவகாமி மட்டும் ஒரு கணமும் கண் துஞ்சாது ‘இரண்டு பேருக்குமிடையில்’ விழித்திருந்தாள். அவள் எல்லாத் தெய்வங்களினதும் பெயர்களை மாறிமாறி உச்சரித்துக்கொண்டிருந்தாள். நாமகள் ஒருதடவை விழித்தபோது “பத்திரமா இந்தப் பிள்ளையைக் கொண்டுபோய் திரும்பவும் அந்தத் தாயிட்டை ஒப்படைக்க வேணும்” என்று முணுமுணுத்துக் கொண்டிருந்தாள். இன்னொரு முறை “உனக்கு இவள் காளியம்மா போலத்தான் ஒரு காப்பு” என்று மகனுக்குச் சொல்லிக் கொண்டிருந்தாள்.

நாமகள் அவர்களோடு ‘வாழத்’ தொடங்கிய ஒன்றிரண்டு நாட்களிலேயே சிவகாமியை அன்ரி என்று அழைக்கப் பழகியிருந்தாள். கமலக்கண்ணனை எப்பிடி அழைப்பதென்று தோன்றவில்லை. அவனும் யாருடனும் பெரிதாகப் பேச்சுவார்த்தைகளை வைத்துக்கொள்ளவில்லை. அவனுக்கு ஆஸ்த்துமா வருத்தம். காற்றில் நிறைந்திருந்த புகையிலும் தூசியிலும் மூச்சை இழுத்துச் சுவாசிக்கப்படுகின்ற கஸ்ரத்தைப் பார்த்தால் பரிதாபமாயிருக்கும். சதா நேரமும் எதையோ யோசித்த வண்ணமிருக்கிற வியர்த்த முகம். ‘ஒருவேளை யாராவது இது பொய்க் கலியாணம் எண்டதைக் கண்டுபிடிச்சுக் காட்டிக்குடுத்திடுவினம் எண்ட பயமாயிருக்கும்... ஆஸ்த்துமா வருத்தக்காரனையும் ஆள்பிடிப்பாங்களா... ஆமிக்குத்தான் பயப்பிட வேணும். என்னையும் பிடிச்சுக்கொண்டு போவாங்களா தெரியேல்லை.. இந்த இருபத்தாறு வயசு வரைக்கும் இயக்கம், சண்டை, புலிப்பாட்டு எண்டு ஈடுபாடேயிருந்ததில்லை. ஆனால் சாரகனுக்கு நல்ல ஈடுபாடு. கொப்பியைத் திறந்தால் ‘தலைவற்றை’ வசனங்கள் தான். ‘நான் பெரிது நீ பெரிதென்று வாழாமல் நாடு பெரிதென்று வாழுங்கள்.’ காதல் கடிதத்திலும் இயக்கப் பாட்டுத்தான். ‘அமுத மழையில் நனையும் பொழுதில் விளைந்த பயிரம்மா...’ பள்ளிக் கூடத்திற்கு இயக்கம் பிரச்சாரத்திற்கு வருகிற நேரங்களில் அவனும் கையைத் தூக்கிவிடுவானோ என்ற பதற்றம் இருந்துகொண்டேயிருக்கும். ஆனால் அவனுக்கு இயக்கத்திற்குப் போகிற நினைப்பே இருந்ததில்லை. “வெறும் வாய்ப்பேச்சு வீரம்தான்” என்று கேலி செய்தாலும் அதுதான் அவளுக்கும் பிடித்திருந்தது.’

நாமகள் எண்ணெய் தண்ணீர் கண்டிராது காய்ந்து சிக்கெடுத்துக் கிடந்த தலைமயிரை அப்படியே அள்ளிமுடிந்துவிட்டுக் கொண்டாள். மண்துகள்கள் கொட்டுண்டன. ‘பிடிச்சுக் கொண்டு போனால் முதல்வேலையா மயிரை ஒட்ட வெட்டுவாங்கள்.’ ஒட்ட நறுக்கிய தலையோடு பதினைந்து பதினாறு வயதுப் பிள்ளைகளைப் பார்த்திருக்கிறாள். பரிதாபமான முகங்கள். நாமளுக்கு சடைத்து நீண்ட தலைமயிர். பதினொராவது வயதிலிருந்து கருகருவென வளர்ந்து முதுகை மூடிக் கீழிறங்கியிருந்தது. ஆச்சிமுத்துக் கிழவி இருந்தவரைக்கும் சனி தவறாமல் சீயக்காயும் அரப்பும் நெற்றியில் வழிய வழியத் தலையில் தேய்த்து ஒரு மூலையில் உட்காரவைத்து விடுவாள். நொளுத்த களியாக அது கன்னங்களில் இறங்கி மேற்சட்டையில் சொட்டிடும். அள்ளியள்ளித் தலைக்குத் தோய்ந்தாலும் நீங்காத மருந்து வாசம். கிழவி செத்தபிறகு சன்சில்க் சம்பூ மட்டும்தான். சன்சில்க்கின் நறுமணம் சாரகனுக்குப் பிடித்திருந்தது. மூச்சையிழுத்துக் கண்ணைச் சொருகி நடித்துக் காட்டுவான். “பிடிக்குதெண்டால் ரெண்டு பைக்கற்றை வாங்கிக் குடியுங்க.” “இல்லயில்ல.. கழுத்து மயிரில ஊறி வாற வாசம்தான் பிடிக்கும்...” “அப்ப கொஞ்சம் வெட்டித்தாறன். மயிலிறகு

மாதிரி கொப்பிக்குள்ளை வைச்சிருங்க...'' “ஆ... சின்னாச்சி கண்டால் ஆரோ செய்வினை செய்ஞ்சு போட்டாங்களெண்டு ஊரைக்கூட்டி உலையில வைக்கும் மனுசி...'' நாமகள் கண்ணில் நீர் தெறிக்கச் சிரிப்பாள்.

“அம்மா... என்ர அம்மா...'' நெஞ்சைப் பொத்தியவாறு சிவகாமி பதைபதைத்தாள். “ராத்திரி முழுக்க எங்களோடயிருந்த தெய்வங்களே எங்கயும் போகாமலிருங்கோ...'' கை கூப்பி வானத்தைத் தொழுதாள். “பிள்ளை, வெளிக்கிடு. டேய் கண்ணன், சாமான்களை எடு.'' பரபரத்தாள். “எங்க போகப்போறம்?'' என்றாள் நாமகள். “இனி இதில இருக்கேலா. வெளிக்கிட்டுச் சனங்கள் போகிற பக்கமாப் போவம்.''

நாமகள் சுற்றிலும் பார்த்தாள். நொடிக்குள் வெறிச்சோடி விட்டது. தூரத்துக் கொட்டில்களிலிருந்தும் சனங்கள் சாரை சாரையாக வெளியேறிக்கொண்டிருந்தார்கள். 'அம்மாக்களும் அண்ணயாக்களும் எங்க போச்சினமோ... அய்யோ அவையோடவே இருந்திருக்கலாம்.' அவர்களுடைய கூடாரமிருந்த பக்கத்தைத் தெளிவாகப் பார்க்க முடிந்தது. போய்ப்பார்த்து வரலாமா என்று நினைத்தாள். பக்கத்து ஒழுங்கையில் ஒரு பச்சை நிற ட்ரக் உறுமியவாறு வந்து பிரேக் அழுத்தி நின்றது. சேறும் சகதியுமான புலிச் சீருடையிலும் சாதாரண ஜீன்ஸ் சேர்ட்டிலும் குதித்த பெண் போராளிகள் சந்திப்பக்கமாக ஆயுதங்களோடு ஓடினார்கள். எதிர்த்திசையில் யாரோ “ஆமி சந்திக்கு வந்திட்டுதாம்'' என்று கத்தியவாறு கடந்து ஓடினார்கள். கண்ணனுடைய முகம் பேயறைந்ததைப்போல உருமாறியது. சாவுப் பயம்.

எதிரொலிக்க இயலாத கடல்வெளியில் அதிர்ந்து கரைவதைப் போல வேட்டுச் சத்தங்கள் கேட்கத்தொடங்கின. டட்ட்ட்ட டடடட டட்ட்ட.... கண்ணுக்குப் புலப்படாத ஏதோவொன்று காற்றை விஸ்க் விஸ்க் என்று கீறுகிற ஒலி. கன்னங்கள் கூசின. “ரவுண்ஸ் அடிக்கிறான்.'' கண்ணன் பாய்ந்து நிலத்தோடு குறுகினான். சிவகாமி நாமகளை இழுத்துக்கொண்டு பதுங்கு குழிக்குள் பாய்ந்தாள். “இந்தக் கொலைக்களத்திலயிருந்து எங்களைக் கூட்டிக்கொண்டுபோ தாயே...'' என்று விக்கினாள். தன்முனைப்பு இல்லாமல் காற்றுக்கொடிபோல சிவகாமி இழுத்த இழுப்பிற்குதான் நாமகள் பதுங்கு குழிக்குள் விழுந்திருந்தாள். துவக்குச் சன்னங்கள் பறக்கத் தொடங்கியபோது என்ன செய்வதென்று தெரியாமல் ஒரு கணத்திற்கு மூளை உறைந்துவிட்டது. 'துளைச்சிருக்கும்... நல்லவேளை...' சாவைப் பற்றி முதற் தடவையாக யோசனைகள் ஓடின. இருட்டுக்காட்டிலிருந்து புறப்பட்ட நாளிலிருந்து ஷெல் சத்தங்களும் குண்டுவீச்சுக்களும், ஓட்டமும் அலைச்சலுமாக இருந்தாலும் இன்னமும் சாவுகள் காலடிக்கு வந்துவிட்டிருக்கவில்லை.

தை மாதத்திலேயே வெளியேறி வந்துவிட்டிருந்ததும் அதற்கொரு காரணம். அதற்குப் பிறகு வந்தவர்கள் பட்டபாடுகள் சொல்லும் தரமன்று. இருட்டுக்காட்டிலும் தேவிபுரத்திலும் கைவேலியிலும் இரணைப்பாலையிலும் ஷெல்லடிக்கும் பிளேனடிக்கும் செத்த சனங்களின் கதைகளைக் காதுகொடுத்துக் கேட்க முடியவில்லை. மாசி மாதக் கடைசியில் பேச்சி தோட்டத்தில் ஆயிரக்கணக்கான அகதிகள் தங்கியிருந்ததாயும் ஒரு இரவுச் ஷெல்லடியில் மட்டும் நூறு நூற்றைம்பதென்று செத்ததாகவும் கேள்விப்பட்டிருந்தாள். ‘அத்தனை சாவையும் எப்பிடிக் கண் கொண்டு பாக்கிறது... இந்தச் சனியன் பிடிச்ச சண்டை எப்ப முடியும்...’

நாமகள் மெதுவாகத் தலையை உயர்த்தினாள். ‘ஏழரை மணியிருக்குமா...’ ஸ்ஸ்ஸ்... என்ற இரைச்சல்... தலையை உள்ளிழுப்பதற்குள் பூம் என்று வெடித்தது. காற்று முகத்தில் உதைந்தது. கண்ணுக்கு முன்னால் அம்மாவிருந்த கொட்டிலுக்குச் சற்றுத்தள்ளி ஒரு பனையின் உயரத்திற்கு வாரி விசிறிவிட்டதைப் போலுயர்ந்த மண் நாற்திசைகளிலும் சொரிந்து விழுந்தது. கரும்புகை மூட்டம் காற்றில் அகல, நெருப்பு விளாசி எரிந்தது.

நாமகள் “அம்மா...” என்று கத்திக்கொண்டு பாய்ந்து வெளியேறினாள். “போகாத பிள்ளை நில்லு...” சிவகாமி கத்தினாள். நாமகள் திரும்பியும் பார்க்கவில்லை. ஓடினாள். ‘அம்மா... அக்கா... அண்ணன்... இசைநிலா...’

காதுச் சவ்வைக் கிழித்துக்கொண்டு இன்னொரு சத்தம். அடுத்த காலடியில் நிலத்திலிருந்து பாய்ந்து மிதப்பதைப் போலிருந்தது. ஒரு சுள்ளித் தடியை படீரென்று முறித்துவிட்டு கீழே வீசியதைப்போல முகம் குப்புற விழுந்தாள். ‘சக்’கென்று நெற்றியில் அடி. தலைக்குள் அலையலையாக ஒரு திரள் நகர்கிறது. வானொலி அலைவரிசை குழம்புவதைப்போல கிர் கிர் என்ற இரைச்சல். வெள்ளை மணற்கடற்கரை. கரும்புகை. மண் வாரி முகத்தில் அப்பிக் கொண்டுவிட்டது. இமைகளை மெல்லப் பிரித்தாள். நிலம். கையை அசைக்க முடிந்தது. ‘சாகேல்லை.’ மூச்சடைத்தது. முதுகுக்கு மேலே ஏதோ பாரம் கொட்டுப்பட்டதைப்போல அழுத்தம். கையூன்றி முதுகை நிமிர்த்தினாள். காலோரத்தில் சட்டை சலம்பலாகக் கிழிந்துவிட்டது. பின்கழுத்தில் மயிர் சுழிக்குமிடத்தில் கீறான தடிப்பில் சூடாக ஏதோ ஊர்கிறது... மயிர் கருகிய மணம். ‘சன்சில்க் வாசம்...’ விரல்களால் பிடரியில் தேய்த்தாள். பிசுபிசுத்தது. விரல்களை நீக்கி முகத்துக்கு நேரே பிடித்தாள். ரத்தம். பிளேற்றால் கீறிய வலி. ‘பீஸ் பட்டதா... பெரிசா நோகேல்லையே. காயப்பட்ட உடனையே நோகாதெண்டு சொல்லுறவை... புழுதிக் குவியலைத் துடைத்துக்

கொண்டு எழுந்து நின்றாள். கால்கள் தம்பாட்டுக்குப் புறப்பட்ட இடத்திற்கே ஓடின. சற்றுமுன்வரை பதுங்கியிருந்த பதுங்கு குழியின் மேலேயே ஷெல் விழுந்திருந்தது.

விரற்சொடுக்கு நேரத்தில் தேகத்தின் ஈரலிப்பையெல்லாம் வறட்டியெடுத்ததைப்போல நாமகள் காய்ந்துவிட்டாள். தலை சுற்றிக் கொண்டுவந்தது. கால்கள் தடுமாறி விழப்போனவள் யாரோ கைவிட்டு ஓடிய மோட்டர்சைக்கிளைப் பிடித்துக்கொண்டு உட்கார்ந்தாள். 'சிவகாமி அன்ரி?' அங்குமிங்குமாக முகத்தைத் திருப்பித் தேடினாள். ஒரு துருப்பிடித்த கூடாரத் தகரம் கருகிய மரத்தோடு சாய்ந்து கிடந்தது. மேற்பக்கத்தில் பெரிய பொத்தல். தகரத்தில் ஒட்டியபடி 'அன்ரியா இல்ல... அவவிட மகன்.' அவன் கையிரண்டையும் விசிறிக்கொண்டு தகரத்தில் குப்புறப் படுத்திருப்பதைப்போல... இடுப்பு வரையிற்தான்... முதுகில் மூன்றாவது கை அணைத்தவாறிருந்தது. 'வ்வாக்..' நாமகளுக்கு வயிற்றைப் புரட்டி ஓங்காளித்தது. நெற்றியைப் பொத்திப்பிடித்துக்கொண்டாள். கண் இருண்டது. கண்ணனின் இடுப்பிற்குக் கீழே தசை இறைச்சி சிதைந்து தொங்கியது. நொளுக்கென்ற துணிக்கைகளும் குடலும் தகரத்தில் ஒட்டிக்கிடந்தன. நீளத்திற்கும் குருதி வழிந்து நிலத்தில் பரவியிருந்தது. 'முதுகில கிடந்த கை?' எச்சிலை விழுங்கிக்கொண்டு பார்வையைத் திருப்பினாள். 'அன்ரி' சிவகாமி கடைசியாக அணிந்திருந்த சட்டையும் மனிதத் துண்டங்களும் தலைமயிர்க் கற்றையும் குமைந்து சிந்திக்கிடந்தன. 'தெய்வங்களே கூட வாருங்கோ...' அன்ரியின் குரல். 'பொத்திப் பொத்தி வளத்த பெடியனுக்கு ஏதும் ஆகுமெண்டால் நான் உயிரோடயே இருக்கமாட்டன்.'

மண்டை விறைக்கத் தொடங்கிற்று. கண்கள் வழிந்தன. நினைவுச் சுழிப்புகள் இல்லாத வெற்று மனம்.

பக்கவாட்டாக யாரோ ஓடிவந்தார்கள். பெண்போராளிகள். ஓர் ஆசுவாசம். "என்னக்கா தனிய நிக்கிறீங்க?" கேட்டவளுக்கு இவளை விட ஆறேழு வயதாவது குறைச்சலாக இருக்கும். அலைச்சலும் சோர்வும் முகத்தில் அப்பிக்கிடந்தது. சீருடைக்குப் பதிலாக நீளக்காற்சட்டையும் கட்டங்களிட்ட சேட்டும் அணிந்திருந்தாள். இடுப்புப் பட்டிக்கு மேலே மார்பில் 'ரவை மகசின்' கூடுகள். நாமகளைத் தாண்டிச்சென்று சிதைந்து கிடந்த உடலங்களைப் பார்த்தாள். திரும்பி வந்தாள். "உங்கட கணவரா?" பெருமூச்சோடு கேட்டாள். நாமகளுடைய கண்கள் மௌனமாக அலைந்தன. வயிற்றில் பசி உணர்வு. தொடர்ந்து எச்சிலைத்தான் விழுங்கிக்கொண்டிருந்தாள். "வேற ஒருவரும் இல்லையா?" போராளிப் பெண் கேட்டாள். நாமகள் இல்லையென்று தலையசைத்தாள். "பொடிய நாங்க புதைக்கிறம். நீங்க இதில நிக்க வேண்டாம். போங்க." நாமகள்

அவளை நேர்கொண்டு பார்த்தாள். 'எங்க போறது?' என்ற தொனி. அப்பொழுதுதான் அந்தப் பெண்போராளி நாமகளின் கழுத்துப் பகுதியைக் கவனித்திருக்க வேண்டும். கண்களைச் சுருக்கிக்கொண்டு கிட்ட வந்தாள். "கழுத்தில என்ன ரத்தம்... இந்தப் பக்கம் திரும்புங்க..." நாமகள் மெல்லக்கூனித் திரும்பி நின்றாள். பெண்போராளியின் காய்ந்து தடித்த விரல்கள் பின்கழுத்தில் வருடின. "சின்னப் பீஸ் கீறிக்கொண்டு போயிருக்கு. நல்லவேளை அருந்தப்பு" என்றவள் திரும்பி "அருவி? இந்தா இதைப் பிடி" என்று பக்கத்தில் நின்ற போராளியிடம் துப்பாக்கியைக் கொடுத்தாள். நீளக்காற்சட்டையின் முழங்காற் பகுதியிலிருந்த பொக்கற்றிலிருந்து ஒரு வெள்ளைக் குப்பியையும் கண்ணறைத் துணிகளையும் எடுத்தாள். "அக்கா இப்பிடியே கீழ இருங்க" துணிகளை மடித்து குப்பியைத் திறந்து திரவத்தில் ஒற்றினாள். "சின்னக் காயம்தான்" ஆதரவான குரல். பின்கழுத்தில் துணியை அழுத்தி வைத்தாள். எரிந்தது. பிளாஸ்ரரைக் கிழித்து ஒட்டினாள். தாழ்ந்திருந்த நாமகளுடைய விழிகளிலிருந்து நீர்ச்சொட்டுகள் விழுந்தன.

அம்பலவன் பொக்கணைக் கடலோரம் சைக்கிள்கள், மோட்டார் சைக்கிள்கள், லான்ட் மாஸ்ரர்களென்று கால் வைக்க வியலாதபடிக்குச் சனக்கூட்டம். வீரிட்டழுகின்ற குழந்தைகள்... பயத்தோடு தள்ளு முள்ளுப்பட்டு நடக்கின்ற ஆண்கள் பெண்கள்... முகத்தில் சலனமில்லாத முதியவர்கள்... வெள்ளையன் திரும்பிப் பார்த்தான். தூரத்தில் பிரமாண்டமான குமிழ்களாகக் கரும்புகைத் திரள் பரவியிருந்தது. திரும்பினான். கடல் அசைவற்ற குளம்போல அலையற்றுக் கிடந்தது. "அண்ண அண்ண... தள்ளுங்க..." யாரோ இரண்டுபேர் ஒரு சிறுவனை மோட்டர்சைக்கிளில் தமக்கிடையில் இருத்திக்கொண்டு ஓடினார்கள். சில்லு மண்ணில் புதைந்து சளித்துக்கொண்டு உருண்டது. சிறுவனின் தலை பின்னாலிருந்தவரின் தோளில் சாய்ந்து அசைந்தது. முகத்தில் உணர்வில்லை.

சனத்திரள் கடந்தபோதெல்லாம் ராணி குரலை உயர்த்தி "நாமகள்... நாமகள்..." என்று கத்தினாள். அவர்களுக்கிடையில் நுழைந்து அவளைத் தேடினாள்.

எல்லோருமே தம்மில் எவரையாவது தொலைத்து விட்டிருந்தார்கள். எப்படியாவது உயிர் பிழைத்திருப்பார்களென்ற இழை நம்பிக்கையில் "அவரைக் கண்டனியளே... இவவைக் கண்டனியளே..." என்று பரிதவித்தார்கள்.

வெயில் ஊறி நிலம் கொதித்தது. வெள்ளையன் அலை நனைத்த கரைக்குப் பிள்ளைகளை நகர்த்தி நடந்தான். சேட்டைக் கழற்றி அவர்களின் தலையில் போர்த்தினான். மனத்தின் உந்தல் மறுபடியும் தலையைத் திருப்பியது. கரும்கோளம் கரைந்து திட்டுத் திட்டாகப் பிரிந்திருந்தது. ‘நாமகள் பின்னால பத்துப் பன்னிரெண்டு கொட்டில் தள்ளித்தான் இருந்தவள். ஓடிப்போய்க் கையோட கூட்டிக்கொண்டு வந்திருக்கலாம்.’ குற்ற உணர்வாயிருந்தது. ‘பிள்ளைகளைக் கொண்டு தப்பிவிடவேணுமெண்ட தவிப்பில சொந்தம் பந்தம் எதையும் யோசிக்காத மாதிரி மண்டை இறுகுது.’ கூடாரங்களிலிருந்து புறப்பட்டுக் கொஞ்சத்தூரம் ஓடிவந்தபிறகு தான் நாமகளை விட்டுவந்தது அவனுக்கு உறைத்தது. நின்று திரும்பிப்பார்த்தான். இன்னமும் சனங்கள் ஓடிவந்துகொண்டிருந்தார்கள். “நீ பிள்ளைகளைக் கூட்டிக்கொண்டு போ. நான் நாமகளைப் பாத்திட்டுவாறன்” என்று முத்துவிடம் சொன்னான்... அவள் ஊரைக்கூட்டி ஒப்பாரி வைத்துவிட்டாள். “அய்யோ போகவேண்டாம். அவன் ஷெல் அடிக்கிறான். போறதெண்டால் என்னையும் பிள்ளைகளையும் கூட்டிக்கொண்டு போங்க” என்று ஒற்றைக் காலில் நின்றாள். சந்திரா அவர்களைச் சமாதானப்படுத்தினாள்.

“அவளுக்கு ஒண்டும் நடந்திருக்காது. அந்த மனுசி அவளைப் பத்திரமாப் பாக்கும். வருவாள். தள்ளிநிண்டு போய்த்தேடுவம். நடவுங்கோ.”

“அவையள் ஆமிக் கட்டுப்பாட்டுக்கை போச்சினமோ தெரியேல்லயே...” ராணி பதகளித்தாள்.

“இல்லை. சிவகாமிக்குச் சரியான பயம். போயிருக்க மாட்டினம். வருவினம். துவக்கு ரவுண்சுகள் வருகுதாம்... நடவுங்கோ...” என்று சந்திரா விரட்டினாள்.

வெண்மணல் கடலோரம் ரக்டர் குலுங்கிக்கொண்டு ஓடியது. கடாபுடாவென்ற சத்தம். பெட்டியின் விளிம்பைப் பிடித்துக் கொண்டு நாமகள் உட்கார்ந்திருந்தாள். பெட்டியின் அடிப்பலகையில் ரத்தம் திட்டுகளாகப் படிந்திருந்தது. பலகைக் கீலங்களின் நீக்குகளில் வழிந்த ரத்தம் கடற்கரையில் சிவத்தப் புள்ளிக்கோடுகளை வரைந்துகொண்டிருந்தது. தொடக்கத்தில் வெறித்து வெறித்துப் பார்த்துக்கொண்டிருந்தாள். இப்பொழுது பழகிவிட்டது. காயப்பட்டவர்களையும் செத்துப்போனவர்களையும் இந்த ரக்ரரில்தான் ஏற்றி இறக்குகிறார்கள் போலும். இப்பொழுதும் காயக்காரர்களாலேயே நிரம்பியிருந்தது. அவர்கள் மாத்தளன் பக்கமாக மெடிக்ஸில் தங்கியிருந்த பெண் போராளிகள். கழுத்து, கை, தொடையென்று சன்னம் கிழித்த

காயங்களை ஊத்தையாகிப்போன வெண் துணியினால் பந்தமிட்டுக் கட்டியிருந்தார்கள். பாரதூரமான காயக்காரர்கள் படுத்துக்கிடந்தார்கள்.

நாமகளின் கழுத்துக் காயத்திற்கு மருந்திட்ட அந்தப் பெண் போராளிதான் இந்த ரக்ரரை மறித்து இவளையும் ஏற்றிவிட்டாள். அவள் ரக்ரரின் சாரதி இருக்கையிலிருந்தவளைப் பார்த்து “பிள்ளைகளை எங்க கொண்டுபோறீங்க?” என்று கேட்டாள். “தெரியல்லை. கொண்டுபோறோம்” என்றாள் சாரதிப் பெண். “இந்த அக்காவைக் கொண்டுபோய் பொக்கணைப் பக்கத்தில விடுங்க. அக்கா ஏறுங்க. யாரும் தெரிஞ்ச ஆக்கள் நின்றால் பாத்து அவயோட இருங்க” என்றாள். நாமகள் ரக்ரர் பெட்டியில் கையூன்றிய இடத்திலேயே ரத்தத் திட்டுகள். காலைத் தூக்கி ஏறி உட்கார்ந்தாள். உள்ளேயிருந்த போராளிகள் அவளை மௌனமாகப் பார்த்தார்கள். உயிர்ப்பில்லாத முகங்கள். பள்ளிக்கூடக் காலத்தில் பிரச்சாரத்திற்காகப் பெண்போராளிகள் வருவதுண்டு. தமக்குள் பகிடியும் பம்பலுமாகச் செந்தளிப்பாயிருந்த முகங்கள் அவை. ஏ லெவல் படித்த காலத்தில் ஒரு பிரச்சாரத்தில் கிளிநொச்சிச் சண்டைக் காட்சிகளைத் திரையிட்டார்கள். அதிலும் ‘அடியே... ஓடுறானடி... அடியடி... ஆர் பி ஜியை இஞ்சால திருப்பிக் குடடி...’ என்ற ஆக்ரோசமான கூச்சல்களைத்தான் கேட்டிருந்தாள். இப்போது அமைதியாகத் திசைகளை வெறித்துக்கொண்டிருந்தார்கள். இறுக்கமும் துயரமும் கவ்விய முகங்கள்.

திடீரென்று விநோதினியின் நினைவு வந்தது. ‘எங்க நிக்கிறாளோ...’ நாமகள் ஏ லெவல் செய்தபோது விநோதினிக்குப் பன்னிரெண்டோ பதின்மூன்றோ வயது. பாடசாலை முடித்துத் திரும்பும்போது சைக்கிளில் பின் ஹேரியரில் தொற்றிவிடுவாள். இடுப்பை இறுக்கிப் பிடித்துக்கொண்டிருக்கின்ற பழக்கம். ‘சீற்றைப் பிடியடி’ என்றாலும் கேட்காள். அவளைச் சைக்கிளில் ஏற்றிவருகிற நாட்களில் சாரகனுடைய முகத்தில் எள்ளும்கொள்ளும் வெடிக்கும். ‘இவள் நான் என்ன கதைக்கிறன் எண்டதையே உத்துப் பாத்துக் கொண்டு வாறாள்’ என்று எரிந்து விழுவான். ரசிக்க வைக்கின்ற கோபம். ம்... யாரைப் பற்றி நினைத்தாலும் அது சாரகனில்தான் சென்று முடிகிறது.

நாமகள் தலையை உயர்த்தினாள். ரக்ரர் வெண் மணற்பரப்பிலிருந்து விலகிக் குண்டும்குழியுமான பாதையில் ஏறிவிட்டிருந்தது. கடாங் புடாங் என்ற சத்தம். கடந்த இரண்டு மாதங்களாக கசகசவென்றிருந்த சனக்கூட்டத்தைக் காணவேயில்லை. தெரு வெறிச்சோடிப்போயிருந்தது. இரு மருங்கிலும் முளைத்திருந்த கடைகள் கைவிடப்பட்டிருந்தன. ஷெல் விழுந்த அடையாளங்கள், கிபிர் அடித்த பெருங்குழிகள்... சிதறிய வாகனங்கள்...

தேத்தண்ணிக் கடை, பலசரக்குக் கடை, அரசியல்துறையின் கஞ்சிக் கொட்டில், சங்கக்கடை, இயக்கத்தின் தொலைத் தொடர்பகம்... ஒவ்வொன்றாக நகர்ந்துகொண்டிருந்தன. ஒருநாள் கொம்யூனிகேஷனுக்குச் சென்று சாரகனுக்குத் தொலைபேசலாமா என்று நினைத்தாள். அவர்கள் நிமிடத்திற்கு ஆயிரம், இரண்டாயிரமென்று வசூலித்தார்கள். எண்ணத்தைக் கைவிட்டுவிட்டாள்.

ரக்ரர் அம்பலவன் பொக்கணைப் பிள்ளையார் கோயிலுக்கு முன்னால் குலுங்கி நின்றது. "அக்கா, நாங்கள் பேஸுக்குப் போறம். நீங்கள் இதில இறங்குங்கோ. தெரிஞ்ச ஆக்கள் ஆரும் நிண்டால் பாத்து நில்லுங்கோ" என்றாள் சாரதிப் பெண். நாமகள் தலையசைத்தாள். மெல்ல இறங்கினாள். ரக்ரர் தொடர்ந்தும் பயணித்தது. அதிலிருந்த போராளிகள் இவளையே பார்த்துக் கொண்டிருந்தார்கள். சூரியன் தலைக்கு மேலே எரித்தது.

வியர்வையில் ஒட்டியிருந்த மணற் துணிக்கைகள் இலேசான கடற்காற்றில் காய்ந்து உதிர்ந்தன. வலைஞர்மடத்திற்கு இன்னமும் நடக்கவேண்டியிருந்தது. ஒரு தேவாலயத்துக் கூரையின் கீழ் நிழலுக்கு ஒதுங்கியிருந்தார்கள். தரையில்லாத புதைமணல். அத்தாரை நெருக்கிக்கொண்டு பக்கத்திலேயே இருந்த அந்த மனிதனுக்கு நடுத்தர வயதிருக்கலாம். நீலநிறத் தொப்பி அணிந்திருந்தான். உடல்மொழி பதறியது. "நாசமாத்தான் போகப்போறாங்கள். அழியப்போறாங்கள். சொந்தச் சனத்தின்ரை சாபத்தோடை சுடலைக்குப் போகப்போறாங்கள். புதைச்ச இடத்தில புல்லும் முளைக்காது" என்று கத்தினான். நீர்ப்போத்தலை உயர்த்தி தொண்டைக்குழிக்குள் ஊற்றிவிட்டு அதை இரண்டு தொடைகளுக்கு இடையிலும் ஒளித்து வைத்தான். "செய்யிற அநியாயத்துக் கெல்லாம் அழிவு காத்துக்கொண்டிருக்குது."

அத்தார் எரிச்சலானான். "தயவுசெய்து கொஞ்சம் அமைதியா இருக்கிறியளே..." என்றான்.

"இவங்கள் செய்த வேலைக்கு எப்பிடி அமைதியா இருக்கிறது... வயிறு எரிஞ்சு சொல்லுறன்... செத்துச் சுண்ணாம்பாகப் போகப்போறாங்கள்..."

"அளந்து கதையுங்கோ... இயக்கத்துக்குப் பிள்ளையளைக் கொடுத்த எத்தினையோ அம்மா அப்பாக்கள் இஞ்ச உயிரைக் கையில பிடிச்சு வைச்சுக்கொண்டிருக்கினம். நீங்கள் இப்பிடிச் சாபம் போட அவையின்ரை மனசு என்ன பாடுபடும் எண்டு யோசிச்சுக் கதையுங்கோ..."

“ஆரும் என்னவும் நினைச்சிட்டுப் போகட்டும். எனக்கென்ன..? நான் யாழ்ப்பாணத்திலயிருந்து இவங்களோடையே வன்னிக்கு வந்து கதையும் கட்டுரையுமா இவங்கட எல்லாத் திருகுதாளங்களுக்கும் கோட்பாட்டு விளக்கம் சொல்லி... வெளிநாட்டுக்குப் போக வந்த வாய்ப்பெல்லாத்தையும் உதறிப்போட்டு நிண்டால் கடைசியில என்ரை மகனிலயே கையை வைச்சுக் கட்டாயமா இழுக்கிறாங்கள். அதைக் கேக்கப் போன என்னை ஒருத்தன் சேட்டுக் கொலரைப் பிடிச்சுக் கன்னத்தில அறையிறான்... இது எனக்குத் தேவைதானோ...” ஆத்திரத்தில் உதடுகள் நடுங்கின.

அத்தார் பெருமூச்சோடு தலையைக் குனிந்தான்.. ‘கடைசி வரைக்கும் கதை எழுதியே விடுதலைப் போரைச் செய்யலாம் எண்டு நினைச்சிருப்பார்...’ மெல்லிய கேலிப் புன்னகை வழியப்பார்த்தது. அடக்கிக்கொண்டான். “இங்கையும் எத்தினையோ பேர் தங்கடை பிள்ளையளை குடுத்திட்டுத்தான் இருக்கினம்...” என்றான்.

“இப்பிடிச் சிம்பிளாச் சொல்லலாம்... ஒரு பிள்ளையைக் குடுத்துப் பாத்தால்தான் தெரியும்... அதின்ரை வலி...”

அத்தார் அவனைத் தீர்மானகரமாகப் பார்த்தான். பிறகு தலையைச் சரித்துச் சந்திராவையும் பார்த்தான். மெதுவாக “ஓம்... என்ரை ஒரு மகன் இயக்கத்திலதான் இருக்கிறான்” என்று சொன்னான்.

திடீரென்று அந்த மனிதன் தன் வயம் இழந்தவனாகக் கத்தத் தொடங்கினான். அத்தனையும் காது கொடுத்துக் கேட்கக் கூசும் வார்த்தைகள்.

“நீ உன்ரை மனிசியோடை படுத்து அவனைப் பெத்திருந்தா உப்பிடிச் சிம்பிளாச் சொல்லமாட்டாய்... முதல்ல மனிசிட்டக் கேள் அது ஆருக்குப் பிறந்ததெண்டு... பிறகு வந்து எனக்கு அட்வைஸ் பண்ணு. வந்திட்டினம் காவு தடி கொண்டு... தாங்கிப் பிடிக்க...”

அத்தாருக்கு கோபத்தில் உதடுகள் துடித்தன. “இவ்வளவு நாளும் காவு தடியா இருந்தது ஆர்... நீரோ... நானோ...” என்றான்.

தூரத்திலிருந்த சந்திரா வாயைப் பொத்தியவாறு அழுதாள்.

இருள் ஊடுருவத் தொடங்கியிருந்தது. பிள்ளையார் கோவிலடியில் ஏழெட்டுக் குடும்பங்கள் தங்கியிருந்தன. நாமகள் யாரையாவது தேடிக் கண்டுபிடித்துவிடலாமென்று அலைந்து களைத்துப்போய் கோவிலடியில் ஒதுங்கியிருந்தாள். பகல் முழுவதும் பசியில்

கொதித்துக்கொண்டிருந்த வயிறு சற்றுமுன்னர்தான் இலைக் கஞ்சிக்கு அடங்கியிருந்தது. பெரிய கிடாரமொன்றில் பெண்போராளிகள் கஞ்சி கொண்டுவந்து கொடுத்தார்கள். பக்கத்திலெங்கோ கஞ்சிக்கொட்டில் இருந்திருக்கவேண்டும்.

பகல் வெப்பத்தின் உக்கிரத்தைத் தணிப்பதற்குக் கடற்காற்று முயற்சித்தது. ஆனால் ஷெல் சத்தங்கள் உக்கிரத்தை விடாமற் பேணின. மாத்தளனை இராணுவம் கைப்பற்றிவிட்டது. இன்றைக்கு இரவோடு இரவாகவோ அல்லது நாளையோ அவர்கள் தொடர்ந்தும் முன்னேறக் கூடும். 'சனியன் பிடிச்ச சண்டை, கெதியில இப்பிடியாவது முடியட்டும்' என்று நினைத்தாள். மனதில் ஒருவித விட்டேத்தியான உணர்வுகள் குடிகொண்டிருந்தன. பகல் முழுவதும் கண்ட காட்சிகளில் மரத்துப்போய்விட்டது. காலையில் தான் முதற்சாவைக் கண்டிருந்தாள். நாள் முடிவதற்கிடையில் சாவுகள்... காயங்கள்... பிய்ந்த அவயங்கள்... நினைவில்லாத் தொகை.

நாமகள் நிமிர்ந்து பார்த்தாள். சாம்பல் வானத்தில் கறுப்புக் கோடுபோல ஒற்றைப்பனை நின்றது. ஏனோ தூக்கணாங்குருவிகளின் நினைவு. யாரோ கோவில் விளக்கை ஏற்றினார்கள். ஒளியில் முகங்கள் தெரிந்தன. யாரையாவது பறிகொடுத்த முகங்கள்... யாரையாவது தொலைத்த முகங்கள்... பெருமூச்சோடு திரும்பினாள். கம்பிக் கதவுக்கு உள்ளே கருங்கல்லாலான சிறு பிள்ளையார் சிலையிருந்தது. வெள்ளிப் பரிவட்டம். பட்டுத்துணிகள். கர்ப்பக் கிரகத்துக்கு முன்னால் ஓர் இளம்பெண்ணும் அவளுடைய நான்கு வயதுப் பெண்குழந்தையும் இருந்தார்கள். அவளுடைய கணவன் பிள்ளையாரின் திசையில் தலை வைத்து நீட்டி நிமிர்ந்து கிடந்தான். அவனுக்கு வயிற்றுப் பக்கத்தில் பெரிய காயமேற்பட்டிருந்தது. காலையில் பதுங்கு குழியிலிருந்து வெளியேறி குழந்தையையும் காவிக்கொண்டு ஓடியபோது ஒரு ரவுண்ஸ் பக்கவாட்டில் துளைத்து வெளியேறிவிட்டது. சுருண்டு விழுந்துவிட்டான். பழைய சாரத்தைக் கிழித்துச் சுற்றிக்கட்டிவிட்டு மாத்தளன் ஆஸ்பத்திரிக்குக் கொண்டு ஓடினார்கள். ஆஸ்பத்திரி இடம்பெயர்ந்துவிட்டது. இனி முள்ளிவாய்க்காலுக்குத்தான் கொண்டுசெல்லவேண்டும். தெருவோரத்தில் கிடத்திவிட்டு மனைவி குழறிக்கொண்டிருந்தாள். "ஆராவது இவரை ஆஸ்பத்திரிக்குக் கொண்டுபோங்கோ..." அவனோ "என்னை விட்டுட்டு நீ குழந்தையைக் கூட்டிக்கொண்டு ஓடு" என்று அனுங்கிக்கொண்டிருந்தான். அரை மணி நேரத்திற்குப் பிறகு யாரோ மூன்று இளைஞர்கள் இரண்டு மோட்டர் சைக்கிள்களில் வந்தவர்கள் ஒன்றில் காயக்காரனை ஏற்றிப் பிடித்தபடியும் மற்றயதில் மனைவியையும் குழந்தையையும் ஏற்றிக்கொண்டுவந்து அம்பலவன் பொக்கணையில் இறக்கிவிட்டுச் சென்றார்கள். "அக்கா,

இஞ்சால கொஞ்சம் பரவாயில்லை. ஏதாவது வாகனக்காரர் வந்தால் மறிச்சு ஏத்துங்க.''

நாமகளுக்கு அசதியில் கண்கள் சொருகின. கோவில் சுவரோடு முதுகைச் சாய்த்தாள். அந்தக் குழந்தைப்பிள்ளை தந்தையின் தலைமாட்டில் குந்தியிருந்து அவனுடைய நெற்றியைத் தடவிக்கொண்டிருந்தது. அதைக் காணக்கூடாதென்று நினைத்தாள். ஆனால் கண்கள் திரும்பத் திரும்ப அங்கேயே குத்திட்டு நின்றன. 'இசைநிலா ஒளிநிலாவெல்லாம் எங்கயோ... என்ன பாடோ...'

வெடிச் சத்தங்கள் கேட்டுக்கொண்டிருக்க கண்கள் தம்பாட்டில் அயர்ந்தன. எவ்வளவு நேரமென்று தெரியவில்லை. திடீரென்று "அய்யோ... அய்யோ..." என்ற கூக்குரல் நித்திரையை உதைந்தது. கண்விழித்தபோதே புரிந்துவிட்டது. மெல்லிய வெளிச்சத்தில் அந்த இளம்பெண் கணவனுடைய தோளைப் பிடித்து உலுப்பிக் கதறிக்கொண்டிருந்தாள். அவனிடமிருந்து கோழி கேருவதைப்போல ஒலி வழிந்தது. தலையைத் தூக்க முயற்சிப்பவன் போலச் சிரமப்பட்டான். விலுக் விலுக் என்ற விக்கல் சத்தம். மார்பு உதறி உதறித் துடித்தது. கை அமைதியின்றித் தரையைத் துளாவியது. "ஆராவது வந்து என்னெண்டு பாருங்க..." ஆட்கள் ஓடினார்கள். நாமகள் கல்லாய்ச் சமைந்தாள். சுற்றவரக் காற்றை அடைத்துக் கொண்டு நிற்கவேண்டாம் என்று ஓர் இளைஞன் கத்தினான். அவன் காயக்காரனுடைய நெஞ்சில் இரு கைகளையும் விரித்து வைத்து அமுக்கினான். 'சக்... சக்...' என்று உடல் உதறித் தரையில் அடிக்கும் சத்தம். "பிள்ளையாரே... உன்ர காலடியில கொண்டந்து கிடத்தியிருக்கிறன். நீதான் பொறுப்பு..." மனைவியின் ஆக்ரோஷமான குரல் கேட்டது. குழந்தை வீரிட்டது. முதலுதவிச் சிகிச்சை செய்த இளைஞன் வேகமாக இயங்கினான். நாமகள் அவனுடைய முகத்தைத் திகிலோடு பார்த்துக்கொண்டிருந்தாள். இயலாமையும் ஏமாற்றமுமான உணர்வின் பிரதிபலிப்புகள்...

நிமிடங்கள் கரைந்தன. காயக்காரனின் திமிறல் ஒலிகள் அடங்கிக்கொண்டு வந்தன. முதலுதவிக்காரனுடைய கைகள் மெல்ல மெல்லச் சோர்ந்தன. ஒரு தருணத்தில் அவன் சலித்துக்கொண்டு எழுந்தான். வெறுப்போடு நடந்துசென்று கடற்கரை வெளியைப் பார்த்துக்கொண்டு நின்றான். "இல்லை. நான் நம்ப மாட்டன். அவர் எங்களை விட்டுட்டுப் போக மாட்டார். அவர் நித்திரையாகிட்டார். விடிய எழும்புவார். ஆஸ்பத்திரிக்குக் கொண்டுபோவன்" மனைவி கால்களை உதைந்து அழுதாள். அவர்களைச் சூழ்ந்து நின்றவர்கள் ஒவ்வொரு ஆட்களாக விலகிப் பழைய இடங்களில் குந்திக் கொண்டார்கள். சிலர் கையை அணையாக்கி உடலைச் சரித்தார்கள். இரவு பிணத்தோடு கரையத்

தொடங்கியது. செத்தவனின் மனைவி பக்கத்திலேயே கல்லுப்போல உட்கார்ந்திருந்தாள்.

இரவு மறுபடியுமொருமுறை நாமகளுக்கு விழிப்பு வந்தது. அப்பொழுது அந்தச் சிறு குழந்தை செத்துப்போன தந்தையின் கழுத்தைக் கட்டிப்பிடித்தபடி தூங்கிவிட்டிருந்தது.

நாமகள் திரும்பி வந்தாள். சேறும் ரத்தமும் தெறித்த சட்டையோடும் புகை அப்பிய முகத்தோடும் அம்பலவன் பொக்கணையில் அலைந்து திரிந்தவளை மணிவண்ணன் அடையாளம் கண்டு வலைஞர்மடத்திற்கு அழைத்துவந்தான். அவளைக் கண்டதும் வெளியில் கஞ்சி வடித்துக்கொண்டிருந்த முத்து இறுகிய கன்னத் தசைகளை இழுத்துக்கொண்டு சிரித்தாள். பதற்றமான சந்தோஷத்தில் பேச்சு வராமல், உள்ளே இருந்தவர்களுக்கு கையை அசைத்து அசைத்து வெளியே காட்டினாள். வெள்ளையன், பிள்ளைகள், ராணி, சிந்து எல்லோரும் 'ஒண்டு மண்டாகத்' தலையை நீட்டினார்கள்.

"நாமகள்..." என்று கத்தியவாறு ராணி ஓடிப்போய்க் கட்டியணைத்தாள். பொலபொலவென்று கண்ணீர் வழிந்தது. ஆனால் நாமகளுடைய கண்கள் நீர்ப்பற்றே இன்றி வெளிறிப் போயிருந்தன. கழுத்தில் ஊத்தைத் துணியை மடித்துப் பிளாஸ்ரர் ஒட்டப்பட்டிருந்தது. கையில் சிராய்ப்புக் காயங்களின் காய்ந்த அடையாளங்கள். அவள் ஒரு சிலையைப்போல நடந்து வந்தாள். கால்களை மடித்து உட்கார்ந்து முழங்காலில் தாடையைத் தாங்கிக் கொண்டாள். பின்னர் மெதுவாக முகத்தை நிமிர்த்தி ஒவ்வொருவராகப் பார்த்தாள்.

சந்திரா, அத்தார், கணபதி, வல்லியாள் எல்லோரும் ஒன்றாகத்தான் தங்கியிருந்தார்கள். யாரோ கைவிட்டுப்போன கிழிந்த கூடாரம். அல்லது செத்துப் போனார்களோ தெரியவில்லை. தறப்பாளில் கத்தியைச் சுழற்றியதைப் போன்ற வெட்டுகள்... 'ஷெல் சன்னம் கிழிச்சிருக்கும்...' பதுங்கு அகழியைச் சுற்றி பலவண்ணத் துணிகளில் மண் நிரவப்பட்ட மூடைகள் கிழிந்து சொரிந்து கிடந்தன.

இசைநிலாவும் ஒளிநிலாவும் ஒரு பேணியில் துப்பாக்கி ரவைக் கோதுகளைப் போட்டு உலுப்பி விளையாடிக் கொண்டிருந்தார்கள். இசைநிலாவின் காதில் பேணியைக் கிலுக்கவும் அவள் 'கிலுகிலு' என்று சிரித்தாள். பிறகு தமக்கையிடமிருந்து பேணியை வாங்கி இரண்டு கைளாலும் குலுக்கினாள். 'கிடுங்... கிடுங்...' என்ற சத்தத்தில் எதையோ சாதித்துவிட்ட திருப்தியில் எல்லோரையும் பார்த்துக் குதூகலித்தாள். மூக்கு வழிந்து காய்ந்திருந்தது. செம்பட்டைத் தலைமயிர்...

"அவையள் எல்லாரும் செத்திட்டினம்" என்றாள் நாமகள்.

வல்லியாள் நெஞ்சில் கைவைத்து ‘சாமீ’ என்று முணுமுணுத்தாள்.

“மணிவண்ணன் அண்ணை இண்டைக்குக் காலம என்னைக் கண்டவர். இங்காலதான் எங்கயோ இருக்கிறார். ஏதோ அலுவலா பொக்கணைக்கு வந்தவராம். வந்த அலுவலை விட்டுட்டு என்னை மோட்டச்சைக்கிள்ள ஏத்தியந்து இடத்தைக் காட்டிட்டுத் திரும்பப் போறார்...” அவளுடைய விழிகள் கூடாரத்தின் வெளியே ஏதோ ஒரு புள்ளியில் வெறித்துநின்றன.

“மணிவண்ணன் ஆக்கள் எங்கையிருக்கினம்?” என்றாள் ராணி. அப்பொழுது அவளுடைய கண்கள் விரிந்தன.

“அட்ரஸ் சொல்லுற நிலமையிலா சனம் இருக்குது. பங்கருக்கு வெளிய எழும்பி நிண்டால் எல்லாரையும் தெரியுது” என்றவள் அப்பொழுதுதான் ஞாபகம் வந்தவளாக “அம்மா எங்கை?” என்று கேட்டாள். தலையைத் திருப்பித் தேடினாள். தேம்பித் தேம்பி அழத்தொடங்கிய ராணியைப் பார்த்து “அம்மா செத்திட்டாவா...” என்று கேட்டபோது நாமகளுடைய கண்கள் முழுவதுமாக உலர்ந்து போயிருந்தன. அவள் முத்துவிடம் திரும்பி “கஞ்சி வடிச்சிட்டியளே... குடிக்கலாமே...” என்று ஒரு குழந்தையைப் போலக் கேட்டாள்.

கூடாரத் தறப்பாளை விலக்கிக்கொண்டு வந்த அந்த மனிதன் பொருத்தமற்ற ஒரு தருணத்தில் நுழைந்துவிட்டவனைப்போல எல்லோரையும் பார்த்தான். “மன்னிச்சுக் கொள்ளுங்கோ... வெளியபோன இடத்தில ஒரு கடையில பால்மா குடுத்தவை. இந்தச் சின்னப்பிள்ளையளின்ரை நினைப்பு வந்தாப்போல அவையளுக்கும் வாங்கிக்கொண்டு வந்தனான்.”

நாமகள் சுளீரென்று நிமிர்ந்தாள். இந்தக் குரல்... இந்தக் குரல்... ‘சடை முளையினால் உறிஞ்சப்படும் குளுக்கோசு எந்தக் குருதிக் கலனால் எடுத்துச் செல்லப்படுகிறது?’ இது நந்தன் சேருடைய குரல்... அவள் உற்றுப் பார்த்தாள். முக அடையாளம் புலப்பட்டது. முன்னர் நந்தன் சேர் கம்பி மயிரை இமைகளைத் தொடுவது மாதிரி நெற்றியில் முழுவதுமாக விழுத்தி வாரியிருப்பார். காற்று முகத்தில் அடித்தால் எழுந்து பறந்துவிட்டு மறுபடியும் பவ்வியமாகப் படிந்துகொள்ளும் கற்றை மயிர். நெற்றியில் ஒரு பவுடர் கீறும் தெரியும். கத்தையான மீசையின் ஓரங்களைத் தினமும் நறுக்குவார் போல... வழுவழுப்பாக முகச்சவரம் செய்த முகம் காலையில் மட்டுமன்றி கடைசிப் பாட நேரத்திலும் புத்துணர்ச்சி மாறாதிருக்கும்...

நாமகள் கண்வாங்காது பார்த்தாள். அவருடைய கண்கள் சுருங்கி உட்குழிந்து போய்விட்டன. தாடி வளர்ந்து சிக்காகிக் கிடந்தது. நெற்றி மேலேறிவிட்டது. கோடுகளாகச் சுருக்கங்கள்... படியாத தலைமயிர்... அவர் உள்பனியன் ஒன்றை அணிந்து சாரத்தை இடுப்பில் முடிந்திருந்தார். விந்தி விந்தி நடந்தார்.

"தங்கச்சியைக் காணேல்லை எண்டு அந்தரிச்சுக் கொண்டு இருந்தனாங்கள். அவள் இண்டைக்கு வந்திட்டாள்" வெள்ளையன் பால்மாவை வாங்கிக்கொண்டு சொன்னான். அவன் திரும்பிப் பார்த்தான்.

நாமகள் "நந்தன் சேர்..." என்றாள். நா தழுதழுக்க அவள் அப்பொழுதுதான் உடைந்து அழத் தொடங்கினாள்.

23.04.2009

“**வ**ன்னியில இப்ப இரண்டே இரண்டு தரப்புத்தான் இருக்கு. ஒண்டு சாகிறதுக்குத் தயாராகிவிட்ட தரப்பு. மற்றது வாழுறதுக்கு ஆசைப்படுற தரப்பு. இதைத் தவிர நீங்கள் சொல்லுற மாதிரி ஏழை, பணக்காரர் எண்ட பிரிவெல்லாம் இப்ப இல்லை. ஒருக்கா எழும்பி நிண்டு பாருங்கோ… இதில யாரெல்லாம் நடுத்தர, மேல்தட்டு வர்க்க ஆக்களெண்டு… அப்பிடி யாரும் இல்லை… எல்லாம் பரம ஏழைகள்… இந்த மாதிரியொரு கடைசிச் சண்டையில நடுத்தரமும் மேல்வர்க்கமும் தங்கி நிற்காதெண்டிறது ஒரு விதி… ஒரு டிசைன்… அதுவொரு சிஸ்ரம்… நீங்கள் அதை மறைச்சுக்கொண்டு ஏழைப்பிள்ளைகள் போராடினது போதும்… பணக்காரனும் போராட வேணுமெண்டு கதை சொல்லுறியள்… பணக்காரன் இருந்தாத்தானே போராட வருவான். அவன் வெளியே போய்ச் சேர்ந்து மாமாங்கம் ஆச்சுது” நந்தன் தெளிவாகவும் தீர்மானமாகவும் சொன்னான்.

பின்மாலை நேரங்களில் ‘அசுமாத்தங்கள்’ இல்லையென்றால் அவர்கள் இப்படிக் கூடியிருந்து பேசிக்கொள்வதுண்டு. ஷெல்லடி கிபிரடி போன்ற களேபரங்கள் என்றால் பதைபதைப்பில் நேரம் போவது தெரியாது. அவ்வாறில்லாவிட்டால் காலம் நத்தையைப் போலத்தான் நகரும். சிறுவர்கள் கடற்கரைகளில் பட்டங்களை ஏற்றி விளையாடுவார்கள். சிலர் தாயம் விளையாடுவார்கள். ஒரு பதுங்கு குழிக்குள் சுற்றாடலின் எந்தப் பிரக்ஞையும் இன்றி இரண்டு பேர் முயங்கியதைக் கூட ஒருநாள் பார்க்கவேண்டியதாகிவிட்டது. முகச்சுழிப்பும் கூச்சமும் பரவ “என்ன சென்மங்களோ…” என்று திட்டினான் அத்தார். ஆனால் நந்தன் சொன்னான் “ஓயாத ஷெல்லடி… சாவு… ரத்தம்… பாக்கிற இடமெல்லாம் உடம்பின்ரை ஏதோ ஒரு துண்டு… ஆமிப் பயம்… பிள்ளைபிடிப் பயம்… இதெல்லாத்தையும் கண்டு கண்டு… உள்ளுக்குள்ளை புரைச்சு பைத்தியமாகிறதுக்கு தயாரா இருக்கிற மனசுக்கு இப்ப இருக்கிற ஒரேயொரு கவுன்சிலிங் இதுதான். இதுதான் இப்போதைக்கு மனசை ஆத்தும்… அது முறை தவறி நடந்தாக்கூட நான் பிழை எண்டு சொல்ல மாட்டன்…”

“அண்ணன்… நீங்கள் இப்பத்தான் கட்டாயமா ஆக்களைப் பிடிக்கிறாங்கள் எண்டு பழி சொல்லுறீங்கள். திட்டுறீங்கள்… ஆனால் இரண்டாயிரமாம் ஆண்டில மட்டக்களப்பில ஆக்களைப் பிடிச்சுச் சேர்க்கும்போது அதெல்லாம் உங்கட கண்ணுக்குத் தெரியல்லை தானே… இண்டைக்குத்

தலைவரைத் திட்டுற ஆக்கள்... அந்தநேரம் பல்லை இளிச்சுக்கொண்டு அவரிட்டப் பரிசு வாங்கினவங்கள்தான்" என்று சொன்ன இளைஞனை அத்தார் கூர்ந்து பார்த்தான். அழுத்தமான கறுப்பு முகம் மென்இருளில் நிழலாகத்தான் அசைந்தது. செயற்கையாகப் பொருத்திய இடதுகாலை நீட்டி வைத்திருந்தான். 'ஒருவேளை பழைய இயக்கமாயிருக்கலாம்' என்று தோன்றிற்று.

அவன் தொடர்ந்தான்: "மட்டக்களப்பில பிடிச்சதெல்லாம் ஏழைச் சனங்களின்ரை பிள்ளையள் எண்டபடியால அதெல்லாம் மனித உரிமை மீறலெண்டு யாருக்கும் தெரியேல்லை. ஆனால் இப்ப தங்கடை பிள்ளைகளில் கையை வைச்ச உடனைதான் நித்திரையால முழிச்சு எழும்பிறமாதிரி ஆ... ஊ... எண்டுகினம். நான் என்ன சொல்லுறன் எண்டால்... நடுத்தரம்... மேல்வர்க்கமெல்லாம் ஒரு மனநிலை. அது காசால அளக்கப்படுறதில்லை. அந்த மனநிலையோடை இங்கை நிறையப் பேர் இருக்கினம்."

"போராட்டத்தின்ர சுமையை ஒரு தரப்பு மட்டுமே சுமக்கக் கூடாது எண்டதுதான் கட்டாய ஆட்சேர்ப்புக்கான நோக்கம் எண்டால் அதை எப்பத் தொடங்கியிருக்க வேணும்...? ஆகக் குறைஞ்சது இயக்கம் அரசாங்கமா மாறின தொன்னூறாம் ஆண்டிலயாவது தொடங்கியிருக்க வேணும். அப்பிடித் தொடங்கியிருந்தா தொன்னூற்று ஒண்டிலயே சண்டை தோத்திருக்கும் எண்டது வேற விசயம்... அதைப் பிறகு கதைப்பம்... அந்தக் காலங்களில் யுத்தத்தைப் பாவிச்சு வெளியால போக விரும்பினவங்கள் எல்லாம் போன பிறகு கடைசியா உங்களோடை நிண்ட சனங்களைப் பிடிச்சுச் சண்டைக்கு வா எண்டால் கடைசி வரைக்கும் உங்களோடை நிண்டதுதான் அதுகள் செய்த குற்றமா..." நந்தன் நிறுத்தினான். யாரும் பேசவில்லை. அமைதி நிலவிற்று. "இயக்கக் கட்டுப்பாட்டுக்கு வெளியில போறதுக்கான பாஸ் நடைமுறை உங்களுக்குத் தெரியும். அதைச் சுழிச்சுப்போட்டு ஆட்கள் போனதும் உங்களுக்குத் தெரியும்... ஒருவேளை அப்பிடியொரு பாஸ் நடைமுறை இல்லையெண்டாலும் கூட எங்கேயுமே போகாமல்... இங்கேயே நிண்டிருக்கக் கூடிய சனங்கள்தான் இப்பவும் இங்க இருக்கினம். அந்தச் சனத்தால அப்பிடிப் போக ஏலாது. அந்தச் சூக்குமங்கள் அவங்களுக்குத் தெரியாது... ஆனால் அவங்கள்தான் இப்ப வெந்துகொண்டு கிடக்கிறாங்கள். எவ்வளவு வெக்கக்கேடு... ஈழத் தமிழரில ஒரு இருபது லட்சமெண்டு பார்த்தாலும் இந்த இனத்தின்ர ஒரு அரசியல் போராட்டத்தின்ர அதுவும் ரத்தம் சிந்திற போராட்டத்தின்ர கடைசி விளைவை, அதின்ரை எரிவை, அதின்ரை வெக்கையை வெறும் மூன்று லட்சம் ஏழைச்சனங்கள் மட்டும் அனுபவிக்கிற மாதிரியும் மற்றவங்கள் அதுக்கு வெளியாலயும் போனது ஏதோ எதேச்சையா நடந்ததெண்டா

நினைக்கிறீங்கள்... இல்லை... இதுவொரு டிசைன்... இது இப்படித்தான் நடக்கும்... நான் சனத்தைக் குற்றம் சொல்லமாட்டன்... ஏனெண்டால் இது சிஸ்ரம்... அது தன்ர வேலையைக் காட்டியே தீரும்..."

வானம் முழுவதுமாக இருள் கவிந்திருந்தது. முத்து பிள்ளைகளோடு பதுங்கு அகழிக்குள் இறங்கியிருந்தாள். வெள்ளையன் அகழியின் ஓரத்தோடு சாக்கு விரித்துத் தலை சாய்ந்திருப்பது விளக்கொளியில் தெரிந்தது. அவன் இவ்வாறான உரையாடல்களில் ஈடுபடுவதில்லை. "இவையள் சனங்களுக்காகக் கதைக்கினம் எண்டா நினைக்கிறியள்? இல்லை... கதையில ஆர் வெல்லுறது எண்ட வெறும் போட்டிக்குத்தானே கதைக்கினம், பட்டிமன்றம் போல" என்று ஒருநாள் சொன்னான். அத்தாருக்கும் ஆர்வமிருப்பதில்லை. வெறுமனே ஒரு பார்வையாளனாகத்தான் இருந்தான். சில சமயங்களில் அவர்கள் கலைந்து சென்ற பிறகும் அலைகளின் இரைச்சலைக் கேட்டுக்கொண்டு நீண்டநேரமாக உட்கார்ந்திருப்பான். உயிரோடு இருக்கின்ற ஒவ்வொரு மணித்துளியும் அளந்துபோடப்பட்ட ஒரு பிச்சையைப் போலத் தோன்றும். பிச்சை இன்னொரு நாளைக்கும் நிச்சயமில்லை. ஏனெனில் 'நாளை' காலையிலோ மதியத்திலோ தன்னை முறித்துக்கொண்டுவிடலாம். சாவு பலாத்காரமாகத் தன்னைப் பழக்கப்படுத்தியிருந்தது. அதைப் பற்றிய யோசனைகள் அவனைவிட்டு நீங்கியிருந்தன. ஆனாலும் சாவைச் சந்திக்கும் அந்தக் கடைசி நொடியை நினைத்தால்தான் அச்சமாயிருந்தது. "ஒரு செக்கனில பீஸ் பீஸாக ஆகிவிட்டால் வலியில்லாமல் போய்ச் சேர்ந்திடலாம்" எனும்போது வழமையாகத் திட்டுகிற சந்திரா இப்போதெல்லாம் துயரோடு அவனைப் பார்த்தாள். விநோதினி ஒருமுறை வந்திருந்தபோதுகூட அவளையே பார்த்துக் கொண்டிருந்தாளே தவிர ஒரு வார்த்தை பேசவில்லை.

விநோதினி ஒரு மதியப்பொழுதில் வந்தாள். அழுக்கான ஆடை பற்றிய பிரக்ஞையே இல்லை.. துப்பாக்கி வைத்திருந்தாள். "இனிமே போகாத தாயி... இங்கேயே இருந்திரு... எப்பிடியாவது நாங்க உன்னைக் காப்பாத்துவம்..." என்று வல்லியாள் கெஞ்சக் கெஞ்ச பதிலுக்குச் சிரித்துவிட்டு இசைநிலாவைக் கொஞ்சிக் கொண்டிருந்தாள். எதுவுமே நடவாதது போலிருந்த அவளுடைய முகபாவம் அத்தாருக்கு எரிச்சலாயிருந்தது.

"நீங்கள் என்ன முடிவு எடுத்திருக்கிறியள்..." என்று கேட்டான். அவனைத் திரும்பிப் பார்த்துவிட்டு விநோதினி குனிந்து கொண்டாள். குழந்தை அவளிடமிருந்து விலகிச்சென்றது.

"கேட்கிற கதையளும் காணுற காட்சியளும் நல்லதில்லை..." என்றபோது குரல் இறுக்கமாயிருந்தது. அதைத் தணித்தான். "எனக்கு விளங்குது...

நிச்சயமில்லாத உயிர்... நிச்சயமில்லாத பாதை... எல்லாம் சேர்ந்து... எல்லாம் சேர்ந்து உங்கடை கோபம் சனத்தில திரும்புது... இது அர்த்தமில்லாத கோபம்... சனங்கள் முடிவெடுக்கிற கட்டத்தைத் தாண்டியாச்சு... இனி நீங்கள்தான் முடிவெடுக்க வேணும்...''

விநோதினி சடாரென்று தலையை நிமிர்த்தி அவனை ஊடுருவுவது போலப் பார்த்தாள்.

“சாகப்போற பயக்கெடுதியில மனம் பேதலிச்சுச் சனத்தைக் கொடுமைப்படுத்திற ‘சைக்கோ' ஆகிட்டோம் எண்டு சொல்றீங்களா மாமா...'' என்றபோது கண்கள் துடித்தன “அப்படியெண்டால் நாங்கள் ஒவ்வொரு சண்டைக்குப் போக முதலும் ஊர்மனையில புகுந்து சனங்களை துன்பப்படுத்திட்டுத்தானே போயிருக்க வேணும். ஏனென்றால் ஒவ்வொரு முறையும் செத்துப்போகலாம் எண்டு தெரிஞ்சுகொண்டுதானே போறம்... ஆனால் அப்பிடி மனம் குழம்பி இத்தனை வருசத்தில நடந்ததில்லையே...''

அத்தாருக்கு ஒரு மாதிரியாகப் போனது. மனம் பிறழ்ந்தவர்கள் என்றவாறாக அவன் அர்த்தப்படுத்தியிருக்கவில்லை என்றாலும் அப்படிச் சொல்லியிருக்கத் தேவையில்லை என்று அமைதியானான். அந்த இடைவெளிக்குள் புகுந்துகொண்ட மௌனத்தின் தீவிரம் எங்கோ வெளியில் சென்றிருந்த சிந்து திரும்பி வந்தபோதுதான் தணிந்தது. அவள் விநோதினிக்கு தலையசைத்துவிட்டு “பின்னால பிள்ளைகளோடை ஒரு குடும்பம் இருந்ததெல்லே... அவையள் நேற்று ஆமிக் கட்டுப்பாட்டுக்கை போயிட்டினமாம்...'' என்றாள்.

“எப்படியாம்?'' ராணி கேட்டாள்.

“இயக்க அக்காக்கள் கொஞ்சப்பேர்தான் வழிகாட்டி விட்டவையாம். நடத்திக் கூட்டிக்கொண்டுபோய் மண்அணையொண்டுக்குப் பக்கத்தால கையைத் தூக்கிக்கொண்டு போங்கோ எண்டு சொல்லிவிட்டவையாம்.''

விநோதினி அத்தாரைப் பார்த்தாள். அவன் தலையைக் குனிந்து கொண்டான். ‘கஞ்சி காய்ச்சிக் குடுக்கிறாங்கள்... சனத்துக்கு அடிக்கிறாங்கள்... காயக்காரருக்கு மருந்து கட்டுறாங்கள்... பிள்ளைகளைப் பிடிக்கிறாங்கள்... பத்திரமா அனுப்பியும் வைக்கிறாங்கள்... சனத்துக்கு அடிச்ச இயக்கப்பெடியனை ‘நீ ஆரடா சனத்துக்கு அடிக்க' எண்டு இன்னொருவன் சுடுறான்... நாளைக்கு வரலாறு இதில யாரைப் புலி எண்டு சொல்லும்...?' நீண்ட பெருமூச்சு வெளியேறியது. ‘வரலாற்றுக்கென்ன... அது யாருடைய வாய்க்குள்ளிருந்து வருகுதோ அவைக்கு விருப்பமானதையும் வேண்டியதையும் சொல்லும்.'

விநோதினி எழுந்தாள். 'தாயி போகாத தாயி... எங்களோட நில்லு...' வல்லியாள் மன்றாட்டமாகக் கேட்டும் அவளுடைய கைகளை விலக்கிவிட்டுப் போனாள்.

நந்தனும் அந்த இளைஞனும் இன்னமும் வாக்குவாதப்பட்டுக் கொண்டிருந்தார்கள்.

"சரி, நான் ஒண்டு கேக்கிறன். முள்ளிவாய்க்காலில ஒதுங்கின இந்தச் சண்டை ஒருவேளை யாழ்ப்பாண ரவுணுக்குள்ள ஒதுங்கியிருந்தால் என்ன நடந்திருக்கும் எண்டு நினைக்கிறயள்..." என்று நிறுத்தினான் நந்தன்.

இளைஞன் எதுவும் பேசவில்லை. நந்தனே ஒரு நமுட்டுச் சிரிப்புடன் தொடர்ந்தான். "இண்டைக்குச் சிங்கள அரசே சண்டையை நிப்பாட்டெண்டு வெளிநாட்டில ஊர்வலம் போற அதே சனம், பிரபாகரனே சண்டையை நிப்பாட்டு எண்டு ஊர்வலம் போயிருக்கும்."

இளைஞன் வெறுப்பின் உச்சத்தில் "ச்சிக்" என்று மறுதலித்தான். அத்தாருக்கு எரிச்சல் மூண்டெழுந்து பரவியது. 'சனங்கள்... உயிரைக் காப்பாற்ற முடியாமல் வெந்து சாகுதுகள்... இவங்கள் தங்கட கருத்துகளையும் கணக்குகளையும் கடைவிரிக்கிறாங்கள்...'

"இப்பதான் எல்லாருக்கும் சுடலை ஞானம் பிறக்குது... இவ்வளவு நாளும் இதெல்லாம் இவையளுக்குத் தெரியேல்லை" என்று கடுமையான தொனியில் சொன்ன அத்தார் மேலும் தொடர்ந்தான். "இயக்கம் இருந்த காலத்திலயே ஏதோ ஒரு காரணத்தால அவங்களைப் பிடிக்காமல் போய் எதிர்த்தவங்களும் இருக்கிறாங்கள். அவங்களிட்டை ஒரு நேர்மை இருந்தது. அவங்கள் தங்கடை மனசில உள்ளதைச் சொல்லுறதுக்கு உங்களைப்போல இயக்கம் தோற்கும் வரைக்கும் பாத்துக்கொண்டு நிக்கேல்லை" என்றான்.

"இப்பிடித்தான் முடியப்போகுதெண்டு எனக்கும் தெரியும்..." நந்தன் கடலைப் பார்த்துக்கொண்டு சொன்னான்.

"எனக்கு அப்பிடித் தெரிஞ்சதில்லை... முதல்ல ஒரு விசயத்தைத் தெரிஞ்சு கொள்ளுங்கோ. நாங்கள் எல்லாத்தையும் தெரிஞ்சுகொண்டுதான் இந்த இயக்கத்துக்கு ஆதரவாயிருந்தம். சிங்களச் சனத்தை வெட்டினது, முஸ்லிம் சனத்தை எழுப்பித் துரத்தினது... கொலை செய்தது எல்லாம் எங்களுக்குத் தெரியும். இதெல்லாம் எனக்குத் தெரியாது எண்டு சொல்லுறதுக்கு நான் 'சின்னப் பையன்' இல்லை. எல்லாம் தெரிஞ்சு கொண்டும் இந்தப் போராட்டம் வெல்லவேணும் எண்டு இதின்ர

போக்கிலயே போனதுக்கு வலுவான காரணம் இருக்கு. ஒண்டு சிங்கள அரசு. மற்றது பாழாப்போன இந்தச் சமூகம்... இந்த ரெண்டாலயும் ஒடுக்கப்படுற சனத்துக்கு இந்த இயக்கம்தான் ஆறுதலாயிருக்கும் எண்ட என்ர நம்பிக்கைக்காக நான் ஒருக்காலும் வருத்தப்பட மாட்டன். ஒரு காலத்தில சாதியில ஒடுக்கப்பட்டவன் குடிக்கிற தண்ணியில நஞ்சு கலந்தே அவனைக் கொலை செய்த இந்தச் சமூகத்தில இவங்கடை காலத்திலதான் அந்தச் சனங்கள் பாதுகாப்பா வாழ்ந்தாங்கள். அதுக்கு என்ன காரணம் சொன்னாலும் அந்தப் பாதுகாப்புக்கு ஒரு பெறுமதி இருக்கு. அதைச் சொல்லுறதுக்கு எனக்கு எல்லா அருகதையும் இருக்கு... நீங்கள் நாளைக்கே வெளியில போய் இந்த உண்மைகளை மறைக்கலாம். அப்படிச் சொல்லியே ஆகவேண்டிய ஒரு நிலையும் உங்களுக்கு வரலாம். நல்லவேளையாக அப்பிடியொரு நிலை எனக்கு வரமாட்டுது. இந்தக் கொலைக் களத்தை விட்டு வெளியே போவேன் எண்டு நான் நம்பேல்லை. கடவுள் அப்பிடி விடமாட்டார்..." வாயிலிருந்து வெளியேறிப்போன கடவுள் என்ற வார்த்தையை முதலில் சிலிர்த்தும் பிறகு துயருற்று அமைதியடைந்தும் அத்தாரின் உள்மனது பின்தொடர்ந்து போனது. அவன் தவிப்பாக உணர்ந்தான். திடீரென்று குரல் உயர்ந்தது. ஒருவிதமான உன்மத்த மனநிலை. "இவ்வளவு அர்ப்பணிப்போட கட்டுப்பாட்டோட போராடின விடுதலை இயக்கம் உலக வரலாற்றில வேற ஒண்டுமில்ல. ஆயிரமாயிரமாப் பொம்பிளைப் பிள்ளைகளும் சேர்ந்து நடத்தின விடுதலைப்போர் இது. அந்த வீரத்துக்கும் விவேகத்துக்கும் முன்னால வெற்றி தோல்வி ஒரு பொருட்டேயில்லை."

அவனுக்கு எல்லாவற்றையும் இன்றே பேசிவிடவேண்டும் போலிருந்தது. எதையும் கோர்வையாகப் பேச முடியாமலுமிருந்தது. இந்தப் பொழுது வெளிச்சமாக இருந்தால் இரைந்துகொண்டிருந்த கடலையும் வெளியையும் மனித முகங்களையும் ஒருமுறை பார்த்திருக்க முடியுமென்று ஓர் ஏக்கம் இருந்தாற்போல சூழ்ந்தது. கண்களை விரித்து இருளை ஊடறுத்தான். பார்வை திரும்பத் திரும்ப இருட்டில் மோதி இருண்டது.

மூன்றாவது நாள் முன்னிரவும் பின்னிரவுமாக இரண்டு சம்பவங்கள் நடைபெற்றன. நந்தனும் அவனுடைய குடும்பமும் மேலும் பன்னிரண்டு பேரும் வலைஞர்மடத்திலிருந்து கடல்வழியாக வெளியேறி யாழ்ப்பாணத்திற்குப் புறப்பட்டார்கள். யாருக்கும் சொல்லாத ரகசியப் பயணம் அது. இதற்கு முன்னரும் இவ்வாறு இரண்டொரு படகுகள் இருட்டிய பின்னர் 'சுழித்து'விட்டுப் போயிருந்தன. ஓரிரு படகுகள்

'சூடு' வாங்கித் திரும்பியுமிருந்தன. நந்தன் கடைசி நொடியில் வந்து அத்தாரிடம் விடைபெற்றான்.

"அண்ணை... மன்னிக்கவேணும். பதினைஞ்சு பேர்தான் போகலாமாம். ஆருக்கும் மூச்சு விடேல்லை. என்ன செய்யிறது... காலம் எல்லாரையும் சந்தேகிக்கவும் எல்லா நம்பிக்கைகளைச் சிதைக்கவும் வைச்சிட்டுது... நாங்கள் போறம்... நீங்களும் வெளியேறப் பாருங்கோ..."

மௌனமாகத் தலையசைத்த அத்தாருக்கு நந்தனோடு நாமகளும் புறப்பட்டபோதுதான் திகைப்பை மறைக்கவியலாதிருந்தது. அவன் சந்திராவைத் திரும்பிப் பார்த்தான். அவள் தனக்கும் எதுவும் தெரியாது என்பதைப்போல நின்றாள்.

முந்தைய நாள் பின்னேரம்தான் பயண ஏற்பாட்டை நாமகளே அறிய நேர்ந்தது. இருட்டுகிற நேரம், தண்ணீர் வாளியைச் சுமந்துகொண்டு கூடாரத்திற்குத் திரும்பிக்கொண்டிருந்தாள். நந்தன் அவளைத் தேடி வந்திருக்க வேண்டும். இடையில் மறித்தான். அக்கம் பக்கத்தில் பார்த்துவிட்டு "நாமகள்... நாங்கள் யாழ்ப்பாணம் போகப்போறம்..." என்றான். யாழ்ப்பாணம் என்றதும் அவளுடைய கண்கள் பளீரென மின்னின. நிமிர்ந்து பார்த்தாள்.

"நாங்கள் நாளைக்குக் கடலால் போகப்போறம். போய்ச் சேருவமெண்டது நிச்சயமில்லையெண்டாலும் நிலத்திலயும் நீரிலயும் உயிரோடை மிஞ்சிறதுக்கு இப்ப ஒரேயளவு வாய்ப்புதான் இருக்கு. உமக்கு விருப்பமெண்டால் நீரும் வரலாம். ஏனோ இதைச் சொல்லவேணும் போல இருந்திச்சு. இடையில யாரும் சுட்டுத் தள்ளாட்டில், அலை வள்ளத்தைக் கவிழ்க்காட்டில் யாழ்ப்பாணத்தில ஏதோ ஒரு கரையில உம்மைக் கரைசேர்ப்பம்... என்ர ரெண்டு மாணவர்களுக்காக நான் செய்யிற உதவி இது."

நாமகள் அவனை நன்றியோடு பார்த்தாள். ஆயினும் உடனடியாக ஒரு முடிவுக்கும் வர இயலவில்லை. அரவம் இல்லாத கடலைப்போல இத்தனை நாளாக விடிவதும் இருள்வதுமாயிருந்த மனதில் திடீரென்று பெரிய அலைகள் மோதிச் சிதறின. நாளைக்குப் படகேறினால் மறுதினம் யாழ்ப்பாணத்தில்... என்ற நினைவில் பரிதவிப்பும் குறுகுறுப்புமான எண்ணங்கள் பின்னின. சாரகன் கன்னக்குழி விழச் சிரித்தான்.

"நீர் யோசியும். நாளைக்கு ஒரு ஒன்பது ஒன்பதரைக்கு வெளிக் கிடுவம்... விரும்பினால் வாரும்" என்றவாறு விலக எத்தனித்தவன் மறுபடியும் தரித்து "இந்த விசயம் பற்றி ஒருத்தருக்கும் மூச்சும்

விடவேண்டாம்" என அழுத்திச் சொன்னான். "உங்கள் நண்பரின் நண்பர் உளவாளியாகவும் இருக்கலாம்..." என்று அவன் சொன்ன போது இலேசாகச் சிரித்த மாதிரியும் இருந்தது.

இரவு ரொட்டியைச் சுட்டுத் தின்று தண்ணீர் குடித்தார்கள். நாமகள் ராணியை மெல்ல அணுகி "அக்கா, நந்தன் சேர் நாளைக்கு யாழ்ப்பாணம் போகப் போகினமாம். என்னையும்..." என்று தொடங்கவே ராணி ஆட்காட்டி விரலை உதடுகளுக்குக் குறுக்கே நிறுத்திப் பேச வேண்டாம் என்று தடுத்தாள். அங்குமிங்குமாகப் பார்த்துவிட்டு நாமகளின் காதுக்கு அருகாகக் குனிந்து "ஒருத்தருக்கும் சொல்லாத... நீ போ" என்று உறுக்குவது போலச் சொன்னாள்.

"அண்ணைக்கு?"

"வேண்டாம். போற நேரம் தெரியட்டும்... பிறகு நான் விளக்கமா அவனுக்குச் சொல்லுறன்... நீ யோசிக்காமல் போ..."

ஒளிநிலாவும் இசைநிலாவும் நித்திரையாகிவிட்டார்கள். நாமகள் அவர்களுடைய நெற்றியில் கொஞ்சினாள். வெள்ளையனும் முத்துவும் எதுவும் பேசவில்லை. அவர்களை நிமிர்ந்து பார்க்கவே வெட்கமாயிருந்தது. பிள்ளைகளைப் பார்த்தபடி "நான் போயிட்டு வாறன்" என்றாள். சந்திரா அவளை அணைத்துக் கொண்டாள். தலையை வருடிவிட்டாள். "சொந்த அண்ணனையே நம்ப முடியாமல் ஆக்கிப்போட்டுது இந்த நாசமாப்போன சண்டை...." என்றபோது அவளுடைய குரல் கமறியது. கன்னத்தில் முத்தமிட்டு அனுப்பிவைத்தாள்.

நேரம் கரைந்துகொண்டிருந்தது. அத்தாரும் சந்திராவும் பதுங்கு அகழியின் வெளியிலேயே படுத்திருந்தார்கள். "எல்லாரும் ஒண்டுமண்டா இருக்க மூச்சு முட்டுது... ஷெல்லுக்குத் தப்பி மூச்சடைத்துச் செத்த மாதிரிப் போகப்போகுது..." என்று சந்திராதான் வெளியே சாக்கை விரித்தாள். "இப்பிடி நீட்டி நிமிர்ந்து படுத்து எவ்வளவு நாளாச்சுது... அத்தாருக்கும் அகழிக்குள் இறங்கத் தோன்றவில்லை. பின்னிரவு தாண்டிக்கொண்டிருந்தது. மிக அருகில் உழவூர்தியொன்று இரைவதைப்போலச் சத்தம் பெரிதாகி மெல்ல அமர்முடுகித் தேய்ந்தது. "ஆர் இந்த நேரத்தில ரக்டர் ஓடுறாங்கள்?" என்றாள் சந்திரா.

"அது ரக்டர் இல்லை. வடிவாக் கேள்... இயக்கத்தின்ரை பிளேன் வெளிக்கிட்டுப் போகுது... ரெண்டு மாசத்துக்கு முதலும் கொழும்பில போய் வெடிச்ச நேரம் இப்பிடித்தான் சத்தம் கேட்டது."

அத்தார் எழுந்து வெளியே ஓடினான். இருளுக்குள் நட்சத்திரங்கள் தூவிக்கிடந்தன. கரைந்த இரைச்சலின் திசையை அனுமானிக்க முடியவில்லை. பெருமூச்சோடு திரும்பினான். "எல்லாக் கனவுகளையும் வாரிச் சுருட்டிச் சுமந்துகொண்டு அது போறமாதிரிக் கிடக்கு. இனித் திரும்பி வருமோ இல்லையோ..." நிதானமாகச் சொன்னான். புலிகளுடைய விமானம் முதற்தடவையாக கொழும்பில் சென்று குண்டுகளை வீசிவிட்டுத் திரும்பிய அன்றைய நாள் பசுமையாக நினைவில் நின்றது. அன்றைக்கு அவன் துள்ளிக்குதிக்காத குறை. "இனிமேல் சிங்களச் சனமே சண்டையை நிப்பாட்டச் சொல்லி அரசாங்கத்திட்டைச் சொல்லும் பார்" என்று சந்திராவிடம் சொல்லியிருந்தான்.

திடீரென ஷெல் சத்தங்கள் மழைக்கால இருளில் கேட்பதைப் போல 'கும் கும்' என்று எதிரொலித்தன. "பெடியங்கள் அடிக்கத் தொடங்கிட்டாங்களோ..." அத்தார் அங்கலாய்ப்போடு சொன்னான்.

"உங்கடை நம்பிக்கைக்கு ஒரு அளவே இல்லையா..." சந்திரா சிரித்தாள்.

இரண்டு பேருக்கும் தூக்கம் வரவில்லை.

"இவன் நந்தனைப் பார்... சொல்லாமல் கொள்ளாமல்... ம்... அவனும் யாழ்ப்பாணம் தானே... அதுதான் அவன் சொன்ன மாதிரியே சிஸ்ரம் வேலையைக் காட்டிட்டுது போல..." ஏளனத்தோடு அத்தாருடைய குரல் வெளியேறியது.

"ஏதோ நல்ல காரியமா நாமகளையும் கொண்டுபோறான் எண்டு ஆறுதல் படுங்க."

"அவன் போனதில எனக்கு ஒரு வருத்தமும் இல்லை. ஆனால் என்னட்டை ஒரு சொல்லுச் சொன்னால் நான் காட்டிக்குடுத்திடுவன் எண்டு நினைச்சதைத்தான் தாங்கேலாமல் கிடக்கு... சரி... விடு... அதுவும் ஒரு டிசைன்தான் போல..."

அவன் மறுபடியும் தூங்குவதற்கு முயற்சித்தான். நினைவுகளின் அலைக்கழிப்பு அந்த முயற்சியைக் குலைத்தபடியிருந்தது. இருளில் துழாவி சந்திராவின் கைவிரல்களைப் பற்றிக்கொண்டான். ஒருவிதப் பாதுகாப்பு உணர்வும் நிம்மதியுமாயிருந்தது.

இரண்டு பேரும் பின்னர் பேசிக்கொள்ளவில்லை. சொற்ப நேரம்தான். பளீரென்று இருள் ஒளிப்பிழம்பாகப் பொங்கிய பிறகு பெருவெடியின் ஒலி.

"அத்தாரண்ண... சொன்னாக் கேளுங்க... வாங்கோ..." வெள்ளையன் அத்தாரின் கையைப் பிடித்து இழுத்தான்.

அத்தார் திமிறி விடுவித்துக்கொண்டான். "நீ நிக்காத போ... பிள்ளையளைக் கொண்டு ஓடு... இவளை நான் மரியாதையோட அனுப்பி வைக்க வேணும். ஒரு அனாதையா விட்டுட்டு வரேலாது..." முகத்தில் தெறித்திருந்த இரத்தத்தைத் துடைத்தவாறு அவன் சந்திராவைச் சுற்றிச் சுற்றி வந்தான். வெடிச் சத்தங்களைச் சட்டை செய்யாத உடலின் வெறி. கூடாரத்தைக் கிளறி பாதி எரிந்த நிலையிற் கிடந்த பொதியிலிருந்து உடுதுணிகளைக் கவிழ்த்துக் கொட்டினான். அதிலிருந்து ஒரு சேலையை எடுத்துச் சந்திராவைப் போர்த்தினான். அவளுடைய இடது தோள் சிதைந்துவிட்டது. கையால் வருடியபோது ரத்தம் நொளநொளத்தது. கழுத்திலும் மார்பிலும் கிழியல்கள். ஒரு நொடியில் உயிர் பிரிந்திருக்க வேண்டும்.

ஷெல் விழுந்து, அத்தார் அவனை மூடியிருந்த மண்ணையும் புகையையும் உதறிக்கொண்டு எழுந்து "சந்திரா..." என்று அலறிய போதே அவளிடமிருந்து குரலில்லை. "சந்திரா இருக்கிறியா..." மறுபடியும் கத்தினான். நினைவுகளற்ற திடப்பொருளாக மனது கெட்டித்தது. "போயிட்டியா..." மெல்ல முணுமுணுத்தான். ரோர்ச் லைற்றின் வெளிச்சத்தைப் பாய்ச்சியபடி வெள்ளையன் ஓடி வரும்வரைக்கும் இருளுக்குள்ளேயே குந்தியிருந்தவன் வெள்ளொளி முகத்திலடிக்க பரிதாபமாக நிமிர்ந்து பார்த்தான். ஒளி சந்திராவில் படிந்து நின்றபோது ஓடிப்போய் பக்கத்திலேயே உட்கார்ந்து கொண்டான். காயங்களில்லாத முகம்...

"ஒரு கொமியுனிஸ்ற் கடைசியில முதலாளியின்ர மகளைத் தானே கல்யாணம் செய்திருக்கிறார்." காலையில் நிகழ்ந்த திருமணத்தின் களை விலகாத முகம்... சந்திரா கண்களை இடுக்கிக் கேலியாகச் சிரிக்கிறாள். அத்தார் துடிப்பற்ற முகத்தைத் தடவினான். "என்ன பம்முறீங்கள்..." தலையைக் கோதிவிட்டான். நடுமண்டை பிளந்திருக்க வேண்டும். விரல்கள் குருதி ஊறிய மயிர்க் கற்றைகளிடையில் உறைந்துபோய் நின்றன. "இப்பிடியே கொஞ்ச நேரம் தலைமயிரை உணாவிக் கொண்டிருங்க.. நல்ல நித்திரை வருகுது..." கண்ணீர் விழுந்து சிதறியது. "ஒரு கொமியுனிஸ்ற் எப்பிடித் தேசிய வாதியாகலாம்?" சந்திராவுடைய வாய் மெல்லத் திறந்திருந்தது. உதடு களில் மண்பருக்கைகள்... "நான்

"கேக்கிற நிறையக் கேள்வியளுக்கு நீங்கள் ஏன் பதில் சொல்லுறேல்லை…" அத்தார் சந்திராவைக் கட்டிக்கொண்டு வெடித்து அழத்தொடங்கினான்.

"அண்ணை வெளிக்கிடுங்கோ…" வெள்ளையன் கையை ஆறுதலாகப் பற்றினான்.

"என்னை விடு. நீ போ."

"ஷெல்லடி கூடுதண்ண… வாங்க போவம்…"

"டேய்… நாயே… ஒருக்காச் சொன்னா கேக்க மாட்டியே… நீ போ… நான் வரேல்லை…" அத்தார் சந்திராவின் கன்னங்களை வருடினான். குருதி தோய்ந்த விரல்கள் சிவப்புக் கோடுகளை வரைந்தன. "குடும்பத்தில ஆரும் வேண்டாமெண்டிட்டு என்னை மட்டுமே நம்பி வந்தவளடா… என்ர சுகதுக்கம் எல்லாத்திலயும் பக்கத்தில நிண்டவளை ஒரு அனாதையா விட்டுட்டு வரச்சொல்லுறியே… அங்கை உன்ர பிள்ளையள் அழுகுதுகள்… நீ ஓடு… முத்து பயப்பிடப் போறாள். நான் செய்ய வேண்டியதுகளைச் செய்திட்டு வாறன்."

வெள்ளையன் திரும்பி ஓடினான். அத்தார் சந்திராவின் தலையைத் தூக்கித் தன் மடியில் கிடத்தினான். "என்னையும் கூட்டிக்கொண்டு போயிருக்கலாமெல்லே…" அவளுடைய கழுத்தில் தலையைச் சாய்த்துக் குலுங்கிக் குலுங்கி அழுதான். ஷெல் சத்தங்கள் மறுபடியும் கூவின.

மறுநாள் காலை, இயக்கத்தின் தமிழர் 'புனர்வாழ்வு' கழகத்தைச் சேர்ந்தவர்கள் உருக்குலைந்த கூடாரத்தின் சிதைவுகளை அப்புறப்படுத்திவிட்டு மனிதத் துண்டங்களைக் கூட்டி அள்ளினார்கள். அவர்கள்தான் இப்போது சவங்களைப் புதைக்கின்ற கடமையை மேற்கொண்டார்கள்.

உடல் சிதைந்து வலதுகண் மட்டும் திறந்திருந்த ஒரு தலையை நீண்ட நேரமாக யாராலும் அடையாளம் காண முடியவில்லை. புதைப்பதற்குச் சற்று முன்பாகவே ஒரு நடுத்தர வயதுக்காரன் அடையாளம் காட்டினான்.

"இந்த அம்பட்டக் கிழவனை எனக்குத் தெரியும். அத்தார் எண்டு கூப்பிடுறவை. ஒரு வெள்ளாளப் பொம்பிளையைக் கட்டியிருந்தவர். இவருக்குப் பிள்ளையள் இல்லை…"

03.05.2009

முள்ளிவாய்க்காலின் தெருவோரத்தில் அநாதரவாகக் கிடந்த குழந்தையின் சடலத்தைக் கண்டதும் கணபதி தலையைப் பொத்திக்கொண்டு குந்திவிட்டான். ஆழிப் பேரலையில் சிக்கிய நாளில் ஒரு சாக்குப் பையில் தொப்புள்கொடியில் சுருண்டுகிடந்த குழந்தையின் நினைவு விர்ரென்று கிளர்ந்தது. கண்கள் இருளாகின. இந்தக் குழந்தை பிறந்து இரண்டு மூன்று மாதங்களிருக்கும். யாருடையதோ அணைப்பிலிருந்து தவறி விழுந்ததைப்போல வெற்று மேலோடு குப்புறக் கிடந்தது. பிடரியில் ரத்தக்குழி. குலைப்பன் வந்தவனைப்போல கணபதி நடுங்கினான். ஓங்காளித்தது. நெஞ்சைப் பொத்தினான். ‘இந்தப் பூமி எதுக்கு இப்படி வெடிமருந்து மணக்க மணக்க அதிர்ந்திட்டேயிருக்கென்னு தானே இது பிறந்தப்ப நினைச்சிருக்கும்...’ தலையைத் திருப்பி அருகிற் சிதறியிருந்த சடலங்களிடையில் யாரையோ தேடினான். அப்பொழுதுதான் சில மெல்ல அடங்கின. சில இன்னமும் அனுங்கின. காலடி முழுக்கக் குருதிச் சேறு... அவன் பைத்தியம் பிடித்தவனைப்போல மண்ணைப் பிறாண்டிக் கூக்குரலிட்டான். கன்னங்களில் மாறி மாறி அறைந்தான். வல்லியாள் ஓடிவந்து அவனுடைய கைகளைப் பிடித்து இழுக்க திமிறினான்.

“என்னய விடு... இதெல்லாத்தையும் பாத்துப் பாத்து கண்ணு அவிஞ்சு போச்சு... இனிமே தாங்காது. வாழவேண்டிய உயிரெல்லாம் கருகிக் கருகி விழுதுக. நீ போ... நீ போ... நான் இதிலயே இந்த மண்ணில இப்பிடியே இருந்துக்கிறேன்... சாமீ... முனியாண்டி சாமீ... என்னையும் கூப்பிட்டுக்க...” என்று அரற்றினான்.

“அய்யோ... வாங்க. புள்ளங்க பாத்திட்டு நிக்குதுங்க.”

சற்றுத்தொலைவில் பிள்ளைகளை மார்போடு அணைத்தவாறு முத்துவும் வெள்ளையனும் ஓர் உழவூர்திப் பெட்டியின் கீழே பதுங்கி நின்றார்கள். இசைநிலா தலையை உயர்த்திவிடாதபடிக்கு முத்து அழுத்திப் பிடித்திருந்தாள். முன்பென்றால் அருகில் சாவு நிகழ்ந்தால் சிதறிய உடல்களைக் காணாதபடிக்கு அவள் பிள்ளைகளின் கண்களைப் பொத்துவாள். இப்பொழுது எத்தனைக்கென்று கண்களைப் பொத்துவது...?

வலைஞர்மடத்திலிருந்து புறப்பட்டபிறகு ராணியும் சிந்துவும் வழி தவறிவிட்டார்கள். தேடித்திரிய அவகாசமிருக்கவில்லை. புலிகளுடைய ஆளுகையின் இறுதி நிமிடங்கள் ஒரு சாம்ராஜ்யம் சட்டென அழிவதைப்போல கண்ணுக்கு முன்னால் உதிர்ந்துகொண்டிருந்தன. போராளிகள் திரும்பிக்கொண்டிருந்தார்கள். சிலர் தம்மைத் தாமே வெடிக்க வைத்தார்கள். பிடித்துச் செல்லப்பட்டவர்கள் கூட்டத்தில் தொலைந்த குழந்தைகளைப்போலத் தங்களுடைய தாய் தந்தையரைத் தேடி அலைந்து திரிந்தார்கள்.

கணபதி வழி நெடுகிலும் "சாமீ... என் புள்ளய என்கிட்டக் கொடுத்திடு..." என்று விநோதினியின் பெயரைச் சொல்லிக் கத்தினான். வாகனங்களின் அருகாகவும், உழவூர்திப் பெட்டிகளின் கீழுமாகப் பதுங்கிப் பதுங்கித்தான் நகர முடிந்தது.

பயங்கர ஷெல்லடி. கைவிடப்பட்ட பதுங்கு அகழி ஒன்றினுள் சற்று முன்னர்தான் குதித்திருந்தார்கள். கண்ணுக்கு எட்டும் தூரத்தில் ஒரு மரத்தடியில் சில பெண்போராளிகளும் பொதுமக்களும் கூடி நிற்பதைக் கணபதி கண்டான். ஒரு துள்ளலில் வெளியில் பாய்ந்து அவர்களை நோக்கி ஓடத்தொடங்கினான். இரண்டே நொடிதான்... காற்றை உரசிக்கொண்டு வெடித்தது. மரத்தடியில் கரும்புகைக் கோளம். கணபதி விழுந்து புரண்டான். கற்கள் குத்திச் சிராய்த்தன. "தாயீ தாயீ..." என்று குழறிக்கொண்டு எழுந்து ஓடியவன் அப்பொழுதுதான் அந்தக் குழந்தையைக் கண்டான்.

கணபதியை இழுத்துக் களைத்துப்போன வல்லியாள் ஓய்ந்துபோய் அருகேயே உட்கார்ந்துவிட்டாள்.

"நீ ஏன் இதில இருக்கிற... நீ போ... அந்தா புள்ளக பாத்திட்டு நிக்குதுக... நீ போ..."

"நீங்க வரல்லைன்னா நானும் போகலை. அத்தாரண்ணனுக்கும் சந்திராம்மாக்கும் அமைஞ்ச மாதிரியே நமக்கும் சாவு வரட்டும்..." கண்ணீரை அழுத்தித் துடைத்துவிட்டு முகத்தை இறுக்கமாக்கிக் கொண்டாள்.

வெள்ளையன் ஒளிநிலாவை முத்துவோடு இறக்கிவிட்டு ஓடிவந்தான். "நீங்கள் வரேல்லையெண்டால் முத்துவும் வரமாட்டன் எண்டுறாள். இப்படியே ஆளாளுக்கு நில்லுங்கோ. நான் பிள்ளையளுக்கு ஒரு சவக்குழியைக் கிண்டுறன்" என்று கத்தினான்.

விலுக் என்று திரும்பிய கணபதி துடித்துக்கொண்டு எழுந்தான். "நீ வா... வா..." என்று வல்லியாளையும் இழுத்துக்கொண்டு ஓடினான்.

வழியெங்கிலும் அநாதைப் பிள்ளைகள்... அந்தரிக்கும் சனங்கள்... தரையெல்லாம் சவங்கள்... கோறையான உடலங்கள்... ரத்தம்... ஷெல்லடி... அழுகை... அலறல்... ஓலம்...

அகன்ற நெற்றிக்கு மேலாக வாரியிழுத்த தலைமயிர்... சாவுக்களை தெரியாத முகத்தில் மிதந்த தெத்துப்பல்... நெஞ்சிலெங்கோ கிழித்த காயத்திலிருந்து சேட்டிற்கு மேலாகக் கோடிழுத்திருந்த ரத்தம்... கறுத்துப்போயிருந்த முகத்தை ராணி சட்டென்று அடையாளம் கண்டுகொண்டாள். மணிவண்ணன்! அவனுடைய உடல் மண் மூட்டைகளுக்கிடையில் சரிந்து கிடந்தது. ராணி இரண்டு கைகளாலும் வாயைப் பொத்திக்கொண்டாள். சிந்து பார்த்துவிடக்கூடாதென்று தலையைக் குனிந்தாலும் தேகம் நடுங்குவதை மறைக்கத் தெரியவில்லை. மனது வெடித்துச்சிதறி அதிர்ந்து அடங்கி வெறுமையாகி வறண்டது. “இந்தாங்கோ... இதில இருபதாயிரம் இருக்கு. வைச்சுக்கொள்ளுங்கோ...” எட்டேக்கர் கிணற்றடியில் அவனுடைய குரல் கடைசியாக ஒலித்தது. “வெறும் இருபதாயிரத்துக்குத்தானா எல்லாம்...” ராணி முறைத்தாள். “இல்லை... அப்படி ஒருக்காலும் நினைக்க வேண்டாம். நீங்கள் அப்படி நினைப்பீங்களோ எண்டுதான் நான் எதையும் தந்ததில்லை... ஆனால் இப்ப அப்பிடி நினைச்சாலும் பரவாயில்லை. இதைப் பிடியுங்கோ...” அவளுடைய கையை வலிந்து இழுத்துக் காசைத் திணித்துவிட்டுத் திரும்பி நடந்தான்.

மணிவண்ணனுடைய உதடுகள் சற்றே விரிந்திருந்தன, புன்னகைப்பதைப் போல... ராணி உதடுகளைக் கடித்து அழுகையை அடக்க முயன்றாள். அது நெஞ்சுக்குள் பெருகி நிறைந்து இயலாக் கட்டத்தில் வெடித்தது. ஓர் அடி எடுத்துவைக்க இயலாமல் கால்கள் சோர்ந்து விழுந்தன. சுதாகரிக்க முயன்ற ஒவ்வொரு தடவையும் தோல்வியுற்றாள். முதுகை யாரோ ஆறுதலாக வருட வெடுக்கென்று திரும்பியவள் பெற்ற மகளைப் பார்க்கத் திராணியற்று கைகளை மட்டும் பற்றிக்கொண்டு விசும்பினாள். சிந்து தாயின் இரண்டு கன்னங்களையும் கைகளால் ஏந்தினாள். கெஞ்சுவதைப்போன்ற அந்த விழிகளைக் காண அந்தரமாயிருந்தது. பார்வையைத் தாழ்த்திக் கொண்டாள்.

“நீங்கள் அழுது தீருங்கோ அம்மா...”

ராணி ஓவென்று வெடித்தாள். மணிவண்ணனின் காலடியில் புழுதிக்குள் விழுந்து புரண்டு அலறினாள். கசிந்த கண்களோடு அவளை வெறித்துப் பார்த்துக்கொண்டிருந்த சிந்துவிற்கு சட்டென

எவருடையதோ அந்தரங்கத்தில் நுழைந்து நிற்பதாய்த் தோன்றியது. தலையைத் திருப்பிக்கொண்டாள்.

கணபதி விநோதினியைக் கண்டுபிடித்துவிட்டான். வழியில் செய்வதறியாது நின்ற ஐந்தாறு பெண் போராளிகளிடையிலிருந்து அவள்தான் "அய்யா..." என்று கத்தி அழைத்தாள். குரலைக் கேட்ட மாத்திரத்திலேயே வல்லியாள் "எம் புள்ள... எம் புள்ள..." என்று தெருவின் குறுக்கும் மறுக்காக அலைந்து ஓடினாள். நாள்பட்ட ரத்தம் தெறித்த நீளக் காற்சட்டையும் அளவு பெருத்த தொள தொளத்த சேட்டும் அணிந்து நின்ற மகளைக் கண்டபோது நெஞ்சு காய்ந்துவிட்டது. "சாமி... என்னைப் பெத்த சாமி..." என்றவாறு அவளுடைய நெற்றியிலும் கன்னத்திலும் மாறி மாறி முத்தமிட்டாள். அவளோடு நின்ற மற்றப் பிள்ளைகள் ஏக்கத்தோடு பார்த்தார்கள். கணபதி நிலத்தில் கால்களைப் பரவி உட்கார்ந்துவிட்டான். கைகளை உயர்த்தி "ஆண்டவா... என் செல்லம் இல்லைங்கிறத தாங்கிற சக்தியைக் கொடுன்னு உங்கிட்ட மன்றாடினேன்... நீ செல்லத்தயே கொடுத்திட்ட..." என்று உரக்கச் சொன்னான். "முத்து, நீ தம்பியையும் புள்ளகளையும் கூட்டிட்டு முன்னாடி போ... நான் தங்கச்சியைக் கூட்டிட்டு வந்திர்றேன்..." என்று அவர்களை அனுப்பிவைத்தான்.

விநோதினி முதலில் தயங்கினாள். அவளோடு நின்ற பிள்ளைகள்தான் "நீ போ யாழினி... எங்களுக்குத் தெரிஞ்ச ஆக்கள் வருவாங்க... நாங்க அவங்களோட வர்றோம்... நீ முதல்ல போ... அங்க சந்திப்பம்..." என்று அவளைத் தூண்டினார்கள்.

வல்லியாள் காலைப்பிடித்துக் கெஞ்சினாள். "உன்னத் தனிய விட்டுட்டு நாங்க போக மாட்டம். இப்பிடியே இருந்திர்றோம். உனக்கு சாகிற நினைப்பு இருந்தா நஞ்சை எங்களுக்கும் தந்துரு... நாங்களும் சாவுறோம்."

விநோதினி தாயின் கைகளைப் பற்றி "விடம்மா... நான் வர்றேன்..." என்று விடுவித்தாள். தோழிகளிடம் திரும்பி "நீங்கள் எப்பிடியாவது ஆரோடையாவது வந்து சேருங்கடி. எப்பிடியும் செஞ்சிலுவைச் சங்கம் அங்கால நிக்கும். ஆமிட்டை தனிய அகப்படுற மாதிரி கடைசி வரைக்கும் நிக்காதீங்க..." என்று சொன்னாள்.

ஒரு தோழி சற்றுத் தள்ளியிருந்த பதுங்குகுழிக்குள் ஓடிப்போய் ஒரு பாவாடையோடும் மேற்சட்டையோடும் ஏறி வந்தாள். "அதுக்குள்ளை கிடந்த சனத்தின்ரை 'பொடி'களில் இதொண்டு தான் உன்ரை அளவில இருந்தது. இதைப் போடு..." என்றாள்.

விநோதினி பக்கத்தில் வெடித்து எரிந்து கருகி நின்ற ‘ரோசா பஸ்’ஸுக்குப் பின்னால் சென்று உடை மாற்றினாள். தோளிலும் இடுப்பிலும் சட்டை இறுக்கியது. தன்னை விடவும் வயதிற் குறைந்த யாரோ ஒருத்தியினது என்ற நினைவு துயரமாய்க் கவிந்தது. கழுத்திலாடிய குப்பியைக் கழற்றி வீசினாள். ஒருமுறை சாவு வீட்டில் தாலி கழற்றுகின்ற சடங்கை நிலாமதி அக்கா திட்டித் தீர்த்தது ஏனோ ஞாபகத்தில் வந்தது. “புருஷன் இருக்கேக்கை அதை நாங்கள் போட்டிருக்க வேணுமாம்... அவை போன பிறகு அதைக் கழற்றி விடவேணுமாம்... நாங்கள் போடுற உடுப்பில இருந்து நகை வரைக்கும் ஆம்பிளையளை வைச்சுத்தான் தீர்மானிச்சிருக்கிறாங்கள். முதல்லை இயக்கக் கலியாணங்களில விரும்பினால் தாலி பாவிக்கலாம் எண்டதையும் தடை செய்ய வேணும்... கேடுகெட்ட இந்தக் கலாச்சாரம் எல்லாத்தையும் உடம்பை வைச்சுத்தான் கட்டியிருக்கிறாங்கள்... வெறும் மண் தின்னுற உடம்பு.” இரண்டு நாட்களுக்கு முன்னர் நிலாமதி அக்கா குண்டு பொருத்தப்பட்ட ஜக்கெற்றை வெடிக்க வைத்துத் தன் உடலைத் தானே பஸ்பமாக்கினாள் என்று வோக்கியில் செய்தி வந்தது.

விநோதினியின் ஆடையை இழுத்துச் சரிசெய்த தோழி “இப்ப எல்லாம் சரி... யாழினி விநோதினியாகிட்டாள்” என்று திருப்தியோடு சொன்னாள்.

விநோதினி கேலிச் சிரிப்பொன்றை உதிர்த்தாள். தோளோடு கத்தரிக்கப்பட்டுக் குட்டையாயிருந்த தலைமயிரை விரல்களால் கோதினாள். “யாழினியால விநோதினி ஆக முடியாதடி” என்றாள்.

கணபதியும் வல்லியாளும் இடிவிழுந்ததைப்போல குலைந்து போனார்கள். கந்தக நிலத்தில் குளிர்ச்செடி போலப் பரவிய நம்பிக்கைகள் சிதறி உதிர்ந்தன. மறுபடியும் அவள் கையைவிட்டுச் சென்றுவிடுவாள் என்ற நினைவு கணபதியை வெறிகொள்ளச் செய்தது. தலையை உலுப்பிக்கொண்டு எழுந்தான். உரு வந்தவன் போல “இல்லை... நான் காப்பாத்துவன்... நீ வா தாயி...” என்று கையை இழுத்தான். அவன் இழுத்த திசையில் அவள் நடந்தாள்.

16.5.2009

பொழுதுபடத் தொடங்கிய பிறகு அவர்களால் நகர முடியவில்லை. 'வட்டுவாகலில் ஆமிக்காரன் சனங்களுக்குச் சுடுறானாம்...' என்று பரவிய கதையில் ஸ்தம்பித்து நின்ற சனங்களோடு அவர்களும் தேங்கி நின்றார்கள். சிலர் இரகசியமாக 'இயக்கம் இரவைக்கு ஒரு உடைப்புச் செய்யப் போகுதாம். நாளைக்குத்தான் சனங்களை விடுவாங்களாம்' என்று குசுகுசுத்துக் கொண்டார்கள்.

இருட்டு சூழத் தொடங்கிவிட்டது. இசைநிலா பசியில் அலறினாள். நந்தன் கொடுத்த பால்மாப் பேணி பையில் இருந்தது. கரைத்துக் கொடுக்கலாம் என்றால் தண்ணீர் இல்லை. அவள் பசிக்களையில் அழுதாள். பால்மாவைக் கிள்ளி அவளுடைய வாயில் இட்டபோது பச்சுப் பச்சென்று உமிந்தாள். கடைவாயில் வெள்ளை எச்சில் வழிந்துகொண்டேயிருந்தது. பால்மாவை ஒளிநிலாவின் உள்ளங்கையில் கொட்டி நக்கச் சொன்னாள். அவள் "இன்னும் வேணும்... இன்னும் வேணும்" என்று ஒரு பிச்சைக்காரியைப் போலக் கையை நீட்டினாள். வெள்ளையனுக்கு நெஞ்சை ரத்தம் சொட்டச் சொட்ட அரிந்து வீழ்த்துவதைப் போலிருந்தது. இன்னமும் கந்தகத்தின் நெடி அடங்காத மண்ணில் பசியாறுவதற்கு எதுவும் கிடைக்காதென்ற போதும் சுற்று முற்றுமாகத் தேடிய போதுதான் அவன் வந்தான். "நீங்கள் புலிவரியன் தானே..." என்றவாறு இவர்களுக்குப் பக்கத்தில் அமர்ந்தான்.

வெள்ளையனுக்கு அவனை அடையாளம் தெரியவில்லை. சுருள்சுருளான தலைமயிர்... அழுக்கடைந்த ரவுசரும் கரும் பச்சைநிற உள்பனியனும் அணிந்திருந்தான். கழுத்தில் இன்னமும் நஞ்சுக் குப்பியிருந்தது. வெள்ளையன் முன்னர் தன்னுடைய அணியிலிருந்தவர்களை நினைவுபடுத்த முயன்றான். ஞாபகங்கள் அங்குமிங்குமாகச் சிதைந்து கிடந்தன. அவற்றிலிருந்து வெளியேறி முன்னாலிருந்தவனைக் கேள்வியோடு பார்த்தான்.

"முந்தியொருக்கா புதுசா வந்த மிதிவெடி பற்றின பயிற்சிப் பட்டறையில உங்களை, இனிதனை எல்லாம் சந்திச்சிருக்கிறன் முள்ளியவளையில. அண்டைக்கு மாஸ்ரர் உங்களைப் பற்றி நல்லாச் சொன்னவர். உங்களுக்கு ரெண்டு மூளையெண்டு. சண்டையொண்டு மூளப்போகுதெண்டால் ஆமி எங்கையெல்லாம் பதுங்குமெண்டு உங்கடை ஆமி மூளை முதலில தீர்மானிக்குமெண்டும்... பிறகு அங்கையெல்லாம் மிதிவெடியை இயக்க

மூளை புதைச்சு முடிக்குமெண்டும் சொன்னவர்... ஞாபகமிருக்கா...” அவன் முடிந்துபோன அந்தக் காலத்திற்குள் வெள்ளையனையும் அழைத்துவந்து அந்த நினைவுகளில் சற்றேனும் சுகித்திருக்கும் ஆர்வத்தோடு கேட்டான்.

வெள்ளையனால் வெறுமையான ஒரு பார்வையைத்தான் திருப்பித்தர முடிந்தது.

“எத்தினை பிள்ளையள்? ரெண்டே...” என்றவாறு ஒளிநிலாவின் தலையை வருடினான். அவள் உள்ளங்கையில் பால்மாவை ஏந்திக்கொண்டு நின்றதைக் கண்டபோது அவனுடைய முகம் இறுகிப்போனது. நீளக்காற்சட்டையின் பொக்கற்றுகளில் கையைவிட்டு அவசரமாகத் துழாவியவன் ஏற்கெனவே உடைக்கப்பட்ட ஒரு லெமன் பப் பிஸ்கற் சரையை எடுத்து முத்துவிடம் நீட்டினான். “என்னட்டை இதுதான் மிஞ்சிக்கிடக்கு... இந்தாங்க... நாளை வரைக்கும் பத்திரப்படுத்திக் கொள்ளுங்கோ...”

முத்துவுக்கு கை நடுங்கியது. “உங்களுக்கு...?” என்று கேட்டாள்.

அவன் வயிற்றைத் தட்டி “இனி தீன்... வீண்...” என்றான். துப்பாக்கியைக் காவியபடி எழுந்தான்.

“பிறகும் ஏன் இந்தச் சனியனை வைச்சிருக்கிறியள்... எங்கையாவது எறிஞ்சு போட்டு வாங்கோ... சனங்களோடை சனங்களாப் போகலாம்” என்றாள்.

அவன் துயரப் புன்னகையோடு ஒளிநிலாவின் ஒட்டிய கன்னங்களை தடவிவிட்டான். அவளுடைய விரல்களைப் பிடித்துக் கொண்டு “நாங்கள் ஒரு பிழையும் செய்யேல்லயடி... இருந்தாலும் உன்னட்டை ஒருக்கா மன்னிப்புக் கேக்கவேணும்போல இருக்கு. மன்னிச்சுக் கொள்ளு” என்றுவிட்டு இருளுக்குள் கரைந்தான்.

குருதிச் சூடு தணியாமல் வழிகின்ற அவயங்களும், உறைந்து நாட்பட்ட உடல்களும் கால்களில் இடறின. காற்றை நிறைத்திருந்த துர்மணமும் வெடிமருந்துப் புகையும் மூக்கை அரித்தன. காயமடைந்த மனிதர்கள் தெருவோரங்களில் உடலைத் தரையில் தேய்த்துத் தேய்த்து புழுக்களைப்போல ஊர்ந்தார்கள். கெஞ்சுவதைப் போல கைகளை நீட்டி “எங்களையும் கூட்டிக்கொண்டு போங்க” என்று இரந்தார்கள்.

வெள்ளையன் திரும்பியும் பார்க்காமல் ஓடினான். அவனுக்கு முன்னால் ஒளிநிலாவைத் தூக்கிக்கொண்டு ஓடிய முத்து உடல் சோர்ந்து வேகத்தைத்

தணித்த போதெல்லாம் "ஓடு... ஓடு... இன்னும் கொஞ்சத் தூரம்தான்" என்று விரட்டினான். திடீரென ஏதேனும் ஒரு வெடியோசை தனித்துக் கேட்டபோதெல்லாம் "இதுதான் கடைசிக் குண்டு...' என்ற எண்ணம் அவனைப் பின்தொடர்ந்தபடியே இருந்தது. சிங்களச் சிப்பாய் ஒருவனை முதற்தடவையாக உயிரோடு கண்ட நொடியில் அவர்கள் ஓட்டத்தை நிறுத்தினார்கள்.

12
மறியல் கொட்டில்

18.05.2009

அந்த நிலம் அடர்ந்த கரும்பச்சை நிறத்திலிருந்தது. குழந்தைகளின் அழுகுரல்களுக்கிடையில் இராணுவ உடைகள் அங்குமிங்குமாக அலைந்து திரிந்தன. பிரளயத்தின் முடிவில் துயரம் ஒரு காட்டாற்றைப் போல வழிந்து ஓடியது. சனங்கள் அகப்பட்ட இடங்களில் கூட்டம் கூட்டமாக அமர்ந்திருந்தார்கள். சிலர் முடிவற்ற ஆகாயத்தை வெறித்தபடி சரிந்து கிடந்தார்கள். இன்னமும் வந்துசேராத பிள்ளைகளைப் பெற்றவர்களின் கண்கள் தொலைவில் அவ்வப்போது கேட்ட துப்பாக்கிச் சத்தங்களில் வெளிறிப் போயின. எண்ணங்களும் ஒட்டுக்கேட்கப்படும் என்ற அச்சத்தில் கல்லுப் போல ஸ்தம்பித்திருந்தார்கள்.

ஒரு மரத்தின் கீழே முத்து இடம் பிடித்திருந்தாள். இசைநிலா தண்ணீரை அவக் அவக் என்று குடித்துவிட்டு மடியிலேயே தூங்கி விட்டாள். உரப் பையை நிழலில் விரித்து அவளைக் கிடத்தினாள். எஞ்சியிருந்த இரண்டு 'லெமன் பப்' பிஸ்கற்றுகளை ஒளிநிலாவிற்குச் சாப்பிடக் கொடுத்தாள். நேற்று இரவு அதைத் தந்தவனின் முகம் கண்ணுக்குள்ளேயே நின்றாடியது. மொய்த்த தலைக் கறுப்புகளிடையில் ஒருதடவை அவனைத் தேடினாள். அவன் வந்திருக்க மாட்டான் என்று ஆழ்மனம் சொல்லிற்று.

இராணுவத்தினர் சோற்றுப் பொதிகளை வீசியெறிந்தார்கள். இரைக்காகக் கலவரப்படும் காகங்களைப்போல மொய்த்த சனங்களின் ஊடாக நடந்துசென்று இரண்டு பொதிகளை வாங்கிவந்த வெள்ளையன் சோற்றைப் பிசைந்து ஒளிநிலாவிற்கு ஊட்டத் தொடங்கியபோது ஒலிபெருக்கி அலறியது.

"புலியில இருந்தவங்க எல்லாம் உடன சரணடைய வேணும். நாங்கள் ஒண்ணும் செய்ய மாட்டம்... நீங்க ஒருநாள் புலியில இருந்திருந்தாலும் எங்களுக்குத் தெரியும்... அதனால நீங்களா சரண்டர் ஆயிடுங்க..."

சோற்றுப் பிசையலில் இருந்து கையை உதறினான். பொதியை முத்துவிடத்தில் தள்ளி "பிள்ளைக்குத் தீத்து" என்றுவிட்டு குனிந்து இசைநிலாவின் நெற்றியில் மெதுவாகக் கொஞ்சினான். அவள் ஒருமுறை முகத்தைச் சுழித்துவிட்டு மறுபடியும் அயர்ந்து தூங்கினாள். நடுங்கும் புறக்கையால் அவளது கன்னத்தை வருடிவிட்டான். தூக்கத்தில்

சிரித்தாள். மரணம் பற்றிய நினைவுகள் அவனுக்குள் நெருப்பைப் போல விளாசி எரியத் தொடங்கின.

"நீங்கள் போக வேண்டாம். இப்ப நீங்கள் இயக்கத்தில இல்லைதானே... ஆருக்கும் தெரியாது... எங்களோடையே நில்லுங்க..." முத்து யாருக்கும் கேட்காத குரலில் அழுதாள். நீர்ச்சொட்டுகள் சோற்றுப் பருக்கைகளில் விழுந்து கரைந்தன. வெள்ளையனின் கைகளை அவள் அழுத்தமாகப் பிடித்திருந்தாள். கண்கள் கெஞ்சிக் கேட்டன. வெள்ளையனால் இன்னதென ஒரு முடிவுக்கு வர இயலாமலிருந்தது. ஆங்காங்கே இளைஞர்களும் யுவதிகளும் எழுந்து சென்று தனித் தனியாக நின்றார்கள். அந்த வரிசையில் அவன் விநோதினியையும் கண்டான். பக்கத்திலேயே கணபதியும் வல்லியாளும் அழுதுகொண்டு நின்றார்கள். அருகால் போகிற வருகிற இராணுவச் சிப்பாய்களிடத்திலெல்லாம் கணபதி பவ்வியமாக எதையோ சொல்ல முயன்றுகொண்டிருந்தான். அவர்கள் அதைக் காதில் போட்டுக்கொள்ளாதவர்களாகப் போனார்கள். சிலர் பொறுத்திருக்குமாறு சைகை செய்தார்கள். முத்துவும் அவர்களைக் கண்டிருக்க வேண்டும். அவள் வெள்ளையனிடம் "ஒண்டுக்கும் யோசிக்க வேண்டாம்... முதல்ல சாப்பிடுங்கோ..." என்று ஒரு பிடி சோற்றை வாயில் தீத்தினாள். அவனுக்கு அடக்க இயலாமல் கண்ணீர் திரண்டுவிட்டது. "பிள்ளையளைக் கவனமாப் பார்..." என்று தரையைப் பார்த்தபடி முணுமுணுத்தான்.

அப்பொழுது தரையில் ஒரு நிழல் ஊர்ந்தது. நிமிர்ந்தான். நடுவெயிலின் தகிப்பில் கண்கள் கூசின. அள்ளிக்கொட்டியது போன்ற பிரகாசத்தில் அந்த உருவமும் நிழலாகத் தோன்றிப் பின்னரே மனித உருப்பெற்றது. யாரோ ஒருவன் சிரித்துக்கொண்டு நின்றான். "நீங்கள் மாறன் பேஸ்ஸில தானே ரெயினிங் எடுத்தனீங்கள்... நானும் அங்கைதான்... என்னைத் தெரியுமோ..." என்று கேட்டான். சீருடையில் இல்லாவிட்டாலும் இராணுவமிடுக்கான தோற்றம். உடையில் புழுதி அப்பியிருந்தது. சிநேகபூர்வமாக "உங்கடை இயக்கப் பெயர் கதிரவன் தானே... நான் சொல்லுறது சரியா..." என்று தொடர்ந்தான்.

சந்தேகத்தின் நிழல் ஒரு வெங்கணாந்தியைப்போல ஊரத் தொடங்கியது. வெள்ளையன் ஒரு தீர்மானத்தோடு எழுந்தான். "இல்லை" என்றுவிட்டு சரணடைந்தவர்களின் திசையை நோக்கி நடக்கலானான்.

அவன் வரிசையில் நின்று பார்த்தபோது தூரத்தில் இசைநிலாவைத் துவாய் ஒன்றினால் சுற்றித் தோளில் சாய்த்தபடி முத்து பொதுசனங்களுக்கான வரிசையில் நிற்பது தெரிந்தது. ஒளிநிலா அவளது சட்டையைப் பிடித்துக் கொண்டு நின்றாள்.

சரணடைந்து நின்றவர்களிடமிருந்து பெண் போராளிகளைத் தனியே அழைத்துச் சென்றார்கள். கணபதி விநோதினியோடு கூடவே போனான். அவனைத் தடுத்து நிறுத்தினார்கள். “நீங்க அந்தப் பக்கம் போறது... நங்கி பிறகு வரும்...” என்று ஒரு சிப்பாய் கடுகடுத்த குரலில் சொன்னான். கணபதி அவனுடைய கையைப் பிடித்துக் கொண்டான். ஞாபக இடுக்குகளில் மீதமிருந்த சிங்களத்தில் “மாத்தையா... சின்னப்பொண்ணு அய்யா... தனிய இருக்க மாட்டாள்...” என்று கெஞ்சினான்.

“அப்ப புலியில அது கூட நீங்களுமா இருந்தீங்க...” பகிடியொன்றை விட்டதைப்போல எல்லாப் பற்களும் தெரிய ஆமிக்காரன் ஈ என்று சிரித்தான்.

“அது அறியாப் பொண்ணுய்யா... அதைக் கட்டாயப்படுத்தி பிடிச்சிட்டுப் போயிட்டாங்க...”

அதுவரை அமைதியாக நின்ற விநோதினி கணபதி அப்படிச் சொன்னபோது விர்ரென்று நிமிர்ந்து தந்தையைப் பார்த்தாள். கண்கள் ஒரு நொடிக்கு அலைந்தன. பிறகு அதே வேகத்தில் குனிந்தாள். வரிசை மெல்ல மெல்ல நகர்ந்துபோனது.

“சரி சரி போங்க போங்க. அது வரும்” என்றுவிட்டு விநோதினியைத் தனியே போகும்படி சைகை செய்தார்கள். சற்றுத் தள்ளி அவளுக்குச் சமாந்தரமாகவே நடந்துகொண்டிருந்த கணபதி அவள் உடற்சோதனைக் கூண்டுக்குள் நுழையும் தறுவாயில் “தாயி... உன்னைக் கட்டாயப்படுத்தித்தான் பிடிச்சிட்டுப் போனாங்கன்னு பெரிய அய்யா கேக்கும்போது மறக்காமச் சொல்லு தாயி...” என்று கத்தினான்.

உடற்சோதனை முடித்தவர்களை சிவப்பு நிற பஸ்களில் ஏற்றினார்கள். வேறு யாரும் நுழையாதவாறு அந்தப் பகுதி தடுக்கப்பட்டிருந்தது. அவலமாக இங்கிருந்து கத்தினார்கள். ஒரு முதிய தாய் “அம்மாளாச்சித் தாயே... அவளை நீதான் மறுபடியும் என்னட்டைச் சேர்க்கவேணும்” என்று அழுதாள். கணபதி விநோதினியை அடையாளம் கண்டுகொண்டான். ஒரு சிவப்பு நிற சி.ரி.பி பஸ்ஸில் ஏறும் வழியிற்கு அடுத்த இருக்கையில் ஜன்னலோரமாக அவளும் இன்னொரு சிறுமியும் இருந்தார்கள். சிறுமி அழுதுகொண்டிருந்தாள். இரண்டு பேருடைய மணிக்கட்டுகளும் முன்னாலிருந்த இரும்புக் குழாயோடு பிணைத்து விலங்கிடப்பட்டிருந்தன. பஸ் மெல்ல உருண்டு திரும்பியது. மகளின் கவனத்தைக் கோரி கணபதி பரிதாபமாகக் கைகளை ஆட்டினான். “தாயீ... விநோதினீ...” என்று கத்தினான். அந்தப் பிரதேசத்தையே நிறைத்திருந்த “அக்கா... அன்ரி... அண்ணை... மாமா...” ஓலங்களிடையே அவனுடைய குரலும் அமுங்கிப்போனது. பஸ் வேகமெடுத்தது.

அதற்குப் பிறகு கணபதி, மகளை ஒருபோதும் கண்டதில்லை.

02.09.2009

வவுனியா செட்டிக்குளத்தில் எழுநூறு ஹெக்டயர் காட்டு நிலப்பரப்பில் மெனிக்பாம் முகாம் அமைக்கப்பட்டிருந்தது. சுற்றிலும் முட்கம்பி வேலித் தடுப்பிற்குள் கூடாரங்களும், தறப்பாள் குடில்களும் மூன்று லட்சம் சனங்களையும் தாங்கவியலாது பிதுங்கி வழிந்தன. நீளமான கொட்டகைகளின் இடையிடையே படங்குகளால் மறிக்கப்பட்ட தடுப்புகள் ஒவ்வொன்றிலும் ஐந்தாறு குடும்பங்களாகப் பிரித்து விட்டிருந்தார்கள். இரவில் காட்டு வெக்கையில் மூச்சு முட்டியது. பகலில் கபாலத்தை எரிக்கும் வெயில்... தொற்று நோய்கள் முதலில் குழந்தைகளைத்தான் பீடித்தன. முள்ளிவாய்க்காலில் ஷெல்லடியில்கூட தப்பி வந்திருந்த ஒன்பது குழந்தைகளை இதுவரையில் இங்கே பிணி விழுங்கியிருந்தது.

இசைநிலா உருக்குலைந்து போனாள். காய்ச்சலும் வயிற்றோட்டமும் அவளை வருத்தியெடுத்தன. வேற்றுலகவாசியைப் போல தலை வீங்கிப்பெருத்திருக்க கீழே உடல் சூம்பிப் போயிருந்தது. பிளாஸ்ரிக் விரிப்பில் ஓர் அம்மிக் குளவியைப்போலக் கிடப்பாள். கண்கள் திறந்து எங்கோ வெறித்திருக்கும். கண்மணியில் ஓர் அசைவிருக்காது. பதறியடித்துப்பிடித்து உலுக்கினால் விழிகள் மெல்லச் சாயும் காட்சியிலேயே முத்துவுக்கு நெஞ்சுருகும். அவளை ஆஸ்பத்திரிக்குக் கொண்டு செல்வதற்கான அனுமதியை அவள் கெஞ்சிக் கதறி வாங்கினாள்.

பொதுவான விசாரணைகள் அப்போது முடிந்திருந்தன. வெள்ளையனைப் பற்றித்தான் துருவித் துருவிக் கேட்டார்கள். முதலாவது கேள்விக்கு “அவரை எங்கை வைச்சிருக்கிறீங்க” என்று திருப்பிக் கேட்டாள்.

“இருக்க வேண்டிய இடத்திலதான்... அதைவிட்டுட்டு நீ சொல்லு. அவன் புலியில் என்னவாக இருந்தான்?”

“எனக்குத் தெரியேல்லை. அவர் இயக்கத்தை விட்டு ஆறு வருசமாச்சு.”

“அவனைத் தேடி புலியிலிருந்து யாராவது வந்து போவாங்களா? உதவியேதாவது கிடைச்சதா?”

"இல்லை. அவர் இடம்பெயர்ந்த நாள்வரைக்கும் தென்னந் தோப்புல கூலிவேலைதான் செய்தவர். அவருக்கு வருத்தம்."

"அவன் புலியிலிருந்த காலத்தில் கொழும்புக்கு அல்லது இந்தியாவுக்கு எங்கயாவது போயிருக்கிறானா?"

"இல்லை. சத்தியமா என்னைக் கல்யாணம் கட்டின பிறகு அவருக்கு இயக்கத்தோட ஒரு தொடர்பும் இருந்ததில்லை."

"அப்ப ஏன் மகள்களுக்கு ஒளிநிலா என்றும் இசைநிலா என்றும் பெயர் வைச்சிருக்கு?" தலையைச் சாய்த்து விழிகளை மேல் உயர்த்தி ஒருவித மர்மப் பார்வையோடு கேட்டு நிறுத்தினான் விசாரணையாளன்.

முத்துவிற்கு என்ன சொல்வதென்று தெரியவில்லை. மெதுவாக "பேரை மாத்திர்றோம் ஐயா" என்று முணுமுணுத்தாள்.

இசைநிலாவை மூன்று முழுநாட்கள் ஆஸ்பத்திரியில் வைத்திருக்க வேண்டி ஏற்பட்டது. மருத்துவ உபகரணங்கள் பொருத்தப்பட்டு குறுக்குமறுக்காக வயர்கள் சுற்றிக் கிடந்தவளின் முகத்தைக் காணப் பொறுக்காமல் முத்து ஓரத்தில் குந்தியிருந்து அழுதாள். திரும்பத் திரும்ப அழவேண்டியதாயிருக்கிறது. சில வாரங்களுக்கு முன்னர்தான் வெள்ளையன் தடுத்து வைக்கப்பட்டிருக்கிற தகவல் கிடைத்திருந்தது. அதுவரைக்கும் ஓயாத அழுகைதான். 'உயிரோட இருக்கிறார்...' என்ற செய்திக்காக அவள் எல்லாக் கடவுளருக்கும் நன்றி சொன்னாள்.

எல்லோருமே எவரையாவது தேடிக்கொண்டேயிருக்கிறார்கள். இன்னமும் கைதுகள் தொடர்கின்றன. கடந்த வாரம் ஒரு நள்ளிரவில் கூடாரத்தினுள் நுழைந்து அங்கிருந்த இளைஞனைப் பிடித்துக்கொண்டு போனார்கள். பிறகு யாருக்கும் நித்திரை வரவில்லை. கொட்டக் கொட்ட விழித்திருந்தார்கள். காலையில் தேடிப்போனபோது அவனை இன்னொரு முகாமிற்கு மாற்றிவிட்டதாகத் தெரிந்தது. அவனுடைய இளம் மனைவி அழுது கொண்டேயிருந்தாள்.

"என்ரை இவரையும் இன்னொரு முகாமிலதான் வைச்சிருக்கினம்... நீங்கள் ஒண்டுக்கும் யோசிக்க வேண்டாம். வந்திடுவினம்" என்றாள் முத்து.

"இல்லையக்கா... அவர் ஒருக்காலும் இயக்கத்தில இருக்கேல்லை. சம்பளத்துக்கு ரைவரா இருந்து அவங்களுக்கு வாகனம் தான் ஓடினவர். ஆரோ சனியங்கள் காட்டிக்குடுத்திட்டுதுகள்... நாசமாப் போனதுகள்"

என்று அவள் திட்டினாள். மதியத்தில் அவளையும் விசாரணைக்கு அழைத்துப் போனார்கள்.

இசைநிலா ஓரளவுக்குத் தேறியிருந்தாள். நெடுநாட்களுக்குப் பிறகு முகத்தில் ஒரு வெளிச்சம். ஓரிடத்திலேயே குத்திட்டு நின்ற விழிகள் ஆசுவாசமாக அசைந்தன. தாயை அடையாளம் கண்டு புன்னகைத்தாள். முத்துவிற்குப் போன உயிர் மறுபடியும் வந்ததைப் போலிருந்தது. கட்டிப்பிடித்துக் கொஞ்சினாள். மகளைப் பராமரித்த சிங்களத் தாதிக்கு "நன்றி மிஸ்" என்று கைகளைக் கூப்பிச் சொன்னாள். கண்ணீர் எட்டிப் பார்த்தது. அவளைப் பரிவோடு வருடிய தாதி வெண்ணிற ஆடையின் பொக்கற்றில் இருந்து இரண்டு கிற்கற் சொக்கலேட்டுகளை எடுத்து இசைநிலாவிடம் நீட்டினாள். ஆசீர்வதிப்பதுபோல தலையைத் தடவிவிட்டு அப்பால் நகர்ந்து போனவளை, மறையும் வரையும் முத்து பார்த்துக்கொண்டு நின்றாள். அகம்புறமாக வெடித்த குண்டுகளின் நடுவிலே இரத்தம் ஒழுக ஒழுகக் கொண்டுவரப்பட்ட எல்லாக் காயக்காரர்களுக்கும் சலியாது மருந்திட்ட மருத்துவர்களுடைய முகங்களும் ஞாபகத்தில் கிளர்ந்தன. பொது மருத்துவர்கள், இயக்க மருத்துவர்கள், தாதிகள் என எத்தனை எத்தனை பேர்...? உறக்கம் இல்லாத அவர்களுடைய கண்களில் வழிந்த கருணையும், யாரையும் சாகவிடக்கூடாதென்ற ஓர்மமும், மாறாக அது நிகழ்ந்தபோது படர்ந்த துயரமுமாக எத்தனை அர்ப்பணிப்போடு அவர்கள் நின்றிருந்தார்கள். கடைசியாகப் பன்னிரெண்டாம் திகதி வரையும் முள்ளிவாய்க்கால் ஆஸ்பத்திரி இயங்கியதாக அவள் கேள்விப்பட்டிருந்தாள். அவர்கள் என்னவானார்களோ...

இசைநிலாவைத் தூக்கிக்கொண்டு முத்து நடந்தாள். ஆஸ்பத்திரிக் கட்டில்களில் காயமடைந்த ஆமிக்காரர்களே அதிகமாகப் படுத்திருந்தார்கள். பெரும்பாலானவர்களுக்கு ஏதோ ஒரு கால் அகற்றப்பட்டு தொடையில் வெண்துணி பந்தம்போல சுற்றப்பட்டிருந்தது. அவர்களில் ஒருவன் இசைநிலாவைப் பார்த்து கன்னக்குழிவிழச் சிரித்தான். முத்துவிற்கு குப்பென்று வியர்த்து விட்டது. மண்டையோட்டின் உட்சுவரில் தெறிப்பதுபோல குண்டுச் சத்தங்கள் அதிர்ந்தன. சாவு ஓலம்... குழந்தைகளின் கதறல்... கந்தக மேகம்.. கடற்கரை நெடுக ஓடியதைப்போல ஆஸ்பத்திரி விறாந்தையில் மூச்சிளைக்க ஓடினாள். கட்டிடத்தை விட்டு வெளியேறிய பிறகுதான் மூச்சு வந்தது. வளாகத்தின் ஒரு மரநிழலில் ஒதுங்கி நின்றாள். 'ஆமிக்காரன் உண்மையிலேயே இசைநிலாவைப் பார்த்துச் சிரித்தானா... அல்லது பிரமையா...' அந்தச் சிப்பாயின் தலைமாட்டில் கட்டிலைப்

பிடித்தவாறு நின்ற ஒரு சிறுமியின் முகம் ஞாபகம் வந்தது. அவனுடைய மகளாயிருக்க வேண்டும்.

இரவு பேய்மழை. பிளாஸ்ரிக் தரை விரிப்பின் கீழாக ஓடிய வெள்ளம் சேறாகி நொளுநொளுத்தது. கணபதி வெளியில் வந்தான். காலடியில் சகதி பிதுங்கியது. வாசலில் கணுக்காலோடு வெள்ளம் பாய்ந்துகொண்டிருந்தது. வயிறு உளைய வழமையாக மலம் கழிக்கப்போகும் காட்டுப்புறத்தை நோக்கினான். தண்ணீர் பேராறு போலப் பாய்ந்தோடியது. யோசித்துக்கொண்டு நின்றான். தற்காலிக மலசலக் கூடப் பக்கம் போனாலே வயிற்றைப் புரட்டி ஓங்காளிக்கிறது. அவை எப்போதோ நிறைந்து வழிந்துவிட்டன. துர்நாற்றம். 'அதுக்க போனால் சீக்குதான் வரும்...' "நீங்க ஆம்பிளைங்க காட்டுப்பக்கமா போவீங்க... நாங்க என்ன செய்யிறது... அந்தப்பக்கமா ஆமிக்காரன் எப்பவுமே நிக்கிறான்..." வல்லியாள் சொன்னதை நினைத்துக்கொண்டான். அவள் அடுப்போடு போராடிக் கொண்டிருந்தாள். ஈரமும் நெருப்பும் மூன்று கற்களுக்கும் இடையில் குமைந்தன. புகைந்து கொண்டிருந்த காட்டுத்தடிகளை அவள் ஊதினாள். தீ மூளவே இல்லை.

"விறகெல்லாம் தண்ணியூறிப் போச்சு... விட்டுட்டுப் போய் உள்ள பிள்ளையோட இரு."

"அவளுக்குத்தான் எதையாச்சும் ஆக்கலாமான்னு பாக்கிறேன்."

"ஏதாவது வணிஸ் வாங்கிக் கொடுப்பம். இதுக்க நில்லாத."

வெள்ளத்தை வலித்துக் கொண்டு நடந்தான். பழுப்பு நிறக் கூடார வரிசை மாத்தளனில் இருந்ததைப் போலவே அவனுக்குத் தோன்றிற்று. பதுங்கு குழிகள் இல்லையென்பதுதான் ஓர் ஆசுவாசம். வேலிக்கு அப்பால் ரோட்டில் ஆட்களின் நடமாட்டமிருந்தது. சொந்தக்காரர்கள் யாராவது தெரிகிறார்களா என்று வெளியே நின்று தேடியவர்களை சிப்பாய்கள் விரட்டினார்கள். அவர்கள் "ஒரு நிமிசம் சேர்... ஒரு நிமிசம் சேர்..." என்று கெஞ்சினார்கள். 'நம்மத் தேடி யாரு வரப்போறா...' கணபதி பார்வையைத் திருப்பினான். ஒலிபெருக்கி கரகரத்தவாறு ஒலிக்கத் தொடங்கிற்று.

"விசுவமடுவைச் சேர்ந்த சக்திவேல் உடனடியாக விசாரணை இடத்திற்கு வரவும்."

பெருமூச்செறிந்தான். 'செல்லடிச் சத்தங்கள்தான் ஓய்ஞ்சிருக்கு... சண்டை இன்னமும் நடந்துக்கிட்டுதான் இருக்கு...'

விநோதினியைப் பற்றி ஒரு தகவலும் இதுவரை இல்லை. பச்சை உடுப்போடு யாரைப் பார்த்தாலும் அவன் “அய்யா என் புள்ளய வைச்சிருக்கிற இடத்தயாவது சொல்லுங்கய்யா… பாக்கக் கூட வேணாம்…” என்று கெஞ்சித் திரிந்தான். வெள்ளையனைப் பற்றிய தகவல் கிடைத்தபோது கொஞ்சம் நிம்மதியாயிருந்தது. “மருமகன் ரொம்ப நாள் முன்னாடி இருந்தார்ங்கிறதால விசாரணையெல்லாம் முடிச்சிருப்பாங்க… இவ கடைசி வரை இருந்ததால கொஞ்ச நாளாகும்… வந்திடுவா… வைரவர் சாமீ கொண்டாந்துடுவார்…” என்று சமாதானம் சொன்னான். ஆயினும் தவிப்பு மனதைச் சுட்டுக்கொண்டேயிருந்தது. விசாரணைக்குக் கொண்டுசெல்லப்பட்ட பலர் திரும்பவில்லையென்று உலாவிய கதைகளை அவன் கேள்விப்பட்டிருந்தான். ஊர், பெயர் தெரியாவிட்டாலும் அயலில் கண்ட சில முகங்கள் மறுபடியும் காணாமற்தான் போயிருந்தன. பக்கத்துத் தடுப்பில் ஒரு யாழ்ப்பாணக் குடும்பமிருந்தது. பதினைந்து பதினாறு வயதுகளில் இரண்டு மகன்களும் தாயும் கூடாரத்திற்குள்ளேயே அடைபட்டுக்கிடந்தார்கள். மகன்கள் எதேச்சையாக வெளியே காலடி வைத்தாலே தாய்க்காரி உள்ளே விரட்டுவாள். அவ்வப்போது வல்லியாளிடம் வந்து இரண்டு பிள்ளைகளையும் காப்பாற்றப் பட்டபாட்டை சொல்லிக்கொண்டிருப்பாள். சில நாட்களாக அவர்களைக் கண்டதாக நினைவில்லை. வல்லியாளிடம் கேட்க வேண்டும் என்று நினைத்திருந்தான். இசைநிலாவைக் கொண்டலைந்ததில் அது மறந்து போயிற்று.

ஒலிபெருக்கி மறுபடியும் கரகரத்தது. “யாழ்ப்பாணம் நல்லூரடி மோகனதாஸ் - புலியிலிருந்த கீரனுடைய தம்பி - விசாரணைப் பகுதிக்கு உடனடியாக வரவும்.”

கணபதி மீண்டும் கூடாரத்தினுள் நுழைந்தபோது ஒளிநிலா ரொட்டியைக் கடித்துத் தின்று கொண்டிருந்தாள். வல்லியாளிடம் கண்களால் ‘எங்கால’ என்று கேட்டான். அங்கிருந்த இன்னொரு குடும்பத்தைக் காட்டினாள். அவர்கள் மல்லாவியிலிருந்து இடம் பெயர்ந்தவர்கள். இளம் தம்பதிகள். இரண்டு பிள்ளைகளோடும் கணவனின் வயதான தாய் தந்தையரோடும் தங்கியிருந்தார்கள். அந்த முதிய தந்தை வயலில் நெற்பயிர் கதிர் தள்ளிய நாளில் நிலத்தைப் பிரியவேண்டியேற்பட்டதை அடிக்கடி நினைவுகூர்வார். “எங்கள் ரெண்டு பேரையும் தன்ர இன்னொரு ரெண்டு குழந்தையளாத்தான் மகன் காவிக்கொண்டு வந்தவன்…” எனும்போது கண்கள் கலங்கும். கணபதி அவர்களுக்குத் தலையசைத்துவிட்டு வல்லியாளுக்குப் பக்கத்தில் உட்கார்ந்தான்.

“உனக்குத் தெரியுமா… பக்கத்தில ரெண்டு பையன்களோட ஒரு யாழ்ப்பாணக் குடும்பம் இருந்திச்சே… ரெண்டு மூணு நாளாக்

கண்ணில படல்லை... வளந்த பையன்க... ஆஸ்பத்திரிக்கு ஏதாவது போனாங்களா?"

வல்லியாள் மாவைப் பிசைந்துகொண்டே "அவங்க வெளியால போயிட்டாங்க" என்றாள்.

கணபதி அவளைப் பிரகாசத்தோடு கூர்ந்து பார்த்தான். "ஆளுகள வெளியிலவிடத் தொடங்கிட்டாங்களா?"

"அவங்க ஆமிக்குக் காசு கொடுத்திட்டுப் போயிட்டாங்களாம்."

"ஆமிக்குக் காசா...?"

"ம்... ஆமிப் பெரியவங்களுக்கு ஐஞ்சு லட்சம் கொடுத்தா அவங்களே ராவோட ராவா கொண்டுபோய் கொழும்பில விடுறாங்களாம். அப்புறம் இந்தியாவுக்குப் போயிடணுமாம். அந்த அம்மாவோட அண்ணனோ தம்பியோ வெளிநாட்டில இருக்கிறாங்க போல. அவங்கதான் காசு அனுப்பியிருக்கணும்..."

"கடைசியில நாங்க மட்டும்தான் இந்தக் காம்புக்குள்ள மிஞ்சியிருப்பம் போல..." என்றான் கணபதி.

'ஐந்து லட்சம்...' கணபதி எச்சிலை மென்று விழுங்கினான். பார்வை ஒளிநிலாவில் உறைந்து நின்றது. இனிப்பற்ற, உறைப்பற்ற, உப்பற்ற வெறும் மாவு ரொட்டியை அவள் பிய்த்துப் பிய்த்து விழுங்கிக் கொண்டிருந்தாள்.

2010

தடுப்பு முகாமில் தொடக்க விசாரணைகளின் போதிருந்த பீதியும் மனச்சோர்வும் நாளாக நாளாக இயைபடையத் தொடங்கியிருந்தன. வெள்ளையன் இரண்டு பிள்ளைகளினதும் நினைவோடுதான் காலத்தைப் போக்கினான். அங்கிருந்தவர்களில் அநேகர் முடிந்தவரை தம்மைத் தாமே கலகலப்பாக வைத்திருக்க முயன்றார்கள். “நாங்கள் இப்பிடிப் பம்பலா இருக்கிறதைப் பாத்தால் வெளிநாட்டில இருக்கிறவை எங்களைத் துரோகியெண்டுதான் சொல்லுவினம் என்ன… ஆனால் இதுவுமில்லாட்டி எங்கடை தலை விறைச்சு வெடிச்சிடுமெல்லோ…” என்று தூயவன் சொல்வான். “எனக்கு வீட்டில வைச்ச பெயரே தூயவன் தான் எண்டால் ஆமிக்காரன் நம்பிறான் இல்லை. என்ன கொடுமை சரவணன் இது…” என்று நெற்றியில் அடித்துச் சிரிப்பான்.

ஒரு சதுப்பு நிலத்தில் நிர்வாணப்படுத்தப்பட்ட இளைஞர்களின் பிடரியில் துப்பாக்கியை அழுத்தி வரிசையாகச் சுட்டுக் கொலை செய்யும் காட்சிகளை சனல் நான்கு தொலைக்காட்சி அக்காலத்தில்தான் வெளியிட்டிருந்தது. முகாமிற்குள்ளேயும் அரசல் புரசலாகக் கதை தெரியவந்தது. பூபாலசிங்கம் “எனக்குச் சொல்ல வேண்டாம்… எனக்குச் சொல்ல வேண்டாம்” என்று காதுகளைப் பொத்துவான். அத்தருணங்களில் வலிப்பு வந்தவனைப்போல அவனுடைய முகம் உருமாறிவிடும். அவன் நாகபடுவான் என்ற கிராமத்தில் ஓர் ஏழைக் குடும்பத்தில் ஆறு சகோதரங்களோடு பிறந்தவன். இரண்டு மூத்த சகோதரிகளின் கணவர்களும் அடுத்தடுத்து இறந்துபோனதில் மன உளைச்சலாகிப் பித்துப் பிடித்தவனைப்போலத் திரிந்தான்.

“யோசிக்காத… கொஞ்சம் பொறு. உனக்கு மட்டுமா… எல்லாருக்கும் தானே. கொஞ்ச நாளில விட்டுடுவாங்கள்” என்று நண்பர்கள் ஆறுதல் சொன்னார்கள்.

“இல்லை… இவங்கள் என்னைச் சுட்டுப் போடுவாங்கள்… என்னோடை சரணடைஞ்ச நாலஞ்சு பேரைப் பிறகு நான் கண்டதேயில்லை. அப்பிடி ஆருக்கும் தெரியாமல் சாகக் கூடாது. செத்தால் அது அம்மாக்குத் தெரியவேணும். என்ர பிரேதத்தைக் கட்டிப்பிடிச்சு அவ அழுது தீர்க்கவேணும். இல்லாட்டி அவ சாகும் வரைக்கும் என்னைத் தேடுவா…”

“அப்பிடியெல்லாம் யோசிக்காத. சரி, இப்ப செத்தாத்தான் என்ன? சாகிறதுக்கும் தயாரெண்டுதானே இயக்கத்தில சேர்ந்தாய்?”

“இல்லை. நான் சேரேல்லை. எனக்குச் சாகிறதுக்குப் பயம்...” பூபாலசிங்கம் சற்றுநேரம் அமைதியாயிருந்தான். “என்னை வெறும் ஒரு மாசம்தான் இயக்கத்தில வைச்சிருந்தவை. அதுக்கிடையில எல்லாம் முடிஞ்சிட்டுது” என்றான். “ஓமந்தையில வைச்சு ஒரு நாளாவது இயக்கத்தில இருந்தவங்கள் சரணடைய வேணும் எண்டதால நானாவே சரணடைஞ்சன். இப்ப இங்கை ரெண்டு வருசமாகப் போகுது. என்னை வீட்டை விட்டால் என்ரை அக்காக்களுக்கு உதவியாயிருக்கும்...”

அவனுடைய கோரிக்கைகளை யாரும் செவிமடுக்கவில்லை. அவன் மனஅழுத்தம் மிகையாகி இரண்டு தடவை கத்தியால் கையைக் கிழித்துக் கொண்டான். ரத்தம் சொட்டச் சொட்ட மயங்கிக் கிடந்தவனை மீட்டு மருந்து கட்டினார்கள். பின்பொருநாள் காலையில் முப்பத்தெட்டு அடி ஆழக்கிணற்றில் அவனுடைய உடலைக் கண்டெடுத்தார்கள். நீரில் ஊறிய முகத்தில் கண்கள் உலர்ந்துபோயிருந்தன.

ஒருநாள் தடுப்பு முகாமிற்கு வந்திருந்த ஒரு தமிழ் அமைச்சர் “வெளியில உங்களுக்கு புதுசா ஒரு வாழ்க்கை காத்திருக்குது. பழைய காலங்களை நீங்கள் மறந்திடவேணும்...” என்றார். முதுகெலும்பில் ஆணியைத் திருகியதைப்போல வெள்ளையனுக்கு ‘விறுக்’ என்றது. நீண்ட காலமாக இல்லாதிருந்த உத்தரிப்பின் நினைவு அவனை அலைக்கழிக்கத் தொடங்கிற்று. புலன்களை அவ்விடத்திலேயே குவித்து அவதானித்தான். நாடி நரம்புகளை உருவுகிற வலி இல்லை என்றபோதுதான் ஆறுதலாயிருந்தது. அதற்கிடையில் அமைச்சர் பேசி முடித்திருந்தார்.

தடுப்பு முகாமிலிருந்து அவன் வெளியேறியபோது முத்துவும் பிள்ளைகளும் ‘மெனிக்பாம்’ முகாமிலிருந்து வெளியேற்றப்பட்டு கேப்பாப்புலவில் தங்க வைக்கப்பட்டிருந்தார்கள். பிளாஸ்ரிக் விரிப்புகளால் போர்த்து மூடப்பட்ட கூடாரங்களில் அவர்கள் தங்கியிருந்தார்கள். மாரிக் காலத்து மழைத்தண்ணீர் கூரைமேல் தேங்கிநின்றது.

கணபதியும் வல்லியாளும் தனியான குடும்பமாகப் பதிவு செய்திருந்தார்கள். ராணியும் திரும்பியிருந்தாள். விநோதினியைப் பற்றித்தான் தகவல் எதுவும் இல்லை. கணபதியும் வல்லியாளும் தெரிந்த அத்தனை முகாம்களிற்கும் அலைந்து திரிந்தார்கள். ‘அப்படி ஒருவர் இங்கே இல்லை, வேண்டுமானால் இந்த முகாமில் விசாரியுங்கள்’ என்று புதுப்புது முகாம்களின் பெயர்களைத்தான் கொடுத்தார்கள். கடைசியில்

இருபத்துநான்கு முகாம்களின் பெயர்கள் கையிலிருந்தன. அவற்றில் பல எங்கே இருக்கின்றன என்பதே தெரியவில்லை. ஒருவகையில் 'புள்ள எங்கயோ இருக்கிறாள்...' என்ற நம்பிக்கையாகவும் அதுவே இருந்தது.

வெகுகாலத்துக்குப் பிறகு வந்த தந்தையைக் கண்டு ஒளிநிலாவும் இசைநிலாவும் தாய்க்குப் பின்னால் ஒளிந்து நின்றார்கள். அவர்களுடைய ஒட்டியுலர்ந்த கோலத்திலேயே அவனது களிப்பு உருகி வழிந்துவிட்டது.

"ஏன்... பிள்ளையளுக்கு ஒழுங்காச் சாப்பாடு குடுக்கிறேல்லயா... ஏன் இப்பிடி வாடிப் போயிருக்குதுகள்..."

"தாற நிவாரணத்தில செஞ்சு கொடுக்கிறன். வேற என்னத்த கொடுக்கிறது..."

அடுத்த நாளே அவன் பேச்சி தோட்டத்திற்குப் போனான். அது பேய்களின் நகரம் போலவிருந்தது. தென்னைகள் தெறித்து முறிந்திருந்தன. நீல வீடு முற்றாக அழிந்து மேடாகக் கிடந்தது. சுவர்ச் சிதைவுகள் மழையில் கரைந்திருந்தன. காலடிகளில் முறுகியும் நனைந்தும் உக்கிய தறப்பால் கிழியல்கள்... சன சந்தடியே இல்லை.

மேட்டுக்காணியை நோக்கி நடந்தான். எட்டேக்கர் காணியில் கிணற்றடிப் பாதையின் மேலாக இடுப்பு உயரத்திற்குப் பற்றை சடைத்திருந்தது. மேட்டுக்காணியில் கால் வைத்தான். தேகம் சுழித்து நடுங்கிற்று. வீட்டுக் கூரை சிதைந்துபோய் தரையில் கிடந்தது. முற்றத்தில் அடுக்குக் குலையாத விறகுக் குவியலில் ஒரு கோடாரி சாய்த்து வைக்கப்பட்டிருந்தது. காய்கறித் தோட்டமிருந்த மண்மேடு ஒரு பெரிய புதைகுழியைப்போலத் தோன்றிற்று. அருகிலேயே உயர்ந்து நின்ற ஒற்றைத் தென்னை. சங்கிலியின் சடலம் கிடத்தப்பட்டிருந்த வாங்கிற்குக் கீழே அதுவொரு சிறு கன்றாக நின்ற காட்சி நினைவை அழுத்த பதறிப்போய்த் திரும்பினான்.

எட்டேக்கரில் இரட்டைப்பனை உயர்ந்து நின்றது. ஓலைகளில் தூக்கணாங்குருவிக் கூடுகள். பதுங்கு குழி தூர்ந்துபோய்விட்டது. சுற்றியிருந்த மண்மூட்டைகள் வயிறு பிளந்திருந்தன. அன்றைய இரவும்... அரிக்கேன் விளக்கொளியும்... அம்மாவும்... அத்தாரண்ணனும்... சந்திரா ரீச்சரும்...

வெள்ளையன் வெளியேறி வீதியில் நடந்து சேனைக்காட்டு வைரவர் கோவிலடிக்கு வந்தான். கோயில் தரையில் சுருண்டு கிடந்த விபூதிக் கிழவன் வெள்ளையனைக் கண்டு கண்களைக் கூசிக் கொண்டு எழுந்து

உட்கார்ந்தான். பழுப்பு நிறத் தாடிக்குள் முகம் புதைந்திருந்தது. கண்களில் நிரந்தப் பூளை. முதுமை தோலை அரிக்கத் தொடங்கியிருந்தது.

"அய்யா... பேச்சி தோட்டத்தில யாருமில்லையோ..."

இடது காதை முன்னுக்கு நகர்த்தி ஒவ்வொரு சொற்களாகக் கிரகித்த கிழவன் "மகன்... இந்தத் தோட்டத்தில ஒரு நாள் ஷெல்லடியில மட்டும் நூறுக்கும் மேல ஆக்கள் செத்துப்போட்டினம். அவ்வளவும் அவலச் சாவுகள்... நிண்டு அழவும், தோண்டிப் புதைக்கவும் ஏலாமல்தான் சனங்கள் ஓடிச்சுது. எல்லாத் தெய்வங்களும் கண்ணால பாத்துக் கொண்டிருந்ததுகள். தென்னையளுக்கு தண்ணிக்குப் பதில் ரத்தம்தான் பாய்ஞ்சது. இப்பவும் ஒரு தேங்காயை உடச்சா இளநிக்குப் பதில் ரத்தம்தான் கொட்டுமடா..." என்று சொல்லி முடித்தான்.

வெள்ளையன் மௌனமாக நடக்க எத்தனித்தான்.

"மகன் நில்லு" கிழவன் இரகசியம் சொல்பவனைப்போல குரலைத் தணித்தான். "மகன்... உனக்குத் தெரியுமா... இரவு பன்ரெண்டு மணியானா இந்தத் தோட்டத்திலயிருந்து பொம்பிளையளும் குழந்தையளும் அய்யோ அய்யோவெண்டு அழுதுகுழறுற சத்தம் கேக்குதடா... அப்பிடியே உயிரைத் திருகியிழுத்து நடுறோட்டில போட்டுவிட்ட மாதிரியிருக்கும். ஒவ்வொரு நாளும் அந்த ஓலத்தை இந்த வைரவற்றை காலடியில இருந்து நான் கேட்டுக் கொண்டிருக்கிறன்."

வெள்ளையன் தலையைக் குனிந்தான்.

"நான் கனவு கண்டுட்டு உளர்றன் எண்டு நினைக்கிறியா மகன்... வைரவர் மேல ஆணையாச் சொல்லுறன்ரா... அந்தரிச்ச ஆத்துமாக்கள் இரவில கூடிக் கத்துதுகளடா... அய்யோ அதுகளை ஆறச் செய்யுங்கோடா..." வாயிலிருந்து எச்சில் வழிந்தது. கிழவன் மறுபடியும் சுருண்டு படுத்தான்.

13
இத்திமரக்காரி

2011

நடனமிட்டான் பிள்ளையார் கோவில் குளத்தின் நீர்பரப்பை வெறித்தவாறு வெள்ளையன் யாழ்ப்பாணத்திற்கான பஸ்ஸிலிருந்தான். "பரந்தன், பளை, சாவகச்சேரி, யாழ்ப்பாணம் யாழ்ப்பாணம்..." என்று வெளியே நடத்துநன் கூவினான். பஸ் உறுமி உருளத் தொடங்குவதும் பின்னர் ஓய்வதுமாகப் போக்குக் காட்டிக்கொண்டிருந்தது. "சனங்களை ஏத்தி அடையிறதுக்கு இவன் நடத்திற நாடகங்களைப் பாரன்" என்று முணுமுணுத்தான் அருகிலிருந்த கிழவன். "நில்லுங்கோ... நில்லுங்கோ..." என்றவாறு பெண்ணொருத்தி குழந்தையைச் சுமந்துகொண்டு ஓடிவருவது தெரிந்தது. அவள் ஏறிக்கொண்டதும் பஸ் புறப்படும் என்று நினைத்தான்.

தெருவைச் செப்பனிட்டுக் கொண்டிருந்தார்கள். காட்டுப் பச்சைகளுக் கிடையில் நெளியும் கறுப்புப் பாம்பைப் போல வளைந்த தெரு வெயிலில் மினுமினுத்தது.

இரண்டு வருடங்களுக்குப் பிறகு தடுப்பிலிருந்து வெளியேறிய போது இந்த மாற்றங்கள் சடுதியில் ஆகியன போலத் தோன்றின. ஒடுங்கிய கிரவல் வீதிக்குத் தார் இட்டபோது அது கம்பீரத்துடனும் வேகத்துடனும் ஓடிச்செல்வதைப் போலப்பட்டது. ஆனால் தெருவை விட்டு இறங்கிய இரண்டாவது காலடியில் மறுபடியும் அதே குடிசைகள்... அதே இருண்ட முகங்கள்...

பஸ் விசுவமடுவில் மாவீரர் துயிலுமில்லம் இருந்த காணியைக் கடந்து போய்க்கொண்டிருந்தது. ஜன்னலோரத்து விளிம்பில் கை வைத்து தாடையைப் பதித்திருந்த வெள்ளையன் சலனமெதுவுமின்றி கண்களை மட்டும் துயிலுமில்லத்தின் திசையில் வீசியிருந்தான். மஞ்சள் நிற புல்டோசர்கள் அந்த வளாகத்தையே கொத்திப் புரட்டி உழுது வைத்திருந்தன. அரைக்காற்சட்டை அணிந்த இராணுவச் சிப்பாய்கள் நடந்து திரிந்தார்கள். அவர்கள் கல்லறைச் சிதைவுகளை காட்சிப் பொருளாகத் தெருவோரத்தில் குவித்திருந்தார்கள். 'கப்டன் போர்வாணன்... நடராசா பரந்தாமன். ஒதியமலை...' என்ற நினைவில் விறுக் என்று பின் இடுப்பில் கூச வெள்ளையன் திடுக்கிட்டுப் போனான். விரல்கள் தம்மியல்பில் தழும்பைத் தடவிப் பார்த்தன. வலியில்லை.

பிரமை. சீரற்ற ஏதேதோ நினைவுகள்... மிதந்த மேலுதடு... தழும்பு நெற்றி...

"தம்பி, சன்னல் கண்ணாடியை இழுத்து மூடு. காத்தடிக்குது" என்ற கிழவனின் குரலில் வெள்ளையன் சுதாகரித்தான். ஆனையிறவு பெயர்ப்பலகை வழுகிச் செல்வதைப்போல பின்னால் கடந்து போனது. மறுபடியும் 'விறுக்...' இம்முறை தழும்பைத் தடவவில்லை. சாளரக் கண்ணாடியை இழுத்து மூடினான். உப்பு மணத்தது... 'இனிதன், பீஸ் தைச்சிட்டுதடா...' இருண்ட புகைக்கோளங்கள்... குண்டுச் சத்தங்கள்... 'இறுக்கிக் கட்டடா...' ஆக்ரோஷமான குரல்கள்... காயத்தின் முனகல்கள்...

"தம்பி... வெக்கையாக் கிடக்கடா... அந்த ஜன்னலத் திற" என்றான் கிழவன். வெள்ளையன் இழுத்துத் திறந்தான். காற்று குபுக் என்று நுழைந்தது.

வீதியோரத்தில் ஒரு கொட்டகைக்குள் நின்ற துருப்பிடித்த புல்டோசரைச் சுற்றி ஆட்கள் குழுமி நின்றார்கள். தலையை வெளியே நீட்டித் திருப்பினான். "முந்தியொருக்கா பெடியங்கள் ஆனையிறவை அடிக்கிற நேரம் இயக்கப்பெடியன் ஒருவன் இதை ஓடிக்கொண்டு வந்தவனாம். அப்ப ஒரு ஆமிக்காரன் குண்டோடை இதுக்குள்ளை ஏறித் தானும் வெடிச்சு இதையும் வெடிக்க வைச்சவனாம். அந்த ஆமிக்காரன்ரை நினைவா இதை வைச்சிருக்கினம். வாற சிங்களச் சனமெல்லாம் பெரிய அதிசயம் மாதிரி இறங்கி நிண்டு பாக்கினம்..." பின் இருக்கையிலிருந்து இரண்டு பெண்கள் மெல்லக் குசுகுசுத்தார்கள்.

நேரத்தைப் பார்த்தான். இன்னும் ஒரு மணி நேரத்தில் பஸ் யாழ்ப்பாணத்தை அடைந்துவிடும். முகவரி பத்திரமாக இருக்கிறதா என்று பொக்கற்றைத் தடவித் திருப்தியானான். 'எப்படியும் இந்த வேலை கிடைத்துவிடும்' என்று தோன்றியது. 'சுப்பர் மார்க்கெற் ஒன்றின் வாயில் காவலாளி' விளம்பரத்தைப் பார்த்தவுடனேயே அந்த வேலை தனக்குத்தான் என்று அன்றைக்கே ஒரு நம்பிக்கை. பிள்ளைகளைக் கொஞ்சி 'ரட்டா' காட்டிவிட்டுப் புறப்பட்டிருந்தான்.

பஸ் நாவற்குழி வெளியைத் தாண்டிய சற்றைக்குள் புதிய நிலக் காட்சிகள் புலப்படத் தொடங்கின. வீதியின் இரண்டு பக்கமும் பச்சை, இளநீலம், மஞ்சள், வெண்மை... வர்ணங்களில் சீமெந்தாலான வீடுகள் தொடர்ந்து வந்தன. உயர மதிற் சுவர்கள் சிலவற்றின் மேலே கண்ணாடிப் பிசுங்கான்களைப் பதித்திருந்தார்கள். யாரேனும் காலை வைத்தால் வெட்டிக் கிழிக்கும் மூர்க்கத்தோடு குத்திட்ட பிசுங்கான்கள்...

வீட்டுச் சின்னம் அல்லது வெற்றிலைச் சின்னத்திற்குப் புள்ளடியிட்ட தேர்தல் சுவரொட்டிகள் தெருவெல்லாம் ஒட்டப்பட்டிருந்தன. அவற்றில் யார் யாரோ சிரித்துக் கொண்டிருந்தார்கள். நகரம் பரபரப்பாயிருந்தது. உடுப்புக் கடைகளிலும் ஐஸ்கிரீம் பார்களிலும் கூட்டம் ஏறி இறங்கியது. கண்ணாடிகளாலான புதிய கடைத்தொகுதிகள் பளிச்சிட்டன. 'சின்னதா எண்டாலும் ஒரு சீமெந்து வீடு கட்டவேணும். கேப்பாப்புலவுக் கொட்டில் அடுத்த மழைக்குத் தாங்காது. பல்லைக் கடிச்சுக்கொண்டு காசைச் சேத்தால் தனிக்கல்லடியில அப்பாட நிலத்திலயே கட்டிவிடலாம்.'

பேருந்து நிலையத்தில் இறங்கி இரண்டொரு பேரிடம் விசாரித்து முகவரியைக் கண்டுபிடித்தான். சுப்பர் மார்க்கெற்றில் கட்டட வேலைகள் தொடர்ந்து நடந்துகொண்டிருந்தபோதும் ஒரு பகுதி இயங்கத் தொடங்கியிருந்தது. விவரம் சொல்லிவிட்டுக் காத்திருந்தவனை குறுகலான ஓர் அறைக்குள் போகச் சொன்னார்கள். நுழைந்தான். "தம்பி வன்னியோ... வாரும் வாரும்" என்று வரவேற்றார் ஒரு பெரியவர். கணீரென்ற குரல். அறுபது வயதிருக்கும். வெள்ளை வேட்டி சட்டையிலிருந்தார். ஏறுநெற்றியில் அள்ளிப் பூசிய வீபூதிப்பட்டைகள். வாய் வெற்றிலையைச் சப்பிக்கொண்டேயிருந்தது.

"செக்கியூரிட்டி வேலைக்கு எட்டாம் வகுப்பாவது படிச்சிருக்க வேணுமெல்லே... தம்பி..."

"எட்டாம் வகுப்புப் படிக்கிற நேரம்தான் இயக்கத்துக்குப் போனனான்."

அவர் சுவாரசியமான கதையொன்றைக் கேட்கும் ஆர்வத்தோடு நிமிர்ந்து உட்கார்ந்தார். "அப்ப எப்ப இயக்கத்துக்குப் போனீர்?" என்று ஆரம்பித்த கேள்விகள் ஏறக்குறைய இராணுவ விசாரணையை நெருங்கிக் கொண்டிருந்தன. இடுப்பில் 'பீஸ்' கொழுவியிருப்பதையும் சொல்லிவிடலாமா என்று வெள்ளையன் யோசித்தான்.

"ஒன்பது வருசமா இருந்ததெண்டுறீர்... என்ன ராங்கில இருந்தனீர்..."

வெள்ளையன் கேள்வியோடு பார்த்தான்.

"என்ன கேக்கிறன் எண்டால் ஒருவேளை சண்டையளில உமக்கு ஏதாவது ஆகியிருந்தால் என்ன ராங் தந்திருப்பாங்கள்?"

"தெரியேல்லை."

"ம்..." பெரியவர் கடவாய்ப் பற்களுக்குள் சிக்கிய வெற்றிலைச் சக்கையை சுட்டுவிரலை நுழைத்து வழித்தெடுத்தார். விரலை மணந்துவிட்டு வேட்டியில் துடைத்தார். குரலைச் செருமினார். "தம்பி முந்தி இயக்கத்தில இருந்ததை மறைக்காமல் சொன்னது சந்தோசம். ஆனால்

ஆமிக்காரர் அடிக்கொருக்கா உம்மை விசாரணைக்குக் கூப்பிடுவினம். அது வேலைக்குக் குழப்பம்... பழைய ஆக்கள் ஆரோடையெல்லாம் கதைக்கினமெண்டு முன்னால இன்ரெலிஜென்ஸ் பாத்துக்கொண்டு நிக்கும். அது பிசினஸுக்குக் குழப்பம்... ஒரு இயக்கக்காரரை வேலைக்கு வைச்சிருக்கிறது அவ்வளவு திறமுமில்லைதானே... குறை விளங்காமல் போயிற்று வாரும்... ஆரங்க... தம்பிக்கொரு சோடா உடைச்சுக் குடுங்கோ..."

வெள்ளையன் கால்கள் சோர நடந்து பஸ்ஸில் ஏறி அமர்ந்தான். பஸ் புறப்பட்டுச் சென்றபோது வீடுகள் பின்னால் மறைந்துபோயின.

“பிள்ளையளின்ர உடம்புக்கு ஏதாவது வருத்தமெண்டால்கூட நான் அவ்வளவு பயப்பிடுறதில்லை. ஆனால் கோழிகள் கொஞ்சமாத் தலையைத் தூங்கிக்கொண்டு நிண்டாலே இப்ப நெஞ்சு பதகளிக்குது... ஆண்டவரே அதுகளுக்கு எதுவும் ஆகக்கூடாதெண்டு தான் இப்ப மன்றாட வேண்டியிருக்கு...” என்று ராணிக்குச் சொல்லிக்கொண்டிருந்த ஜெயந்தி, கடவையைத் தள்ளித் திறந்தவாறு நாமகள் உள்ளே நுழையவும் ஒருமுறை அவளைப் நிமிர்ந்து பார்த்துத் தலையசைத்துவிட்டு மறுபடியும் கதைக்குள் மூழ்கினாள். அவள் முகாமிலிருந்து வெளியேறிச் சில காலம்தான் ஆகிறது. நேர் முன்வீட்டில் இருந்தாள்.

சிந்துவைக் கீழே இருத்தி தலைமயிரைக் கலைத்து ஈறு கோலியால் பேன் வாரிக்கொண்டிருந்த ராணி “ஏனக்கா... பிராணியள் எண்டால் அவ்வளவு உசிரோ...” என்று கேட்டாள்.

“கோபத்தைக் கிளறாதை... எனக்கு வாயில ஊத்தைப் பேச்சேதாவது வந்திடப்போகுது...”

“ஏனக்கா?”

“முகாமிலயிருந்து வந்தபிறகு அங்கை இங்கையெண்டு உதவியளுக்கு நாங்கள் அலைஞ்சது உனக்குத் தெரியும்தானே... அப்பிடித்தான் கால்நடை வளர்க்கலாம் எண்டு அவுஸ்ரேலியாவில இருக்கிற ஒராளிட்டயிருந்து கொஞ்ச உதவி கிடைச்சது. அவர் பத்துக் கோழி வாங்கித் தந்தவர். இங்கையிருக்கிற ஒராள்தான் ஒழுங்குபடுத்தித் தந்தவர். இவர் நல்ல மனுசன். சரியக்கா... தொடர்புபடுத்தி விடுறதுதான் என்ர வேலையெண்டுட்டு ஒதுங்கிட்டார். திடீரென்று ரெண்டு கிழமைக்கு முதல் புருசன் பெஞ்சாதி ரெண்டு பிள்ளையள் எண்டு நாலு பேர் ஒரு வாகனத்தில வந்து வீட்டுக்கு முன்னால இறங்கிச்சினம். இருங்கோ எண்டு சொல்லக்கூட என்னட்டை ஒரு கதிரையில்லை... பெரிய வெக்கமாப் போச்சுது... முதல்ல ஆரெண்டும் பிடிபடேல்லை. ஆராவது என் ஜி ஓ காரங்களோ எண்டு யோசிச்சன்... அவங்கள்தானே பத்து ரூபா குடுக்கிறதுக்கு நாப்பது ரூபா செலவழிக்கிறவங்கள். அதை விடு... ஆரைப் பாக்கவேணுமுங்கோ எண்டு மெல்லக் கேட்டன். அவைதான் கோழி வாங்கித் தந்த ஆக்களெண்டு பிறகுதான் சொன்னவை. அவுஸ்ரேலியாவிலயிருந்து லீவுக்கு வந்தவையாம். சும்மா

எங்களையும் பாத்திட்டுப் போவமெண்டு வந்தம் எண்டு சொன்னார். கொஞ்ச நேரம் பொதுவாக் கதைச்சுக்கொண்டு இருந்தவை. புலிகள் இருந்திருந்தால் இந்த உதவியெல்லாம் உங்களுக்குக் கிடைக்குமோ எண்டு ஒரு மாதிரி நக்கலாக் கேட்டார். அந்த நேரம் நாங்கள் பிச்சையெடுக்க வேண்டி இருக்கேல்லை எண்டு சொல்ல வாய் உன்னிச்சுதுதான்... பத்துக் கோழிக்காகப் பொறுமையா இருந்தன். மாரிக் காலம்தானே... ஒரு கோழி வருத்தம் வந்தது மாதிரித் தூங்கிக் கொண்டு நிண்டதை அவர் பாத்திட்டார். மனுசன் உடன பதைச்சுப் போட்டுது. நாங்கள் முள்ளிவாய்க்காலில கூட பிரேதங்களைப் பாத்து அப்படிப் பதகளிக்கேல்லை... கோழிக்கு என்ன நடந்தது எண்டு கேட்டார். நான் சாதாரணமா மழைத்தூக்கம் போல... சரியாயிடும் எண்டு சொன்னன். மனிசன் கொதிக்கத் தொடங்கிட்டுது. என்ன சாதாரணமாச் சொல்லுறீர்... நாங்கள் வெளிநாட்டில கஸ்ரப்பட்டு பனியிலும் குளிரிலும் உழைச்சு எங்கடை சனங்களெண்டு உதவி செய்தால் இப்பிடிப் பொறுப்பில்லாமல் கதைக்கிறீர் எண்டு கத்தத் தொடங்கிட்டார். எனக்குச் சீலை உரியிற மாதிரிப் போச்சுது... ஒரு கோழி தூங்கினது அவ்வளவு பெரிய குத்தமா... பிறகு சொன்னார்... அடுத்த லீவுக்கு வரேக்கை இந்தக் கோழியளின்ர முட்டையை அடை வைச்சு ஆகக் குறைஞ்சது இருபது கோழியாவது இருக்க வேணுமாம். பிறகு அடுத்த லீவுக்கு நாப்பதாக வேணுமாம். அதுதான் கோழிகளுக்கு ஏதாவதெண்டாலே இப்ப எனக்கு உயிர் போற மாதிரிக் கலக்கம். அடுத்த முறை வரேக்கை இருபது கோழிக்கு நான் கணக்குக் காட்ட வேணும்.” ஜெயந்தி சொல்லி முடித்தாள்.

“ம்... கையை நீட்டிக் காசு வாங்கிட்டமெண்டால் இப்பிடித் தான் அக்கா. சிந்துவும் சொன்னவள்... அவளோடை படிக்கிற ஒரு பிள்ளைக்குப் படிப்புச் செலவுக்கு லண்டனோ எங்கயோ இருந்து ஒருவர் மாதா மாதம் ஆயிரம் ரூபா அனுப்பிறவராம். பிறகு மாசத்தில ஐஞ்சு தரம் பக்கத்துக் கொம்மினிகேஷனுக்குக் கூப்பிட்டுப் படிப்பெல்லாம் எப்பிடிப் போகுது... நல்லாப் படிக்கிறீரோ... வடிவாப் படிக்க வேணும்... இது கஸ்ரப்பட்டு உழைச்ச காசு... அதுக்கு ஒரு பலன் இருக்க வேணும்... அது இது எண்டு ஒரே ஆக்கினையாம்... அவள் ஒருநாள் ஆத்திரத்தில இனி எனக்குக் காசு அனுப்ப வேண்டாம் எண்டு சொல்லிட்டாளாம்.”

“ம்... ஐஞ்சு சதமெண்டாலும் அதைக் கை நீட்டி ஒருவன் வாங்கினால் அவனை அடிமையா நினைக்கிற புத்திதான் இது... எப்பவாவது இவங்களுக்கு முன்னாலை கை நீட்டிக்கொண்டு நாங்கள் நிண்டமா... காலம் அப்பிடியும் நிக்க வைச்சிட்டுது...”

“போன கிழமை சந்திரா ரீச்சரிட்டைப் படிச்சதெண்டு சுவிசிலயிருந்து சயந்தன் எண்டு ஒருத்தன் வந்தவன். கதை எழுதுறவனாம். ரீச்சர் எப்பிடிச் செத்தவ... நீங்கள் எந்தப் பாதையால மாத்தளனுக்குப் போனீங்கள்... இயக்கப் பெடியங்களைப் பற்றி என்ன நினைக்கிறியள்... அவங்களில இப்பவும் கோவம் இருக்கோ எண்டெல்லாம் கேட்டு தன்ரை ரெலிபோனில ரெக்கோட் செய்தவன்...”

“ஏனாம்?”

“தெரியேல்லை... சனம் உத்தரிச்சு அலைஞ்ச நேரம் கள்ளத் தோணியில வெளிநாட்டுக்குப் போனவங்கள் இப்ப எல்லாம் முடிஞ்ச பிறகு ஒவ்வொருத்தனா வந்து விடுப்புக் கேக்கிறாங்கள்...”

“இந்தப் பக்கம் ஆர் வருகினம்...? எல்லாரும் கொழும்பில வஸ் ஏறி அப்பிடியே யாழ்ப்பாணம் போகினம்... மறுபடியும் வஸ் ஏறி கொழும்புக்குப் போகினம்... சரி. நீங்கள் என்ன மாதிரி... இங்கயே இருக்கிறதோ அல்லது தனிக்கல்லடிக்குப் போறதோ?”

“ஓ... மலரக்கா எண்டு எங்களுக்கு நல்லாத் தெரிஞ்ச ஒராள் இருக்கிறா. இயக்கம்தான். போன கிழமை கண்டனான். அவவும் மகளும் தடுப்பிலயிருந்து வந்திட்டினம். இப்ப செஞ்சிலுவைச் சங்கத்தின்ர ஏதோ சுகாதாரப் பிரிவில வேலையாம். தனிக்கல்லடிக்கே போகப் போகினமாம். அய்யோ எண்டு இடிஞ்சுபோய் இருக்காத, அடுத்த வேளையெண்டு ஒண்டிருக்கு, சாகும் மட்டும் நீதான் அதை நிண்டு தாண்டவேணும், தன்னோடை வந்து வீட்டை இரு எண்டவ. ஊருக்குத்தான் போகவேணும்.”

சிந்து தலைமயிரைக் கொண்டையிட்டவாறு எழுந்து போனாள். அவள் போகும்வரை பார்த்துக்கொண்டிருந்த ஜெயந்தி தணிந்த குரலில் கேட்டாள். “உன்ர தங்கச்சி நாமகளின்ர விசயம் என்ன மாதிரி...”

“எதுவும் சொல்லுறாள் இல்லயக்கா... ஏதாவது வாயைத் திறந்து சொல்லெண்டால் நான் இருக்கிறது உனக்குப் பாரம்தான் அக்கா... கொஞ்ச நாள் பொறு. வேலை சரி வந்திடும். பிறகு தனியப் போயிடுவன் எண்டுறாள். பிறகென்னத்தைக் கதைக்கிறது...”

“நீ ஒருக்கா அந்தப் பெடியன்ர வீட்டோட கதைக்கலாம் தானே...”

“எல்லாம் கதைச்சாச்சு... அவை அதைப் பெரிய விசயமாவே நினைக்கேல்லை... வதனாக்கா சிரிச்சுக்கொண்டே ஏதோ அறியாத வயசில அதுகள் பழகினதைப் பெரிசா நினைச்சுக்கொண்டு வாறியள் எண்டு சொல்லுறா... சின்னாச்சி எண்டொரு கிழவியிருக்கு. என்ர

பேரன் அப்பிடியில்லையே... அவன் பெட்டையளை நிமிர்ந்தும் பாக்கமாட்டானே எண்டு அது சொல்லுது..."

"பெடியனோட கதைக்கலாம் தானே..."

"அவனை நான் காணேல்லை... இவளின்ரை சிநேகிதியொருத்தி யாழ்ப்பாணத்தில இருந்தவள் தானே, அவளொரு கதை சொன்னாள்... உண்மையோ பொய்யோ தெரியேல்லை. மாத்தளனில சும்மா பொய்க் கல்யாணமெண்டு இன்னொரு கொட்டிலில போய் இவள் இருந்தவள்தானே... கிழவி அதைச் சந்தேகப்படுதாம். பொய்க் கல்யாணமெண்டாலும் இவள் அந்தப் பெடியனோடை படுத்திருப்பாள்தானே எண்டு கிழவி கேட்டதாம். இவள் விறு விறெண்டு திரும்பி வந்திட்டாளாம். இப்பிடியான குடும்பத்திட்ட நான் என்னெண்டு போய்க் கேக்கிறது... இதெல்லாம் மனிசப் பிறப்புக்குள்ள வருமே..."

"அதுவும் சரிதான்."

"யாழ்ப்பாணத்தில முகாமில இருந்திட்டுப் பிறகு இவளின்ரை சிநேகிதி வீட்டிலதான் இருந்திருக்கிறாள். வன்னிப் பிள்ளையை வீட்டில தங்க வைக்க அதுகளுக்கும் பயம் தானே... பிறகு நாங்கள் வெளிய வந்தவுடன இஞ்சை வந்திட்டாள்."

"சரி விடு... கடவுள் ஒரு பாதையைக் காட்டாமலா போயிடுவார்..." ஜெயந்தி சொல்லிக்கொண்டிருந்தபோதே தெருவில் ஒரு வாடிய கோழியை வேறு நான்கைந்து கோழிகள் துரத்துவது உதிர்ந்த வேலிக்கூடாகத் தெரிந்தது. அவள் "எடியே... பொறடி வாறன்..." என்றுவிட்டு எழுந்து ஓடினாள். "கருமத்தை... முள்ளிவாய்க்காலில பிள்ளையளுக்குக் கூட நான் இப்பிடிக் காவல் இருந்ததில்லை..."

உள்ளேயிருந்து கேட்டுக்கொண்டிருந்த நாமகளுக்குச் சிரிப்பையடக்க முடியவில்லை.

2012

டென்மார்க்கில் தலைமையிடத்தைக் கொண்ட ஒரு மிதிவெடி அகற்றும் தொண்டு நிறுவனத்தில் மாதாந்தம் பதினைந்தாயிரம் ரூபா ஆரம்பச் சம்பளத்தில் வெள்ளையனுக்கு இறுதியில் வேலை கிடைத்தது. வேலைக்கான நேர்காணலில் இயக்கத்தில் இருந்ததைப் பற்றி அவன் மூச்சும் விடவில்லை. பதினைந்து நாட்கள் வெடி பொருட்கள் பற்றிய ஓர் அறிமுகப் பயிற்சிக்கு வரவேண்டியிருக்கு மென்றும் அதற்குச் சம்பளம் கிடையாதென்றும் சொன்னார்கள். அவன் தலையாட்டிச் சம்மதித்தான்.

ஆனால் இந்த வேலையில் முத்துவுக்கு அடியோடு விருப்பமில்லை. “கஞ்சியைக் குடிச்சிட்டாவது இருக்கலாம். உயிரோடு விளையாடுற இந்த வேலை வேணாம். சொன்னாக் கேளுங்க...” என்று தடுத்தாள்.

வெள்ளையன் விரக்தியாகப் புன்னகைத்தான் “இந்த வேலையைத்தான் காலம் எனக்காக விட்டுவைச்சிருக்கு போல. ஒண்டுக்கும் யோசிக்க வேண்டாம். புதைக்கத் தெரிஞ்ச எனக்கு கிளறவும் தெரியும்தானே...” என்றான்.

கிளிநொச்சியில் பயிற்சிகள் நடந்தன. டென்மார்க்கிலிருந்து அதிகாரிகளும் கூடவே மொழிபெயர்ப்பாளர்களும் வந்திருந்தார்கள். ஆண்களும் பெண்களுமாக வந்திருந்த பணியாளர்களில் பலரை முன்னர் எங்கோ பார்த்த மாதிரியே இருந்தது. வன்னியில் இப்பொழுது யாரைப் பார்த்தாலும் எங்கேயோ பார்த்த மாதிரியே இருக்கிறது. வெள்ளையன் அறிந்திருக்காத எதனையும் அதிகாரிகள் புதிதாகச் சொல்லித் தந்துவிடவில்லை. இலங்கையில் பயன்பாட்டிலிருந்த மிதிவெடிகளின் பெயர்கள், வகைகள், வேறுபாடுகளைப் பட்டியலிட்டு விளங்கப்படுத்தினார்கள். அந்த டென்மார்க் பயிற்சியாளன் புலிகளுடையதை ‘தமிழ் வெடி’ என்றே குறிப்பிட்டான். மிடுக்கான அவனுடைய தோற்றம் முன்னர் இராணுவத்தில் பணியாற்றியவனைப் போலிருந்தது. பழைய போர்நிறுத்தக் கண்காணிப்புக் குழுவில் இருந்தவர்களுடைய சாயலிலும் இருந்தான். அவன் குறிப்பிட்ட தமிழ் வெடிகள் பெரும்பாலும் அம்மான் 2000, மேஜர் இளவழுதி, ரங்கன், ஜொனி 99, தாட்சாயினி முதலான பெயர்களில் உள்ளூர்த் தயாரிப்புக்களாக இருந்தன.

“இதனுடைய பெயர் இலவலுதி. மிகப் பயங்கரமானது. பொதுவாக மிதிவெடிகள் முழங்காலுக்குக் கீழே பாதத்தைக் குறிவைத்துத்தான் கழற்றும். இது அப்படியல்ல. தொடைக்கு மேலே இடுப்பு வரையும் பிய்த்து எறியும்... அம்மன் அதைவிடவும் பயங்கரமானது. ஒரு பஸ்ஸையே புரட்டும்” என்றான் அவன்.

மீட்பு வேலைகள் முழங்காவிலில் ஆரம்பித்தன. அதிகாலையிலேயே வாகனங்களில் ஏற்றிவந்து ‘பீல்ட்’டில் இறக்கிவிட்டால் மதியம் கடந்து மூன்று மணிவரைக்கும் வேலை தொடரும். வெடிபொருட்கள் மீட்கப்படவேண்டிய நிலப்பகுதிகளை சிவப்பு நாடாக்களால் பிரித்து ‘பொக்ஸ்’ அடித்திருந்தார்கள். பார்க்கிற இடமெல்லாம் ‘மிதிவெடி. கவனம்’ அறிவிப்புகள். எட்டு எட்டரை வரையும் தணிவாய்க் கிடக்கிற நிலத்தில் வெயில் ஏறஏற அனல் வீசத்தொடங்கிவிடும். பாண் போறணைக்குள் தலையை நுழைத்ததைப்போல தலைக் கவசத்தினுள் மண்டை உருகி வழியும். கனத்த பாதுகாப்பு அங்கிகளை யாரும் விரும்பி அணிவதில்லை. தொழிலாளர்கள் சினந்தார்கள். “வெள்ளைக்காரனிட்டைச் சொல்லுங்கடா... இதொண்டும் இல்லாமல்தான் மேலாலயும் கீழாலயும் வெடிக்க வெடிக்கத் திரிஞ்சனாங்கள் எண்டு.”

அதுவொரு வெளிநாட்டு நிறுவனம் என்றபோதும் நவீன இயந்திர உதவிகள் அற்ற நிலையிற்தான் வேலை செய்யவேண்டியிருந்தது. குப்பைவாரியைப் போன்ற சற்று நீளக் கம்பிகளைக் கொண்ட விராண்டிகளைத்தான் பயன்படுத்தினார்கள். ஒவ்வொரு அங்குலமாகப் பத்து சென்ரி மீற்றர் ஆழத்தில் மண்ணைக் கிளறி வறுகினால் ‘பொருள்’ தட்டுப்படுவதை கை உணர்ந்துகொள்ளும். பிறகு வட்டமாகக் கிளறி குழந்தையின் பவுடர் டப்பா போல முளித்துக்கொண்டிருப்பதை கவனம் பிசகாமல் வெளியே எடுக்க வேண்டும். பின்னர் ஆமிக்காரர்கள் வெடிக்க வைத்து அழிப்பார்கள்.

முழங்காவில் வெட்டைகளில் பெருமளவுக்கு ‘தமிழ் வெடிகளே’ புதைக்கப்பட்டிருந்தன. மன்னாரில் சண்டை உடைத்துக் கொண்டுவிட்டபிறகு அவசர அவசரமாகப் புதைத்திருக்க வேண்டும். நெல் விதைத்ததுபோலத்தான் இருந்தது. அரை மீற்றர் இடைவெளியில் அடுத்தடுத்து இரண்டைக் கண்டுபிடித்தால் ஆங்கில டபிள்யூ வடிவில் மற்றவற்றையும் கணிக்கின்ற சூக்குமத்தை வெள்ளையன் அறிந்திருந்தான்.

“சாத்திரி மாதிரி வெள்ளையன் அண்ணை குறிச்சுக் குடுத்தாரெண்டால் தப்பாது... தானே புதைச்சதைப்போல புள்ளடி போடுறார்” என்று ரூபி சொல்லிச் சிரிப்பாள். இரண்டு குழந்தைகளின் தாயான அவள்

வலைஞர்மடத்தில் ஒரு ஷெல்லில் கணவனை இழந்திருந்தாள். அன்றைக்கு ஒரு பின்னேரப் பொழுது சந்தியில் இயக்கப்பெடியங்கள் சூசியமும் வாழைப்பழமும் கொடுக்கிறார்கள் என்று யாரோ வந்து சொல்ல 'பிள்ளையளுக்கு வாய்க்கு ருசியா வாங்கியந்து குடுப்பம்' என்று புறப்பட்டவனைப் பிறகு பிய்ந்த சடலமாகத்தான் பார்க்க முடிந்தது.

நாச்சிக்குடாவில் பிள்ளைகளைத் தாயோடு விட்டுவிட்டு ரூபி ஒவ்வொரு நாளும் வந்து போனாள். "அதுகளுக்கு விபரம் புரியிற வயசு... கண்ணிவெடி கிளறப் போறன் எண்டால் பயப்பிடுவாங்கள்... அதனால கிழங்கு புடுங்கப் போறன் எண்டு சொல்லிட்டுத்தான் வாறனான்" என்பாள்.

தொழிலாளர்களுக்கான தற்காலிகத் தங்குமிடமும் நாச்சிக்குடாவில்தான் அமைக்கப்பட்டிருந்தது. தகரங்களால் அடைக்கப்பட்டு கூரை வேயப்பட்ட நீண்ட கொட்டகை. மூன்று மணிக்குப் பிறகு கேப்பாப்புலவிற்குப் போய்த் திரும்புவது இயலாதென்பதால் வெள்ளையன் அங்குதான் தங்கியிருந்தான். மூன்று வார வேலைக்குப் பிறகு ஒரு வார லீவு கிடைக்கும். வீட்டிற்குப் போய் வருவான்.

"தடுப்பில ரெண்டு வருசம்... இங்க மூண்டு கிழமைக்கு ஒரு தடவை... பிள்ளையளோடை இருக்கவே மாட்டீங்களா..." முதற்தடவை வீட்டிற்குப் போன நாளில் முத்து சண்டைபிடித்தாள். ஆசையாக கிளிநொச்சியில் வாங்கிப் போன இனிப்புகள் யாரும் சீண்டாமல் ஓரத்திலே கிடந்தன.

"எனக்காவது பரவாயில்லை. அம்பாறை மட்டக்கிளப்பில இருந்தெல்லாம் வந்து நிக்கிறாங்கள். அவங்களால அதுவும் முடியிறதில்லை..."

"இங்கையே ஒரு வேலையைத் தேடுங்களேன்."

"ஆர் தர்றாங்கள்... இந்த வேலையில ஒரு ஆறு மாசம் பல்லைக் கடிச்சனெண்டால் சின்னதா ஒரு வீட்டைக் கட்டிப் போடலாம்."

"வீட்டைக் கட்டின பிறகாவது வீட்டில இருப்பீங்களா?"

பிள்ளைகளோடு விளையாடவும் அவர்களை முன்பள்ளிக்கு அழைத்துச் செல்லவும் கூட்டி வரவும் வெள்ளையனுக்கும் ஆசை தான். முல்லைத்தீவுப் பிரதேசத்தில் மிதிவெடி அகற்ற வேண்டியேற்பட்டால் தினமும் வந்துபோகலாம். ஆனால் அப்பகுதிகளில் தாங்களே கண்ணிவெடிகளை மீட்டுக்கொள்வதாக இராணுவம் அறிவித்துவிட்டது. தொண்டு நிறுவனங்களுக்கு அனுமதி வழங்கப்படவில்லை.

"எப்பிடி அவன் பெமிஷன் தருவான்...? சும்மா விளக்குமாத்தால கூட்டினாலே குவியற மாதிரி க்ளஸ்ரர் குண்டுகளை விதைச்சு வைச்சிருக்கிறான். குரும்பட்டி கணக்கா பாக்கிற இடமெல்லாம் கிடக்கு. வெளிநாட்டு நிறுவனங்களை விட்டால் புரூப் ஆயிடுமெல்லா... இப்பவே சனல் போர் காரன் அவங்களை நித்திரை கொள்ளவிடுறான் இல்லை. இது புதுத் தலையிடியாயிடும்..." என்று சின்னத்துரை ஒருநாள் சொன்னான். அவனுக்கு இருபத்தியொரு வயதாகிறது. தொழிலாளர்களில் அவனொருவன்தான் சிறு வயதுக்காரன். யாழ்ப்பாணத்தில் பலாலிக்குப் பக்கத்தில் சொந்த ஊர். பிறந்த இருபத்தொன்பதாவது நாளில் அவனைத் தூக்கிக் கொண்டு வெளியேறினார்களாம். தனக்கு 'இன்னமும் துடக்குக் கழிக்கவில்லை' என்று சொல்லிச் சிரிப்பான்.

"அவன் க்ளஸ்ரர் பாவிச்சது வெளிநாடுகளுக்குத் தெரியும்... அதில்ல பிரச்சனை... கடைசிச் சண்டை நடந்த இடங்களில் சும்மா கிண்டினாலே மிதிவெடிக்குப் பதில் மண்டை ஓடுகள்தான் வரும்... அதுதான் பயப்பிடுறான்" சிவராசன் மல்லாக்காகப் படுத்திருந்து கூரையை வெறித்தவாறு சொன்னார். அவர் ஒரு முன்னாள் போராளி. ஐம்பதைக் கடந்த வயது. பூர்வீகமான மணலாற்றிலிருந்து இடம்பெயர்ந்து ஒதியமலையில் தங்கியிருந்த காலத்தில் எண்பத்து நான்கில் அவருடைய தம்பியை ஆமி சுட்டதைத் தொடர்ந்து இயக்கத்தில் இணைந்துகொண்டவர். திருமணம் செய்துகொள்ள வில்லை. "போராட்டத்தைத் தொடங்கிட்டு வெளிநாட்டுக்கு ஓடாத கொஞ்சப்பேரில நானும் ஒருவன்... போராட்டத்தைத் தொடர்ந்து நடத்திட்டு கடைசில செத்துப்போகாத கொஞ்சப் பேரிலயும் நான் ஒருவன்..." என்று அடிக்கடி சொல்வார்.

ஓர் இரவுச் சாப்பாட்டு நேரம் சிவராசன் இப்படிச் சொன்னார் "தம்பிக்கு என்னை விடவும் மூண்டுநாலு வயசு கூடத்தான். எண்டாலும் அந்தக் காலத்தில இயக்கத்தில சேர்ந்த ஆக்களுக்குத் தம்பி எண்டுதான் மனசில இருக்குது. தம்பி ஒரு அவசரக்காரர்தான்... ஆனால் அவற்றை அர்ப்பணிப்பையும் அந்த நேர்மையையும் யாராலயும் சந்தேகிக்க ஏலாது. அவருக்கு இந்த உலகமும் சிங்கள அரசாங்கங்களும் தன்னை ஒருநாள் ஏமாத்திவிடும் எண்ட பதட்டம் இருந்துகொண்டேயிருந்தது. அதனால தானே முந்திவிட வேணுமெண்டுதான் அல்லும் பகலுமா யோசிச்சார். தன்னை நம்பிவந்து செத்துப் போன பிள்ளையளின்ரை கனவைப் பற்றியே யோசித்துக்கொண்டிருந்தவர், தன்னை நம்பி உயிரோட இருந்த சனங்களுக்காகவும் யோசிச்சிருக்கலாம் எண்ட ஒரு கோபம் எனக்கு இருக்குத்தான்... இல்லையெண்டில்லை. ஆனால் எங்கட போராட்டம் தம்பி இல்லாட்டி எண்டைக்கோ இல்லாமல் போயிருக்கும். 84-லிலோ 87-லிலோ தமிழனை எல்லாருமாச் சேந்து ஏமாத்தியிருப்பாங்கள். அந்த

ஒற்றை ஆளிண்ட மனஉறுதிதான் இவ்வளவு காலமா அதை வளர்த்தது. இந்திய ஆமிக்கே அடிக்கிற தைரியம் அந்த வைரவருக்குக்கூட வராது. அவரிலயிருந்த கொஞ்ச நஞ்சக் கோபமும் இந்த எளிய நாய்கள் அவரைக் கடைசியாக் காட்டின கோலத்தில இல்லாமல் போயிட்டுது. என்னை விடு, நான் இருபத்தைஞ்சு வருசம் இயக்கத்தில இருந்தவன். ஆனால் இண்டைக்கும் அவரைத் திட்டிற ஆக்களில அரைவாசிப் பேராவது அந்தக் கடைசிக் கோலத்தைக் கண்டு கண்ணீர் வடிச்சதை இல்லையெண்டு சொல்லட்டும் பாப்பம்...”

இவ்வாறாக இரவுணவின்போது தொடங்குகிற கதைகள் பின்னர் உறங்கும் வரையும் தொடரும். சிவராசனின் அன்றைய மனநிலையைப் பொறுத்து துயரங்களும், சுவாரசியங்களும், பம்பல்களும், இரகசியங்களும், சிலநேரம் அழுகையுமாக வெளிவரும். “ஏதோ செய்த பாவங்களுக்குத் தண்டனை பெறல்லையா எண்டு விசாரிக்கிற மாதிரி நீ ஏன் சாகேல்லை... ஏன் குப்பியடிக்கேல்லை எண்டு கேக்கிறாங்கள்... இப்பவும் என்னைச் சுற்றி பத்து நிமிசம் ஆக்கள் இல்லையெண்டாலே ஏதேதோ முகங்களும் நினைவுகளும் என்னைச் சாகடிக்கத் தொடங்கிவிடுது... என்ரை சாவு உங்களுக்குச் சந்தோஷமா இருக்குமெண்டால்... ஒவ்வொரு நாளும் சந்தோஷப்படுங்கடா... இந்தச் சண்டையில ஒண்டரை லட்சம் சனமும் நாற்பதாயிரம் பொடியன்களும் செத்தப்பவும் இப்பிடித்தான் சந்தோஷப்பட்டீங்களாடா? நான் ஒவ்வொரு நாளும் செத்துக் கொண்டுதான் இருக்கிறன்.”

ஒருநாள் வெயில் மண்டையைப் பிளந்துகொண்டிருந்த மதிய நேரம் அவர்கள் சீன எழுத்துகள் பொறிக்கப்பட்ட பன்னிரண்டு நிலக்கீழ் வெடிகளை ஜெயபுரத்தில் மீட்டார்கள். ரூபிதான் முதலாவதைக் கண்டுபிடித்தாள். அதனுடைய தோற்றம் வேறொரு வடித்தில் இருக்க வெள்ளையனையும் சின்னத்துரையையும் அழைத்து வந்து காட்டினாள்.

“நாங்கள் சின்னப்பிள்ளையா இருக்கேக்கை அந்தக் காலத்தில பொங்கல் வருசப் பிறப்புக்கு சீனவெடி கொளுத்துறது எண்டு சொல்லுவினம். அது இதுதான் போல” என்று சிரித்த சின்னத்துரை “அமெரிக்கக்காரனும் ஆயுதம் குடுக்கிறான்... சீனாக்காரனும் ஆயுதம் குடுக்கிறான்... இவங்களைப் புரிஞ்சுகொள்ளவே முடியேல்லை” என்றான்.

ரூபியிடமிருந்து ஆழ்ந்த பெருமூச்சு வெளியேறியது. “என்ரை ரெண்டு பிள்ளையளுக்கும் அமெரிக்கா எங்கை இருக்கெண்டும் தெரியாது... சீனா எங்கை கிடக்கெண்டும் தெரியாது... ஆனால் அந்தச் சூதாட்டத்தில அதுகள் அனாதையாப் போட்டுதுகள்...” என்று கமறிய குரலில் முணுமுணுத்தாள்.

2013

துரையப்பா விளையாட்டரங்கில் கூடியழுதவர்கள் காணாமற் போனவர்களின் படங்களை தீபங்களைப்போல ஏந்தியிருந்தார்கள். அவலக் கதறல்கள் வானை முட்டின. எப்பொழுதும் போலவே காணாமல் போனவர்களின் பிள்ளையை, மனைவியை, தாயை, தந்தையைத் தவிர வேறு யாரும் வந்திருக்கவில்லை. ஒரு சிலர் ஓரமாக நின்று வேடிக்கை பார்த்தார்கள். பத்திரிகையாளர்களும் இராணுவப் புலனாய்வாளர்களும் படம்பிடித்தார்கள். வல்லியாள் விநோதினியின் கறுப்பு வெள்ளைப் படமொன்றைப் பிடித்தவாறு அழுது கொண்டிருந்தாள். சாதாரண தரப் பரீட்சைக்கான தபால் அடையாள அட்டையில் ஒட்டப்பட்டிருந்த அந்தப் படத்தில் விநோதினி உதடு விரியாது புன்னகைத்தாள்.

அன்றைக்கு ஐக்கிய நாடுகளின் மனித உரிமைகள் ஆணையாளரான நவநீதம்பிள்ளை யாழ்ப்பாணத்திற்கு வருவதாக இருந்தது. கணபதியும் வல்லியாளும் கைச்செலவிற்கும், பஸ்ஸுக்குமாக முத்துவிடம் இருநூறு ரூபாய்களை வாங்கிக்கொண்டு யாழ்ப்பாணம் வந்திருந்தார்கள்.

அவர்களுடைய காலம் இப்படி ஆர்ப்பாட்டமென்றும் ஊர்வலமென்றுமே கழியலாயிற்று. யாழினி என்ற இயக்கப் பெயரும் கணபதி விநோதினி என்ற இயற்பெயரைக் கொண்டவருமான ஒருவர் புனர்வாழ்வு முகாம்களிலோ அல்லது சிறைச்சாலைகளிலோ இல்லையென்று சிறைச்சாலை நிர்வாகம் உத்தியோகபூர்வமாக அறிவித்து நெடுநாட்களாகி விட்டன. மனித உரிமைகள் அமைப்பொன்று காணாமற் போனவர்களின் சார்பில் தொடுத்த வழக்கில் விநோதினி தம்மிடம் சரணடையவே இல்லையென்று இராணுவமும் கை விரித்துவிட்டது. வழக்கு இன்னொரு நாளுக்கு ஒத்தி வைக்கப்பட்டபோது கணபதி இருக்கையிலிருந்து துள்ளிப் பாய்ந்து முன்னால் ஓடினான். "பொய் சொல்றான்... இவன் பொய் சொல்றான். டேய்... வாய் நாறி அழுகிப் போகுமடா..." என்று கீச்சிட்ட குரலில் கத்தினான். கோழி அமுக்குவதைப் போல பொலிசார் அவனைப் பிடித்துக்கொண்டார்கள். திமிறினான். "நான் என் கையைப் புடிச்சு கூட்டிட்டுப்போய் ஒப்படைச்சிட்டு வந்தேன். என் பொண்ணு ஒரு நீலச் சட்டை போட்டிருந்தா. அதைப் பஸ்ஸில ஏத்திட்டுப் போனதை நான் என் கண்ணால பாத்தன்... அது கடைசி வரைக்கும் என் கண்ண நிமிந்து பாக்காமலே போனது என் கண்ணுக்குள்ளயே நிக்குது..."

மூர்ச்சையாகி விழுந்துவிட்ட வல்லியாளை வவுனியா ஆஸ்பத்திரியில் இரண்டு நாட்களுக்கு வைத்திருந்துவிட்டு அனுப்பினார்கள். இரவுகளில் ‘அம்மா’ என்று அவளுக்கு மெல்லக் கேட்கும். பதைத்து விழித்து இருளுக்குள் துழாவுவாள். நிகழ்காலம் முகத்தில் அறைய கண்கள் வழியும். பிறகு நித்திரை இருக்காது. கொட்டக் கொட்ட விழித்திருப்பாள். மனம் வேகும். யாராவது பெண்கள் புனர்வாழ்வு முகாமிலிருந்து வெளியேறி வந்திருக்கிறார்கள் என்று தெரிந்தால் போதும், நேரே அவர்களிடம் போய்விடுவாள். “ஏம்மா… அங்க விநோதினின்னு யாரையாச்சும் கண்டிருக்கிறியா…” பிச்சை ஏந்தி நிற்பதுபோல முகத்தை வைத்துக்கொண்டு கேட்பாள். யாருக்குமே விநோதினியைப் பற்றித் தெரிந்திருக்கவில்லை.

ஒருநாள் புதுக்குடியிருப்புச் சந்தியில் கணபதி ஒருத்தியைக் கண்டான். நினைவுகள் சுளீரென்று இழுபட்டன. காட்சிகள் உருமாறின. வட்டுவாகல் பாலம், இராணுவப் பச்சை, சோற்றுப் பார்சல்கள்… தண்ணீர்ப் போத்தல்… விசாரணைக் கூண்டு… இராணுவ முகங்கள்… சிவப்பு நிற சி.ரி.பி பஸ்… பஸ்தான்… அதன் துருப்பிடித்த கம்பியில் விலங்கிடப்பட்டிருந்த விநோதினிக்கும் இன்னொரு சிறுமிக்கும் நேர் பின்னேயிருந்த இருக்கையில் இருந்தாள் அவள். கலங்கிய குட்டை தெளிவதைப்போல முகம் அடையாளமானது. மளமளவென்று வெளிச்ச இழைகள் கூடுகட்டத் தொடங்கின. கணபதி பாய்ந்து அவளைத் தடுத்து நிறுத்தினான். அவள் சடுதியில் பயந்து மெல்ல நிதானமானாள்.

“புள்ள… எம் புள்ள… நீ… அவளோட…” கணபதி திக்கித் திணறினான். முகத்தை அழுத்தித் தேய்த்து சீராக மூச்சுவிட்டான். “எம் புள்ள விநோதினி சரணடைஞ்சப்ப ஏத்திட்டுப்போன பஸ்ஸில உன்னயப் பாத்த யாவகமிருக்கு… அது நீதானே… ஆமா நீதான்… எஞ் சாமீ… ஒரு வழியக் காட்டிடாரு… எம் புள்ளக்கு என்னாச்சு?”

கண்கள் ஒரு பூனையைப் போலப் பதுங்க அவள் வேலியின் ஓரத்தோடு ஒதுங்கினாள்.

“இல்ல அய்யா… என்னய யாரும் பிடிக்கலயே. நீங்க மாறிச் சொல்லுறீங்க…”

கணபதி தன்னை உதறினான். காட்சிகள் கலங்கித் தெளிந்தன. “யாவகப் படுத்திப் பாரு தாயி… மறக்கற நாளா அது… பஸ்ஸில உனக்கு முன்னால எம் பொண்ணு இருந்தா…”

“இல்லை அய்யா... நீங்கள் ஆரோ எண்டு நினைச்சு என்னோடை கதைக்கிறியள். சந்தைக்கு நேரமாச்சு. நான் போறன்” என்றவாறு கணபதியைத் தாண்டி நடந்தாள். அவனை யாரோ குப்புறத் தள்ளிவிட்டது போலிருந்தது. அவளையே பார்த்துக் கொண்டு நின்றான்.

அதற்குப் பிறகும் இரண்டு மூன்று தடவை அவளை எதேச்சையாகக் காண வேண்டியானது. கால்கள் உந்தும். மனதை அடக்கிக் கொண்டு நிற்பான். கண்கள் மட்டும் இரந்து கெஞ்சின. ஒருநாள் அவளாக நெருங்கிவர மனது கொந்தளிக்கத் தொடங்கிற்று.

“அய்யா... எனக்கு மனசு கேக்கேல்லை. நீங்கள் சொன்ன மாதிரி அண்டைக்கு பஸ்ஸில பின்னாலயிருந்தது நான்தான். அண்டைக்கு எல்லாரையும் ஒரு இடத்துக்குக் கொண்டுபோயிட்டு உடனயே வேற இடங்களுக்கு மாத்திட்டினம். என்னை மட்டக்களப்பில வைச்சிருந்தவை. உங்கடை மகள எங்கை கொண்டுபோனவை எண்டு எனக்குத் தெரியேல்லை...” தரையைப் பார்த்துக்கொண்டு சொன்னாள். கணபதிக்குத் தொண்டை வறண்டுவிட்டது. நெஞ்சுக்குள் தீயின் நாவுகள்... மெல்லத் திரும்பினான்.

“அய்யா... ஒரு விசயம்... உங்கட காலைப் பிடிச்சுக் கெஞ்சிக் கேக்கிறன்... உங்கடை மகளோடைதான் என்னையும் பிடிச்சதெண்டு எங்கையாவது சொல்லி என்னையும் சாட்சிக்கு வா எண்டு கூப்பிட்டுவிட வேணாம். கலியாணம் கட்டிட்டன். ஒரு குழந்தையுமிருக்கு... உங்கடை மகள் திரும்பக் கிடைக்க வேணும் எண்டு கர்த்தரிட்டை மன்றாடுறன்...”

கணபதி தலையசைத்தான். கண்ணீர் தெறித்து விழுந்தது.

காணாமல் போனவர்களைப் பற்றிய விசாரணைகளை நல்லிணக்க ஆணைக்குழு ஆரம்பித்தபோது கணபதியும் சாட்சியமளித்திருந்தான். ஆரம்பத்தில் ‘அவங்களே பிடிச்சுக்கொண்டு போயிட்டு பிறகு அவங்களே விசாரணையும் செய்யிறாங்களாம்...’ என்று எரிச்சலாயிருந்தாலும் பிறகு மனது கேட்கவில்லை. ஏதாவது ஒரு துரும்பில் மகள் கிடைத்துவிட மாட்டாளா என்ற நப்பாசை.

சாட்சியத்தின்போது அதிகாரிகள் திரும்பத் திரும்ப புலிகள் இயக்கத்திலிருந்த மகள் சண்டையில் இறந்திருக்கலாம் தானே என்று கேட்டுக்கொண்டிருந்தார்கள். கணபதிக்கு ஒரு கட்டத்தில் எல்லை தாண்டிவிட்டது. “என் கண் என்ன அவிஞ்சா போச்சு... நான் பாத்திட்டிருக்கத் தானே கூட்டிட்டுப் போனீங்க... அப்புறம் இது என்ன கேள்வி...” என்று கத்தினான். “முதல்ல ஆமிக்காரனுவளக் கூப்பிட்டுக்

கேள்வியக் கேளுங்க... இல்லைன்னா அவங்களக் கூட்டிட்டு வாங்க... யார் யார்கிட்ட எங்க புள்ளகளக் கொடுத்தோம்னு சொல்றோம்..." என்றான்.

அவர்கள் சட்டென்று "மகள் இல்லாத நிலையில் இரண்டு பேருடைய வாழ்க்கை ஜீவனத்தின் சிரமங்களை ஆணைக்குழு புரிந்துகொள்கிறது. நீங்கள் ஆடு மாடு கோழி போன்ற கால்நடைகளை உதவியாகப் பெற விரும்புகிறீர்களா..." என்று கேட்டார்கள். கணபதி சுருக்கென்று வெளியேறிப் போனான்.

பிறகொருநாள் ஒரு சாத்திரியிடம் குறி கேட்டபோது 'பிள்ளை தெக்குத் திசையில வெளிச்சம் படா வனத்துக்குள்ளை ஒரு ஊமையைப்போல இருக்கிறாள். நிலம் நாலு வெள்ளம் கண்ட பிறகு மண் தகிக்கிற வெயில் நாளில உன்னட்டை வருவாள்" என்று அவன் சொன்னதைத்தான் அவர்கள் ஒரு துரும்பாகப் பற்றிப் பிடித்திருந்தார்கள். ஆர்ப்பாட்டம், மகஜர் கையளிப்பு என்று எங்கு நடந்தாலும் போய்விடுவார்கள். எவருடையதோ சாவு வீட்டிற்குப் போய் தன்னுடைய துயரத்திற்கு அழுதுவிட்டு வருவதைப்போல அதிலோர் ஆறுதல்.

"என்ர அண்ணாவைத் தாங்கோ..." திடீரென்று ஒரு சிறுமி குழறுவது கேட்டது. வல்லியாள் திரும்பிப் பார்த்தாள். பத்து வயதிருக்கும். தாயோடு வந்திருக்க வேண்டும். அவளுடைய கையிலிருந்த படத்தில் சில ஆண்கள் வரிசையாக நின்றுகொண்டிருந்தார்கள். அவளுடைய அண்ணா கைது செய்யப்பட்ட பின்னர் ஒரு புனர்வாழ்வு முகாமில் காலைப் பயிற்சியின்போது அந்தப் படம் எடுக்கப்பட்டிருந்ததாம். பின்னர் பத்திரிகையொன்றில் வெளியாகியிருந்தது. இரண்டாவது ஆளாக நின்றான். கடைசியில் அவனைக் கைது செய்யவே இல்லையென்று சொல்லிவிட்டார்கள்.

"எங்கடை அண்ணாவைத் தராமல் ஒளிச்சு வைச்சுக்கொண்டு இருக்கிறாங்களே... எங்கடை அண்ணாவைத் தாங்கோ... ஏன் வைச்சிருக்கிறீங்கள் எங்கடை அண்ணாவை... என்னத்துக்காக வைச்சிருக்கிறியள்... நாங்கள் உங்களுக்கு என்ன பாவம் செய்தனாங்கள்... விடிய வெள்ளன நாங்கள் சாப்பிடாமல் பள்ளிக்குடத்துக்கும் போகாமல் எங்கட அண்ணாவைத் தேடித்திரியிறம்... அய்யோ... எங்கட அண்ணாவைத் தாங்கோ..." உயிரை நெரிக்கின்ற குரல்.

அப்பொழுதுதான் அந்தக் கமராக்காரன் "எமோஷனல் அன்ட் பவர்புல் வேர்ட்ஸ்" என்றான். ஆரம்பத்திலிருந்தே தாய்மாரின் கண்ணீரையும், மனைவிகளின் ஓலங்களையும் ஓடியோடிப் பதிவு செய்து கொண்டிருந்தவனை இன்னொரு பெண் இயக்கிக் கொண்டிருந்தாள்.

இரண்டு பேரும் இந்தியாவிலிருந்து வந்திருக்க வேண்டும். வல்லியாளிடம் திரும்பினார்கள். அவள் கண்கள் கொப்பளிக்க அழுது கொண்டிருந்தாள்.

“ஹே... இங்க போகஸ் பண்ணு” குதூகலத்தில் கத்தியவளுடைய கண்கள் ஒளிர்ந்தன. “முகத்த போகஸ் பண்ணி அப்பிடியே கண்ணீரோட ரெண்டு கண்ணயும் ஜூம் பண்ணு” என்றாள்.

வல்லியாள் விநோதினியின் படத்தை உயர்த்திப் பிடித்தாள். “எம் புள்ளய எங்கிட்ட மீட்டுக் கொடுத்திடுங்க...”

“அம்மா... நாங்க இந்தியால ஒரு டீவில இருந்து வர்றோம். காணாமல் போனவங்க பத்தி ஒரு செய்தித் தொகுப்புப் பண்றோம்... இது உங்க மகளாம்மா?”

கண்ணைத் துடைத்துக்கொண்டு தலையசைத்தாள்.

“எத்தனை வயசும்மா?”

“சரணடைஞ்சப்ப இருபத்தோரு வயசு... இப்ப இருபத்தியஞ்சு... எம் புள்ளய மீட்டுக் கொடுங்க.”

“அம்மா... உங்க பொண்ணு தானா எல் டி டி இல விரும்பிச் சேந்தாங்களா... அல்லது கட்டாயப்படுத்திப் பிடிச்சுண்டு போனாங்களா?”

“எம் புள்ளய எங்கிட்ட மறுபடியும் குடுத்திடுங்க... அய்யோ... நீ சாப்பிட்டியா இல்லையா... எதுவுமே தெரியாம ஒரு வாய் சோறு வாயில வைக்க முடியலயே... ஐயா... பெரியவங்களே... என் புள்ளயத் தாங்க...”

“அம்மா... இதப் பாருங்க... நாங் கேக்கிறது புரியுதா... அதாவது உங்க பொண்ண புலிகள் கட்டாயப்படுத்தி பிடிச்சுண்டு போனாங்களா... அல்லது அதுவாவே போய்ச் சேந்திச்சா... இங்க... இங்க... காமெராவப் பாத்துச் சொல்லுங்க...”

“எம் புள்ள... எங்கயிருக்கிறாளோ... என்ன துன்பப்படுறாளோ... தயவுசெஞ்சு நீங்களெல்லாம் பெரிய மனசு பண்ணி எம் புள்ளய மீட்டுக் கொடுக்கணும். எம் புள்ளய எங்க வைச்சிருக்கிறாங்கன்னு தெரியலயே... எம் புள்ளய எங்கிட்டக் கொடுங்க... எம் புள்ளய எங்கிட்டக் கொடுங்க...” வல்லியாள் அரற்றிக்கொண்டிருந்தாள். கண்ணீர் வற்றிப்போய்விட்டது.

அவர்கள் வேறு கண்ணீரைத் தேடிப்போனார்கள்.

அதுவொரு கடற்கரை நிலம். வெகுதூரத்தில் வற்றிப் போயிருந்த கடலில் வெண்நுரைகள் எல்லை தாண்ட முயன்று தோற்றுக்கொண்டிருந்தன. காலைப்பொழுதா மத்தியானமாவெனத் தெரியவில்லை. கடற்கரை பாளம் பாளமாகப் பிளந்திருந்தது. வெடிப்புகள் சிலந்திவலைப் பின்னலைப்போல பரவியிருந்தன. நிலத்தின் முடிவில் ஒரு புள்ளியாக குறைச் சுவரோடும் கூரை இல்லாமலும் அந்த வீடு இருந்தது. கொங்கிறீட் கற்களை அடுக்கிச் சீமெந்திட்ட அடையாளங்கள் செவ்வக வடிவுருக்களில் தெரிந்தன. அருகில் ஒரு மொட்டையான தவிட்டை மரம். கீழே இசைநிலாவும் ஒளிநிலாவும் உற்சாகம் இழந்துபோய் இருந்தார்கள். அவர்களுடைய முகங்களில் படர்ந்திருந்த துயரம் வெள்ளையனை மறுபடியும் வெறி கொண்டவனைப் போல ஆக்கிற்று. அவன் தன் காலடியில் குவிந்து கிடந்த புத்தம் புதிய மிதிவெடிகளை ஒவ்வொன்றாகப் புதைக்கத் தொடங்கினான். டபிள்யூ வடிவம், அரை மீற்றர் தூரம், பத்து சென்ரி மீற்றர் ஆழம் என்ற விதிகளைப் புறம்தள்ளிவிட்டு இடைவெளிகள் கொஞ்சமும் இல்லாது நிலத்தைக் கிளறி அவற்றை மூடினான். அப்பொழுது கடைவாயில் வழியத்தொடங்கிய குரூரமான புன்னகை அந்தப் பெருநிலத்தை அவன் மிதிவெடிகளால் நிறைத்தபோது பெரும் சிரிப்பாக வெடித்துப் பரவத்தொடங்கிற்று. நாரியை நிமிர்த்தினான். நறுக் என்று 'பீஸ்' குத்தி இழுத்தது.

கண்களைத் திறந்தான். கனவுச் சனியன். மெழுகுவர்த்தி வெளிச்சத்தில் இருள் மெல்ல மெல்லத் துலக்கமாயிற்று. கனவைப் போலவே வெளியே துளிக் காற்றும் இல்லை. கிளிநொச்சியின் மரங்களில் இலைகள் உறைந்து கிடந்தன. காதுக்குள் ரீங்காரமிட்ட நுளம்புகளை கையை வீசித் துரத்தினான். தொடையிலும் காலிலும் அடித்து உருட்டி வீசினான்.

இன்று பீல்டிலிருந்து திரும்பிய போதே இலேசாகக் காய்ச்சல் கண்டிருந்தது. மெடிக்ஸ்ஸிற்குப் பொறுப்பாக நின்ற சீதாவிடம் ஒரு பனடோல் கார்ட்டை வாங்கி வந்திருந்தான். இரவு சாப்பிடப் பிடிக்கவில்லை. தலையிடியாயிருந்தது. பனடோலைப் போட்டு விட்டுச் சாய்ந்தவன் ஆறு மணிக்கெல்லாம் அயர்ந்து தூங்கி விட்டான். தூக்கக் கலக்கத்தில் சிவராசன் எவரோடோ பேசிக்கொண்டிருந்ததைக் கேட்டதாக நினைவு... "எல்லாரும் என் ஜி ஓ காரங்கள் மாதிரியே

கதைக்கிறாங்கள். நேற்றைக்கு என்ன நடந்ததெண்டும் ஒருத்தருக்கும் அபிப்பிராயம் இல்லை. நாளைக்கு இனி என்ன நடக்கப்போகுது எண்டும் அக்கறை இல்லை. இண்டைய பசிக்குச் சாப்பிடுங்கோ எண்டுறாங்கள்... நாளைக்கு...? எண்டு கேட்டால் நாளைக்குப் பசிச்சாலும் சோறு தாறம் எண்டுறாங்கள்..."

வெள்ளையன் இருட்டைத் துழாவிக்கொண்டு எழுந்து உட்கார்ந்தான். தலையிடி குறைந்திருந்தது. கழுத்தில் இலேசான சூட்டுக் கணப்பு. 'ஒருக்கா வேர்த்து வழிஞ்சால் காய்ச்சல் குறையும்.'

பக்கத்திலேயே சிவராசன் ஒருக்களித்துப் படுத்திருந்தார். அவருடைய குறட்டைச் சத்தம் அங்கு நிலவிய அமானுஷ்யத் தன்மையை ஒவ்வொரு முறையும் உலுப்பிக் குலைத்தது. வெக்கை, இருட்டுக்குள் முகத்தை மறைத்துவிட்டுப் பொங்கியது. நித்திரையாவதற்கு முன்னர் பார்த்துக்கொண்டிருந்த இலங்கையின் வடபகுதி வரைபடத்தால் வெள்ளையன் விசிறினான். முகத்தில் காற்றுப் படவும் ஆறுதலாயிருந்தது. திரும்பவும் வரைபடத்தை வெளிச்சத்தில் பார்க்க முயன்றான்.

நாச்சிக்குடா, முழங்காவில், ஜெயபுரம், பல்லவராயன்கட்டு, நாகபடுவான் முதலான பிரதேசங்களில் புள்ளடி அடையாளமிடப்பட்டிருந்தது. அங்கெல்லாம் மிதிவெடிகள் முற்றாக அகற்றப்பட்டிருந்தன. கிளிநொச்சி மாவட்டத்தில் மீட்புப் பணிகள் கட்டம் கட்டமாகப் பூர்த்தியாகிக் கொண்டிருந்தன. வேறெங்காவது மீட்கப்படாத பகுதிகள் உள்ளனவா என்று தேடினான். துயரார்ந்த பெருமூச்சுத்தான் வெளிப்பட்டது. 'இன்னமும் இரண்டொரு மாசத்துக்குத்தான் வேலையிருக்கும்...'

கடந்த வாரம் டென்மார்க்கிலிருந்து சில அதிகாரிகள் வந்திருந்தார்கள். "ஓர் ஊனமற்ற எதிர்காலத்தை உங்களுடைய அடுத்த தலைமுறைக்குப் பரிசாகக் கொடுத்துள்ளீர்கள்" என்று தொழிலாளர்களுக்குக் கைலாகு கொடுத்து வாழ்த்தினார்கள். வெள்ளையனுக்கு ஏனோ பிள்ளைகளின் நினைவாகவே இருந்தது.

தனிக்கல்லடியில் வீடு குறைச் சுவரோடு மொட்டையாக நிற்கிறது. அங்கு காணிக்கு உறுதிப் பத்திரங்களைத் தயார் செய்வதிலேயே அலைந்து காலம் தீர்ந்துவிட்டது. அதிகாரிகள் கதிரைக்குப் பாரமாக உட்கார்ந்துகொண்டு "அவரைச் சென்று பார்... இவரிடம் கையெழுத்து வாங்கி வா..." என்று அவனை அலைவித்தார்கள்.

வாழ்க்கைச் செலவிற்கே சம்பளம் தள்ளாடுகிறது. குருவி சேர்ப்பது போலச் சேர்த்துத்தான் வீட்டைக் கட்டத் தொடங்கினான். ராணியும் தனிக்கல்லடிக்கு வந்து மலர் அக்காவோடு தங்கப் போவதாகச் சொல்லியிருந்தாள். நாமகளும் யாழ்ப்பாணத்திலிருந்து திரும்பி

அவர்களோடுதான் ஒட்டிக்கொண்டிருந்தாள். கிராம சேவகருக்கான ஒரு வேலை எப்படியும் கிடைத்துவிடுமென்று ஒரு நம்பிக்கை. பின்தங்கிய இப்பிரதேசங்களில் பணியாற்ற வெளியிடங்களிலிருந்து யாரும் வருவதில்லை. பணிக்காலத்தின் தொடக்கத்தில் கட்டாய நியமனம் பெற்று வருபவர்களும் இரண்டொரு வருடத்தில் 'அங்கேயிங்கே அணைவைப் பிடித்து' இடமாற்றம் பெற்றுக் கொண்டு ஓடிவிடுகிறார்கள்.

வெள்ளையன் தன்னுடைய வீட்டைத் தனிக்கல்லடியில் கட்டத் தொடங்கியதை சிவராசன் பாராட்டினார். "நீ செய்யிறது ஒரு காலப் பணியடா வெள்ளையன்... மணலாத்தில அரசாங்கம் சிங்களச் சனத்துக்குக் காணியைப் பிரிச்சுக் கொடுக்கத் தொடங்கிட்டுது. காணியும் ரெண்டு லெட்சம் காசும் கொடுக்கிறாங்களாம். ஒதியமலையிலயும் சனங்கள் இல்லாத காணியளை மெல்ல வளைச்சுப் போடுறாங்கள்... நாங்கள் முயற்சியெடுத்து இந்தக் கிராமங்களைத் தமிழ்ப் புழக்கமான இடங்களா மாத்தாட்டில் ஐஞ்சு வரிசத்தில அவ்வளவும் முழுக்கச் சிங்கள மயமாப் போகும். உனக்குப் புளொட்டைத் தெரியும் தானே... இல்லை... உனக்குத் தெரியாது... அவங்கள் முந்தி வவுனியாவில ஆடாத ஆட்டமெல்லாம் போட்டாலும் ஒரேயொரு நல்ல காரியம் செய்தாங்கள். என்னெண்டால் தமிழ் சிங்கள எல்லைப் பகுதிகளில பண்டாரவன்னியன், சங்கிலியன், அந்த அரசன், இந்த அரசன் எண்டு தமிழ்ச் சிலைகளைத் திறந்து வைச்சாங்கள். அந்தப் பக்கங்களில தமிழ்க் குடியேத்தங்களைச் செய்தாங்கள். அதைக் கடந்துகொண்டு சிங்களச் சனத்தால இயல்பா உள்ளை வரமுடியேல்லை. அதாவது காணி சும்மாதானே இருக்கு... போயிருப்பம் எண்டு சிங்களச் சனம் யோசிக்கிற நிலையைத் தடுத்து நிறுத்தினது ஒரு பெரிய விசயம்தான். இப்பிடி ஏதாவது செய்துதான் சிங்களக் குடியேத்தங்களைத் தடுக்க முடியுமே தவிர யாழ்ப்பாணத்தில இருந்துகொண்டு அல்லது வெளிநாட்டில இருந்து கொண்டு மரபுவழித் தாயகம் எண்டு கதைச்சுக் கொண்டிருந்தால் சரிவராது... சின்னத்துரை, நீயும் ஒரு கலியாணத்தைக் கட்டிட்டு தனிக்கல்லடிப் பக்கமா ஒரு வீட்டைக் கட்டு..."

வீட்டுச் சுவரை ஓர் அளவிற்கு மேலே எழுப்ப இயலவில்லை. இடையில் நிறுத்திவிட்டு தடிகளை நிமிர்த்தி இரண்டு பக்கங்களிலும் சாய்வாகத் தறப்பாளை விரித்திருந்தான். நிச்சயமாகப் பெருமழையைத் தாங்காது. கிடுகாவது வேய்ந்துவிட வேண்டும். ஒளிநிலா "எப்பப்பா மிச்ச வீடு கட்டுவீங்கள்?" என்று கேட்டுக் கொண்டேயிருந்தாள். அவளுக்கு 'ரோஸ்' வர்ணம் பூச வேண்டுமென்று ஓர் ஆசை.

பசித்தது. வெள்ளையன் எழும்பிப்போய் பானையில் தண்ணீரை வார்த்துக் குடித்துவிட்டு வந்து பாயில் சரிந்தான். 'இன்னொரு

வேலையை இப்பவே தேடத் தொடங்கவேணும்... றோட்டு திருத்திறது, தண்டவாளம் போடுறது மாதிரியான வேலையளுக்கு எப்பிடி ஆக்களை எடுக்கினமெண்டு தெரியேல்லை. விசாரிச்சுப் பாக்கவேணும்... மலர் அன்ரி திரும்பவும் கமம் செய்யத் தொடங்கினால் கேட்டுப்பாக்கலாம். கட்டாயம் ஓமெண்டுவா. ரக்ரர் ஓடேலாது... அந்தக் குலுக்கத்துக்கு பீஸ் வறுகும். ஏதோ இண்டைக்கோ நாளைக்கோ அவள் காணிக்கை விதைக்கிற மாதிரி யோசிக்கிறன். ஒரு வருசமெண்டாலும் செல்லும்... அதுவரைக்கும் ஒரு வேலை வேணும்...'

மறுநாள் விடுமுறை ஆரம்பித்தது. கிளிநொச்சியில் இசைநிலாவிற்கும் ஒளிநிலாவிற்கும் உடுப்புகளும் மூன்று வாரங்களுக்குத் தேவையான மளிகைப் பொருட்களும் வாங்கிக்கொண்டான். சைக்கிள் கார்ப்பெட் தெருவில் வழுக்கிக்கொண்டு ஓடியது. வாகனங்கள் சர் சர் என்று விலத்தியவாறு பறந்தன. வெயில் துரத்திக் கொண்டு வந்தது.

தேநீர் குடித்துவிட்டுப் போகலாமென்று விசுவமடுவில் ஒரு மரத்தின் நிழலில் சைக்கிளை நிறுத்தினான். இறங்கியபோது யாரோ "டேய்... புலிவரியன்" என்றார்கள். நெஞ்சுக்குள் கிறுக் என்று ஏதோ முறிந்ததைப்போல ஓர் உணர்வு. தார் ஊற்றியதைப்போல முகம் கறுத்துவிட்டது. சலனத்தைக் காட்டிக்கொள்ளாமல் மெதுவாகத் தலையை நிமிர்த்தினான். அது இனிதன்! 'புலிவரியன்' என்று அழைத்தது அவனுக்கும் உறைத்திருக்க வேண்டும். தலையைச் சுழற்றி யாராவது பார்க்கிறார்களா என்று அவதானித்துவிட்டு நிம்மதியாகினான்.

வெள்ளையன் இயக்கத்திலிருந்து விலகிய பிறகு இனிதனை ஒருநாளும் கண்டிருக்கவில்லை. ஆள் முழுவதும் மாறிப்போயிருந்தான். முன்னர் நல்ல சதைப்பிடிப்பான உடல்வாகு. 'சக்கைப் புக்கன்...' இப்பொழுது வருத்தக்காரன் போன்ற மெலிந்த தேகம். நெடு நாட்களுக்குப் பிறகு கண்ட குதூகலிப்பில் சிரித்தவாறே வந்து தோளைத் தட்டினான். "டேய் விசுவாமித்திரா... உன்ர பேரும் மறந்து போயிட்டுதடா... வாயில் மற்றப் பேர்தான் வருகுது..." துடுக்கான பேச்சை மட்டும் இன்னமும் இழக்காதிருந்தான். வெள்ளையன் புன்னகைத்தான்.

"நீ இருக்கிறியோ... இல்லையோ... எண்டெல்லாம் சிலநேரம் உன்னைப் பற்றி யோசிப்பன். தடுப்பிலயிருந்து வந்த பிறகு பழசுகளை யோசிக்கிறதை விட வேறை வேலையும் இல்லைதானே. உன்னைக் கண்டது சந்தோசம். எப்பிடி இருக்கிறாய்?"

"ம்... இருக்கிறன். ரெண்டு மகள்கள்... உனக்கு?"

"அதொண்டுமில்லை... இயக்கத்தில இருக்கேக்கை ஒருத்தியைக் காதலிச்சு அறிவிச்சிருந்தனான். அவள் இப்ப இல்ல. சரி விடு... நீ என்ன செய்யிறாய்?"

"ரெண்டு வருசமா மிதிவெடி கிளறுற கொம்பனி ஒண்டில நிக்கிறன். ரெண்டு மூண்டு மாசத்தில அதுவும் முடியப்போகுது. வேற வேலை தேட வேணும்."

"எனக்கு அதுவும் இல்லை... பொழுதும் போகுதில்லை... இப்பிடி ஒண்டா இருந்தவங்களைக் கண்டாத்தான் கதைச்சுப் பேசவும் முடியுது. மற்றும்படி ஒண்டாப் படிச்சவங்களைக் கண்டால் வெக்கமாவும் கிடக்கு..."

"உங்கடை பக்கத்தில வேலையள் பரவாயில்லை... இஞ்சாலை தான் சரியான கஸ்ரம்..." என்றான் வெள்ளையன்.

"அதெல்லாம் மற்ற ஆக்களுக்குத்தான்... முன்னாள் போராளியள்ல யாழ்ப்பாணமெண்டும் முல்லைத்தீவெண்டும் அம்பாறை யெண்டும் வேற்றுமை இல்லை. எல்லாருக்கும் ஒரே பிரச்சனைதான்... எல்லாருக்கும் 'முன்னாள்கள்' எண்ட ஒரே பேர்தான்."

வெள்ளையன் மௌனமாக நின்றான்.

"பத்து வருசத்துக்கு முதல் நீயும் நானும் யோசிச்சிருப்பமா...? இப்பிடியொருநாள் விசுவமடுவில ஒரு மரத்துக்குக் கீழை நிண்டு அடுத்த நேரச் சோத்துக்கு என்ன வழியெண்டு கதைச்சுக்கொண்டு நிப்பமெண்டு..."

"... ... ..."

"காலம் ஒரு அரக்கனடா."

வெயில் ஆறியது. மர நிழல்கள் தெருவை மூடிக்கொண்டு வந்தன. இப்பொழுது மிதிக்கத் தொடங்கினால்தான் இருட்டுக்கு முன்னர் தனிக்கல்லடிக்குப் போய்ச்சேர முடியும். "சரியடா. நான் நிறையத் தூரம் சைக்கிள் உழக்க வேணும். போயிற்று வாறன்."

இனிதன் "ம்..." என்றான். ஏமாற்றமான தொனியாயிருந்தது. இன்னும் இரண்டொரு வார்த்தைகள் பேசிவிட்டுப் போகலாமென்று வெள்ளையன் நின்றான்.

"என்ன செய்யிற திட்டம்... இப்பிடியே இருக்கப் போறியா?"

"என்னத்த செய்யிற... அப்பாதான் ஓடித்திரியிறார். அம்மா வழியில ஆறேழு சொந்தக்காரங்கள் வெளிநாட்டில இருக்கினம். என்னை வெளியில எடுத்துவிட்டால் ஏஜென்சி காசை வட்டியோடை உழைச்சுத் திருப்பிக் குடுக்கலாமெண்டு கதைக்கிறார். ஓமெண்டு சொல்லியிருக்கிறன். சரிவரும்போல... பெரும்பாலும் பிரான்சுக்குத்தான் போவன் எண்டு நினைக்கிறன்..."

"ம்... பிரான்சுக்குப் போறதெண்டால் இப்ப எவ்வளவு முடியும்?"

"நாப்பது லட்சத்துக்குக் கிட்டச் செலவாகும்."

வெள்ளையன் எச்சிலை மென்று விழுங்கினான்.

சிந்துவைப் பீடித்த காய்ச்சல் தொடர்ந்து நான்கு நாட்களாக அவளை வாட்டியெடுத்தது. உண்ணாமற் கொள்ளாமல் போர்த்து மூடிக்கொண்டு படுத்திருந்தாள். ஒரு பாண் துண்டையோ பணிஸையோ சாப்பிடடி என்றாலும் வாய் கய்க்குது என்று மறுத்தாள். நெற்றியில் அனல் தகித்தது. ஈரத் துணியால் அடிக்கொரு தடவை ராணி வருடி விட்டாள். அனுங்கிக்கொண்டு கிடக்கிற மகளைப் பார்க்கப் பாவமாயிருந்தது. தொற்றுக்காய்ச்சலாக இருக்கவேண்டும். முன்வீட்டில் ஜெயந்தியின் பிள்ளைகளுக்கும் பரவியிருந்தது. நேற்று அவள் இரண்டொரு இளநிகளைத் தந்துவிட்டுப் போயிருந்தாள். "வெட்டிக் குடு... ஆகாரமாயிருக்கும். நாளைக்கு செஞ்சிலுவைச் சங்கத்தின்ர மெடிக்கல் முகாம் பள்ளிக்கூடத்துக்கு வருகுதாம். கூட்டிக்கொண்டு வா."

கேப்பாப்புலவு வாசிகசாலையின் முன்னாலிருந்த நிழலடர்ந்த மரங்களின் கீழே வாங்கு மேசைகளை அடுக்கி வைத்திருந்தார்கள். ஒரு பிரதான மருத்துவரும், இரண்டொரு தாதிப் பெண்களும் நின்றார்கள். செஞ்சிலுவைச் சங்கத்தின் அம்புலன்ஸ் வண்டியொன்றும் நின்றது. அதிகமும் மேடிட்ட வயிறுகளோடு கர்ப்பிணிப் பெண்கள்தான் சிகிச்சைகளுக்காக வந்திருந்தார்கள். பதினெட்டு பத்தொன்பது வயதுகளேயான இளம் பெண்கள். "கடைசிக் காலத்தில அவசர அவசரமாக் கலியாணத்தைக் கட்டிவைச்செண்டாலும் காப்பாத்தலாம் எண்டு சின்னச் சின்ன வயசுகளிலேயே பிள்ளையளுக்குக் கலியாணத்தைக் கட்டி வைக்க வேண்டியதாப்போச்சு... இப்ப அந்தப் பிள்ளைகளைப் பாக்கப் பாவங்களாக் கிடக்கு... புருசன்மார் தப்பினதுகளாவது புண்ணியம் செஞ்சதுகள்..." என்று ஜெயந்தி ஒருநாள் சொல்லியிருந்தாள். அவளும் பிள்ளைகளோடு வந்திருந்தாள். அவர்கள் மெலிந்து வாடிய உடலோடு தாயின் சட்டையைப் பிடித்துக்கொண்டு நின்றார்கள்.

சிந்துவால் நிற்க முடியவில்லை. "நீ போய் அதில சாய்ஞ்சு இரு. நான் லைனில நிக்கிறன்" என்றாள் ராணி. பார்வை அம்புலன்ஸ் வண்டியில் படிந்தது. 'எட... மலரக்கா...' மலர் நிறை மாதக் கர்ப்பிணி ஒருத்தியை கைத்தாங்கலாக ஏற்றி வண்டிக்குள் இருத்திவிட்டு இறங்கினாள். அப்பெண்ணின் முகம் வலியால் துடித்துக்கொண்டிருந்தது. அருகில் அவளுடைய கணவனாயிருக்க வேண்டும், இருபது இருபத்தியிரண்டு வயதுத் தோற்றம். அம்புலன்ஸ் குய்... குய்... குய்... என சிவப்பு ஒளியோடு இரைந்தது.

ராணி "மலரக்கா..." என்றாள். அவள் ஒரு புன்னகையைச் சிந்தியவாறு கடந்துபோனாள். மருத்துவத் தாதிகளின் வெள்ளை உடை அணிந்திருந்தாள். காதோரங்களில் தலைமயிர் நரைக்கத் தொடங்கியிருந்தது. கொண்டை முடிந்திருந்திருந்தாள். ஒரு சிறுமியிடம் சிரிக்கச் சிரிக்கப் பேசி அவளுடைய கை நாடியைப் பிடித்துப் பார்த்துக் கொண்டிருந்தாள். மலரக்காவைப் பார்க்கிறபோதெல்லாம் ஆச்சரியம்தான். கடந்துபோன ஒவ்வொரு காலச் சட்டகத்திலும் அவள் ஒவ்வொரு தோற்றத்திலிருந்தாள். பாவாடை சட்டையுடன் ஒரு குமரியாக அவள் சைக்கிளில் ஓடித்திரிந்த நாட்கள்... பிறகு இயக்கச் சீருடையுடன் ரக்ரரும் பஜிரோவும் மோட்டர்சைக்கிளிலுமாக அலைந்த நாட்கள்... இதோ இப்போது வெண் சீருடையில் ஒரு தாதியாக... மலரக்கா அன்றைக்குச் சொன்னாள். "ஒரு மனுசனுக்கு எதிர்காலம் எண்டது நிச்சயமில்லைதான். இந்தா இந்தக் கொலைக் களத்தில தப்பி வந்த என்னை நாளைக்கே ஒரு பாம்பு கடிச்சும் சாகக்கூடும்தான். ஆனால் உயிரோடை இருக்கிற நாள் வரைக்கும் நம்பிக்கையோடு வாழணும்."

மதியத்திற்குப் பிறகு மலர் ராணி வீட்டுக்கு வந்தாள். உள்ளுக்குள் நுழைந்து பையில் கொண்டுவந்திருந்த வெளிறிய மஞ்சள் சேலையுடுத்தி வெளியால் வந்து அமர்ந்தாள். இதோ... இப்பொழுது சேலையில். ராணி அவளை வைத்த கண் வாங்காது பார்த்தாள்.

"என்னடி, குமரியைப் பாக்கிற மாதிரிப் பாக்கிறாய்? அடுத்த வருசம் ஐம்பது வயசு... கொஞ்சம் தண்ணி தா" மலர் சிரித்தாள்.

"தனிக்கல்லடிக்குப் போயீட்டிங்களா அக்கா?" ராணி குவளையை நீட்டியவாறே கேட்டாள்.

"உன்னை விட்டுட்டு எப்பிடிப் போறது. நீ ரெடியா இரு."

"என்னத்தை ரெடியாகிறது. இருக்கிற ரெண்டு பையைச் சுமந்தால் சரி. இந்தக் கொட்டிலயும் பிடுங்கத் தேவையில்லை. அது தானேயே விழுந்திடும். அக்கா, கானகி வரல்லயா?"

"கிளிநொச்சியில நிக்கிறாள். ஓ லெவல் ரெண்டு வருசத்துக்கு முதலே எடுத்திருக்க வேண்டியது. எல்லாம் குழம்பி இப்ப திரும்பப் படிக்கிறாள். உன்ர தங்கச்சி நாமகள் என்ன செய்யிறாள்?"

"அவளுக்கு விதானை வேலை சரிவரும்போல இருக்கு. அந்த அலுவலாத்தான் ஓடித்திரியிறாள்."

மலர் சேலைத் தலைப்பை தரையில் விரித்து அப்படியே சாய்ந்தாள். “பொறுங்க. பாய் எடுத்திட்டு வாறன்.” ராணி உள்ளே ஓடிச்சென்று பாயும் தலையணையும் கொடுக்க, எழுந்து முதுகில் விரித்துவிட்டு மறுபடியும் சரிந்தாள். ஓர் ஆசுவாசமாயிருந்தது. ஏனென்றே புரியாத நெடுமூச்சு. என்ன இந்த வாழ்க்கையென்று ஒருமுறை தோன்றியது. உடனடியாகவே அதை வெட்டிக்கொண்டு இல்லை, துவளக்கூடாது... என்றொரு யோசனை எழுந்தது. இப்படித்தான் தடுப்பிலிருந்த காலத்திலிருந்து மாறி மாறித் தோன்றுகிறது. மாபெரும் இழப்புத்தான். மீண்டெழ முடியாதென்றுதான் அந்தக் கடைசி நாளில் தோன்றியது. வெற்றி பெறுகிறோமோ இல்லையோ, தன் காலத்தில் தோற்கப்போவதில்லை என்றுதான் அவள் நம்பியிருந்தாள். அவள் மட்டுமல்ல... யாருமே தோல்வியை நினைத்திருக்கவில்லை. இப்பொழுது சிலர் தமக்குத் தெரியுமென்று சொல்கிறார்கள்தான். முன்னர் இயக்கத்துக்கு ஆட்சேர்த்துக் கொண்டு திரிந்த மலரை விடவும் பத்துப் பதினைந்து ஆண்டுகள் வயதில் மூத்த இயக்க அன்ரியைக் கடந்த வாரம் சந்தித்தபோது அவள் இந்தச் சண்டை தோற்றுவிடும் என்று இருபது வருடங்களுக்கு முன்னரேயே தனக்குத் தெரியும் என்று சொன்னாள். ஆத்திரம்தான் வந்தது. தோற்கப்போகிற சண்டைக்கா இவ்வளவு நாளும் ஆள் சேத்தனீங்க என்று கேட்கவேண்டும்போலத் தோன்றிற்று. அடக்கிக்கொண்டாள். தோல்வியும் விரக்தியும் ஆட்களைப் புரட்டியெடுத்து விடுகின்றன. யாரிலும் கோவிக்க இயலாது. இது காலத்தின் சிதைவு...

முள்ளிவாய்க்காலிலிருந்த ஒரு பொது மண்டபத்தில் ரத்தமும் தசையும் கிழிந்த உடலுமாக ஆட்களைக் கொண்டுவந்து கொட்டியபோது அந்தச் சாவின் அலறல்களுக்கிடையில் ஒரு தடவை “இதெல்லாம் எதுக்கு” என்று தானே இவளுக்கும் தோன்றியது. அவள் மனதை எதிலும் அலைக்கழிக்கவில்லை. ஒரு இயந்திரம் போலத்தான் பணியில் ஈடுபட்டிருந்தாள். கொட்டப்பட்ட உடல்களுக்கிடையில் தப்பிப் பிழைக்க வாய்ப்பிருப்பவர்களைப் பொறுக்கி எடுத்துத்தான் சிகிச்சையளித்தார்கள். எல்லோருக்குமே மருந்தளிக்க இயலவில்லை. அவர்கள் “அய்யோ... மருந்து கட்டுங்கோ...” என்று கதறிக்கொண்டிருந்தார்கள். அவயங்கள் துண்டாகியும், கொப்பளிக்கிற ரத்தத்தோடும் சாவுக்கு அருகில் நின்றவர்களால் அனுங்கவோ முனகவோ கூட முடியவில்லை. அவர்களுடைய கண்கள் தாம் கைவிட்டுச் செல்லப்படுவதை வெறித்துக் கொண்டேயிருந்தன. அப்படியொரு இறுதிப் பார்வையைத்தான் ஸ்ரீஸ்கந்தராஜா கடைசியில் விட்டுச்சென்றான்.

கிளிநொச்சியிலிருந்து ஒவ்வொரு இடங்களாக புலிகளுடைய சிகிச்சை நிலையங்கள் மாற மாற அவனும் ஓடிக்கொண்டேயிருந்தான். மாத்தளனுக்குப் பிறகு, காயமடைந்த பொதுசனங்களின் தொகை

அதிகரிக்கத் தொடங்கவும் சனங்கள், இயக்கமென்ற பிரிப்பில்லாமல் கொண்டுவருகிற எல்லோருக்கும் சிகிச்சையளிக்க வேண்டியிருந்தது. இரவு பகலென்று கடும் பணி. முள்ளிவாய்க்காலில் முன்னர் யாரோ வீடாகப் பயன்படுத்திய ஒரு கட்டிடத்தில் வைத்துத்தான் சிகிச்சையளித்தார்கள். வேலியிலிருந்து உள்ளே தூரமாயிருந்த வீடு. பக்கத்தில் நீண்ட பதுங்கு குழியொன்றை வெட்டியிருந்தார்கள். அந்த விறாந்தையில் எப்பொழுது பார்த்தாலும் காயப்பட்டவர்களும் செத்தவர்களுமே கிடந்தார்கள். பிரேதங்களை ரக்ரரில் அள்ளிச் சென்று புதைக்கப் புதைக்க இங்கே குவிந்து கொண்டேயிருந்தது. ரத்தக் குளம்தான். ஓய்வு ஒழிவில்லை. இரவில் வெறும் மெழுகுதிரி வெளிச்சத்திலும், ரோர்ச் லைற் ஒளியிலும் சிகிச்சைகளைச் செய்தார்கள். அத்தியாவசிய மருந்துகள் போதுமானதாயில்லை. மயக்க ஊசிகூட இல்லாமற்தான் கதறக் கதறச் சத்திர சிகிச்சை செய்யவேண்டியிருந்தது.

ஒருநாள் காலை, இரவு முழுவதும் விழித்திருந்த சோர்வோடு ஸ்ரீஸ்கந்தராஜா வெளியில் சென்று கிணற்றடியில் முகத்தைக் கழுவிவிட்டு வந்திருந்தான். அவனுடைய கண்களிலேயே கையறு நிலை அப்பட்டமாகத் தெரிந்தது. “என்ன...” என்று கேட்டாள். ‘ஒன்றுமில்லை’ என்று தலையாட்டிவிட்டு வேலியோரமாக நின்ற மாமரத்தின் கீழ் போய் நின்றுகொண்டான். இத்தனை நாளில் அவன் அப்படி ஆசுவாசமாக ஓய்ந்துநின்றதை இப்பொழுதுதான் மலர் காண்கிறாள். அதுவே ஏதோவொரு இயல்பு குலைந்ததைப் போலிருந்தது. அந்தவொரு நொடிதான். படீரென்று விழுந்து வெடித்தது. புகை குப்பென்று பொங்கிற்று. மா மரம் கண்டபாட்டிற்குக் கொத்துப்பட்டுச் சிதறி விழுந்தது. புகை ஓயமுதலே மலர் ஓடினாள். ஸ்ரீஸ்கந்தராஜாவிற்கு நெஞ்சு, கை, காலென்று ரத்தம் பீறிட்டது. விழிகள் திறந்தேயிருந்தன. கடைசியாக அவனுடைய ஆன்மா அவளைக் கண்டிருக்குமென்றுதான் இப்பொழுதும் நம்புகிறாள். ஆனாலும் உயிர் விடைபெற்றுக்கொண்டிருக்கிற தருணமென்று புரிந்துவிட்டது. கல்லுப்போல பக்கத்திலேயே உட்கார்ந்தாள். கண்களில் ஒரு சொட்டுக் கண்ணீரும் இல்லை. சாதாரணமான ஒரு காலத்தில் அவனுக்கு ஏதாயினும் நடந்திருந்தால் தாங்கிக் கொள்ள முடியாதிருந்திருக்கும். இப்பொழுது அவனுடைய சடலத்தையே வெறித்துக்கொண்டிருந்தாள். ஒருவேளை ஆழ்மனது இவற்றுக்கெல்லாம் முன்னரே தயாராகிவிட்டிருந்ததா...

அவளுடைய வாழ்க்கையில் கடந்தவை அனைத்துமே அதனதன் அதி உச்சங்களில்தான் நிகழ்ந்திருந்தன. பாசம், பற்று, துரோகம், லட்சியம், அன்பு, தியாகம், வன்கொடுமை, காதல், இழப்பு, போர், அழிவு எல்லாம்... எல்லாமுமே...

இனி?

'எங்கட வாழ்க்கைய நாங்கள்தான் உருவாக்க வேணும்.'

மலர், ராணியையும் சிந்துவையும் அழைத்துக்கொண்டு தனிக்கல்லடிக்குக் குடிவந்து இரண்டு வாரங்களாகிவிட்டன. அவளுடைய வீடு காடு பற்றிப்போய் அடையாளம் தெரியாதவாறிருந்தது. நல்லவேளையாக உடைவோ சிதைவோ இல்லை. முத்துவும் பிள்ளைகளைக் கூட்டிக் கொண்டு வந்திருந்தாள். ஆளும் பேருமாக நின்று வீட்டைத் துப்பரவாக்கினார்கள். மலருக்குத் தெரிந்த பழைய முகங்களைக் காண முடியவில்லை என்றாலும் உதவிக்கென்று யார் யாரோவெல்லாம் வந்தார்கள். எந்த எதிர்பார்ப்புமில்லாத மனிதர்கள்.

“நீங்களும் ராணியும் தனிக்கல்லடிக்கு வந்தது எனக்கு ரெண்டு கை கூடின மாதிரி பெரிய நிம்மதி” என்றாள் முத்து. “அவர் மிதிவெடி கிளற ஊர் ஊரா அலைய நான் இங்கை தனிச்சுக் கிடந்தன். அங்கால காட்டுப் பக்கமெல்லாம் பெரிய பெரிய ஆமிக்காம்புகள். எந்த நேரமும் அவங்கள் இந்த ரோட்டாலதான் திரியிறாங்கள். சில நேரங்களில வேற யோசினைகளோட ரோட்டால போற நேரம் இவங்களைக் கண்ட உடனை அய்யோ... ஆமி எண்டு பதகளிச்சுப் போயிடுவம். தொண்டைத்தண்ணி வத்திடும். ஆமின்ரை கட்டுப்பாட்டுக்குள்ளைதான் இப்ப இருக்கிறம் எண்டு இன்னும் மனசுக்குப் பழக்கமாகேல்லை... எப்பிடி ஆகும்...”

சிந்துவும் கானகியும் நெடுங்கேணி மகாவித்தியாலத்தில் இணைந்து கொண்டார்கள். சைக்கிளில்தான் போய் வந்தார்கள். வெள்ளைச் சீருடையுடன் மகள் சென்று வருவதைப் பார்க்க பழைய காலத்திற்குள் நுழைந்து தன்னைத்தானே பார்ப்பதைப்போல மலருக்குத் தோன்றும். மகிழ்வும் ஏக்கமுமான காட்சி.

ஒளிநிலாவையும் இசைநிலாவையும் தனிக்கல்லடிப் பள்ளிக் கூடத்திலேயே சேர்த்திருந்தார்கள். ஏதோவொரு வெளிநாட்டு அரச சார்பற்ற நிறுவனம் அதைத் திருத்திக் கொடுத்திருந்தது. ஒளிநிலாவே தங்கையை அழைத்துச் சென்று திரும்பினாள். வாழ்வு மெல்ல மெல்ல எதிர்காலத்திற்குள் கரைந்துகொண்டிருந்தது.

ராணி வெள்ளையன் வீட்டு முற்றத்தில் நின்று அழைத்தாள் “முத்தூ... நான் இத்திமரத்தடிக்குப் போறன். நேரமாச்சு. நீ வெளிக்கிடு.”

“இதோ வந்திட்டன். பிள்ளைகளைக் கூட்டிக்கொண்டு போங்கோ.”

ராணி திரும்பிப் பார்த்தாள். தவிட்டை மர ஊஞ்சலில் ஒளிநிலாவும் இசைநிலாவும் சோடியாய் அமர்ந்து ஆடிக் கொண்டிருந்தார்கள். ஒருகணம் ராணிக்குத் தன்னையே பார்ப்பதாய் பிரமை. மரம் நன்றாய் வளர்ந்துவிட்டிருக்கிறது. நிழல் அடர்ந்திருக்கிறது. நிலாக்குட்டிகளையே பார்த்தவாறு நின்றிருந்தாள்.

இத்திமரத்துக் கோயிலைச் சூழ அவர்கள் கூடி நின்றார்கள்.

"ஏன் முத்து, வெள்ளையன் வரேல்லயா..." இத்திமரத்தின் கீழே பாயை விரித்துத் தேங்காய் துருவிக்கொண்டிருந்த முத்துவிடம் மலர் கேட்டாள்.

"இல்லை அக்கா. இவருக்கு மூண்டு கிழமைக்குத் தொடர்ந்து வேலை. கேட்டுப்பாக்கிறன், விட்டால் வாறன் எண்டவர். வரேல்லை" என்றாள்.

"ஒளிநிலா, இந்தக் கிண்ணத்துக்க கொஞ்சம் தண்ணி வாத்துக்கொண்டு வா. சேறு கரையாமல் மேலால அரிச்சுப் பிடி" ஒளிநிலா அலுமினியச் சட்டியை வாங்கிக்கொண்டு ஓடையை நோக்கிப் போனாள்.

இரண்டு பானைகளில் ஒன்றில் சர்க்கரைப் பொங்கலும் மற்றயதில் மரக்கறிச் சோறும் பொங்கிக்கொண்டிருந்தன. ராணி பொங்கல் பானைகளை அகப்பையால் கிளறிவிட்டாள். நாமகளும் சிந்துவும் ஓடை நீரில் கால் நனைத்துக்கொண்டிருப்பது தெரிந்தது. சிந்து ஒளிநிலாவிடம் எதையோ கேட்டுக்கொண்டிருந்தாள். சட்டியை வாங்கித் தானே நீரள்ளிக் கொடுத்தாள்.

"அய்யா வாறார். விலத்தி நில்லுங்க பிள்ளைகள்..." வழியில் விளையாடிக் கொண்டிருந்த சிறுவர்களிடம் யாரோ சொன்னார்கள். அவர்கள் விலகிச் சென்று மறுபடியும் விளையாட்டில் மூழ்கினார்கள். கானகிதான் அவர்களுக்குப் பராக்குக் காட்டினாள். அவர்களிடையே இசைநிலாதான் சிறு பெண். ஆறு வயதுதான் ஆகிறது. முன்னாலும் பின்னாலுமாக ஓடித்திரிந்தாள். நேற்று மழை பெய்ததால் ஈரமாயிருந்த மண்ணைக் குழைத்து வீடு கட்டினாள். அதைக் கானகிக்குக் காட்டி என்னவோ சொல்லிக்கொண்டிருந்தாள்.

முத்து துருவிய தேங்காய்ப் பூவை வாழையிலையில் குவித்து பவித்திரமாகக் காவிச்சென்று மோதகத்திற்கு உள்ளுடல் குழைத்துக்கொண்டிருந்த ஒரு அக்காவிடம் கொடுத்தாள். அவள் சர்க்கரையைச் சரையிலிருந்து கவிழ்த்து ஓலைப்பெட்டிக்குள் கொட்டி "இது காணுமா பார்" என்றாள். பிறகு ஓடக்கரையோரமாகப் பார்த்து "எடியே பிள்ளைகள்... அங்கயிருந்து என்னடி செய்யிறியள்... இங்க வாங்கோ" என்று கூவினாள். நாமகளும் சிந்துவும் எழுந்துகொண்டார்கள்.

அதுவரையும் ஒற்றைக்காலில் நீருக்குள் கால் பதித்து நின்ற ஒரு கொக்கு விருட்டென்று எழுந்தது. கூர் அலகில் சிறு மீன் துடித்தது.

பரம்பரைப் பூசாரி குமாரசாமி கிழவனாகியிருந்தார். கதவைத் திறந்து காளி சுருவத்தின் மீது நீர் வார்த்தார். புதுப் பட்டுகளைச் சாத்தினார். மலர்களால் அலங்கரித்தார். ஒற்றைத் தீபத்தில் கற்பூரத்தை ஏற்றி மணியைக் கிலுக்கவும் எல்லோரும் எழுந்து கொண்டார்கள். ஒளிநிலா சேமக்கலத்தை கிணிங் கிணிங் என்று தட்டினாள். "யாராவது சங்கு ஊதுங்கோ..." என்றார் குமாரசாமி. அங்குநின்ற பதினைந்து வயதுப் பையன் ஒருவன்தான் ஊத முயன்றான்... 'புர்... புர்...' என்றுவிட்டு அது அடங்கியது. அவன் சொக்கையைப் பொத்திக்கொண்டு "அய்யோ வாய் உளையுது" என்றான். "சிந்து நீ ஊது" என்றாள் முத்து. "அய்யோ... என்னால ஏலாது..." என்று அவள் பின்வாங்கினாள்.

"இஞ்ச கொண்டாங்கடி" மலர் சங்கை வாங்கினாள். அதன் வாயை அழுத்தித் துடைத்துவிட்டாள். வலது உள்ளங்கையால் பொம் பொம் என்று இருமுறை தட்டினாள். பிறகு சங்கை வாயில் வைத்து முகத்தை நிமிர்த்தி ஊதலானாள்.

'பூம்...' என்ற சங்கொலி கீழிருந்து மேலேறிக் காட்டுவெளி முழுதும் பரவுகின்ற பிரமையில் நாமகள் மெல்லத் தலையுயர்த்தினாள்.

இத்திமரக்காரி வாலைக்குமரியாய் வளர்ந்து நின்றிருந்தாள்.

முகமாலையில் ஏ ஒன்பது வீதிக்கு அணித்தாகவிருந்த பற்றைக் காடுகளில் மிதிவெடி அகற்றும் வேலைகள் நடந்து கொண்டிருந்தன. கண்களை அகல விரிக்க முடியாதவாறு வெயில் கூசிற்று. நெற்றியில் ஊறி வழிந்த வியர்வையை வெள்ளையன் கையால் துடைத்தான். உச்சி மண்டைக்குள் அவிந்தது. காலையிலிருந்து மீட்கப்பட்ட வெடி பொருட்களைத் தரம் பிரிக்க வேண்டும். இன்னும் சற்று நேரத்தில் அவற்றை வெடிக்க வைப்பதற்காக ஆமிக்காரர்கள் வந்துவிடுவார்கள். பிறகு "ஏ... பாத்திட்டு நிக்காத... தூக்கிட்டு வா... முன்னால போ..." என்று திட்டுவார்கள்.

வெள்ளையன் விரைந்து நடந்தான். பார்வைத் தூரத்தில் புகையிரதத் தண்டவாள வேலைகள் நடைபெற்றுக் கொண்டிருந்தன. ஹையேர்ஸ் வாகனங்களும் கார்களும் எழுப்புகிற ஹோர்ன் சத்தம் தொடர்ச்சியாகக் கேட்டவண்ணமிருந்தது. கொழும்பிலிருந்து வருகின்ற நீள சொகுசு பஸ்கள் ஒன்றின் பின் ஒன்றாக வீதியை அடைத்துக்கொண்டு ஊர்ந்தன.

"ம்... வெளிநாடுகள்ல லீவு விட்டாச்சு போல... இனி பிரெஞ்சு, ஜெர்மன், நோர்வேஜியன், இங்கிலிஸ் எண்டு யாழ்ப்பாணம் ஒரு மல்ரி கல்ச்சர் சிற்றியாயிடும். நல்லூர்த் திருவிழாவை முடிச்சுக் கொண்டுதான் போவினம்..." என்று நேற்று சிவராசன் சொன்னார். அப்பொழுது ஏக்கமான பெருமூச்சொன்று வெளிப்பட்டது. சடுதியில் சுதாகரித்துக் கொண்டார். "அதுக்கென்ன... சொந்த இடத்துக்கு வந்துட்டுப் போகட்டுமன்..." என்றார்.

வெள்ளையன் மிதிவெடிகளை வகைகளாகப் பிரித்து நிலத்தில் அடுக்கினான். பூக்கல்லுப் பதித்த தரையைப் போல நீளத்திற்குமிருந்தது. வெடிக்காத எறிகணைகளை ஓரத்தில் வரிசையாக வைத்தான். மற்றைய பிரதேசங்களை விடவும் முகமாலையில் அதிகளவான வெடிபொருட்கள் புதைந்து கிடந்தன. நீண்டகாலமாக யாழ்ப்பாணத்திற்குள் நுழையும் முன்னரங்க எல்லைப் பகுதியாக இருந்ததனால் இரண்டு தரப்பும் பரஸ்பரம் ஏவிக்கொண்ட ஏகப்பட்ட வெடிக்காத எறிகணைகளை மீட்கவேண்டியிருந்தது. ஆமிக்காரர்கள் ஊதாரியைப்போல மிதிவெடிளையும் கண்ணிவெடிகளையும் விதைத்து வைத்திருந்தார்கள். வெடிபொருட்களை அழிக்கும்போது கேட்கின்ற சத்தம் ஓர் ஆயுதக்கிடங்கு வெடித்ததைப்போல அதிரும்.

வெள்ளையன் நாரியைப் பிடித்துக்கொண்டு நிமிர்ந்தான். ரூபி தலையை இரண்டு கைகளாலும் பொத்திக்கொண்டு உட்கார்ந்திருந்தாள். அவளைப் பார்க்கும்தோறும் இனம்புரியாதவொரு துயரம்... அவளுக்கு ராணியின் வயதிருக்கும். அருகில் போனான்.

"என்னக்கா... தண்ணியேதும் வேணுமே..."

ரூபி வேண்டாமென்று கையசைத்தாள்.

"எனக்குத் தலை சுத்துது..."

"போறதெண்டால் சொல்லிப்போட்டுப் போங்க... ரெண்டு நாள் நிண்டுட்டு வாங்கவன். பஸ்சுக்குக் காசு இருக்கா..."

"நான் இனி வரேல்லை... பயமாக் கிடக்கு..."

வெள்ளையன் அமைதியாக நின்றான்.

இரண்டு மாதங்களுக்கு முன்னர் நாகபடுவானில் நடந்த அந்தச் சம்பவம் ஞாபகத்தில் வந்தது. அப்பொழுதும் அவள் வேலையை விட்டு விலகிவிடுவாள் என்று நினைத்திருந்தான். அதுவொரு வெடி விபத்து. அன்றைக்கு நிலத்தைக் கிளறிக்கொண்டு நின்ற சந்திரன் கவனயீனத்தில் சற்று ஊன்றி அழுத்தியிருக்க வேண்டும். வெடிச் சத்தம் பொட்டலில் பரவி முடிவிடங்களில் எதிரொலித்துத் திரும்பி வந்தது. புழுதி அடங்கியபோது சந்திரன் துடித்துக் கொண்டிருந்தான். கால்கள் மேலும் கீழுமாக உதறின. கையிலும் நெஞ்சிலும் பிசுங்கான் துண்டுகளைக் கொட்டியது போலப் பொத்தல்கள். நல்லவேளையாகத் தலைக்கவசம் அணிந்திருந்தான். உயிருக்குப் பாதகமில்லை. உடலின் பதினேழு இடங்களில் கிழித்திருந்ததாக ஆஸ்பத்திரிக்குக் கொண்டுபோனபோது சொன்னார்கள். ஒன்றோ இரண்டோ இடங்களில் ஒபரேசன் செய்யவேண்டியிருந்தது.

சம்பவம் நடந்தபோது ரூபி பக்கத்தில்தான் நின்றாள். சந்திரனுக்கு உடனடியாக முதலுதவிச் சிகிச்சையளித்து நிறுவனத்தின் வாகனத்தில் ஏற்றி அனுப்பியவரைக்கும் ஒரு வார்த்தையில்லை. ஓரடி நகரவும் இல்லை. பிறகு மெதுவாக வந்து சிந்தியிருந்த ரத்தத் திட்டுகளின் மேலே மண்ணைத் தூவி மூடினாள். "ரத்தத்தைப் பார்க்கத் தலையைச் சுத்துது... அது எங்களைத் துரத்திக்கொண்டே வருகுது..." என்றாள்.

சிலவேளைகளில் அவள் அன்றிலிருந்தே வேலைக்கு வரமாட்டாள் என்று வெள்ளையனுக்குத் தோன்றிற்று. ஆனால் எதுவுமே நடவாததுபோல அடுத்த நாள் வந்தாள்.

"வெள்ளைக்காரனிட்டை நான் இனி வரமாட்டன் எண்டு சொல்லி சம்பளத்தை வாங்கித் தாறியா... நான் போறன்."

"ஒரேயடியா வரேல்லயெண்டு ஏன் இப்ப சொல்லுறீங்க... ரெண்டு நாள் லீவில போயிட்டு யோசியுங்கவன்."

"இல்லை... இனிமேல் வரவேண்டாம் எண்டு மனசுக்குள்ள ஒரு நினைப்பு வந்திட்டுது... அந்த எலும்புக்கூட்டைப் பாத்தபிறகு எனக்கு மனசு தாங்குதில்லை... அந்த உயிரை நினைக்க நினைக்க எனக்கு நெஞ்சுத்தண்ணி காயுது. நீ வா... வந்து வெள்ளைக்காரனோடை கதைச்சு விடு..." ரூபி நடக்கத்தொடங்கினாள்.

கைவிடப்பட்டுத் தூர்ந்துபோயிருந்த ஒரு பழைய காவலரணைக் காலையில் 'கிளியர்' பண்ணவேண்டியிருந்தது. அதனைச் சுற்றிலும் முட்புதர்கள் சடைத்து வளர்ந்திருந்தன. கறையான் அரித்த பனங் குற்றிகள் கோதுகளாகக் கிடந்தன. மழையிலும் வெயிலிலும் உக்கிச் சளிந்த சாக்குகளின் மேலே சேறு வறட்டியாகக் காய்ந்திருந்தது. ரூபி பற்றைகளை அறுத்து எறிந்தாள். வெக்கையும் முட்களின் சிராய்ப்புகளும் அவளில் சினத்தைக் கொப்பளித்தன. ஒரே எரிச்சலாகவிருந்தது. விட்டேத்தித்தனமாகக் குப்பைவாரியைச் செருகி இழுத்தவள் அடுத்த நொடியில் வீரிட்டவாறு பின்வாங்கினாள். வலிப்பு வந்தவளைப்போல உடல் விதிரத் தொடங்கிவிட்டது. தலையிலடித்துக் கத்தினாள். கால்கள் புழுதியை உதைந்தன. வெள்ளையனும் சின்னத்துரையும்தான் ஓடிப் போனார்கள்.

"என்னக்கா... பாம்பா?"

ரூபி தலையை நிமிர்த்தாமல் குப்பைவாரியைச் சுட்டிக் காட்டினாள். மனித எலும்புகளைக் குப்பைவாரி ஒரு நாயைப் போலக் கவ்வியிருந்தது. சின்னத்துரை "எல்லாரும் ஓடியாங்கோ..." என்று கத்தினான். அவசர அவசரமாகப் புதர்களை அறுத்து எறிந்துவிட்டு நுழைந்தார்கள். மழைக் காலங்களில் வடிந்த சகதியால் மூடப்பட்ட எலும்புக்கூட்டின் சிதிலங்கள் நில மட்டத்தில் கிடந்தன. நிறம் வற்றிய வரிச் சீருடையை மண் தின்றுவிட்டு மீதியைத் திட்டுத் திட்டாக எலும்புகளில் கழித்துவிட்டிருந்தது. அதுவொரு பெண் போராளியின்

என்புக் கூடாய் இருக்கவேண்டும். உள்ளாடைகள் கிடந்தன. யாரோ மண்டை ஓட்டை மெல்ல நிமிர்த்தினார்கள். வெள்ளையன் நெற்றியைப் பொத்திக்கொண்டு மறுபக்கம் திரும்பிவிட்டான். தொண்டை காய்ந்து வறண்டுவிட்டது. முகத்துத் தசைகள் விறைத்தன. இருண்டது. கண்களை உருட்டி இயல்புக்கு வர முயற்சித்தான். அப்பொழுதுதான் காலடியில் அதனைக் கண்டான். புலிச் சீருடையின் வண்ணத்தில் அட்டையிட்ட சிறிய குறிப்புப் புத்தகம் அது. குனிந்து எடுத்தான். உட்தாள்களில் நீல மை கரைந்தழிந்து மக்கிவிட்டிருந்தது. வெயிலில் முறுகிய ரெக்ஸின் அட்டையில் கலங்கியிருந்த எழுத்துகளில் ‘ஆதிரை’ என்று குண்டு குண்டாக எழுதப்பட்டிருந்தது. வெள்ளையன் கை நடுங்குவதை உணர்ந்தான். குறிப்புப் புத்தகத்தைச் சட்டென்று மூடிப் பொக்கற்றில் பத்திரப்படுத்திக்கொண்டான்.

திடீரென்று சிவராசன் அலறுகிற சத்தம் கேட்டது. “அய்யோ... அய்யோ... அவள் சாமியடா... எங்கடை காவல் தெய்வமடா...” பற்றைக்காட்டு வெளியை வெட்டுகின்ற குரல். திடுக்கிட்டுத் திரும்பினான். சிவராசன் கொதிக்கிற நிலமென்றும் பாராமல் சரிந்து அழத்தொடங்கிவிட்டார். அவரால் தாங்கிக்கொள்ள இயலவில்லை. மார்பில் ஓங்கி அறைந்தார். “மன்னிச்சுக் கொள்ளு ஆத்தை... என்னை மன்னிச்சுக் கொள்ளு ஆத்தை...” என்றார். அவர் உணர்ச்சிவசப்பட்டிருந்தார். “அவளை நாங்கள் எல்லாருமாச் சேந்து ஏமாத்திப் போட்டமடா. இது தீராத பாவம்... தீராத பாவம்... எந்தக் கங்கையிலும் கரையாத பாவமடா... இந்தத் தேசத்துக்காகக் காவல் இரடி எண்டு சொன்ன ஒரேயொரு சொல்லுக்காக எல்லையைக் காக்கிற சாமி மாதிரி அவள் கடைசி வரை நிண்டு செத்திருக்கிறாள்... ஆனால் நாங்கள்...? அய்யோ... கடைசியா ஒரு அனாதையைப்போல தன்னந் தனிய நிண்டிருப்பாளே... சாகிற நேரம் என்னத்தை நினைச்சாளோ... எனக்கொரு மகளிருந்தால் அவளின்ர வயசுதானே இவளுக்கும் இருந்திருக்கும்... மகளை ஏமாத்திப்போட்டன்... எல்லாருமாச் சேந்து ஏமாத்திப்போட்டம்... எத்தினை சென்மத்துக்கும் இந்தப் பாவம் இனி அழியாது...” சிவராசன் அரற்றிக்கொண்டேயிருந்தார்.

வெள்ளைக்காரனான மேற்பார்வையாளன் வேண்டுமென்றால் அவரை லீவு எடுத்துவிட்டு வீட்டுக்குப் போகச் சொன்னான். அவர் மறுத்துவிட்டார். “என்னை இதிலயே விடுங்க... அழுகிறதுக்கு ஆருமில்லாமல் அவள் போனதா இருக்கக்கூடாது. பிறகு அந்த ஆத்மா நான் ஆருக்காகச் செத்தன் எண்டு கேட்டுக் கேட்டு அலைஞ்சுகொண்டு திரியும். நான் அழவேணும்... என்ர ஆத்தைக்காக நான் குழறி அழவேணும்... அய்யோ... என்னைப் பெத்த அம்மாவே...” சிவராசன் உதிர்ந்த காவலரணுக்குப் பக்கத்திலேயே கல்லுப் போல இறுகியிருந்தார்.

சற்றைக்கெல்லாம் பொலிசார் தடவியல் நிபுணர்களோடு வந்துவிட்டார்கள். அவரை வெளியேறிப் போகுமாறு அறிவுறுத்தினார்கள். சிவராசன் ‘மாட்டேன்’ என்று வாக்குவாதப்பட்டார். “நீங்க உங்கடை வேலையைப் பாருங்க… நான் அவள் விழுந்த மண்ணில கிடந்து அழவேணும்…” என்றார்.

இரண்டு பொலிசார் அவரைக் குண்டுக்கட்டாகத் தூக்கினார்கள். சிவராசன் திமிறினார். “விடுங்கோடா… என்னை இறக்கி விடுங்கோடா…” அவரை இழுத்துச் சென்றார்கள். “என்ர மகளுக்கு நான் ரெண்டு சொட்டுக் கண்ணீர் வடிக்கிறதில உங்களுக்கு என்னடா பிரச்சனை… தமிழன் அழக்கூடவாடா முடியாது…”

சிவராசனைப் பொலிஸார் நிலத்தில் இருந்தியபோது அவர் மறுபடியும் எழுந்தோட எத்தனித்தார். சடாரென்று அவருடைய கையைப் பின்புறமாக மடக்கி விலங்கிட்டார்கள். ஒரு பொலிஸ்காரன் முரட்டுத்தனமாகத் தோளை அழுத்தியவாறு பக்கத்திலேயே நின்றான்.

“மன்னிச்சுக் கொள்ளடி என்ர மகளே…” ஓங்கி விரிந்த குரல் மெல்லத் தணிந்தது. சிவராசன் முன்புறமாகக் குனிந்து நிலத்தை முட்டிமுட்டி ஒரு கோழி கேருவதைப்போலக் கேவி அழுதார்.

14
அணங்குகள் ஆயிரம்

31.12.2008

புக்கிருட்டு. வழக்கத்திற்கு மாறாக இருள் அமைதியோடிருந்தது. மரங்களை உலுப்பி வீசிய காற்றின் ஈரலிப்பில் சிலிர்ப்பாக உணர்ந்தாள். உள்ளங்கையினால் மணிக்கட்டைப் பொத்தியவாறு கடிகாரத்தின் வெளிர் பச்சையை அவள் ஒளிரச் செய்தாள். அதிகாலை இரண்டு மணி பத்து நிமிடங்கள். நான்கு நாட்களாகச் சரியான நித்திரையில்லை. முக மாலைக் களமுனையில் பெரியளவில் சண்டைகள் நடைபெறவில்லையென்றாலும் தொடர்ச்சியாக விழித்திருந்து உன்னிப்பாக அவதானிக்க வேண்டியிருந்தது. அந்த லைனில் நீண்ட முன்னரங்குகளிலிருந்து இராணுவத்தினர் அவ்வப்போது எச்சரிக்கை வேட்டொலிகளைத் தீர்த்துக்கொண்டிருந்தார்கள். பதிலுக்கு இருப்பைக் காட்டவேண்டியிருந்தது. பின் தளத்திலிருந்தவர்களுக்கு அவ்வப்போது 'வோக்கி செற்'றில் நிலைமைகளைத் தெரியப்படுத்த வேண்டியிருந்தது.

சில காலங்களுக்கு முன்னர் முகமாலை லைனை உடைத்துக்கொண்டு புறப்பட்ட இராணுவத்தினரை உள்ளே வரவிட்டு முறையாகக் கொடுத்து அனுப்பிய பிறகு அந்தப் பகுதிகளில் அவர்கள் நடவடிக்கை எதனையும் மேற்கொண்டதில்லை. அந்தக் களத்தில் முன்னரங்கில் நின்ற ஆதிரைதான் புலிகளின் ஆட்லறிகள் வந்துவிழவேண்டிய ஆள்கூற்றுப் புள்ளிகளை ஜி.பி.எஸ் கருவியில் கணித்து பின்தளத்திற்கு அறிவித்துக் கொண்டிருந்தாள். துல்லியமான கணிப்புகள். அன்று மட்டும் ஆமிக்காரர்களின் ஏழு டாங்கிகள் இயங்க முடியாதளவிற்கு நாசமாகியிருந்தன. முந்நூறு பேர் கொல்லப்பட்டிருந்தார்கள். காயமடைந்து முனகிக்கொண்டிருந்த இரண்டு சிப்பாய்களை உயிரோடு கைது செய்திருந்தார்கள். அவ்வாறானதொரு உற்சாகமான வழிமறிப்புச் சண்டை அதற்குப் பிறகு நிகழவேயில்லை.

ஈராண்டாக வன்னியின் எல்லா முனைகளிலிருந்தும் ஏதோ ஓர் இலக்கைக் குறிவைத்துப் படையினர் முன்னேறிக் கொண்டிருந்தார்கள். எல்லா வழிமறிப்புச் சண்டைகளும் தோல்வியில் முடிந்துகொண்டிருந்தன. சிலவற்றிலிருந்து முன்னரே விலகி வரவேண்டியிருந்தது. பத்தாண்டுகளுக்கு முன்னர், மூன்று வருடங்களாக ஜெயசிக்குறு சண்டையை நடத்திய இராணுவத்தை மூன்றே நாளில் துரத்தியடித்த வரலாறு ஒன்றுதான் ஒரேயொரு நம்பிக்கையாக முன்னாலிருந்தது.

ஆதிரை பொக்கற்றிலிருந்த கன்டோஸ் கீலமொன்றை வாயிலிட்டு மென்றாள். தண்ணீர் இரண்டு மூன்று மிடறுகளுக்கே போதுமானதாக இருந்தது. 'எப்பிடியும் செவ்வானமும், அமுதியும் வழங்கல் பொருள்களோடு வந்திடுவாங்க.' அவர்கள் இருட்டுவதற்கு முன்பாகப் புறப்பட்டுப் போயிருந்தார்கள். சப்ளையோடு விடிவதற்கு முன்பாக வரவேண்டும். புறப்படும்போது "எடியே... இருட்டுக்கை தனிய இருப்பாய்தானே... தீச்சுவாலை நடவடிக்கையில செத்த ஆமிக்காரன்ர ஆவியள் இதுவழிய தான் அலையும்..." என்று செவ்வானம் சிரித்தாள். "வாய் பாத்துக்கொண்டு நிக்காமல் கெதியில வாங்க..." என்று அவர்களை ஆதிரை அனுப்பிவைத்தாள்.

தண்ணீரைக் கைகளில் வார்த்துக் கண்களில் ஒற்றிக் கழுவினால் அசதி முறியும் என்று தோன்றியது. 'எப்பிடியும் விடியிறதுக்குள்ள வந்திடுவாளவ... அமுதி மெனக்கெட மாட்டாள்... செவ்வானம்தான் சின்னப்பிள்ள மாதிரிச் சிரிச்சு அலட்டிக்கொண்டு நிப்பாள்...' ஆதிரை நிமிர்ந்து பார்த்தாள். இருளில் விசிறி விட்டதைப்போல வானில் வெள்ளிகள் மினுங்கிக்கொண்டிருந்தன. எப்பொழுதும் போலிருக்கிற வானம்தான். இன்று தனித்திருக்கின்றபோது வேறொரு மாதிரி பிரமாண்டமாகத் தோன்றிற்று. ஆதிரை அனிச்சையாக வடகீழ்த் திசையில் ஆகாயத்தைப் பார்த்தாள். மினுக் மினுக் என ஒளிரும் பிரகாசத்தோடு ஐந்தாறு விண்மீன்கள்... 'இதில ஆதிரை எது...' புன்சிரிப்பொன்று உதடுகளில் பரவியது. 'அமுதியென்றால் உடன சொல்லுவாள்... எது ஆதிரையெண்டு...'

"கீழயிருந்து மேல ரெண்டாவதா... அதிலயிருக்கிற அஞ்சு நட்சத்திரத்திலயும் பெரிசா மினுங்கிறதுதான் ஆதிரை."

"அஞ்சும் ஒரே மாதிரிதானே தெரியுது..."

"அது சிவன் சென்ம நட்சத்திரம். அதெல்லாம் ஞானக் கண்ணுக்குத் தான் தெரியும்... அதுவும் உன்னை மாதிரி வேதக்காரங்களுக்கு தெரியாது..." அமுதி பகிடியாகச் சொல்லுவாள். களங்களைத் தவிர்த்து முகாம்களிலிருக்கிற நாட்களில் காலையிலேயே முகம் கழுவி முகப்பவுடராலேயே நெற்றியில் ஒரு கீறு வைத்துக்கொண்டால்தான் அவளுக்கொரு திருப்தி. எங்காவது வெளியிடங்களுக்குச் சைக்கிளில் செல்லும் தருணங்களில் வழியில் கோவிலைக் கண்டால் போதும், சைக்கிளை நிறுத்திச் செருப்பைக் கழற்றி வைத்துவிட்டு ஓடிச்சென்று காலைக் கழுவி வாசலில் சென்று திருநீறு தரிப்பாள். சந்தனத்தைக் குழைத்துக் கழுத்தில் பூசிக்கொண்டு வருவாள். "நீ அவ்வைப் பாட்டிதானடி..." என்று தோழிகள் கேலி செய்வதைக் பொருட் படுத்துவதேயில்லை. அவளிருந்தால் பொழுது கலகலப்பாகக்

கழியும். ஒருமுறை சண்டைக் களமொன்றில் 'டாங்கி'க்கு முன்னால் ஆர் பி ஜியோடு படுத்திருந்து "சிவபெருமானே... சப்போட்டுக்கு வாரும்..." என்று அவள் அடித்த அடியில் டாங்கியின் சங்கிலிகள் பிய்ந்து பறந்தனவாம். "புலித்தோலை அரைக்கசைத்தவனுக்கு நன்றி" என்றவாறுதான் எழுந்து ஓடினாளாம். "அப்ப நீ நெற்றிக்கண்ணிண்ட நெறிப்படுத்தலிலேயே சண்டை செய்யிறனி..." என்று அவளைக் கேலி செய்வார்கள்.

ஆதிரை நீண்ட பெருமூச்செறிந்தாள். யாருமற்றுத் தனித்திருப்பதில் ஒருவித அந்தரமாயிருந்தது. நேரம் நகரவேயில்லை. 'இந்த நட்சத்திரங்கள் தானே எங்கட வீட்டுக்கு மேலயும் இப்ப தெரியும்...' என்ற எண்ணம் பரவவும் அம்மாவுடைய முகம் வானம் முழுவதிலும் வியாபித்துக் கொண்டது. அதே பரிதவிப்பான கண்களிலிருந்து இழப்பின் துயரார்ந்த பார்வை... ஆதிரைக்கு நினைவு தெரிந்த நாளிலிருந்து அந்தக் கண்களைத் தான் கண்டு வளர்ந்திருந்தாள். அவளுடைய ஐந்தாவது வயதில் ஆமிக்காரர்களோடு வந்த முஸ்லிம் ஊர்காவற் படையினர் வீட்டிலிருந்த தந்தையை இழுத்துச்சென்று காட்டுக்குள் வெட்டி எரித்த நாளிலிருந்து அம்மாவுடைய கண்கள் ஒளியை இழந்துபோயின. 'காட்டுக்குள் ஒரு வெட்டையில் மரக் கட்டைகளைப் போல கருகிச் சுருண்டுகிடந்த பிரேதங்களில் அப்பாவின் உடலை அம்மா எப்படிக் கண்டுபிடித்தாள்...' ஆதிரையின் பால்யகால நினைவுகளின் தொடக்கமே அப்பாவின் அந்தக் கருகிய உடலோடுதான் ஆரம்பித்தது. வளரும் பருவத்தில் திடீர் திடீரென்று ஒரு வாளைச் செருகியதுபோல அந்தக் காட்சி அவளைத் திணறடிக்கும். பள்ளிக்கூடத்தில் பேயறைந்ததைப்போல உறைந்துபோயிருப்பாள். கண்கள் வழியும். ரோஸலின் சிஸ்ரர் ஆறுதல் படுத்துவார். "ஜோன் தமிழரசி அழக்கூடாது. ஏனெண்டால் ஜோன் யார் தெரியுமோ... ஜோன் என்ற இடைச்சி பிரான்சிலே ஒரு புரட்சிக்காரி. புரட்சிக்காரி அழலாமோ..." ஆயிரத்துத் தொளாயிரத்து எண்பத்து ஐந்தாம் வருடம் ஆதிரை பிறந்த நான்காம் நாள் அம்பாறை காணிக்கை மாதா தேவாலயத்தில் வைத்து ரோஸலின் சிஸ்ரர்தான் அவளுக்கு ஜோன் தமிழரசி என்று பெயர் சூட்டியிருந்தார்.

'சண்டை முடிஞ்சபிறகு அம்மாவை வன்னிக்கு வரச்சொல்லி சொல்லி விடவேணும்...' ஆதிரை நினைத்துக்கொண்டாள். கடைசியாகப் பேச்சு வார்த்தை காலத்தில் ஒருதடவை அம்மா வந்து போனாள். ஆனால் சண்டை முடிவதைப்போலத் தோன்றவில்லை. அதுவொரு சிரங்குப் புண்ணைப் போல புரைத்துப் புரைத்துப் பெரிதாகிக்கொண்டே படர்ந்தது. இராணுவத்தினர் மன்னாரிலிருந்து மேற்குக் கரையோரமாகப் பூநகரி வரையிலும் கைப்பற்றியிருந்தார்கள். அங்கிருந்து பரந்தனை நோக்கி பெருமெடுப்பில் சண்டை நடந்துகொண்டிருந்தது. நேற்று செவ்வானம்

“பரந்தன் விழுந்திட்டு தெண்டால் பிறகு கிளிநொச்சியுமில்லை” என்று சொன்னாள். ஆதிரையும் அமுதியும் மௌனமாகவிருந்தார்கள். செவ்வானமே “ச்சீ... அப்பிடி நடக்காது...” என்றாள். குரல் மறுபடியும் சோர்ந்தது. “பரந்தனைப் பிடிச்சானெண்டால் இங்காலை முகமாலை வரையும் நிக்கிற எங்கடை அணிகள் தனிச்சுப் போயிடும். தாளையடிக்கால கடலாலதான் வெளிய போக வேணுமெண்டு நினைக்கிறன்...”

“ம்... சண்டையே இல்லாமல் ஆனையிறவிலயிருந்து முகமாலை வரைக்கும் அவன் பிடிக்கப்போறான்...” என்றாள் அமுதி. “பிள்ளையளைப் பத்திரமா வெளியேத்தவேணும்...”

அடுத்த நாள் அதிகாலையிலேயே பரந்தன் வீழ்ந்துவிட்டதாக ‘வோக்கி செற்’றில் செய்தி வந்தது. முகமாலை லைனில் இனிச் சண்டை சாத்தியமில்லை. முற்றுகைக்குள் சிக்கியிருந்த புலிகளின் அணிகள் வெளியேறிப் போகவேண்டும். இல்லையென்றால் பெருமிழப்பு ஏற்படும். ஆனால் பொழுது புலரத் தொடங்கிய வேளையிலேயே முகமாலையில் சண்டை வெடித்துவிட்டது. இராணுவத்தினர் இருளோடு இருளாக முன்னேறத் தொடங்கியிருந்தார்கள். தலைக்குமேலே ஷெல்கள் கூவிக் கூவிச் சென்று விழுகிற சத்தம்... டாங்கிகளின் தொடர்ச்சியான உறுமல்கள்... ஆதிரை காவலரணோடு அணைந்து காப்பெடுத்திருந்தாள். ‘செற்’றில் தொடர்பெடுத்தபோது தீர்மானகரமான கட்டளைகள் எதுவும் கிடைக்கவில்லை.

“அதே லைனில பக்கத்துச் சென்ரிக்காரரோட சேருங்கோ. வேற யாரும் இல்லையா?”

செவ்வானமும் அமுதியும் இன்னமும் வந்து சேரவில்லை. ஆதிரை மெல்லத் தலையை நிமிர்த்தினாள். பனங்குற்றிகளையும் மண் மூட்டைகளையும் சன்னங்கள் தைத்துப் பொத்தலாக்கின. தலையை உள்ளிழுத்தாள். “இல்லை. நான் தனியத்தான் நிக்கிறன். அசையேலாத மாதிரி அடிக்கிறான்...”

“காப்பெடுத்து இருங்கோ. ரீமை அனுப்பிறம்...”

“சரி.”

ஆதிரை டொங்கானை லோட் செய்து தரையோடு சரித்துக் குறி பார்த்தாள். இலக்கே இல்லை. ராங்கி இரையும் திசையிலொன்றில் அடித்தாள். வெடிச் சத்தங்களோடு அதுவுமொன்றாக அமிழ்ந்தது. எழுந்து ஓடலாமா என்று ஒரு கணம் யோசித்தாள். பின்னுக்குள்ள லைனுக்குச்

சென்றுவிட்டால் அணிகளோடு இணைந்துவிடலாம். ஆனால் சன்னங்கள் அறம்புறமாகப் பறக்கின்றன. நீளக் காற்சட்டையில் பொக்கற்றுகளைத் தேடினாள். கன்டோஸ் பைக்கற்றுகள் முடிந்துவிட்டிருந்தன. பொலித்தீன் ரிசுவால் சுற்றப்பட்ட இரண்டு தட்டை வடைகளைக் கண்டெடுத்தாள். வாயில் வைத்தபோது நைந்துபோயிருந்தது. ‘இதைக் கடிச்சால் இனித் தண்ணி விறாய்க்கும்...’ தண்ணீர்ப் போத்தலைக் குலுக்கினாள். இன்னுமிருந்தது. சட்டென்று காதைக் கிழிக்கிற சத்தம்... பக்கத்திலெங்கோ விழுந்திருக்க வேண்டும். உக்கிரமாக இல்லாவிட்டாலும் பின்னால் புலிகள் தரப்பிலிருந்து எதிர்ச் சூடுகள் கேட்டுக் கொண்டேயிருந்தன.

ஆதிரை தன்னை நிதானப்படுத்த முயற்சித்தாள். எண்ணங்கள் எங்கெல்லாமோ ஓடிச்சென்றன. தொண்டை காய்ந்து வறண்டு கொண்டேயிருந்தது. அவள் புதிய மகஷின் கூடொன்றைத் துப்பாக்கியில் பொருத்தினாள். மண் மூட்டைத் துவாரத்தில் வெளி நீட்டிய துப்பாக்கி சன்னங்களைத் துப்பத் தொடங்கியது. டாங்கிகளின் இரைச்சல்கள் மிகக் கிட்டத்தில் கேட்டன. ஏதோவொரு பதற்றம்... ஆதிரை முதலாவது டாங்கியைக் கண்டாள். நீண்ட சுடுகுழலை நீட்டியவாறு ஒரு பச்சை யானையைப்போல அது ஊர்ந்து முன்னேறியது. துப்பாக்கி ரவுண்சுகள் மொத்தமும் தீர்ந்து விட்டன. ‘அம்மா இப்ப என்ன செய்து கொண்டிருப்பா...’ நேரத்தைப் பார்த்தாள். எட்டு மணி தாண்டியிருந்தது. காலை ஒளியில் மெலிதாகச் சூடு ஏறிக்கொண்டிருந்தது. ‘ஏதாவது கூலி வேலைக்குப் போயிருப்பா...’ அம்பாறை காணிக்கை மாதா தேவாலயத்தில் ரோஸலின் சிஸ்ரரின் பிரியமான குரல் கேட்டது. ‘சகாய மேரியிண்ட மகள் வடிவாப் படிக்க வேணும்.’ எண்ணங்கள் நேர்த்தியில்லாமல் அலைந்தன. ‘மின்னொளிரும் நட்சத்திரம்... கிறிஸ்துமஸ் குடில்... பாலன் ஏசு... பேச்சுவார்த்தைக் காலத்தில் வந்திருந்த அம்மா நீண்ட நேரமாக ஆதிரையையே பார்த்துக்கொண்டிருக்கிறாள். கண்களில் நீர் உருளத் தொடங்குகிறது... இரு கைகளையும் நீட்டி அழைக்கிறாள்...’

வெகு தூரத்தில் புதர்களின் மறைவிலிருந்தும் தென்னைகளின் பின்னாலிருந்தும் பச்சையுடுத்திய இராணுவச் சிப்பாய்கள் பொசிஷனில் நகரத் தொடங்குவதை ஆதிரை கண்டாள். இரண்டொரு டாங்கிகள் பக்க வாட்டாக அவளைக் கடந்து போயிருந்தன. இனி மீட்பு ரீம் வரச் சாத்தியமில்லை. நிலத்தில் தொம்மென உட்கார்ந்தாள். கைகள் பரபரப்பாக ஜிபிஎஸ் கருவியை உயிர்ப்பித்தன. வெளியே இன்னொரு டாங்கியின் இரைச்சல் அருகாகக் கேட்கத் தொடங்கியது. ‘செற்றில்’ பின்தளத்திலிருந்த பீரங்கிப் படை நிலைக்குத் தொடர்பெடுத்தாள்.

ஷ்ஷ்... என்ற இரைச்சலாயிருந்தது. "நிமோ... நிமோ... ஓவர்... நிமோ நிமோ ஓவர்..."

"ஓம் சொல்லுங்கோ."

"என்னெண்டால் இங்கால கொஞ்ச ஆடுகள் தேவைப்படுது. நான் சொல்ற இடத்துக்கு சொல்லுற நேரத்தில அனுப்ப முடியுமா?"

"ஓமோம். நீங்கள் பக்கத்திலா நிக்கிறீங்க? நிண்டால் பின்னால வந்து காப்பெடுங்க."

ஆதிரை நில மட்டத்தில் ஊர்ந்து பனங்குற்றிகளுக்கிடையில் வெளியே பார்த்தாள். சிப்பாய்களின் சப்பாத்துகள் அவளைத் தாண்டித் தூரத்திற்குப் போய்விட்டிருந்தன. இன்னும் சற்று நேரத்தில் 'கிளியரிங்' தொடங்கிவிடுவார்கள்.

"ஓமோம்... பிரச்சனையில்லை. நான் பின்னால வந்திட்டன். நீங்கள் ஒன்பது ஆறிலையும் எண்பது ரெண்டிலையும் சொலிட்டாக் குத்துங்க. நான் சொல்ற நேரத்தில அனுப்புங்க."

மெல்லத் தலையை உயர்த்தினாள். இராட்சத மிருகம் போல ஒரு டாங்கி முன்னேறிக்கொண்டிருந்தது. மனம் தூரத்தையும் நேரத்தையும் கணக்கிட்டுக்கொண்டது. 'இன்னும் ஒரு நிமிசம்...' நிலத்தை உருட்டிப் புரட்டி நெரிக்கிற மாதிரியான பிரமாண்டச் சங்கிலிகளின் அதிர்வு...

"நிமோ... நிமோ... தொடர்பிலயிருங்க."

டாங்கியின் நீளக்குழல் ஒரு மலைப்பாம்பைப்போல கண்ணுக்கு முன்னால் நீண்டது. ஆதிரை எச்சிலை மென்று விழுங்கினாள். ஒன்று... இரண்டு... மூன்று... நான்கு... "நிமோ... நிமோ..."

"ஓமோம்."

"சொன்ன நம்பருக்குக் குத்திக் குடுங்கோ."

செற்றில் கடார் முடாரென்ற சத்தங்கள் கேட்டன. திடீரென்று சில செக்கன்களுக்கு வெடியோசைகளெல்லாம் கிணற்றுக்குள் அமிழ்ந்து விட்டதைப் போன்ற ஓர் அமைதி... ஆதிரை கண்கள் இமைக்க மறந்து பார்த்துக்கொண்டிருந்தாள். சடுதியில் பேரிரைச்சலோடு தலைக்குப் பின்னால் கூவுகிற சத்தம்... பற்களைக் கடித்துக்கொண்டு தலையைத் தரையில் பதித்தாள். 'படீர் படீரென்று' புலிகளின் மூன்று ஆட்லெறிகள் டாங்கிக்கு மேலும் பக்கவாட்டிலும் இவளுடைய காவலரணோடும் வெடித்துச் சிதறின. ஒரே புழுதி மயம்... மண் மூட்டைகள் சிதறி

விழுந்தன. தென்னைகள் முறிகிற சத்தம்.. கண்களுக்கு எதுவும் புலப்படவில்லையென்றாலும் திடீரென்று ஒரு வெளியின் பிரகாசத்தை மூடிய கண்களுக்குள் ஆதிரை கண்டாள். சற்றுக்கழித்துக் கழுத்தில் ஈரப் பிசுபிசுப்பு... தொண்டையை அறுக்கிற மாதிரியான வலி. ஒரு சூடான திரவம் நெஞ்சை நனைத்துக் கொண்டு வழிகிறது. கால்களில் கல்லைப் போட்டதைப்போன்ற பாரம்... நெற்றியின் இரு முனைகளிலிருந்தும் இருள் தலையெங்கும் பரவுகிறது... கண்களில் இருட்டுத் திரை... தொண்டை வறண்டு தகித்தது. தரையில் கையை வழித்து தண்ணீர்ப்போத்தலை எடுத்து வாயில் கவிழ்த்தாள். வெறும் இரண்டு மிடறுத் தண்ணீரைத் தொண்டைக் குழிக்குள் சேமித்து ஒன்றாக விழுங்கினாள். ஒரு குளிர்த் திரள் நெருப்பை அணைத்தவாறு கழுத்திலிருந்து நெஞ்சுவரை உருண்டது. கண்களில் ஒரு துளி... கடைவாயில் ஒரு புன்னகை...

அப்போது மார்பின் குருதிச் சேற்றுக்குள் புதைந்திருந்த நஞ்சுக் குப்பியை வெகு சிரமத்தோடு இழுத்தாள் ஆதிரை.